போக்காளி

போக்காளி

நவமகன்

கருப்புப்
பிரதிகள்

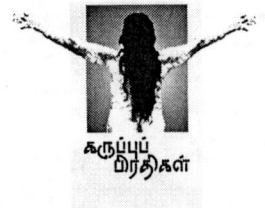

போக்காளி – நாவல்
© நவமகன்

இரண்டாம் பதிப்பு: செப்டம்பர் 2024
முதற்பதிப்பு: ஜூலை 2022

வெளியீடு: கருப்புப் பிரதிகள்
பி 55, பப்பு மஸ்தான் தர்கா, லாயிட்ஸ் சாலை,
சென்னை – 600 005.
பேச: 94442 72500
மின்னஞ்சல்: karuppupradhigal@gmail.com

முகப்பு, நூல் வடிவமைப்பு: ஜீவமணி
அச்சாக்கம்: ஜோதி எண்டர்பிரைசஸ், சென்னை – 600 005.

விலை: ரூ. 800.00

Pookkali – Noval
© Navamagan

Second Edition: September, 2024
First Edition: July, 2022

by Karuppu Pradhigal
B55, Pappu Masthan Darga, Lloyds Road,
Chennai 600 005, Tamil Nadu, South India.
Mobile: 94442 72500
Email: karuppupradhigal@gmail.com

Cover, Layout: Jeevamani
Printed by: Jothy Enterprises, Chennai 600 005.

Price: ₹ 800.00

ISBN: 978-93-95256-01-8

முற்றத்து மணலில்
ஆட்காட்டி விரல் பிடித்து
'அ' எழுதிப் பழக்கிய
என் அன்னை
மனோன்மணிக்கு...

கருப்புக் குறிப்புகள்

ஒரு கதையில், ஒரு வரலாற்று நூலில், ஒரு சேகரிப்பில் சொல்லி மாளாத மனிதப்பாடுகளை கொண்டவை ஈழப் போராட்டத்தின் பின்னணியில் நடந்த பேரழிவுக் கதைகள். அதில் கொடும் துயரங்களின் அனுபவக் குவியல்களை புனைவு வெளியில் புதிய மொழியில் முன்வைத்துள்ளார் நாவலாசிரியர் நவமகன்.

தெரிந்த வரலாற்றின் திகைப்பான பக்கங்களாய் புலப்பெயர்வு அனுபவங்களும் முப்பது ஆண்டுகளை ஒரு கால இயந்திரமாக கைக் கொண்டும் தகவல் ஓர்மையும் குவி மய்யமிட்டு கொண்டும் மிகை நாடாமல் நேர்மை எழுத்தை முன் வைத்து வசிகரிக்கிறது இந்நாவல்.

ஆயுதப் போராட்டத்தை புற வெளியிலும் பண்பாட்டு போராட்டத்தை வதிவிட அகவெளியிலும் நிகழ்த்தி பார்க்கக் கூடிய ஈழத் தமிழ் சமூகத்தின் மன நலம், இன நலம் சார்ந்த மோதல்களை தர்க்க வெளியில் வைத்து விவாதிக்கும் இந்நாவல், ஈழ–புகலிட–தமிழக வெளிகளில் விடுபட்டிருந்த புதிய உரையாடல்களையும் புரிதல்களையும் கூர்மையாக முன்னெடுக்கும் என நினைக்கிறோம்.

பணிச்சுமையின் தொடர் நெருக்கடியில் மிகத் தாமதமாக இந்நாவலை வெளியிட நேர்ந்தமைக்கு நவமகனிடம் வருத்தத்தையும் வெளியிட வாய்ப்பை நல்கியமைக்கு நன்றியையும் தெரிவித்துக் கொள்கிறேன்.

நவமகனின் கதைப்பிரதியை கருப்புப் பிரதிகளாக்கிக் கொள்ள துணை நின்ற ஷோபாசக்திக்கும், உயிர்ப்பு மிகுந்த

வடிவமைப்பை அளித்த ஜீவமணியாருக்கும், உடனிருந்து ஊக்கியாய் இயக்கும் அமுதாவிற்கும், உற்றத் தோழமைகள் மதிவண்ணன், விஜய் ஆனந்த் (பெங்களூரு) ஆகியோருக்கும் எனது நன்றியறிதலை அன்பால் அணைக்கிறேன்.

நீலகண்டன்

என்னுரை

'புலம்பெயர் சமூகம்' எனும் புதிய சமுதாய அமைப்பொன்றின் உருவாக்கத்தின் விளைவாக புகலிட தேசங்களில் நாடற்றவர்களாய் எம்மவர்கள் வாழ்ந்த வாழ்வையும், வாழ்வியற் சூழலில் எதிர்கொண்ட நடைமுறைச் சிக்கல்களையும், வாழ்க்கைத் தரிசனப் பண்புகளையும் அதன் போக்கிலேயே யதார்த்தமாகப் படம்பிடித்துக் காட்டும் உரைநடைப் படைப்பிலக்கிய வடிவமான நாவலாக எனது முதல் நூலின் முதற்பதிப்பை 2022 இல் வாசகர்களின் முன்வைத்திருந்தேன். அதற்கு மிகுந்த வரவேற்பையும், ஆக்கபூர்வமான விமர்சனங்களையும் அளித்திருந்த அனைவருக்கும் என் நெஞ்சார்ந்த நன்றிகள். இப்போது உங்கள் கையிலிருப்பது இரண்டாம் பதிப்பு.

ஒரு நாவலானது சமூகத்திலுள்ள காதல், வறுமை, சாதி, மதம் மற்றும் வர்க்க அடிப்படையிலான முரண்பாடுகளையும், இன்னபிற சிக்கல்களையும் பிரதிபலிப்பவையாகவே அமைவதுண்டு. அந்தவகையில் சொந்த மண்ணை இழந்து கடந்தகாலக் காயங்களையும், நிகழ்கால வலிகளையும் சுமந்தபடி அந்நிய மண்ணில் எதிர்காலக் கனவுகளுடன் வாழ்வைக் கடத்திக்கொண்டிருக்கும் எம்மவர்களின் வாழ்வில் நான் கண்ட, கேட்ட, அனுபவித்த இன்பமான அன்றித் துன்பமான முடிவுகளைக் கொண்ட புதினங்களைச் சமூகச் செயல் தளத்தின் நடைமுறையோட்டத்துடன் பாத்திரங்களின் அனுபவ உணர்வுகளை காய்தல் உவத்தலின்றி உரைநடையில் விபரித்ததன் மூலமாக இதனை ஒரு சமூக நாவலாகப் படைத்திருப்பதாகவே எண்ணுகின்றேன்.

நேற்றைய சமூக நிகழ்வுகளே இன்றைய வரலாறுகள் ஆகின்றன. மனித சிந்தனை, மனிதப் பிரக்ஞை ஆகியன மனிதனின் சமூக இருக்கை நிலையின் அடியாகவே தோன்றுகின்றன. சமூக உறவு நிலைகளையும், தனி மனித அனுபவங்களையும் யதார்த்த ரீதியிலான உரைநடையில் நிழற் படத்தையொத்த இயல்பு நெறிச் சித்தரிப்புகளுடன் கண் முன் நிறுத்துவதற்கு நான் தேர்ந்தெடுத்த நாவல் இலக்கியத்துள் சமகால வரலாற்று உண்மைகளை ஆங்காங்கே புள்ளிகளாக வைத்து இந்த வரலாற்றுள் வாழ்ந்த யதார்த்தப் பாத்திரப் படைப்புகளுடன் சற்றுப் புனைவுகளையும் இழைத்துப் புலம்பெயர் சமூகத்தின் வாழ்வியல் புதினங்களை முதன் முதலாக ஒரு நாவலைக் கையில் எடுக்கக்கூடிய வாசிப்பு அனுபவமற்றவர்கள்கூட இலகுவாகப் புரிந்துகொள்ளக்கூடிய எளிய வடிவிலேயே கதையாகச் சொல்லியிருக்கின்றேன். மிகுதியை வாசகர்களாகிய உங்களின் வாசிப்பு அனுபவத்திற்கும், கருத்துக்களுக்கும் விட்டுவிடுகின்றேன்.

'கருப்புப் பிரதிகள்' மூலமாக நாவலை வெளியிட்டுள்ள தோழர் நீலகண்டன், நீலகண்டனை அறிமுகப்படுத்திய எனது பள்ளித் தோழனும் எழுத்தாளருமான ஷோபாசக்தி, எழுத்துப் பிழைகளைத் திருத்தியுதவிய நட்புக்கினிய கவிஞர் இளவாலை விஜயேந்திரன், முதற்பதிப்புக்கு முகப்பு ஓவியம் வரைந்த ஓவியர் ரவி பேலெட், நூலை அழகுற வடிவமைப்புச் செய்ததோடு இரண்டாம் பதிப்பின் முகப்பையும் அழகுற வடிவமைத்திருக்கின்ற தோழர் ஜீவமணி மற்றும் நாவலை எழுதுவதற்கு எனக்கு ஊக்கமளித்த குடும்பத்தினர், நண்பர்கள் அனைவரும் என்றும் என் அன்புக்கும், நன்றிக்கும் உரியவர்களே.

நன்றியுடன்.

நவமகன்.

Mobile: 0047 45020162
Email: navamahan@gmail.com

2018

விடுதலை.! குணா என்கின்ற குணசீலனுக்கு இன்று விடுதலை. சிறைக்கூண்டின் கதவைத் திறந்த சிறை அதிகாரிக்கு நான்கு சுவர்கள் அடைத்திருந்தவொரு மௌனவெளியில் உழன்று திரிந்த மூச்சுக்காற்றும், அந்தக் காற்றில் கலந்திருந்த உடல் நாற்றமும் குணாவினது உயிர்ப்பை உறுதிப்படுத்தியது. இரண்டொரு நாட்களையல்ல இரண்டு வாரங்களைக் கிடைப்பிணமாய்க் கிடந்தே கடத்திவிட்டானவன்.

சிறைக்கு வரும்போது உடுத்தியிருந்த உடைகள் மற்றும், அவனது உடைமைகள் அவனிடம் ஒப்படைக்கப்பட்டபின் ஒஸ்லோ நகரின் மத்தியிலிருந்த அந்தச் சிறைச்சாலையின் பிரதான வாசல் வரை அவனை அழைத்துவந்த அதிகாரி "கிறீ...ஈச்" என்ற சத்தத்துடன் பெரும் இரும்புக் கதவொன்றைத் திறந்து அவனை வெளியேற்றினான். ஒரு மரத்திலிருந்து உதிர்ந்த இலைபோன்று இலக்கற்றுக் காற்றின் திசையில் நடந்துகொண்டேயிருந்தவன் திடீரென நின்று அலைபேசியை எடுத்துப் பார்த்தான். அதுவும் அவனது உணர்வுகளைப் போன்றே உயிர்ப்பற்று இருந்தது.

வீட்டிற்குப்போய் மனைவி, பிள்ளைகளின் முகத்தில் முழிப்பதற்கே அவமானமாக இருந்தது. எங்கு போவது? எப்படிப் போவது? கேள்விக்குறிகள் மண்டையைக் குடையக் கிடைப்பிணமாய்க் கிடந்தவன் எழுந்து நடைப்பிணமாய் நடந்துகொண்டிருந்தானே அன்றி, அவனது புத்திக்கு எதுவுமே புலப்படவில்லை. அலைபேசியின் நிலையிலேயே அவனது மூளையும் இருந்தது. முதலில் இரண்டையும் உயிர்ப்பித்தாக வேண்டிய தேவையை உணர்ந்தவனாய் நடைபாதையின் எதிரே தென்பட்ட சிற்றுண்டிச்சாலையினுள் நுழைந்தான்.

உள்ளே கோப்பி வாசம் கமகம என்றிருந்தது. சூடாக ஒரு குவளைக் கோப்பியை வாங்கியவன் கடைக்காரரிடம் கேட்டு அலைபேசியை உயிர்ப்பிக்கும் அலுவலையும் பார்த்துக்கொண்டான். உள்ளே இறங்கிய கோப்பி அகத்தைக் கொஞ்சம் அமைதிப்படுத்திய போதிலும் எதிரே இருந்த நிலைக்கண்ணாடி அவனது புறத்தைக் காட்டிக் கலங்கடித்தது. பல நாட்களாக சவரம் செய்யப்படாமல் வெள்ளையும், கறுப்பும் கலந்த முடிகளால் மூடிக்கிடந்தது முகம். இதுவரை அவனே அவனை இப்படிக் கண்டதில்லை. ஒருகணம் துணுக்குற்றான். அவன் மீது அவனுக்கே வெறுப்பாக இருந்தது. உடனேயே அவ்விடத்தை விட்டு அகன்றுவிட வேண்டும் போலிருந்தது. கடைக்காரரைப் பார்த்தான். கடைக்காரரும் அவனது அலைபேசியைப் பார்த்துவிட்டு அதனை எடுத்துக் கொடுத்தார். அலைபேசி இருபது வீதம் உயிர்த்திருந்தது. ஆவலுடன் அலைபேசியைத் திறந்தபோது ஏராளமான அழைப்புக்கள் பதிவாகியிருந்தன. அதில் யாழ்ப்பாணத்திலிருந்து வந்த அக்காவினதும், அக்காவின் மகனினது அழைப்புக்களே அதிகமானதாக இருந்தன. என்னவாக இருக்குமென எண்ணிப் பதறியபடியே முகநூலைத் திறந்தான்.

“அம்மம்மாவுக்கு கடும் சுகயீனமாக உள்ளது மாமா முடியுமானால் உடனே இங்கு வாருங்கள்” என மெசஞ்சரில் மருமகனிடமிருந்து குறுந்தகவல் வந்திருந்தது. பட்ட காலிலே தான் படும் என்பார்கள். மீண்டும் அவன் எதையும் தாங்கிக் கொள்ளக்கூடியவாறு மனதைத் தைரியப்படுத்திக்கொண்டு அக்காவை அலைபேசியில் அழைத்தான். “ஹலோ அக்காவா? அம்மாவுக்கு என்ன?”

“ஐயோ... தம்பி! உனக்கென்னடா நடந்தது?” அக்கா ஒப்பாரி வைக்க ஆரம்பித்தாள்.

“அம்மா எங்க? அம்மாவுக்கு என்ன நடந்தது?” தனது கேள்விக்குப் பதில் கிடைக்காத கடுப்பில் குரலை உயர்த்தினான்.

“அடேய்! அம்மாவும் பத்து நாளா ஆஸ்பத்திரியில தான்டா இருக்கிறா இன்னும் சுகமாகயில்லையடா, நீ ஒருக்கால் வந்திற்றுப் போவன்ரா?”

“சரி நான் வாறன். வந்து கதைக்கிறன் வை” சடக்கென்று தொடர்பைத் துண்டித்தவன் உற்ற நண்பனுடன் தொடர்பு கொண்டான். உடனேயே அங்கு வந்த நண்பன் குணாவைத் தனது வீட்டுக்கு அழைத்துச் சென்று இலங்கைக்குச் செல்வதற்கான பயண ஒழுங்குகளுக்கு உதவினான்.

மறுநாள் காலையே ஒஸ்லோ விமானநிலையத்திலிருந்து புறப்பட்டு பிராங்போட் விமானநிலையத்தை வந்தடைந்தான். ஆண்டவனே நான் போய்ச் சேருவதற்குள் அம்மாவுக்கு எதுவுமே நடந்துவிடக்கூடாது. அம்மா என்னைக் கண்ணாரக் காண வேண்டும். தன் மகன் தன்னைக் காண ஓடோடி வந்துவிட்டான் என்ற சந்தோஷத்தை அம்மாவின் முகத்தில் பார்க்க வேண்டுமென அவனது மனம் அவாவியது. இங்கிருந்து கொழும்பு நோக்கிப் புறப்பட இருக்கும் ஸ்ரீலங்கன் எயார்லைன் விமானத்துக்காகக் காத்திருகையில், இதே விமானநிலையத்தில் சரியாக முற்பது வருடங்களுக்கு முந்தைய சம்பவங்கள் அவனது மனக் கண்ணில் வந்து களியாட்டம் போட்டன அக் கணமே உடலில் ஒருவித நடுக்கம் பரவ மனப் புற்றிலிருந்த நினைவுக் கறையான்கள் இறக்கைகள் முளைத்து ஈசல்களாகிப் பறக்க ஆரம்பித்தன...

◎

1988

பிறந்து வளர்ந்த சொந்த மண்ணையும், சொந்த பந்தங்களையும், அந்த மண்ணின் வாழ்வியலோடு பின்னிப் பிணைந்த ஊர் மக்களையும் பிரிந்து கண் காணாத அந்நிய தேசத்திற்கு அகதியாய் ஓடுவதென்பது சாதாரணமானதல்ல. அதிலும், இளவயதில் உறுதுணையற்று ஒற்றை மனிதனாய் ஓடுவதென்பது பாதி மரணத்துக்கு ஒப்பானதே. அதன் வலி மரணவலியே என்பதை அதனை அனுபவித்து உணர்ந்தவர்களே அறிவர்.

சரியாக முப்பது வருடங்களுக்கு முந்தைய ஒரு நாளில் பூமிப்பந்தின் கண்டங்களைப் பறப்பில் கடந்து கொண்டிருந்தது ஒரு அலுமினியப் பறவை. அதன் உடலுக்குள் பல உல்லாசிகளுடன் சில பரதேசிகளும் பயணப்பட்டுக்கொண்டிருந்தார்கள். இனவாதத் தீயில் எரிந்துகொண்டிருந்த இலங்கைத் தீவிலிருந்து திக்குத் தெரியாத கட்டிடக் காடுகளை நோக்கிய பயணமே அப் பரதேசிகளுடையது.

அவர்கள் பதினெண்மர். அதில் ஒருவனாக பத்தொன்பதாவது வயதில் பரதேசியாகப் பயணப்பட்டவன் தான் இந்தக் குணா என்கின்ற குணசீலன். யாராவது அவனிடம் நட்புக்கரம் நீட்டினால், அன்பைப் பொழிந்தால் அவர்களுக்காக எதையும் செய்யக்கூடிய எப்போதும் துருதுருவென்று இருக்கும் ஒரு வசீகரமான இளைஞன். பார்ப்பவர்களை ஈர்க்கும் நிரந்தரப் புன்னகை ஒன்று எப்போதும் அவன் உதட்டில் ஒட்டியே இருக்கும்.

அவனுக்கு அந்நிய தேசத்துக்கு அகதியாய் ஓடுவதில் அவ்வளவாய் ஆர்வமிருக்கவில்லை. ஆயினும் ஓடினான், விதவைத் தாயின் கண்ணீரே அவனை நாடோட வைத்தது. அவனது விருப்பும், இலட்சியமும் ஏதாவதொரு ஈழ விடுதலை இயக்கத்தில் இணைந்து சிங்கள இனவெறியர்களைப் பழிவாங்க வேண்டும் என்பதாகவே இருந்தது.

அதற்கான காரணமும் ஆழமானதாகவே இருந்தது. 1977 ஆம் ஆண்டு ஆவணி மாதத்தில் ஒரு நாள் முற்றத்துக்

குருகுமணலில் தங்கையுடன் சேர்ந்து "கீச்சுக் கீச்சு தம்பலம் கீயோ மாயோத் தம்பலம்... மாச்சு மாச்சு தம்பலம் மாயோ மாயோத் தம்பலம்" எனப் பிஞ்சு விரல்களை மணலுக்குள் புதைத்து விளையாடிக்கொண்டிருந்த அவனையும், அவனது தங்கையையும் கட்டிப்பிடித்துத் தூக்கிக் கொஞ்சியவாறே "கொழும்பிலிருந்து வரும் போது பிள்ளைகளுக்குச் சொக்காவும், அச்சா விளையாட்டுச் சாமான்களும் வாங்கிக்கொண்டு வருவன் குழப்படி செய்யாமல் இருக்கவேணும் சரியே" எனக் கூறிவிட்டு, திருநாவுக்கரசு மாமாவின் லொறியில் செத்தல் மிளகாயும், புகையிலையும் கட்டிக்கொண்டு கொழும்பு நோக்கிப் புறப்பட்ட அவனது தந்தை இன்றுவரை வீடு திரும்பாததே அதுவாகும்.

அந்த ஆண்டு நாடாளுமன்ற தேர்தலில் இலங்கைத் தமிழ்த் தேசியவாதக் கட்சியான தமிழர் விடுதலைக் கூட்டணி தமிழ்ப் பகுதிகளில் தனிநாட்டுக் கோரிக்கையை முன்வைத்துப் பெரு வெற்றி பெற்றதையடுத்து அப்போது ஆட்சியில் இருந்த ஜயவர்த்தனாவின் தலைமையிலான இலங்கை அரசின் ஆதரவோடு சிங்கள இனவெறியர்களால் தமிழ்ப் பகுதிகளுக்கு வெளியே வாழும் தமிழர்களுக்கு எதிரான வன்முறைகள் தூண்டிவிடப்பட்டன. அனுராதபுரம், கொழும்பு உட்பட பல இடங்களில் நூற்றுக்கணக்கான தமிழர்கள் கொல்லப்பட்டனர். ஆயிரக்கணக்கானோர் வாழ்விடங்களில் இருந்து துரத்தப்பட்டனர். பலர் காணாமற் போயினர். அப்படிக் காணாமற் போனவர்களில் ஒருவர் தான் அன்று கொழும்பு நோக்கிப் புறப்பட்ட குணாவின் தந்தையும். தன்னிடமிருந்து தந்தையைப் பறித்தவர்களைப் பழிவாங்க வேண்டுமென்ற எண்ணம் அப்போதே அவனது பிஞ்சுமனதில் முளைவிட ஆரம்பித்தது. அதன்பின்னர் தென்பகுதிகளில் வாழ்ந்த ஆயிரக்கணக்கான தமிழர்கள் கொலை செய்யப்பட்டதும், அகதிகளாக விரட்டப்பட்டதுமான 1983 யூலைக் கலவரமும், 1985 இல் நெடுந்தீவுக் கடலில் சிங்களக் கடற்படையினர் நடாத்திய குமுதினிப் படகுப் படுகொலையும் அந்தப் பிஞ்சு முளையை பெரு விருட்சமாக வளர்த்துவிட்டிருந்தது.

"அப்பா இன்று வருவார்... நாளை வருவார்..." என்ற எதிர்பார்ப்புடனும், ஏக்கத்துடனும் ஒவ்வொரு நாளும் படலையையும், தெருவையும் பார்த்துப் பார்த்தே வருடங்கள்

பல பறந்தோடிப்போயின. நம்பிக்கை இழந்துபோன அம்மாவின் கழுத்தும், நெற்றியும் வெறுமையாகிப்போனது தான் மிச்சம். சறத்தை மடித்துக் கட்டிக்கொண்டு அப்பா நின்ற தோட்டத்தில், சேலையை சிரைச்சு இடுப்பில் செருகிக்கொண்டு அம்மா இறங்கியபோதே அம்மா அப்பாவும் ஆகிப்போனா. பிள்ளைகளின் வாழ்வே அம்மாவின் வாழ்வாகிப்போனது. பிள்ளைகளும், வீடும், தோட்டமும், தையல்மெசினும், ஆடு, மாடுகளும், கோழிகளுமே அம்மாவின் உலகம் என்றாகிப்போனது. அந்த உலகில் பிள்ளைகளையே தான் ஈட்டிய அளவற்ற செல்வங்களாய் கண்டு மகிழ்ந்தார். அம்மா தன் கடின உழைப்பால் தன்னை வருத்தி மூன்று பிள்ளைகளையும் படிக்க வைத்ததோடு, அப்பா கொழும்பு நோக்கி புறப்படுவதற்கு முன் செத்தல் மிளகாயும், புகையிலையும் விற்றுவரும் காசில் கல்வீடு கட்டும் கனவில் அத்திவாரம் வெட்டுவதற்காகக் குடியிருந்த சிறிய வீட்டின் பின்னால் நிலம் அளவெடுத்து கட்டைகள் ஊன்றிக் கயிறுகள் கட்டி வைத்துவிட்டுப்போன நிலத்தில் சில வருடங்களுக்குள்ளேயே அம்மா தன் கடின உழைப்பால் கல்வீட்டைக் கட்டி முடிந்தது மட்டுமல்லாமல், கடன் பட்டு அக்காவுக்குக் கல்யாணமும் செய்து வைத்தா. குணா வளர... வளர... அம்மா அவனை நம்பிப்பட்ட கடனும், வட்டியும் சேர்ந்தே வளர்ந்தது.

“மகனே உன்னைத்தானடா மலைபோல நம்பியிருக்கிறன்” என்று அம்மா அடிக்கடி சொல்லிக்கொள்வா. அம்மாவின் அந்த எதிர்பார்ப்பும், ஏக்கமும் நிறைந்த வார்த்தைகளே கட்டுக்கடங்காத வயதிலும் அவனைக் கட்டிப்போட்டது.

“நான் இயக்கத்துக்குப் போகிறேன் என்னைத் தேட வேண்டாம்” என்று சீனிப்போத்தலுக்குள் எழுதிப்போட்ட கடிதத்தை இரவு முழுவதும் அழுதழுது கண் விழித்திருந்து, அம்மா எழுவதற்கு முன்னமே எழுந்து கிழித்தெறிய வைத்ததுவும் அம்மாவின் அந்த ஏக்கம் நிறைந்த வார்த்தைகளே. அன்று அவனோடு சேர்ந்து இயக்கத்துக்குப் போகவென்று திட்டமிட்ட சிவாவும், ரவியும் இப்போது போராளிகளாக வன்னிக் காடுகளுக்குள். ஆனால் இவனோ நாடா, வீடா என்ற தெரிவில் வீட்டைத் தேர்ந்தெடுத்ததனால் நாடோடியாய் ஓடிக்கொண்டிருகின்றான்.

ஆனாலும், அவனது எண்ணத்தில் வெளிநாட்டு வாழ்க்கை வெறும் ஐந்து வருடங்கள் தான். அதன்பின் நாடு திரும்பித் தன் இலட்சியத்தை நிறைவேற்றுவதே யாருமே அறிந்திராத அவனது உள்மனத் திட்டமாகவிருந்தது. ஆனாலும், நாடு எரிந்துகொண்டிருக்க நண்பர்கள் போராடிக்கொண்டிருக்க பயணப்பொதியை மட்டுமல்ல குற்ற உணர்வையும் சுமந்துகொண்டேதான் அவன் விமானம் ஏறினான்.

அப் பயணத்தில் ஒரே ஒருத்தி மட்டுமே பெண். அவர்களில் பத்தொன்பது வயதிலிருந்து இருபத்தெட்டு வயதானவர்கள் வரை அடங்கியிருந்தனர். ஒருவர் கூட பதினாறு வயதிற்கு உற்பட்டவர்களாய் இல்லை. ஆனாலும், அத்தனைபேருமே பயணித்துக் கொண்டிருப்பது பதினாறு வயதிற்கு உட்பட்டவர்களுக்கான வீசாவில். ஏஜன்சிக்காரனின் மாயஜால வித்தைகளால் அவர்கள் அனைவரும் அலுமினியப் பறவையின் உடலுக்குள் திணிக்கப்பட்டுக் காற்றில் பறந்துகொண்டிருந்தார்கள். ஒவ்வொருவரும் ஒவ்வொரு விதமான கனவுகளுடனும், ஏக்கங்களுடனும் காலடிச் சத்தமின்றிப் பூமிப்பந்தின் எல்லைகளைக் காற்றில் கடந்து கொண்டிருந்தார்கள்.

அவர்களில் எவருமே ஒருவருக்கொருவர் முன் பின் அறிமுகமானவர்கள் அல்ல, ஒரே ஒருவனைத் தவிர மற்றையவர்கள் அனைவருக்குமே இது தான் முதலாவது வெளிநாட்டுப் பயணம் மட்டுமல்ல, முதலாவது விமானப் பயணமுங்கூட. இருந்தும், பயணத்தை இரசித்து அனுபவிக்கும் மனோநிலையில் எவருமேயில்லை. எல்லோர் முகத்திலும் வாட்டம்.

மண்ணோடும், மண்ணடி வேரோடும் பிடுங்கி எடுக்கப்பட்டு இன்னோர் மண்ணை நோக்கி கொண்டு செல்லப்படுகின்ற மரங்களில் குளிர்ச்சியைக் காணமுடியுமா என்ன? இத்தனை வருடங்களாக வாழ்ந்த சொந்த மண்ணையும், உறவுகளையும், நண்பர்களையும் பிரிந்து நிச்சயமற்ற எதிர்காலத்திற்கான கேள்விக்குறிகளுடன் ஒற்றை மனிதனாய் அந்நியதேசம் நோக்கிப் பறப்பதென்பது அவ்வளவு இலகுவானதல்ல. அதிலும் அவர்களது பயணப்பத்திரங்கள் அனைத்துமே போலியானவை. முகமறியாத யாரோ பதினாறு வயதிற்கு

உட்பட்ட சிறுவர்களின் கடவுச்சீட்டுகளில் இவர்களின் படங்களை மட்டும் பொருத்தித் திருகுதாளம் பண்ணித் தாடி, மீசைகளையும் பிடுங்கி முகங்களிற் பால்வடிய வைத்து விமானம் ஏற்றி அனுப்பிவிட்டான் ஏஜன்சிக்காரன். ஆனாலும், அடுத்த விமானத்துக்காகக் காத்திருக்கையில் விமானநிலையத்திலையே பலருக்கு மீசை, தாடிகள் தள்ளிக்கொண்டு புறப்பட்டுவிட்டன. அந்தப் பெண்ணைத் தவிர அனைவரது விரல்களும் அடிக்கடி முகங்களைத் தடவிப்பார்த்தபடியே இருந்தன.

அவர்களில் ஏற்கனவே விமானப்பயணத்தை அனுபவித்த அந்த ஒருவன் சில வருடங்கள் சுவிஸ் நாட்டில் அகதியாக வாழ்ந்தபோது அந்த நாட்டில் சில குற்ற நடவடிக்கைகளில் ஈடுபட்டமைக்காக நாடு கடத்தப்பட்டவன். அரைகுறை ஆங்கிலமும், அதைவிடக் குறைந்த டொச்சும், ஏற்கனவே இருந்த வெளிநாட்டு அனுபவமும் அவனை இந்த பயணக்குழுவின் பொறுப்பாளனாக்கியிருந்தது. ஏஜன்சிக்காரனே அவனிடம் சில பொறுப்புக்களை வழங்கியிருந்தான். கட்டுநாயக்க விமான நிலையத்தில் எப்படி விமானத்தினுள் உரிய ஆசனங்களைக் கண்டடைவது என்பதில் ஆரம்பித்து ஜெர்மனியில் இறங்கும்போது எப்படிக் கடவுச்சீட்டைக் கிழித்து மலசலக்குழிக்குள் திணிப்பதென வகுப்பெடுப்பதுவரை அவனது அலப்பறைகள் தாங்கமுடியாததாக இருந்தபோதிலும், முன்பின் அனுபவமில்லாத அனைவரும் பயபக்தியுடன் அவனது அலப்பறைகளைக் காதிற் போட்டுக்கொண்டனர்.

மும்பை விமான நிலையத்தில் ஐந்து மணித்தியாலங்கள் தங்கி நின்ற போது அடுத்தவர்களைக் காட்டினும், அந்த ஒரே ஒரு பெண்ணின் மீதான ஈடுபாடு பயணப் பொறுப்பாளனிடம் கொஞ்சம் அதிகமானதாகவே காணப்பட்டது. அந்தப் பெண்ணோடு ஒட்டிக்கொள்ள முயற்சித்தும் அவள் அதற்கு இடங்கொடுக்கவில்லை. மிகவும் அழகாய் இருந்தபோதும் அவள் எப்போதும் துக்கம் தோய்ந்த முகத்துடனேயே காணப்பட்டாள். அவளை நோக்கிய அநேக ஆண்களின் கண்கள் மறி ஆட்டைப் பார்த்த மரநாயின் கண்களைப் போன்றே இருந்தன. ஆனால் அவளோ அத்தனை பேருக்குள்ளும் மிகவும் வயதிற் குறைந்த தோற்றங்கொண்ட குணாவோடு பேச்சுத் தொடுக்க விரும்பித் தானாகவே வந்து ஒட்டிக்கொண்டாள்.

“எனக்கொரு தம்பி இருக்கிறான், அவன் சரியா உம்மைப் போல தான்” எனப் பேச்சை ஆரம்பித்தாள்.

“ஓ... அப்படியா எனக்குமொரு அக்கா இருக்கிறா, அவவும் கிட்டத்தட்ட உங்கள மாதிரித்தான்” என்றான் அவனும்.

“என்ர பேர் மலர்விழி, உம்மட பேர்?”

எந்தப் பெயரைச் சொல்வது, பாஸ்போட்டில் உள்ளதையா? அல்லது உண்மையானதையா? ஒருகணம் யோசித்தவன், “நான் குணா, அதுசரி மலர்விழி உங்கட அப்பா, அம்மா வைச்ச பேரா அல்லது ஏஜன்சிக்காரன் வைச்சதே?”

“ஐயோ... இது என்ர அப்பா வைச்ச பேர் தான். அப்பிடியெண்டால் குணா எண்டது ஏஜென்சிக்காரன் வைச்சதே?”

“இல்லயக்கா இதுவும் என்ர அப்பா, அம்மா வைச்சது தான்.”

இவர்களது சம்பாசனையைச் சற்றுத் தள்ளி நின்று கவனித்துக் கொண்டிருந்த பயணப் பொறுப்பாளனுக்குக் கொதியைக் கிளப்பியிருக்க வேண்டும். நேராகக் குணாவிடம் வந்தவன் கேட்டான், “வட் ஸ் யுவர் நேம்?”

“மை நேம் ஸ் சசிகரன்” கடவுச்சீட்டில் உள்ளதை சட்டெனச் சொன்னான்.

“ஓகே... ஓகே... உசாராத்தான் இருக்கிறீர். அதுசரி அக்கா, அக்கா எண்டுறீர் இவா உமக்கென்ன சொந்தமே? அல்லது முதலே தெரியுமே?”

“இல்லயண்ணே இவாவ இப்ப தான் தெரியும்” என்றான் அப்பாவியாக.

“ஆ... அப்படியே!” என்றவன், மேலிருந்து கீழ்வரைக் குணாவை ஒரு பார்வை பார்த்துவிட்டுச் சென்றான். அந்தப் பார்வையில் அவன் தன் உடம்பில் எங்கே மச்சம் இருக்கிறது என்றுதான் தேடியிருப்பான் எனக் குணா மனதுக்குள் எண்ணிச் சிரித்தான்.

மும்பாயில் இருந்து புறப்பட்ட விமானம் யூகோஸ்லாவியாவின் பெல்கிரேட் விமானநிலையத்தை நோக்கிப் பறக்கத்தொடங்கியது.

குணாவின் இருக்கையின் முன்னால் மூன்றாவது வரிசையில் இருந்தபடியே அடிக்கடி குணாவை திரும்பிப் பார்த்துக்கொண்டிருந்த மலர்விழி சிறிது நேரத்தின்பின் எழுந்து வந்து குணாவின் அருகிலிருந்த சக பயணியைத் தனது இருக்கையில் மாறி இருக்க முடியுமா எனக்கேட்டு அவரின் சம்மதத்துடன் குணாவின் அருகில் அமர்ந்துகொண்டாள். அவளது முகம் மிகவும் வாடிச் சோர்வாக இருந்ததை அவதானித்த குணா கேட்டான், "ஏனக்கா என்ன நடந்தது? ஏன் ஒரு மாதிரியா இருக்கிறீங்க?"

"ஒரே தலையிடியா இருக்குத் தம்பி அதுதான்" என்றவள் நெற்றிப் பொட்டில் பெருவிரலை வைத்து அழுத்தினாள்.

உடனேயே ஒரு விமானப் பணிப்பெண்ணை அழைத்த குணா இரண்டு டிஸ்ப்ரின் குளிசைகளும், தண்ணீரும் பெற்றுக்கொடுத்தான். கண்கள் பனிக்க நன்றி கூறியவள் அடுத்த நிமிடமே அயர்ந்து தூங்கிவிட்டாள். விமானம் முகில்களை ஊடறுத்து முன்னேறிக்கொண்டிருந்தது. குணாவால் தூங்க முடியவில்லை. இன்னும் சில மணித்தியாலங்களில் ஜெர்மனியில் என்ன நடக்கப்போகிறதோ? என்ற விடையறியாக் கேள்வியே அவனுக்குப் பெரும் சுமையாகவிருந்தது. கள்ளக் கடவுச்சீட்டுப் பிடிபட்டு இலங்கைக்குத் திருப்பி அனுப்பிவிட்டால் நிலைமை என்னாவது? அவனால் நினைத்துக்கூடப் பார்க்க முடியவில்லை. வட்டிக்குக் கடன்பட்டு வெளிக்கிட்ட பயணம் பிழைச்சுப்போனால்? நினைக்கவே மனம் பதறியது.

"சேச்செ... நாங்க தானே பாஸ்போட்டைக் கிழிச்சு டொய்லெட்டுக்க அடிக்கப்போறம், பாஸ்போட் இல்லாமல் என்னெண்டு திருப்பியனுப்ப முடியும்" எனத் தானே தன்னைச் சமாதானப்படுத்திக்கொண்டான்.

"தம்பி இன்னும் கனநேரம் செல்லுமே?" திடுக்கிட்டுக் கண் விழித்தவள் கேட்டாள்.

"ஓமக்கா இப்பதானே வெளிக்கிட்டது. நீங்கள் பத்து நிமிசங்கூட நித்திரை கொள்ளயில்லையே."

“மனசெல்லாம் ஒரே பயம் தம்பி, அதுதான் நித்திரையும் வருகுதில்ல” என ஏசிக் குளிரில் நடுங்கிக் குறண்டினாள்.

“ஓ... அப்ப நீங்களும் வட்டிக்குக் கடன்பட்டோ வெளிக்கிட்டனீங்கள்?”

“இல்லத் தம்பி என்னை அவர் தான் கூப்பிட்டவர்” என்றவளிடம் வெட்கம் கொஞ்சம் எட்டிப்பார்த்தது.

“ஓகோ! அப்ப கலியாணம் கட்டியாச்சே?” ஆச்சரியத்துடன் பார்த்தான்.

“இல்ல, விரும்பி இருக்கிறம்.” மீண்டும் எட்டிப்பார்த்தது வெட்கம்.

“அடடே... அப்ப காதல்!”

“ம், காதல் தான். ஆனால், அது பெரிய கதை தம்பி அவற்ற தாய், தகப்பனுக்கு எங்கட காதல் பிடிக்கயில்ல. அவைக்குத் தெரியாமல் தான் என்னைக் கூப்பிடுறார். நான் அவரிட்ட போய்ச் சேர்ந்திட்டனெண்டு அறிஞ்சால் அவையள் என்ர அம்மா, அப்பாட்டப் போய் சண்டை பிடிப்பினம் அதுதான் எனக்குப் பயமாக்கிடக்குது” என்றாள்.

“அட, அத விடுங்க அக்கா. எந்தத் தாய், தகப்பனுக்குத்தான் பிள்ளைகளின்ர காதலைப் பிடிச்சிருக்கு. அதுகளின்ர கனவில காதல் வந்து கல்லெறிஞ்சால் சும்மா விடுங்களே?” என்றான்.

“இல்லத் தம்பி, அவர் என்பத்திமூண்டிலயே சுவிஸ்க்குப் போய் நல்லா உழைச்சுக் குடும்பத்தை வடிவாப் பாத்திட்டார். இப்பகூட தங்கச்சியாருக்குக் கட்டிவைக்க எண்டு சுவிசிலிருந்து ஒரு மாப்பிள்ளையைக் கூட்டிக்கொண்டு போய்த்தான் இந்தியாவில நிக்கிறார். அவற்ற தாய், தகப்பனும் தங்கச்சியாரைக் கூட்டிக்கொண்டு இந்தியா போயிற்றினம். அதுதான் எனக்கு ஒரே பயமாயிருக்கு” என மீண்டும் நெற்றிப் பொட்டில் பெருவிரலை வைத்து அழுத்தினாள்.

“அதுக்கேன் அக்கா நீங்க பயப்பிடுறீங்க?”

“பின்ன பயமிருக்காதே? அவர் ஒரு மாதத்துக்குப் பிறகு தானாம் திரும்பி வருவார். அதுக்குப் பிறகு தானே என்னை வந்து கூட்டிப்போக முடியும். அதுவரையும் நான் ஜெர்மனியில தனிச்சுத்தானே நிக்கவேணும் அதுவுந்தான் எனக்குப் பயமா இருக்குது” என்றாள் கண்களில் மிரட்சியுடன்.

“அதுவுந்தான் என்றால் வேறயும் ஏதோ பயம் இருக்குப் போல?”

“ஓம் தம்பி அவற்ற தாய், தகப்பன் பொல்லாததுகள் ஏதும் மந்திரம் ஓதி அவற்ற மனசை மாத்திப்போடுங்களோ எண்டுந்தான் பயமாயிருக்கு.”

“ஏன் அக்கா, அப்ப நீங்க ஓதின மந்திரத்தில உங்களுக்கே நம்பிக்கை இல்லையே?” கள்ளச் சிரிப்போடு கேட்டான்.

“அடச்சீ... சும்மா இரும், நானொண்டும் மந்திரம் ஓதயில்ல. நீர் பொல்லாத ஆள்த்தான் போல” என்றவள் அந்தப் பெரிய கண்களை ஒரு உருட்டு உருட்டி அவனை ஒரு குறும்புப் பார்வை பார்த்தாள்.

“சும்மா பகிடிக்குத்தான் அக்கா” அவனும் ஒரு பம்மல் சிரிப்புச் சிரித்தான்.

இன்னும் சில நிமிடங்களில் விமானம் பெல்கிரேட் விமானநிலையத்தில் தரையிறங்க இருப்பதாக ஒலிபெருக்கி அறிவிக்க, கள்ளக் கடவுச்சீட்டுக்காரர்கள் எல்லோரையும் பெரும் பயம் பற்றிக்கொண்டது.

பெல்கிரேட் விமான நிலையம் பயணிகளால் நிறைந்திருந்தது. இவர்கள் பதினெண்மரும் ஒரு இடத்தைப் பிடித்து அமர்ந்துகொண்டார்கள். இன்னும் இரண்டு மணித்தியாலங்களில் அங்கிருந்து பிராங்பேட் நோக்கிய பயணம் ஆரம்பமாகவிருந்தது. பதட்டம் எல்லோரையும் ஆட்கொண்டிருந்தது. விமானம் பறக்க ஆரம்பித்தவுடனேயே ஒவ்வொருவராக மலசலகூடத்துக்குள் சென்று கடவுச்சீட்டைக் கிழித்து மலசலக் குழிக்குள் திணித்துத் தண்ணீரை அடிக்கவேண்டுமென மீண்டும் அறிவுறுத்திய பயணப்பொறுப்பாளன் எல்லோரையும் விமானம் ஏறவிருக்கும் பகுதிக்கு அழைத்துச் சென்றான். அங்கே

கடவுச்சீட்டுப் பரிசோதனை வரிசையில் நின்றவர்களுடன் இவர்களும் இணைந்துகொண்டார்கள். முன்னே நின்ற பயணப்பொறுப்பாளனின் கடவுச்சீட்டையும், உள்நுழைவு அட்டையையும் வாங்கிய அதிகாரி கடவுச்சீட்டையும், ஆளையும் மாறி மாறிப் பார்த்தான். திருப்தியற்றவனாய் அவனை ஒரு ஓரமாக நிறுத்திவிட்டு இரண்டாவதாய் நின்றவனின் கடவுச்சீட்டையும் வாங்கிப் பார்த்தான். அதிலும் திருப்தியற்று மூன்றாமவனின் கடவுச்சீட்டையும் வாங்கிக் கொண்டுசென்று சகஅதிகாரியிடம் காண்பித்து உரையாடிவிட்டு திரும்பி வந்தவன் பதினென்மரையும் ஒரு ஓரமாக நிற்கும்படி கட்டளையிட்டான். அதிகாரிகள் தங்களுக்குள் பேசிக்கொண்டார்கள். பேச்சுக்கள் தொலைபேசிப் பேச்சுவரை சென்றது. விளங்கா மொழியினால் எதையுமே புரிந்துகொள்ள முடியாதவர்கள் ஆளையாள் பார்த்தபடி முழிபிதுங்கி நின்றார்கள்.

“இவங்களுக்குச் சந்தேகம் வந்திட்டுது. இனி என்ன நடக்கப்போகுதோ தெரியாது” எனக் கைகளைப் பிசைந்தான் பயணப்பொறுப்பாளன்.

“இங்க வைச்சே திருப்பி அனுப்பிப் போடுவாங்களோ?” ஏக்கத்துடன் கேட்டான் ஒருவன். அவனின் கேள்விக்கு ஒருவரிடமிருந்தும் பதில் வரவில்லை. ஏனெனில், எல்லோர் மனதுக்குள்ளும் அதே கேள்வி தான் எழுந்திருந்தது. வரிசையில் நின்ற மற்றைய பயணிகள் எல்லோரையும் விமானத்தில் ஏற்றியாயிற்று. விமானம் புறப்படுவதற்கு ஒரு சில நிமிடங்களே இருக்க அவசர அவசரமாக ஓடிவந்த ஒரு அதிகாரி, “எல்லோரும் கடவுச்சீட்டைத் தாருங்கள்” என ஆங்கிலத்தில் கேட்டதுமே கடவுச்சீட்டைக் கொடுப்பதா... இல்லையா... என்ற குழப்பத்தில் மீண்டும் ஒருவரை ஒருவர் முழி பிதுங்கப் பார்த்து நின்றார்கள்.

“ஏன்? எங்களை என்ன செய்யப் போகிறீர்கள்?” மிரட்சியுடன் கேட்டான் பயணப்பொறுப்பாளன்.

“கதைக்க நேரமில்லை விமானம் புறப்படப்போகிறது கெதியாகத் தாருங்கள். விமானியிடம் உங்கள் கடவுச்சீட்டுகளை ஒப்படைத்து உங்களை அனுப்பி வைக்கும்படியாக ஜெர்மனியிலிருந்து தகவல் வந்துள்ளது” எனப் பரபரத்தான் அதிகாரி.

வேறு வழியில்லாமல் எல்லோரும் கடவுச்சீட்டுக்களை நீட்ட, அனைவரும் அவசர அவசரமாக விமானத்துக்குள் திணிக்கப்பட்டார்கள். குளிர்காற்றைக் கிழித்துக்கொண்டு விமானம் எழுந்து பறக்க ஆரம்பித்ததுமே பதினெட்டு இதயங்களும் படபடக்க ஆரம்பித்தன.

கடவுச்சீட்டைக் கிழிக்கும் திட்டம் தோற்றுப்போனதால் மீண்டும் எல்லோர் முகத்திலும் பீதி. தாயின் தாலி உட்பட நகைகளை அடகு வைத்து வெளிக்கிட்டவன், சோறு போட்ட விவசாய நிலத்தை விற்று வெளிக்கிட்டவன், சகோதரியின் கலியாணத்துக்குச் சேர்த்து வைத்திருந்ததைக் கொண்டு வெளிக்கிட்டவன், அறா வட்டிக்குக் கடன்பட்டுக்கொண்டு வெளிக்கிட்டவன் என எல்லாத் தரப்பினருக்கும் அடிவயிற்றைக் கலக்கியது. எல்லோரும் எல்லாத் தெய்வங்களையும் துணைக்கழைத்தார்கள். நேர்த்திக்கடன் வைத்தார்கள். சிலர் தேவாரங்களைக்கூட வாய்க்குள் முணுமுணுத்தார்கள்.

“நான் ஏற்கனவே ஒரு ஏஜென்சியில காசு கட்டி ஏமாந்து போனன். இப்ப ரெண்டாந்தரமாக் கடன்பட்டு வெளிக்கிட்டனான். இதுவும் பிழைச்சுதோ எனக்குத் தற்கொலை செய்யிறதைத் தவிர வேற வழியில்ல” எனக் கண்கள் கலங்கக் கூறினான் குணாவின் பக்கத்தில் இருந்தவன். எதுவுமே பேசாது அவனையே மௌனமாகப் பார்த்துக்கொண்டிருந்தான் குணா. யாருக்கு யார் தான் ஆறுதல் சொல்வது. குணா சற்றுத் தள்ளியிருந்த மலர்விழியை எட்டிப் பார்த்தான், அவள் கண்களை மூடியபடி தியானத்தில் இருப்பது போலிருந்தாள். முகம் மிகவும் வாடியிருந்தது. எழுந்து போய் அவளுடன் பேசலாமா எனக் குணா எண்ணியபோதே இன்னும் சில நிமிடங்களில் விமானம் தரையிறங்க இருப்பதாகவும், எல்லோரையும் இருக்கைப் பட்டிகளை அணியுமாறும் ஒலிபெருக்கி அறிவித்தது. திக், திக்கென சில நிமிடங்கள் கரைய பெரும் இரைச்சலுடன் விமானம் தலைகுத்தி இறங்கியது.

தரையிறங்கி நீண்ட நேரமாகியும் பயணிகள் வெளியேறும் கதவு திறக்கப்படவில்லை. எழுந்து நின்ற பயணிகள் சினந்துகொண்டார்கள். நீண்ட நேரத்தின் பின்னரே கதவைத் திறந்து பயணிகளை வெளியேற்றினார்கள். அத்தனை

பேருக்குள்ளும் பார்க்கச் சின்னப் பெடியள் போலிருந்தவர்களை முன்னுக்குப் போகும்படியாகப் பயணப்பொறுப்பாளன் கூற மற்றவர்களை விலத்திக்கொண்டு குணா முன்னே சென்றான். அவனைத் தொடர்ந்து சில இருபது இருபத்திரெண்டு வயதுகள் செல்ல மற்றவர்கள் பின் தொடர்ந்தார்கள். விமானத்திலிருந்து இறங்கியதும் ஜெர்மனிய காவற்துறையே அவர்களை வரவேற்றது. காவற்துறையினன் ஒருவனின் கையில் பதினெட்டு இலங்கைக் கடவுச்சீட்டுக்கள் இருந்தன, தனியாக ஒரு வாகனத்தில் ஏற்றப்பட்ட பதினெண்மரும் விமானநிலையத்தின் ஓர் அறையில் அடைக்கப்பட்டார்கள். சற்று நேரத்திலேயே விசாரனை ஆரம்பமாகியது.

வன்னிக் கேப்பைமாடுகள் போன்று பெருத்துத் தடித்த கட்டுமஸ்தான உடல்வாகு கொண்ட காவற்துறை அதிகாரிகள் பலர் இறுக்கமான முகங்களுடன் நின்றார்கள். அதில் ஒருவன் எல்லோரையும் பார்த்து ஆங்கிலத்தில் கூறினான், "இந்தக் கடவுச்சீட்டுக்கள் போலியானவை என்று எங்களுக்கு தெரியும். எனவே நீங்கள் அனைவரும் உங்கள் உண்மையான பெயரையும் உண்மையான வயதையும் கூறுங்கள் உங்களை நாங்கள் வெளியே முகாம்களுக்கு அனுப்பி வைக்கின்றோம்" என்று. அதனைக் கேட்டதுமே என்ன செய்வதென்று புரியாமல் குழம்பி நின்றார்கள்.

"ஏன் தாமதம்? வாருங்கள் வந்து உண்மையைக் கூறினால் மட்டுமே இங்கிருந்து போக முடியும். இல்லையேல் இங்கேயே இருக்க வேண்டியதுதான்" என்றான் ஒருவன் சற்றுக் குரலை உயர்த்திய மிரட்டல் தொனியில்.

எல்லோரும் குசுகுசுத்தார்களே தவிர, நீண்ட நேரமாகியும் ஒருவரும் உண்மையைச் சொல்ல முன்வரவில்லை. அதனாற் கடுப்பான காவற்துறையினர் அறையிலிருந்து கோபமாக வெளியேறினார்கள். அடுத்த வினாடியே அறையின் மின்விளக்குகள் அனைந்துபோயின. யன்னல்கள் ஏதுமற்ற கருநீல நிறத்தினாலான சுவர்களைக் கொண்ட அறை கும்மிருட்டானது. அக்கணமே குணாவினது இடது கையைப் பத்து விரல்கள் இறுகப் பற்றிக்கொண்டன, பக்கத்தில் நிற்பவரைக்கூட கண்டு கொள்ள முடியாத அளவுக்கு அறை முழுவதையும் இருள்

கவ்வியிருந்தது. குணாவைப் பற்றிக் கொண்ட விரல்களின் மென்மை பெண்மையை உணர்த்தியதுமே, "அக்கா" என்றான் மெல்லிய குரலில்.

"எனக்குப் பயமா இருக்குத் தம்பி" அவளது கைகள் மட்டுமல்ல குரலும் நடுங்கியது. குணா வலது கையினால் தன் இடது கையைப் பற்றியிருந்த விரல்களை ஆதரவாக வருடிக்கொண்டான். அந்த நொடியே கட்டிடமே இடிந்து நொருங்குவதைப் போன்று "டமார், டிமார்" என்ற பெரும் சத்தம் காதுகளை அறைந்தது. குணாவின் இடது கைப்பிடி தளர அவனது தோள்களில் சாய்ந்தது அவளது உடல். கச இருட்டில் எதையுமே உணர முடியாத குணா அவளைத் தாங்கிப் பிடிக்க எத்தனிப்பதற்குள் அவளது உடல் சரிந்து அவனது காலடியில் வீழ்ந்தது. உடனேயே குனிந்து தடவிப்பார்த்தான். எந்தவித அசைவுகளுமற்று அவள் கிடந்ததை உணர்ந்தவன் திகைத்துப் போனான்.

"ஐயோ! ஐயோ!" எனப் பெரும் குரலெடுத்துக் கதறினான். அது அவன் காதிலேயே விழவில்லை. எல்லோருமே கண்கள் குருடாகி, காதுகள் செவிடாகிச் சிலையாக நின்றனர். இப்போ தாளப்பறந்து குண்டுகளை வீசும் மிராச்சின் இரைச்சலை ஒத்த சத்தம் அறையை நிறைத்துக் கொண்டேயிருந்தது. செய்வதறியாது துடித்தெழுந்த குணா எல்லோருடனும் முட்டி மோதி அறையின் கதவு இருந்த திசையை நோக்கி வேகமாக நகர்ந்தான். ஏதோ அசம்பாவிதம் நிகழ்ந்துவிட்டதைக் குணாவினது அசைவினால் சிலர் உணர்ந்து கொண்டார்கள். சுவரில் முட்டி மோதியவன் சுவரைத் தடவித் தடவியே கதவைக் கைகளால் கண்டடைந்தான். உடலில் இருந்த பலத்தை எல்லாம் கைகளிற் திரட்டி ஓங்கிக் குத்தினான், குத்தினான்... குத்திக்கொண்டேயிருந்தான்... வலி தாங்க முடியாமற் போகக் கதவினைக் காலால் உதைத்தான். உடலால் முட்டி மோதிளான். சில நிமிடப் போராட்டத்தின் பின் திடீரென அறையில் வெளிச்சம் பரவ சத்தமும் நிறுத்தப்பட கதவினைத் திறந்துகொண்டு அதிகாரிகள் உள்ளே நுழைந்தார்கள்.

"பிளீஸ் கெல்ப் ஷீ... பிளீஸ் கெல்ப் ஷீ..." கத்தியபடியே மலர்விழியை நோக்கி ஓடினான் குணா. அவள் தரையில் விழுந்து கிடப்பதைப் பார்த்த அதிகாரிகள் பரபரப்பானார்கள். உடனேயே ஒரு தள்ளுவண்டியில் அவளைத் தூக்கிப் போட்டுக்கொண்டு

வெளியே ஓடினார்கள். அவளின் கைப்பையை எடுத்துக்கொண்டு குணாவும் பின்னால் ஓடினான். அவனைத் தடுத்து நிறுத்திய ஒரு அதிகாரி அவளின் கைப்பையை மட்டும் வாங்கிக்கொண்டு அவனை மீண்டும் அறைக்குள் தள்ளினான்.

இப்போது அறையில் பிரகாசம். முகங்களில் இருட்டு.

"என்ன செய்வம்?" கேட்டான் பயணப்பொறுப்பாளன்.

"பாஸ்போர்ட்டுகள் எல்லாம் அவங்களிட்ட இருக்கைக்க உண்மையச் சொன்னால் ஆபத்தில்லையா?" கேட்டான் ஒருவன்.

"நடக்கிறது நடக்கட்டும் நான் உண்மையைச் சொல்லப்போறன்" என்றான் இன்னொருவன்.

"சரி, உண்மையைச் சொல்லுவம், எங்களைத் திருப்பி அனுப்ப வெளிக்கிட்டிச்சினமோ உடுப்புகளைக் கழட்டி எறிஞ்சுபோட்டு நிர்வாணமா நிண்டு போராடுவம், உடுப்பு இல்லாமல் பிளைட்டில ஏத்த முடியாது சரியே" என்றான் எல்லோரையும் பார்த்த பயணப்பொறுப்பாளன்.

அப்போதே கதவைத் திறந்துகொண்டு மீண்டும் உள்ளே வந்த காவற்துறையினன் ஒருவன் முன்னே நின்ற சிலரின் கன்னங்களை தடவியபடியே தாடி, மீசைகளை உற்று நோக்கினான். இன்னொருவன் கடவாயில் பிடித்து சிலரின் பற்களை உற்றுப் பார்த்தான். ஊரில் மாடு வாங்க வந்த மாட்டுத் தரகர் மாட்டின் வயதைக் கணிப்பதற்காக இப்படிப் பார்த்த ஒரு சம்பவமே குணாவின் நினைவில் வந்து போனது.

அதட்டல், உருட்டல், மிரட்டல் எல்லாம் முடிந்து ஏலாக் கடைசியில் "தயவு செய்து உண்மையைக் கூறுங்கள்" எனக் கெஞ்சியும் கேட்டார்கள்.

"உண்மையைக் கூறினால் இலங்கைக்குத் திருப்பி அனுப்பிவிடுவீர்கள். அங்கே எங்கள் உயிருக்கு ஆபத்து" என்றான் பயணப்பொறுப்பாளன்.

"இல்லைத் திருப்பி அனுப்பமாட்டோம். உங்களின் உண்மையான தகவல்களுடன் முகாம்களுக்கு அனுப்பிவைப்போம். தயவுசெய்து

எங்களை நம்புங்கள். சத்தியமாக உங்களைத் திருப்பி அனுப்ப மாட்டோம்'' என்று உறுதிபடக் கூறினான் ஒரு அதிகாரி.

உடனேயே தனது உண்மையான வயதையும், பெயரையும் பயணப்பொறுப்பாளன் கூற, அவனைத் தொடர்ந்து அடர்த்தியான மீசை, தாடிகள் எல்லாம் உண்மைகளை ஒப்புவித்து அறையிலிருந்து வெளியேறிக்கொண்டிருந்தன. பார்ப்பதற்குப் பால் வடியும் முகத்தோற்றம் கொண்ட குணாவும், சாந்தனும், மோகனும் தங்கள் தோற்றத்தையே சாக்காகவைத்து "நாங்கள் சொல்வதெல்லாம் உண்மை. உண்மையைத் தவிர வேறெதுவும் இல்லை'' எனப் பொய்யை மெய்யாக்கும் முயற்சியில் அடம்பிடித்து நிற்க, வேறு வழியின்றி விசாரணையை முடிவுக்குக் கொண்டுவந்தார்கள். சிறிது நேரத்தில் இரு காவலர்கள் மூவரையும் ஒரு வாகனத்தில் ஏற்றிக்கொண்டு புறப்பட்டார்கள். வெளியே மழை தூறிக்கொண்டிருந்தது. கடுங்குளிரில் உடல் சிலிர்த்து நடுங்கியது. முதன் முதலாக குளிரின் தாக்கத்தை அனுபவித்து உணர்ந்தார்கள். கட்டிடக் காடுகளை ஊடறுத்து ஊர்ந்துகொண்டிருந்தது வாகனம்.

"அப்பாடா ஒருமாதிரியா நாங்க தப்பிற்றம்'' எனப் பெருமூச்சொன்றை இழுத்துவிட்டான் சாந்தன்.

"ம்... மற்றவையின்ர நிலமைதான் என்ன மாதிரியோ தெரியாது. பாவம் அந்த அக்கா'' என்றான் குணா ஏக்கக் குரலில்.

"இவையின்ர விளையாட்டைப் பார்த்தீங்களே, சவுண்டு விட்டெல்லே வெருட்டுகினமாம். க்ம்... உந்த இந்தியன் ஆமியின்ர சித்திரவதைக்கே அசராதவன் இவையின்ர சவுண்டுக்கு அழுதிடுவனாக்கும்'' என்ற சாந்தன் ஒரு செருக்குச் சிரிப்புடன் சேர்ட்டைத் தூக்கி முதுகைக் காட்டினான். அவனது முதுகு முழுவதும் வரி வரியாக நிறையத் தழும்புகளும், எரி காயங்களும் காணப்பட்டன.

"இயக்கத்தில இருந்தனீரே?'' என்ற மோகனின் கேள்விக்கு மேலும், கீழுமாய்த் தலையை ஆட்டி "ம்'' போட்டான் சாந்தன்.

"அதுவும் சரிதான், கரண்ட்டுத் தாக்குதலுக்கே அசராதவங்களைக் கரண்டைக் கட் பண்ணி வெருட்டப் பாக்குதுகள் உந்த

வெள்ளையள்'' என்றான் மோகன். இருவரின் சம்பாசணையையும் காதில் வாங்கியபடியே மழை கழுவிக்கொண்டிருந்த பிராங்பேர்ட் நகரின் அழகை வியந்து இரசித்துக்கொண்டிருந்தான் குணா.

"ட" வடிவிலான ஒரு கட்டிடத்தின் முன்னே வாகனம் நிறுத்தப்பட்டு மூவரும் உள்ளே அழைத்துச் செல்லப்பட்டனர். உள்ளே நீண்டதொரு வரவேற்பறையில் ஏராளமான சிறுவர்கள் ரேபில்ரெனிஸ், கரம்போர்ட் போன்ற விளையாட்டுகளில் மும்முரமான ஈடுபாட்டில் இருந்தனர். எல்லோரும் பதினாறு வயதுக்கு உட்பட்டவர்களாகவே இருந்தனர். பெரும்பாலான சிறுவர்கள் துருக்கி நாட்டைச் சேர்ந்தவர்களாகவும் சிலர் ஆபிரிக்க நாடுகளைச் சேர்ந்தவர்களாகவும் இருந்தனர்.

இதுவொரு சிறுவர் காப்பகமெனப் புரிந்து கொள்வதற்கு அவர்களுக்கு வெகுநேரம் எடுக்கவில்லை. காப்பகப் பணியாளரின் சில பதிவு நடைமுறைகளின் பின்னர் பணியாளரிடம் கேட்டு மூவரும் கொழும்புக்குத் தொலைபேசி எடுத்து தாங்கள் ஜெர்மனியில் வந்து இறங்கிவிட்ட தகவலைத் தெரிவித்தார்கள்.

அதன்பின்னர் மூவரும் மேலே அழைத்துச் செல்லப்பட்டனர். அங்கே பெரியதொரு மண்டபத்தில் இரண்டு பக்கமும் வரிசையாக பல கட்டில்களும், அதனருகில் அலுமாரிகளும் காணப்பட்டன. இவர்களுக்கான கட்டில்களும், அலுமாரிகளும் சுட்டிக்காட்டப்பட்டன. கட்டிலில் ஒரு தலையணையும், பாரிய தலையணை போன்று தலையணையின் மொத்தத்திலேயே பெருத்தவொரு போர்வையும் இருந்தது.

கீழே நின்ற சிறுவர்கள் சிலர் மேலே வந்து இவர்களை வைத்த கண் வாங்காது பார்த்தபடி நின்றனர். அவர்களில் ஒரு துருக்கியக் குண்டன் சாந்தனின் அருகில் வந்து புரியாத மொழியில் ஏதோ கேட்டான். இவர்கள் ஆளையாள் பார்த்துப் பல்லிளித்தனர். மீண்டும் அவன் தனது குண்டு உடலைச் சிலிர்ப்பிக் கைகளை வீசி கட்டப்பொம்மனைப் போல் வீரவசனம் பேசி ஏதேதோ முழங்கினான். மற்றைய சிறுவர்களெல்லாம் விழுந்து விழுந்து சிரித்தார்கள்.

"ஏன்டா இந்த நாய் ஊளையிடுகுது?" கடுப்பான குரலில் கேட்டான் குணாவைப் பார்த்த சாந்தன்.

“அது என்னெண்டான செய்யட்டும். நீ சத்தம் போடாமச் சும்மாயிரு, வந்த முதல்நாளே வீண் பிரச்சனை வேண்டாம்” எனச் சாந்தனை இழுத்துக் கட்டிலில் இருத்தினான் குணா.

சிறிது நேரம் நடிப்பும், நையாண்டியுமாய் அமர்க்களப்படுத்திய சிறுவர்கள் வெடிச் சிரிப்புகளுடன் அங்கிருந்து கிளம்பிப்போக, “என்னடா கோதாரி இது. நாங்கள் வயசைக் குறைச்சுச் சொல்லப் போய் இந்தச் சிறுசுகளிட்ட வந்து மாட்டீற்றமே” என்று அங்கலாய்த்தான் மோகன்.

“சாச்ச... இந்தக் குரங்குகளோட இருக்கேலாது. எப்பிடியாவது தப்புற வழியப் பாக்கவேணும், இது சரிவராது.” அலுத்துக் கொண்டான் சாந்தன்.

“ஓம் சாந்தன் நீர் சொல்லுறதும் சரிதான். எனக்குச் சரியான அலுப்பாயிருக்குப் படுக்கப் போறன். நீங்களும் படுங்க நாளைக்கு எழும்பி என்ன செய்யிறதென்டு யோசிப்பம்” என்ற குணா பயணக் களைப்பில் இழுத்துப் போர்த்திக்கொண்டு படுத்தான்.

சேவலுக்குப் பதிலாக துருக்கியக் குண்டனின் கூவலிலேயே விடிந்தது அன்றைய ஞாயிறு. சிறுவர்கள் குளித்து, முழுகிப் பரபரப்பாக வெளிக்கிட்டார்கள். அவர்களைப் பார்த்தபடியே எழும்ப மனமின்றிச் சூடான போர்வைகளுக்குள் மூவரும் முடங்கிக் கிடந்தனர். சிறிது நேரத்தில் அங்கு வந்த காப்பகப் பணியாளர், தேவாலயம் செல்வதற்கு மூவரையும் எழும்பி வெளிக்கிடும்படியாக ஆங்கிலத்தில் கூறிவிட்டுச் சென்றார்.

“என்னடா இழவாயிருக்குது! சேர்ச்சில கொண்டுபோய் எங்கள மதம் மாத்தப்போறாங்களோ?” திகைப்புடன் கேட்டான் சாந்தன்.

“யாருக்குத் தெரியும். இவங்கள் அந்தக் காலத்தில அங்கயே வந்து எங்கட சனங்கள மதம் மாத்தின ஆக்களல்லே, இப்ப நாங்களாகவே தேடி வந்திருக்கிறம் சும்மா விடுவாங்களே? என்ன செய்யிறது நாய் வேசம் போட்டிற்றம் கண்ட இடத்திலையும் காலைத் தூக்கத்தானே வேணும். எழும்புங்க என்னதான் நடக்குதெண்டு போய்ப்பார்ப்பம்” என்றான் குணா.

அது ஐரோப்பாவின் அழகான இலையுதிர் காலம். கண்களுக்கு எட்டக்கூடிய தூரங்களைக்கூடப் பனிப்புகார் மறைத்து வைத்து மாயாஜாலம் காட்டியது. பச்சை இலை மரங்களையே பார்த்துப் பழக்கப்பட்டவர்களுக்கு வழியெங்கும் செம்மஞ்சளும், சிவப்புமாய் இலைகளைச் சுமந்திருந்த மரங்கள் அதிசயங்களாய்த் தோன்றின. கண்ணுக்கு எட்டிய தூரம்வரை கம்பளம் விரித்தாற்போல் பச்சைப் பசேலென விரிந்த புற்தரைகளில் புள்ளிகள் வைத்தாற்போல் மஞ்சளும், சிவப்புமாயான பழுத்த இலைகள் உதிர்ந்து கிடந்தன. வலது புறத்தில் வரிசையாக நீண்டு நிமிர்ந்து நின்றன பைன் மரங்கள். இடது புறத்தில் சலசலத்தோடிய நீரோடை. நீரோடையிலிருந்து குளிர்மையை அள்ளி வீசியது கூதற்காற்று. இந்த இயற்கை என்றுமே இவர்கள் அனுபவித்திராதது. இயற்கையின் அழகை அள்ளி ரசித்தபடியே நடந்தார்கள்... நடந்தார்கள்... நடந்துகொண்டேயிருந்தார்கள்.

"அடே இங்க பாருங்கடா அப்பிள் பழமடா!" வாயைப் பிழந்தான் சாந்தன்.

காய்த்துச் சொரிந்து வழியெங்கும் நிறைந்து நின்றன ஆப்பிள் மரங்கள். நிலத்திற் கிடந்த பழங்களைச் சிறுவர்கள் பந்து போல் கால்களால் உருட்டி விளையாடிக்கொண்டே நடந்தார்கள். இவர்கள் என்றுமே பார்த்திராத பெரிய பெரிய ஆப்பிள் பழங்கள் கால்களில் தட்டுப்பட்டன, குனிந்து ஆசையாக ஒன்றை எடுத்தான் சாந்தன். அதனைக் கவனித்த காப்பகப் பணியாளர் அதனை வாங்கி வீசிவிட்டு மரத்திலிருந்து பறித்துச் சாப்பிடும்படியாகக் கூறினார். உடனேயே பாய்ந்து பாய்ந்து பறித்தவர்கள் பழங்களைச் சுவைத்தபடியே நடந்தார்கள். பின்னால் அரக்கியரக்கி வந்துகொண்டிருந்த துருக்கிக் குண்டன் பறவைகள் கடித்துக் கீழே விழுந்து அழுகிக்கிடந்த ஆப்பிளை எடுத்து மோகனின் முகத்துக்கு நேரே நீட்டி ஏதோ கூற, பின்னால் நின்ற சிறுசுகள் அடக்க முடியாமற் வெடிச்சிரிப்புச் சிரித்தார்கள். மூக்கின் நுனிவரை வந்த கோபத்தை அடக்கிக்கொண்ட மோகன் குண்டனின் கையைத் தட்டிவிட்டு முன்னேறி நடந்தான்.

"இங்கயிருந்து போறதுக்கிடையில இந்தக் குண்டன் சாத்து வாங்குவான் போலதான் கிடக்குது" என மோகனின் காதில் குசுகுசுத்தான் சாந்தன்.

தேவாலயத்தை அடைந்ததும் சிறுவர்கள் எல்லோரும் அமைதியானார்கள். பிரார்த்தனைகள் முடிந்து மீண்டும் காப்பகம் திரும்பியதும் குணாவும், நண்பர்களும் தாங்கள் வைத்திருந்த அமெரிக்க டாலர்களை காப்பகப் பணியாளரிடம் கொடுத்து ஜெர்மன் மார்க்காக வாங்கிக் கொண்டார்கள்.

கீழே வரவேற்பறையில் இருந்த தொலைபேசிக் கூண்டிலிருந்து தனக்கு உதவுவதாக உறுதியளித்திருந்த உறவினருடன் தொடர்பு கொண்டு தனது நிலையினை எடுத்துக் கூறினான் குணா. அவரும் நாளை மறுநாளே வந்து அவனைக் கூட்டிப்போவதாகக் கூறிக் காப்பக முகவரியைப் பெற்றுக் கொண்டார். அதே போன்றே குணாவின் நண்பர்களும் தங்கள் உறவுகளுடன் தொடர்பு கொண்டு நாளை மறுநாளே தங்களையும் கூட்டிப்போக வரும்படியாக அழைத்துக்கொண்டனர்.

அன்று மாலை எல்லோரும் சாப்பிட்டுக்கொண்டிருந்தபோது சாப்பாட்டறைக்குள் நுழைந்த துருக்கிக் குண்டன் ஒரு கணப்பொழுதில் சாந்தனின் கோப்பையிலிருந்த அவித்த முட்டையை எடுத்து வாயில் போட்டுச் சப்பி விழுங்கியவாறே பொத்திப் பிடித்திருந்த இடது கையைத் தன் பின்புறத்தில் வைத்தபடி குனிந்து நின்று முக்குவது போன்று முகபாவனை செய்துவிட்டு, உடனேயே பொத்தி வைத்திருந்த கையை நீட்டி சாந்தனின் கோப்பையின் முன் விரித்தான். அவித்த முட்டை ஒன்று சாந்தனின் கோப்பையில் தொப்பென்று விழுந்தது. அதனைப் பார்த்துக்கொண்டிருந்த சிறுவர்கள் கங்கணங்கட்டிச் சிரித்தார்கள்.

கோபாவேசத்துடன் சட்டென எழுந்த சாந்தன் அந்த முட்டையை எடுத்து குண்டனின் மூஞ்சியில் அடித்தான். அதனைச் சற்றும் எதிர்பாராத குண்டன் ஆவேசத்துடன் சாந்தனை நோக்கிப் பாய முற்பட பக்கத்து மேசையிலிருந்த குணா தனது கால்களைக் குண்டனின் கால்களுக்கிடையில் செருகிவிட்டான். அக்கணத்தில் நிலை தடுமாறிய குண்டன் தடாரென்று குப்புற விழுந்தான். சிறுவர்கள் எல்லோரும் மிரண்டு போனார்கள். சத்தம் கேட்டுக் காப்பகப் பணியாளர் ஓடிவர, சட்டென எழுந்த குண்டன் அவமானத்துடன் எதுவுமே நிகழாததுபோல் அரக்கியரக்கி நடையைக்கட்டினான்.

மறு நாள் விடிந்தபோது காப்பகம் அமைதியாகவிருந்தது. சிறுவர்கள் பாடசாலை சென்றிருந்தார்கள். இவர்கள் மூவருடனும் ஒரு கூட்டம் இருப்பதாகத் தயாராகும்படி காப்பகப் பணியாளர் கூறிச் சென்ற சிறிது நேரத்தில் வரவேற்பறையில் ஆளையாள் பார்த்தபடி குந்தியிருந்தார்கள்.

ஒரு தமிழ் மொழிபெயர்ப்பாளர் வந்ததும் கூட்டம் ஆரம்பமானது. காப்பகப் பொறுப்பாளர் சொன்ன விடயங்களை மொழி பெயர்ப்பாளர் தமிழில் கூறினார். அதில் முக்கியமானது இன்னும் சில தினங்களில் இவர்கள் பாடசாலை செல்லவேண்டும் என்பதாகும்.

"அண்ணே, எங்களுக்கு இங்க இருக்க விருப்பமில்லை. நாங்கள் எங்கட சொந்தக்காரர் இருக்கிற இடங்களுக்குப் போகப்போறம் எண்டு சொல்லுங்கோ" என்றான் குணா.

பெற்றோர்கள் அல்லது சொந்தச் சகோதரங்கள் வந்தால் மட்டுமே இவர்களை இங்கிருந்து அனுப்புவதற்கு தனக்கு அதிகாரம் இருப்பதாகக் காப்பகப் பொறுப்பாளர் கூறியதையும், மற்றும் சில அங்குள்ள நடைமுறைகளையும் மொழிபெயர்ப்பாளர் தமிழில் கூறியபின் கூட்டம் முடிவடைந்து அறையிலிருந்து வெளியே வந்தார்கள்.

"என்னடா இது துவக்குத் தூக்கின கையால திரும்பவும் புத்தகத்தைத் தூக்கச் சொல்லுறாங்கள்" குணாவின் காதில் குசுகுசுத்தான் சாந்தன்.

"அட, நாளைக்கு எங்கட ஆட்களை வரச்சொல்லிப்போட்டம். இவங்கள் வேற இப்பிடிச் சொல்லுறாங்களே இப்ப என்ன செய்யிறது?" என நாடியிற் கைவைத்து யோசித்தான் குணா.

"நாங்களிங்க படிக்கப்போனால் எங்கட குடும்பங்கள் அங்க குடிமூழ்கிப்போயிரும் எண்டது இவங்களுக்கெங்க தெரியப்போகுது" என மோகனும் புறுபுறுத்தான்.

மொழிபெயர்ப்பாளர் அறையிலிருந்து வெளியே வந்தார். மூவருமாக ஓடிச் சென்று தங்கள் நிலைமைகளைக் கூறி இங்கிருந்து வெளியேறுவதற்கு ஏதாவது வழி இருக்கா என ஆலோசனை கேட்டார்கள்.

"தம்பியவ இது தாய் தகப்பன் இல்லாத பதினாறு வயதுக்கு உட்பட்ட சிறுவர்கள் காப்பகம். நான் நினைக்கிறன் உங்களுக்கு இங்க இருக்கிறதுக்கான வயசில்லை எண்டு, உங்கட உண்மையான வயசைச் சொன்னால் இவங்களே உங்கள அகதி முகாம்களுக்கு அனுப்பி வைப்பாங்கள்" எனக் கூறிக் கிளம்பினார் மொழிபெயர்ப்பாளர்.

"ச்ச... இப்ப என்ன செய்வம்?" யோசனையுடன் கேட்டான் மோகன்.

"க்ம்... பேசாமல் எயார்போட்டிலையே உண்மையான வயசைச் சொல்லியிருக்கலாம் போல" எனப் பிடரியைச் சொறிந்தான் குணா.

"அட, இதென்ன பெரிய இந்தியன் ஆமியின்ர முற்றுகையே? ரெண்டு பேரும் இப்பிடி யோசிக்கிறியள்." சர்வ சாதாரணமாகக் கேட்டான் சாந்தன்.

"என்ன சொல்லுற?" பிடரியைச் சொறிந்த குணா நாடியைச் சொறிந்தான்.

"ஒரு பிரச்சனையும் இல்ல, இப்பவே நம்மட ஆட்களுக்கு போனடிச்சுச் சொல்லுவம். காப்பகத்துக்கு வரவேண்டாம் எண்டும், காப்பகத்துக்கு வெளிய எங்கயாவதொரு இடத்தச் சொல்லி அவைய அங்க வரச்சொல்லிப்போட்டு இவைக்குத் தெரியாமல் அங்கயிருந்தே வெளிக்கிடுவம்" என்ற சாந்தனைப் பார்த்த மோகனும் தலையசைப்பில் அவனது திட்டத்தை ஆமோதித்தான்.

"ம்... இதுக்குத் தான் இயக்க அனுபவசாலிகளை பக்கத்தில வச்சிருக்க வேணும் எண்டுறது, சரி வாங்க போய் ரெக்கி எடுத்துக்கொண்டு வருவம்" குணா கூறியதுமே மூவரும் போய்க் காப்பக பொறுப்பாளரிடம் "பக்கத்தில் கடைகள் எங்கே இருக்கிறது" எனக் கேட்டுக் கடைக்குப் போவதற்கான அனுமதியையும் பெற்றுக்கொண்டு ரெக்கி அணி வெளியே கிளம்பியது.

“ஆ… அந்தா, அந்த ரெலிபோன் பூத்தடிக்கு வரச்சொல்லுவமே?” எனவொரு தொலைபேசிக் கூண்டைச் சுட்டிக்காட்டினான் மோகன்.

“ஏன் உமக்கென்ன நடக்கப் பஞ்சியே? இத விட காப்பக வாசலுக்கே வரச்சொல்லி எல்லாருக்கும் டாட்டா காட்டிப் போட்டே போகலாமே” எனக் கடுப்பான சாந்தன் எல்லா இடங்களையும் அவதானித்தபடி முன்னேறி நடந்தான். சிறிது தூரம் சென்றதும் காப்பகப் பொறுப்பாளர் சொன்ன “*Aldi*” என்ற கடை தென்பட்டது.

“ஓகே, இது தான் சரியான இடம். இங்கயே வரச்சொல்லுவம்” எனச் சாந்தன் கூறியதும் இருவருமே ஆமாம் போட்டனர். திரும்பும் வழியிலிருந்த தொலைபேசிக் கூண்டிலிருந்தே தங்களைக் கூட்டிப்போக வருபவர்களுக்கு காப்பக முகவரி, *Aldi* கடை உட்பட முழுத் தகவலையும் கொடுத்து, அவர்கள் அங்கு வரவேண்டிய நேரத்தையும் சரியாகக் காலை பத்து மணியென அறிவித்துவிட்டுக் காப்பகம் திரும்பினார்கள்.

காலையில் கடத்தல் திட்டம் கணகச்சிதமாக நிறைவேறியது. ஒவ்வொருவரும் தங்கள் தங்கள் உறவுகளுடன் கார்களில் ஏறிப்பறந்தனர். குணா உறவினனின் வீட்டைச் சென்றடைந்ததும், அவர் அவசர அவசரமாக வெளிக்கிட்டு வேலைக்கு ஓடினார். இரண்டு அறைகளைக் கொண்ட அந்த சிறிய வீட்டில் இளைஞரான அவருடன் இன்னும் மூன்று இளைஞர்களும் தங்கியிருந்தனர். அவர்களது பார்வைகளும் சில நடத்தைகளும் தான் இங்கு ஒரு அழையா விருந்தாளி என்பதைக் குணாவுக்கு உணர்த்தியது. எல்லோரும் இரவு பகலாக வேலை வேலை என்று ஓடிக்கொண்டேயிருந்தார்கள். அனேகமாக எல்லோருமே உணவகங்களில் வேலை செய்வதனால் வயிற்றுப்பாட்டையும் அங்கேயே பார்த்துக்கொண்டார்கள். வீட்டில் பெயருக்கு மட்டுமே ஒரு சிறிய சமையலறை இருந்தது. இரவிரவாக வேலை செய்துவிட்டு விடிகாலையில் வந்த உறவினன் சிறிது நேரம் படுத்து எழும்பிக் குளிர்சாதனப்பெட்டியில் கனகாலமாகத் தவங்கிடந்த ஒரு கோழியை எடுத்துவைத்து வெட்டியவாறே கேட்டார், “தம்பிக்குச் சமையல் ஏதும் தெரியுமே?”

“இல்லை, இனித்தான் பழக வேணும்” எனப் பல்லிளித்தான் குணா.

“சரி... வந்து பாருமன் கோழிக்கறி எப்படி வைக்கிறதெண்டு”

“ஓம்... ஓம்... நான் என்ன செய்ய வேணுமெண்டு சொல்லுங்கோ செய்யிறன்” என்றவாறே ஆவலுடன் அருகில் போய் நின்றான்.

“இல்லத் தம்பி, நான் செய்யிறன் நீ சும்மா நின்று பாரும். அடுத்தது என்னெண்டால் இப்ப எங்கட சிட்டில (நகரம்) வேலை எடுக்கிறது சரியான கஸ்டமாயிருக்குது. புதுசாப் பதிஞ்ச சனங்களெல்லாம் வேலையில்லாமத்தான் இருக்குதுகள். அதுதான் உம்மைக் கொண்டுபோய் எங்கட சித்தப்பா இருக்கிற பக்கத்துச் சிட்டில பதியலாமெண்டு நினைக்கிறன். சித்தப்பாவோடயும் கதைச்சனான் அவரும் உம்மைக் கூட்டிக்கொண்டு வரச்சொன்னவர்” என்றார்.

“ஓ... அங்க வேலை எடுக்கிறது ஈசி எண்டால் அங்கயே பதிவம்” என்றான்.

அடுத்த நாளே பக்கத்து நகரிலுள்ள சித்தப்பா வீட்டின் சோபாவுக்குப் பாரமானான் குணா. அவர்களை ஊரிலேயே நன்றாகத் தெரியும். நிறைய ஊர்ப்புதினம் கேட்பார்கள் அவர்களுடன் நிறையக் கதைக்கலாம் என்று நினைத்துக்கொண்டுதான் போனான். ஆனால், அவனுடன் கதைப்பதற்கு அவர்களுக்கு எங்கே நேரமிருந்தது. மனுசனும், மனிசியும் கால்களிற் சில்லுப் பூட்டிக்கொண்டது போல் ஓடித்திரிந்தார்கள். மூன்றாம் நாள் தான் அந்தச் சித்தப்பாவுடன் கதைப்பதற்கு சிறிது நேரம் கிடைத்தது. மெல்லத் தன் பதிவுக் கதையைத் தொடங்கினான் குணா.

“ஓமடா தம்பி உம்மைக் கொண்டே பதியிற அலுவலும் கிடக்குத்தான், எங்க ஒண்டுக்கும் நேரம் இல்லாமலெல்லே இருக்குது. அதுசரி உவன் சிறியன் மாணிக்கத்தாற்ர மகன் உனக்கு சொந்தமல்லே?” எனக் கேட்டார்.

“ஓம் அப்பான்ர ஒண்டவிட்ட சகோதரியின்ற மகன். எனக்கு மச்சான் முறை வரும். ஏன் கேக்கிறீங்க?”

“அட, அப்ப நல்லதாப்போச்சே அவன் இங்க பக்கத்தில தானே இருக்கிறான். வேலை வெட்டிக்கும் போறயில்ல சோசல்க் காசு எடுத்துக்கொண்டு சும்மா தான் இருக்கிறான். அவனிட்டக் கேட்டால் உன்னக் கொண்டே பதிஞ்சு விடுவானே, சொந்தக்காரன் வேற, கொஞ்சம் பொறு இப்ப அவனுக்கு அடிக்கிறன்” என்றவர் தொலைபேசியை எடுத்துக் காதில் வைத்ததுமே குணா பெட்டியைக் கட்ட ஆயத்தமானான்.

சில மணித்துளிகளில் அங்கு வந்த சிறியன் “அடே மச்சான் நீ எப்பயடா வந்தனி? சின்ன வயசில பார்த்தது இப்ப நல்லா வளர்ந்திட்டாய்” எனக் கட்டித்தழுவியவன் குணாவைத் தன் வீட்டிற்கு அழைத்துச் சென்றான்.

‘இங்கிருந்து இனி எங்க போக வேண்டி வருகுதோ தெரியாது’ எனக் குணா மனதுக்குள் எண்ணிக்கொண்டான். ஆனாலும், மைதானத்தில் விழுந்த பந்தைப் போன்று எந்தக் காலிலாவது உதைபட்டு எங்கேயாவது ஓரிடத்திற்போய் விழுவதற்கு அவன் தயாராகவே இருந்தான்.

“அட, அதுசரி உனக்கு யாரு சொன்னது இந்தச் சிட்டில பதியச்சொல்லி? இதொரு பிச்சக்காரச் சிட்டி மச்சான். ஒழுங்காச் சோசல்காசு கூடப் போடமாட்டாங்கள். ஒவ்வொரு மாசமும் போய் அவங்களிட்ட ஊம்பிக்கொண்டு நிக்கவேணும். பக்கத்தில ஒரு பெரிய சிட்டி இருக்குது அங்க நல்ல வசதியாம். இப்ப புதுசா வாற சனமெல்லாம் அங்க தான் பதியுதுகள் நீயும் அங்க போய்ப் பதியிறது தான் நல்லது” எனச் சிறியன் கூறியதுமே ‘கிழிஞ்சுது போ...’ என மனதுக்குள் சொல்லிக்கொண்ட குணா “வேலை வாய்ப்புகள் எப்படியாம்?” என்று கேட்டான்.

“பெரிய சிட்டி எண்டபடியால வேலைப் பிரச்சனையும் இராது, நிறைய ரெஸ்ருரன்ட் இருக்கும் எப்பிடியும் உள்ள பூந்திடலாம்.”

“அப்பிடியெண்டால் அங்கயே பதிவம்” என்றான்.

“ம், அதுக்கு முதல் ரிப்போர்ட் ஒண்டு எழுத வேணும். அதுக்கும் இங்க மாஸ்ரர் எண்டு ஒருத்தர் இருக்கிறார். வெளிக்கிடு இப்ப போனால் ஆளைப்பிடிக்கலாம் லேட்டானால் ஆள் மலை ஏறிடுவார்” என்றவாறு கிளம்பியவனின் பின்னாற் சென்றான்

குணா. அழைப்பு மணியை அழுத்தியதுமே கதவைத் திறந்து மூக்குக் கண்ணாடிக்கு மேலால் பார்த்த மாஸ்ரர், "அட சிறியனே வாடாப்பா வா... உள்ள வா, இது யாரு புதுசா" என்றார்.

"இது நம்ம மச்சான் பெடியன் மாஸ்ரர். இப்ப தான் நாட்டிலயிருந்து வந்திருக்கிறான், அதுதான் ரிப்போர்ட் ஒண்டு..."

"ஓ... அதுவே சங்கதி, எழுதலாம்... எழுதலாம்... இருங்கோ வாறன்" எனச் சோபாவைக் காட்டியவர் சற்றுத் தடுமாறியபடி பக்கத்திலிருந்த அறையினுள் நுழைந்தார்.

"பாத்தியே நேரத்தோட வந்துங்கூட மாஸ்ரர் பாதி மலை ஏறிட்டார்" எனக் குணாவின் காதில் குசுகுசுத்தான் சிறியன்.

வெளியே வந்த மாஸ்ரரின் கையிற் சில வெள்ளைத் தாள்களும், பேனாவும் இருந்தன. அவற்றைக் குணாவிடம் கொடுத்து, "இந்தாரும் தம்பி. நீர் ஏன் இங்க அகதியா வந்தனீர், உமக்கு அங்க என்ன பிரச்சனை எண்ட விசயங்களையெல்லாம் விபரமா எழுதும்" என்றவர் மீண்டும் அறைக்குள் நுழைந்துகொள்ளக் குணா எதுவும் புரியாமற் சிறியனைப் பார்த்தான்.

"ஓம் மச்சான் நீ எழுது. பிறகு மாஸ்ரர் இங்கிலீஷ்ல ரான்சிலேட் பண்ணித் தருவார் அதக்கொண்டே நீ பொலிசில கொடுத்து பதியவேண்டியது தான்" என்றான் சிறியன்.

"இந்தாங்கோ தம்பியவ கோலா குடியுங்கோ, மனிசிக்கு இண்டைக்கு இரவு வேலை அதுதான் நான் நேரத்தோட இத எடுத்திட்டன்" என்றவர், மேசையிலிருந்த பியர்ப் போத்தலைக் கைப்பற்றிக்கொண்டார்.

சிறியனும், மாஸ்ரரும் ஊர்ப் புதினம் பேசி முடிப்பதற்குள் குணா தனது பெயர் விபரங்கள் உட்பட 77 ஆம் ஆண்டு இனக்கலவரத்தில் தன் தந்தை இறந்ததையும், அதன் பின்னான ஆயுதப் போராட்டத்தையும், போர்ச் சூழலையும் அதனால் அங்கு தமிழ் இளைஞர்களுக்கு ஏற்பட்டுள்ள ஆபத்துக்களையும், அதன் காரணமாகத் தான் நாட்டைவிட்டு வெளியேறியதையும் சுருக்கமாக எழுதி முடித்திருந்தான். அதனை வாங்கி வாசித்த மாஸ்ரரின் முகம் கோணிப்போனது. அவன் எழுதியதை மேசையிற் தூக்கிப்போட்டுவிட்டு மூக்குக்கண்ணாடிக்கு

மேலால் அவனைப் பார்த்துக் கேட்டார், "என்னடா தம்பி நீ இந்த இயக்கங்கள் ஒண்டிலும் இருக்கயில்லையே?" மாஸ்ரரின் கேள்வி தன்னை அவமானப்படுத்துவதாக உணர்ந்தவன் கூனிக் குறுகியவாறே "ம்ஹிம்" எனத் தலையை ஆட்டினான்.

"என்னடாப்பா இது! என்ர அனுபவத்தில எத்தனை பேருக்கு ரிப்போர்ட் எழுதிக் கொடுத்திருக்கிறன் ஒருத்தன்கூட இயக்கத்தில இருக்கயில்லை எண்டு சொன்னதில்ல. எல்லாருமே அந்த இயக்கத்தில இருந்தன். இந்த இயக்கத்தில இருந்தன். அந்தச் சண்டையில முன்னுக்கு நிண்டன், இந்தச் சண்டையில பின்னுக்கு நிண்டன் எண்டெல்லாம் விளாசித் தள்ளுவாங்கள். ச்சா நீ என்னெண்டால்..." என்ற மாஸ்ரர் போத்தலிலிருந்த கடைசித் துளியையும் அண்ணாக்க ஊத்தினார்.

"அதுக்கென்ன மாஸ்ரர் செய்யிறது. நான் தான் இயக்கங்களில இருக்கயில்லையே" எனத் தலை கவிழ்ந்தவாறே கூறினான்.

"இருக்காட்டியும் இருந்தமாதிரி சும்மா எடுத்துவிட வேணுமடா தம்பி. அதவிட்டிற்று இப்பிடிப் பொத்தாம் பொதுவான பிரச்சனைகளைச் சொன்னால் உன்னயிங்க அகதியா ஏற்க மாட்டாங்கள். உன்னால அங்க இருக்கேலாது, நீ தேடப்படுகிற ஆள், பிடிபட்டால் உயிருக்கு ஆபத்து, அதனால தான் இங்க தப்பி ஓடிவந்தனான். அப்பிடி இப்பிடியெண்டு ஏதாவது அடிச்சு விடவேணுமடாப்பா இல்லாட்டிச் சரிவராது" என்றவாறே எழுந்து போனவர் அடுத்த பியர்ப்போத்தலுடன் வந்தமர்ந்தார்.

'என்ன பிழைப்படா இது?' என மனதுக்குள் சலித்துக்கொண்ட குணா கவிழ்ந்த தலையை நிமிர்த்தாமல் இருந்தான்.

"சரி... சரி... கஸ்ரம் எண்டால் விடு, நீ எழுதினத்தோட நானும் கொஞ்சம் சேர்த்து வடிவா ஒரு ரிப்போர்ட் எழுதி வைக்கிறன். நாளைக்கு வந்து எடுங்கோ" என்றார் மாஸ்ரர்.

"ஓம் மாஸ்ரர் உங்களுக்கு தெரியாததே, நீங்க எழுதிவையுங்கோ நாளைக்கு வந்தெடுக்கிறம்" என விடைபெற்றுக் கொண்ட சிறியனின் பின்னாற் சென்றான் குணா. வழியில் ஒரு தொலைபேசிக் கூண்டைக் கண்டதுமே, "வா மச்சான் என்ர அம்மா கொழும்பில வந்து நிக்கிறா அவவோட

கொஞ்சம் கதைச்சிற்றுப் போவம்'' என்றபடியே குணாவையும் இழுத்துக்கொண்டு தொலைபேசிக் கூண்டுக்குள் நுழைந்த சிறியன் யக்கற் உள்பொக்கற்றுக்குள் ஆழமாகக் கையைவிட்டு ஒரு நாணயக் குத்தியை எடுத்தான். அந்த ஒரு மார்க் குத்தியுடன் ஒரு முழம் நீளமுள்ள மெல்லிய நூலும் இழுபட்டு வந்தது. அந்த நாணயக் குத்தியில் ஓட்டை போட்டு மெல்லிய நூல் கட்டப்பட்டிருந்தது.

"விளையாட்டைப் பார் மச்சான்'' என்றவன், சுற்றும் முற்றும் பார்த்து வெளியே யாரும் இல்லை என்பதை உறுதி செய்தபின் போன் ரிசீவரை எடுத்து தோற்பட்டைக்கும் காதுக்கும் இடையில் வைத்துவிட்டு சில்லறையைப் போடும் துவாரத்தினுள் நூல் கட்டிவைத்திருந்த அந்த ஒரு மார்க் குத்தியினைத் திணித்தபின் இலக்கத்தை அழுத்தினான். வலதுகை நூலை இறுக்கிப் பிடித்திருந்தது. மறுமுனையில் ரிசீவரைத் தூக்கியதும், மார்க் குத்தி உள்ளே விழவும் சட்டென நூலை விட்டுப் பிடித்தவன், "ஹலோ... ஹலோ..." என்று கத்தினான். மார்க் குத்தி இடைநடுவே நின்றுகொண்டது. பூத்திலிருந்து "டிக், டிக்'' என்ற சத்தம் வரவே நூலை மெல்ல இறக்கினான். உடனேயே "க்கிர்க்... க்கிர்க்...'' என்ற இரைச்சல் வந்து சில நொடிகளில் அடங்கிப்போகத் தெளிவான தொடர்பு கிடைத்தது. நாணயக்குத்தியை உள்ளே விழவிடாமல் அந்தரத்தில் பிடித்து வைத்திருந்தபடியே அவன் உரையாடத் தொடங்கியதும் பூத்தை விட்டு வெளியே வந்த குணா அகதித் தமிழனின் திறமையைப் பார்த்து அதிசயித்து நின்றான்.

• • •

திட்டமிட்டபடி குணாவின் அகதிப் பதிவுக்கான நேரமும் வந்தது. விபரங்களைக் கூறிவிட்டுத் தூரத்தில் நின்றவாறே பொலிஸ் நிலையத்தைச் சுட்டிக்காட்டிய சிறியன். 'இவனுக்கும் எனக்கும் எந்தச் சம்மந்தமும் இல்லை' என்பது போல் காரில் ஏறி மாயமாய் மறைந்து போனான்.

மூஞ்சியைத் தொங்கப் போட்டபடி பரிதாபத்துக்குரிய முகத்துடன் உள்ளே நுழைந்த குணா. முன் பகுதியில் அமர்ந்திருந்த ஒரு பெண் பொலிஸ் அதிகாரியிடம் தனது ரிப்போர்ட்டை நீட்டியபடியே

“நான் ஒரு அகதி சிறீலங்காவிலிருந்து வந்திருக்கின்றேன்” என்றான் ஆங்கிலத்தில்.

ரிப்போர்ட்டை வாங்கியவள் ஒரு புழுவைப் பார்ப்பது போன்ற பார்வையை அவன்மீது வீசிவிட்டு எதுவுமே பேசாது சட்டென எழுந்து பின்புறம் இருந்த கதவைத் திறந்துகொண்டு உள்ளே சென்றாள். சிறிது நேரத்தில் மீண்டும் அவள் வெளியே வந்தபோது, இரண்டு ஆண் காவலர்களும் கூடவே வந்தார்கள். மலைவேம்புகள் போலிருந்த அந்தத் தடியர்கள் இருவரையும் பார்த்த குணாவின் மனதுக்குள் சிறு பயம் எட்டிப்பார்த்தது. வந்தவர்கள் அவனை உள்ளே அழைத்துச்சென்று நிறுத்திவைத்து பக்கம் பக்கமாகப் படங்கள் பிடித்தார்கள். கைரேகைகளைப் பதிவு செய்தார்கள். உடனடியாகவே அவனது பெயர் விபரங்களுடன் ஒரு அடையாள அட்டையும் வழங்கப்பட்டது. மீண்டும் குணாவை வெளியே அழைத்து வந்தவர்கள் ஒரு வாகனத்தில் ஏற்றிக்கொண்டு புறப்பட்டார்கள்.

சிறிது நேரத்தில் வாகனம் நகரின் மத்தியிலிருந்த ஒரு பழைய மாடிக்கட்டடத்தின் முன் நிறுத்தப்பட்டுக் குணா உள்ளே அழைத்துச் செல்லப்பட்டான். கட்டடத்தின் உள் அமைப்பு ஒரு தங்குவிடுதி போன்று காட்சியளித்தது. வரவேற்பறையில் இருந்த பணியாளரிடம் அவர்களின் பாசையில் ஏதோ பேசிக் குணாவை ஒப்படைத்துவிட்டு, “இன்னும் சில நாட்களில் உன்னை விசாரனைக்குக் கூப்பிடுவோம், அது வரை நீ இங்கு தான் தங்க வேண்டும்” எனக் கூறிவிட்டுக் சென்றார்கள் காவலர்கள்.

ஒரு பழைய தங்குவிடுதியைத்தான் அகதி முகாமாகப் பாவிக்கின்றார்கள் என்பதைப் பார்த்தவுடனேயே புரிந்துகொண்டான். வரவேற்பறைக்கு இடது புறத்திலிருந்த பெரியதொரு திறந்த மண்டபத்திற்குள் சிலர் தொலைக்காட்சியில் குத்துச்சண்டை பார்த்துக்கொண்டிருந்தனர். வலது புறத்திலும் அதேயளவு மண்டபத்தில் சிலர் ரேபிள்ரெனிஸ், பில்லியாட் போன்ற விளையாட்டுக்களில் ஈடுபட்டிருந்தனர். சிலர் கூட்டங் கூட்டமாக இருந்து காட்ஸ் விளையாடிக்கொண்டிருந்தனர். ஒரு மூலையில் தொலைக்காட்சிப் பெட்டியொன்று யாருமே தன்னைக் கவனிக்காதபோதிலும். தன் பாட்டிற்குப் படம் காட்டிக்கொண்டிருந்தது. உள்ளே காணப்பட்டவர்களில்

பெரும்பாலானோர் தமிழர்களாகவும், சிலர் ஆபிரிக்க நாடுகளைச் சேர்ந்தவர்களாகவும், மற்றும் சிலர் துருக்கி, ஈரான், ஈராக் போன்ற நாடுகளைச் சேர்ந்தவர்களாகவும் இருந்தனர்.

வரவேற்பறையில் இருந்த முகாம் பணியாளர் குணாவின் வரவை எதிர்பார்த்துத் தயார் நிலையில் வைத்திருந்தவர் போல் ஒரு பெரிய பெட்டி நிறைந்த சமையற் பாத்திரங்களுடன் ருத்பிரஸ், ருத்பேஸ்ட் சோப், சம்போ போன்ற அத்தியாவசியப் பொருட்களுடன் குணாவையும் அழைத்துக்கொண்டு வரவேற்பறைக்கும் இடதுபக்க மண்டபத்துக்கும் இடையில் இருந்த மாடிப்படிகளில் ஏறினார். படிகளுக்கு அருகே இருந்த ஒரு தொலைபேசி இணைப்பில் நல்ல உயரமும், உடம்புமாக தடித்த மீசையுடைய ஒருவர் தமிழில் சத்தமாக உரையாடிக்கொண்டு நின்றார்.

"இன்டைக்குப் புதுக்காய் ஒண்டு வந்திருக்கு" எனக் குணாவைக் கண்ட யாரோ ஒருவனின் குரல் ஒலித்ததுமே, மண்டபத்துக்குள் இருந்த தமிழர்கள் சிலர் அவர்களின் பின்னால் ஓடிவந்தனர். இரண்டாவது மாடியை அடைந்ததும் நடுவே சாப்பாட்டு மேசைகளுடன் கூடிய பெரியதொரு சமையலறை இருந்தது. சிலர் சமைத்துக்கொண்டும், சிலர் சாப்பிட்டுக்கொண்டும் இருந்தனர்.

"இதுதான் சமையலறை. காலையில் உனக்கு பணம் தரப்படும். நீயே உனக்குத் தேவையானவற்றை வாங்கிச் சமைக்க வேண்டும். இன்றைய இரவுச் சாப்பாட்டிற்கு நான் ஒழுங்கு செய்கின்றேன்" என்றபடி சமையலறையின் வலதுபக்கம் நோக்கி நடந்த பணியாளர் பதினெட்டாம் இலக்க அறையைத் திறந்து "இது தான் உனது அறை" என்றார்.

குணா அறைக்குள் நுழைந்ததும் பின்னால் வந்த தமிழர்களும் உள்ளே வந்து வணக்கம் சொல்லி அறிமுகமானார்கள். வழமையான விசாரிப்புக்களின் பின்னர், முகாமில் இரண்டு கிழமைக்கு ஒரு தடவை சாப்பாட்டுச் செலவுக்கு பணம் தருவார்கள் என்றும், அங்கு கடைப்பிடிக்க வேண்டிய சில நடைமுறைகள் பற்றியும் அவனுக்கு விளக்கியபின் அங்கிருந்து விலகிச்சென்றனர்.

சிறிய அறை. உள்ளேயே குளியல் வசதியுடன் கூடிய ஒரு கழிப்பறை. உடுப்புகள் வைக்க ஒரு அலுமாரி, ஒரு மூலையில் சிறிய மேசையும், கதிரையும் அதன் அருகே ஒரு கட்டில். மேசைக்கும் கட்டிலுக்கும் இடையில் ஒரு யன்னல். அதன் திரைச் சீலையை விலக்கி வெளியே எட்டிப்பார்த்தான். முகாமின் முன்பக்கத் தெருவில் கலர் கலராய் வாகனங்களின் அணிவகுப்பு. மின்விளக்குகளால் ஒளிர்ந்த நகரத்தைப் பார்த்தபோது பல நாட்களாகப் பலவிதமான ஏக்கங்களால் ஒழுங்கற்றுப் போன தூக்கத்தைச் சுமந்திருந்த கண்கள் கூசின. கண்களை மூடிக் கட்டிலிற் சரிந்தான். கடவுச்சீட்டு இல்லாமலேயே மனசு கண்டங்கள் தாண்டிக் கடந்தது. அம்மா, தங்கை, அக்கா, அத்தான், இரண்டு வயதேயான குட்டி மருமகன் என எல்லோரும் ஒருகணம் மனக்கண்ணில் வந்து போனார்கள். இதுவரை என்றுமே பிரிந்திராத உறவுகளைப் பிரிந்து நீண்ட தூரம் வந்துவிட்ட துயரமானது இதயத்தைப் பெரும் பாரமாய் அழுத்தியது. தான் முகாமுக்கு வந்துசேர்ந்துவிட்ட செய்தியினை சிறியனுக்கு சொல்ல வேண்டுமென்ற நினைப்பு வரவே உடனே எழுந்து கீழே சென்றான். தொலைபேசி இணைப்பை அண்மித்த போதே "ரிங்... ரிங்..." என அதுவும் அலறியது. பக்கத்தில் கதிரை போட்டு அமர்ந்திருந்த அதே தடித்த மீசைத் தமிழன் சட்டென ரிசீவரை எடுத்துக் காதில் வைத்தான்.

"ஹலோ"

"யாரோட? சிவாவோ? எந்தச் சிவா? சும்மா மொட்டையாச் சொன்னா எப்பிடி? புலிச் சிவாவா? ரெலோச் சிவாவா? புளொட் சிவாவா? ஈபிச் சிவாவா?"

"என்னது! அப்பாவிப் பொதுமகனோ? சீச்சி... இங்க எல்லாமே போராளிகள் தான்."

அவன் பேசிக்கொண்டிருக்கும் போதே "அண்ணே அது எனக்குத்தான்" என்றபடி காட்ஸ் விளையாட்டிலிருந்த ஒருவன் எழுந்தோடினான்.

"ஹலோ இனிப் போன் எடுத்தாப் புலிச் சிவா எண்டு கேளும் சரியே" என்றவன், சிவாவிடம் ரிசீவரை கொடுத்துவிட்டு விறு விறுவென்று படியேறி மேலே சென்றான்.

சிவா போன் கதைக்கத் தொடங்கியதும் குணா மண்டபத்துக்குள் ஒரு சோபாவில் அமர்ந்துகொண்டான். தமிழர்கள் பலரும் பலவிதமான விளையாட்டுக்களில் ஈடுபட்டிருக்க ஒருவன் மட்டும் ஒரு மூலையில் தனிமையிலிருந்து புத்தகம் வாசித்துக்கொண்டிருந்தான். பொது நிறமும், சுமாரான உயரமும், உயரத்திற்கேற்ற உடம்புமாய் இருபத்தைந்து வயது மதிக்கத்தக்க அந்த இளைஞன் நீண்ட சுருள் முடியும் நேர்த்தியாக ஒதுக்கி வெட்டப்பட்ட மீசை, தாடியுமாக வாட்டசாட்டமாக இருந்தான். அவனது கையிலிருந்த புத்தகம் பிடல்கஸ்ரோவுடைய அட்டைப் படத்துடன் 'வரலாறு என்னை விடுதலை செய்யும்' என்ற தலைப்பைக் கொண்டிருந்தது.

சிவா போன் கதைப்பதனால் காட்ஸ் விளையாட்டுக் குழம்பிப்போக, "தம்பி புதுசே? எப்ப வந்தது?" என்ற கேள்வியுடன் வந்த நாற்பது வயது மதிக்கத்தக்க ஒருவர் குணாவிடம் தன்னை 'மணியம்' என அறிமுகப்படுத்திக்கொண்டார்.

"ஓம் அண்ணே இண்டைக்குத்தான் வந்தனான்" என்றான் குணா.

"பாத்தீரே தம்பி அந்தத் தடியன்ர சேட்டையை, போன் வந்தால் யாருக்கெண்டு கேட்டுக் குடுக்கிறதை விட்டுப்போட்டுச் சும்மா விசர்க்கதை கதைச்சிட்டுப்போறான்" என்றார்.

"ஓம், நானும் பார்த்தனான், யாரண்ண அவர்?"

"அவனுக்குப் பேர் முரளி எந்த நேரமும் ரெலிபோனுக்கு பக்கத்திலதான் குந்தியிருப்பன். அதனால பெடியளெல்லாம் அவனுக்கு "ரெலிக்கொம்" எண்டு தான் பட்டப்பேர் வைச்சிருக்கிறாங்கள். கொலன்டில கனகாலமா இருந்திட்டு இப்ப இங்க வந்திருக்கிறானாம், தண்ணியப்போட்டால் ஆள் கொஞ்சம் குழப்படிதான். எல்லாரோடையும் கொழுவலுக்கு போவான். முந்தி அவன் இங்க நிக்கிறது குறைவு. காசு குடுக்குற நாளில வந்து காசை எடுத்துக்கொண்டு இங்க எங்கயோ கிட்டவா இருக்கிற தமக்கைக்காரி வீட்ட போயிருவன். ஆனால், இப்ப என்னவெண்டால் இங்க புதுசா ஒரு பெட்டை வந்திருக்கிறாள், அவளக் கண்டதில இருந்து இவன் இங்கயே கம்படிச்சிற்றான்" என்றார் அவர்.

“ஓகோ... அப்படியே விஷயம்.”

“ம், பாவம் அந்தப் பெட்டை ரூமுக்கையே அடைஞ்சு கிடக்குது. அது வெளிய வந்தால் இவன்பாவி நாறல் மீனைப் பாத்த பூனை மாதிரியல்லே நாக்கைத் தொங்கப் போட்டுக்கொண்டு வெட்கமில்லாமல் முன்னும், பின்னுமாய் அலையிறான்” என்றவர், சிவா போன் கதைத்து முடிந்து வந்ததைக் கண்டதும் மீண்டும் காட்ஸ் விளையாட்டை நோக்கி ஓடினார்.

குணா சிறியனுடன் கதைத்துவிட்டு றிசீவரை வைக்கவும், மீண்டும் படிகளிலிருந்து இறங்கிக்கொண்டிருந்த முரளி குணாவை மேலும், கீழுமாய் பார்த்தபடி “புதுசே?” என்றான்.

“ஓம் அண்ணே இண்டைக்குத்தான் வந்தனான்” என்று கூறிவிட்டு அவனுடன் நின்று கதைகொடுக்க விரும்பாதவனாய் புத்தகம் வாசித்துக்கொண்டிருந்தவனின் அருகில் போய் அமர்ந்துகொண்டான்.

புத்தகத்திலிருந்து திரும்பிய கண்கள் மேலிருந்து கீழ்வரை தன்னை வாசிப்பதை அவதானித்த குணா, “வணக்கம் அண்ணே, நான் குணா” எனக் கையை நீட்டினான்.

“வணக்கம், நான் விஸ்வா” எனக் கையைப் பற்றிக் குலுக்கிக் கொண்டான் விஸ்வா என்கின்ற அந்த விசுவானந்தன்.

“அண்ணே எனக்கும் பிடல் காஸ்ட்ரோவை நல்லா பிடிக்கும், இந்தப் புத்தகத்தை வாசித்து முடிய இரவல் தாறீங்களே?”

“ஓ... தாராளமா” என்றவன், மீண்டும் குணாவை உற்று நோக்கினான்.

இருவரும் பேசிக்கொண்டிருக்கையில் தொலைபேசி இணைப்புக்கு பக்கத்திலிருந்த கதிரையில் காலுக்கு மேல் கால் போட்டபடி சிகரெட் புகையை வாயால் இழுத்து மூக்கால் தள்ளிக்கொண்டிருந்த முரளி திடீரென்று “நடையா... இது நடையா... ஒரு நாடகமன்றோ நடக்குது. இடையா... இது இடையா... அது இல்லாதது போல் இருக்குது” என மாடிப் படிகளைப் பார்த்தவாறே குரலெடுத்துப் பாடினான். எல்லோரும் அந்தப் பக்கமே பார்வையைத் திருப்பினார்கள்.

அப்போது அங்கே தலை கவிழ்ந்த நாணத்துடன் படிகளில் இறங்கிக்கொண்டிருந்தாள் மலர்விழி. ஒரு கணம் துணுக்குற்ற குணா சட்டென எழுந்து "அக்கா..." என்றபடி அவளை நோக்கி ஓட அக்கணத்தில் அவனை எதிர்பாராத அவளும் "ஐயோ குணாவே" என்றபடியே துள்ளிக் குதித்தோடிவந்து அவனது கைகளைப் பற்றிக்கொண்டாள். இருவரின் சந்தோஷ முகங்களையும் அங்கிருந்தவர்கள் அதிசயித்துப் பார்த்தார்கள். முரளி வாயில் வைக்க மறந்த சிகரெட் அவனது விரல்களின் இடுக்கில் புகைந்துகொண்டிருந்தது.

"அட தம்பியா இவாவ உனக்குத் தெரியுமே?" மணியமண்ணேயின் கேள்விக்குக் குணா பதில் சொல்ல வாயெடுக்க முன்னமே, "ஓ.. இவர் என்ர தம்பி முறையானவர்" என முந்திக்கொண்டாள் மலர்விழி. அவள் தன் பாதுகாப்புக் கருதித்தான் அப்படிச் சொல்கிறாள் என்பதைப் புரிந்துகொண்ட குணாவும் அதனை ஆமோதித்துத் தலையசைத்தான்.

"சரி... சரி... வா குணா மேல போவம்" என்றவள், அவனை அழைத்துக்கொண்டு மேலே சென்றாள். சமையலறையில் தேனீர் தயாரித்தபடியே நிறைய விடயங்களைப் பேசிக்கொண்டார்கள்.

"குணா நம்மோட வந்த கரன் அண்ணேயும் இங்கதான் இருக்கிறார். இப்ப எங்கேயோ சொந்தக்கார வீட்ட போயிற்றார். அண்டைக்கு நான் எயர்போட்டில மயங்கி விழுந்தப்பிறகு நடந்த விசயங்களையெல்லாம் அவர் தான் எனக்குச் சொன்னவர்" என்றாள்.

"ஓகோ... அப்பிடியே! அது சரி எப்ப உங்கட ஆள் வந்து உங்களச் சுவிசுக்கு கூட்டிக்கொண்டு போகப்போறாறாம்?"

"அவர் இன்னும் இந்தியாவால வரயில்ல, வந்தவுடனேயே இங்க வந்திடுவாராம். நேற்றும் போன் எடுத்துக் கதைச்சவர்."

"ஓகோ... அப்பிடியே சங்கதி, ஆனால் இங்கயும் ஒருத்தர் உங்கள சயிற்றடிச்சுக்கொண்டு திரியிறாராம் எண்டு கேள்விப்பட்டன்."

"ஓம் குணா பார்த்தீரே பாட்டுப் பாடினதை. சரியான லூசு, எனக்கெண்டா என்ன செய்யிறதெண்டு தெரியயில்ல." தலையில் அடித்துக்கொண்டாள்.

“சரி... சரி... இன்னொரு கொஞ்ச நாளைக்குத்தானே, பாட்டுத்தானே பாடிப்போட்டு போகட்டும் விடுங்க...”

“நேற்றுந்தான் குணா நான் இதில பாத்திரங்கள் கழுவிக்கொண்டு நிற்கைக்க, ‘உங்க பொன்னான கைகள் புண்ணாகலாமா உதவிக்கு வரலாமா’ எண்டு லூசுமாதிரி இதால படிச்சுக்கொண்டு போச்சுது” என்றாள்.

“அட... ஆளைக் கூப்பிட்டு எல்லாப் பாத்திரத்தையும் கழுவ விட்டிருக்கலாமே” எனவொரு நக்கல் சிரிப்புச் சிரித்தான்.

“என்ன குணா என்ர நிலைமையைப் பார்க்க உமக்குப் பகிடியா இருக்கே?” எனச் செல்லமாக முறைத்தாள்.

“இல்லையக்கா, ஆலையில்லா ஊரில இலுப்பம் பூத் தானாம் சர்க்கரை.”

“அட பாவி!” எனச் செல்லக் கோபத்துடன் அவள் தேனீர்க் குவளையைத் தூக்க, எழுந்தோடிப்போய் தனது அறைக்குள் புகுந்துகொண்டான் குணா.

இந்த அகதி முகாமுக்கு வந்த ஒரு வாரத்திலேயே குணா பலருடைய குணாதிசயங்களையும் ஓரளவுக்கு அறிந்துகொண்டுவிட்டான். ஒவ்வொருவருக்குள்ளும் ஒவ்வொரு விதமான கதைகள் பொதிந்துகிடந்தன. ஒவ்வொருவரும் சுமக்கமுடியாத பெரும் சுமைகளைச் சுமந்து திரிந்தனர். சிலர் முகாமில் இருந்துகொண்டே வெளியே களவாகச் சின்னச் சின்ன வேலைகளுக்கும் போய்வந்தனர். விஸ்வா மட்டும் அவனுக்கு புரியாத புதிராகவே இருந்தான். வெளியில் எங்கும் செல்வதில்லை எப்போதும் ஏதாவதொரு புத்தகத்துக்குள் மூழ்கியிருப்பான். அல்லது ஏதாவது எழுதிக்கொண்டிருப்பான். மற்றவர்களுடன் பேசுவதும் குறைவாகவே இருக்கும். ஒரு நாள் மணியமண்ணையிடம் விஸ்வாவைப் பற்றிக் குணா விசாரித்தபோதுதான், விஸ்வா யாழ் பல்கலைக்கழக மாணவன் என்றும், சக மாணவன் ஒருவனை புலிகள் கடத்திக்கொண்டுபோய் கொலை செய்ததற்கு நீதி கேட்டுப் போராடியவர்களில் ஒருவனென்றும், அதனால புலிகளோடு முரண்பட்டுப் படிப்பைத் தொடர முடியாமல் தலைமறைவு

வாழ்க்கை வாழ்ந்துவிட்டு இங்கு தப்பியோடி வந்தவன் என்பதை அறிந்துகொண்டான்.

• • •

அன்றும் அந்த மண்டபத்துக்குள் குணா நுழைந்தபோது வழமைபோல் முரளி தொலைபேசியருகே காவல் இருக்க அவனைப் பார்த்து "வணக்கம் அண்ணே!" என்றான்.

"ம்... ம்... வணக்கம்! ஆனாலொண்டு இனி என்னை அண்ணே எண்டு கூப்பிடாதையும் சரியே" என்று கூறிவிட்டு விறுக்கென்று படிகளில் ஏறி மேலே செல்ல, எதுவுமே புரியாத குணா குழப்பத்துடன் விஸ்வாவை நோக்கி நடந்தான். அவனும் வழமைபோல் புத்தகமும் கையுமாக இருந்தான். புத்தகத்தின் அட்டையில் லெனின் இருந்தார் மேலே சிவப்பு எழுத்தில் 'லெனின், மார்க்சியமும் புரட்சி எழுச்சியும்' என்ற தலைப்புப் பளிச்சிட்டது.

"வணக்கம்!" என வணக்கத்துடன் நிறுத்தியவன் யோசித்தபடி நின்றான்.

"ம், வணக்கம்! என்ன காலையிலேயே கடும் யோசனையோட?"

"உங்கள அண்ணே எண்டு கூப்பிடலம் தானே?" தயக்கத்துடன் கேட்டான்.

"ஓ... அதுக்கென்ன, எப்படியும் உம்மைவிட எனக்கு நாலைந்து வயசு கூடத்தான் இருக்கும்" என்றான் விஸ்வா.

"இல்லையண்ணே... என்னெண்டால், இப்ப வரயிக்க முரளி அண்ணை அதில இருந்தார். வணக்கம் அண்ணே எண்டு சொன்னதுக்கு, அந்தாள் முகத்தில அடிச்சமாதிரி தன்னை இனி அண்ணே எண்டு கூப்பிட வேண்டாமாம் எண்டெல்லே சொல்லிப்போட்டுப் போறார். அது தான் குழப்பமாயிருக்குது" எனத் தலையைச் சொறிந்தபடி அருகில் அமர்ந்தான்.

"பின்னயென்ன, நீர் மலர்விழியை அக்கா எண்டுபோட்டு அவனையும் அண்ணே எண்டு கூப்பிட்டால் அவன் பாவிக்குக் கோபம் வராதே?"

"ஓகோ! கதை அப்பிடிப்போகுதே! சரி... சரி... இப்ப விளங்குது" தலையை மேலும், கீழுமாக ஆட்டிச் சிரித்தான் குணா.

இருவரின் சம்பாசனையையும் செவிமடுத்தபடியே பக்கத்திலிருந்து தேனீர் அருந்திக்கொண்டிருந்த மணியமண்ணை "ஆடான ஆடெல்லாம் தீனுக்கு அழயிக்க அகதி ஆடு ஒண்டு இங்க என்னத்துக்கோ அழுகுது" எனப் புறுபுறுத்தபடி எழுந்துபோனார். அதைக் கேட்ட விஸ்வாவும், குணாவும் ஆளையாள் பார்த்துச் சிரித்தனர்.

"ஐயோ அண்ணே இவற்ற கதைகளைக் கேட்டால் சிரிப்புத்தான் வரும்" எனச் சிரிப்பை அடக்கிக்கொண்டு கூறினான் குணா.

"உமக்குச் சிரிப்பு வருகுது. ஆனால் சிலபேருக்கு இவற்ற கதைகளுக்கு கொதியெல்லே வருகுதாம்" எனக் கொடுப்புக்குள் சிரித்தான் விஸ்வா.

"ஏன் அண்ணே! ஆள் நல்ல பம்பல்க் காய்தானே?"

"ஓ... முசுப்பாத்தியான ஆள்த்தான். ஆனால், புலிகள் இந்திய ராணுவத்தோட சண்டை பிடிக்கிறதுதான் அவருக்குத் துண்டாப் பிடிக்கயில்ல. இந்தியாவோட புலிகள் கொழுவினது மொக்குத்தனமெண்டு அவர் அண்டைக்கொருக்கால் கதைக்கப்போய் அவன் வரதன் எண்டவனோட சரியான வாக்குவாதமாயல்லே போச்சுது. இந்தியாவின்ர அனுசரணை இல்லாமல் இந்தியாவோட பகைச்சுக்கொண்டு எந்த இயக்கத்தாலும் தமிழீழத்தை அடைய முடியாதெண்டதுதான் அவற்ற நிலைப்பாடு. அதனாலதான் இங்க சிலருக்கு அவரைப் பிடிக்கிறதில்லை" என்றான்.

"ஓகோ! அதுவும் அப்பிடியே! அதுசரி அண்ணே இந்த முரளி அண்ணைக்கு நீங்களாவது புத்தியச் சொல்லலாமே?" தயங்கியவாறே கேட்டான் குணா.

"ஐயோ குணா உமக்குத் தெரியாது, போனகிழமையே நான் அவனுக்குச் சொன்னனான். பாவம் அந்தப் பிள்ளை தனிய வந்திருக்குது அதுக்கு நாங்கதான் பாதுகாப்பா இருக்கவேணுமே தவிர, இப்பிடி ஆக்கினை குடுக்கக் கூடாதெண்டு. அதுக்கு அவன் என்னப் பார்த்துக் கேக்குறான். ஏன் நீர் மடக்குற

பிளானோ எண்டு, இதுக்குப் பிறகும் அவனோட என்னத்தக் கதைக்கிறது" என அலுத்துக்கொண்டான் விஸ்வா. அவர்கள் பேசிக்கொண்டிருக்கும்போதே தேனீர்க் குவளைகளுடன் காட்ஸ் விளையாட்டுக் குழுவும் அங்கு வந்துசேர்ந்தது.

"தம்பி ஒரு கை குறையுது வாருமன் 304 போடுவம்" குணாவைப் பார்த்துக் கேட்டான் காந்தன் என்பவன்.

"ஐயோ அண்ணே எனக்கு காட்ஸ் விளையாடத் தெரியாதே, அந்தா அங்க ஒருத்தர் வாறார் அவரைக் கேளுங்கோ" எனப் பெருத்த குண்டு உடம்பைத் தூக்க முடியாமற் தூக்கிக்கொண்டு அரக்கி அரக்கி வெளியேயிருந்து வந்துகொண்டிருந்த ஒருவனை சுட்டிக்காட்டினான் குணா.

அப்போது அங்கே நெற்றியில் திருநீற்றுக் குறியுடன் வந்துகொண்டிருந்தது எப்போதுமே தன்னை ஒரு புலிப்போராளியாகக் காட்டித்திரியும் வரதன் என்பவனே. காலையில் எழுந்தவுடன் வெளியே சென்று நூல் விட்டுக் கொழும்புக்குத் தொலைபேசி எடுத்து பத்திரிகைச் செய்திகளையெல்லாம் அறிந்துவந்து இங்குள்ளவர்களுக்கு வாசிப்பதே அவனது முதல் வேலையாக இருந்தது. அதனால், அவனைச் சிலர் 'ரேடியோ' என்றும், வேறு சிலர் 'புலிகளின் உறுமல்' என்றும் அழைத்தனர்.

"அட அது ரேடியோ, அவனுக்கும் காட்ஸ் போடத் தெரியாது. அங்க நூல் விட்டிற்று வந்து இங்க கயிறு விடுவான் எல்லாரும் கேளுங்கோ" என்ற காந்தன் இரண்டு கைகளாலும் காதுகளைப் பொத்திக்கொண்டான்.

"நேற்று வன்னிக் காட்டுக்குள்ள வடக்கத்தையார் நல்லா வாங்கிக் கட்டியிருக்கினமாம்" என வந்ததுமே வாசிக்கத் தொடங்கியது ரேடியோ.

"என்னமாதிரிக் கனபேரைப் போட்டாச்சே?" ஆவலானான் ஒருத்தன்.

"ம்... பத்து ஆமி செத்தால் நூறு ஆமி எண்டுவான், பத்துப் புலி செத்தால் ஒரே ஒரு புலிதான் செத்ததெண்டுவான், கேளுங்கோ" என்ற காந்தன் ஒரு நக்கல்ச் சிரிப்புச் சிரித்தான்.

“அடே... அடேய்... சோத்துப் பாசலுக்குப் போராடின உங்களுக்கு புலிகளைப் பற்றி என்னடா தெரியும்?” எனக் கடுப்பானான் வரதன்.

“டேய் நீ பெரிசா ஏதோ புலியில ரெயினிங் எடுத்ததெண்டு பீத்திக்கொண்டு திரியிறியே ஏலுமெண்டா இதில ஒரு குத்துக்கரணம் அடியடா பாப்பம்” எனக் கேட்டுவிட்டு வெடிச் சிரிப்புச் சிரித்தான் காந்தன்.

“அட லூசுப்பயலே ஆமிக்காரன் சுட்டுக்கொண்டுவரயிக்க குத்துக்கரணம் அடிச்சு ஓடுற இயக்கத்தில நான் ரெயினிங்குக்குப் போகயில்லயடா. நான் போனது நெஞ்சு நிமிர்த்திக்கொண்டு நிண்டு திருப்பிச் சுட்டுத்தள்ளுற இயக்கமடா” என்றவன், “சடக்... சடக்...” என்று வாயால் வெடியோசை எழுப்பியபடி வெறும் கையாற் சுட்டுக்காட்டினான்.

“அப்ப அங்கயே நிண்டு சுட்டுத்தள்ளியிருக்கலாமே பின்னயேன் இங்க ஓடி வந்தனி? எங்களையும் போராட விடாமற் தடைசெய்துபோட்டு நீங்களும் இங்க ஓடிவந்தா என்னெண்டாம் ஈழம் கிடைக்கும்?” காந்தனும் விடுவதாயில்லை.

“ஓ... தடைசெய்யாமல் விட்டிருந்தா புடிங்கியிருப்பிங்க, ரெண்டாயிரம் புலிகளையே சமாளிக்க முடியயில்லையாம், இந்த லட்சணத்தில ரெண்டுலெட்சம் ஆமியோட போராடிக் கிளிச்சிருப்பினமாம். க்ம்... கேக்கிறவன் கேணயனா இருந்தா கேப்பையில நெய்யென்ன, யோக்கற்றே வடியுதெண்டும் சொல்லுவிங்கடா” என்ற வரதனும் வண்டி குலுங்கச் சிரித்தான்.

“அடேய் நாங்கள் சகோதர யுத்தத்த விரும்பாதபடியால் தாண்டா விட்டிற்று ஒதுங்கினாங்கள். அதுனக்குத் தெரியுமே?” கையிலிருந்த சீட்டுக்கட்டை அடித்துக் கலக்கியவாறே கேட்டான் காந்தன்.

“அடேங்கப்பா சகோதர பாசமாம்! சொந்த இயக்கப் போராளிகளையே சந்தேகப்பட்டுக் கொத்துக் கொத்தா கொலைசெய்து புதைத்தபோது வராத சகோதர பாசமாடா உங்களுக்குப் புலிகள் மேல வந்தது? அடடா இதக் கேட்கவே

உடம்பெல்லாம் புல்லரிக்குதடா" என்றவன் குண்டு உடம்பை வளைத்து நெளித்து நையாண்டி பண்ணினான்.

"அட... தம்பிமாரே அங்க செல்லாலை அடிபட்டது காணாதெண்டே இங்கயும் வந்து சொல்லாலை அடிபடுறியள். கதைய நிப்பாட்டிப்போட்டு ஒழுங்காக் காட்ஸைப் போடுங்கடாப்பா" எனக் கடுப்பான மணியமண்ணையின் குரல் அவர்களின் வாக்குவாதத்துக்கு முற்றுப்புள்ளி வைத்தது.

புத்தகத்தை மூடிவைத்துவிட்டு புதினம் பார்த்துக்கொண்டிருந்த விஸ்வா கொடுப்புக்குள் சிரித்தவாறு மீண்டும் புத்தகத்தைத் திறந்தான். அதனைக் கவனித்த குணா அவனுடன் கதைக்கும் ஆவலில் "வணக்கம் அண்ணே!" என்றவாறு அருகே போய் அமர்ந்தான்.

"வணக்கம்! வணக்கம்! எப்பிடிப்போகுது பொழுதுகள்?"

"ஏதோ போகுதண்ணே எப்ப இன்குவாரிக்குக் கூப்பிட்டு, எப்ப அக்செப்ற் பண்ணி, எப்ப வெளியபோய் வேலை செய்யிறதோ! அத நினைச்சாத்தான் ஒரே தலையிடியாயிருக்கு" எனச் சலித்துக்கொண்டான் குணா.

"அட நீர் வேற, நான் வந்தே மூண்டு மாசத்துக்கு மேலயாகுது. இன்னும் கூப்பிடயில்ல, அதுக்கிடையில உம்மை கூப்பிடுவாங்களே?"

"என்னண்ணே சொல்லுறியள்! ஒரு பிரயோசனமும் இல்லாமல் சும்மாவல்லே காலம் போகுது. கடன்பட்டு வந்துபோட்டு இப்பிடிச் சும்மா இருக்க முடியுமே?" ஏக்கத்துடன் கேட்டான்.

"இங்க வேலை எடுக்கிறது கஷ்டம் எண்டு தானே வாற சனமெல்லாம் சுவிஸ், பாரிஸ் எண்டு ஓடுதுகள். உமக்கு அங்கால எங்கயாவது போற ஐடியா இல்லையே?"

"அத ஏனண்ணே கேட்கிறியள் மச்சான் ஒருத்தன் சுவிசில இருக்கிறான். அவனைக் கேட்டால் ஐயோ இங்க வந்திராத சுவிஸ்காரன் எல்லாரையும் பிடிச்சு அனுப்பப்போறதெண்டு நிக்கிறான். நீ பாரிஸுக்குப் போ எண்டுறான். சரியெண்டு பாரிசில இருக்கிற ஒண்டவிட்ட அண்ணனுக்குப் போன்

அடிச்சா, ஐயோ இந்தப் பக்கம் வந்திராத சரியான கஷ்டம் தங்கக்கூட இடங்கிடைக்காது எண்டுறான். ஊரில இருக்கைக்க நீ இங்க வந்தா எல்லா உதவியும் செய்யிறம் எண்டு கடிதம் போட்டவங்களெல்லாம் இங்க வந்த பிறகு ஓடி ஒளியிற மாதிரியெல்லோ தெரியுது'' என்றான் கவலையுடன்.

''ம்... இவனெங்க வரப்போறானெண்டு நினைச்சிருப்பாங்கள் போல, நீர் எல்லாற்ற கதையையும் கேட்டுக்கொண்டிருந்தால் ஒண்டும் நடவாது. பேசாமற் சொந்தங்கள் இல்லாத ஏதாவதொரு நாட்டுக்கு வெளிக்கிடும்.''

''அப்பிடியெண்டால் நான் சந்திரமண்டலத்துக்குத்தான் அண்ணே அகதியாப் போகவேணும்'' எனப் பிடரியைச் சொறிந்து நின்றான் குணா.

''அதுவும் சரிதான். காகம் பறக்காத ஊருமில்லையாம், தமிழன் இல்லாத நாடுமில்லையாம்'' என்ற விஸ்வா மீண்டும் புத்தகத்தை விரித்தான்.

முகாமில் தரப்படும் காசு சாப்பாடுச் செலவுக்கே மட்டுமட்டாகத்தான் இருக்கிறது. இதில் மிச்சம் பிடித்து வீட்டுக்கு அனுப்புவது எப்படி? யோசித்தபடியே இருந்த குணாவின் மூளைக்குள் சிறு பொறிதட்டியது மணியமண்ணே மாதிரி வெள்ளி, சனி இரவுகளில் டிஸ்கோ வாசல்களில் பூ விற்கப் போனாலென்ன? உடனேயே மணியமண்ணையைத் தேடியவன் அவரது அறையை நோக்கி ஓடினான்.

குணா விஸ்வாவுடன் கதைத்துக்கொண்டிருந்ததை படியில் குந்தியிருந்தவாறே கவனித்துக்கொண்டிருந்த குண்டு வரதன், குணாவை வழிமறித்தான்.

''ஐசே நீர் புலிச் சப்போட்டர் எண்டெல்லோ சொன்னனீர்.''

''ஓம், அதுக்கென்ன இப்ப?''

''பிறகேன் ஐசே புலிகளைப் பிடிக்காதவனோட சேருறீர்?''

''ஆருக்குப் பிடிக்காது?''

"அவன் தான் விஸ்வா, அவனுக்கு புலிகளைக் கண்ணில காட்டப்படாதாம். போனமுறை புலிகள் காசு சேர்க்க வரயிக்க ஒரு பனிக் கூடப் புலிக்குத் தரமாட்டன் எண்டெல்லே சொன்னவன்."

"ஓ... அப்படியே எனக்கு இதொண்டும் தெரியாதே, அதுசரி இயக்கம் காம்பிலும் காசு சேர்க்குதே!"

"ஓம். ஆனால், காம்பில இருக்கிற ஆட்கள் கட்டாயம் குடுக்கவேணும் எண்டில்ல, வெளியில உள்ளவை தான் கட்டாயம் குடுக்கவேணும். அதிருக்கட்டும், நீர் எதுக்கும் அவனோட கொஞ்சம் கவனமாய் இரும் சரியே" என்றவன் படிகளில் அரக்கியரக்கி கீழே இறங்க, மேலே சென்ற குணா மணியமண்ணையின் அறைக் கதவைத் தட்டினான்.

"யாரது?"

"நாந்தான் குணா"

"அட நீயே, வா... உள்ள வா..." கதவைத் திறந்தார் மணியமண்ணை.

"ச்ச... உங்கட நித்திரையைக் குழப்பிட்டன் போல..."

"சீச்... சி... நித்திரை எங்க வருகுது, மனிசி பிள்ளையள நினைச்சுக்கொண்டு சும்மா படுத்துக்கிடக்கிறன். என்ன விஷயம் சொல்லு" என்றவரிடம் குணா விஷயத்தைச் சொன்னதுமே மணியமண்ணையும் உசாரானார். அத் தொழில் ரகசியங்களையும், நுணுக்கங்களையும் அவனுக்குச் சொல்லிக்கொடுத்தார்.

"வெள்ளிக்கிழமை பூ வாங்குற வேலையை வைக்கக்கூடாது. வெள்ளிக்கிழமையில குதிரை விலை விற்பாங்கள். அதனால நீ வியாழக்கிழமையே என்னோட வா, முதல்ல உங்க உள்ள பூக்கடைகள் எல்லாத்திலையும் ஏறி இறங்கி விலையைப் பார்க்கவேணும், பிறகு எங்க மலிவோ அங்க ரோசாப் பூவை தண்டோட வாங்கிக்கொண்டு வந்து பிளாஸ்ரிக் வாளியில நல்ல குளிர் தண்ணிய விட்டு அதுக்குள்ள பூவ அடுக்கி யன்னலுக்குப் பக்கத்தில குளிரில வைச்சிரவேணும், பிறகு வெள்ளிக்கிழமை இரவு மேலால கொஞ்சத் தண்ணியத் தெளிச்சுப்போட்டு

எடுத்துக்கொண்டு போய் டிஸ்கோரேக், ரெஸ்ரூரன்ட் வாசல்களிளையும் சினிமாத் தியேட்டர் வாசல்களிளையும் நிண்டு வருகிற போகிற எல்லாத் தம்பதிகளுக்கும், காதல் ஜோடிகளுக்கும் முன்னால பூவை நீட்ட வேண்டியதுதான் வேலை. அவ்வளவு பூவும் காசா மாறிருமடா தம்பியா" என்ற மணியமண்ணையின் முகமும் பூவாய் மலர்ந்தது.

"அப்ப விலை என்னமாதிரி அண்ணே?" ஆவலாய்க் கேட்டான்.

"ஓ... அது வந்து... நாங்கள் வாங்கின விலையில இருந்து நான்கு மடங்கு கூடுதலாத்தான் விலை சொல்ல வேணும். ஆனால், காதல் நல்லா முத்தினதுகளும், புதுசாச் சோடி பிடிச்சதுகளும் காசைக் காசெண்டு பாக்காதுகள், சிலநேரம் மிச்சக் காசைக்கூட வாங்காமல் போயிருங்கள்."

"ஆ... அப்பிடியே!" எனத் திறந்த வாய் மூடாமல் நின்றான்.

"ம்... ஆனாலொண்டு, காசைத் தந்து பூ வாங்குறது ஆம்பிளையள் தான். அதனால பூவைக் கொடுக்கைக்க அவங்கட கையிலதான் நாம கொடுக்கவேணும். அவன் அதைக் காதலோடு சோடியிட்டக் கொடுப்பான். அப்ப நடக்கிறது கண்கொள்ளாக் காட்சியா இருக்கும். அத விட்டுப்போட்டு நாமளே பொம்பிளையளின்ர கையில பூவைக் கொடுத்தமோ கதை கந்தலாகிப் போயிரும். அதில கவனமாக இருக்கவேணும் சரியே..."

"அப்பயண்ணே, பூ மிஞ்சினால் நஷ்டம் தானே?"

"சேச்செ... நஷ்டம் வாற அளவுக்கு இல்ல, லாபத்தில கொஞ்சம் கடிக்கும் அவ்வளவுதான்" என்றார் மணியமண்ணை.

பூ வியாபார ஆலோசனைத் திட்டத்தை முடித்துக்கொண்டு உற்சாகமாக அறையிலிருந்து வெளியேறிய குணா மீண்டும் கீழ் மண்டபத்திற்கு வந்தபோது காந்தன் மட்டும் சீட்டுக்கட்டுடன் தனியே அமர்ந்திருக்க, "வணக்கம் அண்ணே!" என்றவாறே அருகில் அமர்ந்துகொண்டான்.

"வணக்கம்! வணக்கம்! விளையாட்டுக் கோஷ்டிகள் ஒண்டையும் காணயில்ல. அதுதான் பாத்துக்கொண்டு இருக்கிறன்"

என்றவன் யாராவது வருகிறார்களா எனப் படிக்கட்டுகளை எட்டிப்பார்த்தான்.

“அதுசரி அண்ணே, இந்த வரதன் எண்டவர் உண்மையிலேயே இயக்கத்தில இருந்தவரே?” எனக் கேட்டான் குணா.

“யாருக்குத் தெரியும், இயக்கத்துக்குப் போயிற்று அடுத்தநாளே விட்டிற்று ஓடி வந்தவங்களேல்லாம் இயக்கத்தில இருந்ததெண்டு தானே சொல்லித் திரியிறாங்கள். ஆனாலொண்டு மதவெறி, சாதிவெறி எண்டு எல்லா வெறியும் பிடிச்சிருக்கிற இந்தக் கெட்ட சாமானெல்லாம் சோஷலிச தமிழீழத்துக்காக போராடப் போயிருக்குமா எண்டது சந்தேகம் தான்” என அவன் கூறிக்கொண்டிருக்கும்போதே சீட்டு விளையாட்டு அணியும் வந்துசேர குணா அவர்களுக்கு இடத்தைக் கொடுத்துவிட்டு அங்கிருந்து விலகிச் சென்றான்.

• • •

குணா ஆவலாய் எதிர்பார்த்திருந்த வெள்ளி இரவும் வந்தது. ரோஜாப் பூக்களால் நிறைந்திருந்த பிளாஸ்ரிக் வாளியைத் தூக்கி நெஞ்சோடு அணைத்துக்கொண்டு மணியமண்ணையின் பின்னால் நடந்தான். நகரின் மத்தியில் வந்ததும் ஓரிடத்தில் நின்ற மணியமண்ணை, “தம்பியா நீ இந்தப் பக்கம் போடா, நான் அந்தப் பக்கம் போறன். ரெண்டு பக்கமும் நிறைய டிஸ்கோ, ரெஸ்ரோண்ட் இருக்கு பூவெல்லாம் வித்துமுடிய இந்த இடத்தில மீண்டும் சந்திப்பம்” எனக் கூறிவிட்டு ஒரு குழந்தையை அணைப்பது போல் பூ வாளியை அணைத்துப் பிடித்தபடி நடையைக்கட்டினார்.

குணாவும் மணியமண்ணை காட்டிய திசையில் நடக்கலானான். தெருவெங்கும் காதல் ததும்பி வழிய ஜோடிகள் கைகள் கோர்த்துத் திரிந்தனர். ஆங்காங்கே உதடுகள் கோர்த்தும் சிலையாய் நின்றனர். எல்லாமே அவனுக்குப் புதிதாய் இருந்தது. வாய் பார்த்தபடியே வியாபாரம் பார்த்தான். நடுச்சாமத்தையும் தாண்டிவிட்டது. காதல் போதையில் ததும்பிய ஜோடிகளெல்லாம் இப்போது மது போதையில் தள்ளாடியபடி டிஸ்கோக்களிலிருந்து வெளியேறிக்கொண்டிருந்தார்கள். குணா அரைவாசிப் பூக்கள்தான் விற்றிருந்தான். முதல் நாளிலேயே அவனுக்கு வியாபார

நுணுக்கங்கள் பிடிபடவில்லை. அதைவிடவும் போட்டிக்குத் துருக்கியர், யூக்கஸ்லாவியர் என நிறையப் பூ வியாபாரிகள் வேறு. ஆனாலும், முதலுக்கு மோசம் வரவில்லை. மிஞ்சிய பூக்களைப் பக்குவமாக நெஞ்சோடு அணைத்தபடி மணியமண்ணை சொன்ன இடத்திற்கு திரும்பினான். அங்கே அவரைக் காணவில்லை. அவர் சென்ற திசையை நோக்கி நடந்தான். கொஞ்சத் தூரத்தில் ஏதோ கலவரம் போல் தோன்றியது. ஜெர்மானியர்கள் சிலர் மிரண்டுபோய் நின்றார்கள். தெருவோரத்தில் இரண்டு கருப்பர்கள் கட்டிப்புரளுவது குணாவின் கண்களுக்குத் தெரிந்தது. உற்றுப்பார்த்தான் கீழே கிடப்பது மணியமண்ணை. திகைத்துப்போனவன் அருகே ஓடினான். மணியமண்ணை குப்புறப் படுத்திருக்க அவரது கைகளைப் பின்புறமாக மடக்கிப் பிடித்தபடி அவர் மேல் குந்தியிருந்தவாறு "நேற்று வந்த நாயே... உனக்கு இவ்வளவு கொழுப்பாடா?" எனக் கேட்டுப் பற்களை நறுமிக்கொண்டிருந்தான் இன்னொரு தமிழன்.

"ப்...பெப்...பேப்...பு..." என வார்த்தைகள் வராத உதடுகள் துடிக்க பாய்ந்து சென்ற குணா கோபத்தில் நடுங்கிய கைகளால் பிளாஸ்ரிக் வாளியை ஓங்கி அவன் தலையில் அடித்தான். பூக்கள் சிதறிப் பறந்தன, அவனைக் காலால் உதைத்துத் தள்ளிவிட்டு மணியமண்ணையைத் தூக்கி நிறுத்தினான்.

குணாவிடம் உதைபட்டு விழுந்தவன் "முகாம் நாய்களுக்கே இவ்வளவு தைரியமா? இருங்கடா உங்களுக்கு செய்யிறன் வேலை" என உறுமியபடி எழுந்து சனக்கூட்டத்துக்குள் மறைந்து ஓடினான்.

"ஏன் அண்ணே! என்ன நடந்தது?" மணியமண்ணையின் தோளைப் பிடித்து உலுப்பினான் குணா.

"எங்க போனாலும் தமிழனுக்குத் தமிழன் தாண்டா எதிரி. இது தன்ர ஏரியாவாம் இதுக்க நான் பூ விக்கக்கூடாதாம் எண்டுறான். அதுதான் அவனோட பிரச்சனையாப் போச்சுது" என்றார்.

"வேற நாட்டுக்காரங்களுக்கு இவன் இப்பிடிச் சொல்லுவானே? ச்சே... என்ன இனமண்ணே நம்ம இனம்." கோபமும், நடையுமாய் விடியும் தருணத்தில் முகாம் வந்து சேர்ந்தார்கள்.

வினாடிகளை நிமிடங்களாய்... நிமிடங்களை மணித்தியாலங்களாய்... மணித்தியாலங்களை நாட்களாய்... நாட்களை வாரங்களாய்... வாரங்களை மாதங்களாய்... தின்று கொழுத்த காலக் குதிரை கடிவாளமின்றி ஓடிக்கொண்டேயிருந்தது.

“டொக்... டொக்...” கதவு தட்டப்படும் சத்தம் கேட்டுக் கண் விழித்த குணா போர்வைக்குள் சுருண்டபடியே “இது கனவா? அல்லது உண்மையிலேயே யாரோ தட்டுகிறார்களா?” என ஒரு கணம் யோசித்தான். மீண்டும் அதைவிடவும் பலமாகத் தட்டிய சத்தம் இது கனவல்ல என்பதை உறுதிப்படுத்தியதும், “யாரது?” என்றான்.

“அது, நான்தான் சிவமண்ணை, உமக்குப் போன் வந்தது, கட்பண்ணி எடுக்கச் சொல்லியிருக்கிறன் கெதியா வாரும்.”

“யாரண்ணே எடுத்தது?” என்ற குணாவின் கேள்விக்குப் படிகளில் இறங்கிய சிவமண்ணேயின் சப்பாத்துக் கால்களின் சத்தமே பதிலாக வந்தது. யாராக இருக்கும்? ஒருவித பதட்டம் அவனைப் பற்றிக்கொண்டது. இரவு முழுவதும் ஒரே கெட்ட கனவுகள் வேறு. கொழும்பிலிருந்து யாராவது எடுத்திருப்பார்களோ? ஊரில் யாருக்கும் ஏதும் நடந்திருக்குமோ? நினைக்கவே நெஞ்சு நடுங்கியது. அவசர அவசரமாக உடையைக் கொழுவிக்கொண்டு கீழே ஓடவும் தொலைபேசி ஒலித்தது.

“ஹலோ யாரு கதைக்கிறது?”

“ஹலோ குணாவே! நான் பாரிசில இருந்து செல்வனடா.”

“அட மச்சி நீயே! எப்பிடியடா சுகமா இருக்கிறியா?”

“ஓம் இருக்கிறன். நீ என்னடாப்பா இப்பிடியே காம்பில இருக்கப் போறியே? இங்கால வாற பிளான் இல்லையே?”

“சீ... இங்க சரிவராதெடாப்பா எங்கயாவது வெளிக்கிடத்தான் வேணும், உங்க பாரிஸ் நிலைமைகள் என்னமாதிரி மச்சி வரலாமே?”

“ஓம் மச்சி, இதப்பத்திக் கதைக்கத்தான் எடுத்தனான். நான் இருக்கிற வீட்டுக்கார அண்ணையோட கதைச்சனான் என்னோட

தங்குறதுக்கு அவர் ஓக்கே சொல்லிப்போட்டார். வேலைக்கும் என்ர முதலாளியோட கதைச்சு வைச்சிருக்கிறன் பிறகேன் அங்க நிண்டு காலத்த வீணடிக்கிற?"

"அப்ப இங்க யாரும் போடர் செய்யிற ஆட்கள விசாரிச்சுப் பார்க்கட்டே?" என மற்றவர்களின் காதில் விழாதபடி குசுகுசுப்பாய்க் கேட்டான்.

"சீச்சீ... அதுக்கும் இங்க எங்கட வீட்டிலேயே ஆளிருக்கு. ஆளுக்குப் பெயரே போடர் சிறி தான். ஆள் பயங்கரச் சுழியன். போடரெல்லாம் அத்துபடி ஒரு பிசகும் இல்லாம இப்ப அந்தாளின்ர ரூட் தான் ஓடிக்கொண்டிருக்கு நீ எப்பவெண்டு சொல்லு மச்சி அதையும் நானே ஒழுங்கு செய்யிறன்."

"நன்றியடா மச்சி, கிறிஸ்மஸ் மூட்டம் போடரில பெரிசாக் கெடுபிடி இருக்காதெண்டு கதைக்கிறாங்கள். கிறிஸ்மஸ்சோடா வெளிக்கிடட்டே?"

"ஓமோம் நீ சொல்லுறதும் சரிதான். எனக்கிப்ப வேலைக்கு நேரமாகுது பிறகு கதைக்கிறன் வை" எனத் தொடர்பைத் துண்டித்தான் செல்வன்.

குணா யோசனையுடன் போய்ச் சோபாவில் அமர்ந்தபோது சிவமண்ணேயும் மேலேயிருந்து வந்துகொண்டிருந்தார். அவரும் விஸ்வாவைப் போலவே குணாவுக்குப் புரியாத புதிராகவே இருந்தார். எல்லோருடனும் கண்டபடி கதைக்கமாட்டார், பழகமாட்டார். தானும், தன் அறையும் என்றிருப்பார். எப்போவாவது வெளியே வரும்போது தனக்குப் பிடித்தவர்களைக் கண்டால் மாத்திரம் தடவித் தடவிக் கதைப்பார். மற்றும்படி விஸ்வா புத்தகமும் கையுமாய் இருப்பது போலவே இவரும் ரீவியும், டெக்குமாய் அறைக்குள்ளேயே அடைந்து கிடப்பார். முகாமுக்கு வெளியே உள்ள அவரது உறவினர்கள் கொடுத்த ரீவியும், டெக்கும் எப்போதும் அவருக்குப் படம் காட்டியபடியே இருக்கும். ஒரு தடவை குணாவையும் படம் பார்க்க வருமாறு அழைத்தார். ஆனால் குணாவோ, 'அண்ணே நான் கண்ட படத்தையும் பார்க்கிறதில்ல, பார்க்கிறதாயிருந்தால் ஒண்டில் கமலஹாசன் நடிச்சிருக்க வேணும் அல்லது பாலச்சந்தர் இயக்கியிருக்க வேணும்' எனக் கூறித் தவிர்த்துவிட்டான்.

“தம்பி போன் வந்ததே? கதைச்சிட்டியே?” கேட்டவாறே வந்தவர் வழமை போல் குணாவின் கையைப் பிடித்து தடவியவாறே அமர்ந்துகொண்டார்.

“ஓமண்ணை, அவன் ஒண்டாப் படிச்ச ஊர் நண்பன். இப்ப பாரிசில இருக்கிறான்” எனக் குணா கூறிக்கொண்டிருக்க வைத்தகண் வாங்காது அவனையே உற்றுப் பார்த்துக்கொண்டிருந்தார் சிவமண்ணை.

வழமைபோலவே ஒவ்வொருவரும் காலைக் கடன்களை முடித்துக்கொண்டு கீழே இறங்கிக்கொண்டிருந்தனர். விஸ்வாவும் வழமைபோல் புத்தகமும், கையுமாய் வர பின்னால் வந்த முரளியும் வழமைக்குமாறாது தொலைபேசி இணைப்புக்குக் காவல் காக்கும் கடமையில் ஈடுபட்டிருந்தான்.

காட்ஸ் விளையாட்டும் சூடுபிடிக்க யக்கை அடிச்சு மணலைப் பறிச்சு வீடு கட்ட ஆரம்பித்துவிட்டார்கள். காட்ஸ் விளையாட்டைப் பற்றி எதுவுமே புரியாத குணா எரிச்சலுடன் விஸ்வாவின் அருகில் போய் அமர்ந்துகொள்ள அவனை அதிசயமாக புருவமுயர்த்திப் பார்த்தான் விஸ்வா.

“என்ன அண்ணே, இப்பதான் புதுசாப் பாக்கிறமாதிரி பாக்கிறீங்க?”

“இல்ல, அண்டைக்கு நீர் என்னோட இருந்து கதைச்சிட்டுப் போகைக்க குண்டு வரதன் உம்மை வழிமறிச்சுக் கதைச்சுக்கொண்டு நிண்டதக் கண்டனான். அவன் என்ன சொல்லியிருப்பான் எண்டு எனக்குத் தெரியுந்தானே” என்றான் விஸ்வா.

“அட, அவன் கிடந்தான் விசரன். அவன்ர கதைய விடுங்கண்ணே. இப்ப நான் பாரிஸ் போற ஐடியாவில இருக்கிறன். நாடு எப்பிடி?”

“எனக்கு அங்கத்தைய நிலவரங்கள் ஒண்டும் தெரியாது குணா. என்ர சொந்தங்கள், ஊர்ச் சனங்கள் எல்லாம் கனடாவில தான், நானும் அங்க போகத்தான் ட்ரை பண்ணிக்கொண்டு இருக்கிறன். ஏஜென்சிக்காரர் எக்கச்சக்கமாக் கேக்கிறதாலதான் இழுபடுகுது. ஆனால் நோர்வே நல்ல நாடாமல்லே. நம்மட மணியமண்ணேயும் அங்க போகத்தான் ட்ரை பண்ணிக்கொண்டு

இருக்கிறார். நீரும் அங்காலப் பக்கம் ட்ரை பண்ணலாமே, அங்க எங்கட ஆட்கள உடனயே அக்செப்பண்ணி காட் குடுக்குறாங்களாமெல்லே" என்றான் விஸ்வா.

"ஆஹா... அப்பிடியே! அப்ப நானொருக்கால் மணியமண்ணேயிட்ட விசாரிச்சுப் பாக்கிறன்." யோசனையோடு தலையை ஆட்டிக்கொண்டான்.

அமைதியாகவிருந்த பக்கத்து தொலைக்காட்சி மண்டபமும் கூட்டமாக வந்த யூக்கோஸ்லாவியர்களால் இரைச்சலானது. அதற்குள் இருந்த மலர்விழி எரிச்சலோடெழுந்து மேலே போவதற்காக வெளியே வந்தாள். வந்தவள் தொலைபேசியருகே முரளியைக் கண்டதும் சட்டென நடையின் வேகத்தை அதிகப்படுத்தி அவனைக் கடந்து படியேறினாள். அதனைக் கவனித்த முரளி உடனேயே, "மெல்லப்போ... மெல்லப்போ... மெல்லிடையாளே மெல்லப்போ... சொல்லிப்போ... சொல்லிப்போ... சொல்வதைக் கண்ணால் சொல்லிப்போ மல்லிகையே..!" எனக் கதிரையில் தாளம் போட்டபடியே குரலெடுத்துப் பாடினான்.

எல்லோர் பார்வையும் அவர்களை நோக்கித் திரும்ப வெட்கித் தலை குனிந்தவாறு படியேறிய மலர்விழி குணாவைத் திரும்பிப் பார்த்து முகத்தில் கோபத்தை வெளிக்காட்ட முனைந்தும், தோற்றுப்போனவளாய் வெட்கப் புன்னகையுடனேயே படியேறி மறைந்தாள்.

குணாவும் வாய்வரை வந்த சிரிப்பை அடக்கியவாறு விஸ்வாவைப் பார்த்தான். அவனும் தன் வாசிப்புக்கு சிரிப்பதுபோல் பாவனை செய்து மீண்டும் புத்தகத்தில் கண்ணெறிந்தான். முரளியின் நடத்தைகளில் அவர்களுக்கு வெறுப்பு இருந்தபோதிலும் சந்தர்ப்ப சூழ்நிலைக்கேற்ப சட்டெனப் பாடல்களை எடுத்துவிடும் அவனின் திறனை உள்ளூர ரசித்தார்கள்.

மதியம் அம்மாவிடமிருந்து குணாவுக்கு கடிதம் வந்திருந்தது. அதுதான் அம்மா அவனுக்கெழுதிய முதற் கடிதம். இதுவரை கடிதம் எழுதுமளவு தூரத்துக்கு அவன் அம்மாவை விட்டுப் பிரிந்ததில்லை. சேலைத் தலைப்பில் முடிஞ்சுவிட்ட நாணயக் குத்தியைப் போல எப்போதும் அம்மாவின் இடுப்பைச் சுற்றியே

வலம் வந்துகொண்டிருந்த ஒரேயொரு ஆண் மகனவன். அவனைப் பிரிந்த அம்மாவின் எழுத்துக்கள் முழுவதிலும் பெருந்துயர் ஊறிக்கிடந்தது. அக்காவும், தங்கையும் எழுதிய வரிகள்கூட பிரிவின் வலியை உணர்த்தியது. மீண்டும் மீண்டும் அம்மாவின் எழுத்துக்களை வாசித்தான். எழுத்துக் கோர்வைகள் வார்த்தைகளாகி அவனை அரவணைத்துக்கொண்டன. கடிதத்தை வாசித்து முடித்தவன் நெஞ்சாங்கூடு கனத்துக்கிடந்தான். அது வெறும் கடதாசி அல்ல, அதில் அம்மாவின் கண்ணீர் இருந்தது. வியர்வை இருந்தது. மேலாக அம்மாவின் வாசம் இருந்தது. அதை முகர்ந்து அம்மாவின் அருகாமையை உணர்ந்தபடியே உறங்கிப்போனான்.

மறுநாளே அம்மாவின் கடிதத்திற்குப் பதில் எழுதினான். கூடவே சொந்த பந்தங்கள் எல்லோருக்கும் கடிதங்கள் எழுதினான். கடிதம் ஒன்றே அப்போது அவனையும் உறவுகளையும் இணைக்கும் பாலமாகவிருந்தது. பிரிவின் வலியை தாங்கமுடியாமல் மனம் தொய்வுறும் வேளைகளிலெல்லாம் கடிதங்கள் தான் அவனுக்கு ஆறுதல் அளித்தன. உறவுகளின் நினைவுகளால் மனம் அலைக்கழிக்கப்படும்போதெல்லாம் மீண்டும் மீண்டும் பழைய கடிதங்களை எடுத்து வாசித்தான். கடிதங்கள் அவனை அரவணைத்தன, அமைதிப்படுத்தின எப்படியும் யாரிடமிருந்தாவது கிழமைக்கு ஒரு கடிதமாவது வரும். கடிதங்களை வாசிப்பதும் பதில் எழுதுவதுமே அந்த அகதி முகாமில் அவனது சந்தோஷ தருணங்களாயிருந்தன.

அறையிலிருந்து கீழ் மண்டபத்திற்கு வந்தால் அது பகலாகவும், மண்டபத்திலிருந்து மேல் அறைக்குப் போனால் அது இரவாகவும் கணிக்கப்பட்டதொரு காலத்தைக் குணா பெருங் கனவுகளுடன் கடந்துகொண்டிருந்தான் காலம் கைவிடாதென்ற நம்பிக்கையுடன்.

இருளைச் சூறையாடிய சூரியனின் வருகையால் மீண்டுமொரு விடியல். முகாம் வழமையான சுழற்சிக்குத் தயாரானது. காப்புக்கை தயாரித்த தேனீரை உறிஞ்சியபடியே மலர்விழியைப் பார்த்துக் கேட்டான் குணா.

"என்னக்கா ரெண்டு நாளா உங்கட ஆள் போன் எடுக்கயில்லப் போல?"

“ஓம் குணா, அதைத்தான் நானும் யோசிச்சு இரவு முழுக்க நித்திரையில்ல.”

“ச்ச... சும்மா யோசிச்சு மண்டையக் குழப்பாதிங்க அவருக்கு அங்க போன் எடுக்க முடியாத சூழ்நிலையா இருந்திருக்கும். சிலவேளை இண்டைக்குப் போன் வந்தாலும் வரும்”

“சரி... சரி நான் யோசிக்கயில்ல, வாரும் கீழ போய் ரீவி பார்ப்பம்” என எழுந்து நடந்தவளைப் பின்தொடர்ந்தான் குணா.

கீழே மணியமண்ணை நோய் பிடிச்ச கோழியைப் போல தலையைத் தொங்கப் போட்டபடி இருந்தார். அந்தத் தோற்றமானது அவருக்கும் மனைவி, பிள்ளைகளின் கடிதம் வந்திருக்கின்றதென்பதையே குணாவுக்கு உணர்த்தியது. கொழும்பில் மச்சான்காரனின் கடையில காலுக்குமேல கால் போட்டபடி கணக்குப் போட்டுக்கொண்டிருந்த மனுசனை, “அடிக்கடி லீவு எடுத்துக்கொண்டு ஊருக்கு ஓடுறியே இது நியாயமா?” என்று மச்சான்காரன் பேசிப் போட்டானென்று ரோசம் பொத்துக்கொண்டு வந்ததனால் இங்கு வந்து எல்லாத்தையும் பொத்திக்கொண்டு கிடக்கிறார் மனுஷன்.

* * *

ஒரு வெற்றிப் புன்னகையுடன் வெளியேயிருந்து வந்த சிவம் அண்ணையைப் பார்த்துக் கேட்டான் குணா, “என்னண்ணே ஏதோ சந்தோஷம் போல?”

“ம்... எனக்கு மட்டுமில்ல, இண்டைக்கு உமக்குந்தான் சந்தோஷம் தரப்போறன். உமக்குக் கமலையும், பாலச்சந்தரையும் பிடிக்குமல்லே. அதுதான் ஒரு கல்லில ரெண்டு மாங்காய். உன்னால் முடியும் தம்பி கொண்டுவந்திருக்கிறன்” எனக் கண்சிமிட்டினார்.

“உண்மையாவே! கொப்பி வந்திட்டுதே?” குணாவும் ஆவலானான்.

“பின்ன, பொய்யே சொல்லுறன்” எனக் கைப்பையைத் திறந்து காட்டினார்.

“அட பிறகென்ன... அந்த மாதிரித்தான், அப்ப இரவுக்குப் பார்ப்பமே?”

“ஓமோம், மறந்திடாமக் கட்டாயம் வாரும் சரியே...” என்றவர் சந்தோஷத்துடன் விறுவிறுவெனப் படியேறிச்சென்றார்.

நீண்ட நாட்களின் பின் படம் பார்க்கும் ஆவல் குணாவையும் ஆட்கொண்டது. பலருடன் சேர்ந்திருந்து படம் பார்ப்பதே அவனுக்குப் பிடித்ததானபோதிலும், அது சிவம் அண்ணைக்குப் பிடிக்காது என்பதனால் இரவு தனியே சென்று அவரின் அறைக் கதவைத் தட்டினான். சட்டெனக் கதவைத் திறந்தவர் குணாவின் கையைப் பிடித்து உள்ளே இழுத்து கட்டிலில் இருத்தினார். முதன்முதலாக அங்கு சென்றவன் அவரது அறையை நோட்டமிட்டான். அறை மிகவும் துப்பரவாக இருந்தது. அறையின் ஒரு மூலையில் சிறிய மேசை, அதன்மேல் ஒரு சின்னஞ்சிறிய தொலைக்காட்சிப்பெட்டி அதன் தலையில் ஒரு வீடியோடெக். அதற்குள் படக்கொப்பியை திணித்து ரிவைன் பட்டனை அழுத்தினார். குணா பார்வையை கொஞ்சம் மேலே செலுத்தினான். சுவரில் படமொன்று ஒட்டப்பட்டிருந்தது. அதில் இரு சோடி உதடுகள் ஒன்றை ஒன்று கவ்விக்கொண்டிருந்தன.

“ர்ரீ...ஈச்... ர்ரீ...ஈச்...” என்று டெக்கிலிருந்து வந்துகொண்டிருந்த சத்தம் நின்றதும். ரீவியை ஒன் பண்ணி டெக்கின் ப்ளே பட்டனை ஆளுத்திய சிவமண்ணை குணாவின் அருகே உற்சாகத்துடன் அமர்ந்துகொண்டார். படம் ஆரம்பித்து மிகவும் விறுவிறுப்பாக ஓடிக்கொண்டிருந்தது. வைத்தகண் வாங்காமல் படத்தில் ஒன்றிப்போயிருந்தான் குணா. சிவம் அண்ணேயும் வைத்தகண் வாங்காமல்த்தான் பார்த்துக்கொண்டிருந்தார் குணாவையே.

“எப்பிடிக் குணா படம் பிடிச்சிருக்கே?” சட்டென அவனது தொடையில் கைவைத்து அழுத்தமாகத் தடவியபடியே கேட்டார். அவன் வாய் திறவாமல் தலையசைப்பில் ஆமென பதிலளித்துவிட்டு படத்தில் மூழ்கியிருந்தான். இப்போது அவர் அவனை உரசியபடியே மிகவும் அருகிலிருந்தார். அதனை அவன் அசௌகரியமாக உணர்ந்தபோதும் படத்திலிருந்த ஈடுபாட்டினால் அதைப் பெரிதாகக் கண்டுகொள்ளவில்லை.

கமலஹாசன் சீதாவின் கன்னத்தைத் தடவிக் காதல் ததும்ப ஒரு பார்வை பார்த்தபடி "இதழில் கதை எழுதும் நேரமிது... இன்பங்கள் அழைக்குது ஆ...ஆ..." எனப் பாட ஆரம்பித்தபோது குணா தனது வலது பக்கச் செவிமடல்களில் வெப்பத்தை உணர்ந்து சட்டெனத் திரும்பினான். அவனது கன்னத்தை உரசித் திரும்பியது சிவம் அண்ணையின் மூக்கு. கமலஹசனின் கண்கள் சீதாவைப் பார்த்த அதே பார்வையைச் சிவம் அண்ணையின் கண்களிற் கண்டு ஒருகணம் துணுக்குற்றவன் செய்வதறியாத யோசனையுடன் பார்வையைத் திசைதிருப்பினான். சுவரில் ஒட்டப்பட்டிருந்த படம் மீண்டும் கண்ணில் பட்டது. அதனை இப்போதுதான் கூர்ந்து கவனித்தான். மேல் உதடுகள் இரண்டின்மேலும் மீசைகள் படர்ந்திருந்தன.

"அட பாவி மனுஷா! நீ அந்த ரூட்டிலையா போற?" மனதுக்குள்ளேயே கேட்டுக்கொண்டான். வெளியே எந்தப் பதட்டத்தையும் காட்டிக்கொள்ளவில்லை. பாடல் முடிந்து படம் ஆரம்பிப்பதற்குள் இந்த இக்கட்டான சூழலிலிருந்து தன்னைக் காப்பாற்றிக்கொள்ள வேண்டுமென மனதுக்குள் முடிவெடுத்துக்கொண்டான். ஆனால், சிவமண்ணையோ அவனது அமைதியைக் கண்டு உற்சாகமடைந்தவராய் மேலும் முன்னேறினார்.

"மோகம் நெருப்பானால் அதைத் தீர்க்கும் ஒரு ஜீவநதி அருகினிலிருக்குது" எனப் பாடல் வரிகளும் எரியும் மோகநெருப்பில் எண்ணெயை ஊற்றியது. அவனது தொடையில் வைத்திருந்த அவரது கை மெல்ல மெல்ல மேல்நோக்கி ஊர்ந்தது. இனியும் தாமதித்தால் பேராபத்தென்பதை உணர்ந்த குணா சட்டென ஒரு முடிவுக்கு வந்தான்.

"அண்ணே படம் சூப்பராப் போகுது, பாட்டு முடியிறதுக்குள்ள நான் போய் ரீ போட்டுக்கொண்டு ஓடிவாறன்" என்றவாறு துள்ளி எழுந்தான்.

"இல்லக் குணா நீர் இரும், நான் போய் ரீ போட்டுக்கொண்டு வாறன்" என எழுந்தவனின் கையைப் பிடித்து இழுத்தார் சிவம் அண்ணை.

“இல்லையண்ணே நீங்க சறத்தோட நிக்கிறீங்க, நானெண்டால் கெதியா வந்திருவன் விடுங்கோ” எனக் கையை உதறி அவரது பிடியிலிருந்து விடுபட்டுக் கதவைத் திறந்துகொண்டு வெளியே ஓடியவன், நேராகச் சென்று விஸ்வாவின் அறைக் கதவைத் தட்டினான்.

“என்ன குணா! ஏன் மூச்சிரைக்க ஓடி வாறீர்?” கேட்டான் விஸ்வா.

“பின்ன என்னண்ணே, வேட்டை நாயிட்டயிருந்து தப்பின பூனைக்குட்டிக்கு மூச்சிரைக்காதே?”

“என்ன சொல்லுறீர்?” எனப் புரியாமற் கேட்டவனிடம் நடந்தவற்றை விபரமாகக் கூறினான்.

“ஐயோ பாவம் அந்தாள், உன்னால் முடியும் தம்பி எண்டு நம்பிக் கூட்டிக்கொண்டுபோக நீர் இப்படி என்னால் முடியாது அண்ணே எண்டு எமாத்திப்போட்டு ஓடிவந்திட்டீரே” என விஸ்வா கூறியதும் அடக்கமுடியாமல் விழுந்து விழுந்து சிரித்துக் கொண்டிருந்தவர்களுக்கு, குணாவைத் தேடி மேலும் கீழுமாக படிகளில் ஓடித்திரியும் சிவம் அண்ணேயின் காலடிச் சத்தமும் கேட்டுக்கொண்டேயிருந்தது.

“நல்ல நூலை விடவும் சிறந்த நண்பன் வேறெதுவும் கிடையாது.”

விஸ்வாவின் அறைச் சுவரிலிருந்த இவ் வாசகம் குணாவின் கண்களில் பட்டதும் விஸ்வாவிடமிருந்து ஒரு புத்தகத்தை வாங்கிக்கொண்டு தனது அறைக்குச் சென்றான்.

காலம் யாருக்காகவும் காத்திருப்பதில்லை அது ஓடிக்கொண்டேயிருக்கும். ஓடிக்கொண்டேயிருந்தது. குணாவும் ஓடிக்கொண்டேயிருந்தான் தான் காணக் காத்திருக்கும் காலத்தை நோக்கி. அவன் விரும்பும் அனைத்தும் வெகு தொலைவிலேயே இருந்தது. உயிர் அறுபடும் வலியை விடவும் உறவுகள் அறுபடும் வலி மிகக்கொடுமையானது என்பதை அந்நிய தேசத்தில் உணர்ந்து அனுபவித்தபடியே பாரிஸில் உள்ள நண்பனின் ஏற்பாட்டில் இன்னொரு எல்லைக் கடத்தலுக்கு ஆயத்தமானான்.

நத்தார்ப் பண்டிகை நெருங்கியதால் நகரம் மின்விளக்குகளால் மிளிர்ந்துகொண்டிருந்த ஒர் இரவின் அதன் அழகை சாளரத்தின் ஊடாக இரசித்துக்கொண்டிருந்தபோது குணாவின் அறைக் கதவு தட்டப்பட்டது. "இந்த நேரத்தில் யாராக இருக்கக்கூடும்." யோசித்தவாறே கதவைத் திறந்தான். கண்ணைக் கசக்கியபடியே நின்றாள் மலர்விழி.

"என்னக்கா என்ன விஷயம்? உள்ள வாங்கோவன்" என்றதுமே உள்ளே நுழைந்தவள் மௌனமாகவே நின்றாள். கண்கள் சிவந்திருக்க அவள் பதட்டமாகக் காணப்பட்டாள்.

"அக்கா இதில இருங்கோ என்ன பிரச்சனை? என்ன நடந்தது?" கேள்விகளால் உலுப்பி அவளின் மௌனத்தை உடைத்தான்.

"காலமை அவர் ரெலிபோன் எடுத்திருக்கிறார் குணா"

"ம்... அதுக்கு?"

"அந்த முரளிச் சனியன் அவரோட தேவையில்லாத விசர்க்கதை எல்லாம் கதைச்சிருக்குது."

"அடடே... அப்பிடியே? என்னவாம் கதைச்சவன்?"

"அவர் என்னோட கதைக்கக் கேட்டதுக்கு, அவா தம்பியாற்ற ரூமில ரொம்ப பிசிய இருக்கிறா இப்ப கதைக்க முடியாதெண்டு சொல்லிப் போனைக் கட்பண்ணியிருக்கிறான். பிறகவர் திரும்பவும் எடுத்து நீங்க வேற யாரையோ மாறிச் சொல்லுறீங்க அவவுக்கு அங்க தம்பியே இல்ல. முப்பத்தோராம் நம்பர் ரூமில் இருக்கிற மலர்விழி எண்டு சொல்லியிருக்கிறார். அதுக்கும் அவன் அவவை தான் நானும் சொல்லுறன். அப்ப இங்க தம்பி எண்டு சொல்லிக்கொண்டு ஒருத்தன் முன்னும், பின்னும் அலையிறானே அவன் யாரெண்டு கேட்டிருக்கிறான். அவர் அதுக்குமேல அவனோட ஒண்டும் கதைக்காமற் போனைக் கட்பண்ணிபோட்டுத் திரும்ப இப்ப எடுத்துக் காலையில ஒருத்தன் இப்படிக் கதைச்சவன் அவன் யாரு? ஏன் அப்பிடிக் கதைச்சவன் எண்டு கேட்கிறார்"

"அடச்சீக்... அந்த நாய் இப்பிடிக் கதைச்சிருக்கே?" எனக் கேட்டு பற்களை நறுமிய குணாவின் முகம் கோபத்தில் சிவந்துபோனது.

“ஓம் தம்பி, ஆனால் ஒரு பிரச்சனையுமில்ல. இங்க நடந்தது, நடக்கிறது எல்லாத்தையும் நான் அவருக்கு விபரமாச் சொல்லிப்போட்டன். அவரும் தான் கெதியாக வாரதெண்டும் அதுவரைக்கும் ஒண்டுக்கும் யோசிக்காமல் அந்தத் தம்பியின்ர பாதுகாப்பிலேயே இரு எண்டும் சொல்லிப்போட்டார்” எனப் பெருமிதத்துடன் கூறி முடித்தாள்.

“ஓம் அக்கா நீங்க ஒண்டுக்கும் யோசிக்காமல் தைரியமாய்ப் போய்ப் படுங்கோ நாளைக்கு கதைப்பம்”

“சரி, அப்ப நாளைக்கு சந்திப்பம்” எனத் திரும்பியவள் ஏதோ தயக்கத்துடன் நின்று அவன் முகத்தைப் பார்த்தாள்.

“என்னக்கா... என்ன யோசிக்கிறீங்க?”

“இல்லக் குணா, நீர் எப்ப பாரிஸ்க்குப் போறீர்?”

“ஓ... அதுவா! அது... நீங்க சுவிசுக்குப் போனபிறகு தான்.”

“உண்மையாவே?” கண்கள் விரிய வியப்புடன் கேட்டாள்.

“ஓம்... சத்தியமா” உதடுகள் விரிய உறுதிபடக் கூறினான்.

மனித குலமே ஒருவரையொருவர் நம்புவதன் மூலமாகவும், ஒருவருக்கொருவர் பாதுகாப்பாக உணர்வதன் மூலமாகவுந்தானே வாழ்ந்து வளர்ச்சி அடைந்துகொண்டிருக்கிறது. ஒவ்வொருவரின் வாழ்நாட்களில் இருந்தும் ஒரு நாளைக் கழித்தபடி வழமை போலவே அன்றைய நாளும் விடிந்தது. முகாமும் வழமை போலவே இயங்க ஆரம்பித்து மதியப் பொழுதை வந்தடைந்தது. கீழ் மண்டபத்தில் விஸ்வா வாசித்துக்கொண்டிருந்தான். குணாவும், மணியமண்ணையும் ஊர்க் கதைகள் பேசிக்கொண்டிருந்தார்கள். அப்போது நிறை வெறியில் தள்ளாடியபடியே வெளியேயிருந்து வந்த முரளி தொலைபேசி இணைப்பில் சாய்ந்து நின்று மண்டைக்குள்க் கண்களைச் செருகி எல்லோரையும் உற்றுப் பார்த்தவாறே கேட்டான்.

“என்னங்கடா எல்லாரும் அமைதியா இருக்கிறீங்க?”

வேலியிற் போகின்ற ஓணானைப் பிடித்து மடியில் விட ஆருக்குத்தான் ஆசை வரும். அனைவருமே கண்டும் காணாதது

போலும், கேட்டும் கேளாதது போலும் அமைதியாக இருந்தார்கள். தன்னை ஒருவரும் கண்டுகொள்ளாததால் கடுப்புற்றவன் ஏதோ சொல்லிப் புறுபுறுத்தபடி தள்ளாடித் தள்ளாடியே படிகளில் ஏறிச் சென்றான். அவன் சென்றாலும் சாராய நாற்றம் சிறிது நேரம் அங்கேயே நின்றது.

“சனியன் போய்க் கொஞ்ச நேரம் படுக்கட்டும் அப்பத்தான் வெறி முறியும்” மணியமண்ணையும் தன் பங்கிற்குப் புறுபுறுத்தார்.

சற்று நேரத்தில் கண்ணைக் கசக்கியபடி கலவரத்துடன் ஓடிவந்த மலர்விழி குணாவின் கைகளைப் பிடித்துக்கொண்டு தேம்பித் தேம்பி அழுதாள்.

“என்னக்கா... என்ன நடந்தது?” அமைதி இழந்தவனாய் அவளின் தோளைப் பிடித்து உலுப்பினான்.

“த்த... த்...த... தட்டிக் கேட்டுதெண்டு ரூம் கதவைத் திறந்தன். அந்த முரளிச் சனியன் என்னைத் தள்ளிக்கொண்டு ரூமுக்குள்ள பூந்துட்டுது. நான் தள்ளிவிட்டிற்று ஓடிவந்திற்றன்” என விக்கி விக்கித் தேம்பினாள்.

“அந்த நாய்க்குச் சரியான வெறியக்கா இப்ப ஒண்டும் கதைக்க ஏலாது. நாளைக்கு நான் கதைக்கிறன், நீங்க அமைதியா இருங்க இதில” என அவளைச் சமாதானப்படுத்தி தன்னருகில் பாதுகாப்பாக இருத்தினான்.

முரளி உளறியபடியே கீழே இறங்கி வந்துகொண்டிருந்தான். விஸ்வா கண்ணால் ஜாடை காட்டியதும் மணியமண்ணை எழுந்துபோய் அவனைக் கீழே வரவிடாமற் படியிலேயே வைத்துத் தடுத்தார்.

“நீர் என்ன பெரிய மசிரே?” எனக் கேட்டவன், அவரை புறங்கையால் தள்ளிவிட்டு மலர்விழியை நோக்கியே வந்தான். மது போதை தலைக்கேறியதால் அவனது முகம் மிகவும் விகாரமாக இருந்தது. கொடும் பருந்தைக் கண்டு தாய்க் கோழியின் இறக்கைக்குள் பதுங்கும் சிறு குஞ்சைப் போன்று குணாவின் மார்புக்குள் ஒடுங்கினாள் மலர்விழி.

“முரளி! குடிச்சிற்று வந்து இங்க பிரச்சனை பண்ணாமல் தயவுசெய்து பேசாமற் போய்ப்படும்” என்ற விஸ்வாவின் வார்த்தைகளையும் அவன் காதில் வாங்கவில்லை.

குணாவும், மலர்விழியும் இருந்த இருக்கையின் முன்னால் போடப்பட்டிருந்த மேசையில் கைகளை ஊன்றிக் குனிந்து நின்றவன் மண்டைக்குள் கண்களைச் செருகிக் கீழ் உதட்டைக் கடித்துப் பிதுக்கினான். இருவரையும் ஒரு கழுகுப் பார்வை பார்த்தபடியே மேசையில் கிடந்த தடித்த கண்ணாடியினாலான ஆஸ்ட்ரேயினுள் கையில் புகைந்துகொண்டிருந்த சிகரெட்டின் அடிக்கட்டையைத் திணித்து அணைத்தான். ஏதோ அசம்பாவிதம் நிகழப்போகின்றதென அங்கிருந்தவர்கள் அனைவருமே அச்சப்பட்டார்கள். ஆனால், இறுக்கமான முகத்துடனும் அச்சமற்ற நேர்கொண்ட பார்வையுடனும் நிதானமாக அவனைப் பார்த்துக் கேட்டான் குணா.

“உனக்கிப்ப என்ன வேணும்?”

“உன்ர கொக்கா தான் வேணும், தருவியே?”

குணா மௌனமாகத் தலைகுனிந்தான். அவனது வலது கை வலிப்பு வந்தது போன்று நடுநடுங்கியது. விஸ்வாவும் அதனைக் கவனித்தான்.

“டேய் இவள் உனக்கு கொக்காவா? அல்லது...”

அவன் கேள்வியை முடிப்பதற்குள் அந்த வார்த்தைகளின் விஷ அஸ்திரத்தால் தாக்குண்ட குணா நடுங்கிய கையால் ஆஸ்ரேயைப் பொத்திப் பிடித்தவாறே மின்னல் வேகத்தில் எழுந்து முரளியின் மூஞ்சியில் ஓங்கி அறைந்தான்.

எதிர்பாராத தாக்குதலால் நிலை தடுமாறிய முரளி “டேய் *ண்ட மகனே” எனக் கத்தியபடி குணாவை நோக்கிப் பாயமுற்பட, அதனை எதிர்பார்த்த குணா சட்டெனத் துள்ளி எழுந்து மேசையின் மேல் நின்றபடியே அவனது நெஞ்சைக் குறிவைத்துப் பலங்கொண்டு காலால் எட்டி உதைந்தான். பெருமரம் சரிந்து விழுந்தது போல் மணியமண்ணேயின் காலடியிற் போய் விழுந்தான் முரளி. அவனது முகம் இரத்தத்தால் மூடுண்டுபோக நிலைகுலைந்து போனானவன்.

கழுத்து நரம்புகள் புடைக்க ஒரு சண்டைக் கோழியைப் போல் மீண்டும் அவனைத் தாக்கத் தயாரான நிலையில் திமிறிக்கொண்டு நின்ற குணாவைக் கட்டிப்பிடித்து இழுத்துக்கொண்டு விஸ்வா வெளியே போக அவர்களின் பின்னால் மலர்விழியும் ஓடினாள். காலடியில் மல்லாந்து கிடந்த முரளியின் தோளைப் பிடித்துத் தூக்கி நிமிர்த்தி இருத்திவிட்டு நெற்றியில் கட்டுப்போடுவதற்குத் துணி எடுத்துவருவதற்காகப் பதைபதைத்தபடி மேலே ஓடினார் மணியமண்ணை.

நெற்றி பிளந்து முகத்தில் வடிந்த இரத்தத்தை ஆட்காட்டி விரலால் வழித்து எறிந்தவாறே சில நிமிடங்கள் தலையைக் குனிந்தபடியிருந்து "*ண்டையாண்டி... *ண்டையாண்டி..." எனப் பற்களை நறுமி உறுமிய முரளி மணியமண்ணை வருவதற்குள் விறுக்கென்று எழுந்து தட்டுத் தடுமாறி படிகளில் ஏறி தனது அறைக்குள் புகுந்து கதவைப் பூட்டிக்கொண்டான்.

நல்ல வேளையாக முகாம் பணியாளர்களோ அல்லது வேற்று நாட்டவர்களோ அவ்விடத்தில் இருக்கவில்லை. அவசர அவசரமாக நிலத்தில் சிந்திய இரத்தத்தைக் கழுவித் துடைக்கும் வேலையில் மணியமண்ணையுடன் சிலரும் ஈடுபட்டனர்.

முரளிக்கு விழுந்த அடி அங்குள்ள பலரின் மனதுக்குச் சந்தோஷத்தைக் கொடுத்திருந்தது. சிலர் குணாவைத் தடவிக்கொடுத்து ஆறுதற்படுத்திக் கொண்டிருக்க, எல்லாவற்றையும் கவனித்தபடி குணாவின் அருகிலேயே செல்லாமல் தூரத்திலேயே மௌனமாக நின்றுகொண்டார் சிவம் அண்ணை.

"என்ன செய்வம்? அவனுக்கு நெத்தியில பெரிய காயம் ரூமுக்குள்ள போய்க் கதவைப் பூட்டிப்போட்டான், ரெத்தம் ஓடிக்கொண்டிருக்க மயங்கிக் கியங்கிப் போனான் எண்டால் ஆபத்தாவெல்லே போயிரும்" எனப் பதட்டத்துடன் விஸ்வாவை பார்த்தார் மணியமண்ணை.

"ஓம் அண்ணே நீங்க சொல்லுறதும் சரிதான். வாங்க போய்ப் பார்ப்பம்." முரளியின் அறையை நோக்கி நடந்த விஸ்வாவின் பின்னால் மணியமண்ணையும் இன்னும் சிலரும் சென்று கதவைத் தட்டினார்கள்.

"யார்ரா அது *ண்ட..." திறக்கப்படாத அறையின் உள்ளேயிருந்து வசை வார்த்தைகள் மட்டுமே வெளிவந்தன.

"தம்பி அது நான்தான் மணியம். இன்னும் ரெத்தம் ஓடுதே? ஒருக்காக் கதவைத் திறவுமன் காயத்துக்குக் கட்டுப்போடுவம்"

"இங்க ஒரு பூழலும் ஓடயில்ல நீர் போய் உம்மட வேலையைப் பாரும். என்னில கை வைச்சவனுக்கு கெதியில ஓடும் அப்பபோய்க் கட்டுப்போடும்" என்ற வார்த்தைகளைக் கேட்டபின்பே அனைவரும் அங்கிருந்து நடையைக்கட்டினர்.

மறுநாளும் விடிந்து மதியப் பொழுதை நெருங்கிக் கொண்டிருந்தது. வழமைபோல் தொலைபேசியருகில் முரளி இல்லை என்றதும், அவனுக்கு ஏதும் நடந்திருக்குமோ என எல்லோருமே அச்சப்பட்டனர்.

மனச்சாட்சிப்படி அறச் சீற்றம் கொண்டவன் யாருக்குமே அஞ்சமாட்டான். எந்த நீதி மன்றங்களின் தண்டனைக்கும் பயப்படவும் மாட்டான் என்பதை உணர்த்தியபடியே கீழ் மண்டபத்தில் குணா அமைதியாக அமர்ந்திருந்தான். அருகில் அமைதி இழந்தவளாய் மலர்விழி காணப்பட்டாள். அப்போது பதட்டத்துடன் ஓடிவந்த சிவம் அண்ணை, "நான் போய் முரளியின்ர கதவைத் தட்டிப் பார்த்தனான் உள்ள ஒரு சத்தத்தையும் காணயில்ல" என்றவாறு மூச்சிரைத்து நின்றார்.

"அப்படியெண்டால் ரிசப்ஷனில சொல்லிக் கதவைத் திறந்து பாக்கிறது தான் நல்லது. ஆனால், என்ன நடத்ததெண்டு கேட்டால்..." பிடரியைச் சொறிந்தார் மணியமண்ணை.

"ஏன்... அண்ணே, நேற்று வெறியில விழுந்தெழும்பி ரெத்தக் காயத்தோட வந்து படுத்தவர் இன்னும் எழும்பயில்ல ஒருக்கால் ரூமைத் திறந்து பாருங்களெண்டு சொன்னால் என்ன?" நாடியில் கைவைத்தபடி யோசனையில் ஆழ்ந்திருந்த மலர்விழியும் தன் யோசனையைக் கூறினாள்.

"ம், நானும் அப்பிடித்தான் நினைச்சனான்" எனத் தாடியைத் தடவி தலையையும் ஆட்டியவாறு எழுந்து அலுவலக அறையை நோக்கி நடந்த விஸ்வாவின் பின்னால் மணியமண்ணையும்

சென்றார். சிறிது நேரத்தில் சிரித்த முகத்துடன் திரும்பி வந்த இருவரையும் எல்லோரும் ஆச்சரியத்துடன் பார்த்து நின்றனர்.

"முரளி இப்பதான் ரெலிபோனடிச்சு தான் அக்காக்காரி வீட்டில நிக்கிறதாயும், வாறதுக்கு ரெண்டு, மூண்டு நாள் செல்லுமெண்டும் சொன்னவனாம்" எனக் கூறியபடியே விஸ்வா குணாவின் அருகில் அமர்ந்துகொண்டான்.

விபரிதமாக ஏதும் நடந்திருக்குமோ என்றெண்ணிப் பயந்துகொண்டிருந்த மலர்விழி "அப்பாடா..." என நெஞ்சில் கைவைத்து ஆழமானதொரு பெருமூச்சை விட்டாள்.

"அட, அப்ப ஆள் விடியவே எஸ்கேப் ஆயிட்டுது போல" சிவம் அண்ணையின் முகத்தில் சந்தோஷம் பளிச்சிட்டது.

"பின்னயென்ன, பெரிசா சண்டித்தனம் விட்டுக்கொண்டு திரிஞ்சவனல்லே, அதுவும் ஒரு சின்னப் பெடியனிட்ட அடி வாங்கின அவமானத்தோட இங்க இருப்பானே? அதுதான் விடியவே எழும்பி ஒருத்தற்ற கண்ணிலும் படாமல் ஓடிற்றான் போல" என்ற மணியமண்ணையும் பெருமிதத்துடன் குணாவை ஒரு பார்வை பார்த்தார்.

"ஆனால், குணா நீர் கெதியா பாரிஸுக்கு போற அலுவலைப் பாரும். இங்க இருக்கிறது நல்லதில்ல, அடிபட்ட பாம்பு கடிக்காமல் விடாது" தன்னால்தான் எல்லாம் நடந்ததென்ற நினைப்புடன் கைகளைப் பிசைந்தபடி கூறினாள் மலர்விழி.

"அப்படியெண்டால் வலுகெதியாக நீங்களும் சுவிசுக்கு போகவேணுமே" அவளை மேலும் கீழுமாக பார்த்தபடி ஒரு அசட்டுச் சிரிப்புடன் குணா கூற, எதுவுமே பேசாது மௌனமாக தலைகவிழ்ந்து நின்றாளவள்.

"சரி, சரி... குணா ரெண்டு நாளா ஒரே ரென்சன், நீர் கொஞ்சம் ரிலாக்ஸாக வேணுமெண்டால் சிவம் அண்ணையோட போய் கமலின்ர நல்ல படமொண்டைப் போட்டுப்பாரும்" கொடுப்புக்குள் சிரித்தபடியே கூறிய விஸ்வா குணாவைக் கடைக்கண்ணால் பார்த்தான்.

"ச்சீச்...சீ... இல்லைத் தம்பி என்னட்ட ஒரு படமும் இல்ல எல்லாத்தையும் கொண்டுபோய்க் குடுத்திட்டன்" எனப் பரபரத்த சிவம் அண்ணை அவ்விடத்தை விட்டு மெல்ல நழுவ, வந்த சிரிப்பை மறைக்கக் கைகளால் வாயைப் பொத்திக்கொண்டான் குணா.

"உன்னால் முடியும் தம்பி" என்றபடியே அடக்க முடியாத சிரிப்புடன் குணாவைப் பார்த்தான் விஸ்வாவும்.

"ச்ச சும்மா இருங்கண்ணே நானே பாதிப்படம் பார்த்த கடுப்பில இருக்கிறன், நீங்க வேற..." எனக் குணா கூறிக்கொண்டிருக்கையில், கடுப்பான முகபாவத்துடன் வெளியேயிருந்து வந்த குண்டு வரதன் காதுவரை மூடியிருந்த தொப்பியைக் கழற்றி வீசிவிட்டு மூச்சிளைக்கச் சோபாவில் சாய்ந்தான்.

"மூஞ்சியப் பார்த்தா இண்டைக்குப் புலிகளின் உறுமல் வீரச்சாவுச் செய்திதான் வாசிக்கப்போகுது போல" எனக் குணாவின் காதுக்குள் குசுகுசுத்த மணியமண்ணை, சட்டென வரதனின் பக்கம் திரும்பி "என்னடா தம்பி நாட்டுச் செய்திகள் என்னவாம் சொல்லுது?" என வரதனின் வாயைக் கிளறினார்.

"க்ஹா... அந்த நாயளின்ர அட்டகாசம்தான் நாட்டில தாங்க முடியாமலிருக்குதாம்" என்றவன் கீழ் உதட்டைக் கடித்தான்.

"ஓ... இந்தியன் ஆமியச் சொல்லுறியே!"

"சீச்சி... அதுகளோட சேந்து திரியிர ஈ.பி நாயள்தான் இப்ப மோசமாயிருக்காம். புலியில இருந்து விலத்தியிருந்த போராளிகளையும், ஆதரவாளர்களையும் தேடித் தேடிச் சுட்டுத் தள்ளுறாங்களாம். க்ம்... புலிகள் எப்பவும் காட்டுக்கதான் இருப்பாங்கள் எண்டு நினைச்சிட்டாங்கள் போல. அவைக்கு இருக்குது கெதியில..." மண்டையை மேலும், கீழுமாய் ஆட்டிக்கொண்டான்.

"ஓ... ஆயுதம் வைச்சிருக்கிறவங்கள் மாறி மாறிப் பழிவாங்குவாங்கள். இடையில அப்பாவிச் சனங்கள்தான் பாவம்" என்றார் மணியமண்ணை.

“சனங்கள் என்னண்ணை சனங்கள், அதுகள் ஒழுங்காயிருந்தா இப்படியெல்லாம் நடக்குமே மற்ற இயக்கங்கள் எல்லாம் எதிரிகளோட சேந்து நிண்டு சொந்த இனத்தையே அழிக்கிற நேரத்திலயாவது சனங்கள் பொங்கியெழ வேண்டாமே?”

“எந்தச் சனங்களடா தம்பி, புலிகள் மற்ற இயக்கங்களை அழிச்சுச் சகோதரப்படுகொலை செய்தபோது சோடா உடைச்சுக் கொடுத்தும், இளநீர் வெட்டிக் கொடுத்துக்கொண்டும் வேடிக்கை பார்த்த சனங்களே? ச்ச... சும்மா கிட, எந்தக் கட்சி தேர்தலில வெல்லுமெண்டு நினைக்குதுகளோ அந்தக் கட்சிக்கே ஓட்டுப்போட்டுப் பழகிப்போன சனங்களிப்ப எந்த இயக்கம் சண்டையில வெல்லுமெண்டு நினைக்குதுகளோ அந்த இயக்கத்துக்குப் பின்னாலேயே போகவும் பழகீற்றுதுகள். இது தெரியாமல் நீ வேற...” வாயில வந்ததைச் சட்டெனக் கூறிவிட்டு, மேலும் நின்று கதையை வளர்க்க விரும்பாதவராய் எழுந்து போனார் மணியமண்ணை.

மாலை குணாவும், விஸ்வாவும் கடைக்குச் சென்று சாமான்கள் வாங்கிக்கொண்டு முகாம் திரும்பிக்கொண்டிருந்தார்கள். காற்றில் ஈரம் கலந்திருந்தது. வழமைக்கு மாறான கடுங்குளிர் அடித்தது. கை விரல்கள் விறைத்து விண் விண்ணென்று கொதித்தன. காதுமடல்களில் நெருப்பைக் கொட்டியது போல் எரிவு. மைனஸ் டிகிரிக்குக் கீழ் தட்பவெப்ப நிலை சென்றுவிட்டதை உணர்ந்தவர்கள் அவசர அவசரமாக நடையைக்கட்டிக் கொண்டிருந்தார்கள். வெண்புறா உதிர்த்த இறகுகள் போன்று வெள்ளை நிறத்தில் ஆகாயத்திலிருந்து மெல்ல மெல்ல ஆடியாடி பூமியை நோக்கி இறங்கிக்கொண்டிருந்தன வெண்பனித் துகள்கள்.

“அண்ணே இங்க பாருங்கண்ணே சினோ கொட்டுது” வியப்புடன் வானத்தைப் பார்த்து வாயைப் பிளந்தான் குணா.

“அட கோதாரி, இண்டைக்கு ஸ்னோவில தான் நனையப்போறம் போல. நிண்டு வாய் பாராமல் கெதியா நடவும்” நடையை வேகப்படுத்தினான்.

இருவரும் நடந்துகொண்டிருந்த கரிய தார்ச்சாலையில் இயற்கை வெண் கம்பளத்தை விரித்துக்கொண்டிருந்தது. கட்டிடங்களும்,

மரங்களும் மெல்ல மெல்ல வெள்ளாடை தரித்துக்கொள்ள பார்க்கும் இடமெங்கும் வெண்மை. குளிரையும் மறந்து அவர்கள் இதற்கு முன் பார்த்திராத, வார்த்தைகளால் விபரிக்க முடியாத அந்த அழகான காட்சியைக் கண்டு ரசித்தபடியே பனிப்பொழிவில் நனைந்தவாறு முகாமைச் சென்றடைந்தார்கள்.

வானம் கறுத்த ஒரு மார்கழி நாளின் மாலைப்பொழுது. மழைக் கோடுகள் செங்குத்தாக இறங்கி நகரை நனைத்துக் கொண்டிருந்தன. திட்டமிட்டபடியே மலர்விழியின் மாப்பிள்ளை வந்து முகாமுக்கு அருகேயுள்ள பூங்காவில் காருடன் காத்திருக்க, விஸ்வா, மணியமண்ணேயைத் தவிர வேறு எவருக்குமே தெரியாமற் படுஇரகசியமாக மலர்விழியை அழைத்துச்சென்று அவளது மாப்பிள்ளையிடம் சேர்த்தான் குணா.

"நான் சொன்னனே, இவர் தான் அந்த தம்பி" அவள் தன் மாப்பிள்ளைக்குக் குணாவை அறிமுகப்படுத்தினாள். குணாவின் கைகளை இறுகப் பற்றிக்கொண்டு நன்றியைத் தெரிவித்தவர், சுவிசுக்கு வரச் சந்தர்ப்பம் கிடைத்தால் கட்டாயம் தங்களை வந்து சந்திக்கும்படியாகக் கூறித் தனது முகவரியை எழுதிக்கொடுத்தார்.

குணாவுக்கான நன்றியைச் சொல்வதற்கு வார்த்தைகள் வசப்படாமல் வானத்தைப் பார்த்து விம்மி நின்ற மலர்விழியின் கண்களும் வானத்துக்கு போட்டியாக நீர் வார்த்தது.

"அடச்சீ... இதென்ன இது! ஒண்டுக்கும் யோசிக்காதிங்க அக்கா சந்தோசமா போயிட்டுவாங்க" அவன் சிரித்தபடி வழியனுப்ப, அவள் அழுதபடி விடைபெற்றுச் சென்றாள்.

◉

1989

வாழ்க்கை மிரட்டவும் வாழ்நாட்கள் துரத்தவும் மீண்டுமொரு பயணம். ஐரோப்பிய நாடுகளின் எல்லைகளைக் களவாகக் கடப்பதென்பது இலகுவான காரியமல்ல, ஆனாலும் எம்மவர்கள் கடந்தார்கள். காடு, கடல், குளம், குட்டையென கடும் குளிரிலும் கடந்தே களைத்தார்கள்.

அப்படியாகத்தான் சட்டவிரோதமானதும், ஆபத்தானதுமானதொரு ஆட்கடத்தலின் மூலமாக வாணவேடிக்கைகளால் மிளிர்ந்துகொண்டிருந்த 1988 ஆம் ஆண்டின் இறுதி நாளும் 1989 ஆம் ஆண்டின் ஆரம்ப நாளும் சந்தித்துக்கொண்ட அந்த நடுநிசியில் பாரிஸ் நகரை வந்தடைந்தான் குணா.

அதுவொரு தொடர்மாடிக் குடியிருப்பு. பாரிஸ் நகரின் மத்தியில் வெளிநாட்டவர்கள் அதிகமாக வாழும் பகுதியில் அமைந்திருந்தது. மாடிக்கட்டிடத்தின் முன்னே காரை நிறுத்திய போடர் சிறி "தம்பி இறங்கும் நாலாம் மாடிக்குப் போகவேணும்" என்றான்.

"என்னது நாலாம் மாடியா!?" திகைப்புடன் கேட்டான்.

"சீச்சீ... பயப்பிடாதையும் இது கொழும்பு நாலாம் மாடி மாதிரியில்ல, எல்லாம் நம்மட பெடியள்தான் யோசிக்காமல் இறங்கும்" என்றவாறு காரை விட்டு இறங்கி நடந்த போடர் சிறியின் பின்னால் நடந்தான் குணா. நாலாம் மாடியில் அதுவொரு சின்னஞ்சிறிய வீடு கதவைத் திறந்ததுமே ஒரு வரவேற்பறை, சிறியதொரு படுக்கையறை, அதனுள்ளே பக்கம் பக்கமாய் இரண்டு கட்டில்கள் போடப்பட்டிருந்தன. அந்த இரண்டு கட்டில்களின் மேலேயும் ஒவ்வொரு கட்டில்கள் பொருத்தப்பட்டு அதன் மேலே ஏறுவதற்கான ஏணிகளும் பொருத்தப்பட்டிருந்தன. அதன் இடப்பக்கம் கழிவறையுடன் கூடிய குளியலறை, வலப்பக்கம் சிறிய சமையலறை. வரவேற்பரையில் ஒரு உயரமான மேசையில் சிறிய ரீவியும், டெக்கும் இருந்தன. மேசையின் எதிரே நான்கு பேர் இருக்கக்கூடிய ஒரு சோபா. அதனருகில் ஒரு

மேசையில் தொலைபேசியும், கொப்பியும். கொப்பியின் தடித்த மட்டையில் ஒட்டை போட்டு ஒரு பேனாவும் கட்டிவிடப்பட்டிருந்தது. சோபாவின் பின்னால் பெரியதொரு அலுமாரியும் இருந்தது. ரீவி மேசைக்கும் சோபாவுக்குமான இடைவெளியில் ஐந்தாறு மெத்தைகள் ஒன்றன்மேல் ஒன்றாக சுவரோரம் அடுக்கிவைக்கப்பட்டிருந்தன. சோபாவில் ஒருவர் குறட்டை விட்டபடி நல்ல உறக்கத்தில் இருந்தார்.

"தம்பி இது தான் வீடு. இங்கதான் உம்மட பிரெண்ட்டோட சேர்த்து நாங்கள் ஒம்பது பேர் இருக்கிறம். இனி உம்மோட சேர்த்துப் பத்துப்பேர். அந்த ரூமுக்குள்ள வீட்டுக்காரரும் அதாவது, இந்த வீட்டை வாடகைக்கு எடுத்து வைச்சிருக்கிறவரும் அவற்ற பிரெண்ட்ஸ் மூண்டு பேரும் படுக்கிறவை. மற்ற ஆட்கள் எல்லாம் இந்த மெத்தையல இழுத்துப்போட்டிற்றுக் கோலுக்கதான் படுக்கவேணும். அடுத்தது போன் ஏதும் கதைக்கிறதெண்டால் கதைக்கலாம். இது யுனிற் சிஸ்ரம் உள்ள போன். அதனால மறக்காமல் அந்தக் கொப்பியில யாரு எத்தனையாம் யுனிற்றில் இருந்து எத்தனையாம் யுனிற் வரைக் கதைச்சது. மொத்தம் எத்தனை யுனிற் எண்ட விபரத்தை எழுதிப்போடவேணும். அப்பதான் கணக்குப் பாக்கிறது சுகமாயிருக்கும். மிச்ச விசயங்கள உம்மட பிரெண்ட் வந்து சொல்லுவான் தானே" எனக் கூறியபடியே முகத்தக் கழுவி உடையை மாற்றிக்கொண்டு வெளியே இறங்க ஆயத்தமானார் போடர் சிறி.

"ஏன் அண்ணே வீட்டில மற்ற ஆட்கள் ஒருத்தரையும் காணயில்லை?"

"எல்லாரும் ரெஸ்ரூரன்ட் வேலைகாரர் தானே, இண்டைக்கு வருசப் பிறப்பு வேற பயங்கர பிசியாயிருக்கும் அவங்கள் வர விடிஞ்சாலும் விடிஞ்சிடும். கிச்சனுக்க ஏதாவது சாப்பாடு இருக்கும் எடுத்து வடிவாச் சாப்பிட்டிற்று அந்த அலுமாரிக்க போர்வையள் இருக்கு மெத்தையில ஒண்டை இழுத்துப் போட்டிற்று படும். நான் ஒருக்கால் வெளிய போட்டுவாறன்" என்றவாறு போடர் சிறி இறங்கியோட குணா சமையலறையை எட்டிப் பார்த்தான். மிளகாய்த் தூள்ச் சமையல் வாசம் மூக்கைத் துளைத்தது. நீண்ட நாட்களின் பின் நாக்கும்

காரசாரத்தைச் சுவைக்கத் துடித்தது. ஆனாலும் தனக்கும் சேர்த்துச் சமைத்திருப்பார்களா என்ற சந்தேகமும், பயணக்களைப்பும் பசியைப் புறக்கணிக்க படுக்கையில் சுருண்டு விழுந்தவனை விடியற்காலை நான்கு மணியளவில் படுக்கையில் வைத்தே கட்டியணைத்தான் செல்வன்.

"அட மச்சி வந்திட்டியே!" என்றவாறு எழுந்திருக்க முயன்றவனை, "உஷ்" என ஆட்காட்டி விரலை வாயில் வைத்துக் குணாவின் குரலை அடக்கிய செல்வன் அருகில் படுத்தபடியே அவனது காதுக்குள் வாயை வைத்துக் கேட்டான், "எப்படி மச்சி சுகமா வந்து சேந்திட்டியே?"

"ஓம் மச்சி" எனக் குசுகுசுத்தபடியே சற்றுத் தலையைத் தூக்கிப் பார்த்தான். திறந்துகிடந்த சமையலறைக் கதவினூடாக உள்ளே ஒளிர்ந்துகொண்டிருந்த மின்விளக்கின் ஒளிக் கசிவில் அறையில் மங்கலான வெளிச்சம் பரவியிருந்தது. ஒன்றன்மேல் ஒன்றாக அடுக்கியிருந்த மெத்தைகளெல்லாம் இப்போது உழைத்துக் களைத்த உடல்களைச் சுமந்தபடி பரவிக்கிடந்தன. ஒவ்வொரு மெத்தையிலிருந்தும் வந்த ஒவ்வொருவிதமான குறட்டை ஒலிகளும். ஒவ்வொரு பக்கமிருந்தும் வந்த ஒவ்வொரு நாட்டுச் சாப்பாட்டு வாசனைகளும் அந்தச் சிறிய அறையை நிறைத்திருந்தன.

நீண்ட நாட்களின் பின் நண்பனைக் கண்ட சந்தோசத்தைச் சத்தமிட்டு வெளிப்படுத்த முடியாமல் மௌனமாக அவனை இறுக அணைத்தபடியே குணாவும் இரகசியம் பேசலானான். ஊர்ப் புதினங்களைக் குணா சுவாரஸ்யமாகச் சொல்லச் சொல்ல ஆவலோடு கேட்டுக்கொண்டிருந்த செல்வனிடமிருந்தும் குறட்டைச் சத்தம் வந்தபோதுதான் குணா கதையை நிறுத்தினான். ஆனால், ஊர் நினைவுகள் அவனை மேற்கொண்டு உறங்கவிடாமல் அலைக்கழித்தன. எழுந்துபோய் யன்னலின் ஊடாக விடியலுக்குத் தயாராகிக்கொண்டிருந்த அந்தக் கட்டிடக் காட்டின் அழகை ரசித்தான். படங்களில் மட்டுமே பார்த்திருந்த ஈபிள் கோபுரம் தூரத்தில் மங்கலாய்த் தெரிந்தது.

காலை எட்டு மணியிலிருந்து மீண்டும் மெத்தைகள் ஒன்றன்மேல் ஒன்றாக ஏறிக்கொள்ள, ஒருவர் பின் ஒருவராகப் படிகளில் இறங்கிக்கொண்டிருந்தார்கள். நேரமிருந்தவர்கள் நின்று

குணாவுடன் சில வார்த்தைகள் பேசி அறிமுகமானார்கள். நேரமில்லாதவர்கள் ஒரு "ஹாய்" அல்லது ஒரு வணக்கத்துடன் ஓடிக்கொண்டிருந்தார்கள்.

"மச்சி நீ வந்தபடியால இண்டைக்கு லேட்டாத்தான் வேலைக்கு வருவனெண்டு பத்ரோனிட்ட சொல்லிட்டுத்தான் வந்தனான்" என்றான் பத்து மணியளவில் கண் விழித்த செல்வன்.

"யாரிட்டச் சொன்னனி?" புரியாமற் புருவமுயர்த்தினான் குணா.

"ஓ... சொறி மச்சி, பத்ரோன் எண்டால் முதலாளியடா" என்றவன் துவாய்த்துண்டை எடுத்துக்கொண்டு குளியலறைக்குள் நுழைந்தான்.

நேற்று வரும்போது சோபாவில் நித்திரையிலிருந்தவர் இப்போது அதே சோபாவின் ஒரு கரையில் முழித்தபடி குந்தியிருந்தார். உரோமக் காடாய் காட்சியளித்த அவரது முகம் மினுமினுப்பற்று வறண்டுபோயிருந்தது. உரோமக் காட்டிற்குள் விரல்கள் விளையாடிக்கொண்டிருக்க வெற்றுச் சுவரை வெறித்துப் பார்த்தபடியே இருந்தார். அந்த வீட்டிலேயே வயது கூடியவர் போலிருந்த இன்னொருவர் சமையலறைக்குள் நின்றவாறு "சாமான்கள் முடிஞ்சா ஒருத்தனும் ஒண்டும் சொல்லமாட்டாங்கள்" எனப் புறுபுறுத்தபடி இல்லாத சாமான்களைக் குறிப்பெழுதிக்கொண்டிருந்தார்.

"ரீ ஏதும் குடிச்சியே?" கேட்டபடியே குளியலறையிலிருந்து வெளியேறிச் சமையலறைக்குள் நுழைந்த செல்வனின் பின்னால் குணாவும் சென்றான்.

"நடேசண்ணை, இவன்தான் என்ர பிரெண்ட்." எனப் புறுபுறுத்துக்கொண்டு நின்றவரிடம் குணாவை அறிமுகப்படுத்திய செல்வன், "இவர் தான் இங்க சமறிப் பொறுப்பாளர் சாப்பாடுக் கணக்கு வழக்கிலிருந்து எல்லாரிட்டையும் காசுகள் களைக்ட் பண்ணிச் சாமான்கள் வாங்கிப்போடுறது வரைக்கும் எல்லாமே இவர் தான்" எனக் குணாவுக்கும் அவரை அறிமுகப்படுத்தினான். குணாவும் அவரைப் பார்த்துப் புன்னகைக்க அவரும் புறுபுறுப்பைப் புறந்தள்ளிவிட்டு வரமறுத்த புன்னகை ஒன்றை வலுகட்டாயமாக வரவழைத்துப் பல்லிளித்தார்.

“அட தம்பியவ இண்டைக்கு என்ர சமையல் நாள், நிறையச் சாமான்கள் வாங்க வேண்டியிருக்கு நானொருக்கால் கடைக்குப் போயிட்டு வாறன் நீங்க இருந்து கதையிங்கோ” என்ற நடேசண்ணை இறங்கி ஓடினார்.

“ஒருமாதிரியா வந்து சேந்துட்டன் மச்சி. இனி உந்த அகதிப் பதிவு வேலைகளெல்லாம் இங்க என்னமாதிரி எண்டு உனக்குத்தானே தெரியும்” என்றவாறே தேநீரை உறிஞ்சினான் குணா.

“ஓமடாப்பா, முதல்ல நல்ல கேஸ் ஒண்டு எழுதவேணும். அதுக்கு இங்க சபா அண்ணை எண்டு ஒருத்தர் இருக்கிறார். அவர் கேஸ் எழுதினாப் பிழைக்காது. வாற புதன்கிழமை தான் எனக்கு லீவு, உன்னைக் கூட்டிக்கொண்டு போய் அந்த அலுவல்களைப் பாக்கிறன். இப்ப வேலைக்கு நேரமாச்சு லேட்டானாப் பத்துரோன் கத்துவான்” என மணிக்கூட்டைப் பார்த்தபடியே பரபரத்தோடினான்.

சமையலறையில் தொங்கிய ஒரு அட்டவணை குணாவின் கண்ணிற் பட்டது. அதில் யார் யார் எந்தெந்த நாட்களில் சமையல் செய்யவேண்டும் என்ற விபரங்கள் இருந்தன. விரைவில் தனது பெயரும் அதில் இடம்பெறப் போகிறதென்பதை நினைத்தபோது சமைக்கத் தெரியாத அவனுக்குச் சற்றுப் பயமாகவே இருந்தது. சமையலறையிலிருந்து குணா வெளியே வந்தபோது வெற்றுச் சுவரைப் பார்த்தபடி தாடியை விரல்களால் கிளறிக்கொண்டிருந்தவர், சுறுக்கெனத் தலையை வெட்டித் திருப்பி குணாவை மேலும் கீழுமாய் ஒரு பார்வை பார்த்துவிட்டு மீண்டும் சுவர்ப்பக்கம் முகத்தைத் திருப்பிக்கொண்டார்.

அவருடைய செயலிற்கு அர்த்தம் புரியாத குணாவுக்கு சங்கடமாக இருந்தது. ‘ஒருவேளை நான் இந்த வீட்டிற்கு வந்தது இவருக்குப் பிடிக்கவில்லையோ!’ என எண்ணிக்கொண்டான். சிறிய மௌனத்தின் பின் அவருடன் பேச்சுக்கொடுத்தால் என்னவென்று மனதில் தோன்றவே சோபாவின் மறுமுனையில் போய் அமர்ந்துகொண்டான்.

“அண்ணே! நான் குணா. உங்களுக்கு என்ன பேர்?” அவன் கேட்டதும் சட்டெனத் தலையைத் திருப்பியவர் சில வினாடிகள்

மௌனமாக குணாவை உற்றுப் பார்த்துவிட்டு "ஆனந்தன். சிவானந்தன்" என அழுத்தம் திருத்தமாகக் கூறிவிட்டுத் தலை குனிந்திருந்து மீண்டும் தாடிக்குள் விரல்களை விட்டுக் கிளறினார்.

"நீங்க வேலைக்குப் போறயில்லையே?" சம்பாசனையைத் தொடர விரும்பிய குணா அடுத்த கேள்வியை எறிந்தான்.

"நானேன் வேலைக்குப் போகவேணும்?" கேள்விக்கு இன்னொரு எதிர்க் கேள்வியே பதிலாய் வந்தது. அதுவும் கோபாவேசமாகக் குரலுயர்த்தி வந்தது. பதிலை எதிர்பார்த்த அவரது பார்வை குணாவையே நிலைகுத்தி நின்றது.

குணா சொல்வதறியாது திகைத்துப்போய் மௌனமாக நின்றான். வேலியிற் போன ஓணானைப் பிடித்து வேட்டிக்குள் விட்ட சங்கடம் அவனுக்கு. ஆனால், ஆனந்தனது கூரிய பார்வையோ பதில் இல்லாமல் அவனிலிருந்து விலகாது போலிருந்தது.

"இல்லையண்ணே... எல்லாரும் இங்க வேலைக்குப் போகினம். அதுதான் சும்மா கேட்டனான்" என்ற குணாவின் குரலில் முள்ளில் விழுந்த சேலையை எடுப்பதைப் போன்ற மென்மை இருந்தது.

"ஓ... அவங்களுக்கு எல்லாமே இருக்கு. அம்மா இருக்கு. அப்பா இருக்கு. தம்பி, தங்கச்சி இருக்கு. அவங்கள் உழைக்க வேணும். காசனுப்ப வேணும். அதுக்கவங்கள் வேலைக்குப் போவாங்கள். நானேன் போகவேணும்? எனக்கார் இருக்கினம் உழைச்சுக் காசனுப்ப, சொல்லு... சொல்லு... எனக்கார் இருக்கினமிப்ப, சொல்லு... சொல்லு..." என மூச்சு விடாமற் கோபாவேசமாகக் கேட்டவர் சட்டெனப் பேச்சை நிறுத்தி நெஞ்சு விரிய ஆழமானதொரு பெருமூச்சை இழுத்துவிட்டார்.

"சொறி அண்ணே, எனக்கு உங்கட நிலைமைள் ஒண்டும் தெரியாது. வெரி சொறி" எனத் தலை கவிழ்ந்தபடியே கைகளைப் பிசைந்து நின்றான்.

"நீ நாட்டை விட்டு எப்ப வெளிக்கிட்டனி?"

"இப்ப மூண்டு மாசத்துக்கு முன்னந்தான்."

“அப்ப, இந்தியன் ஆமியைப் பாத்துப்போட்டுத்தான் வந்திருக்கிற?”

“ஓம்...”

“உனக்கங்க ஆர் இருக்கினம்?”

“அம்மாவும், தங்கச்சியும், அக்கா குடும்பமும்.”

“தங்கச்சி?”

“ம்... பத்தாம் வகுப்புப் படிக்கிறாள்.”

அகதிப் பதிவின்போது ஓர் அதிகாரியின் கேள்விகளை எதிர்கொள்வதைப் போன்று உணர்ந்த குணா அதே பாணியில் தன் பதில்களையும் பவ்யமாக கூறிக்கொண்டிருந்தான். சில நிமிடங்கள் கீழ் உதட்டைக் கடித்துப் பிதுக்கி யோசித்தபடி இருந்த ஆனந்தன் சட்டெனத் தலை நிமிர்த்திக் குணாவைப் ஒரு பார்வை பார்த்தார். அந்தப் பார்வை சாதாரணமானதல்ல, குணாவை எரித்துப் பொசுக்குவது போன்றதொரு நெருப்புப் பார்வையது. அக்கணமே குணாவின் முகத்துக்கு நேராகக் கையை நீட்டி அதட்டலாகக் கேட்டார், “அறிவிருக்கா உனக்கு?”

அந்த அதட்டலில் அதிர்ந்துபோன குணா இந்தக் கேள்விக்கு என்ன பதில் சொன்னாலும், அது அறிவார்ந்த செயலாக இருக்காது என்பதை உணர்ந்தவனாய் மௌனமாகவே நிற்க, மீண்டும் ஆனந்தனே தொடர்ந்தார்.

“நானும் இப்பிடித்தான் கிளிக்குஞ்சு மாதிரியிருந்த தங்கச்சிய அங்க விட்டுப்போட்டுத்தான் வந்தனான். அவள் இப்ப இல்லத் தெரியுமா?” கேட்டவரே நெருப்பெரிந்த கண்களால் குணாவை உற்றுப் பார்த்தார். அந்தப் பார்வைக்குப் பயந்த குணா பவ்யமாக அமர்ந்திருக்க மீண்டும் அவரே தொடர்ந்தார்.

“அந்த இந்திய நாய்கள் வந்து அவளை நாசம்பண்ணிப் போட்டாங்கள். அதுவும் என்ர அப்பா, அம்மா, தம்பி எல்லாருக்கும் முன்னாலயே அவளக் கெடுத்துப்போட்டுக் குடும்பத்தோட கொள்ளி வைச்சுப்போட்டாங்களே தெரியுமா உனக்கது? எனக்கிப்ப யாரு இருக்கினம்? ஒருத்தருமே இல்ல.

பிறகேன் நானிங்க இருக்கவேணும்? வேலைக்குப்போய் உழைக்கவேணும்? சொல்லு! சொல்லு! இப்ப சொல்லு! நானேன் இருக்கவேணும்? நானேன் இருக்கவேணும்?" செவிப்புலனை வந்தறைந்த அவரது கேள்விகளுக்கு பதில் சொல்ல முடியாத குணா தன் இமைகளில் படர்ந்த ஈரத்தை துடைத்துக்கொண்டான்.

"ஐயோ! என்ர ஐயோ! எனக்கு யாருமே இல்லையே! எனக்கு யாருமே இல்லையே!" குரலெடுத்துக் கத்தியவர் இரண்டு கைகளாலும் ஓங்கி, ஓங்கி மார்பில் அறைந்துகொள்ள, பாய்ந்து சென்ற குணா கைகளைத் தடுத்து அவரைத் தன் நெஞ்சோடு அணைத்துக்கொண்டான்.

"நான் ஏன் இங்க இருக்கிறன்? நான் போகவேணும். நானங்க போய் இயக்கத்தில சேரவேணும். என்ர குடும்பத்த அழிச்சவங்களக் கூண்டோட அழிக்கவேணும்" எனக் குணாவின் மார்பில் முகம் புதைத்திருந்தவரின் குரல் உறுமிக்கொண்டிருந்தது.

"ஓம் அண்ணை அது நடக்கும். நீங்கள் போகாவிட்டாலும் அது கட்டாயம் நடக்கத்தான் போகுது. புலி எப்பவுமே காட்டுக்க இருக்கப்போறதில்ல. வெளிய வரத்தான் போகுது. அவங்களுக்கு ஒரு பாடம் படிப்பிக்கத்தான் போகுது. நீங்க கவலைப்படாமல் அமைதியா இருங்கோ" என அவரது முதுகை வருடிக்கொடுத்து ஆறுதற்படுத்தினான் குணா.

அப்போது கதவைத் திறந்துகொண்டு சாமான்களுடன் வந்த நடேசன் அவர்களின் நிலையைப் பார்த்ததுமே அங்கு என்ன நடந்திருக்கும் என்பதை புரிந்துகொண்டவராய், "என்ன ஆனந்தன் திரும்பவும் குழம்பிற்றானோ! இவனுக்கு இதே வேலையாப் போச்சு, சரி... சரி... ஒண்டுக்கும் யோசிக்காதயடாப்பா கொஞ்ச நேரம் படுத்து நித்திரையைக் கொள்" என்றவாறு சமையலறைக்குள் நுழைய, ஆனந்தனை சோபாவில் நீட்டிப் படுக்க வைத்துவிட்டு குணாவும் சமையலறைக்குள் நுழைந்தான்.

"ச்சே... என்னண்ணே இவற்ற நிலை இப்பிடியாப் போச்சே."

"ஓமடா தம்பி பாவந்தான், ஒண்டுக்கு ரெண்டு வேலை செய்துகொண்டு நல்லாத்தான் இருந்த பெடியன். நாட்டில

அப்பிடி ஒரு சம்பவம் நடந்ததோட உடைஞ்சுபோயிட்டான். இப்பிடித்தான் புதுசா யாரும் நாட்டிலயிருந்து வந்தால் இந்தியன் ஆமியின்ர கதைகளைக் கேட்டுக் குழம்பிப் போயிருவான் பாவி'' என்றவர் சமையல் வேலையை ஆரம்பிக்கக் குணாவும் ஒத்தாசை செய்தான்.

அன்றைய இரவு 'ஆனந்தனின் நிலை தனக்கு ஏற்பட்டால்' என்றெண்ணிக் கலங்கிய குணாவின் தூக்கமும் தொலைந்து போனது. தூக்கமின்றிப் படுக்கையில் புரண்டான். தங்கையின் நினைவுகளே அவனை ஆக்கிரமித்திருந்தன. அவளுக்கு ஏதாவது நடந்து விடுமோ என மனம் பதைபதைத்தது. அம்மாவையும், தங்கையையும் நினைத்தபோது ஏன்தான் இங்கு வந்தேன் என்றிருந்தது. ஆண்டவனே அவர்களுக்கு எதுவும் நடந்துவிடக் கூடாதென வேண்டிக்கொண்டான். அவர்களைப் பார்க்கவேண்டும் போல் மனம் தவியாய்த் தவித்தது. எல்லோரும் ஆழ்ந்த தூக்கத்திலிருக்கச் சத்தமின்றி எழுந்துபோய் சமையலறையிலிருந்து அன்புத் தங்கைக்குக் கண்ணீராற் கடிதமெழுதினான்.

• • •

குணா ஜெர்மனியிலிருந்து வந்து நான்காம் மாடியில் நான்கு சுவர்களுக்குள் இரண்டு கிழமைகள் எதுவித பிரயோசனமும் இன்றிக் கடந்து விட்ட நிலையில், கேஸ் எழுதவென்று சபா அண்ணையிடம் செல்வன் கூட்டிச் சென்றான். ஆனால் அவரோ தனக்கிப்ப நேரமில்லையென அடுத்தகிழமை வரச்சொல்லிவிட்டார். அடுத்தகிழமை செல்வதற்குச் செல்வனுக்கு நேரம் கிடைக்கவில்லை. அவன் ஓய்வு உறக்கம் இல்லாமல் இயந்திரகதியில் ஓடிக்கொண்டேயிருந்தான். கல்லைக் கண்டால் நாயைக் காணோம், நாயைக் கண்டால் கல்லைக் காணோம் என்ற நிலையே குணாவின் நிலையாகவிருந்தது.

ஆனால், குணா வந்ததன் பின் ஆனந்தனின் முகத்திலும், செயல்களிலும் சில மாற்றங்கள் தெரிந்தன. ஆனந்தனை ஆட்கொண்டிருந்த தனிமை என்ற பூதத்தைக் குணா வந்து விரட்டியடித்தான். ஆனந்தனுடன் ஒவ்வொரு நாளும் நிறையவே பேசினான், விவாதித்தான் கசப்பான கடந்த காலத்தைப் பற்றி அவரைச் சிந்திக்க விடாது பேச்சுக்களின் ஊடாக அவனைத்

திசைதிருப்ப முயற்சித்தான். அதில் ஓரளவு வெற்றியும் கண்டான். இடைக்கிடையே ஜெர்மனிக்கும் தொலைபேசி அங்குள்ளவர்களின் நலன்களையும் விசாரித்தான். ஒரு நாள் மலர்விழி போன் எடுத்து குணாவுடன் கதைக்கக் கேட்டதாகவும், குணா பாரிஸ் போய்விட்டதாக தாங்கள் சொன்னதாகவும் விஸ்வா கூறினான்.

எவ்வித முன்னேற்றமும் இல்லாமல் பாரிஸ் வாழ்வில் ஒரு மாதத்தைத் தாண்டிய நிலையில், ஒரு நாள் வேலை முடிந்து வந்த செல்வன் சொன்னான், “மச்சி இண்டைக்கு ரெஸ்ரூரன்ட்டில சுகாதாரக் கொன்ரோல் பாய்ஞ்சிட்டுதடா. கிச்சன் எல்லாம் ஓகே, ஸ்ரோர் ரூம் தான் கிளீன் இல்லை எண்டு பைன் அடிச்சுப்போட்டாங்கள். திரும்பவும் ஒரு கிழமையால பாக்க வருவாங்களாம் அதுக்கிடையில ஸ்ரோர் ரூமக் கிளீன் பண்ணவேணும் எண்டு பத்ரோன் அந்தரப்பட்டார். அதுதான் நான் நாளைக்கு உன்னைக் கூட்டிக்கொண்டு வாறனெண்டு சொல்லிப்போட்டு வந்தனான். எப்பிடியும் ரெண்டு, மூண்டு நாளைக்கு உனக்கங்க வேலையிருக்கும். நாளைக்கு என்னோட வெளிக்கிடு” என்றான்.

“சரி மச்சி… ஆனால், பதிவு ஒண்டும் இல்லாமல் என்னெண்டு வேலைக்கு?”

“அதொண்டும் பிரச்சனையில்ல. நான் பத்ரோனோட இதைப் பற்றிக் கதைச்சனான். அவர் சொன்னவர் நாளைக்கே ஆளைக் கூட்டிவா வேலை முடிய கையில காசு தாறனெண்டு. ஆனபடியால நீ ஒண்டுக்கும் யோசிக்காம வெளிக்கிடு.” என்ற செல்வன் மறுநாள் குணாவைக் கூட்டிக்கொண்டு சென்றான். அது பெரியதொரு இத்தாலியன் ரெஸ்ரூரன்ட். அங்கே பலர் இயந்திரகதியில் வேலையில் ஈடுபட்டிருந்தார்கள். அதன் நிர்வாகியான இத்தாலி நாட்டவன் அலுவலக அறையில் பெருத்த வண்டியைத் தடவிச் சுகங்கண்டபடி மேசைக்கு மேல் கால்களைத் தூக்கிப் போட்டவாறு அமர்ந்திருந்தான். அவனது வாயில் இருந்த இராட்சதச் சுருட்டு அறை முழுவதையும் புகையால் நிறைத்திருந்தது. கண்ணாடியினாலான கதவைத் தட்டி அனுமதிகேட்டு குணாவும் செல்வனும் உள்ளே நுழைந்தார்கள். சுருட்டுப்புகையின் பின்னால் முகம் மங்கலாகத் தெரிந்தது.

சுருட்டு நாற்றம் குணாவிற்கு வயிற்றைக் குமட்டியது. செல்வன் முதலாளிக்குக் குணாவை அறிமுகப்படுத்தினான்.

"இந்தப்பெரிய பேத்தை வண்டியுடன் அந்த உயரமான மேசையிலிருந்து எப்படித்தான் கால்களை எடுக்கப்போகிறானோ!" என்ற யோசனையுடன் குணா அவனையே பார்த்தபடி நிற்க, எதுவித சிரமமுமின்றிக் கால்களைச் சற்று உயர்த்தியவன் உடலைத் திருப்பினான். சட்டெனத் திரும்பிய சுழல்கதிரை வலது பக்கம் பார்த்து நிற்க இலகுவாக கதிரையிலிருந்து எழுந்தவன் குணாவைக் கை குலுக்கி வரவேற்று அழைத்துக்கொண்டு சமையலறையின் இடப்பக்கமிருந்து குத்தெனக் கீழ் நோக்கி இறங்கிய குறுகிய படிகளில் நடந்து நிலக்கீழ் அறையை அடைந்தான்.

யன்னல்கள் ஏதுமற்ற பெருத்த நீள்சதுர அறையில் பொருத்தப்பட்டிருந்த மின் குமிழ்களில் அப்பியிருந்த தூசிகளால் அங்கே மங்கலான வெளிச்சமே பரவியிருந்தது. நான்கு பக்கச் சுவர்களிலும் மரப்பலகையிலான பெட்டிகள் பொருத்தப்பட்டு அதற்குள் சாப்பாட்டுச் சாமான்கள் உட்பட நிறைய சமையல் உபகரணப்பொருட்களும் காணப்பட்டன, ஒரு மூலையில் உபயோகமற்ற பழைய பொருட்களும், உடைந்த தளபாடங்களும் நிறைந்து கிடந்தன. நிலத்திலும் ஆங்காங்கே உப்பு, சீனி முதற்கொண்டு பலவகையான தானியப் பொருட்கள் கொட்டிச் சிதறிக் கிடந்தன. இதுவரை நுகர்ந்திராத எதுவெனவே உணரமுடியாத ஒரு வகை நாற்றம் குணாவின் நாசியைத் துளைத்தது.

அங்கே உள்ள பொருட்கள் அனைத்தையும் கழுவித் துடைத்து துப்பரவாக்கப்பட்டு சுவருக்கும் அதில் பொருத்தப்பட்டிருக்கும் பெட்டிகளுக்கும் புதுவர்ணம் பூசப்பட வேண்டுமென்றும். உடைந்த தளபாடங்கள் மற்றும் உபயோகமற்ற பொருட்களை வெளியே உள்ள குப்பைகள் போடும் கொள்கலனில் கொண்டுபோய் போடவேண்டுமென்றும் பத்ரோன் அவனுக்குத் தெரிந்த அறைகுறை ஆங்கிலத்தில் கூறியதைக் கிட்டத்தட்ட அதேயளவு ஆங்கிலப் புலமை கொண்ட குணாவினால் புரிந்து கொள்வதொன்றும் கடினமானதாக இருக்கவில்லை.

போக்காளி | 87

குணா வேலையை ஆரம்பித்தான். வெளியே மைனஸ் டிகிரியில் காலநிலை இருந்தபோதிலும் அவனது பிடரியில் இருந்து வழிந்த வியர்வைக் கோடுகள் முள்ளந்தண்டு வழியாக இறங்கிக்கொண்டிருந்தன. தூசிகளின் ஒவ்வாமையால் அடிக்கடி தும்மல் தும்மலாக வந்தது. ஆனால், அவனோ தும்மல் வந்தபோதெல்லாம் அம்மா தன்னை நினைத்துக்கொள்வதாகவே எண்ணிக்கொண்டான். வேலைக் களைப்பும், மேலேயிருந்து வந்த சாப்பாட்டு வாசனையும் கடும்பசியை உண்டுபண்ணியது. மேலே சென்று சமையலறையை எட்டிப் பார்த்தான். அங்கே இரண்டு பக்கமும் எரிந்துகொண்டிருந்த காஸ் அடுப்புக்களின் மத்தியில் செல்வனும் இன்னும் சில தமிழர்களும் தீயாய் வேலை செய்துகொண்டிருந்தார்கள்.

வயிறு முட்டத் தண்ணீரைக் குடித்துவிட்டு மீண்டும் கீழே சென்று வேலையை ஆரம்பித்த சில நிமிடங்களில் "தொப்... தொப்" என்று படிகள் சத்தமிட பத்ரோன் இறங்கி வந்தான். ஒரு கையிற் சுருட்டும், மறு கையில் ஒரு கட்டைக் கிளாசும் இருந்தது. கிளாசில் பிறவுன் கலர்த் திரவத்தில் ஐஸ்கட்டிகள் கரைந்து கொண்டிருந்தன. அத் திரவமானது மேலே வேலை செய்துகொண்டிருப்பவர்களின் வியர்வையாகவே குணாவுக்குத் தோற்றமளித்தது. ஐஸ்கட்டிகள் விரைவாகக் கரைவதற்காகக் கிளாசை உள்ளங்கையில் வைத்து அவன் லாவகமாகச் சிலாவியபோது அதிலிருந்து வந்த வாசனையிலிருந்து "அது ஏதோவொரு வகை விலையுயர்ந்த விஸ்கி" என்பதைக் குணாவினால் ஊகிக்க முடிந்தது.

குணாவின் வேலையை மேற்பார்வை செய்தவன் "வெறிக் குட்... வெறிக் குட்" என்றபடி சுருட்டுப் புகையை நாற்றத்துடன் ஊதித் தள்ளிவிட்டுச் சென்றான்.

ஒருவாறாக மூன்றாம் நாள் வேலையை முழுமையாக முடித்திருந்தான் குணா. அன்றைய வேலை முடிந்ததும் சமையலறையில் நெருப்பு வெக்கையில் நின்று களைத்திருந்தவர்கள் எல்லோரும் உடைகளை மாற்றிக்கொண்டு பாரில் வந்தமர்ந்தார்கள். தொடைகள் தெரியக் குட்டைப் பாவாடையும், பொக்குள் தெரியக் குட்டைச் சட்டையும் அணிந்திருந்த ஒருத்தி பத்ரோனின் தலையசைப்பைப்

புரிந்துகொண்டு ஆளுக்கொரு பியரைப் பரிமாறினாள். அது அன்று நல்ல வியாபாரம் நடந்திருக்கின்றது என்பதன் அடையாளமாகவே இருந்தது. செல்வன் மடக் மடக்கென்று பியர்க் கிளாசைக் காலியாக்கிக்கொண்டிருந்தான். குணாவின் கையைப் பிடித்துச் சில பிராங் நோட்டுக்களைத் திணித்துவிட்டு, "சபா... சபா..." என அவனது முதுகைத் தட்டிக்கொடுத்த பத்ரோன், இரண்டு பியர்ப் போத்தல்களை ஒரு பிளாஸ்ரிக் பையிற் போட்டுக் குணாவிடம் நீட்டினான்.

"நோ தாங்க்ஸ்" என்று சொல்ல வாயெடுத்தவனைப் பத்ரோனின் பின்னால் நின்றுகொண்டு "வேண்டு... வேண்டு..." என்ற செல்வனின் சைகை மொழியானது அவனைத் "தாங்க்ஸ்" சொல்லிக் கைநீட்ட வைத்தது.

ரெஸ்ரூரன்டில் இருந்து வெளியே இறங்கியதுமே "எடு மச்சி போத்தில" எனக் கையை நீட்டினான் செல்வன்.

"அட இப்ப தானே குடிச்சனி. இதப் பிறகு வைச்சுக் குடியன்." அவனது கையைத் தட்டிவிட்டு நடையைக்கட்டினான் குணா.

"அடச்சீ... ஒரு பியரெல்லாம் குடியே! எடுடா லூசா" என்றவன் பையைப் பறித்து போத்தல்களை எடுத்து 'சடக் சடக்கென' வாயாலையே இரண்டையும் உடைத்து ஒன்றைக் குணாவிடம் நீட்டினான்.

"அடப் பாவி ரெண்டையும் உடைச்சிட்டியே! எனக்கு வேண்டாமடா. நான் ஒருக்காலும் குடிச்சதில்ல. ரெண்டையும் நீயே குடி."

"அடேய் நேற்றுத்தானே உடம்பெல்லாம் நோகுதெண்டு சொன்னனி, இதக் குடியடா ஒரு நோவும் தெரியாது." கட்டாயப்படுத்திக் குணாவின் கையில் போத்தலைத் திணித்தான். மறுத்தால் படுக்க வைச்சுப் பருக்கிவிடுவான் போலிருந்தது. ஆக்கினை தாங்க முடியாமல் போத்தலை வாங்கி மூக்கின் நுனியில் வைத்து முகர்ந்து பார்த்தான். அது புளித்துப்போன பாலின் நாற்றம் அடித்தது. பியர் காலாவதியாகிவிட்டதா? என்ற சந்தேகத்தில் போத்தலிலிருந்த திகதியைப் பார்த்தான். அதில் 1990 வரை பாவனைக்குரியதென இருந்தது. சரியென

அரை மனதுடன் அண்ணார்ந்து வாயில் ஒரு மிடறு விட்டவன் அப்படியே ஓங்காளித்துத் துப்பினான்.

“அட… டேய்… ஏன்ரா மடையா!” வியப்புடன் பார்த்தான் செல்வன்.

“சீக்… புழுத்த கச்சலடா. வேப்பெண்ணை மாதிரி இருக்குது. இதை என்னெண்டடா குடிக்கிறது. த்தூ…” மீண்டும் நாக்கைப் பற்களால் வழித்துத் துப்பினான்.

“சரி, சரி… அப்ப வீட்ட கொண்டுவா சீனி போட்டுக் கலக்கித்தாறன்.”

“உண்மையாவே?” ஆச்சரியத்துடன் கேட்டான் குணா.

“போடா லூசுப் பயலே” என்றவன் சட்டெனப் போத்தலைப் பறித்து அதையும் குடித்தவாறு நடந்துகொண்டிருந்தான்.

மேட்ரோவைப் பிடிப்பதற்கிடையில் வழியிலேயே இரண்டு போத்தல்களையும் காலி செய்துவிட்டான். நாள் முழுதும் வேலை செய்த களைப்புடன் மூன்று போத்தல் பியரைக் குறுகிய நேரத்திற் குடித்து முடித்தவன் வெகுவாக நிதானத்தை இழந்திருந்தான். அவனது நடையில் வேகம் குறைந்து கால்கள் தள்ளாடின.

“கெதியா வாடா மச்சி மேட்ரோ போயிடப் போகுது.”

“டேய் இதென்ன நம்ம ஊரேடா கடைசிப் பட பஸ்சை ஓடிப் பிடிக்கிறதுக்கு. விடிய விடிய மேட்ரோ ஓடுமடா. அவசரப்படாமல் நில்…”

“எதுக்கும் கெதியாப் போறது நல்லது தானே. அங்கால இறங்கி நடக்கவும் வேணுமெல்லே, வா… கெதியா வா…” வேகமாக நடந்தான் குணா.

“டேய் நில்லுடா மச்சி. இது பொல்லாத ஏரியாவடா கண்மூடி முழிக்கிறதுக்குள்ள காப்பிலியளும், அடையாரும் பேர்சை அடிச்சிற்றுப் போயிருவாங்கடா. பேர்சை எடுத்து முன் பொக்கெற்ல வையடா டேய் நி…நி…ல்…” இப்போது அவனது கால்கள் மட்டுமல்ல வார்த்தைகளும் தள்ளாடின.

சிறிது தூரம் நடந்த குணா நின்று திரும்பிப் பார்த்தான். செல்வன் சுமார் ஐம்பது மீற்றர் தூரத்தில் தள்ளாடிக்கொண்டிருக்க அவன் வரும்வரை அதிலேயே காத்துநின்றான். அவனின் எதிரே இருந்தவொரு குட்டிச் சுவரில் மூன்று ஆபிரிக்கப் பின்னணியைக் கொண்ட இளைஞர்கள் குந்தியிருந்தார்கள். அதில் ஒருவன் குட்டிச் சுவரிலிருந்து குதித்துக் கால்களை விசிறியபடி தோற்பட்டைகளை மேலும் கீழும் ஏற்றி இறக்கிய ஒருவித நடன அசைவுடன் குணாவை நோக்கி வந்து பிரெஞ்சில் ஏதோ கேட்டான். எதுவுமே புரியாமற் குணா முழிக்க மீண்டும் ஆங்கிலத்தில் கேட்டான். "டூ யூ காவ் எ சிமோக்?"

"நோ, ஐ டு நாட் சிமோக்கிங்" குணா சொல்லி முடிப்பதற்குள் பின்னாலிருந்து ஓடிவந்த செல்வன் பிரெஞ்சில் ஏதோ சொல்லிக் கத்தியவாறு அந்த ஆபிரிக்க இளைஞனின் நெஞ்சிற் கைவைத்துப் பலமாகத் தள்ளிவிட்டான். மல்லாக்க விழுந்தவன் எழும்புவதற்குள் அவனுடைய நண்பர்கள் இருவரும் பாய்ந்துவந்து செல்வனைக் கண்டபடி தாக்க ஆரம்பித்தார்கள். செல்வனும் முடிந்தவரை பதிற் தாக்குதல் நடத்தினான். அவர்களைத் தடுக்க முயன்ற குணாவுக்கும் பலமான அடிகள் விழுந்தன. செல்வன் நிலைதடுமாறிக் கீழே விழுந்ததும் ஒருவன் செல்வனின் நெஞ்சில் குந்தியிருந்து முகத்தில் பலமாகத் தாக்கினான். திடீரென மற்றைய இருவரும் ஏதோ சொல்லியபடி ஓட ஆரம்பித்தார்கள். செல்வனைத் தாக்கிக்கொண்டிருந்தவனின் பின்பக்கத்தால் பாய்ந்த குணா தனது வலது கையை அவனது கழுத்துக்குள் விட்டு முழங்கையை மடித்து பலமானதொரு பூட்டுப் போட்டு அவனைச் செல்வனின் மேலிருந்து இழுத்தெடுக்க முயற்சித்தபோது, குணாவின் பின் பக்கத்தால் அவனது தோட்பட்டையில் யாரோ இறுக்கமாக அழுத்திப் பிடிப்பதை உணர்ந்தவன் சட்டென இடது கையை மடித்து முழங்கையால் பின்னால் நின்றவனுக்கு ஒரு குத்துக் குத்தினான்.

"மச்சான் அது பொலிசடா..." மல்லாக்கக்கிடந்தவாறே கத்தினான் செல்வன்.

சடுதியாகப் பின்னால் திரும்பிப் பார்த்த குணாவுக்கு தான் தாக்கியது காவற்துறையினனை எனத் தெரிந்ததும் ஐந்தும்கெட்டு,

அறிவும் கெட்டுப்போனது. ஓடிய இருவரும் தப்பிவிட, மூவரும் காவற்துறையினரால் மடக்கிப் பிடிக்கப்பட்டு பக்கத்திலிருந்த கட்டிடச் சுவரில் அவர்களின் பத்து விரல்களும் படும்படியாகச் சாய்ந்து நிற்க வைத்து உடற்சோதனையும், விசாரணையும் செய்தார்கள். ஆபிரிக்க இளைஞன் சரளமான பிரெஞ்சில் காவற்துறையினருக்கு ஏதோ கூறிக்கொண்டிருந்தான். தெரிந்த கொஞ்சப் பிரெஞ்சையும் மப்பில் மறந்துபோன செல்வன் ஏதேதோ பிசத்தினான். எதுவுமே புரியாமல் நின்ற குணாவுக்கு ஏதோ கெட்டது நடக்கப்போகிது என்பது மட்டும் புரிந்தது.

முடிவில் குணாவின் பேர்சிலிருந்த ஜெர்மன் அகதி முகாமில் வழங்கப்பட்ட அடையாள அட்டையைக் கண்டெடுத்த காவற்துறையினர் அவனைத் தங்களது வாகனத்தில் ஏற்றிக்கொண்டு பறந்தார்கள்.

“அடேய் இண்டைக்குத்தான் வந்ததெண்டு சொல்லி அசூல் கேளடா, அசூல் கேளடா...” எனத் திரும்பத் திரும்பக் கத்தியபடியே நின்றான் செல்வன்.

முழு இரவையும் காவல் நிலையத்தில் கண் விழித்தே கழித்தான் குணா. இலங்கைக்குத் திருப்பி அனுப்பிவிடுவார்களோ என்றெண்ணிப் பயந்த மனது அவனைத் தூங்க விடவில்லை. காலையில் ஒரு காவற்துறை அதிகாரியின் விசாரணையின் போது, தானொரு இலங்கை அகதி என்றும், தனக்கு அங்கு உயிராபத்து இருப்பதாகவும் கூறித் தனக்கு இங்கு அகதி அந்தஸ்து தரும்படியாக மன்றாடிக் கேட்டான். அதனை நிராகரித்த அதிகாரி அவனைப் பக்கம் பக்கமாகப் படம் பிடித்ததோடு கை ரேகைகளையும் பதிவு செய்தபின் “நீ ஏற்கனவே ஜெர்மனியில் அகதி அந்தஸ்துக் கோரியிருக்கின்றாய் எனவே உன்னை ஜெர்மனிக்கே திருப்பி அனுப்பப்போகின்றோம்” எனக் கூறிச்சென்றான்.

மதியம் பிரான்சையும், ஜெர்மனியையும் தொடுத்துவைத்திருந்த தண்டவாளத்தை உரசிச் சூடேற்றியபடியே ஓடிக்கொண்டிருந்த புகையிரதத்தில் பிரஞ்சுக் காவற்துறையினர் இருவருடன் பயணித்துக்கொண்டிருந்தான் குணா. சில மணித்தியாலயங்களின் பின் இரு நாடுகளுக்குமான எல்லையில் வைத்து பிரஞ்சுக்

காவற்துறையினரால் ஜெர்மன் காவற்துறையினரிடம் குணா ஒப்படைக்கப்பட்டான்.

மீண்டும் மீண்டும் விசாரணைகளையும், மிரட்டல்களையுமே எதிர்கொண்டான். இவன் தங்கள் கண்ணில் மண்ணைத் தூவி விட்டுப் பிரான்சுக்குள் நுழைந்திருக்கின்றான் என்ற கோபமானது ஜெர்மன் காவற்துறையினரின் விசாரணைத் தொனியில் தெரிந்தது. "எப்படிப் போனாய்? யாருடன் போனாய்?" எனத் துருவினார்கள். ஆனாலும் அவன் "நான் தனியனாகத்தான் புகையிரதத்தில் பாரிஸ் போனேன்." என்ற பொய்யைச் சொல்வதில் உறுதியாகவிருந்தான்.

அப்போது ஜெர்மனியில் வாழும் வெளிநாட்டு அகதிகள் ஒரு நகரத்தில் இருந்து இன்னொரு நகரத்துக்கே போவதாயின் காவற்துறையிடம் அனுமதி பெற்றே போகவேண்டும் என்றதொரு நடைமுறைச் சட்டம் இருந்தது. அதனை மீறிய குற்றத்திற்கான தண்டப்பணமாக அவனிடமிருந்த பிராங் நோட்டுகளைப் பிடுங்கியவர்கள் மிகுதிப் பணத்தில் மீண்டும் அவன் வாழ்ந்த அகதி முகாமுக்குச் செல்வதற்கான புகையிரதப் பயணச்சீட்டையும் பெற்றுக்கொடுத்து, முகாமைச் சென்றடைவதற்கான ஒரு வரைபடத்துடன் அவனைப் புகையிரதத்தில் ஏற்றி அனுப்பிவைத்தார்கள்.

பழைய குருடி கதவைத் திறவடியென மீண்டும் அந்த அகதிகள் முகாமுக்குள் நடுநிசியில் நுழைந்தான். முகாம் அமைதியாக இருந்தது. அறிமுகமில்லாத சில புதுமுகங்களையே காணக்கூடியதாக இருந்தது. நேற்றைய இரவின் தூக்கமின்மையால் அறிவாற்றல் திறன் செயலிழந்து மிகவும் களைத்துச் சோர்வடைந்து இருந்தவனை முகாமின் பொறுப்பதிகாரியும் தன் விசாரணை வட்டத்திற்குள் இழுத்து அலைக்கழித்த பின்னரே மேலே அழைத்துச் சென்று ஒரு அறையிற் படுக்கவிட்டான். அது தூக்கமா அன்றி மயக்கமா என இனங்காண முடியாதவொரு உறைநிலையை அடைந்தானவன். ஒரு மனிதன் தன் வாழ்நாளில் மூன்றில் ஒரு பகுதியைத் தூக்கத்திற்காகச் செலவழிக்க வேண்டும் என்ற நியதியும் அந்நிய தேசங்களில் அகதியாகிப்போனவர்களின் வாழ்வில் பொய்த்துப்போனது.

அகதி முகாம் நட்பும் பள்ளிக்கூட நட்பைப் போன்றதே பிரியும்போது வலியையும் மீண்டும் சேரும்போது சந்தோஷத்தையும் கொடுப்பதே. காலை விடிந்ததும் விஸ்வாவையும், மணியமண்ணையையும் கண்டு கட்டித்தழுவியபோது அந்த சந்தோஷத்தை அவர்கள் அனுபவித்தார்கள்.

“என்னடா தம்பியா உன்ர நிலையும் இப்பிடியாப்போச்சே!” எனக் குணாவின் கதையைக் கேட்ட மணியமண்ணை வாயிற் கைவைத்து நின்றார்.

“சரி... சரி... ஒரு பிரச்சனையுமில்ல, எல்லாம் நன்மைக்குத்தான். நீயும் எங்களோட வெளிக்கிடு” என்ற விஸ்வா, எதுவுமே புரியாமல் நின்ற குணாவைத் தனது அறைக்கு அழைத்துச் சென்று தானும், மணியமண்ணையும் இன்னும் இரண்டு நாட்களுக்குள் நோர்வேக்குப் போவதற்கு டென்மார்க்கில் உள்ள ஒரு ஏஜென்சி ஊடாக ஒழுங்கு செய்திருப்பதான இரகசியத் தகவலைக் கூறினான்.

“என்னெண்டு அண்ணே நான் உடன காசுக்கு ஒழுங்கு செய்யிறது?”

“ஏன் குணா கையில கொஞ்சமும் இல்லையே! நோர்வே நல்ல நாடாம் எங்கட ஆட்களை மூண்டு மாசத்துக்குள்ள அக்செப்ற் பண்ணி காட் குடுக்கிறாங்களாம், வேலையும் எடுக்கலாமாம். அதோட நீலப் பாஸ்போர்ட் ஒண்டும் குடுக்குறாங்களாம் அதில இலங்கையைத் தவிர எல்லா நாட்டுக்கும் போகலாமாம் எல்லே, எப்பிடியாவது நீரும் எங்களோட வெளிக்கிடும்” என்றான் விஸ்வா.

“இல்லையண்ணே, இங்க சாப்பாட்டுக் காசில மிச்சம்பிடிச்சு வைச்சிருந்த கொஞ்சக் காசும் பாரீசில உடுப்புப் பெட்டியோட மாட்டீற்றுது. செல்வனிட்டச் சொல்லி அதை எடுத்து அங்கத்தைய சாப்பாட்டுக் காசும், ரூம் காசும் கொடுக்கத்தான் சரியாகும். ச்சா... இப்ப கையில ஒரு சதமும் இல்லையண்ணே” வெறுங் கையை விரித்துக் காட்டினான் குணா.

“என்னட்டைக் கொஞ்சம் எடுக்கலாம். மணியமண்ணேட்டையும் கேட்டுப் பாக்கலாம். ஆனபடியால அதைப்பற்றி யோசிக்காதையும்.

நோர்வேயில உள்ள மணியமண்ணையின்ர சொந்தக்காரர்தான் ஒழுங்கு செய்தவர். அங்க போய் இறங்கினப்பிறகு அவர் ஊடாகத்தான் காசும் குடுபடும். அதுக்கான ஒழுங்கெல்லாம் செய்தாச்சு. நானிப்ப ஏஜென்சிக்காரனுக்கு போனடிச்சு நாங்கள் மூண்டு பேரெண்டு சொல்லிவைக்கிறன் சரியே...'' என்ற விஸ்வா மணியமண்ணையைத் தேடிக் கீழே ஓடினான்.

இப்போதுதான் ஒரு பயணம் தோல்வியில் முடிந்து வட்டுத்தாவி வழுக்கி விழுந்த அணில்க் குஞ்சைப் போல மூச்சிளைத்துக் கிடந்தவனைச் சற்றும் இளைப்பாறக் காத்திருக்காத காலம் இன்னொரு பயணத்திற்குக் கட்டளையிட்டது.

இரண்டாம் நாள் திட்டமிட்டபடியே முகாமில் யாருக்குமே சந்தேகம் ஏற்படாதபடி அங்கிருந்து வெளியேறியவர்கள். ஏஜென்சிக்காரன் சொன்னபடியே பயணப்பொதிகள் ஏதுமற்று உடுத்த உடுப்புடன் புகையிரதத்தில் ஏறி கம்பேர்க் என்ற பெருநகரத்தை சென்றடைந்தார்கள். புகையிரத நிலையத்தில் இவர்களுக்காகக் காத்திருந்த டென்மார்க் ஏஜென்சிக்காரன் ஒழுங்கு செய்த குமரன் என்பவன், தூரத்தில் நின்றே இவர்களை அடையாளங்கண்டு தன் பின்னால் வரும்படி சைகையில் அறிவித்து புகையிரத நிலையத்திலிருந்து அழைத்துச் சென்று காரில் ஏற்றிக்கொண்டு தனது இருப்பிடம் நோக்கிப் பறந்தான்.

“தம்பி காரிலேயா டென்மார்க் வரையும் போறது?'' குமரனின் அருகில் முன் சீற்றிலிருந்த மணியமண்ணை கேட்டார்.

“இல்லையண்ணே முந்திய மாதிரியில்ல. இப்ப போடரெல்லாம் சரியான ஸ்ரிக்ட். அந்த ரூட்டெல்லாம் அடிபட்டுப்போச்சு. இப்ப ரயில் ரூட் தான் பிரச்சனையில்லாமல் ஓடுது'' என்றவன் காரை நிதானத்துடன் ஓட்டிக்கொண்டிருந்தான்.

“ரயிலிலையோ!?''

“ஓமண்ணை, இண்டைக்குப் பின்னேரம் ஆறு முப்பது ரயிலில உங்கள ஏத்திவிடுவன். சரியா இரவு பத்து ஐம்பதுக்கு டென்மார்க்கில ஒபென்ரோவ் எண்ட ஸ்ரேசனில ரயில் பத்து நிமிஷம் நிக்கும், அப்ப எங்கட ஆட்கள் வந்து உங்கள இறக்குவாங்கள்.''

“அப்ப பாஸ்போர்ட் ஏதும் கையில தருவீங்களே?” அப்பாவியாக கேட்டார் மணியமண்ணை.

“ச்ச... அதொண்டும் தேவைப்படாது” என்றவன் அலட்டிக் கொள்ளாமற் கார் ஓட்டத்திலேயே கவனம் செலுத்தினான்.

மணியமண்ணைக்கு ஒரே குழப்பமாகவிருந்தது. பின்னால் இருந்தவர்களைத் திரும்பிப் பார்த்தார். அவர்கள் முகத்திலும் அந்தக் குழப்பத்தைக் கண்டவர் மீண்டும் கேட்டார்.

“அப்ப தம்பி போடர்ல செக்கிங் கிக்கிங் ஒண்டும் இல்லையே?”

“என்ன அண்ணே! செக்கிங் இல்லாமல் போடரே? அதுக்கெல்லாம் எங்களிட்ட வழி இருக்கு நீங்க ஒண்டுக்கும் யோசிக்காதிங்க” என்றான்.

“இல்லைத்தம்பி தப்பித்தவறிப் பிடிபட்டுக் கிடிபட்டுவிட்டால் நாட்டுக்கு அனுப்பி விட்டிருவாங்களோ எண்டுதான் பயமா இருக்கு.”

“சேச்...செ... இது பக்கா ரூட் அண்ணே, சான்சே இல்லை” என்றபோது கார் அவனது குடியிருப்பை வந்தடைந்திருந்தது. அவர்களை அழைத்துக்கொண்டு உள்ளே சென்றவன் கதவைப் பூட்டி விட்டு பயணத்திட்டத்தை இரகசியமாகக் கூற ஆரம்பித்தான்.

“அதாவது, ரயில்ப் பெட்டியிலுள்ள டொய்லெட்டின் கூரைப் பகுதியில ஒரு சுடுதண்ணி ராங்கியை தாங்கியிருக்கிற பெட்டியொண்டு இருக்குது அதுக்குள்ள ஒளிச்சிருந்துதான் நீங்க போகப்போறிங்க. அதனால ரிக்கற் செக்கிங், பாஸ்போட் செக்கிங் எண்டதொரு பிரச்சனையும் இருக்காது. உங்களை ஏத்திப்போட்டு நான் ரயிற் பெட்டி நம்பரை டென்மார்க்குக்கு அறிவிப்பன், ரயில் அங்க போனதுமே உங்கள இறக்கிறதுக்கு ஆட்கள் ரெடியா நிப்பினம். ஆனபடியால நீங்க ஒண்டுக்கும் யோசிக்கத் தேவையில்ல நேற்றுக்கூட சுவிஸ்ல இருந்துவந்த தம்பதியை ஒரு பிசகும் இல்லாமல் ஏத்தி இறக்கியாச்சு” என்றான் அவன்.

“என்னது! பெட்டிக்குள்ள இருந்தோ?” திகைப்புடன் கேட்ட மணியமண்ணை விஸ்வாவையும், குணாவையும் குழப்பத்துடன் பார்த்தார். இதைப்பற்றி மேலும் கதைக்க விரும்பாதவன்போல் குமரன் எழுந்து சமையலறைக்குள் நுழைந்தான்.

“என்னடாப்பா செத்த பிறகே பெட்டிக்க வைச்சு மூடிப் போடுவாங்களே எண்டு இப்பவே நினைச்சுப் பயப்பிடுற என்னக் கொண்டுபோய் உயிரோடையே பெட்டிக்க வைச்சு மூடப் போறானாம் இந்த அறுவான். இது உனக்கு முதலே தெரியுமே?” விஸ்வாவின் காதுக்குள் குசுகுசுப்பாய்க் கேட்டார் மணியமண்ணை.

“இல்லை அண்ணே, டென்மார்க்காரன் பொக்ஸ் ரூட் எண்டு தான் சென்னவன். நான் ரயில் பெட்டியைத்தான் பொக்ஸ் எண்டு சொல்லுறானெண்டு நினைச்சன்” எனக் குமரனின் காதில் விழாதபடி கூறித் தலையைச் சொறிந்தான் விஸ்வா.

இருவரது சம்பாசணையையும் காதில் வாங்கியபடி மௌனமாக இருந்த குணா எது நடந்தாலும் அதைத் தைரியமாக எதிர்கொள்வதென மனதுக்குள் முடிவெடுத்துக் கொண்டான். பசி வேறு அடிவயிற்றைக் கிள்ளியது. “என்னண்ணே ஏதாவது உதவி செய்யிறதே?” எனக் கேட்டபடி குமரனின் பின்னாற் போய் நின்றான்.

“ச்ச... நீங்க பசியில இருப்பிங்கபோல இந்தாச் சாப்பாடு ரெடி” என்றவன் அடுப்பில் ஒரு சட்டியை வைத்துவிட்டு, மீன் ரின் போலிருந்த நான்கு தகர ரின்களை எடுத்து வெட்டி அதிலிருந்தவற்றைச் சட்டியிற் போட்டுப் பிரட்டி சூடாக்கினான். குணா வேற்று ரின்னை எடுத்துப் பார்த்தான் அதில் ‘mexican rice mix’ என ஆங்கிலத்தில் எழுதியிருந்தது. சூடாக்கியபின் மணம் குணமாக இருந்த அந்த இறைச்சியும், மரக்கறிகளும் கலந்த குழையற் சோற்றை உருட்டி வயிற்றுக்குள் தள்ளிய சற்று நேரத்தில் மீண்டும் கம்பேர்க் ரயில் நிலையத்தை நோக்கிக் கார் புறப்பட்டது.

“நீங்கள் யாராவது இங்க பதிஞ்சு இருக்கிறிங்களே?” கேட்டான் குமரன்.

“ஓம், எல்லாருமே இங்க பதிஞ்ச ஆட்கள் தான்.” பதிலளித்தார் மணியமண்ணை.

“அப்பிடியெண்டால் இங்க பதிஞ்ச பெயரிலோ, பிறந்த திகதியிலோ அங்கயும்போய்ப் பதிஞ்சுபோடாதிங்க. பிறகு இங்கயிருந்த விசயம் பிடிபட்டு எல்லாமே நாறிப்போயிரும். பெயரிலோ அல்லது திகதியிலோ கொஞ்சம் மாற்றம் செய்யவேணும் சரியே” என்ற குமரனின் ஆலோசனையை மூவரும் தலையாட்டிக் கேட்டுக்கொண்டிருந்தபோதே கார் புகையிரத நிலையத்தை வந்தடைந்திருந்தது.

கம்பேர்க் புகையிரத நிலையம் பயணிகளால் நிறைந்து பரபரப்பாகக் காணப்பட்டது. கொப்பன்காவன் செல்ல வேண்டிய புகையிரதம் வந்ததுமே “பதினைந்து நிமிஷம் தான் இதில நிக்கும் கெதியா ஏறுங்க... கெதியா ஏறுங்க...” என அவர்களை அவசரப்படுத்திய குமரன் ஒரு பெட்டியிற் தாவி ஏற அவர்களும் அவனைப் பின்தொடர்ந்தார்கள். துரிதமாக செயற்பட்ட குமரன் குணாவையும், மணியமண்ணையையும் ஒரு பெட்டியில் இருத்திவிட்டு விஸ்வாவை அழைத்துக்கொண்டு மறு பெட்டிக்கு ஓடினான். ரிக்கற் செக்கர் வந்தால் என்ன செய்வதென்ற யோசனையில் இருவரும் முழிகளைப் பிதுக்கியபடி இருக்க சிறிது நேரத்தில் ஓட்டமும், நடையுமாக திரும்பிவந்த குமரன் குணாவை அழைத்துக்கொண்டு இன்னொரு பெட்டிக்குத் தாவி மலசலகூடத்தை நோக்கி வேகமாக சென்று கதவை திறக்க முயன்றபோது உள்ளே இருந்து வந்த செருமல் சத்தம் அது பாவனையில் இருப்பதை உணர்த்தியது.

“அட சைசெ” எனத் தலையில் அடித்துக்கொண்டவன். அடுத்த பெட்டியை நோக்கி ஓடினான். அங்கே மலசலகூடத்துக் கதவைத் திறந்த குமரன் முதலில் குணாவை உள்ளே தள்ளிவிட்டு பின்னால் திரும்பிப் பார்த்து ஒருவரும் கவனிக்கவில்லை என்பதை உறுதிசெய்த பின்னர் அவனும் உள்ளே நுழைந்து கதவைப் பூட்டிக்கொண்டான். இருவர் உள்ளே நிற்க முடியாத அளவு சின்னஞ்சிறிய இடத்தில் குணா ஓரமாக ஒதுங்கி நிற்க, மலசலக்குழி இருக்கையின் மூடியை மூடிவிட்டு அதன் மேல் ஏறிய குமரன் காற்சட்டை பொக்கற்றுக்குள் கையை விட்டு பத்துப் பனிக் குத்தி ஒன்றை எடுத்துக் கொண்டான்.

மேற்கூரையில் பொருத்தப்பட்டிருந்த சிறிய கதவு போன்ற பலகையின் ஒரு கரையின் மையப்பகுதியில் இருந்த “சய” வடிவிலான துவாரத்துக்குள் அந்தப் பனிக் குத்தியை நுழைத்துத் திருகினான். அச் சிறிய கதவு சட்டெனத் திறந்து தொங்க உள்ளேயிருந்து கரிய தூசிகள் கொட்டின. குணா அண்ணார்ந்து பார்த்தான். ஊரில் நாய்கள் பாவிக்கும் வேலிப்பொட்டுப் போல் ஒரு சிறிய ஓட்டை, உள்ளே ஒரே இருட்டு. எதுவுமே தெரியவில்லை. மீண்டும் பொக்கற்றுக்குள் கையைவிட்ட குமரன் ஒரு லைற்றரை எடுத்துப் பற்றவைத்து அவ் வெளிச்சத்தை அச் சிறிய கதவின் அருகே பிடித்துக் காட்டி “இந்தா, இந்த இடத்தில தான் சுறுண்டு படுக்க வேணும் சரியே” என்றான். “இடமா! அது எங்க இருக்கு?” என்று மனதுக்குள் எழுந்த கேள்வியை மறைத்துக்கொண்டு மண்டையை ஆட்டினான் குணா.

சட்டென மலசலக்குழி இருக்கையிலிருந்து கிழே குதித்த குமரன், அதிற் குணாவை ஏற்றிவிட்டு அருகில் குனிந்து நின்றபடி “என்ர முதுகில கால் வைச்சு மேலே ஏறிப் போ” எனக் கட்டளையிட்டான். அவனது கட்டளையை ஏற்றுச் சடுதியாகச் செயற்பட்ட குணா உள்ளேயும் போக முடியாமல் வெளியேயும் வர முடியாமல் அந்தரத்தில் தொங்க மீண்டும் மலசலக்குழியின் இருக்கையில் ஏறிய குமரன் குணாவின் கால்களில் பிடித்துத் தள்ளி அவனை உள்ளே திணித்தான். வலது பக்கம் சரிந்தபடி உள்ளே ஊர்ந்து சென்ற குணாவின் தலையில் ஏதோ இடித்த போதுதான் புரிந்தது அதற்கு மேல் அங்கே இடமில்லை என்பது. முழங்காலுக்குக் கீழ்ப்பகுதி வெளியே தொங்கியது. “காலை மடிச்சு உள்ள எடு” எனக் கீழேயிருந்து மீண்டும் குமரனின் குசுகுசு கட்டளை வரவே கூனிக் குறுகிய குணா ஒரு பாதிப் பிரேதப்பெட்டியின் அளவிலான இடத்திற்குள் தன் முழு உடலையும் சுருட்டிக்கொள்ள, அச் சிறிய கதவினை மூடிப் பூட்டிவிட்டு யாருக்கும் சந்தேகம் வராதபடி கொட்டுண்ட தூசிகளைத் துடைத்துத் துப்பரவு செய்துவிட்டு அவசரமாக அங்கிருந்து வெளியேறினான் குமரன்.

தூக்கிப் பிடித்திருந்த முழங்காலுக்குக் கீழ்ப் பகுதியை மூடிய கதவின்மேல் வைத்துக்கொண்டது குணாவுக்கு கொஞ்சம் சுகமாக இருந்தபோதும் கால் பாரத்தில் கதவு திறந்து விழுந்திடுமே என்ற பயமும் எழுந்தது. உள்ளே கும்மிருட்டு

கண்களைத் திறந்திருப்பதும் மூடியிருப்பதும் ஒன்று தான். எதுவுமே தெரியப்போவதில்லை. உடற் தொடுகையால் மட்டும்தான் அவ் இடத்தை உணர முடிந்தது. வலது பக்கமாகச் சரிந்து படுத்திருந்தவனின் இடது பக்கத்தை மேற் கூரையும் உரசியபடியே இருந்தது. ஒரு தாயின் கருவறைக்குள் படுத்திருக்கும் குழந்தையின் வடிவில் சுருண்டு படுத்திருந்தான் குணா.

அடிக்கடி ஆட்கள் கீழே வந்து போகின்றார்கள் என்பதைச் சில சர் புர் சத்தங்களும், நாற்றங்களும் மேலே உணர்த்தின. மூக்கைப் பொத்துவதற்குக் கூட கையை அசைக்க முடியாத நிலையில் படுத்திருந்தபடியே "எப்படித்தான் இப்படி ஒரு இடத்தை நம்ம ஆட்கள் கண்டு பிடிச்சாங்களோ!" எனவெண்ணி வியந்தான்.

உள்ளே அடைந்து கிடந்த தூசிகளின் ஒவ்வாமையால் மூக்கு அரித்து அடிக்கடி தும்மல் வந்தது. சத்தமாக தும்மமுடியாத நிலையில் அதனை அடக்குவதற்குப் பெரிதும் சிரமப்பட்டான். தண்டவாளத்தின் இரைச்சலும் மேற் கூரையை உரசிச் செல்லும் காற்றின் இரைச்சலும் காதுகளை நிறைத்திருந்தன. நேரம் செல்லச் செல்ல உடலும், மனமும் களைப்புற்று அவனுக்குள் ஒருவித பயத்தை உண்டுபண்ணியது. முதுகுப்பக்கம் இருந்த சுடுதண்ணித் தாங்கியிலிருந்து பரவிய வெப்பம் ஆரம்பத்தில் சுகமாக இருந்தபோதிலும் நேரம் செல்லச் செல்ல வெப்பம் கூடி அது எரிச்சலை உண்டாக்கியது. காற்று இல்லாத பெட்டிக்குள் அவன் வெளியேற்றிய மூச்சுக் காற்றையே மீண்டும் சுவாசமாக உள்ளிளுத்துக்கொண்டிருந்ததால் வயிற்றைப் பிரட்டிக்கொண்டு வாந்தி வரும்போல் இருந்தது.

பெரும் சிரமப்பட்டுக் கைகளை அசைத்து மணிக்கூட்டின் வெளிச்சப் பட்டனை அழுத்தி நேரத்தைப் பார்த்தான். ஒன்றரை மணித்தியாலங்கள் தான் கடந்திருந்தன. இன்னும் மூன்று மணித்தியாலங்கள் பயணிக்க வேண்டும். "பத்து நிமிடங்கள்தான் ஒபென்ரோவில் ரயில் நிற்கும். அந்த நேரத்திற்குள் வந்து எங்களை இறக்கிவிடுவார்களா? அப்படி அவர்களால் வரமுடியாமற் போனால்!" மனம் வீண் சந்தேகங்களை எழுப்பி மேலும் பயத்தை உண்டுபண்ணியது.

சரி, மூன்று மணித்தியாலங்களின்பின் ரயில் நிற்கும்போது யாரும் வந்து திறக்காவிட்டால் கதவை உதைத்து உடைத்துக்கொண்டு கீழே குதிப்பதென மனதுக்குள் முடிவு செய்துகொண்டவன் அடிக்கடி நேரத்தைப் பார்த்துக்கொண்டேயிருந்தான்.

கண்களில் ஒருவித எரிச்சல் உண்டாக இறுக மூடிக் கொண்டான். உயிரிருந்தும் தானொரு பிரேதப்பெட்டிக்குள் பிணத்தைப்போல் கிடப்பதைப்போன்றே உணர்ந்தான். அதற்குள்ளாவது நீட்டி நிமிர்ந்து சுதந்திரமாய்ப் படுக்கலாம். ஆனால் இதுதான் பாதிப் பிரேதப்பெட்டியாச்சே, புகையிரதம் தொடர்ந்து சடசடத்தபடி ஓடிக்கொண்டேயிருந்தது. அதற்கு ஈடு கொடுத்தாற்போல் அவன் மனதில் எதிர்மறையான எண்ணங்களும் ஓடிக்கொண்டேயிருந்தன. அவன் மரணத்தைக் கண்டு அஞ்சவில்லை. அதற்கஞ்சும் வயதும் அவனிற்கில்லை. ஆனாலும், மரணம் தன் கடமைகளைச் செய்யவிடாமற் தடுத்துவிடுமோ என்றெண்ணிக் கலங்கினான். அவனை எங்கெங்கோ இழுத்துச் சென்று அலைக்கழித்துக் கொண்டிருந்த மனத்தின் எண்ண ஓட்டங்களும் ஒபென்ரோவில் புகையிரதத்தின் ஓட்டம் நின்றபோதுதான் நின்று போனது.

“டொக்... டொக்...” கூரையின் கதவு தட்டப்பட்டதும் உசாரானான் குணா.

“உள்ள யாரும் இருக்கிறீங்களா?” என்ற தமிழ்க் குரலைக் கேட்டபின்பே கதவில் குதிக்காலாற் தட்டிச் சமிக்கை கொடுத்தான்.

கதவு திறக்கப்பட வெளிச்சம் கண்களைக் கூசச் செய்தது. அப்பாடா எனப் பெருமூச்சுடன் கால்களை வெளியே நீட்டி ஊர்ந்து இறங்கினான். வலது கால் இருக்கிறதா இல்லையா என்பதே தெரியாத அளவுக்கு விறைத்துப்போயிருந்தது. அதிற் சப்பாத்துக்கூட இருக்கவில்லை. குணாவைக் கீழே இறக்கியவர் மலசலக் குழியின் மூடியை மூடிவிட்டு அதன்மேல் ஏறி நின்று கதவினைச் சாத்திப் பூட்டினார்.

“அண்ணே சப்பாத்தொண்டு உள்ள மாட்டிற்று திறவுங்கோ” என்றான்.

“சீச்சி... அதெல்லாம் தேட நேரம் இல்ல. ரயில் வெளிக்கிடப்போகுது கெதியா இறங்கும்” என்றவர் டொய்லெட் பேப்பரைப் பிய்த்துக் குணாவின் தலையிலும் உடையிலும் இருந்த தூசிகளைத் துடைத்துவிட்டு அவனை இழுத்துக்கொண்டு வேகமாக நடந்தார். சப்பாத்து இல்லாத ஒற்றைக்காலை இழுத்து இழுத்துக் கெந்தியபடியே அவருடன் இழுபட்டான் குணா.

வெளியே வந்தபோது விஸ்வாவும் இன்னொருவருடன் முகமெல்லாம் கரிபூசியபடி பேயறைந்தவன்போல் நின்றான். புகையிரதம் மெல்ல ஊரத் தொடங்கியது. இவருடைய கண்களும் மணியமண்ணையைத் தேடின. அவரைக் காணவில்லை என்றதும் பதைபதைத்த குணா கத்தினான். “அண்ணே இன்னோராளை இறக்கவேணும்... இன்னோராளை இறக்கவேணும்...”

“இல்லத் தம்பி, நீங்க ரெண்டுபேரும் தான் வாருங்கோ...” என்றவாறு நடையைக்கட்டிவர்களை வழிமறித்த விஸ்வாவும், “இல்லை. மணியமண்ணையும் எங்களோட வந்தவர்” எனப் பரபரத்தான்.

“இல்லத் தம்பி, அவர் அங்கேயே பொக்ஸ்சைப் பார்த்ததும் ஏற மாட்டனெண்டு அடம்பிடிச்சுக் குமரனோட திரும்பிப் போயிற்றார். நீங்கள் வாங்கோ...” என்றவர் கார் நிறுத்தத்தை நோக்கி வேகமாக நடக்க, இருவரும் வியப்புடன் ஆளையாள் பார்த்தபடி பின்தொடர்ந்தார்கள். ‘மணியமண்ணை வராததும் ஒண்டுக்கு நல்லது தான். அந்த மனுசன் பயத்திலையே பெட்டிக்குள்ள உயிரை விட்டிருக்கும்’ என மனதுக்குள் எண்ணிக்கொண்டான் குணா.

சூட்டி என்ற அந்த எஜென்சிக்காரனின் வீட்டைச் சென்றடைந்தபோது அங்கே நேற்றைய தினம் ஏற்றி இறக்கியதாகக் குமரன் சொன்ன சுவிஸ் தம்பதியர் இருந்தனர். இரவு ஆட்டிறைச்சிக் கறியும், பிட்டும் சாப்பிட்டபோது அந்தச் சுவையானது அம்மாவின் ஞாபகத்தை குணாவின் மனதில் ஏற்படுத்த இனம்புரியாத ஏக்கம் ஒன்று அவனைத் தாக்கியது.

மறுநாளே டென்மார்க்கில் இருந்து சுவீடன் நோக்கிய பயணத்துக்கான ஆயத்தங்களில் சூட்டியும், அவனது சகாவான சுரேஸ் என்பவனும் காலையிலிருந்தே மும்முரமாக

ஈடுபட்டனர். டென்மார்க்குக்கும் சுவீடனுக்குமான போடர் ஒன்று, அதன்பின் சுவீடனுக்கும் நோர்வேக்குமான போடர் ஒன்றென இரண்டு போடர்களில் காவற்துறையினருக்கு கண்கட்டி வித்தை காட்டுவது ஒன்றும் இலகுவானதல்லவே, அதனால் கடத்திக்கொண்டு போக இருந்த அந்த நால்வரின் முகச்சாயலில் அடையாள அட்டைகளைத் தேடி அலைந்தார்கள். அந்தப் பெண்ணுக்கு சூட்டியின் மனைவியின் அடையாள அட்டையே பொருந்திப்போயிற்று. பெண்ணின் கணவருக்கும் ஒருவாறு தேடிப்பிடித்துவிட்டார்கள்.

குணாவை சிறிது நேரம் உற்றுப் பார்த்து யோசித்துக்கொண்டிருந்த சூட்டி “அடேய் சுரேசு இந்தக் காய்க்கு நம்மட தவத்தாற்ர மச்சானின் சாயல் இருக்கல்லே” என்றான்.

“ஓமோம்... கொஞ்சம் இருக்குத்தான், ஆனால் அவன் லேசில தரமாட்டானே” என்றான் சுரேஸ் யோசித்தபடியே.

“ச்செ... தவத்தாரைப் பிடிச்சால் எடுக்கலாம். கொஞ்சம் பொறு வாறன்” எனக் காரை எடுத்துக்கொண்டு ஓடியவன் கொஞ்ச நேரத்தில் இரண்டு டெனிஸ் அடையாள அட்டைகளுடன் வந்தான்.

“நோர்வே போய்ச் சேரும்வரைக்கும் இதுதான் நீங்கள், இதில உள்ளது தான் உங்கட பெயர் சரியே” என்ற சூட்டி குணாவிடமும், விஸ்வாவிடமும் ஆளுக்கொன்றை நீட்டினான். அதனை வாங்கிப் பார்த்த குணாவின் முகம் சுருங்கிப்போனது. கொஞ்சங்கூடத் தனது சாயல் இருப்பதாக அவனுக்குத் தோன்றவில்லை. விஸ்வாவுக்கானதை எட்டிப் பார்த்தான். அதுவும் பொருத்தமானதாய் அவனுக்குத் தெரியவில்லை. விஸ்வாவுக்குச் சுருள்முடி ஆனால், அடையாள அட்டையில் உள்ளவருக்கு கம்பிமுடி நீட்டிக் கொண்டிருந்தது.

“சூட்டி அண்ணே, செக்கிங் பொயின்டில அடையாள அட்டைகளை உன்னிப்பாப் பார்ப்பாங்களே?” சந்தேகத் தொனியில் கேட்டான் குணா.

“ஓ... சில நேரத்தில பார்ப்பாங்கள் தான். ஆனால், பயப்பிடுற மாதிரி பெரிசா ஒண்டும் கிண்டிக் கிளறமாட்டாங்கள்.

வேணுமெண்டால் இவற்ற சுருள் முடியை மறைச்சு ஒரு தொப்பியைப் போடலாம். மற்றது உம்மட அடையாள அட்டையில உள்ளவருக்குப் பல்லுக் கொஞ்சம் எடுப்பாத்தான் இருக்குது அதுக்கு வேணுமெண்டால் போடரை நெருங்கைக்க சுவிங்கம் தாறன் நல்லச் சப்பி சப்பையாக்கிப்போட்டு மேற்பல்லு ரெண்டிலும் ஒட்டிப்போட்டு நித்திரை மாதிரிப் படுத்திருந்தால் போதும். இருட்டில ஒண்டும் தெரியாது. எல்லாற்ற அடையாள அட்டையையும் நானே குடுப்பன். ஏதாவது சந்தேகம் வந்தால்தான் பெயரைக் கேட்பாங்கள். அடையாள அட்டைப் பெயரை ஞாபகத்தில வைச்சிருந்தால் சரி. நீங்கள் கப்பலால இறங்கினவுடன வெறி மாதிரியும், மற்ற சுவீடனுக்கும் நோர்வேக்கும் இடையிலான போடர்ல நித்திரை மாதிரியும் நடிச்சாலே போதும். மற்றதெல்லாத்தையும் நான் கதைச்சுச் சமாளிச்சுப்போடுவன். நீங்க ஒண்டுக்கும் பயப்பிடத் தேவையில்ல.” அவர்கள் பயப்படாமல் இருப்பதற்காக இதெல்லாம் சர்வ சாதாரண விடயம் என்பதுபோல் கட்டமைக்க முயற்சித்தான் சூட்டி.

“என்னெண்டால் அண்ணே... கேக்கிறனெண்டு குறை நினைக்காதிங்க, கப்பலிலும் பயணம் எண்டமாதிரிக் கதைச்சிங்க, அதுக்கையும் ஏதும் பெட்டிக்க கிட்டிக்க அடைச்சுத்தான்...” என இழுத்தான் குணா.

“சீச்சி... அப்படி ஒண்டுமில்லை, நீங்க கப்பலில ஜாலியா இருக்கலாம். முதல்ல நாங்க இங்கயிருந்து கார்ல பரடைஸ்ஹாபன் போய் பிறகு அங்கயிருந்து கப்பல் எடுத்து சுவீடன்ல ஜோத்தபெர்க் என்ற இடத்தில இறங்குவம், அதிலதான் முதலாவது செக்கிங்பொயின்ட் இருக்குது. ஆனால் காரைவிட்டு ஒருத்தருமே இறங்கக்கூடத் தேவையில்லை” எனச் சூட்டி கூறிய சில நிமிடங்களிலேயே ‘கொண்டா சிவிக்’ என்ற வண்டு போன்ற ஒரு சிறியரகப் பழைய காரை ஆட்கடத்தற் சூரன் சூட்டி ஓட்ட, முன் இருக்கையில் அவரது சகா சுரேஸ் இருக்க, பின் இருக்கைகளில் கடத்தப்படும் நால்வரும் நெருக்கியடித்தபடி இருந்தார்கள். அந்த வண்டு பரடைஸ்காவன் நோக்கிப் பறந்துகொண்டிருந்தது.

“ஒரு கார்ல ஆறு பேர் போறதுக்கு இங்கத்தையச் சட்டத்தில இடமிருக்குமே?” குணாவின் காதில் மெல்லக் கேட்டான் விஸ்வா.

“யாருக்குத் தெரியும் இங்கத்தையச் சட்டத்த, ஊரில நாங்கள் ஒரு சைக்கிளிலேயே நாலுபேர் போயிருக்கிறம்” என்றதோடு பேச்சை நிறுத்திய குணா காருக்குள் ஒலித்துக்கொண்டிருந்த “நான் தேடும் செவ்வந்திப் பூவிது ஒரு நாள்ப் பார்த்து அந்தியில் பூத்தது” என்ற இளையராஜாவின் பாடலுக்குள் கண்களை மூடிக் கரைந்துபோனான்.

அரையிருள் சூழ்ந்த அந்திப் பொழுதில் சில்லென்று வீசிய குளிர் காற்றை உள்ளிழுத்துச் சுவாசித்தபடி பரடைஸ்ஹாபன் கப்பற் துறைமுகத்தில் புறப்பட ஆயத்தமாகி நின்ற ஒரு இராட்சசக் கப்பலின் மேற் தட்டில் நின்று செக்கச் சிவந்த வானத்தையே தொடு எல்லையாகக் கொண்டு நீண்டு கிடந்த அந்த நீலக்கடலின் அழகை அள்ளி ரசித்தான் குணா.

கப்பல் பயணம் புகையிரதப் பயணத்தைப் போன்று துன்பகரமானதாக இருக்கவில்லை. மாறாக, ஒரு உல்லாசப் பயணம் போல் ஜாலியாக நகர்ந்துகொண்டிருந்தது. குடியும், கூத்தும், கும்மாளமுமாய் வாழ்வின் சுவையை அனுபவித்துக் குதூகலிக்கும் வெள்ளையர்களை வேடிக்கை பார்த்தபடியே குணாவும், விஸ்வாவும் சில மணித்தியாலங்களைக் கடலில் கரைத்தபின் நடுநிசியில் சுவீடன் கரையை வந்தடைந்தது கப்பல். அதன் மேற் தளத்திலிருந்து கார் நிறுத்தப்பட்டிருந்த அடித் தளத்தை நோக்கி படிகளில் இறங்கிக்கொண்டிருக்கையில் குணாவிடம் ஒரு சுவிங்கப் பக்கற்றை நீட்டினார் சூட்டி. அதனைக் கவனித்த விஸ்வா கையிலிருந்த தொப்பியைத் தலையில் மாட்டிக்கொண்டான்.

கப்பலை விட்டிறங்கிய கார் வரிசையில் மெல்ல ஊர்ந்துகொண்டிருந்தது. குணா சப்பிய சுவிங்கத்தை நாக்கால் சப்பையாக்கி முன் பற்கள் இரண்டிலும் ஒட்டிக்கொள்ள மேற் சொண்டு உயர்ந்து துருத்திக்கொண்டு நின்றது. அங்காங்கே நீண்டபெரும் டோர்ச் லைற்றுகளுடன் நின்ற சுவீடன் காவற்துறையினர் சந்தேகப்படும்படியான வாகனங்களை ஓரங்கட்டி விசாரித்துக்கொண்டிருந்தனர். அதனைக் கவனித்த

குணாவின் நெஞ்சம் படபடக்க உடல் பயத்தில் சில்லிட்டது. அதனைக் காட்டிக் கொள்ளாமல் தலையைத் தொங்கப்போட்டபடி வெறிகாரன் போல் நடிக்க முயற்சித்துக் கொண்டிருந்தான். சிறு வண்டு மாதிரி ஊர்ந்துகொண்டிருந்த கொண்டா சிவிக்கியை காவற்துறையினர் கண்டுகொள்ளவேயில்லை. அது அமைதியாக ஊர்ந்து சோதனைக் கடவையைத் தாண்டி மெல்ல மெல்ல வேகமெடுக்க ஆரம்பித்தது.

"சந்தேகத்திற்கே இடமில்லாத கள்ளரப்பா நாங்கள்" என்றார் சூட்டி.

"அது தானே ஆச்சரியமா இருக்கு, எப்பிடி எங்கள மறிக்காமல் விட்டவங்கள்?" களிப்புடன் கேட்டார் சுவிஸ் அண்ணை.

"அதுதான் ஐயா தொழில் ரகசியம், நாங்களும் பகட்டான பெரிய புதுக்காரில வந்திருந்தால் மறிச்சுத்தான் இருப்பாங்கள்" என்று சூட்டி சொன்னதை ஆமோதித்து தலையாட்டியபடியே பின்னால் திரும்பிய சுரேஸ், "அட இங்க பாருங்கோவன் கமலஹசனை" என்றான்.

"என்னது கமலோ!" எனக் கேட்டவாறே கண்ணாடியூடாக பின்பக்கத்தைப் பார்த்தார் சூட்டி.

"ஓ... இது கல்யாணராமன் கமல்" எனச்சொல்லிச் சுரேஸ் சிரிக்க காருக்குள் இருந்த எல்லோரும் குணாவைப் பார்த்துச் சிரித்தார்கள். குணாவும் சிரித்தபடியே கார்க் கண்ணாடியை இறக்கிப் பல்லில் ஒட்டியிருந்த சுவிங்கத்தை வெளியே துப்பினான்.

ஒரு பக்கம் பெரும் மலைப்பாறைகளும், மறுபக்கம் காட்டுப் பற்றைகளுடனான பள்ளத்தாக்கும், வயல் வெளிகளுமாய் குடிமனைகள் ஏதுமற்றுக் காணப்பட்ட இருள் சூழ்ந்த பிரதேசத்தில் ஏற்றமும், இறக்கமுமாய் வளைந்தும், நெளிந்தும், நீண்டும் கிடந்த நெடுஞ்சாலையில் வெளிச்சத்தைப் பாய்ச்சியபடி ஓடிக்கொண்டேயிருந்தது கார். சூட்டியும், சுரேசும் ஊர்க் கதைகள் கதைத்துக்கொண்டிருக்க, பின்னால் இருந்தவர்கள் மிகுந்த பயணக்களைப்பால் ஒருவர் மீது ஒருவர் சாய்ந்தபடி ஆழ்ந்து உறங்கிப்போனார்கள்.

உள்ளங்கையில் வைத்துக் குலுக்கிய தாயக் கட்டையைப்போல் உடல் குலுக்குப்பட்டபோது இது கனவா! அல்லது நிஜமா என உணரமுடியாமல் ஒருகணம் தவித்த குணாவுக்கு, "ஐயோ! ஐயோ!" என அலாரம் அடித்தது போல் அலறிய சுவிஸ் அக்காவின் குரலே இது கனவல்ல, நிஜமென உணர்த்தியது. முன் இருக்கைகள் இரண்டிற்கும் இடைப்பட்ட பகுதியில் நசிந்தபடி குப்புறக் கிடந்தவனைத் தோளிற் பிடித்து இழுத்தெடுத்தான் விஸ்வா.

காரை ஓட்டிக்கொண்டிருந்த சூட்டி உட்பட எல்லோருமே நித்திரை முறிந்து நிதானத்துக்கு வந்தார்கள். வெளியே காரை மூடியிருந்த கோரைப் புற்களைப் போன்ற நீண்டு வளர்ந்த ஒருவகை புற்களைத் தவிர வேறு எதுவுமே தெரியவில்லை. சூட்டியும், சுரேசும் கதவுகளைத் திறக்க முயன்று அவர்களால் அது முடியாமலிருந்தது. உயரமான நெடுஞ்சாலையின் ஒரு வளைவிலிருந்து விலகிப் பல அடி ஆழத்திற்கு கீழ் நோக்கிக் குத்தென இறங்கிய கார் சேறு நிறைந்த ஒரு வாய்க்காற் பகுதியில் விழுந்து இறுகிப்போய் நின்றது.

யன்னலைத் திறந்துகொண்டு அதன் வழியே வெளியேறிய சுரேசும், சூட்டியும் சேறும், சகதியுமாய் வரம்பு போன்று காணப்பட்ட களிமண் பிட்டியைக் காலால் உதைத்துச் சளித்து ஒருவாறாகப் பின் கதவொன்றைத் திறக்க எல்லோரும் வெளியேறினார்கள். வயல் போன்ற வெட்ட வெளியில் மூசிக் கூவிய குளிர்காற்றில் உடல்கள் விறைத்து நடுங்கின.

குணா மேலே அண்ணார்ந்து பார்த்தான். நெடுஞ்சாலையின் வளைவில் வாகனங்களின் வெளிச்சங்கள் இடைக்கிடையே தெரிந்தன, வாய்க்காலில் இருந்து காரை எடுத்தால் வயல்வெளியில் ஓடி ஏதாவதொரு உயரம் குறைந்த இடத்தில் வைத்து நெடுஞ்சாலையில் ஏற்றிவிடலாமென நினைத்த சூட்டி எல்லோருமாகச் சேர்ந்து காரைத் தள்ளும்படியாகக் கூறிவிட்டு, மீண்டும் பின்கதவால் காருக்குள் ஏறி மோட்டாரை இயக்கி அச்சிலட்டரை ஓட்ட மிதித்து ரேஸ் பண்ணினான். பின்னால் தள்ளிக்கொண்டு நின்றவர்களின் உடலிலும், உடுப்புகளிலும் சேற்றை அள்ளி இறைத்ததே தவிர கார் அசையவேயில்லை. நிலத்தைத் தோண்டிக்கொண்டு இன்னும் கீழிறங்கியது.

வாயில் வந்த கெட்ட வார்த்தையை முண்டிவிழுங்கிய குணா. முகத்தில் அப்பிய குளிர்ச் சேற்றை விரல்களால் வழித்தெறிந்தான். சோவென்று பேரிரைச்சலுடன் அடித்த காற்று அவர்களைத் தள்ளி விழுத்த முயற்சித்துக்கொண்டிருந்தது. சேற்றில் ஊறிய உடலை மைனஸ் டிகிரிக் குளிர் வெகுவாகத் தாக்கி ஊடுருவியது.

திடீரென மேலே நெடுஞ்சாலையிலிருந்து வந்த "குய்ய்... குய்ய்..." என்ற சத்தமும், நீல நிற மின் வெளிச்சங்களும் சூட்டியின் மூளையை உசார்ப்படுத்த "பொலிஸ் வந்துட்டுது. இதில நிக்காதிங்க ஓடுங்க... ஓடுங்க. தூரத்தில போய் ஒளியுங்க..." என அவர்களைக் கத்தி விரட்டினான். அவர்கள் நால்வரும் அவ்விடத்தைவிட்டு அகன்று சற்றுத் தூரத்திலிருந்த புற் பற்றைகளுக்குள் ஓடி ஒளிந்துகொண்டார்கள்.

"எங்களைக் கண்ட யாரோ பொலிசுக்கு அறிவிச்சுப்போட்டாங்கள் போலயிருக்கு. நாங்கள் எப்பிடியும் உங்களைக் கூட்டிப்போக வருவம் பயப்பிடாம இருங்கோ" எனச் சத்தமாகக் கத்தினான் சுரேஸ்.

பற்றைக்குள் குணாவின் பற்கள் கிட்டிக்க ஆரம்பித்தன. மூக்கும், காதுகளும் சில்லிட்டுவிட்டன. கைவிரல்கள் விறைத்து நெருப்புத் தணலை தொட்டது போல் வலியெடுக்க ஆரம்பித்தன.

சிறிது நேரத்தில் ஒரு கிரேன் மூலமாகக் காரை நெடுஞ்சாலைக்குத் தூக்கி எடுத்த காவற்துறையினர் காருடன் சூட்டியையும், சுரேசையும் அழைத்துக்கொண்டு சென்று விட்டனர்.

"என்ன செய்வம்?" மலங்க மலங்க விழித்த குணாவின் கேள்விக்கு, "வருவாங்கள் தானே கொஞ்ச நேரம் இருந்து பாப்பம்" எனச் சுவிஸ் அண்ணை நடுங்கியபடியே பதிலளித்தார்.

"இல்லை, இப்படியே சும்மா குந்தியிருந்தால் உடம்பில குளிர் ஏறிடும்" குணாவும் பற்கள் கிடுகிடுக்க சொன்னான்.

உடலில் வெப்பநிலை குறைந்துகொண்டே போவதை உணர்ந்த விஸ்வாவும் "ஓம், குணா சொல்லுறதும் சரிதான், நாங்க நடப்பம் எங்காவது வீடுகள் அல்லது கடைகள் ஏதாவது இருக்கும் தானே.

அதுவரையும் நடப்பம், நடக்கிறது தான் நல்லது. அதுதான் உடம்பைச் சூடாக்க உதவும்'' என்றான் குறண்டியபடியே.

நடந்தார்கள்... நடந்தார்கள்... மூசிக் கூவிய குளிர்காற்றை எதிர்த்து விறைத்து நடுங்கிய உடல்களை மனவலிமை கொண்டு நகர்த்திக்கொண்டே இருந்தார்கள். யக்கற் பொக்கற்றுக்குள் கை விரல்களை நுழைத்துக் குறண்டியபடி நடந்தபோது விரல்களின் கொதிப்புக் கொஞ்சம் குறைந்தது போலிருந்ததைக் குணா உணர்ந்தான். ஆனாலும், காது மடல்களோ விண்விண்ணென்று கொதித்தபடியே இருந்தன. உடலைக் குறுக்கக் குறுக்க அது சூட்டை உண்டுபண்ணியது. ஆனால், சேற்றில் ஊறிய சப்பாத்துகளுக்குள் இருந்த பாதங்கள் நெருப்புத்தணலை மிதித்து நடப்பது போல் கொதித்துக்கொண்டிருந்தன. குணா அழாதபோதிலும் அவனது கண்களிலிருந்து நீரைக் கறந்தெடுத்து வயலிற் சிந்தியது எதிர்க்காற்று. சுமார் நூறு மீற்றர் முன்னாற் சென்றுகொண்டிருந்த குணா நின்று பின்னாற் திரும்பிப் பார்த்தான். விஸ்வாவையும், அவனின் பின்னால் வந்துகொண்டிருந்த சுவிஸ் தம்பதியையும் முன்னேறவிடாமற் காற்று உதைத்துத் தள்ளிக்கொண்டிருந்தது.

"ஐயோ! இனி என்னால ஏலாது'' முனகியபடியே சுவிஸ் அக்கா கணவனின் தோளிற் சாய்ந்தாள்.

"இல்லை, நடவுங்கோ... நடவுங்கோ... நடந்தால்தான் குளிரைத் தாக்குப்பிடிக்கலாம்'' எனக் கத்திய விஸ்வாவும் குறண்டியபடியே மோதித்தள்ளிய குளிர்காற்றை எதிர்த்துப் போராடிக்கொண்டிருந்தான்.

நெடுஞ்சாலையை அண்டி நடந்துகொண்டிருந்த குணா ஒரு முடக்கில் திரும்பி நின்று "வாங்கோ! வாங்கோ! இங்க கிட்டவா ஒரு வெளிச்சம் தெரியுது. கெதியா வாங்கோ!'' என மூச்சைப் பிடித்துக் கத்தினான்.

வெளிச்சத்தை நோக்கி நெருங்க நெருங்க அதுவொரு இருபத்துநான்கு மணிநேரமும் திறந்திருக்கும் எரிபொருள் நிலையம் என்பதைத் தெரிந்துகொண்டார்கள்.

அந்தச் சாமத்தில் குற்றுயிரும் குறையுயிருமாய்க் கூனிக் குறுகி எரிபொருள் நிலையத்தை நோக்கித் தாண்டித் தாண்டி நடந்தவர்களை உள்ளேயிருந்து கவனித்த அங்கு கடமையிலிருந்த நல்ல மனங்கொண்ட ஒரு சுவீடன்காரர், ஏதோ அசம்பாவிதம் நடந்திருக்கின்றது என்பதை அவர்களின் கோலத்தை வைத்தே புரிந்துகொண்டு வெளியே வந்து "என்ன நடந்தது?" என ஆங்கிலத்திற் கேட்க, "நாங்கள் வந்த கார் விபத்துக்குள்ளாகிவிட்டது தயவுசெய்து எங்களுக்கு உதவ முடியுமா?" எனக் கெஞ்சலாகக் கேட்டான் விஸ்வா.

உடனேயே அவர்களைக் கார்கள் கழுவும் இடத்திற்கு அழைத்துச் சென்று உடுப்புகளிலும், சப்பாத்துகளிலும் உள்ள சேறுகளைக் சுடுநீரில் கழுவ உதவியபின் எரிபொருள் நிலையத்துக்குள்ளே அழைத்துச் சென்று மேல் மாடியில் இருந்த ஒரு வெப்பமான அறையில் ஓய்வெடுக்கவிட்டதுடன் சூடான கோப்பியையும் பரிமாறினார். குளிர்ந்துபோயிருந்த உடல்கள் கொஞ்சம் கொஞ்சமாகச் சூடேற ஆரம்பித்தன. அறையில் வெப்பத்தைக் கக்கிக்கொண்டிருந்த கீற்றர் ஒன்றின் மேல் ஈரமான காலுறைகளைக் காயபோட்டுவிட்டு அதனைச் சுற்றியிருந்து குளிரில் உறைந்த உடலையும், உயிரையும் மீட்டெடுத்துக்கொண்டிருந்தனர் நால்வரும்.

"இனியென்ன செய்யிறது?" என்ற கேள்வியே நால்வர் மனதுக்குள்ளும். ஆனாலும், விடையறியாக் கேள்வியை யாரைப் பார்த்தும் யாருமே கேட்கவில்லை. மௌனத்தில் உறைந்திருந்தார்கள்.

"ஒஸ்லோவில உங்களுக்காரும் இருக்கினமே இங்க வந்து கூட்டிக்கொண்டு போறமாதிரி?" கேள்வியால் மௌனத்தைக் கலைத்தார் சுவிஸ் அண்ணை.

"எங்களுக்கு ஒருத்தரும் இல்லையண்ணே, உங்களுக்கு?" பதிலும் சொல்லிக் கேள்வியும் கேட்டான் விஸ்வா.

"ஓம் சொந்தக்காரர் இருக்கினம். அதுதான் போனடிச்சுச் கேட்பமா எண்டு யோசிக்கிறன். கீழ ரெலிபோன் பூத்தொண்டும் இருக்குது. ஆனால் அதுக்கு இங்கத்தையக் காசு வேணுமே!" என அங்கலாய்த்தார் சுவிஸ் அண்ணை.

"கொஞ்சம் பொறுங்கோவன். ஏன் அவசரப்படுறியள், எப்பிடியும் தேடி வருவினம் தானே, விடியுமட்டும் பார்த்துப்போட்டுப் பிறகு யோசிப்பம்" என நம்பிக்கையுடன் கூறிய குணா யன்னலருகே சென்று வெளியே வெறித்துப் பார்த்தபடி நின்றான்.

காலை மூன்று மணியளவில் மேலே வந்த கடைக்காரர் அவர்களைப் பார்த்து பரிதாபப்பட்டபடியே "நீங்கள் நல்லாக் களைத்திருக்கிறீர்கள். கொஞ்சம் தூங்கினால் நல்லது தான். ஆனால் இங்கே அதற்கான வசதியில்லையே" என வருத்தப்பட்டுக்கொண்டார்.

"பரவாயில்லை, நீங்கள் செய்த இந்த உதவிக்கு மிக்க நன்றி. எங்களைக் கூட்டிப்போக ஆட்கள் வருவார்கள் அதுவரை இங்க இருக்க அனுமதித்தாலே போதும்" என்றான் விஸ்வா நன்றியுணர்ச்சியுடன்.

அதன்பின்னர் அங்கிருந்த ஒரு சிறிய சோபாவில் சுவிஸ் அண்ணை சாய்ந்து தூங்க அவரது மடியிற் தலைவைத்தபடி அக்காவும் சுருண்டு படுத்துக்கொண்டார். இரண்டு கதிரைகளை இணைத்துவைத்து அதில் குறண்டியபடி விஸ்வாவும் குறட்டை விட்டான்.

குணாவுக்குத் தூக்கம் வரவேயில்லை. தன் நிலையை நினைத்தபோது குரலெடுத்து அழவேண்டும்போல் இருந்தது. அழக்கூடாது என்ற பிடிவாதத்துடன் அந்த உணர்ச்சியை அவனுள் அடக்கியபோது அவனது கழுத்து நரம்புகள் புடைத்து முறுக்கேறிக் கண்கள் சிவந்து கசிந்தன. சட்டென எழுந்து வெளியே எட்டிப்பார்த்தான். மெல்ல மெல்ல இருள் வெளிறி வெளிச்சமாய்ப் பரவிக்கொண்டிருந்தது. வாகனங்களின் நடமாட்டமும் அதிகரிக்கத் தொடங்கியது. நேரமும் ஐந்தை நெருங்கிக்கொண்டிருக்க அவர்கள் வருவார்கள் என்ற அவனது நம்பிக்கையும் கொஞ்சம் கொஞ்சமாக நொருங்கிக்கொண்டிருந்தது. 'அவர்கள் வராவிட்டால் ஒஸ்லோவில் உள்ள சுவிஸ் அண்ணையின் ஆட்களுக்குத் தகவல் கொடுப்பதற்குப் போன் எடுக்கக் காசு வேணுமே' என்ற எண்ணம் தோன்றியதும் சட்டென்று மனதில் ஒரு பொறி தட்டியது. படீரென்று கீழே இறங்கி ஓடியவன் கடை வாசலிற் போய் நின்றுகொண்டான். வாகனங்களுக்கு

போக்காளி | 111

எரிபொருள் நிறைத்தபின் உள்ளே சென்று கட்டணத்தைச் செலுத்திவிட்டு வருபவர்களைப் பார்த்து உணர்வுகள் தவிக்கக் கலங்கிய கண்களுடன் நடுங்கிய கைகளை அவர்களின் முன்னே நீட்டினான். அவன் எதிர்பார்த்தபடியே சில நிமிடங்களிலேயே கருணை நிறைந்த உள்ளங்கள் அவனது உள்ளங்கைகளைச் சில்லறைகளால் நிறைத்துப் போயின. மீண்டும் மேலே சென்று ஏழு மணிவரை ஏஜென்சிக்காரர்களை எதிர்பார்த்து வெளியே பார்த்தபடி யன்னலிலேயே காத்துநின்றவன் அதற்கு மேல் பொறுமை இழந்தவனாய் சுவிஸ் அண்ணையைத் தட்டி எழுப்பினான்.

“அண்ணே எழும்புங்கோ ஏழு மணியாச்சுது. அவங்களப் பொலிஸ் விடமாட்டாங்கள் போலயிருக்கு. இந்தாங்கோ காசு உங்கட ஆட்களுக்குப் போனடிச்சு விசயத்தைச் சொல்லுங்கோ” எனச் சில்லறைகளை நீட்டினான்.

பாதியிற் கலைந்த தூக்கத்துடன் கண்களைப் பூஞ்சியபடியே “எங்காலயடா தம்பி இந்தக் காசு?” கேட்டார் அவர்.

“அதிருக்கட்டும் அண்ணே, பிறகு சொல்லுறன். இப்ப நடக்கவேண்டிய அலுவலைப் பாருங்கோ” என்றவன் மீண்டும் யன்னலருகே போய் நின்றுகொண்டான்.

“கடைக் கஜானாவில கைய வைச்சிருப்பானோ!” என எண்ணிய சுவிஸ் அண்ணை அவனை ஒரு சந்தேகப் பார்வை பார்த்தபடியே போன் நம்பரை எடுத்துக்கொண்டு எஜென்சிக்காரர்களைத் திட்டிப் புறுபுறுத்தவாறு தொலைபேசி இணைப்பை நோக்கி நடந்தார். ஜன்னலூடாக வெளியே பார்த்தபடி நின்ற குணா ஒருகணம் துணுக்குற்றான். கண்களை கூர்மையாக்கி மீண்டும் உற்றுப் பார்த்தான். ஆம் அதேதான். அந்தக் கொண்டா சிவிக்கி வண்டியேதான் சேறு பூசியபடி ஊர்ந்து வந்துகொண்டிருந்தது.

“அண்ணே, வருகுதண்ணே! கார் வருகுதண்ணே!” கத்தியவாறே கார் வந்துகொண்டிருந்த திசையை நோக்கி கைகளை அசைத்தபடி ஓடினான்.

குணாவைக் கண்டதும் அவனை நோக்கி வந்த கார், மீண்டும் அவர்களை ஏற்றிக்கொண்டு நோர்வேயை

நோக்கிப் பயணமானது. உடலால் மட்டுமன்றி, மனதாலும் மிகவும் களைத்து உற்சாகமிழந்திருந்தான் குணா. சிறிதுநேர ஓட்டத்திலேயே பின்னிருக்கையில் மற்றைய மூவரும் உறக்கத்துள் ஆழ்ந்துபோனார்கள். மீண்டும் எங்காவது காரைக்கொண்டுபோய் கவிழ்த்துவிடுவார்களோ என்ற பயம் குணாவைக் கண்மூட விடவில்லை. இடைக்கிடையே கண்ணயர்வதும் திடுக்கிட்டு விழித்துப் பார்ப்பதுமாகவே இருந்தான்.

"எழும்புங்கோ! எல்லாரும் எழும்புங்கோ!" சூட்டியின் உற்சாகமான குரலைக் கேட்டுக் கண்விழித்தபோது வெள்ளைப் போர்வை போர்த்தியிருந்த ஒஸ்லோ நகரின் மத்தியில் குருண்லான்ட் என்ற இடத்தில் கார் தரித்துநின்றது.

"என்ன நோர்வேக்குள்ள வந்துட்டமே!" அதிசயித்துக் கேட்டான் விஸ்வா.

"ஓம்... வந்தாச்சு, பார்த்தீங்களா நோர்வே உங்கள வெள்ளை வேட்டி விரிச்சு வரவேற்றிருக்குது" எனச் ஸ்னோவால் மூடுண்டு கிடந்த தெருக்களைச் சுட்டிக்காட்டினார் சூட்டி. தெருக்கள் மட்டுமன்றிக் கட்டிடங்கள், மரங்களென எங்கு பார்த்தாலும் ஒரே வெள்ளை மயமாகவே காட்சியளித்தது ஒஸ்லோ நகரம்.

"அப்ப போடர் தாண்டி வந்திற்றமே? ஒரு பிரச்சனையும் இல்லையே?" குணாவுக்கு நம்பமுடியாத அதிசயம்.

"ஓம், நீங்க மட்டுமில்ல, போடர்ல பொலிசும் தான் நல்ல நித்திரை போல ஒரு செக்கிங்கும் இல்ல ஒரே இழுவையா இழுத்துக்கொண்டு வந்திற்றம்" என்றான் சுரேஸ் புளுகத்துடன்.

சுவிஸ் அண்ணையையும், அக்காவையும் அவர்களின் உறவினர்கள் வந்து அழைத்துப்போனார்கள். அழைத்துப்போக யாருமற்று உண்மையான அகதிகளாய் நின்ற குணாவுக்கும், விஸ்வாவுக்கும் தொய்யன் என்ற இடத்திலிருந்த காவல்நிலையத்துக்குப் போகும் வழியைக் கூறிவிட்டு, சூட்டியும், சுரேசும் அவசரமாக அகன்றார்கள்.

காவல்நிலையத்துக்குள் சென்று அகதியெனக் கையைத் தூக்கியவர்களுக்கு அழையா விருந்தாளிகளுக்கான முகச்சுழிப்பு வரவேற்பே இங்கும் கிடைத்தது. பெயர், நாடு, பிறந்த

திகதி போன்ற விடயங்களைக் கேட்டுப் பதிவு செய்ததோடு எல்லாக் கோணங்களிலும் நிற்கவைத்துப் புகைப்படமும் எடுத்துக்கொண்டார்கள். கைரேகைகளையும் பதிவு செய்தபின்னர் புகைப்படத்துடன் கூடிய ஒரு தற்காலிக அடையாள அட்டையையுடன் அவர்களை அழைத்துச் சென்ற காவலர்கள் ‘ஊர்தகார்த்தா’ என்ற இடத்திலிருந்த அகதிகள் முகாமில் அவர்களைச் சேர்ப்பித்துவிட்டுச் சென்றார்கள். அப்போது தான் குணாவிற்கு ஞாபகத்தில் வந்தது பதற்றத்தில் பிறந்த திகதியில் மாற்றம் செய்ய மறந்துவிட்ட விடயம்.

“ஐயோ அண்ணே! நான் பிறந்த திகதியை மாத்திச் சொல்ல மறந்துபோயிற்றனே...” எனத் தலையிற் கையை வைத்து நின்றான்.

“அடச்...ச... என்ன குணா இப்பிடிச் செய்து போட்டீர்! சரி பரவாயில்ல விடும். இனியென்ன செய்யிறது. அவங்களுக்கு ஏதும் சந்தேகம் வந்தால் தான் ஜெர்மனிக்குப் போட்டுப் பார்ப்பாங்கள். இனி விசாரணைகளில் சந்தேகம் வராதபடி கவனமா நடந்துகொள்ளும் சரியே” எனக் குணா கவலையுறாதவாறு நம்பிக்கையூட்டினான் விஸ்வா.

• • •

வாழ்க்கை வெள்ளம் குணா என்ற ஒற்றைப் பனைமரத்தை வேரோடு பிடுங்கி அடித்துக் கொண்டுவந்து மீண்டுமொரு பரிச்சயமில்லாத பனிபடர்ந்த புதிய மண்ணிற் புதைத்துவிட்டிருந்தது. இந்த அகதிகள் முகாம் மீண்டும் ஜெர்மன் முகாமையே அவனுக்கு ஞாபகப்படுத்தியது. கணிசமான தமிழர்களுடன் பல நாடுகளைச் சேர்ந்த அகதிகளை இங்கும் காணமுடிந்தது. இங்கே ஒரே அறையிலேயே குணாவும், விஸ்வாவும் தங்கவைக்கப்பட்டு அவர்களுக்கான மாற்று உடைகளும் வழங்கப்பட்டன. புதிதாக இண்டு தமிழர்கள் வந்திருக்கின்றார்களாம் என்ற செய்தியறிந்து அவர்களின் அறைக்குத் தேடி வந்த தமிழர்கள் சிலர் வழமையான விசாரிப்புகளுடன் அறிமுகமானார்கள்.

“எங்க வவுனியாவில இருந்தே?” குணாவைப் பார்த்த ஒருவன் கேட்டான்.

"இல்ல யாழ்ப்பாணம்" என்ற குணாவின் பதிலால் கேட்டவனின் முகம் மாறிப்போனது. கேட்டவனைப் பார்த்து மற்றவர்களும் ஒரு வித கேலிச் சிரிப்பை சிந்தியபடியே அங்கிருந்து அகன்று போனார்கள். அச் சிரிப்பின் அர்த்தம் புரியாமல் நின்ற குணாவை ஒரு ஓரமாக அழைத்துச் சென்ற ஒருவன், "என்ர பேர் நிமலன். நானும் யாழ்ப்பாணம் தான். ஆனால், அவன் கேட்டது வேற அர்த்தத்தில. இங்க வவுனியா எண்டால் ஜெர்மனி எண்டு தான் அர்த்தம். இப்ப ஜெர்மனியிலிருந்துதான் நிறையப்பேர் இங்க வருகினம். அதுதான் அவன் அப்பிடிக் கேட்டவன். ஆனால், நீர் சொன்ன பதில் சரியானதுதான். ஏனெண்டால் இங்க யாரையுமே நம்பமுடியாது" என்றான் எச்சரிக்கைத் தொனியில்.

"அடடே அப்பிடியே விஷயம்?" என அதிசயித்துக் கேட்ட குணா நிமலனுடன் கை குலுக்கிக்கொண்டதோடு விஸ்வாவையும் அவனுக்கு அறிமுகப்படுத்தினான்.

"என்ர பேர் நிமலன் தான். ஆனால், இங்க சிலபேர் முதுகுக்குப் பின்னால சோத்துப் பார்சல் எண்டுதான் சொல்லுவாங்கள். அதைப்பற்றியெல்லாம் எனக்குக் கவலையில்ல. ஏனெண்டால் இந்தச் சோத்துப் பார்சலுக்குத்தான் இப்ப இவங்களிங்க தவண்டையடிக்கிறாங்கள்" என்றவன் ஒரு அலட்சியச் சிரிப்புடன் நடையைக்கட்டினான். அந்த முதல் சந்திப்பிலேயே குணாவுக்கு அவனைப் பிடித்துப்போனது.

தான் நோர்வே வந்து சேர்ந்துவிட்ட செய்தியை ஊருக்குக் கடித மூலமாக அறிவித்துவிட்டுப் பதிலை எதிர்பார்த்துக் காத்திருந்தான் குணா. இங்குள்ள நடைமுறைகளையும், இங்கு வாழும் சக மனிதர்களையும் கற்பதற்குக் குணாவுக்கு அதிக நாட்கள் எடுக்கவில்லை. ஜெர்மனியிலும், பிரான்சிலும் பெற்ற அனுபவங்களால் அவனுக்கு இதுவொன்றும் கடினமானதாக இருக்கவில்லை. இங்கும் பல இயக்கங்களிலும் இருந்த பலதரப்பட்டவர்களும் இருந்தார்கள். ஐந்து மாடிகளைக் கொண்ட இந்த முகாமில் இரண்டாவது மாடியிலுள்ள மண்டபத்திலேயே எல்லோருக்கும் வெளியேயிருந்து சமைத்துக் கொண்டுவரப்பட்ட உணவுகள் வேளா வேளைக்குப் பரிமாறப்பட்டன.

விசாரணைகள், மருத்துவப் பரிசோதனைகளென முகாம் முழுசாய் இரண்டு மாதங்களை விழுங்கியிருந்தது. இங்கு

விசாரணைகள் ஒன்றும் இலகுவானதாய் இருக்கவில்லை. பலகட்ட விசாரணைகளில் ஏற்கனவே கேட்கப்பட்ட கேள்விகளும் திரும்பத் திரும்பக் கேட்கப்பட்டன. அதனால் முன்னுக்குப்பின் முரண்படாமல் காலங்கள், நேரங்கள், இடங்கள் போன்றவற்றைச் சரியாக ஞாபகத்தில் வைத்திருக்க வேண்டியிருந்தது. விசாரணை அதிகாரிகள் 'இலங்கையிலிருந்து எப்படி இங்கு வந்துசேர்ந்தாய்?' என்பதனை அறிவதிலேயே குறியாய் இருந்தார்கள். அது விடயமாகவே துருவித் துருவிக் கேட்டார்கள்.

பயண முகவர்களின் மூலமாக இலங்கையிலிருந்து ரஷ்யா வந்து, பின் அங்கிருந்து சரக்கு லொறிகளில் கடத்தப்பட்டே நோர்வேயை வந்தடைந்ததாகக் குணாவும் சளைக்காது சொன்ன பொய்களையே திரும்பத் திரும்பச் சொன்னான். ஆனால், 'இதனை நம்புவதற்கு நாங்கள் ஒன்றும் முட்டாள்கள் அல்ல' என்பதாகவே விசாரணை அதிகாரிகளின் முகபாவங்கள் இருந்தன. ஆனாலும், குணா அதைப்பற்றியெல்லாம் கவலைப்படவேயில்லை. அகதிகளுக்கு அடைக்கலம் கொடுக்கும் நாடுகளிலிருந்து வந்ததென்று தெரிந்தால் அந்த நாடுகளுக்கே திருப்பி அனுப்பிவிடுவார்கள் என்பதனால் கல்லுளிமங்கனாய்த் திரும்பத் திரும்பச் சொன்ன பொய்களையே சொன்னான். விசாரணைகளின் முடிவில், அரசாங்கத்தின் செலவிலேயே அவனுக்காக வாதாட நியமிக்கப்பட்ட சட்டத்தரணியின் பெயர், முகவரி, தொலைபேசி இலக்கங்கள் அடங்கிய ஒரு அட்டையைக் கொடுத்து மீண்டும் முகாமிற்கு அனுப்பிவைத்தார்கள்.

இலங்கைத் தமிழர்கள் இந்தியாவை நோக்கியும் அகதிகளாகப் படகுகளில் படையெடுத்துக்கொண்டிருந்த காலமது. இந்தியா இலங்கைத் தமிழர்களை அகதிகளாக ஏற்றுக்கொண்டதனால் இந்தியாவிலிருந்து நோர்வேக்கு வந்தவர்களும் அங்கேயே திருப்பி அனுப்பப்பட இருப்பதாக முகாமிற் பரவலாக கதைகள் அடிபட்டன. விசாரணையின் போது இந்தியாவிலிருந்து வந்ததாக கூறியிருந்த பலர் முகாமில் நடுக்கத்துடனேயே இருந்தனர்.

இம் முகாம் தற்காலிகமானது எனவும் விசாரணைகளும், மருத்துவப் பரிசோதனைகளும் முடிந்தவுடன் கட்டங் கட்டமாக வேறு தூர இடங்களில் உள்ள முகாம்களுக்கு இங்குள்ளவர்கள்

அனுப்பி வைக்கப்படுவதாகவும், அதிலும் அண்மைக் காலங்களாக "தீன்" என்ற ஒரு பனிமலைப் பிரதேசத்தில் பனிச்சறுக்கு விளையாட்டுக்கு வரும் உல்லாசப் பயணிகளுக்காகக் கட்டப்பட்ட ஒரு பெரும் தங்குவிடுதியைத்தான் இப்போது அகதி முகாமாகப் பயன்படுத்துவதாகவும், அதுவொரு மக்கள் குடியிருப்புகளற்ற கடும் குளிர் கொண்ட பனிமலைக் காடு என்பதனால் அங்கு செல்வதற்கு ஒருவருமே விரும்புவதில்லை என்ற தகவலையும் நிமலன் மூலமாக அறிந்துகொண்டபோது தங்களையும் அங்கு அனுப்பி விடுவார்களோ என்ற பயத்தில் குணாவுக்கும், விஸ்வாவுக்கும் இப்போதே குளிரை நினைத்து உடல் நடுக்கமெடுக்க ஆரம்பித்துவிட்டது.

பொழுது போகாத ஒரு நாளில் குணாவும், விஸ்வாவும் ஒஸ்லோ நகரைச் சுற்றிப்பார்க்கப் புறப்பட்டார்கள். முகாமை அண்டிய பகுதிகளில் நிறையப் பாகிஸ்தானியர்களைக் காணக்கூடியதாக இருந்தது. பாகிஸ்தானியர்களின் புடவைக்கடைகள், நகைக்கடைகள் கூடத் தென்பட்டன. இப்படியே நகரின் மத்தியில் வாய்பார்த்துத் திரிந்தவர்கள் வழிபார்க்க மறந்து போனார்கள். கண்ணைக் கட்டிக் காட்டினுள் விட்டதுபோலிருந்தது. ஆம், இதுவும் காடுதான். கட்டிடக்காடு.

"அண்ணே அதுல போறது தமிழ் ஆள் போலகிடக்குது அவரைக் கேட்டுப்பார்ப்பமே?" முதுகில் தொங்கிய ஒரு கருப்புத் தோல்ப் பையுடன் வோக்மனில் பாட்டுக் கேட்டுகொண்டு கூலாகத் தலையை அசைத்தபடி நடந்துகொண்டிருந்த ஒருவரைச் சுட்டிக்காட்டினான் குணா.

"ஓ... நம்மட ஆள்ப் போலதான் கிடக்குது வாரும் கேட்பம்" அவரை நோக்கி வேகமாக நடந்த விஸ்வா கேட்டான், "அண்ணே நீங்க தமிழே?"

உடனேயே காதிலிருந்து வோக்மன் வயரைக் கழட்டியவர் "என்ன கேட்டீர்?" என்பதுபோல் விஸ்வாவைப் பார்க்க, மீண்டும் அதே கேள்வியைக் கேட்டான் விஸ்வா.

"யா... யை ஆர் ரமிழ்"

“அண்ணே உந்த, ஊர்த்தக்காத்தா காம்புக்கு எப்பிடிப் போறதெண்டு தெரியுமே?” கேள்விக்குறியாய் நின்றான் விஸ்வா.

“ஓகோ... நீங்க புதுசா வந்த அகதிகளே? கேட்ட கேள்விக்கு விடை சொல்லாமல் பதிற் கேள்வி கேட்டார் அவர்.

“ஓ... அப்ப நீங்களென்ன பழைய அகதியோ?” மனதிற் தோன்றியதைச் சட்டெனக் கேட்ட குணாவை மேலும், கீழுமாய் ஒரு அனல்ப் பார்வை பார்த்துவிட்டு “நை, யை ஆர் ஸ்ருடென்ட்” என்றவர், அவர்கள் இருவரும் முழிப்பதைப் பார்த்துவிட்டு “இல்லை, நான் அகதியில்லை. படிக்க வந்தனான்” என நெஞ்சை நிமிர்த்தியபடியே முகாமுக்கு போகும் வழியைக் கூறிவிட்டு மீண்டும் வோக்மன் வயரை காதில் செருகிக்கொண்டு அதே நெஞ்சு நிமிர்த்தலுடன் நடக்கலானார்.

முகாமுக்கு வந்ததும் தாங்கள் வழிதவறியதையும், தமிழ் மாணவர் ஒருவரைச் சந்தித்த கதையையும் நிமலனுக்குக் கூறியபோது “அட... இங்க ஸ்ருடென்டா வந்தவங்களெல்லாம் அகதியா வந்தவையைக் கண்டால் கதைக்கவே மாட்டாங்களாம், அந்தாள் உங்களுக்கு வழி காட்டினதே பெரிய விஷயமெல்லே” என்றான் நிமலன்.

“தூ... இந்த நாய் வாலுகளை நிமிர்த்தவே முடியாது போல. அங்க ஜெர்மனியில பழைய ஆக்களெண்டு பவர் காட்டினாங்கள். இங்க ஸ்ருடென்டே?” எனக் கோபத்தை துப்பினான் குணா.

“ஏன் குணா கடல் கடந்து வந்தாலும் தமிழன் தன்ர அடையாளங்களை இழக்காமல் இருகிறானே என்று பெருமைப்பட்டுக்கொள்ளலாமே” என்ற விஸ்வாவின் நக்கல் வார்த்தைகள் சிரிப்பதற்கானதல்ல என்பதையும் புரிந்துகொண்டான் குணா.

இங்கு விஸ்வாவுடன் ஒரே அறையில் வாழும் குணாவின் அனுபவமானது அவனுடனான நெருக்கத்தை இன்னும், இன்னும் அதிகப்படுத்திக் கொண்டேயிருந்தது. விஸ்வாவினுடைய ஆழ்ந்த அறிவையும், உணர்ச்சிவசப்படாத அமைதியான பேச்சையும் வியந்து இரசித்தான். ஆனாலும், தமிழின விடுதலைக்காகப் போராடும் இயக்கங்களை ஆதரிக்காத, வெறுக்கின்ற அவனுடைய

போக்கோடுதான் எப்போதும் முரண்பட்டு நின்றானிவன். கண்ணுக்குக் கண் தான் எனப் பழிவாங்கும் தீவிரவாத எண்ணங் கொண்ட ஒருவனையும், ஆயுதங்களின் மீது நம்பிக்கையற்ற, ஒடுக்கப்படும் மக்களின் ஒன்றுபட்ட போராட்டச் சக்தியின் மீது மாத்திரமே அதீத நம்பிக்கை கொண்ட இன்னொருவனையும் இந்த நாடோடி வாழ்வு நட்பில் இணைத்திருந்தது.

முகாமின் மூன்று மாத வாழ்வின்பின் ஒரு நாள் எந்தத் "தீன்" என்ற சூரியனில்லாக் காட்டுக்குத் தங்களையும் அனுப்பி விடுவார்களோ என்றெண்ணிப் பயந்துகொண்டிருந்தார்களோ அதே காட்டுக்கே இருவருக்கும் இடமாற்றம் கிடைத்த தகவலும் வந்தது. மறுநாளே இன்னும் நான்கு தமிழர்களுடனும், இரண்டு பொஸ்னிய நாட்டவர்களுடனும் ஒரு வண்டியில் ஒஸ்லோவிலிருந்து வடதிசை நோக்கிப் பயணமானார்கள்.

உலக வரைபடத்தில் ஒரு வீணையை நிமிர்த்தி வைத்தாற்போல் தோற்றத்தைக் கொண்டிருந்த நோர்வேயின் பரப்பளவு இலங்கையைவிட பல மடங்கு பெரியதாய் இருந்தபோதும், அதன் சனத்தொகை இலங்கையை விடவும் மிகவும் குறைந்த அளவிலேயே காணப்பட்டது. நாட்டின் அதிக அளவிலான நிலப்பரப்பை மலைத்தொடர்களும், காடுகளுமே நிறைத்திருந்தன. இக் கடுங்குளிர் காலத்தில் அலைகளற்ற கடல் அமைதியாய்க் கிடந்தது. நிலப்பரப்பை அண்டிய நீரேரிகள் கண்ணாடிக் கற்களாய் உறைந்துபோயிருந்தன. முகில்கள் தவழ்ந்து விளையாடிக்கொண்டிருந்த பாரிய மலைகளை வெண்பனித்தகடுகள் உருமறைப்புச் செய்திருந்தன. நீர்வீழ்ச்சிகள் கூட உறைந்து நீர்க்கட்டிகளாய் நெடுமலைகளுக்குச் சமமாய் எழுந்து நின்றன. வெண்பனித் துகள்களை ஏந்தி நின்ற மலையடிவார மரங்களெல்லாம் பெரிய பெரிய வெள்ளைப் பூங்கொத்துகளாகக் காட்சியளித்தன. மனதைக் கொள்ளைகொண்ட நோர்வேயின் இயற்கை அழகு என்றுமே கண்டிராத கனவுக் காட்சிகள் போல் கண் முன்னே விரிந்து கிடந்தன. அதனைக் கண் குளிரக் கண்டு இரசித்தபடியே குழந்தைக் குதூகலத்துடன் பயணித்துக் கொண்டிருந்தான் குணா.

மலைகளைச் சுற்றிச் சுற்றி ஏறியும், இறங்கியும் அவ்வப்போது பனிப்பாதைகளில் சறுக்கியபடியுமாய் ஊர்ந்துகொண்டிருந்த

வண்டியைக் கண்ணும் கருத்துமாய் செலுத்தியபடியேயிருந்த முகாம் பணியாளர், "அதோ, அங்க தெரியுதே அதுதான் நீங்கள் தங்கப்போகின்ற ஹோட்டேல்" எனச் சற்றுத் தொலைவில் ஸ்னோவால் மூடுண்டு சிறிய மலை போலவே காட்சியளித்த ஒரு கட்டிடத்தைச் சுட்டிக் காட்டினார்.

"இதென்னப்பா! அந்தமான் தீவு சிறைச்சாலை போலயல்லே இருக்குது" குணாவின் காதில் குசுகுசுத்தான் விஸ்வா.

"ஏன் அண்ணே, சிறையில அடைக்கிற அளவுக்கு நாங்கள் என்ன குற்றம் செய்தனாங்கள்?"

"சிலவேளை விசாரணையில சொன்ன பொய்களுக்கான தண்டனையாக் கூட இருக்கலாம்" எனக் குறும்பாய்ப் புன்னகைத்தான் விஸ்வா.

ஒருவாறாக முகாமைச் சென்றடைந்தார்கள். அங்கேயும் பல்வேறு நாடுகளைச் சேர்ந்த நூற்றுக்கும் அதிகமான அகதிகள் தங்கியிருந்தார்கள். அதிற் பெரும்பான்மையானவர்களாகத் தமிழர்களும், அதற்கடுத்தபடியாக யூகஸ்லாவியர்களுமே காணப்பட்டனர். யூகஸ்லாவியர்கள் பலர் மனைவி பிள்ளைகள் சகிதம் குடும்பங்களாகவே இருந்தார்கள்.

அங்கும் தமிழர்கள் மத்தியில் ஊர், பேர், இயக்கம் போன்ற விடுப்பு விசாரிப்புகளுக்குக் குறையிருக்கவில்லை. ஊரைத் தெரிந்துகொண்ட பின்னர் ஊரில் எவ்விடம்? அப்ப அவரைத் தெரியுமே? அல்லது இவரைத் தெரியுமே? அவர் சொந்தமே? இவர் சொந்தமே? எனக் கேள்விக் கணைகளால் துளைத்தெடுத்து புலனாய்வு செய்து சாதிய அடையாளங்களை அறிந்து கொள்வதே சிலரது நோக்கமாக இருந்தது.

இங்கிருந்த தமிழ் அகதிகளில் பலர் ஏற்கனவே ஜெர்மனி போன்ற வேறு நாடுகளில் இருந்துவிட்டு வந்தவர்களாக இருந்தார்கள். இங்கு வந்தவுடன் குணாவும், விஸ்வாவும் மணியமண்ணையுடன் தொடர்புகொண்டு கதைத்தார்கள். அவர் மீண்டும் ஒரு கார்ப் பயணத்தின் மூலமாக இங்கு வருவதற்கு முயற்சித்துக்கொண்டிருப்பதாகக் கூறினார். இங்கத்தைய

தொலைபேசி இலக்கத்தைக் கொடுத்து. ஒஸ்லோ வந்ததும் தங்களை தொடர்பு கொள்ளும்படியாகக் கேட்டுக்கொண்டார்கள்.

இந்த முகாமிலும் ஒரு அறையில் இரண்டுபேர் தங்குவதான நடைமுறையே இருந்தது. குணாவும், விஸ்வாவும் தாங்கள் இருவரும் ஒரே அறையில் தங்க விரும்புவதாகக் கேட்டு இரண்டாம் மாடியில் ஒரு அறையைப் பெற்றுக் கொண்டார்கள். நான்கு மாடிகளைக் கொண்ட முகாமில் முதலாம் மாடியிலேயே சமையலறையுடன் கூடிய சாப்பாட்டு மண்டபம், தொலைக்காட்சி மண்டபம் மற்றும் ரேபிள் ரென்னிஸ், பில்லியார்ட் போன்ற பொழுதுபோக்கு விளையாட்டுக்களுக்கான பகுதியும் அமைந்திருந்தது. இரண்டு இடங்களில் தொலைபேசி இணைப்புக்களும் இருந்தன. அதில் ஒன்று குணா, விஸ்வாவின் அறைக்கு அருகிலிருந்த படிக்கட்டுகளின் கீழ் இருந்தது. அத் தொலைபேசி இலக்கத்துக்கு வெளியேயிருந்து யாராவது எடுத்துக்கதைத்தாலே தவிர, அதில் காசு போட்டுக் கதைக்கக் கட்டுபடியாகாது. இரண்டு கிழமைக்கு ஒரு தடவை எழுநூறு குரோனர்கள் மட்டுமே அங்கு கைச் செலவுக்காகத் தரப்பட்டது.

விளையாட்டுக்களுக்கான பகுதி இருந்தபோதும், "அடியடா கம்மாஸ்" எனத் தமிழர்கள் இருந்த இடத்து விளையாட்டையே தினமும் விரும்பி விளையாடினார்கள். காட்ஸ் விளையாடுவதும், தொலைகாட்சியில் ரெஸ்லிங் பார்ப்பதும், பார்த்த ரெஸ்லிங்கை அவ்வப்போது மற்றைய இனத்தவர்களுடன் பரீட்சித்துப் பார்ப்பதுமாய்ப் பகற் பொழுதுகள் கழிந்துகொண்டிருந்தன. இரவு பன்னிரண்டு மணிக்குப் பிறகு பிலிம்நெற்றில் கண் கொள்ளாக் காட்சிகளைக் கண்டு ரசிப்பதையே சிலர் வழமையாகக் கொண்டிருந்தார்கள்.

அங்கு வந்த ஒரு வாரத்துக்குள்ளேயே தமிழர்களுக்கும் மற்றைய இனத்தவர்களுக்கும் சுமூகமான உறவுநிலை இல்லை என்பதையும் குணா உணர்ந்துகொண்டான். அங்கே யூகஸ்லாவியர்களுக்கும் தமிழர்களுக்கும் இடையேதான் அடிக்கடி முறுகல் நிலை ஏற்பட்டது. யூகஸ்லாவியரின் மூடிக்கட்டி மொட்டாக்குப் போட்ட பெண்களைத் தமிழ்க் கண்கள் சில நாறல் மீனைப் பார்த்த பூனையின் பார்வை பார்ப்பதாலேயேதான் இரு இனத்தவர்களுக்குமிடையே அடிக்கடி முறுகல்நிலை ஏற்பட்டுக்

கைகலப்புவரை செல்வதாகவும் சீலன் என்பவன் மூலமாக அறிந்துகொண்டான் குணா. அங்கிருந்தவர்களில் சீலனே குணாவோடு விரைவாக நட்பாகிக்கொண்டான். அதற்கு இருவருக்கும் ஒத்த வயதாக இருந்ததுகூடக் காரணமாக இருக்கலாம். அவனே முகாமிலுள்ள சில நடைமுறை நிலவரங்களைக் குணாவுக்குத் தெரியப்படுத்தினான். அவனைச் சிலர் 'புனா.சீலன்' என்றே அழைத்தனர். ஓரிடத்தில் இரண்டு சீலன்கள் இருந்தால் தான் இனிசல் போட்டு அழைப்பது வழமை. ஆனால் இங்கே இருப்பது ஒரே ஒரு சீலன். அப்படியிருக்க, இவனை ஏன் இனிசல் போட்டு அழைக்கின்றார்கள் என்ற குழப்பம் குணாவுக்கு இருந்தது.

ஒரு நாள் சாப்பாட்டின் போது தன் பக்கத்திலிருந்த ஈ.பி. சங்கர் என்பவனுடன் கதைத்துக்கொண்டிருந்தான் குணா. அப்போது சாப்பாட்டுத் தட்டுடன் வந்த சீலனுக்கு ஈ.பி. சங்கருக்கு அருகிலிருந்த இருக்கையைக் கண்களாற் காட்டியும் அதனைக் கண்டும் காணாதது போல் கடந்து சென்ற சீலனைக் குரலெடுத்துக் கூப்பிட எத்தனித்த குணாவைத் தடுத்த ஈ.பி. சங்கர், "அவன் இதில இருக்கான் போகட்டும் விடு" என்றான்.

"ஏன்?" என்ற கேள்வியைக் குணா ஒரு பார்வையாலேயே கேட்டான்.

"நான் ஈ.பி. சங்கர். அவன் புலிச் சீலன். இதைவிட வேறயேதும் காரணம் தேவையே?" எனக் கேட்டவன், ஒரு அசட்டுச் சிரிப்புடன் விருப்பமற்ற உணவைப் பசியை அடக்குவதற்காக உள்ளே திணித்துக்கொண்டிருந்தான். அப்போதுதான் சீலனின் பேருக்கு முன்னுள்ள அந்தப் "புனா" இயக்க இனிசல் என்பது குணாவுக்குப் புரிந்தது. அங்கே சமைத்துப் பரிமாறப்படும் உணவுகள் தரமானவையாகவும், நல்ல சத்தானவையாகவும் இருந்தபோதிலும் காரசாரமில்லாத பழக்கமற்ற நோர்வேஜிய உணவுகளைத் தமிழர்கள் வெறுத்தார்கள். சமையலுக்குப் பொறுப்பானவருடன் சோறும், பொரித்த கோழியும் கேட்டு அடிக்கடி சண்டையும் பிடித்தார்கள். சாப்பாட்டு விடயத்தில் தமிழர்களைத் திருப்திப்படுத்த முடியாமற் திணறிய முகாம் பொறுப்பாளர் ஒரு முடிவுக்கு வந்தார். தமிழர்களை ஒரு கூட்டத்திற்கு அழைத்து "என்ன சாமான்கள் வேண்டுமோ அதை

வாங்கிப் போடுகின்றோம். ஒரு குறிப்பிட்ட நேரத்துக்குள் சமையலறையைப் பாவித்து உங்கள் உணவை நீங்களே சமைக்க விரும்பினால் சமைக்கலாம்'' என்றார்.

அதைக் கேட்ட தமிழர்களுக்குப் பெரும் சந்தோஷம். உடனேயே எந்தெந்த நாட்களில் யார் யார் சமைப்பதென்ற அட்டவணை தயாரிக்கப்பட்டதுடன், ரகுநாதன் என்றவரின் ஒஸ்லோவில் உள்ள உறவினர் மூலமாக மிளகாய்த்தூள், மஞ்சள்தூள், பருப்பு மற்றும் கடுகு, சீரகம் போன்றவற்றைப் பெற்றுக்கொள்வதற்கான ஏற்பாடுகளும் செய்யப்பட்டன. மறுநாளே முகாமுக்கு மூட்டை மூட்டையாக அரிசியும், பெட்டி பெட்டியாக கோழியும் வந்திறங்கியது. அதற்கடுத்த சில நாட்களில் முதலாவது சமையற் குழு களத்தில் இறங்கியது. வெள்ளைப் பச்சை அரிசிச் சோறும், கோழிக் குழம்பும், பருப்புக் கறியும் முகாம் முழுவதும் கமகமத்தது. இந்தச் சமையல் ஏற்பாட்டால் தமிழர்கள் அடைந்த மகிழ்ச்சியை விடவும், பட்ஜெட்டில் ஏற்பட்ட இலாபத்தினால் முகாம் நிர்வாகம் அடைந்த மகிழ்ச்சியே பெரிதாக இருந்தது.

சாப்பாட்டு மண்டபத்தின் ஒரு பகுதியில் தமிழர்களின் உணவுகள் பரிமாற்றத்துக்கு வைக்கப்பட்டன. நீண்ட நாட்களின் பின் காரசாரமாக மணங்குணத்துடன் கைகளாலேயே குழைத்து அடித்தார்கள். செத்துக் கிடந்த நாக்குகள் மிளகாய்த்தூளில் உயிர்த்தெழ எல்லோர் முகத்திலும் சந்தோஷம். முதல்நாளில் அளவு தெரியாமற் சமைத்து நிறைய உணவு மிஞ்சிக் கிடந்ததனால் விருப்பமானவர்கள் வந்து சாப்பிடலாமென மற்றைய நாட்டவர்களையும் அழைத்தார்கள். அப்போது தமிழர்களின் உணவைச் சுவைத்துப் பார்க்கும் ஆர்வத்துடன் வந்த ஒரு ஈரான் நாட்டவன் இறைச்சித் துண்டொன்றை எடுத்து வாயில் வைத்ததுதான் தாமதம் துள்ளிக் குதித்துக் கைகளை உதறித் தலையைச் சிலுப்பியபடி தண்ணீர்த் தொட்டியைத் தேடி ஓடினான். அதனைப் பார்த்த எல்லோர்க்கும் அடக்கமுடியாத சிரிப்பு. தண்ணீரில் வாயை அலசிவிட்டு நாக்கை வெளியே தள்ளியபடி வந்தவன் அருகில் நின்ற கருணனிடம், "*you get very angry just because you ate too much spicy food*" என்றான். எதுவுமே புரியாக் கருணன் விஸ்வாவைப் பார்த்து "என்னவாம் அண்ணே இவன்'' எனக் கேட்டான்.

"நாங்கள் கடுங்காரமான உணவை உண்பதால்தான் கடுங்கோபங் கொள்கிறோமாம்" என விஸ்வா மொழிபெயர்த்துக் கூறினான். அதைக் கேட்டதுதான் தாமதம் வந்ததே கடுங்கோபம் கருணனுக்கு. "இவன் எப்படி எங்களைக் கோபக்காரர்கள் என்று சொல்லுவான்" எனத் துள்ளிக் குதித்து அவனுக்கு நடு விரலை நிமிர்த்திக்காட்டி ஆங்கிலத்தில் தெரிந்த கெட்ட வார்த்தைகளை எல்லாம் சப்பித் துப்பினான். கருணனைச் சமாதானப்படுத்திய சிலர் அவனை அறைக்கு அழைத்துச் சென்றனர்.

குணாவும், விஸ்வாவும் சாப்பாட்டு மண்டபத்திலிருந்து வெளியே வந்தபோது, சிவந்துபோன முகத்துடன் தொலைக்காட்சிப் பெட்டியை வெறித்துப் பார்த்துக்கொண்டிருந்த அந்த ஈரானியனைக் கண்டதும், "ச்ச... பாவமண்ணே இவன்" என்றான் குணா இரக்கத் தொனியில். ஈரானியனின் அருகே சென்ற விஸ்வா அவனது முதுகைத் தடவியபடியே குனிந்து நின்று "அது காரமான உணவென்று உனக்குச் சொல்லாதது எங்கள் தவறு தான், எங்களை மன்னித்துக்கொள்" என்றான் ஆங்கிலத்தில்.

உடனேயே குணா சுற்றும் முற்றும் பார்த்தான். விஸ்வா அவனிடம் மன்னிப்புக் கேட்டதைத் தமிழர்கள் யாருமே காணாதது அவனின் மனதுக்கு சந்தோஷத்தைக் கொடுத்தது. யாராவது கண்டிருந்தால் 'விஸ்வா சுத்தத் தமிழன் தானா?' என்ற பெருத்த சந்தேகத்தை அவர்களுக்கு ஏற்படுத்தியிருக்கும். பிறகு அதற்கான புலன் விசாரணைகளையும் ஆரம்பித்துவிடுவார்களே என்ற பயமே அவனுக்கு.

"அண்ணே, உறைப்புச் சாப்பிடுறதாலதான் கோபம் வருகுதெண்டு அந்த ஈரானி சொன்னது உண்மையா இருக்குமே?" அறைக்குள் வந்ததுமே சந்தேகக் கேள்வியை தூக்கிப் போட்டான் குணா.

"விஞ்ஞான ரீதியாக அது உண்மையோ பொய்யோ தெரியாது. ஆனால் அவன் சொன்னது உண்மை எண்டது போலதானே கருணன்ர செயல் இருந்தது" என விஸ்வா கூறியபோது அறையின் அருகேயிருந்த படிகளில் தமிழ்க் குரல்கள் கேட்டன. குணா கதவைத் திறந்து எட்டிப்பார்த்தான்.

“உங்களுக்கு விஷயம் தெரியாதே? கீழ மாமாக்கள் எல்லே வந்து நிக்கிறாங்கள்” மூச்சிரைத்து நின்றான் சீலன்.

“ஏன்ராப்பா, ஏதும் அடிபாடே?”

“இல்ல மச்சி நாற்பதாம் நம்பர் ரூமில இருந்த அந்தத் தமிழ்க் குடும்பியையெல்லே பிடிச்சுக்கொண்டு போறாங்கள்”

“ஏன்ராப்பா? என்ன நடந்தது?” திகைப்புடன் கேட்டான் குணா.

“அந்தக் காய் ஜெர்மனியில இருந்து வந்தது பிடிபட்டுப்போச்சாம். அதுதான் திருப்பி அனுப்பவெண்டு கொண்டுபோறாங்களாம்” என்றவன் கீழே இறங்கியோட குணாவும், விஸ்வாவும் அவன் பின்னாலேயே ஓடினார்கள்.

வெளி வாசலிற் புறப்பட ஆயத்தமாக நின்ற காவற்துறையின் வாகனத்தைக் கண்ணாடி யன்னலூடாக எட்டிப் பார்த்தார்கள். பின் இருக்கையில் இரண்டு காவலர்களுக்கு நடுவே குனிந்த தலையுடன் சோகமே உருவாக குந்தியிருந்தான் அவன். அந்தக் காட்சியைக் கண்ட குணாவின் நடுக்கத்தை அவன் வெளிக்காட்டிக் கொள்ளாதபோதிலும், அதனைத் தன் உள்மனதால் உணர்ந்துகொண்ட விஸ்வா அவனை ஆதரவாய் அணைத்தபடி அழைத்துச் சென்றான் அறைக்கு.

பசி வந்தால் மட்டுமல்ல, பயம் வந்தாலும் பத்தும் பறந்துவிடுமோ என்னவோ புரண்டு, புரண்டு படுத்தும் இரவு முழுவதும் குணாவுக்கு தூக்கம் வரவேயில்லை. தன்னையும் பிடித்து ஜெர்மனிக்குத் திருப்பி அனுப்பிவிடுவார்களோ! என்று எண்ணியவனின் சர்வாங்கமும் பதறியது. ஆணைத்தெடுக்கவோ, ஆறுதல் சொல்லவோ தாய், சகோதரிகளற்ற இந்தத் தனிமை அவனை அச்சுறுத்தவே செய்தது.

விடிந்து நீண்ட நேரமாகியும் எழும்ப மனமின்றிக் கட்டிலுக்குப் பாரமாய்க் கிடந்தவனை விஸ்வா கொண்டுவந்து முகத்திற்கு நேரே நீட்டிய தங்கையின் கையெழுத்துப் பதிந்த கடிதக்கவர் கட்டிலிலிருந்து துள்ளி எழவைத்தது. இனிப்புப் பொட்டலத்தைப் பிரிக்கும் ஒரு குழந்தையின் குதூகலத்துடன் கடிதக்கவரைப் பிரித்தான். உள்ளே திருநீற்றுப் பொட்டலங்களையும், கலர் கலராய்க் கோயில் நூல்களையும் கண்டபோதுதான். சென்ற

கிழமை தனது இருபதாவது பிறந்ததினம் கடந்துபோயிருக்கின்றது என்பதே அவனது நினைவுக்கு வந்தது. அம்மாவினதும், சகோதரிகளினதும் மனம் நிறைந்த வாழ்த்துக்களும், அன்பு நிறைந்த வார்த்தைகளும் மனதை வருட, அதுவரை அவனை ஆட்கொண்டிருந்த அச்ச உணர்வுகள் அகன்று அவர்களுக்காக எந்தத் துயரத்தையும் தாங்கும் மனவுறுதியுடன் நெஞ்சு நிமிர்த்தி எழுந்தான்.

அன்று கருணன், ரகுநாதன் ஆகியோரின் சமையல் நாள். சோறு, கோழிக் குழம்பு, கத்தரிக்காய்ப் பால்க்கறியுடன் அவித்த முட்டைக்கு பதிலாக பொரித்த முட்டை அதுவும் விசேசமான வடிவமைப்பிற் பரிமாறப்பட்டது. சுவையான மதியபோசனத்தை முடித்துக்கொண்டு எல்லோரும் சாப்பாட்டு மண்டபத்தை விட்டு வெளியேறிக்கொண்டிருந்தார்கள். குணாவும், விஸ்வாவும் சமையற் குழுவினருக்கு உதவும் எண்ணத்துடன் காலியான பாத்திரங்களைத் தூக்கிக்கொண்டு சமையலறையின் பாத்திரங்கள் கழுவும் பகுதிக்குச் சென்றார்கள். அங்கே சமையலறைப் பொறுப்பாளரான ஒய்வின் என்பவன் பெரிதாகச் சத்தம்போட்டுக் கத்திக்கொண்டு நிற்க, எதிரே கருணனும், ரகுநாதனும் தலை குனிந்தபடி நின்றார்கள். ஏதோ சிக்கல் என்பதைப் புரிந்துகொண்ட விஸ்வா, "என்ன நடந்தது? ஏன் கோபமாக இருக்கிறாய்?" என ஒய்வினிடம் வினவினான். உடனேயே விஸ்வாவின் கையைப் பிடித்து இழுத்துச் சென்று தண்ணீர் நிரம்பியிருந்த பெரியதொரு தொட்டியைக் காட்டினான் ஒய்வின். அதன் உள்ளே 'வவ்ப்ளர்' என்ற தோசை போன்ற வடிவிலான ஒருவகைத் தின்பண்டத்தை தயாரிக்கின்ற மின்சார உபகரணங்கள் சில தண்ணீருக்குள் ஊறப்போட்டுக் கிடந்தன. அதனைச் சுட்டிக்காட்டியவாறே "உங்கள் நாட்டில நீங்கள் எலெக்ரோனிக் உபகரணங்களை பாவித்ததே இல்லையா? யாராவது இப்படி எலெக்ரோனிக் உபகரணங்களைத் தண்ணிக்குள் போட்டுக் கழுவுவார்களா?" எனக் கடுங்கோபத்துடன் கேட்டான்.

உடனே கருணனைப் பார்த்த விஸ்வா "என்ன வேலை செய்திருக்கிறீங்க? இதையேன் நீங்கள் எடுத்தனீங்கள்?" எனக் கேட்டான்.

“இதில தானே இண்டைக்கு முட்டை பொரிச்சனாங்கள், அது தான்...” எனத் தலையைச் சொறிந்தான் கருணன். அவர்களைப் பார்த்தபோது வந்த சிரிப்பை வெளிக்காட்டவும் முடியாமல், அடக்கவும் முடியாமல் கைகளால் வாயைப் பொத்தியபடி திணறிக்கொண்டு நின்றான் குணா.

“வேணுமெண்டால் மிசின் வாங்கிக் குடுக்கலாம், அவனைக் கத்த வேண்டாமெண்டு சொல்லும் ஐசே..” என்றார் ரோஷம் பொத்துக்கொண்டுவந்த ரகுநாதன்.

“ச்ச... மிசின் வாங்கிக் குடுக்கிறதில்ல பிரச்சனை, இவங்கள் எங்களைப்பற்றி என்ன நினைப்பாங்கள்” எரிச்சலுடன் கேட்டான் விஸ்வா.

“ஆக்... அவனிட்ட சொல்லும் ஐசே. எங்கட நாட்டில இப்பிடிக் குசினி வேலையள் ஒண்டும் ஆம்பிளையள் செய்யிறயில்ல. அதனால இதைப்பற்றி எங்களுக்கு ஒண்டும் தெரியாதெண்டு” ரகுநாதன் கூறியதைக் கேட்ட விஸ்வாவுக்கு மண்டை கிறுகிறுத்தது. இவங்களோட கதைத்துப் பிரயோசனமில்லை என்றுணர்ந்தவன், ஒய்வினை வெளியே கூட்டிச்சென்று, “அவர்கள் தெரியாமற் செய்து விட்டார்கள். தயவுசெய்து மன்னித்துக்கொள்” என அவனிடம் மன்னிப்புக்கேட்டு ஒருவாறாக அவனைச் சமாதானப்படுத்திவிட்டு குணாவுடன் தொலைக்காட்சி மண்டபத்துக்குள் வந்தமர்ந்தான்.

“ச்ச... என்ன ஆக்களப்பா இவங்கள்!” சலித்துக்கொண்டான் விஸ்வா.

“இவங்களைச் சொல்லிக் குற்றமில்லை அண்ணே. காசை வாங்கிக்கொண்டு இவங்களையெல்லாம் தூக்கி பிளைட்டில ஏத்தி அனுப்பிவிட்டானே ஏஜென்சிக்காரன் அவனைத்தான் பிடிச்சு உதைக்கவேணும்” என்ற குணாவின் வார்த்தைகளைக் கேட்டபோது விஸ்வாவின் கோபம் சிரிப்பாக மாறியது. சிறிது நேரத்திலேயே தொலைக்காட்சியில் ஓடிக்கொண்டிருந்த ஆங்கிலப் படத்துடன் ஒன்றிப்போனான் விஸ்வா. புரியாத படத்திலிருந்து விலகிய குணாவின் கண்கள் பக்கத்தில் இருந்தவர்களைப் படம் பிடித்தபோது ஒருகணம் அதிர்ந்துபோனான். அவனுக்கு எதிரே இருந்த ஒரு போலந்து நாட்டுப் பெண்ணின் கழுத்தில் வெந்தயப்

பற்றனிலான ஒரு தங்கச் சங்கிலி மின்னியது. உற்றுப் பார்த்தான் பாதிக்கும் மேற்பட்ட பகுதியைக் காட்சிப்படுத்திய அவளது பெருத்த மார்பகங்களுக்கிடையில் நசிங்கியபடியே 'ஓம் முருகா' என்ற தங்கத்திலான பென்ரனும் அதில் தொங்கியது. உடனேயே எங்கட பெடியள் ஆரிட்டையும் இருந்து திருடியிருப்பாளோ என்ற சந்தேகமே அவனுள் எழுந்தது. அப்போது எதிரே வந்துகொண்டிருந்த சீலனைக் கூப்பிட்டு அருகில் இருத்தி தான் பார்த்த விடயத்தை இரகசியமாய்க் கூறினான்.

"அட... உனக்கிது தெரியாதே! நம்மட யோகு தானே இவளை வைச்சிருக்கிறான். அந்த வெங்காயம் தான் இந்த வெந்தயச் சங்கிலியைப் போட்டது" என்றான் எரிச்சலுடன்.

"அடச்சே... அப்பிடியே சங்கதி?" வாயைப் பிளந்தான் குணா.

"ஓமடா... முதல்ல சுதன் தான் இவளை மடக்கினவன். ஆனால், அவனுக்கு மொழிப் பிரச்சனையாப் போச்சு. அப்ப, இவன் யோகு ஜெர்மனியில கனகாலம் இருந்தவனல்லே நல்லா டொச் கதைப்பான். அதுதான் ரெண்டுபேருக்கும் இடையில மொழிபெயர்க்கப் போய் கடைசியில இவளையே பெயர்த்துப்போட்டான். இப்ப யோகுவும் சுதனும் கீரியும் பாம்புந்தான்" என்றான் சீலன்.

"எடேய் மச்சி இவளைப் பார்க்க அவங்களைவிடவும் வயசு கூடின மாதிரியெல்லே இருக்குது" என்றான் குணா அவளைக் கடைக்கண்ணால் பார்த்தபடி.

"ம், அரைக்கிழடு தான். ஆனால், எங்கடையள் காஞ்ச மாடுகளல்லே..."

"என்னயிருந்தாலும் யோகு இப்படிச் செய்திருக்கக் கூடாது தான்."

"பின்னயென்ன, இந்த வேதக்காரிக்கு ஓம் முருகா பென்ரனைப் போட்டிருக்கிறானே மடையன்."

"அட... நான் அதைச் சொல்லயில்ல, சுதனுக்கு செய்த துரோகத்தைச் சொன்னனான்."

“அட போடா, எந்த நாய் எந்தச் சட்டிய நக்கினால் எனக்கென்ன. எனக்கு என்ர மதத்தைக் கேவலப்படுத்தினதுதான் பிடிக்கயில்ல” எனப் புறுபுறுத்தபடியே கோபத்துடன் எழுந்துபோனான் சீலன்.

• • •

கண்ணாடி யன்னலை மோதிய காற்றின் இரைச்சல் குணாவின் காதுகளில் நுழைந்து கண்களைத் திறக்க வைத்த ஒரு காலைப்பொழுதில் கட்டிலில் இருந்தவாறே வெளியே எட்டிப்பாத்தான். மேலே வானத் திருமுகத்தில் திருநீற்றை இழுத்ததுபோலிருந்தன வெண் முகில்கள். கீழே நீர்க் கற்களாய்ச் சலனமற்று உறைந்து கிடந்தன நீரேரிகள். அதன் மறுபக்கத்தே முகிலால் முக்காடு போட்டுத் தலை மறைத்த நீண்ட நெடுமலைகள் வெண்பனித் தகட்டுடையால் உடலையும் மறைத்து நிமிர்ந்து நின்றன. பார்க்கும் இடமெங்கும் ஒரே வெண்மை. குணாவினது உணர்வோ முகில்களுக்கு மேலாகப் பறந்து செல்லும் ஒரு விமானத்திற் பயணிப்பது போன்றே இருந்தது. ‘எங்கு முடியும்? எப்போது முடியும்? இந்தப் பயணம்.’ விடையறியாக் கேள்விகள் அவன் நெஞ்சை அழுத்தியது. எழுந்துதான் என்ன செய்வதென்ற யோசனையுடன் மீண்டும் இழுத்துப் போர்த்திய போர்வைக்குள் புதைந்துகொண்டான்.

“ஐயோ! ஐயோ!” எனக் கீழேயிருந்து வந்த கதறல் கேட்டுத் துடித்தெழுந்த குணாவும், விஸ்வாவும் கீழே இறங்கி ஓடினார்கள். அங்கே படிகளுக்கு கீழேயிருந்த தொலைபேசியின் ரிசீவர் தொங்கியபடி ஆடிக்கொண்டிருக்க, தலையில் ஓங்கி ஓங்கி அடித்தபடி “ஐயோ என்ர அண்ணா...! ஐயோ என்ர அண்ணா! எங்கள விட்டிற்றுப் போயிட்டியே!” எனக் கதறிக் கொண்டிருந்தான் மூன்றாம் மாடியிலிருக்கும் வாசன். வெளிநாட்டவர்கள் சிலர் எதுவுமே புரியாமல் திகைத்துப்போய் நின்றனர். அருகில் சென்ற விஸ்வா அவனைப் பரிவோடு கட்டியணைத்துத் தடவிக்கொடுக்க, அருவியாய்க் கொட்டிய அவனது கண்ணீரைத் துடைத்தபடியே கண்களில் கனிவு ததும்பக் கேட்டான் குணா, “ஏன் வாசன்! என்ன நடந்தது?”

“ஐயோ! என்ர அண்ணனைக் கொன்று போட்டாங்களே! கொலைகாரப் பாவிகள். ஐயோ! என்ர ஐயோ!” என்ற அவனது கதறலால் முகாமே அதிர்ந்தது. வாசனை ஆதரவாய்

அணைத்தபடி அழைத்துச்சென்று ஒரு சோபாவில் இருத்திய விஸ்வா அவனருகிலேயே இருந்துகொண்டான். விடயம் அறிந்த வெளிநாட்டவர்கள் சிலர் அவனைப் பரிதாபத்துடன் பார்த்து நின்றார்கள். அவன் ஆற்றாமையில் தொடர்ந்து புலம்பி அழுதுகொண்டேயிருந்தான்.

“அண்ணா! என்ர அண்ணா போகாத, போகாத எண்டு சொல்லச் சொல்ல கேக்காமல் போனியே, இப்ப ஒரேயடியாப் போய்ச் சேர்ந்திட்டியே!” என மீண்டும் தலை தலையாய் அடித்துக்கொண்டான். அவனுடன் பேச்சுக் கொடுத்தால் கொஞ்சம் அமைதியாவானோ என்றெண்ணிய குணா “எப்பிடி வாசன்! எங்க நடந்தது?” என்று உணர்வு தவிக்கக் கேட்டான்.

“அண்ண இயக்கத்தில இருந்தவர், இந்தியன் ஆமியோட நடந்த சண்டைக்குப் பிறகு இயக்கத்தோட தொடர்பில்லாமல் வீட்டில வந்து நிண்டவர், அங்க நிண்டால் ஆபத்தெண்டு சொல்லி அப்பர் தான் கொழும்புக்குக் கூட்டிக்கொண்டுவந்து ஒரு கடையில பிடிச்சுவிட்டிற்றுப் போனவர். அவர் அப்பிடியே நிண்டிருக்கலாம், ஆனால், அவர் கேட்டால் தானே, நான் மறிக்க மறிக்கச் சொல்வழி கேட்காமல் சித்திரை வருசப் பிறப்புக்கு ஊருக்குப் போகவேணுமெண்டு அடம்பிடிச்சுப் போனவர். ஒரேயடியாப் போயிட்டாரே ஐயோ! என்ர அண்ணா!”

“யாரு இந்தியன் ஆமியே செய்தது?” குணாவின் குரலில் ஆவல் தொனித்தது.

“இல்லை. அவங்களோட சேர்ந்து நிக்கிற மண்டயன்குழு எண்டுற துரோகக் கும்பல்தான் ரெண்டு நாளுக்கு முன்னம் வீட்டுக்கு வந்து சாப்பிட்டுக்கொண்டிருந்த அண்ணையைப் பாதியில எழுப்பி ஒரு விசாரணை எண்டு கூட்டிக்கொண்டு போனவங்களாம். இண்டைக்குக் காலையில சாக்கில கட்டின தலையில்லா முண்டமாய் ஆரியகுளச் சந்தியில கொண்டுவந்து போட்டிருக்கிறாங்களாம். உடுப்பை வைச்சுத்தான் அடையாளம் கண்டதாம். ஐயோ! என்ர அண்ணா!” எனக் கதறியவனின் சர்வாங்கமும் பதறியது. அவனுக்கு ஆறுதல் சொல்ல வார்த்தைகளற்ற குணா கண்கள் பனிக்க அவனைக் கட்டியணைத்துக்கொண்டான். அன்றைய நாள் பெருந்துயர் தோய்ந்த ஒரு நாளாகவே கழிந்துபோனது.

அகதி என்ற அடைமொழியுடன் அந்நிய தேசத்தில் வாழ்வதென்பது எளிதானதல்ல. அது வார்த்தைகளில் வடித்துவிட முடியாத அளவுக்கு மிகவும் துன்பம் நிறைந்தது. உறவுகளைப் பிரிந்த ஏக்கங்களோடு நிரந்தர இருப்பிடமுமின்றி அலைந்து திரியும் இந்த அந்தரித்த வாழ்வில், யுத்த பூமியான தாய் மண்ணிலிருந்து வந்துசேரும் இப்படியான உறவுகளின் உயிரிழப்புச் செய்திகள் தரும் துயரங்களானது அகதிகளை ஆற்றாமையில் வீழ்த்திவிடும். ஆற்றுக்கு அந்தப் பக்கம் நின்று தவிக்கும் முடவனின் நிலை போன்றே அந்நிய தேசங்களில் அகதிகளாகிப் போனவர்களின் வாழ்வும் இருந்தது.

இரவு படுக்கையில் கிடந்தபடியே விஸ்வா சொன்னான். "எனக்கும் ஊரிலயிருந்து பிரெண்ட் ஒருத்தன்ர கடிதம் வந்தது, அவனும் இப்படித்தான் எழுதியிருக்கிறான். இந்தியன் ஆமியோட சேர்ந்து ஈ.பி.ஆர்.எல்.எப். சரியான அட்டகாசம் தானாம், 'தமிழ்த் தேசிய இராணுவம்.' எண்ட படையை உருவாக்கக் கட்டாய ஆட்சேர்ப்பிலும் இறங்கியிருக்கிறாங்களாம். எட்டாம் வகுப்பிலயிருந்து பல்கலைக்கழக மாணவர்கள் வரைக்கும் கண்ட இடத்திலையும் வைச்சுப் பிடிச்சுக்கொண்டு போறாங்களாம். அந்தப் பிள்ளைபிடிகாரரால எந்த நேரமும் அங்க பதட்டமான சூழ்நிலைதானாம்" என்று. அதனைக் கேட்ட குணாவின் நெஞ்சம் தங்கையை நினைத்துப் பதைபதைத்தது.

கிழமைக்கு ஒரு கடிதமாவது ஊரிலிருந்து வராவிடின் குணாவிற்கு தூக்கமே தொலைந்துவிடும். கடிதங்களே அவனை ஆற்றுப்படுத்தின. சட்டென எழுந்து கட்டிலில் குந்தியவன் தங்கைக்குக் கடிதம் எழுத ஆரம்பித்தான். 'நினைத்தபோதெல்லாம் கடிதம் எழுத முடிவதுபோல் நினைத்தபோதெல்லாம் கடிதங்கள் வந்துசேர்ந்தால் எவ்வளவு சந்தோசமாக இருக்கும்.' என்ற ஏக்கத்தோடு இருந்தவனுக்கு மறுநாளே கடிதம் வந்தது. ஆனால், அது அவனைச் சந்தோஷப்படுத்த வந்த கடிதமல்ல. மாறாக, அவனது சந்தோஷங்களைப் பறித்தெடுக்கவே வந்திருந்தது. நீதி அமைச்சிலிருந்து வந்திருந்த அந்தக் கடிதத்தில் அவன் ஏற்கனவே ஜெர்மனியில் அகதி அந்தஸ்துக் கோரியிருந்த தகவல்களுடன், அவனை மூன்று மாதத்துக்குள் நோர்வேயை விட்டு வெளியேறும்படியும் கேட்கப்பட்டிருந்தது. இதனை ஏற்காத பட்சத்தில் மேல்முறையீடு செய்வதாயின் இரண்டு

போக்காளி | 131

வாரங்களுக்குள் எழுத்து மூலமாக அறிவிக்கும்படியும் கடிதத்தில் கேட்கப்பட்டிருந்தது. சோதனை மேல் சோதனைகள் அவனைத் துரத்திக்கொண்டேயிருந்தன. கடிதத்தைப் பார்த்ததும் துயரத்தில் துவண்டுபோனான். 'ஜெர்மனிதான் எனக்கான நாடா?' மனதுக்குள் கேள்வியும் எழுந்தது. மீண்டும் ஜெர்மனிக்குத் திரும்ப நேர்ந்தால் வேறு எந்த நாட்டுக்கும் போக முயற்சிக்காமல் அங்கேயே தங்கிவிடுவதென மனதுக்குள் முடிவெடுத்துக்கொண்டவன், தனது சட்டத்தரணியூடாக நோர்வேயில் வதிவிட அனுமதிகோரி மேல்முறையீட்டுக் கடிதத்தை அனுப்பிவிட்டுப் பதிலை எதிர்பார்த்துக் காத்திருந்தான்.

காத்திருப்புக் காலங்கள் மிகவும் கடினமானவை. அவை ஏக்கங்களையும், எதிர்பார்ப்புகளையும் மட்டுமே சுமந்தபடி கடந்துகொண்டிருந்தன. "அரண்டவன் கண்ணுக்கு இருண்டதெல்லாம் பேய்" என்பது போல் முகாமுக்கு வெளியே காவற்துறையின் வாகனத்தைக் கண்டாலே போதும் குணாவினது இதயம் படபடக்க ஆரம்பித்துவிடும். அவன் தன் கடமைகளை நிறைவேற்றிக் கடக்கத் தேர்ந்தெடுத்த பாதைகளில் தடைக்கற்கள் வீழ்ந்தபோதெல்லாம் பய உணர்ச்சிகள் மேலோங்கி அவனது தன்னம்பிக்கையைத் தகர்க்கப் பார்த்தன. அதிலிருந்து மீண்டெழுவதற்குப் படாத பாடுகள் பட்டானவன்.

* * *

கோடைக்கால வரவின் அறிகுறியாய் பனிப்பொழிவு படிப்படியாய்க் குறைந்துகொண்டேயிருந்தது. நோர்வே அரசினால் அகதி விண்ணப்பம் ஏற்றுக்கொள்ளப்பட்ட பலர் நகராட்சிகளில் வதிவிட அனுமதிபெற்று முகாமிலிருந்து சந்தோஷ முகங்களுடன் வெளியேறிக்கொண்டிருந்தார்கள். இங்கே ஐந்து, ஆறு மாதங்களுக்கு மேலாக அகதி விண்ணப்பத்திற்குப் பதில் வராமல் காத்திருந்தவர்களுங்கூட வேறு முகாம்களுக்கு மாற்றலாகிச் சென்றுகொண்டிருந்தனர்.

குணாவும் அடிக்கடி சட்டத்தரணியுடன் தொடர்புகொண்டு தனது வழக்குத் தொடர்பாக விசாரித்தபடியே இருந்தான். காலம் பிரயோசனமற்றதாய் கழிந்துகொண்டிருந்ததை சகிக்க முடியாதவனாய் ஜெர்மனிக்குத் திருப்பி அனுப்புவதானால் காலத்தை இழுத்தடிக்காமல் விரைவாக அனுப்பப்படுவதே

நல்லதென அவன் எண்ணிக்கொண்டிருந்த வேளையில், ஒரு நாள் துரோண்ணியம் என்ற பெருநகரை அண்டிய ஒரு சிறிய தீவில் உள்ள அகதிகள் முகாமுக்கு விஸ்வாவுக்கும் வேறு சிலருக்கும் மாற்றம் கிடைத்த தகவலும் வந்தடைந்தது. கலங்கிப்போனான் விஸ்வா. குணாவை இந்த நிலைமையில் தனியே தவிக்க விட்டுப்போக அவன் தயாராக இல்லை.

“குணா நான் போய் முகாம் பொறுப்பாளரிட்ட உம்மையும் கூட்டிக்கொண்டு போறமாதிரிக் கதைச்சுப் பார்க்கட்டே?” என வாடிப்போயிருந்த குணாவின் முகத்தைப் பார்ப்பதைத் தவிர்த்து நிலத்தைப் பார்த்தபடியே கேட்டான்.

“சரிவருமெண்டு நினைக்கிறீங்களே?” சந்தேகத்துடனே கேட்டான் குணா.

“என்னவோ! கேட்டுப்பார்க்கிறது நல்லது தானே” என்ற விஸ்வா அதற்கான முயற்சியில் இறங்கி வெற்றியும் கண்டு சந்தோஷத்தில் இருந்தபோது மணியமண்ணையும் ஒஸ்லோவுக்கு வந்து சேர்ந்துவிட்டதான மற்றுமொரு சந்தோஷச் செய்தியும் அவர்களை வந்தடைந்தது. சிறைச்சாலை போன்ற தீன் முகாமிலிருந்து விடுதலையாகி மீண்டுமொரு பயணம் ஆரம்பமாகியது. பனிமலைக் காடுகளைத் தாண்டிப் பயணித்து நகர்ப்புறங்களையும், மனித நடமாட்டங்களையும் கண்டபோது மனம் மகிழ்ச்சியில் துள்ளியது. இங்கு வந்ததிலிருந்து எங்கும், எதிலும் ஒரே வெள்ளை மயமாகவே பார்த்துப் பழக்கப்பட்டுப்போனவர்கள் இதுவரை பார்த்திராத பச்சைப் பசேலான நோர்வேயைப் பார்த்துப் பூரித்துப்போனார்கள். இந்த இயற்கையின் மாயாஜாலத்தை எண்ணி வியந்தபடியே குணாவும், விஸ்வாவும், சீலனும் இன்னும் இரண்டு யூகஸ்லாவிய நாட்டவர்களுடன் பயணித்து துரோண்ணியம் என்ற நகரை அடைந்தார்கள். பின் அங்கிருந்து கப்பலில் புறப்பட்டு ஒரு சிறிய தீவை சென்றடைந்தடைந்தார்கள். மிகக் குறைந்த அளவிலான சனத்தொகையைக் கொண்ட தீவு மிகவும் அமைதியாக இருந்தது. அங்கே ஏற்கனவே நிரந்தர வதிவிட அனுமதி கிடைக்கப்பெற்ற சில தமிழர்களும் முகாமுக்கு வெளியே வாழ்ந்துகொண்டிருந்தார்கள். அவர்களில்

அநேகமானவர்கள் அங்கிருந்த ஒரு மீன் தொழிற்சாலையிலேயே வேலையில் இருந்தார்கள்.

முன்பு முதியோர் காப்பகமாக இருந்த மூன்று மாடிகளைக் கொண்ட ஒரு பழைய கட்டிடமே இப்போது அகதிகள் முகாமாக மாறியிருந்தது. முன்னர் ஒஸ்லோ முகாமினில் அறிமுகமான நிமலனை அங்கு காணக் கிடைத்ததில் குணாவும், விஸ்வாவும் மகிழ்ந்துபோனார்கள். அவர்களை வரவேற்ற நிமலன் முகாமைச் சுற்றிக் காட்டியதோடு தீவு பற்றிய சில விடயங்களையும் தெரியப்படுத்தினான். இங்கு வந்ததும் கோடைகால உடுப்புகள் வாங்குவதற்காக இரண்டாயிரம் குரோணர்கள் பெறுமதியான வவுச்சரும் வழங்கப்பட்டது. அதில் உடுப்புக்கள் மட்டுமே வாங்க முடியும் என்ற நிலையில், நிமலன் மூலமாக இன்னொரு தகவலும் கிடைத்தது. அதாவது, இந்த இரண்டாயிரம் குரோனர் பெறுமதியான வவுச்சரை யூகஸ்லாவியர்களுக்கு ஆயிரம் குரோனருக்கு விற்கலாம் என்பதுவே அதுவாகும். அப்படி விற்ற சில தமிழர்களைக் கோடைகாலத்திலும் குளிர்கால உடைகளுடனேயே காணக்கூடியதாக இருந்தது.

“குணா, இதுவும் இன்னொரு சிறை தான். அங்க மலைகளுக்கு நடுவில வைச்சிருந்தாங்கள் இங்க கடலுக்கு நடுவில” என வந்து இறங்கியதுமே குணாவின் காதுக்குள் போட்டுவைத்தான் விஸ்வா.

ஆனாலும், முகாமில் உள்ள அகதிகளுக்கும், தீவில் உள்ள நோர்வேஜியர்களுக்கும் நல்ல நெருக்கம் இருந்ததைப் போகப் போக புரிந்துகொண்டார்கள். இங்கு வாழ்ந்த நோர்வேஜிய மக்கள் அன்பான, அமைதியான கருணை உள்ளங்கொண்டவர்களாக இருந்தார்கள். தங்கள் வளவுகளில் விளைந்த ஆப்பிள், பாரை போன்ற பழவகைகளையும் உருளைக்கிழங்கு, பீற்றூட் போன்ற மரக்கறிகளையும் முகாமுக்கு இலவசமாகக் கொண்டுவந்து தந்தார்கள்.

முகாமிலும் பல நாட்டைச் சேர்ந்தவர்களும் இருந்தார்கள். மேல் மாடிகளில் படுக்கையறைகளும் கீழ் மண்டபத்தில் தொலைக்காட்சி, மற்றும் பொழுதுபோக்கு விளையாட்டுச் சாதனங்களுடனான மண்டபமும், பெரியதொரு சமையலறையும் இருந்தன. சமையலறை பல பிரிவுகளாகப் பிரிக்கப்பட்டு

ஒவ்வொரு பிரிவிலும் அடுப்பு, குளிர்சாதனப்பெட்டி உட்பட அனைத்துச் சமையல் உபகரணங்களும் இருந்தன. ஆறு பேருக்கு ஒரு பிரிவென வழங்கப்பட்டிருந்தது. அங்கே சாப்பாட்டுச் செலவுக்காக ஒவ்வொருவருக்கும் மாதாந்தம் கொடுக்கப்படும் பணத்தில் அவரவர் தங்களுக்குப் பிடித்தவற்றை வாங்கிச் சமைத்துச் சாப்பிடக்கூடிய வசதியே செய்யப்பட்டிருந்தது. பெரும்பாலும் தமிழர்கள் கூட்டுச் 'சமறி' முறையையே கடைப்பிடித்தனர். அதாவது, ஒரு பிரிவிலுள்ள ஆறுபேரும் சேர்ந்து ஒன்றாகச் சமைப்பதும், செலவுகளைப் பங்கிட்டுக்கொள்வதுமான நடைமுறையே அதுவாகும். அதுவே இலாபகரமானதாக இருந்தது. இரண்டு நாட்களுக்கு முன்பு வேறொரு முகாமிலிருந்து இங்கு மாற்றலாகி வந்திருந்த நாற்பத்தைந்து வயதுடைய பரராஜசிங்கம் மற்றும், இளைஞர்களான ராசன், முகுந்தன் ஆகியோருடன் சீலன், விஸ்வாவுடன் குணாவும் சேர்ந்து ஒரு பிரிவில் சமறியை ஆரம்பித்தார்கள். முகாமில் தரப்படும் பணத்தில் சாப்பாட்டுச் செலவுபோக கொஞ்சம் மிச்சம் பிடிக்கக்கூடியதாகவும் இருந்தது. மிச்சம் பிடித்த பணத்தில் மாதாந்தம் ஐநூறு குரோணர்களுக்கு அந்த ஆறுபேரும் சீட்டுக்கட்டினார்கள். குலுக்கல் முறையில் யாருக்கு சீட்டு விழுகிறதோ அவர் தான் அந்த மாத அதிஸ்டசாலி. அவர் உடனேயே சீட்டில் சேர்ந்த பணத்தை நாட்டுக்கு அனுப்பிவிடுவார். அது அங்கேபோய்ப் பல மடங்குகளாகப் பெருகிவிடும்.

முகாமிலிருந்த பல யூகோஸ்லாவிய, பொஸ்னியா இளைஞர்களுக்கும் தீவிலுள்ள நோர்வேஜியப் பெண்களுக்கும் காதல் தொடர்புகள்கூட இருந்தன. எம்மவர்களும் லேசுப்பட்டவர்களா என்ன ஜெர்மனி, சுவிஸ் போன்ற நாடுகளிலிருந்து வந்த ஐரோப்பிய மொழிகள் கொஞ்சம் பேசத் தெரிந்த சிலருக்கும் அப்படியான தொடர்புகள் இருந்தன. இங்கேயுள்ள அகதிகள் கிழமையில் மூன்று நாட்கள் அருகிலிருந்த பாடசாலையில் நோர்வேஜிய மொழி படிக்கச் செல்லவேண்டிய கட்டாயமும் நடைமுறையில் இருந்தது. 'எப்ப பிடித்து ஜெர்மனிக்கு திருப்பி அனுப்பிவிடுவார்களோ' என்ற நிலையில் நோர்வேஜிய மொழி படிப்பதில் குணா பெரிதாக ஆர்வம் காட்டவில்லை. கடமைக்குப் படிக்கப்போய் வந்துகொண்டிருந்தான். பாடசாலையில் கிடைத்த நோர்வேஜிய

மாணவர்களின் நட்பும் முகாம்வரை வந்து எந்நேரமும் முகாம் கலகலப்பாகவே இருந்தது. அதில் அநேகர் பதினெட்டு வயதிற்குற்பட்ட சிறுவர், சிறுமிகளாகவே காணப்பட்டனர். பாவம் அவர்களுக்கும் இத் தீவில் பொழுதுபோக்க வேறு இடம் கிடைக்கவில்லை. அக் கோழிக்குஞ்சுகளில் சில கழுகுப்பார்வைகள் விழுந்ததைக் கவனித்த பரராஜசிங்கம் “தம்பிமாரே இதுகளெல்லாம் பதினெட்டுக்கு உட்பட்ட சின்னஞ்சிறுசுகள் ஆனபடியால காலைக் கையை சும்மா வைச்சுக்கொண்டு கதை பேச்சுகளோட மட்டும் நிப்பாட்டிக்கொள்ளுங்கோடா இல்லையோ, பிறகு காசு எண்ண வந்த இடத்தல கம்பி எண்ண வேண்டி வந்திடும்” எனப் பகிடி பகிடியாக எச்சரித்துக்கொண்டார்.

முகாமின் அருகிலேயே பெருங்கடலும் இருந்தது. பெரும்பாலும் தமிழர்களின் பொழுதுபோக்கு தூண்டில் போட்டு மீன் பிடிப்பதாகவே இருந்தது. அதன் மூலம் ஒரு கல்லில் இரண்டு மாங்காய்கள் அடித்தார்கள். பொழுதும் போனது, சமையலுக்கு மீனும் கிடைத்தது. மீன்குழம்பு, மீன்பொரியல், மீன்சொதியெனச் சமையலறையில் தமிழர்களின் பகுதி மீன் மயமானது. குணாவின் சமறிக் குழுவில் பரராஜசிங்கம் நன்றாகச் சமைக்கக்கூடியவராக இருந்தார். அவர் சில காலங்கள் சவுதியில் இருந்தபடியால் அங்கேயே சமைக்கப் பழகிவிட்டார். அவரது மனைவியும் மூன்று பிள்ளைகளும் யாழ்ப்பாணத்தில் இருந்தார்கள். அவர்களையும் எப்படியாவது இங்கே எடுத்துவிடுவதே அவரது குறிக்கோளாக இருந்தது. அவரைப் “பரா அங்கிள்” என்றே குணாவும் அவனின் வயதை ஒத்தவர்களும் அழைத்தார்கள். அவர் முன்பு தமிழர் விடுதலைக் கூட்டணியின் ஆதரவாளராகச் இயங்கியவர் என்றும், பின்னர் ஆயுத இயக்கங்கள் தோன்றியவுடன் சவுதியில் இருந்துகொண்டு ரெலோவுக்கு ஆதரவாக செயல்பட்டு நிதி சேகரித்து அனுப்பியவர் தானென்றும் அடிக்கடி பெருமையாகச் சொல்லித் தன்னை ஒரு தமிழ்த் தேசியவாதியாகக் காட்டிக்கொள்வார். அவருடைய தற்போதைய பேச்சுக்கள் புலி ஆதரவு நிலையை எடுப்பதைக் கவனித்த சீலனுக்கும், குணாவுக்கும் மற்றும் ராசனுக்கும் அவரை மிகவும் பிடித்துப்போனது. அவர்களின் குழுவில் பரா அங்கிளுக்கும், விஸ்வாவுக்கும் அவ்வளவாக ஒத்துப்போவதில்லை.

முகுந்தன் தானும் தன் பாடுமாக எப்போதும் அமைதியாகவே இருந்தான். அவனது குறியெல்லாம் இத் தீவில் ஒரு வேலையைத் தேடுவதாகவே இருந்தது. முகாமுக்கு வெளியே வாழும் தமிழர்களுடனும் வேலை விடயமாகக் கதைத்து வைத்திருந்தான். முகாமில் எப்போதும் யோசனையுடன் சோகமே உருவாகத் தனிமையில் எங்காவது ஒரு மூலையில் குந்தியிருக்கும் அவனின் தனிமையை விரட்ட எண்ணிய குணா அடிக்கடி வலியப்போய்ப் பேசி நல்ல நட்பாகிப்போனான். அவனும் குணாவுடன் எல்லாவிடயங்களையும் மனம்விட்டுப் பேசினான். அப்போதுதான், யாழ் கோட்டைக்குள் இருந்து இலங்கை இராணுவம் ஏவிய செல் வீச்சினால் யாழ்ப்பாணச் சந்தைக்குள் காய்கறி வியாபாரம் செய்துகொடிருந்த தனது தந்தை இடுப்புக்குகீழாக இரண்டு கால்களையும் இழந்துவிட்டதாகவும், அதனால் தனது தாய் தோட்ட வேலைகளுக்குப் போய்த்தான் தந்தைக்கும், தனக்குக் கீழான மூன்று சகோதரங்களுக்கும் சாப்பாடு போடுவதாயும், தனது குடும்பம் அங்கே மிகவும் வறுமையில் வாடுவதாயும். அம்மாவினதும், தங்கைகளினதும் காதில, மூக்கில கிடந்ததுகளை விற்றும், வட்டிக்குக் கடன் பட்டுந்தான் தான் இங்கே வந்திருப்பதாகவும் கூறி மிகவும் மனவருத்தப்பட்டுக்கொண்டான். அவனுடைய நிலைமையைப் புரிந்துகொண்ட குணா இரண்டாவது மாதமே தனக்கு விழுந்த குலுக்கல் சீட்டை முகுந்தனுக்காக விட்டுக்கொடுத்தான். அதிலிருந்து அவர்களின் நட்பு இன்னும் பிடியிறுகியது. குணாவின் குடும்ப நிலைமையையும் நன்கு அறிந்திருந்த விஸ்வாவுக்கு அவனது செயல் ஆச்சரியமளித்தது. அவன் மீதான ஈர்ப்பை இன்னும், இன்னும் அதிகப்படுத்தியது.

ஒஸ்லோவிலிருந்த ஒரு முகாமிலேயே தங்கியிருந்த மணியமண்ணைக்கு அடித்தது அதிஷ்டம். விஸ்வா, குணாவுக்குப் பிறகு இங்கு வந்தவருக்கு இவர்களுக்கு முன்பே மனிதாபிமான அடிப்படையில் இங்கு வாழ்வதற்கான அனுமதி கிடைக்கப்பெற்று நோர்வேயின் மேற்குப் பகுதியிலுள்ள ஒரு நகரசபைக்கு அனுப்பப்பட்டிருந்தார். அங்கு சென்ற சில மாதங்களிலேயே அவருக்கு மீன் தொழிற்சாலையில் வேலையும் கிடைத்திருந்தது. இந்தச் செய்தியை விஸ்வா, குணாவுடன் பகிர்ந்துகொண்டதோடு அங்கு வேலை வாய்ப்புக்கள் இருப்பதாகக்கூறி அவர்களையும் அங்கு மாற்றலாகி வரும்படி கேட்டுக்கொண்டார்.

ஆறுமாத காலங்களுக்கும் மேலாக பனிமூடிக் கிடந்த இப் பூமிப்பரப்பை சூடேற்றுவதற்காக தன் செங்கதிர்களை பரப்பியபடி அதிகாலைச் சூரியன் கிழக்கிலிருந்து எழுந்துவந்துகொண்டிருக்க அதன் அழகை இரசித்தபடி சமையலறையில் குணாவும், விஸ்வாவும் ராசனுடன் சூடான தேநீரைப் பருகிக்கொண்டிருந்தார்கள். சமையலறையின் சகல பிரிவுகளும் சனத்தால் நிறைந்திருந்தது. அப்போது காவற்துறையின் வாகனமொன்று முகாம் வாசலில் வந்து நின்றது. அதிலிருந்து இறங்கிய நான்கு காவலர்களில் இருவர் வாசலிலேயே நிற்க, இருவர் முகாம் பொறுப்பாளரின் அலுவலகத்துக்குள் நுழைந்தார்கள். எல்லோரது வாய்களும் "பொலிஸ்... பொலிஸ்..." எனக் குசுகுசுத்தன. குணாவின் முகம் கலவரமடைந்திருப்பதைக் கவனித்த விஸ்வா பார்வையால் அவனை அமைதிப்படுத்தினான்.

முகாம் பொறுப்பாளரையும் அழைத்துக்கொண்டு இரண்டு காவலர்களும் மேலே சென்றார்கள். அதில் ஒருவரின் கையிலிருந்த ஆவணத்தில் புகைப்படம் ஒன்றும் ஒட்டப்பட்டிருந்ததை குணா கவனித்தான். படம் தெளிவாகத் தெரியாதபோதிலும் அது தன்னுடையதாகத்தான் இருக்குமென எண்ணிக்கொண்டவனின் நெஞ்சம் நிலைகுலைந்து நடுங்கியது. சிறிது நேரத்தில் மேலேயிருந்து இறங்கிய காவலார்கள் சமையலறையை நோக்கி வந்துகொண்டிருந்தனர். குணா பதட்டத்துடன் விஸ்வாவைப் பார்க்க, அதே பதட்டத்துடன் செய்வதறியாது விஸ்வாவும் குணாவைப் பார்க்க, அவர்களின் பக்கத்திலிருந்த ராசன் கதிரையிலிருந்து மெல்ல நழுவி மேசையின் கீழ் நுழைந்துகொண்டான். கிட்டத்தட்ட நிலத்தில் முட்டும்வரையாகப் போடப்பட்டிருந்த மேசை விரிப்பு அவனை முழுமையாக மறைத்துக்கொண்டது. அதனைக் கவனித்த குணாவுக்கும், விஸ்வாவுக்கும் எதுவுமே புரியவில்லை. அவர்கள் இருவரையும் தவிர வேறு யாருமே அதனைக் கவனிக்கவுமில்லை. உள்ளே நுழைந்த காவலர்களில் ஒருவன் "கூ ஸ் த சின்னாத்துர்ஜ சீஈவராசான்" எனக் கேட்டவாறே அங்கிருந்தவர்களின் முகத்தையும் கையிலிருந்த புகைப்படத்தையும் மாறி மாறிப் பார்த்துக் கொண்டான். அப்போது சட்டென எழுந்த விஸ்வா, "அவர் நேற்று நண்பரைச் சந்திக்கவென வெளியே போனவர் இன்னமும் வரவில்லை" என்றொரு பச்சைப் பொய்யைச்

சொன்னான். சில நிமிடங்கள் அங்கே நின்று தங்களுக்குள் ஏதோ குசுகுசுத்து விட்டுக் காவற்துறையினர் அங்கிருந்து வெளியேறிப்போனார்கள்.

“அவங்கள் போயிற்றாங்கள் வெளிய வா...” என்ற விஸ்வாவின் குரல் கேட்டு மேசை விரிப்பை விலத்திக்கொண்டு வெளியே வந்த ராசனின் முகத்தைப் பார்க்க பரிதாபமாக இருந்தது.

“ஏன் ராசன்! என்னத்துக்கடா உன்னைத் தேடிவந்தவங்கள்?” அவனை ஆதரவாய் ஆணைத்தவாறே கேட்டான் குணா.

“நான் ஜெர்மனியிலயிருந்து வந்த விஷயம் இங்க பிடிபட்டுப் போச்சு” என்றானவன் கவலை தோய்ந்த முகத்துடன்.

“அப்ப நீ லோயரை வைக்கயில்லையே?”

“லோயரை வைச்சுத்தான் கேஸ் நடந்துகொண்டிருந்தது. அதுக்கிடையில இப்ப இவங்கள் இங்க வந்து நிக்கிறாங்கள்” என்றான் குழப்பத்துடன்.

“அப்ப இனியென்ன செய்யப்போறீர்?” ஆட்டுத் தாடியை ஆட்காட்டி விரலால் சுருட்டியவாறே யோசனையுடன் கேட்டான் விஸ்வா.

“இனியும் இங்கயிருந்தால் ஆபத்து. பிடிபட்டால் ஜெர்மனிக்கு அனுப்பிப்போடுவாங்கள். ஜெர்மனியில என்ர கேஸ் றிஜெக்ட் ஆனதாலதான் இங்க வந்தனான். இப்ப நான் உடனேயே ஒஸ்லோ போகவேணும்” என்றான் ராசன்.

“ஒஸ்லோ போய்?” இது குணாவின் கேள்வி.

“அங்க என்ர மச்சான் இருக்கிறான். இப்பிடியேதும் பிரச்சனையெண்டால் உடன வரச் சொன்னவன். அங்கயிருந்து வேற ஏதாவது நாட்டுக்குப் போற அலுவலைத்தான் பார்க்கவேணும்” என்றவன் மிரட்சியுடன் யன்னல்வழியே வெளியே எட்டிப்பார்த்தான்.

“திரும்பவும் எப்ப வருவாங்கள் எண்டு சொல்லமுடியாது. மதியம் ரெண்டுமணிக்கு ஒரு போர்ட் இருக்கு அதிலேயே நீர் வெளிக்கிடுறதுதான் நல்லது” என்ற விஸ்வா அவனைப்

பயணத்திற்கு தயார்ப்படுத்துவதற்காக அறைக்கு அழைத்துச் சென்றான்.

ராசனை அழைத்துக்கொண்டு கப்பல் துறைமுகத்திற்கு வந்த விஸ்வாவும், குணாவும் அங்கே காவலிருந்து ஒன்று ஐம்பதுக்கு வந்த கப்பலில் அவனை ஏற்றிவிட்டுக் கப்பல் புறப்படும்வரைக் காத்து நின்றார்கள். இரண்டு மணிக்குப் புறப்படவேண்டிய கப்பல் இரண்டு பத்தாகியும் புறப்படாமல் அவ்விடத்திலேயே நிற்க, "குய்... குய்..." எனக் கூவியபடி காவற்துறை வாகனம் ஒன்று வலுவேகமாக வருவதைக் கண்ட குணாவும், விஸ்வாவும் பக்கத்திலிருந்த கட்டிடத்தின் பின்னால் மறைந்துகொண்டார்கள்.

"என்னண்ணே! ஏதோ பிசகீற்றுப் போல!" என்ற குணாவை "உஷ்" எனக் குவிந்த உதடுகளில் ஆள்காட்டி விரலை வைத்து அடக்கியவாறு மெல்லத் தலையை நீட்டி என்ன நடக்கின்றதென எட்டிப்பார்த்தான் விஸ்வா. சிறிது நேரத்தில் கைவிலங்கிடப்பட்ட ராசனை இரண்டு காவலர்கள் கப்பலில் இருந்து இறக்கி தங்கள் வாகனத்தில் ஏற்றிக்கொண்டு புறப்பட்டார்கள். புகை தள்ளியபடி புறப்பட்ட கப்பல் மெல்ல அசைந்து திரும்பி வேகமெடுக்க, அலைகளைக் கரைக்கு அனுப்பி காய்ந்துகிடந்த கற்களை ஈரப்படுத்தியது கடல்.

"அடச்சே... என்னெண்டு அண்ணே! இங்கையும் யாரோ எட்டப்பன் இருக்கிறான் போல" கீழ் உதட்டைக் கடித்தபடி கோபமாக தலையைச் சிலிர்ப்பினான் குணா.

"ச்சே... உந்த எட்டப்பன், துரோகி என்ற கதையை விட்டிற்று சும்மா வாரும்" என்ற விஸ்வா விறுவிறுவென நடக்கலானான். அவனது வார்த்தைகளும், முகமும் சினத்தை வெளிப்படுத்தியதை உணர்ந்த குணா சிந்தனையில் லயித்தபடி மௌனமாகப் பின்தொடர்ந்தான்.

"முதல்ல நாங்க ஒண்டை வடிவா விளங்கிக்கொள்ள வேணும். இந்தத் தீவும் எங்களுக்கு ஒரு பொறி தான். இதுக்குத்தான் இப்படியான இடங்களில முகாம்களை வைச்சிருக்கிறாங்கள். ஒரு பிள்ளையும் இங்கயிருந்து தப்ப ஏலாது. இனி முகாமில வைச்சு ராசனைப் பிடிக்க ஏலாதெண்டு அவங்களுக்குத் தெரிஞ்சுபோச்சு. அதுதான் வெளிநாட்டவர் யாராவது கப்பலில்

ஏறினால் தங்களுக்கு அறிவிக்கும்படி கப்பலுக்குத் தகவல் கொடுத்திருக்கிறாங்கள்" என நடையின் வேகத்தைக் குறைத்த விஸ்வா பின்னால் திரும்பிப்பார்த்துக் கூறினான்.

"அட... ஓமண்ணே! நீங்க சொல்லுறது தான் சரி, நானொரு மடையன். ஆத்திரக்காரனுக்கு புத்தி மத்திமம் எண்டு சும்மாவா சொன்னாங்கள்" எனத் தன் கையாலேயே தன் பிடரியைத் தட்டிக்கொண்டான்.

• • •

நோர்வே அரசினால் மனிதாபிமான அடிப்படையில் அகதிகளாக ஏற்றுக்கொள்ளப்பட்டவர்கள் நகரசபைகளில் வதிவிட அனுமதி பெற்று முகாமிலிருந்து வெளியேறுவதும், புதியவர்கள் முகாமுக்குள் நுழைவதுமான சுழற்சி நிகழ்ந்துகொண்டிருந்தது.

முகாமில் உள்ள தபாற்பெட்டியில் செவ்வாயும், வியாழனுமே இலங்கைக் கடிதங்கள் வந்து விழுவது வழமையாகவிருந்தது. அந்த நாட்களில் தபாற்காரனுக்காகத் தவமிருக்கும் தமிழர்கள், அவன் வரும் நேரத்தில் தபாற்பெட்டியை மொய்த்தபடி நிற்பார்கள். அன்று இலங்கைக் கடிதத்தை எதிர்பார்த்து நின்ற குணாவுக்கு உள்நாட்டுக் கடிதமே வந்திருந்தது. கடிதக் கவரிலிருந்த சட்டத்தரணியின் பெயரைக் கண்டதுமே கைகள் நடுக்கமெடுக்க ஆரப்பித்தன. கடிதத்தைத் திறக்கவே பயமாகவிருந்தது. ஓட்டமும் நடையுமாக விஸ்வாவிடம் சென்றான்.

"அண்ணே லோயரிட்ட இருந்து கடிதம் வந்திருக்கு" என்றவனின் முகம் இருண்டுபோயிருந்தது. அவன் பதட்டத்துடன் நிற்பதைக் கவனித்தவாறே கவரை வாங்கிய விஸ்வா ஆங்கிலத்தில் எழுதப்பட்டிருந்த கடிதத்தை மனதுக்குள் வாசிக்க, விஸ்வாவின் முகபாவத்தை உற்றுக் கவனித்தவாறு ஏக்கத்துடன் நின்றான் குணா. இறுக்கத்துடன் கடிதத்தை வாசிக்க ஆரம்பித்த விஸ்வாவின் முகம் மெல்ல மெல்ல ஒரு பூவைப் போல மலர்வதைக் கண்டு ஆர்வமானவன், "என்னண்ணே! என்னவாம் லோயர்?" எனக் கேட்டான்.

“நல்ல செய்திதான். உம்மை ஜெர்மனிக்கு அனுப்புறதில்லை எண்டு முடிவெடுத்திருக்கிறாங்களாம். ஜெர்மனியில இருந்த காலத்தைவிடவும் இங்க கூடிய காலம் இருந்துவிட்டதனால இனி உம்மைத் திருப்பியனுப்பமுடியாத நிலை ஏற்பட்டுவிட்டதாம். இப்ப சந்தோஷம் தானே” என்றவன் எழுந்து குணாவைக் கட்டித்தழுவிக்கொண்டான். நான்கு கண்களும் கலங்கிய தருணத்தில் உதடுகள் புன்னகையைப் பரிமாறிக்கொண்டன.

அன்று இரவே கண்விழித்திருந்து சந்தோஷ செய்தியை ஊரிலுள்ள உறவுகளுக்குத் தெரியப்படுத்தக் கடிதங்களாய் எழுதிக் குவித்தான். கட்டுக்கடங்காத பாசங்களையும், கணிக்க இயலாத நேசங்களையும் சுமந்தபடி கடிதங்கள் அங்கும் இங்குமாய்ப் பறந்துகொண்டிருந்தன.

‘முயற்சி திருவினையாக்கும்’ என்பார்கள். முகுந்தன் விடயத்திலும் அது பொய்த்துப் போகவில்லை. முகாமுக்குக் கடிதம் கொண்டுவரும் தபால்காரன் ஹான்சென் என்பவனுடன் அடிக்கடி கதைத்து நட்பாகி அவனிடமும் வேலை விசயமாகக் கதைக்க, ஹான்செனும் தனது தோட்டத்தில் சனி ஞாயிறுகளில் வேலை தருவதாகக் கூறியதோடு எதிர்வரும் சனிக்கிழமையே முகுந்தனைக் கூட்டிப்போக வர இருப்பதான இனிப்பான செய்தியைக் குணாவுடன் பகிர்ந்துகொண்டான் முகுந்தன்.

இங்கு வந்தபின்னர் குணாவும், விஸ்வாவும் ரேபிள் ரென்னிஸ் விளையாட்டில் கொஞ்சம் தேர்ச்சி பெற்றுவிட்டார்கள். அவர்களின் கூடுதலான பொழுதுகள் அதிலேயே கழிந்தன. வெளியேயிருந்து வந்து அவர்களுடன் விளையாடும் பாடசாலை மாணவிகளே விளையாட்டின் நுணுக்கங்களை அவர்களுக்குக் கற்றுக்கொடுத்தார்கள். அதில் கத்தரீனா என்பவள் நல்ல ஆட்டக்காரியாகத் திகழ்ந்தாள். ரேபிள் ரென்னிஸ் விளையாட்டில் அவளை அடிக்க அங்கு ஆட்களேயில்லை. இருபது வயது நிரம்பிய நோர்வேஜிய அழகியவள். அவளுடன் ரேபிள் ரென்னிஸ் விளையாடி வெல்ல வேண்டுமென்பதே குணாவினதும், விஸ்வாவினதும் ஆசையாக இருந்தது. அந்த ஆசையை அவர்கள் அவளிடமே கூறியபோது, சரி என்னை வெல்வதற்கு நானே உங்களுக்குப் பயிற்சி தருகிறேன் எனக் கூறிய கத்தரீனா இன்னும் சில நுணுக்கங்களைக் கற்றுக்கொடுக்கவும்,

சேர்ந்து விளையாடவுமென தன் நண்பிகளுடன் அடிக்கடி வந்துபோனாள்.

அன்று சனிக்கிழமை காலை கத்தரீனாவும், நண்பியும் ஒரு பக்கமாகவும் குணாவும், விஸ்வாவும் எதிர்ப் பக்கமாகவும் விளையாட்டு களைகட்டிக்கொண்டிருந்தது. தமிழர்கள் பலர் மேசையைச் சுற்றி நின்று ரசித்தார்கள். ரேபிள் ரென்னிசில் ஆர்வம் இல்லாதவர்கள் கூட வந்து நின்று உச்சுக்கொட்டி ரசித்தது விளையாட்டை அல்ல என்பது எல்லோருக்கும் தெரிந்த விடயமாகத்தான் இருந்தது. விளையாட்டு முடிந்தபின் தமிழர்கள் கூடியிருந்த இடத்துக்கு வந்த முகாம் பொறுப்பாளர், “இன்று மதியம் நான்கு புதியவர்கள் வருகின்றார்கள். அதில் இருவர் தமிழர்கள் எந்தச் சமையல் பிரிவில் ஆட்கள் குறைவாக இருக்கின்றதோ அப் பிரிவில் இவர்களையும் இணைத்துக்கொள்ளுங்கள்” எனக் கூறிச் சென்றார்.

“ஓ... எங்கட குறுப்பில ராசன்ர இடத்துக்கு ஒரு ஆளைப் போடலாம்” என்றான் குணா.

“ம். எங்கட குறுப்பிலும் ஏற்கனவே ஒரு இடமிருக்கு” என்றான் நிமலன்.

“அப்ப இண்டைக்கு ஒரு சோத்துப்பார்சல் எக்ஸ்ரா” என்றான் நக்கல்ச் சிரிப்புடன் நிமலனைப் பார்த்த சீலன்.

அதனைப் புரிந்துகொண்ட எல்லோரும் வாய்விட்டுச் சிரித்தனர். முகத்தில் எந்தவித கோப உணர்ச்சியையும் காட்டாமல் “ஓமடாப்பா சோறும், சம்பலும் எண்டாலும் அந்த மக்கள் சாப்பிட்டதைத்தான் நாங்கள் பார்சலாக வாங்கிச் சாப்பிட்டனாங்களே தவிர, உங்கள மாதிரிக் கஸ்ரப்பட்ட மக்களின்ர காதில, மூக்கில கிடந்ததுகளைக் கட்டாயப் பவுன் சேர்ப்பு எண்ட பேர்ல கழட்டிக் கொண்டுபோய்க் கடையில கொத்துரொட்டி வாங்கிச் சாப்பிடயில்ல நாங்கள்” என நின்று நிதானமாக பதிலடி கொடுத்துவிட்டு நடையைக் கட்டினான் நிமலன்.

“உனக்கு இது தேவையா?” என்பது போல் சீலனை ஒரு பார்வை பார்த்துவிட்டுக் குணாவும் அவ்விடத்தை விட்டகன்றான்.

சமையலறையில் மதியச் சாப்பாட்டிற்கான வேலைகள் ஆரம்பமானது. இன்றைய சமையல் முறை விஸ்வாவினதும், குணாவினதுமே. சனிக்கிழமையாகையால் மீன்களுக்கு விடுமுறை. குணா கோழியை எடுத்து வெட்ட ஆரம்பிக்க, விஸ்வா அரிசியை அலசிக்கொண்டிருந்தான். சாப்பாட்டு மேசையில் வந்து குந்திய பரராஜசிங்கத்தாரும், சீலனும் அரசியலை அலச ஆரம்பித்தார்கள்.

“தெரியுமே பிரேமதாசாவுக்கும், புலிகளுக்குமிடையில இரகசியப் பேச்சுக்கள் நடந்துகொண்டிருக்குதாம். பாலாசிங்கத்தாரும், கிட்டரும் கொழும்பிலதான் நிக்கினமாம், எங்கட ஆட்களுக்குப் பிரேமதாஸா ஆயுதங்களை அள்ளிக் குடுக்கிறாராம். இனித்தான் இருக்கு இந்தியன் ஆமிக்கும், துரோகக் கும்பல்களுக்கும் ஆப்பு” என்றார் பரராஜசிங்கம். நிமலனின் காதிலும் விழும்படியாக உற்சாகமான குரலில்.

“அப்ப காடு வெளிக்கப் போகுதெண்டு சொல்லுறியள்” எனக் கேட்ட சீலனும் உற்சாகமானான்.

“பின்ன... காடு மட்டுமே, நாடுந்தான் வெளிக்கப்போகுது நரிகள் எடுக்கப்போற ஓட்டத்தால” என்ற பரராஜசிங்கத்தார் கடைக்கண்ணால் நிமலனைப் பார்த்தார்.

“அதுவும் சரிதான். புலிகளுக்கு முன்னால நரிகள் நிக்கமுடியுமே” என நீண்டுகொண்டிருந்த அவர்களின் குத்தல் பேச்சுக்குப் பதிலளிக்க முற்பட்ட நிமலனின் வாயை விஸ்வா தன் கண்களாலேயே அடைத்தான். நிமலனைச் சீண்டி வம்புக்கு இழுக்க முயற்சித்தவர்களுக்கு நிமலனின் மௌனம் சலிப்பைக் கொடுக்க இருவரும் அங்கிருந்து எழுந்து போனார்கள்.

“பாத்தீங்களா அண்ணே இவை என்னோட தனகத்தான் வந்தவை, நீங்கள் இல்லையெண்டால் நல்ல குடுவை குடுத்திருப்பன்” எனத் தலையை ஆட்டினான் நிமலன்.

“இவையோட வாதம் பண்ண வெளிக்கிட்டால் வீண் குரோதம் தான் வளருமே தவிர ஒரு பிரயோசனமும் இல்லையப்பன். நம்ம இனத்துக்கு நண்பர்கள் யார், எதிரிகள் யார் எண்டதிலேயே இன்னும் ஒரு தெளிவு இல்ல. உண்மையிலேயே எங்கட

ஆட்கள் இந்தியன் ஆமியோட சண்டைக்குப் போயிருக்கவே கூடாது. அவங்களை அனுசரிச்சுக்கொண்டுபோய் இலங்கை ஆமிக்கும், இந்தியன் ஆமிக்கும் இடையில சண்டையை மூட்டி விட்டிருக்கவேணும். அப்படிச் செய்திருந்தால் அதுதான் சரியான சாணக்கிய வியூகமுமாக இருந்திருக்கும். அத விட்டுப்போட்டுச் சும்மா...'' என்று இழுத்த விஸ்வா இதுகளைக் கதைச்சுப் பிரயோசனம் இல்லை என்பதுபோல் கதையை இடைநடுவே விட்டுவிட்டு வெங்காயத்தை நறுக்க ஆரம்பித்தான்.

அப்போது முகாம் வாசலில் வந்து நின்ற வாகனத்தின் பின் இருக்கையிலிருந்து இரண்டு பொஸ்னியர்களும் ஒரு தமிழரும் இறங்கிவர, முன் இருக்கையிலிருந்து தோற்பட்டை வரை கட்டையாக வெட்டப்பட்ட கருநிற முடிகளைக் காற்றில் அலையவிட்டவாறு, பொது நிறமும், சராசரி உயரமும் கொண்ட ஒரு இளம் தமிழ்ப்பெண் மிடுக்கான பார்வையும், துடுக்கான நடையுமாய் முகம் மலர்ந்த புன்னகையுடன் இறங்கி வந்துகொண்டிருந்தாள். முன்னே வந்த தமிழரை நிமலனின் சமையற் பிரிவில் இருந்த ஒருவர் ஓடிப்போய்க் கட்டிப் பிடித்து "மச்சான் நீயும் இங்க வந்திட்டியே'' என்றார். வந்தவர்களை முதலில் தனது அலுவலகத்துக்குள் அழைத்துச் சென்றார் முகாம் பொறுப்பாளர்.

"அண்ணே எனக்கெண்டால் அந்தத் தமிழ் ஆளை எங்கயோ பார்த்தமாதிரி இருக்குது'' எனக் கண்களை மூடி நெற்றிப்பொட்டில் ஆட்காட்டி விரலைவைத்துத் தட்டினான் குணா.

"ஓம் குணா எனக்குந்தான். சிலவேளை ஜெர்மன் காயாய் இருக்குமோ!'' தாடியைத் தடவியவாறே விஸ்வாவும் யோசித்தான்.

"சீச்சி... இல்லையண்ணே, இப்பதான் ஞாபகத்துக்கு வருகுது, இவர்தான் நாம ஒஸ்லோவில வழி தெரியாம நிண்டபோது முகாமுக்கு வழிகாட்டின ஸ்ருடென்ட்'' என்றான் குணா.

"ஓம் குணா அவரேதான் ஆள். சரியாச் சொன்னீர். அதுசரி, ஸ்ருடென்ட் எண்டால் பள்ளிக்கூடத்துக்கெல்லே போகவேணும் அகதி முகாமுக்கு எதுக்கு?''

“கொஞ்சம் பொறுங்கண்ணே, மச்சான் எண்டு ஓடிப்போய்க் கட்டிப் பிடிச்சவரைக் கேட்டால் தெரியுந்தானே” என்றவாறு அவரிடம் சென்றவன் “யார் அண்ணே அவர்? உங்கட மச்சானே?” எனக் கேட்டான் குணா.

“இல்லையில்ல, இவன் என்ர ஊர்க்காரன். கனகாலத்துக்கு முன்னமே இங்க படிக்கவெண்டு வந்தவன். இப்ப படிப்பு முடிச்சவுடன நாட்டுக்குத் திரும்பிப் போகச் சொல்லிப்போட்டாங்கள். அங்க சண்டை நடந்துகொண்டிருக்கிறபடியால போக ஏலாதெண்டு இங்க அசூல் அடிச்சுப்போட்டான். இவனை நான் எங்கட சமறிக் குறுப்பிலயே சேர்க்கட்டே?” எனக் கேட்டார் அவர்.

“ஓ... அதுக்கென்ன, அந்தத் தமிழ் பிள்ளையை எங்கட குருப்பில போட்டால் நாங்களும் ஒரு நாளைக்காவது காப்புக் கையால சாப்பிடலாம்” எனக் குசியான குணா விஸ்வாவிடம் சென்று விசயத்தைக் கூறினான்.

“பார்த்தீரே குணா, வண்டியும் ஒருநாள் ஓடத்தில் ஏறும், ஓடமும் ஒருநாள் வண்டியில் ஏறும் எண்ட கதைபோல ஸ்ருடென்ட்டும் ஒருநாள் அகதியாவான், அகதியும் ஒருநாள் ஸ்ருடென்ட் ஆவானென்று இருந்திருக்கு. நாங்கள் இப்ப ஸ்ருடென்ட் தானே” எனக் கண் சிமிட்டினான் விஸ்வா.

புதிதாய் வந்தவர்களை மேலே கூட்டிச் சென்ற முகாம் பொறுப்பாளர் அவர்களுக்கான அறைகளைக் காட்டிய பின்னர் சமையலறைக்கு அழைத்துவந்து அங்கு நின்றவர்களையும் அறிமுகப்படுத்தினார். எல்லோரும் கைகளைக் குலுக்கி அறிமுகமானார்கள். அந்தத் தமிழ்ப் பெண் பொறுப்பாளருடன் சரளமாக நோர்வேஜிய மொழியில் பேசியதைப் பார்த்தபோது அவளும் ஸ்ருடென்ட்டாக வந்தவள்தான் என்பதை எல்லோரும் புரிந்துகொண்டார்கள்.

நேர்கொண்ட பார்வையுடன் குணாவிடம் வந்தவள், “ஜெனிற்றா” எனக் கையை நீட்டினாள். அவனும் “குணா” எனக் கையைப்பற்றிக் குலுக்கியபடியே கேட்டான், “உங்களையும் எங்கட சமறிக் குறுப்பிலதான் போட்டிருக்கிறம். உங்களுக்கு ஓகேயா?”

“டபிள் ஓகே. ஆனால், எனக்குச் சமைக்கத் தெரியாது. அது உங்களுக்கு ஓகேயா?” கேட்டவளது உதடுகள் மட்டுமல்ல, கண்களும் புன்னகைத்தன.

“என்ன அக்கா, கனகாலத்துக்குப் பிறகு காப்புக் கைச் சாப்பாட்டை ருசிக்கலாம் எண்டு பார்த்தால் இப்பிடிச் சொல்லிப்போட்டியளே!” எனச் சலித்துக்கொண்டான் குணா.

“இங்க பாரும் கையில காப்பே இல்லை” என இரண்டு கைகளையும் நீட்டிக் காட்டியவள், “அதுசரி, என்னது அக்காவோ! ஏன் அன்ரி எண்டு கூப்பிடலாமே” என்றாள் ஒரு செல்ல முறைப்புடன்.

“ஏன், என்னைப் பார்க்க அவ்வளவு சின்னப் பெடியனாட்டம் தெரியுதே?” எனக் குணா சீரியசான முகத்துடன் கேட்டதுமே, அவள் உதட்டைச் சுழித்து முழியைப் பிரட்டி அவனைப் பார்த்த பார்வையை இரசித்துச் சிரித்தபடியே “சரி... சரி... நேரமாகுது வாங்கோ சாப்பிடுவம்” என விஸ்வா அழைக்க சாப்பிட்டவாறே மீண்டும் சம்பாஷனை தொடர்ந்தது.

“தங்கச்சியின்ர பேரைப் பார்க்க கிறிஸ்தவப் பேர் மாதிரிக் கிடக்குது” எனத் தோம்பு துழாவினார் பரராஜசிங்கத்தார்.

“ஓம், இனி நீங்கள் ஒவ்வொண்டாக் கேட்க முதலே நானே என்ர பயோடேட்டாவைச் சொல்லிப் போடுறதுதான் நல்லது” என்றவள், தான் கிறிஸ்தவக் குடும்பத்தைச் சேர்ந்தவள் என்றும், பெற்றோர்கள் நாட்டில் இருப்பதாகவும். தான் மூன்று வருடங்களுக்கு முன்பு படிப்பதற்காக இங்கு வந்ததாகவும், மூன்று வருடப் படிப்பு முடிந்துவிட்டதனால் நாட்டுக்குத் திரும்பிப் போகவேண்டிய நிலை ஏற்பட்டதாகவும், நாட்டில் நடக்கும் சண்டையைக் காரணம் காட்டித் தன்னை இங்கு அகதியாகப் பதிவு செய்துவிட்டதாகவும், தனது இரண்டு அண்ணன்மார்களும் அவர்களின் நண்பரான தனது காதலரும் ஒஸ்லோவில் இருப்பதாகவும், அவர்களும் படிப்பதற்காகவே இங்கு வந்தவர்கள் என்றும் கூறித் தனது பயோடேட்டாவை முடித்துக் கொண்டவள், “கோழிக்கறி அருமையாயிருக்கு. யார் சமைத்தது?” எனக் கேட்டாள். குணா உடனேயே விஸ்வாவை

சுட்டிக்காட்ட வியப்போடு விஸ்வாவைப் புருவமுயர்த்திப் பார்த்து "தாங்க்ஸ்" என்றாள்.

புன்னகைத்தவாறே "யூ வெல்கம்" என்றான் விஸ்வாவும். வந்த முதல் நாளே எல்லோருடனும் சகஜமாகவும், வெளிப்படையாகவும் பழகிய அவளது பண்பு குணாவுக்கும், விஸ்வாவுக்கும் மிகவும் பிடித்துப்போனது. ஆனால் அங்கிருந்த சில கலாச்சாரக் காவலர்களுக்கு அதுவொரு ஆட்டக்காரியின் பண்புகளாகவே பட்டது. அவளோ அதைப் பற்றியெல்லாம் சிந்திக்கத் தலைப்படாதவளாகவே காணப்பட்டாள்.

"நீங்க எத்தின வயசில நோர்வேக்கு வந்தனீங்க?" கதையோடு கதையாகக் குறுக்கு விசாரணை செய்தான் குணா.

"நான் இங்க பதினெட்டு வயசிலேயே வந்திட்டன்."

பதினெட்டு பிளஸ் மூன்று சமன் இருபத்தொன்று என மனக் கணக்குப் போட்டவன் "ஓ... அப்ப நீங்கள் எனக்கு அக்கா தான்" என்றான் அவளின் வயதைக் கண்டுபிடித்துவிட்ட மகிழ்ச்சியுடன்.

"ஐ... ஐயோ... நீங்க பயங்கரமான ஆட்களப்பா, இனி நான் கொஞ்சம் கவனமாகத்தான் வாயைத் திறக்கவேணும்" என்றவள் இடது கையால் வாயைப் பொத்திக்கொண்டாள்.

சிரிப்பும், பேச்சுமாக எல்லோரும் வயிறாரச் சாப்பிட்டுக் கொண்டிருக்க, பக்கத்து மேசைகளில் இருந்த வயிறுகள் சில எரிந்துகொண்டிருந்தன. எல்லாக் கண்களின் பார்வையும் ஜெனிற்றா மீதே படிந்தது. ஆலையில்லா ஊருக்கு இலுப்பம்பூ சர்க்கரை என்பார்கள். ஆனால், இங்கே ஐம்பது கிலோவில் சர்க்கரைக் கட்டியே வந்து நின்றால் இருக்காதாபின்ன.

காலச் சக்கரத்தின் சுழற்சியில் குணாவும், விஸ்வாவும் எதிர்பார்த்துக் காத்திருந்த அந்த இனிய நாளும் வந்தது. அவர்களுடைய அரசியல் தஞ்சக்கோரிக்கை நோர்வே அரசினால் நிராகரிக்கப்பட்டபோதும், மனிதாபிமான அடிப்படையில் இங்கு வாழ்வதற்கான அனுமதியைப் பெற்றிருப்பதாக வெளிநாட்டு அமைச்சிலிருந்து இருவருக்கும் ஒரே நாளில் கடிதங்கள் வந்தன.

இருவரும் சந்தோஷத்தில் துள்ளிக் குதித்து நண்பர்களுக்கு இனிப்புகள் பரிமாறி மகிழ்ந்தார்கள்.

இனி அடுத்ததாக வேலைவாய்ப்புகள் உள்ள நல்லதொரு நகராட்சியில் நிரந்தர வதிவிடம் கிடைக்கப்பெற்றால் போதும் கனவுகளையும், கடமைகளையும் விரைவாக நிறைவேற்றிவிடலாமென எண்ணிக்கொண்டான் குணா. வட நோர்வேக்குப் போனால் மீன் தொழிற்சாலைகளில் உடனடியாக வேலை கிடைக்கும். ஆனால், மைனஸ் முப்பது டிகிரிக் குளிரை நினைக்கவே குணாவின் உடல் வெடவெடுத்து நடுங்கியது. அங்கு நண்பர்கள், உறவினர்கள் உள்ளவர்கள் தாங்களாகவே விரும்பிக் கேட்டு மாற்றலாகிச் சென்றுகொண்டிருந்தார்கள். குணாவும், விஸ்வாவும் மணியமண்ணை வாழும் நகரசபையையே விரும்பிக் கேட்டுக் காத்திருந்தார்கள். முகுந்தனுக்கும் மனிதாபிமான அடிப்படையில் இங்கு வாழ்வதற்கான அனுமதி கிடைக்கப்பெற்ற தகவல் வந்தது. அவன் தோட்டவேலை சீசன் முடிந்தபின்னும் தொடர்ந்தும் வீட்டு வேலையென சனிக்கிழமைகளில் ஹன்சனுடன் போவதால் அவனது கையிலும் காசுகள் புழங்க சந்தோஷமாகவிருந்தான்.

தூங்கும்போது வருபவை அல்ல, அவனைத் தூங்க விடாமற் துரத்துபவையாகவே இருந்தன குணாவின் கனவுகள். அவனது கனவுகளின் கருவான கடமைகளையும், ஆசைகளையும் நிறைவேற்றுவதற்கான காலம் மெல்ல மெல்லக் கனிந்துகொண்டிருப்பதாகவே உணர்ந்தவன் ஒரு பந்தயக் குதிரையைப்போல் கனவுகளை நோக்கிய ஓட்டத்திற்குத் தன்னைத் தயார்ப்படுத்திக்கொண்டிருந்தான்.

ஓட்டத்தை முடித்து ஓய்வதல்ல நோக்கம். அடுத்த இலக்கு அவனது இலட்சியமே, இலட்சியம் என்பது அவனது ஆசையில் பிறந்ததல்ல. அது அவனது வலிகளில் பிறந்தது, அவமானங்களில் உதித்தது, துயரங்களில் எழுந்த தாகத்தில் உணர்ந்தது. அத் தணியாத தாகம் அடங்காமலேயே அவன் தவியாய்த் தவித்துக்கொண்டிருந்தான்.

* * *

சேலைகட்டும் பெண்ணுக்கொரு வாசமுண்டு கண்டதுண்டா? கண்டவர்கள் சொன்னதுண்டா? வானத்து இந்திரரே வாருங்கள் வாருங்கள்... எனக் காலையிலேயே வானத்து இந்திரர்களை அழைத்த வைரமுத்துவின் வரிகள் இனிய இசையுடன் காற்றில் கலந்து குணாவின் காதுகளை வந்தடைந்தபோது ஏற்பட்ட உணர்வு இனிமையானதாகத்தான் இருந்தது. பாடலை முணுமுணுத்தபடியே உற்சாகமாக எழுந்து காலைக் கடன்களை முடித்துக்கொண்டு விஸ்வாவின் அறைக்குள் நுழைந்தான். விஸ்வாவும் அப்போதுதான் எழுந்து கட்டிலில் குந்தியிருந்தவாறே அடுத்ததாக ஒலித்துக்கொண்டிருந்த வளையோசை கலகல கலவென கவிதைகள் படித்திட காற்றும் வீசுது... என்ற பாடலை மெய்மறந்து இரசித்துகொண்டிருந்தான்.

“அண்ணே கனநாளைக்குப் பிறகு தமிழ்ப் பாட்டுக் கேட்க நல்லாத்தான் இருக்குது என்ன?”

“ம், வரயிக்க பிள்ளை பாட்டுப் பெட்டியோட தான் வந்திருக்குது” என்றவாறே எழுந்தான் விஸ்வா. இருவருமாகச் சமையலறைக்குச் சென்று தேனீர் தயாரித்துக்கொண்டிருந்தபோது, பார்த்தவர்கள் எல்லோருக்கும் “ஹாய், ஹாய்.” சொல்லியபடியே வலு ஹாயாக ஜெனிற்றா வந்துகொண்டிருக்க, விஸ்வாவைப் பார்த்த குணா “ஏன் அண்ணே சேலை கட்டும் பெண்கள் மட்டுந்தான் சென்ற் அடிப்பார்களா? ஜீன்ஸ் போடும் பெண்கள் சென்ற் அடிக்கமாட்டார்களா?” எனச் சீரியஸான முகபாவத்துடன் அவளின் காதிலும் விழும்படியாகக் கேட்டான்.

“ஐய்... ஐயோ! சத்தமாப் பாட்டுப் போட்டு உங்களை டிஸ்ரப் பண்ணிப்போட்டேனா?” எனக் கேட்டு உதறிய கை விரல்களில் ஒன்று அவளது முத்துப் பற்களுக்கிடையில் அகப்பட்டுக்கொண்டது.

“சே... ச்செ... அப்படியில்ல, நாங்கள் கனநாட்களுக்குப் பிறகு தமிழ்ப் பாட்டுக்கேட்ட சந்தோஷத்தில இருக்கிறம் நீங்க வேற” எனச் சட்டெனப் பதிலளித்தான் குணா.

“ம்... நல்ல பாட்டெல்லாம் வைச்சிருக்கிறீங்க போலயிருக்கு இங்க கொண்டுவந்தால் பாட்டுக்கேட்டுக் கொண்டே

சமைக்கலாமே'' என விஸ்வா சொன்னதுமே பாட்டுப்பெட்டி சமையலறையை வந்தடைந்தது. அன்றைய நாளில் காதுக்கினிய இசையுடன் நாவுக்கினிய சமையல் ஆரம்பமானது. ஜெனிற்றா தனக்குச் சமைக்கத் தெரியாதென்று சொன்னது பொய்யென்பதும் அன்றைய நாளில் நிருபணமானது.

அம் முகாமின் பல முனைகளிலும் இருந்து மன்மத அம்புகள் அவளை நோக்கி ஏவப்பட்டவண்ணமே இருந்தன. அதிலும் ஐரோப்பிய நாடுகளிற் சில வருடங்கள் வாழ்ந்துவிட்டு இங்குவந்து வெள்ளைக்கார நண்பிகளுடன் சுற்றித் திரிந்த சிலர் ஜெனிற்றாவைக் கண்டதும் வெள்ளைக்காரிகளைக் கழற்றி விட்டுப்போட்டு நல்லபிள்ளைகள் போல் இவளின் முன்னால் நடமாடத் தொடங்கினார்கள். அவர்கள் எல்லோருமே ஒரே சமையல் குறுப்பிலேயே இருந்தார்கள். ஆனால் ஆடிக்கொருக்கால், ஆவணிக்கொருக்கால் தான் சமையல் நடக்கும். எங்கு சாப்பிடுகிறார்கள் என்னத்தைச் சாப்பிடுகிறார்கள் என்பது யாருக்குமே தெரியாதது. வெள்ளி, சனி இரவுகளில் நைற் கிளப்புகளுக்கு கிளம்பிவிடுவார்கள். அங்கே தான் அவர்களுக்கு வெள்ளைக்கார நண்பிகள் கிடைத்தார்கள். காதுகளில் கடுக்கனும், தலையில் குடும்பியுமாய் அவர்களிடம் காணப்பட்ட மேற்கத்தைய நாகரிகமே அவர்கள் வேற நாடுகளில் இருந்துவிட்டு இங்கு வந்தவர்களென அடையாளம் காட்டியது. அவர்களுக்குள் இரண்டு காதிலும் கடுக்கனும், நீண்ட குடும்பியுமாக ஒரு பிளேபாயாக வலம் வந்துகொண்டிருந்த மயூரன் என்பவனால் அவளுக்காக எழுதப்பட்ட காதற் கடிதமொன்று முகாமிலுள்ள தபாற்பெட்டியிலேயே திணிக்கப்பட்டது. அதனை எதிர்கொண்டவள் தனக்கு ஒஸ்லோவில் காதலன் இருப்பதாகக் கண்ணியமான முறையில் அவனுக்குத் தெரியப்படுத்தினாள். ஆனால், அவனோ தொடர்ந்தும் கண்ணியமற்ற நடவடிக்கைகளிலேயே ஈடுபட்டுவந்தான். ஜெனிற்றாவோ அதனைச் சட்டை செய்யாமல் தன்னுடன் கண்ணியமான முறையில் நடந்துகொள்ளும் குணாவுடனும், விஸ்வாவுடனுமே மிகவும் நெருக்கமானாள். பெரும்பாலான அவளது பொழுதுகள் அவர்களுடனேயே கழிந்து கொண்டிருந்தன.

ஒரு சனி மாலை ரேபிள் ரென்னிஸ் விளையாடிக் களைத்துப்போன குணாவும், விஸ்வாவும் கத்தரீனா

மற்றும் அவளது நண்பிகளுடனும் மண்டபத்திலிருந்து கதைத்துக்கொண்டிருந்தார்கள். அப்போது அங்கு வந்த மயூரன் தன்னுடன் ரேபிள்ரென்னிஸ் விளையாட வருமாறு கத்தரீனாவை அழைக்க, அவள் களைத்திருப்பதாகக் கூறி அவனுடன் விளையாட மறுத்தபோது, "ஏன்? என்னுடன் விளையாடக் கூடாதென்று யாராவது சொன்னார்களா?" என டொச் மொழியில் அவளிடம் கேட்டவன் சட்டெனத் திரும்பி விஸ்வாவைப் பார்த்து முறைத்தான்.

"அப்படியில்லை, நான் இப்பதான் விளையாடி முடிந்து களைச்சுப்போயிருக்கிறன்" என அவள் ஆங்கிலத்திலேயே பதிலளித்தாள்.

அவளுடைய பதிலையும், அவனுடைய முறைப்புப் பார்வையையும் வைத்து மயூரனின் கேள்வியை புரிந்துகொண்ட விஸ்வாவும், குணாவும் மனதுக்குள் சிரித்தபடி மௌனமாகவிருக்க, மயூரன் எரிச்சலுடன் அவ்விடத்தைவிட்டு வெளியேறினான்.

"அண்ண இவற்றை உந்தச் சேட்டைக்கும், செடில்ப் பார்வைக்கும் ஒரு நாளைக்கு இருக்குது இவருக்கு" என்றான் உதட்டைக் கடித்தபடி தலையை மேலும் கீழுமாக ஆட்டிய குணா.

அப்போது ஒரு கீரைப்பிடியைப் போல் உச்சந்தலையில் அள்ளி முடிந்த கட்டையான முடியுடன், "டொக் டொக்கென குதிக்கால் செருப்பு சத்தமிட முகம் மலர்ந்த களிப்புடன் படிகளில் இறங்கிக்கொண்டிருந்தாள் ஜெனிற்றா. இவர்களைக் கண்ட கணமே அவளது முகத்திலிருந்த களிப்புக் காணாமற்போனது. இறுகிய முகத்துடன் இவர்களைக் கடந்து சமையலறைக்குள் நுழைந்தவள், தேனீரைத் தயாரித்து எடுத்துக்கொண்டு மீண்டும் மேலே செல்ல வந்தபோது, விஸ்வாவின் தோள்ப்பட்டைகளை அழுத்தி மசாஜ் பண்ணியவாறு நின்றாள் கத்தரீனா. அதனைக் கண்டும், காணாதவள் போல் தலையைத் திருப்பிக்கொண்டு கடந்து சென்றாள்.

"அண்ணே இவன் மயூரனுக்குத்தான் எரியுதெண்டால், இவவுக்கு என்னவாம்! ஏன் மூஞ்சிய நீட்டிக்கொண்டு போறா, வழமையா தேத்தண்ணி போடேக்க எங்களுக்கும் சேத்துத்தானே போடுறவா

இண்டைக்கு என்ன நடந்தது?'' யோசனையோடு கேட்டான் குணா.

"சரி விடு, மூட் சரியில்லையாக்கும். நீர் வாரும் நான் ரீ போட்டுத்தாறன். ஆனால், இண்டைக்கு ஜெனியின்ர தலைமுடி நல்ல ஸ்ரைலாக வடிவா இருந்துச்சுப் பார்த்தீரே'' என்றவாறே, சமையலறை நோக்கி நடந்த விஸ்வாவை பின்தொடர்ந்த குணாவின் அன்றைய நாளும் கடந்து போனது.

* * *

பொன்னையும், பொருளையும் கரைத்தால் மீண்டும் தேடிக்கொண்டுவிடலாம். ஆனால் இங்கே குணாவின் கண் முன்னே கரைந்துகொண்டிருந்தது மீண்டும் தேடிவிட முடியாத காலங்கள். பொழுதுபோக்கு என்பது அலுக்க அலுக்க வேலை செய்தபின் கொள்ளும் ஒய்வு நேரத்துக்கானதே. ஆனால், இங்கே அலுக்க அலுக்க பொழுதைப் போக்குவதே குணாவுக்கு முழுநேர வேலையாகவிருந்தது.

ஊரில் நடந்த குஞ்சியம்மாவின் மகளின் சாமத்தியச் சடங்குப் போட்டோ நெகற்றிவ் சிலதை கடிதத்துடன் தங்கை அனுப்பியிருந்தாள். ஆவலுடன் அவற்றை பிரதியெடுத்து உறவுகளைப் பார்த்தபோது மகிழ்ச்சி மட்டுமல்ல, 'எப்போதுதான் இவர்களை நேரில் பார்க்கப்போகின்றேனோ!' என்ற ஏக்கமும், கவலையும் ஏற்பட்டது. இந்தச் சமயத்தில் குஞ்சியம்மாவிற்கு உதவமுடியவில்லையே என்றெண்ணிய மனசு இயலாமையில் அனிச்சம் மலராய்த் துவண்டுபோனது. ஊர் நினைவுகளில் மூழ்கியிருந்தவனை இந்தத் தனிமை கொஞ்சம் அச்சமூட்டத்தான் செய்தது. தனிமையை விரட்ட எண்ணியவன் அறையிலிருந்து வெளியேறிக் கீழே சென்றான்.

"மச்சான் எனக்கு நோத்தில கொம்மூன் கிடைச்சிருக்கடா வாறகிழமையே போகவேணுமாம்'' எனத் தனக்கு நகரசபையில் வதிவிடம் கிடைத்துவிட்ட செய்தியை வழிமறித்துக் கூறினான் முகுந்தன்.

"அட பிறகென்ன, நல்லதாப்போச்சே. அங்கால போனால் உடன வேலை எடுக்கலாமாம் எல்லே. அப்பிடியெண்டால்

மச்சி ஹான்சனோட கதைச்சு நீ செய்யிற வேலைய எனக்கு எடுத்துத்தாறியே?"

"ம், அதுக்கென்ன கேட்டுப்பாக்கிறன்" என்றவாறு பலமானதொரு யோசனையுடன் நகர்ந்தான் முகுந்தன்.

சமையலறையிலிருந்து வந்த வாசனை ஏதோவொரு சமையற்பிரிவில் இன்று இரவுச் சாப்பாட்டுக்கு மீன் பொரியல் நடக்கின்றதென்பதை உணர்த்தியது. தொலைக்காட்சியில் செய்தி பார்த்துக்கொண்டிருந்த ஜெனிற்றா குணாவைக் கண்டதுமே "என்ன இண்டைக்கு உங்கட ஆட்கள் வரயில்லை எண்டதும் ரூமுக்குள்ளயே முடங்கியாச்சுப்போல" என்றாள் ஒருவித நக்கல் தொனியில்.

"என்னது! எங்கட ஆட்களோ! அதாரப்பா புதுசா?" அவள் யாரைச் சொல்கிறாள் என்பதைப் புரிந்துகொண்டும் புரியாதது போல் நடிப்புக் காட்டினான்.

"க்ம், ஏன் கேட்கமாட்டீர். அவளவையக் கண்டதிலிருந்து நேற்று முழுக்க உங்களுக்கு மற்றவையக் கண்ணுக்குத் தெரியவேயில்லையே" என முகத்தைச் சுளித்தவள் தலையை ஒரு வெட்டு வெட்டித் திருப்பினாள்.

என்னதான் விசாலமான பார்வையுடையவளாக இருந்தாலுங்கூட இந்தப் பொறாமை என்கின்ற கொடிய நோயிலிருந்து அவளால் தப்பிக்க முடியவில்லை என்பதை அவளுடைய நடத்தை அவனுக்கு உணர்த்தியது. அவளைச் சமாளிப்பதற்கான முயற்சியில் ஈடுபட்ட குணா, தனக்கும் விஸ்வாவுக்கும் அந்த விளையாட்டில் மட்டுமே ஆர்வம் இருந்ததாகக் காட்டிக்கொள்ளப் பெரும் பிரயத்தனப்பட்டான்.

"நேற்று உங்கட கெயார் ஸ்ரைல் நல்ல வடிவா இருந்ததாமே, நேற்று முழுக்க விஸ்வா அண்ணை ரசிச்சு ரசிச்சுச் சொல்லிக்கொண்டிருந்தாரே" என அவளைச் சாந்தமாக்கும் நோக்கில் ஒரு கொக்கியைப் போட்டான்.

"ச்சே, நான் எங்க சும்மா அள்ளிக் கட்டிக்கொண்டல்லே வந்தனான்" என்றவள், உதட்டோரம் அரும்பிய குறுநகையுடன் தலையைச் சிலுப்பி முடியை காற்றில் அலையவிட்டவாறே

அங்கிருந்து நகர்ந்து சென்றாள். குணாவும் விஸ்வாவின் அறைக்குச் சென்று கீழே நடந்தவற்றை அவனுக்கும் சொல்லிச் சிரித்தான்.

முகுந்தன் முகாமை விட்டு வெளியேறுவதற்கான நாளும் நெருங்கியிருந்தது. குணா பலதடவைகள் நினைவூட்டியும், அவன் ஹன்சனுடன் கதைத்துக் குணாவுக்கு அந்த வேலையை எடுத்துக் கொடுப்பதற்கான எந்த முயற்சியும் எடுக்கவில்லை. அது குணாவுக்குப் பெரும் ஏமாற்றத்தை அளித்தது. அதனால் முகுந்தனுடனான நெருக்கத்தைச் சற்றுக் குறைத்துக்கொண்டதோடு தனது ஆதங்கத்தை விஸ்வாவுடனும் பகிர்ந்துகொண்டான். முகுந்தனின் நடத்தை விஸ்வாவுக்கும் ஆச்சரியமாகத்தான் இருந்தது.

"நீர் அவனுக்கு எவ்வளவு உதவிகள் செய்தனீர். அப்படியிருந்தும், ஏன் குணா இவன் இப்படி நன்றி விசுவாசமில்லாமல் நடந்துகொள்ளுறான்?"

"ஆருக்கண்ணே தெரியும். ஆனாலொண்டு வாழ்க்கையில நம்மைத் தட்டிக் கொடுத்தவனை மட்டுமல்ல, தட்டிக் கழிச்சவனையும் மறக்கக் கூடாது. நான் அவனை மறக்கமாட்டன்." சொல்லும்போதே குரல் தளுதளுத்தது.

"சரி... சரி... நாங்களும் இன்னும் ரெண்டொரு மாசத்தில இங்கயிருந்து வெளிக்கிட்டிருவம் தானே உமக்கேன் அந்த வேலை, தேவையில்ல விடும்" எனச் சமாதானப்படுத்தினான் விஸ்வா.

விடிந்தால் பயணமென்ற நிலையில் இரவு முழுவதும் முகுந்தனின் அறைக்குச் சென்ற நண்பர்கள் அவனுக்குப் பிரியாவிடை தெரிவித்தவண்ணம் இருந்தனர். குணாவினதும் விஸ்வாவினதும் வரவையும் எதிர்பார்த்திருந்தான் முகுந்தன். அவர்களும் வந்துபோனார்கள். ஆனால், குணா எதுவுமே பேசாமல் மௌனமாகவே இருந்தான். குணா தன்மீது மனக்கசப்பில் இருக்கின்றான் என்பதை புரிந்துகொண்ட முகுந்தனும் வாய் திறக்கவில்லை.

நேரம் சாமம் இரண்டு மணி. புரண்டு புரண்டு படுத்தும் வரமறுத்த முகுந்தனின் தூக்கம் தூரத்தே நின்றுகொண்டது. குணாவுடனான நினைவுகளே அவன் மனதை நிறைத்திருக்க நெஞ்சு கனத்துக்கிடந்தவனுக்கு உடனேயே குணாவைப் பார்த்து மனம்விட்டுப் பேசவேண்டும்போலிருந்தது. போர்வையை விலத்திக்கொண்டு சட்டென எழுந்தவன் நேராகப்போய் குணாவின் அறைக்கதவைத் தட்டினான்.

“என்னடா இந்த நேரத்தில?” அவனைச் சற்றும் எதிர்பாராத குணா கண்களைக் கசக்கியபடியே கதவைத் திறந்தான்.

“உன்னோட கொஞ்சம் கதைக்கவேணும் மச்சான்.” உள்ளே நுழைந்து கதவைச் சார்த்திக்கொண்டான்.

தூக்கமற்ற அவனது கண்கள் சிவந்திருப்பதையும், முகம் கவலையில் வாடியிருப்பதையும் கவனித்த குணா மௌனமாகக் கட்டிலில் குந்தியிருந்தபடியே அவனையும் சைகையில் இருக்கப்பணித்தான்.

“ஹன்சனோட கதைச்சு அந்த வேலையை உனக்கு எடுத்துத் தரயில்லை எண்டு நீ என்னில கோபமாய் இருக்கிறாயெண்டு தெரியும்.” தலைகுனிந்து நின்றவாறே சொன்னான்.

“சேச்செ... அதொண்டும் பிரச்சனையில்ல, நானும் இங்க கனகாலம் இருக்கப்போறதில்லைத் தானே.” கொட்டாவி விட்டவாறே கூறினான்.

“இல்லை மச்சான் நீ அந்த வேலையைச் செய்யமாட்டாய். உனக்கு அது பிடிக்காது. அதுதான் நான் அந்த வேலைக்கு ட்ரை பண்ணயில்லை.” முகுந்தன் கூறியதை புரிந்துகொள்ள முடியாதவனாய் அவனை அண்ணார்ந்து பார்த்தான் குணா.

“மச்சான் நீ சொன்னியல்லே ஜெர்மனியில் படம் பார்க்கவெண்டு கூட்டிப்போன சிவமண்ணை எண்ட ஒருத்தர் உனக்கு என்ன வேலை செய்யப் பார்த்தாரோ அதே வேலைக்குத்தான்டா நான் ஹன்சனோட போறனான். எனக்கும் அது பிடிக்காத வேலைதான். என்ன செய்யிறது என்ர நிலைமை அப்படி, அவன் காசைக் காட்டியே என்னைக் கட்டிலில கவுட்டுப்போட்டான்.

பிளீஸ் மச்சான் இதை வேற யாருக்கும் சொல்லிப்போடாத.'' அவமானத்தில் கூனிக் குறுகி நின்றான் முகுந்தன்.

அதனைக் கேட்டதுமே சட்டெனெ எழுந்த குணா. அவனை இறுகக் கட்டியணைத்துக்கொண்டான். சில நிமிடங்கள் அப்படியே உணர்ச்சிப்பிழம்பாக நின்றவர்களின் கண்கள் நான்கிலும் நீர் முட்டி நிறைந்திருந்தது. முகுந்தனில் இருந்த கோபம் கண்ணீரில் கழுவிக் கொண்டு போக அவன் மீதான பரிதாபம் மட்டுமே இப்போது குணாவிடம் எஞ்சியிருந்தது. தூக்கம் தொலைத்த இருவரும் பேசிப் பேசியே இருளை விரட்டி விடியலை வரவழைத்திருந்தார்கள். வழமைபோல் காலையில் நேரத்துடன் எழுந்துவிட்ட பரராஜசிங்கத்தாருடன் சேர்ந்து முகுந்தனை வழியனுப்பிவைத்த பின்னரே குணா படுக்கையிற் போய்விழுந்தான்.

மதியம் குணாவைத் தேடிய விஸ்வாவுக்கு பரராஜசிங்கத்தார் சொன்னபோது தான் தெரிந்தது, விடிய விடிய முழித்திருந்து முகுந்தனை வழியனுப்பிவிட்டுக் காலையில் தான் குணா படுக்கப்போனான் என்ற விடயம். அதனை அறிந்த விஸ்வாவுக்கு குணா ஒரு புரியாத புதிராகவே தெரிந்தான்.

வெளியே குளிர் காற்றுடன் சோவென மழை அடித்துக் கொண்டிருந்த மாலை வேளையில், 'மயங்கினேன்... சொல்லத் தயங்கினேன்... உன்னை விரும்பினேன்... உயிரே...! தினம் தினம்... உந்தன் தரிசனம்... பெறத் தவிக்குதே மனமே...!' என்ற பாடல் ஜெனிற்றாவின் அறையிலிருந்து மீண்டும், மீண்டுமாய் தொடர்ந்து நான்காவது தடவையாக ரிவைண்ட் பண்ணப்பட்டு ஒலித்துக்கொண்டிருந்தது. அந்த ரம்யமான சூழலை தனது அறையிலிருந்தே இரசித்துகொண்டிருந்த குணாவுக்குத் தேனீர்த் தாகம் எடுக்க எழுந்துபோய் விஸ்வாவின் கதவைத் தட்டினான்.

"அண்ணே இந்த மழைக்குளிருக்கு ரீ ஒண்டு குடிச்சா நல்லாயிருக்குமே..."

"ம்... ம்... ஊரில எண்டால் இப்படி மழை பெய்யிற நாளில அம்மா சுடச்சுட ரொட்டி சுட்டுத்தருவா, ச்ச... என்ன அருமையா இருக்கும்" என ஏக்கப்பெருமூச்சு விட்டபடியே எழுந்த விஸ்வா குணாவுடன் சமையலறை நோக்கி நடந்தபோது

பரராஜசிங்கத்தார் சந்தோஷ முகத்துடன் தொலைபேசியில் உரையாடிக்கொண்டு நின்றதையும் கவனித்தார்கள்.

"என்ன அண்ணே பக்கத்து ரூமில ஒரே பாட்டுத் திரும்பத் திரும்ப போகுது. பிள்ளைக்கு ஒஸ்லோவில இருக்கிறவற்ற ஞாபகம் வந்திற்றுப்போல."

"ம்... ம்... இருக்கும். ஆள் இப்ப ரீ குடிக்க வருவாதானே, நீரே கேட்டுப் பாரும்." இருவரும் சமையலறையை அடைந்தபோது அங்கே சீலன் தண்ணீரைச் சுடவைத்துக்கொண்டு நின்றான்.

அப்போது சந்தோஷக்களிப்புடன் விழுந்தடித்து ஓடிவந்த பரராஜசிங்கம், "உங்களுக்கு விஷயம் தெரியுமே, அமிர்தலிங்கத்தையும், யோகேஸ்வரனையும் போட்டுத் தள்ளியாச்சாமல்லே. சிவசிதம்பரத்தார் அரும்பொட்டில தப்பிற்றாராம். எனக்குத் தெரியும் புலிகள் பேச்சுவார்த்தை எண்டு கொழும்புக்கு வரயிக்கயே இப்பிடி ஏதாவது நடக்குமெண்டு நல்லாவே தெரியும்" எனப் பொத்திப்பிடித்த வலது கையை இடது உள்ளங்கையில் குத்தியவாறே வெற்றிக்களிப்புடன் கூறினார்.

"உண்மையாவே!?" சந்தோஷத்தில் வாயைப் பிளந்தான் சீலன். அங்கிருந்த அனேகர் முகங்களில் அதே சந்தோஷத்தைக் காணமுடிந்தது.

ஒரு காலத்தில் தளபதி என்றும், தானைத் தலைவனென்றும் தமிழர்களால் கொண்டாடப்பட்ட ஒரு தமிழன் அதே தமிழர்களால் கொலை செய்யப்பட்டிருப்பதை அறிந்தபோது இதற்காக சந்தோஷப்படுவதா அல்லது துக்கப்படுவதா என்ற குழப்பமான மனநிலையே குணாவிற்கு ஏற்பட்டது. 'கொலைகளைச் செய்வதனாலும், கொலைகளைக் கொண்டாடுவதனாலும் யாருமே எதையுமே சாதித்துவிட முடியாது' என்று அடிக்கடி சொல்லிக்கொள்ளும் விஸ்வாவின் முகம் இந்தச் செய்தியைக் கேட்டதும் சட்டென இருண்டுபோனதை அவதானித்தபடியே மௌனமாகவிருந்தான் குணா.

வழமைபோல் தோள்களில் தவழ்ந்தாட விடாது, குதிரை வால்போல் அள்ளிமுடிந்த கூந்தலை துள்ளல் நடையால்

அழகாய் அசைந்தாட விட்டபடி வந்த ஜெனிற்றா, வாடிய முகங்களுடன் காணப்பட்ட விஸ்வாவையும், குணாவையும் பார்த்து "என்ன... உங்கட கப்பல் ஏதும் கவிழ்ந்து போச்சே?" என நளினத்துடன் கேட்டாள்.

"ம்... கிட்டத்தட்ட அப்படித்தான். ஆனால், கப்பலும் எங்கடதான் அதைக் கவிழ்த்ததும் நாங்கள் தான்" என்றவாறு ஆரம்பித்த குணா நடந்த விடயத்தை அவளிடம் கூறினான்.

"ஐயோ! உண்மையாவா?" என அதிர்ச்சியுடன் கேட்டவள் சட்டெனத் திரும்பி விஸ்வாவைப் பார்த்தாள்.

"ம், வளர்த்த கிடாய் மார்பில பாய்ஞ்ச கதை மாதிரி வளர்த்த புலி குரல்வளையைக் கடிச்சிருக்கு. இந்தத் தலைவர்கள் தானே தங்கட சுயநல அரசியலுக்காக இளம் பெடியளை உணர்ச்சிப்பூர்வமா உசுப்பேத்தி இந்தளவுக்கு வளர்த்துவிட்டவை. இதே அமிர்தலிங்கம் தான் அதிகாரப் போட்டியில துரையப்பாவை துரோகியாக்கி பிரபாகரனுக்கு ஏடு தொடக்கி விட்டவர். இண்டைக்கு அதே பிரபாகரனால அமிர்தலிங்கமே துரோகியாகப் பலியாகிப்போனார்" என்ற விஸ்வாவின் முகத்தில் உணர்ச்சிகள் சுத்தமாகத் துடைக்கப்பட்டிருந்தன.

"அச்சச்சோ..." என உச்சுக்கொட்டி முகத்தைச் சுருக்கிய ஜெனிற்றா, "பைபிளிலுள்ள பத்துக் கட்டளைகளில் ஒன்று 'கொலை செய்யாது இருப்பாயாக' எண்டுதான் இருக்குது. ஆனால், நம்ம நாட்டு அரசியலில் இவ்வளவு சாதாரணமாகக் கொலைகளைச் செய்கிறார்களே" என்றாள் அச்சமும், ஆச்சரியமும் அப்பிய முகத்துடன்.

"எங்களுக்குப் பைபிள் கட்டளைகள் ஒண்டும் தெரியாது. எங்களுக்குத் தெரிஞ்சதெல்லாம் 'செய் அல்லது செத்து மடி.' எண்ட ஒரே ஒரு கட்டளைதான்" எனச் சட்டென்று கூறிய சீலன் கதிரையை உதைந்துத் தள்ளிக்கொண்டு எழுந்துபோக, அவனை ஒரு கரப்பான் பூச்சியைப் பார்ப்பதுபோல் அருவருப்புடன் பார்த்துக்கொண்டு நின்றாள் ஜெனிற்றா.

அந்த இறுக்கமான சூழ்நிலையை மாற்ற நினைத்த குணா "அதுசரி, என்ன ஒரே பாட்டு திரும்பத் திருப்ப போகுதே என்ன

விஷயம்?'' என ஒரு நளினப்பார்வை பார்த்து ஜெனிற்றாவிடம் கேட்டான்.

“ஓ... அதுவா! அது எனக்குப் பிடிச்ச பாட்டு, அதுதான்...'' என்று இழுத்தவள் நாணித் தலைக் கவிழ்ந்தாள்.

“தினந்தினம் தரிசனம் பெறத் தவிப்பாக இருந்தால் ஒருக்கால் ஒஸ்லோ போயிற்று வாறதுதானே.''

“சீ... அங்க அப்பிடி ஒண்டுமில்ல நீர் சும்மா இரும்'' என்றவள் வெட்கத்துடன் எழுந்தோடினாள்.

“சரி, நீங்க வாங்கண்ணே ஒரு ஆட்டம் போடுவம்'' என விஸ்வாவை அழைக்க இருவருமாக ரேபிள் ரென்னிஸ் விளையாடச் சென்றார்கள்.

• • •

ஒவ்வொரு கணமும் அகதியாய் உணரும் இந்த வேரறுந்த வாழ்வில் பல்லாயிரம் மைல்களுக்கு அப்பாலிருந்து மண்ணின் நினைவுகளைச் சுமந்தபடி நீளும் கடிதங்களே குணாவை மனப்பிறழ்வுக்கு உட்படாதபடி காத்துநின்றன. அன்றும் வந்தது பெரியம்மாவின் மகளான கலா அக்காவின் கடிதம். திருமணமாகிப் பல ஆண்டுகளாகியும் குழந்தைப் பாக்கியம் இல்லாத அவளின் ஒரே ஆசை இந்தியா சென்று மருத்துவம் செய்து ஒரு குழந்தையைப் பெற்றுக்கொள்வதாகவே இருந்தது. அதனை நிறைவேற்ற பணவசதியற்ற அவளுக்கு, “நான் வெளிநாடு போய் உழைத்து உன் ஆசையை நிறைவேற்றுவேன்'' என்று உறுதியளித்திருந்தான் குணா. அவ் உறுதிமொழியை மீண்டும் நினைவூட்டுவது போலிருந்தது அக் கடிதம். தனது தற்போதைய நிலைமையை விளக்கியதோடு “வெகு விரைவில் உன் ஆசையை நிறைவேற்றி வைப்பேன்'' எனப் பதிற் கடிதமெழுதி அனுப்பினான்.

திங்கள் மதியம் நொஸ்க் மொழி படித்துவிட்டி பாடசாலையிலிருந்து முகாம் திரும்பிக்கொண்டிருந்த குணாவையும், விஸ்வாவையும் தற்செயலாக வழியில் கண்ட கத்தரீனா கேட்டாள், “உங்கள் துரோண்ணிய பயணம் எப்படி இருந்தது?''

அதனைக் கேட்டுக் குழப்பமடைந்த விஸ்வா "பயணமா? என்ன சொல்கிறாய்? நாங்கள் துரோண்ணியத்துக்கு போகவேயில்லையே!" என்றான்.

"அப்படியா! சனிக்கிழமை நாங்கள் முகாமுக்கு வந்துபோது அங்கிருந்த தமிழ்ப் பெண் சொன்னாரே நீங்கள் அங்கு இல்லையென்றும், துரோண்ணியம் போய்விட்டதாகவும்" என்றவள் குழப்பத்துடன் அவர்களைப் பார்த்தாள்.

உடனேயே விடயத்தைப் புரிந்துகொண்ட குணா, "ஓ... அதுவா! அது, நான்தான் துரோண்யம் போக இருப்பதாக முதல்நாள் பகிடியாக சொன்னனான். அதை அவ நம்பிவிட்டா போல" எனக் கூறிச் சமாளித்துவிட்டு எதிர்வரும் சனி அவளை விளையாட வரும்படி அழைக்க, அவளும் வருவதாகக் கூறி விடைபெற்றுக்கொண்டு சைக்கிளை மிதித்துப் பறந்தாள். குணாவின் சமாளிப்பை விளங்கிக்கொள்ள முடியாதவனாய்ப் பலத்த யோசனையுடன் அவனைப் பார்த்தான் விஸ்வா.

"அண்ண அண்டைக்கே இவளவையோட நாங்க விளையாடைக்க மூஞ்சிய நீட்டிக்கொண்டு தானே திரிஞ்சவா."

"ஓ... அதுசரி, ஏன் இப்படிப் பொறாமைப்படுகுது அந்தப் பிள்ளை?"

"ஆருக்கண்ணே தெரியும். ஆனால், இவவின்ர சேட்டைக்கு விடக்கூடாது. அதுதான் நான் கத்தரீனாவை சனிக்கிழமை வரச்சொல்லியிருக்கிறன்" என்றவன் அலையடித்துக்கொண்டிருந்த கடலைப் பார்த்தவாறே வேகமாக நடையைக்கட்டினான்.

இருவரும் முகாம் வந்தடைந்தபோது உச்சந்தலையில் அள்ளி முடிந்த குதிரைவால்க் கூந்தலை ஆட்டி ஆட்டி யாருடனோ தொலைபேசியில் உரையாடிக்கொண்டு நின்றாள் ஜெனிற்றா. எதையும் வெளிக்காட்டிக்கொள்ளாமல் சிறு புன்னகையை உதிர்த்துவிட்டு இருவருமே படியேறிப்போனார்கள்.

குணா எதிர்பார்த்திருந்த அந்தச் சனிக்கிழமை வரவே கூடவே கத்தரீனாவும், தோழிகளும் வந்து ரேபிள் ரென்னிஸ்

விளையாட்டும் சூடுபிடித்திருந்த தருணத்தில் மேலேயிருந்து படிகளில் இறங்கிக்கொண்டிருந்த ஜெனிற்றாவின் முகத்தில் கடுப்பு ஏறிக்கொண்டிருந்தது. முகத்தை மறுபக்கம் திருப்பிக்கொண்டு தங்களைக் கடந்து அவள் சமையலறைக்குச் சென்றதைக் கவனித்தவாறே குணாவும், விஸ்வாவும் விளையாட்டையும் கவனித்துக்கொண்டார்கள்.

சிறிது நேரத்தில் சமையலறையிலிருந்து எட்டிப் பார்த்த நிமலன் "ஓடிவாங்கோ! ஓடிவாங்கோ! ஜெனிற்றா மயங்கி விழுந்திட்டா ஓடிவாங்கோ!" எனப் பதட்டத்துடன் கத்தினான்.

குணாவும் விஸ்வாவும் அங்கே ஓடியபோது அடுப்புக்கும், சாப்பாட்டு மேசைக்கும் இடைப்பட்ட பகுதியில் தரையிற் சரிந்து கிடந்தாள் அவள். அதனைப் பார்த்த ஒருகணத் திகைப்பிலிருந்து தன்னைச் சுதாரித்துக்கொண்ட விஸ்வா சடுதியாகச் செயற்பட்டான். அவளின் கையைப் பிடித்து நாடித்துடிப்பைப் பார்த்தவன், அவளின் தலையை ஒரு பக்கமாகச் சாய்த்துப் படுக்கவைத்துவிட்டு, கால்கள் இரண்டும் மேலே உயர்த்திருக்கும் படியாக தனது மடியிற் தூக்கிவைத்துக்கொண்டான். அமர்ந்திருந்தவாறே பாதங்களிலிருந்த சொக்சைக் கழற்றி வீசிவிட்டு உள்ளங்கால்களைக் கைகளால் உரசிச் சூடேற்றியபடியே நிமலனிடம் யன்னலைத் திறக்குமாறும், குணாவிடமும் அவளின் முகத்தில் தண்ணீரை தெளிக்குமாறு கட்டளையிட்டான். சுளீரென குளிர் தண்ணீர் முகத்தில்பட அவள் கண்விழித்தபோது அவளின் பாதங்கள் விஸ்வாவின் மடியிலிருந்தன.

"ஆம்புலன்ஸ்க்கு அடிப்பமா?" கேட்டான் குணா.

பாதங்களை மெல்லக் கீழே வைத்துவிட்டு மீண்டும் கையைப் பிடித்து நாடித்துடிப்பைப் பார்த்த விஸ்வா, "தேவையில்லை, இது குறுமயக்கம் தான் ஆபத்தில்லை" என்றான்.

சிறிது நேரத்திலேயே பூரணமாகத் தெளிந்த நிலைக்கு வந்தவளிடம், "முன்பு இப்படி வந்ததா?" எனக் கேட்டான் விஸ்வா.

"இல்லை" என்பது போல் தலையசைத்தாள் அவள்.

“எதுக்கும் நாளைக்கு டாக்டரிடம் காட்டி ஒரு செக்கப் செய்யிறதுதான் நல்லது” என்றானவன். அன்றைய ரேபிள் ரென்னிஸ் விளையாட்டும் அத்தோடு முடிந்துபோக. எல்லோரும் அவ்விடத்திலிருந்து அகன்று போனார்கள்.

தோடம்பழச்சாறு நிறைந்த மூன்று குவளைகளுடன் வந்த குணா, விஸ்வாவும் ஜெனிற்றாவும் அமர்ந்திருந்த மேசையில் வைத்துவிட்டு தானும் அமர்ந்துகொண்டான். மூவரும் மயக்கம் வருவதற்கான காரணங்கள், அறிகுறிகள், முதலுதவிகள் பற்றிப் பேசியவாறே தோடம்பழச்சாற்றைப் பருகினார்கள். பருகிமுடிந்த குணா திறந்துகிடந்த யன்னலை மூடுவதற்காக எழுந்து செல்ல, ஜெனிற்றா தனது கையிலிருந்த வெற்றுக்குவளையை அரக்கி விஸ்வாவின் முன் வைத்துவிட்டு, விஸ்வாவின் அரைவாசி பருக்கிய நிலையிலிருந்த எச்சிற் குவளையை எடுத்துத் தன்னருகே வைத்துக்கொண்டாள். அவளது அச் செயலைக் கண்டு குழப்பமடைந்த விஸ்வா அவளை உற்று நோக்க, சட்டெனத் தலையைக் குனிந்துகொண்டாள். குணா மீண்டும் திரும்பி மேசைக்கு வரவே, விஸ்வாவினது எச்சில் குவளையிலிருந்த மீதத்தைச் சுவைத்துப் பருகிக்கொண்டிருந்தாள் ஜெனிற்றா. அதனை கவனித்த விஸ்வாவுக்கு அதிர்ச்சியாக இருந்தது. அவனது உடல் வியர்த்து கை கால்கள் உதறலெடுக்க ஆரம்பித்தன. இருந்தும், அதனைக் காட்டிக்கொள்ளாமற் குணாவுடன் உரையாடிக்கொண்டிருந்தான். குடித்து முடிந்த குவளைகளை எடுத்துக்கொண்டுபோய் கழுவி வைத்துவிட்டு வெளியே வந்தவள் விஸ்வாவை ஒரு பார்வை பார்த்தாள். உள்ளே ஊடுருவி உயிரை உருவி எடுத்துவிடுவது போன்ற பார்வையது. அந்தப் பார்வையின் தாக்கத்தால் அவன் நிலைகுலைந்து தடுமாறியதையும் கண்டு இரசித்தாள் அவள். அதற்கு மேலும் அங்கிருக்க முடியாதவனாய், “வாரும் குணா தலைமுடியைக் கொஞ்சம் சேப் பண்ணவேண்டியிருக்கு மேல போவம்” எனக் குணாவை அழைத்துக்கொண்டு மேலே செல்ல, எதையோ சாதித்துவிட்ட இறுமாப்புடன் அவள் அங்கேயே இருந்தாள்.

அறையின் உள்ளே சென்று கதவைச் சாத்தியதும், “குணா இப்ப எனக்கு தலைமுடி வெட்டுற ஐடியா இல்ல. உம்மோட

கொஞ்சம் தனியாக் கதைக்க வேணும் அதுக்குத்தான் இங்க கூட்டிக்கொண்டு வந்தனான்'' என்றான்.

''ஓகோ... அப்பிடியே, சரி சொல்லுங்க என்ன விஷயம்?'' கேட்டவாறே கலவரமடைந்திருந்த விஸ்வாவின் முகத்தை கூர்ந்து கவனித்தான்.

''இல்லக் குணா, இவ ஜெனியின்ர போக்குத்தான் எனக்கு விளங்குதில்ல. உமக்கேதும்?'' தயக்கத்துடன் கேட்டான்.

''ம். எனக்கு கொஞ்சம் விளங்கினது தான். அதிப்ப உங்களுக்கும் விளங்கிட்டுது போல'' என்றான் உதட்டோரப் புன்னகையுடன்.

''என்ன குணா சொல்லுறீர்! எனக்கெண்டால் ஒண்டுமா விளங்குதில்லை'' எனத் தலையைச் சிலுப்பினான்.

''அவவின்ர கூந்தலை மேலே தூக்கிக் கட்டுறது வடிவா இருக்கெண்டு நீங்கள் அண்டைக்கு சொன்னதிலிருந்து இண்டைக்கு வரைக்கும் அந்தக் கூந்தற் கட்டு அவிழவில்லை பார்த்தியளே. அது மட்டுமில்லை, கத்தரீனாவை கலைக்கிறதில இருந்து காலங்காத்தால காதற் பாட்டுக்கள் போடுறது வரைக்கும் எல்லாம் உங்களுக்காகத்தான் நடக்குதெண்டு நான் நினைக்கிறன்'' மனதில் தோன்றியதை மறைக்காமல் கூறினான்.

''ஏன் குணா! அவவுக்குத்தான் ஒஸ்லோவில லவ்வர் இருக்கிறாரே!''

''சேச்செ... அதெல்லாம் பொய்.''

''என்னது! பொய்யோ, அதெப்படி உமக்குத்...?''

''அதெப்படியெண்டால், அண்டைக்கொருக்கால் நீங்கள் சீலனோட சமறிச் சாமான்கள் வாங்குறதுக்குக் கடைக்குப் போனபிறகு நானும், அவவும் தானே சமையலறையைத் துப்பரவு செய்துகொண்டு நிண்டனாங்கள். அப்பத்தான் தனக்கு அப்பிடியொரு லவ்வும் இல்லையெண்டும், தான் முன்பு இருந்த முகாமில நிறையப்பேர் காதல் கடிதங்கள் தந்து தன்னை தொந்தரவு செய்ததாலதான், இங்க வரும்போது தற்காப்புக்காக இல்லாத காதலனை இருக்கிற மாதிரி ஒரு பொய்யைச் சொன்னதாகவும்

தானாகவே வலியவந்து எனக்குச் சொன்னவா, அதைச் சொன்னதுகூடத் தகவல் உங்களுக்குப் போய்ச் சேரவேணும் எண்ட உள்நோக்கத்தோடதான் எண்டது இப்பதான் எனக்கும் விளங்குது" என்ற குணாவின் வார்த்தைகளைச் செவிப்புலனைத் தீட்சண்யப்படுத்தி உற்றுக் கேட்டுக்கொண்டிருந்த விஸ்வாவின் முகத்தில் சுளீரென்று மின்னலைப்போல் தோன்றி மறைந்த ஒரு பரவசத்தைப் பார்த்தான் குணா.

அப்போது பக்கத்து அறையிலிருந்து 'மயங்கினேன்... சொல்லத் தயங்கினேன்... உன்னை விரும்பினேன் உயிரே...' என்ற பாடல் மீண்டும் இசைக்கத் தொடங்கியது.

"அண்ண, இப்ப இந்தப் பாட்டுக்கு என்ன பதில் சொல்லப்போறீங்க?"

"சும்மா இரும் குணா" என அநியாயத்திற்கு வெட்கப்பட்டு நெளிந்தான்.

"போற போக்கைப் பார்த்தால் ஜெர்மனியில முரளி தன்னை அண்ணன் எண்டு கூப்பிட வேண்டாமெண்டு எனக்குச் சொன்னது மாதிரியே இங்க இவவும் தன்னை அக்கா எண்டு கூப்பிட வேண்டாமெண்டு சொல்லுவா போலகிடக்குது. அதுக்கு முன்னமே நானே அண்ணி எண்டு கூப்பிடுவதற்கான வழியைப் பாருங்கோ" என உதடுகளில் வழிந்த சந்தோஷப் புன்னகையோடு கூறினான் குணா.

"ஐயோ குணா! இப்ப இருக்கிற நிலைமையில காதல் கீதலெண்டு இறங்கினால் மூஞ்சூறு விளக்குமாத்தைக் காவின கதையாத்தான் முடியும்."

"அட, என்னண்ணே சொல்லுறியள், 'கடைக்கண் பார்வைதனைக் கன்னியர்கள் காட்டிவிட்டால் மண்ணில் மைந்தர்க்கு மாமலையும் ஓர் கடுகாம்' எண்டு பாரதிதாசன் அப்பவே பாடிப்போட்டார். அந்தப் புள்ள கடைக்கண் என்ன, நெற்றிக் கண்ணையே திறந்து காட்டிப்போடும் போலயிருக்குது. நீங்கள் என்னெண்டால் சும்மா பயந்து நடுங்கிக்கொண்டு" என நக்கலடித்தான் குணா.

"என்னை இப்ப என்ன செய்யச் சொல்லுறீர்?"

“உங்களுக்கும் அவவைப் பிடிக்கும் தானே?”

“ம், பிடிக்கும் தான். ஆனா...”

“அப்பயென்ன ஆனா, ஆவன்னா எண்டு இழுக்கிறியள். நீங்க தானே உந்தச் சாதி, சமயம் ஒண்டும் பார்க்கிற ஆளில்லை. பிறகேன் இழுத்தடிக்கிறியள்? உடனயே கிரீன் சிக்னலைக் காட்டி விட்டீங்களெண்டால் நல்ல காதுக்கினிய வேற பாட்டுக்களையாச்சும் கேட்கலாமே. இல்லாட்டிச் சும்மா ‘மயங்கினேன்... தயங்கினேன்..., மயங்கினேன்... தயங்கினேன்...’ எண்டு விடிஞ்சால் பொழுதுபட்டால் ஒரே மயக்கமாத்தான் இருக்கப்போகுது.”

“அதில்லக் குணா, இது இப்ப எங்கட சந்தேகமேயொழிய, உண்மையில அந்தப் பிள்ளையின்ர மனசில என்ன இருக்கெண்டு அறியத்தானே வேணும்.”

“கிழிஞ்சுது போ! விடிய விடியக் கேட்ட ராமர் கதை போலதான் உந்தக் கதையும் இருக்குது. சரி, உங்களுக்குச் சந்தேகமிருந்தால் நானே இதைப்பற்றி அவவோட தெளிவாக் கதைக்கட்டே?” எனச் சீரியசான முகத்துடன் கேட்டான்.

“ம், நைசாக் கதைச்சுப்பாரும்” என்றவன் குறுந்தாடியை வருடியபோது பக்கத்து அறையிலிருந்து ‘ஒரு கிளி உருகுது... உரிமையில் பழகுது... ஓ மைனா... மைனா...’ என்ற பாடல் ஒலிக்க ஆரம்பித்தது.

பாட்டைக் கேட்ட குணா கொடுப்புக்குள் சிரித்தபடி, “அண்ண நான் படுக்கப்போறன். எதுக்கும் நீங்க கதவு யன்னல் எல்லாத்தையும் வடிவாப் பூட்டிப்போட்டுப் படுங்கோ. இல்லாட்டிக் கிளி வந்து கொத்திக்கொண்டு போயிரும்” என நக்கலடித்தவாறே அங்கிருந்து வெளியேறினான்.

காதல் வைரஸால் தாக்குண்ட விஸ்வாவால் இரவு முழுவதும் ஒழுங்காகத் தூங்க முடியவில்லை. வழமையைவிடவும் நேரத்துடன் எழுந்தவன் தேனீர்த் தாகத்துடன் சமையலறையை நோக்கி நடந்தான். கீழே செல்லத் தயாராகவிருந்த ஜெனிற்றாவும் அவன் அறையிலிருந்து வெளியேறிய அசுமாத்தத்தை உணர்ந்தவுடன் எழுந்து அவன் பின்னாலேயே சென்றாள்.

அப்போது அவர்களின் சமையற் பகுதியிலிருந்த உறைவிப்பானைத் திறந்த மயூரன், வெட்டிக் கழுவிப் பொதிசெய்யப்பட்டிருந்த ஒரு மீன் பொதியை எடுத்துக்கொண்டு தனது சமையற் பகுதிக்குள் நுழைவதைக் கண்ட விஸ்வா "ஹலோ என்ன வேலையிது? மீன் தேவை எண்டால் கேட்டுப்போட்டு எடும், இப்பிடிக் களவெடுக்காதையும்" என்றான் சற்றுக் கோபமாக.

"ஐசே, நானொண்டும் கள்ளன் இல்லை. கேட்கிறதுக்கு இங்க ஒருத்தரும் இருக்கயில்ல சரியே, கதைக்கிறத மரியாதையாய் கதையும்" என்றானவன் கையும் களவுமாகப் பிடிபட்டுவிட்ட கடுப்புடன்.

"ஒருத்தரும் இல்லாட்டி ஆட்கள் வரும்வரை வெயிட் பண்ண வேணுமே தவிர இப்படிக்..." என்பதோடு முடித்துக்கொண்டான் பின்னால் ஜெனிற்றா வந்து நிற்பதைக் கண்ட விஸ்வா.

"அப்ப என்ன, இந்த நாலு துண்டு மீனுக்காக என்னைக் கள்ளன் எண்டு சொல்லப்போறீரோ..." கேட்டவாறே கையில் வைத்திருந்த மீன்பொதியை விஸ்வாவின் முகத்திற்கு நேரே வீசி எறிந்தான். தன்னைத் தற்காத்துத் தடுத்த விஸ்வா முழங்கையால் மீன்பொதியைத் தட்டிவிட அது கீழே விழுந்து சிதறியது. இருவரின் வாக்குவாதத்தையும் கண்டு பயந்த ஜெனிற்றா பதட்டத்துடன் ஓடிச்சென்று குணாவின் அறைக்கதவைத் தட்டிக் கீழே நடப்பவற்றைக் கூறினாள். அவசரமாகப் புறப்பட்ட குணாவும் கீழே ஓடிவர இருவரின் வாக்குவாதங்களும் தொடர்ந்த வண்ணமே இருந்தன.

ஒருநாளும் கண்டிராத கோபத்தை விஸ்வாவிடம் கண்ட குணாவுக்கு அது அதிர்ச்சியாகத்தானிருந்தது. அவனைத் தொடர்ந்து சத்தம் கேட்டு அங்கு நிமலனும், பரராஜசிங்கமும் வந்துசேர்ந்தனர். நிலைமையைப் புரிந்துகொண்ட குணா விஸ்வாவைச் சமாதானப்படுத்திக் கதிரையில் இருக்கவைத்துவிட்டு, மயூரனின் பக்கம் திரும்பி "மயூரன் நீர் அண்ணைக்கு மீனால எறிஞ்சது பிழை அதுக்கு மன்னிப்புக் கேட்க வேணும்" என்றான் கொஞ்சம் கறாரான தொனியில்.

"ச்செ... மன்னிப்போ? அதுக்கு வேறயாரையும் பாரும்" என்றானவன் அலட்சியத்துடன். அதனைக் கேட்டதுமே

அவனுக்குள் கொப்பளித்த கோபத்தை வெளிக்காட்டாமல் சட்டெனத் தலைகுனிந்து கண்களை இறுக மூடிக்கொண்டு குணா நிற்பதைக் கவனித்த விஸ்வா, "சும்மா விடும் குணா மனிசத் தன்மையே இல்லாததுகளோட எதுக்கு மன்னிப்பைப் பற்றிக் கதைக்கிறீர்" என்றான்.

"என்ன ஐசே, அப்ப என்னைப் பார்க்க என்ன மிருகம் மாதிரியே தெரியுது. கதைக்கிறதை அளந்து கதையும். இல்லையோ மூஞ்சியப்பொத்தி இறுக்கி விட்டிருவன்" என மீண்டும் மயூரன் எகிறியதுமே குணாவின் கழுத்து நரம்புகள் புடைத்தெழுந்தன, அவனது வலது கை வலிப்பு வந்ததைப் போன்று நடுநடுங்கியது. தூண்டிவிடப்பட்ட உணர்ச்சியால் தன்னை மறந்த நிலையில் சட்டெனப் பாய்ந்த குணா, பக்கத்து மேசையிற் கிடந்த வெற்றுக் கொக்காகோலா போத்தலின் வாய்ப்பகுதியை நடுங்கிய கையால் பொத்திப்பிடித்தவன் அருகிலிருந்த தூண் ஒன்றில் ஓங்கி அடித்தான். சளீரென்ர சத்தத்துடன் சிதறிய போத்தலின் வாய்ப்பகுதி அவனது கைபிடிக்குள் அடங்கியிருக்க மறுமுனையின் கூரிய கண்ணாடித் துண்டு நீண்டு பளபளத்தது. "வா... டா, வா... வா! ன்... நீ... ஆ... ஆ... ஆமான ஆம்பிளையா இருந்தா வாடா! வா! வந்து ஏ... ஏ... ஏலுமெண்டால் அண்ணையத் தொ... தொ... தொட்டுப்பாரடா பாப்பம்" ஆக்ரோஷத்துடன் கத்திய குணா நெஞ்சை நிமிர்த்தியவாறு கோபாவேசத்துடன் நின்றான். உடனேயே சுதாரித்துக்கொண்ட விஸ்வா எழுந்து அவனது கையை இறுகப் பிடித்துக்கொண்டான். அவனது பற்கள் நறுமிய சத்தம் விஸ்வாவின் காதில் கேட்டவண்ணமே இருந்தது.

அதனைச் சற்றும் எதிர்பாராத மயூரன் திகைத்துப்போய் நிற்க, சமையலறையிலிருந்து அவனை வெளியே இழுத்துச் சென்றான் நிமலன். நிலைமை கொஞ்சம் கொதிப்படங்க, திகைப்பிலிருந்து மீண்ட ஜெனிற்றா தண்ணீரைக் கொதிக்கவைத்தபடியே விஸ்வாவை பார்த்து "என்னயிது குணாவுக்கு இப்பிடியும் கோபம் வருமா?" என ஆச்சரியத்துடன் கேட்டாள்.

"ம், வரும். இந்தக் கோபத்த நான் ரெண்டாந்தடவையாப் பார்க்கிறன். ஜெர்மனியிலும் ஒருக்காப் பார்த்தனான்" என்ற விஸ்வா குணாவின் பக்கம் திரும்பி "குணா நீர் இந்தக்

கோபத்தக் கொஞ்சம் குறைக்க வேணும், இது நல்லதில்ல" என்றான்.

"அண்ணை, ஒரு கன்னத்தில் அறைந்தால் மறு கன்னத்தையும் காட்டுறதுக்கு இதொண்டும் ஜேசுநாதர் காலமில்லை. துன்பத்தை தந்தவனுக்கே துன்பத்தைத் திருப்பிக்கொடு எண்டு சொல்லுற பிரபாகரன் காலம்" எனக் கூறியவன் விறைப்புடனே விருமாண்டியாய் இருந்தான்.

• • •

எல்லோரையும் எக்கணத்திலும் சிலிர்க்கவைக்கும் உணர்வொன்று உண்டென்றால் அது காதலாகத்தான் இருக்க முடியும். வெறும் அழகியல் உணர்வுகளால் மட்டும் மலர்ந்து விடுவதல்லக் காதல். அதற்கும் அப்பால் கண்ணுக்குப் புலனாகாத, கருத்துக்கும் அடங்காத சூட்சும உணர்வுகளால் அது உருவாகிறது. அந்த உணர்வுகளைச் சிலர் அறியாமல் இருந்துவிட்டாலுங்கூட மனதுக்குப் பிடித்தவர்களைச் சந்திக்கும்போதும், சந்தர்ப்பங்கள் கைகூடும்போதும் மனக்கதவைத் திறந்துகொண்டு காதற் பறவை சிறகு விரிப்பதை யாராலும் தடுத்துவிட முடியாது. விஸ்வா மட்டும் அதற்கு விதிவிலக்கா என்ன? அவனையும் சிலிர்க்கவைத்தது அந்தச் சிறகடிப்புச் சத்தம்.

விஸ்வாவுக்கு உறுதியளித்தது போல் ஜெனிற்றாவுடன் கதைப்பதற்கான சந்தர்ப்பம் குணாவுக்குக் கிட்டியது. நிலக்கீழ் அறையில்தான் உடுப்புக் கழுவும் இயந்திரமும், உடுப்புகளைக் காயப்போடும் இடமும் இருந்தது. முதல்நாள் கழுவிக் காயப்போட்ட உடுப்புக்களை எடுப்பதற்காக அவன் அங்கே சென்றபோது. அங்கேயிருந்த ஒரு நிலைக்கண்ணாடியின் முன் அவள் தனை மறந்து நின்றாள். அவளின் தோற்றம் வித்தியாசமாக இருந்தது. குணாவைக் கண்டதும் நிலைதடுமறியவள் நாணித் தலை குனிந்தாள். அப்போதுதான் அவன் கவனித்தான். அவளுடைய சட்டைக்கு மேலே அவள் அணிந்திருந்தது அங்கே காயப்போட்டிருந்த விஸ்வாவினுடைய மேற்சட்டை என்பதை. உடனேயே அதனைக் கழற்றியவள் குனிந்ததலை நிமிராமல் குணாவின் முன் நீட்டினாள். அவளது முகம் வெட்கத்திற் சிவந்திருந்தது. இதுதான் சந்தர்ப்பமென நினைத்த குணா கேட்டான்.

“உண்மையச் சொல்லுங்க நீங்க விஸ்வா அண்ணையை விரும்புறீங்களா?”

“ச்ச…, சேட்டு நல்ல கலரா இருந்திச்சு அதுதான் போட்டுப் பாத்தனான்.”

“இஞ்சே உந்தச் சேட்டுக் கதைய விட்டிற்று நான் கேட்டதுக்கு மட்டும் பதிலைச் சொல்லுங்க.”

“ஏன், அவர் என்னை விரும்புறாரே?”

“முதல்ல நான் கேட்டதுக்குப் பதிலைச் சொல்லுங்க.”

அவள் பதிலேதும் சொல்லாமற் தலை கவிழ்ந்து தரை பார்த்து நிற்க, அவனே தொடர்ந்தான்.

“ஓம், உங்களை அவருக்கு நல்லாப் பிடிக்கும்.”

“ம்…, எனக்கும் தான்.”

“அப்ப இதக் காதலெண்டு எடுக்கலாமா?”

“அவர் அப்படி எடுத்துக்கொண்ட மாதிரித் தெரியயில்லையே.”

“இஞ்சே, சும்மா சுத்திவளைக்க வேண்டாம். நான் உங்களைத்தான் கேட்கிறன்.”

“அவருக்கு ஓகே எண்டால்… எனக்கும் ஓகே தான்…” என்றவள் வெட்கப் புன்னகையுடன் அங்கிருந்து மின்னலாய் மறைந்துபோனாள். மாலைவரை அவள் அறையைவிட்டு வெளியே வரவில்லை. அது குணாவுக்கும், விஸ்வாவுக்கும் ஒரே குழப்பமாகவிருந்தது.

“அண்ணே நீங்க ஒருக்காப்போய் கதைச்சு உங்கட விருப்பத்தையும் நேருக்கு நேராச் சொல்லி ஆளை வெளிய கூட்டிக்கொண்டு வாறதுதான் நல்லதெண்டு நினைக்கிறன்” என ஆலோசனை வழங்கினான் குணா.

“என்னெண்டு குணா” நெளிந்தான் விஸ்வா.

"என்ன அண்ணை அநியாயத்துக்கு வெட்கப்படுறியள். அவ இண்டைக்கு ரீ குடிக்கக்கூட வரயில்ல, கொஞ்சம் பொறுங்க ரீ ஒண்டைப் போட்டுக்கொண்டு போவம். ஆனாலொண்டு, நான் உள்ள வரமாட்டன் நீங்கதான் உள்ளபோய்க் கதைக்கவேணும் சரியே" என்ற குணா அவசரமாக தயாரித்த தேனீர்க் குவளையை விஸ்வாவின் கையிற் திணித்து அவனை அழைத்துக்கொண்டு சென்று அவளின் அறைக்கதவைத் தட்டினான்.

அவர்களின் வரவை எதிர்பார்த்துக் காத்திருந்தவள் போலவே சற்றும் தாமதமின்றிச் சட்டென்று கதவைத் திறந்துகொண்டாள். பளீரென்ற வெண்ணிற உடையில் ஒரு தேவதைபோல் காட்சியளித்தாள். மிகவும் சுத்தமான அறையிலிருந்து நறுமணம் வீசியது. மேசையில் மெழுகுவர்த்தி ஒன்று சுடர்விட்டுப் பிரகாசித்துக்கொண்டிருந்தது.

"வாங்கோ... உள்ள வாங்கோ..." என்றவள் அவர்களுக்கு வழிவிட்டு வெட்கத்துடன் விலகி நின்றாள்.

"ஹலோ... என்னைப் பார்த்தாலென்ன கரடி மாதிரியே தெரியுது" எனக் கேட்ட குணா, தான் விலகி நின்றுகொண்டு விஸ்வாவை உள்ளே அனுப்பினான். சினிமாப் படங்களில் பால்ச் செம்புடன் முதலிரவு அறைக்குள் நுழையும் மணப்பெண்ணைப் போல் தேனீர்க் குவளையுடன் நுழைந்த விஸ்வா மேசையில் தேனீரை வைத்துவிட்டு அருகிலிருந்த கதிரையில் அமர்ந்துகொள்ள, கதவைப் பிடித்தபடி வாசலிலேயே நின்ற குணா ஆட்காட்டி விரலால் அவளை அருகே வருமாறு அழைத்தான்.

அவளும் பார்வையாலேயே "என்ன?" எனக் கேட்டவாறு அவனருகே செல்ல, "அண்ணை கதைக்க வேணுமாம். அதுதான் கூட்டிக்கொண்டு வந்தனான். தெரியுந்தானே ஆள் பச்சமண், மிரட்டிக் கிரட்டிப் போடாமற் கவனமாக் கையாளவேணும் சரியோ" என அவளின் காதுக்குள் குசும்பாய்க் குசுகுசுத்தான்.

"போ... லூசு..." எனத் தலையிற் செல்லமாக ஒரு குட்டு வைத்து அவனை வெளியே தள்ளிக் கதவை இழுத்துச் சாத்தியவள், அசையாது அங்கேயே தலை கவிழ்ந்தவாறு நின்றுகொண்டாள்.

போக்காளி | 171

“வாரும், உமக்குத்தான் ரீ கொண்டு வந்தனான். எடுத்துக் குடியும்.”

“தாங்க்ஸ்” எனப் புன்முறுவல் பூத்தவள் மெல்ல மேசையருகே சென்று பத்து விரல்களாலும் தேனீர்க் குவளையைப் பொத்திப் பிடித்தபடி சுவரிற் சாய்ந்தவாறு நின்றுகொண்டாள். தலையை நிமிர்த்தியவன் கண்களிற் காதல் ததும்ப அவளை ஒரு பார்வை பார்த்தான். முதன்முதலாக அவன் பார்த்த அந்தக் காதற் பார்வையில் கசங்கிப் போனவள் நிலைதடுமாறி நின்றாள். ஒன்றோடு ஒன்றாய்ப் பின்னிப் பிணைந்திருந்த கால்களின் விரல்களில் அவளது பார்வை பதிந்திருந்தது.

“ஏன்ரா மடையா என்னை இந்தப் பார்வை பார்ப்பதற்கு உனக்கு இவ்வளவு காலம் சென்றதாடா...” எனக்கேட்டு அவனின் சேர்ட்டைப் பிடித்து ஒரு உலுப்பு உலுப்ப வேண்டும்போலிருந்தது அவளுக்கு. ஆனாலும், வெட்கம் விடவில்லை.

அவனோ, அவளின் அழகை அள்ளி இரசிக்க இதை விட்டால் வேறு சந்தர்ப்பம் கிடைக்காதென நினைத்தானோ என்னவோ அவள் மீதான பார்வையை அரக்கவேயில்லை. அவளது முகம் சூரியனின் பார்வை பட்ட தாமரைக்கு ஒப்பானதாகவிருந்தது. கொவ்வைக்கனியைப் போன்று செக்கச் சிவந்திருந்த கீழ் உதட்டை வெண்ணிற முத்துப் பற்களால் கவ்வியிருந்தாள். சிறகடித்தும் பறக்கமுடியாத பட்டாம் பூச்சிகளாய் அவளது கண்கள் படபடத்தன. அவனது பார்வை இன்னும் தன்னை விட்டகலவில்லை என்பதை உள்ளூற உணர்ந்தவள் உடனே முகத்தைத் திருப்பிப் பக்கவாட்டில் பார்த்தாள். அவளது மனதை ஆட்கொண்டிருந்த ஆனந்தம் உதட்டுப் புன்னகையில் பிரதிபலித்தது.

“ஜெனி கவனமடி, எத்தனபேர் லோலோன்னு பின்னால அலையுறாங்கள் தெரியுந்தானே, உன்ர கெத்தை விட்டிராதையடி.” உள்மனம் அவளை எச்சரித்தது. அவனும் அதற்குமேலும் மௌன முட்டைகளை அடைகாக்க முடியாதவனாய் “ம், பிறகு சொல்லும்” என வார்த்தைக் கற்களை வீசி மௌன முட்டைகளை உடைத்தான்.

“என்னத்தைச் சொல்ல?” வெட்கப் புன்னகையுடன் கடைக்கண் பார்வை வீசிக் கேட்டாள்.

“எண்ணத்தைச் சொல்லும்.” அவனும் புன்முறுவல் பூக்கச் சொன்னான்.

“ஏன்... நீங்க சொல்ல மாட்டீங்களோ?” உதட்டைச் சுளித்தவள் இமைகளை உயர்த்தி நெற்றியைச் சுருக்கினாள்.

“ம்... சொல்லலாம், உம்மைப் பிடிச்சிருக்கெண்டும். அதனால என்னையே எனக்கிப்ப ரொம்பப் பிடிச்சிருக்கெண்டும் சொல்லலாம்...”

“க்ம்... இதைச் சொல்லத்தான் இவ்வளவு காலம் எடுத்ததாக்கும்.” கொவ்வைக் கனிகளைக் குவித்துச் சுழித்தாளவள்.

“அதில்ல, ‘பிறர் தாரத்தை விரும்பாதிருப்பாயாக’ என்ற பைபிளில் உள்ள பத்துக் கட்டளைகளில் ஒன்றுதான் என்னைத் தடுத்திருக்குமெண்டு நினைக்கிறன்.”

“ஓ... அதுவா, அது நான் சும்மா சொன்னது. அதுசரி, நீங்க பைபிளும் படிப்பீங்களா?”

“ம், எல்லா மதங்களையும் படிச்சிருக்கிறன். ஆனால், எனக்கு எம்மதமும் சம்மதமில்லை. மனிதநேயமும், அறிவியலும் வளர்ச்சி அடைந்துவிட்டால் இந்த உலகுக்கு மதங்கள் ஒண்டும் தேவையில்லை” என்றான்.

“ஓ... அப்ப நீங்க நாஸ்திகவாதியோ?” விழிகள் விரியக் கேட்டாள்.

“இல்லை, பகுத்தறிவாளன்.” உதடுகள் விரியக் கூறினான்.

“முடிவா என்ன சொல்லுறிங்க! கடவுளை நம்புறிங்களா? இல்லையா?”

“இந்த உலகத்தை இயக்குகிற ஒரு சக்தி இருக்கென்று நம்புறன். ஆனால், அது இந்த மதங்களுக்குள் இல்லை என்பதையும் நம்புறன்.”

“ஓகோ அப்படியா! சரி... சரி...” எனத் தலையாட்டியவள், வலது கையால் தேனீர்க் குவளையை எடுத்து உதட்டோடு ஒட்டிக்கொள்ள இடது கை மேசையில் ஊன்றி இருந்தது. அதன் விரல்கள் ஐந்தும் சிதம்பரத்தம் மொட்டுக்களை அடுக்கி வைத்தாற்போல் அழகாயிருந்தன.

“அடேய் விஸ்வா மொக்கு மாதிரி இருக்காதயடா.” உள்மனது அவனை உசார்ப்படுத்தியது. மனதை ஆசுவாசப்படுத்தியவன் தைரியத்தை வரவழைத்துக்கொண்டு அந்தச் சிதம்பரத்தம் மொட்டுக்களைத் தன் விரல்களால் மெல்லத் தொட்டு வருடினான். அவனது தொடுகையில் அவள் மெய்மறந்து நின்ற கணத்தில் அவனது விரல்கள் அவளது விரல்களோடு பின்னிக்கொண்டன. கொஞ்சம் கொஞ்சமாக தனை மறந்துபோனவள் தலை கவிழ்ந்து நின்றாள். சூழ்நிலையைச் சாதகமாக்கிக்கொண்ட விஸ்வா சட்டெனக் கதிரையிலிருந்து எழுந்து அவளின் தோள்மீது கையைவைத்து தன் நெஞ்சோடு அணைத்துக்கொண்டான். அவளும் அடைய நினைத்த இடத்தை அடைந்துவிட்ட திருப்தியில் கண்களை மூடிச் சாய்ந்தாள். மார்பில் ஈரத்தை உணர்ந்தவன் அவளின் நாடியைப் பிடித்து முகத்தை நிமிர்த்தியபோது அவளது கண்மடல்கள் கசிந்திருந்தன.

“ஐ... லவ்... யு... ஜெனி.” அடிமனதிலிருந்து உச்சரித்தவன் அவளை இறுக அணைத்துக்கொண்டான். உள்ளத்தை உருக்கிய அந்த வார்த்தைகளால் அவளின் உதட்டோரத்தில் அரும்பிய மொட்டொன்று புன்னகையாய்ப் பூத்து விரிந்ததைப் பார்த்தவன், அவளின் முகத்தில் படர்ந்து கிடந்த முடிகளை விலர்த்தி நெற்றியில் முத்தமிட்டான். அந்த மென்மையான முத்தத்தால் ஒருகணம் மெய்மறந்து நின்றவள் மறுகணமே சுதாரித்துக்கொண்டு மனம் விரும்பாதபோதிலும், மூளை பிடித்த முரட்டுப் பிடிவாதத்தினால் தேனீர் குடிக்க முயற்சிப்பதுபோல் அவனின் இறுக்கமான இன்பப் பிடியிலிருந்து தன்னை மெல்ல விடுவித்துக்கொண்டாள். தேனீரை எடுத்து ஒரு மிடறு பருகிவிட்டு மிகுதியைக் கண்களில் மின்னிய காதலுடன் அவனிடம் நீட்டினாள். அவனும் அதை வாங்கி அமிர்தத்தைப் பருகுவதுபோல் பருகினான். காதல் ஒன்றில் தானே எச்சில்கூட அமிர்தமாகிவிடுகின்றது.

“ரீங்... ரீங்... ரீங்...” திடீரென நெருப்பு அபாய ஒலி அங்கே ஒலித்தது.

“ஐயோ! பயர் அலார்ம் போல, வாங்கோ வெளிய போவம்” என அந்தரித்தாளவள்.

இருவரும் கதவைத் திறந்துகொண்டு வெளியே வர குணாவும் அவர்களின் அறையை நோக்கி ஓடிவந்துகொண்டிருந்தான். பலரும் அவசர அவசரமாக முகாமிலிருந்து வெளியேறிக் கொண்டிருந்தார்கள். விஸ்வாவும், ஜெனிற்றாவும் ஒரே அறையிலிருந்து வந்ததைக் கவனித்தபடியே ஓடிக்கொண்டிருந்த மயூரனின் கண்களிற்தான் நெருப்பைக் கண்டார்களே தவிர வேறு எங்குமே நெருப்புப் பிடித்ததற்கான அறிகுறிகள் தென்படவில்லை. வெளியேறியவர்கள் எல்லோரும் முகாமின் முன்பகுதியில் கூடி நிற்க, ஒரு சில நிமிடத்திலேயே தீயணைப்பு படையினர் வந்து சோதனையிட்டார்கள். அங்கே தீ பற்றியதற்கான எந்த அறிகுறியும் இல்லை என்பதை உறுதி செய்தபின் மீண்டும் அனைவரையும் உள்ளே செல்ல அனுமதித்தார்கள்.

“உந்த யூகஸ்லாவிய நாய்கள் தான் நாலாம் மாடியில நிண்டு நெடுகலும் சிகரெட் பத்துறவங்கள். அந்தப் புகையாலதான் அலாரம் அடிச்சிருக்கும்” என யூகஸ்லாவியர்களைத் திட்டினான் சீலன்.

“நெருப்பில்லாமற் புகை வராது. புகையில்லாமல் அலாரமும் அடிச்சிருக்காது. நான் நினைக்கிறன் எங்கயோ ஒரு இடத்தில பஞ்சும், நெருப்பும் பத்தி எரிஞ்சுதான் இருக்குது” என்ற குணா விஸ்வாவையும், ஜெனிற்றாவையும் கடைக்கண்ணால் பார்த்து ஒரு கள்ளச் சிரிப்புச் சிரித்தான். விஸ்வாவும் புன்முறுவலுடன் ஜெனிற்றாவைப் பார்க்க, அவளும் வெட்கப் புன்னகையுடன் ஒற்றைக் கையால் முகத்தை மறைத்துக்கொண்டாள்.

இரண்டு நாட்களுக்குள் விஸ்வா, ஜெனிற்றா பற்றிய விடயம் மயூரன் மூலமாக முகாம் முழுவதும் கிசுகிசுவாகப் பரவியது. அவர்களும் தங்கள் காதலை மறைக்க முனையவில்லை. காதலை மறைக்க முனையாதவர்களே இறுதியில் காதலில் ஜெயித்தும் விடுகின்றார்கள்.

● ● ●

விடிந்ததிலிருந்து மழை ஊற்றிக்கொண்டிருந்த ஒரு நாளின் மாலைப்பொழுதில் ஜெனிற்றா சமையலறையில் ரொட்டி சுட்டுக்கொண்டிருக்க அருகில் பலத்த யோசனையுடன் ஒரு கடிதத்தை வாசித்துக்கொண்டிருந்தான் விஸ்வா.

“ஓகோ... மழைநேரத்தில அண்ணனுக்கு ரொட்டி பிடிக்குமெண்டு அண்ணிக்கும் தெரிஞ்சிட்டுதுபோல” என்றபடியே அங்கு வந்த குணா விஸ்வாவின் அருகிலேயே அமர்ந்துகொண்டான். குணா கூறியதைக் கேட்டு மனதுக்குள் புன்னகைத்தவாறே அவள் ரொட்டியைப் பிரட்டிப்போட்டாள். விஸ்வாவின் முகத்தில் ஈ ஆடவில்லை. அதனைக் கவனித்த குணா, “என்ன அண்ணை ஊர்க் கடிதம் போல, ஏதும் சிக்கலே?” எனக் கேட்டான்.

“ம்... பெரிசா ஒண்டுமில்ல, சின்னச் சிக்கல்தான். எங்கட காதல் விஷயம் என்ர வீடு வரைக்கும் போயிட்டுது” என்றவனின் விழிகள் கடிதத்தில் இருந்து விலகிக் குணாவில் வீழ்ந்தன.

“என்னெண்டு அண்ணை அங்கவரையும் கதைபோனது?” ஆச்சரியத்துடன் கேட்டான்.

“இந்தாரும், இதப் படிச்சுப் பாரும். நான் இங்கயொரு வேதக்காரப் பெட்டையை லவ் பண்ணுறனாம் எண்டு யாரோ ஒரு நலன் விரும்பி இங்கயிருந்து மினக்கெட்டு என்ர அப்பா, அம்மாவுக்கு மொட்டைக் கடிதம் எழுதியிருக்கிறான். அதை அம்மா எனக்குத் திருப்பி அனுப்பியிருக்கிறா” என்றவன் கடிதத்தை குணாவின் முன்னே தூக்கிப்போட்டான்.

“அட, யாரண்ணே இந்த வேலை செய்தது? அதெப்படி விலாசமெல்லாம்?”

“இதெல்லாம் பெரிய விசயமே, அங்கயிருந்து வாற கடிதங்களிலும் ப்றம் அட்ரெஸ் போட்டுத்தானே வாறது. கடிதம் எடுக்கைக்க பாத்திருக்கலாம்.”

“அட சனியன் பிடிப்பாரே! இது இவன் மயூரன்ர வேலையா இருக்குமோ?”

"சேச்செ... இதுக்கெல்லாம் அவன் மினக்கெடமாட்டான். இது நம்ம பெரியவற்ற வேலையாத்தான் இருக்கும்."

"பெ...ரி...யவரோ! அட ஓம் அண்ணே சரியாச் சொன்னிங்க. அந்த மனுசன்தான் எப்ப பார்த்தாலும் சாதி, சமயமெண்டு கதைச்சுக்கொண்டு திரியிறது" எனக் குணா கூறியதும், அதனை ஆமோதிப்பது போல் ஜெனிற்றாவும் தலையசைத்தாள்.

"அப்ப அண்ணே, இதில ஏதும் சிக்கல் வருமே?"

"ச்ச... அதொண்டும் பிரச்சனையில்ல, நான் அம்மா, அப்பாவைச் சமாளிச்சுப்போடுவன்" என்றான் மன உறுதியுடன்.

"அந்தாளைப் பிடிச்சு நல்ல கிழிப்புக் குடுத்தாலென்ன?" கீழ் உதட்டைக் கடித்து உறுமினான் குணா.

"இல்லக் குணா வேண்டாம், இதைத் தெரிஞ்ச மாதிரிக் காட்டிக்கொள்ளாதையும், எனக்கு இதொண்டும் பெரிய பிரச்சனையில்ல" என விஸ்வா கூறிக்கொண்டிருந்தபோதே அங்கு ஓடிவந்த நிமலன் "விஸ்வா அண்ணே உங்களுக்கு லண்டனிலயிருந்து போன் வந்திருக்கு கெதியா ஓடியாங்கோ..." என்றதும் எழுந்தோடினான் விஸ்வா.

லண்டனிலிருந்து தொலைபேசிய நண்பனுடன் கதைத்துவிட்டு ஆழ்ந்த யோசனையுடன் சமையலறை நோக்கி வந்துகொண்டிருந்த விஸ்வாவின் முகம் மிகவும் வாடிப்போயிருந்ததைக் கவனித்த குணா கேட்டான், "என்ன அண்ணே ஏதும் சிக்கலே?"

"ம், ராஜினி மேடத்தையும் கொன்றுபோட்டாங்கலாம்" என்றவன் தலையிற் கை வைத்தபடியே குந்திக்கொண்டான்.

"ராஜினியோ! ஆரண்ணே அது?" யோசித்தவாறே கேட்டான் குணா.

"எங்கட பல்கலைக்கழக விரிவுரையாளர் குணா. அவவொரு சிறந்த கல்விமான், அருமையான மனித உரிமைச் செயற்பாட்டாளர், அற்புதமான பெண்ணியவாதி. ச்ச, ஒரு ஆளுமையுள்ள மனுஷியைப் பெண் எண்டும் பாக்காமல் அநியாயமாச் சுட்டுத்தள்ளிப் போட்டாங்களே!" நெற்றியில்

அடித்துக்கொண்டான் விஸ்வா, உடனே அவனருகே சென்ற ஜெனிற்றா அவனது கைகளைப் பரிவோடு பற்றிக்கொண்டாள்.

“ஏன் அண்ணே! ஆற்ர வேலையாம் இது?” இரக்கம் தொனித்த குரலில் கேட்டான் குணா.

“தெரியயில்லக் குணா, அவ மனித உரிமைச் செயற்பாட்டாளர் எல்லே, அதனால மனித உரிமைகளுக்கு எதிராகச் செயற்படுற ஆயுததாரிகள் எல்லாருக்குமே அவ எதிரியாத்தான் தெரிஞ்சிருப்பா. ஆனால், ஆராயிருந்தாலும் இதை மன்னிக்க முடியாது” எனப் பதறிய விஸ்வாவைக் குணாவும், ஜெனிற்றாவும் ஆறுதல்படுத்தி அரவணைத்துக்கொண்டனர்.

• • •

அதிவேகமாகக் கடந்துகொண்டிருந்த காலம் இரு காதலர்களை இணைத்துவைத்துவிட்டு இரு நண்பர்களைப் பிரித்துவைக்கவும் காத்திருந்ததை யாரும் அறிந்திருக்கவில்லை. ஆம், அடுத்த வாரமே குணா, விஸ்வா. சீலன் மற்றும் பரராஜசிங்கம் ஆகிய நால்வருக்கும் நோர்வேயின் மேற்குப் பகுதியில் மணியமண்ணை வாழ்ந்துகொண்டிருந்த நகராட்சியிலேயே வதிவிட அனுமதி கிடைத்திருக்கின்ற தகவல் வந்தது. அத் தகவல் விஸ்வாவுக்குத் தர்மசங்கடத்தை உண்டாக்கியது. ஜெனிற்றாவைத் தனியே விட்டுவிட்டு எப்படிப் போவதென்பதே அதுவாகவிருந்தது. ஜெனிற்றாவும் அவனைப் பிரிய விரும்பவில்லை. இந்த இக்கட்டான சூழ்நிலையில், “அண்ணே நீங்க போய் முகாம் பொறுப்பாளரிட்ட விஷயத்தைச் சொல்லி அண்ணியையும் கூட்டிக்கொண்டு போக வழியைப் பாருங்க, அது சரிவராட்டி நீங்க இங்கயே நிண்டு அவவோட சேர்ந்து மாற்றலாகிப் போறதுக்கான அலுவலைப் பாருங்க, அதுதான் நல்லது” எனக் குணா ஆலோசனை கூறினான்.

அதன்படியே முயற்சித்தபோது, ஜெனிற்றாவையும் கூட்டிக்கொண்டு போவதற்கான சாத்தியமில்லை. ஆனால், விஸ்வா விரும்பினால் இந்த இடமாற்றத்தை ஏற்காமல் விடலாமென முகாம் பொறுப்பாளர் கூறினார். அக் கணத்தில் குணாவையும் விட்டுப்பிரிய மனமின்றிக் கலங்கி நின்ற விஸ்வாவைச் சமாதானப்படுத்திய குணா, ஜெனிற்றாவுக்கான

முடிவு வரும்வரை அவனை அங்கு நிற்கும்படியும், அதன் பின்னர் நாம் எல்லோரும் ஏதாவதொரு நகரசபையில் ஒன்று சேரலாம் எனவும் விஸ்வாவுக்குத் தைரியமூட்டினான்.

குணாவையும், விஸ்வாவையும் பிரிப்பதற்கான நாளும் வந்தது. விஸ்வாவின் இடத்திற்கு நிமலன் நியமிக்கப்பட குணா, நிமலன், சீலன், பரராஜசிங்கம் ஆகிய நால்வரும் பிரியாவிடை பெற்றுக்கொண்டு அத் தீவிலிருந்து புறப்பட்டார்கள். கலங்கிய கண்களுடன் குணாவைக் கட்டித்தழுவிய விஸ்வா "நாங்கள் மீண்டும் சந்திப்பம்" என்றான் உறுதியான குரலில். குணாவைப் பிரிய நேர்ந்த சோகம் அப்பிய முகத்துடன் ஜெனிற்றாவும் மௌனமாகக் கையசைப்பில் விடைகொடுத்தாள்.

◉

1990

நோர்வேயின் மேற்குக் கரையோரத்திலிருந்த ஒரு சிறிய கிராமத்தை வந்தடைந்தார்கள். ஒருபக்கம் அண்ணாந்து பார்த்தால் பச்சைப் பசேலென்று நீண்டு நெடுத்த தொடர்மலைகள். மறுபக்கம் குனிந்து பார்த்தால் பரந்து விரிந்த நீலக்கடல். இவை இரண்டுக்கும் இடைப்பட்ட மலையடிவாரங்கள் மக்கள் குடிமனைகளால் நிறைந்திருந்தன. அங்கே இவர்களை வரவேற்கக் காத்துநின்ற அகதிகளுக்கான ஆலோசகர் இவர்கள் நால்வரும் தங்குவதற்காக நகராட்சியால் ஒழுங்கு செய்யப்பட்டிருந்த வீட்டிற்கு அழைத்துச்சென்றார்.

வெளிநாட்டவர்கள் மிகக் குறைவாக வாழும் அக் கிராமத்தில் முப்பதுக்கும் மேற்பட்ட தமிழர்கள் வாழ்வதாகவும், மற்றைய நாட்டவர்களைப்போல் அரச உதவிப் பணத்தில் தங்கியிருக்காது அனேகமாக எல்லாத் தமிழருமே வேலைகள் செய்து சுய சம்பாத்தியத்தில் வாழ்வதாகவும், தமிழர்கள் மிகவும் கடுமையான உழைப்பாளிகள் என்றும் தமிழர்களைப் புகழ்ந்து தள்ளிக்கொண்டு வந்தார் அந்த அகதிகளுக்கான ஆலோசகர்.

"இவை குடுக்கிற இந்தப் பிச்சைக் காசு எங்கட ஆக்களுக்கு யானைப் பசிக்குப் போட்ட சோளன்பொரி மாதிரி எண்டு இந்தாளுக்கு தெரியாது போல" எனக் குணாவின் காதில் மெல்லக் குசுகுசுத்தான் நிமலன்.

"உஷ்... சத்தம் போடாதடா" என ஆட்காட்டி விரலால் அவனை அடக்கிவிட்டு, அகதிகளுக்கான ஆலோசகரைப் பார்த்த குணா, "இங்கே வேலைவாய்ப்புக்கள் இருக்கிறதா?" என ஆவலாய்க் கேட்டான்.

"இங்க மீன் தொழிற்சாலைகளில் தான் கூடுதலான தமிழர்கள் வேலை செய்கின்றார்கள். உங்களுக்கும் கூடியகெதியில் வேலைகள் எடுத்துத் தருவதற்கு நான் முயற்சிக்கின்றேன். நீங்களும் சுயமாக முயற்சியுங்கள்" என்றவர் வீட்டைச் சுற்றிக் காட்டிவிட்டு மிகுதி விடயங்களுக்கு நாளை அலுவலகத்தில் வந்து சந்திக்குமாறு கூறிச் சென்றார்.

பெரிய தொடர்மாடிக் கட்டிடத்தின் இரண்டாம் மாடியில் ஒரு வரவேற்பறையும், இரண்டு படுக்கையறைகளும், சிறிய சமையலறையும் கொண்ட அந்த வீட்டில் குணாவும், நிமலனும் ஒரு படுக்கையறையைப் பகிர்ந்துகொள்ளச் சீலனும், பரராஜசிங்கமும் மற்றையதைப் பகிர்ந்து கொண்டார்கள். அங்கேயும் நான்குபேரும் சேர்ந்து சமறி முறையிலேயே சமையலை ஆரம்பித்தார்கள். வீட்டில் தொலைபேசி இணைப்பும் இருந்தது. யார் யார் எத்தனை யுனிற் கதைத்தார்கள் என்பதைக் கணக்கிடும் கருவியையும் வாங்கி இணைப்புச் செய்தார்கள். தொலைபேசுவது ஒன்றும் மலிவானதாக இருக்கவில்லை. பத்து நிமிடங்கள் இலங்கைக்குக் கதைப்பதற்கு இருநூறு குரோணர்களைச் செலவு செய்யவேண்டியிருந்தது. ஆனால், மீன் தொழிற்சாலைகளில் மணித்தியாலய சம்பளமோ வெறும் ஐம்பது குரோணர்களாகவே இருந்தன.

அதே கட்டிடத்தில் முதலாம் மாடியில் மூன்று படுக்கையறைகளைக் கொண்ட வீட்டில் ஐந்து தமிழ் இளைஞர்களுடன் வாழ்ந்துகொண்டிருந்த மணியமண்ணை குணா வந்துவிட்ட செய்தியறிந்தது முதல் ஆளாய் ஓடிவந்து குணாவைக் கட்டித்தழுவித் தனது மனமகிழ்வை வெளிப்படுத்திக்கொண்டார்.

எதிர்க் கட்டிடத்தில் ஒரு குழந்தையுடன் உலகநாதன் - உமாதேவி என்ற இளம் தம்பதியினர் வாழ்ந்தனர். அங்கு ஐந்தாறு கிலோமீற்றர் சுற்றுவட்டத்துக்குள்ளேயே எல்லாத் தமிழர்களும் வாழ்ந்தார்கள். பக்கத்திலிருந்த இன்னொரு நகராட்சியிலும் ஐம்பதுக்கும் மேற்பட்ட தமிழர்கள் வாழ்ந்துவந்தார்கள். நகராட்சியால் மாலை நேரத்தில் நோர்வேஜிய மொழி படிப்பதற்கான ஒழுங்கு செய்யப்பட்டிருந்தது. அங்கேதான் குணாவுக்கு எல்லாத் தமிழர்களையும் சந்திக்கும் வாய்ப்பும் கிட்டியது. அங்கு வாழ்ந்த தமிழர் ஒருவர் அண்மையில் ஐயாயிரம் குரோணர்ப்படி இருபது பேருடன் சீட்டுப் பிடித்துத் தாச்சிச் சீட்டுக்காசு ஒரு லெட்சத்தை அபேஸ் பண்ணிக்கொண்டு கனடாவுக்கு ஓடிவிட்டதனால் ஏமாந்த பலரை அங்கு கடுப்புடனேயே காண முடிந்தது.

அங்கே லிங்கம் என்பவர் தனது வீட்டுக்குள்ளயே ஒரு சிறிய தமிழ்க் கடையை வைத்திருந்தார். அவர்தான் அங்குள்ள தமிழர்களுக்கு

அரிசி, பருப்பு, மிளகாய்த்தூள் முதற்கொண்டு அனைத்துத் தமிழ்த் திரவியங்களையும் ஒஸ்லோவிலிருந்து தருவித்து வியாபாரம் செய்பவர். அதுமட்டுமல்லாமல் முக்கியமான தமிழ்ப் படக்கொப்பிகளின் விநியோகத்தையும் அவரேதான் கவனித்தார். அந்தக் கிராமத்திற்குக் குடிபெயர்ந்ததிலிருந்து குணாவின் பெரும்பாலான பொழுதுகள் வேலை தேடுவதிலேயே கழிந்தன. மணியமண்ணையும் அவர் வேலை செய்யும் மீன் தொழிற்சாலையில் அவனுக்காக வேலை கேட்டு வைத்திருந்தார்.

விஸ்வா, ஜெனிற்றாவுடனான குணாவினது நட்பு தொலைபேசியினுடாக வளர்ந்துகொண்டேயிருந்தது. அவர்களை ஜெனிற்றாவின் அண்ணன்மார் ஒஸ்லோவுக்கு அழைப்பதற்கான முயற்சிகளை மேற்கொண்டு இருப்பதாகவும், தாங்கள் ஒஸ்லோவுக்கு மாற்றலாக நேர்ந்தால், குணாவையும் அங்கு மாற்றலாகி வந்துவிடுமாறும் அவர்கள் கேட்டுக்கொண்டார்கள்.

வேலை வேலை என்று அலைந்து திரிந்தவனுக்கு வேலையைத் தொடங்குவதற்கான வேளையும் வந்தது. ஒரு வெள்ளிக்கிழமை அவன் ஏற்கனவே வேலை கேட்டு வைத்திருந்த ஒரு மீன் தொழிற்சாலையிலிருந்து உடனடியாக வந்து சந்திக்குமாறு தொலைபேசி அழைப்பு வந்தது. உடனேயே அங்கே சென்று திங்கட் கிழமையே வேலை தொடங்குவதற்கான ஒப்பந்தத்தில் கைச்சாத்திட்டான்.

அது வருடத்தில் ஆறு மாதங்கள் மட்டுமே இயங்குகின்ற தொழிற்சாலை. வெப்பநிலை மற்றும் வெப்ப மண்டலக் கடல்களில் காணப்படும் 'மைக்ரேல்' எனப்படும் ஒருவகை மீன்கள் நோர்வேக் கடலில் வெப்பம் நிறைந்த கோடை காலங்களிலேயே பெருந்தொகையாகப் பிடிபடுகின்றன. அவற்றை மீன்பிடிப் படகுகளிலிருந்து கொள்முதல் செய்து சுத்தப்படுத்தி பெட்டிகளில் அடைத்து வெளிநாடுகளுக்கு ஏற்றுமதி செய்வதே அத் தொழிற்சாலையின் இயக்கமாகவிருந்தது.

குணாவின் மனம் சந்தோஷத்தில் திளைத்திருந்தது. கனவுகள் பலிக்கப்போகும் காலம் நெருங்கிவிட்டதாகவே எண்ணிக்கொண்டான். இந்தச் சந்தோஷச் செய்தியை அம்மாவுக்குக் கடிதத்தில் அறிவித்து அம்மா அவன் மீது வைத்திருந்த நம்பிக்கையைத் தளரவிடாமற் பார்த்துக்கொண்டான்.

திங்கள் காலை நோர்வேயில் முதல் நாள் வேலை ஆரம்பமானது. தலையிலிருந்து கால்வரை போர்த்து மூடிக்கொள்ளக் கூடியதான காற்சட்டையும், மேற்சட்டையும் ஒன்றாய்ப் பொருத்தப்பட்ட ஒரு தடித்த உடையும் அவனுக்கு வழங்கப்பட்டது. அதற்குள் அவன் புகுந்துகொண்டபின் தொழிற்சாலையின் முன்னாற் தரைதட்டி நின்ற பெரிய இராட்சஸக் கப்பலொன்றின் மேற் தளத்திலிருந்து ஏணி வைத்துக் குணாவையும், இன்னும் மூன்று நோர்வேஜியர்களையும் கப்பலின் அடித்தளத்திலிருந்த குளிரூட்டி அறைக்குள் இறக்கினார்கள். உள்ளே இறங்கிய குணாவின் உடல் சில்லிட்டது. கிட்டத்தட்ட மைனஸ் முப்பது டிகிரி குளிர் கொண்ட அறை அது.

மேலேயிருந்து ஆயிரம் கிலோ நிறைகொண்ட பெரும் பொதிகள் கிரேன் மூலமாகக் கீழே இறக்கப்பட்டன. பொதிகளைப் பிரித்து அதிலிருக்கும் இருபது கிலோ நிறைகொண்ட மீன் பெட்டிகளை குளிரூட்டி அறைக்குள் அடுக்கி வைப்பதே அவர்களுக்கான அன்றைய வேலையாகவிருந்தது. வேலையை ஆரம்பித்த சிறிது நேரத்திலேயே குணாவை வெகுவாகத் தாக்கிய கடுங்குளிரானது அவனது உடலின் வெப்ப நிலையைக் குறைத்துக்கொண்டே போனது. கையுறைகள் போட்டிருந்தும் விரல்கள் விறைத்து நகக் கண்களுக்குள் ஊசியை ஏற்றியதுபோல் கடுகடுக்க ஆரம்பித்தன. கால்கள் நெருப்புத்தணலில் நிற்பதுபோல் கொதித்தன, வேலை தொடங்கிய அரை மணித்தியாலத்துக்குள் நடக்கக்கூட முடியாத அளவுக்கு அவனது உடல் தளர்ந்து போனது. மேலே ஏறித் தப்பி ஓடிவிடவேண்டும் போலிருந்தது. ஆனால், அதற்கும் வாய்ப்பிருக்கவில்லை. ஏணியைக்கூட மேலே எடுத்துவிட்டார்கள். ஆரம்பத்திலிருந்தே மற்றையவர்கள் சுறுசுறுப்பாகவும், வேகமாகவும் வேலையில் ஈடுபட்டுக்கொண்டிருந்தது தங்களின் உடற் சூட்டைக் குறைய விடாமல் வைத்திருப்பதற்காகத்தான் என்பதை இப்போதுதான் குணா புரிந்துகொண்டான். உடலின் வெப்பத்தை அதிகரிப்பதற்காக வேலையின் வேகத்தை அதிகரிக்க முயற்சித்தான். ஆனால், அதுவும் முடியவில்லை. அதற்கான காலம் கடந்துவிட்டிருந்தது. உடலின் இரத்த ஓட்டமே உறைந்துவிட்டது போன்ற உணர்வே அவனுக்குள், தலை விறைத்து காது மடல்களில் நெருப்பை மூட்டியதுபோல் விண்விண்ணென்று வலித்தது.

'ஆண்டவா என்ன கொடுமையிது! வேலை வேலை என்று கூவித் திரிந்த குற்றத்துக்குக் கிடைத்த தண்டனையா இது?' மனதுக்குள் நொந்துகொண்டான். அவனின் நடுநடுங்கிய தோற்றத்தைக் கவனித்த ஒருவன் "என்ன? உனக்குச் சுகமில்லையா?" எனக் கேட்டான்.

"இல்லை, எனக்குச் சரியாக் குளிர்கிறது. என்னால் தாங்க முடியவில்லை" என்ற குணாவின் வார்த்தைகளும் நடுங்கின.

உடனேயே அவன் மேலே நின்று கிரேனை இயக்கியவனிடம் சத்தமாகக் கத்தி ஏணியை இறக்கும்படியாக கூறினான். சர்ரென்று இறங்கிய ஏணியைக் கண்டதும் கடவுளைக் கண்டதுபோலிருந்தது குணாவுக்கு. உடலில் மிஞ்சியிருந்த சக்தியை எல்லாம் பிரயோகித்து மேலே ஏறிவந்தான். அங்கே நின்ற முதலாளி அவனை உள்ளே அழைத்துச் சென்று சூடாக ஒரு குவளைக் கோப்பியைப் பருகக் கொடுத்துவிட்டு, அவனது உடைகளைக் கவனித்தவர் "நீ உள்ளே போட்டிருக்கும் உடைகள் சரியில்லை. குளிர் தாங்கக் கூடியவையல்ல, எனவே நீ வீட்டுக்குப்போய் நல்லா ஓய்வெடுத்துவிட்டு நல்ல குளிர் தாங்கக்கூடிய உடைகளோடு நாளைக்கு வா" எனக் கூறி குணாவை வீட்டுக்கு அனுப்பி வைத்தார்.

சூடான கச்சல் கோப்பி உள்ளே இறங்கியதும் பாதி உயிர் திரும்பி வந்ததுபோலிருந்தது. நோர்வேயில் முதலாவது வேலையை முதல் நாளிலேயே பாதியில் இடைநிறுத்த நேர்ந்ததை பெருத்த அவமானமாகவும், தோல்வியாகவும் உணர்ந்தவனுக்கு வெறுப்பாகவும், மிகுந்த கவலையாகவும் இருந்தது. இருந்தும், 'வெற்றியின் முதற்படியே தோல்விதான்' என்று எங்கோ படித்த வாசகம் நினைவுகளில் வந்து அவனைச் சமாதானப்படுத்தியது.

'நாளைக்கும் என்னால் வேலையைத் தாக்குப்பிடிக்க முடியாமற் போய்விடுமோ? என்னை வேலையிலிருந்து துரத்தி விடுவார்களோ?' எண்ணியபோதே பயம் மனதைக் கவ்விக்கொண்டது. ஊருக்கு அனுப்புவதற்காகக் கொஞ்சம் கொஞ்சமாகச் சேர்த்து வைத்திருந்த பணத்தை எடுத்துக்கொண்டு உடனேயே கடைக்கு ஓடினான். குளிர் தாங்கக் கூடிய நல்ல கம்பளியினாலான மேட்சட்டை, காட்சட்டை, தொப்பி, மற்றும்

கையுறை, காலுறை, சப்பாத்து போன்றவற்றை வாங்கினான். பலநாட் சேமிப்பு ஒரு நாளிலேயே கரைந்து போனது. மறுநாள் சந்திரமண்டலத்தில் போய் இறங்கிய நாசா விஞ்ஞானி போல் உடல் முழுவதும் மூடிக்கட்டி, குளிருக்குச் சவால் விட்டபடி ஒரு வைராக்கியத்துடன் வேலைத்தளத்தில் போய் நின்றான்.

அதற்கடுத்த மாதமே நிமலனுக்கும் நகராட்சியில் புல்லு வெட்டும் தற்காலிக வேலை ஒன்று கிடைத்தது. சீலனும் ஒரு கோழிப்பண்ணையில் கோழிகளுக்குச் சாப்பாடு போடுவதும், முட்டைகள் பொறுக்குவதுமான வேலைக்கு இடைக்கிடையே போய் வந்துகொண்டிருந்தான். பரராஜசிங்கம் மனைவி, பிள்ளைகளைக் கூப்பிடுவதற்காகத் தற்காலிக வேலைகளுக்கு முயற்சிக்காமல் நிரந்தர வேலைக்கே முயற்சித்துக்கொடிருந்தார். மூத்த மகளுக்குப் பதினெட்டு வயது ஆகிவிடுவதற்கு முன்பே இங்கு கூப்பிட்டுவிட வேண்டும் என்பதனால் கூடிய கெதியில் நிரந்தரவேலை ஒன்றை எடுத்துக் குடும்பத்தை இங்கே கூப்பிடுவதற்கான கடும் முயற்சியில் ஈடுபட்டிருந்தார் அவர்.

இரவு பகலாகக் குளிரையும் பொருட்படுத்தாமல் மேலதிகநேர வேலைகளும் செய்த குணாவின் முதல் மாதச் சம்பளம் சுளையாக வந்தது. ஐந்தால் பெருக்கிப் பார்த்தபோது மனம் மகிழ்ச்சியில் வானளாவிப் பறந்தது. இங்கு வீட்டு வாடகைக்கும் சாப்பாட்டுக்குமான பணத்தை எடுத்துக்கொண்டு மிகுதியை அப்படியே அம்மாவுக்கு அனுப்பிவைத்தான்.

ஒரு சனிக்கிழமை மாலை முதலாம் மாடியில் வாழ்ந்த மணியமண்ணையும், மற்றைய தமிழர்களும் புதிதாக வந்த இவர்களை இரவுச் சாப்பாட்டிற்குத் தங்கள் வீட்டிற்கு வருமாறு அழைத்திருந்தார்கள். அவர்கள் அங்கு சென்றபோது அப்போதுதான் சமையல் நடந்துகொண்டிருந்தது. குட்டிசிறி என்பவன் வீச்சுரொட்டியை இழுத்து, இழுத்து வீசிக் கொண்டிருந்தான். அருகில் மணியமண்ணை ஆட்டுத் தொடையைச் சீவிச் சீவிப் போட்டுக்கொண்டிருக்க, அதனை தேவகன் என்பவன் சிறிய துண்டுகளாக வெட்டிக்கொண்டிருந்தான். அவர்களுக்கு வேந்தன் என்பவன் பியர்ப் போத்தல்களை உடைத்துச் சப்ளை செய்துகொண்டிருந்தான். அருணன் என்பவன் தொலைபேசியில் சத்தமாக கத்திக் கதைத்துக்கொண்டிருந்தான். இவர்களை

வரவேற்ற பியர் சப்ளைக்காரன் வந்ததும் வராததுமாய் இவர்களுக்கும் பியர்ப் போத்தல்களை நீட்டினான்.

“இவங்கள் சின்னப்பெடியள், இவங்களுக்கு இதுகளொண்டும் பழக்கமில்ல” என்ற பரராஜசிங்கத்தார் ஒரு போத்தலைக் கையில் வாங்கியவாறே சோபாவில் அமர்ந்துகொண்டார்.

“அப்ப நாங்களெல்லாம் என்ன ஊரிலேயே குடிச்சுப் பழகிட்டே வந்தனாங்கள்?” கேட்டவரே போத்தலை அண்ணார்ந்து அடித் தொண்டையில் சரித்த குணாவின் வயதையொத்த வேந்தன் மடக் மடக்கெனப் போத்தலை காலியாக்கினான்.

“அது தானே” என ஒத்தூதினான் அதே வயதையொத்த தேவகன்.

“அடேய் நீங்களெல்லாம் பிஞ்சிலயே பழுத்த ஆக்களெண்டு எல்லாருக்கும் தெரியும் சும்மாயிருங்கடா” என அதட்டிய மட்டக்களப்பைச் சேர்ந்த விக்கி என்ற நெடுவல், வீசியபின் உருண்டையாகப் பிடித்துவைத்திருந்த மாவை உள்ளங்கையால் நசித்து தட்டையாக்கி சூடான சட்டியிற் போட்டு வாட்டி எடுத்துக்கொண்டிருந்தான்.

தொலைபேசி உரையாடலை நிறுத்திவிட்டுக் குணா, சீலன், நிமலன் ஆகியோரின் பக்கம் திரும்பிய அருணன் “நானும் உங்களை மாதிரித்தான் உந்த பியர்கள் ஒண்டையும் தொடுறதேயில்ல” என்றவாறே அருகிலிருந்த அலமாரியைத் திறந்து நல்லெண்ணெய்ப் போத்தல் மாதிரியான பெரியதொன்றை எடுக்க எல்லோரும் விழுந்து விழுந்து சிரித்தார்கள்.

இறைச்சி வெட்டுவதையும் நிறுத்திவிட்டு ஓடிவந்த மணியமண்ணை அருணனைக் காட்டி “இவனுக்கு பெயரே ‘ஆக்கவித் அருணன்’ தான். அப்படிச் சொன்னால்தான் இங்க எல்லாருக்கும் தெரியும்” என்று சொல்லிவிட்டு அந்த நல்லெண்ணெய் போத்தல் மாதிரி இருந்ததை தூக்கிக் காட்டினார் அதில் ‘*Akevitt*’ என பெயர் பாதிக்கப்பட்டிருந்தது. அதுவொரு லோக்கல் சாராயம் என்பதைக் குணா புரிந்துகொண்டான்.

“அண்ணை நாட்டுப் புதினம் ஏதும் அறிஞ்சியளே, இந்தியன் ஆமியல்லே வெளியேறிக்கொண்டிருக்காம், தெரியுமே?” பரராஜசிங்கத்தாரை பார்த்துக் கேட்டான் தேவகன்.

"ஓம்... ஓம்... கேள்விப்பட்டனான், இனித்தானிருக்கு விளையாட்டு. இருந்து பாருங்கோவன் கட்டாடிப்பிள்ள குடுத்ததாலையே வாங்கப்போறார்" என்ற பரராஜசிங்கத்தார் பியரைச் சுவைத்த நாவினால் குஷியாக உதடுகளை வருடிக்கொண்டார்.

கொத்துரொட்டியும், பியரும், அரசியலுமாய்க் கழிந்துகொண்டிருந்தது இரவு. அவர்களின் உரையாடல்களைக் கவனித்துக்கொண்டிருந்த குணாவினால் தேவகனும் வேந்தனும் பயங்கரப் புலிக்குட்டிகள் என்றும், விக்கி ஈ.பி.ஆர்.எல்.எப் என்றும், குட்டிசிறி ஒரு அப்பாவிப் பொதுமகன் என்றும், அருணன் ஊரிலுள்ள பெரிய பணக்கார முதலாளியின் ஊதாரி மகன் என்றும் அன்றே புரிந்துகொள்ள முடிந்தது.

போதையில் தள்ளாடிய பரராஜசிங்கத்தாரைத் தாங்கிப் பிடித்தவாறு நள்ளிரவில் நால்வரும் வீடுவந்து சேர்ந்தார்கள். வீட்டுக்குள் வந்ததுமே சீலன் போய்ப் படுத்துக்கொண்டான். பரராஜசிங்கத்தாருக்குப் போதையில் மனைவி பிள்ளைகளின் ஞாபகம் வரவே மகளின் சாமத்தியவீட்டு ஆல்பத்தை எடுத்துப் புரட்ட ஆரம்பித்தார். இவர் இப்போதைக்கு படுக்கமாட்டார் என்பதைப் புரிந்துகொண்ட குணாவும் நிமலனும் படுக்கைக்குச் சென்றார்கள். கண் அயர்ந்த சிறிது நேரத்தில் அவர்களின் அறைக் கதவில் டமார் டமாரென ஓங்கி அறையப்பட்ட சத்தம் கேட்டு விழித்தெழுந்த இருவரின் தூக்கமும் கலைந்துபோனது. குணா மெல்ல எழுந்துபோய்க் கதவைத் திறந்தபோது மண்டைக்குள் கண்ணைச் செருகியபடி இரண்டு கைகளாலும் கதவின் நிலையைப் பிடித்தவாறு தள்ளாடி நின்றார் பரராஜசிங்கம்.

"என்ன அங்கிள், என்ன நடந்தது?" முகத்தில் சினத்தைக் காட்டினான் குணா.

"போட்டோ எங்க?" புருவங்களைக் கேள்விக்குறியாய் வளைத்தார்.

"போட்டோவா! என்ன சொல்லுறியள்?"

"ஓம், போட்டோதான். அல்பத்தில இருந்த என்ர மகளின்ர தனிப்போட்டோவக் காணயில்ல, இவன் நிமலன் தான்

எடுத்திருப்பான். மரியாதையா வாங்கித்தா. இல்லாட்டிப் பெரிய பிரச்சனை வரும் சொல்லிப்போட்டன்" எனப் போதையில் உளறியவாறு நின்றார்.

"ஐயோ அங்கிள், அவனேன் உங்கட மகளின்ர போட்டோவை எடுக்கப்போறான்? சரி, எதுவாயிருந்தாலும் காலமை கதைக்கலாம் தயவுசெய்து போய்ப் படுங்கோ."

"இல்ல எனக்கிப்ப போட்டோ வேணும். அவன வெளிய வரச்சொல்லு இல்லாட்டி நடக்கிறதே வேற" என அவர் அடம்பிடித்து நின்றதும் சட்டென எழுந்த நிமலன், "நான் உங்கட ஆல்பத்தைத் தொட்டதேயில்ல, வீணா என்னோட பிரச்சனைக்கு வரவேண்டாம் சொல்லிப்போட்டன்" எனக் கடுமையான தொனியில் ஆட்காட்டி விரலை நீட்டி எச்சரித்தான்.

நிமலனைச் சமாதானப்படுத்திப் படுக்க வைத்துவிட்டு, சத்தம் கேட்டு எழுந்துவந்த சீலனோடு பரராஜசிங்கத்தாரை அவரது அறைக்குள் இழுத்துச் சென்று பெரும் பாடுபட்டு சமாதானப்படுத்திப் படுக்கவைத்தான் குணா.

காலையில் போட்டோ பற்றிய எந்தக் கதையும் இன்றித் தலைகுனிந்தவாறு யோசித்துக்கொண்டிருந்தார் பரராஜசிங்கம். நித்திரையால் எழுந்து வந்த நிமலனே கதையைத் தொடக்கினான். "என்ன ராத்திரி போட்டோ, கீட்டோ எண்டெல்லாம் கத்தினியள். நான் என்ன மசிருக்கு உங்கட மகளின்ர போட்டோவ எடுக்கவேணும்? அதென்ன நெடுகலும் என்னோடதான் உங்களுக்கு சொறிச் சேட்டையா இருக்கு?" எனக் கேட்டுக் கத்தியவாறு நெஞ்சை நிமிர்த்தியபடி அவர்முன் வந்து நின்றான்.

"அப்ப, ஆல்பத்தில இருந்த போட்டோ எங்க போனது?"

"அதைப்பற்றி எனக்குத் தெரியாது. ஆனால் நான் எடுக்கயில்ல. இனி என்னோட தேவையில்லாமற் சொறிச் சேட்டைகள் விட்டீங்களோ நடக்கிறதே வேற..." எனக் கடுந்தொனியில் விரலை நீட்டி எச்சரித்தான்.

"இனியும் இந்த வீட்டில இருக்கேலாது. நானும், சீலனும் வேற வீடு பாக்கப்போறம்." பரராஜசிங்கத்தாரும் மிரட்டினார்.

“ஓ... நீங்க வீடு பார்க்கிறீங்களோ, நாடு பார்க்கிறீங்களோ அது உங்கட இஷ்டம். ஆனால், தேவையில்லாமல் மற்றவையில வீண் பழிகளைப் போட்டுச் சொறி தேய்க்க வேண்டாம்” எனக் கறாராகக் கூறிய நிமலன் கதவை அடித்துச் சாத்திக்கொண்டு அறைக்குள் நுழைந்துகொள்ள, இவருக்கு இந்தக் குடுவை குடுக்கத்தான் வேணுமென மனதுக்குள் எண்ணியவாறே தேனீர் தயாரித்துக்கொண்டு நின்றான் குணா.

• • •

பரராஜசிங்கத்தார் சொன்னது போலவே அடுத்த கிழமையே வேறு வீடு பார்த்துவிட்டார். புது வீட்டிற்கு மாறுவதற்கான ஆயத்தங்களில் அவர் ஈடுபட்டிருந்த அன்று சீலனும், நிமலனும் வேலைக்குப் போய்விட பரராஜசிங்கமும் குணாவுமே வீட்டில் இருந்தனர்.

“பின்னேரம் லிங்கம் கார் கொண்டுவாறதெண்டு சொன்னவன் அதுதான் எல்லாத்தையும் பார்சல் பண்ணி ரெடியா வைச்சிருந்தா உடனேயே ஏத்துறதுக்கு சுகமல்லே” என்றபடியே பெரிய கடதாசிப் பெட்டிகளில் உடுப்புகளை அள்ளித் திணித்தார் பரராஜசிங்கம்.

“அங்கிள் ஏதும் உதவி தேவையெண்டால் சொல்லுங்கோ.”

“ஓம் குணா, சீலன் வர லேட்டாகும் போல கிடக்கு. அவன்ர சாமான்களை எடுத்துத்தாறன் இந்தப் பெட்டிக்கை அடுக்குறீரே?”

“ஓ... அதுக்கென்ன கொண்டுவாங்கோ” என்றவன், அவர் கொண்டுவந்து கொடுத்த சீலனின் உடுப்புகளை பெட்டிக்குள் அடுக்கிவிட்டு, “அங்கிள் பெட்டிக்குள்ள இன்னும் கொஞ்ச இடமிருக்கு ஏதாவது வைக்கப் போறியளே?” எனக் கேட்டான்.

“ஓக்... கொஞ்சம் பொறு, கொஞ்சம் பொறு இதை மறந்திட்டன்” என்றவாறு சீலனின் தலையணையைத் தூக்கிக் கொண்டு ஓடிவந்தார். அப்போது தலையணை உறையினுள் இருந்து சில கடிதக் கவர்களும், புகைப்படங்களும் கீழே விழுந்து சிதறின அவைகளைப் பொறுக்குவதற்காக அவர் குனிய, குணாவும் ஓடிப்போய் உதவினான். குணாவின் கண்களிற் பட்டவைகளில் பரராஜசிங்கத்தாரின் மகளின் புகைப்படமும் ஒன்று. உடனே

அதனைக் கையிலெடுத்தவன், “இந்தாங்கோ நீங்க தேடின மகளின்ர போட்டோ” என அவரின் முகத்துக்கு நேரேயே நீட்டினான். அவமானத்தில் சுருங்கிப்போன முகத்துடன் தடுமாறியவர் அவனை நிமிர்ந்து பாராமலேயே அதனை வாங்கிக்கொண்டார். கோபம் தலைக்குள் ஏறிய குணாவுக்கு நாக்கைப் பிடுங்குவது போல் நாலு கேள்வி கேட்டாலென்ன? எனத் தோன்றியபோதும் அவரது வயது அவனைத் தடுத்தது.

“ஒண்டை மட்டும் விளங்கிக்கொள்ளுங்கோ, நீங்க நினைக்கிற மாதிரியான ஆளில்லை நிமலன்” என்பதை மட்டும் கூறிவிட்டு அதற்குமேலும் நின்று அவருடைய முகத்தைப் பார்க்கப் பிடிக்காதவனாய் தனது அறைக்குள் நுழைந்துகொண்டான்.

காலம் எப்போதும் விசித்திரமானது. என்ன செயலுக்காக பரராஜசிங்கம் சண்டை பிடித்துக்கொண்டு அந்த வீட்டை விட்டு வெளியேற முயற்சித்தாரோ அந்தச் செயலைச் செய்தவனுடனேயே அவர் அங்கிருந்து வெளியேறினார். போகும்போது குட்டிசிறி வேலை செய்யும் மீன் தொழிற்சாலையில் தனக்கும் நிரந்தரவேலை கிடைத்திருப்பதாகவும் குணாவிடம் கூறிச்சென்றார்.

நிமலன் வீட்டுக்கு வந்தவுடன் நடந்த சம்பவங்களைக் குணா அவனிடம் கூறியதும், “எனக்கிது தெரியுமடாப்பா. நாங்களெல்லாம் அங்கிள், அங்கிளெண்டு கூப்பிடேக்க அவன் மட்டும் மாமா, மாமாவெண்டு உருகி வழிஞ்சுகொண்டு அந்தாளுக்குப் பின்னால வால் பிடிச்சுத் திரியவே எனக்குத் தெரிஞ்சுபோச்சு இவன் அந்தாளின்ர மகளுக்குத்தான் மசியிறான் எண்டு. போட்டோவையும் இவன் தான் எடுத்திருப்பானெண்டும் எனக்குத் தெரியும். ஆனால், அந்தாளை மாதிரி ஆதாரமில்லாமல் கதைக்கக் கூடாதெண்டுதான் நான் மூடிக்கொண்டிருந்தனான்” என்றான் நிமலன்.

“ஓம் மச்சி, பரராஜசிங்கதாரும் லேசுப்பட்ட ஆளில்ல, தனக்கு வேலை கிடைச்சு மனிசி, பிள்ளைகளுக்கு ஸ்பொன்சர் அனுப்புறதுக்கிடையில மகளுக்கு பதினெட்டுவயசு ஆனாலும் ஆயிரும் எண்ட சந்தேகத்திலதான் தனக்கு மகளாகக் கூப்பிட முடியாமற் போனாலும், சீலனுக்கு மனிசியாய் ஆவது கூப்பிடலாம் எண்ட கள்ள நோக்கத்தோடதான் அவனைக் கையிக்க வைச்சிருக்கிறார்” என்றான் குணா.

“சரி... சரி... அவங்கள் மாமனும், மருமகனும் என்னவாவது செய்யட்டும். நாம நம்ம வயித்துப்பாட்டை பார்ப்பம் வா...” என்றவாறு இரவுச் சாப்பாட்டைத் தயாரிக்கும் நோக்குடன் சமையலறைக்குள் நுழைந்தான் நிமலன்.

நான்குபேர் பங்கீடு செய்த வீட்டுவாடகையை இப்போது இருவர் மட்டுமே பங்கிடும் நிலை ஏற்பட்டது. இன்னும் சில மாதங்களில் குணாவின் வேலையும் முடிந்துவிடும் அதற்கிடையில் நிரந்தர வேலை ஒன்றைத் தேடிவிடவேண்டும் என்பதிலேயே அவன் குறியாகவிருந்தான். மணியமண்ணையும் குட்டிசிறியும் வேலை செய்யும் மீன் தொழிற்சாலையில் வேலைக்கு விண்ணப்பித்திருந்தான். அவர்களும் தங்கள் செல்வாக்கைப் பயன்படுத்தி வேலை எடுத்துத்தருவதாக உறுதியளித்திருந்தார்கள்.

அன்று குட்டிசிறியின் பிறந்தநாளை முன்னிட்டு நண்பர்கள் சிலரை வீட்டுக்குச் சாப்பிட வருமாறு அழைத்திருந்தான். வேலைக்கு லீவு எடுத்துவிட்டு அவனே நூடில்ஸ்ம் சமைத்து பியரும் வாங்கி வைத்திருந்தான். வேலை முடிந்து எல்லோரும் அங்கு ஆஜராகியிருந்தார்கள். அடுத்த நாள் வேலை என்பதனால் பியர்ப் போத்தல்கள் மட்டுப்படுத்தப்பட்டே இருந்தன. ஆனாலும், சந்தோஷத்துக்குக் குறையிருக்கவில்லை. ஊர்க் கதைகள் களைகட்டிக் கொண்டிருந்தபோது, அலறிய தொலைபேசிக்குப் பதிலளித்துவிட்டு முகமலர்ச்சியோடு எல்லோரையும் பார்த்த வேந்தன் “குட் நியூஸ் ஒண்டு வந்திருக்கு, சியர்ஸ்... சியர்ஸ்...” எனப் பியர்ப் போத்தலை உயர்த்திப் பிடித்தவாறு சந்தோசத்தில் கத்தினான்.

“டேய் வெறுப்பேத்தாமல் முதல்ல நியுஸ்ஸை சொல்லுடா” எனத் தேவகனும் பதிலுக்குக் கத்தினான்.

“பத்மநாபாவோட சேர்த்து ஈ.பியின்ர மத்தியகுழு உறுப்பினர்கள் எல்லாரையுமே போட்டுத் தள்ளியாச்சாம். சியர்ஸ்... சியர்ஸ்...” மீண்டும் காது கிழியக் கத்தினான். அதைக் கேட்ட குணா திகைப்புற்று நின்றான். ‘எளிமையான தோற்றமும், மிகுந்த மார்க்சிய அறிவும் கொண்ட ஒரு நல்ல தலைவர் நாபா’ என விஸ்வா சொன்னது ஞாபகத்துக்கு வந்தது. அத்தோடு இந்திய இராணுவத்துடன் சேர்ந்து ஈ.பி.ஆர்.எல்.எப் செய்த

அடாவடிகளையும் நினைத்துக்கொண்டான். என்னயிருந்தாலும் தன் இனத்தைத் தன் இனமே அழித்தொழிப்பதை அவனது மனம் ஏற்க மறுத்தது. அங்கிருந்த புலி ஆதரவாளர்கள் எல்லோரும் மகிழ்ந்திருக்க, விக்கி தலையில் கை வைத்தவாறு சோகமே உருவாகக் குந்தியிருந்தான். அவன் ஈ.பி.ஆர்.எல்.எப். என்பதை ஏற்கனவே அறிந்திருந்த குணாவுக்கு அவனைப் பார்க்கப் பரிதாபமாக இருந்தது. அவனின் முன்னால் பாதி அருந்திய நிலையில் பியர்ப் போத்தலொன்று அவனது தொடுகைக்காகக் காத்திருந்தது.

பத்மநாபா பற்றியும், ஈ.பி.ஆர்.எல்.எப் பற்றியும் பலரும் பலவிதமாக பேசிக்கொண்டிருந்தனர். ஒரு கட்டத்தில் பொறுமையிழந்த விக்கி சட்டெனத் தலையை நிமிர்த்தி, “கதையை நிப்பாட்டுங்கடா! தயவு செய்து கதையை நிப்பாட்டுங்க” எனக் கோபாவேசமாகக் கத்தினான். எல்லோரும் அவனைத் திரும்பிப் பார்த்தார்கள். கோபத்திலும் போதையிலும் அவனது கண்கள் செக்கச் சிவந்திருந்தன.

“ஏன்? நாங்கள் கதைச்சா உனக்கென்ன செய்யுது?” தேவகன் எதிர்க் கேள்வி கேட்டதுதான் தாமதம்.

“தோழர் நாபாவைப் பற்றி உங்களுக்கென்னடா தெரியும் நாயளே!” எனக் கத்தியவாறே அவனின் முன்னாலிருந்த பியர்ப் போத்தலைப் பொத்திப் பிடித்தவன் கோபாவேசத்துடன் தன் தலையிலேயே ஓங்கி அடித்தான். சடக் என்ற சத்தத்துடன் போத்தல் உடைந்து நொருங்க அவனது தலையிலிருந்து இரத்தமும், பியரும் கலந்து நுரைத்தபடியே வழிந்தோடியது. எல்லோரும் திகைத்துப்போய் நிற்க, குணாவும் நிமலனும் ஓடிப்போய் அவனைத் தடவிக்கொடுத்து ஆறுதல்படுத்தி இரத்தத்தை துடைத்து சுத்தப்படுத்தி ஆக்கவித் அருணனின் காரில் ஏற்றிக்கொண்டு வைத்தியரிடம் ஓடினார்கள்.

“இந்தப் புலிகளின்ர பாசிஸ வெறிக்கு அளவே இல்லாமல்போச்சு” என விக்கியை அணைத்தபடி காருக்குள் இருந்த நிமலன் பற்களை நறுமினான்.

“இது பாசிஸ வெறி எண்டால் சுழிபுரத்தில நீங்கள் செய்ததுக்கு என்னடா பேர்?” எனக் கேட்க வாய்வரை வந்த வார்த்தைகளைச்

சூழ்நிலை கருதி உதிர்க்காமலேயே முண்டி விழுங்கிக்கொண்டான் குணா. அன்று சந்தோஷத்துடன் ஆரம்பித்த பிறந்தநாள்க் கொண்டாட்டம் மிகுந்த துக்கத்துடனேயே முடிந்துபோனது.

• • •

அன்று வேலை முடிந்து வந்துகொண்டிருந்தபோது குணாவை வழிமறித்த குட்டிசிறி, "என்ன ஐசே நான் முதலாளியோட கதைச்சு உமக்கு வேலை எடுத்துத் தந்திருக்கிறன், நீர் எனக்கொரு வார்த்தைகூடச் சொல்லயில்லையே" என்று குறைபட்டுக்கொண்டான்.

"என்ன சொல்லுறீங்க?" குழப்பத்துடன் கேட்டான் குணா.

"உமக்கு வேலை குடுத்திருக்கிறதாக எங்கட முதலாளி சொன்னாரே."

"என்ன அண்ணை குழப்புறியள்? அப்படி ஒண்டும் நடக்கவேயில்லையே."

"என்ன சொல்லுறீர்! முதலாளி ஒண்டும் பகிடிவிடயில்ல. நீ தந்த நம்பருக்குத் தொடர்புகொண்டு உம்மட பிரெண்ட்டுக்கு வேலை குடுத்திருக்கிறன். வாறகிழமையே வேலை தொடங்குறார் எண்டு சீரியஸாகத்தானே சொன்னவர்" என்ற குட்டிசிறியும் குழம்பினான்.

ஆழ்ந்து யோசித்தவாறு நடந்துகொண்டிருந்த குணா சட்டென நடையை நிறுத்தி சொன்னான், "அண்ணே இப்ப எனக்கு விளங்கிற்றுது. வீட்டை விட்டு வெளியேறக்க உங்கட பக்றறியில் தனக்கு வேலை கிடைச்சிருக்கிறதாக பரராஜசிங்கத்தார் சொன்னவர். நான் நினைக்கிறன் வீட்டில நான் இல்லாத நேரத்திலதான் உங்கட முதலாளி போன் எடுத்திருக்கிறார். தான்தான் உங்கட பிரெண்டெண்டு சொல்லி எனக்குக் கிடைக்கவேண்டிய வேலையை அவர்தான் ஆட்டையைப் போட்டிற்றார் போலயிருக்கு" எனத் தன் ஊகத்தைக் கூறினான் குணா.

“ஓகோ… அப்பிடித்தான் இருக்கும், ச்ச… இப்பபடியும் மனிசர் இருக்கிறாங்களே?” உதறிய கையை நாடியில் வைத்து நின்றான் குட்டிசிறி.

“சரி விடுங்கண்ணே, இனியென்ன செய்யிறது. கிடைக்க வேண்டியது தான் கிடைக்கும்” என்றவன் ஓடுமீன் ஓட உறுமீன் வருமளவும் வாடியிருக்கும் கொக்கைப் போன்று நிதானமாக நடந்துகொண்டிருந்தான்.

கடிதப்பெட்டியைத் திறந்தவனுக்கு அம்மாவின் கடிதத்தைக் கண்டதில் பெருமகிழ்ச்சி. காசு கிடைத்ததாகவும் ஒரு பகுதிக் கடனை அடைத்திருப்பதாகவும் சந்தோசத்துடன் எழுதியிருந்தார். இந்தியன் ஆமியுடன் சேர்ந்து திரிந்த தமிழ் ஆயுதக் குழுக்களும் அவர்களுடன் சேர்ந்து சுப்பலேறிவிட காட்டுக்குள் இருந்த புலிகள் மீண்டும் நாட்டுக்குள் வந்துவிட்டதாகவும் புலிகளுக்கும் பிறேமதாசவுக்குமான பேச்சுகளில் நல்ல முடிவு கிடைத்தால் சந்தோசமாக வாழலாமென்று நம்புவதாகவும் அம்மா எழுதியிருந்தார்.

ஆனால், இரண்டு வாரத்துக்குள்ளேயே அம்மாவின் நம்பிக்கையில் மண் விழுந்துபோனது. அந்தக் கடிதத்தை வாசித்துக்கொண்டிருக்கும்போதே அங்கு புலிகளுக்கும், அரச படைகளுக்கும் இடையில் கடும் சண்டைகள் நடந்துகொண்டிருப்பதாக செய்திகள் வந்துகொண்டிருந்தன.

“அடேய் மச்சி, புலிகள் எல்லே காத்தான்குடிப் பள்ளிவாசலுக்க புகுந்து நூற்றுக்கணக்கான முஸ்லிம்களைக் கொன்று போட்டாங்களாம்” வந்ததும் வராததுமாய் சப்பாத்துக்களைக் கழட்டியவாறே கூறினான் நிமலன்.

“அட கருமமே!” எனத் தலையிலடித்த குணா சிறு யோசனையின் பின் கேட்டான், “அதுசரி, அதைப் புலிகள் தான் செய்ததெண்டு உனக்கென்னண்டு தெரியும்? நீரென்ன போய்ப் பார்த்திட்டே வந்தனீர்?”

“க்ம்… புலிகளோட கதைக்கலாம், உள்ளுக்க இருக்கிறவங்களுக்கு எல்லாம் தெரியும். சில விஷயங்களை அவங்களே ஒத்துக்கொள்ளுவாங்கள். ஆனால், ஒண்டுமே தெரியாமல்

வெளிய இருக்கிற இந்த ஆதரவுக் கோஸ்ரிகளோட எதுவுமே கதைக்க ஏலாது" எனப் புறுபுறுத்தவாறே தொலைக்காட்சியின் முன்னாற் போயமர்ந்தான் நிமலன்.

"கொஞ்சம் பொறடாப்பா, விஸ்வா அண்ணை இப்ப ஒஸ்லோவில தானே, அவருக்கு அடிச்சால் சுடச் சுட அங்கத்தைய நியூஸ் அறியலாம்" என்றவன், உடனேயே தொலைபேசியைத் தூக்கினான்.

"வணக்கம் அண்ணே! காத்தான்குடி நியூஸ் கேள்விப்பட்டியளே? புலிகள் தான் செய்ததெண்டு கதை அடிபடுகுது அப்படியிருக்குமே?"

"ம், புலிகள் செய்யக்கூடிய ஆட்கள் தான். ஆனால், இதென்னவோ எனக்குச் சந்தேகமாத்தான் இருக்குது. ஏனெண்டால் இந்திய இராணுவத்தை கூப்பிட்டு புலிகளோட கொளுவவிட்ட சாணக்கியன் ஜேயார் ஜெயவர்த்தனவோட இருந்த ஆளேல்லே இந்தப் பிரேமதாஸா, அது மட்டுமில்ல புலிகளுக்கு ஆயுதங்களையே அள்ளிக்குடுத்த ஆள், அதனால இதுவும் சிறுபான்மை இனங்களுக்குள்ள கொளுவலை உண்டுபண்ணிப் பிரித்தாளும் தந்திரத்துக்கான சதியாக்கூட இருக்கலாம். இதைச் சிறுபான்மை இனங்கள் புரிந்துகொள்ளாமல் இதற்குப் பலியானால் அது பேரினவாதிகளுக்குக் கிடைத்த பெரு வெற்றியாகத்தான் அமையும்" என விரிவுரை ஆற்றி முடித்தான் விஸ்வா.

காத்தான்குடிச் சம்பவம் நடந்து சரியாக ஒரு மாதத்தில் மட்டக்களப்பில் சத்துருக்கொண்டான் எனும் தமிழ்க் கிராமத்துக்குள் நுழைந்த சீருடை அணிந்த இராணுவத்தினரும் சில காடையர்களுமாகச் சேர்ந்து குழந்தைகள், பெண்கள், முதியவர்கள் உட்பட நூற்றி எண்பத்தி நான்கு தமிழர்களைச் சுட்டும், வெட்டியும் ஈவு இரக்கமின்றிப் படுகொலை செய்துள்ளதாக வந்த செய்தியை அறிந்தபோது இங்கே குணாவின் இரத்தம் கொதித்தது.

இலங்கையில் தமிழர் பிரதேசங்கள் எங்கும் போர்மேகங்கள் சூழ்ந்திருப்பதாகவும், புலிகள் யாழ் குடாவைத் தங்களின் கட்டுப்பாடுக்குள் கொண்டுவந்திருப்பதுடன், இந்திய

இராணுவத்துடன் சேர்ந்தியங்கியவர்களை மட்டுமல்லாமல், அவர்களால் கட்டாயமாகப் பிடித்துச் செல்லப்பட்ட அப்பாவி இளைஞர்களையும், யுவதிகளையும் தங்களுக்கு ஆபத்தானவர்கள் என்று எண்ணிய மாற்றுக் கருத்தாளர்களையும், இடதுசாரிய அரசியற் கொள்கையுடையவர்களையும் புலிகள் தேடித்தேடி வேட்டையாடி வருவதாகவும், அத்தோடு பெருமெடுப்பிலான ஆட்சேர்ப்பு நடவடிக்கைகளிலும் அவர்கள் ஈடுபட்டுவருவதாகவும் விஸ்வா குணாவுக்குக் கூறிய அடுத்த நாளே நிமலனின் தம்பியும் புலிகளில் சேர்ந்துவிட்டான் என்ற செய்தியுடன் ஊரிலிருந்து வந்த கடிதத்தை வெறித்துப்பார்த்தபடி சோகமே உருவாக குந்தியிருந்தான் நிமலன்.

"ச்ச... என்னடாப்பா இது. அவன் அட்வான்ஸ் லெவல் படிச்சுக் கொண்டிருக்கிறான், படிப்பில நல்ல கெட்டிக்காரன் எண்டெல்லே சொன்னனி" எனக் கேட்டான் குணா.

"ம், பள்ளிக்கூடத்தில போய்த்தான் பிரச்சாரம் பண்ணிக் கூட்டிக்கொண்டு போட்டாங்களாம்." ஆத்திரத்தை அடக்க முடியாமல் திணறினான் நிமலன்.

நிலைமைகள் மோசமாக நாட்டைவிட்டு வெளியேறி வெளிநாடுகளுக்கு வருபவர்களின் எண்ணிக்கையும் அதிகரித்துக்கொண்டிருந்தது. இங்கே எல்லோரும் தம்பியைக் கூப்பிட வேணும் தங்கையைக் கூப்பிட வேணுமென்று இரவு பகலாக ஒய்வு உறக்கமின்றி ஓடியோடி உழைத்துக்கொண்டிருந்தார்கள். வேந்தனின் அத்தான் ஏஜென்சிக்குக் காசு கட்டிவிட்டு 'இந்தா ஏத்துவான், அந்தா ஏத்துவான்' என்று சொல்லிக்கொண்டு கொழும்பில் நின்றார். தேவகனின் தம்பியை ஏற்றிய ஏஜென்சிக்காரன் அங்குமில்லாமல் இங்குமில்லாமல் இடை நடுவில் ரஷ்யாவில் வைத்திருந்தான். இப்படியே ஒவ்வொருவரும் ஒவ்வொரு சோலிகளுடன் அரக்கப் பரக்க ஓடிக்கொண்டிருந்தார்கள்.

வேலையால் வந்து சமைத்துச் சாப்பிட்டுவிட்டு அசதியில் சோபாவில் கண்ணயர்ந்துகொண்டு போன குணாவைத் தொலைபேசி மணி தட்டி எழுப்பியது.

“ஹலோ யாரு? ஓ... விஸ்வாண்ணையே! சொல்லுங்கோ எப்பிடிச் சுகமா இருக்கிறீங்களே?”

“ஓம் குணா நல்லா இருக்கிறம். நியூஸ் கேள்விப்பட்டீரே?”

“இல்லையே, என்ன நியூஸ்?” ஆவலாய்க் கேட்டான்.

“அம்பாறை மாவட்டத்தில உள்ள வீரமுனை என்ற கிராமத்தில எல்லே இலங்கை ராணுவமும் முஸ்லிம் ஊர்காவற்படைக் கும்பலும் புகுந்து நாநூறுக்கும் மேட்பட்ட எங்கட அப்பாவிச் சனங்களை வெட்டியும் சுட்டும் கொன்று போட்டாங்களாம்” பதட்டத்துடன் கூறினான் விஸ்வா.

“அட பாவியளே!” குணாவும் வாயடைத்துப்போய் நின்றான்.

“இனி எங்கட ஆட்களும் சும்மா இருப்பினமே, எங்க எப்ப என்ன நடக்குமெண்டு சொல்லமுடியாத நிலைமையாத்தான் இருக்குது” என்றவன் வேலைக்குப் போகும் அவசரத்தில் தொடர்பைத் துண்டித்துக்கொண்டு ஓடினான்.

குணாவைச் சோபாவில் அமர விடாமல் அழைப்புமணியும் அலறியது. ஓடிப்போய்க் கதவைத் திறந்தபோது சிரித்த முகங்களுடன் மணியமண்ணையும் குட்டிசிறியும் நின்றார்கள்.

“என்ன ஒரு மாதிரியா இருக்கிறீர்?” எனக் குணாவின் முகம் வாடியிருந்ததைக் கவனித்த குட்டிசிறி கேட்க, குணாவும் வீரமுனை செய்தியைச் சொன்னான். “சரி... சரி... துக்கமான செய்தி மட்டுமில்ல, சந்தோஷமான செய்தியும் இருக்கு கவலைப்படாதையும்” என்றவாறே மணியமண்ணை உள்ளே நுழைந்தார்.

“சந்தோஷமான செய்தியே!” ஆவலுடன் இருவரையும் பார்த்தான்.

“ம், ஜனவரியிலிருந்து எங்கட பக்ரறியில உனக்கும் நிரந்தரவேலை ஓகே ஆயிற்று” என்றான் குட்டிசிறி. இருவரும் தங்கள் சத்தியத்தை சாதித்துவிட்ட புளுகத்துடன் நின்றனர்.

“உண்மையாவா!” என ஆச்சரியத்தில் திகைத்த குணா சந்தோஷத்துடன் இருவரையும் ஆரத்தழுவி நன்றியை தெரிவித்துக்கொண்டான்.

“ஒரு விஷயம் தெரியுமே? பரராஜசிங்கத்தார் உன்ர வேலையைத் தட்டிப்பறிச்சதும் ஒருவிதத்தில நல்லதாப்போச்சு, அப்ப கருவாட்டுப் பகுதிக்குத்தான் ஆளை எடுத்தவங்கள். அது சரியான கஸ்ரமான வேலை, இப்ப உன்னை பிரஸ்மீன் பகுதிக்குத்தான் எடுக்கிறாங்கள் இது வேலையும் சுகம். நல்லா ஓவர்ரைமும் செய்யலாம்” எனக் கண்களைச் சிமிட்டிப் புன்முறுவல் பூத்தான் குட்டிசிறி.

“உண்மையில சந்தோஷமான செய்திதான் சொல்லியிருக்கிறிங்கள், இருங்கோ ரீ போட்டுக்கொண்டு வாறன்” எனச் சமையலறைக்குள் ஓடினான் குணா.

“என்னடா தம்பியா! சந்தோஷமான செய்திக்கும் வெறும் ரீ தானா?” கேட்டார் மணியமண்ணை.

“ஐயோ அண்ணே தெரியும் தானே நாங்களொண்டும் பாவிக்கிறயில்ல. வேணுமெண்டால் சனிக்கிழமை ஒரு பாட்டியைப் போடுவம். இப்ப இந்த ரீயை போடுறன் குடியுங்கோ…” சமையலறைக்குள் நின்றவாறே கத்தினான்.

“அண்ணே ஒண்டு தெரியுமே, அடுத்தவன்ரையத் தட்டிப் பறிக்க நினைக்கிறவங்களுக்குக் கடைசியில கிடைக்கிறது ஏமாற்றந்தான்” என்றவாறே ஆவி பறக்க தேநீரைக் கொண்டுவந்து வைத்தான் குணா.

“சரியாச் சொன்னீர், ஆள் இப்ப நல்லாக் கஸ்ரப்படுறார். கருவாட்டுக்கு உப்படிக்கிற வேலையிருக்கே அது லேசான வேலையில்ல, ஆளைத் திண்டுபோடும். அவரும் இப்ப பிரஸ்மீன் பகுதிக்கு மாறத்தான் ட்ரை பண்ணுறார், ஆனா இப்போதைக்கு அவருக்கு கிடைக்காது.” என்றான் குட்டிசிறி. வீரமுனைப் படுகொலைச் செய்தி மணியமண்ணையின் மனத்தைக் குழப்பியிருக்கும் போல, யோசனையுடன் இருந்தே தேனீரைக் குடித்தார். சிறிது நேரத்தில் இருவருமே விடைபெற்றுச் சென்றனர்.

இப்போது செய்துகொண்டிருக்கும் வேலை இன்னும் ஒரு மாதத்தில் முடிவுற இருக்கும் நிலையில் அதற்கடுத்த மாதமே நிரந்தர வேலை கிடைத்திருப்பதானது குணாவின் மனதிற்குச் சந்தோஷத்தையும், சற்று நிம்மதியையும் கொடுத்தது. மீண்டும் சோபாவில் போய்ச் சாய்ந்தான். நிரந்தர வேலை கிடைத்தவுடன் செய்து முடிக்கவேண்டிய கடமைகளை மனது பட்டியலிட்டுக் கொண்டிருந்தது. உடனேயே பெரியம்மாவின் மகளான கலா அக்காவின் ஞாபகமே வந்தது. குழந்தைச் செல்வம் என்கின்ற பெரும் பாக்கியம் கிடைக்காததனால் அவள் படும் வேதனைகளுக்கு முற்றுப்புள்ளி வைப்பதற்கான அவனுடைய கனவுகளில் ஒன்றைக் கையிலெடுத்தவன், தானே முழுச் செலவுகளையும் பார்ப்பதாகவும் அக்காவையும், அத்தானையும் தை பிறந்ததும் இந்தியா போய் மருத்துவம் செய்வதற்கு கடவுச்சீட்டுக்கள் எல்லாம் எடுத்துத் தயாராகும்படியாக அறிவுறுத்தி உடனேயே கடிதமொன்றை எழுதியனுப்பினான். அதன்பின் அவனது உடலும், மனதும் உற்சாகமானது. எல்லாக் கனவுகளையும் நிறைவேற்றிவிட்டு விரைவாக ஊருக்குத் திரும்பி சொந்த பந்தங்களுடன் இணைந்து சந்தோஷமாக வாழலாம் என்ற அவனது கனவின் எல்லையை நோக்கிய ஓட்டத்திற்கு தயாரானான்.

• • •

முன்பு முகாம்களில் இருக்கும் போது பழகாத காட்ஸ் விளையாட்டை இங்கே வந்து பழகிக்கொண்டான் குணா. வேலையால் வந்து படம் பார்ப்பது அல்லது முதலாம் மாடிக்குச் சென்று காட்ஸ் விளையாடுவது இவை இரண்டுமே இங்கு பொழுதுபோக்குகளாயிருந்தன. அன்று பார்ப்பதற்குப் படமொன்றும் இல்லாதமையினால் குணாவும், நிமலனும் காட்ஸ் விளையாடும் எண்ணத்துடன் கீழே சென்றார்கள். அங்கே பெரிய அரசியல் விவாதமே நடந்துகொண்டிருந்தது.

கதவைத் திறந்ததுமே "என்ன ஒரே சத்தமா இருக்குது?" எனக் கேட்ட நிமலனை ஆச்சரியத்துடன் பார்த்த வேந்தன், "அட உங்களுக்கு விஷயம் தெரியாதே! வடக்கில இருந்தல்லே முஸ்லிம்களை இருபத்திநாலு மணித்தியாலத்துக்குள்ள

வெளியேறச் சொல்லிப் புலிகள் ஓடர் போட்டிருக்கினம்'' என்றான் மிகுந்த குதூகலத்துடன்.

அதனைக் கேட்டதுமே அன்று காத்தான்குடிச் சம்பவத்தின்போது விஸ்வா சொன்ன 'பேரினவாதிகளின் பிரித்தாளும் தந்திரத்துக்குச் சிறுபான்மை இனங்கள் பலியாகிவிடக் கூடாது' என்ற வார்த்தைகளே சட்டெனக் குணாவின் ஞாபகத்தில் வந்தன.

'சோனியளை நம்ப ஏலாது. புலிகள் செய்தது தான் சரி' என்று சொல்கின்ற ஒரு குறூப்பும், 'புலிகள் செய்தது மாபெரும் தவறு' என்று சொல்கின்ற இன்னொரு குறூப்புக்குமிடையில் கடுமையான வாக்குவாதம் நடந்துகொண்டிருந்தது.

குணாவுக்கு இந்த வாதங்கள் ஒன்றும் மண்டைக்குள் ஏறவில்லை. அவனுடன் யாழ்ப்பாணத்தில் நெருங்கிப் பழகிய முஸ்லிம் நண்பர்களையும், அவர்களது குடும்பங்களையும் நினைத்த நெஞ்சு பெரும் பாரமாய்க் கனத்தது. அவனது ஆஸ்தான தையல்காரரும், அக் கடையும், அவன் ரசிக்கும் அவரது தமிழ்ப் பேச்சும் மனக்கண்ணில் வந்து போனது. இது சரியா? பிழையா? என்ற கருத்தியலுக்கு அப்பால் ஒருவித குற்ற உணர்ச்சியே அவன் மனதை ஆட்கொண்டது, விஸ்வாவுடன் பேசவேண்டும் போல் மனம் அவாவியதும், சட்டென எழுந்து மேலே வந்தவன் விஸ்வாவுடன் தொலைபேசினான்.

''அண்ணே! விஷயம் அறிஞ்சீங்களே?'' சோகம் இழையோடிய குரலில் கேட்டான்.

''ஓம் குணா, இது புலிகள் இழைத்திருக்கிற வரலாற்றுத் தவறு மட்டுமல்ல, ஈழப்போராட்டத்திற்கு ஏற்பட்டிருக்கிற பாரிய பின்னடைவுங்கூட. பெரும்பான்மை இனத்தவர்கள் எங்களை ஒடுக்குகிறார்கள் என்று சொல்லிக்கொண்டு அவர்களை எதிர்த்துப் போராட வெளிக்கிட்ட சிறுபான்மையினரான நாங்களே மத அடிப்படையில இன்னொரு சிறுபான்மையினரை ஒடுக்குகிற செயலை யாருமே நியாயப்படுத்திவிட முடியாது. தமிழ் மக்கள் இதையும் பார்த்துக்கொண்டு மௌனமாக இருக்கக்கூடாது. அப்படி இருந்தால் நம்ம தலையில நாமே மண் அள்ளிப் போடுற மாதிரியான செயலாத்தான் இருக்கும்''

என்ற விஸ்வாவின் வார்த்தைகளில் சோகம் மட்டுமல்லக் கோபமும் கொப்பளித்தது.

விஸ்வாவின் வார்த்தைகளைக் கேட்ட குணாவுக்கு குழப்பமாகவிருந்தது. அவர் சொல்வதும் நியாயமானது போலவும் பட்டது. புலிகளின் இத்தகைய செயற்பாடுகளால் தமிழ் மக்களின் நீதியான போராட்டத்தையும் உலகம் நீதியற்றதாகப் பார்த்துவிடுமோ!" என்றெண்ணிக் கலங்கினான். ஆனால், அதன் பின்னான சில காலங்களிலேயே 'யாழ் கோட்டை மீட்பு, மாங்குளம் இராணுவ முகாம் கைப்பற்றல்' எனத் தொடர்ந்து வந்த புலிகளின் வெற்றிச் செய்திகளானது எல்லாவற்றையுமே மறக்கடிக்க வைத்தது. அதே சமயத்தில் புலிகளையும், மக்களையும் பழிவாங்க நினைத்த சிங்கள அரசானது தமிழர் பகுதிகளில் கண்முடித்தனமான விமானத் தாக்குதல்களையும், இராணுவ முகாம்களிலிருந்துருந்து செல்வீச்சுத் தாக்குதல்களையும் நடாத்தியது. கொழும்பிலும் இராணுவத்தின் கெடுபிடிகள் பெருமளவில் ஆரம்பித்திருப்பதாகவும், வெளிநாடுகள் செல்வதற்காக தங்குவிடுதிகளில் நின்றவர்கள், தமிழர்களின் வர்த்தக நிலையங்களில் வேலை செய்பவர்களென ஏராளமான தமிழ் இளைஞர்கள் நாளுக்கு நாள் சந்தேகத்தின் பெயரிற் கைது செய்யப்பட்டுச் சிறைகளில் அடைக்கப்பட்டுத் தென்பகுதிச் சிறைச்சாலைகள் தமிழர்களால் நிறைந்து வழிவதாகவும், எதிரியின் எதிரிகளை நண்பர்களாக்கிக்கொள்ளும் யுக்தியைக் கையாண்ட இலங்கை இராணுவமானது, புலிகளால் தடைசெய்யப்பட்ட மற்றைய இயக்கப் போராளிகளையும், புலிகளால் பாதிக்கப்பட்ட முஸ்லிம் இளைஞர்களையும் தங்களுக்குச் சாதகமாகப் பயன்படுத்திக்கொண்டதனால் காட்டிக்கொடுப்புகளும், கைதுகளும், சித்திரவதைகளுமென இலங்கைத் தீவு பெரும் கொலைக்களமாக மாறிக்கொண்டிருந்தது. உறவுகளையும் நண்பர்களையும் எண்ணிக் கலங்கியவாறே இங்கு குணாவின் காலமும் கலக்கத்துடன் கடந்துகொண்டிருந்தது.

◎

1991

நீலக்கடலின் ஓரத்தில் அமைந்திருந்த அந்த மீன் தொழிற்சாலை பார்ப்பதற்கு ஒரு கப்பல் துறைமுகம் போலவே காட்சியளித்தது. கடற்காற்று குளிர்மையை அள்ளி வீசிக்கொண்டிருந்தது. அலைகளின் உதைப்புக்கு அசைந்தாடியபடி பெரும் மீன்பிடிக் கப்பல்கள் தரைதட்டி நின்றன. கப்பல்களை வட்டமிட்டுப் பறந்தபடி இரைதேடும் வானம்பாடிகளும் கத்திக் கரைந்துகொண்டிருந்தன. காற்றில் கலந்திருந்த மீன்வெடில் அச் சுற்றுவட்டாரத்தையே நிறைத்திருந்தது. 'ஹார்' என்று சொல்லப்படுகின்ற ஆயிரம் கிலோ மீன்களைக் கொள்ளக்கூடிய பாரியவொரு பிளாஸ்ரிக் கொள்கலனிலிருந்து மூன்று, நான்கு கிலோ எடையுடைய பெரிய மீன்களைத் தூக்கி எடுத்து அதன் தலைகளை வெட்டி அகற்றிவிட்டு அதேமாதிரியான இன்னொரு கொள்கலனை தலை வெட்டப்பட்ட மீன்களால் நிறைத்தவாறு கத்தியும் கையுமாக வேகத்துடன் இயங்கிக்கொண்டிருந்தான் குணா.

கடும் குளிர்காலம். ஐஸ்கட்டிகளில் விறைத்த மீன்களால் குணாவின் விரல்களும் விறைத்துக் கொதித்தன. அடிக்கடி ஓடிப்போய்ச் சுடுதண்ணீரில் கைகளை நனைத்து விரல்களைச் சூடாக்கிக்கொண்டான். அதனைக் கவனித்துவிட்டு துணியிலான கையுறையுடன் வந்த குட்டிசிறி அதனை அவனிடம் நீட்டியவாறு "அடிக்கடி சுடுதண்ணியில பிடிக்கிறதும் நல்லதில்ல, முதலில் இந்தத் துணிக் கிளவ்சைப் போட்டிற்று அதுக்கு மேல அந்த பிளாஸ்ரிக் கிளவ்சை போடு, குளிர் கொஞ்சம் குறைவா இருக்கும்." எனக் கூறிக் கையுறையை கொடுத்துவிட்டுச் சென்றான். இரண்டு கையுறைகளையும் அணிந்தபோது விரல்களைக் கட்டிப்போட்டது போல் அசைக்க முடியாமல் இருந்தது. அங்கே பத்திற்கும் அதிகமான தமிழர்கள் பலவிதமான வேலைகளிலும் சுறுசுறுப்பாக இயங்கிக்கொண்டிருந்தார்கள். சிலர் இடைக்கிடையே வந்து புதியவனான குணாவுக்குக் கத்தியை எப்படிப் பிடிக்கவேண்டும், மீனை எங்கே வைத்து எப்படி அறுக்க வேண்டும் போன்ற தொழில் இரகசியங்களையும்,

அனுபவங்களையும் சொல்லிக்கொடுத்தார்கள். அவைகள் அவனுக்கு பெரிதும் உதவின.

உடலை வருத்தி வேலை செய்வதொன்றும் குணாவுக்குப் பெரிய காரியமில்லைத்தான், அதற்கு அவன் தயாராகவேதான் இருந்தான். ஆனாலும், கடுங்குளிரே அவனைப் பயமுறுத்துகின்ற பரம விரோதியாகவிருந்தது. இப்படியே கடுங்குளிரும், கலையாத கனவுகளுமாய் அவனது காலம் கழிந்துகொண்டிருந்தன.

நீண்ட நாட்களின்பின் குணாவுக்குப் பாரிஸ் நண்பன் செல்வனின் ஞாபகம் வரவே ஊர்ப் புதினங்களையும், பாரிஸ் புதினங்களையும் அறியும் ஆவலில் தொலைபேசினான். பரஸ்பர சுகம் விசாரிப்புகள், ஊர்ப் புதினங்களின் முடிவில் "அடேய் மச்சி அந்த ஆனந்தன் அண்ணை எப்பிடியடா இருக்கிறார்?" கேட்டான் குணா.

"அட... அந்தக் கதையைச் சொல்ல மறந்திட்டனே, அவரெல்லே இங்க எழுதிக் குடுத்துப்போட்டு நாட்டுக்குப் போயிற்றார்" என்றான்.

"என்னடா சொல்லுற! உண்மையேடா?" நம்ப முடியாமல் கேட்டான்.

"ஓமடா, அந்தாள் அங்க போய் இயக்கத்திலையும் சேர்ந்திட்டுது" என்ற செல்வனின் வார்த்தைகள் குணாவை மிகுந்த வேதனையில் ஆழ்த்தியது. 'தனிமையே அவரை இந்த நிலைமைக்குத் தள்ளியிருக்கிறது. ச்ச... நான் அங்க நிண்டிருந்தால் அவரை இந்த நிலைமைக்குப் போக விட்டிருக்கமாட்டன்.' என மனதுக்குள் எண்ணிக்கொண்டான். அன்றைய நாள் முழுவதும் ஆனந்தன் அண்ணையுடனான நினைவுகளுடனேயே அவனது மனம் அலைந்துகொண்டிருந்தது.

நிரந்தர வேலையில் கிடைத்த முதல்மாதச் சம்பளத்தை அப்படியே கலா அக்காவுக்கு அனுப்பிவைத்தவன், உடனடியாகப் பயண ஒழுங்குகளைச் செய்துகொண்டு இந்தியா வந்து சேருமாறு கடிதமும் எழுதியனுப்பினான். குழந்தைச் செல்வத்திற்காகத் தவமிருந்தவர்கள் சந்தர்ப்பத்தை தவற விடுவார்களா என்ன? அவர்களும் அதற்கடுத்த மாதமே புறப்பட்டுச் சென்னைக்கு

வந்து ஒரு தங்குவிடுதியில் நின்றுகொண்டு குணாவுடன் தொடர்பு கொண்டார்கள்.

விஸ்வாவுக்குத் தெரிந்த சென்னையில் வாழும் நண்பரின் ஊடாக அவர்களின் மகப்பேற்றுக்கான மருத்துவம் செய்வதற்குரிய சகல ஒழுங்குகளையும் செய்திருந்தான் குணா. அடிக்கடி தொலைபேசியில் தொடர்புகொண்டு மருத்துவ நிலைமைகளை விசாரித்தபடியே இருந்தான். கலாக்காவும், அத்தாரும் குழந்தைக் கனவுகளுடன் குதூகலித்திருந்தார்கள். தமிழ்நாட்டு மக்கள் அன்பானவர்கள் என்றும், ஈழநாட்டில் நடக்கும் கொடுமைகளை விசாரித்துத் தங்கள்மீது மிகுந்த கருணையும், அன்பும் காட்டுவதாகவும் கலாக்கா சந்தோஷத்துடன் கூறினாள்.

அங்கு வந்த மூன்றாவது மாதமே கலாக்கா கற்பந்தரித்துவிட்ட இனிப்பான செய்தியும் அவர்களிடமிருந்து வந்தது. சந்தோஷம் தாளாமல் உணர்ச்சிவசப்பட்ட மன நிலையில் விம்மிய கலாக்கா, “தம்பி எனக்கு ஆம்பிளைப் பிள்ளை பிறந்தால் உன்ர பெயரைத்தான்ரா வைப்பன்” என்றாள் தழுதழுத்த குரலில்.

அவளின் சந்தோஷத்தை அறிந்த குணாவின் மனதும் குளிர்ந்துபோனது. மற்றவர்களுக்கு உதவுவதில் கிடைக்கும் மகிழ்வையும், மனநிறைவையும் அன்றவன் உணர்ந்து அனுபவித்தான். இந்த மனநிறைவுக்கு முன்னால் இங்கு அவன்படும் துன்பங்கள் எல்லாம் வெறும் தூசிகளாயின.

நோர்வே மக்கள் சூரியபகவானை மறந்துபோன நிலையில், ஒரு வைகாசி நாளில் தானும் இருக்கின்றேன் என்பதை உணர்த்துவதைப் போன்று சூரியன் தன் செங்கதிர்களை வீசியெறிந்து புலர்ந்துகொண்டிருந்த ஒரு அதிகாலைப்பொழுதில் தொலைபேசிமணி அலறியடித்தது.

“ஹலோ யாரு கதைக்கிறது?” சோம்பல் முறித்த குரலில் கேட்டான்.

“ஹலோ தம்பியே! நான் கலா அக்காடா...” களையிழந்த குரல் கரகரத்தது.

“என்ன விஷயம், இந்த நேரத்தில?” பதட்டத்துடனேயே கேட்டான்.

“ஐயோ தம்பி... பொலீஸ்காறங்கள் வந்து அத்தானைப் பிடிச்சுக்கொண்டு போறாங்களடா, ஐயோ! என்ர ஐயோ! நான் என்ன செய்வேன் என்ர கடவுளே!” கூக்குரலிட்டாள் கலாக்கா.

“என்னக்கா சொல்லுற, கனவேதும் கண்டியே! நீ இப்ப இலங்கையில இல்லை. இந்தியாவில இருக்கிற தெரியுமே?” அதட்டினான் குணா.

“ஐயோ! இங்கயுந்தாண்டா எங்களுக்கு நிம்மதி இல்லாமப் போச்சு. தற்கொலைக்குண்டுத் தாக்குதலாம், ராஜீவ்காந்தி செத்துப்போனாராம், புலிகள்தான் செய்ததெண்டு எங்கட சனங்களையெல்லாம் தேடித்தேடிப் பிடிச்சுக்கொண்டு போறாங்களடா...” என்ற அவளின் ஒப்பாரியைக் கேட்ட குணாவின் மனம் ஒருகணம் துணுக்குற்றது. அதிர்ச்சியில் உறைந்து போனான். யாரைப் பிடிப்பது? என்ன செய்வது? யோசனையிலும், பதற்றத்திலும் மூளை தடுமாறியது. “சரி போனை வை நான் திரும்ப எடுக்கிறன்” எனத் தொடர்பைத் துண்டித்தவன் விஸ்வாவுடன் தொடர்பை ஏற்படுத்தினான்.

“அண்ணே செய்தி அறிஞ்சியலே?”

“இல்லச் சொல்லும், என்ன நடந்தது?” இந்தக் காலையிலேயே குணாவிடமிருந்து போன் வந்தபடியால் ஏதோ பெரிதாகத்தான் நடந்திருக்க வேண்டுமென மனதுக்குள் நினைத்தவாறே கேட்ட விஸ்வாவிடம் குணா விடயத்தைக் கூறியதும், சில வினாடிகள் வார்த்தைகளே வராமல் வாயடைத்துப்போய் நின்றான் விஸ்வா.

“அண்ணே!”

“ம், சொல்லும்”

“அக்கா அங்க தனிச்சுப்போய் அழுதுகொண்டு நிக்கிறா. எனக்கெண்டால் என்ன செய்யிறதெண்டு தெரியாமலிருக்கண்ணே.”

“சந்தேகத்தில பிடிச்சுக்கொண்டு போயிருப்பாங்கள் விசாரிச்சுப்போட்டு விட்டிருவாங்கள். நானும் என்ர பிரெண்ட்டோட கதைச்சுப் பார்க்கிறன். நீர் ஒண்டுக்கும் யோசிக்காதையும்.”

“அண்ணை போற போக்கைப் பார்த்தால் நிலைமைகள் மோசமாகும் போலயிருக்கே!”

“பின்னயென்ன, எங்கட மக்களுக்கு அரசியலில் நல்லதொரு விமோசனம் கிடைக்க வேணுமெண்டு நினைக்கிற எந்தவொரு இயக்கமும் இப்பிடியொரு காரியத்தை செய்யத் துணியாது, துணியவும் கூடாது. ஐயோ இது புலிகள் செய்த காரியமாக இருக்கக்கூடாது.” ஈனசுரத்தில் முனகினான்.

“ஓமண்ணை, இது புலிகளின்ர வேலையா இருக்காதெண்டுதான் நானும் நினைக்கிறன்” என விஸ்வாவைச் சமாதானப்படுத்திவிட்டு மீண்டும் கலாக்காவுடன் தொடர்புகொண்டான். அவள் வெளியே கடைத்தெருவுகளுக்கே போகப் பயந்தவளாய் நடுங்கியபடி அறைக்குள்ளேயே முடங்கிக் கிடப்பதாகவும், எம்மீது பரிதாபப்பட்ட தமிழ்நாட்டுச் சனங்களெல்லாம் இப்போ ‘சிலோன்காரரா’ எனக் கேட்டு பார்வையாலேயே எரித்து விடுகிறார்கள்’ என்றும் கூறி அழுதாள். கரப்பகாலத்தில் இப்படிப் பதட்டப்படுவதும், கவலைகொள்வதும் குழந்தையின் ஆரோக்கியத்தைப் பாதிக்குமெனப் பயந்த குணா, “அத்தானுக்கு ஒன்றும் நடவாது, நான் இருக்கிறன், எவ்வளவு செலவழிச்சாவது அத்தானை வெளிய எடுப்பன். நீ ஒண்டுக்கும் கவலைப்படாத” என அவளையும் சமாதானப்படுத்தினான்.

ராஜீவ்காந்தி கொலையுண்ட செய்தியை அறிந்ததுமே பழிக்குப்பழி வாங்கிவிட்ட திருப்தியில் இங்கே தமிழர்களெல்லாம் வேலைத்தளங்களில் “புலியா? கொக்கா?” என நெஞ்சு நிமிர்த்தித் திரிந்தார்கள். சில நாட்களாகவே வேலை முடிந்து வீட்டுக்கு வந்ததும் தொலைபேசியும், கையுமாகவே காணப்பட்ட குணாவின் அந்த மாதச்சம்பளம் தொலைபேசிக் கட்டணமாகவே கரைந்துகொண்டிருந்தது.

அத்தானை வெளியே எடுப்பதற்கான பலவிதமான முயற்சிகளுடன் இரண்டு கிழமைகளாக நிம்மதியற்று அலைந்துகொண்டிருந்த குணாவுக்கு கலா அக்காவிடமிருந்து “அத்தான் விடுதலையாகி வந்துவிட்டார்” என வந்த செய்தி சற்று மன நிம்மதியைக் கொடுத்தது.

• • •

காலை ஓட்டத்தின் சுழற்சியும் அபாரமான வேகத்துடன் நிகழ்ந்துகொண்டிருந்தது. இலங்கை விமானப்படையினர் தமிழர்களின் பிரதேசங்கள் எங்கும் கண்மூடித்தனமான குண்டுத்தாக்குதல்களை நடாத்தி குழந்தைகள், பெண்கள் உட்பட பல நூற்றுக்கணக்கான பொதுமக்களை ஈவு இரக்கமின்றிக் கொன்றொழித்துக்கொண்டிருப்பதான செய்திகளுடன், புலிகளும் இளைஞர், யுவதிகளை புதிதாகப் படையில் இணைத்து பயிற்சியளித்து வடக்கிலும், கிழக்கிலும் பல்வேறு தாக்குதல்களில் ஈடுபட்டிருப்பதான செய்திகளும் நாளுக்கு நாள் வந்தவண்ணமே இருந்தன. இங்கேயும் புலிகள் பாரிய நிதிசேகரிப்பு நடவடிக்கைகளை முடுக்கிவிட்டிருந்தார்கள். வீடு தேடிவந்த புலிச் செயற்பாட்டாளர்களிடம் மாதாந்தம் ஐநூறு குரோனர்களை அவர்களின் வங்கிக் கணக்கில் இடுவதாக உறுதியளித்தான் குணா. புலிச் செயற்பாட்டாளர்களைக் கண்டதும் கதவை அடித்துச் சாத்திக்கொண்டு தன் அறைக்குள்ளே நுழைந்த நிமலனைக் கவனித்த வந்தவர்களில் ஒருவர் "அறைக்குள்ள இருக்கிற தம்பியையும் கூப்பிடுங்க அவருடன் கதைக்க வேணும்" என்றார்.

"இல்லை அண்ணே, அவர் வேற இயக்கத்தில இருந்தவர் புலிகளில சரியான கோபமா இருக்கிறார். அவரிட்ட ஒண்டையும் எதிர்பாக்காதிங்க" எனக் குணா உறுதியாகக் கூறியதும், அவர்கள் மனமின்றியே அங்கிருந்து வெளியேறிச் சென்றார்கள்.

மறுநாள் வேலைத்தளத்தில் "நான் புலிகளுக்கு இவ்வளவு அள்ளிக்கொடுத்தன், அவ்வளவு அள்ளிக்கொடுத்தன்" என ஒவ்வொருத்தரும் கொடுத்ததற்கும் மேலாகக் கூவிக்கொண்டிருந்தார்கள். கூடக் கொடுத்தவர்கள் தேசியப்பற்றுக் கூடியவர்களாகவும், குறையக்கொடுத்தவர்கள் தேசியப்பற்றுக் குறைந்தவர்களாகவும், ஒன்றுமே கொடுக்காதவர்கள் தேசியப்பற்றே இல்லாதவர்களாகவும் இங்கே ஒவ்வொருவரின் தேசியப்பற்றும் அளவிடப்பட்டுக் கொண்டிருந்தது.

"அடேய் தம்பியா நீ நினைக்கிறியே இவங்க எல்லாருமே நாட்டுப் பற்றிலதான் அள்ளிக் குடுக்குறாங்கள் எண்டு" மீன் வெட்டும் கத்தியை தீட்டியவாறே கேட்டார் மணியமண்ணை.

“அப்ப என்ன, புலிகளுக்குப் பயத்தில குடுக்குறாங்கள் எண்டுறியளே?”

“சாச்ச... எல்லாம் சுயநலந்தான். இங்க காசு குடுத்தால்தான் அங்க சண்டை நடக்கும், அங்க சண்டை நடந்தால்தான் இங்கயிருந்து திருப்பி அனுப்பமாட்டாங்கள். மற்றும்படி பற்றுமில்லப் பயமுமில்ல” தீட்டிய கத்தியைக் கூர் பார்த்துவிட்டு மீண்டும் மீனின் கழுத்தில் இறக்கினார் மணியமண்ணை.

மணியமண்ணை சொன்னது போலவே இங்கு சேர்த்த பணமெல்லாம் ஆயுதங்களாக அங்கு போய்ச்சேர்ந்த கையோடு புலிகள் ஆனையிறவுப் படைத்தளம் மீதான மரபுவழிச் சமர் ஒன்றினை ஆரம்பித்திருந்தார்கள். அதனை அறிந்ததுமே பணத்தை அள்ளிக் கொடுத்தவர்களுக்கெல்லாம் குண்டியிலடித்த புளுகம். ஒரு மாதத்திற்கும் மேலாக அச் சமர் நீடித்தது. புலிகளை முறியடிக்கும் நோக்குடன் கட்டைக்காடு, வெற்றிலைக்கேணி ஆகிய பகுதிகளில் பாரிய தரையிறக்கத்தை மேற்கொண்ட இராணுவம் கடுமையாக மோதி ஆனையிறவைத் தக்கவைத்துக்கொள்ள அறுநூறுக்கும் மேலான போராளிகளின் வீரமரணத்துடனும், ஆயிரக்கணக்கான போராளிகள் அங்கவீனர்களானதுடனும் அச் சமர் முற்றுப்பெற்றது. அங்கே தமிழர் பிரதேசங்களைச் சாவு ஒப்பாரிகள் நிறைத்திருக்க, இங்கேயும் தமிழர் முகங்களில் அச் சோகம் பிரதிபலித்தது. இத் தோல்வியையும், இழப்பையும் ஈடு செய்யும் நோக்குடன் மீண்டும் புலிகள் எல்லாப் பகுதிகளிலும் தாக்குதல்களை தீவிரப்படுத்திக்கொள்ள மீண்டுமிங்கு “மயிரை விட்டான் சிங்கன்” என எல்லோரும் நெஞ்சு நிமிர்த்திக்கொண்டார்கள்.

இந்தக் கிழமை ஊரிலிருந்து கடிதங்கள் எதுவுமே வராததனால் ஏதோ ஒன்றை இழந்ததைப் போன்ற ஒருவித உணர்வு குணாவின் மனதை ஆட்கொண்டிருந்தது. தாய், சகோதரிகளுடன் இருந்த ஒரேயொரு தொடர்பு கடிதங்கள்தான். அதிலும் தொய்வுகள் ஏற்படும்போதெல்லாம் அவனது மனமும் தொய்ந்து விடுகிறது. பயமும் பதற்றமும் பற்றிக்கொள்ள உற்சாகமிழந்து பல நாட்களாக வேரில் தண்ணீர் படாத செடியைப்போல் வாடிவிடுவான். அன்றும் அப்படித்தான் வாடிக்கிடந்தான் குணா. கொஞ்ச நாட்களாக ஒழுங்கான சாப்பாடும் இல்லை.

முன்பு சமைப்பதற்கும் நிறைய ஆட்கள் இருந்தார்கள், நிறைய நேரமும் இருந்தது. இப்போது வேலையால் களைத்து விழுந்து வந்ததும் சமைக்கப் பஞ்சி வந்துவிடும். சில நாட்களில் மூன்று வேளைகளிலும் பாண்தான் பசியாற்றியது. நிமலனுக்கும் பாண் சலித்திருக்கும் போல. நீண்ட நாட்களின்பின் அன்று பிட்டு அவிக்கும் எண்ணத்துடன், ஆவி பறக்கச் சுடுதண்ணீரை ஊற்றி மாவைக் குழைத்துக்கொண்டிருக்கையில் தொலைபேசி சிணுங்கியது.

"ஹலோ யார் பேசுறது?" என்ற குணாவின் கேள்விக்கு.

"தம்பி நான் கொழும்பில இருந்து நிமலன்ர சித்தப்பா கதைக்கிறன், நிமலன் இருக்கிறாரே?" எனப் பதிலும், கேள்வியும் வந்தது.

"ஓமோம் கொஞ்சம் பொறுங்கோ" என்றவன், நிமலனைக் கூப்பிட்டு விட்டிற்று அவன் குழைத்துவைத்திருந்த மாவை கிரைண்டரில் போட்டு அடித்து குறுணியாக்கி அடுப்பில் வேகவைத்துவிட்டு மீண்டும் குணா கோலுக்குள் வந்தபோது, வாடிய முகத்துடன் தாழ்ந்த தலையை உள்ளங்கைகளால் முண்டுகொடுத்து ஏந்தியபடி குந்தியிருந்தான் நிமலன்.

"என்ன மச்சி ஒருமாதிரியா இருக்கிற..." குணாவின் கேள்விக்கு பதிலேதும் கூறாமல் சட்டெனத் தலையைத் திருப்பிய நிமலன் கலங்கிய கண்களால் யன்னல் வழியே ஆகாயத்தைப் பார்த்தான்.

"ஏன்ராப்பா ஊரில ஏதும் பிரச்சனையே... அவசரமாக் காசு கீசு தேவையெண்டாச் சொல்லு, ஏன் யோசிக்கிற?"

"இல்ல மச்சி, ஆனையிறவுச் சண்டையில என்ர தம்பியும் காயப்பட்டிற்றானாம். முழங்காலுக்குக் கீழ ரெண்டு காலும் எடுத்தாச்சாமடா..." விம்மியவாறே மீண்டும் ஆகாயத்தை வெறித்துப்பார்த்தான். கண்கள் இரண்டிலும் முட்டித்ததும்பிய நீர் உடைத்துக்கொண்டு வெளியேறியது. குணா அவனை வாஞ்சையுடன் தொட்டு அணைத்ததுதான் தாமதம் சிறு குழந்தையைப்போல் வெம்பி வெடித்தான். உறவுகளைத் தொலைத்த அந்நிய தேசத்து அகதி வாழ்வில் துயரங்களிற்

துவண்டு விழும்போதெல்லாம் சாய்ந்து கொள்ளக் கிடைப்பதுவும் இன்னோர் அகதியின் தோளாகத்தானிருந்தது.

நிமலனின் நிலையறிந்த நண்பர்கள் பலரும் வீட்டுக்கு வந்து அவனுக்கு ஆறுதல் கூறிச் சமாதானப்படுத்திச் சென்றார்கள். நிமலனின் ஊர்க்காரரரான எதிர்க் கட்டிடத்தில் இருந்த உலகநாதன் தம்பதியினரும் குழந்தையுடன் வந்திருந்தார்கள். அவர்கள் போகும்போது நாளை வேலை முடிந்ததும் தங்கள் வீட்டுக்கு இருவரையும் சாப்பிட வருமாறு அழைப்பு விடுத்துச் சென்றனர்.

"மச்சி... அதுகள் வேலை இல்லாமல் சோசல்ல இருக்குதுகள், நாங்கள் வெறுங்கையோட போகக்கூடாது ஏதாவது வேண்டிக்கொண்டு போகவேணுமடாப்பா" என்றான் குணா.

"ஓம், வேண்டுவம். ஆனால், நீ நினைக்கிறமாதிரி இல்லையடாப்பா இங்க தனி ஆக்களுக்குத்தான் சோசல் காசை கிள்ளிக் கொடுக்கிறாங்களேயொழிய குடும்பங்களுக்கு அள்ளியெல்லே குடுக்கிறாங்களாம். அதுதான் இங்க குடும்பக்காரர் வேலைக்குப் போகப் பஞ்சிப்படுகினமாம் இதொண்டும் உனக்குத் தெரியாது போல?"

"அதுகும் சரிதான், சும்மா இருக்கக் காசு வருகுதெண்டால், ஆருக்குத்தான் ஆசை இந்தக் குளிருக்க போய்க் குத்தி முறிய" எனக் கொட்டாவியோடு நித்திரைச் சோம்பலுடன் படுக்கையறைக்குள் நுழைந்தான்.

மறுநாள் எதிர் வீட்டுக் கதவைத்திறந்துகொண்டு உள்ளே நுழைந்ததுமே நாசியைத் துளைத்த சாம்பிராணிக்குச்சியின் வாசனையும், காப்புக்கைத் தயாரிப்பான பல்வகை மரக்கறி உணவிலிருந்து வந்த கமகமப்பும், குணாவிற்கு ஊரின் விரத நாட்களையும், அம்மாவின் சமையலையும் ஞாபகப்படுத்தின. உமாதேவி அக்கா எல்லோருக்கும் சாப்பாடு பரிமாறினாள். நீண்ட நாட்களின்பின் சுவையறிந்த நாக்கு உச்சுக்கொட்டக் குணாவும் நிமலனும் ஒரு பிடிபிடித்தார்கள்.

"அண்ணை வேலைக்குப் போறதில்லைப்போல?" வயிறு நிறைந்ததும், கையைக் கழுவியவாறே காதையும் நிறைக்கும்

நோக்கில் கேட்கக் கேள்வியில்லாமல் உலகநாதனைப் பார்த்துக் கேட்டான் குணா.

“ம், வேலை தேடிக்கொண்டுதான் தம்பி இருக்கிறன், இன்னும் ஒண்டும் சரிவருகுதில்லையே.”

“என்னண்ணே உங்களுக்குப் பிறகுவந்த நாங்களே வேலை எடுத்திற்றமாம், நீங்களென்ன?”

“ஷாக், உந்த மீன் வெட்டுற வேலை செய்யிறதுக்கே நான் அங்க இன்சினியரிங் முடிச்சுப்போட்டு வந்தனான்?” எனக் கேட்டவர் கண்களாலேயே பொசுக்கி விடுவதுபோல் குணாவை ஒரு பார்வை பார்த்தார். உலகநாதன் அண்ணைக்கு என்ன பதிலைச் சொல்வதென்று தெரியாத சங்கடத்தில் குணா அசடுவழிந்து நிற்க, ‘இது உனக்குத் தேவையா?’ எனக் கேட்பது போன்று ஒரு நமட்டுச் சிரிப்பை உதிர்த்தான் நிமலன். இந்த அந்நிய தேசத்து அகதி வாழ்வின் அனுபவம் அவனுக்குப் பல பாடங்களைக் கற்றுக் கொடுத்திருக்கின்றது. அதில் ஒன்றுதான் யார் யாரிடம் எப்படிப் பழகவேண்டும் எந்த அளவுக்குப் பழகவேண்டும் என்பதாகும். அந்தவகையில் இன்றைய நாளில் உலகநாதனையும் அளந்து அறிந்து கொண்டான்.

விருந்துபசாரத்தை முடித்துக்கொண்டு வீடு திரும்புகையில் அவர்களின் வீட்டுத்தொகுதியின் வெளியே மணியமண்ணை நிற்பதை கவனித்தார்கள். தொபாக் என்று சொல்லப்படுகின்ற புகையிலைத் துகள்கள் நிறைந்த ஒரு சிறிய பை அவரது இடது கமக்கட்டுக்குள் இருந்தது. சிறு துண்டு வெள்ளைப் பேப்பரில் புகையிலைத் துகள்களை வைத்து இரண்டு கைகளாலும் இலாவகமாகச் சுருட்டியபின் பேப்பரின் ஒரு முனையிலிருந்து மறுமுனை வரை நாக்கினால் தடவி எச்சில் பூசி ஒட்டினார். இப்போது ஒரு சிறிய அளவிலான பில்டர் இல்லாத சிகரெட் அவரது கையிலிருந்தது. இவர்களைக் கண்டதும் தான் தயாரித்த சிகரெட்டை மூக்கின் நுனியில் வைத்து முகர்ந்துவிட்டு, உதடுகளுக்கிடையில் செருகியவர் ஜக்கற் பொக்கற்றுக்குள் இருந்த லைற்றரை எடுத்து அதனைப் பற்றவைத்துப் புகையை இழுத்து ஊதித்தள்ளினார். வாயிலிருந்து வெளியேறிய புகையினால் அவரது முகம் மங்கலாய்த் தெரிந்தது.

“என்ன அண்ணை சூழலை மாசுபடுத்த ஆரம்பிச்சாச்சு போல?” ஒரு தனகல் கேள்வியுடனேயே அவரை நெருங்கினான் குணா.

“ஓமடாப்பா... உந்தப் பாக்ரரிகளில இருந்து போற புகைகள் ஒண்டும் கணக்கில்ல, என்ர வாயில இருந்து போய்த்தான் உன்ர சூழல் மாசுபடப் போகுதாக்கும்” என்றவர் மீண்டும் உறிஞ்சி இழுத்து ஊதித் தள்ளினார்.

“அண்ணை இண்டைக்கு நேரத்தோட வந்திட்டார் போல கிடக்குது.” அதிசயப் பார்வை பார்த்தான் நிமலன்.

“ஓமடாப்பா, ஓவர்ரைம் கிடந்ததுதான். ஆனால் உடம்புமல்லே ஈடுகொடுக்க வேணும்” என்றவர், இடது கைக் கும்பத்தை வலது கையால் அழுத்தி மசாஜ் செய்தபடியே மேலும் கதையைத் தொடர்ந்தார்.

“உங்கள் ரெண்டு பேரோடையும் ஒரு அலுவல் கதைக்கவேணுமெண்டுதான் இருந்தனான். நீங்களே வந்துட்டீங்களெடாப்பா. அதென்னெண்டால், என்ர மனிசி பிள்ளைகளுக்கு பொன்சர் வீசா போயிற்றுது. கெதியா வந்து சேர்ந்திடுவினம் போல கிடக்கு அதுக்குள்ள நான் வேற வீடு பாக்க வேணுமெல்லே அதுதான் என்னெண்டால், இப்ப எங்களோட இருக்கிற ஆக்கவித் அருணனுமெல்லே வீடு மாறப்போறானாம். அப்ப நானும் அருணனும் இருக்கிற ரூம் காலியாயிரும் தானே, அந்த இடத்துக்கு நீங்கள் ரெண்டுபேரும் மாறினீங்கள் எண்டால் குறைஞ்ச வாடகை மட்டுமில்லை கரண்ட காசு, சமறிக் காசு எண்டு நீங்களும் நிறைய மிச்சம் பிடிக்கலாம். அதோட எனக்கும் வீடு தேடுற வேலையில்லாமற் போயிரும், உங்கட வீட்டையே கதைச்சு எடுத்திரலாம் எண்டு யோசிக்கிறன், நீங்கள் என்ன நினைக்கிறியள்?” எனக் கேட்டவர், எரிந்து முடிந்து விரல்களுக்குள் அடங்க மறுத்த சிகரெட்டின் அடித்துண்டைக் கீழே போட்டுச் சப்பாத்துக் காலால் மிதித்தார்.

“அண்ணை உங்கட யோசனையும் நல்லாத்தான் இருக்குது. அதுசரி, ஆக்கவித் அருணன் ஏன் வீடு மாறுறார்?” நாடியைத்தடவி யோசித்தவாறே கேட்டான் நிமலன்.

“ஓ... உந்த விஷயம் உங்களுக்குத் தெரியாதே? அதுவந்து, அவனொரு நொஸ்க்கியை எல்லே வைச்சிருக்கிறான். இப்ப என்னவெண்டால், அவள் இவனையும் தன்னோட வந்து இருக்கச்சொல்லி ஒரே ஆக்கினையாம். இவனும் இவ்வளவு காலமும் இழுத்தடிச்சுக்கொண்டு இருந்தவன் இப்ப அவளோட போயிருக்கச் சம்மதிச்சிட்டான்” என்றார் மணியமண்ணை.

“ஓமண்ணை நீங்கள் சொல்லுறதும் நல்ல ஐடியா தான். ஆனால் இப்ப செலவு கொஞ்சம் கூடினாலும் சோலி, சுறட்டு இல்லாமல் நின்மதியா எல்லே இருக்கிறம்” எனக் குணாவும் கீழ் உதட்டைக்கடித்து யோசித்தான்.

“ஓமடா தம்பி அப்பிடியொரு சிக்கல் இருக்குத்தான். இவங்கள் சனி, ஞாயிறு எண்டால் பார்ட்டி வைக்க வெளிக்கிட்டிருவாங்கள் தான். அதுமட்டுமே வேண்டுற பியரையும் சமறிக் கணக்கில எல்லே போடுறாங்கள். நீங்கள் குடிக்காத ஆட்கள் எண்டபடியால அதைக் கதைச்சு நிப்பாட்டலாம். இல்லாட்டி இவன் தேவகனை மாதிரி நீங்களும் சமறிக்காகவே குடிச்சுப் பழகவேண்டி வந்திரும்” எனச் சொல்லிப் பல்லிளித்தார்.

“அடடா... அதுகும் அப்படியே!” வியப்புடன் கேட்டான் குணா.

“பின்னயென்ன? நல்ல காலமடாப்பா நாங்கள் ஒஸ்லோவில இல்ல, ஒஸ்லோவா இருந்திருந்தால் இவங்கள் தொல்புக்காத்தாவுக்கு போயிட்டு வந்தும் சமறிக் கணக்கிலதான் எழுதியிருப்பாங்கள்” என்றவாறே புகையிலைத்தூள் பையை எடுத்து மீண்டுமொரு சுத்துச் சுத்த ஆரம்பித்தார்.

“தொல்புக்காத்தாவோ! அப்பிடியெண்டால்?” புரியாமல் புருவமுயர்த்தினான் குணா.

“அட என்னங்கடா நீங்க ஒண்டும் தெரியாத பச்சமண்ணுகளா இருக்கிறீங்க” எனவொரு கேலிச்சிரிப்பைச் சிந்தியவர் சுத்திய சிகரெட்டை வாயில் வைத்து பற்றவைத்து ஒரு வாய் புகையை உள் இழுத்து மீண்டும் அதனை மூக்கின்வழியாக வெளியேற்றிவிட்டு, “சரி... சரி... நீங்கள் சின்னப் பெடியள் தானே அதொண்டும் இப்போதைக்குத் தெரியத் தேவையில்லைத்தான். மழை வரப்போகுது போலகிடக்கு நடவுங்கடா கெதியா”

எனக் கறுத்திருந்த வானத்தை அண்ணாந்து பார்த்தபடி அவர்களை உள்ளே விரட்டிவிட்டு கையிலிருந்த சிகரெட் எரிந்து முடியும்வரை அவர் வெளியே நின்றுகொண்டார். வீட்டுக்குள் வந்த குணாவிற்கு மணியமண்ணை ஒஸ்லோக் கதை கதைத்ததனால் விஸ்வாவின் ஞாபகம் வரவே தொலைபேசியைக் கையில் எடுத்தான்.

"வணக்கம் அண்ணே! என்ன கனகாலமாச் சத்தத்தைக் காணயில்ல, எப்பிடி இருக்கிறிங்கள்?"

"ஓம் குணா, ஏதோ இருக்கிறம்." வழமைக்கு மாறாக உற்சாகம் இழந்திருந்த விஸ்வாவின் குரலில் ஒருவித சோகம் இழையோடியது.

"என்ன அண்ணே உசாரைக் காணயில்ல, உடம்புக்கு ஏதும் ஏலாதே?"

"உடம்புக்கு ஒரு குறையுமில்ல அது நல்லாத்தான் இருக்குது. ஆனால், மனசுக்குத்தான் சிலதுகளைத் தாங்க ஏலாமல் கிடக்குது."

"ஏன் அண்ண, என்ன நடந்தது?"

"உமக்குத் தெரியுந்தானே பெண்ணியவாதியும், கவிஞருமான செல்வியை நானே உமக்கு அவவின்ர நிறையக் கவிதைகள் வாசிச்சுக் காட்டியிருக்கிறன்."

"ஓம் அண்ண தெரியும், ஞாபகம் இருக்கு. அவவுக்கு என்னவாம்."

"அவவை எல்லே புலிகள் கடத்திக் கொண்டுபோயிட்டாங்களாம்."

"ஐ... ஐயோ! அப்பிடியே?"

"ஓம் குணா. இப்பகூட செல்வி எழுதின ஒரு கவிதையைத்தான் வாசிச்சுப் போட்டு யோசிச்சுக்கொண்டு இருந்தனான். அத வாசிக்கிறன் கேளும்" என்றவன் கவிதையை வாசிக்கத் தொடங்கினான்.

// நான் மிகவும் பலவீனப்பட்டுப் போயுள்ளேன்.

என்னை யாரும் கேள்வி கேட்டுத் தொந்தரவு செய்யாதீர்கள்
நூலிழையில் தொங்கிக் கொண்டிருக்கிறது எனது இதயம்.
எந்த நேரமும் விழுந்து வெடித்து விடக்கூடும்.
அசோகவனங்கள் அழிந்து போய்விடவில்லை.
இந்த வீடே எனக்கான அசோகவனமாயுள்ளது. ஆனால்,
சிறைப்பிடித்தது இராவணனல்ல, இராமனே தான்.
இராமனே இராவணனாய் தனது அரசிருக்கையின் முதுகுப்புறமாய்
முக மூடிகளை மாற்றிக் கொண்டதைப் பார்க்க நேர்ந்த கணங்கள்
இதயம் ஒருமுறை அதிர்ந்து நின்றது.
இந்தச் சீதையைச் சிறை மீள வருவது யார்?
அசோகவனங்கள் இன்னும் எத்தனை காலத்திற்கு? //

கவிதையை வாசித்து முடித்த விஸ்வா நீண்ட பெருமுச்சொன்றை இழுத்துவிட்டான். மறு முனையில் குணா வார்த்தைகளைத் தொலைத்துவிட்டு மௌனமாக நிற்க, விஸ்வாவே தொடர்ந்தான்.

“மக்களின் சிந்தனைகளை எழுச்சிக்கு உள்ளாக்குவதன் மூலமாகப் போராட்டத்தை முன்நகர்த்தலாம் என்ற எண்ணங்கொண்ட ராஜினி திரணகம, செல்வி, தில்லை போன்ற முற்போக்குச் சக்திகளையெல்லாம் அழித்தொழித்துவிட்டு வெறும் ஆயுதத்தை மட்டும் நம்பியிருந்தால் எதிர்காலத்தில என்னத்தச் சாதிக்க முடியும்?” எனக் கேட்டுச் சினந்துகொண்ட விஸ்வா, குணாவின் மௌனத்தைச் சகிக்காதவனாய் தொலைத்தொடர்பை துண்டித்துக்கொண்டான்.

“இப்பிடியே எங்கட கலைஞர்களையும், எங்கட கல்விமான்களையும், எங்கட தலைவர்களையும் நாங்களே அழிச்சுக்கொண்டு போனால் எங்கட எதிர்காலச் சமூகம் எப்பிடி இருக்குமோ?” குணாவின் வாய் மௌனித்திருந்ததே தவிர, மனம் மௌனிக்கவில்லை அது தனக்குள் தானே கேள்விகளைக் கேட்டு தன்னைத் தானே குழப்பிக்கொண்டது.

◎

1992

மற்றவர்களுக்கு உதவுவதில் எத்தகைய மனமகிழ்வு கிடைக்கின்றது என்பதைக் குணா அறியாதவனுமல்ல. அனுபவிக்காதவனுமல்ல. இருந்தும், இன்று அவன் அடைந்த அத்தகைய மகிழ்ச்சிக்கு அளவேயில்லை. கலா அக்காவுக்கு இன்று பெண் குழந்தை பிறந்துள்ளது. தாயும், பிள்ளையும் நலமாக இருக்கின்றார்கள் என்ற செய்தியைக் காலையில் அத்தான் மூலமாக அறிந்ததிலிருந்து அவனது மனம் மகிழ்ச்சியிற் துள்ளிக் குதிக்கிறது. பொன் பொருள் கிடைக்க உதவுவதற்கும், ஒரு உயிரே கிடைக்க உதவுவதற்கும் உள்ள சந்தோஷ வேறுபாட்டை இன்றவன் அனுபவித்து உணர்ந்தான். அவனடைந்த சந்தோஷமும், உள்ளக்கிளர்ச்சியும் அவனுடைய முகத்துக்குப் புதுப் பொலிவைக் கொடுத்திருந்தது.

மறுநாளே தொடர்பில் வந்த கலாக்கா மகிழ்ச்சியில் ஆனந்தக்கண்ணீர் விட்டழுதாள். கடவுளையே கண்டதுபோல் இருப்பதாகக் கூறி விம்மினாள். "நீ செய்த உதவிக்கு 'நன்றி' என்ற வெறும் வார்த்தையை மட்டுமே சொல்லிவிடமுடியாதடா தம்பி" எனத் தேம்பினாள். குழந்தையின் அழகையும், அதன் அசைவுகளையும் வர்ணனை செய்தாள். இன்னும் சில கிழமைகளில் இருவராக வந்த தாங்கள் மூவராக ஊருக்குத் திரும்ப இருப்பதாக மனமகிழ்வுடன் கூறினாள்.

"அதெல்லாம் சரியக்கா பிள்ளைக்கு என்ன பெயர் வைக்கப்போற, நான் ஏதும் நல்ல பெயராப் பார்க்கட்டே?" கேட்டான் குணா.

"அதொண்டும் தேவையில்லையடா, என்ர பிள்ளைக்கு நானே நல்ல பெயரா வைச்சிட்டன்." சட்டெனப் பதிலளித்தாள்.

"என்னது, பெயர் வைச்சிட்டியே! என்ன பெயர் வைச்சனி?" ஆவல் தொனிக்கக் கேட்டான்.

"குணசீலி" என்றவளின் குரலில் பெருமிதம் தொனித்தது.

"என்னக்கா! உண்மையாவே சொல்லுற?" நம்பமுடியாமற் கேட்டான்.

“ம், குணசீலன்ர மருமகளுக்குப் பொருத்தமான பெயர் குணசீலி தான்ரா.” உறுதிபடக் கூறினாள்.

“ச்ச... இந்தச் சென்றிமென்ர விட்டிற்று வேற ஏதாவது நல்ல பெயரா வை, இதென்ன பழைய பெயராட்டம் இருக்குது.”

“என்ர பிள்ளைக்கு இதைவிட நல்ல பொருத்தமான பெயராக் கிடைக்காது. நீ சும்மா இரடா” எனச் செல்லமாக அவனை அதட்டியபடியே தொடர்பைத் துண்டித்துக்கொண்டாள்.

அன்றைய இரவு முழுவதும் மழை பெய்துகொண்டிருந்தது. தேநீருடன் யன்னால் அருகே வந்தமர்ந்தவன் மழையை இரசித்தபடியே தேநீரைப் பருகினான். குளிர்ந்த மழைமேகம் போல் அவனது மனமும் சலனமற்றுக் குளிர்ச்சியாய் இருந்தது.

“குணசீலன்ர மருமகளுக்குப் பொருத்தமான பெயர் குணசீலி தான்ரா” அக்கா அன்பொழுகச் சொன்ன அந்த வார்த்தைகள் இப்போதும் அவனது இதயத்தை இதமாக வருடிவிக்கொண்டிருந்தன. அந்த வார்த்தைகள் அவனது மனதிலும், உடலிலும் ஒருவித சுகந்தத்தை ஏற்படுத்தின. தன் கனவுகளில் ஒன்று நிறைவேறிய திருப்தியில் அன்றைய இரவு நிம்மதியாக நித்திரையாகிப்போனான்.

• • •

வேலையின் கடினமும், நடந்து வந்த களைப்பும் கடிதப்பெட்டியைத் திறந்ததுமே பறந்துபோனது. ஆம், அம்மாவின் கடிதம் வந்திருந்தது. அம்மாவின் வரிகளில் கலா அக்காவிற்குக் குழந்தை கிடைத்த சந்தோஷம் மட்டுமன்றி, ஈன்ற பொழுதிற் பெரிதுவக்கும் தன்மகனைச் சான்றோன் எனக்கேட்ட தாயின் மகிழ்வும், பெருமையும் தெரிந்தது. அனுப்பிய பணத்தில் கடனில் கொஞ்சத்தை அடைத்திருப்பதாகவும், அங்கு நாட்டு நிலைமைகள் மோசமடைந்துகொண்டிருப்பதாகவும், இயக்கம் பாடசாலைகளிற் சென்று பிரச்சாரங்கள் செய்து மாணவர்களை மயக்கிப் புலிப்படையில் சேர்ப்பதாகவும், இனியும் தங்கச்சியை இங்கு வைத்திருப்பது ஆபத்தானதென்றும், ஆகவே கடனை ஆறுதலாக அடைக்கலாம். முதலில் அவளை எப்படியாவது வெளிநாட்டிற்கு எடுத்துவிடு என்றும் அம்மா எழுதியிருந்தார்.

ஆனால், அவனது கனவோ அவளை வெளிநாட்டுக்கு கூப்பிடுவதல்ல, நல்ல வீடு வளவு, பொன், பொருள் எல்லாம் கொடுத்து உள் நாட்டிலையே நல்ல உத்தியோகம் பார்க்கும் மாப்பிள்ளைக்குக் கட்டிவைக்க வேண்டும் என்பதாகவே இருந்தது. ஆனாலும், காலத்தின் கோலம் அவனை அக் கனவைக் கலைத்துவிட்டு, அவன் காணக் கனவொன்றைக் காணக் கட்டளையிட்டது. கடன்களை அழிக்க முன்பே கலாக்காவுக்கு உதவ வேண்டிய அவசரநிலை ஏற்பட்டது போலவே, மீண்டும் கடன்களை மறந்துவிட்டுத் தங்கைக்கான அடுத்த ஓட்டத்திற்குத் தயாரானான். அவனது வளர்ச்சியோடு போட்டி போட்டுக்கொண்டு கடன்களின் வட்டியும் வளர்ந்துகொண்டிருந்தது.

வேலைத்தளத்திலும் தமிழர்களுக்கிடையில் போட்டிகளும், பொறாமைகளும் தலைதூக்க ஆரம்பித்திருந்தன. யார் கூடுதலாக மேலதிகநேர வேலைகள் செய்து கூடுதலாக உழைப்பது என்பதில் ஆரம்பித்த போட்டிகள் பொறாமைகளாக மாறித் தமிழர்களுக்கிடையில் ஒரு ஆரோக்கியமில்லாத சூழலை உருவாக்கியிருந்தது.

"இவர் வேலை செய்யாமல் நெடுகலும் கதைத்துக் கொண்டு நிக்கிறார். அவர் அடிக்கடி சிகரெட் பத்தப்போறார். இவர் எந்த நேரமும் டாய்லெட்டுக்க போய்க் குந்தியிருக்கிறார். அவர் ஓவர்ரைம் செய்வதற்காக வேலையை இழுத்தடிக்கிறார்" போன்ற முறைப்பாடுகளுடன் சக தொழிலாளர்களையே முதலாளிக்கும், பொறுப்பாளர்களுக்கும் காட்டிக்கொடுத்தும், பந்தம் பிடித்தும் சலுகைகளைப் பெறுவதற்காகச் சில தமிழர்கள் சளைக்காது வேலை செய்தார்கள். அதனைத் தங்களுக்குச் சாதகமாகப் பயன்படுத்தி தொழிலாளிகளின் உழைப்பைச் சுரண்டுவதில் தானும் சளைத்தவன் அல்ல என்பதை முதலாளியும் நிரூபிக்க ஆரம்பித்ததன் விளைவாக மணித்தியாலச் சம்பள நடைமுறை நிறுத்தப்பட்டு, இத்தனை கிலோ மீன் வெட்டினால் இவ்வளவு சம்பளமென ஒப்பந்த அடிப்படையிலான சம்பளக் கொடுப்பனவு நடைமுறைக்கு வந்தது. அந்த நடைமுறையானது தொழிலாளிகளை உழைத்துத் தேய்ந்துபோகவும் முதலாளியைக் கொழுகொழுவெனக் கொழுக்கவும் வைத்தது.

"அட தம்பியா எவ்வளவுதான் ஸ்பீற்றா வெட்டினாலும் மணித்தியாலத்துக்கு ஐம்பது குரோணைத் தாண்டுதில்லையடா" எனச் செத்துப்போன தொஸ்க் மீனின் கண்களை முறைத்துப் பார்த்தபடியே பக்கத்தில் நின்ற குணாவிடம் சலித்துக்கொண்டார் மணியமண்ணை.

"அண்ணை நீங்கள் இப்பிடி எல்லாரோடையும் கதை குடுக்கிறதாலும், அடிக்கடி இந்தச் சிகரெட்டைச் சுருட்டுறதாலையும் தான் வேலை ஓடுதில்ல. அங்க பாருங்க அவங்கள் மணித்தியாலத்துக்கு அறுபது, அறுபத்தைந்து குரோணருக்கு வெட்டுறாங்கள்" எனப் பக்கத்தில் இயந்திர கதியில் மீன்களை வெட்டித் தள்ளிக்கொண்டு இயந்திரங்களோடு இயந்திரங்களாகிப் போன தமிழர்களைச் சுட்டிக் காட்டினான் குணா.

"ஓ... வெட்டுறாங்கள்தான். ஆரு இல்லையெண்டது. ஆனால், அது மோட்டுத்தனமடாப்பா. இப்ப இவைக்கு விளங்காது. இந்தக் குளிருக்க இப்பிடிக் கிடந்து முறிஞ்சால் வலு கெதியில காலக் கையை இழுத்து படுக்கையில விழுத்திப்போடும். சும்மா விளையாட்டில்ல கண்டியே, நீயும் கவனமடாப்பா சுவர் இருந்தால்தான் சித்திரம் வரையலாம்" என்றார்.

"ஓமண்ணே நீங்க சொல்லுறதும் சரிதான். இப்பவே வேலை முடிஞ்சு வீட்டை போனால் கைக் கும்பம் ரெண்டும் வதவதவெண்டு உளையுது" எனக் குணாவும் சலித்துக்கொண்டான். அப்போது அங்கே மேற்பார்வைக்கு வந்த அப் பகுதியின் பொறுப்பாளன் இயந்திரகதியில் வேலையில் நின்றவர்களுடன் வலுகூலாகச் சிரித்துக் கதைத்துக்கொண்டு நின்றான்.

"இஞ்ச பாரடா தம்பியா, முன்னம் மணித்தியாலச் சம்பளத்துக்கு வேலை செய்யேக்க சிடுமூஞ்சியோட முன்னும் பின்னுமாய் தடி விட்டுக்கொண்டு திரிஞ்சவன் இப்ப சிரிச்சுச் சிரிச்சுக் கதைச்சுக்கொண்டு நிக்கிறான்."

"ஓமண்ணை... ஆனால், இப்ப எங்கட ஆட்களுக்கெல்லே கதைக்க நேரமில்லை. இந்த வெள்ளையள் தேன் ஒழுகப் பேசிப் பேசியே வியர்வை ஒழுக ஒழுக வேலையுமெல்லே வாங்கிப்போடுவாங்கள்" எனப் புறுபுறுத்தபடியே குளிரில்

போக்காளி | 219

விறைத்த விரல்களை மடக்கியும், விரித்துதும் அசைத்துச் சூடேற்றினான் குணா.

ஒப்பந்த அடிப்படையிற் சம்பளம் வழங்கும் நடைமுறை வந்ததிலிருந்து. தமிழர்கள் சிலர் வீட்டுக்குப் போவதையே மறந்துபோனார்கள். தொழிற்சாலை பூட்டும் வரையிலும் நின்று தொன் கணக்கில் மீன்களை வெட்டித்தள்ளினார்கள். அது அவர்களுக்குக் கூடுதலான வருமானமாகவும், முதலாளிக்குக் கொள்ளை லாபமாகவும் இருந்தது. நோர்வேஜியர்கள் எல்லோரும் எட்டு மணித்தியால வேலை முடிந்தவுடன் வீடுகளுக்குச் சென்று கொண்டிருக்க, "பார்த்தியே, வெள்ளையளுக்கு உடம்பில எவ்வளவு கவனமெண்டு" என்றார் குணாவைப் பார்த்த மணியமண்ணை.

"ம்... அதுதான் அண்ணே அவங்கள் தொண்ணூறு தொண்ணூறுற்றைஞ்சு வருசங்கள் அந்த மாதிரி வாழுறாங்கள். நாங்கள் பென்ஷனுக்கு முன்னமே போய்ச் சேர்ந்திடுவமல்லே" எனப் பெருமூச்சு விட்டான் குணா. அவனது தேவைகளும் சக்திக்கு மீறிய உடல் உழைப்பை அவனிடமிருந்து உறிஞ்சிக்கொண்டிருந்ததை அவனும் உணராமலில்லை.

காலையில் அலாரம் அடித்துத் துள்ளி எழுவதும், அரக்கப் பரக்க வேலைக்கு ஓடுவதும் மீன்களோடும், இயந்திரங்களோடும் மல்லுக்கட்டிச் சக்திகளையெல்லாம் இழந்தபின் நடக்கவே தெம்பற்ற நிலையில் தாண்டித் தாண்டி வீட்டுக்கு வருவதும், இழந்த சக்தியை மீண்டும் பெறுவதற்காக சக்தியற்ற உடலோடு எதையாவது சமைப்பதும், வெந்தது பாதி வேகாதது பாதியாக அள்ளிக் கொட்டிவிட்டு, லிங்கத்தாரிடம் வாங்கி வந்த படக்கொப்பியை ஓடவிடுவதும், படம் நல்லதோ கெட்டதோ பாதியில் நிறுத்தும் பழக்கமேயில்லை. இரண்டு மணித்தியாலப் பொழுதைப் போக்க இருந்த ஒரே வழி அது ஒன்றே தான். படங்கள் இல்லாத நாட்களில் முதலாம் மாடிக்குப் போய் ஆட்களைக் கூட்டிக் காட்ஸ் விளையாடுவதும், பின்னர் இரவுச் சாப்பாட்டிற்கும் ஏதாவது வழிபார்த்துவிட்டுப் புலிகளின் குரல் தொலைபேசிச் செய்தியைக் கேட்டு அன்றைய நாட்டு நடப்புகளை அறிந்து ஆராய்ந்தபடி மீண்டும் படுக்கையிற் போய்

விழுவதுமாக அந்த குடியிருப்பில் குணாவினதும், நிமலனதும் அன்றாடங்கள் கழிந்துகொண்டிருந்தன.

அந்த நகராட்சியில் மூன்று, நான்கு வருடங்களாக வாழ்ந்து கடன்கள், கடமைகளை ஓரளவு நிவர்த்தி செய்திருந்தவர்கள் அடுத்தகட்டமாக இங்கு வசதி வாழ்க்கைக்கான வழிகளைத் தேட ஆரம்பித்திருந்தனர். அதன் முதற்படியாகச் சாரதி அனுமதிப்பத்திரம் எடுப்பதற்கான முயற்சிகளிற் பலர் ஈடுபட்டிருந்தார்கள். நோர்வேஜிய சாரதி அனுமதிப்பத்திரம் எடுப்பதும் லேசுப்பட்ட வேலையாய் இருக்கவில்லை. இங்கத்தைய வீதிச் சட்ட திட்டங்களைப் படித்துச் சித்தியடைவதற்கும் வாகனம் ஓட்டிப் பழகுவதற்கும் ஏராளமான பணம் செலவானது. அப் பணத்தைக்கூட மிச்சம் பிடிப்பதற்குச் சிலர் குறுக்கு வழிகளை கையாண்டார்கள். பழைய கார்களை வாங்கி நண்பர்களுடன் சேர்ந்து ஓட்டிப் பழகிவிட்டு, இலங்கையில் லஞ்சம் கொடுத்து அங்கத்தைய சாரதி அனுமதிப்பத்திரத்தை களவாக எடுப்பித்து, இங்கு அதனை நோர்வேஜிய சாரதி அனுமதிப்பத்திரமாக மாற்றிக்கொண்டார்கள். அப்படி மாற்றிக்கொண்டவர்களில் பலர் சில மாதங்களுக்குள்ளேயே விபத்துக்களில் சிக்கி ஏராளமான பணத்தை இழந்தது மட்டுமன்றி சிலர் உயிர்களைக்கூட இழந்தார்கள்.

வாகனம் ஓட்டுவதில் மிகவும் விருப்பங்கொண்ட நிமலனும் இங்கு சாரதிப் பயிற்சிப் பாடசாலைக்கு போகத் தொடங்கியதோடு குணாவையும் இணையும்படியாக கேட்டுக்கொண்டான். குணாவோ “இதெல்லாம் எனக்குத் தேவையில்லாத விசயம் மச்சி, லைசன்ஸ் எடுத்தால் கார் வேண்ட வேண்டி வரும், கார் வேண்டினால் நிறைய செலவுகளும் வரும். இதுக்கெல்லாம் இப்போதைக்கு என்னட்ட வசதியில்லை” எனக் கூறி ஒதுங்கிக்கொண்டான்.

* * *

வேலைத்தளத்தில் எல்லோரும் மும்மரமாக இயங்கிக்கொண்டிருந்தார்கள். ஒப்பந்த அடிப்படையிலான சம்பள நடைமுறை வந்ததிலிருந்து தமிழர்களுக்கிடையில் கேலி கிண்டல்களென நகைச்சுவைப் பேச்சுக்கள் எல்லாமே குறைந்துபோயின. எல்லோரும் இயந்திரங்களோடு

இயந்திரங்களாய் இறுக்கமாகிப்போனார்கள். பொன்னான நேரத்தை எவருமே மண்ணாக்க விரும்பவில்லை. பொன்னாக்கவே விரும்பினார்கள். அன்று முழுவதும் குணாவுக்கு ஒரே தலையிடி வீட்டுக்குப்போய் ரெண்டு குளிசை போட்டால் தான் சரியாகுமென நினைத்தவன் நான்கு மணிக்கே வேலையை முடித்து உடுப்பை மாற்றிக்கொண்டு வெளியே இறங்கினான்.

"என்ன குணா, நீரும் இண்டைக்கு நேரத்தோட முடிச்சிட்டீரே?" வழமைக்கு மாறாக நேரத்துடன் வேலையை முடித்துக்கொண்டு கிளம்பிய குட்டிசிறி கேட்டான்.

"ஓமண்ணே... ஒரே தலையிடியா இருக்குது அதுதான் வெளிக்கிட்டனான். அதுசரி உங்களுக்கு என்ன நடந்தது?"

"எனக்கெல்லே என்ர ஆள் வந்து கொழும்பில நிக்குது. அதுதான் போன் கதைக்கிறதுக்காக நேரத்தோட வெளிக்கிட்டனான்."

"ஓ...கோ... அப்ப இந்த மாதச் சம்பளத்துக்கு அலுப்பு வந்திட்டுது போல."

"ஐயோ! அதையேன் கேட்கிறீர். நேற்று ஒரு கொஞ்ச நேரந்தான் கதைச்சனான் ஐஞூறு யுனிற் பறந்திற்று. யுனிற் ஓடுறதைப் பார்த்தால் கதைக்கவே மனம்வரும்? அதுதான் இண்டைக்கு ரெலிபோன் பூத்தில ஒரு அலுவல் பார்க்கிற பிளானோட வெளிக்கிட்டிருக்கிறன் நீரும் வாருமன்" எனக் குட்டிசிறி கேட்டதுமே குணாவுக்கு ஜெர்மனியில் சிறியன் நூல் விட்ட ஞாபகம் வரவே, "என்ன நூல் விடப்போறியளே?" எனக் கேட்டான்.

"சேச்சே... அதெல்லாம் இப்ப சரிவராது. இது வேற, வந்து பாருமன் விளையாட்டை" என்றவாறு நடந்துகொண்டிருந்த குட்டிசிறியின் பின்னால் அது என்னதானென அறியும் ஆவலுடன் குணாவும் சென்றான்.

நகரின் மத்தியிலிருந்த ஒரு ரெலிபோன் பூத்துக்குள் நுழைந்த குட்டிசிறி அக்கம் பக்கத்தை நோட்டமிட்டபடி குணாவையும் உள்ளே வரும்படி அழைத்தான். அவனும் உள்ளே சென்றதும், ரிசீவரைக் கையிலெடுத்த குட்டிசிறி ரெலிபோன் பூத்தையும், ரிசீவரையும் இணைத்துவைத்திருந்த

அலுமினியத்தால் கவர் செய்யப்பட்டிருந்த வயர் வெளியே தெரியாதபடி மறைத்துக்கொண்டு நிற்கும்படி கேட்டுக்கொள்ள, குணாவும் தங்களின் திருகுதாளம் வெளியே தெரியாதபடிக்கு மறைத்துக்கொண்டு நின்றான். ரிசீவரை இடது கன்னத்துக்கும், தோள்ப்பட்டைக்கும் இடையில் செருகித் தலையை இடப்பக்கமாகச் சரித்துக்கொண்டவன் காசைப் போடும் துவாரத்துக்குள் பத்துக் குரோணர் குற்றி ஒன்றை செலுத்திவிட்டு கொழும்பு இலக்கத்தை அழுத்தினான். அங்கே ரிங் போய்க்கொண்டிருக்கும்போதே சட்டென யக்கற்றின் உட்பொக்கற்றில் இருந்து காஸ் அடுப்புப் பற்றவைக்கப் பாவிக்கும் நீளமான லைட்டர் ஒன்றை எடுத்தவன் பூத்தையும், ரிசீவரையும் இணைத்திருந்த அலுமினியத்தால் கவர் செய்யப்பட்டிருந்த அந்த வயரில் லைட்டரை வைத்து அடித்தான். ரிக், ரிக் லைட்டரில் இருந்து பொறிகள் பறந்ததைப் பார்த்ததும் பூத்தைக் கொளுத்திவிடுவானோ எனப் பயந்துபோய் நின்றான் குணா.

“ஹலோ... ஹலோ... லைன்ல நில்லுங்கோ... லைன்ல நில்லுங்கோ...” மூச்சுவிடாமல் கத்திய குட்டிசிறி லைட்டரை தொடர்ந்து ஸ்பார்க் செய்ய தொலைபேசியிலிருந்து கீக்...கீக்... என வந்த சத்தம் சில வினாடிகளிலேயே நின்றுபோனது, புன்சிரிப்புடன் “சக்சஸ்” எனப் பெருவிரலைக் காட்டி சமிக்ஞை செய்த குட்டிசிறி இனி எத்தனை மணித்தியாலம் வேணுமெண்டாலும் கதைக்கலாம் என்ற நம்பிக்கையுடன் சந்தோஷமாக காதலியுடன் உரையாட ஆரம்பித்தான். சிவபூசைக்குள் இந்தக் கரடிக்கு இனியென்ன வேலையென நினைத்த குணா அங்கிருந்து வெளியேறி நடக்க ஆரம்பித்தான். தமிழர்களின் கண்டுபிடிப்புகளை நினைத்துப்பார்த்தபோது தலையிடி இன்னும் அதிகரித்துவிடும் போலிருந்தது அவனுக்கு.

வீட்டில் சின்னக்கவுண்டர் படம் விறுவிறுப்பாய் ஓடிக்கொண்டிருந்தபோது அழைப்பு மணி ஒலிக்க ஓடிப்போய் கதவைத் திறந்தான் குணா. முப்பத்திரண்டு பற்களும் பளிச்சிட நின்றார் மணியமண்ணை.

“என்ன அண்ணே மனிசி, பிள்ளைகளுக்கு விசா கிடைச்சிற்றுது போல?”

“எப்பிடித் தம்பியா கண்டுபிடிச்சனி?”

"பின்ன, முகத்தைப் பார்க்கவே தெரியுதே, இவ்வளவு சந்தோஷத்தோடா உங்கட முகத்தை நான் பார்த்ததே இல்லையே! சரி... சரி வாசல்ல நிக்காமல் உள்ள வாங்க..."

"ஓமடாப்பா சரியான சந்தோஷமாத்தான் இருக்குது. வாற மாசமே ரிக்கட் போடச்சொல்லிப்போட்டன். அதுதான் வீட்டைப் பற்றிக் கதைப்பமெண்டு வந்தனான்" என்றவாறே அமர்ந்தார்.

"ஓ... எங்களுக்குப் பிரச்சனை இல்லைத்தானே, என்னடா மச்சி." என்றவாறு நிமலனைப் பார்த்தான் குணா.

"ஓமோம்... அதுசரியண்ண, நீங்க முதல்ல அவங்களோட கதைச்சிங்களே?" கேட்டான் நிமலன்.

"ஓமப்பன், அவங்களோட எல்லாம் கதைச்சாச்சு, சமறிக் கணக்கில உந்தப் போத்தல் கீத்தல் வேண்டுற சேட்டையல் ஒண்டும் வைக்கப்படாது எண்டும் கட்டன்ரைட்டா சொல்லிப்போட்டன். அவங்களும் அதுக்கு ஓகேயாம். அருணனும் ரெண்டொரு நாளில போயிருவான் போலகிடக்குது. பிறகென்ன, உங்களுக்கும் லாபம் தானே, எனக்கும் வீடு தேடி அலையிற வேலையில்லாமல் போயிரும். அதோட ஒண்டுக்க ஒண்டாப் பழகின பெடியளோட பக்கத்தில இருக்கிறதும் நல்லதுதானே, இந்த நாட்டில ஏதும் அந்தரம் ஆபத்தெண்டால் உந்த நொஸ்க்கனே ஓடிவரப்போறான்" என்றவாறே அமர்ந்தார்.

"ம்...ம்... நீங்க இப்பிடிச் சொல்லுறியள் ஆனால், எதிர்வீட்டு உலகநாதன் அண்ணே வெளிநாட்டுக்காரரே இல்லாத நொஸ்க் ஏரியாவில வீடு மாற அலுவல் பார்க்குறாராம் கேள்விப்பட்டீங்களே?" கேட்டான் குணா.

"ஓமோம் கேள்விப்பட்டனான். அவை வீடு மட்டும் மாறயில்ல மதமும் தான் மாறப்போகினம்" எனக் கொடுப்புக்குள் சிரித்தார் மணியமண்ணை.

"என்ன அண்ணே! உண்மையாவே?" ஆச்சரியத்துடன் கேட்டான் குணா.

“ஓமடாப்பா உந்த கொசோவாவோ, ஜெகோவாவோ ஏதோவொரு பேர் சொன்னாங்கள், அந்த மதம் மாத்துற கோஸ்டி தானே அடிக்கடியிப்ப அவையிட்ட வந்து போகுது. நீங்க கவனிக்கயில்லையே?”

“என்ன அண்ணே! அண்டைக்கு நாங்கள் வீட்டை போகைக்க ஒரே சாமிப் படமும், சாம்பிராணிப் புகையுமாக பக்திப் பழங்களாய் இருந்ததுகள். இண்டைக்கு நீங்கள் இப்பிடிச் சொல்லுறிங்களே!” என்றான் குணா.

“அட போங்கடா, சாம்பிராணிக்குச்சியைக் கொளுத்திக் கிடைக்காதது மெளுகுதிரியைக் கொளுத்தினால் கிடைக்குதெண்டால் சும்மா விடுங்களே...”

“என்ன அண்ணே சொல்லுறியள்? ஊரில கோயில் புக்கையிலையே வளர்ந்த சனங்களெல்லே அதுகள். ஐயருக்கு முன்னமே கோயிலுக்க போய் நிண்டதுகளா இப்படி?” என வியப்புடன் வினாவினான் தயாரித்துக் கொண்டுவந்த தேநீரை நீட்டியவாறே நிமலன்.

“ஓ... ஊரிலை இந்தப் பூசை கட்டுறன், அந்த விரதம் பிடிக்கிறன் கடவுளே எனக்கு எல்லா வசதியையும் தா எண்டு கேட்கத்தானே கோயிலுக்குப் போறனாங்கள். ஆனால், இங்க இவங்கள் எல்லா வசதி வாய்ப்புகளையும் தந்துபோட்டுத்தானே சேர்ச்சுக்க இழுக்கிறாங்கள். உலகநாதனுக்கும், மனிசிக்கும் திடீரெண்டு நல்ல வேலைகள், புதுக்கார் வாங்க வங்கிக் கடன், வாடகை கூடின ஏரியாவில இப்ப வீடு பார்க்கினம் இந்த வசதியெல்லாம் என்னெண்டு வந்ததெண்டு நினைக்கிறீங்கள்? எல்லாம் அரோகரா சொன்ன வாயால ஆமென் சொன்னதால தாண்டா தம்பிமாரே. சரி... சரி... எனக்கும் நேரமாகுது மனிசிக்குப் போன் எடுக்கிறனெண்டு சொன்னனான் பாத்துக்கொண்டு நிப்பாள். நான் போயிட்டுவாறன் நீங்கள் படத்தப் பாருங்க.” மணியமண்ணை ஆறிப்போன மிகுதித் தேனீரை வாய்க்குள் ஊத்திக்கொண்டு எழுந்தோட, மீண்டும் நின்ற இடத்திலிருந்து சின்னக்கவுண்டரும் ஓட ஆரம்பித்தார்.

காலையில் அலாரம் அலறியடித்ததுமே நிமலன் வழமைபோலவே துள்ளி எழுந்துவிட்டான். அவன் குளியலறையிலிருந்து

வெளியே வரும்வரை கண்விழித்தபடியே கட்டிலில் சோம்பல் முறிக்கும் குணாவால் இன்று தலை தூக்கவே முடியவில்லை. உடலெல்லாம் ஆமி அடித்தது போல் ஒரே வலி. அப்படியிருந்தும் எழ முயற்சித்தான், முடியவில்லை. தலைசுற்றி மீண்டும் அவனைக் கட்டிலில் வீழ்த்தியது. வழமைபோல் குளியலறையால் வந்ததும் தேனீரும் தயாரித்து வேலைக்குக் கொண்டுபோவதற்கான பாணுடன் பால்கட்டி, வாட்டிய இறைச்சித்துண்டுகள் போன்றவற்றைப் பொதி செய்துகொண்டு வந்த நிமலன் படுக்கையிலிருந்த குணாவைப் பார்த்து ஆச்சரியத்துடன் கேட்டான், “என்னடாப்பா... இன்னும் எழும்பயில்லையே?”

“ம்... என்னால எழாமக்கிடக்கடா மச்சி. உடம்பெல்லாம் நோகுது காய்ச்சல்க் குணமா இருக்கு” என அனுங்கிய குணாவின் நெற்றியைத் தொட்டுப்பார்த்த நிமலன்.

“ஓம் மச்சி சூடாத்தான் இருக்குது. அப்ப இண்டைக்கு உனக்குச் சுகமில்லை எண்டு வேலையில சொல்லிவிடட்டே?”

“ம்.” எனக் குணாவின் குரல் மீண்டும் அனுங்கியது.

“இந்தா... உனக்குக் கட்டின பாணும், பிளாஸ்க்கில ஊத்தின ரீயும் இருக்கு, சாப்பிட்டுப்போட்டு ரெண்டு பரசெற்றப் போட்டிற்று படு” என்ற நிமலன் வேலைக்கு ஓடினான்.

இரண்டாம் நாள் உடல்வலி, தலைவலி, காச்சல் எல்லாமே அதிகரித்ததோடு உடல் மிகவும் சோர்வடைந்திருந்தது.

“எழும்படாப்பா! எழும்பு இப்பிடியே படுத்திருந்தா ஒண்டும் சரிவராது. டொக்டரிட்டக் காட்டுறது தான் நல்லது. மருந்துதான் தராவிட்டாலும் சீக்கமெல்டிங்காவது தருவாங்களல்லே, வா... போற வழியில தானே நான் உன்னை விட்டிற்றுப் போறன். எழும்பி வெளிக்கிடு எழும்பு! எழும்பு!” என்ற நிமலனின் நச்சரிப்பைத் தாங்கமுடியாமல் தள்ளாட்டத்துடன் முனகியபடியே எழுந்து வெளிக்கிட்டுச்சென்றான்.

வைத்தியரின் அறைவாயிலில் நோயாளர்களுடன் காத்திருந்தான். ஒரு பதினேழு, பதினெட்டு வயது மதிக்கத்தக்க நோர்வேஜியச் சிறுவன் உடலைக் குறுக்கி நடுங்கியபடி தாயின் மடியில்

தலைவைத்துப் படுத்திருந்தான். அவனது தலைமுடியை வாஞ்சையாக வருடிக்கொடுத்தபடி அடிக்கடி அவனது கழுத்துப்பகுதியைத் தொட்டுப் பார்த்துக்கொண்டிருந்தாள் தாய். மகன் நோயின் தாக்கத்தால் முனகிய வேளைகளிலெல்லாம் குனிந்து அவனது நெற்றியில் முத்தமிட்டுக்கொண்டிருந்தாள். அதனைக் கண்ணுற்ற குணாவை அம்மாவின் ஞாபகங்கள் வந்து மொய்த்துக்கொள்ள ஆழ்ந்த பெருமூச்சொன்று அவனையறியாமலேயே வெளியேறியது. அச் சிறுவனைப் பார்க்கக் குணாவுக்குப் பொறாமை உணர்ச்சி மட்டுமல்ல, கிட்டத்தட்ட இதே வயதில் தன்னை தன்னந்தனியனாக கண்காணத் தேசத்துக்கு அனுப்பிவைத்த தன் தாய்மீது ஒருவித வெறுப்பு உணர்ச்சியும் உண்டானது. மறுகணமே 'பாவம், அம்மா தான் என்ன செய்வா! அப்பா உயிரோடு இருந்து குடும்பத்தைக் கவனித்திருந்தால் என்னை இவ்வளவு தூரம் அனுப்பியிருக்கமாட்டா தானே' எனத் தனக்குத் தானே சமாதானமும் சொல்லிக்கொண்டான். அக்கணமே அம்மாவின் மீது ஏற்பட்ட வெறுப்புப் பரிதாபமாக மாறியது.

வயிற்றைப் பிரட்டிக்கொண்டு வாந்தி வருவதுபோல் இருந்தது. எழுந்து மலசல கூடத்திற்குப் போகக்கூடத் தெம்பற்ற உடல் சோர்வாகவும், அம்மிக் கல்லைத் தூக்கி வைத்தாற்போல் தலை மிகவும் பாரமாகவும் இருந்தது. தானே தன் கழுத்துப் பகுதியைத் தொட்டுப்பார்த்துக் காய்ச்சல் கூடிக்கொண்டிருப்பதை உணர்ந்துகொண்டான். உடல் வலியோடு அம்மாவின் நினைவுகளால் ஏற்பட்ட மனவலியும் அவனைத் தாக்கியது. உடல் வலிக்கு வைத்தியர் மருந்து தந்துவிடுவார். ஆனால், இந்த மனவலியைத் திரும்பிப் போகும்வரை சுமந்துகொண்டேதான் இருக்க வேண்டுமென்பதையும் புரிந்துகொண்டிருந்தான். இருந்தும், ஒருவேளை திரும்பிப் போவதற்கான வழியே இல்லாமற் போய்விட்டால்? எண்ணியபோதே உதிர நாளங்கள் உறைந்துவிட்டது போலிருந்தது. காலம் கொடியது அது அவனது வழியில் பூக்களைத் தூவுமா? முட்களை விதைக்குமா? காலத்தின் கோலத்தைக் காணக் காத்திருந்தான் அவன்.

குணாவைப் பரிசோதித்த வைத்தியர் சின்னம்மைக்கான அறிகுறிகள் இருப்பதாகவும் நிறையத் தண்ணீர் குடிக்கும்படியும், இருப்பிடங்களையும், படுக்கையறையையும் குளிர்மையாகவும்,

தூய்மையாகவும் வைத்திருக்கும்படியும் கூறி ஒரு வாரத்துக்கு மருத்துவ விடுப்பும் எழுதிக்கொடுத்தார்.

அன்று மதியமே காய்ச்சலும் கடுமையாக்கி வாயிலும், நாக்கிலும் சிறு கொப்புளங்கள் போட ஆரம்பித்து இரவுக்குள் மெல்ல மெல்ல உடல் முழுவதும் பரவியது. உடலில் அரிப்பும், எரிச்சலுமாய் நோயின் தாக்கம் தாங்கமுடியாமல் தவித்தவனின் மனம் அம்மாவின் அருகாமைக்காக ஏங்கியது. அவனுக்குச் சிறு தடிமன் என்றாலே அம்மா ஊரையே கூப்பிட்டுவிடுவா. கொதிக்கக் கொதிக்கப் பானையில் சுடுதண்ணீர் வைத்து அதற்குள் தேயிலைச் சாயத்தையோ தேசிச் செடியையோ போட்டுப் பானையின் வாயில் அவனின் முகத்தை அமுக்கிப் பிடித்துச் சால்வையால் தலையை மூடி அவனைப் படாத பாடு படுத்திவிடுவா. இப்போது அவனுக்கு அந்த ஞாபகங்களெல்லாம் வந்தது. இப்போதிருக்கும் இந்த நிலையில் ஊரில் இருந்திருந்தால் அம்மா என்னைக் கையில் ஏந்தியிருப்பா. எத்தனை விதமான வைத்தியங்கள், பத்தியங்கள் எவ்வளவு அன்பான பராமரிப்புக்களென அம்மா அமர்க்களப்படுத்தியிருப்பா, எனவெண்ணிக் கலங்கியவாறே படுக்கையில் சுருண்டு கிடந்தான். நோயுடன் தனிமையுணர்வின் குரூரத்தைத் தாங்க முடியாமல் தேகாந்தமும் நடுநடுங்கியது. பார்த்துக்கொண்டிருக்கும் போதே உடல் முழுவதையும் சின்னம்மைக் கொப்புளங்கள் நிறைத்துக்கொண்டன.

“மச்சி இது அம்மாள் வருத்தமடாப்பா மரக்கறிதான் சாப்பிடவேணும்” எனக் கூறியபடியே வேலைக் களைப்புடன் வந்து சோற்றுடன் சோயாமீற் குழம்பும், பருப்புக்கறியும் சமைத்துச் சுடச்சுட ஆவி பறக்க சாப்பாட்டுக் கோப்பையுடன் வந்து நின்ற நிமலனை நீர் முட்டிய கண்களால் பார்த்தான். மனம் சாப்பாட்டில் நாட்டமற்று இருந்தபோதிலும், நண்பனுக்காக உப்புச்சப்பை மறந்துபோயிருந்த நாக்கின் நுனியில் இரண்டு பிடி சோற்றை வைத்து உள்ளிழுத்து முண்டி விழுங்கினான். மூன்றாவது பிடிசோற்றை குழைத்துக் கொண்டிருக்கும்போதே அடிவயிற்றிலிருந்து குமட்டிக்கொண்டு வர வயிற்றைப் பிடித்தபடியே எழுந்து கழிவறைக்குள் புகுந்தான். உள்ளே போன இரண்டு பிடி சோறு உடலில் இருந்த தண்ணீரையும் அழைத்துக்கொண்டு வெளியே வந்தன. அவன் ஓங்காளித்த

சத்தம் கேட்டு ஓடிவந்த நிமலன் கவிழ்ந்து விழுந்த குணாவின் தலையை நிமிர்த்திப் பிடித்துக்கொண்டான். எழுந்து நடப்பதற்கே சக்தியற்றுக் குந்தியிருந்த குணாவைக் கைத்தாங்கலாக அறைக்கு அழைத்துச் சென்று படுக்க வைத்தான்.

"மச்சான் இது தொத்து வருத்தமடா என்னத் தொடாத." முனகினான் குணா.

"இல்ல மச்சி இந்த வருத்தம் ஒருக்காத்தான் வரும். முன்னம் இயக்கத்தில இருக்கைக்க ரெயினிங் காம்பிலேயே எனக்கு வந்திற்றுது" என்றான் நிமலன் பயமற்றவனாய்.

மீண்டும் அகதி முகாம் வாழ்வுபோல் வீட்டுக்குள்ளேயே முடங்கிக் கிடந்தான் குணா. இரவும், பகலும் என்றொரு காலம் இருந்ததே மறந்துபோயிற்று. உச்சம் தலையிலிருந்து உள்ளங்கால் வரையும் உடல் அம்மைக் கொப்புளங்களால் நிறைந்திருந்தது. தன் முகத்தைக் கண்ணாடியிற் பார்ப்பதற்கே அச்சப்பட்டான்.

இரண்டு கிழமைகள் நோயையும், நோவையும் அனுபவித்த பின்னர் மீண்டும் வேலைக்குப்போகும் நிலைக்குத் தேறினான். இரண்டு கிழமைகளாகத் தான் அனுபவித்த துன்பங்களை அம்மாவும், சகோதரிகளும் அறிந்தால் வருத்தப்படுவார்கள் என எண்ணியவன் அதனைப் பற்றிக் கடிதங்களில் எழுதாமலேயே மறைத்துக்கொண்டவன், வேலை முடித்து வந்ததும் கடிதப்பெட்டியினுள் காத்துக்கிடந்த அம்மாவின் கடிதத்தை ஆவலுடன் பிரித்துப் படித்தான்.

"மகனே கொஞ்ச நாட்களாகக் கெட்ட கெட்ட கனவுகளா வருகுதப்பு. நேற்றும்கூட நீ சுகமில்லாமல் ஆஸ்பத்திரியில படுத்திருக்கிற மாதிரிக் கனவு கண்டனான். தனிய இருக்கிற உன்னை நினைக்கத்தான் ஒரே ஏக்கமாகவும், பயமாகவும் இருக்குதப்பு. கவனமாக இரு ராசா, வருத்தம் ஏதுமெண்டல் அலட்சியமா இருந்திடாத அப்பு. உடனேயே ஆஸ்பத்திரிக்குப்போய் மருந்து எடு. கண்டபடி வேலை வேலை எண்டு ஓடித்திரியாத. காசு எப்பவும் உழைக்கலாம் காலம் கிடக்குத்தானே, அவசரமில்லை. வேளா வேளைக்குச் சாப்பிட்டு உடம்பை வடிவாக் கவனி. சுவர் இருந்தால்தான் சித்திரம் வரையலாம்" என்ற அம்மாவின் வரிகளை வாசித்து

முடித்தபோது அவனது இமைகளில் ஈரம் படிந்தது. தான் மறைக்க நினைத்த விடயங்களை அம்மாவுக்கு அறிவித்துவிட்ட கனவின் வலிமையை எண்ணிப் பார்த்தபோது அவனுக்குப் பெரும் வியப்பாகவும், ஆச்சரியமாகவும் இருந்தது.

◎

1993

விஸ்வாவுக்கும், ஜெனிற்றாவுக்கும் பெண் குழந்தை பிறந்துள்ளது என்ற இனிப்பான செய்தியைக் காலம் குணாவின் காதுகளிற் கொண்டுவந்து சேர்த்தது. மணியமண்ணை மனைவி, பிள்ளைகளுடன் மேல் வீட்டிற்குக் குடியேறிப்போகக் குணாவும், நிமலனும் கீழ் வீட்டிற்குக் குடியிறங்கினார்கள். அங்கே மணியமண்ணையும், அருணனும் சமைத்த நாட்களிலேயே குணாவுக்கும், நிமலனுக்கும் சமையல் வேலை இருந்தது. எல்லோரும் வேலைக்குப் போவதனால் வேலை முடிந்து வந்துதான் சமையலை ஆரம்பிப்பார்கள். சமையல் வேலை உள்ளவர்கள் அந்த நாட்களில் மேலதிகவேலை செய்ய முடியாத நிலையே இருந்தது. ஒவ்வொரு நாளும் மதியம், இரவு என இரண்டு நேரச் சமையல் நடந்தேறியது. மதியம் வழமையான சோறு, கறி தான். இரவுக்குப் பிட்டு, ரொட்டி அல்லது நூடில்ஸ் என வகைகள் மாறுபடும். சமைப்பவர்கள் சமைத்த அவ்வளவு உணவையும் ஆறு கோப்பைகளில் சமமாகப் பகிர்ந்து வைத்துவிட்டுச் சமைத்த பாத்திரங்களை உடனேயே கழுவி வைத்துவிடுவதே அங்கு நடைமுறையாக இருந்தது. பல நாட்களில் அளவுக்கு அதிகமாகச் சமைத்துக் கோப்பைகள் உணவினால் நிறைந்து வழியும். சில நாட்களில் உணவு போதாதவர்கள் கையையும், கோப்பையையும் நக்கிக்கொண்டிருக்க, உணவு கூடியவர்கள் மிகுதியைக் கொண்டுபோய்க் குப்பையிற் கொட்டுவதைக் கவனித்த குணா தன்னால் அவ்வளவையும் சாப்பிட முடியாதென்று தோன்றுகின்ற நாட்களில் மேலதிகமாகத் தேவைப்படுபவர்கள் சாப்பிடக்கூடியவாறு உணவை இன்னொரு கோப்பையில் பகிர்ந்து வைத்துவிடுவான். அது பெரும்பாலும் விக்கியின் வயிற்றையே நிறைத்தது.

அந்த வீட்டில் விக்கியிடம் ஒரு ரேப் ரைக்கோடர் இருந்தது. ரீவியில் படம் ஓடாத நேரங்களிலெல்லாம் அதில் பாடல்கள் ஒலித்துக்கொண்டே இருக்கும். இளையராஜாவின் இசையில் வெளிவந்த பாடல்களையே பெரும்பாலும் அங்கே கேட்கக்கூடியதாக இருந்தது. அன்றும் அப்படித்தான் “உன்னப்

போல ஆத்தா... என்னப் பெத்துப் போட்டா... என்னப் பெத்த ஆத்தா... கண்ணீரைத்தான் பாத்தா..." என இளையராஜாவின் இசையிலும், குரலிலுமாய் உருகிக் கரைந்து காற்றில் கலந்துகொண்டிருந்த பாடல் வரிகள் குணாவின் செவிகளினூடாக இதயத்துள் இறங்கி அவனை ஒரு உலுப்பு உலுக்கியது. கண்களை மூடி பாடலைக் கேட்டவாறு சோபாவில் படுத்திருந்தவனின் மனத்தை அம்மாவின் நினைவுகள் ஆட்கொள்ள சஞ்சலத்துடன் எழுந்து உட்காந்து கொண்டான்.

லிங்கத்தாரிடம் புதுப் படமேதும் வந்திருக்காவென பார்த்துவரப் போன வேந்தனும், தேவகனும் வெறுங்கையுடனே வந்தார்கள். அவர்களுக்கு ஒவ்வொரு நாளும் ஏதாவதொரு படம் பார்த்தே ஆகவேண்டும் இல்லையேல், வேந்தன் ஊரிலிருந்து வந்த அவனது தங்கையின் பூப்புனித நீராட்டுவிழா வீடியோக் கசற்றை போட்டுவிடுவான். அதை அவன் போடுவதே அதிலுள்ள அவனது மச்சாளைப் பார்த்து வீணீர் வடிப்பதற்குத்தான் என்பது எல்லோருக்கும் தெரிந்த விடயமாக இருந்தது. மீண்டும்... மீண்டுமென ரீவைன் பண்ணி மச்சாள் நிற்கும் பகுதியைப் பார்த்துப் பார்த்துக் கசற்றில் கீறல் விழுந்து விட்டது. மாமன் குடும்பம் வரும் கட்டத்தை ஸ்ரில் பண்ணிவைத்து மச்சாளைப் பார்த்து ஏக்கப்பெருமூச்சு விட்டபடியேயிருப்பான் வேந்தன். அவன்தான் அப்படியென்றால் அவனோடு சேர்ந்து தேவகனும் அந்த வீடியோவைச் சலிக்காமற் பார்ப்பான்.

வேந்தனின் மாமாவுக்கு இரண்டு அழகான மகள்கள் இருந்தார்கள். அவர்கள் ஒரு கரும்புத் தோட்டத்துக்குள் நின்றெடுத்த படமொன்றைப் பார்த்ததிலிருந்து, மாமனின் மூத்த மகளுக்குப் பெரிய கரும்பு என்றும், இளைய மகளுக்குச் சின்னக் கரும்பு என்றும் பட்டப் பெயர்கள் சூட்டியிருந்தார்கள். அவர்களைப் பற்றிக் கதைக்கும் போதெல்லாம் பெரிய கரும்பு, சின்னக் கரும்பு என்றுதான் விளிப்பார்கள். மாமா அவருடைய மூத்த மகளைத் தனக்குத்தான் கட்டிவைப்பதாகத் தனது அம்மாவுக்கு உறுதியளித்திருப்பதாக அடிக்கடி புளுகிக்கொள்வான் வேந்தன். சரி, அவன் தான் கட்டிக்கப்போகும் மச்சாளை இரவு பகலாக விழுந்துகிடந்து பார்த்து வீணீர் வடிக்கிறான் என்றால், இந்தத் தேவகன் என்ற எலிப் புழுக்கை ஏன் காயுது. என்ற பலரது உள்மனக் கேள்விக்கு அதுவரையும் அவன் "மச்சி, மச்சி" என்று

கூப்பிட்டுக்கொண்டிருந்த வேந்தனைச் “சகலை, சகலை” என்று கூப்பிட ஆரம்பித்தபோதுதான் அதற்கான பதில் கிடைத்தது.

தேவகன் நெருங்கிய நண்பன் என்பதால் மட்டுமன்றித் தன்னைப்போல் தீவிர புலி ஆதரவாளன் என்பதனாலும் அவனைச் சகலையாக ஏற்றுக்கொள்வதில் வேந்தனுக்கு எந்தத் தடையும் இருக்கவில்லை. வேந்தனுக்கு கூஜா தூக்குவதன் மூலமாகவே அவனுக்கு சகலை ஆகலாம் என்பதை நன்கு புரிந்துகொண்ட தேவகனும் அவனுக்கு ஒரு கைப்பிள்ளையாகவே ஆகிப்போனான். அவன் கேட்கும் போதெல்லாம் ரீ போட்டுக் கொடுப்பதிலிருந்து அவனது உடுப்புகளைத் தோய்க்கப்போட்டு அயன் பண்ணி வைப்பதுவரை அவனது வேலைகளை எல்லாம் தேவகனே இழுத்துப்போட்டுச் செய்தான். வேந்தனும் அவனது பலவீனத்தை தனக்குச் சாதகமாக்கிக்கொள்ள ஆரம்பித்திருந்தான். வேந்தன் “எள்” என்றால் தேவகன் எண்ணையாகிவிடும் நிலையே அங்கு இருந்தது.

அன்று தனதும், நிமலனதும் சமையல் நாள் என்பதனால் வேலையை முடித்துக்கொண்டு அவசர அவசரமாக குணா வீட்டுக்கு வந்தபோது அந்தக் கட்டிடத் தொகுதியின் முன்னால் வைக்கப்பட்டிருந்த குப்பைத் தொட்டியில் பழைய சாமான்களைக் கொண்டுவந்து கொட்டிக்கொண்டிருந்தார் முன் வீட்டு உமாதேவி அக்கா.

“என்னக்கா பழசுகளை எல்லாம் எறியிறீங்கள், வீடு மாறப் போறீங்கபோல” எனக் கேட்டபடியே குப்பைத்தொட்டியை எட்டிப் பார்த்தான். அங்கே கண்ட காட்சி அவனுக்குப் பேரதிர்ச்சியைக் கொடுத்தது. குப்பைத் தொட்டிக்குள் முருகன், பிள்ளையார் உட்பட எல்லா இந்துக் கடவுள்களும் சிதைந்து கிடந்தார்கள்.

“என்னக்கா இது! கடவுள்களைக் கொண்டுவந்து குப்பையில போடுறியள்?” தலையிற் கைவைத்தபடி திகைப்போடு கேட்டான்.

“சேச்செ... குப்பைகளை மட்டுந்தான் நான் குப்பைத் தொட்டியில கொட்டியிருக்கிறனே தவிர கடவுளை இல்லை. கர்த்தர் அவர் எப்பவுமே என்ர இதயத்திலதான் இருக்கிறார்” என்றவள்

குணாவின் முகத்தைக் கூட நிமிர்ந்து பார்க்காமல் விறுவிறுவென நடையைக் கட்டினாள்.

வீட்டுக்குள் நுழைந்ததும் கோழியுடன் மல்லுக்கட்டிக்கொண்டு நின்ற நிமலனிடம் விசயத்தைக் கூறியபோது, "அதுகளுக்கு நல்லா மதம் பிடிச்சுப்போச்சடா இனிச் சரிவராது, எக்கேடாவது கெட்டுப் போகட்டும் விடு" என்றவன் கொதியுடன் ஓங்கிய கத்தியை கோழியில் இறக்கி வைத்தான்.

இந்த அந்நிய தேசத்து அகதி வாழ்வானது, தூரத்தில் இருந்து பார்ப்பவர்களுக்குப் பகட்டானதாக தெரிந்த போதிலும் இந்த வாழ்வை அணுஅணுவாக அனுபவித்துக்கொண்டிருந்த குணா இதனைப் பாவப்பட்ட வாழ்வாகவே உணர்ந்தான். பகட்டு மயக்கத்தில் பலரும் ஐரோப்பாவை நோக்கிப் படையெடுத்துக்கொண்டிருக்கக் குணா மட்டும் 'எப்பதான் நான் என் தாய்நாட்டுக்குத் திரும்பிப் போவேனோ!' என்ற ஏக்கத்துடனேயே காலத்தைக் கடத்திக்கொண்டிருந்தான்.

ஏற்கனவே திருமணமமானவர்கள் நிரந்தர வேலையும், தங்குமிட வசதியையும் தேடிக்கொண்டவுடன் தங்கள் குடும்பத்தினரையும் இங்கே வரவழைத்துக்கொண்டிருக்க, திருமண வயதை எட்டியவர்கள் தங்கள் காதலிகளை, அல்லது பெற்றோர் பார்த்து முற்றாக்கிய பெண்களை இங்கே வரவழைத்துக் கொண்டிருந்தார்கள். பரராஜசிங்கத்தாரின் குடும்பமும் வந்து சேர்ந்திருந்தது. மகளுக்குப் பதினெட்டு வயதாவதற்கு முன்பே வீசா கிடைத்துவிட்டதில் பரராஜசிங்கத்தாருக்கு இரட்டிப்பு மகிழ்ச்சி. குணாவும், நிமலனும் நினைத்தது போலவே குடும்பத்தினர் வந்து சேர்ந்ததுமே அவர் சீலனைக் கழட்டி விட்டுவிட்டார்.

அன்றொரு நாள் குணாவை வழி மறித்த சீலன், தங்குவதற்கு இடமில்லாமல் வேலை செய்யும் கோழிப் பண்ணையிலேயே தற்காலிகமாகத் தங்குவதாகவும், உங்களுடன் வந்து தங்க முடியுமா? எனவும் கெஞ்சாத குறையாகக் கேட்டான். அவனைப் பார்க்கப் பாவமாகவும் இருந்தது. இப்போதுதான் ஆஸ்பத்திரியிலிருந்து துண்டுவெட்டி வந்த நோயாளியைப்போல் முகம்வாடிக் காணப்பட்டான்.

"இல்ல மச்சி, இப்ப இடமில்லையடா. சிலவேளை குட்டிசிறி அண்ணைக்கு மனிசி வந்தால் அவர் வீடு மாறிப் போயிருவார். அப்ப வேணுமெண்டால்ப் பார்க்கலாம்" என அவனுக்கு சமாதானம் சொல்லிவிட்டு வந்து அந்த விடையத்தை நிமலனிடம் கூறினான்.

"மாமா, மாமாவெண்டு பின்னால திரிஞ்சவனெல்லே அவனுக்கு இதுவும் வேணும் இன்னமும் வேணும்" என்றான் கடுப்புடன் நிமலன்.

"இல்ல மச்சி, அவன்ர நிலையைப் பார்த்தா பாவமா இருக்கடா. அந்தாள் அவனை மருமகன் ஆக்குறதுக்குத்தான் வளைச்சு வைச்சிருக்குது எண்டெல்லே நாங்க நினைச்சம்."

"ஓமடாப்பா நாங்க நினைச்சதும் சரிதான். அந்தாள் ஸ்பொன்சர் அனுப்புறதுக்கிடையில மகளுக்குப் பதினெட்டு வயசாகி வீசாக் கிடைச்சிருக்காட்டி அதுதான் நடந்திருக்கும். அவனுக்கும் அந்த அதிஸ்டம் அடிச்சுத்தானிருக்கும்" எனவொரு நக்கல் சிரிப்புச் சிரித்தான் நிமலன்.

"இன்னும் ஒண்டல்லே, அந்தாள் உந்தச் சாதி, அந்தஸ்து எல்லாம் பெரிசாப் பார்க்கிற மனுஷனல்லே சிலவேளை அதிலயேதும் சிக்கல் வந்திருக்குமோ என்னவோ யாருக்குத் தெரியும்."

"சரி... சரி... நமக்கேன் உந்தத் தேவையில்லாக் கதை, விடிஞ்சா வேலையல்லே பேசாமற் படு" எனக் கொட்டாவி விட்டவாறே அவன் இழுத்துப் போர்த்திய போர்வைக்குள்ளிருந்து சற்று நேரத்திலேயே குறட்டைச் சத்தம் வெளிவந்தது.

குணாவுக்குத் தூக்கம் வரவேயில்லை. "என்னயிருந்தாலும் அவரையே நம்பிப் போன சீலனுக்குப் பரராஜசிங்கத்தார் இப்படிச் செய்திருக்கக் கூடாது. மூன்று படுக்கயறைகள் உள்ள வீடென்றுதானே சொன்னவர். சீலன் வீடு பார்க்கும் வரையாவது அவனையும் மகனோட ஒரு அறையில தங்க விட்டிருக்கலாம்." பேச யாருமின்றி மனதோடு பேசிக்கொண்டான். கடந்துவந்த இந்தக் குறுகியகால வெளிநாட்டு வாழ்வில் எத்தனை விதமான மனிதர்கள், எத்தனை விதமான அனுபவங்கள். அகதிகளாக முகாம்களுக்குள் இருந்தபோது தமிழர் என்ற

போக்காளி | 235

ஒற்றைப் பெயருக்குள் இருந்த அந்த ஒற்றுமை இப்போது எங்கே போனது? எப்படித் தொலைந்தது? அப்போது எல்லோருக்கும் ஒரே இருப்பிடம், ஒரே வருமானம், அகதி என்ற ஒரே அந்தஸ்து. அதனால்தான் எவருக்குள்ளும் எந்த ஏற்றத்தாழ்வுகளும் இருக்கவில்லையோ? ஆனால் இப்போது, எல்லோரும் வசதி வாய்ப்புகளால் வேறுபட்டிருக்கின்றார்களே இதுதான் காரணமா? தனக்குள் தானே கேட்டவாறே அவனும் உறங்கிப்போனான்.

காலையில் வேலைத்தளத்தில் உடைகள் மாற்றும் அறையினுள் குணா நுழைந்தபோது அங்கு கூடிநின்ற தமிழர்களைக் கண்டதுமே நாட்டில் எதோ விபரீதம் நடந்திருக்கின்றது என்பதைப் புரிந்துகொண்டான்.

"என்ன அண்ணே! ஏதும் விஷயமே?" மணியமண்ணையிடம் கேட்டான்.

"ம்... மாத்தையாவை எல்லே அரஸ்ற் பண்ணியாச்சாம்."

"ஆ...க்... இண்டைக்கு ஏப்ரல் முதலாம் திகதி எண்டு தெரியும் என்னைப் பேக்காட்டாம சும்மா போங்க."

"இல்லக் குணா இது ஏப்ரல் பூல் செய்தியில்ல. நேற்று உண்மையாவே நடந்திருக்காம்" என்றான் சீரியசான முகத்துடன் அருகில் நின்ற குட்டிசிறி.

"என்னண்ணே விசர்க்கதை கதைக்கிறியள். மாத்தையா சைனற் அடிக்காமல் உயிரோட பிடிபட்டவரே?"

"ஓ... அது ஆமி பிடிச்சாலல்லோ சைனற் அடிக்கிறது" எனக் குந்தியிருந்து முழங்கால் வரையான பெரிய சப்பாத்துக்குள் காலை நுழைத்தவாறே கூறினான் குட்டிசிறி.

"என்ன அண்ணே சொல்லுற?" குழப்பத்துடன் நின்றான் குணா.

"இயக்கமே தான் மாத்தையாவைக் கைது செய்திருக்காம்" எனக் குட்டிசிறி சொல்லி முடித்ததுமே,

“இயக்கத்துக்கும், தலைவருக்கும் துரோகம் செய்ய நினைச்சா ஒரு பிள்ளையும் தப்ப முடியாது” எனப் பரராஜசிங்கமும் கர்ச்சித்தபடியே அங்கிருந்து வெளியேறியது.

“என்ன அண்ணே, இது நடக்கக் கூடிய காரியமே?” மணியமண்ணையைப் பார்த்த குணா எரிச்சலுடன் கேட்டான்.

“எது, கைதா? துரோகமா?”

“ரெண்டும் தான்.”

“இதொண்டும் புதிசில்லையப்பன். எல்லா இயக்கங்களுக்கையும் நடந்ததுதான். உண்மையிலேயே துரோகிப் பட்டங்களைச் சுமந்து நிக்கிறவங்கள்தான் தமிழினத் துரோகிகளா? அல்லது துரோகிப் பட்டங்களைச் சுமத்துறவங்கள்தான் தமிழினத் துரோகிகளா? எண்ட கேள்விக்குக் காலந்தான் பதில் சொல்ல வேணும். சரி... சரி, நீ வா... நாம போய் நம்மட வேலையப் பார்ப்பம்” என்றபடியே மணியமண்ணையும் வெளியேறினார்.

ஆயுதப் போராட்டம் என்ற ஒன்று தொடங்கித் தமிழர்களின் அரசியலில் நம்ப முடியாதவைகள் எல்லாம் நம்பக் கூடியனவாகவும், நம்பக் கூடியனவைகள் எல்லாம் நம்ப முடியாதவையாகவும் தோற்றம் பெறுகின்றனவா? என்ற உள்மனக் கேள்வியுடனும், குழப்பத்துடனுமே குணாவின் அன்றைய வேலைநாளும் கழிந்துபோனது.

வீட்டுக்கு வந்தபோது அன்றைய சமையலை முடித்துவிட்டு வேந்தன் மாத்தையா விடயமாக யாருடனோ தொலைபேசியில் உரையாடிக்கொண்டிருக்க, தேவகன் இலங்கைக்கு அனுப்புவதற்கு எழுதிய கடிதக் கவரில் ஒட்டப்பட்டிருந்த தபாற் தலையின் மேல் காகிதப் பசையை பூசிக்கொண்டிருந்தான். அதனைக் கவனித்த குணா “என்னடாப்பா முத்திரைக்குப் பின்பக்கத்தில பூசுற பசையை நீ முத்திரைக்கு மேல பூசுற?” குழப்பத்துடன் கேட்டான்.

“அடேய்... இதுனக்குத் தெரியாதே? இப்பிடி முத்திரைக்கு மேல பசையை பூசினால் முத்திரையில அடிக்கிற சீல் பசையில் தான் படும். பிறகு இந்த முத்திரை ஊரிலயிருந்து எனக்குத் திரும்பி வரும், அதை ஒரு ஈரத்துணியால லைற்ரா

துடைச்செடுக்கப் பசையோட சேர்ந்து சீலும் அழிஞ்சுபோயிரும். திரும்ப அடுத்த கடிதத்துக்கும் இந்த முத்திரையையே பாவிக்கலாமெடாப்பா, உங்க இப்பிடித்தானே எல்லாரும் செய்யிறாங்கள்" என்ற தேவகன், முத்திரைக்கு மேல் மெல்லிய கண்ணாடி போல் பூசப்பட்டிருந்த பசையை நுணுக்கமாக உற்றுப் பார்த்துக்கொண்டிருக்க, குணாவோ காசு மிச்சம் பிடிக்க எம்மவர்கள் கைக்கொள்ளும் காரியங்களில் ஒன்றைப் புதிதாகப் பார்த்து வாயடைத்துப்போய் நின்றான்.

"எடேய் இவன் மாத்தையா எண்ட பரதேசி நாய் றோவோட சேர்ந்து தலைவரைப் போட்டுத்தள்ளத் திட்டம் தீட்டியிருக்கிறானாமல்லே" என்றான் தொலைபேசி உரையாடலை முடித்துக்கொண்ட வேந்தன்.

"ச்ச... என்னயிருந்தாலும், தலைவர் தலைவர்தான். யார் யாரு என்னத்தைத் தீட்டினாலும் கண்டு பிடிச்சிடுவார். அப்பயினி மாத்தையாவுக்குக் கஞ்சிதான்" என்றான் சந்தோஷக் களிப்புடன் தேவகன்.

"அட சும்மா போங்கடாப்பா, தலைவர் காப்பாற்றப்பட்டிற்றார் எண்டு சந்தோஷப்படுறதா? அல்லது இயக்கத்துக்க இப்படியொரு பாரிய பிரச்சனை நடந்துபோச்சே எண்டு கவலைப்படுறதா? எனக்கெண்டால் ஒண்டுமா விளங்கயில்ல" எனச் சலித்துக்கொண்டான் குணா.

இரவு படுத்திருக்கையில் "மாத்தையா மட்டுமில்லையாமடா மாத்தையாவோட சேர்த்து இருநூறுக்கும் மேற்பட்ட போராளிகள் கைதாம், அநேகமா எல்லாருக்கும் வெடியாத்தான் இருக்கும்" என்றான் நிமலன். அதனைக் கேட்டதும் இன்னும் அதிகமான குணாவின் கவலையும், ஏக்கமும் தூக்கத்தைத் தூர விரட்டியடிக்க மனப் புழுக்கத்துடன் கட்டிலில் புரண்டுகொண்டிருந்தான்.

மறுநாள் கலா அக்காவிடமிருந்து கடிதமும், மருமகள் குணசீலியின் படங்களும் வந்திருந்தன. குழந்தை மிகவும் அழகாக இருந்தாள். ஆசையாகப் படத்தை எடுத்து முத்தமிட்டான். எப்போதான் இந்தக் குழந்தையை நேரில் பார்க்கப்போகின்றேனோ? என்ற ஏக்கம் மனதை நிறைத்துக்கொண்டது. குழந்தைக்குக் காட்டுவதற்கு அவனது படங்களையும் அனுப்பும்படியாகக்

கேட்டிருந்தாள் கலாக்கா. அம்மாவுக்கும் படங்கள் அனுப்பிக் கனகாலம் ஆகிவிட்டது. போனகிழமை வந்த கடிதத்தில் தங்கச்சியும் படம் கேட்டு எழுதியிருந்தாள். ஆக்கவித் அருணனிடந்தான் நல்ல கமரா இருந்தது. நாளைக்கு வேலை முடிந்து வரும்போது அவரின் வீட்டுக்குச் சென்று கமராவை வாங்கி வந்தால் வாற சனிக்கிழமையே நிமலனுடன் வெளியே சென்று படங்கள் எடுக்கலாமென மனதுக்குள் திட்டம் தீட்டிக்கொண்டான். வெள்ளைக்காரியின் வீடு எதுக்கும் போன் அடித்துக் கேட்டுப்போட்டு போறதுதான் நல்லதென்ற முடிவோடு தொடர்பு கொண்டபோது, “ஓம் குணா ஒரு பிரச்சனையுமில்ல. நாளைக்கே வந்து எடுத்திட்டுப்போ” என்றான் அருணன் பெரிய மனசோடு.

அழைப்பு மணியை அழுத்தியதும் அருணனின் காதலியே வந்து கதவைத் திறந்து, “வ்வங்கோ வ்வங்கோ” எனக் கொஞ்சும் குழந்தைத் தமிழில் வரவேற்றாள். கொஞ்சம் குண்டான உடல்வாகு. இருந்தாலும், முகத்தோற்றத்தில் மிக அழகாக இருந்தாள். சிரிக்கும்போதெல்லாம் குண்டுக்கன்னத்தில் பெருங்குழி ஒன்றும் வீழ்ந்துகொண்டிருந்தது.

கமராவைக் கொண்டுவந்து நீட்டிய அருணனிடம், “அண்ணே இந்தக் குழியிலதான் நீங்க வீழுந்தீங்களோ?” என அவளது கன்னக்குழியைக் காட்டிக் கேட்டான் குணா. அதனை அருணன் அவளுக்கு மொழிபெயர்த்துக் கூற மீண்டும் பெருங் குழியொன்றைக் கன்னத்தில் வீழ்த்தியபடி விறுவிறுவென்று சமையலறை நோக்கி நடந்தாள்.

குணா சுற்றும், முற்றும் பார்த்தான் வீடு மிகவும் துப்பரவாகவும் அழகாகவும் இருந்தது. எதிர்ச் சுவரில் சில வெள்ளைக்காரர்கள் புகைப்படங்களில் புன்னகைத்தார்கள். அருகே இருந்த மேசையில் பிரேம் பண்ணப்பட்ட சட்டத்திற்குள் சேலை உடுத்திய ஒரு தமிழ்ப் பெண்ணும் புன்னகைத்துக்கொண்டிருந்தாள். சேலை உடுத்திய பெண்களைப் பார்த்தே வருடக்கணக்காகி விட்ட குணாவின் கண்கள் அடிக்கடி அந்தப் புகைப்படத்தின் மீதே தாவியது. அதனைக் கவணித்த அருணன் கேட்டான், “என்ன பார்க்கிறீர்? அதில இருக்கிறவவை தெரியுமே?”

"இல்லையண்ணே, யாரு உங்கட தங்கச்சியே?" அசடு வழிந்தான்.

"சேச்செ... தங்கச்சி இல்ல, அது என்ர அம்மாவின்ர மருமகள்."

"ஓ... உங்கட மச்சாளே?"

"இல்லையடாப்பா இது என்ர அம்மா எனக்குப் பொருத்தம் பார்த்துப் பேசி வைச்சிருக்கிற பெட்டை."

"அப்ப இவா?"

"இது சும்மா கொஞ்சக் காலத்துக்குத்தான். தெரியுந்தானே நம்மட கலாச்சாரத்துக்கு இதுகள் ஒண்டும் சரிவராது."

"அப்ப அண்ணே, இந்த விஷயம் இவவுக்கும் தெரியுமே?"

"உஷ்... இதைப்பற்றி ஒண்டும் கதைச்சுப்போடாத இவளுக்குத் தங்கச்சி எண்டுதான் சொல்லி வைச்சிருக்கிறன்" என அருணன் கூறிக்கொண்டிருக்கும்போதே கிளாசில் ஆப்பிள் யூசுடன் மீண்டும் கன்னக்குழி விழ வந்து நின்றாள் அந்த வெள்ளை அழகி. இப்போது நேருக்கு நேராய் அவளின் கண்களைப் பார்ப்பதற்கே அச்சப்பட்டான் குணா. ஏதோ ஒருவித குற்ற உணர்வு அவனை ஆட்கொண்டிருந்தது. அவள்முன் கூனிக் குறுகியிருந்து யூசைப் பருகிவிட்டு, நன்றி கூறி விடைபெற்றுக்கொண்டு கமராவும், கையுமாக வீடு வந்து சேர்ந்தான்.

அம்மாவின் கடிதங்களும் "தங்கச்சியை இங்க வைச்சிருக்க ஏலாது கெதியா அங்கால கூப்பிடு, கெதியா அங்கால கூப்பிடு" என்ற புராணத்தை அடிக்கடி பாட ஆரம்பித்திருந்தன. குமர்ப் பிள்ளையை ஏஜென்சிக்காரரை நம்பித் தனியவும் அனுப்ப முடியாது. நோர்வேயிலேயே நல்ல ஸ்பொன்சர் மாப்பிள்ளையாய்ப் பார்த்து அவளை இங்கயே கூப்பிடுறது தான் நல்லதென எண்ணிக்கொண்டவன், "என்ர தங்கச்சிக்கு ஒஸ்லோவில நல்ல மாப்பிள்ளை இருந்தால் பாருங்கோ" என்று விடயத்தை விஸ்வாவின் காதிலும் போட்டு வைத்தான்.

தொழிலாளர் தினமான அன்றைய காலை தொலைபேசிச் சேவல் கூவியே விடிந்தது. அதிகாலையில் தொலைபேசி

மணி அடித்தாற் போதும் ஊரிலிருந்து ஏதாச்சும் கெட்ட செய்தியோ என்ற பயத்தில். கூடவே எல்லோரது நெஞ்சும் படபடவென அடித்துக்கொள்ளும். அன்று எழுந்தோடிப்போய் றிசீவரைத் தூக்கிய வேந்தனின் முகம் பூவாய் மலர்ந்தது. "ஆஹா அப்பிடியே! அடடே.... பிறகென்ன நல்ல விஷயம்தான் நடந்திருக்கு" என்றவனது குரல் காலையிலேயே சோம்பல் முறித்து உற்சாகமானது.

"யாருடா மச்சி காலையிலையே? என்ன விஷயம்?" உடலை முறுக்கி கொட்டாவி விட்டவாறே கேட்டான் குணா.

"காலையிலையே ஹாப்பி நியூஸ் தான் மச்சி வந்திருக்கு. நியூசை வாசிக்கிறன் கேள்" என்றவன் குரலைச் செருமிச் சரி செய்துகொண்டு செய்தி வாசிக்கும் தொனியில் ஆரம்பித்தான். "இன்று இலங்கையில் இடம்பெற்ற மேதின ஊர்வலத்தின் போது கொழும்பு ஆமர் வீதியில் வைத்துத் தமிழீழ விடுதலைப் புலிகள் என சந்தேகிக்கப்படும் தற்கொலைக் குண்டுதாரி ஒருவரினால் நாட்டின் ஜனாதிபதி ரணசிங்க பிரேமதாசா அவர்கள் படுகொலை செய்யப்பட்டார் என்ற செய்தியை நோர்வேயில் வசிக்கும் வேந்தனின் நண்பர் கொழும்பிலிருந்து உறுதி செய்தார். இத்துடன் காலைச் செய்திகள் முடிவடைந்தன, நன்றி" எனச் செய்தி வாசிப்பை முடித்துக்கொண்டவன் சந்தோஷத்தில் துள்ளிக்குதித்தான்.

இந்தச் செய்தி வீட்டிலிருந்த அனைவரையும் சந்தோஷத்தில் ஆழ்த்தியது. ஏற்கனவே ஒரு கிழமைக்கு முன்னர்தான் ஹெலிகாப்டர்களிலிருந்து பெற்றோல் குண்டுப் பீப்பாக்களை உருட்டிவிட்டு தமிழர்களைக் கொலை செய்த லலித் அத்துலத் முதலியைப் போட்டுத்தள்ளியிருந்தார்கள். அந்தச் சந்தோஷம் அடங்குவதற்குள் இந்தச் செய்தியானது குணாவுக்கும் நண்பர்களுக்கும் இரட்டிப்பு மகிழ்ச்சியைக் கொடுத்தது. தமிழர்கள் கூடும் இடங்களிளெல்லாம் புலிகளின் வீரத்தை மெச்சுகின்ற பேச்சுக்களையே கேட்க முடிந்தது.

"பார்த்தியேடா தம்பியா! இது அண்ணன், தம்பி பிரச்சனை நாங்கள் பாத்துக்கொள்ளுவம். பிறத்தியார் நீங்கள் வெளியேறுங்கள் எண்டு சொல்லி இந்தியாவைக் கலைச்சுப்போட்டு, தனி நாட்டை விட்டுப்போட்டு வேற என்னத்தை கேட்டாலும்

தருவனெண்டு சொன்ன பிரேமதாஸாவுக்கே இந்தக் கெதியாப் போச்சே" என ஒப்பந்தத்துக்கு மீன் வெட்டுவதையும் மறந்து குணாவைப் பார்த்து வாய் பிளந்து நின்றார் மணியமண்ணை.

மாத்தையாவின் பிரச்சனையோடு தொய்ந்து போயிருந்த புலிகளின் நிதி சேகரிப்புக் குழுவினர் இதுதான் சந்தர்ப்பமென மீண்டும் உண்டியலைத் தூக்கிக் குலுக்க ஆரம்பித்திருந்தனர். நிதி சேகரிப்புக்கு வந்தவர்களிடம் மாத்தையா விடயமாகக் கேள்விகள் கேட்டு முரண்பட்டுக்கொண்டதோடு, மாத்தையா தவறு விட்டிருந்தால் அது மக்கள் மத்தியில் நிரூபிக்கப்படவேண்டும் என்ற வேண்டுகோளுடனேயே நிதியுதவியைத் தொடர முன்வந்தான் குணா. வந்திருந்தவர்களும், "மாத்தையாவிடம் விசாரணைகள் நடந்துகொண்டிருக்கின்றது முடிவில் எல்லாம் மக்கள் மத்தியில் அம்பலப்படுத்தப்படும்" என்றே கூறிச் சென்றனர்.

எதிர்பார்த்தவைகளையும் எதிர்பாராதவைகளையும் காட்சிப்படுத்தியபடி காலம் கடந்துகொண்டிருந்தது. அன்று ஊரிலிருந்து அக்காவின் கடிதம் வந்திருந்தது. "தங்கச்சிக்கு நல்ல சம்மந்தம் ஒண்டு வந்திருக்கடா அவுஸ்திரேலியா மாப்பிள்ளையாம் அத்தான்ர சொந்தக்கார ஆட்கள் தான். செய்யலாமெண்டு நினைக்கிறம். ஆனால் நகைநட்டு, சீதனம் எண்டு நிறையச் செலவுகள் வரும்போல கிடக்கு, அதுக்கு உன்னட்டை இப்ப வசதி இருக்குமோ தெரியாதெண்டு அம்மா யோசிக்கிறா, அதுதான் நான் இந்தக் கடிதத்தை எழுதுறன். உன்ர வசதி என்ன மாதிரி எண்டதையும், உன்ர விருப்பத்தையும் கெதியா அறியத்தா" என அக்கா எழுதியிருந்தாள்.

"நல்ல சம்மந்தம் எண்டால் பேசி முடிக்கிற அலுவலைப் பாருங்கள். காசைப்பற்றி ஒண்டுக்கும் யோசிக்க வேண்டாம். அதை நான் பார்த்துக்கொள்ளுவன்" என உடனேயே பதில் எழுதிப்போட்டான்.

கடிதத்தை எழுதிப்போட்டவன் காசு மழை பொழியுமெனக் காத்திருக்கவில்லை. எண்ணங்களை எல்லாம் இலட்சியம் என்ற ஒரே புள்ளியில் குவித்தவன் வைராக்கியத்துடன் இரண்டாவது வேலை ஒன்றைத் தேடி ஓட ஆரம்பித்தான். சில நாட்களிலேயே முயற்சி திருவினையானது. அவன் முன்பு வேலை செய்த

மீன் தொழிற்சாலையில் இரவு நேரத்தில் தொழிற்சாலையின் அலுவலகத்தையும், இயந்திரங்களையும் கழுவித்துடைத்துத் துப்பரவு செய்யும் வேலை கிடைத்தது. முதல் வேலையைக் காலை ஏழு மணிக்கு ஆரம்பித்து மூன்று மணிக்கு முடித்தவன், வீட்டுக்கு வந்து சாப்பிட்டுவிட்டு மீண்டும் ஐந்து மணிக்கு இரண்டாவது வேலைக்கு ஓடினான். பின் இரவு பத்து மணிக்கு வீட்டுக்குத் திரும்புவதே அவனது அன்றாடமாகிப்போனது. அதனால் அவன் நண்பர்களுடன் காட்ஸ் விளையாடுவது, படம் பார்ப்பது போன்ற சின்னச் சின்னச் சந்தோஷங்களை இழந்துபோயிருந்தாலும். முடிவில் தங்கையைக் கரைசேர்த்ததன் மூலம் பெரியதொரு சந்தோஷத்தை அடைந்தான். உடல் களைத்திருந்தாலும் உள்ளே ஒரு குளுமை படர்ந்து மனம் நிர்மலமாக இருந்தது.

இங்கே கார்த்திகை மாதத்துக் கடுங்குளிரை அனுபவித்துக் கொண்டிருந்தவர்களின் உடல்களைச் சூடேற்றும் விதமாகத் 'தவளைப் பாச்சல்' என்ற இராணுவ நடவடிக்கை மூலமாகப் புலிகள் பூனகரிப் படைத்தளத்தைக் கைப்பற்றி விட்டதான வெற்றிச் செய்தியும் சில நாட்களுக்கு முன்னர் வந்து சேர்ந்திருந்தது.

அந்த மாதத்துக்கான புலிகளின் 'ஒளிவீச்சு' என்ற வீடியோப் பத்திரிகையைப் பார்த்துக்கொண்டிருந்த குணா ஒருகணம் அதிர்ந்துபோனான். தவளைப் பாய்ச்சல் நடவடிக்கையில் வீரமரணம் அடைந்த போராளிகளின் பெயர்ப் பட்டியலில் அவன் பாரிசில் சந்தித்த ஆனந்தன் அண்ணையின் பெயரும், படமும் வந்திருந்தது. அதனைக் கண்ணுற்றவனின் உடலை ஒரு மின் அதிர்வு தாக்கியதுபோல் உணர்ந்தான். உடனேயே பாரிசில் உள்ள செல்வனைத் தொடர்புகொண்டபோது. "ஓமடா மச்சி நானும் இப்பதான் கேள்விப்பட்டனான். பாவந்தான், இனியென்ன செய்யிறது. அந்தாளின்ர குடும்பமே இப்பிடி அநியாயமா அழிஞ்சு போச்சே" என வருந்திய செல்வனின் குரலிலும் கவலை தோய்ந்திருந்தது. ஆனந்தன் அண்ணையுடனான நினைவுகளால் மனம் குலைந்த குணா குரல் அடைத்துப்போய் மௌனியாக நின்றான்.

1994

நான் ஆட்சிக்கு வந்தால் பிரபாகரனுடன் பேசுவேன், இனப்பிரச்சனையைத் தீர்த்து வைப்பேன் எனப் பிரச்சாரம் செய்தே அறுபத்தைந்து வீத வாக்குகள் பெற்றுத் தேர்தலில் வென்று ஜனாதிபதியானார் சந்திரிகா குமாரதுங்க. ஆட்சியைப் பிடித்ததும் புலிகளுடன் பேச்சுவார்த்தையைத் தொடங்கப்போவதாகக் கூறியதோடு, போர் நிறுத்தத்தையும் அறிவித்தார். அதனைத் தொடர்ந்து பிரபாகரனுக்கும், சந்திரிகாவுக்கும் இடையில் அங்கும் இங்குமாகக் கடிதங்கள் பறந்துகொண்டிருந்தன.

தமிழ் மக்களின் மனங்களில் ஒரு நம்பிக்கை ஒளி வீசியது. தங்களை ரட்சிக்க வந்த தேவதையாய்ச் சந்திரிகாவைப் பார்த்தார்கள். பிரபாகரன் கேட்பதை சந்திரிகா தங்கத்தட்டில் வைத்துத் தந்துவிடுவார் என்றும், சந்திரிக்கா தருவதைப் பிரபாகரன் தட்டிக்கழிக்காமல் கைகட்டி நின்று வாங்கிவிடுவார் என்றும், தாயகத்தில் அப்பாவித் தமிழ் மக்கள் நம்பி மகிழ்ந்திருக்க, இங்கே நோர்வேத் தமிழ் மக்களோ பதட்டத்துடன் காணப்பட்டார்கள். பரபரப்புடன் ஓடிவந்து கதவு தட்டிய மணியமண்ணை, “அட தம்பியவ அங்க நாட்டில பிரச்சனை தீரப்போகுதாம், இங்கயிருந்து எல்லாரையும் திருப்பி அனுப்பப் போறாங்களாமெண்டு சனங்களெல்லாம் அல்லோல கல்லோலப்படுகுதுகள். நீங்கள் குஷியா இருந்து காட்ஸ் விளையாடுறியளே?” எனக் கேட்டவாறே உள்நுழைந்தார்.

“ச்ச... சும்மா போங்கண்ணே... எங்களுக்கிங்க நீலப் பாஸ்போர்ட் எல்லாம் கிடைச்சிற்றுது, இனி எங்களத் திருப்பியனுப்ப ஏலாது” என்றான் தேவகன்.

“மச்சி நீலப் பாஸ்போர்ட் எல்லாம் சிற்றிசன் இல்லையடா. அது வெறும் ரவல் டொக்கிமென்ற் தான் தெரியுமே?” எனக் கேட்டான் குணா.

“என்ன இருந்தாலும், எங்களுக்கிப்ப நிரந்தர வீசா கிடைச்சிற்றுது. இனி எங்களைத் திருப்பியனுப்ப இவைக்கு லோவ் இல்லை” என்று வேந்தனும் விளாசினான்.

"என்னங்கடா சொல்லுறியள், லோவ் இல்லையோ! இதுவும் நல்ல கதையாத்தான் இருக்குது. முந்தாநாள் வந்த எங்களையே திருப்பி அனுப்ப லோவ் இல்லையெண்டால், அங்க யாழ்ப்பாணத்தில காலங் காலமாய் வாழ்ந்த முஸ்லிம்களை இரவோட இரவா எழுப்பிக் கலைக்கலாமெண்ட லோவை எந்தச் சட்டப் புத்தகத்தில இருந்தடா எடுத்தனிங்கள்?" கேட்ட மணியமண்ணை ஒரு வறட்டுச் சிரிப்பு சிரித்தபடியே, அவர்களின் பதிலுக்குக் காத்திராமல் கதவை அடித்துச் சாத்திக்கொண்டு வெளியேறிப்போனார்.

இலங்கையைப் பிராந்தியங்களாகப் பிரித்து அதிகாரங்களைப் பகிர்ந்தளித்தலை அடிப்படையாகக் கொண்ட தீர்வுப்பொதி ஒன்றைத் தமிழரான நீலன் திருச்செல்வத்துடன் இணைந்து சந்திரிக்கா உருவாக்கிக்கொண்டிருப்பதாகச் செய்திகள் வெளிவந்துகொண்டிருந்தன. நாட்டுக்குப் போக நேர்ந்தால் வெறுங்கையுடன் போக முடியாதென இரவு பகலாக வேலைகளுக்கு ஓடிக்கொண்டிருந்தான் குணா.

கதிரவனே கண் அயர்ந்துவிட்ட ஒரு பின்மாலைப்பொழுதில் குணா மட்டும் கண் விழித்திருந்து அம்மாவிடமிருந்து வந்த கடிதத்தைப் பிரித்தான். "தம்பி இப்ப சமாதான காலம் எண்டபடியால இயக்கத்தில இருந்த உன்ர சிநேகிதர்கள் ரவியும், சிவாவும் ஊருக்குள்ள வந்து நிக்கிறாங்களடா, ஆட்கள் நல்லா வளர்ந்து அடையாளமே தெரியயில்ல. அவங்களைக் கண்டு கதைச்சனான் உன்னைப் பற்றித்தான் கனக்க விசாரிச்சாங்களடா" என்றும் அம்மா எழுதியிருந்தா. குணாவும் தனது முகவரியைக் கொடுத்து எங்கு நின்றாலும் தன்னுடன் கடிதத் தொடர்பை வைத்திருக்கும்படியாக அவர்களுக்குக் கூறும்படி அம்மாவுக்குப் பதிலெழுதிப் போட்டான்.

அகதி முத்திரையுடன் தனித்தனி நபர்களாக அந்நிய தேசத்துக்குள் வந்து குடியேறிய பலரும் குடும்ப அமைப்புக்குள் நுழைந்துகொண்டிருந்தனர். திருமணக் கொண்டாட்டங்களும் அடிக்கடி நிகழ்ந்துகொண்டிருந்தன. குட்டிசிறிக்கு இலங்கையிலிருந்து காதலி இறக்குமதியானதும் அவன் வேறு வீடு மாறிப்போக, வீட்டிலுள்ள மற்றவர்களுடன் கதைத்துச் சீலனையும் அந்த வீட்டிற்குள் இணைத்துக்கொண்டான் குணா.

குட்டிசிறியின் திருமணக் கொண்டாட்டத்திற்கான ஏற்பாடுகளும் நிகழ்ந்துகொண்டிருந்தது. அதற்காக வேலையில் ஓய்வு எடுத்துக்கொண்டு திருமண அலுவல்களில் மும்மரமாக இருந்த குட்டிசிறியுடன் தொலைபேசிய குணா, "அண்ணே கலியாண வேலைகள் நிறைய இருக்கும் ஏதாவது உதவி வேணுமெண்டால் சொல்லுங்கோ" என்றான்.

"ஓம் குணா, கட்டாயம் கேட்பன் தானே. உங்கட உதவி இல்லாமல் கலியாணம் நடக்குமே. ஆனால், நம்ம பரராஜசிங்கம் அண்ணை தான் ஒரு ஊத்த வேலை செய்துபோட்டார்" என்றான் வேதனையோடு.

"ஏன் அண்ணே... என்ன நடந்தது?"

"அதென்னெண்டால்... மனிசியின்ர பக்கத்திலயிருந்து தாரதத்தம் பண்ணிக்கொடுக்க ஒஸ்லோவிலயிருந்து அவவின்ர சொந்தக்காரர் வருகினம். ஆனால், எனக்குத்தான் ஒருத்தரும் இல்லையே எண்டுபோட்டுத்தான் இங்க வயசில மூத்த தம்பதிகளா இருக்கிற அவையைக் கேட்டனான். அதுக்கு அந்தாள் முகத்தில அடிச்ச மாதிரி மாட்டன் எண்டெல்லே சொல்லிப்போட்டுது" என்ற குட்டிசிறியின் குரல் தளுதளுத்தது.

"அடச்சே... அந்தாளிட்ட நீங்களேன் போனீங்கள்? அந்தாள் ஒரு ரைப் எல்லே. பேசாமல் மணியமண்ணையிட்ட கேட்டிருக்கலாமே" என்றான்.

"ஓம் குணா இப்ப அவரைத்தான் கேட்டிருக்கிறன். கேட்ட உடனேயே தானே முன்னுக்கு நிண்டு எல்லாத்தையும் வடிவாச் செய்துதாறனெண்டு மணியமண்ணை சொல்லிப்போட்டார்" என்றான் மகிழ்வான தொனியில்.

"ஓம் அண்ணே, ஒரு குறையும் இல்லாமல் நாங்கள் நிண்டு வடிவாக் கலியாணத்தை நடத்துவம், நீங்க ஒண்டுக்கும் யோசிக்காதிங்க" எனக் குட்டிசிறிக்கு நம்பிக்கையையும், உற்சாகத்தையும் அளித்தான்.

அடுத்த நாள் பரராஜசிங்கத்தாரை வேலைத்தளத்தில் கண்ட குணா, "என்ன அங்கிள் நீங்கள், குட்டிசிறி அண்ணையின்ற கலியாணத்துக்கு தாரதத்தம் பண்ணிக்குடுக்க மாட்டனெண்டு

சொல்லிப்போட்டியளாமே!" என முகத்துக்கு நேரேயே கேட்டான்.

"பின்னயென்ன, அவனுக்கு தாரதத்தம் பண்ணிக் குடுத்தாற் பாக்கிறவங்கள் என்னையும் அவன்ர சொந்த பந்தம் எண்டெல்லே நினைப்பாங்கள். அட தம்பி உனக்கொண்டும் தெரியாமல் இருக்கலாமெடாப்பா. ஆனால், எனக்கிங்க இருக்கிறவையின்ர குலம், கோத்திரம் எல்லாமே தெரியும். அதுக்கு ஏத்தமாதிரித்தான் நானும் நடந்துகொள்ளுவன். நானிங்க அகதியாத்தான் வந்தனானேயொளிய ஆண்டியா வரயில்லைக் கண்டியே" என்றவர் பிளந்து கிடந்த பெரியதொரு தொஸ்க் மீனை எடுத்துவைத்து உப்புத்தூள் தடவித் தொட்டிக்குள் அடுக்கினார். அதனைச் சிறிது நேரம் கண்வெட்டாமற் பார்த்துக்கொண்டு நின்ற குணாவுக்கு "நீங்க சொல்லுற இந்தக் குலம், கோத்திரம் எல்லாம் செய்யிற தொழிலை வைச்சுத்தானே வந்தது. அப்பிடிப் பார்த்தால் நீங்கள் இங்க யாரு?" எனக் கேட்க வேண்டும்போல் வாய்வரை வந்த வார்த்தைகளை மீன் கழிவுகள் போடப்பட்டிருந்த குப்பைத் தொட்டிக்குள் காறி உமிழ்ந்துவிட்டு வீண் சோலியை விலைக்கு வாங்காதவனாய் அவ்விடத்தை விட்டகன்றான்.

அன்று தேவகன் தனியாளாகச் சமையலறையில் சட்டி, பானைகளுடன் மல்லுக் கட்டிக்கொண்டிருக்க, வேந்தன் ஹோலுக்குள்ளிருந்து கடிதம் எழுதிக்கொண்டிருந்தான். பசிக் களையுடன் நேராகச் சமையலறைக்குள் நுழைந்த குணா, "என்ன மச்சி இன்னும் சமையல் முடியயில்லையே? உன்னைத் தனிய விட்டிற்று அவனென்ன இப்ப அவசரமா எழுதிக்கொண்டிருக்கிறான்?" எனக் கேட்டான்.

"விடு... விடு... அவன் எழுதட்டும் விடு. எல்லாருக்கும் பொம்பிளை வருகுது. எல்லாரும் கலியாணம் கட்டுறாங்கள். அதுதான் அவன் பொறுமையிழந்து தாய்க்குக் கடிதம் எழுதுறான்" என்றான் வேந்தனின் ரூட்டு கிளியர் ஆனால்தான் தனக்கும் விமோசனம் கிடைக்குமென்ற எண்ணத்துடன் இருந்த தேவகன்.

"அப்ப அடுத்த கலியாணப் பார்ட்டி ஒண்டு கெதியா இருக்குது போல?" என்றவாறே ஆவி பறந்துகொண்டிருந்த சோற்றுக்

கோப்பையைக் கையில் ஏந்தியவாறு வந்த குணா வேந்தனைப் பார்த்தான்.

“க்ம்... ஆயிரம் பொய்யைச் சொல்லியாவது ஒரு கலியாணத்தைக் கட்டலாம் எண்டு சொல்லுவங்கள். நான் இப்பதான் முதலாவது பொய்யைச் சொல்லியிருக்கிறன்” எனப் பல்லிளித்தவாறே குணாவின் கோப்பையை எட்டிப்பார்த்தான் வேந்தன்.

“என்னடா மச்சி அந்தப் பொய்?” எனக் கேட்டவாறே இரண்டு கைகளிலும் சோற்றுக் கோப்பைகளுடன் வந்து நின்றான் தேவகன்.

“என்னோட இருந்த பெடியங்கள் எல்லாம் கல்யாணம் கட்டிக்கொண்டு வீடுமாறிப் போயிட்டாங்கள். நான்தான் இப்ப தனிய இருக்கிறன், வேலையால வந்து சமையல், சாப்பாடுகளுக்குத்தான் பெரிய கஸ்ரமா இருக்கெண்டு ஒரு பொய்யை எழுதியிருக்கிறன். பாப்பம் என்ன நடக்குதெண்டு” என்றவாறே அவனிடமிருந்து சோற்றுக் கோப்பையை வாங்கிக்கொண்டான்.

“அட...டே... அப்பிடியே எழுதியிருக்கிற! சரியாப் போச்சுப் போ... ‘மகனே நீ ஒண்டுக்கும் யோசிக்காத உடனேயே ஸ்பொன்சரை அனுப்பு நான் வந்து உனக்கு வேளா வேளைக்கு வடிவாச் சமைச்சுப்போடுறன்’ எண்டெல்லே கொம்மா பதில் எழுதப்போறா” எனச் சிரிப்பை மறைத்துக்கொண்டு சீரியசான முகத்துடன் கூறினான் குணா.

“அடேய் சும்மா இருடா. நீ வேற இப்பிடியொரு குண்டைத் தூக்கிப் போடாத” எனத் தலையில் அடித்துக்கொண்ட வேந்தனைப் பார்த்து எல்லோரும் விழுந்து விழுந்து சிரித்தார்கள்.

அடுத்த கிழமையே வேந்தனின் அம்மாவிடமிருந்து கடிதம் வந்திருந்தது. “மகனே நீயும் எவ்வளவு காலத்துக்கெண்டு தனிய இருந்து கஷ்டப்படுறது. மாமாவின்ர சுகந்தியை அனுப்பிவிடலாம் எண்டு தான் நானும் மாமாவோட போய்க் கதைச்சனான். அவர் சொல்லுறார் மகள் ஏ.எல் எடுக்கும் வரைக்கும் இன்னும் ஒரு வருஷம் பொறுத்திருக்கட்டாம் எண்டு” எனத் தாயார் எழுதிய பதிற் கடிதத்தை தேவகனுக்கும்,

குணாவுக்கும் வாசித்துக்காட்டி சந்தோஷப்பட்டுக் கொண்டான் வேந்தன்.

இரவு படுத்திருக்கும்போது நிமலனிடம் மெல்லக் கதையைவிட்டான் குணா. "என்னடா மச்சி எல்லாரும் கலியாண அலுவல் பார்க்க வெளிக்கிட்டிற்றாங்கள். நீ என்ன பிளான்?"

"கலியாணமே! க்ம்... அதுதான் இப்ப ரொம்ப முக்கியம். ச்சே சும்மா கிட" எனப் புரண்டு படுத்தவனைக் குணாவும் விடவில்லை.

"ஏண்டாப்பா உனக்குத்தான் என்னை மாதிரி இப்போதைக்கு நாட்டுக்குத் திரும்பிப்போற ஐடியாவே இல்லையே, பிறகேன் இழுத்தடிப்பான். இப்ப இல்லாட்டியும் ரெண்டொரு வருசத்திலயாவது பெட்டி ஒண்டக் கொளுவத்தானே வேணும். அதுக்கு இப்பவே அலுவல் பார்த்தால்தானே சரிவரும்" என்ற குணாவை மீண்டும் கட்டிலிற் புரண்டு ஒரு பார்வை பார்த்தான் நிமலன். அந்தப் பார்வை ஏக்கம், இயலாமை, எதிர்பார்ப்புகளெனப் பலவிதமான உணர்வுகளைப் பிரதிபலித்தது.

"என்னடா மச்சி உன்னை நான் குழப்பிப்போட்டனே?" கேட்டான் குணா.

"ச்ச... இல்லடாப்பா நீ சொல்லுறதும் சரிதான். ஆனால், நம்ம கையில என்ன இருக்கு? எல்லாம் விதிப்படி தானே நடக்கும்" என நெஞ்சு விரிய பெருமூச்சை இழுத்துவிட்டவன், மீண்டும் முகட்டைப் பார்த்தவாறே, "அந்த காலத்தில எனக்கும் ஒரு பெட்டையில விருப்பம் இருந்ததுதான் மச்சி. ஆனால், அவளிப்ப எங்க இருக்கிறாளோ... என்னவோ... ஆருக்குத்தெரியும்" என்றான்.

"என்னடா மச்சி! ஏதும் லவ்வு கிவ்வே?" கதை கேட்க ஆவலானான் குணா.

"ச்சீ... அப்பிடி இல்லயடாப்பா, எங்கட இயக்கத்தைத் தடைசெய்த புலிகள் என்னைத்தேடி வீட்டுக்கு வந்திருவாங்கள் எண்ட பயத்தில அப்பர் என்னைக் கூட்டிக்கொண்டுபோய் வேலணையில இருந்த சித்தப்பற்ர வீட்டில கொஞ்சக்காலம் இருக்கச்சொல்லி விட்டிற்று வந்திற்றார். அந்தச் சுற்றுவட்டாரத்தில

சித்தப்பா வீட்டிலதான் நல்லதண்ணிக் கிணறு இருந்தது. அப்ப அந்த ஊரில பத்தாம் வகுப்புப் படிச்சுக்கொண்டிருந்த ஒருத்தி நெடுகலும் அங்க தண்ணி அள்ள வருவாள். ஆள் பார்க்கக் கொஞ்சம் நிறம் குறைவாயிருந்தாலும் நல்ல மூக்கும், முழியுமாய் சும்மா தேவதை மாதிரி இருந்தாள். அவளின்ர முதுகு முழுவதும் அடர்ந்து படர்ந்த அந்த நீண்ட கூந்தலில சிக்குண்டுபோன நான் விருப்பமில்லாமற் போன சித்தப்பா வீட்டில விருப்பத்தோடையே தங்க ஆரம்பிச்சிட்டன். பிறகென்ன, அவளைத் தெருவில குடத்தோட கண்டாலே போதும் நான் ஓடிப்போய்க் கிணத்தில வாளியைப் போட்டுத் தண்ணியள்ள ஆரம்பிச்சிடுவன். ஒரு நாள் அக்கம் பக்கம் மிரண்டு பார்த்தவள் சடக்கெனக் குடத்துக்குள்ள கைய விட்டுக் கறுத்தக்கொழும்பான் மாம்பழம் ஒண்டை எடுத்து நீட்டினாள். கறுத்தக்கொழும்பானை ருசிச்ச நானும் பதிலுக்கு அந்த ஊர்க் கோவில் திருவிழாவின்போது கச்சான் வாங்கிச் சித்தப்பான்ர மகளிட்டைக் கொடுத்தனுப்பினன், அதை வாங்கினவள் கடைக்கண்ணால என்னப் பார்த்து ஒரு சிரிப்புச் சிரிச்சாள் மச்சி, ச்ச… அந்தச் சிரிப்பு இப்பவும் என்ர கண்ணுக்குள்ள நிக்குதடா. ஆனாலென்ன, ஒருநாளுமே ஒரு வார்த்தை கூட நாங்கள் பேசினதில்ல, பிறகொருநாள் திடீரென வந்த அப்பர் ‘ஏஜென்சிக்குக் காசு கட்டியாச்சு வா கொழும்புக்குப் போவம்’ எண்டு கூட்டிக் கொண்டு வந்து பிளைட் ஏத்தி அனுப்பி விட்டிற்றார்” என்ற நிமலன் மீண்டும் நீண்டதொரு ஏக்கப் பெருமூச்சை இழுத்துவிட்டான்.

“அட அப்பிடியே விஷயம், இப்பவும் உனக்கு அந்தப்பிள்ளையில விருப்பமிருந்தால் தொடர்புகொள்ள வேண்டியது தானே, அதுக்கேன் யோசிக்கிற?”

“என்னெண்டு மச்சி?” எனச் சட்டெனக் கேட்ட கேள்வியிலேயே அவனது மனதை அறிந்துகொண்ட குணா, “அடேய் அண்ணன்களுக்கு தங்கச்சிமார் இருக்கிறதே இப்படியான விஷயங்களுக்கு அன்னப் பறவையாட்டம் தூதனுப்பத்தானே. பேசாமற் சித்தப்பற்ற மகளுக்கு கடிதம் எழுதி விசாரிச்சுப்பார்” என ஆலோசனை வழங்கிவிட்டு இழுத்துப் போர்த்திய போர்வைக்குள் புதைந்துகொண்ட குணாவுக்குத் தன்னுடைய எதிர்காலம் பற்றிய எந்தச் சிந்தனையும் எழவில்லை. அது

அவன் முன் ஒரு கேள்விக் குறியாகவே தொங்கியது. ஐந்து வருடம்தான் இந்த வெளிநாட்டு வாழ்க்கையென்று எண்ணி வந்தவனின் ஐந்தாவது வருடத்தில், இன்னும் எத்தனை வருடங்களை இங்கு கழிக்கவேண்டி வருமோ! என்ற ஏக்கமே இப்போது அவனை ஆட்கொண்டிருந்தது.

இன்று தொழிலாளர் தினம். இன்றைய விடுமுறை நாளிலாவது நீட்டி நிமிர்ந்து கொஞ்ச நேரம் படுக்கலாம் என்றால், இந்தத் தொலைபேசி விட்டால்தானே, தொடர்ந்து இரைந்துகொண்டேயிருந்தது. எரிச்சலுடன் எழுந்துபோய் ரிசீவரைத் தூக்கினான் குணா.

"ஹலோ நான் பாரிசில இருந்து செல்வன் கதைக்கிறன். குணாவோட..."

"ஓமோம் நான் தான்டா கதைக்கிறன், சொல்லு மச்சி எப்படி இருக்கிற?"

"அடேய்... இங்க சபா அண்ணையை தெரியும் தானே, உனக்குக் கேஸ் எழுதுறதுக்கெண்டு கூட்டிக்கொண்டு போனனே ஞாபகம் இருக்கா?"

"ஓமோம்... தெரியும் சொல்லு."

"அவரை எல்லே சுட்டுப்போட்டாங்கள்."

"என்னடா சொல்லுற! உண்மையாவே?"

"ஓமடா மச்சி, கேஸ் எழுதவெண்டு வீட்டுக்குப் போனவன் சுட்டுப்போட்டு ஓடிற்றானாம். ஸ்பொட்டிலையே ஆள் முடிஞ்சுதாம்."

"அட, ஆரடா இந்த அநியாயத்தைச் செய்தது?"

"நம்மட மேற்படியான்களின்ற வேலை எண்ட மாதிரித்தான் இங்க கதை அடிபடுகுது. ஆனா வடிவாத் தெரியாது. நான் விசாரிச்சுப்போட்டு பிறகு எடுக்கிறன் வை" என்றவன் தொடர்பைத் துண்டித்துக்கொள்ள குணாவுக்கு இருப்புக்கொள்ளவில்லை உடனேயே விஸ்வாவுடன் தொலைபேசினான்.

போக்காளி | 251

“அண்ணே பாரிஸ் செய்தி கேள்விப்பட்டியளே?”

“ம், நானும் உமக்கிப்ப போன் அடிப்பமெண்டுதான் இருந்தனான். ஆடிய காலும், பாடிய வாயும் மட்டுமல்ல, சுட்டுத்தள்ளிய கையும் தான் சும்மா இருக்காது. இப்ப அங்க போர் நிறுத்தமல்லே, அதுதான் இங்க துவங்கிற்றினம் போல” என்றான் விஸ்வா.

அவர் என்ன சொல்ல வருகிறார் என்பதைப் புரிந்துகொண்ட குணா, “புலிகள் ஏன் அண்ணை இங்கவரை வந்து அந்தாளை போடவேணும்?” என உண்மையிலேயே புரியாமற் கேட்டான்.

“சபாலிங்கம் எண்டவர் சாதாரண ஆளில்லைக் குணா, ஈழ இயக்க ஆரம்பகால முன்னோடிகளில் ஒருவர். அன்மையில தாயகம் பத்திரிகைக்கு எழுதின கட்டுரையிலகூட புலிகளின் தலைவர் சம்மந்தப்பட்ட ரெண்டு விடயங்களைக் கேள்விக்குள்ளாக்கியிருந்தவர். ஒண்டு குட்டிமணி, தங்கத்துரை கைது, மற்றது நீர்வேலி வங்கிக்கொள்ளை. இந்த விடயங்களையிட்டுத் தான் விரைவில் உண்மையை வெளிக்கொணர இருப்பதாகவும் கூறியிருந்தவர். அதுமட்டுமில்ல ஈழ இயக்கங்களின் ஆரம்பகாலத் தில்லுமுல்லுகள் பற்றிய நன்கு ஆய்வு செய்யப்பட்ட ஆவணப்படுத்தல் ஒன்றையும் எழுதுவதற்காக அவர் பேனாவைத் தூக்கியிருந்தவர். இவ்வளவும் போதாதே புலிகள் துவக்கைத் தூக்குறதுக்கு” எனக் குணாவுக்கு தெரியாத புரியாத விடயங்களை நீட்டி முழக்கினான் விஸ்வா.

• • •

காலம் குணாவின் முன் விசித்திரங்களையே விதைத்துக்கொண்டிருந்தது. வேலைத்தளத்தில் பரராஜசிங்கத்தார் முன்பை விடவும் மிகவும் நெருக்கமாகவும், அன்பாகவும் அவனுடன் பழக ஆரம்பித்திருந்தார். அது அவனுக்குக் கொஞ்சம் வியப்பாகத்தான் இருந்தது. ஆனாலும், அவன் அதனை வெளிக்காட்டிக்கொள்ளவில்லை. வீட்டிலிருந்து வடை, மோதகம் போன்ற பலகாரங்களைக்கூட வேலைத் தளம்வரை கொண்டுவந்து கொடுக்கும் அளவுக்கு ஒட்டிக்கொண்டார். அன்றொரு வெள்ளிக்கிழமை வேலை முடிந்து குணா உடைகள் மாற்றிக்கொண்டிருக்கையில் வந்த பரராஜசிங்கத்தார். “தம்பி இரவுச்

சாப்பாட்டுக்கு மனிசி தோசைக்குப் போட்டிருக்கு, வீட்டுக்கு வாருமன் தோசை சாப்பிடலாம்'' என்றார். தோசை என்றதுமே ஊரில் தோட்டக் காலத்தில் தோட்டம் கொத்துபவர்களுக்கும், வேலியடைப்புக் காலத்தில் வேலி அடைப்பவர்களுக்கும் அம்மா சுடும் தோசையே அவனது ஞாபகத்தில் வந்தது. எத்தனை வருடங்களாகிவிட்டன தோசையும், உரலில் இடித்த பொரித்த மிளகாய்ச் சம்பலும் சாப்பிட்டு. நினைக்கவே நாவூறியது. ஆனாலும், நாக்கைத்தொங்கப்போட்டுக் கொண்டு அவன் ஓடவில்லை.

"இல்லை அங்கிள் இண்டைக்கு நிமலனோட ஒரு அலுவல் இருக்குது. பிறகு இன்னொரு நாளைக்குப் பார்ப்பம்'' எனவொரு பொய்யைச் சொல்லி அவரின் வீட்டுக்குப் போவதைத் தவிர்த்துவிட்டு. இரவு இந்த விடயத்தை நிமலனுடன் பகிர்ந்துகொண்டபோது, "ஓகோ... விஷயம் அப்பிடிப் போகுதோ? சோழியன் குடும்பி சும்மா ஆடாதடா. சீலனைக் கழட்டிவிட்டவர் உன்னைக் கையிக்க போடுறார் என்றால் சும்மாயில்ல'' எனவொரு நக்கல் சிரிப்புச் சிரித்தான் நிமலன்.

"அடச்ச... சும்மா இரடாப்பா, அந்தாளுக்கிப்ப பழகுறதுக்கு ஆட்கள் இல்லாமத்தான் என்னோட வந்து பழகுது. நீ வேற சும்மா கதையக்கட்டி விட்டிராத'' என அதட்டினாலும், குணாவுக்கும் அவருடைய போக்கில் அப்படியானதொரு சந்தேகம் எழாமலில்லை. அதனால்தான் அவரது வீட்டுக்குப் போவதையே தவிர்த்துக்கொண்டான்.

இலங்கையில் போர் நிறுத்தமானது சிங்கள இராணுவத்திற்கும், புலிகளுக்கும் இடையில்தான் கடைப்பிடிக்கப்படுகின்றதே தவிர, அது புலிகள் இயக்கத்துக்குள் இல்லை என்பதை நிதர்சனப்படுத்தும் விதமாக மாத்தையா உட்பட அவரது அணியைச் சேர்ந்த இருநூற்றி ஐம்பதுக்கும் மேற்பட்ட போராளிகளுக்கு புலித்தலைமையினால் மரணதண்டனை நிறைவேற்றப்பட்டுவிட்டதாகக் காலையிலேயே வேலைத் தளத்தில் அறிந்த செய்தியால் குணாவிற்கு சர்வாங்கமும் பதறியது. களையிழந்துபோன முகத்தைத் தொங்கப்போட்டபடியே மீன் பெட்டிகளுக்குள் ஐஸ் கட்டிகளை அள்ளித்

திணித்துக்கொண்டிருந்தான். ஐஸ் கட்டிகளின் நடுவே அந்த மார்கழிக் குளிரிலும் உடல் சூடேறிக் கொதித்துக்கொண்டிருந்தது.

குட்டிசிறி அண்ணையின் கல்யாணவீட்டின் போது எடுத்த புகைப்படங்கள் சிலதை ஊருக்கு அனுப்பியிருந்தான் குணா. அதனைப் பார்த்துவிட்டு "ஐயோ மகனே இப்பிடி மெலிந்துபோயிற்றியே, சொக்கெல்லாம் வத்தி எலும்பும் தோலுமா இருக்கிறாயே! என்ன ராசா நடந்தது உனக்கு? சாப்பாட்டை வடிவாக் கவனிக்கிறதில்லையா? நீ அங்க சரியா கஸ்ரப்படுறாயா? ஏன் ராசா இந்தக் கோலம்?" என ஒப்பாரி வைத்து அம்மா கடிதம் எழுதியிருந்தா.

மனதிற் பாரம் ஏற ஏற உடலிற் பாரம் இறங்கிக் கொண்டேயிருந்தது. இரண்டாவது வேலைக்கு ஓட ஆரம்பித்ததிலிருந்து ஏற்பட்ட உடல் மெலிவை அவனும் உணர்ந்திருந்தான். தான் இரண்டு வேலைகள் செய்து கஸ்ரப்படுவதை அம்மா அறிந்தால் கவலைப்படுவாவென நினைத்தவன், அதனை அம்மாவுக்கு எழுதாமலே மறைத்திருந்தான். ஆனாலும் மகனின் தோற்றத்தை வைத்தே அவனது கடின வாழ்வைக் கண்டுகொண்டா அம்மா. கண்கள் கசிய கடிதத்தை வாசித்து முடித்தவன் விரைவிலேயே இரண்டாவது வேலையை நிறுத்திவிட வேண்டுமென மனதுக்குள் முடிவெடுத்துக்கொண்டான்.

காலம் யாருக்காகவும் காத்திருப்பதுமில்லை, அது கடந்துவிட்டால் திரும்பி வரப்போவதுமில்லை. எனவே காற்றுள்ள போதே தூற்றிக் கொள் என்றது புத்தி. சுவர் இல்லாமல் சித்திரம் வரையமுடியாது என்பதை உணர்த்தியது சக்தி. நோர்வே என்ன, எந்தத் தேசத்திற்கு ஓடினாலும் காலத்தை விலைக்கு வாங்க முடியாது. காலம் இறைவன் தந்த சொத்து. இந்த நிகழ்காலம் எத்தகைய கடுமையானதாக இருந்தாலுங்கூட இதனை முழுமையாகப் பயன்படுத்திக் கடந்துவிடவே துடித்தவன், வாழ்தலுக்கு அடிப்படையான காலம் என்ற மூலதனத்தை மிகவும் கவனமாகக் கையாள முயன்றுகொண்டிருந்தான். காலம், இதுவும் கடந்து போகும் என்ற உண்மையை உணர்த்தும் உரைகல் என்பதைக் கடந்த காலங்கள் அவனுக்கு நன்கு உணர்த்தியிருந்தன.

வேலைத்தளத்தில் சாப்பாட்டு இடைவேளையின் போது உழைத்துக் களைத்த தொழிலாளர்கள் அனைவரும் வயிற்றுப் பசியை அடக்குவதிலேயே மும்முரமாக இருந்தார்கள். குணாவும் குளிரில் விறைத்துப்போயிருந்த விரல்களால் பாண் துண்டை எடுத்துக் கடித்துக் கொண்டிருந்தான். மணியமண்ணை பக்கத்திலிருந்த கீற்றரின் மேல் விரல்களை வைத்துச் சூடுகாட்டிக்கொண்டிருந்தார். அங்கே இருந்தவர்களில் அரைவாசிக்குமேல் தமிழர்கள். அப்போது சோகமான முகத்துடன் அங்கே வந்த தமிழர்களின் பகுதிப் பொறுப்பாளரான கென்னத் என்பவன் தமிழர்களைப் பார்த்து "உங்களுக்கெல்லாம் ஒரு கவலையான செய்தியை சொல்லப்போகிறேன்" என்றான். அதனைக் கேட்டதுமே வேலையால நிற்பாட்டப்போறார்களோ என்ற பயத்தில் எல்லோரது இதயங்களும் வேகமாக அடித்துக்கொண்டன. என்ன சொல்லப்போகிறான் என எல்லோரும் அவனையே ஆவலோடு பார்த்திருக்க, "இப்பதான் ரேடியோவில செய்தி கேட்டனான் உங்கட நாட்டில குண்டு வெடித்து ஐம்பதுக்கும் மேற்பட்டவர்கள் இறந்திருக்கிறார்கள்" என மிகவும் கவலை தோய்ந்த முகத்துடன் கூறியவன் அங்கேயிருந்த ஒரு வானொலியை இயக்கிவிட்டு "ஐந்து நிமிடத்துக்கு ஒருமுறை தலைப்புச் செய்திகளைச் சொல்வார்கள் கேளுங்கள்" என்றவாறு அமர்ந்துகொள்ள, எல்லோரும் வானொலிப்பெட்டியில் காதை எறிந்தபடி அமைதியாக இருந்தார்கள்.

ஒரு துள்ளிசை முடிவில் செய்தி ஒலிபரப்பாகியது, "கொழும்பில் தேர்தல் கூட்டத்தில் தற்கொலைக்குண்டு வெடித்து காமினி திசநாயக்க உட்பட ஐம்பதுக்கும் அதிகமானவர்கள் கொலை செய்யப்பட்டார்கள்" என்ற முதலாவது தலைப்புச் செய்தியைக் கேட்டதுதான் தாமதம், தமிழர்களின் முகங்களெல்லாம் சந்தோஷத்தில் பூரித்துப்போக, நோர்வேஜியர்களின் முகங்களில் குழப்பம் குடிகொண்டது. அதனைக் கவனித்த பரராஜசிங்கத்தார் நோர்வேஜியர்களைப் பார்த்துச் சொன்னார், "எங்கட லைப்ரரியை எரிச்சவன் தான் இண்டைக்குச் செத்திருக்கிறான். அதுதான் எங்களுக்கு சந்தோஷம்" என்று.

குழப்பம் தீராத நோர்வேஜியர்களுக்கு காமினி என்பவர் ஒரு மோசமான சிங்கள இனவாதி என்றும், சில வருடங்களுக்கு

முன்னர் தமிழர்களின் பொக்கிசமான நூல்நிலையத்தை எரிப்பதற்குத் தூண்டுதலாக இருந்தவர்களில் ஒருவர் என்றும் அதனால்தான் தமிழ்ப் புலிகள் அவரைப் பழிதீர்த்திருக்கிறார்கள் என்றும் விளக்கமாகக் கூறினான் குணா.

அதனைக் கேட்டதும் அங்கிருந்த வெளிநாட்டவர்களைப் பிடிக்காத வீதார் என்பவன், "அவர் உங்கட லைப்ரரியை எரித்திருந்தால் சட்டத்தின் முன் நிறுத்தி தண்டனை வாங்கிக் கொடுத்திருக்க வேண்டுமே தவிர, இப்படிக் குண்டு வைத்து அதில சம்மந்தப்படாதவர்களை எல்லாம் கொல்லுவது சட்டத்துக்கு முரணான பயங்கரவாதச் செயல்" என்றான் முகத்தில் அடித்தாற்போல்.

அதனைக் கேட்டதுமே சட்டெனக் கதிரையை உதைத்துக்கொண்டு எழுந்த பரராஜசிங்கத்தார், "எழும்புங்கடா போவம், இந்த றசிஸ் பிடிச்ச நாயோட கதைச்சால்க் கதிரையாலதான் தூக்கி அடிக்கவேண்டி வரும்" எனத் தமிழில் கூறியபடியே எழுந்துபோக, வேலைக்கான நேரம் நெருங்கியதை உணர்ந்த அனைவரும் அங்கிருந்து கலைந்து போனார்கள்.

அன்று மாலை விஸ்வா, ஜெனிற்றாவுடன் தொலைபேசினான் குணா. பரஸ்பரச் சுகம் விசாரிப்புகளின் பின் வழமைபோல் அவர்கள் குணாவை ஒஸ்லோவிற்கு மாற்றலாகி வரும்படி கேட்டுக்கொண்டார்கள். விஸ்வா தான் பகலில் பாடசாலை சென்று கணக்காளர் வேலைக்கான படிப்பைப் படித்துக்கொண்டு, இரவு வேளைகளில் ஒரு உணவகத்தில் வேலை செய்துவருவதாகவும் கூறியதோடு குணாவையும் ஏதாவது படிப்பைத் தொடங்கும்படியும் வலியுறுத்தினான்.

"அண்ணே நீங்க வேற, நான் இங்க படிக்கவெண்டு வெளிக்கிட்டால் அங்க குடும்பமெல்லே குப்பறப் படுத்திடும். கொஞ்ச நாளைக்குப் பல்லைக் கடிச்சுக்கொண்டு உழைச்சுப்போட்டு நான் ஓடித்தப்புற வழியைத்தான் பார்க்கப்போறன்" என்றான்.

"சும்மாயிரும் ஐசே, அவனவன் அங்கயிருந்து ஓடித்தப்பி இங்க வாறதுக்கு படுகிற பாட்டுக்கு நீர் இங்கயிருந்துகொண்டு விசர்க்கதை கதைக்கிறீர்?" என விஸ்வாவிடம் வாங்கிக்கட்டிய

அன்றைய நாளும் குணாவிற்கு குழப்பமான நாளாகவே கழிந்துபோனது.

◉

1995

சந்திரிக்காவின் அரசு தீர்க்கமானதும், ஆக்கபூர்வமானதுமான தீர்வு நோக்கிச் செல்லாது, தொடர்ந்த இழுத்தடிப்பின் மூலமாகக் காலத்தைக் கடத்துவதிலேயே கண்ணாயிருப்பதாகக் குற்றஞ்சாட்டிய புலிகள் கடுப்படைந்து பேச்சுவார்த்தையிலிருந்து விலகுவதாக அறிவித்ததோடு, திருகோணமலைத் துறைமுகத்தில் நின்ற இரண்டு கப்பல்களைத் தாக்கி அழித்ததன் மூலம் சண்டையை ஆரம்பித்து வைத்தனர். பேச்சுவார்த்தை என்ற திரைக்குப் பின்னால் இரு தரப்பினரும் போருக்கான தயார்ப்படுத்தல்களிலேயே ஈடுபட்டு இருந்திருக்கின்றார்கள் என்பதை மீண்டும் பூமி போர்க்கோலம் பூண்ட போதுதான் அப்பாவி மக்கள் புரிந்துகொண்டார்கள்.

கப்பல்கள் தாக்கி அழிக்கப்பட்ட செய்தியை அறிந்ததுமே, "அடியடா புறப் படலையில எண்டானாம்" எனத் துள்ளிக்குதித்தான் வேந்தன்.

"மோட்டுச் சிங்களவரிட்டக் கேட்டுப் பிரயோசனமில்ல, போட்டுத் தாக்கு தலைவா" என முஷ்டியை உயர்த்தினான் தேவகன்.

"மயிரவிட்டான் சிங்கன். இனித்தாண்டா இருக்கு அம்மையாருக்கு ஆப்பு" என மார்புதட்டி எழுந்தான் சீலன்.

"தாங்களாகவே பேச்சுவார்த்தையிலிருந்து விலகிச் சண்டையை ஆரம்பிச்சிருக்கிறபடியால எங்கட ஆட்களிட்ட ஏதோ பலமான திட்டம் இருக்குத்தான்போல" எனக் குணாவும் மனம் மகிழ்ந்தான்.

தொடர்ந்து அடுத்தடுத்த வாரங்களாக 'புலிகளின் குரல்' தொலைபேசிச் செய்தியில் இராணுவக் காவலரண்கள் தாக்கியழிப்பு, மினிமுகாம் கைப்பற்றல் எனத் தொடர் வெற்றிச் செய்திகளாகவே வந்துகொண்டிருந்தன. வீட்டில் விக்கியையும், நிமலனையும் தவிர மற்றைய எல்லோருமே புலி

ஆதரவாளர்களாக இருந்தமையினால் வெற்றிச் செய்திகளால் வீடு எப்போதும் சந்தோஷத்திற் களைகட்டியது.

குணாவின் ஆலோசனைப்படி முயற்சித்த நிமலன், சித்தப்பாவின் மகளின் உதவியுடன் அந்தக் கறுத்தக்கொழும்பானைக் கண்டுபிடித்துவிட்டான். தொண்ணூறாம் ஆண்டு தீவுப்பகுதியில் ஏற்பட்ட இராணுவ, கடற்படைகளின் ஆக்கிரமிப்பையடுத்து அங்கிருந்து இடம்பெயர்ந்தவள் தற்போது குடும்பத்தினருடன் கொழும்பில் வாழ்வதாக அறிந்து, அவளுடனான தொடர்பை ஏற்படுத்திக்கொண்ட நிமலன் அடிக்கடி தொலைபேசியிலேயே காதலாகிக் கசிந்து உருகிக்கொண்டிருந்தான். அவனது சம்பளத்தில் பாதி அதிலேயே கரைந்துகொண்டிருந்தது.

குட்டிசிறியிடமிருந்து லைற்றர் அடிக்கும் வித்தையைக் கற்ற நிமலன், அந்தப் பகுதியில் இருந்த தொலைபேசிக் கூண்டுகள் அனைத்தையும் கொஞ்ச நாட்களிலேயே இயங்காமற் செய்துவிட்டான். அவனது புண்ணியத்தில் இப்போ அந்தச் சுற்றுவட்டாரத்தில் இருப்பவை எல்லாம் புதியரகத் தொலைபேசி இணைப்புக்களே. அதில் லைற்றர் அடிக்கும் வேலை எடுபடவில்லை. பக்கத்து நகராட்சியில் இருந்த ஒரே ஒரு பழைய தொலைபேசிக் கூண்டில் மட்டுமே தில்லுமுல்லுச் செய்யலாமென அறிந்த நிமலன், எதிர்வரும் சனி இரவு அதற்கும் அலுவலைக் கொடுக்கும் நோக்குடன் குணாவையும் தன்னுடன் வரும்படி இரண்டு நாட்களாகக் கெஞ்சியபடியே இருந்தான்.

“வாட மச்சி, நீ வந்தால் கார் பழகிறதும் ஆகுது. போகவும், வரவும் நீயே காரை ஓட்டலாம்” என ஆசையை ஊட்டி அவனையும் அசைத்துவிட்டான்.

“சிலவேளை பூத் கொழுவிச்சுதெண்டால் இந்த உலகமே உன்ர கண்ணுக்குத் தெரியாமப் போயிரும், விடிய விடிய என்னால நித்திரை முழிக்க ஏலாது ராசா, கொஞ்சம் பொறு வாறன்” என்ற குணா முன்னெச்சரிக்கையுடன் தலையணையையும், போர்வையையும் எடுத்துக் காருக்குள் திணித்தான். நிமலனும் பெரிய கோலாப் போத்தலுக்குள் தண்ணீரை நிறைத்துக்கொண்டு கிளம்பினான். அதனைப் பார்த்த குணா, “ஏன்ராப்பா தண்ணியோட வெளிக்கிட்ட வயித்தால, கியித்தால அடிக்குதே?

வழியில எங்கையாவது காரை நிப்பாட்ட வேண்டி வருமே?" எனக் கேட்டான்.

"அடேய் எல்லாம் விசயத்தோட தான். நீ சும்மா அறுக்காமல் காரை எடுடா" என்றவன் ஏறி அமர்ந்ததும் கார் கிளம்பியது. கிட்டத்தட்ட அரை மணித்தியாலப் பயணத்தில் அந்த இடத்தைச் சென்றடைந்தார்கள். குடிமனைகள் குறைந்த ஒரு ஒதுக்குப்புறமான பகுதியிலேயே அந்தத் தொலைபேசிக்கூண்டு இருந்தது. அதிலிருந்து சுமார் ஐம்பது மீற்றர் தொலைவில் காரை நிறுத்திவிட்டு, அதிரடித் தாக்குதலுக்குத் தயாரான கெரில்லாக்கள் போல் சிறிது நேரம் காருக்குள்ளேயே பதுங்கியிருந்து வேவு பார்த்தார்கள்.

"மச்சி லைற்றர் கொண்டுவந்தியே?" கேட்டான் குணா.

"ச்செ... லைற்றர் தேவையில்ல, இது வேற மாதிரி விளையாட்டு." என்றவாறே யக்கற் பொக்கற்றுக்குள் இருந்து தாக்குதலுக்கான ஆயுதத்தை வெளியே எடுத்தான் நிமலன். அது மஞ்சள் நிறத்தில் தேசிக்காய் வடிவிலான தேசிக்காய்ச் சாறு கொண்ட ஒரு சிறிய பிளாஸ்ரிக் போத்தல். அதனைப் பார்த்துக் குழப்பமடைந்த குணா கேட்டான், "என்னடாப்பா எங்கட ஆட்கள் சுவிஸ்ல ரெலிபோன் பூத்துக்க வைச்சு ஆடு அறுத்த கதை கேள்விப்பட்டிருக்கிறன். நீ என்னவெண்டால் தேசிக்காய்ப் புளி விட்டுக் கறியே காய்ச்சப்போறாய் போல கிடக்கே" என்றான்.

"அடேய் இதுக்க தேசிக்காய்ப் புளி இல்லையடா, வெறும் போத்திலுக்க தண்ணியைத்தான் விட்டிருக்கிறன். சத்தம் போடாமல் வாவன் விளையாட்டைக் காட்டுறன்" என்றவன் குணாவுடன் தொலைபேசிக் கூண்டுக்குள் நுழைந்தான். உள்ளே சென்றதும் அக்கம், பக்கம் நோட்டம் விட்டவாறு ரிசீவரைக் கையில் எடுத்தவன், "மச்சி வெளியில தெரியாதபடி என்னை மறைச்சுக்கொண்டு நில்லடா" என்றான்.

நாலுபக்கமும் கண்ணாடியிலான அந்தக் கூண்டின் எந்தப் பக்கத்தினை மறைப்பதென்று தெரியாமற் குணா குழம்பி நிற்க, அவன் காரியத்தில் இறங்கினான். ஒரு பத்துக் குரோணர்க் குற்றியை எடுத்துக் காசு போடும் துவாரத்திற்குள்

நுழைத்துவிட்டுக் கொழும்புத் தொலைபேசி இலக்கங்களை அழுத்தினான். அங்கே தொலைபேசிமணி ஒலிக்க ஆரம்பித்ததும் தண்ணீர் நிரப்பப்பட்ட தேசிக்காய் வடிவிலான பிளாஸ்ரிக் போத்தலை எடுத்துத் தொலைபேசிக் கூண்டின் காசு போடும் துவாரத்திற்கு நேராகக் கவிழ்த்துப் பிடித்துக்கொண்டான். அங்கே ரிசீவரைத் தூக்கியதுமே இங்கே காசு உள்ளே விழுந்த கணத்தில் "ஹலோ... ஹலோ... லைன்ல நில்லுங்கோ, லைன்ல நில்லுங்கோ" எனக் கத்தியபடியே தண்ணீர் நிறைந்த பிளாஸ்ரிக் போத்தலை அமர்த்திப் பிழிந்து காசு விழுந்த துவாரத்தினுள் பலமாக நீரைப் பீச்சியடித்தான். பூத்திலிருந்து ப்பீப்... ப்பீப்... ப்பீப்... என்ற சத்தம் வந்து சில நொடியில் அடங்கிப்போக, வெற்றிப் புன்னகை மலர்ந்த முகத்துடன் நிமலன் காதலியுடன் உரையாட ஆரம்பித்ததுமே மெல்லக் கழன்றுபோன குணா காருக்குள் ஏறி இழுத்துப் போர்த்திக்கொண்டு படுத்தான். நட்சத்திரங்களைத் தொலைத்திருந்த இருண்ட வானத்தின் கருமேகங்களும் நிலத்தில் நீரைப் பீச்சியடிக்க ஆரம்பித்திருந்தன.

குணா படுத்திருந்தானே தவிர, யாராவது பார்த்துவிடுவார்களோ என்ற பயத்தில் தூக்கம் வரவேயில்லை, இடைக்கிடையே தலையை நிமிர்த்தி நீர்த்துளிகள் வழிந்துகொண்டிருந்த கார்க் கண்ணாடி ஊடாக வெளியே நோட்டமிட்டான். ஆளரவமற்ற இரவு மழையில் நனைந்துகொண்டிருந்தது. தொலைபேசிக் கூண்டின் ஒரு பக்கச் சுவரில் சாய்ந்து எதிர்ப்பக்கச் சுவரை ஒரு காலால் உதைத்தபடி ஒற்றைக்காலில் உலகை மறந்து நின்றான் நிமலன். அதனைப் பார்த்ததும் 'சங்கீத ஸ்வரங்கள் ஏழே கணக்கா இன்னும் இருக்கா... என்னவோ மயக்கம்... என் வீட்டில் இரவு அங்கே இரவா இல்லைப் பகலா எனக்கும் மயக்கம்...' என்ற அழகன் படத்தின் காட்சியும், கானமுமே குணாவின் கண் முன்னே வந்துபோனது. சிறிது நேரத்தில் அவனையறியாமலேயே தூக்கிப் போனவன், கார்க் கதவைத் திறந்து சாத்திய சத்தம் கேட்டபோதுதான் கண்விழித்தான்.

"அடேய் எழும்படா மச்சி, கார் பழகவெண்டு வந்துபோட்டு நித்திரை கொள்ளுறாய், எழும்படா எழும்பிக் காரை எடு."

"அது சரி, ஏன் சொல்லமாட்ட" என்றபடியே கண்களைக் கசக்கிக்கொண்டு எழுந்தவன் நேரத்தைப் பார்த்துவிட்டு "அட

பாவி நாலு மணித்தியாலமாக் கதைச்சனியேடா? பூத் சூடேறி வெடிக்காமல் விட்டதே பெரிய விஷயந்தான்" என்றவாறே காரைக் கிளப்பினான் குணா.

எதிர்பாராத நேரத்தில் எதிர்பார்த்திருந்த கடிதம் வந்த சந்தோஷம் குணாவுக்கு. ஆம், பால்ய நண்பனும், தற்போதைய போராளியுமான சிவாவிடமிருந்து கடிதம் வந்திருந்தது. "நண்பன் குணாவுக்கு! அன்புடன் அறியத் தருவது. இந்த நிமிடம் வரை நான் நலமாகவுள்ளேன். அடுத்த நிமிடம் என்ன நடக்குமென்று தெரியாத வாழ்க்கையே இங்கு எங்களுடையது. உனது நலத்திற்கு அங்கு குறையிருக்காது என்றே எண்ணுகின்றேன். நீ வெளிநாடு சென்றபின்பும் எங்களை மறக்காமல் இருப்பதையிட்டு மிகவும் சந்தோஷம். இப்போதிங்கு மீண்டும் சண்டைகள் ஆரம்பித்துவிட்டன. அதனால் தொடர்ந்து ஊரில் நிற்க முடியாத நிலை. எப்போது எங்கு வரும்படி மேலிடத்திலிருந்து தகவல் வருமோ தெரியாது. இரண்டு நாட்களுக்கு முன்னர் ரவியும் இங்கிருந்து சென்றுவிட்டான். நானும் எங்கு சென்றாலும் சந்தர்ப்பம் கிடைக்கும்போது உனக்குக் கடிதம் எழுதுகின்றேன். இப்படிக்கு, மீண்டும் தமிழீழத்தில் சந்திக்கும் ஆவலுடன் அன்பு நண்பன் சிவா. புலிகளின் தாகம் தமிழீழ தாயகம்" எனக் கடிதத்தை முடித்திருந்தான்.

அந்த வரிகளை வாசித்தபோது தூரத்து நினைவோட்டம் மனவெளியெங்கும் கானல் போல் அலைந்து குணாவினது கண்களைப் பனிக்கச் செய்தன. "கொஞ்சம் பொறுங்கள் நண்பர்களே விரைவில் நானும் வந்து உங்களுடன் இணைந்து கொள்கின்றேன்" என ஆக்ரோஷத்துடன் மனதுக்குள்ளேயே சொல்லிக்கொண்டான்.

* * *

வலிகாமம் மேற்குப் பகுதியிலிருந்து 'முன்னேறிப் பாய்தல்' என்ற பெயருடன் இராணுவத்தினர் மேற்கொண்ட ஆக்கிரமிப்பு நடவடிக்கையால் அந்தப் பகுதிகளிலிருந்து இடம்பெயர்ந்த மக்கள் நவாலித் தேவாலயத்துக்குள் தஞ்சம் புகுந்திருந்தனர். இராணுவத்திற்கு உதவியாகச் செயற்பட்ட இலங்கை விமானப்படையினரின் புக்காரா விமானம் நவாலித் தேவாலயத்தின் மீது குண்டுகளை வீசித் தேவாலயத்துள்

தஞ்சம் புகுந்திருந்த குழந்தைகள், பெண்கள் உட்பட நூற்றி நாற்பதுக்கும் அதிகமான அப்பாவிப் பொதுமக்களை ஈவு இரக்கமின்றிக் கொன்று குவித்துள்ளதாக ஒலிபரப்பான அன்றைய செய்தி குணாவையும் நண்பர்களையும் பெரும் துயரக் குழிக்குள் தள்ளியது. குழந்தை ஒன்று உடல் சிதறிக் கிடந்த கொடூரக் காட்சியையும், சிறுவர்களும், பெண்களும் இரத்த வெள்ளத்திற் துடிதுடித்த காட்சியையும் காணொளிகளில் கண்ட குணா சோகம், கோபம், இயலாமை, விரக்தியென அனைத்து உணர்ச்சிகளாலும் தாக்குண்டான். அவனை மட்டுமல்ல, இங்கு தமிழர்கள் அனைவரின் இதயங்களையும் இந்தச் சம்பவம் ஒரு உலுப்பு உலுப்பியிருந்தது. இதனால் கோபத்தின் உச்சத்திற்கு சென்றவர்கள் இனவெறி அரசைப் பழிவாங்கப் புலிகளைப் பலப்படுத்துவதைத் தவிர வேறு வழியே இல்லை என்ற முடிவோடு புலிகளுக்கான நிதி உதவியை வாரி வழங்கினார்கள்.

சில நாட்களிலேயே இப் பெருந்துயரை ஆற்றுப்படுத்தும் விதமாக விமானப்படையின் புக்காரா விமானம் புலிகளாற் சுட்டு வீழ்த்தப்பட்ட இனிப்பான செய்தியும் வந்துசேர்ந்தது. அந்த இனிப்பின் சுவை அடங்குவதற்குள் நாகர்கோவில் பகுதியில் சிறுவர் பாடசாலை மீது கண்மூடித்தனமாகக் குண்டுகளை வீசிய விமானப்படையினர் முப்பத்தொன்பது சிறுவர்களை மிகவும் கொடூரமாகப் படுகொலை செய்துபோட்டார்கள். என்ற துயரச் செய்தியை மீண்டும் கேட்க நேர்ந்தது. மீண்டும் இந்தத் துயரத்திலிருந்தும் மீட்டெடுக்கும் விதமாக, 'மண்டைதீவு இராணுவ முகாம் புலிகளால் தாக்கியழிப்பு, நூற்றி இருபத்தைந்து இராணுவத்தினர் பலி. பத்துப் போராளிகள் வீர மரணம்' என்ற வெற்றிச் செய்தியும் சூட்டோடு சூடாக வந்து குளிர் போக்கியது.

நாட்டு நிலைமை நாளுக்கு நாள் மோசமாகிக்கொண்டேயிருந்தது. மாறிமாறிப் பழிக்குப் பழி தீர்க்கும் தாக்குதல்கள் இரண்டு பக்கங்களிலும் நிகழ்ந்து கொண்டேயிருந்தன. குணா தனது போராளி நண்பர்களான சிவாவையும், ரவியையும் நினைத்துக் கலங்கினான். அவர்களுக்கு ஏதாவது நிகழ்ந்துவிடுமோ என்றெண்ணி ஏங்கினான். ரவிக்காவது பரவாயில்லை ஏற்கனவே வசதியான குடும்பம். வெளிநாடுகளில் அண்ணன்மார் வேறு இருக்கிறார்கள். ஆனால், சிவாவை நினைத்தபோதுதான் மிகவும் வேதனையாக இருந்தது. ஏற்கனவே நடுத்தர வர்க்கக் குடும்பம்.

போக்காளி | 263

அவன் இயக்கத்துக்குப் போன அடுத்த மாதமே பாரிசவாதத்தால் படுக்கையில் விழுந்த தந்தையையும், அவனுக்குக் கீழான ஒரு தங்கையையும், தம்பியையும் தாய் தான் கவனித்து வருகிறார். மூத்த மகனாகப் பிறந்தும் குடும்பத்துக்காக உழைக்காது, அவன் மிகுந்த அன்பு வைத்திருந்த குடும்பத்தைப் பிரிந்து நாட்டுக்காக உழைத்துக்கொண்டிருக்கின்றான். அவனை நினைத்தபோது பெருமையாகவும் இருந்தது. அவனது குடும்பத்திற்கும் தன்னாலான உதவியைச் செய்யவேண்டும் என்ற அவாவும் குணாவின் மனதில் எழுந்தது.

இலங்கை இராணுவம் யாழ் மாவட்டத்தை முழுமையாகக் கைப்பற்றும் நோக்குடன் ‘சூரியக்கதிர்’ என்ற பெயருடன் பெரும் எடுப்பிலான இராணுவ நடவடிக்கை ஒன்றை ஆரம்பித்திருப்பதாகவும், புலிகளும் தமது முழுப்பலத்தையும் ஒருங்கிணைத்துப் போராடிக்கொண்டிருப்பதாகவும் சுடச்சுடச் செய்திகளும் வந்தவண்ணமே இருந்தன.

“அடேய், வடமராட்சியைப் பிடிச்ச ஆமி இப்ப வலிகாமத்தை நோக்கி முன்னேறுதாம், ஏராளமான போராளிகள் வீரச்சாவாம்” எனச் சோகத்தில் தலையைத் தொங்கப்போட்டான் தேவகன்.

“என்னடா சொல்லுற! போற போக்கைப் பார்த்தால் யாழ்ப்பாணம் அங்கால விழுந்திடும் போலயிக்கே” எனக் குணாவும் அங்கலாய்த்து நின்ற அடுத்தடுத்த நாட்களில் புலிகளின் தலைவர் எடுத்த அதிரடி முடிவுக்கு அமைய, மக்கள் அனைவரும் வீடு வாசல்கள், சொத்துப்பத்துக்கள், தோட்டந்துரவுகள், செல்லப்பிராணிகள் அனைத்தையும் இழந்து கையில் கிடைத்த பொருட்களுடன் யாழ் குடாவை விட்டுக் கால்நடையாக வெளியேறிக் கொண்டிருப்பதாகவும், நாவற்குழிப் பாலத்தை அண்டிய பகுதிகள் மக்கள் வெள்ளத்தால் மூழ்கி இருப்பதாகவும், ஐந்து இலட்சம் மக்களின் இடப்பெயர்வால் தென்மராட்சிப் பிரதேசத்தில் வீடுகள், பாடசாலைகள், கோவில்கள் மட்டுமன்றி வீதிகள், ஒழுங்கைகள்கூட மக்கள் வெள்ளத்தால் நிறைந்திருப்பதாகவும் வந்த செய்திகள் குணாவையும், நண்பர்களையும் மீண்டும் பெரும் அச்சத்திற்குள் தள்ளியது. எல்லோரும் தங்கள், தங்கள் குடும்பத்தினரையும், உறவினர்களையும் நினைத்து ஏங்கித் தவித்தார்கள்.

கனவுக்கு அஞ்சித் துடித்தெழுந்த குணா உடல் குறுகிக் கட்டில் விளிம்பில் நடுக்கத்துடன் குந்தியிருந்தான். முகமெல்லாம் வியர்வை துளிர்த்திருந்தது. தாயகத்து நிகழ்வுகள் கனவுகளாகவும், நினைவுகளாகவும் வந்து அவனது இரவுகளை நரகமாக்கியது. மறுநாள் மார்கழி மழைவெள்ளத்தோடு மக்கள் வெள்ளமும் வன்னிப் பெருநிலப்பரப்பை வந்தடைந்துவிட்டதான செய்திகளை அறிந்தவர்கள் தங்கள் குடும்பத்தினர் எங்கு இருக்கிறார்கள்? எப்படி இருக்கிறார்கள்? என அறிவதற்கு எதுவித தொடர்புகளும் அற்று ஆற்றுக்கு அந்தப் பக்கத்தில் விடப்பட்ட முடவனைப் போல் அந்தரத்தில் தவித்தார்கள்.

யாழ்ப்பாணம் முழுமையாக இராணுவத்தின் கட்டுப்பாட்டுக்குள் வீழ்ந்துவிட்டதான செய்தி இங்கு பலரையும் கவலையில் வீழ்த்தியது. வேலைத் தளங்களில் எல்லோரும் சோர்வடைந்தே காணப்பட்டார்கள்.

வன்னிக்கு இடம்பெயர்ந்த இளைஞர்கள், யுவதிகள் எனப் பெருந் தொகையானோர் புலிகளுடன் இணைந்துகொள்ள, புலம்பெயர்ந்தவர்களின் நிதியுதவியுடன் மீண்டும் புலிகள் இயக்கம் வன்னி மண்ணில் வீறுகொண்டு எழுந்துகொண்டிருப்பதாக இங்கு எல்லோரும் பேசிக்கொண்டார்கள். 'யாழ்ப்பாணத்தைச் சிங்கள அரசு கைப்பற்றியது இராணுவ ரீதியிலான வெற்றியாக இருந்தாலுங்கூட, மக்கள் இல்லாத வெறும் நிலத்தை மட்டுமே கைப்பற்றியிருப்பது அரசியல் ரீதியாகப் படுதோல்வியே' என்று நிதி சேகரிக்க வந்த புலிச் செயற்பாட்டாளர்கள் குணாவிடம் கூறிச் சென்றார்கள்.

"என்ன குணா, வீட்டுக்காரரைப் பற்றி ஏதும் அறிஞ்சீரே?" கேள்வியோடு வந்தார் மணியமண்ணை.

"இல்லையண்ணே, அதை நினைக்கத்தான் ஒரே யோசனையும், தலையிடியுமா இருக்கு அதுதான் மைன்டை மாத்துவமெண்டு இந்தப் புத்தகத்தை தூக்கினால் கண்டறியாத நொர்ஸ்க் ஒண்டுமே விளங்குதில்லையே" எனப் புரட்டிக்கொண்டிருந்த நொர்ஸ்க் மொழிப் பாடப் புத்தகத்தை வெறுப்போடு தூக்கிப்போட்டான்.

"அட எனக்குத்தான் இந்த மொழி மண்டைக்க ஏறுதில்லை எண்டால் இளம் பெடியள் உங்களுக்குமா? சரி... சரி... இந்த

நாட்டில வாழவெண்டு வெளிக்கிட்ட எங்களுக்கு மொழி முக்கியம் தானே, புது மொழியைப் படிக்கிறதால ஒண்டும் நட்டப்படப் போறதில்லையடா தம்பியா. ஒரு மொழி உயிரைக் கூடக் காப்பாற்றும் எண்டதை அனுபவிச்சு உணர்ந்தவண்டா நான். அண்டைக்கெனக்குச் சிங்களம் மட்டும் தெரியாமல் இருந்திருந்தால் எழுபத்தேழிலயே என்ர கதை முடிஞ்சிருக்கும் தெரியுமே" என்றார் மணியமண்ணை.

"அட சொல்லவேயில்ல, அப்பிடியும் ஒரு கதையிருக்கே?"

"ஓமடா தம்பியா அந்தக் காலத்தில கொழும்பில ஒரு அரிசிக் கடையிலதான் வேலை செய்தனான். அந்த வருச ஊர்க் கோயில்த் திருவிழாவுக்குப் போயிற்று, திருவிழாவெல்லாம் முடிய திரும்பவும் கொழும்புக்குப் போகவெண்டு வெளிக்கிட்டு வந்துகொண்டிருக்கைக்க அனுராதபுரத்தோட ரயிலை நிப்பாட்டிப் போட்டாங்கள். என்னெண்டு விசாரிச்சால் ஏதோ கலவரமாம் ரயில் கொழும்புக்குப் போகாதாம் எண்டாங்கள். தமிழ்ச் சனங்களெல்லாம் திரும்பி வவுனியாவுக்குப் போகநிண்ட ரயிலில ஏற வெளிக்கிட்டுதுகள். எனக்கு எப்பிடியும் வேலைக்குப் போயே ஆகவேணும் எண்ட நிலைமை. சரியெண்டு ஓடிப்போய் கொழும்பு போக ரெடியா நிண்ட பஸ் ஒண்டில ஏறினன். மேலுங்கீழும் பாத்த கிளினர் நீ தமிழனே? எண்டு சிங்களத்தில கேட்டான். விஷயந்தெரியாமல் ஓமெண்டு சொல்லிப்போட்டன். இறங்கு, இறங்கெண்டு கத்தினவன் என்னை வெளிய இழுத்தெறிஞ்சுபோட்டான்" என்றவர் புகையிலைத் துகள்களை எடுத்து ஒரு சுத்துச் சுத்த ஆரம்பித்தார்.

"ம், பிறகு?" கதை சுவாரஸ்யமாக போக குணாவும் ஆவலானான்.

"பிறகென்ன, வவுனியா ரயிலையும் விட்டிற்றன். அனுராதபுரத்தில நிற்கவும் பயமாக்கிடந்திச்சு, அப்பத்தான் ஒரு ஐடியா வந்திச்சு பக்கத்தில இருந்த புடவைக் கடையிக்க பூந்து சிங்களவர் கட்டுற மாதிரி ஒரு பற்றிக் சாறத்தை வாங்கினன். பேமண்ரில ஒரு ஓலைத் தொப்பியும், வெள்ளிச் சங்கிலியும் வாங்கினன். ஸ்ரேசன் டொய்லெட்டுக்க போய் கழுத்தில கிடந்த பவுன் சங்கிலியைக் கழட்டி சேட் கைமடிப்புக்குள்ள சுருட்டி வைச்சுப்போட்டுக் கெட்டப்பை மாத்திக்கொண்டு வெளிய வந்தன். அடுத்த பஸ் ரெடியா நிண்டுது. அதில தொத்துவமெண்டு ஓடிப்போக

'கெதியா வா... கெதியா வா...' எண்டு சிங்களத்திலேயே கத்திக் கூப்பிட்டான் கிளினர். அவ்வளவுதான் ஏறிக் குந்திற்றன்" என்றவாறே சுத்திய சிகரெட்டில் நெருப்பு வைத்தார்.

"அட அப்ப சிங்களவன் எண்டே நினைச்சிட்டான் போல."

"ம், அப்பயிருந்தே நான் மீசை ஒண்டும் வைக்கிறதில்லைத்தானே, பார்க்க அசல் சிங்களப் பிள்ளையள் மாதிரியே இருந்துச்சு, சிங்களத்திலும் ரெண்டு விளாசு விளாசி விட்டன் விஷயம் முடிஞ்சுபோச்சு, பஸ்சும் கிளம்பிற்றுது" என்றவரின் வாயிலிருந்து புகை கிளம்பியது.

"அப்பிடியெண்டால் அந்த எழுபத்தேழு கலவரத்திலதான் நீங்களும் மாட்டுப்பட்டு இருக்கிறிங்கபோல?" கதிரை நுனிக்கு வந்தான் குணா.

"பின்ன... கதையக் கேளன், பஸ் ஓடிக்கொண்டே இருந்துச்சு, கொஞ்சம் இருள ஆரம்பிச்சதுமே நித்திரையாப்போனன். திடீரெண்டு குய்யோ... முய்யோ... எண்டு சத்தங்கள் கேட்டு கண் முழிச்சுப் பார்த்தால். நிறைய வாகனங்கள் வரிசைகட்டி நிக்குது. பொல்லுகள், கம்பிகளோட சிங்களக் காடையர் எல்லா வாகனங்களிலும் ஏறி கத்தக் கத்தத் தமிழ்ச் சனங்களை வெளிய இழுத்தெறியுறாங்கள். ஒரு கும்பல் ஓடிவந்து நானிருந்த பஸ்ல ஏற இதுக்குள்ள ஒரு தமிழனும் இல்லையெண்டு கிளினர் சொல்லியும் கேட்காமல் கிளினரைத் தள்ளிவிட்டிற்று உள்ள ஏறிச் சந்தேகமான ஆட்களைப் பார்த்துச் சிங்களத்தில கேள்விகள் கேட்டுக்கொண்டு வந்தாங்கள். எல்லாற்ற முகத்திலும் கொலைவெறி. றைவருக்குப் பின் சீற்றில இருந்த ஒரு தம்பதி தாங்கள் சிங்களவர்கள் எண்டு சொல்லிக்கொண்டு ரெண்டுபேருமே நல்லாச் சிங்களத்தில கதைச்சுதுகள். அப்பிடியிருந்தும் என்னெண்டு கண்டுபிடிச்சாங்களோ தெரியயில்லக் கத்தக் கத்த இழுத்துக் கீழ இறக்கிப்போட்டாங்கள். எனக்கெண்டால் அடிவயிறெல்லாம் கலக்கத் துவங்கிற்றுது. பயத்தைக் காட்டிக்கொள்ளாமல், வெளிய புதினம் பாக்கிற மாதிரி யன்னலால எட்டிப் பார்த்துக்கொண்டிருந்தன். முன்னுக்கு கொஞ்சம் தள்ளி நிண்ட ஒரு லொறியில இருந்து மூட்டை மூட்டையா சாமான்களை இறக்கித் தலையில சுமந்துகொண்டு ஒரு கூட்டம் ஓடிக்கொண்டிருந்திச்சு. காடையர் எனக்குக்

கிட்ட வரவே நான் என்னோட அரிசிக்கடையில வேலை செய்யிற ஒரு சிங்களப்பெடியன்ர பேர், ஊர் போன்ற விபரங்களையெல்லாம் மனசுக்குள்ள ஞாபகப்படுத்திக்கொண்டு பக்கத்தில இருந்த ஒரு சிங்களக் கிழவனோட சிங்களத்தில கதையைக் கொடுத்திட்டன். அவங்களுக்கு சந்தேகமே வராமல் என்னைத் தாண்டிப்போகத்தான் எனக்குப் போன உயிர் திரும்பி வந்தமாதிரி இருந்திச்சு. மற்றப் பஸ்களிலும் இருந்து இறக்கின தமிழ்ச் சனங்களெல்லாம் உயிர்ப்பிச்சை கேட்டுக் கத்திக் குளறிக் கெஞ்சிக் கூத்தாடிக்கொண்டு நிண்டதைப் பார்த்த எனக்கு என்ர நெஞ்சாங் கூட்டுக்குள்ளேயே குண்டு வெடிச்ச மாதிரி இருந்திச்சு. அது கோபமா, பயமா என்ன உணர்ச்சியோ தெரியயில்ல, என்னை அறியாமலே "ஐயோ!" எண்டு கத்திக்கொண்டு சீற்றை விட்டு எழும்பீற்றன். பக்கத்தில இருந்த கிழவன் சட்டெண்டு என்ர கையைப் பிடிச்சு இழுத்து இருத்திப்போட்டு என்னை ஒரு முழுசு முழுசிப் பார்த்தபடி, 'உஷ்... சத்தம் போடாமல் இரு' எண்டு சிங்களத்தில உறுக்கின கையோட பஸ்சும் வெளிக்கிட ஆரம்பிச்சுட்டுது. பஸ் மெல்ல மெல்ல உருண்டு அந்த லொறிக்குக் கிட்ட வரயிக்க பெற்றோல் மனக்குதெண்டு பார்த்தால் காடையர் லொறிக்குப் பெற்றோலைத் தெளிச்சுக்கொண்டு நிண்டாங்கள். பஸ் லொறியை தாண்டும்போதுதான் முன் பக்கமா எட்டிப் பார்த்தன், மூண்டு பேரை சீற்றோடு சேர்த்துக் கட்டி வைச்சிருந்தாங்கள். லொறியில 'அரசன்' எண்டு தமிழில பேர் எழுதியிருந்துச்சு. பஸ் கொஞ்சத் தூரம் ஓடினப்பிறகு திரும்பிப் பார்த்தன். லொறி நிண்ட இடம் தீப் பிளம்பாய்த் தெரிஞ்சுது. நான் பதறியபடி நடுங்கிக்கொண்டிருந்ததைப் பார்த்த கிழவன், 'பயப்பிடாத, நீ தமிழனெண்டு தெரியும். கொழும்பு போய்ச் சேரும்வரைக்கும் உனக்கு எந்த ஆபத்தும் வராதபடி நான் பார்த்துக்கொள்ளுவன் தைரியமா இரு' எண்டு சொல்லிச்சுது. சொன்னபடியே அரிசிக் கடை வரையும் என்னைக் கொண்டுவந்து விட்டுப்போட்டுத்தான் போச்சுது அந்த நல்ல மனுஷன். அதை இப்ப நினைச்சாலும் உடம்பெல்லாம் புல்லரிக்குதடா தம்பியா" என உடல் சிலிர்க்கத் தன் தலை தப்பிய கதையைச் சொல்லி முடித்தார் மணியமண்ணை.

கதையைக் கேட்டுக்கொண்டிருந்த குணாவின் உள்ளேயும் தீப்பிளம்பு எரிந்துகொண்டிருந்தது. "அந்த லொறி திருநாவுக்கரசு

மாமாவின் லொறியாக இருந்திருக்குமோ?" தனக்குள்ளேயே கேள்வியைக் கேட்டுக்கொண்டவனின் மனம் பதறியது.

"என்ன குணா யோசிக்கிற, என்ர கதையைச் சொல்லி உன்னைக் குழப்பிப் போட்டனே?"

"இல்லை அண்ணே, இல்லை. நாங்கள் ஆயுதம் தூக்கினத்தில தப்பே இல்லை" எனப் பற்களை நறுமியவனின் கழுத்து நரம்புகள் புடைத்தன, நெருப்பெரிந்த கண்களில் கோபத்தின் சீற்றம் கொப்பளித்துக் கொண்டிருக்க, மணியமண்ணையும் விடைபெற்றுக்கொண்டு சென்றார். குணாவுக்கு அன்றிரவும் தூக்கம் தொலைந்து போனது. அழுகை, தூக்கம் இரண்டையுமே ஒரே நேரத்தில் கண்களாற் செய்ய முடியவில்லை. பிரான்சிலிருந்து ஆனந்தன் அண்ணை போனதுபோல இப்பவே எழுதிக் கொடுத்துவிட்டு நாட்டுக்குப் போய் இயக்கத்தில் சேர்ந்தாலென்ன? மனம் துடியாய்த் துடித்துக்கொண்டிருந்தது.

◎

1996

நீண்ட நாட்களின் பின் அம்மாவிடமிருந்து கடிதம் வந்திருந்தது. உறையினுள் இருந்த மடலை மிகுந்த ஆவலுடனும், அச்சத்துடனும் கைகள் நடுநடுங்கப் பிரித்தான் குணா.

"அன்புள்ள மகனுக்கு, நலம். நலமறிய ஆவல். இங்குள்ள நிலைமைகளை அறிந்திருப்பாய்தானே, சொல்லொணாத் துன்பங்களை அனுபவித்து உயிரைக் கையில் பிடித்துக்கொண்டு நாங்கள் எல்லோரும் ஒருவாறாக வன்னிக்கு வந்து சேர்ந்துவிட்டோம். நெரிசலில் நசுங்கிய குஞ்சு குருமான்களின் கதறல்களோடு மிதிபட்டு விழுந்த கிழடு கட்டைகளின் உடல்களையும் தாண்டிக் கண்ணீரும், கம்பலையுமாய்த்தான் வந்து சேர்ந்தோம். இங்கு விசுவமடுவில் யோகன் மாமாவின் வீட்டு வளவுக்குள் பெரியம்மா குடும்பம், சின்னமாமா குடும்பம், கலா அக்கா குடும்பமென நாங்கள் ஏழெட்டுக் குடும்பங்கள் கொட்டில்கள் போட்டுக் குந்தியிருக்கிறம். மழையும் கொட்டோ கொட்டெண்டு கொட்டுது. குடிசைகளெல்லாம் ஊறிச் சேறும், சகதியுமாய்த்தான் இருக்குது. சாக்குகளையும், உரப்பைகளையும் போட்டுத்தான் படுத்து எழும்புறம். ஆமிக்காரங்கள் படுத்துற பாடு போதாதெண்டு இந்த இயற்கையும் சேர்ந்தெல்லோ எங்களைப்போட்டு வதைக்குது. அரிசிக்குப் பஞ்சமில்லாத வன்னி என்றபடியால கஞ்சியக் காச்சிக் குடிச்சாவது நாங்கள் சீவியத்தைப் போக்கிடுவம். நீ தான் அங்க தனியனா இருக்கிறனி கவனமா இரு. எங்களைப் பற்றி யோசிச்சுக் கவலைப்படாத, உடம்பை வடிவாக் கவனி. இதிலுள்ள யோகன் மாமா வீட்டு விலாசத்துக்கே பதிலைப்போடு. இப்படிக்கு, அன்புள்ள அம்மா."

கலங்கிய கண்களுடன் கடிதத்தை வாசித்து முடித்ததும், "சின்னப் பிள்ளைகளையும் வைத்துக்கொண்டு அங்கிருந்து கஸ்ரப்படாமல் கூடிய கெதியில் வவுனியாவுக்கோ அல்லது கொழும்புக்கோ வந்து சேருவதற்கான வழியைப் பாருங்கள்... செலவுகளைப் பற்றி ஒன்றுக்கும் யோசிக்க வேண்டாம். நான் காசு அனுப்பி வைக்கின்றேன். அங்கு கஸ்ரப் படுகின்ற நமது உறவுகளுக்கும்

பகிர்ந்து கொடுங்கள். எனது நண்பன் சிவாவின் குடும்பத்தினர் எங்கு இருக்கின்றார்கள்? அவர்களைக் கண்டால் அவர்களுக்கும் ஏதாவது பண உதவி செய்யுங்கள். கலா அக்கா குடும்பத்தையும் கூட்டிக்கொண்டு வருவதற்கு முயற்சி செய்யுங்கள்'' என அவசர அவசரமாகப் பதில் எழுதிப்போட்டவன் பணத்தையும் அனுப்பிவைத்ததோடு, "நமது அப்பா கடைசியாகக் கொழும்பிற்குப் போன திருநாவுக்கரசு மாமாவின் லொறியின் பெயர் என்ன?'' எனக் கேட்டு அக்காவுக்கும் தனியாக ஒரு கடிதமெழுதி அனுப்பினான்.

அவன் ஒன்றை நினைத்தால் காலம் ஒன்றை நிகழ்த்தியது. எழுதிக் கொடுத்துவிட்டு நாட்டுக்குப்போக நினைத்தவனுக்கு இப்போது இரண்டாவது வேலையையே விடமுடியாத அளவுக்கு அவனது தேவைகள் அதிகரித்திருந்தன. வாழ்விடங்களைவிட்டுத் துரத்தப்பட்டு உழைப்புப் பிழைப்புகள் ஏதுமற்று வன்னியில் வாழ்ந்துகொண்டிருந்த குடும்பங்கள் பல அவனது உதவியை எதிர்பார்த்துக் காத்திருக்க, ஓய்வுக்கு ஓய்வு கொடுத்துவிட்டு மீண்டுமொரு ஓட்டத்திற்குத் தயாரானான். அவன் மட்டுமல்ல இங்கிருந்த அனைவருமே தாயகத்து உறவுகளுக்குக் கை கொடுக்கும் நோக்கில் கால்கடுக்க ஓடிக்கொண்டிருந்தார்கள்.

அங்கு வன்னிமண் போர்க் கோலம் பூண்டது. ஒரு பக்கம் இளைஞர்களையும், யுவதிகளையும் உள்வாங்கிய வன்னிக் காடுகள் அவர்களை நாட்டுக்கான போராளிகளாக வெளியேற்றிக்கொண்டிருக்க, மறு பக்கம் வெளிநாட்டு வசதி வாய்ப்புக்கள் உள்ளவர்கள் நாட்டையே விட்டு வெளியேறிக்கொண்டிருந்தார்கள். தேவகன் தம்பியாரைக் கூப்பிடுவதற்காகச் சீட்டெடுத்த காசை ஏஜென்சிக் காரனுக்குக் கட்டிவிட்டு காத்திருந்தான். குட்டிசிறி மருமகனைக் கூப்பிடுவதற்காக நல்ல ஏஜென்சியைத் தேடித் திரிந்தான். சீலனோ ரஷ்யா வரை வந்து மாட்டுப்பட்டு நிற்கும் தம்பியை நோர்வேக்கு எடுப்பதற்கு ஓடுப்பட்டுத் திரிந்தான். அமைதியான தேசத்தில் வாழ்ந்தாலும், எவருமே இங்கு அமைதியாக வாழ்வைக் கழிக்கவில்லை. எல்லோருமே அந்தரப்பட்டு ஓடிக்கொண்டேதான் இருந்தார்கள்.

விசுவமடுவிலிருந்து அக்காவின் பதிற் கடிதமும் வந்தது. “திருநாவுக்கரசு மாமா சாரதியே தவிர, அது அவற்ற லொறி இல்லையடா தம்பி. அந்த லொறியில என்ன பேர் போட்டிருந்ததெண்டு எனக்குத் தெரியாது. ஆனால் அது அரசன் கொம்பனிக்குச் சொந்தமான லொறி. அதுசரி, நீயேன் இப்ப இதைப்பற்றிக் கேட்கிற?” எனக் கேட்டு எழுதியிருந்தாள் அக்கா. கடிதத்தை வாசித்து முடித்தவன் மனவேதனை தாளாது துடியாய்த் துடித்தான். துயரத்தின் எல்லை வரைச் சென்ற மனம் எதிலும் யெிக்கவில்லை. அவனுக்குள் எழுந்த கோபத்தையும், பழிவாங்கும் உணர்ச்சியையும் தனக்குள்ளேயே போட்டு அமிழ்த்தியபோது தன்னிரக்கத்தில் கண்கள் கசிந்துகொண்டிருந்தன.

• • •

அதிகாலையில் தொலைபேசிமணியே எல்லோரையும் அடித்தெழுப்பியது. அதிகாலையில் ஒலிக்கும் தொலைபேசிமணி எல்லோரையும் கதிகலங்க வைத்த காலமது. கலக்கத்துடனேயே ஓடிப்போய் ரிசீவரை தூக்கிய நிமலன் “அடேய் குணா உனக்குத்தாண்டா போன் ஓடிவாடா...” எனக் கத்தினான்.

இதயம் படபடக்கப் பதட்டத்துடன் ரிசீவரை பற்றிக்கொண்ட குணா அடைத்த குரலை உடைத்துக் “ஹலோ” என்றான்.

“தம்பி, நான் அம்மா கதைக்கிறன்” என்ற அம்மாவின் குரலைப் பல வருடங்களின் பின் கேட்டவன் ஒருகணம் மகிழ்ச்சியில் உறைந்துபோனான். சட்டெனத் தன்னைச் சுதாரித்துக்கொண்டு, “அம்மாவே! எப்பிடி அம்மா இருக்கிறீங்க? எங்க அம்மா நிக்கிறீங்க?” எனக் கேள்விகளை அடுக்கினான்.

“நாங்கள் இப்ப வவுனியாவுக்கு வந்திட்டம். தாண்டிக்குளம் தடைமுகாமில எங்களை ஆமிக்காரங்கள் தடுத்து வைச்சிருக்கிறாங்கள். நான் இப்ப சுகமில்லை ஆஸ்பத்திரிக்குப் போகவேணும் எண்டு பொய் சொல்லித்தான் வவுனியா ரவுணுக்கு வந்தனான். அதுவும் பன்ரெண்டு மணித்தியாலப் பாஸ் தந்துதான் வெளிய விட்டவங்கள். அதுக்குள்ள அங்க போய்ச் சேர்ந்திரவேணும். நீ எப்பிடி மகனே சுகமா இருக்கிறியா?”

அம்மாவின் குரலிலும் பல வருடங்களின் பின் மகனின் குரலைக் கேட்ட சந்தோஷம் தொனித்தது.

"எப்ப அம்மா முகாமில இருந்து வெளிய விடுவாங்களாம்? ஆராரு வந்தனீங்கள்?" ஆவலாய்க் கேட்டான்.

"எப்ப விடுவாங்களோ தெரியாது. நானும், அக்கா குடும்பமும் தான் முதல்ல வந்தனாங்கள். பிறகிப்ப குஞ்சியம்மா குடும்பமும் வந்திட்டுது. கலா அக்காவும் எங்களோட வந்திருக்கலாம். அந்தக் குழந்தையையும் வைச்சுக்கொண்டு நீங்க முதல்ல போங்க நாங்கள் பிறகு வாறமெண்டு சொல்லிக்கொண்டு நிக்கிறாள் விசரி."

"அதுதானே, குழந்தைப் பிள்ளையோட அங்கயேன் நிக்கிறா? அதுசரி, வெளிய வந்து எங்க தங்கப்போறிங்க?" யோசனையோடு கேட்டான்.

"அதுதானப்பு ஒரே யோசனையாக் கிடக்குது. இங்க சந்தைக்க கடை வைச்சிருக்கிற தர்முச் சித்தப்பாவைச் சந்திச்சு வாடகைக்கு வீடு எடுக்கலாமா எண்டு விசாரிச்சனான். சனங்களெல்லாம் இங்கால வரவெளிக்கிட்டதால சும்மா காடுபத்திக் கிடந்த வீடு வாசலெல்லாம் இப்பயிங்க விலையேறிப் போச்சாம். இப்போதைக்குத் தங்கட வீட்டில வந்து தங்கலாம் எண்டு சொல்லுறான்."

"சரியம்மா, எதுக்கும் முதல்ல முகாமில இருந்து வெளிய வாற அலுவலைப் பாருங்க. மற்றதுகளைப் பிறகு யோசிப்பம்."

"சரி அப்பு கவனமா இரு, எனக்கும் பஸ்க்கு நேரமாகுது. பிறகு இன்னொரு நாளைக்கு வந்து கதைக்கிறன்" என அம்மா விடைபெற்றுக்கொண்டா. அவர்கள் வவுனியாவுக்கு வந்துவிட்ட சந்தோஷத்தில் அவனறியாமலேயே நிம்மதிப் பெருமூச்சொன்று அவனிடமிருந்து வெளியேறியது.

• • •

யாழ்ப்பாணத்தை இழந்த புலிகள் வன்னியைத் தமது முழுமையான கட்டுக்குள் கொண்டுவரும் நோக்குடன் 'ஓயாத அலைகள்' என்ற பெயருடன் இராணுவ நடவடிக்கை

ஒன்றை முடுக்கிவிட்டிருந்தார்கள். ‘ஓயாத அலைகள் ஒன்று’ நடவடிக்கையானது, வன்னியில் புலிகளின் காட்டுப்பகுதியில் துருத்திக்கொண்டிருந்த முல்லைத்தீவுப் படைத்தளம் மீதான தாக்குதலாகவே தொடங்கியது.

“அடேய் மச்சி ராத்திரி நியூஸ் கேட்டியே? முல்லைத்தீவில செம அடியாமெல்லே நடக்குதாம்” எனக் கோப்பையிலிருந்த சுடு சோற்றைக் கிளறி ஊதியவாறே கேட்டான் சீலன்.

“ஓமடாப்பா ரெண்டாவது நாளாத் தொடர்ந்து அடி நடக்குதாம். அனேகமாக் காம்ப் விழும் போலதான் இருக்குது” என்றவாறு அதே சுடுசோற்றை முண்டி விழுங்கினான் குணா.

“பின்ன, யாழ்ப்பாணத்தை இழந்ததுக்குப் பதிலடி குடுக்காமல் சும்மா விடுவாங்களே? இருந்து பார், ஓயாத அலைகள் அடிச்சு நொருக்கிப்போட்டுத்தான் ஓயும்” எனக் கீழ் உதட்டைக் கடித்தபடி மேலும் கீழுமாகத் தலையை ஆட்டினான் சீலன்.

இவர்களின் கணிப்பும் பிழைக்கவில்லை. கடல் வழியாக மிகப்பெரிய தரையிறக்கத்தைச் செய்து போராடிப் பார்த்துங்கூட இராணுவத்தினரால் முல்லைத்தீவுத் தளத்தை தக்கவைக்க முடியாமற் போனது. புலிகளின் அர்ப்பணிப்பும், ஆக்ரோஷமும் மிக்கக் கடும் தாக்குதல்களால் மூன்றாம் நாளே படைத்தளம் புலிகளிடம் வீழ்ந்தது. புலிகளால் ஆயிரத்திற்கும் அதிகமான படையினர் கொல்லப்பட்டதாகவும், ஏராளமான ஆயுதங்கள் கைப்பற்றப்பட்டதாகவும் வந்துகொண்டிருந்த வெற்றிச் செய்திகள் இங்கு எல்லோர் நெஞ்சையும் மீண்டும் நிமிர்த்தியது. ஆனாலும், அந்தச் சந்தோஷமும் வழமைபோல் நின்று நீடிக்கவில்லை. சில வாரங்களிலேயே யாழில் கிருசாந்தி என்ற மாணவி இராணுவத்தினரால் கூட்டுப்பாலியல் வல்லுறவுக்கு உற்படுத்தப்பட்டுக் கொலை செய்யப்பட்டதும், அவரைத் தேடிச் சென்ற தாய், சகோதரன், மற்றும் உறவினரும் படுகொலை செய்யப்பட்டதுமான செய்தி மீண்டும் எல்லோரையும் துயரத்தில் துவண்டுவிழ வைத்தது.

‘கைத் தொலைபேசி’ என்ற ஒன்று பரவலாக எல்லோரது பாவனைக்கும் வந்துகொண்டிருந்த காலத்தில் அது குணாவின் கையிலும் ஆறாவது விரலாக முளைத்திருந்தது. அம்மாவின்

அழைப்பில் சிணுங்கிய அதனை எடுத்துக் காதோரம் ஒற்றிக்கொண்டான்.

"தம்பி நான் அம்மா கதைக்கிறன், இந்த நம்பருக்கு உடன அடியப்பு" எனத் தொலைபேசி இலக்கமொன்றைக் கொடுத்துத் தொடர்பைத் துண்டித்துக்கொண்டார். இம்முறை அக்காவும் வந்திருந்தாள். ஏழு வருடங்களின் பின் அக்காவின் குரலைக்கேட்டுச் சந்தோஷமடைந்தான். "தம்பி... தங்குமிட வசதியுள்ள ஆட்களையெல்லாம் தற்காலிகப் பாஸ் கொடுத்து முகாமிலயிருந்து வெளிய விடுறாங்களடா அதுதான் வாடகைக்கு வீடு விசாரிப்பமெண்டு வந்தனாங்கள்" என்றாள் அக்கா.

அம்மாவுடன் கதைத்தபோது "தம்பி இவன் தர்முச் சித்தப்பா சொல்லுறாண்டா தன்ர வீட்டுக்குப் பக்கத்தில ஒண்டரப் பரப்புக் காணியோட சின்ன வீடொண்டு விற்கக் கிடக்குதாம் மலிவா வாங்கலாம் எண்டுறான். அதுதான், உன்னோட கதைப்பமெண்டு வந்தனான். என்ன மாதிரியப்பு உன்னட்ட வசதியிருக்கே?" தயக்கத்துடன் கேட்டா அம்மா.

"ஆஹா... அப்பிடியே! என்னவாம் விலை?"

"ரெண்டரை லெட்சம் சொல்லுறாங்களாம், ரெண்டுக்குப் பேசி முடிக்கலாம் எண்டு தர்மு சொல்லுறான்."

"அப்ப அதையே வாங்குற அலுவலைப் பாருங்க, நான் வாற மாசம் மட்டில காசை அனுப்பிவிடுறன்."

"என்னடாப்பு எல்லாத்துக்கும் உன்னட்ட இருக்கே? அவன் பாவம் அவனிட்டக் கேட்டுக் கஸ்ரப்படுத்தக் கூடாதெண்டுதான் அக்கா சொன்னவள். எனக்குத்தான் மனசு கேக்கயில்ல" என்ற அம்மாவின் குரல் தழுதழுத்தது.

"அதொண்டும் பிரச்சனையில்ல சீட்டொண்டு கிடக்குது, அதையெடுத்து அனுப்பி விடுறன். நீங்கள் அலுவலைப் பாருங்கள்" என்றவன் மணியமண்ணையிடம் போட்டிருந்த சீட்டைப் போட்டி போட்டு அறாக் கழிவில் எடுத்து அடுத்த மாதமே அனுப்பிவைத்தான்.

போக்காளி | 275

தடுப்பு முகாமிலிருந்து வெளியே வந்து குஞ்சியையாவின் உறவினர்கள் வீட்டில் தங்கியிருந்தவாறு தனது இருபது வயது மகன் கஜனை அங்கு வைத்திருக்கப் பயமாக இருப்பதாகவும், அவனைய வெளிநாட்டுக்கு கூப்பிட்டு விடும்படியாகவும் கேட்டுக் கடிதம் எழுதியிருந்தா குஞ்சியம்மா. குணாவும் உடனடியாகத் தன்னிடம் வசதியில்லை என்றும், கொஞ்சம் பொறுமை காக்கும்படியும், எப்படியாவது அவனை வெளியில் எடுப்பதற்குத் தான் முயற்சி செய்வதாகவும் பதில் எழுதிப்போட்டான்.

இரவு வேலை முடிந்து குணா வீட்டுக்கு வந்தபோது முழங்காலில் ஊன்றியிருந்த கைகளிற் தலையைத் தாங்கியபடி சோகமே உருவாகக் குந்தியிருந்தான் வேந்தன். அவனருகிலேயே அதைவிடவும் சோகமான முகத்துடன் தலையைத் தொங்கப்போட்டபடி தேவகனும் இருந்தான். அதனைக் கண்ணுற்ற குணாவுக்கு அதிர்ச்சியாக இருந்தது. நாட்டில் ஏதாவது அசம்பாவிதம் நடந்திருக்குமோ என்றெண்ணியவன் "ஏனடாப்பா! ஏதும் பிரச்சனையே?" எனத் தேவகனைப் பார்த்து ஆவல் தொனிக்க கேட்டான்.

தேவகன் மௌனமாக வேந்தனைப் பார்க்க, வேந்தன் "சரி சொல்லு" என்பதுபோல் தலையசைத்தான்.

"ஓ... சின்னச் சிக்கலொண்டு தான், வேந்தன்ர மச்சாள் இயக்கத்துக்குப் போயிட்டாளாம்."

"அட ஆரடா! இவன் கட்டவெண்டு இருந்த பெட்டையே?"

"ம், இயக்கத்துக்குப் போய் ஒரு கிழமையாச்சாம். மாமன்காரன் வெளிய எடுக்கவெண்டு ஓடுப்பட்டுத் திரியிராறாம். என்ன நடக்குதோ தெரியாது" என்ற தேவகனும், பெண்டாட்டியைப் பறி கொடுத்தவன் போல் மீண்டும் தலையைத் தொங்கப் போட்டுக்கொண்டான்.

"மச்சி கொம்மான் வன்னிக்க இருந்த மனுஷன் தானே, எப்பிடியும் இயக்க அணைவுகள் இருக்கும். கதைச்சுக் கிதைச்சு ஆளை வெளிய எடுத்திருவார் நீ ஒண்டுக்கும் யோசியாதயடா"

எனக் கண்களில் கனிவு ததும்ப வேந்தனுக்கு ஆறுதல் கூறினான் குணா.

வேந்தனும் உணர்வற்ற குரலில் "ம்" எனத் தலையசைத்தான்,

அந்தக் கிழமை முழுவதும் வேந்தனின் மச்சாள் இயக்கத்துக்குப் போய்விட்ட கதையே வேலைத் தளத்தில் பரவலாக அடிபட்டது. எல்லோரும் தங்கள் தங்கள் தம்பி, தங்கச்சிமாரை நினைத்துக் கவலை கொள்பவர்களாகவே காணப்பட்டார்கள். தங்கச்சியைக் கட்டிவைச்சு அவுஸ்ரேலியாவுக்கு அனுப்பியது எவ்வளவு நல்லதாப்போச்சுது எனக் குணாவும் மனதுக்குள் எண்ணிக்கொண்டபோது, பக்கத்தில் நின்றுகொண்டு "இவங்களுக்கெல்லாம் அங்க போராட்டமும் நடக்கவேணும், தனிநாடும் கிடைக்கவேணும். ஆனால், இவங்கட சொந்த பந்தங்கள் ஒண்டும் போராடப் போயிரக்கூடாது, எப்பாடு பட்டாவது எல்லாத்தையும் வெளியில எடுத்திடுவாங்கள்" எனப் புறுபுறுத்த மணியமண்ணையின் வார்த்தைகளால் குணாவின் நெஞ்சமும் குறுகுறுத்தது.

• • •

முல்லைத்தீவுத் தோல்வியை ஈடு செய்வதற்கு இராணுவத்திற்கு அவசரமாக ஒரு வெற்றி தேவைப்பட்டதையடுத்து. "சத்ஜெய" என்ற பெயரில் பாரிய படை நகர்த்தலைச் செய்து புலிகளின் கட்டுப்பாட்டிலிருந்த கிளிநொச்சியைக் கைப்பற்றிக்கொண்ட செய்தியானது இங்கு பேரிடியாக வந்திறங்கியது.

"மச்சி நீ நினைக்கிறியே முல்லைத்தீவை அடிச்சுப் பிடிச்சவங்களுக்கு கிளிநொச்சியில வைச்சு அடிச்சுக் கலைக்க ஏலாமற் போனதெண்டு?" வேலை முடிந்து வந்த குணாவுடன் வழியில் இணைந்துகொண்ட வேந்தன் கேட்டான். பகற் பொழுதினிலேயே இருண்டு விட்ட நட்சத்திரங்களற்ற வெற்று வானத்தை வெறித்துப் பார்த்தபடியே பதிலேதும் கூறாது நடந்துகொண்டிருந்தான் குணா.

"இது தந்திரோபாயமான பின்வாங்களடாப்பா, உள்ள வரவிட்டிற்று அடி குடுக்கப்போறாங்கள். வேணுமெண்டால் இருந்து பார், துண்டைக் காணோம் துணியைக் காணோம்

எண்டு ஓடப்போகினம்" எனப் புலம்பியவாறே ஜாக்கெட் பொக்கற்றுக்குள் விரல்களை நுழைத்துக் குளிரைத் தாங்க முடியாமல் உடலைக் குறுக்கிக்கொண்டு ஓட்டமும் நடையுமாகப் பின்னால் வந்துகொண்டிருந்தான் வேந்தன்.

வீட்டுக் கதவைத் திறந்ததுமே புன்னகை பூத்து நின்ற தேவகனைப் பார்த்ததுமே 'வழியில் இவன் சொல்லிக்கொண்டு வந்தது போலவே அங்க உள்ள விட்டு அடிச்சுப்போட்டாங்களோ!' என எண்ணிக்கொண்ட குணா ஆவலாய்க் கேட்டான், "என்னடா மச்சி ஏதும் சந்தோஷமான செய்தியே?"

"ஓம், சந்தோஷமான செய்திதான். இப்பதான் கொழும்பிலயிருந்து போன் வந்தது. வேந்தன்ர ஆளை வெளிய எடுத்தாச்சாம், வீட்ட வந்து சேர்ந்துட்டாவாம்" என்றான் முக மலர்ச்சியுடன் தேவகன்.

"ஆ... அப்பிடியே" எனச் சர்வசாதாரணமாகக் கேட்ட வேந்தன் முகத்தில் எதுவிதமான உணர்ச்சியையும் காட்டாமற் சென்று சோபாவில் அமர்ந்துகொண்டான். அவனது செயல் தேவகனுக்கும், குணாவுக்கும் ஆச்சரியத்தையே கொடுத்தது.

"பிறகென்ன வெள்ளிக்கிழமையும் அதுவுமாய்ச் சந்தோஷமான செய்தி வந்திருக்கு, பார்ட்டியக் கீட்டியப் போடலாமே" என வேந்தனின் மனதை அறியும் நோக்குடன் எடுத்துவிட்டான் குணா.

"ச்ச... சும்மா கிட, எதுக்கெதுக்குப் பார்ட்டி போடுறதெண்டு விபஸ்தையே இல்லையா?" எரிந்து விழுந்தான் வேந்தன்.

"அப்ப சரியடாப்பா, ஒரேயடியாக் கலியாணப் பார்ட்டியையே வைப்பம், கெதியா ஸ்பொன்சரை அனுப்பிவிடு." குணாவும் விடவில்லை.

"ச்சா... அதெல்லாம் சரிப்பட்டுவராது." சட்டெனச் சொன்னான் வேந்தன்.

"என்னது! சரிப்பட்டுவராதோ! என்னடா சொல்லுற?"

"அவள் இயக்கத்துக்குப் போயிட்டாள் எண்டு கேள்விப்பட்ட அண்டைக்கே நான் அவளை மறந்திட்டன்."

“அடேய்... உனக்கென்ன விசரே?” திகைப்போடு கேட்டான் குணா.

“அவளுக்கு என்னைப் பிடிக்காதபடியால தானே இயக்கத்துக்குப் போனவள்.”

“அட விசரா! நீ ஏன்ரா அப்பிடி நினைக்கிற?”

“பின்னயென்ன, சின்ன வயசிலயிருந்தே எனக்குத்தான் அவள் எண்டு மாமா சொல்லித் திரிஞ்சதும், நான் அவளையிங்க கூப்பிட இருக்கிறதும் அவளுக்குத் தெரியாமலா இருந்திருக்கும்.”

“அடேயப்பா அது தெரியாமற்கூட இருந்திருக்கலாம், இல்லத் தெரிஞ்சிருந்தாலுங்கூட அந்தப் பிள்ள இயக்கத்துக்குப் போனதில தப்பே இல்லையடாப்பா. உனக்குத் தெரியாதே நம்மட இயக்கங்கள் பெடியள், பெட்டையள உள்ள எடுக்கிறதுக்கு எப்பிடியெல்லாம் பிரச்சாரம் செய்யிறதெண்டு. உணர்ச்சிப் பிளம்பா வீர வசனங்களை முக்கி முழங்கி ஆட்களை உசுப்பேத்தி மண்டையைக் கழுவி அப்பா, அம்மா, காதல், கத்தரிக்காய் எல்லாத்தையும் மறக்கப்பண்ணிப் போடுவாங்களடா. உணர்ச்சிவசப்பட்டுக் குழம்பிப்போன அந்த நொடியிலேயே வாகனத்தைக் கொண்டுவந்து அள்ளி அடைஞ்சு ஆட்களைக் காம்புக்கு அனுப்பிப் போடுவாங்கள். காம்புக்கு போய்ச் சேருவதுக்குள்ளயே நிறையப்பேருக்கு மனம் மாறிடும். ஆனாலும், தெரியுந்தானே புலிவாலைப் பிடிச்சால் அவ்வளவுந்தான்” என்றான் குணா.

“ஓம் மச்சி. ஆனால், அவளின்ர மனசில நான் இருந்திருந்தாக் கண்டிப்பா அவள் போயிருக்கமாட்டாள்.” உறுதியாகச் சொன்னான் வேந்தன்.

“கிழிஞ்சுது போ, விடிய விடிய ராமர் கதை கேட்ட கணக்காப் போச்சுது.” தலையில் அடித்துக்கொண்டான் குணா.

“சரி மச்சி, இப்ப நீ என்ன முடிவெடுத்திருக்கிற?” தொங்கிய தலையைக் கையில் தாங்கியவாறு இருவரின் சம்பாசனையையும் உற்றுக் கேட்டுக்கொண்டிருந்த தேவகன் தலையை நிமிர்த்திக் கேட்டான்.

“போன கிழமையே அம்மாவுக்கு கடிதம் எழுதிப் போட்டிற்றன் அவள் திரும்பி வந்தாக்கூட நான் அவளைக் கட்டமாட்டனெண்டு. இனி இதைப்பற்றிக் கதைச்சு ஒரு பிரயோசனமும் இல்லை. போய் நடக்கிற வேலையப் பாருங்கடா” மிகத்தெளிவாக கூறியவன், துவாய்த்துண்டை எடுத்துத் தோளிற் போட்டுக்கொண்டு குளியலறைக்குள் நுழைந்தான்.

“ச்ச, என்ன மனுசனடாப்பா இவன். இயக்கம், ஈழம், புலி, புடுக்கு எண்டெல்லாம் பெரிசாப் புடுங்கி அடுக்கினான். இப்ப பார்த்தியே இயக்கத்துக்கு போயிட்டு வந்தவள் எண்டதுக்காக அந்தப் பிள்ளையக் கட்டமாட்டானாம்” என எரிச்சல் அடங்காத குணா இரவு படுத்திருந்தபடியே நிமலனின் காதுக்குள் புலம்பினான்.

“அடேய், இயக்கத்தை விட்டுப்போட்டு வந்தபோதே அந்தப் பெட்டைக்கு ஆயுசு கெட்டி எண்டு தெரிஞ்சுபோச்சு. இப்ப இவன் வேற கட்ட மாட்டனெண்டு சொன்னதுமே அந்தப் பெட்டைக்கு நல்ல எதிர்காலமும் இருக்குதெண்டல்லே தெரியுது. நீ ஏன் சும்மா கிடந்து அலட்டுற பேசாமல் மூடிக்கொண்டு படுடா” எனப் போர்வையை இழுத்துப் போர்த்திக்கொண்ட நிமலன் மறுபக்கம் திரும்பிப் படுத்துக்கொண்டான். எத்தனை விதமான மனிதர்கள், எத்தனை விதமான பிரச்சனைகள், நாளுக்கு நாள் மாறும் எத்தனை எத்தனை முகங்களென இப் புலம்பெயர் வாழ்வு குணாவுக்குப் புரியாத புதிராகவே இருந்தது.

‘ஓயாத அலைகள் இரண்டை’ ஆரம்பித்த புலிகள் மூர்க்கத்தனமாக மோதி மீண்டும் எதிரியிடமிருந்து கிளிநொச்சியைக் கைப்பற்றிக்கொண்ட சந்தோஷத்தில் இருந்தபோது, அம்மாவிடமிருந்து கடிதம் வந்திருந்தது. “ஐயோ தம்பி! குஞ்சியம்மான்ர கஜன் இயக்கத்துக்குப் போயிற்றானடா, இங்க நாட்டு நிலைமைகள் சரியான மோசமா இருக்குது” என ஏக்கத்துடன் எழுதியிருந்த வரிகள் அவனை அதிர்ச்சிக்குள்ளாக்கியது. சில கடமைகளையும் நிறைவேற்றிக் குடும்பப் பொருளாதாரச் சிக்கலைத் தீர்த்துவிட்டு இங்கிருந்து ஓடித் தப்பிவிடலாமென்ற அவனது எண்ணத்தில் மண் அள்ளிப்போட்டுக் கொண்டிருந்தன அங்கு வீழ்ந்து வெடித்துக்கொண்டிருந்த குண்டுகள். இடப் பெயர்வுகளும், உறவுகளின் அத்தியாவசியத் தேவைகளும்,

எதிர்பாராத நிகழ்வுகளும் அவன் தூக்கி நிறுத்திக்கொண்டிருந்த குடும்பப் பொருளாதாரத்தை மீண்டும் மீண்டும் சரித்து வீழ்த்திக்கொண்டிருந்தன.

நீண்ட நாட்களின் பின் தொலைபேசிய விஸ்வா, பாரிஸ் நகரில் புலிகளின் அனைத்துலகத் தலைமைச் செயலகத்தில் நிதி விவகாரங்களை கையாண்ட முக்கிய செயற்பாட்டாளர்களான நாதன், குகன் ஆகியோர் கொலை செய்யப்பட்ட செய்தியைக் குணாவுடன் பகிர்ந்துகொண்டான்.

"எப்பிடி அண்ணே! என்ன நடந்ததாம்?"

"இது இலங்கை ஆட்சியாளர்களின் நாடு தாண்டிய அரச பயங்கரவாதம் எண்டுதான் புலிகளின் செய்திகள் சொல்லுது."

"அட... கொலை பாதகர்களே!" என வாயிற் கை வைத்து நின்றான் குணா.

"ஓ... அவங்கள் கொலை பாதகர்கள் தான். ஆனால், இவ்வளவு ரிஸ்க் எடுத்துப் பாரிஸ் வரை வந்து கொலை செய்யிற அளவுக்கு அவங்கள் ஒண்டும் முட்டாளுகளும் இல்லை, இவங்கள் ஒண்டும் அவ்வளவு பெரிய ஆட்களுமில்லை. இது ஏதும் உள் விவகாரமாத்தான் இருக்கும். புலிகள் எப்பவுமே ஒரு கல்லில பல மாங்காய் அடிக்கிற ஆட்கள் தானே" என்று விஸ்வா கூறியதுமே, விஸ்வா என்ற புலி எதிர்ப்பு வேதாளம் வழமைபோல் முருங்கையில் ஏறுவதாகப் புரிந்துகொண்ட குணா, "ச்ச, சும்மா போங்க அண்ணே. வேண்டாப் பெண்டாட்டியின் கை பட்டாற் குற்றம், கால் பட்டாற் குற்றம் எண்டதுபோல எங்க கொலை நடந்தாலும் அது உங்களுக்கு வேண்டாப் புலிகள் செய்ததாகத்தான் தெரியுது" எனத் தனது சினத்தை வெளிப்படுத்தினான்.

"அப்பிடியில்லக் குணா, இங்க கேட்க ஆட்களில்லை எண்ட நினைப்பில வெளிநாட்டுப் புலிச் செயற்பாட்டாளர்கள் செய்கிற அதிகாரத் துஷ்பிரயோகங்களையும், நிர்வாகக் குழறுபடிகளையும், நிதி மோசடிகளையும் உலகத்தில எங்க இருந்தாலும் தங்களால தண்டிக்க முடியும் எண்டதை நிரூபிக்கிறதுக்கும், இலங்கை அரசின் மீது பழியைப் போடுறதுக்குமாக நடத்தப்பட்ட

படுகொலைகளாகக்கூட இது இருக்கலாம்" எனத் தனது கருத்தில் உறுதியைக் காட்டினான் விஸ்வா.

அதனைக் கேட்ட குணாவுக்கு ஒரே குழப்பமாக இருந்தது. அண்மைக் காலமாகப் புலிகளின் வெளிநாட்டுக்கிளைகளின் பொறுப்பாளர்கள் மாற்றப்படுவதும், நாட்டுக்கு அழைக்கப்படுவதுமான செயற்பாடுகள் பரவலாக நிகழ்ந்துகொண்டிருப்பதை அறிந்திருந்த குணா மேலும் இதுவிடயமாக விஸ்வாவுடன் விவாதிக்க விரும்பாமல் "அதுசரி அண்ணே, ஒஸ்லோ நிலைமைகள் எப்பிடி இருக்கு? உங்கட பாடுகள் எல்லாம் எப்பிடிப் போகுது? எனக் கேட்டுப் பேச்சைத் திசை மாற்றினான்.

"ஓ... இங்க எல்லாரும் நல்லா இருக்கிறம். நான் நோர்வேச் சிற்றிசனுக்கு அப்ளை பண்ணிற்றன். நீரும் உந்த நாட்டுக்குப் போற விழல்கதைய விட்டுப்போட்டு சிற்றிசனுக்கு அப்ளை பண்ணுற அலுவலைப் பாரும்."

"ச்சே... சும்மா இருங்கண்ணே இங்க சிற்றிசன் எடுத்தால் அங்கத்தையச் சிற்றிசனல்லே கான்செல் ஆயிருமாம்."

"ஓ... அதுக்கென்ன, அங்க போற நிலைமை வரையிக்க இங்கத்தையச் சிற்றிசனைக் கான்செல் பண்ணிப்போட்டுப் போனால் நீர் பிறந்து வளர்ந்த சொந்த நாட்டில உமக்குச் சிற்றிசன் கிடைக்குந்தானே."

"எண்டாலும்..." இழுத்தான் குணா.

"ச்ச... நாடு போற போக்கைப் பார்த்தா நீர் நினைக்கிற மாதிரி இப்போதைக்கு அங்கயொண்டும் நடவாது போலயிருக்கு. சிற்றிசனை எடுத்தாலாவது ஏதும் அந்தரம், ஆபத்தெண்டால் நாட்டுக்குப் போயிற்றாவது வரலாம். இல்லையோ கிணத்துக்க போட்ட கல்லு மாதிரி இதுக்கயேதான் கிடக்கவேண்டி வந்திரும். பேசாமற் சிற்றிசனுக்கு அப்ளை பண்ணிப்போட்டு ஒஸ்லோவில வந்து செற்றிலாகிற வழியைப் பாரும். எனக்கும் அடுத்த மாதத்தோட படிப்பும் முடியுது, கணக்காளர் வேலைக்குத்தான் ட்ரை பண்ணிக்கொண்டு இருக்கிறன். நீர் இங்க வந்தீரெண்டால் நான் இப்ப செய்யிற ரெஸ்ரூரண்ட் வேலையை உனக்கு

எடுத்துத்தருவன். எவ்வளவு காலத்துக்கெண்டுதான் அந்த மீன் பக்றறிக் குளிருக்க கிடந்தது கஸ்ரப்படப்போறீர்? எல்லாத்தையும் விட்டுப்போட்டுக் கெதியா இங்கால வாற அலுவலைப் பாரும்" என அறிவுறுத்திய விஸ்வாவுடனான அன்றைய தொலைபேசி உரையாடல் தொல்லைபேசியாக மாறிக் குழப்பத்தில் இருந்தவனை மேலும் குழப்பிவிட்டிருந்தது.

புரண்டு புரண்டு படுத்தான். ஏக்கம் தான் வந்தது. தூக்கம் வரவில்லை. விஸ்வா சொல்வதும் சரி போல்த்தான் தோன்றியது. சிற்றிசன் எடுக்காமலிருந்தால் ஏதும் நல்லது, கேட்டது நடந்தாற்கூட அங்கு போகமுடியாத நிலையாகிவிடும். சொந்தபந்தங்களையும், சொந்தமண்ணையும் பார்த்து ஏழு வருடங்கள் ஆகிவிட்டது. சிற்றிசன் எடுத்தால் ஒருக்கால் போய்ப் பார்த்துவிட்டாவது வரலாமென்ற ஆசையும் அடி மனதில் துளிர்விட்டது.

என்ர நாட்டுக்காக உழைக்க அங்க ஏராளமானோர் இருக்கினம். ஆனால், என்ர வீட்டுக்காக உழைக்க இங்க நான் மட்டுந்தானே இருக்கிறன் எனத் தனக்குத்தானே சமாதானம் சொல்லிக் கொண்டபோதும், நடுக்கடலில் புயலில் சிக்கிய படகைப் போன்று திசையறியாது தத்தளித்தது மனம். மிகுந்த மனப்போராட்டத்தின் பின் நோர்வே சிற்றிசனை எடுத்து இங்கு தற்காலிக இருப்பை உறுதி செய்துகொண்டு இப்போதைக்கு இங்கிருந்துகொண்டே நாட்டுக்காகத் தன்னாலான பங்களிப்பைச் செய்வதென முடிவெடுத்துக்கொண்டான்.

அகதிகளாக வந்து இங்கு தற்காலிக வதிவிட அனுமதியைப் பெற்றிருந்த பலரும் இந்த நாட்டுக் குடியுரிமைக்கு விண்ணப்பித்துவிட்டுக் காத்திருந்த காலத்தில் நோர்வேயின் வடக்கு, மேற்குப் பகுதிகளில் இருந்த ஏராளமான தமிழர்கள் தலைநகரான ஒஸ்லோவை நோக்கிப் படையெடுக்க ஆரம்பித்திருந்தார்கள். மணியமண்ணையும் சில மாதங்களுக்கு முன்னர்தான் இங்கிருந்து குடும்பத்தினருடன் ஒஸ்லோவுக்குக் குடியேறியிருந்தார்.

குணாவுக்கும் வயது ஏற ஏற வயதுக்கு ஏற்ப ஆசைகளும், ஏக்கங்களும் அவன்மீது ஏறிச் சவாரி செய்யவும் ஆரம்பித்திருந்தன. ஆனாலும், இதுவரை காலமும் நாட்டுக்குத் திரும்புகின்ற

எண்ணத்துடனேயே இருந்ததனால் தனது சுய விருப்பங்களுக்கும், ஏக்கங்களுக்கும் வடிகால் தேடும் எந்த முயற்சியிலும் அவன் இறங்கியதில்லை. கடமை, கண்ணியம், கட்டுப்பாடெனக் கடிவாளம் கட்டிய குதிரையைப் போல் ஒரே நேர்கோட்டில் ஓடிக்கொண்டேயிருந்தான். அவனின் வயதையொத்த நண்பர்களெல்லாம் இங்கே தனித்த வாழ்விலிருந்து விலகிக் குடும்ப வாழ்வுக்குள் நுழைந்துகொண்டிருக்க, இவனோ அகதியாக ஒதுங்கிய அந்நிய மண்ணில் குடும்ப வாழ்வு பற்றிய எதுவித எதிர்கால எண்ணங்களும் அற்றவனாய்க் காலத்தின் கட்டளைக்கேற்ப ஓடிக்கொண்டேயிருந்தான். வாழ்வு ஒரு எல்லையற்ற புதிர். அது பல முடிச்சுக்களுடன் அவனுக்காகக் காத்திருந்தது.

◉

1997

ஒஸ்லோ மாநகரம் மீண்டும் குணாவை வரவேற்றது. விஸ்வா உணவகத்தில் வேலை எடுத்துக் கொடுத்திருந்தான். நகரின் மத்தியிலிருந்து சற்றுத் தொலைவில் ஒரு தொடர்மாடிக் குடியிருப்பில் நான்கு இளைஞர்கள் வாழ்ந்துகொண்டிருந்த ஒரு வீட்டில் இவனும் தங்கக்கூடிய வகையில் மணியமண்ணை ஒழுங்கு செய்திருந்தார். அங்கு தங்கியிருந்த நால்வரில் ஒருவனான சிவநேசன் என்பவனின் அண்ணனான மூர்த்தி என்கின்ற சிவமூர்த்திக்குச் சொந்தமானதே அந்த வீடு. ஏற்கனவே நான்கு படுக்கையறைகளைக் கொண்டிருந்த வீட்டின் பெரிய வரவேற்பறையின் ஒரு மூலையில் புதிதாக உருவாக்கிய சிறிய படுக்கையறையையே இப்போது மூவாயிரம் குரோணருக்கு குணாவுக்கு வாடகைக்கு விட்டிருந்தார் மூர்த்தி. அவர் இங்கே புலிகளின் காரியாலயத்தில் வேலை செய்யும் முக்கியமான ஆள் என்றும், வீட்டு வாடகை விசயத்தில் மிகவும் கறாரானவர் என்றும், அவரது தம்பியாரே சொல்லிக்கொண்டான். "நீங்கள் அவனுக்கு மாதா மாதம் மூவாயிரம் தான் கட்டுறீங்கள். நானோ ஆறாயிரம் கட்டுறன்" எனவும் சொல்லிச் சலித்துக்கொண்டான் சிவநேசன்.

"ஏன் அப்படி?" ஆச்சரியத்துடன் கேட்டான் குணா.

"உங்களிட்ட வாடகை மட்டுந்தான். ஆனால், என்னட்ட என்னை நோர்வேக்குக் கூப்பிட்ட காசையும் சேர்த்தெல்லே வசூலிக்கிறான். அது மட்டுமே எனக்கடுத்த தம்பியை நான்தான் கூப்பிட வேணுமாம் எண்டு அதுக்காக ஒரு சீட்டிலயும் சேர்த்து விட்டிருக்கிறான். மாதா மாதம் ஐயாயிரம் அது வேற கட்ட வேணும். அவனால ஒரே ஆக்கினையாக் கிடக்குது." எனப் புறுபுறுத்துக்கொண்டான் சிவநேசன்.

அந்த வீட்டில் இருந்தவர்களில் வெள்ளைச் சிறி, சிவநேசன் இருவரும் துப்பரவுத் தொழிலாளிகளாக வேலை செய்துகொண்டிருந்தார்கள். மற்றைய இருவரான வள்ளுவபிரபுவும், தாடி ரஞ்சனும் வேலைகள் இன்றி

அரசாங்கத்திடமிருந்து வேலை இழப்புக் கொடுப்பனவைப் பெற்றுக்கொண்டு இடைக்கிடையே வெளிநாட்டவர்களின் கடைகளிலும், ரெஸ்ரூரண்டுகளிலும் களவாக வேலைகள் செய்து இரட்டை வருமானம் ஈட்டிக்கொண்டிருந்தார்கள். எல்லோரும் இருபத்தைந்துக்கும் முப்பதற்கும் இடைப்பட்ட வயதுடையவர்களாகவே இருந்தனர். "ஒஸ்லோவில் குடிநீருக்கு தட்டுப்பாடா!" என்று எண்ணும் அளவுக்கு வீட்டில் எல்லோருமே எல்லா நேரத்திலும் பியரையும், வைனையும், விஸ்கியையுமே குடித்துக்கொண்டிருந்தது குணாவுக்குப் பெரும் ஆச்சரியமாகவிருந்தது. வெள்ளைச் சிறிக்கு மற்றவர்களின் சமையற் சுவை பிடிக்காததனால் ஒவ்வொரு நாளும் சமையலைத் தானே இழுத்துப்போட்டுச் செய்வான். அந்த நேரத்தில் வீட்டில் நிற்பவர்கள் யாராவது அவனுக்கு உதவி செய்தால் போதும் என்ற நிலையே இருந்தது. அவனது சமையல் சுமாரானதாக இருந்தாலுங்கூடச் சமைப்பதற்குப் பஞ்சிப்பட்ட எவருமே அவனது சமையலைக் குறைசொல்வதில்லை. குணாவும் அதனையே கடைப்பிடித்தான். இங்கே இயக்க, அரசியல் வேறுபாடுகள் எதனையும் காணமுடியவில்லை. எல்லோரும் இலங்கை அரச எதிர்ப்பாளர்களாகவும், விடுதலைப்புலி ஆதரவாளர்களாகவுமே இருந்தனர். வீடு முழுவதும் புலிக் கொடிகளும், புலித் தலைவரின் படங்களுமே காணப்பட்டன. குணாவைக்கூடப் புலி ஆதரவாளனென அறிந்த பின்னரேதான் வீட்டுக்குள் எடுத்தார்களெனப் பின்னர் மணியமண்ணை மூலமாக அறிந்து கொண்டான் குணா.

மீண்டுமொரு புதுவிதமான வாழ்க்கைச் சூழலுக்குள்ளும், புதுவிதமான மனிதர்களின் கதைகளுக்குள்ளும் புகுந்துகொண்டான் குணா. இப்போது அவனுக்கு உயிர்ப்புள்ள புதிய புத்தகங்கள் நான்கைப் புரட்டவேண்டியிருந்தது. இந்த அந்நிய மண்ணில் சந்திக்கும் ஒவ்வொரு மனிதரையும் ஒவ்வொருவிதமான புத்தகங்களாகவே வாசித்துக்கொண்டிருந்தான். ஒவ்வொருவருக்குள்ளும் விதம் விதமான விசித்திரக் குணங்கள் விசிறிக் கிடந்தன. சிலருக்குச் சிலதை இலகுவில் உணர்த்திடலாம். சிலருக்கு எவ்வளவுதான் எடுத்துக் கூறினாலும் விளங்கிக் கொள்வதில்லை. விளங்க முடிவதுமில்லை. விளங்கிக்கொள்ள முயற்சிப்பதுமில்லை. எல்லோருக்கும் எல்லா விடயங்களையும் வாயாற் சொல்லிப் புரியவைக்கவும்

முடிவதில்லை. அவரவர்களின் அணுகுமுறைகளும், அவரவர்களை அணுகவேண்டிய முறைகளும் ஆளாளுக்கு மாறுபட்டது. ஆனாலும், அனைத்து விதமானவர்களையும் எதிர்கொள்வதற்குக் காலமும், அனுபவங்களும் அவனுக்குக் கற்றுக்கொடுத்திருந்தது.

தாடி ரஞ்சனிடம் ஒரு கார் இருந்தது. ஆனால், சாரதி அனுமதிப் பத்திரம் இருக்கவில்லை. குடித்துவிட்டுக் கார் ஓட்டியதனால் சில மாதங்களுக்கு முன்னர்தான் காவற்துறையினர் அதனைப் பறிமுதல் செய்திருந்தனர். அந்த வீட்டில் இப்போது சாரதி அனுமதிப்பத்திரம் உள்ள ஒரே ஆள் குணாவாக இருந்தமையினால் அங்கே அவனொரு சாரதியாகவும் செயற்பட்டான். வெள்ளி, சனி இரவுகளில் 'டிஸ்கோரெக்' என்று சொல்லப்படுகின்ற களியாட்ட விடுதிகளிலிருந்து நண்பர்களை ஏற்றி இறக்குவதும் குணாவினது முக்கிய கடமையாகிப்போனது. அதனால் அவனுக்கொரு நன்மையும் கிடைத்தது. அதாவது, இங்கு வந்த கொஞ்சக் காலத்துக்குள்ளேயே ஒஸ்லோவின் சந்து, பொந்துகள் எல்லாமே அவனுக்கு அத்துபடியானது. அண்ணனுக்குப் பயந்த சிவநேசன் மட்டும் ஆசையிருந்தும் டிஸ்கோரெக் பக்கம் போக முடியாதவனாய் இருந்தான். ஆனாலும், குடிக்காமல் இருந்ததில்லை. குடியிருந்த வீட்டுக்குள்ளேயே குடியையும் வைத்துக்கொண்டான். அவன் காலையில் ஒரு கழுவல் வேலை, இரவு ஒரு கழுவல் வேலையென இரண்டு நேர வேலைக்குப் போய்வந்தான். வெள்ளிக்கிழமைகளில் வேலை முடிந்ததும் மூன்று நாட்களுக்கான பியர்ப் போத்தல்களுடனேயே வீட்டுக்கு வருவான். வெள்ளி, சனி இரவுகளில் அவனது வெறிக் கதைகளைக் கேட்பதிலேயே குணாவின் பொழுதுபோனது.

"அப்ப, உன்ர கொண்ணர் இங்க வந்து கன காலமே? விடுப்புக் கேட்டான் குணா.

"ஓ... அவன் எண்பத்திமூண்டிலையே வந்திட்டான். நாங்கள் ஆறு சகோதரங்கள். இவன் தான் மூப்பு. வந்த ரெண்டாவது வருசமே பெரியக்காவை ஜெர்மனிக்கு எடுத்திற்றான். பிறகு சின்னக்காவையும் பாரிசுக்கு கூப்பிட்டான். அதுக்குப்பிறகு எனக்கு நேர மூத்தவனை லண்டனுக்கு அனுப்பிவிட்டான். அவன் பாவி லண்டனுக்குப் போய்க் கூடாத கூட்டங்களோட

கூடி நாசமாய்ப்போயிட்டான். அவனால ஒருத்தருக்கும் ஒரு பிரயோசனமும் இல்லை. அங்க கட்டை அடிச்சுக்கொண்டு திரியிறானாம். இப்ப என்னையும் இங்க கூப்பிட்டுவிட்டிற்று, என்னைக்கொண்டு கடைசித் தம்பியை இங்க எடுக்கிறதுக்குத்தான் அலுவல் பாக்கிறான். ஆனால், தம்பிக்கு இங்க வர விருப்பமில்ல. அம்மா, அப்பாவின்ர கடைசிக் காலத்தில அதுகளோட அங்க நிக்கத்தான் அவனுக்கு விருப்பம். ஆனால், இவன் விட்டாத் தானே.''

''ஏன்ராப்பா, கொண்ணர் நல்ல வேலைதானே செய்திருக்கிறார். இப்பிடியொரு பொறுப்பான சகோதரம் கிடைக்கக் கொடுத்தெல்லே வைக்கவேணும்.''

''ஓம், ஓம்... அவன் கொடுக்கைக்க வாங்கியிருந்தால் தெரிஞ்சிருக்கும்'' எனக் கன்னத்தைத் தடவியபடியே தலையை ஆட்டினான்.

''என்னடா! அடியும் விழுமே?'' அதிசயித்துக் கேட்டான் குணா.

''பின்ன, இப்ப ரெண்டு மாசத்துக்கு முன்னந்தான் வந்து சாத்திப்போட்டுப் போனவன்'' என்றவாறே ரெண்டாவது பியரையும் எடுத்து உடைத்தான். வாயைப் பிளந்தபடி அவனையே பார்த்துக்கொண்டிருந்த குணா கதை கேட்கும் ஆவலில் இருக்கிறான், என்பதை உணர்ந்த சிவநேசன் கதையைத் தொடர்ந்தான்.

''ஒரு நாள் இப்பிடித்தான் மச்சி ரெண்டு பியரை அடிச்சுப்போட்டுச் சாதுவான கீறல்ல நிண்டனான். அவன்ர போன் வந்திச்சு, எடுத்த எடுப்பில சொன்னான் 'அன்ரி கொழும்பில வந்து நிக்கிறா அவவுக்கு உடன காசு அனுப்பிவிடு' எண்டு. எனக்கு வந்த கொதிக்கு 'ஏன், நீ அனுப்பன். உனக்கென்ன மனிசிக்குப் பயமே?' எண்டு ஒரே ஒரு கேள்வியைத்தான் கேட்டன். அவ்வளவுதான் உடனேயே போன் கட் ஆயிடிச்சு. சரியான கேள்விதான் கேட்டிருக்கிறன் எண்ட சந்தோஷத்தில இருந்தன். அடுத்த பத்தாவது நிமிசத்தில கோலிங் பெல் அடிச்சுக் கேட்டுது. போய்க் கதவைத் திறந்ததுதான் தாமதம், 'நாயே... நான் மனிசிக்குப் பயந்திருந்தால் நீ இங்க வந்திருப்பியாடா?' எண்டபடி ரெண்டு கையாலையும் மாறி மாறி விட்டான்

கன்னத்தில. கண்ணெல்லாம் மின்னிச்சுது. அடிச்ச ரெண்டு பியரும் எங்க போனதெண்டே தெரியாமற் போச்சு. நல்ல காலம் சத்தங்கேட்டு இவன் வள்ளுவபிரபு எட்டிப் பார்த்ததால, ஆட்களுக்கு முன்னுக்கு வைச்சு அடிக்கக்கூடாதெண்டு நினைச்சானோ என்னவோ அந்தமட்டோட விட்டிற்றுப் போயிற்றான்" எனக்கூறி மீண்டும் கன்னத்தைத் தடவியவனைப் பார்க்கக் குணாவுக்குப் பரிதாபமாகவிருந்தது.

குணா ஒஸ்லோ வந்துசேர்ந்த அடுத்தடுத்த மாதங்களிலேயே நிமலன், வேந்தன், தேவகன் எனப் பலரும் ஒஸ்லோவுக்கு மாற்றமாகி வந்துவிட்டார்கள். ஒஸ்லோவில் குருன்லாண்ட் என்ற பகுதி தமிழர்களாலும், தமிழ்க் கடைகளாலும் நிறைந்திருந்தது. குணாவுக்கு நேரம் கிடைக்கும் போதெல்லாம் விஸ்வா, மணியமண்ணை குடும்பத்தினரிடம் சென்று வந்தான். அவர்களுடனான நட்பு மீண்டும் இறுக்கமடைய ஆரம்பித்திருந்தது. சந்திப்புகளில் அரசியல், சமூகம், கலை இலக்கியமெனச் சகல பரப்பிலும் இவர்களது உரையாடல்கள் நிகழ்ந்துகொண்டிருந்தன.

நாட்டிலும் போர்க்கள நிலவரங்கள் சூடு பிடித்திருந்தது. ஏ. 9 பாதையைத் திறந்து யாழ்ப்பாணத்துக்கான தரைவழி விநியோகத்தை ஏற்படுத்தும் நோக்குடன் 'ஜெயசிக்குறு' என்ற பெயரில் பெரும் இராணுவ நடவடிக்கையை இலங்கை அரசு ஆரம்பித்திருந்தது. அதனை முறியடிக்கும் எதிர் நடவடிக்கையில் புலிகளும் மும்முரமாக ஈடுபட்டிருந்தனர். வன்னிப் பெருநிலப்பரப்பில் பல தாக்குதல் அணிகளின் உருவாக்கங்களுடன், பலவிதமான நிர்வாகக் கட்டமைப்புக்களையும் நிறுவியபடி புலிகள் அளப்பரிய வளர்ச்சியை அடைந்துகொண்டிருந்தார்கள்.

ஜெயசிக்குறு முடியடிப்புச் சமரில் தாண்டிக்குளம் முகாமைத் தாக்கியழித்து, இலங்கை அரசின் எம்.ஐ.24 ரக உலங்குவானூர்தியையும் புலிகள் சேதப்படுத்திய செய்தியானது இங்கு வாழும் தமிழர்களின் புலிகள் மீதான நம்பிக்கையை மேலும் வலுப்படுத்தியது. ஒஸ்லோவில் 'ஒப்பீஸ்' என அழைக்கப்பட்ட புலிகளின் காரியாலயம் எப்போதும் ஆதரவாளர்களால் ஆரவாரமாக இருந்தது. செயற்பாட்டாளர்கள் நிதி சேகரிப்புகளிலும் மும்மரமாகச்

செயற்பட்டனர். ஒஸ்லோ வந்துவிட்ட வேந்தன், தேவகன் ஆகியோரும் இங்கிருந்த புலிகளின் காரியாலயத்துடன் தொடர்புகளை ஏற்படுத்திக்கொண்டு நிதி சேகரிப்புப்போன்ற நடவடிக்கைகளில் ஈடுபட்டார்கள். இந்த நிதியானது புலிகளின் வளர்ச்சிக்குப் பெரும் பங்காற்றி ஈழ விடுதலையைப் பெற்றுத் தந்துவிடுமென்ற நம்பிக்கையும், நாட்டை விட்டு ஓடி வந்துவிட்ட குற்ற உணர்வுமே இவர்களை இங்கு இரவு பகலாக நாட்டுக்காகவும் ஓடியோடி உழைக்கவைத்தது.

குணாவிற்கு நோர்வேக் குடியுரிமையும் வந்து சேர்ந்தது. ஒன்றை இழந்தே இன்னொன்றைப் பெற வேண்டிய நிலையில் இந்தக் குடியுரிமைக்காக சந்தோஷப்படுவதா? துக்கப்படுவதா? என்று புரியாத நிலையிலேயே அவனிருந்தான். இருந்தும், நினைத்த நேரத்தில் நாட்டுக்குப் போய் உறவுகளைப் பார்க்கக்கூடிய சந்தர்ப்பம் கிட்டிவிட்ட சந்தோஷ எண்ணத்தில் காலந்தாழ்த்தாது உடனேயே கடவுச்சீட்டுக்கும் விண்ணப்பித்துவிட்டுக் காத்திருந்தானவன்.

முன்பு அகதி முகாம்களில் பழகிப் பின்னர் பிரிந்து வெவ்வேறு இடங்களில் வாழ்ந்து கொண்டிருந்த நண்பர்கள் பலரையும் மீண்டும் ஒஸ்லோவில் சந்திக்கக் கிடைத்தது. இந்தத் தலைநகர வாழ்வானது குணாவிற்கு கிராமத்து அமைதியைத் தரவில்லை. நிற்கவோ இருக்கவோ நேரமற்ற ஓட்டமும், நடையுமான வாழ்வாகவே கழிந்துகொண்டிருந்தது. மாலை மூன்று மணிக்கு ரெஸ்ரூரன்ட் வேலையை ஆரம்பித்தால் இரவு பன்னிரண்டு மணிக்குத்தான் முடியும். மீன் தொழிற்சாலைபோல் இங்கு வேலை கடுங்குளிருக்குள் இல்லாதபோதிலும், வேலை இலகுவானதாக இருக்கவில்லை. இறைச்சிகள், காய்கறிகள் வெட்டுவதிற் தொடங்கி கழுவித் துடைப்பதுவரை வாங்கும் சம்பளத்திற்கும் மேலாக முறித்தெடுத்தான் முதலாளி. வீட்டிற்கு வர இரவு ஒருமணிக்கு மேலாகிவிடும். குளித்து சாப்பிட்டுவிட்டு படுக்கைக்குப் போக நேரம் இரண்டு, மூன்றைத் தாண்டிவிடும். வெள்ளி, சனிகளில் சொல்லவே தேவையில்லை. அவை சிவராத்திரிகளாகவே இருந்தன. இரண்டு, மூன்று மணிக்குப் பின்னர்தான் டிஸ்கோவிலிருந்து நண்பர்கள் நிறைவெறியில் அலைபேசியில் அழைப்பார்கள். காரை எடுத்துக் கொண்டு அவர்களைக் கூட்டிவரப் போகவேண்டும். அப்படியான

சந்தர்ப்பங்கள் சிலவேளைகளில் சுவாரஸ்யமானதாகவும், பலவேளைகளில் சண்டை பிடிப்புக்கள், சத்தி எடுப்புக்கள் எனச் சகிக்க முடியாததாகவும் இருக்கும். ஆனாலும், நண்பர்களுக்காகச் சிலதைச் சில எல்லைகள் வரை சகித்துக்கொண்டிருந்தான். இருந்தும், அந்தச் சகிப்புத் தன்மைக்கும் ஒரு நாள் சோதனை வந்தது.

"மச்சான் மொள்ளர்க்காத்தாவுக்கு வாறியே?" என ஒரு சனி இரவு இரண்டு மணிக்கு அலைபேசினான் தாடி ரஞ்சன். வீட்டில் ரெண்டு போத்தல் பியரைக் குடித்துவிட்டு நின்ற சிவநேசனையும் கூட்டிக்கொண்டு அங்கே சென்றபோது ஒரு டிஸ்கோரெக்கின் முன்னால் மூவரும் நிறைவெறியில் நிற்கமுடியாமல் நின்றார்கள். இவர்களைக் கண்டதும் தள்ளாடி வந்தவர்கள் மலை ஏறுவது போல்த் தவழ்ந்து தவழ்ந்து காரில் ஏறி அமர்ந்துகொண்டார்கள். யன்னலைத் திறந்த தாடி ரஞ்சன் டிஸ்கோரெக் வாசலில் நின்ற வாயிற் காவலர்களுக்கு நடுவிரலைக் காட்டிக் கெட்ட வார்த்தைகளால் திட்டினான். அப்போதுதான் குணாவுக்குப் புரிந்தது இவர்களின் அட்டகாசம் தாங்க முடியாமல் வாயிற்காவலர்கள் இவர்களைத் தூக்கி வெளியே போட்டிருக்கிறார்கள் என்கின்ற விடயம்.

"மச்சான் குருன்லாண்ட் பொப்புக்கு விடடா" என்றான் பின்னாலிருந்த வெள்ளைச் சிறி.

"இப்ப உங்களுக்கு நல்ல வெறி. எந்தப் பொப்புக்குப் போனாலும் உள்ள விடமாட்டாங்கள். நாங்கள் நேர வீட்ட போவம்" எனக் காரின் உட்கண்ணாடியில் பின்னால் இருந்தவர்களைப் பார்த்துக் கூறினான் குணா.

"ஏண்டா டேய்... மச்சி, உனக்கிப்ப காணாதே? சாமான் வேணுமே?" எனத் தலைகுத்திச் சரிந்து கிடந்த வெள்ளைச் சிறியைப் பார்த்துக் கேட்டான் வள்ளுவபிரபு.

"வீட்டில இருக்கே?" சட்டெனத் தலை நிமிர்த்தி வாய் பிளந்த வெள்ளைச் சிறி அதே நொடியில் மீண்டும் தலைகுத்திக் கொண்டான்.

“நிப்பாட்டு... நிப்பாட்டு... சத்தி வருகுது. காரை நிப்பாட்டு.” கத்தினான் வள்ளுவபிரபு.

காரை நாறடித்து விடுவான் என்ற பயத்தில் குணா காரை ஒரு ஓரமாக நிறுத்த சட்டென வெளியே இறங்கிய வள்ளுவபிரபு வாந்தி எடுக்காமல் அலைபேசியை எடுத்து யாருடனோ அலட்டிக்கொண்டு நின்றான். குணாவுக்குக் கடுப்பேறியது. சில நிமிடங்கள் பொறுமையைக் கடைப்பிடித்தவன் “வாறதெண்டால் உடன வந்து ஏறு. இல்லையோ விட்டிற்றுப் போயிருவன்” எனக் கதவைத் திறந்து கத்தினான்.

ஓடி வந்து காருக்குள் ஏறிய வள்ளுவபிரபு, “மச்சி குறை நினைக்காமல் போற வழிதானே குருன்லாண்ட் ஹவாய் சொஸ்க்கடியில ஒருக்கால் நிப்பாட்டடா பிளீஸ்” எனக் கெஞ்சிக் கேட்டான்.

“அங்க இருக்கே சாமான்.” மீண்டும் தலை தூக்கினான் வெள்ளைச் சிறி.

“ஓமடா, சத்தம்போடாமல் இரு, நான் இப்ப கட்டக் காசியோட தான் கதைச்சனான். சாமான் இருக்காம். குருன்லாண்டில தான் நிக்கிறான், எல்லாம் வெல்லலாம் நீ கொஞ்சம் பொறு” என அவனை அதட்டி அடக்கினான் வள்ளுவபிரபு.

“கட்டக் காசியா! ஆரது?” குணா கேட்டதும், கேட்காதது போலிருந்தான் வள்ளுவபிரபு.

“அவனும் நம்மாள்த்தான். மணிக்காய், நீ ஒண்டுக்கும் யோசிக்காத” எனக் குரலும் தள்ளாடப் பதிலளித்தான் தாடி ரஞ்சன்.

“இனி என்னத்துக்கடா? வீட்ட போவம்” என்றான் கொஞ்சமாவது நிதானத்துடனிருந்த சிவநேசன்.

“இல்ல மச்சி, போற வழிதானே அதில ஒரு நிமிசம் நிப்பாட்டு பிளீஸ்.” மீண்டும் கெஞ்சினான் வள்ளுவபிரபு.

ஹவாய் சொஸ்குக்கு முன்னாள் காரை நிறுத்திய குணா கட்டையான தமிழன் யாராவது தென்படுகிறானா எனக் கூர்ந்து

கவனித்தான். ஆனால், நல்ல உயரமான தோற்றமுடைய ஒரு தமிழனே அங்கு நின்றான். வள்ளுவபிரபு காரைவிட்டு இறங்கி அவனை நோக்கிச் சென்றதுமே இருவருமாகக் ஹவாய் சொஸ்க்குள் நுழைந்து கொண்டார்கள். வெள்ளைச் சிறியும் காரைவிட்டு இறங்க முற்பட அவனை அமுக்கிப் பிடித்த தாடி ரஞ்சன், "நீ போனால் சொதப்பிப் போடுவ சும்மா இரு. அவன் கொண்டு வருவான்" எனத் தடுத்தான்.

தாமதிக்காமல் உடனேயே வந்த வள்ளுவபிரபு வெறுங் கையுடனேயே காருக்குள் ஏறிக்கொள்ள "அப்பாடா போத்தில் ஒண்டும் கிடைக்கயில்லைப் போல" என மனதுக்குள் எண்ணிச் சந்தோஷப்பட்டபடியே காரைக் கிளப்பினான் குணா.

"என்ன மச்சி, ஓகேயா?" பல்லிளித்துக் கேட்டான் வெள்ளைச் சிறி.

"ம்... பின்ன, விடுவனே?" எனக் கண் சிமிட்டிய வள்ளுவபிரபுவை கவனித்த குணாவுக்கு ஒரே குழப்பமாக இருந்தது.

"பார்த்து வேண்டினியே? அவன் குளிசையக் கிளிசைய அரைச்சுத் தந்திருவான். தெரியும் தானே அவனைப்பற்றி" எனச் சந்தேகத்தில் கேட்டான் தாடி ரஞ்சன்.

"க்ம், நல்ல கதை. வெள்ளையள ஏமாத்துற மாதிரி எங்களையும் ஏமாத்த முடியுமே! தொலைச்சுப் போடுவன் தொலைச்சு" என முடியைச் சிலிர்ப்பிக்கொண்டான் வள்ளுவபிரபு.

"கட்டைக் காசி" என்பதன் அர்த்தம் இப்போதுதான் குணாவுக்குப் புரிந்தது.

சாமான் கிடைத்துவிட்ட சந்தோஷக் களிப்பில் காருக்குள் மெல்லியதாகப் பாடிக்கொண்டிருந்த பாடலின் சத்தத்தை எட்டிக் கூட்டிவிட்டான் நடுவே இருந்த தாடி ரஞ்சன். "ரெலிபோன் மணி போல் சிரிப்பவள் இவளா...! மெல்போர்ன் மலர் போல் மெல்லிய மகளா...!" என்ற காந்தக் குரலும், துள்ளிசையும் காதுகளைக் கிழித்தது. யன்னற் கண்ணாடிகளைக் கீழே இறக்கி இசையை வெளியே பரவவிட்டவர்கள், காருக்குள் இருந்தவாறே உடல்களை அசைத்து ஆடிப் பாடினார்கள். காதைக் கிழித்த சத்தமும், யன்னலைத் திறந்ததனால் வந்த குளிரும் குணாவிற்கு

எரிச்சலைக் கிளர்த்தியது. தலைக்குள் ஏறிய கோபத்தை ஆக்சிலற்றார் மிதிப்பிற் காட்டினான். சீறிப்பாய்ந்த கார் தொய்யனைக் கடந்து பிரதான வீதியை அடைந்திருந்தது. ஹவாய் சொஸ்க்கிலிருந்தே கார் ஒன்று தன்னைப் பின்தொடர்வதாக உணர்ந்த குணா வேகத்தை மட்டுப்படுத்திக்கொண்டான். பிரதான வீதியின் வலது புறத்திலிருந்த எரிபொருள் நிலையத்தை அண்மித்தபோது பின்தொடர்ந்த காரிலிருந்து திடீரென நீல நிற மின் விளக்குகள் ஒளிர, 'குய்... குய்...' என்ற அபாய ஒலியும் எழுந்தது.

"அடேய், சிவில் பொலிட்டியடா!" கத்தினான் தாடி ரஞ்சன்.

"ஓடு... ஓடு... நிப்பாட்டாத ஓடு..." வள்ளுவபிரபுவும் கத்தினான். அவர்களின் கத்தலைக் காதில் வாங்காத குணா பாட்டுச் சத்தத்தைக் குறைத்தபடி எரிபொருள் நிலையத்தின் பக்கமாகக் காரைத்திருப்பி ஓரமாக நிறுத்தினான். பின்னால் வந்து நின்ற காவற்துறையின் வாகனத்திலிருந்து இறங்கிய இரண்டு காவலர்கள் காரை நோக்கி நடந்துவர, சட்டெனக் கதவைத் திறந்து கொண்டு பாய்ந்த வள்ளுவபிரபு ஓட ஆரம்பித்தான். வாகனத்துக்குள் இருந்த மற்றைய காவலர்கள் இருவர் அவனை மடக்கிப் பிடித்தனர். அவர்களின் இரும்புப்பிடிக்குள் அகப்பட்டவன் கால், கைகளை இடறி அடித்துத் திமிறினான். உடனேயே அவனை அடக்குவதற்காக அவனது கைகளை முதுகுக்குப் பின்னால் இணைத்து விலங்கை மாட்டிய ஒரு காவலன் அவனது உடலைச் சோதனையிட்டான். எல்லோரையும் காரைவிட்டு இறக்கிச் சோதனையிட்டார்கள். வள்ளுவபிரபுவின் யக்கற் பொக்கற்றில் இருந்த போதைப் பொருளும் காவற்துறையினரால் கைப்பற்றப்பட்டது. சிறிது நேரத்தில் இன்னொரு காவற்துறை வாகனமும் "குய்... குய்..." எனக் கூவியபடி வந்து சேர்ந்தது. வள்ளுவபிரபுவை அந்த வாகனத்தில் ஏற்றியவர்கள், விற்பனையாளரா? பாவனையாளரா? என்பதை அறியத் துருவித் துருவி விசாரித்தார்கள். வெள்ளைச் சிறியும், தாடி ரஞ்சனும் காவலர்களின் சோதனைகளுக்கும், விசாரணைகளுக்கும் ஒத்துழைக்காது முரண்டுபிடித்தார்கள். அடையாள அட்டையைக் காட்ட மறுத்து அடம்பிடித்த வெள்ளைச் சிறி "கெல்வத்த ஃபான்" எனக் கெட்ட

வார்த்தைகளால் திட்டியவாறே காறித் துப்பினான். அவனையும் இழுத்து வாகனத்தில் ஏற்றினார்கள்.

கழன்று போன சப்பாத்து நூலைத் தள்ளாடியபடியே குனிந்து நின்று கட்டினான் தாடி ரஞ்சன். அவன் ஓடிவிடுவானோ என்ற சந்தேகத்தில் அவனருகே சென்று பின்புறமாக நின்றுகொண்டான் ஒரு காவலன். குனிந்து நின்றவாறே அவனைக் கவனித்த தாடி ரஞ்சன் காவலனைப் பார்த்துக் கேட்டான். “ஆர் டு ஹமோ செக்ஸ்சுவல்?” அவனது கேள்வியால் கோபத்தில் முகம் சிவந்த காவலன் அவனையும் இழுத்து வாகனத்தில் ஏற்ற இரண்டு கைகளாலும் தனது பின்புறத்தைக் பொத்திப் பிடித்தவாறு “ஐயோ இண்டைக்கு என்ர குண்டி சரியோ!” எனத் தமிழில் கத்தியவாறே வாகனத்தில் ஏறினான். காவற்துறையினரைக் கண்டதும் இருந்த கொஞ்ச வெறியும் முறிஞ்சு போக நல்ல பிள்ளையாட்டம் நின்றான் சிவநேசன். குணா குடித்திருக்கின்றானா என்பதை அறிவதற்கான சோதனையும் செய்து, அவன் குடிக்கவில்லை என்பதையும் அறிந்துகொண்டார்கள். தான் இப்போதுதான் வேலையால் வந்து நண்பர்களைக் கூட்டிவரப் போனதாக உண்மையைக் கூறினான் குணா. சிவநேசனும் காவற்துறையினருக்கு ஒத்துழைப்புக் கொடுத்து நல்லபிள்ளையாக நடந்துகொள்ள அவர்கள் இருவரையும் விடுவித்துவிட்டு மற்றைய மூவரையும் தங்கள் வாகனத்தில் ஏற்றிக்கொண்டு பறந்தனர் காவற்துறையினர். அன்றோடு இரவு வேளைகளில் இவர்களுக்கு இப்படியான உதவிக்குப் போவதில்லையென முடிவெடுத்துக்கொண்டான் குணா. இரவு முழுவதும் குளிர்ச் செல்லில் அடைக்கப்பட்ட மூவரும் காலையில் வெறி முறிஞ்சு வீடு வந்து சேர்ந்தார்கள்.

மறு நாள் விஸ்வாவின் இரண்டாவது மகளின் பிறந்ததினத்திற்குப் போயிருந்தான் குணா, சிறிதாக வீட்டிலேயே கொண்டாட்டம் நடந்தது. விஸ்வாவின் இலக்கிய நண்பர்களையும், ஒஸ்லோவில் புலிச் செயற்பாட்டாளரான அலோசியஸ் என்கின்ற ஜெனிற்றாவின் அண்ணனையும் அங்கே முதற் தடவையாகச் சந்திக்கக் கிடைத்தது. குணாவை அவர்களுக்கு அறிமுகப்படுத்தினான் விஸ்வா. கேக் வெட்டி சாப்பாட்டுப் பரிமாற்றம் எல்லாம் முடிந்தபின் நண்பர்களுக்குள் கவிதை, கதை, கட்டுரை என்று இலக்கியம் சார்ந்ததாகவே இருந்த உரையாடல் ஒரு கட்டத்தில் மெல்ல அரசியலுக்குத் தாவியது.

“பொஸ்னிய மக்களின் பிரிந்து போதலுடன் கூடிய சுயநிர்ணய உரிமையை அங்கீகரித்த இந்த உலக நாடுகளின் கண்களுக்கு ஏன்தான் தமிழ் மக்களின் சுயநிர்ணய உரிமைக்கான போராட்டம் தெரியயில்லையோ?” எனத் தனது ஆதங்கத்தை வெளிப்படுத்தினார் அலோசியஸ்.

“பிரிவினையைக் கோருவதற்கும் ஒற்றுமை வேண்டும் தோழர். நாங்கள் மொழி அடிப்படையில் எங்களையொரு தேசிய இனமாக அடையாளப்படுத்தினாலுங்கூட, எங்களுக்குள்ள ஏராளமான வர்க்க முரண்பாடுகள் இருக்குது. இந்த வர்க்க முரண்பாடுகளைக் களைந்து நாங்கள் ஒன்றுபடாதவரை உலக நாடுகளைப் பிழை சொல்லிப் பிரயோசனம் இல்லை” என்றார் விஸ்வாவின் இலக்கிய நண்பரொருவர்.

“அதுவும் சரிதான், எங்கட சமூகத்துக்க புரையோடிக் கிடக்கிற இத்தனை விதமான சாதிய வேறுபாடுகள் போதாதெண்டு யாழ்ப்பாணத்தான், மட்டக்களப்பான், தோட்டக்காட்டான், வன்னியான், தீவான் எண்டு பிரதேசங்களாயும் எல்லே இப்ப பிரிஞ்சுபோய்க் கிடக்குதுகள். இந்த லட்சணத்தில எங்கட ஆட்கள் ஆதிக்கப் போட்டியில அள்ளி முடிஞ்ச அவசரக் கொண்டை தானே இந்த ஆயுதப் போராட்டம்” என அலுத்துக்கொண்டார் ஒஸ்லோ காவற்துறையில் தமிழ், நொஸ்க் மொழிபெயர்ப்பாளராகக் கடமையிலிருக்கும் விஸ்வாவின் மற்றுமொரு நண்பர்.

“க்ம், சாதியம், பிரதேசவாதம் மட்டுமே பெண்ணடிமைத்தனம், மூடநம்பிக்கைகள் போன்ற மிக மோசமான பிற்போக்குத் தனங்களிலிருந்து சமூக விடுதலையை அடையாத ஒரு இனம் எப்படித்தான் தேசிய விடுதலையை அடைய முடியும்?” எனக் கேட்டான் விஸ்வா.

“ஓமோம், இத்தனை பிளவுகள் போதாதெண்டு தானே இப்ப எங்கடையள் இயக்கங்களாயும் பிளவுபட்டுப்போய் நிக்குதுகள்” எனக் குணாவும் ஒரு குத்தல் குத்தினான்.

“சரியாய்ச் சொன்னீர் ஐசே, இந்த ஒட்டுக் குழுக்களைத்தானே அரச படைகளும் தங்களுக்குச் சாதகமாய்ப் பயன்படுத்திக் கொண்டிருக்குது. ஏன் இண்டைக்கு லக்ஸ்மன் கதிர்காமர்

எண்ட யாழ்ப்பாணத்துத் தமிழனைக் கொண்டுதானே உலக நாடுகளில புலிகளுக்கு எதிரான பிரச்சாரங்களைச் செய்துகொண்டிருக்கிறாங்கள் சிங்களவங்கள்" என அலோசியசும் குணாவுக்கு முண்டு கொடுத்தார்.

"கதிர்காமர் என்னத்துக்கு, இப்ப வெளிநாடுகளுக்கு வாற எங்கட ஆட்களே காணுமே புலிகளைக் கழுவி ஊத்திக் காட்டிக் கொடுக்குறதுக்கு. என்ர வேலை அனுபவத்தில சொல்லுறன், கதிர்காமரை விடவும் மோசமாகப் புலிகளைப் பயங்கரமானவர்களாக உலக நாடுகளுக்குக் காட்டிக் கொடுக்கிறது இப்ப வெளிநாடுகளுக்கு அகதிகளா வாற எங்கட சனங்கள்தான் தெரியுமே? விசாரணையின்போது ஆமி அடிக்கிறான், பிடிக்கிறான் அங்க இருக்கேலாது எண்டு சொல்லுவாங்கள். உடனேயே விசாரணை அதிகாரி கேட்பான் அப்படியெண்டால் புலிகளின் கட்டுப்பாட்டுப் பகுதிகளுக்குள்ள போய் இருக்கலாந்தானே எண்டு. அப்பதான் புலிகளின்ர வண்டவாளங்களைத் தண்டவாளத்தில ஏத்துவாங்கள். அதைக் கேட்கின்ற அதிகாரிக்கு ஆமியே பரவாயில்லை எண்டமாதிரித்தான் இருக்கும். இந்தக் கூத்துக்களை எல்லாம் நான் ஒவ்வொரு நாளும் பார்த்துக்கொண்டும், கேட்டுக்கொண்டுந்தானே இருக்கிறன்" என்றார் அந்த மொழிபெயர்ப்பாளர். இப்படியாகக் காரசாரமான பல விடயங்களையும் அலசி ஆராய்ந்த அன்றைய உரையாடல்கள் முடிந்து எல்லோரும் அவரவர் தங்கள் தங்கள் கருத்துக்களைக் கட்டிக் காத்தபடியே வீடுகளுக்குக் கிளம்பினார்கள்.

• • •

ஜெயசிக்குறு நடவடிக்கை மூலம் இராணுவம் கைப்பற்றியிருந்த பன்றிக்கெய்த குளம், பனிக்க நீராவி, பெரியமடு ஆகிய பகுதிகளில் அமைந்திருந்த இராணுவ முகாம்களைப் புலிகள் தாக்கியழித்ததோடு, 120 எம்.எம் பீரங்கியையும் கைப்பற்றியிருப்பதாக வந்த இனிப்பான செய்தியை குணாவும், நண்பர்களும் சுவைத்துக்கொண்டிருந்தபோதே மீண்டும் அதே வீச்சில் ஓமந்தையில் அமைந்திருந்த ஆட்லறிகள் உள்ளடங்கிய இராணுவக் கூட்டுத்தளம் மீது பாய்ந்த புலிகள் பேரிழப்பைச் சந்தித்துக்கொண்டார்கள். அந்தத் தாக்குதலில் நூற்றி முப்பதுக்கும் மேற்பட்ட போராளிகளை இழந்து புலிகள் பின்வாங்கிய

செய்தியிங்கு கசப்பு மருந்தாகவே இருந்தது. மறுத்தான் அடித்து முன்னேறிய இராணுவத்தினர் ஏ9 நெடுஞ்சாலைக்குக் கிழக்குப் பக்கமாக ஓட்டிசுட்டான் பகுதியில் இருந்த கரிப்பட்ட முறிப்பு எனும் இடத்தைக் கைப்பற்றி நிலைகொண்டனர். மீண்டும் எதிர்ப்பாட்டத்தைத் தொடக்கிய புலிகள் அம்முனையில் முன்னேறிய படையினருக்கு விநியோகத் தளமாகச் செயற்பட்ட கரப்புக்குத்தி விஞ்ஞானக்குளம் என்ற கிராமத்தில் அமைந்திருந்த கூட்டுப்படைத்தளம் மீது வலிந்த தாக்குதலைத் தொடுத்துப் படையினருக்குப் பெரும் இழப்புக்களை ஏற்படுத்தினர். மோட்டார்ப் பீரங்கிகள் உட்பட பெருந்தொகையான ஆயுத தளபாடங்களைக் கைப்பற்றிய புலிகள் இரண்டு ரி55 ரக டாங்கிகளையும் அழித்தொழித்து இராணுவத்திற்குப் பலமான பதிலடியைக் கொடுத்து ஜெயசிக்குறுவை முன்னேற விடாமல் தடுத்து நிறுத்திய இனிப்பான செய்தியே மீண்டும் வந்தது.

அன்றைய வெள்ளி இரவு பியர்ப் போத்தலும் கையுமாகப் புலிகளின் குரல் தொலைபேசிச் செய்தியைக் கேட்டுவிட்டு, "அடே மச்சான், இவங்கள் 'வெற்றி நிச்சயம்.' (ஜெயசிக்குறு) எண்டு பேர் வைச்சதுக்குப் பதிலா 'தோல்வி நிச்சயம்.' எண்டே பேரை வைச்சிருக்கலாம். செமையாவெல்லே வாங்கிக் கட்டுறாங்கள்" என்றான் சிவநேசன்.

"ஓமடாப்பா... ஆனால், ஆமியும் விட்டிற்றுப் பின்வாங்குற மாதிரித் தெரியயில்லப் பார்த்தியே, போற போக்கைப் பார்த்தால் ஜெயசுக்குறு பெரியதொரு பலப் பரீட்சையாத்தான் இருக்கும்போல கிடக்குது" என வேலையால் வந்து சாப்பிட்டுக்கொண்டிருந்த குணா பதிலளித்தான்.

"மசிர விட்டான் சிங்கன். கருணா அம்மானின்ர குறூப்பல்லே ஜெயசுக்குறுவை மறிச்சடிக்குது. ஆட்கள் சாதாரணமான ஆட்களில்லை. அவ்வளவுபேரும் ஓர்மமான கிழக்கு மாகாணப் போராளிகள். அரக்க விடாங்கள். அவங்களை மீறி அங்க ஒண்டும் நடவாது" என்றவாறு சிகரெட்டையும், லைற்றரையும் எடுத்துக்கொண்டு வெளி மாடத்துக்குச் சென்றான் சிவநேசன். சாப்பிட்ட கோப்பையைக் கழுவிக்கொண்டிருந்த குணா மணிக்கூட்டைப் பார்த்தான் இரவு ஒரு மணியைத் தாண்டியிருந்தது.

“அடேய் மச்சி இங்க ஓடிவாடா... இங்க ஓடிவா...” சிவநேசனின் குசுகுசுக் குரல் கேட்டு மாடத்திற்கு ஓடிப்போன குணா, அவன் காட்டிய திசையில் கீழே எட்டிப்பார்த்தான். கீழே வந்து நின்ற வாடகைக் கார் ஒன்றிலிருந்து தள்ளாடியபடி இறங்கிய வள்ளுவபிரபுவுடனும், தாடி ரஞ்சனுடனும் கூடவே இரண்டு வெள்ளைக்காரப் பெண்களும் இறங்கினார்கள். கார் புறப்பட்டதும் நால்வரும் சிகரெட்டுகளை எடுத்துப் பற்றவைத்துக்கொண்டனர். தொடைகள் தெரிய இறுக்கமான குட்டைப் பாவாடைகளுடனும், அதை விடவும் இறுக்கமாக மார்பகங்களைப் பிதுக்கித் தள்ளிய மேற்சட்டைகளுடனும் இரண்டு பெண்களும் படு கவர்ச்சியாகக் காட்சியளித்தனர். எதிர்க் காற்றுக்கு நடப்பவன்போல் தள்ளாடி நின்ற வள்ளுவபிரபுவை நகரவிடாமல் கட்டிப்பிடித்தபடி நின்றாள் ஒருத்தி. மற்றவளோ தாடி ரஞ்சனின் தோளில் சாய்ந்து நிற்க, அவளின் பின்புறத்தை வருடிக்கொடுப்பதில் வலு பிஸியாக இருந்தான் அவன்.

“அட... இவங்களுக்கு இண்டைக்கு நல்ல வேட்டை தான் போல.” கையிலிருந்த சிகரெட்டையும் மறந்து வாய் பிளந்து நின்றான் சிவநேசன்.

“ஓமடா வேட்டைக்காரர் இண்டைக்கு நரி முகத்தில தான் முழிச்சிருக்கிறாங்கள் போல, இவங்கள் மேல வாறதுக்குள்ள நான் போய்ப் படுக்கப்போறன். இல்லாட்டி அலுவல் முடிய இவளவையக் கொண்டே விடுறதுக்கு என்னைத்தான் கேட்பாங்கள்” என்ற குணா ஓடிப்போய் படுத்துக்கொண்டான்.

“ஓமடா மச்சி இருந்தால் இவங்கட கடி தாங்கேலாது. நானும் படுக்கப்போறன்” எனச் சிவநேசனும் தனதறைக்குள் புகுந்துகொண்டான்.

குணா படுத்திருந்தானே தவிர தூக்கம் வரவேயில்லை. தூங்க நினைத்தவனுக்குள் ஏதோவொன்று விழித்துக்கொண்டது. உடல் சூடேறிக் கிடந்தது. இதயம் படபடவென்று அடித்துக்கொண்டது. சீரற்ற சுவாசத்தை ஆழமாக இழுத்து சீராக்க முயன்றான். மனநிலையும், சூழலும் அவனுக்குள் இச்சை உணர்வுகளைத் தூண்டியது. இதயம் படபடக்க அடிவயிறு குழைந்தது. போர்வையை விலத்திக்கொண்டு சட்டென எழுந்து குளியலறைக்குள் நுழைந்தான். சொற்ப நேரத்திலேயே

கழுவிய ஈரக் கைகளை உதறியபடி மீண்டும் படுக்கையில் வந்து விழுந்தான். உச்சி முதல் உள்ளங்கால் வரையிலும் மொத்த நரம்பு மண்டலத்தையும் நீவிவிட்டது போலிருந்தது. அவனையறியாமலேயே தூங்கிப்போனான்.

காலையில் ஏழு மணிக்கே எழுந்துவிட்ட குணா தேனீருடன் ஹாலுக்குள் வந்தமர்ந்தபோது வீடு அமைதியாக இருந்தது. 'சிவநேசன் வேலைக்குப் போயிருப்பான். வெள்ளைச் சிறி நேற்றிலிருந்தே வீட்டில் இல்லை. மற்றவங்கள் ரெண்டுபேரும் ராத்திரி முழுக்க நித்திரை கொண்டிருக்கமாட்டாங்கள். அதனால் இப்போதைக்கு அவங்கள் எழும்பப்போவதில்லை என மனத்துள் எண்ணிக்கொண்டவாறே தொலைக்காட்சியை இயக்கினான்.

"க்லிங்... க்லிங்..." கோலிங் பெல் ஒலித்தது. கதவைத் திறந்ததும் நேற்றைய இரவில் வள்ளுவபிரபுவைக் கட்டிப்பிடித்துக்கொண்டு நின்ற அதே குட்டைப் பாவாடையைக் கண்டு ஒரு கணம் துணுக்குற்ற குணா, சட்டெனச் சுதாரித்துக்கொண்டு "யார் நீ? என்ன வேண்டும்?" என அவளை முன் பின் அறியாதவன் போல் வினவினான்.

"இரவு உன்ர நண்பர்களோடு இங்க வந்தனான். என்ர மொபைல் போனை விட்டிற்றுப் போயிற்றன், அதுதான் எடுத்துப்போக வந்தனான்" என்றவாறே உள்ளே நுழைந்தவளிடம் அவன் வள்ளுவபிரபுவின் அறையைச் சுட்டிக் காட்டினான். அவளோ அந்த அறையைக் கடந்து சென்று சிவநேசனின் அறையைத் திறந்துகொண்டு உள்ளே நுழைந்தாள். 'அந்த அறை இல்லை' எனச் சொல்ல வாயெடுத்த குணா உள்ளே எட்டிப்பார்த்தான். கட்டிலுக்குப் பக்கத்திலிருந்த சிறிய மேசையிலிருந்த மொபைல் போனைக் கையிலெடுத்தவள், சட்டெனத் திரும்பி கட்டிலில் கிடந்த போர்வையைத் தூக்கி உதறினாள். பெரிய வளையத் தோடு ஒன்று கீழே வீழ்ந்தது. அதனையும் குனிந்து எடுத்தவள் வந்த வேகத்திலேயே குணாவுக்கு நன்றி சொல்லிவிட்டு அங்கிருந்து வெளியேறினாள். அப்போது தான் கவனித்தான். அவளது ஒரு காதில் மட்டுந்தான் தோடு இருந்தது. குணாவுக்குக் குழப்பத்தில் தலை கிறுகிறுத்தது. வள்ளுவபிரபுவின் அறையை எட்டிப் பார்த்தான். அவன் குண்டி தெரியக் குப்பறப்

படுத்திருந்தான். என்ன நடந்திருக்குமெனக் குணாவால் ஊகிக்கவே முடியவில்லை. ‘சிவநேசனுக்குப் போன் அடித்துக் கேட்பமா?’ மனம் அவாவியது. ‘ச்ச எதுக்கும் அவன் வரட்டும்’ எனப் பொறுமை காத்தான்.

வேலை முடிந்து வந்த சிவநேசனின் முகத்தில் சந்தோஷக் களையோடு ஒருவிதப் பதட்டத்தையும் அவதானித்த குணா, ஒரு குறும்புப் பார்வையால் அவனை மேய்ந்தவாறே கறாறாய்க் கேட்டான். “ராத்திரி என்ன நடந்தது?” நீ சொல்லாவிட்டாலும் எனக்கு எல்லாம் தெரியும் என்பது போலிருந்தது அந்தப் பார்வை.

இவனுக்கு எப்பிடித் தெரிந்திருக்குமென மனதுக்குள் எண்ணியவாறே “மச்சி, இவன் வள்ளுவபிரபு அவளைக் கூட்டிக்கொண்டு வந்துபோட்டு குப்பற விழுந்து படுத்திற்றான்போலயிருக்கு. அதுதான், நான் நல்ல நித்திரையில அயந்துகொண்டுபோக அவள் வெறும் மேலோட என்ர ரூமுக்க ஓடிவந்து போர்வைக்குள்ள பூந்திற்றாளடா” என்றவனின் சிவந்த முகத்திற்குக் காரணம் வெட்கமா? பயமா? எனக் குணாவினால் அறிய முடியாமலிருந்தது. ஒரு நக்கல்ச் சிரிப்புடன் அவனை உற்றுப் பார்த்தவாறே மேசையிற் தாளம் போட்டபடி “கொக்கு... சைவக் கொக்கு... ஒரு கெண்டைமீனைக் கண்டு வி...ர...த...ம் முடிச்சிருச்சாம்... மீனு மேல கண்ணு அது ஒத்தக்காலில் நின்னு கொத்தித்தான் பிடிச்சிருச்சாம்...” எனக் குணா பாட ஆரம்பித்ததுமே சிவநேசனின் முகம் இன்னும் சிவந்தது.

“அட மச்சி நீ நக்கலடிக்கிற, எனக்கெண்டால் பயமா இருக்கடா.”

“ஏன்ரா... பழம் நழுவிப் பாலில விழுந்து, பின் அது நழுவி வாயில விழுந்திருக்கு இதுக்குப் போய் பயப்பிடுறியே! உண்மையில அவள் தான் பயப்பிட வேணும். இப்ப நீ போய்க் கோட்டில கேஸ் போட்டியோ அவள் தான் சும்மா கிடந்த அப்பாவிக் கன்னிப்பையனை பாலியல் பலாத்காரம் செய்த குற்றவாளி தெரியுமே?” என்றான் குணா.

“அதில்ல மச்சி, ஏதும் வயித்தக், கியித்த தள்ளிக்கொண்டு வந்து நீ தான் காரணம் எண்டு நின்டாளென்டால் என்ன செய்யிறது?”

“அட… சும்மா போடா, அவளவை என்ன இவங்களிட்ட பிள்ள வாங்கிற்றுப் போகவே வந்தவளவையள்? இவங்களைக் கண்ட உடனேயே வாயில குளிசையைப் போட்டு முழுங்கி இருப்பளவையடா, நீ வேற விசர்க்கதை கதைச்சுக்கொண்டு” என்றதன் மூலம் அவனின் பயத்தைப் போக்கினான்.

“அது சரி மச்சி, உனக்கு என்னெண்டு விஷயம் தெரிஞ்சது?” எனச் சிவநேசன் கேட்டதுமே, அவள் வந்து போன கதையைக் கூறிய குணாவிடம் “இந்த விஷயத்தை வேறு யாரிடமும் சொல்லிப் போடாத மச்சி” எனச் சத்தியமும் வாங்கிக்கொண்டான் சிவநேசன்.

நோர்வேக் கடவுச்சீட்டும் வந்து சேர்ந்தது. அந்தக் கடவுச்சீட்டில் அவனது உண்மையான பெயர் விபரங்களும், புகைப்படமும் இருந்ததில் குணாவுக்குப் பெரு மகிழ்ச்சி. கண்கள் விரிய அதனைப் பார்த்துக்கொண்டிருந்தபோதே அவுஸ்திரேலியாவிலிருந்து தங்கையின் தொலைபேசி அழைப்பும் வந்தது. இந்தச் சந்தோஷ செய்தியையும் அவளுடன் பகிர்ந்துகொண்டான்.

“அப்பிடியே! அப்ப உடனேயே வெளிக்கிட்டு இங்க வாவன் அண்ணா, உன்னைப் பார்த்து எத்தனை வருசமாச்சுது.” ஏக்கத்துடன் கேட்டாள் தங்கை.

“இல்லையடி, நாங்கள் ரெண்டு பேருமாச் சேர்ந்து நாட்டுக்குப் போவமே? அங்க போனால் எல்லாருமே ஒண்டாச் சந்திக்கலாமெல்லே.”

“ஓம் அண்ணா அதுவும் நல்ல ஐடியா தான். எப்ப, என்ன மாதிரி எண்டு சொன்னீங்கள் எண்டால் நானும் வெளிக்கிடுற அலுவலைப் பார்ப்பன்” என அவளும் குதூகலமானாள்.

அப்படி ஒரு பயணத்தை நினைத்துப் பார்த்தபோதே அவனது மனதுக்குள் மத்தாப்பு விரிந்தது. இத்தனை வருடங்களின் பின் அம்மா, அக்கா, அத்தான், தங்கை, மருமகன் மற்றும் என்றுமே பார்த்திராத புது உறவுகளான தங்கையின் இரண்டு குழந்தைகள், அவன் வெளிநாடு வந்தபின் பிறந்த அக்காவின் இரண்டு குழந்தைகளென மருமக்கள் அனைவரையும் அள்ளிக் கொஞ்சத் துடித்தது மனம்.

நிமலனின் கருத்தக்கொழும்பானும் ஒஸ்லோ வந்து சேர்ந்துவிட்டதாக அறிந்து ஒரு ஞாயிற்றுக் கிழமை விஸ்வா குடும்பத்துடன் குணாவும் நிமலனின் வீட்டுக்கு சென்றான்.

"உம்மைத் தேடிப்பிடிக்கிறதுக்கு எனக்கு ஐடியா தந்த நண்பன் இவன் தான்" எனத் தன் காதலிக்குக் குணாவை அறிமுகப்படுத்தினான் நிமலன். அங்கே நிறையப் புதினங்களை அறிய முடிந்தது. அப்போது கதையோடு கதையாகத் தானும் நாட்டுக்குப் போக இருப்பதாகக் கூறினான் குணா.

"என்ன மச்சி, சொல்லாமற் கொள்ளாமற் போய்ப் பெட்டியைக் கொழுவிக்கொண்டு வரப்போறியே?" இது நிமலனின் கேள்வி.

"ஓம் குணா, செலவோட செலவா அந்த அலுவலையும் பார்த்திற்று வாருமன். சோலிகள் எல்லாத்தையும் ஓரளவுக்கு முடிச்சுப்போட்டீர் தானே பிறகேன் வெயிற்பண்ணுவான். வயசுமல்லே வட்டுக்க வந்திட்டுது." இது விஸ்வாவின் ஆலோசனை.

"ஐயோ! அண்ணே இப்போதைக்கு அந்த ஐடியாவே இல்ல, கலியாணத்தைப் பற்றி ரெண்டு வருசத்துக்குப் பிறகு யோசிக்கலாம். இப்ப போய்ச் சொந்த பந்தங்களைப் பார்த்திட்டு வந்தாலே போதும்." இது குணாவின் பதில்.

"ஓம் குணா, இவையின்ர கதையை விட்டுப்போட்டு நீர் முதல்ல வீடு வாங்குற அலுவலைப் பாரும். அதுக்குப் பிறகு நல்ல வடிவான பொம்பிளையாப் பார்த்து நானே உமக்குக் கட்டிவைக்கிறன்." இது ஜெனிற்றாவின் விருப்பம்.

"ஓம் அண்ணி என்ர ஐடியாவும் அது தான். ஆனால், வீடு வேண்டுறதும் இப்ப லேசான வேலை இல்லையே, கையில கொஞ்சமாவது இருந்தாத் தானே லோன் தருவாங்கள். அதுக்குத்தான் மணியமண்ணையிட்டப் பெரிய சீட்டொண்டு போட்டிருக்கிறன்." இது குணாவின் எண்ணம்.

"க்ம், ஜெனியே பொம்பிளை பார்க்கப்போகுது, அப்ப இது பிள்ளையாற்ற கலியாணம் மாதிரித்தான் முடியும். சரி... சரி...

நேரமாகுது வெளிக்கிடுங்க போவம்" என்றவாறே விளையாடிக் கொண்டிருந்த மகளை மடியில் தூக்கிவைத்துச் சப்பாத்துக்களை மாட்டினான் விஸ்வா.

அங்கிருந்து புறப்பட்ட விஸ்வாவின் கார் குணாவையும் அவனது வீட்டின் முன்னால் இறக்கிவிட்டு பறந்தது. காரிலிருந்து இறங்கும்போது வீட்டின் வெளிமாடத்தில் சிவநேசனும், வள்ளுவபிரபுவும் தன்னைக் கவனித்தவாறு புகை பிடித்துக்கொண்டு நிற்பதை கண்டான் குணா. கதவைத் திறந்துகொண்டு உள்ளே நுழைந்ததுதான் தாமதம். வாயில் புகை தள்ளியபடியே ஓடி வந்த வள்ளுவபிரபு கேட்டான், "அடேய் மச்சி இப்ப உன்னை இறக்கிவிட்டிற்றுப் போன காயை உனக்கெப்பிடித் தெரியும்?"

"ஓ... அவரா அவர்தான் விஸ்வா. என்ர பெஸ்ட் பிரெண்ட்."

"பெஸ்ட் பிரெண்டோ!" வியப்புடன் குணாவை மேலும், கீழும் பார்த்தான்.

"ஓம், ஜெர்மனியிலேயே அவரை எனக்குத் தெரியும். ஒண்டாத்தான் இங்க வந்தனாங்கள், ஆள் நல்ல மனுஷன்." குணா இப்படிக் கூறியதும் ஆளையாள் பார்த்த வள்ளுவப்பிரபுவும், சிவநேசனும் மௌனமானார்கள். அவர்களின் முகமாற்றத்தை அவதானித்த குணாவே கேட்டான். "ஏன்! என்ன விஷயம். அவரை உங்களுக்கும் தெரியுமே?"

"அடேய், சிங்களவனுக்கு சூத்துக் குடுக்கிறவனெல்லாம் உனக்கு பெஸ்ட் பிரெண்டே?" கேட்டவாறே கையிலிருந்த பியர்ப் போத்தலை மேசையில் சடக்கென்று வைத்தான் வள்ளுவபிரபு.

"சிக்... என்ன விசர்க்கதை கதைக்கிறீர்?" எரிச்சலாய்ப் பார்த்தான் குணா.

"மச்சி... உனக்குத் தெரியாது. அவன் சரியான தமிழின விரோதியடா." எச்சரிக்கும் தொனியில் கூறினான் சிவநேசன்.

'ச்ச... அப்பிடி ஒண்டுமில்ல, நீங்கள் விளப்பமில்லாமல் கதைக்கிறியள்."

“ஐசே, உமக்கு அவனைப் பற்றித் தெரியாட்டி, தெரியாதெண்டு சொல்லும். அதை விட்டிற்று எங்கட விளப்பத்தைப் பற்றி நீர் கதைக்காதையும். அவனையும், அவன்ர பிரெண்ட் கொஞ்சப் பேரையும் எங்களுக்கு நல்லாத் தெரியும். அவங்களெல்லாம் இயக்கத்துக்கு எதிரான ஆட்கள். சும்மா சும்மா தேவையில்லாமல் இயக்கத்தை விமர்சித்துக் கண்டபடி கவிதையும், கட்டுரையும் எழுதுறது தான் அவங்கட வேலையே, இது தெரியாமல் நீர் அவங்களுக்கு வக்காலத்து வாங்காதையும் சொல்லிப்போட்டன்.” வள்ளென்று பாய்ந்தான் வள்ளுவபிரபு.

“மற்றவையைப் பற்றி எனக்குத் தெரியாது. ஆனால், விஸ்வா அண்ணையைப் பற்றி எனக்கு நல்லாத் தெரியும். அவர் கதைச்சா, எழுதினா அதில ஒரு நியாயம் இருக்கும். இலங்கை அரசையும் கடுமையா விமர்சிக்கிற ஆள்த்தான் அவர். அரசாங்கத்தோட சேர்ந்து வேலை செய்யிறவங்களையோ, அல்லது காட்டிக் கொடுக்குறவங்களையோ வேணுமெண்டால் துரோகி எண்டோ, விரோதி எண்டோ சொல்லுங்கள். அதில்லாமல், இயக்கம் விடுகிற சில தவறுகளைச் சுட்டிக்காட்டி ஆக்கபூர்வமான விமர்சனங்களை வைக்கிற ஆட்களை எல்லாம் அப்பிடிச் சொல்லாதிங்க பிளீஸ்” எனத் தயவுடன் கேட்டுக்கொண்டான் குணா.

“அப்ப என்ன, இயக்கம் தவறு செய்யுதெண்டு நீரும் சொல்லுறீரோ?” வள்ளுவபிரபு தண்ணியில் நிண்டுகொண்டு வீசிய தூண்டிலைக் கவ்வினால் கதை கந்தலாகிவிடும். தண்ணி இறங்கும்வரைத் தன்னை உறங்க விடமாட்டாங்கள் என்பதைப் புரிந்துகொண்ட குணா, “யாரு தான் மச்சி தவறு செய்யயில்லை. தவறு செய்யிறது மனித இயல்பு தானே...” என நாசூக்காகக் கூறிக் கதையை மேலும் வளர்க்காமல் நிலைமையைச் சமாளித்துக்கொண்டு தனது அறைக்குள் நுழைந்துகொண்டான் குணா.

◎

1998

சரியாகப் பத்து வருடங்களின் பின் உணர்வுகள் சிலிர்க்க மீண்டும் தாய் நாட்டில் காலடி எடுத்து வைத்தான் குணா. விமானத்திலிருந்து இறங்கியதுமே சுள்ளென்று முகத்தில் அடித்த வெப்பக் காற்றும், அந்த மண் மணமும் அவனது உடலில் ஒருவித கிளர்ச்சியை உண்டுபண்ணியது. இமிக்கிறேசனில் அவனது பாஸ்போட்டையும் அவனையும் மாறி மாறிப் பார்த்துவிட்டு வெறும் முப்பது நாட்களுக்கான விசாவைப் பாஸ்போட்டில் குத்தியபோதுதான், தன் தாய் நாட்டிற்கே தான் அந்நியன் ஆகிவிட்டதை உணர்ந்தானவன். உறவுகளைப் பார்த்துவிடத் துடித்த மனத்தின் தவிப்பும், ஏக்கமும் இதயத்துடிப்பை அதிகப்படுத்தியது. அவனை விமான நிலையத்திலிருந்து அழைத்துப்போக வான் பிடித்துக்கொண்டு குடும்பத்தோடு எல்லோரும் வரவே ஆசைப்பட்டார்கள். ஆனால், நாட்டு நிலைமை காரணமாக அத்தான் அதனை விரும்பவில்லை. அவர் மட்டுமே ரயிலில் வந்திருந்தார்.

நாட்டில் பார்க்கும் இடமெல்லாம் இராணுவச் சோதனைச் சாவடிகளும், துப்பாக்கிகளுமே கண்களில் தென்பட்டன. அத்தானுக்குச் சிங்களம் அத்துபடி என்றபடியினால் குணாவிற்குப் பயணத்திற் பயமிருக்கவில்லை. கொழும்பிலிருந்து வவுனியா நோக்கி புகையிரதத்தில் பயணித்துக் கொண்டிருந்தார்கள். புகையிரதப் பெட்டிகளின் பல இருக்கைகள் காலியாகவே இருந்தன, புகையிரதம் நகர்ப்புறங்களைத் தாண்டிக் கிராமப்புறங்களுக்குள் நுழைந்தபோது இருக்கைகள் நிறைய ஆரம்பித்தன. குணா ஜன்னலோர இருக்கையில் அமர்ந்திருக்க, அருகில் அத்தான் இருந்தார். எதிர் இருக்கைகளில் அவர்களை நேர்முகம் பார்த்தவாறே இரு சிங்கள இளைஞர்கள் இருந்தார்கள். திறந்து கிடந்த ஜன்னலின் ஊடாகக் குளிர்மையான காற்று குணாவின் முகத்தில் வந்து மோதியது. நீண்ட வருடங்களின்பின் தென்னைகளும், வாழைகளும், வயல்களுமாகப் பச்சைப் பசேலேன்று பரவிக்கிடந்த இயற்கை அழகை ரசித்தபடி தன்னையே மறந்திருந்தான். சடசடவென ஓசை எழுப்பியபடியே ஓடிக்கொண்டிருந்தது புகையிரதம். அவர்களின் பெட்டி

இப்போது ஏராளமான சிங்கள இளைஞர்களால் நிறைந்திருந்தது. இருந்தும், பெட்டி கலகலப்பற்று மிகவும் அமைதியாகவே இருந்தது. இளைஞர்களின் பயணங்களென்றாலே கூத்தும், கும்மாளமுமாய்க் களைகட்டுவது தானே வழமை. இதுவென்ன எல்லோரும் மூஞ்சிகளைத் தொங்கப்போட்டபடியே பேய் அறைந்தது போல் மௌனமாக இருக்கின்றார்களே என்று மனதுக்குள் எண்ணிக்கொண்டான் குணா.

தன் காலுக்குள் கிடந்த பயணப்பையைத் தூக்கி மேற்தட்டில் வைத்துவிட்டுத் தலையைத் திருப்பி எல்லோரையும் நோட்டம் விட்டவாறே அமர்ந்த அத்தான், “இதுக்குள்ள இருக்கிறவங்கள் எல்லாம் ஆமிக்காறங்களடா தம்பி” எனக் குணாவின் காதுக்குள் மெல்லக் குசுகுசுத்தார்.

“உண்மையாவா?” பதட்டம் பரவிய முகத்துடன் கேட்டான்.

“ம், ஆனால் பயப்பிடத்தேவையில்ல. ஒரு பிரச்சனையும் இருக்காது. லீவு முடிஞ்சு வேலைக்குத் திரும்புறாங்கள்” என்றார் அத்தான்.

“ஓ... அதுதான் எல்லாரும் அழுது வடிஞ்சுகொண்டு இருக்கிறாங்களோ?”

“இருக்காதா பின்ன, கொலைக் களத்துக்கல்லே போறாங்கள்” என்றவாறே கண்களை மூடி இருக்கையில் சாய்ந்தார் அத்தான். அதன் பின்னரே குணாவும் எல்லோரையும் கூர்ந்து கவனித்தான். எல்லோருமே கிட்டத்தட்ட ஒரே மாதிரியான உடம்பும், உயரமுமாக இருந்தனர். தலைமுடிகளும் ஒரே மாதிரியாகக் கட்டையாக வெட்டப்பட்டிருந்தன.

சிறிது நேரத்தில் “கூல் வாட்டர்..., கூல் வாட்டர்..., பார்லி... பார்லி..., றால் வடே... றால் வடே..., மாலுபான்... மாலுபான்..., ரீ..., கோப்பி..., ரீ... கோப்பி...” எனப் பல குரல்கள் படையெடுத்து வந்தன.

இறால் வடையைப் பார்த்த குணாவுக்கு நாவூறியது. அதன் வாசமும் அவனை வசியம்பண்ணி இழுத்தது. ஆசையுடன் எட்டிப்பார்த்த குணாவின் மணிக்கட்டைப் பிடித்து அழுத்திய

அத்தான் "அது கூடாது, பழைய எண்ணையில சுட்டிருப்பாங்கள்" என அவனைத் தடுத்தார்.

அதுவரைத் தூங்கு மூஞ்சியுடன் குணாவிற்கு முன்பாக இருந்த அந்தச் சிங்கள இளைஞன், அத்தான் தடுத்ததைக் கவனித்துவிட்டு குணாவை ஒரு பரிதாபப் பார்வை பார்த்தபடி புன்முறுவல் பூத்தான். குணாவும் பதிலுக்குப் பல்லிளித்தான். உடனேயே அந்த இளைஞன் தனது பயணப்பையைத் திறந்து அதற்குள் இருந்த கடதாசியினாலான பொதியைப் பிரித்து, அதிலிருந்த தின்பண்டத்தை எடுத்து வாயிற் போட்டவாறு அப் பொதியை ஒரு கனிவான புன்னகையோடு "முங்குலி" எனக் குணாவின் முன் நீட்டினான். அதனைப் பார்க்கப் பயித்தம் பணியாரம் போல் இருந்தது. அதை எடுப்பதா, தவிர்ப்பதா என்ற குழப்பத்துடன் அத்தானைப் பார்த்தான். "பரவாயில்லை எடுத்துச் சாப்பிடு" என்பது போலிருந்தது அத்தானின் தலையசைப்பும் பார்வையும். "தாங்க்ஸ்" என்றபடி ஒன்றை எடுத்துக்கொண்டான். சுவையும் கிட்டத்தட்ட பயித்தம் பணியாரம் போலவே இருந்தது. ஆனால், மிளகு கூடுதலாகப் போட்டுக் காரமாகவும் இருந்தது. அந்த இளைஞன் சிங்களத்தில் ஏதோ கேட்டான். உடனேயே குணா அத்தானைப் பார்க்க, அத்தானே அவனுக்குப் பதிலளித்து உரையாட ஆரம்பித்தார். எதுவுமே புரியாத குணா யன்னலின் ஊடே வெளியே நோட்டமிட்டான். ஒன்றை ஒன்று பிடித்திழுத்து குரங்குச் சேட்டைகள் விட்டபடி, மரங்களில் இருந்து மரங்களுக்குத் தாவித் திரிந்த குரங்குகளையும், வயல் வெளிகளில் ஆங்காங்கே தாணியங்கள் கொத்தித் திரிந்த பெண் மயில்களையும், பெண் மயில்களை மயக்குவதற்காகத் தோகை விரித்து ஆடிக்களித்த ஆண் மயில்களையும் கண்டு வியந்து இரசித்தபடியிருந்தான் குணா.

மீண்டும் பயணப்பையைத் திறந்த அந்த இளைஞன், ஒரு கவருக்குள் இருந்த சில புகைப்படங்களை எடுத்து அத்தானுக்குக் காட்டினான். அத்தானும் அதனைப் பார்த்துவிட்டுக் குணாவிடம் நீட்டியவாறே, "இவருக்கு இப்ப மூண்டு கிழமைக்கு முன்னந்தான் கல்யாணம் நடந்ததாம்" என்றார்.

அவனது கல்யாணப் படத்தை பார்த்த குணா, உடனேயே அவனது கையைக் குலுக்கி "கங்கராஸ்லேசன்" என்றதும், அவனும் "தாங்க்ஸ்" எனப் புன்னகைத்தான்.

"இவர் ஆமியில இருக்கிறாராம். கலியாணத்துக்காக ஆறு கிழமை லீவு எடுத்துக்கொண்டு ஊருக்குப் போனவராம். லீவு முடிய இன்னும் ரெண்டு கிழமைகள் கிடக்குதாம், அதுக்கிடையில ஆள் பற்றாக்குறையெண்டு உடனடியா வரச்சொல்லிப்போட்டாங்களாம், அதுதான் அவசரமாக வெளிக்கிட்டு வவுனியாவில உள்ள ஜோசப் காம்புக்குப் போறாராம்" என அவனது சோகக்கதையை அத்தான் குணாவிடம் ஒப்புவித்தார். குணா மிகுந்த இரக்கத்தோடு அவனைப் பார்த்தான். அவனோ கலியாணப் போட்டோவை ஏக்கத்துடன் உற்றுப் பார்த்தபடியே இருந்தான். குணாவுக்கு அவனைப் பார்க்கப் பரிதாபமாக இருந்தது. அந்தக் கலியாணப் போட்டோவில் அவனது வறுமைக் கோட்டின் அளவு தெரிந்தது. உல்லாச விடுதிகளின் குளிரூட்டி அறைகளுக்குள் இருந்துகொண்டு அரசியல்வாதிகள் தீர்மானிக்கின்ற இந்தப் போர் தமிழ் இளைஞர்களின் யுவதிகளின் வாழ்வை மட்டுமல்ல, சிங்கள இளைஞர்களின் யுவதிகளின் வாழ்வையுந்தான் சிதைத்துப் போடுகிறதென எண்ணிக்கொண்டபோது குணாவின் இதயம் கனத்துப் போனது.

புகையிரதம் அனுராதபுரத்தையும் தாண்டி ஓடிக்கொண்டிருந்தது. அத்தானுக்கு முன்பாக இருந்தவன் புகையிரதத்தில் ஏறியதில் இருந்தே யாரோடும் எதுவுமே பேசாது தலையைப் பின்பாகச் சாய்த்துக் கண்களை மூடியபடியே தியான நிலையில் இருப்பதுபோலவே இருந்தான். அவன் நித்திரை கொள்ளவில்லை என்பதை இடைக்கிடையே ஆடிக்கொண்டிருந்த கைகளும், கால்களும் காட்டிக்கொடுத்தன. அவனது முகமும் மிகவும் வாடியிருந்தது. தோற்றத்தில் முப்பது வயதைத் தாண்டியிருந்தான். இவன் எப்படியும் கலியாணம் கட்டியிருப்பான். சிலவேளை பிள்ளைப்பேறுக்காக லீவு எடுத்துக்கொண்டு வந்திருக்கலாம், இவனையும் ஆள் பற்றாக்குறையெண்டு உடனடியா வரச்சொல்லியிருப்பாங்களோ எனத் தனக்குள்ளேயே கற்பனை செய்துகொண்ட குணா அவனுக்காகவும் வருத்தப்பட்டுக்கொண்டான்.

குணா கண்களை வெளியே விட்டான். கறுத்திருந்த வானமும், குளிர்ந்த காற்றும், மழையைக் கொண்டு வருமாப்போலிருந்தது. வானத்தை பார்த்த அத்தானும் “நம்மட பக்கம் நல்ல மழை பெய்யுது போல கிடக்கு” என்றார். மதவாச்சியில் விழுந்த தூறல் மண் மணத்தைக் கிளர்த்தியது. தூவானத்துக்கு அஞ்சியவர்கள் யன்னல்களை அடித்து மூடினார்கள். குணாவின் மனமோ தூவானத்தில் நனைந்து கரைந்துகொண்டிருந்தது.

வவுனியா புகையிரத நிலையத்தில் வந்து இறங்கியபோது அத்தான் சொன்னது போலவே கடும் மழை அடித்து ஊற்றிக்கொண்டிருந்தது. அங்கு பாதுகாப்புக் கெடுபிடிகளும் மிகவும் கடுமையானதாக இருந்தன. வெளிநாட்டில் இருந்து வருபவர்கள் மட்டுமல்லாமல், வெளியூர்களில் இருந்து வருபவர்களுங்கூடக் காவற்துறையிடமிருந்து அனுமதிப் பத்திரம் பெற்றுக்கொண்டால் மாத்திரமே வவுனியாவுக்குள் நுழையமுடியும் என்ற நிலையே இருந்தது.

அனுமதியைப் பெறுவதற்காகப் புகையிரத நிலையத்தில் நீண்ட வரிசையில் கால்கடுக்கக் காத்துநின்றார்கள். மழை அடித்து ஊற்றிக்கொண்டேயிருந்தது. திறந்த கட்டிடத்தின் தாழ்வாரத்தில் வடிந்த மழைநீரை ஒரு குழந்தையைப் போல் கைகளில் ஏந்தி விளையாடிய குணாவுக்கு அந்த மழையில் நனைய வேண்டும்போலிருந்தது. அத்தான் வரிசையில் நிற்க, தன்னை மறந்த நிலையில் தாழ்வாரத்திலிருந்து மெல்ல விலகி மழையில் நனைந்துகொண்டிருந்தவன் அப்போதுதான் கவனித்தான் பக்கத்து அறையிலிருந்து காவல்துறையைச் சேர்ந்த ஒரு இளம் சிங்களப் பெண் வைத்த கண் வாங்காது அவனையே பார்த்துக்கொண்டிருந்தாள். அவன் மழையை இரசிக்க, அவள் அவனை இரசித்துக் கொண்டிருந்தாள். திடீரென அறையிலிருந்து வெளியே வந்தவள் வரிசையை ஒழுங்கு செய்யும் பாவனையுடன் அவனது குதூகலத்தை நெருங்கி நின்று இரசித்தாள். காக்கியிலான இறுக்கமான மேலாடையும், அவளின் இடுப்புக்கு கீழான பகுதியை இறுக்கிப் பிடித்திருந்த குட்டைப் பாவாடையும் அவளது இளமை அங்கங்களை இன்னும் அழகு படுத்துவதாகவே இருந்தன. குணாவும் அதனை இரசிக்கத் தவறவில்லை. வரிசை முன்னோக்கி நகர்ந்துவிட்டதை அவதானித்தவன் நெற்றியில் வழிந்த நீரைக் கைகளால் வழித்து

உதறியபடி அத்தானின் அருகே சென்றான். அப்போதும் குணாவைப் பின் தொடர்ந்தவள், புன்சிரிப்போடு அவனைப் பார்த்து சிங்களத்தில் ஏதோ கேட்டாள். எதுவுமே புரியாத குணா அசடு வழிய அத்தானைப் பார்த்தான்.

“ஷம்போ வேணுமா? எண்டு கேட்கிறாள்” என்றார் அத்தான். அதற்கும் அவன் அவளைப் பார்த்து அசடு வழிந்தே சிரித்தான். மீண்டும் அவள் அந்த அறைக்குள் போய் அமர்ந்துகொண்டாள். ஆனாலும், அவளது பார்வை அடிக்கடி அவனிடம் தாவுவது குணாவின் பார்வையிலும் பட்டது. அறையில் இருந்தவாறே ஒரு கொய்யாப்பழத்தை நீட்டி ‘வேணுமா?’ என்பது போல் கண்களாலேயே கேட்டாள். குணாவின் உதடுகளும் “நோ தாங்க்ஸ்.” எனச் சத்தமின்றி உச்சரித்துப் புன்னகைத்தன. ஒருவாறாக வரிசையில் காத்து நின்று, ஒரு கிழமைக்கு வவுனியாவில் தங்குவதற்கான அனுமதியைப் பெற்றுக்கொண்டார்கள்.

“என்னத்தான், அஞ்சு கிழமை லீவோட வந்திருக்கிறன் இவங்கள் ஒரு கிழமைப் பாஸ்தானே தந்திருக்கிறாங்கள்” எனக் குழம்பி நின்றான் குணா.

“ஓ... அதொண்டும் பிரச்சனையில்ல, ஒரு கிழமையால வவுனியாவ விட்டுப் போயிற்று திரும்ப வாறது தானே.” சர்வ சாதாரணமாக சொன்னார் அத்தான்.

“என்னத்தான் சொல்லுறியள்! அப்படியெண்டா ஒவ்வொரு கிழமையும் கொழும்புக்குப் போயிற்று வரவேணுமே?” இப் புகையிரத பயணத்தில் உடல் உளைவை அனுபவித்த சலிப்புடன் கேட்டான்.

“சாச்ச... நீ பயப்பிடாத, கொழும்புக்கெல்லாம் போகத் தேவையில்ல, அனுராதபுரம் அல்லது மதவாச்சி வரைக்கும் போயிற்றுத் திரும்பி வந்தாலே போதும்” என்றவாறே ஆட்டோக்கள் நிற்கும் இடத்தை நோக்கி நடந்த அத்தானின் பின்னாற் சென்றவனுக்கு அதைக் கேட்டதும் கொஞ்சம் ஆறுதலாக இருந்தது. ஆட்டோவை நெருங்கியதும் சற்று நின்று திரும்பிப் பார்த்தான். அந்தச் சிங்களப் பெண் அவனையே பார்த்தபடி புகையிரத நிலைய வாசல்வரை வந்து நின்றாள். ஆட்டோ புறப்பட ஆயத்தமானபோது மீண்டும் அவனையறியாமலேயே

கண்கள் அவள் நின்ற திசையை நோக்கியது. அவள் ஒரு குழந்தைப் புன்னகையுடனும், குமரித்தனத்துடனும் அவனைப் பார்த்து கையசைத்து விடைகொடுத்தாள். அவனும் ஒரு கனிவான புன்னகையோடு விடைபெற்றான். ஒருவித நக்கல் சிரிப்புடன் குணாவைத் திரும்பிப் பார்த்த அத்தான், "உனக்கு விஷயம் தெரியுமே, உன்ர கொக்காவுக்குத் தம்பிய கவனமாய்க் கொண்டுவந்து சேர்ப்பனெண்டு சொல்லிப்போட்டுத் தான் வந்தனான். கடைசி நேரத்தில அந்த உறுதிமொழியைக் காப்பாற்ற முடியாமல்ப் போயிருமோ எண்டு பயந்துபோயிற்றன்" என்றார்.

"ஏனத்தான், என்னத்துக்கு பயந்தனிங்க?" கையை வெளியே நீட்டி மழைத்துளிகளை உள்ளங்கையில் ஏந்தியவாறே கேட்டான்.

"வேறயென்ன, நான் இல்லாட்டி அந்தச் சிங்களப் பொலீஸ்காரி உன்னைத் துப்பாக்கி முனையில எல்லே கடத்திக்கொண்டு போயிருப்பாள். நான் இடைக்கிடை அவளை முறைச்சுப் பார்த்ததால தான் அவள் அடங்கினவள் தெரியுமே?"

"ஐயோ! அத்தான் நீங்களும் அதைக் கவனிச்சீங்களே?" என வாயிற் கையை வைத்தான்.

"பின்ன, நாங்களும் இந்த வயதையெல்லாம் தாண்டித்தானே வந்தனாங்கள்" என அத்தான் கூறியதும், குணாவிடமிருந்து "க்ளுக்" என ஒரு குறுஞ்சிரிப்புத் தெறித்து உதிர்ந்தது.

ஒழுங்கைகளை ஊடறுத்துச் சென்ற ஆட்டோ ஒரு சிறிய வீட்டின் முன் போய் நின்றதும், ஆவலாய் ஓடிவந்த அன்புள்ளங்கள் அவனை ஆரத்தழுவி அணைத்துக்கொண்டன. கதைப்பதற்கு அங்கும், இங்குமான பத்து வருடக் கதைகள் இருந்தன. அவனுக்குப் பிடித்தமான உணவுகளை ஞாபகத்தில் வைத்துக்கொண்டு அம்மாவும், அக்காவும் போட்டி போட்டுக்கொண்டு விதம் விதமாய் சமைத்துப் போட்டார்கள். அவனும் பத்து வருடங்களுக்கு முந்திய பழைய ருசியை அனுபவித்துப் புசித்தான். இத்தனை வருடங்களின் பின்பாகச் சேவல் கூவிய விடியல்களையும், காகம் கரைந்த மதியங்களையும், நாய்கள் குரைத்த இரவுகளையும் ஆசை தீர அனுபவித்துக் கழித்தான்.

குணா வவுனியா வந்து விட்டதனை அறிந்தும், அவனை வந்து பார்க்க முடியாமல் வன்னிக்குள் அகப்பட்டுக்கொண்ட உறவுகள் பலர் தவியாய்த் தவித்தனர். அறுபது வயதிற்கு உட்பட்டவர்கள் வன்னியை விட்டு வெளியேற முடியாதபடி புலிகளும் தடை விதித்திருந்தனர். தானும் மகளும் குணாவை வந்து பார்க்க முடியாமற் போய்விட்ட துயரத்தையும், ஏக்கத்தையும் கலா அக்கா கடிதமாய் எழுதி அனுப்பியிருந்தாள். வளர்ந்து பள்ளிக்குப் போகத் தொடங்கிவிட்ட மருமகள் குணசீலியும் மழலைக் கிறுக்கலில் மடல் வரைந்திருந்தாள். அவளைப் பார்க்கக் கிடைக்கவில்லையே என்ற கவலை குணாவின் மனதையும் கவ்வியிருந்தது. இதுவொரு போர்க்களப் பூமி என்பதை அடிக்கடி கேட்கும் குண்டுச் சத்தங்கள் ஞாபகப்படுத்திக் கொண்டேயிருந்தன.

மதியம் உண்ட களைப்புத் தீர முற்றத்துப் பலாமர நிழலில் காற்று வாங்கியபடி சாக்குக் கட்டிலில் கண்களை மூடியவாறு படுத்திருந்தான். மூடாத காதில் தூரத்தில் வீழ்ந்து வெடித்த குண்டுகளின் சத்தங்கள் கேட்டுக்கொண்டேயிருந்தன.

"ஐயோ! இந்தப் பாழ்படுவார் காலையில இருந்தே செல் அடிச்சுக்கொண்டு இருக்கிறாங்களே!" எனத் திட்டியபடியே அவனுக்குப் பிடித்தமான இராசவள்ளிக்கிழங்குச் சட்டியுடன் அம்மா குணாவின் பக்கத்தில் வந்தமர்ந்தா. அம்மாவின் குழைவு மீண்டும் கலியாணப் பேச்சை எடுக்கப் போகின்றா என்பதை அவனுக்குள் உணர்த்தியது. இங்கு வந்திறங்கிய இரண்டாம் நாளே அம்மாவும், அக்காவும் கலியாணப் பேச்சை ஆரம்பித்து விட்டார்கள். அதற்கவன் மறுப்புத் தெரிவித்திருந்தும் அவர்கள் விடுவதாயில்லை.

"தம்பி... நேற்றுங்கூட ஒரு புரோக்கர் வந்திற்றுப்போறார். நிறையக் குறிப்புகளும் போட்டோக்களும் வந்து கிடக்குது. ஆனால், நீ சீதனம் வாங்க மாட்டனெண்டு சொல்லுறதால தான் சனங்கள் கொஞ்சம் யோசிக்கிதுகளாம், எண்டெல்லே புரோக்கர் சொல்லுறார்" என்ற அம்மாவைக் குழப்பத்துடன் பார்த்தான் குணா.

"ஓம்... தம்பி, சீதனம் வேண்டாம் எண்டுறபடியால மாப்பிள்ளைக்கு ஏதாவது குறைபாடு கிறைபாடு இருக்குமோ

போக்காளி | 313

எண்டெல்லே சனங்கள் சந்தேகப்படுகுதுகளாம்" என்றவாறே அடுப்படியிலிருந்து வந்த அக்காவும் இணைந்துகொண்டாள்.

"பின்னயென்ன, நீங்கள் சீதனம் குடுக்க வசதியுள்ள பெரும் புள்ளிகளிட்ட போனால் அப்படித்தானே சந்தேகப்படுவாங்கள்" என்றானவன் இராசவள்ளிக் கிழங்கைச் சுவைத்தவாறே.

"இல்லத் தம்பி... நீ சொல்லுற உந்தக் கொள்கை, குறிக்கோள் ஒண்டும் இங்கத்தையச் சனங்களுக்கு விளங்காதடா. இது அம்மண ஊர், இங்க கோவணம் கட்ட நினைக்கிறவனைத்தான் பைத்தியக்காரனெண்டு சொல்லுங்கள். வெளிநாட்டு மாப்பிள்ளை சீதனம் வேண்டாமெண்டு சொல்லுறானெண்டால், சிலவேளை அங்க ஆரும் வெள்ளைக்காரியைக் கட்டிப்போட்டு விட்டிற்று வந்திருப்பானோ, எண்டுமெல்லே சனங்கள் சந்தேகப்படுகுதுகலாம்" என அக்கா ஆதங்கப்பட்டுக்கொண்டாள்.

"ஏன் இப்ப இதுக்குப் போட்டு மண்டையைக் குழப்புறீங்க, நான் தானே ரெண்டு வருசம் பொறுக்கச் சொல்லுறன்" எனச் சினந்தான் குணா.

"இல்லையடா தம்பி ரெண்டு வருசத்தால நாட்டு நிலைமைகள் எப்பிடி இருக்குமோ தெரியாது. தங்கச்சியும் அடுத்த கிழமை வாறபடியால இது நல்ல சந்தர்ப்பமடா. நீ சும்மா அடம்பிடிக்காத" என அம்மா அடம்பிடித்தா.

"ஓமடா... தம்பி, வந்த குறிப்புகளுக்க நீ சொன்னமாதிரி கஸ்ரப்பட்ட குடும்பத்துக் குறிப்புகளைத்தான் சாத்திரியாரிட்டக் கொண்டேக் காட்டினான். அதில சிலது நல்ல பொருத்தமாய் இருக்குது. போய்ப் பார்த்து உனக்கு பிடிச்சிருந்தால் கட்டிப்போட்டுப் போவன், இப்ப உனக்கங்க வசதி இல்லாட்டிப் பிறகு கூப்பிடலாம் தானே" என்ற அக்காவும் அழுங்குப்பிடி தான் பிடிக்கிறாள் என்பதை உணர்ந்த குணா, "சரி தங்கச்சியும் வரட்டும் பிறகு யோசிப்பம்" எனக் கூறி அன்றைய கலியாணக் கதையை ஒரு முடிவுக்குக் கொண்டுவந்தான்.

ஒருவாறாகத் தேரை இழுத்துப் பாதித் தெருவிற்குக் கொண்டுவந்துவிட்ட சந்தோஷத்தில் அம்மா எழுந்து குசினிக்குள் நுழைய, அக்காவும் எழுந்து கிணற்றடிக்குப் போனாள். அங்கே

இவர்களின் சம்பாசனையைக் காதில் வாங்கியபடியே தண்ணியில் ஊறப் போட்டுக்கிடந்த கிடுகுகளைப் பின்னிக்கொண்டிருந்த அத்தான், "அடியே உன்ர தம்பி மட்டும் ஓகே எண்டு சொன்னால், நல்ல அரசாங்க உத்தியோகத்தோட இப்பவே பொம்பிளை ரெடியாயிருக்கு. உந்த ரயில் ஸ்ரேசனுக்குப் போனால் கையோட கூட்டிக்கொண்டு வந்திரலாம்" என்றபடியே கடைக்கண்ணால் குணாவைக் குசும்புப் பார்வை பார்த்தார்.

"ஐயோ! அத்தான் நீங்கள் பயங்கரமான ஆள்த்தான்" எனத் தலையில் அடித்துக்கொண்டான் குணா.

"பின்ன, சாதாரண ஆளாயிருந்தா உன்ர கொக்காவச் சமாளிக்க முடியுமே?"

"ஏன்? அத்தானும், மச்சானும் சேர்ந்து யாரையாவது பாத்திற்று வந்திட்டீங்களோ? இனி ரெண்டுபேரையும் ஒண்டா அனுப்பக்கூடாது." செல்லமாகக் கடிந்தபடியே அக்கா தண்ணியை அள்ளிக் கொண்டுபோனாள்.

அடுத்த கிழமையே தங்கையும் குழந்தைகளுடன் வந்து இறங்கினாள். அத்தானுடன் தங்கையைக் கூட்டிவர கொழும்புக்கு போய் வந்தபோது குணா வவுனியாவில் தங்குவதற்கான இரண்டாவது கிழமைக்கான அனுமதியையும் பெற்றுக்கொண்டான்.

"அம்மாவின்ர காப்பு நெளிஞ்சு போச்சடா தம்பி. அதை அழிச்சுப் புதுக்காப்புச் செய்யவேணும். வா நகைக்கடைக்குப் போயிற்று வருவம்" என்ற அக்கா குணாவையும் அழைத்துக்கொண்டு வவுனியா நகரிலிருந்த நகைக்கடைக்குச் சென்றாள். அம்மாவுக்கு இரண்டு சோடிப் புதுக்காப்புகள் வாங்கிக்கொண்டார்கள். அக்கா கொண்டுவந்திருந்த அறுந்துபோன ஒரு சங்கிலியை ஒட்டக் கொடுத்துவிட்டுக் காத்திருந்த வேளையில், எதிரே இருந்த புடவைக் கடை அக்காவின் கண்களை உறுத்தியதுமே, "தம்பி... இதிலையே இருந்துகொள்ளடா, நான் போய்த் தங்கச்சியின்ர பிள்ளைகளுக்கு நல்ல உடுப்புகள் ஏதும் இருக்குதாண்டு பாத்திற்று வாறன்" என்றவாறு சட்டென எழுந்தோடினாள். வெளியே அடித்துக்கொண்டிருந்த அனல் வெக்கைக்குக்

கடையின் மின் விசிறியின் கீழ் இருப்பதே குணாவுக்குச் சுகமாகயிருந்தது.

அப்போது அக்காவின் வயதையொத்த ஒரு பெண்ணுடன் இன்னுமொரு இருபது வயது மதிக்கத்தக்க இளம் பெண்ணுமாய் அந்த நகைக்கடைக்குள் நுழைந்தார்கள். அந்த இளம்பெண்ணைப் பார்த்த கணமே, அவளை எங்கேயோ பார்த்தமாதிரியான எண்ணமே குணாவிற்குத் தோன்றியது. அந்தச் சாந்தமான முகமும், கீழ் உதட்டைக் கடித்துச் சிரிக்கும் விதமும், அவன் இதற்கு முன்பு எங்கேயோ பார்த்தது போலிருந்தது. ஆனால், சட்டென ஞாபகத்திற்கு வரவில்லை. சிலவேளை ஏதாவது சினிமாவில் பார்த்த முகமோ எனவும் எண்ணிக்கொண்டான். அவனின் பின்புறமாக இருந்த பெரிய கண்ணாடி அலுமாரியில் நிறைய நெக்லெஸ் வகைகள் அடுக்கி வைக்கப்பட்டிருந்தன. அதன் அருகே வந்தவள், “அன்ரி இங்க பாருங்கோ புது டிசைன். நல்ல வடிவாயிருக்கல்லே” என வாய் பிளந்தவள் பச்சைக் கல் பதித்த நெக்லெஸ் ஒன்றை அன்ரிக்குச் சுட்டிக்காட்டினாள். அதனைப் பார்த்த அன்ரியின் பார்வை எட்டாப் பழத்தைப் பார்த்த நரியின் பார்வைபோலவே இருந்தது. அதனைக் கடந்து தோடுகள் இருந்த பகுதிக்குச் சென்றார்கள். அன்ரியின் கவனம் முழுவதும் மலிவான விலையில் அழகான ஒரு சோடித் தோட்டைத் தெரிவு செய்வதிலேயே இருக்க, இளம் பெண்ணின் கண்கள் அந்த நெக்லெசையே வட்டமிட்டுக்கொண்டிருந்தன.

‘இவள் யார்? அல்லது, இவள் எனக்குத் தெரிந்த யாரை மாதிரி?’ என அவளைத் தன் ஞாபகத்திற் கொண்டுவரும் நோக்குடன் குணாவின் கண்களும் அவளையே வட்டமிட்டுக்கொண்டிருந்தன. குணாவின் பார்வை தன்மீது வீழ்வதை உணர்ந்துகொண்டவள், அதற்குமேல் குணாவின் பக்கமிருந்த நெக்லெஸ் மீதான பார்வையைத் தவிர்த்துக்கொண்டாள். இப்போது குணாவின் கண்களை அவளது பின்னழகும், பின்னல் அழகுமே நிறைத்திருந்தன. அழகாய்ப் பின்னப்பட்ட நீண்ட கருங்கூந்தல் அவளது மெல்லிடையில் வளைந்து நெளிந்து பின்னழகை மேவி நீண்டு இறங்கியது. தெளிந்த நீரோடையிற் கல்லைப் போட்டது போல் இப்போது கலங்கிக் கிடந்தது குணாவின் மனம். அவர்கள் தோட்டை வாங்கிக்கொண்டு அங்கிருந்து வெளியேற ஆயத்தமானபோது, ‘மீண்டும் அவள் நெக்லெசைப் பார்க்கத்

தன்னருகே வரமாட்டாளா?' என ஏங்கினான். 'உங்களை எங்கேயோ பார்த்த மாதிரி இருக்கிறதே! நீங்கள் யார்? என்று கேட்டுவிடவே மனது துடித்தது. அக்கணமே அக்கா உள்ளே நுழைந்தாள்.

"அடியே நந்தினி! நீயும் இங்கால வந்திட்டியே?" வியப்போடு அந்த அன்ரியைப் பார்த்துக் கேட்டாள் அக்கா.

"ஓமடியப்பா நீ எப்ப வந்தனி?" அக்காவை அணைத்துக் கொண்டாள்.

"நாங்கள் வந்து கனகாலமாச்சு, அதுசரி இவ வந்து, உன்ர அக்காவின்ர மகளல்லே?" அந்த இளம் பெண்ணைச் சுட்டிக் கேட்டாள் அக்கா.

"ஓமடி அக்காவும், அத்தானும் வரமுடியாமல் போச்சுது, நான் என்ர பிள்ளையளோட சேர்த்து அவவின்ர ரெண்டையும் ஒருமாதிரியா இங்கால கொண்டுவந்து சேர்த்துப்போட்டன்" என்றாள் அவள்.

"அடியே, இவன்தான்ரி என்ர தம்பி வெளியயிருந்து வந்திருக்கிறான்" என அக்காவும் குணாவைச் சுட்டிக்காட்ட, அவர்களைப் பார்த்துப் புன்னகைத்தபடியே பெருங்குழப்பத்துடன் நின்றானவன்.

"அடடா... இவரே உம்மட தம்பி?" கேட்டவள், அவனை உற்றுப் பார்த்தாள்.

"அடேய் தம்பி, இந்தப் பிள்ளை ஆரெண்டு தெரியுமே?" அந்த இளம் பெண்ணைச் சுட்டிக் கேட்டாள் அக்கா.

"இல்லையக்கா. ஆனால், எங்கயோ பார்த்த மாதிரியிருக்கு எண்டுதான் இவ்வளவு நேரமும் யோசிச்சுக்கொண்டு இருந்தனான்."

"அட உன்ர பெஸ்ட் பிரெண்ட் சிவாவின்ர தங்கச்சியடா."

"ஆ... அப்பிடியே! அதுதானே பார்த்தன். அவனின்ர முகமும், சிரிப்பும் அப்பிடியே இருக்கு" என்றவன் விழிகளை அகலவிரித்து

போக்காளி | 317

அவளை உற்றுப் நோக்க அவளொரு வெட்கப் புன்னகையுடன் நிலம் நோக்கி நின்றாள்.

“உங்கட பேர் வந்து...” விழிகளை முடி நெற்றிப் பொட்டில் விரல் வைத்து யோசித்தான்.

“ஆதிராணி” அவனை நீண்ட நேரம் யோசிக்க விடாது அவளே கூறினாள்.

“ம்...ம்..., ஞாபகம் இருக்கு. என்னையும் உங்களுக்கு ஞாபகமிருக்கே?”

“ஓம்... முன்னம் அண்ணனோட கண்டிருக்கிறன். இப்ப அடையாளமே தெரியயில்ல.” மீண்டும் நகம் கடித்து நாணி நின்றாள்.

“சிவா எப்படியாம்? எங்க நிக்கிறானெண்டு ஏதும் தெரியுமே?”

“இல்லத் தம்பி, நாங்கள் இடம் பெயர்ந்து வந்து முரசுமோட்டையில் நிக்கையில ஒருக்கா வந்து சந்திச்சவன், பிறகு ஒரு தொடர்புமில்ல. அத்தானும் படுத்த படுக்கை தானே, இங்கால கொண்டு வரமுடியாமற் போச்சுது. அதுதான் பிள்ளையளை என்னோட அனுப்பிப்போட்டு அக்காவும் அவரோட அங்கயே நிக்கிறா” என ஆதிராணியை முந்திக்கொண்டு அன்ரியே பதிலளித்தாள்.

“அது சரி, இங்க எங்கயடி இருக்கிறிங்க?” அக்கா சிநேகிதியிடம் கேட்டாள்.

“கூமாங்குளம் பிள்ளையார் கோவிலடியிலதான் வாடகைக்கு இருக்கிறம்.”

“அப்ப ஒரு நாளைக்கு வீட்டுப் பக்கம் வாடி” என்ற அக்கா வீட்டு முகவரியைச் சொன்னாள். அவர்களும் விடைபெற்றுக்கொண்டு செல்ல, புழுதியைக் கிளறியபடி வீடு நோக்கி ஓடிக்கொண்டிருந்த ஆட்டோவுக்குள் குணாவும் யோசனையைத் தூரத்தில் ஓடவிட்டபடி மௌனமாக இருந்தான்.

“என்னடா யோசிக்கிற?”

“ஒண்டுமில்ல...”

“இல்லச் சொல்லு, நீ ஏதோ கடுமையா யோசிக்கிற.” அக்காவும் விடுவதாயில்லை.

“சிவாவின்ர தங்கச்சி எப்பிடி?”

“எப்பிடி எண்டால்...” என நெற்றியைச் சுருக்கினாள் அக்கா.

“உங்களுக்குப் பிடிச்சிருக்கே?” அக்காவின் முகத்தைப் பார்ப்பதைத் தவிர்த்து அவளது பாதங்களைப் பார்த்தவாறே கேட்டான்.

“ஓகோ! அப்பிடியெண்டால் மாப்பிள்ளைக்குப் பிடிச்சிருக்குப் போல?” எகத்தாளமாகக் கேட்டாள் அக்கா.

“ம்” என்றவனது முகத்தில் விரவிக் கிடந்த மகிழ்ச்சியை அக்கா கவனிக்கத் தவறவில்லை.

“அப்பிடியெண்டால் நந்தினியிட்டக் குறிப்பை வேண்டிப் பார்க்கட்டே?”

“ஓம். ஆனால், இப்போதைக்கு அந்தப் பிள்ளைக்கு ஒண்டும் தெரியவேண்டாம். பிறகு நீங்கள் அந்தப் பொருத்தமில்ல, இந்தப் பொருத்தமில்லயெண்டு தட்டிக் கழிச்சுப் போட்டியளெண்டால் அது நல்லதில்ல.”

“சரியடா தம்பி, முதல்ல நான் நந்தினியோட ரகசியமாக் கதைச்சுக் குறிப்பை வாங்கிப் பாக்கிறன். பொருத்தமெண்டால் பிறகு மிச்ச அலுவலைப் பாப்பம்” என்றவளின் முகத்திலும் அவன் கலியாணத்திற்குச் சம்மதித்துவிட்ட சந்தோஷம் பளிச்சிட்டது.

வீடு வந்து சேர்ந்தவர்கள் அம்மா, தங்கச்சிக்கும் இந்த விடயத்தைத் தெரிவித்தபோது அவர்களுக்கும் மகிழ்ச்சியே. அடுத்த நாளே அக்கா நந்தினியைச் சந்தித்து இந்த விடயம் குறித்துப் பேசியபோது, அவவுக்கும் இன்ப அதிர்ச்சியாகவே இருந்தது. இருவருமாகக் குறிப்புக்களை எடுத்துக் கொண்டு நந்தினிக்குத் தெரிந்த சோதிடரிடம் சென்றார்கள். இரண்டு குறிப்புகளையும் கணித்துப் பார்த்த சோதிடர் எழுபத்தைந்து

வீதம் பொருத்தம் இருப்பதாகக் கூறிப் பச்சைக்கொடி காட்டினார். "இந்த விசயம் இப்போதைக்கு ஆதிராணிக்குத் தெரிய வேண்டாமென்று தம்பி சொன்னவன். நீ இப்போதைக்கு ஒண்டும் அவளுக்குச் சொல்லிப்போடாத" என அக்கா நந்தினியிடம் கூறிக்கொண்டாள்.

அந்தச் சந்தோஷச் செய்தியுடனும், குறிப்புகளுடனும் அக்கா வீடு வந்து சேர்ந்தாள். குணா 'அப்பாடா' என நிம்மதிப் பெருமூச்சை விட்டான். அம்மாவுக்கு இருப்புக் கொள்ளவில்லை. குறிப்புகளை வாங்கிக்கொண்டு தனது ஆஸ்தான சாத்திரியிடம் ஓடினா. குணாவுக்கு இந்தச் சாத்திர சம்பிரதாயங்களில் பெரிதாக நம்பிக்கை இல்லாதபோதிலும், அவர்களின் திருப்திக்காகவும், சந்தோஷத்துக்காகவும் மௌனமாக இருந்தான்.

தினப் பொருத்தம், கணப் பொருத்தம், மகேந்திரப் பொருத்தம், ஸ்திரி தீர்க்கப் பொருத்தம், யோனிப் பொருத்தம், ராசிப் பொருத்தம், ராசி அதிபதி பொருத்தம், வசியப் பொருத்தம், ரச்சுப் பொருத்தம், வேதைப் பொருத்தமெனப் பத்துப் பொருத்தங்களையும் அலசி ஆராய்ந்து எண்பது வீதப் பொருத்தம் இருப்பதாக அம்மாவின் ஆஸ்தான சோதிடர் துண்டெழுதிக் கொடுத்திருந்தார். அம்மாவுக்கு அது பெரும் திருப்பதியாக இருந்தது.

குணா தான் நேரடியாக ஆதிராணியுடன் கதைத்து அவளது விருப்பத்தைக் அறிந்துகொள்ள வேண்டுமெனக் கேட்டுக்கொண்டதற்கு இணங்க அக்காவும், நந்தினி அன்ரியும் அதற்கான ஒழுங்கைச் செய்தார்கள். தனக்குச் சாறி வேண்டவென ஆதிராணியைக் கூட்டிக்கொண்டு வவுனியா நகரிலுள்ள புடவைக்கடைக்கு வந்தாள் நந்தினி அன்ரி. குணாவும், அக்காவும் தற்செயலாக அங்கே அவர்களைச் சந்திப்பதுபோல் சந்தித்துக்கொண்டார்கள். பரஸ்பர சுகம் விசாரிப்புகளின் பின் "வாங்கோவன், கிறீம் ஹவுஸ்க்குப்போய் ஏதாவது குடிச்சுக்கொண்டு கதைப்பம்" என்றாள் அக்கா.

"ஓம் அதுக்கென்ன, இந்த வெக்கைக்கு நல்லாத்தான் இருக்கும்" என நந்தினி அன்ரியும் உடனேயே புறப்பட்டாள். அவர்களின் நடிப்பு பிரமாதமாக இருப்பதாகக் குணா எண்ணிக்கொண்டான். ஆனால், அன்ரியின் நடவடிக்கை ஆதிராணிக்கு எரிச்சலை

ஊட்டியிருக்க வேண்டும், அவள் முகம் கோணியபடியே அவர்களின் பின்னால் சென்றாள்.

அந்தக் குளிர்பான நிலையம் மிகவும் அமைதியாக இருந்தது. "என்னைத் தாலாட்ட வருவாளோ... நெஞ்சில் பூ மஞ்சம் தருவாளோ..." என்ற பாடல் மிகவும் தாழ்வான சத்தத்தில் ஒலித்துக்கொண்டிருந்தது. முன்னே சென்ற குணா மின் விசிறியின் கீழ் ஒதுக்குபுறமாக நான்கு கதிரைகளுடன் ஒரு மேசையைத் தெரிவுசெய்து அமர்ந்துகொள்ள, அவனருகில் அக்காவும் அமர்ந்துகொண்டாள். அவனுக்கு நேர் எதிராக ஆதிராணியை இருக்க வைக்கும் நோக்குடன் அன்ரி சட்டென அக்காவின் முன் அமர்ந்துகொண்டாள். சற்றுத் தயக்கத்துடனேயே ஆதிராணி அவனெதிரே அமர்ந்தாள். கடையின் வாசலையும் முன் தெருவையும் பார்த்தபடி குணா அமர்ந்திருக்க, அவள் வாசலுக்கும், தெருவுக்கும் முதுகைக் காட்டியபடி அமர்ந்திருந்தாள். தெருவில் புதினம் பார்ப்பது போன்ற பாவனையுடன் அவளையே பார்த்துக்கொண்டிருந்தான் அவன். எந்தவித செயற்கை அலங்காரங்களும் இன்றி இயற்கையாகவே மிகவும் அழகாக இருந்தாள்.

"எனக்கு ஐஸ்கிறீம் வேண்டாம் சர்பத் சொல்லடா தம்பி" என்றாள் அக்கா.

"எனக்கும் சர்பத்தான் விருப்பம்." சட்டென நந்தினி அன்ரியும் தன் விருப்பத்தைச் சொன்னபோது "இந்த மனிசி ஏன் சர்பத்துக்கு இப்பிடி அலையுது" என ஆதிராணி மனதுக்குள் கறுவிக்கொண்டாள்.

"எனக்கு ஸ்பெசல் ஐஸ்கிறீம், உங்களுக்கும் அதையே சொல்லட்டே? ஐஸ்கிறீம் விருப்பந்தானே?" ஆதிராணியைப் பார்த்துக் கேட்டான் குணா.

"ஓம்..." என நாணித் தலை கவிழ்ந்தவள் நெற்றியில் துளிர்த்த வியர்வைத் துளிகளைக் கைக்குட்டையால் ஒற்றி எடுத்துக்கொண்டாள்.

அந்த வெப்பமான காலநிலையில் அடித்தொண்டையில் இறங்கிய குளிர்களி குணாவுக்குள் ஒரு குளுமையைப் படர்த்தி

மனத்தை நிர்மலமாக்கியது. அவசர அவசரமாகச் சர்பத்தைக் குடித்து முடித்த அக்கா "நீங்க ஆறுதலாக இருந்து குடியுங்கோ, நான் போய்ப் பக்கத்துக் கடையில சட்டைத்துணி ஒண்டு பாத்திற்று வாறன்" என்றவாறு சட்டென எழுந்தாள்.

திட்டமிட்டவாறே அவசரமாகச் சர்பத்தைக் காலி பண்ணிவிட்டு இருந்த நந்தினி அன்ரியும் "இரடி நானும் வாறன்" என எழுந்ததுமே ஆதிராணி பரபரப்பானாள்.

"நீ அவசரப்படாத தம்பியோட கதைச்சுக்கொண்டு ஆறுதலா இருந்து குடி. நாங்கள் இந்தா ஓடிவாறம்" என்ற அன்ரியின் போக்கு அவளுக்கு விசித்திரமாக இருந்தது.

"இல்லை அன்ரி நானும் வாறன்" என எழ முற்பட்டாள்.

"என்ன அவசரம்? நீங்க இருந்து சாப்பிடுங்கோ, அவை போயிற்று வரட்டும்." குணாவும் இப்படித் தடுப்பான் என்று அவள் எதிர்பார்த்திருக்கவில்லை. சங்கடத்துடன் அமர்ந்துகொண்டாள்.

"நறுமுகையே... நறுமுகையே... நீயொரு நாழிகை நில்லாய்... செங்கனி ஊறிய வாய் திறந்து நீயொரு திருமொழி சொல்லாய்... அற்றைத் திங்கள் அந் நிலவில் நெற்றித் தரள நீர் வழிய கொற்றப் பொய்கை ஆடியவள் நீயா...!" கடைக்குள் பாடல் ஒலித்துக்கொண்டிருந்தது.

"ஆஹா... அருமையான பாடல், உங்களுக்கும் பாடல்கள் கேட்கப் பிடிக்குமா?" கதையை மெல்ல ஆரம்பித்தான்.

"ம், இடைக்கிடை ரேடியோவில கேட்பன்."

"ம்ஹும்... வேற சொல்லுங்க, உங்கட தம்பி என்ன செய்யிறார்?"

"அவன் ஓ.எல்., படிக்கிறான்."

"ம்ஹும்... அப்ப நீங்க என்ன செய்யிறதாக உத்தேசம்?"

"நான் ஏ.எல்., படிச்சுக்கொண்டிருந்தனான். சண்டையால எக்ஸாம் நடக்கயில்ல. அடுத்த வருசம் எக்ஸாம் எடுக்கலாம் எண்டிருக்கிறன்."

“ஓ... அப்ப தொடர்ந்து படிக்கிறதுதான் ஐடியாவா?”

“தொடர்ந்து இல்ல, ஏ.எல்., பாஸ் பண்ணினால் ஏதாவது சின்ன வேலைக்காவது முயற்சிக்கலாம் எண்டுதான்” என இழுத்தவளின் மனநிலையைப் புரிந்துகொண்டான் குணா. குடும்பப் பாரத்தைச் சுமக்க வேண்டியவர்களான அப்பா படுத்த படுக்கையில், அண்ணன் இயக்கத்தில். இந்த நிலையில் அந்தப் பாரத்தைச் சுமப்பதற்கு அவள் தயாராகிக்கொண்டிருப்பது அவளது வார்த்தைகளில் தெரிந்தது.

“நாடு போற போக்கைப் பார்த்தால் அடுத்த வருசமும் எக்ஸாம் நடக்குமோ தெரியாதே.”

“ம், அதுதான் பயமாயிருக்கு.” குளிர்களியைக் கரண்டியால் கிண்டியபடியே யோசனையுடன் கூறினாள்.

“நான் ஒண்டு கேட்கட்டே?”

“ம்...”

“உங்கட பேர்ல இருக்கிற அந்தக் கடைசி ‘ணி’ எனக்குப் பிடிக்கவேயில்ல. நான் உங்கள ஆதிரா எண்டே கூப்பிடட்டே?”

“ம், என்ர பிரெண்ட்ஸ்ம் அப்பிடித்தான் கூப்பிடுறவை.”

“ஆதிராவுக்கு வெளிநாடு போக விருப்பமிருக்கே?” எதிர்பாராத நேரத்தில் எதிர்பார்த்திராத கேள்வியைக் கேட்டான்.

“விருப்பம் இருந்தால் மட்டும் போதுமே?” கேட்டவாறே அன்ரி வாறாளாவென வாசலைத் திரும்பிப் பார்த்தாள்.

“நான் சொல்லுறது ஏஜென்சிக்குக் காசு கட்டிக்கொண்டு போறமாதிரி இல்ல, ஸ்பொன்சர் மாப்பிள்ளையை கலியாணம் கட்டிக்கொண்டு போற மாதிரி” என்றவன் அவளின் கண்களையே உற்றுப் பார்த்தான்.

“இல்ல, அப்பிடி ஒண்டும் யோசிக்கவேயில்ல.” சற்றுத் தடுமாற்றத்துடன் தலை குனிந்துகொண்டாள். வெட்கத்தில் முகம் லேசாகச் சிவந்திருந்தது. வெட்கத்தின்போது அவள் அழகு மலராய் ஜொலித்தாள். அந்த மலரையே இப்போது அவனது விழி

வண்டுகள் வட்டமடித்தன. அவனது இதயத்துடிப்பு பன்மடங்காக எகிறியது. அந்தச் சிறிய மௌனவெளியில் இருவரின் மூச்சுக் காற்றும் ஒன்றோடொன்று முட்டி மோதிக்கொண்டன. ஆணுக்கும் வெட்கம் வரும் என்பதை அவளுக்கு உணர்த்துவது போல் சட்டெனத் தலை கவிழ்ந்தவன் அவளது முகத்தைப் பார்ப்பதைத் தவிர்த்து, குளிர்களிக் குவளையைப் பொத்திப் பிடித்திருந்த அவளது மெல்லிய விரல்களைப் பார்த்தவாறே குரலைச் செருமிக்கொண்டு பேசலானான்.

"இஞ்ச பாருங்கோ ஆதிரா, எனக்குச் சுத்திவளைச்சுப் பேசத் தெரியாது, நேரடியாகவே விசயத்துக்கு வாறன். உங்களை எனக்கு நல்லாப் பிடிச்சிருக்கு. உங்களுக்கும் விருப்பமெண்டால் நாங்கள் கலியாணம் கட்டிக்கொள்ளலாம் எண்டு நினைக்கிறன். இதில உங்கட விருப்பு, வெறுப்புகள் தான் முக்கியம். உங்களுக்கு வெளிநாடு வர விருப்பமில்லயெண்டால், அல்லது வேறு யாரையாவது விரும்பி இருக்கிறீங்களெண்டால் நேரடியாகவே சொல்லலாம். அதில தப்பேயில்லை, நானொண்டும் குறை நினைக்கமாட்டன். உங்கட அண்ணன்ர நல்ல நண்பனாக உங்கட விருப்பத்துக்கு அமைய என்னாலான உதவிகள் செய்ய முயற்சிப்பன். அதனால இப்பவொண்டும் அவசரமில்ல, வீட்டுக்குப்போய் ஆறுதலாக யோசிச்சு முடிவெடுங்க. இந்தச் சந்திப்புக்கூட நகைக்கடைச் சந்திப்பு மாதிரி தற்செயலானதில்ல, இது உங்களோட நான் கதைக்க வேணும் எண்டதுக்காகத் திட்டமிட்டு ஏற்படுத்திக்கொண்டதுதான். ஏற்கனவே என்ர அக்காவும் உங்கட அன்ரியோட கதைச்சுக் குறிப்புப் பொருத்தமும் பாத்தாச்சு. இருவருக்குமான பொருத்தமும் நல்லதாக இருக்குதாம். திரும்பவும் சொல்லுறன், இதில உங்களுக்கு ஏதும் ஆட்சேபனை இருந்தால் நேரடியாகவே சொல்லலாம். யாருக்குமே எதுக்குமே பயப்பிடவேண்டியதில்ல" எனத் தன் மனதுக்குள் அணைகட்டி வைத்திருந்த வார்த்தை வெள்ளத்தை மடைதிறந்து விட்ட திருப்தியுடன் அவளை நிமிர்ந்து பார்த்தான்.

அவளது விழிகள் இரண்டும் அகல விரிந்திருந்தன. விபரிக்க இயலாதவொரு உணர்வு பூர்வமான நிலையை அடைந்தவளுக்குள் ஒரு நெகிழ்வு பரவியிருந்தது. உடலில் ஒரு பரசவத்தையும், மின் அதிர்வையும் உணர்ந்தாள். நெஞ்சு படபடவென

அடித்துக்கொண்டது. அவன் சொன்ன வார்த்தைகள் திரும்பத் திரும்ப அவளது காதுகளுக்குள் ஒலித்துக்கொண்டே இருந்தன. மனசு ஆனந்தத் துள்ளல் துள்ளிற்று. ஆனாலும், அதனை வெளிக்காட்டாமல் இயல்பாய் இருக்க முயற்சித்தாள். கண்களை மூடித் தன்னை ஆசுவாசப்படுத்திக்கொண்டவள் இமைகளிற் கசிந்த நீரைக் கைக்குட்டையால் துடைத்துக்கொண்டாள்.

"என்ன அழுகிறீங்களா?" அது அழுகையல்ல என்பதை தெரிந்துகொண்டே கேட்டான்.

"இ...இ... இல்லை, அழயில்லை." சற்றுத் தடுமாறியவள் உள்ளங் கைகளால் முகத்தை மறைத்துக்கொண்டு தலைகுனிந்தாள். இரண்டு கைகளுக்குமான இடைவெளியில் கீழ் உதடு கடித்த அந்த வெட்கப் புன்னகை பளிச்சிட்டது. அதனைக் கவனித்த குணா மீண்டும் தொடர்ந்தான், "உண்மையைச் சொன்னால் நான் வெளிநாட்டுக்கு போகைக்க அஞ்சு வருசத்தால திரும்பி வந்து இங்கயே செற்றிலாகிற எண்ணம் தான் இருந்தது. இருந்தும், அந்த எண்ணம் சரிவரயில்ல. ஆனாலும், சொந்த மண்ணில சொந்த பந்தங்களோட வாழவேணும் எண்டதுதான் என்ர ஆசை. தமிழீழம் கிடைச்சுதெண்டால் வெளிநாட்டு வாழ்கையைத் தூக்கி எறிஞ்சுபோட்டு இங்கேயே வந்து சேர்ந்திடுவன் எண்டதையும் உங்களுக்குச் சொல்லத்தான் வேணும்" என்றான்.

"ஓ... எந்த நாடு எண்டாலும் சொந்த நாடு போல வராது தான்" என்றாளொரு மந்திரப் புன்னகையுடன்.

அந்த மந்திரப் புன்னகையில் மயங்கியவன் உடனேயே தான் கொண்டுவந்திருந்த கைப்பையிலிருந்து சிறியதொரு பரிசுப்பொதியை எடுத்து அவளிடம் நீட்டினான். "இந்தாங்க இது உங்களுக்குத்தான். என்னுடைய அன்பளிப்பு, அல்லது ஒரு நினைவுப்பரிசு."

"ஆ... எனக்கா!" என ஒருகணத் திகைப்புடன் இருகரம் நீட்டி வாங்கியவள், "தாங்க்ஸ்" என்றவாறே அகல விரித்த கண்களால் அவனை நோக்கினாள். அப்போது கடை வாசலின் முன் வேகமாக வந்த மோட்டார் சைக்கிள் ஒன்று குத்தி பிரேக் போட்டு நின்றது. பிரேக் சத்தம் கேட்ட குணா தலையை நிமிர்த்தி மோட்டார் சைக்கிளைக் கவனித்தான். அதனை

போக்காளி | 325

ஓட்டிவந்தவன் தலைக் கவசத்தை கழற்றி முடியைச் சிலிர்ப்பி விரல்களால் கோதிவிட்டான். குணாவுக்கு அவனைப் பார்க்க அசப்பில் நண்பன் சிவாவைப் போலவே இருந்தது. ஆதிராவைப் பார்த்தபின் யாரைப் பார்த்தாலும் தனக்குச் சிவாவைப் பார்ப்பது போலவே இருப்பதாக எண்ணிக்கொண்டான். யாரையோ எதிர்பார்த்துக் காத்திருப்பது போல் பின்னால் திரும்பிப் பார்த்தபடியே பின் இருக்கையில் இருந்த மற்றையவன் ஏதோ கூறியதும், மோட்டார் சைக்கிள் சீறிக்கொண்டு கிளம்பியது. மீண்டும் குணா ஆதிராவின் பக்கம் பார்வையைத் திருப்பியபோது, இமைக்க மறந்த விழிகளால் அவனையே விழுங்கிக்கொண்டிருந்தவள் சட்டெனத் திருப்பிய பார்வையை அந்த அன்பளிப்புப் பொட்டலத்தின் மீது பதித்தாள்.

"ப்ளீஸ், இப்ப இதைப் பிரிக்காதிங்க, வீட்டை கொண்டுபோய்ப் பிரித்துப் பாருங்க" என்றான். அவளும் அப்படியே ஆகட்டும் என்பதுபோல் அதனை எடுத்து தனது கைப்பைக்குள் பத்திரமாக வைத்துக்கொண்டாள். அப்போதே அக்காவும், அன்ரியும் உள்ளே வந்தார்கள். புன்முறுவலோடு அவளின் பக்கத்தில் வந்தமர்ந்த அன்ரியின் கையைப் பிடித்திழுத்து இடுப்பில் ஒரு நுள்ளு நுள்ளினாள். "ஆவ்... விடடி..." என வலி தாங்காமல் நெளிந்த அன்ரி, "இவள் இப்பிடித்தான் ஏதும் சந்தோஷம் எண்டால், யாரும் பக்கத்தில இருக்கிற ஆக்களைத்தான் பிடிச்சு நுள்ளுவாள்" என்றாள்.

"ஓகோ! அப்பிடியெண்டால் இப்ப ஏதோ சந்தோஷத்தில இருக்கிறா போலயிருக்கே..." என அக்காவும் நாசுக்காக கேட்க, வெட்கத்திற் சிவந்த முகத்தை அன்ரியின் முதுகுக்குப் பின்னால் மறைத்துக்கொண்டாள்.

"சரி, சரி... இதுக்குமேல இருந்தாக் கடைக்காரன் அடிச்சுக் கலைச்சுப்போடுவான், வெளிக்கிடுங்க போவம்" என்று அக்கா கூறியதுமே அங்கிருந்து வெளியேறினார்கள். திடீரென வீதிகள் எங்கும் இராணுவத்தினரும், பொலிசாரும் விறைப்புடனும், முறைப்புடனும் பெருவாரியாகக் காணப்பட்டனர். பொதுமக்களின் முகங்களில் பதட்டமும், அச்சமும் அப்பியிருந்தன.

"அடச்சீ... அதுக்கிடையில ஏதோ நடந்திற்றுப் போல..." எனச் சலித்துக்கொண்டாள் அக்கா.

பக்கத்திலிருந்த புடவைக்கடை வாசலில் “அக்கா வாங்கோ! அண்ணா வாங்கோ!” என்று கூவிக்கொண்டு நின்ற சிறுவனிடம் அன்ரி கேட்டாள், “என்னடா தம்பி ஏதும் பிரச்சனையே?”

“ஓமக்கா... உந்த மணிக்கூட்டுச் சந்தியில வைச்சுப் புளெட் காரருக்கு வெடி விழுந்துட்டுதாம், அந்தப் பக்கம் போயிராதீங்க” என்றவன் மீண்டும் தனது கூவலைத் தொடர்ந்தான்.

குணாவின் முகமும் கலவரமானது. அதனைக் கவனித்துவிட்டு அவனருகே வந்த ஆதிரா “பயப்பிடாதீங்க, இது இங்க வழமையா நடக்கிறது தான்” என அவனைச் சாந்தப்படுத்த முயற்சித்தாள்.

“சரி... சரி... நீங்க கெதியா வீட்டுக்குப் போங்க” என்றவன் அவர்களை ஒரு ஆட்டோவில் ஏற்றிவிட்டுத் தானும் அக்காவுடன் இன்னொரு ஆட்டோவில் ஏறி அமர்ந்துகொண்டான். ஆட்டோக்கள் ஒன்றிலிருந்து ஒன்று மறையும்வரை இரண்டு ஆட்டோக்களிலும் இருந்து வெளியே நீண்ட தலைகள் இரண்டும் ஒன்றை ஒன்று நோக்கியபடியே இருந்தன.

“என்ன அண்ணே ஏதோ சுடுபாடம், நீங்களேதும் அறிஞ்சிங்களே?” ஆட்டோக்காரரிடம் விடுப்புக் கேட்டான் குணா.

“ஆமாங்க தம்பி, அங்கிட்டுச் சூடு விழுந்தப்ப நானுந்தே அந்தச் சந்தியில நிண்டது. முன்னாடி ஒருத்தன் மோட்டப்பைக்ல வந்திறங்கி பக்கத்திலிருந்த கடைக்குள்ள போனாப்ல. அப்புறமா பின்னாடி வந்த பைக்கல ரெண்டுபேரு வெளியவே வெயிற்பண்ணிக்கிட்டு நின்னுக்கிட்டாங்க. எல்லாருமே ஒரே ஆளுங்க எண்டுதானே நான் நெனைச்சது. அப்புறமா சத்தநேரத்தில கடைக்குள்ளால போனவன் வெளிய வந்ததுதான் தாமதம் வெளிய நிண்ட பைக்ல பின்னாடி இருந்தவன் சட்டெனப் பாய்ஞ்சு வைச்சான்பாரு வெடி சடசடவெண்டு. அம்புட்டுந்தே அவன் அங்கினயே சுருண்டு விழுந்திட்டான். வெடிச்சத்தம் கேட்டு மத்தப்பக்கம் நிண்ட பொலிஸ்காரனுக ஓடிவந்ததுமே வெடி வைச்சவன் ஓடிபோய் பைக்ல தொத்திக்கிட்டான். பொலிஸ்காரனுங்க சரமாரியா வைச்சாங்கபாரு செம வெடி எப்பிடியும் அவனுங்க ரெண்டு பேருக்கும் வெடி பட்டிருக்கும்

அப்பிடியிருந்தும் பிச்சுக்கிட்டு பறந்திட்டானுக" என மலையகத் தமிழில் திகிலுடன் கூறி முடித்தார் அந்த ஆட்டோக்காரர்.

வீட்டுக்குச் சென்றதும் குணாவின் அன்பளிப்பைப் பிரித்த ஆதிராவை மீண்டும் இன்ப அதிர்ச்சி தாக்கியது. அவள் அன்று நகைக்கடையில் பார்த்து ஆசைப்பட்ட அதே பச்சைக் கல் பதித்த நெக்லஸ் இப்போது அவள் கைகளில் இருந்து கழுத்தைப் பார்த்தது. அவள் கண்களையே அவளால் நம்ப முடியவில்லை. நடக்காது என்பதெல்லாம் சட்டென்று நடக்குமா! கிடைக்காது என்பதெல்லாம் ஒரே நாளிற் கிடைக்குமா! வியந்து நின்றாள். தலை, கால் புரியாத சந்தோஷத்தில் திளைத்தவளின் மனமெங்கும் குணாவே வியாபித்திருந்தான். அவனை உடனேயே பார்க்க அவளது மனம் அவாவியது.

அன்று இரவு முழுவதும் குணாவுக்கும் அவள் நினைவாகவே இருந்தது. தூக்கம் வர மறுத்து தூரத்தே நின்றுகொண்டது. போதாக்குறைக்குப் பக்கத்து வீட்டிலிருந்து சத்தமாக ஒலித்துக்கொண்டிருந்த "காகங்களே... காகங்களே... காட்டுக்குப் போறீங்களா...! காட்டுக்குப் போய் எங்கள் காவல் தெய்வங்களைக் கண்டு கதைப்பீர்களா...?" என்ற இயக்கப் பாடலும் அவனைத் தொந்தரவு செய்தது. "இந்தப் பக்கத்து வீட்டு ஐயாவுக்குப் பயமெண்டதே இல்லைப்போல வவுனியாவில இருந்துகொண்டு இவ்வளவு சத்தமா இயக்கப் பாட்டுப் போடுதே மனுஷன்" என மனதுக்குள் எண்ணிக்கொண்டான். அவன் இங்கு வந்ததிலிருந்து அவரைக் கவனித்துக்கொண்டிருக்கின்றான். அவருக்குக் கிட்டத்தட்ட அறுபது வயது இருக்கும். காலையில் எழுந்து வெள்ளையும், சொள்ளையுமாக வெளிக்கிட்டு ஹொண்டா C90 யில் கிளம்பி விடுவார். மதியம் வரும்போது மீன் சந்தையையோ அல்லது, இறைச்சிக் கடையையோ வீட்டுக்குக் கொண்டுவந்துவிடுவார். அவரே ஒரு பெரிய மீன்தான் எப்போதும் தண்ணியிலேயே தான் இருப்பார். இந்த வண்டுகள், பூச்சிகள் கிடக்கிற பனங்கள்ளு, தென்னங்கள்ளு ஒண்டும் அவருக்குச் சரிவராது. எப்பவுமே லேபல் ஒட்டிய போத்தல்கள் தான் உடைப்பார். வேலைக்கு ஆட்களை வைத்து எப்போதும் வீட்டைப் பளபளப்பாக மினுக்கிக் கொண்டேயிருப்பார். அவரது வளவில் ஒரு பூந்தோட்டத்தையே வைத்து அழகு பார்த்தார். வீட்டுக்கு வேலைக்கு வருபவர்களிடம் முதலாளித்தனத்தைக்

காட்டுவதே அவருக்குப் பெருமையாக இருந்தது. அவரொன்றும் வவுனியா வாசியில்லை. யாழ்ப்பாணத்திலிருந்து இடம் பெயர்ந்து வந்தவர்தான். வந்தவுடனேயே இந்தப்பெரிய வீட்டை வாங்கிவிடுமளவுக்கு ஆள் பெரிய வசதிப்பாட்டி.

இரவு ஒரு மணி இருக்கும். ஒருவாறாக அவருடைய பாட்டுக்கள் ஓய்ந்து, குணாவைத் தூக்கம் தழுவிக்கொண்டபோதே "ட்டோம்... ட்டோம்..." என்று செல்கள் வீழ்ந்து வெடிக்கும் பெரும் சத்தங்கள் அவனைத் தூக்கி நிறுத்தியது. தாண்டிக்குளப் பக்கமிருந்தே பெரும் இடியோசையுடன் வாணவேடிக்கை போல் தீப்பிழம்புகள் மேலெழுந்தன. ஊரே அல்லோல கல்லோலப்பட்டது. அந்தச் சாமத்திலும் எல்லோரும் தெருவுக்கு வந்துவிட்டார்கள்.

"நடுச்சாமத்தில தொடங்கின படியால இது எங்கட ஆட்களின்ர அடியாத்தான் இருக்கும். ஜெயசுக்குறு சுக்குநூறாகப்போகுது. என்ர பிள்ளையள் விடாங்கள். இருந்து பாருங்கோ என்ர பிள்ளையள் விடாங்கள். இந்தச் சிங்கள உத்திக்க புத்தாக்களை மதவாச்சியில கொண்டுபோய் விட்டுப்போட்டுத்தான் என்ர பிள்ளையள் ஓய்வாங்கள்" எனப் பக்கத்து வீட்டு ஐயா தெருவில் நின்றவர்களுக்கு பிரசங்கம் செய்வது அந்தச் செல் சத்தத்தையும் மேவிவந்து குணாவின் காதில் விழுந்தது.

"அக்கா, இவற்ற பிள்ளைகளெல்லாம் இயக்கத்திலையோ இருக்குதுகள்?" கேட்டான் குணா.

"அட... ச்சீ... நீ வேற, அந்தாளுக்கு நாலு பிள்ளையள் நாலும் நாலுநாட்டில இருக்குதுகள். அந்தக் கொழுப்பில தானே மனுஷன் இந்தக் கூத்தாடுது" எனச் சீறினாள் அக்கா.

"ஓகோ... பிள்ளைகள் அங்க சர்வதேசவாசிகள், ஐயா இங்க தமிழ்த்தேசியவாதியோ?" தனக்குள்ளேயே கேள்வியைக் கேட்டவாறு கிணற்றடிப்பக்கம் போன குணாவுக்கு 'என்ர பிள்ளையள் விடாங்கள்' என்ற வார்த்தைகள், 'எங்கட பெடியள் விடமாட்டாங்கள்' என நோர்வேயில் கேட்ட வார்த்தைகளையே ஞாபகப்படுத்தின. அன்றைய ராத்திரியும் குணாவுக்கு இன்னுமொரு சிவராத்திரியாகிப்போனது.

போக்காளி | 329

இரவு ஏ9 பாதையில் திடீர் ஊடறுப்புத் தாக்குதலை நடாத்திய புலிகள் அங்கு நிலைகொண்டிருந்த ஜெயசுக்குறு படையணிமீது அதிரடித் தாக்குதலை நடாத்திப் படையினருக்குப் பேரழிவுகளை ஏற்படுத்திவிட்டுத் தளம் திரும்பியுள்ளதாக, விடிந்ததுமே செய்திகள் வெளிவந்தன.

கலியாணத்திற்கும் நாள் வைத்தாயிற்று. "பெரிய எடுப்புக்கள் ஒண்டும் தேவையில்ல. கலியாணத்தைச் சிம்பிளாக முடிச்சுப்போட வேணும்" என்ற குணாவின் கட்டளைக்கு அமைவாகவே வேலைகளும் நடந்துகொண்டிருந்தன. அக்காவுடனும், தங்கையுடனும் கலியாணத்துக்கான உடுப்புகள் எடுப்பதற்காகக் கடை கடையாக ஏறி இறங்கிய களைப்புடன் குணா வீட்டுக்கு வந்தபோது, தலையிற் கை வைத்தவாறு வாசற்படியில் குந்தியிருந்த அம்மாவின் முகம் இருண்டுபோயிருந்தது. பதட்டத்துடன் ஓடிவந்த மருமகன் சொன்னான், "மாமா உங்களைத் தேடி இயக்கம் வந்திற்றுப் போகுது" என்று.

"என்னது? இயக்கமோ!"

"ஓம் மாமா, ரெலோ இயக்கம்" என்றான் மிரட்சியுடன். அதைக் கேட்டதுமே அக்காவும் தலையிற் கை வைத்துக்கொண்டு முற்றத்திலேயே குந்திவிட்டாள்.

"இந்தப் பாழ்படுவார் என்னெண்டுதான் மோப்பம் பிடிச்சு வந்தாங்களோ தெரியாது. நாளைக்கு வேப்பங்குளத்துக் காம்புக்குக் கூட்டிக்கொண்டு வரச்சொல்லிப்போட்டு போறாங்கள்" எனத் தலையில் அடித்துக்கொண்டு புலம்பினா அம்மா.

"இப்பயென்ன சிங்கள ஆமியே வந்தது. எங்கட தமிழ் இயக்கம் தானே, அதுக்கேன் இந்தக் கத்துக் கத்துறியள். சும்மா இருங்கோ, நாளைக்குப் போய் என்னவெண்டு கேட்பம்" என அதட்டினான் குணா.

"அட தம்பி, கலியாணத்துக்கு வேற நாள் வைச்சாச்சடா. அங்க போனால் பிடிச்சு வைச்சுக்கொண்டு கூடக் குறையக் காசு கேட்டால் என்னடா செய்யிறது?" ஏங்கினாள் அக்கா.

"இவங்களுக்கேன் நான் காசு குடுக்கவேணும்? இவங்களா என்னை வெளிநாட்டுக்கு அனுப்பி வைச்சவங்கள்? அல்லது

இவங்களா தமிழீழத்துக்காக உயிரைக்குடுத்துப் போராடிக் கொண்டிருக்கிறாங்கள்?" எனக் கேட்டுச் சினந்தவன், சிறிய மௌனத்தின் பின் ஆழ்ந்த யோசனையோடு மீண்டும் கேட்டான், "அதுசரி, நான் இங்க வந்தது இவங்களுக்கு என்னெண்டு தெரிஞ்சிருக்கும்?"

"ஏன் தெரியாது. எங்கயிருந்து வந்தது, எங்க தங்கப்போறது எண்டதை எல்லாம் ரயில் ஸ்ரேசனில விபரமா எழுதிக் குடுத்துப்போட்டுத்தானே வந்தனாங்கள்" என்றார் அத்தான்.

"அது பொலிஸுக்கெல்லோ..."

"க்ம், எல்லாம் கூட்டுக் கள்ளர் தான்."

"ஏன், இவையிட்ட போகத்தான் வேணுமே? போகாமல் விட்டால் என்ன?" மீண்டும் பலமான யோசனையுடன் கேட்டான் குணா.

"ஐய்... ஐயோ! இல்லைத் தம்பி. இல்ல, அவங்களப் பற்றி உனக்குத் தெரியாது. புத்திசாலித்தனமா இரவோட இரவா ஆளைக் கொழும்புக்கு அனுப்பிப்போடலாம் எண்டு மாத்திரம் நினைச்சுப் போடாதிங்களெண்டும் போகைக்க ஒருத்தன் மிரட்டலாச் சொல்லிப்போட்டுத்தான் போனவன்" என்று நடுக்கத்துடன் கூறினா அம்மா.

காலையில் அம்மாவுடன் ரெலோ காம்புக்குப் புறப்பட்டான். "அங்க போய் அவங்களோட வாய் காட்டிப்போடாத" என அக்காவும், தங்கையும் அறிவுரைகள் கூறி அனுப்பிவைத்தார்கள். இந்த விடயத்தை அறிந்து கலங்கிப்போன ஆதிராவும் அவளுடைய ஆஸ்தானக் கடவுளான பிள்ளையாரை வேண்டியபடியே இருந்தாள்.

"எந்தக் காம்புக்கு அம்மா, சோட்டற்ற காம்புக்கே?" கேட்டான் ஆட்டோக்காரப் பெடியன்.

"தெரியாது தம்பி வேப்பங்குளக் காம்பு எண்டு தான் சொன்னவங்கள்."

“ஆ... அதுதான் சோட்டறற காம்ப். அங்க சோட்டர் எண்ட ஒருத்தர் தான் பொறுப்பாளராய் இருக்கிறார்” என்ற ஆட்டோக்காரன் காம்ப் வாசலில் கொண்டுபோய் இறக்கினான்.

சுற்றிவர உயர்ந்த மதிற் சுவர்களாலான ஒரு காணியில் இருந்தது அந்தப் பெரிய கல்வீடு. கேற்றுக்கு அருகே நின்ற வேப்பமரத்தின் மேலே காப்பரண்கள் அமைத்து அங்கே இருவர் துப்பாக்கிகளுடன் காவலிருந்தார்கள். கேற்றுக்கு வெளியே குணாவையும், அம்மாவையும் கண்டு ஓடிவந்த பதினான்கு, பதினைந்து வயது மதிக்கத்தக்க அரைக்காற்சட்டையும் பெரியதொரு தொப்பலான் சேட்டும் அணிந்திருந்த ஒரு சிறுவன் விபரங்களைக் கேட்டு அறிந்தபின் உள்ளே அழைத்துச் சென்று ஹாலில் இருக்க வைத்துவிட்டு “அண்ண வருவார், இதில இருங்கோ” என்றவாறே விளக்குமாற்றை எடுத்து முற்றத்தைக் கூட்ட ஆரம்பித்தான்.

அங்கே மினுமினுத்த சிவந்த தோலுடன் தலையைத் தொங்கப்போட்டபடி ஏற்கனவே ஒருத்தர் அமர்ந்திருந்தார். அவரைப் பார்த்ததுமே இவரும் தன்னைப்போல் ஒருவரென்பது குணாவுக்குப் புரிந்தது. பல அறைகளைக் கொண்ட அந்த வீட்டிற்குள் நிறைய இளைஞர்கள் உலாவினார்கள். இளைஞர்கள் பலர் அங்கு மோட்டார் சைக்கிள்களில் வருவதும், போவதுமாக இருந்தார்கள். ஹாலில் இருந்தபடியே அந்த அரைக்காற்சட்டைச் சிறுவனைப் பார்த்துக்கொண்டிருந்தான் குணா. சிறுவன் குனிந்து குப்பைகளை அள்ளியபோதுதான் கவனித்தான், அவனது இடுப்பில் ஊமல் கொட்டை போல் ஏதோ ஒன்று தொங்கியது. மெல்ல எழுந்துபோய் வாசலில் நின்று அதனை உற்றுப் பார்த்தபோது தான் அது ‘கிரனைற்’ என்பது புரிந்தது. குணா வாசலில் வந்து நிற்பதைக் கண்ட அரைக்காற்சட்டை “உங்களையெல்லே உள்ள இருக்கச் சொன்னனான்” என அதிகாரத் தொனியில் கூறியவாறு கிரனைட்டைப் பொத்திப் பிடித்துக்கொண்டு எழுந்தான்.

“இல்லத் தம்பி, எங்களுக்குக் கனக்க அலுவல் கிடக்குது. கெதியா போகவேணும்” என்றான் குணா.

“அண்ணை குளிச்சுக்கொண்டு நிக்கிறார், வருவார். போய் இருங்கோ” என உள்ளே கை நீட்டிக் காட்டினான்

அந்த அரைக்காற்சட்டை. குணாவுக்கு வந்த கொதியைக் காட்டிக்கொள்ளாமல் உள்ளே போய் அமர்ந்த சிறிது நேரத்தில், நீலச் சாரமும், வெள்ளைப் பனியனுமாக ஈரத் தலையைத் துவாயால் துவட்டியபடி முப்பத்தைந்து வயது மதிக்கத்தக்க மிகவும் குள்ளமான ஒருவன் உள்ளே நுழைந்தான்.

“நீங்களா நோர்வே?” எனக் குணாவைப் பார்த்துக் கேட்டான். “ஓம்” என்பது போல் குணாவும் தலையசைக்க, “உள்ள வாங்க” என்றபடி ஒரு அறையை நோக்கி நடந்தான். அம்மாவும் எழுந்து குணாவின் பின்னாற் செல்ல, “இல்லையம்மா நீங்கள் இருங்கோ, இவரோட தான் கதைக்க வேணும்” என அம்மாவைத் தடுத்தானவன்.

“இல்லத் தம்பி நானும் வாறன், இவர் என்ர மகன் தான்.”

“தெரியும் அம்மா, இவரோட தான் கதைக்க வேணும். நீங்க போய் இருங்கோ” என்றான் கறாரான குரலில்.

அம்மாவை அங்கேயே இருக்கும்படி கண் ஜாடை காட்டிவிட்டுக் குணா அறைக்குள் நுழைந்ததுமே, கதவைச் சாத்திக்கொண்டு அமர்ந்தான் முகாம் பொறுப்பாளன். மேசையில் ஒரு கொப்பியும், பேனாக்களும் கிடந்தன. குணாவை எதிரே இருந்த கதிரையில் அமரும்படி சைகையில் பணித்தான். குணா அமர்ந்ததும் விசாரணை ஆரம்பமானது.

“நோர்வேயில எந்த இடம்?”

“என்னை எதுக்கு இங்க வரச்சொன்னீங்கள்?”

“முதல்ல நான் கேட்கிற கேள்விக்கு பதிலைச் சொல்லும், பிறகு நீர் கேள்வி கேட்கலாம்.” ஆளை விடவும் குரல் உயர்ந்தது.

“ஓகே, நான் ஒஸ்லோ.”

“அங்க போய் எவ்வளவு காலம்?”

“ஏழு வருசம்.” நோர்வேக் குடியுரிமையை வைத்துக்கொண்டு அதைவிடக் குறைவாகச் சொல்ல முடியாது என்பதைக் கணித்தே சொன்னான்.

“எல்லாம் எங்களுக்குத் தெரியும், பொய் சொல்லக் கூடாது” என்றான்.

“நான் ஏன் பொய் சொல்ல வேணும்?” சட்டெனக் கேட்டான்.

“சரி, நீர் கேட்ட கேள்விக்கு வாறன். நாங்கள் ‘தமிழீழ விடுதலை இயக்கம்’ வெளிநாடுகளிலிருந்து வாற ஆக்களிட்ட நிதி சேகரிக்கிறம். அதுக்குத்தான் உம்மை இங்க கூப்பிட்டனாங்கள்” என்றவன், பேனாவை எடுத்துக் கொப்பியில் ஏதோ கிறுக்கிவிட்டுக் கண்களை மூடி யோசித்தான். அத் தருணத்தில் குணா கொப்பியை எட்டிப் பார்த்தான். அதில் ‘5X7 =’ என எழுதியிருந்தான். அதனைப் பார்த்துவிட்டுப் பார்க்காதது போல் மௌனமாக இருந்தான் குணா. சட்டெனக் கண்களைத் திறந்தவன் “நீர் எங்களுக்கு மூண்டுலெச்சத்து ஐம்பதினாயிரம் ரூபாய் தர வேணும்” என்றான் கண்டிப்பான தொனியில்.

“இல்ல என்னட்ட அவ்வளவு காசு இல்ல. நான் அங்க படிச்சுக்கொண்டுதான் இருந்தனான். இப்ப ரெண்டு வருசமாத்தான் வேலை செய்யிறன். நீங்கள் நினைக்கிறமாதிரி நாங்களொண்டும் பெரிய வசதியான ஆட்களில்ல. என்னால இவ்வளவு தொகையைத் தரமுடியாது.” உறுதிபடக் கூறினான் குணா.

“அப்பயென்ன, புலிகளுக்குத்தான் அள்ளி, அள்ளிக் குடுப்பீங்களோ?”

“புலிகள் உங்களை மாதிரி இல்லையே, அவங்கள் தமிழீழத்துக்காக உயிரைக்குடுத்துப் போராடிக்கொண்டெல்லே இருக்கிறாங்கள்.”

“எங்களுக்கும் வேலைத்திட்டங்கள் இருக்கு. நாங்களும் மக்களுக்காகத்தான் வேலை செய்துகொண்டிருக்கிறம். உங்களை மாதிரி எங்களுக்கும் வெளிநாடுகளுக்கு ஓடிப்போய் சுயநலத்தோட சொகுசா வாழத்தெரியாமல் இல்ல, மக்களுக்காகத்தான் நாங்களும் இந்த மண்ணில நிண்டு போராடுறம்.”

“போராடுறீங்களோ! யாரோட?” நக்கல் சிரிப்புடன் கேட்டான்.

“ஐசே... கதையை நிட்பாட்டும். நீர் கனக்கக் கதைக்கிறீர். உம்மோட இனிக் கதைக்க ஏலாது. விரும்பினால் காசைக்

கட்டிப்போட்டு நோர்வேக்குப் போற வழியைப் பாரும். இல்லையோ ஒரு வருசத்துக்கு இங்க நிண்டு எங்களோட வேலை செய்யும்" என்றவன், சட்டென மேசை லாச்சியைத் திறந்து உள்ளேயிருந்த பிஸ்ரலை எடுத்து இடுப்பில் செருகிக்கொண்டு கோபத்துடன் வெளியேறினான். குணாவும் எழுந்து அவனின் பின்னாலேயே ஹாலுக்குள் வந்தான்.

"அம்மா உங்கட மகன் கனக்கக் கதைக்கிறார். ஒண்டும் சரிவராதுபோல கிடக்குது. நீங்கள் அவரை விட்டிற்றுப் போங்கோ, அவர் ஒரு வருஷம் எங்களோட நிண்டு வேலை செய்யட்டும்" என அம்மாவிடம் கூறிவிட்டு முற்றத்திற்குச் சென்றான்.

அம்மா குணாவிடம் விசயத்தைக் கேட்டறிந்துவிட்டு முற்றத்துக்கு இறங்கிப்போய் அவனிடம் ஐம்பதுனாயிரம் தருவதாக பேரம் பேசினா. "இல்லை குறைஞ்சது ரெண்டு லெட்சமாவது தரவேணும்" என அவனும் தந்து வைத்ததைத் திருப்பிக் கேட்பதுபோல் அடம்பிடித்தான்.

சினத்துடன் எழுந்து வெளியே வந்த குணா, "வாங்கம்மா நாங்கள் போவம்" என்றவாறு அங்கிருந்து வெளியேற முற்பட்டான்.

"சரியம்மா, நீங்கள் மகனைக் கூட்டிக்கொண்டு போங்கோ. ஆனாலொண்டு, பிறகு மகனைக் காணயில்லையெண்டு இங்க மாத்திரம் தேடி வந்திராதிங்க" என்ற பொறுப்பாளனின் வார்த்தைகளைக் கேட்டதுமே ஆடிப்போய்விட்ட அம்மா தலையிற் கை வைத்தவாறு முற்றத்திலேயே குந்திவிட்டா. குணா வேப்பமரத்தின் கீழ் காத்து நிற்க, அம்மா குந்தியிருந்தபடியே குடும்ப நிலையை எடுத்துச்சொல்லி மீண்டும் பேரம் பேசினா. அவன் கொஞ்சம் இறங்கி வர, அம்மா கொஞ்சம் ஏறிப் போய். ஒரு லெட்சமென முடிவானது. இரவுக்கிடையில் காசைக் கொண்டுவந்து தருவதாக உறுதியளித்த அம்மா குணாவைக் கூட்டிக்கொண்டு அங்கிருந்து வெளியேறினா.

"ஏனென அம்மா இவங்களுக்கெல்லாம் காசு குடுக்கவேணும்?" கோபம் கொப்பளிக்கக் கேட்டான்.

"சும்மா இரடா, உனக்குத் தெரியாது. இரவோட இரவா வந்து கடத்திக்கொண்டு போயிருவாங்கள். கலியாணத்துக்கும் நாள் வைச்சுப்போட்டு இவங்களோட ஆட ஏலாது" என்ற அம்மாவின் பேச்சு யதார்த்தமானதாகவே இருந்தது.

• • •

குணசீலன், ஆதிராணி திருமணம் இனிதே நடந்தேறியது. ஒருவரையொருவர் அறியாது. அக் கரையும், இக் கரையுமாய் வாழ்ந்தவர்களை வலிய விதியானது, உனக்கு நான் எனக்கு நீ என்கின்ற உரிமை உறவுக்குள் பிரவேசிக்க வைத்துவிட்டது. உற்ற உறவுகள் இன்றிப் பத்து வருடங்களைப் பரதேசியாய்க் கழித்தவனுக்கு இனியந்தத் தனித்த வாழ்வு இல்லை. அவனை உரிமை கொண்டாடவும், அவனது இன்பத்திலும் துன்பத்திலும் பங்குகொள்ளவும் ஒருத்தி வந்துவிட்டாள்.

திருமணம் தான் முடிந்ததே தவிர, அவன் எதிர்பார்த்துக் காத்திருந்த காரியம் கை கூடவேயில்லை. இத்தனை காலங்களாய்க் கிட்டாத பெண்ணின் ஸ்பரிசமும், அவ்வப்போது அவசரத்திற் பரிமாறிக்கொண்ட சூடான முத்தங்களும் மட்டுமே கிட்டின. அந்த அழகான ராட்சஸி அதற்கு மேல் அனுசரிக்கவில்லை. "இதுக்குமேல எல்லாமே நோர்வேயில தான்" எனத் தடைபோட்டுத் தவிக்கவிட்டாள் அவனை. திருமணம் இனிதே முடிந்த சந்தோஷத்தில் வர்ணம் உலராத புத்தம் புதுச் சித்திரம் போல் இருந்தவளைப் பார்த்துப் பார்த்துப் பூரித்தவனின் பாலுணர்வு பொங்கித் ததும்பியதே தவிர வடிகால் கிடைக்கவேயில்லை. அவளின் பின்னால் நாக்கைத் தொங்கப் போட்டுக்கொண்டு அலைந்துங்கூட அவள் அசைந்து கொடுக்கவில்லை. அவன் கடுங்காதலுடன் கட்டியணைத்து முத்தமிட்டபோதெல்லாம், அவனது கரங்களின் பிடியில் தெரிந்த கலவித் தவிப்பை உணர்ந்தும் கரையாத கல் மனதுடனே இருந்தாளவள்.

"ஏன்? ரெண்டு வருசத்துக்குப் பிறகுதான் கலியாணம் கட்டுவனெண்டு அடம்பிடிச்சீங்களாம், இப்ப என்னத்துக்கு அவசரப்படுறியள்?" அவனது உதடுகளிலிருந்து விடுபட்ட அவளது உதடுகள் கேட்டன.

“ஓ... அதுவா? அது உன்னைப் பார்க்கிறதுக்கு முதல். உன்னைப் பார்த்ததுமே அந்த முடிவை மாத்திப்போட்டனே.” மீண்டும் அவளது இடுப்பை வளைத்து இறுக்கியணைத்து மூக்கோடு மூக்குரசினான்.

“ஓகோ... அப்ப நானும் ஒரு மேனகை தான்” எனக் கண்சிமிட்டிச் சிரித்தாள்.

“மேனகையோ!” எனக் கண்ணோடு கண்நோக்கிக் கேட்டான்.

“ம்... இல்லையா பின்ன, இந்த விஸ்வாமித்திரரின் ரெண்டு வருசத் தவத்தைக் கலைச்சுப் போட்டேனே...” என்றவள், மனதைக் கொடுத்துவிட்டு உடலைப் பறித்துக்கொண்டு ஓடினாள்.

திருமணம் முடிந்த மூன்றாம் நாளே ஆதிராவின் ஸ்பொன்சருக்கு விண்ணப்பிப்பதற்காகச் சகல ஆதாரங்களுடனும் அவளை அழைத்துக்கொண்டு கொழும்பிலுள்ள நோர்வே தூதரகத்துக்குச் சென்றான். இப்போது விண்ணப்பித்துவிட்டுப் போனால் மூன்று, நான்கு மாதங்களில் வீசாக் கிடைத்துவிடும், அதற்கிடையில் தான் அங்கு போய்த் தனிக் குடித்தனத்திற்கான வீட்டை ஒழுங்கு செய்துவிடலாம் என எண்ணிக்கொண்டு சென்றவனுக்கு அங்கு நடந்ததோ அவன் எதிர்பாராதது.

“நீ நோர்வேக்குத் திரும்புகின்ற அதே நாளில் உன் மனைவிக்கும் விமானப் பயணச்சீட்டைப் பெற்றுக்கொண்டு வா வீசாத் தருகின்றோம்” என்றார் அங்கு கடமையில் இருந்தவர். அதைக் கேட்ட குணாவுக்கு ஒருபக்கம் சந்தோஷமாக இருந்தாலும், மறுபக்கம் வீடு இல்லாமற் கூட்டிக்கொண்டு போய் என்ன செய்வது? என்ற ஏக்கமாகவும் இருந்தது. உடனேயே அருகில் நின்ற ஆதிராவிடம் அந்தச் செய்தியைச் சொன்னதுதான் தாமதம் மலர்ந்த முகத்துடன் குணாவின் இடுப்பில் கைவைத்து ஒரு கிள்ளுக் கிள்ளினாள்.

வீசா அலுவல்கள் முடிந்ததும், உடனடியாக நோர்வேயில் உள்ள நண்பர்களுடன் தொடர்புகொண்டு விடயத்தைக் கூறி உடனடியாகத் தங்களுக்கான வீடு ஒன்றை வாடகைக்குப் பார்க்கும்படியாகக் கேட்டுக்கொண்டான். ரயில்ப் பயணக்

களைப்புடன் வீடு வந்து சேர்ந்தபோது அங்கே விசுவமடுவிலிருந்து வந்திருந்த அறுபது வயதைத் தாண்டிய ஆதிராவின் மாமா ஒருவர் அவர்களைப் பார்க்க வந்திருந்தார். வந்தவர் வெறுங்கையோடு வரவில்லை. சிவா காயப்பட்டு ஆஸ்பத்திரியில் கிடப்பதான துயரச் செய்தியுடனேயே வந்தார்.

"என்ன மாமா நடந்ததாம்! பெரிய காயமே?" நடுக்கத்துடன் கேட்டாள் ஆதிரா.

"இல்லப் பிள்ள, ஆபத்தொண்டுமில்ல கைக் கும்பத்தில தான் வெடி பட்டிருக்குது. அதுவும் மூண்டு கிழமைக்கு முன்னம் இங்க வவுனியாவிலதான் நடந்ததாம்" என்றார் அவர்.

அதைக் கேட்ட குணாவின் கைகள் அவனையறியாமலேயே நெற்றியில் அடித்துக்கொண்டன. 'அடச்சே... அண்டைக்கு நான் ஐஸ்கிறீம் கடைக்கு முன்னால பார்த்தது சிவாவைத்தானா!' எண்ணியபோதே மனம் பதறியது. மணிக்கூட்டுச் சந்தியில் சூட்டுச் சம்பவம் நடந்த அன்று அவன் ஐஸ்கிறீம் கடைக்கு முன்னால் சிவாவைப் பார்த்த விடயத்தை எல்லோரிடமும் பகிர்ந்துகொண்டபோது விக்கி விக்கி அழத்தொடங்கிய ஆதிராவை ஆதரவோடு அணைத்துக்கொண்டான். படிக்கும் காலத்தில் விபூதிக் குறியுடன் எப்போதுமே சாதுவாகக் காட்சியளிக்கும் அந்தப் பயந்தான்கொள்ளிச் சிவாவா இது? அவனால் நம்பவே முடியவில்லை. காலமும், சூழலும் ஒரு மனிதனை எப்படியெல்லாம் மாற்றி விடுகிறது. எண்ணிப் பார்த்தவனுக்குப் பெரும் வியப்பாகவிருந்தது.

அன்புள்ளங்களைக் காண வந்தவனுக்குக் காலம் கண்கட்டி வித்தை காட்டிவிட்டிருந்தது. எதிர்பாராமல் திருமணமும் முடிந்துவிட்டதனால் அந்த அலுவல்களால் அவுஸ்ரேலியாவிலிருந்து வந்த தங்கை, பிள்ளைகளுடனும் நேரம் செலவழிக்கவோ, அவளுடன் ஆறுதலாகக் கதைக்கவோ முடியவில்லை என்ற ஏக்கம் குணாவுக்குள் இருந்தது. இங்கு வந்ததிலிருந்து அவளிடமும் பழைய சந்தோஷமான முகத்தைக் காணமுடியவில்லை. அவளின் முகத்தில் ஏதோவொரு வாட்டம் இருந்ததைத்தான் கண்டான். அதற்குள் அவனது பயண நாளும் நெருங்கிவிட்டது. வவுனியாவிலிருந்து கொழும்பு நோக்கிய பயணம் புறப்பட்டபோதுதான், தங்கை அவனைக்

கட்டிப்பிடித்துக்கொண்டு வெம்பி வெடித்தாள். அவளின் அழுகைக்கான காரணம் புரியாத குணா குழப்பத்துடன் அவளை ஏறெடுத்துப் பார்த்தான்.

"அண்ணா எனக்கு அவுஸ்திரேலியா போக விருப்பமில்ல, இங்கயே அம்மா, அக்காவோட நிண்டிரலாம் போல இருக்கு" எனத் தேம்பினாள்.

"ஏனம்மா? என்ன நடந்தது?" தோள்களை உலுப்பிக் கேட்டான்.

அப்போதுதான் அக்கா வாயைத் திறந்தாள். "தம்பி உனக்குத் தெரிஞ்சால் நீ கவலைபடுவாய் எண்டு மறைச்சுப் போட்டமடா, அவளின்ர மனுஷன் வேலையை விட்டுப்போட்டு பிஸ்னஸ் எண்டு வெளிக்கிட்டுச் சரியா நட்டப்பட்டுப் போனாராமடா. நிறையக் கடனாம், கடன்காரற்ற தொல்லை தாங்கமுடியாமல் கவலைலில ஒரே குடியாம். பாவம் இவளுக்கு அங்க நிம்மதியில்லாத வாழ்க்கையாமடா" என அக்காவும் மூக்குறிஞ்சினாள்.

"ஏன் இதை எனக்கு முதலே சொல்லாமல் மறைச்சனீங்கள்?" எனக் கோபங்கொண்ட குணா, சிறிது நேரத்திலேயே அமைதியாகி "இல்லை, உந்த விசர்க்கதைய விட்டுப்போட்டு நீ முதல்ல அங்க போ, நானும் நோர்வே போனதும் மச்சானோட கதைக்கிறன். இதெல்லாம் சின்ன விஷயம் நீ ஒண்டுக்கும் யோசிக்காத எல்லாம் வெல்லலாம்" எனத் தங்கைக்கு ஆறுதல் கூறித் தைரியமூட்டிவிட்டு, எல்லோரிடமுமிருந்து விடைபெற்றுக்கொண்டு பயணமானான்.

• • •

ஆதிராவுடன் நோர்வேயில் வந்திறங்கினான் குணா. சிவநேசனின் அண்ணன் வாழ்ந்துகொண்டிருந்த இரண்டு மாடிகளைக் கொண்ட தனிவீட்டின் கீழ்ப் பகுதியில் குணாவும், ஆதிராவும் வாடகைக்குத் தங்கக்கூடிய வகையில் சிவநேசனே ஒழுங்குகள் செய்திருந்தான். பயணத்திலும் கலியாணச் செலவுகளிலும் குணாவிடமிருந்த பணமெல்லாம் கரைந்துவிட்டது. மனைவியுடன் புதுவாழ்க்கையை ஆரம்பிப்பதற்குச் சமையல் உபகரணங்கள், சாமான் சக்கட்டுகள் வாங்குவதற்கே கடன்பட வேண்டியிருந்தது.

கடன் வாங்குவது ஒன்றும் அவனுக்குக் கடினமான காரியமில்லை. அந்தளவுக்கு அவன் ஒரு யோக்கியமான வாழ்க்கையையே இங்கு வாழ்ந்திருந்தான். இரண்டு நாட்கள் விஸ்வா வீட்டில் தங்கி நின்றவாறே தனிக்குடித்தனத்துக்கான அலுவல்களை முடித்துக்கொண்டு ஆதிராவுடன் அங்கு குடியேறினான். தங்கையின் நிலையை அறிந்து வந்ததிலிருந்து அவனது மனம் அமைதியாய் இல்லை. அதனை ஆதிராவும் உணர்ந்திருந்தாள். அவனது மன நிலையை மாற்றக்கூடிய மருந்து தன்னிடமே இருப்பதாகவும் எண்ணிக்கொண்டாள். இனியும் அவனைத் தவிக்கவிடக் கூடாதெனவும் மனதுக்குள் முடிவெடுத்துக்கொண்டாள். ஆனாலும், ஒருவித பயமும் அவளை ஆட்கொண்டிருந்தது. இந்தத் தனிமையும், ஜில்லென்று உடல் சிலிர்க்க வைக்கும் இந்த நாட்டுக் காலநிலையும் அவளையும் அவனது ஸ்பரிசத்துக்காக ஏங்க வைத்தது.

அன்று ஆதிரா சமையலில் ஈடுபட்டிருந்தாள். குணாவும் வீட்டை ஒழுங்குபடுத்துவதில் மும்மரமாகவிருந்தான். சமைத்து முடித்துவிட்டுக் குளிக்கச் சென்றவள் குளியலறையிலிருந்து வெளியே வந்தாள். குறுக்காகக் கட்டியிருந்த பெரியதொரு துவாய்த்துண்டு அவளது கழுத்தின் கீழ்ப் பகுதியிலிருந்து தொடைகளின் மேற் பகுதிவரை மறைத்திருந்தது. நீர் வழிந்துகொண்டிருந்த கூந்தலை இன்னொரு துவாயால் துவட்டியபடியே நீர் சொட்டச் சொட்ட மையல் சொட்டும் கிறங்க விழிகளால் ஒரு காதற் பார்வை பார்த்தவாறே அவன் முன்னே வந்து நின்றாள். அந்த ஒற்றைப் பார்வையால் உணர்ச்சிகளின் உச்சத்துக்கு உந்தப்பட்டவன் சட்டென எழுந்து பின்பக்கத்தாற் சென்று அவளைக் கட்டியணைத்துத் தன் வலிய உடலோடு இறுக்கிக்கொண்டான்.

“சீ... விடுங்க, பசிக்கயில்லையா உங்களுக்கு.” செல்லமாகச் சினுங்கினாள்.

“ம், பசி தான். கன காலத்துப் பசி, நீ தான் பரிமாற மாட்டாயே” என முனகியவாறே, அவளது கூந்தலை ஒதுக்கிப் பின்கழுத்தில் முத்தமிட்டான். கழுத்தில் ஆரம்பித்த முத்தம் அவளது மென்மையான அதரங்கள் வரை முன்னேறியது. “ஐ லவ் யூ ஆத்தி...” முனகினான் அவன். அந்த முனகல் அவளைக்

கிறங்கடித்தது. வழமைபோன்று முரண்டுபிடிக்காது, அவனது அணைப்புக்குள் அடங்கிய அவளது அன்றைய போக்கு அவனுக்கு மேலும் உற்சாகத்தை ஊட்டியது. மேனியெங்கும் அவனது கரங்கள் மெல்ல மெல்ல ஊர்ந்தன, அவளின் உடலில் கோடானுகோடி மயிர்க்கால்கள் சிலிர்த்துக்கொள்ளத் தனை மறந்து தடுமாறி நின்றாளவள். தென்றல் தீண்டிக் காம்பு கழன்று வீழ்ந்த ரோஜா மலரைப்போல் மெய்மறந்து வீழ்ந்தவளை, அப்படியே அள்ளிக்கொண்டுபோய் கட்டிலில் சேர்த்தானவன். இத்தனை நாள் அலைக்கழித்தது போதுமென நினைத்தாளோ என்னவோ! தன் உடலைத் துளி கூட மிச்சமின்றி முழுமையாக அவனிடம் தாரைவார்த்துவிடத் தயாரானாள். அச்சம் களைந்து உடல் கலந்தாள். மனதைப் பறித்தவனிடமே உடலையும் ஈர்ந்துவிட்டதில் மனச்சுகம் அடைந்தாள். நீண்ட நாள் ஊடல் இனிமையான கூடலில் முடிவுற்றது. அது அவர்களின் முதலிரவு அல்ல, முதற்பகல். அன்றிலிருந்து அவர்களின் இல்லறவாழ்வு இனிக்கத்தொடங்கியது.

குடும்ப வாழ்வானது சுகங்களை மட்டுமல்ல, சில சுமைகளையும் குணாவின் தோள்களில் திணித்தபோதும் அவையனைத்தையும் சுகமான சுமைகளாகவே தூக்கிச் சுமந்தானவன். வீடு வாங்கும் கனவைப் பின்தள்ளி வைத்துவிட்டு, மணியமண்ணையிடம் போட்டிருந்த சீட்டை எடுத்துத் தங்கைக்கு அனுப்பிவைத்து மைத்துனனின் கடன்களை அடைத்ததன் மூலமாகத் தங்கையின் குடும்பத்தில் மீண்டும் சந்தோஷத்தை ஏற்படுத்தினான்.

நாட்டிலும் கடும்போர் நடந்துகொண்டிருந்தது. ஓயாத அலைகள் இரண்டின் மூலம் புலிகள் மீண்டும் கிளிநொச்சியைக் கைப்பற்றிக்கொள்ள, அரச படை-களின் ஜெயசுக்குறுவும் தோல்வியில் முடங்கிப்போனது. மகிழ்வான அச் செய்தியானது குணாவினதும், நண்பர்களினதும் மனங்களில் உற்சாகத்தையும், விரைவில் ஈழம் மலர்ந்துவிடும் என்ற நம்பிக்கையையும் ஏற்படுத்தியது. குணா வாழும் வீட்டின் உரிமையாளரான சிவநேசனின் அண்ணன் மூர்த்தியே இப் பகுதியில் புலிகளின் நிதி சேகரிப்புக்கு பொறுப்பாளராகச் செயற்பட்டார். அவசர நிதி, மண்மீட்பு நிதி, மாவீரர் நிதி என்று அடிக்கடி கதவைத் தட்டிக்கொண்டேயிருந்தார். அவர் வீட்டுக்கு வரும்போதெல்லாம் ஈழ அரசியலை ஒரு அலசு அலசிவிட்டே போவார்.

ஆதிரா நோர்வேஜிய மொழி படிப்பதற்காகப் பாடசாலைக்குப் போகத் தொடங்கியிருந்தாள். குடும்பமாகிவிட்ட பின்னர் இனி இரவு வேலைகள் சரிவராதென முடிவெடுத்த குணாவும் அதனைத் தற்காலிகமாகச் செய்துகொண்டு பகலில் ராக்சி ஓட்டுனர் வேலைக்காகப் படிக்கச் சென்றுகொண்டிருந்தான்.

“என்னப்பா! ராக்சி ஓடுறதுக்குக் கார் லைசன்ஸ் இருந்தால் போதாதே?” எனக் கேட்டாள் ஆதிரா.

“க்ம்... முடி வெட்டுறதுக்கே இங்க மூண்டு வருசம் படிக்க வேணுமடியப்பா நீ வேற” என அலுத்துக்கொண்டான் அவன்.

“ஐயையோ... இந்த நொஸ்க் மொழியைப் படிக்கிறதுக்குள்ள எனக்கு வயசாயிடும் போல கிடக்கே...” என்றபடியே நொஸ்க் பாடப் புத்தகத்தையும், கொப்பியையும் எடுத்துக்கொண்டு வந்து அவனருகில் அமர்ந்தாள். அன்று படித்த பாடங்களைப் பார்ப்பதற்காய்க் கொப்பியை வாங்கிப் புரட்டியபோது *krisesenter* என எழுதப்பட்டு அதன்கீழ் தொலைபேசி இலக்கமும் எழுதப்பட்டிருந்ததைக் கவனித்த குணாவின் புருவங்கள் கேள்விக் குறிகளாய் வளைந்தன.

“ஓமப்பா... சொல்ல மறந்திட்டன், எங்கட ரீச்சர் இண்டைக்கு இந்தக் கிறிசசென்றர் என்ற நெருக்கடி மையம் பற்றித்தான் பாடம் நடாத்தினவா, எங்கட வகுப்பில முழுக்க முழுக்க ஆசிய, ஆபிரிக்க நாட்டவர்கள் தானே, அதுதான் அவா சொல்லுறா எங்கட சமூகங்களுக்க நிறையக் குடும்ப வன்முறைகள் நடக்கிறதாம். எங்களுக்கும் அப்படி ஏதும் நடந்தால் இந்தக் கிறிசசென்றர் நம்பருக்குத் தொடர்புகொண்டால் உடனேயே உதவி கிடைக்குமாமெண்டு சொல்லி எல்லாரையும் இந்த நம்பரைக் குறித்துக்கொள்ளச் சொல்லி எழுதி விட்டவா” என்றாளவள்.

அதனைக் கேட்டபோது பல்கலைக்கழகத்தில் படித்துக் கொண்டிருந்த பெண்ணைத் திருமணம் செய்து கூட்டிவந்து மொழி கூடப் படிக்க விடாமல் வீட்டுக்குள்ளேயே வைத்திருக்கும் வள்ளுவபிரபுவின் ஞாபகமே அவனுக்கு வந்தது. “ஏன்ராப்பா மனிசியைப் படிக்க விடயில்லை?” எனக் குணா ஒரு நாள் அவனிடம் கேட்டதற்கு, “சாச்ச... பொல்லைக் கொடுத்து

அடி வாங்கக் கூடாது ராசா, இங்க மொழியை மட்டுமே படிப்பிக்கிறாங்கள்? இங்கத்தைய சட்ட திட்டங்களையும், கலாச்சாரத்தையும் எல்லே எங்கட பெண்டுகளின்ர மண்டைக்க பூத்தி அனுப்பி விடுறாங்கள். இங்க நடக்கிற கூத்துக்களைப் பாக்கயில்லையே! ஆ... ஊ... எண்டால் டிவேர்ஸ் எண்டெல்லே வந்து நிக்கிறாளவையள். இதெல்லாம் நமக்குச் சரிப்பட்டுவராது ராசா" என்று அவன் அன்று கூறிய வார்த்தைகளும் ஞாபகத்தில் வந்தன.

"ஓமோம்... இது மனித உரிமையையும், தனிமனித சுதந்திரத்தையும் பெரிசா மதிக்கிற நாடுதான். ஆனால், வெளிநாட்டவர்கள் வரமுதலே இந்தக் கிறிசசென்றர் இங்க இருந்ததுதானே. ஆனாலென்ன, இவங்களிப்ப வளர்ந்திட்டாங்கள், நாங்கள் இப்பதான் வளர்ந்துகொண்டிருக்கிறம். அவ்வளவுதான் வித்தியாசம். சரி... சரி... நீ போய் ஒரு ரீயை போட்டுக்கொண்டு வா" எனக் குணா கூறவும்,

"உங்களுக்கு நெடுகலுமொரு கண்டறியாத ரீ தான்" எனப் புறுபுறுத்தவாறே எழுந்து சென்றாள்.

"ஐயோ ராசாத்தி ஏலாதெண்டால் சொல்லு தாயே நானே ரீ போடுறன். அதவிட்டுப்போட்டு, அடிக்கடி ரீ கேட்டுப் புருஷன் கொடுமைப்படுத்துறான் எண்டுசொல்லிக் கிறிசசென்றருக்குப் போன் அடிச்சுப்போடாத" என்றபடியே அவளின் பின்னால் எழுந்தோடியவன் காதல் ததும்ப அவளை உரசியபடியே நின்றான். அவள் நெற்றி வகிட்டில் வைத்திருந்த குங்குமப் பொட்டின் வாசனை அவனைக் கிறங்கடித்தது. அவள் அணிந்திருந்த சிவப்புக் கலர் நைற்றி அவளை மேலும் வசீகரமாக்கிக் காட்டியது. தன் மனைவியின் அழகைக் கண்களால் அள்ளிப் பருகியவன், அவளை இறுக்கி அணைத்தபடி பின் கழுத்தில் முகம் புதைத்து வாசனை பிடித்து முன்னேறிச் சூடான இதழ்களால் அவளது காது மடலைக் கவ்வினான். அவளின் நாசியில் நுழைந்த ஆண்மை வாசனை அவளையும் மயக்கியது.

"என்ன, ஐயாவுக்கு இப்ப ரீ மட்டும்தான் வேணுமா..., அல்லது...?" குழைந்த குரலில் கேட்டவள் கடுங்காதல் கொண்ட கண்களால் அவனை ஏறிட்டு நோக்கினாள். கூரிய கத்தி போல் பளபளத்த அவளது கண்கள் அவனது பொறுமையை

வெட்டிச் சரிக்க இருளும்வரை காத்திருக்க இயலாதவனாய் அக்கணமே அவளைக் கட்டிலுக்குக் காவிச்சென்றான். இப்படியே கட்டுக்கடங்காத காதலும், கட்டிலுக்கடங்காத காமமுமாய்ப் புதுமணத் தம்பதிகளின் காலமும் கடந்துகொண்டிருந்தது.

குணாவின் வீட்டிற்கு அருகாமையிலேயே மணியமண்ணையின் வீடும் இருந்தது. அதனால் குணாவும், ஆதிராவும் அடிக்கடி அவர்களிடம் சென்றுவந்தார்கள். அன்றொரு ஞாயிறு அங்கு சென்றபோது மணியமண்ணையைப் படுக்கவைத்து அவருடைய கைக்கும்பத்துக்கு இலங்கையிலிருந்து கொண்டுவந்த நோவெண்ணெய்யை போட்டு உருவிவிட்டுக்கொண்டிருந்தார் அவரது மனைவி சந்திரா.

"என்னக்கா அண்ணையின்ர கையைக் கழட்டி எடுத்திருவீங்க போல கிடக்கே" எனக் கேட்டபடியே நுழைந்தான் குணா.

"அட, குணாவே வா... வா..., உந்தக் கழுவல் வேலையில அது பாதி கழண்டுபோச்சுது. இப்ப இவள் பாவி வேற உருவுற உருவலில கையைக் கழட்டிக் கையில எடுத்திருவாள் போலதான் கிடக்குது" என்றவாறு எழுந்து குந்தினார் மணியமண்ணை.

"க்ம்... இந்த வாய்க் கொழுப்புக்கு மட்டும் குறைச்சலில்லை" என முகத்தைச் சுளித்துக்கொண்டு எழுந்துபோனா சந்திரா அக்கா.

"என்ன அண்ணே, வேலையில போட்டு நல்லா முறிக்கிறாங்கள் போல."

"வேறயென்ன, முன்னம் எட்டு மணித்தியாலங்களுக்குத் தந்த வேலைய இப்ப ஐஞ்சாறு மணித்தியாலங்களுக்கு மேல தாறாங்களில்லையே, அதுக்க வேலை சரியில்லையெண்டு முறைப்பாடுகள் வேற, அங்க கொந்தூருக்க மூஞ்சூறு மாதிரி ஒருத்தி இருக்கிறாள். நிலத்தைக் கழுவி இருக்கிறனா இல்லையா எண்டு செக் பண்ணுறதுக்கு ஒவ்வொரு நாளும் பல்லுக் குத்தின குச்சியை மேசைக்கு கீழயல்லே போட்டுவைக்கிறாள்."

"அட கோதாரி, இப்பிடியும் நடக்குதே?"

“ஓமடாம்பி, ஒருநாள் குச்சி என்ர கண்ணில அம்பிடயில்ல. அடுத்த நாள் போக அவள் சொல்லுறாள் நேற்று நீ கழுவயில்லை எண்டு. இல்லைக் கழுவினனான் எண்டு நானும் ஒத்தக்காலில நிண்டன். அதுக்கு அவள் உடனேயே குச்சியைக் காட்டி, நேற்றிலிருந்து அது இங்கேயேதான் கிடக்குது எண்டாள். எனக்கு வந்த கொதிக்கு நீயேன் அதக் குப்பைவாளிக்க போடாமல் கீழ போட்டனி எண்டு கேட்டுவிட்டன். அதுக்கவள் பதில் சொல்லாமல் என்னை முறைச்செல்லே பார்த்தவள்” என்றார்.

“அடி அநியாயம் பிடிச்சவளே!” என வாயிற் கை வைத்தான் குணா.

“அந்த நேரத்திலதான்டா தம்பியா குண்டு விழுந்து செத்தாலும் பரவாயில்லை நம்மட நாட்டுக்கே திரும்பிப் போயிரலாம் போல இருந்திச்சு” எனப் பெருமூச்சை இழுத்துவிட்டார் மணியமண்ணை.

“அதுசரியண்ணே, அண்டைக்கு ஆஸ்பத்திரிக்குப் போனீங்களே என்ன சொன்னவங்கள்.”

“ஓமடா தம்பியா படமெல்லாம் எடுத்துப் பாத்தது. முறிவு, நெறிவு ஒண்டும் இல்லையாம். தேய்மானமாம் எண்டுசொல்லி நோவுக்குக் குளிசை தந்தாங்கள். நானுந்தான் விழுங்கித் தள்ளுறன். ஆனால், ஒரு பிரயோசனமும் இல்ல” எனக் கைகளை விரித்தார்.

“இந்தப் பிரச்சனை உங்களுக்கு மட்டுமில்லை அண்ணே. எங்கட ஆட்கள் எல்லாருக்கும் இதே பிரச்சனை தான். யாரைப் பாத்தாலும் நாரி போயிற்றுது. கைக்கும்பம் போயிற்றுது எண்டு தானே அழுதுகொண்டு திரியுதுகள்.”

“பின்னயென்ன உந்த வெள்ளையளும், மற்ற வெளிநாட்டுக் காரங்களும் கஸ்ரம் எண்டு கழிச்சுவிட்ட வேலையளைத் தானே நாங்கள் செய்யிறம்.”

“ஓமண்ணே, நான் நினைக்கிறன் இந்தப் பணக்கார நாடுகளெல்லாம் இப்படியான வேலைகளுக்காகத்தான் அகதிகளை நாட்டுக்குள்ள எடுக்கிறாங்கள் போல.”

“உள்ள எடுக்கிறதென்ன, அகதிகளை உற்பத்தி செய்யிறதே இவங்கள் தானே. அந்தக் காலத்தில வறிய நாடுகளில கப்பல்களைக் கொண்டேவிட்டு அடிமைகளை ஏத்திக்கொண்டு வந்தாங்கள். இப்ப காலம் மாறிப் போச்சல்லே அதுதான் நாடுகளுக்கிடையிலும், இனங்களுக்கிடையிலும் சண்டைகளை மூட்டிவிட்டிற்று அகதிகள் எண்ட பேரில நவீன முறையில அடிமைகளை இறக்குமதி செய்யிறாங்கள்” எனத் தோற்பட்டையை அழுத்தித் தடவியவாறே கூறினார் மணியமண்ணை.

“க்ம்... உங்களை இந்த நாட்டுக்குள்ள விட்டதும் பத்தாதெண்டு சிற்றிசனுமெல்லே தந்திருக்கிறாங்கள். ஏன் சொல்ல மாட்டியள். இதுவும் சொல்லுவியள் இதுக்கு மேலவும் சொல்லுவியள். பிடிக்கயில்ல எண்டால் விட்டிற்றுப் போக வேண்டியது தானே, அதுவும் செய்ய மாட்டியள். சரி... சரி ஆராய்ச்சி செய்து களைச்சுப் போயிருப்பீங்க. இந்தாங்கோ ரீயை குடியுங்கோ” என எகத்தாளமாய்க் கூறிய சந்திராக்கா தேனீர்க் குவளைகளை மேசையில் வைத்துவிட்டுச் சென்றார்.

◎

1999

ஆதிரா கர்ப்பம் தரித்துவிட்டது உறுதியானபோது குணாவும், ஆதிராவும், மகிழ்ச்சியின் எல்லையைத் தொட்டு நின்றார்கள். உடனேயே சந்தோஷச் செய்தியை ஊரில் உள்ளவர்களுக்கும் தெரியப்படுத்தினார்கள். வாந்தி, தலைச்சுற்று, கால் உளைவு, முதுகுவலி போன்ற கர்ப்பகாலத்து உபாதைகளில் அவள் தவித்தபோதெல்லாம் அவன் அவளுக்கு உறுதுணையாக இருந்தான். கை, கால் பிடித்துவிட்டான், பெரும்பாலான பொழுதுகளில் சமையலைக் கவனித்தான். முடிந்தவரை அவளைச் சந்தோஷமாக வைத்திருக்க முயற்சித்தான். இனியும் காலம் தாழ்த்தக் கூடாது வங்கியில் கடன் எடுத்தாவது ஒரு காரை வாங்கிவிடவேண்டும் என முடிவெடுத்தவன். அடுத்த மாதமே அதையும் நிறைவேற்றினான். ஊரில் என்றால் இப்படியான காலங்களில் இன சனமென எத்தனையோ பேரின் உதவிகள் கிடைக்கும். ஆனால், இங்கே அவனுக்கு அவளையும், அவளுக்கு அவனையும் விட்டால் ஆதரவுக்கு வேறு யார்தான் உண்டு. இன்பத்தையும், துன்பத்தையும் இருவருக்குள்ளேயே பங்குபோட்டுப் பகிர்ந்துகொண்டனர்.

சிவாவிடமிருந்தும் கடிதம் வந்திருந்தது. 'அன்பு நண்பனுக்கு' என்று எழுதுபவன். முதல் முறையாக 'அன்பு மைத்துனனுக்கு' என விளித்து எழுதியிருந்தான். தனக்கு மருமகனோ, மருமகளோ கிடைக்க இருப்பதையிட்டுச் சந்தோஷத்தை வெளிப்படுத்தியிருந்தான். தனக்கு ஏற்பட்ட காயம் குணமடைந்து மீண்டும் களப் பணிகளில் இறங்கிவிட்டதாகவும் எழுதியிருந்தவன். 'நம்புங்கள் தமிழீழம் நாளை கிடைக்கும்' எனக் கடிதத்தை முடித்திருந்தான். சிவாவை நினைத்துப் பார்த்தபோது குணாவுக்கு வியப்பாகவும் பெருமையாகவும் இருந்தது.

நான்காவது மாதப் பரிசோதனையின் போது பெண் குழந்தை எனத் தெரியவந்தது. முதற் குழந்தை பெண்ணாகத்தான் பிறக்கவேண்டுமென விரும்பியவர்களின் மகிழ்ச்சிக்கும் அளவே இருக்கவில்லை. அன்றுமுதல் தங்கள் மகளுக்கான உடுப்புகள்,

விளையாட்டுப் பொருட்கள் முதற்கொண்டு அனைத்து அத்தியாவசிய பொருட்களையும் பார்த்துப் பார்த்து ஆசை ஆசையாக வாங்கிக் குவித்தார்கள்.

வழமைக்கு மாறாக நோர்வேயில் சூரியன் தனது உக்கிரத்தைக் காட்டிய ஒரு ஞாயிறு காலை குணாவுடன் தொலைபேசிய நிமலன், "மச்சி இண்டைக்கு நல்ல வெதரா இருக்கடா கூழ்ப் பார்ட்டி ஒண்டு போடுவமே?" எனக் கேட்டான்.

"ஓ... அதுக்கென்ன போட்டாப் போச்சுது. அப்ப நம்மட கூழ் மாஸ்ரர் மணியமண்ணையையும் கூப்பிடத்தானே வேணும்."

"பின்ன, அவரும் விஸ்வா அண்ணையும் இல்லாமலா? நான் மணியமண்ணையோட கதைக்கிறன். நீ விஸ்வா அண்ணையோட கதைச்சுக் கூட்டிக்கொண்டுவா சரியே" எனத் தொடர்பைத் துண்டித்துக்கொண்டான்.

மதியம் நிமலனின் வீட்டின் வெளிமாடத்தில் கூழ்ச் சட்டியைச் சுற்றியிருந்து கதை அளந்துகொண்டிருந்தபோது, "விசயம் தெரியுமே, நொஸ்க் படிக்கப்போற நம்மட பொம்பிளையளுக்கு கிறிசசென்றர் நம்பரையெல்லே ரீச்சர்மார் குடுத்தனுப்புகினம்" எனத் துரும்பொன்றைத் தூக்கிப்போட்டான் குணா.

"ஓகோ... எங்கட ஆக்கள் நல்ல உழைப்பாளிகள் மட்டுமில்ல, நல்ல ஆணாதிக்கவாதிகளுந்தான் எண்ட விசயம் இவங்களுக்கும் தெரிஞ்சுபோச்சுப் போல." மீன் முள்ளோடு வார்த்தைகளையும் சப்பித் துப்பினான் விஸ்வா.

"பின்ன எங்கடையள் செய்யிற கூத்து கொஞ்ச நெஞ்சமே, முந்தநாள் கூட ஒருத்தன் கறிக்கு உப்புக் காணாதெண்டு மனிசிக்குக் காதாவடியைப் பொத்தி வெளுத்திருக்கிறான். தோட்டுச்சுரை குத்திக் கழுத்துக்கால ரெத்தம் வடிஞ்சிருக்கு, ரெத்தத்தைக் கண்ட பயத்தில பிள்ளைகள் கத்திக் குளறின சத்தம்கேட்டுப் பக்கத்து வீட்டுக்காரன் பொலிசுக்கு அடிச்சுப்போட்டான். அவ்வளவுதான் கதை காலி. ஆள் இப்ப கம்பி எண்ணுறார்" என்றார் கூழ்ச் சட்டிக்குள் அகப்பையை விட்டுக் கிளறியவாறே மணியமண்ணை.

“எங்கட பொம்பிளையள் இன்னும் கல்லானாலும் கணவன், புல்லானாலும் புருஷன் எண்ட கலாச்சாரத்துக்க கட்டுண்டு கிடக்கிறபடியாலதான், எங்கட ஆட்களில கனபேர் இன்னும் இங்க வெளிய நடமாடித்திரியினம்” என்றவாறே மீசையை ஒதுக்கிவிட்டான் விஸ்வா.

“இது பெண்டுகளின்ர நாடெல்லே. இங்க நாங்கள் கொஞ்சம் அடக்கித்தான் வாசிக்க வேணும்” என வீட்டிற்குள் இருந்த பெண்களின் காதில் விழாதவாறு தாழ்ந்த குரலில் கூறினான் நிமலன்.

“சரியாச் சொன்னாயடா தம்பி, இந்த நாட்டில பொம்பிளையளுக்குத் தானே முதலிடம், ரெண்டாமிடம் நாய்களுக்கு, அதுக்குப் பிறகுதானே நாங்கள்” என மணியமண்ணையும் இரகசியக் குரலில் குசுகுசுத்தார்.

“இதை ஏன் அண்ணே இவ்வளவு இரகசியமா சொல்லுறிங்கள்?” வேண்டுமென்றே சத்தமாகக் கேட்டான் குணா.

“அட சத்தம் போடாதையடா, எல்லாம் ஒரு தற்காப்புக்குத்தான். இவளவையளுக்குத் தெரியாத விசயங்களை நாங்களாவே எடுத்துக் குடுத்து மாட்டிக்கொள்ளக்கூடாது கண்டியே” எனப் பம்மிய மணியமண்ணையைப் பார்த்த மற்றவர்களாற் சிரிப்பை அடக்க முடியவில்லை.

“என்ன அங்கால ஒரே கும்மாளமாக இருக்குது?” கேட்டபடியே சந்திரா அக்கா எழுந்துவரவும், குணாவின் அலைபேசியும் ஒலி எழுப்பியது. அதனைக் காதில் ஒற்றிக்கொண்டு வெளியே சில அடிகள் நடந்தவாறு கதைத்துவிட்டு மீண்டும் உள்ளே வந்த குணாவுக்கு சிவநேசனிடமிருந்து வந்த செய்திக்கு இங்கே சந்தோஷத்தை வெளிப்படுத்துவதா? துக்கத்தை வெளிப்படுத்துவதா? என்ற குழப்பமான மனநிலையே ஏற்பட்டது. சிங்களவர்களுடன் சேர்ந்து இயங்கும் தமிழர்கள் மீது அவனுக்குக் கோபம் இருந்தபோதும், அதற்கான கொலைகள் தமிழினத்துக்கு விமோசனமா? விஷப்பரீட்சையா? என்ற கேள்வியும் அவனுள் எழுந்தது. உள்ளே வந்த குணாவின் முகமாற்றத்தை அவதானித்த நிமலன் கேட்டான், “என்னடா மச்சி ஏதும் சிக்கலே?”

"ம், நீலன் திருச்செல்வத்தின்ர கதையும் சரியாம், தற்கொலைக் குண்டு தாக்குதலாம்" என்ற குணாவின் வார்த்தைகள் எல்லோரையும் ஒருகணம் உறையவைத்தது.

"ஐ... ஐயோ! உண்மையாவே?" கூழ்ச் சட்டியைத் தவறவிட்ட விஸ்வாவின் கைகள் அனிச்சையாகத் தலையைத் தாங்கிப்பிடித்தன.

"ஓமண்ணை..." என்ற குணா முகத்தைத் தொங்கப் போட்டபடி நின்றான்.

"ஐயோ! எவ்வளவு அறிவாற்றல் உள்ள மனுசன்" என ஆற்றாமையுடன் கைகளை உதறி எழுந்தான் விஸ்வா.

"அது மட்டுமே, சர்வதேச அளவில மதிப்புப்பெற்ற நல்லதொரு அரசியல்வாதியுமல்லே, ச்ச... என்ன அநியாயமடா இது" எனத் தலையை உதறியவாறு குந்தியிருந்தார் மணியமண்ணை.

"அப்ப தீர்வுப் பொதியின்ர கதையும் சரியே! ச்ச... இவங்கட இந்தப் போட்டுத்தள்ளுற போக்கு எங்கபோய் முடியப்போகுதோ தெரியாது" என்ற நிமலனும் எரிச்சலுடன் பிடரியைச் சொறிந்தான்.

"ஆ... வேறயெங்க, புலிகளின்ர இந்தப் போக்கு அடக்குமுறையாளர்களான சிங்கள இனவாதிகளை நேர்மையானவர்களாகவும், அடக்குமுறைக்கு எதிரான தமிழ்ப் போராளிகளை நேர்மையற்றவர்களாகவும் தான் இந்த உலகத்துக்குக் காட்டப்போகுது" என்றான் இறுகிய முகத்துடன் விஸ்வா.

"சரி... சரி... அறிவால வாங்கக் கூடியவங்களை எல்லாம் போட்டுத்தள்ளிப் போட்டு, ஆயுதத்தாலயாவது வாங்குறாங்களா எண்டு பார்ப்பம். நாங்கள் இங்கயிருந்து முக்கினாப்போல அங்க ஒண்டும் நடக்கப்போறதில்ல. அதவிட்டுப்போட்டுக் கூழைக் குடியுங்கடாப்பா ஆறப்போகுது" என அந்த உரையாடலுக்கு முற்றுப்புள்ளி வைத்தார் மணியமண்ணை.

குணா வீட்டுக்கு வந்தபோது வெளிமாடத்தில் கோழிப் பொரியலிலிருந்து ஆவி பறக்க வைன் போத்தலும் கையுமாகக்

களிப்புடன் குந்தியிருந்த மூர்த்தியர், "குணா இங்க வாரும் ஐசே, நியூஸ் கேள்விப்பட்டீரே?" எனக் குஷியான குரலில் கேட்டார்.

"ஓமண்ணே, சிவநேசன் தான் சொன்னவன்."

"ச்ச... சொல்லி வேலையில்ல, அருமையான சம்பவம். புலிகள் எண்டால் ஆரெண்டு காட்டிப்போட்டாங்கள் பாத்தியே, இந்த ஒட்டுக்குழு நாய்களுக்கெல்லாம் இதுவொரு பாடமாக இருக்கவேணும்" என உதட்டைக் கடித்தவாறே வைன் போத்தலைச் சரித்துக் கிளாசில் ஊற்றினார். அது இரத்தச் சிவப்பாய்க் கிளாசை நிறைத்துக்கொண்டது.

"ஓம் அண்ணை. ஆனால், இப்படியான ஜனநாயக விரோதப் போக்குகள் எங்கட போராட்டத்துக்குப் பின்னடைவைத் தந்திருமாம் எண்டெல்லே சிலபேர் சொல்லுகினம்" எனத் தாழ்ந்த குரலில் முனகினான்.

"சீச்...சி... இதெல்லாம் களையெடுப்படா தம்பி. இந்தக் களைகளால் தான் போராட்டத்துக்குப் பின்னடைவு. களையெடுத்தாற் தான் ஈழப் பயிர் செழிப்பா வளரும். உந்த டக்ளஸ் தான் நெடுகிலும் தண்ணி காட்டிக்கொண்டு திரியிறான். ஆனால், அவற்ற ஆட்டமும் கனகாலத்துக்கில்ல. இருந்து பாரும் அவருக்கும் கெதியா இருக்குது" எனப் பற்களை நறுமிக்கொண்டார் மூர்த்தி. அங்கு அவர்கள் சொன்னதுதான் சரியானது போல் இருந்தது. இங்கு இவர் சொல்வதும் சரியானது போல் இருக்கிறதே! குணாவுக்கு ஒரே குழப்பமாக இருந்தது.

• • •

பேறுகாலமும் நெருங்கிக்கொண்டிருந்தது. அம்மாவின் வயிற்றில் இருந்தபடியே அப்பாவின் முகத்தில் உதைத்து விளையாடிக்கொண்டிருந்தாள் செல்ல மகள். வவுனியாவிலிருந்து சரக்குத்தூள், கோப்பித்தூள், நல்லெண்ணெய் எனப் பிள்ளைப்பேற்றுக்குத் தேவையான பத்தியச் சாமான்கள் எல்லாம் பார்சல்களில் வந்து இறங்கிக்கொண்டிருந்தன.

மருத்துவர் குறித்துக்கொடுத்த திகதிக்கு ஐந்து நாட்களுக்கு முன்பே ஒரு மாலைப்பொழுதில் குணா வேலைக்குச் சென்ற சற்றுநேரத்திலேயே சாதுவான வயிற்று வலியை உணர்ந்தாள்

ஆதிரா. ஒன்பது மாதங்கள் வயிற்றுக்குள்ளேயே வைத்துப் பொத்திப் பொத்தி பாதுகாத்த தன் குழந்தையை இப்போது வெளியேற்றும் தருணம் வந்துவிட்டதாகவே எண்ணிக்கொண்டாள். அந்தச் சந்தோஷத்தை அனுபவிக்கவிடாமல் அவளைப் பெரும்பயம் கவ்வியிருந்தது. குணாவை அழைப்பதா, வேண்டாமா என்ற இரு மனதுடன் தன்னந்தனியாய்த் தவித்தாள். சிறிது நேரம் பொறுத்துப் பார்த்தவள் வலி மேலும் அதிகமாகிக்கொண்டே இருப்பதை உணர்ந்து அவனை அலைபேசியில் அழைத்து அழுதாள். அடுத்த பதினைந்தாவது நிமிடத்தில் பறந்து வந்த குணா அவளைக் காரில் ஏற்றிக்கொண்டு வைத்தியசாலைக்குப் பறந்தான். வைத்தியசாலையை அடைந்தபோது அவளுக்கு வலி சற்றுக் குறைந்தது போலிருந்தது.

அங்கே ஆதிராவை முன் பரிசோதனை செய்தவர்கள் “இன்று குழந்தை பிறக்க வாய்ப்பில்லை. வீட்டுக்குப் போய்விட்டுக் குத்து அதிகமானால் மீண்டும் வாருங்கள்” என்றார்கள். மருத்துவர் குறித்த திகதிக்கு இன்னும் ஐந்து நாட்கள் இருக்கிறதுதானே என எண்ணிய குணாவும் அவளை அழைத்துக்கொண்டு வீட்டுக்குப் புறப்பட்டான். காரில் வந்து ஏறியதுமே அவளுக்கு மீண்டும் குத்தெடுத்தது. அவள் கதறிய கதறலும், துடித்த துடிப்பும் குணாவைக் கலங்கடித்தது. அவளைத் தோளிற் தாங்கியவாறே மீண்டும் வைத்தியசாலைக்குள் நுழைந்தவன், அவளை ஒரு இருக்கையில் இருத்திவிட்டு அவளின் முதுகை ஆதரவாக வருடியபடி அருகிலேயே நின்றுகொண்டான். சிறிது நேரத்தில் வலி குறைந்து அமைதியானாள். நேரத்தைப் பார்த்தான். மாலை ஆறு ஆகியிருந்தது. எதற்கும் கொஞ்சநேரம் இருந்து பார்த்துவிட்டுப் போவதுதான் நல்லதெனத் தோன்றியது. ஒரு இருபது நிமிட அமைதியின்பின் மீண்டும் அலறித் துடித்தாள் ஆதிரா.

“ஐயோ அப்பா என்னால ஏலாது. பாத்ரூம் எங்க இருக்கு?” எனக் கேட்டவளைத் தாங்கிப்பிடித்தபடி மலசலகூடத்துக்கு அழைத்துச் சென்றான். அதன் வாசலை நெருங்கியபோதே “ஐயோ கடவுளே என்னால ஏலாது” என அடிவயிற்றை பிடித்தவாறு அவனது தோளிற் சாய்ந்தாள். அவளை அப்படியே சரித்து ஒரு கையால் முதுகைத் தாங்கியபடி மறு கையைத் தொடைகளின் பின்புறத்தை அணைத்து அவளைத் தூக்க

முயற்சித்தபோது கைகளில் ஈரத்தன்மையை உணர்ந்தவன் அவளது உடையை விலத்திப் பார்த்தான். அவளது கால்களில் பிசுபிசுத்த திரவம் வடிந்துகொண்டிருந்ததைக் கண்டதுமே பனிக்குடம் உடைந்துவிட்டது என்பதை உணர்ந்துகொண்டான். அவளைத் தாங்கிப்பிடித்தபடியே நின்று அவ்விடத்தைக் கடந்து சென்ற ஒரு தாதியிடம் விடயத்தைக் கூறிய அடுத்த நிமிடமே ஆதிரா பிரசவ அறைக்குக் கொண்டு செல்லப்பட்டாள்.

"ஐயோ! என்ர ஐயோ! என்னால தாங்க முடியவில்லையே! ஐயோ! என்ர கடவுளே!" எனக் கத்திக் குழறியவாறே அவள் படுத்திருக்க, அருகில் குனிந்து நின்று அவளின் தலையைத் தடவிக் கொடுத்தபடியேயிருந்தான் குணா. ஆறு மணியிலிருந்து இரவு பதினொரு மணிவரையும் இதே நிலைதான் நீடித்தது. நீண்ட நேரமாகக் குனிந்த நிலையிலேயே நின்ற குணாவின் இடுப்பும் வலியெடுக்க ஆரம்பித்துவிட்டது. ஐந்து மணித்தியாலங்களாக அவளும் வலியால் துடித்துக்கொண்டிருக்கின்றாள். அடிக்கடி உள்ளே வந்த மருத்துவரும், தாதிமாரும் கருப்பைச் சுருக்கம், குழந்தையின் இதயத் துடிப்பு மற்றும் தாயின் நாடித் துடிப்பு, குருதியமுக்கம் போன்றவற்றை அளவிட்டுக்கொண்டே இருந்தார்கள். பத்து நிமிடங்கள் கீழ் உதட்டைக் கடித்து கண்களை இறுக மூடியபடி அமைதியாக படுத்திருப்பதும், அடுத்த பத்தாவது நிமிடத்தில் அவலக் கூச்சலிடுவதுமாக ஆதிரா துடியாய்த் துடித்துக்கொண்டிருந்தாள்.

"அப்பா இனியும் ஏலாது. ஐயோ என்னால தாங்க முடியயில்ல ஆப்பரேசன் பண்ணிக் குழந்தையை எடுக்கச் சொல்லுங்கோ" எனக் கத்தவும் குரலற்று ஈனஸ்வரத்தில் முனகினாள். பிரசவவலி அவளை மரணத்தின் விளிம்புவரைக் கொண்டு சென்றது. வார்த்தைகளால் வர்ணித்துவிட முடியாத வேதனையில் அவள் துடிதுடிப்பதைக் காணச் சகிக்காத அவனது இதயத் துடிப்பும் பன்மடங்காகியது. அவளது கால்கள் இரண்டும் அகட்டி விரித்து உயர்ந்த நிலையில் வைக்கப்பட்டிருந்தன. கருப்பை விரிய விரிய நரம்புகள் முறுக்கப்பட்டு வயிற்று வலியும், இடுப்பு வலியும் மேலும் அதிகமாகிக்கொண்டே இருந்தன. இரவு பன்னிரண்டு மணியும் தாண்டி அடுத்த நாளும் பிறந்துவிட்டது. குழந்தையோ பிறந்தபாடாய் இல்லை. ஆதிரா மிகவும் களைத்துப்போயிருந்தாள். மீண்டும் ஒரு மணியளவில்

வந்த மருத்துவர், குழந்தை வயிற்றுக்குள் திரும்பிய நிலையில் இருப்பதாகக் கூறியதுடன், வயிற்றில் கையை வைத்துப் பிசைந்து குழந்தையின் தலைப் பகுதியைப் பிறப்புறுப்பின் பக்கமாகத் திருப்ப முயற்சித்தார்.

"ஐயோ! வெட்டி எடுக்கச் சொல்லப்பா, வயித்தை வெட்டி எடுக்கச்சொல்லு." வலி தாங்க முடியாமல் குணாவின் முடியைப் பிடித்து உலுப்பினாள் ஆதிரா. குணாவால் இப்போது நிமிரவே முடியாத நிலை. நாரிப்பிடிப்பு ஏற்பட்டு முதுகை நிமிர்த்த முடியாமல் குனிந்த குனியிலேயே நின்றான். பசி, தாகம், நித்திரையின்மை என அவனும் மிகவும் களைத்துப்போயிருந்தான்.

"யா... கமான்... கமான்... புஷ் அப்... புஷ் அப்..." கத்தினாள் தாதி.

"முக்கு... முக்கு... நல்லாத் தம்பிடிச்சு முக்கு..." குணாவும் சேர்ந்து கத்தினான்.

"குழந்தையின்ர தலை திரும்பிற்றுது, இனி வெளிய வந்திரும் அவளை நல்லா முக்கச்சொல்லு" எனக் குணாவுக்குக் கட்டளையிட்டாள் தாதி.

பிரசவ அறை பரபரப்பானது. "நல்லா மூச்சை இழுத்துத் தம்பிடித்து முக்கு. குழந்தை வெளிய வரப்போகுது முக்கு... முக்கு... நல்லா முக்கு..." குணாவும் சேர்ந்து முக்கினான்.

"யா... யா... கூடெ கொம்மர் உத்தே, கொம் இயன்... புஸ் ஒப்... புஸ் ஒப்..." குழந்தையின் தலையை கையில் ஏந்தியவாறே கத்தினாள் தாதி.

"முக்கம்மா... முக்கு. தலை வெளிய வந்திட்டுதாம், இன்னும் கொஞ்சம் தான் முக்கு... முக்கு..." ஆதிராவின் கன்னங்களைப் பொத்திப் பிடித்தபடியே கெஞ்சலாகக் கத்தினான். குழந்தையின் தலை வெளியே வரவும் வலியின் உச்சத்தை அனுபவித்த ஆதிரா குணாவின் உயிரையும் வாங்கி, தன் உயிரையும் பணயம் வைத்து உடலில் உள்ள சக்திகளையெல்லாம் ஒன்று திரட்டித் தம்பிடித்து முக்கி உந்தித்தள்ளினாள் தன்னிலிருந்து தன் மகளை இவ்வுலகுக்கு. வீரிட்டு அலறிய குழந்தையின் குரலில் தாயின் அலறல் அடங்கிப்போனது. ஆழமாக மூச்சை இழுத்து

விட்டபடி அரை மயக்க நிலையில் படுத்திருந்தாள் ஆதிரா. குழந்தையைப் பார்த்ததும் குணாவின் முதுகு எப்படி நிமிர்ந்ததோ தெரியவில்லை. எல்லாக் களைப்பும் கலைந்து நிமிர்ந்து நின்றான். தந்தையின் கையாலேயே தாயையும், மகளையும் இன்னமும் தொடுத்து வைத்திருந்த தொப்புள்க் கொடியும் துண்டிக்கப்பட்டது. சினிமாப் படங்களில் வருவதுபோல் குழந்தையைத் தவறுதலாக மாற்றி விடுவார்களோ! என்ற பயத்தில் குழந்தையைக் குளிப்பாட்டி உடைகள் அணியும்வரையும் வைத்தகண் வாங்காமல் அவ்விடத்திலேயே நின்றான்.

பிஞ்சுக் குழந்தையைத் தாதியிடமிருந்து வாங்கியபோது மகளின் மென்மையான சருமம் அவனை மெய்சிலிர்க்க வைத்தது. குழந்தையின் ரோஜா இதழ்போன்ற பிஞ்சுப் பாதங்களை உதட்டோடு ஒற்றிக்கொண்டபோது தன் பிறப்புக்கும், தான் வாழ்ந்த வாழ்வுக்கும் ஒரு அர்த்தம் கிடைத்துவிட்டதாகவே உணர்ந்தவன், மறுபிறப்பெடுத்து இன்னொரு குழந்தையாய்ப் படுத்திருந்த மனைவியை மிகுந்த பரிவோடு பார்த்தான். இத்தனை மாதங்களாய் வயிற்றுக்குள்ளேயே வைத்துப் பொத்திப் பொத்திப் பாதுகாத்த தன் மகளைப் பார்க்கும் ஆவலில் தலையை நிமிர்த்தியவளிடம் குழந்தையைக் காட்டினான் குணா. இத்தனை வேதனைகளுடனும் குழந்தையைப் பார்த்தவளின் முகம் பவுர்ணமி நிலவு போல் பிரகாசித்தது. அந்தப் பிஞ்சுக் கன்னத்தில் அன்னையின் முதல் முத்தம் பதிந்தது. மீண்டும் குழந்தையை வாங்கிய தாதி தாயின் திறந்த மார்பில் குப்புறப் படுக்க வைத்தாள். குழந்தையின் தலையை மென்மையாக வருடியபடியே களைப்பில் கண் மூடிப் படுத்திருந்தாள் ஆதிரா. அந்தத் தாய்மையின் அழகை ரசித்தபடி மெல்லக் குனிந்து அவளது நெற்றியில் முத்தமிட்டான் குணா. அப்போது சட்டெனத் திறந்த அவளது விழிகள் அவனைப் பரிவோடு பார்த்துவிட்டு, மீண்டும் மூடிக்கொண்டபோது இமைமடல்கள் பிதுக்கித் தள்ளிய நீர்த்துளி அவளின் காதுமடல்வரை நீண்டு இறங்கியது. பெண்கள் மீது குணா கொண்டிருந்த மதிப்பையும், மரியாதையையும் இன்னும் பன்மடங்காக அதிகப்படுத்தியிருந்தது இப் பிரசவம்.

“என்ன தம்பி சுகப்பிரசவம் தானே? தாயும், மகளும் நல்லா இருக்கினந்தானே?” அக்காவின் கேள்விக்கு எப்படிப் பதிலளிப்பதெனத் தெரியாமல் ஒருகணம் தடுமாறி நின்றான்.

எப்படிச் சொல்வான் இதை சுகப்பிரசவமென்று. முன்பு ஊரில் அக்காவுக்குக் குத்தெடுத்தபோது அக்காவையும், அம்மாவையும் முதல்நாளே கூட்டிக் கொண்டுபோய்ப் பெரியாஸ்பத்திரியில் விட்டுப்போட்டு, அடுத்தநாள் மருமகன் பிறந்ததும் போய்ப் பார்த்துவிட்டு வந்து சுகப்பிரசவமெனச் சொல்லி அத்தான் ஊருக்கெல்லாம் கற்கண்டு கொடுத்தது மாதிரியான அனுபவம் மட்டுமே இங்கு இவனுக்கும் ஏற்பட்டிருந்தால் இவனும் சொல்லித்தானிருப்பான் 'சுகப்பிரசவம்' என்று.

வேலையில் ஒரு மாதகால லீவு எடுத்துக்கொண்டு மனைவியையும், மகளையும் கண்ணும் கருத்துமாய்க் கவனிப்பதையே வேலையாய்க் கொண்டிருந்தான். புழுங்கலரிசிச் சோறும் சமைத்து, நல்லாத் தாய்ப்பால் சுரக்குமென நோர்வேயில் பிரபல்யமான 'க்வேத்த' மீனில் வாழ்வில் முதற் தடவையாக சரக்குக் கறியும் சமைத்து மனைவிக்குப் பரிமாறினான். மகளுக்கு நப்பீன் மாற்றுவதிலிருந்து குளிக்கவார்ப்பது காது, மூக்குப் பிடிப்பது வரை அனைத்து வேலைகளையும் அவனே சலிப்பின்றி ஆசை ஆசையாகச் செய்தான். மகள் மீதும், தன் மீதும் அவன் காட்டும் அன்பும், அரவணைப்பும் குடும்பத்தின் மீது அவனுக்கிருந்த அக்கறையும் ஆதிராவுக்குள் ஆனந்தத்தை அள்ளித் தெளித்தது. இந்தத் தாய்மை தன்னை மிகவும் பெறுமதி மிக்கவளாக ஆக்கியிருப்பதாய் அவளும் உணர்ந்தாள்.

வீட்டு வேலைகள், வெளி வேலைகள், படிப்பு என்று உடலால் மட்டுமன்றி, பொருளாதார நெருக்கடிகளாலும் மனதளவிலும் மிகவும் களைப்படைந்திருந்தான் குணா. ஆனாலும், வாழ்க்கைச் சந்தடியில் பொதுவியக்கம் கொண்டு ஓடினான்... ஓடினான்... ஓடிக்கொண்டே இருந்தான். கனவுகளும் அவனைத் துரத்திக்கொண்டே இருந்தன.

தாய்நாட்டு நிலைமைகளும் மிகவும் மோசமானதாகவே இருந்தது. அரசியல் தீர்வுகள் பற்றிய எதுவித அக்கறையுமற்ற அரசு பொருளாதாரத் தடைகள், இராணுவக் கட்டவிழ்ப்புகள், விமானக்குண்டு வீச்சுக்களென மிக மோசமாக இரும்புக்கரம் கொண்டு தமிழர்களை நசுக்குவதிலேயே குறியாக இருந்தது. எது வந்தபோதும் கொண்ட கொள்கையிலிருந்து தளராத புலிகளும்

சளைக்காது தொடர்ந்தும் எதிர்ப்போர் நடாத்தியவண்ணமே இருந்தார்கள்.

அன்று மாலை குணா கடையில் சாமான்கள் வாங்கிக்கொண்டு நின்றபோது கைத்தொலைபேசிக்கு ஆதிராவின் அழைப்பு வந்தது. "என்னப்பா கொழும்பில தற்கொலைக் குண்டு வெடிச்சிருக்காம், சந்திரிக்காவுக்கு ஏதோ ஆபத்துப்போல. நான் நோர்வேஜிய செய்தியில தான் பார்த்தனான் வடிவா விளங்கயில்ல. நீங்கள் ஏதும் அறிஞ்சனீங்களே?" பரபரப்புடன் கேட்டாள்.

அவசர அவசரமாக வீட்டுக்கு வந்தவன் செய்தியை அறியும் ஆவலுடன் விறுவிறுவெனப் படியேறி நேராக மூர்த்தியிடமே சென்றான். அங்கே அவர் அணில் ஏறவிட்ட நாய் போல ஒரு நிலையில்லாமல் குறுக்கும் நெடுக்குமாக ஹோலுக்குள் நடந்துகொண்டிருந்தார்.

"குண்டேதோ வெடிச்சதாம், எங்கயண்ணே?" என்றான்.

"ச்ச... பிழைச்சுப் போச்சடாப்பா" என நாக்கைக் கடித்து நின்றார்.

"ஏன்? என்ன நடந்தது?" குணாவும் கேள்விக் குறியாய் நின்றான்.

"கொழும்பு நகரசபைக்கு முன்னால நடந்த சந்திரிக்காவின்ர கூட்டத்தில எங்கட தற்கொடைப் போராளி குண்டோட பாயக்க பொலிஸ்காரன் உசாராகி ஆளைத் தடுத்திருக்கிறான். அதுதான் கொஞ்சம் பிழைச்சுப் போச்சு அரும்பொட்டில சந்திரிக்கா தப்பீற்றாளாம். இருந்தாலும், கண் ஒண்டு போயிற்றுதாம். ச்ச... அடி சொலிற்றா விழுந்திருந்தால் இண்டைக்கு அந்தமாதிரித்தான் இருந்திருக்கும்" எனக் கைகளை பிசைந்தார் மூர்த்தி.

கைக்கு எட்டியது வாய்க்கு எட்டாமற் போன ஏமாற்றத்தில் "அட சவத்த..." எனக் குணாவும் உச்சுக்கொட்டினான்.

"சந்திரிக்காவைப் போட்டிருந்தால் அடுத்துப் பதவிக்கு வாறவங்களுக்கு ஒரு பாடமா இருந்திருக்கும். பயத்திலையாவது ஒரு தீர்வைத் தந்திருப்பாங்கள். ச்சே... எல்லாம் நாறிப்போச்சு, அடிபட்ட பாம்பு இனிச் சும்மா இருக்காது, எங்க என்ன

நடக்கப்போகுதோ!" என்ற மூர்த்தியர் நகத்தைக் கடித்துத் துப்பினார்.

"ஓமண்ணை... இனிப் பாம்பு எங்க கொண்டுபோய் விஷத்தைக் கக்குதோ தெரியாது. கண்டபடி குண்டுகளைக் கொண்டுபோய்க் கொட்டிக் குழந்தை குஞ்சுகளைத்தான் கொல்லப்போறாங்கள்" என அங்கலாய்த்தபடியே குணாவும் வீட்டுக்குத் திரும்பினான்.

◉

2000

"இரண்டாயிரமாம் ஆண்டோடு உலகம் அழிந்துவிடும்." அண்மைக் காலமாக இந்த வார்த்தைகளைப் பேசாத வாய்களும் இல்லை. கேட்காத காதுகளும் இல்லை, வாழ்வின் மீதான சலிப்பா? அல்லது, வாழ்தலின் மீதான அதீத பிடிப்பா? இதில் ஏதோ ஒன்றுதான் மனிதர்களை இப்படியெல்லாம் சிந்திக்கவும், பேசவும் வைக்கிறது. உலக அழிவைக் கற்பனையில் சித்தரித்த ஹாலிவுட் படங்களை மண்டைக்குள் போட்டுவைத்திருந்த குணாவின் மனதுக்குள்ளும் சிறு கலக்கம் இருக்கத்தான் செய்தது. முன்புபோல் அவன் தனி மனிதனாக இருந்திருந்தால் எதற்குமே அஞ்சியிருக்கான். இப்போது அவனொரு தந்தையாக, குடும்பத் தலைவனாக அழிவுக்கு அஞ்சினான். ஒவ்வொருவருக்கும் வாழ்வின் ஏதோவொரு கட்டத்தில் வாழ்தலின் மீதான பிடிப்பும், நம்பிக்கையும் ஏற்பட்டுவிடும். குணாவுக்கும் அந்த நம்பிக்கையும், பிடிப்பும் தன் பிஞ்சு மகளின் முகம் பார்த்த அன்றைக்கே ஏற்பட்டுவிட்டது. இரண்டாயிரமாம் ஆண்டு தை மாதம் முதலாம் திகதி அதிகாலை குணா கண் விழித்தபோது உலகம் அழியாமலேயே இருந்தது.

வருஷம் பிறந்து ஐந்தாம் நாளே மூத்த தமிழ் அரசியல்வாதியும், சந்திரிக்காவின் தாயார் சிறிமாவோ பண்டாரநாயக்காவினால் களுபுத்தா (கருப்பு மகன்) எனச் செல்லமாக அழைக்கப்பட்டவருமான குமார் பொன்னம்பலம் அவர்கள் சிறிமாவோவின் மகளின் ஆட்சியில் கொழும்பில் வைத்து இனம் தெரியாதோரால் சுட்டுக்கொல்லப்பட்டார் என்ற அதிர்ச்சியான செய்தி வந்தது. சிங்கக் கோட்டைக்குள் இருந்தவாறே புலிகளுக்காக உறுமிய குரல்வளையை அறுத்த சிங்களத்தின் சதியைக் குணாவாலும் அவனது நண்பர்களாலும் சகித்துக்கொள்ளவே முடியவில்லை. இதற்குப் பழிக்குப் பழிவாங்குவதற்கு இவர்களுக்கு இருந்த ஒரே வழி பார்த்துப் பாராமல் பணத்தை வாரிவழங்கி புலிகளைப் பலப்படுத்துவதாகவே இருந்தது. அதற்கும் கைமேற் பலன் கிடைத்தது. பண பலத்துடன் ஆயுதங்களை வாங்கிக்குவித்த புலிகள் பீரங்கிப் படையணி, விமான எதிர்ப்புப் படையணி எனப்

பலவிதமான படையணிகளின் உருவாக்கத்துடன் தரையிலும், கடலிலும் சிங்களப் படையினரை ஓட ஓட விரட்டியடித்த வெற்றிக்களங்களையும் கண்டார்கள். வெற்றிச் செய்திகளைப் புலிகளின் ஊடகங்கள் நாளாந்தம் அறிவித்தவண்ணமே இருந்தன. அது மட்டுமன்றி இரண்டாயிரமாம் ஆண்டைப் புலிகள் வான்புலிகள் ஆண்டாக அறிவித்திருந்த செய்தியானது இங்கு எல்லோர் மனதிலும் மிகுந்த உற்சாகத்தை ஏற்படுத்தியிருந்தது.

“அடேய் மச்சி! ஒரு பக்கம் தரைப்படை தாளிக்குது. மற்றப் பக்கம் கடற்படை கடைஞ்செடுக்குது. போதாக்குறைக்கு வான்படையும் வந்தெல்லே வறுத்தெடுக்கப்போகுதாம். எதுக்கும் காசைக் கீசை சேர்த்து வையடாப்பா கெதியில தமிழீழத்தில போய் இறங்கலாம் போலயிருக்கு” எனக் கருவேப்பமிலை வாங்கப்போன இடத்தில் தமிழ்க்கடையில் கண்ட தேவகன் உற்சாகத்துடன் கூறினான்.

“ஓமடாப்பா நானும் கேள்விப்பட்டனான் தான். சங்கர் அண்ணையின்ர தலைமையில வான்படைக்கான வேலைகள் மும்மரமா நடக்குதாமெண்டு. முப்படையும் இறங்கினால் பிறகென்ன தனிநாடு தான்” எனக் குணாவும் தன் பங்குக்கு எடுத்துவிட்டான்.

“கதையோட கதை மச்சி, எனக்குமெல்லே வாறகிழமை பெட்டி வரப்போகுது. அதுதான் சாமான், சக்கட்டுகள் வாங்கவெண்டு வந்தனான்” என மலர்ந்த முகத்துடன் கூறினான் தேவகன்.

“அட அப்பிடியே! வாழ்த்துக்களடா மச்சி, அப்ப கெதியில கலியாணச் சாப்பாடொண்டு இருக்கெண்டு சொல்லுற?”

“ஓ... இன்னும் நாளொண்டும் வைக்கயில்ல, பிறகு சொல்லுவன் தானே.”

“அது சரியடாப்பா, இவன் வேந்தனுக்கு ரெண்டு மாதத்துக்கு முன்னமே பெட்டி வந்திட்டுதெண்டு கேள்விப்பட்டன். இன்னும் கலியாணக் கதையைக் காணயில்ல, என்ன பிளானாம் பிள்ளையின்ர பிறந்தநாளையும், கலியாணத்தையும் ஒண்டாச் செய்யப்போறானாமே?” எனக் குணா கேட்டதுமே சங்கடத்தில் நெளிந்த தேவகன் அக்கம் பக்கம் பார்த்தவாறு ஆளரவமற்ற

ஒதுக்குப்புறமாகக் குணாவை அழைத்துச் சென்று, "அதெல்லே சிக்கலாப் போச்சடாப்பா, இந்த விஷயம் ஒருத்தருக்கும் தெரியாது. நீ கேட்டபடியாச் சொல்லுறன் கதையை வெளிய விட்டிராத சரியே" என்றானவன் இரகசியக் குரலில்.

"ஏன்ராப்பா, என்ன நடந்தது?" குணாவும் குரலை தாழ்த்தியே கேட்டான்.

"அது பெரிய கதையடாப்பா, இவன் மச்சாளைக் கட்டமாட்டான் எண்டு சொன்னதும் தாய், தகப்பன் புரோக்கர் மூலமாப் பேசி முற்றாக்கி ஒரு பெட்டையை இங்க அனுப்பிவிட்டுதுகள். அவள் வந்த மூண்டாம் நாளே ஜெர்மனியில இருந்து வந்த ஒருத்தன் இரவோட இரவா அவளைக் கிளப்பிக்கொண்டல்லே போயிற்றான்."

"என்னடா சொல்லுற?" வாயிற் கை வைத்து திகைத்துப்போய் நின்றான்.

"ஓமடா அது கனகாலத்து லவ்வாம். ஜெர்மனியில இருந்து அவனால ஸ்பொன்சர் பண்ண முடியாத நிலையாம், பெட்டையின்ர வீட்டுக்கும் இந்த லவ் மேட்டர் தெரியாதாம். அதுதான் அவள் வேந்தனைப் பாவிச்சு இங்க வந்துபோட்டு லவ்வரோட எஸ்கேப் ஆயிட்டாள்."

"அட அநியாயத்தே, இப்பிடியெல்லாமா கூத்துக்கள் நடக்குது."

"ஓமடாப்பா அவனைப் பார்க்கவும் பாவமாத்தான் இருக்கு, நாங்களென்ன செய்யிறது. சரி... சரி... நீ இதை ஒருத்தருக்கும் சொல்லிப்போடாத சரியே" எனத் தங்கமலை ரகசியத்தைச் சொன்னதுபோல் முழியைப் பிரட்டி தலையை ஆட்டிவிட்டுச் சென்றான்.

• • •

எப்படியும் வாழலாம் என்றில்லாமல், இப்படித்தான் வாழவேண்டும் என்ற வரையறைக்குள் கட்டுண்டு வாழ்வதொன்றும் இலகுவானதல்ல, கனவுகளைச் சுமந்துகொண்டு காலத்தைக் கடத்துவதென்பது மிகவும் கடினமானதாகவே இருந்தது குணாவுக்கு. பொருளாதார

நிலைமைகள் அவனைப் போட்டு அமிழ்த்தியது. வீட்டு வாடகை, சாப்பாடு, மின்சாரக்கட்டணம், தொலைபேசிக்கட்டணம், கார், காப்புறுதியென வரவுக்கு மீறிய கட்டாயச் செலவுகள் சம்பளத் திகதிக்காகக் காத்துக் கிடந்தன, முன்புபோல் ஊருக்குப் பணம் அனுப்பமுடிவதில்லை. அம்மாவுக்குப் பணம் அனுப்பியே நீண்ட காலமாகிவிட்டது. இந்த இக்கட்டான நிலைமையில் முன்புபோல் உறவினர், நண்பர்கள் யாரவது உதவி கேட்டுவிடுவார்களோ என்றெண்ணிக் கலங்கியவன் நாட்டிலிருந்து வரும் தொலைபேசி அழைப்புகளுக்குப் பதிலளிக்கவே அஞ்சினான். அவன் ஒருபோதும் மற்றவர்களுக்கு உதவுவதற்குப் பின் நின்றதில்லை. இவையெல்லாம் அவனுக்குப் புதுவிதமான அனுபவங்களாக இருந்தன. அதைவிடவும் ஆதிராவின் குடும்பத்திற்கும் உதவவேண்டிய தேவையிருந்தது. அதனையும் அவன் மறந்துவிடவில்லை. இந்தப் பொருளாதாரச் சுமையைக் குறைப்பதற்காக அவன் வேலை, வேலையென்று ஓடிக்கொண்டே இருக்க, வீட்டில் மனைவியும், பிள்ளையும் அவனுக்காகக் காத்துக்கிடக்க நேர்ந்தது. கணவனின் அருகாமையை இழந்துகொண்டிருப்பதை உணர்ந்த ஆதிராவும் அவனது நிலைமை புரியாமல் ஒருகட்டத்தில் தனது சினத்தை வெளிப்படுத்தினாள்.

“என்னப்பா நீங்க வீட்டிலேயே இருக்கிறீங்க இல்லையே, எப்ப பார்த்தாலும் வேலை வேலையெண்டு தானே ஓடித்திரியிறியள்” என்ற ஏக்கம் நிறைந்த அவளது வார்த்தைகள் அவனை வதைத்தபோதுதான் அவளின் மன நிலையையும் புரிந்துகொண்டான். அப்போதுதான் தனக்கு ஏற்பட்டிருக்கும் பொருளாதார நெருக்கடியை அவளிடம் சொல்லிக் கொஞ்சக் காலத்துக்கு இந்த நிலைமையை அனுசரித்துக் கொள்ளும்படியாக வேண்டினான். அதனைப் புரிந்துகொண்ட ஆதிராவும் அவனுக்காக வருத்தப்பட்டதுடன், “இன்னும் கொஞ்சக் காலத்துக்குச் சமாளிச்சீங்கள் எண்டால் பிள்ளையை பார்ணகாஹனுக்கு (குழந்தைகள் பூங்கா) அனுப்பிப்போட்டு நானும் வேலைக்குப்போய் உழைச்சு எல்லாப் பிரச்சனையையும் தீர்த்துப்போடலாமப்பா நீங்கள் ஒண்டுக்கும் யோசிக்காதிங்க” என ஆறுதல் வார்த்தைகளைக் கூறி அவனது மன அடுக்கின் இருண்ட பக்கங்களுக்கு ஒளி பாய்ச்சினாள்.

குணா சாளரத்தைத் திறந்து எட்டிப்பார்த்தபோது கராச்சுக்கு வெளியே மூர்த்தியர் காருக்கு கோடைகாலச் சக்கரத்தை மாற்றிக்கொண்டு நின்றார். "என்ன அண்ணே அதுக்கிடையில சமர் டெக் மாத்த வெளிக்கிட்டாச்சுப் போல, இனிச் சினோ கொட்டாதெண்ட எண்ணமே?"

"ஓம் குணா நோர்வே வெதரையும், நோர்வேப் பெண்களையும் நம்ப முடியாது எண்டுதான் சொல்லுறவங்கள். எண்டாலும் பிறகெனக்கு நேரமிருக்காது அதுதான் இண்டைக்கே மாத்தவெண்டு வெளிக்கிட்டனான். அதுசரி நியூஸ் கேள்விப்பட்டீரே?"

"இல்லையண்ணே, ஏதும் விசேசமே?"

"பின்ன, ஓயாத அலைகள் மூண்டெல்லே துவங்கிற்றுதாம்."

"ஆஹா அப்பிடியே விஷயம்!" வாய் பிளந்து கேட்டான்.

"ஓம் ஐசே அதுவும் ஆனையிறவில எல்லே துவங்கியிருக்கு, இந்த முறை சண்டை நல்ல இறுக்கமாத்தான் இருக்கும்போல..."

"வேறயென்ன, போனமுறை பின்வாங்கின இடத்தில எங்கட ஆட்களே வலியப்போய் கை வைச்சிருக்கினம் எண்டால் சும்மா இல்ல, ஏதோ பெரிய திட்டமாத்தான் இருக்கும்."

அவர்கள் பேசிக்கொண்ட அடுத்த சில நாட்களில் எல்லோரது காதுகளும் புலிகளின் ஊடக வாய்களுக்குள்ளேயே இருந்தன. எங்கும் எவரிடத்திலும் ஆனையிறவே பேசுபொருளாக இருந்தது. தொலைபேசி நிறுவனங்களுக்கு வருமானம் எகிறியது.

"அடேய் மச்சி, பால்ராஜ் அண்ணயின்ர குறுப்தான் குடாரப்பில இறங்கிச் சனலடி அடிக்குதாம். கடற்புலிப் படகுகள் தொடர்ந்து போராளிகளைத் தரையிறக்கியபடியே இருக்குதாமெல்லே. நேவியோட அடிபட்டுக்கொண்டே ஒரே இரவில ஆயிரத்துச் சொச்சப் போராளிகளைக் கொண்டுபோய்த் தரையிறக்கிறதெண்டால் சும்மா விளையாட்டே" எனக் குருன்லாண்ட் தேனீர்க்கடையில் சுடச் சுடச் செய்தி வாசித்தான் சிவநேசன்.

“விஷயம் தெரியுமே குடாரப்பில தரையிறங்கிய எங்கட ஆட்கள் தொண்டமனாறு கடல் நீரேரியை ஊடறுத்து இத்தாவில் பகுதியில கண்டிவீதியைக் கைப்பற்றி நிலைகொண்டிருக்கினமாம், அது ஒண்டுதானாமே ஆமிக்கிருந்த விநியோகப்பாதை. இனித் தண்ணி வெண்ணி இல்லாமலே செத்திருவாங்கள் போலயிருக்கு” என அவசர அவசரமாக அலைபேசியில் வந்த தேவகனும் கள நிலவரத்தைக் கக்கினான்.

“அடேயப்பா, பளையில இருந்த ஆமியின்ர ஆட்லெறித் தளத்துக்குள்ள எல்லே கரும்புலி பாய்ஞ்சிற்றுதாம், பதினொரு ஆட்லெறிகளை அடிச்சு நொறுக்கியாச்சாம், இனி எங்கட ஆட்கள் விடாங்கள். இருந்துபார், ஆனையிறவு விழுந்திட்டுது எண்ட நியூஸ் வலுகெதியில வந்தாலும் வரும்” என்று கனநாளைக்குப் பிறகு தொடர்பில் வந்த வள்ளுவபிரபுவும் வாயாலயே அடித்து நொறுக்கினான்.

“என்ன மூர்த்தியண்ணே, குடாரப்பில பால்ராஜ் அண்ணையை ராணுவம் சுற்றி வளைச்சிற்றுதாம் உண்மையே?” ஏக்கக் கேள்வியுடன் கதவு தட்டினான் குணா.

“அடச்சி... சும்மா கிடவும் ஐசே, அரசாங்கத்தின்ர நியூசை எல்லாம் நம்பிக்கொண்டு இருக்கிறீர். வெற்றிலைக்கேணியில இருந்து குடாரப்பு வரையும் எல்லா முகாம்களையும் அடிச்சுத் தரைமட்டம் ஆக்கிப்போட்டாங்கள் எங்கட பெடியள். ஆயிரக்கணக்கான ஆமி மண்ணோட மண்ணா மாண்டுபோச்சாம், அதுக்குள்ள அவை பால்ராஜ் அண்ணையை உயிரோட பிடிக்கப் போகினமாம். இது நடக்கிற காரியமே?” எனக் காதுக்குள் ஆட்காட்டி விரலை விட்டு ஆட்டியவாறே அசட்டையாகக் கேட்டார் மூர்த்தியர்.

“அதுதானே பார்த்தனான். இவங்கள் சும்மா கதைவிடுவாங்கள். இப்ப எங்கட படையணிகளுக்கான விநியோகப் பொறுப்பையே தமிழீழ எல்லைப் படைதானாமே செய்யுதாம்” எனப் பெருமிதத்துடன் கூறிய குணாவும் மனதைத் திடப்படுத்திக்கொண்டான். இப்படியே ஏக்கமும், எதிர்பார்ப்புமாய் ஒவ்வொரு நாட்களையும் நகர்த்திக்கொண்டிருந்த ஓயாத அலைகள் மூன்று ஆரம்பித்த முப்பத்தைந்தாவது நாளில் ஆயிரக் கணக்கானவர்களின் உயிர் இழப்புகளுடன் இராணுவம் பின்வாங்கி ஓட, வரலாற்று

முக்கியத்துவம் வாய்ந்த ஆனையிறவுத்தளம் புலிகளால் வெற்றி கொள்ளப்பட்டதென்ற செய்தியானது உலகை ஆச்சரியத்தில் ஆழ்த்தியது மட்டுமல்லாமல், உலகெங்கும் புலம்பெயர்ந்த தமிழர்களையும் பெரு மகிழ்ச்சியிலும் ஆழ்த்தியது. குணாவும், நண்பர்களும் குதூகலித்து நின்றார்கள். இந்த மகிழ்ச்சியை கொண்டாட மூர்த்தியரின் வீட்டில் அவர்களுக்குப் பெரும் பார்ட்டியே நடந்தேறியது.

குணா ஆவலுடன் எதிர்பார்த்திருந்த சிவாவின் கடிதமும் வந்தது. "இந்த நிமிடம் வரை நான் நலமாய் இருக்கின்றேன் மச்சான். நீங்கள் அனைவரும் நலம் தானே. ரவியைப் பற்றிக் கேட்டு எழுதியிருந்தாய் அவன் இப்போது உள் வட்டத்துக்குள் இல்லை. முக்கியமான அலுவலாக வெளியே நிற்கின்றான். அவன் வந்ததும் உனக்குக் கடிதம் எழுதும்படியாகச் சொல்லுகின்றேன். இங்கே ஆனையிறவுத் தோல்விக்குப் பழிதீர்க்கும் நோக்கில் அரசபடைகள் எங்கள் பிரதேசங்களில் குண்டு மழையைப் பொழிந்தவண்ணமேதான் இருக்கிறது. ஆனாலும், அரச படைகளால் எங்களை நெருங்கவே முடியாது. நாங்கள் ஓயமாட்டோம். ஓயாத அலைகள் தொடர்ந்து அடித்துக்கொண்டேதான் இருக்கும். அது ஒருபோதும் ஓயாது. புலிகளின் தாகம் தமிழீழ தாயகம்" எனச் சிவா உறுதிபட எழுதியிருந்த வரிகளும் குணாவிற்குத் தென்பைக் கொடுத்தன.

சிவா எழுதியிருந்தது போலவே புலிகள் ஆனையிறவுடன் நிற்கவில்லை. தொடர்ந்து அடித்த ஓயாத அலைகள் யாழ் குடாநாட்டின் கணிசமான பகுதிகளைக் கைப்பற்றிக் கட்டுப்பாட்டுக்குள் கொண்டுவந்திருந்தது. சாவகச்சேரி, கைதடி, அரியாலை என்று கைப்பற்றி முன்னேறிய புலிகளின் அணி யாழ் நகர்ப்பகுதியிலிருந்து வெறும் மூன்று மைல் தொலைவிலேயே நின்றது. இந்தா யாழ்ப்பாணம் இன்னும் இரண்டொரு நாளில விழுந்துவிடும் என்ற நிலையில் இங்கு குணாவும், நண்பர்களும் யாழ் வெற்றியைக் கொண்டாடுவதற்குத் தயாராகிக்கொண்டிருக்க, யாழின் எந்த மூலைக்கும் தமது எறிகணைகளைச் செலுத்தக்கூடிய நிலைக்குத் தாங்கள் முன்னேறிவிட்டதாகப் புலிகளின் ஊடகங்கள் ஆய்வறிக்கைகளை வாசித்துக்கொண்டிருந்தன. இந்த நிலையில் இராணுவத்தை எப்படிக் காப்பாற்றுவதெனத் தெரியாமற் தவித்த அரச தரப்பு உலக நாடுகளிடம் உதவி கேட்டு ஓடுப்பட்டுத்திரிய,

புலம்பெயர் தமிழர் தரப்பு எப்படா யாழ்ப்பாணம் புலிகளிடம் விழுமெனக் கைகளைப் பிசைந்தபடி காத்துக்கொண்டிருந்தது.

“என்ன அண்ணே, பனம்பழம் நல்லாப் பழுத்திட்டுது. கெதியா விழுந்திடும் போலகிடக்கே” என வெளிமாடத்தில் சிகரெட் பத்திக்கொண்டு நின்ற மூர்த்தியிடம் வலு புளுகத்துடன் பூடகமாகக் கூறினான் குணா.

“ஓம் குணா... ஆனால் ஒண்டெல்லே, அதுக்கிடையில இவள் சந்திரிக்கா கத்திக் குளறி உலகத்தையே கூப்பிட்டிடுவாள் போலயல்லே கிடக்குது.”

“யாரண்ணே வாறது? இந்தியாவே! சூடு கண்ட பூனையல்லே அது!”

“இல்லக் குணா அப்பிடிச் சொல்லேலாது. இப்ப இலங்கையோட பாகிஸ்தானும், சீனாவுமெல்லே நல்ல ஒட்டாயிருக்குது.”

“ஓ... அப்ப என்ன பாகிஸ்தான், சீனா இறங்கும் எண்டுறியளே?”

“பாகிஸ்தான், சீனா இறங்குதோ இல்லையோ தெரியாது. ஆனால், அவை யாரும் இறங்கினாலும் எண்ட பயத்தில இந்தியா முந்திக்கொண்டு இறங்கிடும் போலகிடக்கு” என்றவாறு பதட்டத்துடன் சிகரெட் புகையை உறுஞ்சி இழுத்த மூர்த்தியரின் களையிழந்த முகத்தைப் பார்த்த குணாவுக்குள் குழப்பம் குடிகொண்டது. விஸ்வா அண்ணையுடன் கதைத்தால் இன்னும் விபரமாக அறியலாமென எண்ணியவனுக்கு இருப்புக்கொள்ளவில்லை. உடனேயே அலைபேசியைத் தூக்கியவன், “வணக்கம் அண்ணே! நாட்டு நிலைமை போற போக்கைப் பார்த்தியளே, பாகிஸ்தான், சீனா உதவப்போகுது, இந்தியா இறங்கப்போகுது எண்டெல்லாம் ஒவ்வொருத்தனும் ஒவ்வொரு விதமாக் கதையளக்குறாங்கள். அப்பிடி ஏதும் நடக்குமே?” எனக் கேட்டான்.

“வெளிநாடுகள் நேரடியாக இறங்கச் சந்தர்ப்பமில்லக் குணா, ஆனால் மறைமுகமாக உதவிகள் செய்ய வாய்ப்பிருக்கு. என்னதான் ஆயுதபலம் இருந்தாலும், மனபலம் அதைவிட முக்கியமானதல்லே, ஆனையிறவுத் தோல்வியோட உளவியல் ரீதியா இராணுவம் மனபலத்தை இழந்திட்டுது. இந்த நிலையில

புலிகளோட முண்டுக்கு நிண்டு இன்னொரு தோல்வியைச் சந்திக்க அரச தரப்பு விரும்பாது. மீண்டும் இராணுவத்தின்ர மனபலத்தை கட்டி எழுப்புறதுக்கு அரசுக்கு நிச்சயமானதொரு வெற்றி தேவைப்படுகுது. அந்த நிச்சயமான வெற்றிக்கு இந்த அரசுக்கு உலக நாடுகளின்ர உதவி கட்டாயமாத் தேவைப்படும். பேய்களின்ர காலில விழுந்தாவது பிசாசுகளை அழிச்சுப்போட வேணும் எண்டதுதான் சந்திரிக்காவின்ர நிலைப்பாடாய் இருக்குது. இந்தச் சந்தர்ப்பத்தைப் பயன்படுத்தி தங்கட சுயநலன்களையும், பிராந்திய வல்லாதிக்கத்தையும் நிலைநிறுத்துவதற்காகப் பேய்களும் போட்டி போட்டுக்கொண்டு உதவத்தான் முன்வருங்கள். அப்படியேதும் நடந்தால் அது எங்கட மக்களுக்குப் பேரழிவாகத்தான் இருக்கும். இலங்கை அரசின்ர இந்த வெளிநாட்டு உதவிகோரல் எண்டது அரசியல் சதுரங்க ஆட்டத்தில சந்திரிக்கா புலிகளுக்கு வைச்ச செக் தான். ஆனால், இத்தனைக்கும் நடுவில இன்னுமொரு நல்ல விடயமும் நடந்துகொண்டு இருக்குதாம். அதாவது, பழம்பெரும் தமிழ் அரசியற் கட்சிகளையும், இராணுவத்தோடு சேர்ந்து இயங்குவதை நிறுத்திக்கொண்ட சில ஆயுதக் குழுக்களையும் கூட்டுச் சேர்ந்துப் பலமானதொரு அரசியற் கட்சியை அமைப்பதற்கான இரகசிய வேலைத்திட்டம் ஒண்டும் புலிகளின் ஆசீர்வாதத்தோடா கிழக்கிலங்கை செய்தியாளர் சங்கத்தின் முயற்சியால சில பத்திரிகையாளர்களால் முன்னெடுக்கப்பட்டிருக்குதாம். இதுவொரு நல்ல விடயந்தான்" என எழுதி வைத்திருந்த கட்டுரையை வாசிப்பதுபோல் நீட்டி முழக்கினான் விஸ்வா.

வெளிநாடுகள் நேரடியாக இறங்கச் சந்தர்ப்பமில்லை என விஸ்வா கூறியது குணாவிற்கு கொஞ்சம் மன நிம்மதியைக் கொடுத்திருந்தது. அடுத்து என்ன நடக்குமோ என்று எல்லோரும் எதிபார்த்துக் கார்த்திருந்த அந்த இக்கட்டான சூழ்நிலையில் அரசுக்குச் செக் வைக்க நினைத்த புலிகள் தடாலடியாக ஒருதலைப்பட்சமாக யுத்த நிறுத்தத்தை அறிவித்தார்கள்.

◎

2001

எப்போதுமே குணா ஒன்றை நினைக்க, காலம் தான் நினைத்த ஒன்றை நிகழ்த்திக் காட்டுவது தானே வழமை. இப்போதும் அதுவேதான் நடந்தது. அவர்கள் எதிர்பாராமற் திட்டமிடாமல் ஆதிரா இரண்டாம் தடவையாகக் கர்ப்பமானாள். தற்போதிருக்கும் குடும்பச் சூழலில் அவர்கள் இதனை எதிர்பார்த்திருக்கவில்லை.

வீட்டில் மட்டுமல்ல, நாட்டிலும் அதே எதிர்பாராத நிலைமைகள் தான். எல்லாமே தலைகீழாக மாறியிருந்தன. புலிகளின் ஒருதலைப்பட்சமான யுத்த நிறுத்தத்தைக் கணக்கிலெடுக்காத அரசு வெளிநாடுகளிலிருந்து கிடைத்த ஆலோசனைகளுடனும், பாகிஸ்தானிலிருந்து வந்திறங்கிய ஆயுதங்களின் உதவியுடனும் பெருமெடுப்பில் சண்டையை ஆரம்பித்தது. பெரும் இழப்புகளுடன் முகமாலை வரைப் பின்வாங்கிய புலிகள் மாதா மாதம் யுத்த நிறுத்தத்தை நீடித்துக்கொண்டே இருந்தனர். ஆனால், அரசபடையினர் புலிகள் மீதும், பொதுமக்கள் மீதும் மூர்க்கத்தனமான தாக்குதல்களை நீடித்துக்கொண்டே இருந்தனர். இங்கே எல்லோரது முகங்களும் காற்றுக் குறைந்த பலூன்களாய்ச் சுருங்கிக்கொண்டிருந்தன.

அலைபேசியைத் தூக்கிய குணா, "அண்ணே அமெரிக்காவும், இந்தியாவும் யாழ்பாணத்தைக் கைப்பற்றக் கூடாதெண்டு புலிகளுக்கு எச்சரிக்கை விடுத்துப்போட்டுதாம். அதுதானாம் புலிகள் பின்வாங்கினவை எண்டுறாங்கள். உண்மையாயிருக்குமே?" எனக் கேட்டான் விஸ்வாவிடம்.

"அதென்னவோ தெரியாது குணா. ஆனால், இது திரும்பவும் இந்தியா இறங்கிடுமோ எண்ட பயத்தில புலிகளே எடுத்துக்கொண்ட நிலைப்பாடு போலத்தான் தெரியுது. அதைவிடவும் இண்டைக்கிருக்கிற புலிகளின்ர எண்ணிக்கைக்குப் பரந்துபட்ட நிலங்களைப் பிடிச்சுப்போட்டுத் தக்கவைச்சுக்கொள்ளுறதும் லேசான காரியமில்ல. நிலங்களைக் கைப்பற்றுவதை விடவும் கைப்பற்றின நிலங்களை நிலைநிறுத்திக் கொள்ளத்தேவைப்படும் பலம் தங்களிட்ட

இல்லை எண்டதும் புலிகளுக்கு விளங்கியிருக்கலாம். யாழ்ப்பாணத்தைக் கைப்பற்றிப்போட்டுப் பிறகதைத் திரும்பவும் ராணுவத்திட்ட இழக்கிறதை விடவும், இருக்கின்ற நிலங்களைத் தக்கவைச்சுக்கொள்ளுறதே புலிகளின்ர நோக்கமாய் இருக்கலாம்" என விலாவரியாக விளக்கினான்.

ஆனால், புலித் தலைமையோ தங்களிடம் போதிய அளவு செல்வீச்சு வசதி இல்லாமையினால் தான் பின்வாங்கவேண்டி வந்ததாக, வெற்றியை எதிர்பார்த்துக் காத்திருந்த புலம்பெயர் செயற்பாட்டாளர்களிடம் தெரிவித்தது. அதனை ஆயுதக் கொள்வனவுக்காகப் பெருமளவு நிதியைத் தங்களிடமிருந்து புலித் தலைமை எதிர்பார்த்து நிற்பதாகவே புரிந்துகொண்ட புலம்பெயர் செயற்பாட்டாளர்கள் உடனடியாகவே வசூல் வேட்டையில் இறங்கினார்கள்.

"குணா அவசரநிதி தேவைப்படுகுதாம், வாற சனிக்கிழமை வெளிமாவட்டங்களுக்கு அவசரநிதி சேகரிக்கப் போகயிருக்கிறம் நீரும் வாருமன்" என வீட்டுக்கு வெளியே கண்ட மூர்த்தியர் கேட்டதுதான் தாமதம் உடனேயே சம்மதித்த குணா சனிக்கிழமை வேலையில் லீவு எடுத்துக்கொண்டு புறப்பட்டுச் சென்றான்.

அது ஒரு அழகிய சிறு நகரம். ஒஸ்லோவிற்கு வெளியே சுமார் இரண்டு மணித்தியாலக் கார் ஓட்டத்தில் இருந்தது. காலையிலேயே அங்கு போய்ச் சேர்ந்துவிட்டார்கள். மூர்த்தியுடன் வழமையாகச் செல்லும் இன்னும் இருவரும் வந்திருந்தனர். குணாதான் அந்த நகருக்குப் புதுமுகம். குணாவின் கைகள் நிறைய விற்பனைக்காகக் கொண்டுசென்ற தலைவரின் படம் போட்ட அந்த வருடத்திற்கான கலண்டர்களும் புதிதாக வெளிவந்த ஈழப்பாடல் இறுவெட்டுக்களும் இருந்தன. கால்கள் கடுக்கக் கடுக்க மாடி மாடியாக ஏறிக் கதவு கதவாகத் தட்டிய வசூல்ராஜாக்களுக்கு நல்ல வரவேற்பும், வசூலும் கிடைத்தன. புலிகளுக்கு நிதி வழங்குபவர்களுக்குப் பிரத்தியேகமான ஒரு இலக்கத்தைப் புலிகள் அறிமுகப்படுத்தியிருந்த காலமது. பெயர் விபரங்கள் தேவையில்லை. கணினியில் அந்த இலக்கத்தைத் தட்டினாலே போதும் நிதி வழங்கியவர் பற்றிய முழு விபரங்களையும் புலிகள் வன்னியிலிருந்தே அறியலாம் என்றும், வெளிநாடுகளில் இருந்து தாய்நாட்டுக்குச் செல்பவர்களிடம்

போக்காளி | 369

வன்னியில் புலிகளின் சோதனைச்சாவடிகளில் இந்த இலக்கத்தைத்தான் கேட்பார்களாம் என்றும் பரவலாகக் கதைகள் அடிபட்டன. அதனால் அந்த இலக்கத்தைப் பெறுவதற்காகவே இதுவரை நிதியுதவி செய்ய முன்வராதவர்கள் கூட முன்வந்து உதவினார்கள்.

ஒரு மஞ்சள் நிற வீட்டின் முன் காரை நிறுத்திவிட்டு கதவை நோக்கி நடந்துகொண்டிருக்கையில், “இது கொஞ்சம் வில்லங்கமான கேஸ். ஒரு சதம் கூடத் தரமாட்டான். நாங்கள் எண்டு தெரிஞ்சால் கதவைக் கூடத் திறக்க மாட்டான்” எனக் குணாவிடம் கூறியவாறே நடந்தார் மூர்த்தி.

“அப்ப ஏனண்ணே அங்க போய் நேரத்தை வேஸ்ட் பண்ணுவான்?”

“தரமாட்டன் எண்டாப்போல விட முடியுமே?” என்றவாறே அவர் அழைப்புமணியை அழுத்தினார். கதவைத் திறந்த சிறுவன் “அப்பா...” என்று கத்தியவாறே உள்ளே ஓடினான். இவர்களும் திறந்த வீட்டிற்குள் ஏதோ நுழைந்ததுபோல் நுழைந்தார்கள். நண்டுக் குழம்பாய் இருக்கவேண்டும், மூக்கைத் துளைத்த வாசம் குணாவின் பசியைத் தூண்டியது. சாப்பிட்டுக்கொண்டிருந்த அந்த வீட்டுக்காரருக்கு இவர்களைக் கண்டதுமே தொண்டைக்குழியில் நண்டுக்கோது சிக்கியதுபோல் முழி பிரண்டது.

“நாங்கள்...” என மூர்த்தியர் ஆரம்பித்ததுமே,

“தெரியும், நீங்கள் யாரெண்டு தெரியும். உங்களுக்கெல்லே சொல்லியாச்சு இந்த வீட்டுப்பக்கம் வரக்கூடாதெண்டு.” சாப்பிட்ட கையை உதறியவாறே எழ முயன்றார் அவர்.

“இல்ல... இல்ல... இருங்கோ உங்களோட கொஞ்சம் கதைக்க வேணும்” என மூர்த்தியுடன் வந்த ஒருவர் அவரைச் சமாதானப்படுத்த முயற்சித்தார்.

“உங்களோட எனக்கொரு கதையுமில்ல. முதல்ல எல்லாருமே வெளிய போங்க...” சட்டெனச் சாப்பாட்டுக் கோப்பையைத் தூக்கிக்கொண்டவர் சமையலறைக்குள் நுழைய, உள்ளேயிருந்த மனைவி வெளியே வந்தார்.

“ஐயோ... அண்ணே போனமுறை வந்தபோதே சொன்னவர் தானே இந்தப் பக்கம் வரவேண்டாமெண்டு, பிறகுமேன் திரும்பத் திரும்ப வந்து...” என்றவர், ஈரக் கைகளைச் சட்டையிற் துடைத்தவாறு இவர்களை வெறுப்போடு பார்த்தபடி நின்றார்.

“இல்லக் காசு தராட்டியும் பரவாயில்ல. அவரோட கொஞ்சம் கதைக்கவேணும். ஒருக்காக் கூப்பிடுங்கோ” என்றார் மூர்த்தி.

“ஆட்களை வெளிய போகச் சொல்லடி, இல்லாட்டி நானிப்ப பொலிசுக்கு அடிப்பன்” எனச் சமையலறையில் நின்றவாறே கத்தினார் அவர்.

“ஐசே... நீரெல்லாம் ஒரு தமிழனே! அங்க எங்கட இனம் படுகிற பாடு தெரியாதே? இந்த நேரத்திலகூட இன உணர்வு இல்லையெண்டால், த்தூ... நீரெல்லாம் தமிழன் எண்டே சொல்லக்கூடாது” எனச் சீறினார் மூர்த்தியுடன் வந்த மற்றவர். அதனைக் கேட்டதுதான் தாமதம் சமையலறையிலிருந்து கோபாவேசமாக வெளியே பாய்ந்து வந்தவர் முன்னாலிருந்த கதிரையை ஒரு கையாற் தூக்கியபடி மறு கையால் வாசற் கதவைச் சுட்டிக்காட்டியவாறே, “உங்களால பட்டதெல்லாம் போதுமடா. வெளிய போங்கடா கொலைகார நாய்களே!” எனக் கத்தினார்.

“அண்ண வீண் பிரச்சனை வேண்டாம், வாங்கோ போவம்” என்ற குணா அவர்களை அழைத்துக்கொண்டு அங்கிருந்து வெளியேறினான்.

வாசற் படியைத் தாண்டும்போது, “ஓ நாங்கள் இப்ப போறம். ஆனால், உன்னால மதவாச்சி தாண்டிப் போக முடியாது எண்டதையும் தெரிஞ்சுகொள்” என்று மூர்த்தியர் சத்தமாகக் கத்தினார்.

அந்த மனுஷன் கதிரையைத் தூக்கியபோது தனக்குள் கோபம் எழாதது குணாவுக்கே ஆச்சரியமாக இருந்தது. மற்றவர்கள் வழி முழுவதும் அந்த மனுஷனைத் திட்டியபடியே வந்தார்கள். இடையில் ஒரு பீட்ஷாக் கடையில் சாப்பிட்டுவிட்டு மீண்டும் வசூல் வேட்டையில் இறங்கினார்கள். ஒரு வீட்டுக்குள் நுழைந்ததுமே குணாவை ஆச்சரியம் பற்றிக்கொண்டது. பத்து

வருடங்களுக்கு முன்னர் தீன் ஹோட்டல் அகதி முகாமில் நட்பான ஈ.பி. சங்கரின் வீடு அது. அவனை நீண்ட நாட்களின்பின் காணக் கிடைத்ததில் குணாவின் மனம் பூரிப்படைந்திருந்தது. அதனை உணர்ந்த மூர்த்தியர் "அப்ப குணா நீர் உம்மட பழைய நண்பரோடயிருந்து கதையும் நாங்கள் பக்கத்திலயிருக்கிற வீடுகளுக்குப் போயிற்றுவந்து உம்மைக் கூட்டிக்கொண்டு போறம்" என்றவாறே, அவர்கள் கிளம்பிப்போனார்கள்.

"அதுசரி மச்சான் நீ தான் ஈ.பி.க்காரன் அச்சே எப்பிடியடா புலிகளுக்கெல்லாம் காசு குடுக்கிற?"

"என்னயிருந்தாலும் மச்சான் அவங்கள் தானே நிண்டு பிடிக்கிறாங்கள். ஆரு குத்தினாலும் அரிசியானால் சரி தானே" என்றான் ஈ.பி.சங்கர்.

"ஓம் மச்சான் நீ சொல்லுறதும் சரிதான். அது இருக்கட்டும், அந்தக் கிவிக் கடைக்குப் பக்கத்தில இருக்கிற மஞ்சள் வீட்டுக்காரரைத் தெரியுமே உனக்கு?" கேட்டான் குணா.

"ஓம் தெரியும், அட அங்கயும் போனீங்களே!" வியப்போடு கேட்டான்.

"ஓ... காசு கேட்கப்போக அந்தாள்க் கதிரையை எல்லே தூக்கிப்போட்டுது."

"பின்ன, நீங்களும் திரும்பத் திரும்பப்போய் ஆக்கினைப் படுத்தினால் அந்தாளுந்தான் என்ன செய்யிறது."

"அதுசரி, ஏன்ராப்பா அந்தாள் ஏன் இந்த முரட்டுப் பிடிவாதம் பிடிக்குது?". சங்கரின் மனைவி கொண்டுவந்து பரிமாறிய தேனீரையும், மிக்ஸரையும் சுவைத்தபடியே கேட்டான்.

"அந்தாளின்ர இடத்தில நானென்ன, நீயாயிருந்தாலும் இப்பிடித்தான் செய்திருப்பாயடா."

"ஏன் மச்சான் அப்பிடிச் சொல்லுற?"

"பின்னயென்னடாப்பா அந்தாளின்ர குடும்பத்தில ஒண்டுக்கு மூண்டு பேரையல்லே உங்கட ஆட்கள் போட்டுத்தள்ளினவங்கள்."

“ஐய்… ஐயோ உண்மையாவாடா?” திகைப்புடன் கேட்டான்.

“ம், இவற்ற தமையன் ரெலோ காயாம், தமையனைத் தேடிப் புலிகள் வீட்டுக்குப் போயிருக்கிறாங்கள். அப்பைக்க இவற்ற தாய், தகப்பனுக்கும் புலிகளுக்குமிடையில பெரிய வாக்குவாதம் ஏற்பட்டிருக்கு உடனேயே ஒருத்தன் ஏ.கே. யால தீட்டி விட்டிற்றான் கதை சரி. இவற்ற பதினாறு வயசுத் தங்கச்சியின்ர கண்ணுக்கு முன்னாலேயே தாயும், தகப்பனும் துடிதுடிச்சு விழுந்திருக்குதுகள். அந்த நேரத்தில நோர்வேக்கு வாற அலுவலா கொழும்பில நிண்டதால இவற்ற தலை தப்பீற்று. பிறகு தமையனையும் எங்கேயோ தேடிப்பிடிச்சுப் போட்டிற்றாங்களாம். இதுக்குப்பிறகும் நீங்கள் போய் அந்தாளுக்கு இன உணர்வு வகுப்பெடுத்தால் மனுஷன் கதிரையைத் தூக்காமல் வேற என்னத்தை தூக்கும்?” கேட்டான் சங்கர்.

“உங்களால பட்டதெல்லாம் போதுமடா…” என்ற அவரது வார்த்தைகள் குணாவின் காதுகளிற் திரும்பத் திரும்ப ஒலித்துக்கொண்டிருந்தன. ஏன்தான் இங்கு வந்தேனோ என்றிருந்தது அவனுக்கு. மீண்டும் மூர்த்தியர் இப்படியான வேலைக்கு அழைத்தால் இனிப் போவதில்லையென மனதுக்குள் முடிவெடுத்துக்கொண்டே வீடு வந்து சேர்ந்தான்.

வீட்டில் கலாக்காவின் கடிதம் அவனுக்காகக் காத்துக்கிடந்தது. “தம்பி நீ செலவுக்கு அனுப்பின காசில கொஞ்சங் கொஞ்சமா மிச்சம் பிடிச்சு வைச்சிருந்தனாங்கள். அதோட என்ர ரெண்டொரு நகையையும் அடைவு வைச்சு அத்தான் ஒரு பழைய ரைக்டரை வாங்கியிருக்கிறார். அதனால அத்தானுக்கு இப்ப உழைப்பும் பரவாயில்லை. இந்த நாட்டுப்பிரச்சனையும் தீர்ந்திட்டால் நாங்கள் நின்மதியாக இருப்பம்” என எழுதியிருந்தாள். மூன்றாம் வகுப்புப் படித்துக்கொண்டிருந்த மருமகள் குணசீலியும் மழலைத் தமிழில் மாமாவுக்கு மடல் எழுதியிருந்ததோடு, அப்பாவின் ரைக்டரையும் படம் வரைந்து அனுப்பியிருந்தாள்.

யாழில் சிங்களப் படைகளின் அடக்குமுறைகளுக்கு மத்தியிலும் ஈழப்போராட்டத்தின் நியாயங்களைக் கலைநிகழ்வுகள் மூலம் உலக அரங்கில் முன்வைக்கும் முகமாகப் பொங்கு தமிழ் என்ற பெயரில் தன்னாட்சியுரிமை, மரபுவழித் தாயகம்,

தமிழ்த் தேசியம் போன்ற வேண்டுகோள்களை முன்வைத்து எழுச்சி நிகழ்வொன்றை யாழ் பல்கலைக்கழக மாணவர்கள் முன்னெடுத்திருந்தனர். அதனால் ஏராளமான மாணவர்கள் சிங்களப் படைகளால் கைது செய்யப்பட்டனர். வீதிகளில் வைத்துத் தாக்கப்பட்டனர். கடத்தப்பட்டுச் சித்திரவதைகளுக்கு உள்ளாக்கப்பட்டனர். இருந்தும், எழுச்சிபூர்வமான பெருந்திரளான மக்களின் பங்களிப்புடன் பொங்கு தமிழ் நிகழ்வு உணர்வுப்பூர்வமாக நடந்தேறியது.

அதனைத் தொடர்ந்து மீண்டும் ஆனையிறவைக் கைப்பற்றும் நோக்குடன் இராணுவத்தினர் 'தீச்சுவாலை' என்ற பெயருடன் மிகப்பெரிய இராணுவ நடவடிக்கை ஒன்றை ஆரம்பித்தனர். இராணுவ வல்லுனர்கள் பலர் கூடி ஆராய்ந்து தயாரித்த திட்டத்தில் பல்லாயிரக்கணக்கான இராணுவத்தினர் ஈடுபடுத்தப்பட்டிருப்பதாகவும், மூன்று நாட்களில் ஆனையிறவைக் கைப்பற்றுவதே திட்டமெனவும் செய்திகள் வெளிவந்துகொண்டிருந்தன. மும்முனைகளில் உக்கிரமான சண்டையை ஆரம்பித்த இராணுவத்தினர் புலிகளின் முன்னரங்கக் காவல் நிலைகளைக் கைப்பற்றி முன்னேறிக் கொண்டிருப்பதாக பி.பி.சி போன்ற வெளிநாட்டு ஊடகங்களில் செய்திகள் வெளியாகிக்கொண்டிருக்க, மீண்டும் குணாவின் அலைபேசி இரவு பகலாக இரையத் தொடங்கியது. மாறி மாறி வந்த போர்க்களச் செய்திகள் குணாவின் காதுகளை நிறைத்தன. மீண்டும் ஆனையிறவு பறிபோய்விடுமோ என்று எல்லோரும் அந்தரித்தார்கள். பேதி மருந்து குடித்தவன் கழிவறையும், படுக்கையறையுமாக ஓடித்திரிவது போல புலிகளின் காரியாலயமும், வீடுமாய் ஓடுப்பட்டுத் திரிந்தார் மூர்த்தியர்.

"என்ன அண்ணே, நிலைமை சிக்கலே? ஏதும் நடந்திடுமே?" பரபரப்புடன் மூர்த்தியரின் வாசலிற் போய் நின்றான் குணா.

"சேச்சே... நீரென்ன விசர்க்கதை கதைக்கிறீர்! அங்க ஒண்டும் பிழைக்காது. இப்பவே அமளி துவங்கிற்றுதாம், நேற்றை வரைக்கும் படையினரை முன்னேற விட்டிற்று பின்வாங்கின எங்கட பாட்டி இண்டைக்கு மறுத்தான் அடிக்கத் துவங்கீற்றுதாம். மும்முனைகளிலும் உடைச்சுக்கொண்டு வந்த படையினர்

திணறிப்போய் நிக்கினமாம். விமானப்படை புல் சப்போட்டுக் குடுத்துங்கூட ஏலாமலல்லே தவண்டையடிக்கினமாம். எங்கட ஆட்களும் இப்ப பீரங்கி வைச்சல்லே வெளுக்கிறாங்கலாம். பொய் எண்டால் இருந்து பாரும், இந்த உத்திக்க புத்தாக்கள் நல்லா வேண்டிக் கட்டிக்கொண்டுதான் ஓடப்போகினம்" என்ற மூர்த்தியரின் குரலில் உற்சாகம் ஏறியிருந்தது.

"அடியடா சக்கை எண்டானாம். அதுதானே பார்த்தனான், புலி பதுங்கினது பாயிறதுக்குத்தான்." குணாவின் குரலிலும் உற்சாகம் தொற்றிக்கொண்டது.

மூன்று நாட்களாக விமானப்படையினர் குண்டுகளைப் பொழிந்தும், அணிகளை மாற்றி மாற்றிக் களத்தில் இறக்கிப் பார்த்தும், இராணுவத்தினரால் தாக்குப்பிடிக்க முடியாமற் போனதாயும், புலிகளின் ஆக்ரோசமான தாக்குதலுக்கு முகங்கொடுக்க முடியாத இராணுவம் மூன்றாம் நாள் பலத்த இழப்புகளுடன் பின்வாங்கி ஓடியதாகவும், புலிகளின் முறியடிப்புச் சமரில் பொதுமக்களின் பங்களிப்பு கணிசமானதாக இருந்ததுடன், சமரில் ஈடுபட்ட போராளிகளில் அறுபது வீதத்துக்கும் மேலானவர்கள் பெண் போராளிகள் என்றும், இந்தச் சமரானது இனிப் புலிகளை யுத்தத்தில் தோற்கடிக்க முடியாதென்ற தோற்றப்பாட்டையே உலகுக்கு வெளிப்படுத்தியிருப்பதாகவும் புலம்பெயர் தேசங்களில் புலிகளின் ஊடகங்கள் செய்த பரப்புரைகள் குணாவையும், நண்பர்களையும் மட்டற்ற மகிழ்ச்சியில் ஆழ்த்தி அவர்களின் புலி ஆதரவுச் செயற்பாடுகளை மேலும் வலுப்படுத்தின.

"எல்லாம் சரியண்ணே, ஆனால், இந்தக் குருவிகளின்ர அட்டகாசத்தைத் தானே தாங்க முடியாமலிருக்குது. அதை விழுத்துறத்துக்கு எங்கட ஆட்களிட்ட சாமான் இல்லையே?" மேதின ஊர்வலத்துக்காக மூர்த்தியின் காரிற் சென்றுகொண்டிருந்தபோது தனது ஆதங்கத்தைப் பூடகமாக வெளிப்படுத்தினான் குணா.

"ஐயோ... அதையேன் கேட்கிறீர் ஐசே, ரைசியாவில இருந்து குருவியை விழுத்துற சாமான் போய்ச் சேர்ந்ததுதான். ஆனால், அதை எங்களுக்கு வித்தவங்களே அதுபோய் இறங்குறதுக்குள்ளேயே இலங்கை அரசாங்கத்துக்கு விசயத்தைச்

சொல்லி, அதை மேல வைச்சே செயலிழக்கச் செய்யிற சாமானையும் எல்லே அவங்களுக்கு வித்துப்போட்டாங்கள்'' எனக் கவலை தோய்ந்த முகத்துடன் குமுறினார் மூர்த்தியர்.

“எண்டாலும் அவையின்ர ஆட்டம் கனகாலத்துக்கு இல்லை அண்ணை. எங்கட குருவிகளும் பறக்கத்தானே போகுது. அதுக்கான அலுவல்களும் நடந்துகொண்டுதானே இருக்குதாம்'' என்ற குணாவின் வார்த்தைகள் இருவர் மனதையும் சமாதானப்படுத்தும் விதத்திலேயே இருந்தன.

• • •

இலங்கை விமானப்படையின் அட்டகாசத்தை அடக்க முடியவில்லையே எனக் குணா மூர்த்தியோடு ஆதங்கப்பட்டு மூன்று மாதங்கள் கூட ஆகியிருக்கவில்லை, ஒரு நாள் குணாவின் வீட்டுக் கதவு சடார் சடாரென்று தட்டப்பட்டது. ஆரடாயிது கோலிங்பெல் இருக்கிறது கூடத் தெரியாமல் இந்த அடி அடிக்கிறதென மனதுக்குள் திட்டியவாறே கதவைத் திறந்தான்.

“என்ன ஐசே, நியூஸ் பார்க்கயில்லையே?'' கதவைத் திறந்ததுமே கேட்ட மூர்த்தியர் சறமும், வெறும் மேலுமாய் நின்றார்.

“இல்லை அண்ணே, ஏதும் விசேசமே?'' ஆவலாய்க் கேட்டான்.

“அட... பி.பி.சி.யில இருந்து சி.என்.என் வரைக்கும் எல்லாமே எங்கட நியூஸ் தான், கொழும்பு எயார்போர்ட்டுக்க கரும்புலிகள் பூந்து சணல் அடி அடிக்கிறாங்கள். சண்டை தொடர்ந்து நடந்துகொண்டிருக்குது. எக்கச்சக்கமான பிளைற்றை நொருக்கிப் போட்டாங்கள். அங்க எல்லாமே பத்தி எரியுது, நீரென்ன படுத்துக்கிடக்கிறீர். போய் ரீவியைப் போடும் ஐசே'' என்றவர் கதைக்கவே நேரமின்றிச் சறத்தைக் கையிற் பிடித்தபடி ஓடினார்.

‘அடியெண்டால் அடி உச்சந்தலை அடி. நாட்டின் பொருளாதாரத்துக்கு விழுந்த பேரிடி. சிங்களத்தின்ர கோட்டைக்குள்ளயே புகுந்து, காற்றும் புகமுடியாத இடத்துக்குள்ளயும் புலிகளால் புகுந்து விளையாட முடியுமெண்டு எங்கட கரும்புலி வீரர்கள் காட்டிப்போட்டாங்கள்.' என்பதுவே கொஞ்ச நாட்களாக எல்லாப் பக்கங்களிலுமிருந்து குணாவின்

காதுகளுக்குள் ஒலித்துக்கொண்டிருந்த தாரக மந்திரமாக இருந்தது.

இந்தத் தாக்குதல் நடந்த சில வாரங்களின் பின் சிவாவின் கடிதம் வந்தது. “மச்சான், ரவி இப்ப உள்வட்டத்துக்க வந்துட்டான். பறவைகளின் கூட்டுக்குள்ளேயே புகுந்து பறவைகளைக் கருக்கிய சம்பவத்தை அறிந்திருப்பாய்தானே அந்த அலுவலாகத்தான் அவன் வெளிய நிண்டவன். (விளங்கும் எண்டு நினைக்கிறன்)” எனச் சிவா எழுதிய வரிகளை மீண்டும் மீண்டும் வாசித்தபோதுதான் ரவியின் வீரச்செயல் குணாவுக்குப் புரிந்தது. தனது நண்பர்களை நினைத்துப் பெருமிதம் கொண்டவன் அந்த மகிழ்வில் அருகிலிருந்த ஆதிராவை அணைத்து அவளது இதழ்களில் சூடான முத்தத்தைப் பதித்து அவள் மீதான காதலையும் வெளிபடுத்தினான். அந்த முத்தமானது அன்றைய நாளின் தாம்பத்ய விளையாட்டுக்கான கதவுகளைத் திறந்து விட்ட மந்திர வாசலாகவும் அமைந்தது. மூச்சிரைத்து அரை மயக்கத்தில் ஆளையாள் அணைத்தபடி கிடந்தவர்களை நித்திரையால் விழித்தெழுந்த குழந்தையின் அலறலே தட்டி எழுப்பியது.

“இஞ்சேருங்கோ அப்பா, ஓடிவாங்கோ... அமெரிக்காவில தாக்குதலாம்.” தொலைக்காட்சி பார்த்தபடி மகளுக்குச் சாப்பாடு ஊட்டிக்கொண்டிருந்த ஆதிரா கத்தினாள். சேவ் எடுத்துக்கொண்டு நின்ற குணா ரேசரும், கையுமாக ஓடியபோது சி.என்.என் தொலைக்காட்சியில் அமெரிக்காவின் இரட்டைக் கோபுரத்தை இரண்டு விமானங்கள் தாக்கியழித்து உலகையே உலுக்கிய காட்சிகள் ஒளிபரப்பாகிக்கொண்டிருந்தன. அதுவரை தாய்நாட்டு அரசியலை அலசிய குணாவின் அலைபேசி அழைப்புக்கள் அன்று உலக அரசியலையும் ஒரு அலசு அலசிப்பார்த்தன.

“உலக நாடுகள் எல்லாத்துகையும் மூக்கை நுழைக்கிற அமெரிக்காவுக்கு இது காணாது. இன்னமும் வேணும்” என்றான் வள்ளுவபிரபு.

“அல்கைதாவுக்கு இனி அழிவுதான். பின்லேடனுக்கு இது தேவையில்லாத வேலை” என்றான் தேவகன்.

“அமெரிக்கத் தாக்குதலுக்கு எங்கட தமிழீழமும் எல்லே கண்டனம் தெரிவிச்சிருக்குது” எனச் சந்தோஷத்தை வெளிப்படுத்தினார் மூர்த்தி.

“அல்கைதாவையும், பின்லேடனையும் வளர்த்துவிட்டதே இந்த அமெரிக்காதான். ஆனால், இந்தப் பயங்கரவாதத் தாக்குதலானது உலக நாடுகளிலுள்ள பல விடுதலைப்போராட்ட அமைப்புகளுக்குப் பெரும் பின்னடைவைத்தான் கொடுக்கும்” என்றான் விஸ்வா. நல்ல காலம் புலிகளுக்குப் பெரும் பின்னடைவைக் கொடுக்கும் எண்டு இந்தாள் சொல்லாமல் விட்டதே பெரிய விசயந்தான் எனக் குணா மனதுக்குள் எண்ணிக்கொண்டான்.

அன்று நிமலனின் மகனின் பிறந்தநாள் கொண்டாட்டம் நெருங்கிய நண்பர்களுடன் அவனது வீட்டிலேயே நடந்தது. விஸ்வா, மணியமண்ணை, விக்கி, தேவகன், குட்டி எனப் பழைய நண்பர்கள் பலரும் வந்திருந்தனர். அரசியல் விவாதமும் களைகட்டியது. தொடர் வெற்றி மமதையில் இருந்த குணாவும், தேவகனும் புலிகளின் வீர சாகசங்களை விளாசித் தள்ளினார்கள். வழமையாகப் புலி எதிர்ப்பைக் கக்கும் விக்கியும், நிமலனும் அன்று அடக்கியே வாசித்தது குணாவிற்கு அதிசயமாகத்தான் இருந்தது. ஆனாலும், விஸ்வா எப்போதும் போல் தனது ஆணித்தரமான கருத்துக்களால் அவர்களை மடக்கிக்கொண்டே இருந்ததானது குணாவுக்குள் எரிச்சலைக் கிளப்பினாலுங்கூட அதனை அவன் வெளிக் காட்டிக்கொள்ளவில்லை.

• • •

குருண்லான்ட் தமிழ்க் கடையிலிருந்து குணா முருக்கங்காயும் கையுமாக வந்ததைக் கண்டதும், “பல் உள்ளவன் பகோடா சாப்பிடுவான். பமிலி உள்ளவன் முருக்கங்காய் சாப்பிடுவான். ஒண்டிக்கட்டைகள் எங்களுக்கு வெந்தயக் குழம்புதாண்டா தோது” என்றான் தமிழ்க்கடை வாசலில் சிவநேசனோடு நின்ற வெள்ளை ரவி.

“ஏன்ராப்பா அந்தளவுக்குப் பஞ்சமே?” கேட்டான் குணா.

“பஞ்சம் இல்லையடாப்பா, வெந்தயம் தான் சூட்டைத் தணிக்குமாம்” எனச் சொல்லி வெள்ளை ரவி சிரித்த கணத்தில் சிவநேசனின் அலைபேசி ஒலியெழுப்பியது. அதனைக் காதோடு ஒற்றிக்கொண்டு ஓரங்கட்டியவன் மீண்டும் திரும்பி வந்தபோது முகத்தில் சோகம் இழையோடியிருந்தது.

“என்ன மச்சி கொண்ணர் ஊருக்குக் காசு அனுப்பச் சொல்லிப்போட்டாரே?” நக்கலாய்க் கேட்டான் வெள்ளை ரவி.

“ச்ச... எல்லாம் நாறிப்போச்சடா...” தலையில் அடித்துக்கொண்டான் சிவநேசன். ஏதோ விபரீதம் நடந்துவிட்டதை உணர்ந்த குணா அவனது தோளிற் கை போட்டு அணைத்தபடியே, “என்ன நடந்தது?” எனப் பார்வையாலயே கேட்டான்.

“ஐயோ... மச்சி சங்கர் அண்ணை வீர மரணமாமடா” குரல் தளுதளுத்தது.

“என்னடா சொல்லுற!” திகைத்துப்போய் நின்றான் குணா.

“ம், ஒட்டிசுட்டானில வைச்சுக் கிளைமோர் அடிச்சுப் போட்டாங்களாம்.”

“என்னடா! ஒட்டிசுட்டானுக்க கிளைமோரே?” நம்பமுடியாமல் கேட்டான் வெள்ளை ரவி.

“ஓமடா, ராணுவத்தின்ர ஆழ ஊடுருவும் படையணியின்ர வேலையாம்” எனச் சோகமான முகத்துடன் தலையைத் தொங்கப் போட்டுக்கொண்டான்.

“அட, அவங்களும் லேசுப்பட்ட ஆட்களில்லைத் தான் போல” என வெள்ளை ரவியும் கைகளைப் பிசைந்து நின்றான்.

குணா அதிர்ச்சியில் திகைத்துப்போய் நிற்கையில், நிமலனின் அழைப்பில் அவனது அலைபேசி சிணுங்கியது. இப்ப இவனுடன் கதைத்தால் ‘ஆமி அவ்வளவு தூரம் போயிருக்காது. இது ஏதோ உள்விவகாரமாய்த்தான் இருக்கும்’ என்று சொல்லி இவன் வேற விசரைக் கிளப்புவான் என நினைத்த குணா அவனது அழைப்புக்குப் பதிலளிப்பதைத் தவிர்த்துக்கொண்டு சோகத்துடன் நண்பர்களிடமிருந்து விடைபெற்றுச் சென்றான். இருந்தாலும்

மனம் கேட்கவில்லை. புலிகளின் கோட்டைக்குள்ளேயே புகுந்து முக்கியமான ஆளைப் போடுற அளவுக்கு எங்கே ஓட்டை இருந்தது என்ற கேள்வி மண்டையைக் குடைந்தது. ஆனாலும், யாருடன் தான் இதைபற்றிப் பேச முடியும்? வெற்றிகளைச் சிலாகித்துப் பேசுமளவுக்கு புலி ஆதரவாளர்கள் எவருமே தோல்விகளைப் பற்றி விவாதிப்பதில்லையே. அதனால் இருப்புக்கொள்ளாமல் விஸ்வாவுடனேயே தொடர்புகொண்டான்.

"குணா, இது புலிகளுக்குப் பேரிழப்பு மட்டுமில்ல, படுதோல்வியுங்கூட கெரில்லாப் படையாக இருந்த தாங்கள் மரபு ரீதியிலான படையைக் கட்டிவிட்டதாகப் புலிகள் பீத்திக்கொண்டு இருக்கும்போது மரபு ரீதியிலான படையணியைக் கொண்ட எதிரிகள் கெரில்லாத் தாக்குதலுக்கு மாறியிருப்பதானது புலிகள் எதிர்பார்க்காதது மட்டுமல்ல, இது அவர்களின் எதிர்காலத்துக்கே கேள்விக் குறியானதுந்தான்" எனக் கூறிய விஸ்வா அவனை மேலும் குழப்பிவிட்டான்.

* * *

கடும் பனி பொழிந்துகொண்டிருந்த ஒரு குளிர்நாளில் குத்தெடுத்துத் தவித்தாள் ஆதிரா. மகளைக் கொண்டுபோய் ஜெனிற்றாவிடம் விட்டுவிட்டு மனைவியை வைத்தியசாலைக்குக் கொண்டோடினான் குணா. மீண்டும் அழுது குளறி ஒப்பாரி வைத்து நீண்ட போராட்டத்தின்பின் இரண்டாவதாக ஒரு மகனைப் பெற்றெடுத்த கணத்தில் இரண்டு குழந்தைகளுமே போதுமென இருவருமே மனத்திற்குள் முடிவெடுத்துக்கொண்டார்கள்.

நாட்டில் நாடாளுமன்றத் தேர்தலும் நெருங்கிக்கொண்டிருந்தது. புலிகளின் ஆசீர்வாதத்துடன் ஒருங்கிணைந்த தமிழ்த் தேசியக் கூட்டமைப்பும் தேர்தலுக்குத் தயாரானது. கூட்டமைப்பின் தேர்தல் விஞ்ஞாபனத்தில் "தமிழர் ஒரு தேசிய இனம், அவர்களின் தாயக பிராந்திய ஒருமைப்பாடு அங்கீகரிக்கப்பட வேண்டும், தமிழ்த் தேசத்தின் சுயநிர்ணய உரிமையுடன் ஏனைய இனங்களுக்கு இருக்கும் அனைத்து உரிமைகளும் தமிழ் மக்களுக்கு இருக்க வேண்டும். தமிழர் பிரதேசத்தின் மீது விதிக்கப்பட்டிருக்கும் பொருளாதாரத்தடை நீக்கப்பட வேண்டும். போர் நிறுத்தம் செய்யப்பட்டு விடுதலைப்புலிகளோடு மூன்றாம் தரப்பு மத்தியஸ்தத்துடன் பேச்சுவார்த்தைகள்

ஆரம்பிக்கப்பட வேண்டும்" என்ற விடயங்கள் முக்கியமானதாக வலியுறுத்தப்பட்டிருந்தன. அதனைத் தொடர்ந்து கூட்டமைப்பினர் வடக்குக் கிழக்குப் பகுதிகளில் தேர்தல் பிரச்சாரங்களில் இறங்கியிருந்தனர்.

யாழ் மாவட்டத்தில் தனிக்காட்டு ராஜாக்களாக வலம் வந்துகொண்டிருந்த ஈ.பி.டி.பி.யினருக்கு தமிழ் தேசியக் கூட்டமைப்பின் வரவு பெரும் அச்சத்தை கொடுத்தது. அதனால் தமிழ்த் தேசியக் கூட்டமைப்பினர் மீது தொடர்ச்சியாக அச்சுறுத்தல்களையும், தாக்குதல்களையும் ஈ.பி.டி.பி.யினர் நடாத்தி வருவதாகவும், சந்திரிக்கா அரசாங்கத்தில் டக்ளஸ் தேவானந்தா அமைச்சராக இருப்பதால் அரச பலத்தையும் இராணுவ ஆதரவு பலத்தையும் வைத்துக் கொண்டு ஈ.பி.டி.பி. யினர் எப்படியாவது யாழ்ப்பாணத்தில் தாம் வெற்றி பெற வேண்டுமென செயற்பட்டு வருவதாகவும் இங்கே குணாவின் நண்பர்கள் பலரும் குத்தி முறிந்தனர்.

தேர்தல் முடிவில் ஈ.பி.டி.பி பயந்தது போலவே, தமிழ் தேசியக் கூட்டமைப்பு வடக்கு கிழக்கில் 14 ஆசனங்களையும், தேசிய பட்டியல் மூலம் ஒரு ஆசனமுமாக மொத்தம் 15 ஆசனங்களைப் பெற்று அமோக வெற்றியீட்டியிருந்தது. இந்த வெற்றியை அரசியல் ரீதியாகக் கிடைத்த பலமான வெற்றியாகவே குணாவும், நண்பர்களும் இங்கே கொண்டாடி மகிழ்ந்தனர்.

அதனைத் தொடர்ந்த தேர்தலில் வெற்றியீட்டி பிரதமரான ரணில் விக்கிரமசிங்க, இனப் பிரச்சனைக்குத் தீர்வுகாணும் வகையில் புலிகளுடன் நிபந்தனையற்ற பேச்சுவார்த்தையை நோர்வேயின் மத்தியஸ்தத்துடன் ஆரம்பிக்கப் போவதாகவும், புலிகளுடனான போர் நிறுத்தத்தை அறிவித்திருப்பதாகவும் வந்த செய்திகளால் மீண்டும் இங்கே எல்லோரும் மகிழ்ச்சியில் திளைத்தார்கள். ஏற்கனவே சந்திரிக்காவை நம்பி ஏமாந்துபோன குணாவின் மனமோ ரணிலை நம்பத் தயங்கியபோதிலும், மூன்றாம் தரப்பின் மத்தியஸ்தமும், ரணிலை நிபந்தனையற்ற பேச்சுவார்த்தைக்கு இழுத்துவந்த புலிகளின் இராணுவ பலமும், கூட்டமைப்பின் அரசியற் பலமும் இந்தப் பேச்சுவார்த்தையில் தமிழர்களுக்கு ஏதாவதொரு விமோசனத்தைப் பெற்றுத் தந்துவிடுமென அவனை நம்பவைத்தன.

2002

வேகமான வாழ்க்கை காலத்தை விழுங்கிக்கொண்டிருந்தது. ஓட்டமும் நடையுமான இந்த ஒட்டுண்ணி வாழ்வில் குணா நல்ல உறக்கத்தைக்கூட தொலைத்துவிட்டிருந்தான். எதிர்காலம் பற்றிய சிந்தனையும், ஏக்கமும் அவனை உறங்கவிடவில்லை. எல்லாம் மறந்த நல்லதொரு இரவுத் தூக்கம் தற்காலிக மரணம் போன்றது என்பார்கள். அது அவனை நெருங்கவேயில்லை. சீரான தூக்கமற்ற அவனது மனமும், உடலும் சீர்கெட்டுக் கிடந்தபோதிலும், இலங்கை அரசும், புலிகளும் நோர்வேயின் மத்தியஸ்தத்துடன் போர் நிறுத்த ஒப்பந்தத்தில் கைச்சாத்திட்டதும், நோர்வேயின் தலைமையில் ஏனைய நோர்டிக் நாடுகளின் பிரதிநிதிகளைக் கொண்ட போர் நிறுத்தக் கண்காணிப்புக் குழு அமைக்கப்பட்டதுமான தாய்நாட்டு நிகழ்வுகள் சோர்ந்து கிடந்த குணாவின் மனதுக்கு ஒரு புத்துணர்ச்சியையும் உத்வேகத்தையும் கொடுத்திருந்தன.

"குணா, இது நோர்வேக்காரருக்கு லேசான வேலையில்ல. ரெண்டு பகுதியையும் ஒரு மேசைக்குக் கொண்டு வாறதுக்கே நோர்வே பெரிய கஸ்ரப்பட வேண்டியிருக்கும்" என ஆருடம் சொன்னான் குணாவைக் கடைத்தெருவில் கண்ட விஸ்வா.

"சாச்ச... இந்தியா, ஜப்பான் எண்டு சர்வதேச நாடுகள் எல்லாமே சமாதானப் பேச்சுவார்த்தைக்கு வெளிப்படையான ஆதரவுகளைத் தெரிவிச்சுப்போட்டுதாம், அதோட சமாதானப் பேச்சுவார்த்தைக்குத் தேவையான முழு விடயங்களையும் இந்தியாவே வழங்கி நெறிப்படுத்தப்போகுதாம். அதனால நோர்வேக்குப் பெரிய கஸ்ரமா இருக்காதண்ணே" எனத் தனது அபிப்பிராயத்தையும் கூறினான் குணா.

"ஓ... இன்னொரு வகையில பார்த்தால் பிராந்திய அதிகாரப் போராட்டத்தின் யதார்த்தத்தை விளங்கிக்கொண்ட நோர்வே இந்தியாவையும் அனுசரிச்சுப் போறமாதிரித்தான் இருக்குது. பார்ப்பம் என்ன நடக்குதெண்டு" எனப் பதிலளித்துவிட்டுச் சென்றான் விஸ்வா.

அதனையடுத்த சில நாட்களிலேயே புலிகள் உலக பத்திரிகையாளர் மாகாநாடு ஒன்றுக்கு அழைப்பு விடுத்திருந்தனர். மகாநாடு ஆரம்பிப்பதற்கு இரண்டு நாட்களுக்கு முன்னரே ரணிலின் அரசும் நல்லெண்ண சமிக்கையாக ஏ9 பாதையை மக்கள் பாவனைக்குத் திறந்துவிட்டிருந்ததும், புலிகளின் பத்திரிகையாளர் மகாநாடு இனிதே நடந்தேறியதும் இங்கு தமிழ் ஊடகங்களின் தலைப்புச் செய்திகளாகின. புலிகள் தங்கள் தலைவருக்கு எத்தகைய உயர் பாதுகாப்பினை வழங்குகியிருந்தனர் என்பதையும் அந்தப் பத்திரிக்கையாளர் சந்திப்பில் காண முடிந்தது. அது பற்றிக் கட்டுரை எழுதிய ஒரு பத்திரிக்கையானது அந்தப் பாதுகாப்பு உலகின் சிறந்த உளவு நிறுவனங்களை விடவும் மிகச் சிறப்பானதாக இருந்ததாக எழுதியிருந்தது. இந்தப் பாதுகாப்பினை வர்ணித்த இன்னொரு வெளிநாட்டுச் செய்தியாளர், 'காற்றுக் கூட புலிகளின் பாதுகாப்பு வளையத்தைக் கடந்து தான் பிரபாகரனை நெருங்க முடியும்' என்பதாக கூறியிருந்தார். இவற்றையெல்லாம் அறிந்தபோதும், நீண்ட நாட்களின் பின் தலைவரைத் தொலைக்காட்சிகளில் பார்த்தபோதும் குணாவும், நண்பர்களும் தலை, கால் புரியாத சந்தோஷத்தில் மிதந்தார்கள்.

"பார்த்தியே தலைவர் யூனிபோர்மையும் கழட்டி, மீசையையும் மழிச்சுத் தானும் சமாதானத்துக்கு ரெடி எண்டு காட்டிப்போட்டார்" என்றான் தமையனின் வீட்டுக்கு வந்தபோது குணாவைக் கண்ட சிவநேசன்.

"ஓமடாப்பா, இனி இந்த ஆட்சியாளர்களின் கையிலதான் இருக்குது தலைவர் மீண்டும் யூனிபோர்ம் போடுறதும், மீசை வைக்கிறதும். பார்ப்பம் என்ன நடக்கப்போகுதெண்டு. அதுசரி, உனக்கும் பொம்பிளை பார்த்தாச்சாம் எண்டு கேள்விப்பட்டன். உண்மையே?"

"ஓமடாப்பா, அந்த விசயமாய்த்தான் அண்ணரோட கதைக்க வந்தனான். இப்ப எனக்கு வேலைக்கு நேரமாகுது பிறகு ஆறுதலாய்க் கதைப்பம்" என்றவன் அரக்கப் பரக்க ஓடினான்.

* * *

நிமலனின் வீடு குடிபூரல் நிகழ்வுக்குப் போய் வந்தபோது, ஆதிராவும் வீடு வாங்கும் ஆசையை வெளிப்படுத்தினாள். தனக்குள்ளும் அந்த எண்ணம் இருப்பதாகவும், இன்னும் ஒரு வருடம் பொறுத்திருக்கும்படியும் கூறி அவளைச் சமாதானப்படுத்தினான் குணா.

மறு நாள் இரவு வேலை முடிந்து வந்தபோது. வீட்டுக்கு வெளியே இருளில் நின்றிருந்த மூர்த்தியின் கையிலிருந்த சிகரெட் தணல் அவரை அடையாளம் காட்டியது.

“என்ன அண்ணே! இந்த நேரத்தில இதில நிண்டு என்னத்தக் குடையிறியள்?”

“உம்மைத்தான் ஐசே பார்த்துக்கொண்டு நிக்கிறன். எனக்கொரு உதவி தேவைப்படுகுது.”

“அதுக்கென்ன சொல்லுங்கோ என்ன செய்யவேணும்?”

“எனக்குத் தெரிஞ்ச ஒரு பெடியன் வீட்டில வந்து நிக்கிறான். அவனைக் கொண்டுபோய் ட்றம்மனில இருக்கிற என்ர சிநேகிதன்ர வீட்டில விடவேணும், நான் வைன் அடிச்சுப்போட்டன். அதுதான் காரை எடுக்கப் பயமா இருக்கு நீர் ஒருக்கால்...” அவர் வைன் அடித்திருந்ததைத் தள்ளாடிய வார்த்தைகள் உறுதிப்படுத்தின.

“சரி... சரி, நான் போய் மனிசியிற்ர சொல்லிப்போட்டு ஓடிவாறன். நீங்க ரெடியா நில்லுங்கோ” என்ற குணா ஆதிராவிடம் விடயத்தைக் கூறிவிட்டு வந்தபோது ஒரு இருபத்திரெண்டு, இருபத்திமூன்று வயது மதிக்கத்தக்க இளைஞனுடன் நின்றார் மூர்த்தியர். அவர்களை ஏற்றிக்கொண்டு கார் புறப்பட்டது. அந்த இளைஞன் குளிருக்குக் குறண்டியபடி பின் சீற்றில் படுத்திருந்தான். அவனது தோற்றம் நோர்வேக்குப் புதியவன் போலிருந்தது. மூர்த்தியர் அவனைப் பற்றி எதுவுமே சொல்லாதபோது குணாவும் அவனைப் பற்றித் துருவிக்கொள்ளவில்லை. அந்த இளைஞனை ட்ரம்மனில் விட்டுவிட்டு வந்தபோது இரவு இரண்டு மணியைத் தாண்டியிருந்தது. இது நடந்து மூன்றாம் நாள் குணா கடைக்குப் போகவென வெளியே வந்தபோது

ட்றம்மனில் கொண்டுபோய் விட்ட இளைஞன் குளிரில் நடுங்கிக் குறண்டியபடி மூர்த்தியின் வீட்டு வாசலில் நின்றான்.

"வணக்கம் தம்பி! எப்ப வந்தது?" அவனை உற்றுப் பார்த்தபடி கேட்டான்.

"இப்பதான் அண்ணையின்ர பிரெண்ட் கூட்டிக் கொண்டுவந்து இறக்கிவிட்டுப் போறார். ஆனால், வீட்டில ஒருத்தரையும் காணயில்ல. அண்ணி, பிள்ளைகளும் வெளிய போயிற்றினம் போல கிடக்குது. எனக்கெண்டால் சரியாய் நடுங்குது. என்னெண்டு அண்ணே இந்தக் குளிர் நாட்டில இருக்கிறிங்கள்?" பற்கள் கிடுகிடுக்க கேட்டவன் குறண்டியபடி அழுவாரைப் போல் நின்றான்.

"ஓகோ... அப்ப மூர்த்தி அண்ணையின்ர சொந்தத் தம்பியே நீங்கள்?"

"ஓம், அண்ண சொல்லயில்லையே?"

"ஓ... சொன்னவர்தான் யாரோ தெரிஞ்ச ஒருத்தரெண்டு" என்று சொல்ல நினைத்ததைச் சொல்லாமல், "ஓ... சொன்னவர்தான். நான் தான் ஒண்டவிட்ட தம்பியாக்கும் எண்டு நினைச்சுப்போட்டன்" எனச் சமாளித்துக்கொண்டே கேட்டான், "அப்பிடி எண்டால் உம்மட மற்ற அண்ணரிட்ட போகலாமே?"

"ஐயோ அண்ணே, நோர்வேக்கு வந்தே மூண்டு நாள் தான். இடம், வலம் ஒண்டுமே தெரியுதில்லை. என்னை அவரிட்டக் கொண்டுபோய் விடுவீங்களே?" அவன் கேட்டதுமே சம்மதித்த குணாவின் கார் சிவநேசனின் வீடு நோக்கிப் பறந்தது.

"சைக்... எனக்கெண்டால் வயசுபோன அம்மாவையும், அப்பாவையும் தனிய விட்டுப்போட்டு வெளிநாட்டுக்கு வாறதுக்கு துண்டா விருப்பமில்லை. என்ர அண்ணமார், அக்காமார் கேட்டால் தானே" எனக் குணா கேட்காமலேயே அவன் புலம்ப ஆரம்பித்தான்.

"அப்ப தம்பி, ட்றம்மனில் பதிவுகள் எல்லாம் முடிஞ்சுதே?"

"ஓமண்ணை, பதிஞ்ச உடனேயே காம்பில விட்டுட்டாங்கள். இனித்தான் விசாரணைக்குக் கூப்பிடுவாங்களாம், அதுதான் பயமாய் இருக்குது."

"ஏன் என்னத்துக்குப் பயப்பிடுறீர்?"

"பின்னயென்ன, இல்லாத பொல்லாத பொய்களை சொல்லுறதெண்டால், சும்மா விளையாட்டே?" சலித்துக்கொண்டான் அவன்.

"ஓமோம்... அதுவும் சரிதான். ஆனாலொண்டு தம்பி இவ்வளவு பொய்களையும் சொல்லி மன உளைச்சல்படுகிறது இந்த அகதி என்ற அந்தஸ்தை அடையத்தான் எண்டதை நினைச்சால் தான் கவலையாக இருக்கு" எனக் குணாவும் எரிகிற நெருப்பில் எண்ணெய் ஊற்றினான்.

"ஐயோ அண்ணே! குத்துக் கல்லாட்டம் அண்ணன்மார் ரெண்டுபேரும் இங்கயே உயிரோட இருக்கைக்க இவங்கள் ரெண்டுபேருமே செத்துப்போனதாய்ப் பொய் சொல்லச் சொல்லி இவங்களே சொல்லித்தாறாங்கள். அதுவுமென்ன ஒருத்தனை ஆமி சுட்டதெண்டும், மற்றவனைப் புலி சுட்டதெண்டும் சொல்லட்டாம். அப்பத்தான் ரெண்டு பக்கத்தாலும் பிரச்சனை அங்க இருக்கேலாதெண்டு காட்டலாமாம். ச்ச... இந்தக் குளிர் நாட்டில இருக்கிறதுக்கு இவ்வளவு பொய் சொல்ல வேணுமே..." என மனதுக்குள் கிடந்ததையெல்லாம் திறந்து கொட்டிக்கொண்டு வந்தவனைச் சிவநேசனிடம் ஒப்படைத்துவிட்டுத் திரும்பும்போது, வெளிநாட்டிலிருந்து நாலு சகோதரங்கள் காசு அனுப்பிக்கொண்டிருக்க கொழும்பில அம்மா, அப்பாவுடன் செல்லப்பிள்ளையாக வாழ்ந்தவனுக்கு ஏற்பட்டிருக்கும் இந்த நிலையை நினைத்துக் குணாவும் அவனுக்காக பரிதாபப்பட்டுக்கொண்டான்.

சண்டைக் காலத்தைப்போல் சமாதானக் காலத்திலும் விறுவிறுப்புக்குப் பஞ்சம் இருக்கவில்லை. எரிக் சொல்ஹெய்ம் அவர்கள் தரையில் இருந்ததை விடவும் வானத்தில் பறந்ததுதான் அதிகமென்று சொல்லும் அளவுக்கு நோர்வேக்கும், இலங்கைக்குமாய் இடைவிடாது பறந்தபடியே இருந்தார். அதிலும், நோர்வேயின் மத்தியஸ்தத்துடன் பேச்சுக்கள்

நடப்பதனால் குணாவுக்கும், நண்பர்களுக்கும் அதில் ஒரு பெருமையும், மகிழ்ச்சியும் பிடிபட்டது.

ஒரு நாள் குணா வேலையில் நிற்கும்போது அலைபேசியில் தொடர்பு கொண்ட மூர்த்தியர் வாற மாதத்தில் இருந்து வீட்டு வாடகையை இரண்டாயிரம் குரோணர்களால் அதிகரித்திருப்பதாகக் கூறிச் சமாதான காலத்திலேயே குணாவின் தலையில் பெரியதொரு குண்டைத் தூக்கிப்போட்டார். ஏற்கனவே பொருளாதார நெருக்கடியில் இருந்த குணாவுக்கு அது அதிர்ச்சியான செய்தியாகவே இருந்தது.

"என்னப்பா இந்த மனுஷன் ஒரு மனச்சாட்சி இல்லாமல் ஒரேயடியாய் ரெண்டாயிரத்தைக் கூட்டிப்போட்டுதே!" ஆதிராவும் ஏங்கி நின்றாள்.

"இப்ப ஒஸ்லோவில சனங்களும் கூடிப்போச்செல்லே, வீடுகள் வாடகைக்கு எடுக்குறதும் சரியான கஸ்ரம். அதுதான் அந்தாளும் காற்றுள்ள போதே தூற்றப் பார்க்குது" என்றான்.

"சரியப்பா, இனியாவது சொந்த வீடு வாங்குறதைப் பற்றி யோசியுங்கோவன். இவருக்குக் கட்டுற வாடகைக் காசுக்கு வீட்டு லோனைக் கட்டி முடிச்சுப்போடலாமே" என ஆதிராவும் சந்தர்ப்பம் பார்த்து அடித்தாள்.

மூர்த்தியர் மட்டுமல்ல, ஆதிராவுந்தான் காற்றுள்ள போதே தூற்றப் பார்க்கிறாள் என்பது குணாவுக்குப் புரிந்தது. தன்னுடைய பொருளாதாரக் கஸ்ரங்களை அவளுக்கு முழுமையாகத் தெரியப்படுத்தாமல் மறைந்து வைத்திருந்ததன் விளைவையும் உணர்ந்துகொண்டான். வசதியான வெளிநாட்டு வாழ்வென்று நம்பி வந்தவளை வறுமையைக் காட்டி ஏமாற்றாமல், எல்லாக் கஸ்ரங்களையும் தனக்குள்ளேயே போட்டுக்கொண்டு கடின காலத்தைக் கடக்க முயற்சித்துக் கொண்டிருந்தவனுக்கு சாண் ஏற முழம் சறுக்கிக்கொண்டிருந்தது. அவனுடைய நிலைமையை அறியாத அவளுடைய ஆசையும் நியாயமானதாகத்தான் தோன்றியது. ஆனாலும் அவன் மட்டுமென்ன வைத்துக்கொண்டா வஞ்சகம் செய்கின்றான். தனி ஒருவனுடைய வருமானத்தை வைத்துக்கொண்டு எந்த வங்கியில்தான் வீட்டுக்கடன் வாங்க முடியும். அப்படித் தருவதாக இருந்தால்கூட கைப் பணம்

நிறையவே போடவேண்டியிருக்கும். அதற்கவன் எங்கே போவான். மூர்த்தியர் செய்த வேலைக்கு இப்பவே வீட்டை விட்டு வெளியேற வேண்டும் போல்த்தான் இருந்தது. ஆனாலும், அவனுக்குப் போக்கிடம் இருக்கவில்லை. ஆழ்ந்த யோசனையுடன் துவாய்த்துண்டை எடுத்துக்கொண்டு குளியலறைக்குள் நுழைந்தான். ஒருபோதும் இல்லாதது போல் காலம் அவனைக் கசக்கிப் பிழியக் காத்திருந்தது.

சமாதானக் காலம் என்பதால் கடிதப் போக்குவரத்து துரிதகதியில் நடந்தன. அம்மா, அக்காவிடமிருந்து மட்டுமல்ல சிவா, ரவியிடம் இருந்துங்கூட அடிக்கடி கடிதங்கள் வர ஆரம்பித்திருந்தன. அதனால் அங்குள்ள நிலைமைகளை அடிக்கடி அறிந்துகொள்ளக்கூடியதாக இருந்தது. இந்தச் சமாதான காலத்தில் நாட்டுக்குப் போய் அம்மாவையும், சொந்த பந்தங்களையும் பார்த்து, அவர்களுக்கும் தன் பிள்ளைகளையும் காட்டிவிட்டு வரத்தான் குணாவின் மனம் ஏங்கியது. ஆனால், பொருளாதார நெருக்கடிகள் அதற்கு இடங்கொடுக்கவில்லை.

அன்று அலைபேசியில் வந்த தேவகன், "ஹலோ மச்சி! நான் வீடு வாங்கிப்போட்டன். வெள்ளிக்கிழமை பத்து மணிக்குப் பால் காய்ச்சப்போறன். கட்டாயம் வந்திரு சரியே" என்றான்.

"ஓ... அப்பிடியே! வாழ்த்துக்களடா மச்சி. அதுசரி நீ தனிய வேலை செய்துகொண்டு எப்பிடியடா லோன் எடுத்தனி?" ஆச்சரியத்துடன் கேட்டான்.

"அது மச்சி, எனக்குத் தெரிஞ்ச ஒரு தமிழ் ஆள் கிளீனிங் கொம்பனி வைச்சிருக்கிறார். அவரிட்டை ஒராள் வேலை செய்தால் அவர் அரசாங்கத்துக்குக் கட்டவேண்டிய கட்டணத்தையும், வரியையும் அவருக்குக் கொடுத்தால் என்ர மனிசி அவற்ர கொம்பனியில வேலை செய்தமாதிரி மூண்டு மாத சம்பளத்துண்டு தாறதாச் சொன்னார். நானும் சரியெண்டு அவருக்குக் கொடுக்க வேண்டியதைக் கொடுத்து சம்பளத்துண்டை வாங்கிக் கொண்டுபோய் பாங்கில ட்ரை பண்ணிப் பார்த்தன் லோன் தந்திட்டாங்கள். ஆனால், இப்ப கூஸ் பாங்கில (வீட்டு வங்கி) ஒரு ஆளின்ர வருமானத்துக்கே வீட்டு லோன் குடுக்கிறாங்களாம் வேணுமெண்டால் நீயொருக்கால் ட்ரை பண்ணிப்பாரன்" என ஆலோசனை கூறி விடைபெற்றான் தேவகன்.

அடுத்தடுத்த நாட்களிலேயே குணாவும் வங்கியில் வீட்டுக் கடனுக்கு விண்ணப்பித்துவிட்டுக் காத்திருந்தான். சில நாட்களிலேயே வருமானம் போதாதென அவனது விண்ணப்பம் நிராகரிக்கப்பட்ட கடிதம் வந்தது. ஏமாற்றமும், தோல்வியும் அவனுக்குப் புதிதில்லைத்தான். ஆனாலும், அன்றிருந்த நிலைமையில் அது அவனுக்குப் பெரும் வேதனையாக இருந்தது. அவனது வாழ்வில் எதுதான் அவனுக்கு இலகுவாய்க் கிடைத்திருக்கிறது. எல்லாவற்றையுமே அவன் போராடித்தானே பெற்றிருக்கின்றான். வீடு மட்டுமென்ன இலகுவாகவா கிடைத்துவிடும். போராடியே பார்ப்பதென மனதுக்குள் முடிவெடுத்துக்கொண்டான். இத்தனைக்கும் குழந்தைகளின் கொஞ்சலும், மனைவியின் அன்புமே அவனது மனக்காயங்கள் எல்லாவற்றுக்கும் மருந்தாக அமைந்தது. அதுவே அவனைத் துவழ்ந்து விழவிடாமற் தூக்கி நிறுத்திக்கொண்டிருந்தது.

தாய்நாட்டின் சமாதான முயற்சியில் தன்னைத் தத்தெடுத்த நாட்டின் தீவிர ஈடுபாடானது இந்தப் பேச்சுவார்த்தையின் மூலம் தமிழர்களுக்கு ஏதாவதொரு அரசியல் தீர்வை பெற்றுத் தந்துவிடும் என்றே நம்பினான். அவன் நம்பியது போலவே அரசுக்கும், புலிகளுக்குமான முதற்கட்டப் பேச்சுவார்த்தைகள் தாய்லாந்தில் ஆரம்பமாகின. அந்தப் பேச்சுக்களில் முதற்கட்டமாக கண்ணிவெடிகளை அகற்றுவதெனவும், உள்நாட்டிற்குள் இடம்பெயர்ந்த அகதிகளை மீளக் குடியமர்த்துவதெனவும் இரு தரப்பினராலும் முடிவெடுக்கப்பட்டது. பேச்சின் போது ‘விடுதலைப் புலிகள் தனிநாடு என்கின்ற கருத்தோடு மட்டும் செயற்படவில்லை.’ எனப் புலிகளின் ஆலோசகர் அன்ரன் பாலசிங்கம் கூறியிருந்ததாவது, விட்டுக்கொடுத்து சமாதானத் தீர்வொன்றை ஏற்படுத்தி கொள்வதற்கான ஒரு சமிக்கையாகவே அரசியல் அவதானிகளால் கருதப்பட்டபோதும், அதனை இங்குள்ள ஈழ விரும்பிகள் சிலரால் சகித்துக்கொள்ளவே முடியாமலிருந்தது. இருந்தபோதும், ‘இதுவொரு அரசியல் தந்திரம்’ எனச் சிலர் தங்களுக்குத் தாங்களே சமாதானம் சொல்லிக்கொண்டார்கள்.

சமாதானப் பேச்சுக்கள் ஒருபுறம் நிகழ்ந்துகொண்டிருக்க, மறுபுறம் போராளிகள் பலரும் திருமண பந்தங்களுக்குள் நுழைந்துகொண்டிருந்தார்கள். அதனை அறிந்த குணா தான்

இரண்டு குழந்தைகளுக்கு தந்தையாகிவிட்ட நிலையில் தனது நண்பர்கள் சிவாவும், ரவியும் இன்னமும் ஒண்டியாக இருப்பதை நினைத்துக் கவலை கொண்டான். ஆனாலும் அந்தக் கவலை நீடிக்கவில்லை. சிவாவுக்குப் பெண் பார்த்துக்கொண்டிருப்பதாக அவனது மாமியார் கடிதம் எழுதியிருந்தார். சில நாட்களிலேயே மாமியின் முயற்சியும் திருவினையாகியது. பரந்தனைச் சேர்ந்த ஒரு பெண்ணை அவனுக்குப் பேசி முடித்துவைத்திருந்தார்கள்.

அடுத்த சில மாதங்களிலேயே ரவியும் அவனது இயக்கப் பொறுப்பாளர் கேட்டுக்கொண்டதற்கு இணங்க அவனது அணியிலிருந்த ஒரு பெண் போராளியைத் திருமணம் செய்துகொண்ட மகிழ்வான செய்தியும் குணாவை வந்தடைந்தது. பொருளாதார நெருக்கடிகள் குணாவைத் தாக்கிய போதிலும், இப்படியான மகிழ்வான செய்திகளால் அவனது மனம் நிறைந்தது. ஆனாலும், 'போராளிகளைக் குடும்பங்களுக்குள் தள்ளும் இந்தப் போக்கு சரியானதல்ல, குடும்பம் அவர்களின் போராட்டக் குணத்தை மழுங்கடித்துவிடும்' என இங்கு குடும்பமாக வாழ்ந்துகொண்டு குமுறிய சிலரின் குரல்களைக் கேட்ட குணா இதுவிடயமாக மூர்த்தியுடன் கதையை விட்டுப்பார்த்தான்.

"ஏன் ஐசே, தலைவர் குடும்பமா வாழ்ந்துகொண்டு இவ்வளவு காலமாகப் போராட்டத்தை வழி நடத்தயில்லையே?" எனக் கேட்டதோடு, "உமக்கொண்டு தெரியுமே, ரெண்டாங்கட்டப் பேச்சுவார்த்தையும் எல்லே தாய்லாந்தில நடக்கப்போகுது. அதில தமிழ்ச்செல்வன் அண்ணையோட கருணா அம்மானுமல்லே கலந்துகொள்ளப்போறாராம், இது சாதாரண விஷயமில்ல. ராணுவ ரீதியா எங்களுக்கு கிடைச்ச பெரும் பலம் ஐசே" எனக் கூறிப் புளங்காகிதம் அடைந்தார் மூர்த்தியர்.

விரைவில் ஒரு நிரந்தரத்தீர்வு கிடைத்து நாட்டில் அமைதி ஏற்பட்டுவிடும். அப்படி நடந்தால் தாய் நாட்டிற்கே பிள்ளைகளை அனுப்பிப் படிக்கவைக்க வேண்டுமென்ற தனது கனவும் பலித்துவிடும் போலவே குணாவுக்குத் தோன்றியது. மூன்று வயதான மகள் இப்போது பாலர் பூங்காவுக்குச் செல்ல ஆரம்பித்திருக்கின்றாள். ஆறு வயதில் பாடசாலையில் சேர்க்க வேண்டும். அதற்கிடையில் நாட்டில் நல்ல நிலைமை ஏற்பட்டுவிட்டால் முதலில் ஆதிராவையும், பிள்ளைகளையும்

அங்கே அனுப்பிவிட்டு, அதன்பின்னர் இரண்டு, மூன்று வருடங்கள் தான் இங்கே நின்று உழைத்து அங்கு போகும்போது ஏதாவது தொழில் செய்யக்கூடிய வகையில் கொஞ்சக் காசோடு போய் அங்கேயே ஊர், உறவுகளோடு செற்றிலாகி விடலாமென மனக்கணக்குப் போட்டவாறே காலத்தைக் கடத்திக்கொண்டிருந்தான்.

வருடக் கடைசியில் மூன்றாம் கட்டப் பேச்சுவார்த்தை நோர்வேயில் ஆரம்பமாகியது. இந்தக் கால கட்டத்தில் பேச்சுக்களில் கலந்துகொண்டவர்கள் மட்டுமன்றி, புலிகளின் வேறு பல பிரிவுகளும் ஐரோப்பிய நாடுகளுக்கு படையெடுத்திருந்தன. சுவிஸ் நாட்டில் நடந்த ஒரு கூட்டத்தில் தளபதிகளின் பேச்சுகளைக் கேட்டுக்கொண்டிருந்த மக்களிடம் உண்டியல்கள் நீட்டப்பட்டபோது உணர்ச்சிப் பிளம்பாக இருந்த மக்கள் கையில் கிடந்தது, காதில் கிடந்தது முதற்கொண்டு தாலிக்கொடிகள் வரை கழற்றிப்போட்ட காட்சிகளைத் தமிழ் ஊடகமொன்று தொடர்ந்து காட்சிப்படுத்திக்கொண்டே இருந்தது. வெளிநாடுகளுக்கு வந்திருந்த தளபதிகள், போராளிகள் எல்லோருமே "தலைவரை நம்புங்கள்" "தலைவரின் கையைப் பலப்படுத்துங்கள்" என்ற மந்திரத்தைத் திரும்பத் திரும்பக் கூறுவதிலேயே குறியாக இருந்தார்கள்.

அன்று குணாவுடன் அலைபேசிய தேவகன் "அடேய் மச்சி இண்டைக்கு இரவு நான் வேலை செய்யிற ரெஸ்ட்ருரெண்டுக்கு எங்கட தமிழீழப் பேச்சுவார்த்தைக் குழு சாப்பிட வரப்போகினமாம் தெரியுமே?" எனப் புளுகத்துடன் கேட்டான்.

"அப்ப மச்சி நானும் பார்க்க வரட்டே?" குணாவும் ஆவலில் கேட்டான்.

"வெளியாட்கள் வரலாமோ என்னவோ தெரியயில்ல மச்சி, எதுக்கும் அவை வந்தப்பிறகு நிலைமையைப் பார்த்துப் போன் அடிக்கிறன்" என்றவனிடமிருந்து இரவு அழைப்பு வந்ததுமே அரக்கப் பரக்க அங்கே ஓடினான். தமிழ்ச்செல்வன், நடேசன், கருணா, ஜெயம் எனப் பலரைச் சந்திக்கவும் உரையாடவும் குணாவுக்கு வாய்ப்புக்கிடைத்தது. குணாவைப் போல் நிறையப்பேர் அவர்களைச் சந்திக்க வந்திருந்தார்கள். அவர்களைப் பார்த்த கருணா அம்மான் "இங்க யாராச்சும் மட்டக்களப்பு

ஆட்கள் இருக்கிங்களா?" எனக் கேட்டார். ஒருவருமே மடக்களப்பைச் சேர்ந்தவர்கள் இல்லை என்பதை அறிந்தபோது அவரின் முகம் கோணிப்போனதையும் குணா அவதானித்தான். அவர்களுடன் சேர்ந்து எடுத்துக்கொண்ட புகைப்படங்களை நண்பர்கள் சிவாவுக்கும், ரவிக்கும் அனுப்பிவைத்துத் தானும் இங்கு புலிதான் என்பதுபோல் படங்காட்டிக்கொண்டான் குணா. நோர்வேக்குப் புலிகளின் பேச்சுவார்த்தைக் குழு வந்திருந்த காலம் குணாவுக்கும், நண்பர்களுக்கும் பெரும் கொண்டாட்ட காலமாகவே கழிந்துகொண்டிருந்தது.

◎

2003

நான்காம் கட்டப் பேச்சுவார்த்தையும் தாய்லாந்திலேயே ஆரம்பமானது. பேச்சுவார்த்தைகளின் இறுதியில் உலக நாடுகளிடமிருந்து வடக்குக் கிழக்குப் பகுதிகளின் புனரமைப்பு மற்றும் மறுவாழ்வுக்காகப் பெறப்படும் நிதியினை யார் பெறுவது, எவர் பொறுப்பில் வைத்துக் கையாளுவது என்பதும், பாதுகாப்புவலயப் பகுதிகளில் தமிழர்கள் குடியேற்றம் குறித்தும் கலந்துரையாடப்பட்டது. அவ்வாறு குடியேறும் மக்களில் புலிகள் இருந்தால் அவர்களின் ஆயுதங்களைக் களையவேண்டுமென ஏற்கெனவே சரத் பொன்சேகா துணைக்குழுக் கூட்டத்தில் கூறியது குறித்தும் விரிவாக விவாதிக்கப்பட்டதோடு, போர்நிறுத்தத்தைச் சீர்குலைக்கவே இராணுவத் தரப்பில் முயற்சிகள் மேற்கொள்ளப்படுகின்றன எனப் புலிகள் குற்றஞ்சாட்டினர். இறுதித் தீர்மானமாக உலக நிதியளிப்போரிடமிருந்து பெறப்படும் நிதியைக் காக்கும் பொறுப்பை உலக வங்கியிடமே விடுவதாக முடிவானதாக செய்திகள் வெளியாகின.

பேச்சுக்களும், போர் நிறுத்தமும் தொடர்வதனால் பயந்தெளிந்த குணாவின் அம்மாவும், அக்கா குடும்பமும் மீண்டும் யாழ்ப்பாணத்துக்குத் திரும்பினார்கள். 'வவுனியாவில அத்தானால் தொழில் ஒண்டும் செய்ய முடியவில்லை யாழ் போனாலாவது எங்கட கடையை திறந்து நடத்தலாம்' என அக்கா சொன்ன காரணம் ஏற்புடையதாக இருந்தமையினால் குணாவும் அதற்குச் சம்மதித்து, அங்கு பாழடைந்து கிடந்த வீட்டை திருத்தி அமைப்பதற்காகப் பணமும் அனுப்பிவைத்தான். ஓடிக் களைத்த மக்களுக்கு இந்தப் போர் நிறுத்தக் காலம் மூச்சு விடுவதற்குக் கிடைத்த சிறு அவகாசமாகவே இருந்தது.

"என்னடா தம்பியா, பேச்சு வார்த்தைகளெல்லாம் சும்மாவொரு பேச்சுக்குத்தான் நடக்கிறமாதிரியல்லே இருக்குது." கனநாளைக்குப்பிறகு வீட்டுக்கு வந்த மணியமண்ணேயும் வாயை விட்டார்.

“ஏன் அண்ணே அப்பிடிச் சொல்லுறியள்?”

“பின்ன, ரெண்டு பகுதியிலும் நடக்கிற போர் நிறுத்த மீறல்களைப் பதிவு செய்தே கண்காணிப்புக் குழுவும் களைச்சுப்போயிரும் போல கிடக்கே.”

“ஓமண்ணே, இது லேசான விஷயமில்லத்தான். நோர்வேயின்ர விளையாட்டைப் பார்த்திங்களே ஆயுதங்களற்ற புலிகளை அரச கட்டுப்பாட்டுப் பகுதிகளுக்குள்ள நுழைய விட்டதனுடாக, புலிகளை ஜனநாயக நீரோட்டத்திற்குள் இழுப்பதற்கும், தந்திரமாக அரசியல் வேலைகளைச் செய்வதற்கும் வாய்ப்புக்களைத் தேடிக் கொடுத்திருக்குது.”

“ம்... இருக்க இடங்கொடுத்தால் படுக்கப் பாய் கேட்கிற ஆட்களல்லே எங்கட ஆட்கள். இப்ப பாத்தியே சட்டத்திற்கு முரணான வகையில புலிகள் பொதுமக்களிட்ட வரி வசூலிக்கத் தொடங்கிவிட்டினமாம். இதெல்லாம் யுத்த நிறுத்த உடன்படிக்கையில இல்லாத விடயங்களாமெல்லே. இதையெல்லாம் கட்டுப்படுத்த முடியாத நிலையிலும், ஆயுதக் கடத்தல்கள் மூலமாகப் புலிகள் ராணுவ ரீதியாகப் பலமடைவதைத் தடுக்க முடியாத நிலையிலுந்தான் நோர்வே இருக்குதாமெண்டும், நோர்வே புலிகளை ஆதரிக்கும் நாடு எண்டுமெல்லே இப்ப சிங்களவர் கத்த வெளிக்கிட்டாங்கள். அதுமட்டுமே, எரிக் சொல்ஹெய்மை வெள்ளைப் புலி எண்டுமெல்லே முத்திரை குத்திப்போட்டாங்கள்.”

“ஓமண்ணே, நோராட், ரெட்பானா, ரி.ஆர்.ஓ போன்ற அமைப்புகள் ஊடாக நோர்வே பெருமளவு நிதியைப் புலிகளுக்கு வாரி வழங்கிப்போட்டுதாம் எண்டும், ஒஸ்லோவில புலிகளின் சர்வதேசத் தொடர்பாடல் தலைமையகத்தை அமைக்கிறதுக்கும் நோர்வே அனுமதியளிச்சுப் போட்டுதாம் எண்டும், புலிகள் சிறந்த வானொலித் தொடர்பாடல் வலைப்பின்னலை உருவாக்கிறதுக்கும் நோர்வே தான் உதவியிருக்காம் எண்டுமெல்லே இலங்கை அரசாங்கம் குற்றம் சாட்டியிருக்காம்.”

“பாத்தியே இவ்வளவு சிக்கலுக்க நோர்வேயாலதான் என்னத்தச் செய்ய முடியும். இது போதாதெண்டு ரெண்டு பகுதியும் போட்டி

போட்டுக்கொண்டு அரசியல் விரோதிகளைப் போட்டுத்தள்ளுற கொலைக் கலாசாரத்தையும் எல்லே கையில எடுத்திட்டினம். எனக்கெண்டால் சமாதானம், தீர்வு இதொண்டிலையும் நம்பிக்கையில்ல" எனக் கூறிய மணியமண்ணை குணாவின் மனதிலும் அவநம்பிக்கையை விதைத்து மீண்டும் அவனைப் பீதிக்குள் தள்ளிவிட்டுப்போனார். தீர்வு கிடைத்துவிடும், அமைதி நிலவிவிடும் மீண்டும் நாட்டுக்குப் போய்விடலாம் என்ற கனவில் கத்தி விழுந்து விடுமோ என்ற ஏக்கத்துடனேயே அவனது நாட்கள் நகர்ந்துகொண்டிருந்தன.

எரிபொருள் நிலையத்தில் காருக்குப் பெற்றோல் நிரப்பிவிட்டுக் குணா காரை எடுத்தபோதே அலைபேசியில் வந்த நிமலன், "மச்சி உனக்கு விசயந்தெரியுமே பரராஜசிங்கத்தாற்ர சாதிக் கொழுப்பெல்லாம் அடங்கிப்போச்சாம் எல்லே" என்றான்.

"என்னடா சொல்லுற?"

"ஓமடா, படிக்கப்போன இடத்தில அவற்ற பெட்டையள் ரெண்டுமே சாதி குறைஞ்ச பெடியளைத்தானாம் காதலிச்சுக் கட்டிப்போட்டுதுகள். அந்தாள் இப்ப சாதி விசயத்தில அந்தர்பல்டி எல்லே அடிச்சுப்போட்டுதாம். ச்சைக்... என்ன பழக்கமிது, எல்லாரும் மனுசர் தானே. மனுசருக்குள்ள மனுசர் சாதி பார்க்கிறதே? எண்டெல்லாம் எல்லே மனுசன் இப்ப கதையளக்குதாம். என்னோட வேலை செய்யிற அவற்ற ஊர்க்காரர் ஒருத்தர் சொல்லித்தான் எனக்கிந்த விசயம் தெரிஞ்சது" என்றான் நிமலன்.

"சரி... சரி... பரவாயில்ல, அப்ப நல்ல விஷயம் தான் நடந்திருக்குது."

"ஓமடாப்பா, அதுசரி என்ன உங்கட ஆட்கள் அடிச்சுப் பிடிச்சு முடிஞ்சு, இந்தாத்தான் பேசிப் பெறப்போறாங்கள் எண்டியள். இப்ப பார்த்தால் அதுவும் பிசகப்போகுது போல கிடக்கே" என நக்கல் தொனியுடன் அரசியலுக்குத் தாவினான் நிமலன்.

"ஓ... அதுக்கென்ன இப்ப, பேசுறது பிழைச்சால் திரும்ப அடிச்சுப் பிடிப்பாங்கள் தானே. உங்களைப்போல என்ன விட்டிற்ரே ஓடப்போறாங்கள். பார்த்தீரே யாழ்ப்பாணத்தில ரெண்டு லெட்சம்

மக்களோட ரெண்டாவது பொங்கு தமிழும் நடந்திட்டுதாம், இந்தப்பெரிய மக்கள் எழுச்சியைக் கண்டு உலகமே வியந்து நிக்குது. புலிகள் தான் தமிழ் மக்களின் ஏக பிரதிநிதிகள் எண்டும், பிரபாகரன் தான் தமிழர்களின் ஒப்பற்ற தலைவன் எண்டும் எங்கட சனம் உலகத்துக்கே காட்டிப்போட்டுது" என்று பதிலடி கொடுத்தபடி கார் ஓட்டிக்கொண்டிருந்த குணாவை ஒரு வளைவில் மறைந்திருந்த காவற்துறையினன் ஒருவன் குறுக்கே பாய்ந்து தடுத்து நிறுத்தினான்.

"ஆ... அடச்செ... பொலிஸ் மறிச்சுப் போட்டான்டா, ஏதோ கொன்ரோல் போலயிருக்கு பிறகு கதைக்கிறன் வை" என்றவன் காரை ஓரமாக நிறுத்தினான். வேகக் கட்டுப்பாட்டு அளவை மீறியும் ஒட்டவில்லை. அத்துடன் ஆசனப்பட்டியும் அணிந்திருந்ததளால் அவனுக்கு எதுவித பயமும் இருக்கவில்லை. உடனேயே கார்ப் பதிவுப்பத்திரம், சாரதி அனுமதிப்பத்திரம் போன்றவற்றை எடுத்து நீட்டினான். அவற்றைப் பெற்றுக்கொண்டு தமது வாகனத்தில் ஏறிய அதிகாரி சிறிது நேரந்திலேயே திரும்பி வந்து அவற்றை அவனிடம் ஒப்படைத்துவிட்டு "இதனை இரண்டு கிழமைக்குள் கட்டிவிட வேண்டும்" எனக் கூறி மூவாயிரம் குரோணர்கள் தண்டப்பணம் அறவிட்ட ஒரு பத்திரத்தையும் கொடுத்தபோது குழப்பமடைந்த குணா, "நான் ஏன் தண்டப்பணம் கட்டவேண்டும்?" எனச் சற்றுக் குழப்பத்துடனேயே கேட்டான்.

"அலைபேசியில் கதைத்துக்கொண்டு கார் ஓட்டுவதற்கு இந்த நாட்டுச் சட்டத்தில் இடமில்லை" எனச் சிரித்துக்கொண்டே பதிலளித்துவிட்டு சென்றான் காவற்துறையினன். "அட சவத்தே" எனத் தலையில் அடித்துக்கொண்டான் குணா. ஏற்கனவே இருக்கிற கஸ்ரத்தில இது வேறையா என மனம் நொந்தவாறே வீட்டுக்குச் சென்றவன், ஆதிரா அறிந்தால் கவலைப்படுவாள் என்று அவளுக்குத் தெரியாமலேயே மறைத்துக்கொண்டான்.

எல்லாப் பக்கத்தாலும் காலம் தன்னைப் பகைத்துக்கொண்டு நிற்பதாகவே அவனுக்குப் பட்டது. ஆனாலும், அவன் எந்த முயற்சியையும் கைவிடுவதாக இல்லை. 'தமிழர் ஒருவர் லோன் எடுத்துக் கொடுக்கிறாராம், ஒரு மில்லியனுக்கு பத்தாயிரம் குரோணர்கள் அவருக்குக் கட்டினால் போதுமாம். எப்பெற்பட்ட

ஆட்களுக்கும் லோன் எடுத்துக் கொடுப்பாராம்' என நிமலன் மூலமாக அறிந்துகொண்ட குணா உடனடியாகவே அவருடன் தொடர்புகொண்டு அதற்கான அலுவல்களில் இறங்கினான். முயற்சி வெற்றியளித்தது. ஒரு மில்லியன் குரோணர்கள் வீட்டுக்கடன் தருவதாக வங்கியிலிருந்து கடிதம் வந்தது. குணாவுக்கும், ஆதிராவுக்கும் மிகுந்த சந்தோஷம். மூன்று மாதத்தால் வீட்டை விட்டு எழும்புவதாக மூர்த்தியிடம் கூறிவிட்டு, தங்களின் வங்கிக் கடனுக்கு ஏற்ப வீடு தேடும் வேலைகளில் மும்முரமானார்கள்.

"இஞ்சேருங்கப்பா இவள் இனியா குட்டி பார்ணஹாகனில வேலை செய்யிற வயசுக்கு மூத்த மனிசியை எலினா, எலினா எண்டு பேர் சொல்லிக் கூப்பிடுறாளப்பா, எனக்கெண்டால் உடம்பெல்லாம் கூசி ஒரு மாதிரியாப் போச்சுது. சைக்... என்ன கலாச்சாரமப்பா இது" எனப் புலம்பியபடியே பாலர் பூங்காவிலிருந்து மகளைக் கூட்டிக்கொண்டு வந்தாள் ஆதிரா.

"அதுக்கு என்னடியப்பா செய்யிறது. அம்மண ஊரில வந்து நிண்டுகொண்டு நாங்கள் கோவணம் கட்ட ஆசைப்படலாமே, இப்பிடிச் சில விசயங்களை அனுசரித்துக்கொண்டுதான் போகவேணும். இல்லாட்டி அங்க தப்பி இங்க ஓடிவந்த மாதிரி, திரும்பவும் இங்க தப்பி அங்க தான் ஓடவேணும், அதுக்குத்தானே அங்கத்தைய நிலைமைகளும் சரி வருகுதில்லையே" என்று ஆதங்கப்பட்டுப் பெருமூச்சை விட்டான்.

"இந்த லெட்சணத்தில எங்கட வளர்ப்புச் சரியில்லையாமெண்டு கனக்கத் தமிழ்ப் பிள்ளைகளை 'பார்னவேர்ன்' (குழந்தைகள் காப்பகம்) பறிச்சுப் போட்டுதாமெண்டு அண்டைக்கு ஜெனிற்றா அக்காவும் சொன்னவா, எனக்கெண்டால் இங்க பிள்ளைகளை வைச்சு வளர்க்கப் பயமாய் இருக்கப்பா" என்றாள் ஏக்கத்துடன்.

"அடி ஆத்தி, இங்க பிறக்கிற பிள்ளைகள் எல்லாமே அரசாங்கத்தின்ர பிள்ளைகளாம், பிள்ளைகளைப் பெத்த எங்களுக்கு அதுகளைப் பதினெட்டு வயசு வரைக்கும் வளர்த்து விடுகிற பொறுப்பு மட்டுந்தானாம். அதுவும் இந்த நாட்டுச் சட்ட திட்டங்களுக்கும், பழக்க வழக்கங்களுக்கும் ஏத்தமாதிரித்தான் வளக்கவேணுமாம். ஊரில அப்பா, அம்மா எங்களை வளர்த்த மாதிரி அடிச்சுக் கிடிச்செல்லாம் கண்டிக்க ஏலாது. அப்பிடிக் கண்டிச்சு வளர்க்க

வெளிக்கிட்ட ஆட்களின்ர பிள்ளைகளைத்தான் பார்னவேர்ன் பறிச்சுக்கொண்டு போயிருக்குது. பிள்ளைகளுக்கு அடிக்கிறது மட்டுமில்லப் பிரச்சனை. தாய், தகப்பன் பிள்ளைகளுக்கு முன்னுக்குச் சண்டை பிடிக்கிறதில இருந்து சாப்பாடு, உடுப்பு எண்டு பிள்ளைகளை ஒழுங்காகக் கவனிக்கிறது வரைக்கும் எல்லா இடத்திலும் நுணுக்கமாக் கவனிப்பாங்கள். நாங்களும் சரியான கவனமாய் இருக்கவேணும் சரியே" என ஆதிராவுக்கு இங்குள்ள நிலைமைகளை விளக்கினான்.

"என்னப்பா இது! எங்கட ஆட்களை மாதிரிப் பிள்ளை வளர்ப்பில கரிசனை காட்டுற சனங்கள் எங்கேயன் இருக்குதுகளே?"

"பிரச்சனையே அதுதானடியப்பா, எங்கட ஆட்களின்ர அளவுக்குமீறிய கரிசனை தான். பிள்ளைகளின்ர சுதந்திரத்தைப் பாதிக்குதாம். எங்கட வளர்ப்புமுறை பிள்ளைகள் எங்களைச் சார்ந்து இருக்கிறமாதிரியானதாம். அது பிழையாமெல்லே, பிள்ளைகளைச் சின்னனில இருந்தே சுயசார்பு உள்ளவர்களாகவும், தன்னம்பிக்கை உள்ளவர்களாகவும் வளர்க்க வேணுமாம். ஏன் இங்க கைக் குழந்தைகளைக்கூடத் தாய் தகப்பன் சேர்த்து வைச்சுக்கொண்டு படுக்காமல் தனியப் படுக்கவிட்டிருங்கள் எண்டால் பாருமன்." அவன் கூறியதைக் கேட்டு மிரண்டுபோயிருந்த ஆதிராவை அணைத்து அவளின் நெற்றியில் முத்தமிட்டவாறே, "சரி... சரி... நீ ஒண்டுக்கும் யோசிக்காத நம்மட நாட்டுப் பிரச்சனை தீர்ந்தால் பிள்ளைகளை அங்கயே கொண்டுபோய் வளர்க்கலாம் கவலைப்படாத" என அவளைச் சாந்தப்படுத்தினான்.

"அப்பிடியெண்டால் அப்பா, பிள்ளைகளுக்கு நாங்கள் நல்லாத் தமிழைப் படிப்பிச்சுப் போடவேணும்" என்றாள்.

"ஓம் ஆத்தி, வாற கிழமையே தமிழ்ப் பள்ளிக்கூடத்தில கொண்டுபோய்ச் சேர்த்துவிடுவம். அங்க போனால் தமிழ் படிக்கிறது மட்டுமில்ல, தமிழ்ப் பிள்ளைகளோட சேர்ந்து எங்கட தமிழ்க் கலாச்சாரத்தையும் பழகியிருங்கள்" என்றவன் அவளது மடியில் சாய்ந்துகொள்ள, மெல்லிய விரல்களால் அவனது தலைமுடியை வாஞ்சையுடன் கோதிவிட்டாள்.

* * *

புலிகளின் அரசியல் ஆலோசகர் அன்ரன் பாலசிங்கம் அவர்களின் உடல்நிலை மோசமானதால் அவரால் அதிகதூரம் பயணம் செய்யமுடியாத நிலையில், ஜெர்மனியின் பெர்லின் நகரத்தில் உள்ள நோர்வேத் தூதரக வளாகத்தில் ஐந்தாம் கட்டப் பேச்சுக்கள் ஆரம்பமாகின. பேச்சுவார்த்தை தொடங்குவதற்குச் சிறிது நேரத்துக்கு முன்பாக அரசியல் ஆலோசகருடன் தொடர்புகொண்ட கடற்புலித் தளபதி சூசை, இலங்கைக் கடற்படையானது கடற்புலிகளின் படகொன்றை வழிமறித்திருக்கிறது என்றும், அவர்களின் பயணத்தைத் தடுத்தால் அதிலிருக்கும் மூன்று கடற்புலிகளும் சயனைட் அருந்தத் தயாராக இருப்பதாகவும் தெரிவித்தார்.

உடனேயே அங்கிருந்த அமைச்சர் மிலிண்டா மோரகோடாவிடம், விளைவுகள் மோசமாவதைத் தடுக்கவேண்டும் என்று பாலசிங்கம் கேட்டுக்கொண்டார். இந்தச் செய்திப் பரிமாற்றத்துக்கிடையே மூன்று கடற்புலிகளிடமிருந்தும் தகவல் தொடர்பு இல்லை என மீண்டும் தொடர்புகொண்ட சூசை தெரிவித்த சிறிது நேரத்தில் போர்நிறுத்தக் கண்காணிப்புக்குழுத் தலைவர் ஜெனரல் ஃபுருகோவ்ட், அந்த மூன்று கடற்புலிகளும் சயனைட் அருந்திய நிலையில் படகினைக் குண்டுவைத்து தகர்த்து விட்டார்கள் என்ற தகவலைத் தெரிவித்தார்.

இச் சம்பவமானது, பேச்சுவார்த்தையைக் குலைப்பதற்காக நடத்தப்பட்ட ஒன்று என்று குற்றஞ்சாட்டிய அன்ரன் பாலசிங்கம் கடற்புலிகளின் அத்தியாவசியத் தேவைகளை இவ்வாறு தடுப்பது தவறு என்றும் வாதிட்டார். இப்படியான இழுபறி நிலையிலேயே ஐந்தாம் கட்டப் பேச்சுவார்த்தையும் எதுவித முன்னேற்றமும் இன்றி முடிவடைந்தது.

நாடுகள் மாறி மாறிப் பேசிக்கொண்டே இருந்தார்களே தவிரத் தீர்வுகள் எதனையும் எட்டவில்லை. ஆயினும், புலிகள் சகல கட்டுமானங்களையும் கொண்ட ஒரு நிழல் அரசை வன்னியில் உருவாக்கிக்கொண்டிருந்தார்கள். வன்னி புலிகளின் இரும்புக் கோட்டையாக உருமாறிக்கொண்டிருந்தது. இரணைமடுப் பகுதியில் ஒரு விமான ஓடுபாதைத் தளத்தைக்கூடப் புலிகள் அமைத்திருப்பதான இரகசியத் தகவலை மூர்த்தியர் குணாவின் காதிலும் போட்டுவைத்தார். அந்த இனிப்பான செய்தியைக்

கேட்டு மெய்சிலிர்த்து நின்ற குணாவுக்கு பேச்சுவார்த்தைகள் பிழைத்துப் போனாலும் கவலைப்படுவதற்கில்லை, அடித்துப் பிடிப்பதற்கான அனைத்துப் பலத்தோடுந்தான் எங்கட ஆட்கள் இருக்கிறார்கள் என்ற அசைக்கமுடியாத நம்பிக்கை உண்டானது.

ஒவ்வொரு சனிக்கிழமைகளிலும் மகளைக் கூட்டிக்கொண்டு தமிழ்ப் பாடசாலைக்குப் போனான். அங்கே பிள்ளைகளைக் கொண்டுவந்து விட்டுவிட்டு இரண்டு மணித்தியாலங்கள் அங்கேயே தங்கி நின்றே பெற்றோர்கள் பிள்ளைகளைக் கூட்டிச் சென்றார்கள். புலிகளைப் பிடிக்காதவர்களுக்கென வேறு பாடசாலைகள் இயங்கிக்கொண்டிருந்த போதிலும், நிமலனின் உறவினர் ஒருவர் அந்தப் பாடசாலையின் நிர்வாகத்தில் இருந்தமையினால் அவனது பிள்ளைகளும் அங்கே தான் தமிழ் படிக்க வந்தார்கள். ஆனால் அவனுக்குப் புலி ஒவ்வாமை இருந்தமையினால் அவன் அங்கு வந்து நிற்பதில்லை. பிள்ளைகளைக் கொண்டுவந்து இறக்கிவிட்டால் பின்னர் கூட்டிப்போகவே வருவான். அங்கே குணா புது நண்பர்களை மட்டுமல்ல, பலவிதமான புதுப் புதுத் தகவல்களையும் பெற்றுக்கொண்டான். அங்கு வருபவர்கள் எல்லோரும் புலிகளின் ஆதரவாளர்களாகவே இருந்தார்கள். அதனால் அங்கு புலி ஆதரவுச் செய்திகளையும், புலிப் புகழ்ச்சியையும் தாராளமாகக் கேட்கக் கூடியதாக இருந்தது. எல்லோரும் தமிழீழக் கனவில் மிதந்துகொண்டிருந்தார்கள். அந்தப் பாடசாலையின் நிர்வாகத்தில் இருந்த மன்னவன் என்பவர் அங்கு வருபவர்களிடம் புலிகளின் பாடல் இறுவெட்டுக்கள், பத்திரிகைகள், புத்தகங்கள் மட்டுமல்லாமல் புலிச் சின்னமோ, அல்லது புலித் தலைவரின் படமோ பதித்த எதையாவது விற்றுக் காசாக்குவதிலேயே எப்போதும் குறியாக இருந்தார். அங்கு செல்பவர்களும் போராட்ட நிதிக்குத் தானேயெனப் பார்த்துப் பாராமல் எதையும் காசு கொடுத்து வாங்குவதற்குத் தயாராகவேதான் இருந்தார்கள். வெளிநாடுகளில் நிதி சேகரிப்பு நடவடிக்கைகளில் திறம்படச் செயற்பட்டுக் கூடுதலான நிதியைச் சேகரித்தவர்களுக்கு வன்னியிலிருந்து தலைவரின் பாராட்டும், புலிச் சின்னம் பதித்த தங்கப் பதக்கமும் பரிசாக வழங்கப்படுவதாகவும், அதனைப் பெற்றவர்களில் மன்னவனும் ஒருவர் என்பதையும் பின்னர் குணா அறிந்துகொண்டான்.

போக்காளி | 401

அந்தத் தமிழ்ப் பாடசாலைக்குப் பல கிளைகள் இருந்தன அதிலொரு கிளையில்தான் தேவகன், சீலன் ஆகியோரின் பிள்ளைகள் தமிழ் படித்தார்கள். அங்குதான் அவர்களுக்கு ஜெனிற்றாவின் அண்ணன் அலோசியஸ் அறிமுகமானார். அவருடனேயே தேவகன், வேந்தன் ஆகியோர் நிதி சேகரிப்புப் போன்ற புலிச் செயற்பாடுகளில் ஈடுபட்டிருந்தார்கள். அலோசியஸ் விஸ்வாவின் மச்சான் என்பதை தெரிந்துகொண்ட வேந்தனும், தேவகனும் வேண்டுமென்றே குணாவின் முன்னால் அலோசியசை தேசியவாதியாகப் புகழ்ந்து பேசுவார்கள்.

ஒரு சனிக்கிழமை பாடசாலையில் நின்ற குணாவை அலுவலக வாசலில் வைத்து மடக்கிய மன்னவன், "தம்பி உம்மோட கொஞ்சம் கதைக்கலாமே?" எனக் கேட்டார்.

"ஓமண்ணை, சொல்லுங்கோ என்ன விஷயம்?"

"தம்பி, நாட்டு நிலைமைகளை நீங்களும் அறிஞ்சிருப்பிங்கள் தானே. நிறையப் போராளிகள் குடும்பங்கள் ஆகிக்கொண்டிருக்கிறார்கள். அந்தக் குடும்பங்களின் வாழ்க்கைச் செலவுக்கு வருமானம் தேவைப்படுகுது. அதனால வெளிநாடுகளில இருக்கிற நாங்கள் ஒவ்வொருவரும் ஒவ்வொரு குடும்பத்தைப் பாரமெடுக்க வேண்டிய தேவை ஏற்பட்டிருக்குது. அவர்களின்ர வாழ்க்கைச் செலவுக்கு மாதா மாதம் ஐநுறு குரோணர்கள் அனுப்பிவைக்கிற திட்டமொன்றைக் கொண்டுவந்திருக்கிறம். நீங்களும் ஒரு போராளிக் குடும்பத்துக்கு உதவுவிங்கள் எண்டு நம்புறன்" என்றார்.

"ஐயோ அண்ணே ஏற்கனவே நான் மாதா மாதம் கட்டிக்கொண்டு தானே இருக்கிறன்" எனத் தலையைச் சொறிந்து நின்றான் குணா.

"ஓமோம், அது தெரியும் தம்பி. ஆனால் இது கனகாலத்துக்கு இல்ல. கெதியில ஒரு நல்ல முடிவு வரப்போகுது. அதுவரைக்குந்தான் இந்த உதவி தேவைப்படும்" என்று விடாக்கண்டனாக நின்றார் மன்னவன்.

"அதுசரி அண்ணே, ஆனால் எனக்குமெல்லே நிறையச் சோலிகளா இருக்கு" எனக் குணாவும் கொடாக்கண்டனாக நின்றான். மனம்

இருந்தபோதும் அவனிடம் பணம் இருக்கவில்லை. ஆனாலும் மன்னவனும் விடுவதாயில்லை.

“ஐயோ தம்பி உங்களை மாதிரியான ஆதரவாளர்களே இப்படிப் பின்னடிச்சால் வேற யாரு தம்பி முன்வந்து உதவப்போகினம்” எனக் கொக்கியைப் போட்டு இழுத்து மடக்கி வீழ்த்தினார் மன்னவன். குப்புற விழுந்த குணா மாதா மாதம் வங்கிக் கணக்கிலிருந்து பணம் கழிகின்ற மாதிரியான பத்திரத்தில் கையொப்பம் இட்ட பின்பே மன்னவனிடமிருந்து விடுதலையானான். அலுவலக அறையிலிருந்து வெளியே வந்தபோது எல்லோரும் கலவரமான முகத்துடன் காணப்பட்டனர்.

“என்ன அண்ணே! ஏதும் சிக்கலே?” பக்கத்தில் நின்றவரிடம் கேட்டான்.

“ஓமப்பன் கடற்புலிகளின்ர கப்பலை நேவிக்காரங்கள் அடிச்சு மூழ்கடிச்சுப் போட்டாங்களாம். பதினொரு கடற்புலிகள் வீரச்சாவாம்” என்றார் முகத்தைத் தொங்கப் போட்டபடியே. அவர் மட்டுமல்ல அங்கு நின்ற எல்லோரும் சோகமே உருவான முகத்தையே தாங்கி நின்றனர். சிலர் பற்களை நறுமியபடி கோபாவேசத்துடன் காணப்பட்டனர். நிலைமைகள் மோசமாகிவிடுமோ என்றெண்ணிப் பயந்தவாறே குணா வீடு வந்து சேர்ந்தபோது, வெளியே இளவேனிற் காலத்தைக் கண்டு துளிர்த்துக் கொண்டிருந்த ரோஜாச் செடிகளுக்குத் தண்ணீர் விட்டுக்கொண்டு நின்ற மூர்த்தி, “என்ன குணா வீடு பார்த்தாச்சே? நானும் வாடகைக்கு குடுக்க ஆட்களை ஒழுங்கு செய்யவெல்லே வேணும்” என்றார்.

“இன்னும் சரிவரயில்லை அண்ணே, கொஞ்சம் பொறுங்கோவன் ரெண்டு மாதம் கிடக்குத்தானே. அதுசரி, நியூஸ் கேள்விப்பட்டியளே?”

“ஓம் ஐசே கப்பலொண்டை அடிச்சுப்போட்டாங்களாம். தலைவரை மீசையும் வைச்சு யூனிபோர்மும் போட வைக்கப்போறாங்கள் போலதான் கிடக்குது, எல்லாம் நன்மைக்குத்தான்” என்ற மூர்த்தியரின் குரலில் ஒரு செருக்குத் தெறித்தது.

“என்ன அண்ணே, அப்ப சமாதானத்துக்கு சங்கு தான் போல!”

“பின்ன, இதென்ன புதுசே... காலங் காலமா இப்படித்தானே எங்களை ஏமாத்துறாங்கள். எத்தனை சுற்றுப் பேசியாச்சு. அரசுத் தரப்பில வழங்கப்பட்ட வாக்குறுதிகள் ஏதாவது நிறைவேற்றப்பட்டிருக்கே? வடக்குக் கிழக்குப் புனரமைப்பு வெறுங் கதையோடையே நிக்குது. மீனவர்கள் கடலில இறங்கி மீன்பிடிக்கப் போகமுடியயில்ல, இடம்பெயர்ந்தவர்கள் மீண்டும் சொந்த இடங்களில் குடியமர முடியயில்ல, பிறகென்ன மயிருக்கு இந்தக் கண்டறியாத பேச்சுவார்த்தை. நாங்களென்ன முந்தியமாதிரிப் பலமில்லாத ஆட்களே பணிஞ்சு போறதுக்கு” எனப் புலியாய்ச் சீறிவிட்டு மூர்த்தியர் படியேறிப்போனார்.

இரண்டு மாதத்துக்குள் வீட்டை விட்டு வெளியேற வேண்டும் என்பதை ஞாபகப்படுத்தி அவனின் மனநிலையைக் குழப்பிவிட்டிருந்தார் மூர்த்தியர். குணாவும், ஆதிராவும் ஒரு மாதமாக வீடு பார்க்கும் அலுவலாகத்தான் ஓடித் திரிகின்றார்கள். ஆனால் வீடு ஒன்றும் அமையவில்லை. இடம் பிடித்தால் வீடு பிடிக்கவில்லை. வீடு பிடித்தால் இடம் பிடிக்கவில்லை. இரண்டுமே பிடித்தால் விலை ஒத்துவரவில்லை என்ற நிலையே இருந்தது. வீடு கட்டுவதோ அல்லது வாங்குவதோ சாதாரண விடயமில்லை என்பதை இப்போது அனுபவத்தால் உணர்ந்துகொண்டபோது அவனுக்கு அம்மாவின் ஞாபகமே வந்தது. ஊரில் அயலட்டைகளில் அப்பா, அம்மா இருவருமே இருந்துங்கூட அவனது நண்பர்கள் பலரின் வீடுகள் சிறிய மண் வீடுகளாகவே இருந்தன. அப்படியிருக்க அம்மா எப்படித்தான் தன்னந்தனி மனிசியாக நின்று அந்தப் பெரிய கல்வீட்டைக் கட்டிமுடித்தா? இப்போது எண்ணிப் பார்க்கையில் அவனுக்குப் பெரும் வியப்பாகவும், அம்மாவை நினைக்கப் பெருமையாகவும் இருந்தது. அந்த வீட்டின் ஒவ்வொரு கல்லிலும், மண்ணிலும் அம்மாவின் வியர்வையும், இரத்தமும் தான் இருந்திருக்குமென்பதை இப்போது நினைத்தபோது அவனது உடல் சிலிர்த்தது. உடனேயே அம்மாவைப் பார்க்கவேண்டும் போல் மனம் அவாவியது. ஏக்கத்துடன் சோபாவில் சாய்ந்தான். கண் முன்னே சுவரில் தொங்கிய கலண்டரில் சாஜஹான் தன் காதலிக்காகக் கட்டிய தாஜ்மகால் ஜொலித்தது. அது குணாவுக்கு இப்போது உலக அதிசயமாய்த் தெரியவில்லை. தங்களுக்காகத்

தாய் கட்டிய அந்தக் கல்வீடே இப்போதவனுக்கு உலக மகா அதிசயமாகத் தெரிந்தது.

* * *

சுற்றிச் சுற்றிப் பேசி ஆறாவது சுற்றை வந்தடைந்த நிலையில் பேச்சுவார்த்தையில் ரணில் அரசும், புலிகளும் முறுகல் நிலையை எட்டியிருந்தனர். இந்தப் பேச்சுவார்த்தையின் தொடக்கமே சூடாக இருந்தது. கடற்படைத் தாக்குதல் மற்றும் மூன்று கடற்புலிகளின் மரணம் நேர்ந்தது குறித்தும், வணிகக் கப்பல் தாக்கப்பட்டது குறித்தும், போர் நிறுத்தத்தைப் பயன்படுத்திக்கொண்டு ஏராளமான ஆயுதங்களை இராணுவத்துக்காக வாங்கியது குறித்தும், மறுவாழ்வுத் திட்டங்களுக்குப் போதிய நிதியளிக்காமை, இடம்பெயர்ந்த மக்களைச் சொந்த இடங்களில் குடியமர்த்த ராணுவம் விதிக்கும் தடைகள் குறித்தும் விவாதிக்கப்பட்டதுடன், டோக்கியோவில் நடைபெற இருந்த இலங்கைக்கான நிதியளிப்போர் மாநாட்டுக்கான ஏற்பாடுகளைச் செய்யும் வகையில், அமெரிக்காவில் ஆலோசனைக் கூட்டத்திற்கும் ஒழுங்கு செய்திருப்பதானது போர் நிறுத்த உடன்பாட்டின்படி புலிகளைக் கலந்தாலோசிக்காமல், புலிகளைத் தடை செய்திருந்த ஒரு நாட்டில் இந்த ஏற்பாடு என்பதே, புலிகள் இந்தக் கூட்டத்தில் கலந்துகொள்ளக்கூடாது என்பதற்காகத் திட்டமிடப்பட்டதுதான் எனப் புலிகள் குற்றம் சாட்டினார்கள். இப்படியாகப் பேச்சுவார்த்தைகள் இழுபறி நிலையில் இருந்த சமயத்தில் தெற்கிலும் அரசியல் மாற்றங்களுக்கான கயிறிழுப்புகளில் சிங்களத் தலைவர்களும் ஈடுபட்டிருந்தனர்.

அதன் பின்னரான சில காலங்கள் சமாதான முயற்சிகளெல்லாம் கிடப்பிற் போடப்பட்டிருந்த நிலையில், புலிகள் நோர்வே நாட்டு தூதர் மூலமாக பிரதமர் ரணில் விக்கிரமசிங்கவிடம் இடைக்காலத் தன்னாட்சி அதிகார சபைக்கான முன்வரைவை ஒப்படைத்தனர். அதற்கடுத்த நான்காவது நாளில் ரணில் விக்கிரமசிங்க அமெரிக்காவில் இருந்தபோதே, ஜனாதிபதி சந்திரிக்கா அதிரடியாகச் செயற்பட்டுப் பாதுகாப்பு அமைச்சர் திலக் மாரப்பென, உள்துறை அமைச்சர் ஜோன் அமரதுங்க, தகவல் தொடர்புத்துறை அமைச்சர் இம்தியாஸ் பக்கீர் ஆகிய

மூவரையும் பதவி நீக்கம் செய்ததுடன், அவ் அமைச்சுக்களைத் தன் வசமே வைத்துக் கொண்டார்.

அதன் மூலம் மீண்டும் நோர்வேயின் சமாதான முயற்சிகளில் தேக்கம் ஏற்பட்ட நிலையில். சிறிதும் தாமதமின்றி ஸ்ரீலங்கா சுதந்திரக் கட்சியானது, புலிகள் அளித்த இடைக்கால தன்னாட்சி அதிகார சபைக்கான முன் வரைவை நிராகரித்தது. ஒருபுறம் அதிபரின் ஆலோசகராக இருந்த லக்ஷ்மன் கதிர்காமர் இந்த வரைவுத் திட்டம் இலங்கையின் இறையாண்மைக்கு எதிரானது என்றும், இது புலிகளின் நாளைய தனிநாட்டுக்கான சட்ட வரைவு என்றும் பரப்புரை செய்துகொண்டிருக்க, மறுபுறம் போர் நிறுத்த ஒப்பந்தம் தொடர்ந்து கடைப்பிடிக்கப்படுமென்று கண்துடைப்புக்கு அறிவித்த சந்திரிக்கா எப்படியாவது சமாதான முயற்சிகளை முறியடித்துவிட வேண்டும் என்பதிலேயே குறியாக இருந்தார்.

நாட்டு நிலைமைகளைப் போலவே குணாவின் வீட்டு நிலைமையும் சூடு பிடிக்க ஆரம்பித்திருந்தது. தேடி அலைந்து ஒருவாறாக அவர்களுக்கான வீட்டைக் கண்டடைந்து விட்டார்கள். நிமலன் குடியிருந்த தொடர்மாடிக் கட்டிடத் தொகுதியில் இரண்டாம் மாடியில் இரண்டு படுக்கை அறைகளைக் கொண்ட ஒரு வீடு விற்பனைக்கு இருப்பதாக நிமலன் மூலமாக அறிந்து அதனையே வாங்க முயற்சித்தபோது போட்டியில் வீடு நிர்ணயிக்கப்பட்ட விலையிலிருந்து சுமார் ஒரு இலட்சம் குரோணர்கள் கூடிப்போனது. போட்டியிலிருந்து குணா பின்வாங்க நினைத்தபோது நல்ல வீடு இப்போதைக்கு திருத்த வேலைகள் ஒண்டும் செய்யத்தேவையில்லை வட்டிக்கு கடன் பட்டாவது இந்த வீட்டை வாங்கடா என நிமலனும் உற்சாகப்படுத்தினான். குணாவும் விட மனமில்லாமல் வங்கிக் கடனைவிட மேலதிகமாக ஒரு இலட்சம் குரோணர்கள் வட்டிக்குக் கடன் எடுத்து அந்த வீட்டை வாங்கிக்கொண்டான்.

வீட்டை வாங்கினால் மட்டும் போதுமா? வீட்டுக்கு அடுப்பு, பிறிச், வோசிங்மிசின், சோபா என நிறையத் தளபாடங்களும் வாங்க வேண்டியிருந்தது. அதற்கு எங்கே போவதெனத் தலையைப் பிய்த்துக்கொண்டு இருந்தவனுக்கு வேறு வழியின்றி நடுத்தர வர்க்கத்தின் உழைப்பை வட்டியாக உறிஞ்சும்

கடன் அட்டைகளே அவனது தெரிவாகிப் போனது. கடன் அட்டைகளிலும், கட்டுக் காசிலும் வீட்டுச் சாமான்களை வாங்கிப் போட்டுக்கொண்டு புது வீட்டுக்குக் குடியேறிப்போனான்.

அதே கட்டிடத்தில் நிமலன் ஐந்தாம் மாடியில் குடியிருந்தான். குணாவின் வீட்டிற்கு மேலே மூன்றாம் மாடியில் முதிய நோர்வேஜியத் தம்பதியர் குடியிருந்தனர். குணா குடும்பம் கீழ் வீட்டிற்குக் குடிவந்ததை அறிந்ததும் அவர்களாகவே வந்து கதவு தட்டிக் கணவன் தனது பெயர் 'குனுத்' தான் ஓய்வுபெற்ற தீயணைப்பு படைவீரர் என்றும், மனைவி தனது பெயர் 'மரியாம்' ஓய்வுபெற்ற ஆசிரியர் என்றும் அறிமுகப்படுத்திக்கொண்டனர். குணாவும், ஆதிராவும் தங்களை அறிமுகம் செய்துகொண்டபோது. வெளிநாட்டவர்களைத் தங்களுக்குப் பிடிக்கும் என்றும். அதிலும் தமிழர்களை மிகவும் பிடிக்குமென்றும் கூறினார்கள். சில தினங்களிலேயே அந்த முதியவர்கள் குணாவின் பிள்ளைகளுடன் வெளிப் பூங்காவில் சேர்ந்து விளையாடும் அளவிற்கு நட்பாகிப்போனார்கள். தங்கள் பிள்ளைகளுக்கு இங்கே தாத்தா பாட்டி இல்லாத குறையைத் தீர்த்து வைப்பதற்காகவே தங்களுக்கு இந்த வீடு கிடைத்திருப்பதாகவே குணாவும் ஆதிராவும் எண்ணிக்கொள்ளும் அளவுக்கு அவர்கள் பிள்ளைகளுடன் ஒட்டிக்கொண்டார்கள். அந்தத் தம்பதியரின் பிள்ளைகளும் பேரப்பிள்ளைகளும் வெவ்வேறு இடங்களில் வாழ்ந்து வருவதாகவும், இடைக்கிடையே விசேட தினங்களில் மட்டும் வந்து இவர்களை எட்டிப் பார்த்துவிட்டுப் போவதாகவும் அறிந்துகொண்டார்கள்.

புது வீட்டிற்கு வந்த கையோடு ராக்சி ஓட்டுனருக்கான படிப்பிலும் மும்முரம் காட்டிப் பரீட்சையிலும் தேர்ச்சி பெற்று ராக்சி ஓட்டுனருக்கான அனுமதிப் பத்திரத்தையும் பெற்றுக்கொண்ட குணா, பிரபலமான ஒரு ராக்சி நிறுவனத்தில் வேலையிலும் சேர்ந்துகொண்டான். உணவக வேலையை விடவும் இது அவனுக்குப் பிடித்தமானதாகவும், வருமானம் கூடியதாகவும் இருந்தபோதிலும், மாதாந்தச் செலவுகளும் முன்பை விடவும் இப்போது அதிகமானதாகவே இருந்தன. மாதாந்தம் கட்டவேண்டிய வட்டியே பெருந்தொகையாக இருந்தது. மாதாந்தம் கடன் அட்டைகளுக்குக் கட்டவேண்டிய தொகையைக் கட்டுவதும். மீண்டும் சில நாட்களிலேயே பண

நெருக்கடி ஏற்பட்டவுடன் கடன் அட்டையைப் பாவித்து வேறு தேவைகளுக்காகப் பணத்தை மீளப்பெறுவதுமாகக் கடன்கள் அழியாமல் அப்படியே இருந்தன. நண்பர்கள் எல்லோருமே இதே வாழ்க்கை முறைக்குள் மாட்டிக்கொண்டமையால் எவரிடமும் கைமாறு கூடப் பெற முடியாத நிலையே ஏற்பட்டிருந்தது. குடும்பங்களான பின்னர் எல்லோருமே வசதிகளைப் பெருக்கிக்கொள்வதற்காக அரக்கப் பரக்க ஓடித்திரிந்தார்கள். வாடகை வீட்டில் இருந்தவர்கள் சொந்த வீடு வாங்கவும், தொடர்மாடி வீடு வாங்கியிருந்தவர்கள் தனி வீடு வாங்கவும், பழைய கார் வைத்திருந்தவர்கள் புதிய கார் வாங்கவுமென யாரைப் பார்த்தாலும் பணக் கஸ்ரத்திலேயே ஓடித்திரிந்தார்கள். இந்த நிலையில் குணாவோ கடன் அட்டைகளின் வட்டியைக் கட்டுவதற்காகவே இன்னொரு வேலையைத் தேடவேண்டிய நிலைக்குத் தள்ளப்பட்டான். ஆதிராவும் மொழி படிக்கப்போவதோடு, சமையல் செய்து வீட்டைப் பராமரிப்பது, பிள்ளைகளைக் கவனிப்பதென மும்முரமாக இயங்கிக்கொண்டிருந்தாள்.

◎

2004

புது வருடம் பிறந்ததுமே இலங்கையின் கிழக்கு மாகாணமும் எழுச்சிக்கோலம் பூண்டது. கிழக்குப் பல்கலைக்கழக மாணவர்களால் ஒழுங்கு செய்யப்பட்ட பொங்கு தமிழ் நிகழ்வில் ஒரு இலட்சத்திற்கும் அதிகமான மக்கள் பேரெழுச்சியுடன் கலந்துகொண்டனர். புலிகளின் பிரதிநிதிகளுடன் மலையக மக்கள் முன்னணித் தலைவர்களும் கலந்துகொண்டு எமது நிலம் எமக்கு வேண்டுமென உரிமைக் கோசம் எழுப்பினர். தமிழ் மக்களில் இருந்து புலிகள் வேறுபட்டவர்கள் அல்ல, மக்களே புலிகள் புலிகளே மக்கள் என்று ஆக்ரோசமாகக் கோசம் எழுப்பினர். கிழக்கு மாகாணத்தில் முதலாவது மக்கள் எழுச்சியையும், உரிமை முழக்கத்தையும் கண்டு அஞ்சிய படையினர் முகாம்களுக்குள்ளேயே முடங்கிக் கிடப்பதாகப் புலிகளின் ஊடகங்கள் முழங்கிக் கொண்டிருந்தன. அந்த முழக்கங்கள் குணாவுக்கும், நண்பர்களுக்கும் இந்த வருடத்திற்கான ஊட்டச்சத்தாகவே இருந்தது.

குணா எதிர்பார்த்திராத நேரத்தில் எதிர்பார்க்காத செய்தி ஒன்று கலாக்காவின் கடிதத்தில் வந்தது. 'உனது மருமகள் குணசீலி பெரியபிள்ளை ஆகிவிட்டாள். வாற மாதமே சாமத்தியச் சடங்கைச் செய்ய இருக்கின்றோம். நீ தான் கும்பம் வாங்க உருத்துடைய மாமா. நீ இல்லாமல் இங்கு ஒன்றுமே நடவாது. மருமகளும் உன்னைப் பார்க்க ஆவலாக இருக்கின்றாள். ஆகவே நீ கட்டாயம் குடும்பத்துடன் வரவேண்டும்' என்று எழுதியிருந்தாள்.

கலா அக்காவின் கடிதம் வயிற்றைக் கலக்கியது. இந்த இக்கட்டான நேரத்தில் இப்படியொரு செலவு வருமென்று அவன் எதிர்பார்க்கவில்லை. மனக் கஸ்ரத்தை அவன் பல தடவை அனுபவித்திருக்கின்றான். ஆனால், இப்படியானதொரு பணக் கஸ்ரத்தை என்றுமே அனுபவித்ததில்லை. போகாமலும் விடமுடியாது. போகவும் வசதியில்லை என்ற நிலையில் முழி பிதுங்கி நின்றவன். மனப்போராட்டத்தின் முடிவில் பட்ட கடனோடு இன்னும் கடன் பட்டுக்கொண்டு நாட்டுக்குப்

போய் வருவதென முடிவெடுத்துக்கொண்டான். நீண்ட காலத்தின் பின் நாட்டுக்குப் போகும்போது வெறுங்கையை ஆட்டிக்கொண்டும் போக முடியாது. வெளிநாட்டுக்காரன் என்று எல்லோரும் உதவியை எதிர்பார்ப்பார்கள் என்பதையும் புரிந்துகொண்டு அதற்கேற்றமாதிரியே பெருந்தொகையாகக் கடன் பட்டுக்கொண்டான்.

குணா குடும்பத்துடன் கொழும்பில் போய் இறங்கிய அடுத்த நாளே, ரணில் விக்கிரமசிங்கவும், அவரது அரசும் புலிகள் மீது மென்மையான அணுகுமுறையைக் கையாள்கிறது. எனக் குற்றம்சாட்டிய சகல நிறைவேற்று அதிகாரங்களும் கொண்ட ஜனாதிபதி சந்திரிக்கா ரணிலின் ஆட்சியைக் கலைத்துவிட்டு சித்திரையில் பொதுத்தேர்தல் நடைபெறும் என அறிவித்தார். அங்கு பதட்டமான நிலைமைகள் இருந்தபோதிலும், அரச தரப்பும், புலிகளும் போர் நிறுத்தத்தைத் தொடர்ந்து கடைப்பிடிக்கப்போவதாக அறிவித்திருந்ததானது குணாவுக்குச் சற்று மன நிம்மதியைக் கொடுத்தது. உடனேயே வானைப் பிடித்துக்கொண்டு வவுனியாவில் போய் இறங்கினார்கள். அங்கிருந்த உறவினர்களைச் சந்தித்துவிட்டு மறுநாளே வவுனியாவிலிருந்து வானைப் பிடித்துக்கொண்டு புலிகளின் கட்டுப்பாட்டுப் பிரதேசமான வன்னியை நோக்கிப் பயணமானார்கள். தாண்டிக்குளத்தைத் தாண்டியதும் யுத்த பூமிக்கான அடையாளங்கள் தென்படத் தொடங்கின. சுமார் பதினாறு வருடங்களின் பின் மீண்டும் வவுனியாவைத் தாண்டிப் பயணித்துக்கொண்டிருந்தான் குணா. எங்கும் ஒரே இராணுவ மயமாகவே இருந்தது. பிறந்து வளர்ந்த தாய் மண்ணைப் பார்க்கும் ஆவலே அவன் மனதை ஆட்கொண்டிருந்தது.

ஓமந்தைச் சோதனைச்சாவடியில் இராணுவத்தின் சோதனைக் கெடுபிடிகளிலிருந்து தப்பிச் சூனியப் பிரதேசத்தைக் கடந்து புலிகளின் சோதனைச்சாவடியை அடைந்தார்கள். அங்கே வெளிநாட்டவர்களுக்கான ஒரு தனிப் பிரிவு இயங்கிக்கொண்டிருந்தது. அதில் அரைக் காற்சட்டையும் கூலிங்கிளாசுமாய் நின்ற ஒருவர், அங்கு கடமையில் இருந்தவர்களுடன் வாய்த் தர்க்கத்தில் ஈடுபட்டிருந்ததைக் கவனித்த குணா அவரருகே சென்று கேட்டான், “என்ன அண்ணே, ஏன் ரென்சனாகிறிங்க? என்ன நடந்தது?”

“ரென்சனாகாமல் பின்னயென்ன, நாங்கள் வெளிநாட்டில இருந்து எவ்வளவு கஸ்ரப்பட்டுக் காசை அள்ளிக் கொடுக்கிறம். இவை என்னவெண்டால் ஒரு சாராயப்போத்திலுக்கு என்னட்ட வரி கேட்கினம். நல்ல சேட்டையாயிருக்குது. இதெல்லாம் என்னட்ட வாய்க்காது” எனச் சிலிர்த்துக்கொண்டார். ஏற்கனவே ஒரு சாரயப்போத்தல் அவரது வயிற்றுக்குள் இறங்கி விட்டதென்பதை அந்தச் சிலிர்ப்பும், வாய் வாடையும் குணாவுக்கு உணர்த்தியது.

அங்கு கடமையிலிருந்த ஒரு இளைஞன் குணாவைப் பார்த்து, “அண்ண நாங்கள் மேலிடத்து உத்தரவுக்கு அமையத்தான் இங்க வேலை செய்துகொண்டு இருக்கிறம். அதை மீறினால் எங்களுக்குத்தான் தண்டனை கிடைக்கும். இவருக்கு இதொண்டும் விளங்குதில்ல, நீங்களாவதொருக்கா எடுத்துச் சொல்லுங்கோ” என்றான்.

அதனைப் புரிந்துகொண்ட குணா அந்த வெளிநாட்டுக்காரரிடம், “அண்ணே அங்கயிருந்து எவ்வளவத்தை அள்ளிக் கொடுத்த உங்களுக்கு இதொரு பெரிய காசே, பேசாமற் தூக்கி எறிஞ்சுபோட்டுப் போற அலுவலை பாருங்கண்ணே” என ஆளை உசுப்பேர்த்திப் பார்த்தான்.

“இல்லத் தம்பி... இல்ல, இது எனக்குக் கவுரவப் பிரச்சனை. அந்த மேலிடத்தைக் கூப்பிடச் சொல்லு நான் யாரெண்டு இவைக்குக் காட்டுறன். இல்லையோ இந்தப் போத்திலை இதிலேயே வைச்சு குடிச்சு முடிச்சிற்றுத்தான் போவன்” எனப் புலிக் கோட்டைக்குள் நின்றுகொண்டு சிங்கம் போல் கர்ச்சித்தார்.

“அண்ண இது பொது இடம், இதில வைச்சுக் குடிச்சால் அதுக்கும் குற்றப்பணம் அறவிட வேண்டிவரும்” என எச்சரித்தான் அங்கு கடமையிலிருந்த இன்னொருவன். விடாக்கண்டன் கொடாக்கண்டன் கணக்காய் அவர்கள் இழுபறிப்பட்டுக் கொண்டிருந்தார்கள்.

“இந்தாளுக்கு ஏழரைச் சனியன் பிடிச்சிருக்குது போல, அதுதான் சொல்வழி கேட்குதில்ல. என்னவெண்டாலும் பட்டுத் தெளியட்டும்” என மனதுக்குள் நினைத்துக்கொண்ட குணா வரிசையில் முன்னேறிவந்த குடும்பத்தாருடன் இணைந்துகொள்ள

உள்நுழைவுக்கான அனுமதியைப் பெற்றுக்கொண்டு மீண்டும் அங்கிருந்து பயணமானார்கள். பார்க்கும் இடங்களெல்லாம் சுடுகாடுகள் போல் காட்சியளித்தன. அப் பிரதேசங்களெங்கும் கண்ணிவெடிகள் அகற்றும் நடவடிக்கைகளும் நிகழ்ந்து கொண்டிருந்தது. பல இடங்களில் ஊமற்கொட்டைக் குவியல்கள் போல் கண்ணிவெடிக் குவியல்களையும் காணக்கூடியதாக இருந்தது.

பரந்தனில் ஆதிராவின் வீட்டில் போய் இறங்கினார்கள். பல வருடங்களின் முன் பிரிந்த நண்பனை மீண்டும் மைத்துனன் என்ற உறவு முறையுடன் சந்தித்துக் கொண்டதில் குணாவுக்கு மிகுந்த சந்தோஷம். பரந்தனில் சிவாவுக்கு இயக்கம் வழங்கிய ஒரு காணியில் அவனுக்கான வீடொன்று கட்டப்பட்டுக் கொண்டிருப்பதாகக் கூறிய சிவா வீட்டைக் காண்பிப்பதற்காகக் குணாவை அழைத்துக்கொண்டு சென்றான். அங்கே நான்கு பக்கமும் கம்பிக் கட்டைகளால் அடைக்கப்பட்டிருந்த ஒரு காணியில் வீட்டுவேலை நடந்துகொண்டிருந்தது. ஐந்தாறு பேர் வேர்க்க விறுவிறுக்க வேலைகளில் ஈடுபட்டிருந்தனர். வீட்டின் முன்னும், பின்னுமாக இரு போராளிகள் துப்பாக்கியுடன் காவலில் நின்றதைக் கவனித்த குணாவுக்குச் சற்றுக் குழப்பமாகத்தான் இருந்தது. இருந்தாலும், அங்கு வைத்து எதனையும் கேட்காமற் திரும்பி வரும்போது கேட்டான், "ஏன் மச்சான் பெடியள் துவக்கோட காவல் நிக்கிறாங்கள்?"

"ஓ... அது வந்து மச்சான் அங்க வேலை செய்துகொண்டு நிக்கிறவங்கள் ஒருத்தரும் சாதாரண ஆட்களில்ல, எல்லாருமே எங்கட கைதிகள் தான். அதுதான் தப்பிக் கிப்பி ஓடாமற் காவல் போட்டிருக்குது" என்றானவன் சர்வ சாதாரணமாக. அதனைக் கேட்ட குணாவுக்கு ஒரே குழப்பமாக இருந்தது. இவர்கள் யாராக இருக்கும்? என்ன தவறுகளுக்காக தண்டனை பெற்றிருப்பார்கள் என்ற கேள்விகள் மனதைக் குடைந்தபோதிலும், அவன் சிவாவிடம் எதுவுமே கேட்கவில்லை. வழியில் எங்கு பார்த்தாலும் பச்சை வரிப்புலிச் சீருடையணிந்த போராளிகளும், நீல நிறச் சீருடையணிந்த தமிழீழக் காவற்துறையினருமே கண்ணிற் பட்டார்கள். கிளிநொச்சி மாவீரர் துயிலும் இல்லத்தைக் கடந்தபோது குணாவின் உள்ளம் உணர்ச்சிப் பிளம்பானது. கண்ணீர் மல்கக் கையெடுத்து வணங்கியே கடந்து சென்றான்.

தங்களுடைய சிவில் நிர்வாகம் அனைத்துக் கட்டுமானங்களுடனும் ஒரு தனி நாட்டுக்கே உரிய பண்புகளுடன் மிகவும் நேர்த்தியாக நடந்துகொண்டிருப்பதாகவும், தான் இப்போது நடுவகப் பணியகத்தில் நிர்வாகத் துறையில் கடமையில் இப்பதாகவும் பெருமிதத்துடன் கூறிக்கொண்டு வந்தான் சிவா.

அதன் பின்னர் விஸ்வமடுவிலுள்ள கலாக்கா வீட்டுக்குச் சென்று மருமகள் குணசீலியை முதன்முதலாகச் சந்தித்தான். அவள் நல்ல அறிவான, அழகான தேவதையாக வளர்ந்திருந்ததைப் பார்த்துப் பூரித்துப்போனானவன். கிழக்கே போகும் ரயிலில் பார்த்த அந்தக் காலத்து ராதிகாவை ஞாபகப்படுத்தினாள் குணசீலி. எப்போதும் சிரிப்பும், துடிப்பும் நிறைந்த சுட்டிப்பெண்ணாக காட்சியளித்த குணசீலி மாமாவின் குழந்தைகளுக்கு விளையாட்டுக்கள் காட்டியபடி குதூகலித்து நின்றாள். குணாவின் குடும்பத்தைக் கண்ட கலாக்காவுக்கு சந்தோஷத்தில் கால் நிலத்தில் நிற்கவில்லை. அங்குமிங்குமாய் ஓடித்திரிந்தவள். அத்தானைக் கூப்பிட்டு ஏதோ கூறியதுதான் தாமதம், அவரும் வேர்க்க விறுவிறுக்க ஓடிக் களைத்து ஒருவாறாக வளவுக்குள் நின்ற பெரியதொரு சேவலை மடக்கிப்பிடித்து வீட்டின் பின்புறம் நின்ற விளா மரத்தில் கட்டித்தூக்கி உரிக்கத் தொடங்கினார். சற்றுத் தள்ளி பெரிய அகண்ட வாய்க்காலில் இரணைமடுக் குளத்து நீர் சலசலத்து ஓடிக்கொண்டிருந்தது. புது நெல், புது வைக்கோலின் வாசம் நாசியைத் துளைத்தது. வீட்டின் முன்புறமிருந்த பெரிய கொட்டகையில் நெல் மூட்டைகள் நிறைந்து வழிந்தன. அதனைக் கவனித்த குணா கேட்டான் “என்னத்தான் இந்த வருஷம் நல்ல விளைச்சல் போல?”

“ஓம் மச்சான், கடவுளே எண்டு விளைச்சலுக்குக் குறையில்ல. ஆனால், விலையில தான்...” எனக் கதையைக் குறையோடு நிறுத்தியவர் அக்கம், பக்கம் திரும்பிப் பார்த்துக்கொண்டார்.

“ஏனத்தான், விலை இறங்கிப்போச்சே?”

“இல்ல மச்சான், விலையும் நல்லாத்தான் போகுது. வெளி வியாபாரிகளுக்குக் குடுத்தால் மூடை ஆயிரத்தி இருநூறு ரூபாய்க்கு குடுக்கலாம். ஆனால், எங்கட அரசாங்கக்காரர் எல்லே வெளிய விற்கக் கூடாதெண்டு சட்டம் போட்டிருக்கினம். தங்களுக்குத்தான் விற்கவேணுமாம். அதுவும் எண்ணூறு

ரூபாய்க்குத்தான் வாங்குவினமாம்" எனக் குரலைத் தாழ்த்திக் கூறியவர் மீண்டும் அக்கம் பக்கம் திரும்பிப் பார்த்துக்கொண்டார்.

விருந்துபசாரத்தை முடித்துக்கொண்டு சாமத்தியச் சடங்கிற்கு இரண்டு நாட்களுக்கு முன்னதாகவே வந்துவிடுவதாகக் கூறிவிட்டு யாழ் நோக்கிப் புறப்பட்டார்கள். புலிகளின் கட்டுப்பாட்டிற்குள் இருந்த ஆனையிறவைப் பார்த்ததும் குணாவிற்கு உடலெல்லாம் புல்லரித்தது. ஆனையிறவைத் தாண்டிப் பயணித்து முகமாலையை அடைந்தபோது பார்க்கும் இடமெங்கும் தலையில்லாப் பனைகளே தென்பட்டன. இராணுவத்தினரின் சோதனைச்சாவடி மிகவும் இறுக்கமானதாக இருந்தது. வாகனங்கள் உன்னிப்பாகச் சோதனையிடப்பட்டன. தேங்காய் லொறிகள் கூட முழுத் தேங்காய்களையும் கிழே பறித்துச் சோதனையிட்ட பின்பே மீண்டும் ஏற்றப்பட்டன. உழவு இயந்திரங்களில் ஏற்றிவரப்பட்ட கல், மண் போன்றவை கூடப் பறிக்கப்பட்டே மீண்டும் இராணுவத்தின் கண்காணிப்பில் ஏற்றப்பட்டன. பளை தாண்டியதும் எல்லா இடங்களில் "வருக வருக மண்ணின் மைந்தர்களே வருக வருக" என்ற வாசகம் தாங்கிய பெரிய பெரிய கட்டவுட்டுக்களும், சுவரொட்டிகளுமே கண்களிற் பட்டன. அவை போர் நிறுத்தம் ஏற்பட்டு புலிகள் யாழ்ப்பாணத்துக்குள் நுழைந்தபோது அவர்களை வரவேற்ற வாசகங்கள் என்பதைப் புரிந்துகொண்டான் குணா.

யாழில் போய் இறங்கினார்கள். ஆங்காங்கே இராணுவக் காவலரண்களையும், ரோந்து நடவடிக்கைகளையும் காண முடிந்தது. முன்பு தூரந் தூரமாக இருந்த ஊர்கள் எல்லாம் இப்போது கிட்டக் கிட்டவாக இருப்பது போன்றும், வீதிகள், வளவுகள் எல்லாம் குறுகிச் சின்னதாகிவிட்டது போன்றும் இருந்தது. ஊரைப் பார்த்ததும் பழைய ஞாபகங்கள் குணாவின் மனதுக்குள் சிறகுகளை விரித்தன. பல்லாண்டுகள் முடிந்தோடியபின் மீண்டும் அவன் தவழ்ந்து வளர்ந்து எழுந்து நடந்த ஊரின் தெருக்களில் காலில் பரவசமும், நெஞ்சில் வலியுமாய் வெறுங்கால்களுடன் நடைபயின்றான். முன்பு போலல்லாமல் தெருக்கள் வெறிச்சோடிக் கிடந்தன. அன்று பாடிய பறவைகளில் ஒன்றையுமே காணோம். பூமியின் முகத்தில் காலத்தின் இடைவெளிகள் காடுகளையே விதைத்திருந்தது. இருந்தும், மண் மணம் சுமந்த புழுதிக்காற்று நுரையீரலை

நிறைத்துக்கொண்டதில் மனமும் நிறைந்து மகிழ்ந்தது. மகன்வழிப் பேரப்பிள்ளைகளை அள்ளிக் கொஞ்சிய அம்மாவின் முகத்தில் என்றுமே கண்டிராத பூரிப்பைக் கண்டு களிப்புற்றான் குணா. அம்மா கட்டிய வீட்டில் வெறும் நிலத்தில் வெறும் மேலுடனும், பழைய நினைவுகளுடன் படுத்துப் புரண்டான்.

மறுநாள் மீன், நண்டு, இறால் என ஆசைப்பட்டவைகளை எல்லாம் வாங்கி அம்மாவின் கையால் சமைத்து ஆசைதீரச் சாப்பிட்டுவிட வேண்டுமென்ற வெறியுடன் அத்தானையும் அழைத்துக்கொண்டு மீன் சந்தைக்குக் கிளம்பினான். அங்கே அவன் எதிர்பார்த்து வந்தது போல் நல்ல மீன்களையோ பெரிய நண்டுகளையோ காணக் கிடைக்கவில்லை.

"என்னக்கா பெரிய நண்டுகள் இல்லையே?" எனக் கூனி நண்டுக் கூடையுடன் குந்தியிருந்த வெற்றிலை வாய்ப் பெண்ணிடம் கேட்டான்.

சட்டெனப் பின் பக்கமாகத் திரும்பி வாயில் வைத்த இரண்டு விரல்களுக்கு இடையால் எச்சிலைத் துப்பிவிட்டு, "நல்லதுகள், பெரிசுகள் எல்லாத்தையுந்தானே வெளிநாடுகளுக்கு ஏத்திப்போடுவாங்கள். இங்க எங்களுக்கு இந்தக் கழிவுகள் தான் தம்பி" என்றார் அவர்.

உடனேயே பக்கத்தில் முறுக்கு மீசையுடன் இருந்த இன்னொரு வியாபாரி, "ஏன்? நல்ல கொழுத்த மீன், நண்டுகளை மட்டுமே? நல்ல வடிவான சிவத்தப் பெட்டயளையுந்தானே வெளிநாடுகளுக்கு ஏத்துறாங்கள்" என்றவாறு அவர் வைத்திருந்த கூனி இறால்களுக்கு இலையான் கலைத்தார். அதைக் கேட்ட குணாவுக்குச் சிரிப்புத்தான் வந்தது. நீண்ட காலத்தின் பின்னான மீன் சந்தை மணம் குணாவுக்கு வயிற்றைப் பிரட்டிக்கொண்டு வரவே, சந்தையிலிருந்து சற்றுத் தள்ளிச்சென்று வேப்பமர நிழலில் நின்றுகொண்டான்.

சந்தையின் வாயிலில் எலும்பும், தோலுமாகக் கந்தல் சேலையுடன் ஒரு பொக்குவாய்ப் பாட்டி கவிழ்த்து வைத்திருந்த ஒரு கடகத்தின் மேல் சில பொலித்தீன் பைகளைப் பரப்பி வைத்தபடி குந்தியிருந்தார். பார்த்ததுமே அவரொரு பை வியாபாரி என்பதைப் புரிந்துகொண்டான் குணா. சிறிது நேரத்தில்

போக்காளி | 415

நோட்டுக் கொப்பியுடன் அங்கு வந்த ஒரு இளைஞன் அந்தப் பாட்டியுடன் வாய்த் தர்க்கத்தில் ஈடுபட்டுக்கொண்டிருந்ததைக் கவனித்த குணா சற்றுக் கிட்டவாக நகர்ந்து சென்றான். “அட தம்பி இப்பதானடா வந்து குந்தினான், இன்னும் ஒரு பை கூட விக்கயில்ல. அதுக்கிடையில வந்து நிக்கிறியே, போய்யா... போ... போயிற்றுப் பிறகு வா” என அவனை விரட்டி அனுப்பினார் பாட்டி. என்னவாக இருக்குமென மண்டைக்குள் கனத்த கேள்வியுடன் பாட்டியை நெருங்கினான் குணா.

“என்னாச்சி என்ன நடந்தது? ஏன் பை வாங்க வந்தவரை விரட்டுறிங்க?” எனக் கேட்ட குணாவுக்கு உடனேயே பதிலேதும் சொல்லாமல் மேலும், கீழுமாக அவனைப் பார்த்துவிட்டு, “பெடி என்னட்டப் பை வாங்க வரயில்ல, காசு வாங்க வந்தது” எனப் பொக்குவாயைச் சுழித்தார் பாட்டி.

“காசோ! ஆரவர்?”

“ம், காசுதான். தம்பியென்ன ஊருக்குப் புதுசுபோல?” மீண்டும் மேலும், கீழுமாக ஒரு புதினப் பார்வை பார்த்தார்.

“ஓமாச்சி புதுசுதான். அதுசரி யாரவர்?” குணாவும் விடுவதாயில்லை.

“வேற யாரு இந்த இசக்கம் தான்.”

“இயக்கமோ! யாரு புலியளே? என்ன காசு?” ஆவலில் அடுக்கடுக்காய் வந்தன கேள்விகள்.

“ம், இதில குந்தியிருக்கிறதுக்குப் பத்து ரூபாய் சந்தைக் குத்தகையாம்” என்றவர், என்ர வியாபாரத்தைக் குழப்பாமல் தள்ளி நில் என்பதுபோல் அவனை ஒரு பார்வை பார்த்தார்.

“சரியாச்சி, எனக்கொரு பையைத் தாங்கோ” என்றவாறே ஆயிரம் ரூபாய் நோட்டை நீட்டினான்.

“என்னடா தம்பி விளையாடுறியே! ரெண்டு ரூவாய்க்கு இந்தப் பெரிசா நீட்டுற” பொக்குவாயைப் பிளந்தார் பாட்டி.

“இல்லயாச்சி, எனக்கு மிச்சக் காசு வேண்டாம். அதை நீங்களே வைச்சிருங்க நூறு நாளைக்குக் குத்தகைக் காசு கட்டலாம்”

என்றவன் குனிந்து பாட்டியின் கையில் ஆயிரம் ரூபாவைத் திணித்துவிட்டு நிமிர கலங்கிய கண்களுடன் அவனைக் கையெடுத்துக் கும்பிட்டார் பாட்டி.

குணா வந்திருப்பதாகச் சிவா மூலமாக அறிந்த ரவி குணாவைச் சந்திக்க யாழ்பாணத்துக்கே வந்துவிட்டான். நீண்ட காலத்தின் பின் சந்தித்துக்கொண்ட பால்ய காலத்து நண்பர்கள் உணர்வுபூர்வமாக கட்டித் தழுவிக்கொண்டார்கள். அவர்களுக்குள் பேசிக் கடக்க இயக்க அரசியல், வெளிநாட்டு அனுபவங்கள் என்று நிறையவே இருந்தன. பேசினார்கள் பேசினார்கள் இரவு பகலாக நிறையவே பேசினார்கள். ரவி இயக்கத்தின் உளவுத்துறையில் வேலை செய்வதாக அறியமுடிந்தது. ஆனாலும் இயக்கம் பற்றிய விடயங்களைப் பேச அவன் தயங்கியதுபோலவே இருந்தது. முதல் நாள் சந்திப்பில் ஒவ்வொரு வார்த்தைகளையும் அளந்தளந்தே பேசினான். மறுநாள் மதிய போசனம் முடிந்து மாமரத்தின் கீழ் இருந்து காற்று வாங்கியபடியே பேசினார்கள்.

"அதுசரி மச்சி பேச்சுவார்த்தைகள் சரிவருமா? ஏதாவதொரு தீர்வு கிடைக்குமா?" ஏக்கத்துடன் கேட்டான் குணா.

"பேச்சுக்கள் மூலமாக ஏதாவதொரு தீர்வை அடையிறது தான் மச்சான் இப்போதைக்கு நல்லது. இல்லாட்டிக் கஸ்ரம் தான்" மனதில் இருந்ததை சட்டெனக் கூறியவன் சுதாரித்துக்கொண்டு அக்கம் பக்கம் திரும்பிப் பார்த்து அங்கு வேறு யாருமே இல்லை என்பதை உறுதி செய்துகொண்டான். அவனது குரல் மொழியும், உடல் மொழியும் குணாவுக்குள் குழப்பத்தை உண்டுபண்ணியது.

"ஏன்ராப்பா இயக்கம் பலமாத்தானே இருக்குது, பேச்சுவார்த்தை சரிவராட்டி வேற வழியைப் பார்க்க வேண்டியதுதானே" எனக் குணாவும் அவனின் வாயைக் கிளறுவதிலேயே குறியாக இருந்தான்.

"இல்ல மச்சான், நீங்கள் வெளியில இருந்து பார்க்கிறமாதிரி இல்ல, இயக்கத்துக்க பலம் மட்டுமில்ல பலவீனங்களும் இருக்கத்தான் செய்யுது" என்றவன் மீண்டும் மிரட்சியுடன் திரும்பிப் பார்த்துக்கொண்டான்.

“என்னடா மச்சி சொல்லுற, முண்டி விழுங்காமல் விளக்கமாச் சொல்லடா எனக்குச் சொல்லுறதால ஒரு பிரச்சனையும் வராது.”

“இயக்கம் வளர வளரப் பிரச்சனைகளும் வளர்ந்துகொண்டுதான் மச்சான் இருந்தது. அது இப்ப உந்தச் சமாதான காலத்தில நல்லா முத்தியிருக்குது. ஒருத்தருக்கும் கதைய விட்டிராத, பெரிய தளபதிகள் மட்டத்தில நல்ல ஆரோக்கியமான சூழல் இல்லையடாப்பா, யாரு தலைவற்ற செல்லப் பிள்ளையாகிறது, யாரு கூடின சலுகைகளையும், வசதிகளையும் பெற்றுக்கொள்ளுறது எண்டதில எல்லாருக்குள்ளையும் போட்டியும், பொறாமையுந்தான். அதனால காட்டிக்கொடுப்புகளும், கழுத்தறுப்புகளும் தான் நடந்துகொண்டிருக்குது. இந்த நிலையில சண்டையும் துவங்கினால் என்ன நடக்குமோ தெரியாது” என்றவன், மாமரக் கொப்பிலிருந்து கொப்புக்குத் தாவிய அணில்க் குஞ்சைப் பதட்டத்துடன் அண்ணார்ந்து பார்த்தான்.

“என்னடா நீ இப்பிடியொரு குண்டைத்தூக்கிப் போடுற, நம்பவே முடியாமலிருக்குது” எனக் கதிரை நுனிக்கு வந்த குணா, நம்பவே முடியாமலிருக்குது எனப் போட்ட குக்கியில் மாட்டிய ரவி அவனை நம்ப வைக்க மேலும் கக்கினான்.

“சர்வதேசப் பொறுப்பு விவகாரத்தில காஸ்ரோ அண்ணைக்கும், கே.பி அண்ணைக்கும் முறுகல் இருந்தது அந்தச் சிக்கலைத் தீர்க்கத்தான் தலைவர் கே.பி அண்ணையைக் கழட்டி விட்டிற்றுக் காஸ்ரோ அண்ணையிட்ட முழுப் பொறுப்பையும் கொடுத்துப்போட்டார். இங்கவேற தலைவருக்கு அடுத்த இடத்தில யார் எண்டதில உளவுத்துறைத் தலைமைக்கும், கடற்புலித் தலைமைக்குமிடையில இழுபறி நடக்கிற மாதிரியும் தெரியுது. இது போதாதெண்டு கருணா அம்மான் தலைவற்ற செல்லப்பிள்ளையாய் இருக்கிறார் எண்டதில வடக்குத் தளபதிகளுக்குக் கருணா அம்மானில சரியான பொறாமையாம், அதனாலதான் ஆனையிறவைப் பிடிக்கிறதுக்கு முதுகெலும்பா இருந்த ஜெயந்தன் படையணிக்குப் பொறுப்பான கருணா அம்மானை ஓரங்கட்டிப்போட்டுப் பானு அண்ணையைக்கொண்டு ஆனையிறவில புலிக்கொடியை ஏற்றினவை எண்டும், அதனால கிழக்கு மாகாணப் போராளிகள் குழம்பிற்றாங்களாம் எண்டும் ஒரு கதை அடிபடுகுது. ஏற்கனவே பொட்டண்ணைக்கு

அந்தக் காலத்தில இருந்தே கருணா அம்மானைக் கண்ணில காட்டப்படாதாம். கிழக்கு மாகாணப் போராளிகளை வடக்கு மாகாணத் தளபதிகள் பிரதேச ரீதியா தாழ்த்துறாங்கள் எண்டு கருணா அம்மானுக்கு ஏற்கனவே கடுப்பு இருந்தது. இப்ப அது விஸ்வரூபம் எடுத்துக்கொண்டு வாரமாதிரியும் தெரியுது. இப்படியே போனால் என்ன நடக்குமோ தெரியாது. இதுக்குள்ள தலைமைப்பீடத்துக்கு எல்லார் மேலயும் சந்தேகம். அதனால போராளிகள் எல்லோரையும் உளவு பார்க்கிறதே பெரிய வேலையாயிருக்கு. ஆரு ஆற்ற ஆள் எண்டு தெரியுதில்ல. சக போராளிகளோட வாய் திறந்து கதைக்கவே பயமாயிருக்குது. இப்பிடித்தான் இருக்குது இங்கத்தைய நிலவரங்கள். இதெல்லாம் வெளிய இருக்கிற உங்களுக்கெங்க தெரியப்போகுது" எனப் பெருமூச்சோடு நிறுத்திய ரவி இதுக்கு மேல இருந்தால் இவன் கனக்கக் கறந்துபோடுவான் என்ற பயத்துடன் சட்டென எழுந்து நாளைக்கு வருவதாக கூறிக்கொண்டு விடைபெற்றுச் சென்றான்.

ரவியின் கதையைக் கேட்ட குணாவிற்கு ஒரே குழப்பமாக இருந்தது. பொழுது போகாமல் யோசித்தபடியே இருந்தவன் சட்டென எழுந்து அத்தானின் கடைக்கு முன்னால் வந்துநின்று வேடிக்கை பார்த்தான். அருகிலிருந்த சனசமூக நிலையத்தில் ஒரே ஆரவாரமாக இருந்தது. தெருக் குப்பைகளைக் கூட்டி நெருப்பு வைத்துக்கொண்டு நின்ற பக்கத்து வீட்டுக்காரரிடம் கேட்டான், "அங்க என்னண்ணே நடக்குது?" என்று.

"எங்கட பெடியள் வந்து மீற்றிங் ஏதோ வைக்கிறாங்களாம்" என்றார் அவர்.

சிறிது நேரத்தில் கூட்டம் முடிந்து ஊர்ப் பெருசுகள் சிலருடன் சில சிறுசுகளும் வெளியேறிச் செல்ல, கூட்டம் நடாத்திய இரண்டு புலிப்போராளிகளும் வந்து கடையில் சோடா வாங்கிக் குடித்துக்கொண்டு நின்றார்கள். சனசமூக நிலையத்தின் பின்சுவரை உற்றுப்பார்த்த ஒரு போராளி மற்றைய போராளியின் காதில் ஏதோ கிசுகிசுக்க, உடனே அந்தப் போராளி அங்கு நின்ற இளைஞர்களைக் கூப்பிட்டு அந்தச் சுவரைச் சுட்டிக்காட்டி ஏதோ சொல்ல, உடனே பக்கத்து வீட்டிற்குள் ஓடிப்போன இளைஞர்கள் தண்ணி வாளியுடன் வந்து அங்கே ஒட்டப்பட்டிருந்த சுவரொட்டியைத் தண்ணீர் ஊற்றி உரிக்க

முயற்சித்தார்கள். புதினம் அறியும் ஆவலுடன் கொஞ்சம் கிட்டவாகச் சென்று எட்டிப்பார்த்தான் குணா. யாழ் முழுவதும் ஒட்டப்பட்டிருந்த "வருக வருக மண்ணின் மைந்தர்களே வருக வருக" என்ற சுவரொட்டியே அது. புலிகளே அதனை ஏன் அகற்றச் சொல்கிறார்கள்? சற்றுக் குழப்பத்துடன் மீண்டும் உற்றுப் பார்த்தான். அந்த வாசகத்தில் கடைசிக்கு முதல் இருந்த "வருக" என்ற சொல்லில் "ரு" என்ற எழுத்தை யாரோ கறுப்பு மையினால் "று" என்று மாற்றிவிட்டிருந்தது குணாவின் கண்ணிற் பட்டது. அதனை நினைத்து மனதுக்குள் சிரித்தவாறே வீட்டிற்குள் நுழைந்தான்.

இங்கு வந்து மூன்று கிழமைகள் எப்படிப் போனதென்றே தெரியாமற் போய்விட்டது. யாழிலிருந்து வான் பிடித்துக்கொண்டு எல்லோருமாக விசுவமடுவில் வந்திறங்கினார்கள். அங்கு குணசீலியின் சாமத்தியச் சடங்கை இனிதே முடித்துவிட்டு அம்மா, அக்கா குடும்பம் யாழ் திரும்ப, குணா குடும்பத்தினர் வன்னியிலும் சில நாட்களைக் கழித்துவிட்டு மீண்டும் பயணப்பட்டு நோர்வேயில் வந்திறங்கினார்கள்.

விமானம் தரையிறங்கியபோதே தபாற் பெட்டியை நிறைத்திருக்கக் கூடிய அந்த மாதம் கட்டவேண்டிய பில்லுகளே குணாவின் ஞாபகத்தில் வந்து மனத்தைக் கலங்கடித்தது. எதனையும் எதிர்கொள்ளத் தயாரான மனநிலையோடு வந்தவன் மறு நாளே வேலைக்கு ஓடினான். நிறைந்து கிடந்த பில்லுகள் அவனை மணியமண்ணை மூலமாக இரண்டாவது வேலையைத் தேட வைத்தது. அதனை அறிந்த ஆதிராவுக்கு அவன் இரண்டாவது வேலைக்குச் செல்வதில் விருப்பம் இருக்கவில்லை. அதனால் கோடைகால விடுமுறையின்பின் மகன் சிறுவர் பூங்காவுக்குச் செல்ல ஆரம்பித்தவுடன் தானும் வேலைக்குச் செல்வதென்ற முடிவோடு வேலைகளுக்கான விண்ணப்பங்களை அனுப்ப ஆரம்பித்திருந்தாள். குணாவை அழுத்திய பொருளாதாரச் சுமைகளை அவள் முழுமையாக அறிந்திராதபோதிலும், அவனைத் தனிமையில் கஷ்ரப்படவிடாமல் தானும் உழைப்பதன் மூலமாக குடும்பப் பாரத்துக்குத் தானும் முதுகு கொடுக்க வேண்டுமென அவளும் முடிவெடுத்துக்கொண்டாள்.

• • •

வேலை முடிந்து வீட்டுக்கு வந்துகொண்டிருந்தபோது அலைபேசி சிணுங்கியது. காரை ஓரமாக நிறுத்திவிட்டு சிவநேசனிடமிருந்து வந்த அழைப்பிற்குப் பதிலளித்தான்.

"ஹலோ... என்ன மச்சி சொல்லு."

"அடேய் விஷயம் கேள்விப்பட்டியே?" பதட்டத்துடன் கேட்டான்.

"இல்லச் சொல்லு, என்ன விஷயம்?" குணாவும் பதட்டமானான்.

"அட இவன் கருணாவெல்லே நாத்திப்போட்டானாம்."

"என்னடா சொல்லுற யாரு கருணா அம்மானே! என்ன நடந்தது?"

"ஓமடா, அந்தக் கரு நாயை இனி அம்மான் எண்டு சொல்லாத, இயக்கத்துக்க ஏதோ உள் முரண்பாடாம். விசாரணைக்கெண்டு வன்னிக்கு வரச்சொல்லி தலைவர் கூப்பிட, நான் அங்க வரமாட்டன், கிழக்கில தனிச்சு இயங்கப்போறன் எண்டெல்லே சொல்லிக்கொண்டு நிக்கிறானாம்" என்றானவன் கொதிப்புடன்.

"அட கோதாரி விழ..." எனத் தலையில் அடித்துக்கொண்டான் குணா.

"நாசமறுத்த இந்தச் சமாதான காலத்தில சிங்களவங்கள் அவனைக் கையிக்க போட்டிற்றாங்கள். ச்ச... இனியெல்லாம் நாறப்போகுது போலதான் கிடக்குது" எனப் புலம்பித் தீர்த்தான் சிவநேசன்.

குணாவுக்கு ரவி சொன்ன கதைகளே சட்டெனை ஞாபகத்தில் வந்தன. இது ரவி சொன்னது போல் தளபதிகளுக்குள் நடந்துகொண்டிருந்த பனிப்போரின் உச்சக்கட்டமா? அல்லது அரச தரப்பின் சதி வலையில் கருணா என்ற பெரிய மீன் சிக்கிவிட்டதா? மண்டைக்குள் எழுந்த கேள்விகளுக்கு விடையறிய விஸ்வாவுடன் தொடர்புகொண்டான்.

"ஓம் குணா, நோர்வேயில நடந்த பேச்சுவார்த்தையில சமஷ்டி அடிப்படையிலான தீர்வு பற்றிய உடன்படிக்கையைப் பரிசீலனை

செய்வதாக ஏற்றுக்கொண்டு ஒப்பந்தத்தில பிரபாகரனைக் கேட்காமலே பாலசிங்கத்தாரைக் கையெழுத்து வைக்கச் சொல்லி அடம்பிடிச்சது கருணா தானாம். அந்த விசயத்திலதான் பிரபாகரனுக்கும் கருணாவுக்கும் இடையில ஏதோ முரண்பாடாம் எண்டுதான் சாடைமாடையாக் கேள்விப்பட்டனான். எதுக்கும் வடிவா அறிஞ்சுபோட்டுப் பிறகு கதைக்கிறன்'' என்றதோடு முடித்துக்கொண்டான் விஸ்வா.

தொடர்ந்த சில தினங்களாகக் கருணா கதைகளால் குணாவின் காதுகள் கனத்துப்போயின. களத்திலும் கருணா விவகாரம் சூடு பிடித்திருந்தது. உள்வீட்டு விவகாரத்துக்கு சுமுகமான தீர்வு காணப்படாமல் முறுகல்நிலை தொடர்ந்தவண்ணமே இருந்தது. அம்மான் அம்மான் என்று போற்றிய வாய்களெல்லாம் துரோகி துரோகி என்று தூற்றத் தொடங்கின. கருணாவை வன்னிக்கு வரும்படியும், மன்னிப்பு வழங்குவதாகவும் தலைமைப்பீடம் கேட்டுக்கொண்டபோது ஏற்கனவே மாத்தையாவுக்கு நடந்ததைப் பாடமாகக் கற்றுக்கொண்ட கருணா வன்னிக்குப் போக மறுத்ததோடு இயக்கத்துக்குள் கிழக்கு மாகாணப் போராளிகளுக்குப் பாரபட்சம் காட்டப்படுவதாகவும், தகுந்த மதிப்பும், வசதிவாய்ப்புக்களும் வழங்கப்படாமற் வடக்குத் தலைமைகளினால் கிழக்குப் போராளிகள் பயன்படுத்தப்பட்டு வீணாகப் பலியிடப்படுகிறார்கள் எனக் குற்றஞ்சாட்டியதுடன் தம்முடன் புரிந்துணர்வு ஒப்பந்தம் செய்யப்படவேண்டும் என்றும், வடக்குத் தளபதிகளின் தலையீடுகள் இல்லாமல் தலைவரின் கீழ் தான் கிழக்கில் தனித்து இயங்கப்போவதாகவும், இல்லையேல் போராளிகளை வீட்டுக்கு அனுப்பிவிட்டு தானும் இயக்கத்திலிருந்து ஒதுங்கப்போவதாகவும் கருணா அறிக்கைகள் விட்டுகொண்டிருக்க, புலிகளின் தலைமைப்பீடமோ 'ஒழுங்காற்று நடவடிக்கைகள் காரணமாகக் கருணா புலிகள் அமைப்பிலிருந்து நீக்கப்படுகிறார்' என அதிரடியாக அறிவித்தது.

இங்கே குணாவின் புலி ஆதரவு நண்பர்கள் எல்லோருமே இதுதான் சரியான முடிவு என்றும், கருணா எண்ட ஒருத்தனை நம்பியே இயக்கம் இருந்தது என்றும், எகிறிக் குதித்தார்கள். ஆனால், இது விடயமாகக் குணா திரும்பவும் விஸ்வாவுடன் கதைத்தபோது "புலிகள் மீண்டும் மீண்டும் வரலாற்றுத் தவறுகளையே செய்கிறார்கள். கருணா தனியொரு மனிதனில்லை,

கருணாவுடன் ஆறாயிரத்துக்கும் அதிகமான போராளிகள் இருக்கிறார்கள். இது சாதாரண விடயமல்ல, புலிகள் பாதிப் பலத்தை இழந்ததுக்குச் சமனாகும். அது மட்டுமில்ல ஏற்கனவே புகைந்துகொண்டிருக்கின்ற பிரதேசவாதம் என்ற தணலில் எண்ணெய்யை ஊற்றியது மாதிரியான விளைவுகளையே இது உருவாக்கும்" என்று எச்சரித்தான்.

எல்லாப் பக்கத்துச் செய்திகளையும் தலைக்குள் போட்டுக் குழம்பிய குணா அங்கு என்னதான் நடக்கிறதென அறியும் ஆவலுடன் வன்னிக்கு ரவியுடன் தொலைத்தொடர்பு கொண்டபோதும் ஏமாற்றமே கிடைத்தது. இயக்கம், அரசியல் என்று வாயே திறக்காமல் அவன் கழுவுற மீனில் நழுவுற மீனாகினான். தொலைபேசியில் இது விடயமாகக் கதைக்க அச்சப்படுகின்றான் என்பதைப் புரிந்துகொண்ட குணாவும் மேலும் துருவிக்கொள்ளவில்லை. ஆனாலும், குணாவிற்கு இருப்புக்கொள்ளவில்லை மட்டக்களப்பு நிலவரங்களை யாரிடம் அறியலாமென எண்ணியபோது விக்கியே ஞாபகத்தில் வர உடனேயே விக்கியுடன் அலைபேசினான்.

"என்ன இருந்தாலும் உங்கட தலைவர் கருணாவுக்கு இப்படிச் செய்திருக்கக் கூடாதெடாப்பா, இந்தியன் ஆமியின்ர நெருக்கடி காலத்தில கருணா தான் கிழக்குப் போராளிகளோட வன்னிக் காட்டுக்க போய்நிண்டு சண்டை பிடிச்சுத் தலைவரைக் காப்பாற்றினவனாம். ச்ச... அந்த நன்றிக்கடன் கூட இல்லாமல் போச்சே" என்றானவன் எடுத்த எடுப்பிலேயே.

"இல்லையாம் அண்ணே, சமாதான காலத்தில ராணுவம் கருணாவின்ர மண்டையக் கழுவிப்போட்டுதாம் எண்டும், கருணா மொக்குத்தனமா விலைபோயிற்றானாம் எண்டுமெல்லே இங்க கதைக்குறாங்கள்."

"அடேயப்பா, புலிகள் மட்டுமில்ல எல்லா இயக்கங்களுமே இப்படித்தான் செய்தது. உள்ளுக்க அதிகாரப் போட்டிகளும், கருத்து முரண்பாடுகளும் வந்தவுடன ஆளையாள் தூக்குறதுக்கும், மண்டையில போடுறதுக்கும் வசதியா நிதி மோசடி எண்டும், பாலியல் சேட்டை எண்டும், எதிரியோட கூட்டு எண்டுந்தான் குற்றப்பத்திரிகைகள் வாசிச்சது. இதொண்டும் புதுசில்லயப்பன், நான் மட்டக்கிளப்பான் எண்டபடியால பிரதேசவாதம்

கதைக்கிறன் எண்டு நினைக்காதையும். இந்தப் பிரதேச ரீதியிலான ஏற்றத்தாழ்வுகள் தமிழ் அரசியலில் இண்டைக்கு நேற்று வந்த ஒண்டில்ல, இது அப்புக்காத்துகளின் அரசியல் காலத்திலிருந்து சோஷலிச சுதந்திர தமிழீழம் எண்டு வெளிக்கிட்ட புலிகள் வரையும் நீண்டிருக்கிற கனகாலத்துச் சிக்கல். ஏன், இந்தச் சமாதான ஒப்பந்தத்துக்குப் பிறகு புலிகள் உருவாக்கின இடைக்கால நிர்வாகக் கட்டமைப்புக்கு நியமிக்கப்பட்ட துறைசார் பொறுப்பாளர்கள் முழுக்க வடக்கைச் சேர்ந்தவர்கள் தானாமே. இதுக்குப்பிறகும் எங்கட தமிழீழ சோத்துக் கோப்பைக்க சோஷலிச சுதந்திரம் தான் இருக்குது பிரதேசவாதமெண்ட பூசணிக்காய் இல்லை எண்டு மறைக்கமுடியுமே. ஒண்டு சொல்லட்டே குணா அடக்குமுறைகள் எந்தப் பக்கமிருந்து வந்தாலும் அதை எதிர்த்துப் போராடுறவங்கள்தான் உண்மையான போராளிகளாக இருக்க முடியும்'' எனக் காட்டமாகக் கூறி முடித்துக்கொண்டான் விக்கி.

எது எப்படி இருந்தபோதும் இன்றைய நிலையில் புலிகளுக்குள் இப்படியொரு பாரிய பிளவு வந்திருக்கக்கூடாது என்றே குணா எண்ணிக்கொண்டான். படுக்கையில் புரண்டு புரண்டு பார்த்தும் யோசனையில் தூக்கம் வரவேயில்லை. மூர்த்தி அண்ணையோடு கதைத்தால் ஒப்பீஸ் நியூஸ் ஏதாவது அறியலாம் என்ற எண்ணத்துடன் விறுவிறுவென்று படியேறி மேலே சென்றான்.

“வாரும் குணா, என்ன இந்த நேரத்தில?”

“இல்ல அண்ணே நம்ம நாட்டு நிலைமைகளை நினைச்சாத்தான் ஒரே யோசனையாக் கிடக்குது. என்னவாம் நிலவரங்கள். ஏதும் அறிஞ்சியளே?”

“இதில யோசிக்கிற அளவுக்குப் பெரிசா ஒண்டுமில்லைக் குணா. காலங் காலமாய்த் துரோகத்தனங்களை எதிர்கொண்டும், முறியடிச்சுந்தானே இயக்கம் இந்தளவுக்கு வளந்தது. இதெல்லாம் தலைவருக்குச் சின்னப் பிரச்சனை. கருணா எண்ட ஒருத்தனும் தமிழினத் துரோகியாகிப்போனான், அதுக்கான தண்டனையையும் கெதியா அனுபவிக்கப்போறான், அவ்வளவுதான் விசயம். மற்றும்படி வடக்குக் கிழக்கு பிளவுபட்டுப்போச்சு, புலிகள் பலமிழந்து போச்சினம் எண்ட விசர்க்கதைகள் ஒண்டையும் நம்பாதையும்'' என மூர்த்தியரும் தன் பங்கிற்குத் தனது

பாணியில் குணாவின் நோ அறிந்து வார்த்தைகளால் மருந்து தடவி அனுப்பினார்.

சனிக்கிழமை தமிழ்ப் பள்ளிக்கூடம் சென்றான் குணா. பேச்சுவார்த்தைக் காலத்தில் கருணா இங்கு வந்தபோது ஐபோனும், ஐபாற்றும் அன்பளிப்பாய்க் கொடுக்கவென முண்டியடித்த தேசியவாதிகள் எல்லோருமே இப்போதிங்கே கருணா பச்சைத் துரோகி என்றும், சிங்களவனுக்கு பிறந்தவனென்றும், பொம்பிளைப் பொறுக்கி என்றும் தூற்றிச் சன்னதமாடிக்கொண்டு நின்றார்கள். அவனை உயிரோடு விடக்கூடாது சுட்டுக்கொல்ல வேண்டும் என்றும் சிலர் கொந்தளித்தார்கள். காலம் தான் எவ்வளவு விசித்திரமானது. இரண்டு கிழமைக்கு முன்புவரை கருணா அம்மான் வீரத் தளபதி. இன்று தமிழினத் துரோகி. இருபது வருடங்களுக்கு மேலாக கருணா அம்மானுக்குப் பிரபாகரன் தன்னிகரற்ற தானைத் தலைவன். இன்று தவிர்க்கமுடியாத விரோதி. இது எப்படி? இதன் பின்னணி என்ன? இது ஒரே நாளில் ஒரே இரவில் சாத்தியப்படக்கூடியதா? கருணா துரோகியானதற்கான காரணிகள் என்ன? கேள்விக்குறிகள் குணாவின் மண்டைக்குள் புழுக்களாய் நெளிந்தன.

அதற்கு அடுத்தடுத்த வாரங்களிலேயே எது நடந்துவிடக்கூடாதென்று குணா பயந்தானோ அதுவே நடந்தேறியது. சித்திரை மாதத்து அதிகாலைப் பொழுதொன்றில் வன்னியிலிருந்து தளபதி சொர்ணம் தலைமையில் திருகோணமலை ஊடாக வெருகல் ஆற்றினைக் கடந்து மட்டக்களப்பு மண்ணை வந்தடைந்த வன்னிப் புலிகள் மீண்டும் ஒரு சகோதரப் படுகொலையை அரங்கேற்றினார்கள். ஒன்றாக உண்டு, ஒன்றாக உறங்கி, ஒன்றாகப் பயிற்சியெடுத்து எதிரியிடமிருந்து ஒருவரை ஒருவர் காத்துக்கொள்ளச் சகோதரத்துவத்துடன் நின்று போரிட்டவர்களே ஒருவரை ஒருவர் குறிபார்த்தபோது அவர்களின் கைகளில் இருந்த துப்பாக்கிகளே திகைத்துப்போயின. வெருகல் ஆறு அன்று இரத்த ஆறாய் ஓடியது. புலிகள் சுட்டுப் புலிகளே வீழ்ந்தபோது வேட்டொலிகள் மட்டுமல்ல, எதிரி முகாம்களில் சிரிப்பொலிகளும் கேட்டது தங்களுக்கு வேலை குறைந்து விட்டதென்ற சந்தோஷத்தில். நிலைமைகள் அங்கே அவ்வாறிருக்க

இங்கே நீதிகோரல்களும், நியாயப்படுத்தல்களுமாக மீண்டும் குணாவின் அலைபேசி அலறத் தொடங்கியது.

"எல்லாப் பிரச்சனைக்கும் துவக்கால தீர்வு காணுற இந்த அணுகுமுறை பிழையானது குணா. புலிகளை விடவும் எனக்கிருக்கிற கோபமெல்லாம் புலிகளின் இப்படியான மிலேச்சத்தனமான போக்குகளை ஆதரிப்பவர்களாகவும், ஆலோசனை வழங்குவர்களாகவும் இருக்கின்ற தமிழ்ப் புத்திஜீவிகள் மீதும், பத்திரிகையாளர்கள் மீதும், இந்தத் தமிழ்த் தேசிய கூட்டமைப்பினர் மீதும்தான்" எனக் காலைச் சேவலாகக் கூவினான் விஸ்வா.

"அட சைக்... அந்த வேசமகன் அரும்பொட்டில தப்பிற்றானாமடா, பார்த்தியே அவன் கொழும்புக்குத் தப்பி ஓடினதில இருந்தே தெரிஞ்சுபோச்சே ஆமியோட சேர்ந்துதான் இந்த எட்டப்பன் வேலையைப் பார்த்திருக்கிறானெண்டு" எனக் கைக்கு எட்டினது வாய்க்கு எட்டாமற் போன கவலையில் புலம்பினான் சீலன்.

"ஏன்ராப்பா, காலங்காலமாக எதிரி எண்டு சொல்லப்பட்ட சிங்கள அரசாங்கங்களோடயே பேச்சுவார்த்தை நடத்தத் தெரிஞ்ச உங்களுக்கு நேற்றுவரை ஒண்டாயிருந்த சொந்தச் சகோதரங்களோட பேச முடியாமற் போச்சுதே?" என நாக்கைப் பிடுங்குமாற்போல் கேட்டான் நிமலன்.

"இருந்து பார் மச்சி கட்டப்பொம்மனுக்கு ஒரு எட்டப்பன் மாதிரி பிரபாகரனுக்கு ஒரு கருணா எண்டு நாளைய வரலாறு சொல்லும். இவனையெல்லாம் உயிரோட விடக்கூடாது. பார்த்தியே சிங்களவங்கட காலுக்க போய் விழுந்திட்டான். அவங்கள் சிங்களத்தியளைக் காட்டித்தான் இவனை மயக்கியிருக்கிறாங்கள்" எனத் தேவகனும் குமுறினான்.

"பார்த்தீரே குணா யாழ் மேலாதிக்கத்தின் மூர்க்கத் தனத்தை. கருணா தனி மனுஷன், இது தனி ஒருத்தனின் பிரிவு எண்டெல்லாம் சொல்லிப்போட்டு வெருகலில இருநூற்றிப் பத்துப் போராளிகளைக் கோரத்தனமாக் கொன்றுபோட்டினம்" என விக்கியும் தன் ஆதங்கத்தைக் கொட்டினான்.

எல்லோருடைய கதைகளையும் கேட்ட குணாவுக்குத் தலையே வெடித்துவிடும் போலிருந்தது. ஒரு பக்கம் புலிகளை ஆதரிக்கும் நண்பர்களின் கருத்தும் சரியானதுபோல் இருந்தாலும், மறுபக்கம் புலிகளை விமர்சிக்கும் நண்பர்களின் கருத்தும் நியாயமானதுபோலவே இருந்தது. ஆனாலும், போர் நிறுத்தக் காலத்தில் சர்வதேசக் கண்காணிப்புக்குழு அங்கு நிற்கும்போதே புலிகள் செய்திருப்பது அப்பட்டமான யுத்த நிறுத்த மீறல் என்பது மட்டும் குணாவுக்கு உறுதியாகத் தெரிந்தது.

வடக்குக் கிழக்கு நிலைமை இப்படியிருக்க, தெற்கில் ரணிலின் ஆட்சிக் கலைப்பைத் தொடர்ந்து நடந்த பொதுத்தேர்தலில் ரணில் தோல்வியைத் தழுவிக்கொள்ள, மகிந்த ராஜபக்சவின் ஐக்கிய மக்கள் சுதந்திரக் கூட்டணி வெற்றி பெற்று முதல் முறையாக மகிந்த ராஜபக்ச இலங்கையின் பிரதமராக பதவியேற்றார். உள் வீட்டில் அண்ணன், தம்பி பிரச்சனை சூடு பிடித்திருந்த நிலையில், பக்கத்து வீட்டில் ராமன் ஆண்டாலென்ன ராவணன் ஆண்டாலென்ன என்ற நிலையிலேயே தமிழ் மக்கள் இருந்தபோதிலும், தமிழ்த் தேசியக் கூட்டமைப்பானது விடுதலைப் புலிகளே தமிழ் மக்களின் ஏகபிரதிநிதிகள் என்ற கொள்கையுடன் போட்டியிட்டுத் தொண்ணூறு சதவீதமான வாக்குகளைப் பெற்று, இருபத்திரண்டு தமிழ்ப் பாராளுமன்ற உறுப்பினர்களையும் பாராளுமன்றம் அனுப்பிவைத்தது.

பாராளுமன்ற அரசியல் ஒரு பக்கமும், பழிவாங்கும் அரசியல் மறு பக்கமுமாக மாறி மாறி இரண்டு பகுதியினரின் பழிவாங்கும் நடவடிக்கைகளும் தொடர்ந்தன. கருணா குழு ஆதரவாளர்களைப் புலிகளும், புலிகளின் ஆதரவாளர்களைக் கருணா குழுவுமாகப் பழிக்குப் பழிதீர்த்துக்கொண்டிருந்தார்கள். விரக்தியடைந்த ஏராளமான கிழக்குப் போராளிகள் இயக்கத்திலிருந்து ஒதுங்கிக் குடும்பங்களுடன் இணைந்துகொண்டனர். கருணாவையும், சில போராளிகளையும் அரசும், இராணுவமும் தத்தெடுத்துக்கொண்டது. அதனையடுத்து ஒருவாறாகக் கிழக்கு வன்னிப்புலிகளின் கட்டுப்பாட்டுக்குள் வந்துவிட இங்கே எல்லோரும் சந்தோஷத்தில் திளைத்திருந்த ஒரு நாளில் குணாவைச் சந்தித்த விஸ்வா, "கருணாவும், சில போராளிகளும் மட்டுந்தான் எதிரிகளிடம் போய்ச் சேர்ந்திருப்பதாக நீங்கள் நினைக்கிறீங்கள், ஆனால், இருபது ஆண்டுகால புலிகளின் யுத்த

தந்திரங்களுந்தான் எதிரியிடம் போய்ச் சேர்ந்திருக்குது எண்டதை இன்னமும் நீங்கள் புரியவுமில்லை, புரியப்போவதுமில்லை" என எச்சரித்துவிட்டுச் சென்றான்.

* * *

எப்போதுமே ஏதாவதொரு கனவைத் துரத்தியபடி ஓடிக்கொண்டிருப்பதே குணாவினது இந்த வெளிநாட்டு வாழ்வாகிப்போனது. மணியமண்ணை மூலமாக மாலை நேரக் கழுவல் வேலை ஒன்று கிடைத்தது. மீண்டும் இந்தக் கடன் தொல்லைகளிலிருந்து மீண்டுவிடவேண்டும் என்ற கனவுடன் ஓட ஆரம்பித்தான். ஆசையாசையாக வாங்கிய வீட்டில் நிம்மதியாகத் தூங்க முடியவில்லை. ஆசைக்கு வாங்கிய சோபாவில் ஆறுதலாக இருக்க முடியவில்லை. அந்தச் சோபாவை வாங்கிய கடனட்டையே அவனை எழுப்பிக் கலைத்தது. ஆனாலும், அவனால் முன்புபோல் ஓடமுடியவில்லை. மனைவி, பிள்ளைகளெனக் குடும்பம் அவனுக்கு வேகத்தடை போட்டது. அவர்களுக்காகவும் நேரம் செலவிடவேண்டி இருந்தது. செலவிடும் நேரங்களிற் கூட அவன் முன்பு போல் மனைவி, பிள்ளைகளுடன் கொஞ்சிக் குலாவி அமைதியாக இருந்ததில்லை. எப்போதும் எதையோ பறிகொடுத்தவன் போல் யோசித்தபடியே இருந்தான். எதற்கெடுத்தாலும் சிடுசிடுத்தான், சினந்தான். குணாவின் இந்தப் போக்கு அவனது கடன் சுமைகளை அறிந்திராத ஆதிராவுக்கு அதிர்ச்சியாகத்தான் இருந்தது. என்ன காரணமாக இருக்கும். ஊரிலிருந்து யாராவது உதவி கேட்டுக் கடிதங்கள் ஏதும் எழுதியிருக்கிறார்களா? இவர் உதவ முடியாத கவலையில் இருக்கின்றாரா? என அறியும் நோக்குடன் அவன் வேலைக்குச் சென்றபின் அவனது அலுமாறியை ஆராய்ந்தாள். மாதாந்தம் வங்கியில் கட்டப்பட வேண்டிய பில்லுகள் காலக்கெடு முடிந்தும் கட்டப்படாமலே கட்டுக் கட்டாய்க் கிடந்தன. கடன் சேகரிப்பு நிறுவனங்களின் கடிதங்களும் கண்ணிற் பட்டன, இப்போது குணாவினது நிலையைப் புரிந்துகொண்ட ஆதிரா, வரவுக்கு மீறிச் செலவு செய்து விட்டோமா அளவுக்கு மீறி ஆசைப்பட்டுவிட்டோமா எனவெண்ணி ஏங்கினாள். குணா வீடு திரும்பும்வரை யோசனைகளுடனேயே அவனுக்காகக் காத்திருந்தாள்.

வீட்டுக்கு வந்த குணா சாப்பிட்டு முடிந்ததுமே "என்னப்பா, இண்டைக்கு வீடு துப்பரவாக்குவம் எண்டு வெளிக்கிட்டால் உங்கட அலுமாறி முழுக்க ஒரே ரெயினிங்காவும், இன்கஸ்சோ கடிதங்களுமாய் நிறைஞ்சு கிடக்குதே ஏனப்பா கட்டுறதுக்கு காசில்லையே?" மெல்லக் கதையை ஆரம்பித்தாள்.

"ஓம்... அதுகளைக் கட்டத்தான் வேணும், இப்பத்தானே ரெண்டாவது வேலைக்கு வெளிக்கிட்டிருக்கிறன். பிரச்சனையில்லக் கட்டிப்போடலாம்" என்றான் சற்றுக் கலவரமான முகத்துடன். அவன் கூறியதும் சட்டென எழுந்து அறைக்குள் நுழைந்த ஆதிரா, அதே வேகத்தில் திரும்பி வந்தபோது அவளின் கையில் ஒரு தோற்பை இருந்தது.

"இந்தாங்கப்பா இதுகளைக் கொண்டுபோய் விற்று இந்தக் கிரடிற் காட் எல்லாத்தையும் கட்டிப்போட்டு வாங்கோ" என்றாள் உறுதியான குரலில். ஒரு கணம் திகைத்த குணா அந்தப் பையை வாங்கிப் பார்த்தான். அதற்குள் அவளது நகைகள் அத்தனையும் இருந்தன.

"சேச்செ... இதைக் கொண்டுபோய் வை நீ, கடனைக் கட்டுற வழி எனக்குத் தெரியும்" எனச் சீறினான் அவன்.

"ஏன்னப்பா... இந்த நகையெல்லாம் சும்மாதானே வீட்டுக்க கிடக்குது. இந்த அவசரத்துக்கு இப்ப விற்றுப்போட்டுப் பிறகு வசதிவரயிக்க வாங்கலாம் தானே" என அவளும் உறுதியாக நின்றாள்.

"இல்லை ஆதி, இது உன்ர நகைகள் இதை விற்க வேண்டாம்" என அவனும் பிடிவாதம் காட்டினான்.

"என்னப்பா உன்ர, என்ர எண்டு கதைக்கிறியள் நீங்க வேற நான் வேறயே?" என்றவளது வார்த்தைகளையும் முந்திக்கொண்டு பொலு பொலுவென்று கண்ணீரும் உதிர்ந்தது.

"இல்ல ஆதிம்மா இதெல்லாம் நீ ஆசைப்பட்டு வாங்கினது. அதுக்குத்தான் சொன்னனான்" என அவளைக் கட்டியணைத்துக் கண்ணீரைத் துடைத்துக்கொண்டவாறே "சரி அப்பிடியெண்டால் விற்க வேண்டாம் அடைவு வைப்பம்" என்றவன் தன்னிரக்கத்தில் சுரந்த கண்ணீரையும் புறங்கையாற் துடைத்துக்கொண்டான்.

“சரியப்பா என்னவாவது செய்து இந்தக் கடன்களை அழிச்சுப்போட்டு நிம்மதியா இருப்பம்” என்றவளை இறுக அணைத்து முத்தமிட்டான். அவளது வார்த்தைகளுக்குக் கட்டுப்பட்டு நகைகளை அடைவுவைத்து அறாவட்டியை அறவிட்டுக்கொண்டிருந்த கடன் அட்டைகளைக் கட்டி முடித்தபோது முதுகிலிருந்த சுமைகளிற் பாதி இறங்கியதுபோலிருந்தது.

‘டக்ளஸ் தேவானந்தா மீது புலிகளின் பெண் தற்கொலைக் குண்டுதாரி தாக்குதல்’ என்ற ஊடகங்களின் தலைப்புச் செய்தியைக் கேட்டதுமே குணாவின் அலைபேசி அலற ஆரம்பித்துவிட்டது. சிறிது நேரத்திலேயே “அடச்ச... இந்த முறையும் தப்பிற்றானாம்” என எல்லாக் குரல்களுமே ஏமாற்றத்துடன் புஸ்வாணமாகிப்போயின.

கிழக்குப் பிளவால் விழுந்தாலும் மீசையில் மண் ஒட்டவில்லையெனச் சமாளித்துக்கொண்டு எழ நினைத்த புலிகளையும், தமிழர் தரப்பையும் ஆழிப்பேரலை என்ற இயற்கை அனர்த்தம் வந்து மீண்டும் பேரழிவுக்குள் தள்ளியது. ஆழிப்பேரலை ஏற்படுத்திய இழப்புகள் கொஞ்ச நஞ்சமல்ல. அதுவும் ஏற்கெனவே போரினால் பெரிதும் பாதிக்கப்பட்ட தமிழர்களின் பகுதிகளிலேயே பலி கேட்டது. இருபதாயிரத்துக்கும் மேற்பட்ட உயிர்களைக் காவு கொண்டதுடன், புலிகளின் மிகப் பெருந்தொகையான கட்டுமானங்களையும் அடியோடு பெயர்த்தெடுத்துக் கொண்டுபோனது. அரச தரப்பை விடவும் புலிகளுக்கே அதிக அளவில் இழப்புகளை ஏற்படுத்தியிருந்தது. ஆயிரத்திற்கும் அதிகமான போராளிகளும் பேரலைக்குப் பலியானார்கள். அவர்களின் கடற்படைத் தளமும், ஏராளமான ஆயுதங்களும், படகுகளும் பேரலலைகளால் மூழ்கடிக்கப்பட்டன. அந்த நிலையிலும் புலிகள் திகைத்து நின்று வேடிக்கை பார்க்கவில்லை. இலங்கை அரசு செயற்படுவதற்கு முன்பாகவே புலிகள் களத்தில் இறங்கி மீட்பு மற்றும் புனரமைப்புப் பணிகளில் தீவிரம் காட்டி மும்மரமாகச் செயற்பட்டார்கள். ஆழிப்பேரலை ஏற்படுத்திய அனர்த்தங்களும், மக்கள் பட்ட அவலங்களும் குணாவைத் தூங்க விடாமல் நீண்ட நாட்களாக கனவிலும் துரத்தியபடியே இருந்தன. இனவாதம் செய்வது போதாதென்று

இயற்கையும் என்னினத்தை வதம் செய்கிறதே என்றெண்ணி வேதனைப்பட்டபடியே நாட்களை நகர்த்திக்கொண்டிருந்தான்.

◎

2005

ஒஸ்லோவில் புலிகளின் கட்டமைப்புக்கள் ஆழிப்பேரலையால் பாதிக்கப்பட்ட மக்களுக்கான நிதி சேகரிப்பினை முடுக்கிவிட்டிருந்தன. குணாவும், நண்பர்களும் ஒஸ்லோ நகர் எங்கும் ஓடியோடி உண்டியல் குலுக்கினார்கள். கருணை மனம் கொண்ட நோர்வேஜிய மக்களும் பார்த்துப் பாராமல் வாரி வழங்கி உண்டியல்களை நிறைத்தார்கள்.

இலங்கையில் சில வெளிநாட்டுத் தூதரகங்களும் தங்களால் முடிந்த நிதியைப் புலிகளிடம் அளித்தனர். இதனால் வெகுண்டெழுந்த ஜனாதிபதி சந்திரிக்கா புலிகளுக்கு யாரும் நிதியளிக்கக் கூடாதென உத்தரவிட்டுத் தூதரகங்களுக்கு சுற்றறிக்கைகள் அனுப்பினார். வந்த நிதிகளையெல்லாம் வாங்கிக் குவித்து ஈவிரக்கமின்றி இயற்கை அனர்த்தத்திலும் இலங்கை அரசு அரசியல் செய்தது. இதனாலெழுந்த புலிகளின் எதிர்ப்பைச் சமாளிக்க ‘ஆழிப்பேரலை புனரமைப்பு ஒப்பந்தம்’ ஒன்று போடலாமென்று சமாளித்துக்கொண்டே காலத்தைக் கடத்தினார்கள்.

கடத்தல் என்பது சிங்கள ஆட்சியாளர்களுக்குக் கைவந்த கலையாக இருந்தது. அவர்கள் காலத்தை மட்டும் கடத்தவில்லை. மனிதர்களையும் கடத்தினார்கள். இலங்கையில் பிரபல்யமான வெள்ளைவான் கடத்தல் மூலமாகத் தமிழ் ஊடகவியலாளர் தராக்கி சிவராம் கொழும்பில் கடத்தப்பட்டுக் கொலை செய்யப்பட்டார் என்ற செய்தியை அறிந்த குணாவினதும், நண்பர்களினதும் இரத்தம் சூடேறிப்போனது. இதற்கான புலிகளின் பதிலடியையும் எதிர்பார்த்துக் காத்திருந்தார்கள்.

புலிகள் யாரையாவது கொலை செய்தால் நியாயத் தராசைத் தூக்கிக்கொண்டு வந்துவிடும் விஸ்வாவிடம் இந்தக் கொலைக்கும் நியாயம் கேட்கத்தானே வேண்டுமென்ற எண்ணத்துடன் அலைபேசியைத் தூக்கிய குணா, “என்ன அண்ணே, ஊடகவியலாளர் சிவராமுக்கு இப்பிடிச் செய்துபோட்டாங்களே” என்றான்.

“ம், இதுவும் கண்டிக்கப்படவேண்டிய மிக மோசமான அரச பயங்கரவாதம் எண்டதில மாற்றுக்கருத்தில்ல. ஆனால், இந்தச் சிவராம் ஒண்டும் லேசுப்பட்ட ஆளில்ல. புளொட் இயக்கத்துக்க நடந்த பல உட்படுகொலைகளுக்குக் காரணமாயிருந்த ஆள்த்தானே இவர். ஏன் கருணாவைக் குழப்பிவிட்டதிலும் ஆளுக்கு நிறையப் பங்கிருக்காம், அது மட்டுமே ஆரம்ப காலத்தில புலிகளுக்கு எதிராக எழுதித்தானே ஊடகவியலாளராகவே பிரபலமானவர். பிறகது பிழைப்புக்கு ஆகாதெண்டு தானே சட்டெண்டு பல்டி அடிச்சுப் புலிவால் பிடிச்சவர். அப்பிடியிருக்கப் புலிகளே அவருக்கு மாமனிதர் பட்டம் கொடுத்திருக்கிறதுதான் வியப்பாக இருக்குது” என்ற விஸ்வாவின் வியாக்கியானத்தை கேட்ட குணாவுக்கு ஏன்தான் இந்தாளோட கதைத்தேன் என்றிருந்தது.

இனியும் காலம் கடத்த முடியாது. நான் கொடுக்கிற மாதிரிக் கொடுக்கிறன், நீ பறிக்கிற மாதிரிப் பறியென ஜே.வி.பி.யுடன் இரகசிய ஒப்பந்தத்தைச் செய்துகொண்ட ஜனாதிபதி சந்திரிக்கா, ‘ஆழிப்பேரலை மீளமைப்பிற்கான பொதுக்கட்டமைப்பு’ என்ற பகிரங்க ஒப்பந்தத்தில் விடுதலைப் புலிகளுடன் இணைந்து கைச்சாத்திட்டார். உடனேயே இந்த ஒப்பந்தத்தை எதிர்த்து சந்திரிக்காவின் அணியிலிருந்த ஜே.வி.பி. கட்சியே வழக்குத் தொடுத்ததையடுத்து, இலங்கை உயர்நீதிமன்றம் இவ் வழக்கினை ஏற்று ஒப்பந்தத்திற்குத் தடைவிதித்தது. புலிகளுக்கும், அரசுக்குமிடையே மீண்டும் நெருக்கம் ஏற்படும் என்று நம்பிய நேரத்தில் நீதிமன்றத் தடை மூலம் இடையூறு நேர்ந்ததனால் வடக்குக் கிழக்கில் மேற்கொள்ளப்பட வேண்டிய புனர்வாழ்வுப் பணிகளுக்கான நிதிகள் யாவும் சிங்களப் பகுதிகளுக்கே போய்ச்சேர்ந்தன. இதனால் சினங்கொண்ட புலம்பெயர் மக்களின் அட்சயபாத்திரமானது இந்த இயற்கை அனர்த்தத்திலிருந்தும் மீண்டும் புலிகளையும், தமிழ் மக்களையும் தலை தூக்க வைத்தது.

எத்தகைய பொருளாதாரச் சிக்கலிலும் யாரிடமும் கையேந்தாமல் வாழ்ந்துகொண்டிருந்த குணாவுக்கு, இப்போது மனைவியின் நகைகளை அடைவு வைத்திருப்பதானது பெருத்த அவமானமாகவும், மனக் கவலையாகவும் இருந்தது. எப்போதுதான் நகைகளை மீட்கப்போகின்றேனோ! என்ற

ஏக்கத்துடனும், கவலையுடனும் ராக்சித் தரிப்பிடத்தில் பயணிகளுக்காகக் காத்திருந்தவனுக்கு ஒஸ்லோவின் பிரபலமான வைத்தியசாலையிலிருந்து அழைப்பு வந்தது. அவன் அங்கே சென்றபோது வைத்தியசாலை வாசலில் அவனுக்காகக் காத்து நின்றாள் நோர்வேஜியப் பெண் ஒருத்தி. குணாவின் பார்வையில் அவள் இருபத்தைந்து வயதுக்குமேல் மதிக்க முடியாத நல்ல அழகியாகத் தெரிந்தாள். புன்னகை பூத்த முகத்துடன் கார்க் கதவைத் திறந்துகொண்டு முன் இருக்கையில் அமர்ந்துகொண்டவள், காலை வணக்கத்துடன் நகரின் மத்தியிலிருந்த ஓர் அழகு நிலையத்தின் முகவரியைக் கூறி அங்கே செல்லவேண்டும் என்றாள்.

பதில் வணக்கம் கூறிய குணா, "ஏன் இருக்கிறதே போதாத? இன்னும் அழகுபடுத்த வேண்டுமா?" என அவளைச் சந்தோஷப்படுத்தும் நோக்குடன் கேட்டவாறே காரைக் கிளப்பினான்.

"நன்றி, இருந்தாலும் இமைகளைக் கொஞ்சம் சீர் செய்யவேண்டும் அதற்காகத்தான்" என மீண்டுமொரு புன்னகைப் பூ பூத்துவிட்டு "நீ எந்த நாட்டைச் சேர்ந்தவன்? எப்போது இங்கு வந்தாய்?" போன்ற புதினங்களைக் கேட்டவாறே கலகலப்பாகப் பேசிக்கொண்டு வந்தவள், "இன்னும் ஒரு மணித்தியாலத்தில் மீண்டும் என்னைக் கொண்டுபோய் வைத்தியசாலையில் விட முடியுமா?" எனக் கேட்டாள்.

"ஓ... அதுக்கென்ன, சிலவேளை நான் வரமுடியாமல் போனாலும் வேறு ராக்சியை அனுப்பிவைக்கிறேன். எனது இந்த இலக்கத்திற்குத் தொடர்புகொள்" எனக் கூறி தனது தொலைபேசி இலக்கத்தை கொடுத்தவாறே கேட்டான், "மீண்டும் வைத்தியசாலைக்கா?"

"ம், நான் அங்கேதான் மூன்று மாதங்களாகத் தங்கி நின்று வைத்தியம் செய்கின்றேன்" என்றாள்.

"என்னது! மூன்று மாதஙகளாகவா?" அவளை வியப்புடன் நோக்கினான்.

“ம், எனக்கு பிளட் கான்சர்” என்றாளவள் அதே புன்னகையுடன். அதனைக் கேட்டு வாயடைத்துப்போன குணாவினால் எதுவுமே பேசமுடியவில்லை. தலை சுற்றி மயக்கமே வந்துவிடும் போலிருந்தது. நல்ல வேளையாக அந்த அழகுநிலையம் வந்துவிட காரை நிறுத்திக்கொண்டான். பொருளாதார நிலைகளால் அவனை அழுத்திய மனப் பாரங்கள் எல்லாமே அவளின் கதையைக் கேட்ட கணத்திலேயே வெறும் தூசிகளாய்ப் பறந்துபோயின. அந்தப் பெண்ணின் மன உறுதியையும், வாழ்தலின் மீதான அவளது பிடிப்பையும் எண்ணி வியந்தவாறே அவளுக்காகவும் இறைவனை வேண்டிக்கொண்டான்.

இந்த ராக்சி ஓட்டுனர் வேலை குணாவுக்கு நிறைய மனிதர்களை அறிமுகப்படுத்தியிருந்தது. ஒவ்வொருத்தரும் ஒவ்வொரு கதைகளோடு காரில் ஏறுவார்கள். சிலர் குறுகிய நேரத்திலேயே நீண்ட காலம் பழகியவர்கள் போல் தமது இன்ப, துன்பங்களை எல்லாம் குணாவிடம் கொட்டித்தீர்த்துவிட்டே இறங்கிப் போவார்கள். சிலர் குணாவோடு பேசாவிட்டாலும், அலைபேசியில் வீராப்பாகப் பேசிச் சண்டைகள் பிடித்தோ, அல்லது காதலுடன் கொஞ்சிக் குலாவியோ அவர்களை அறியாமலேயே தங்களின் கதைகளைக் குணாவுக்கும் தெரியப்படுத்திவிடுவார்கள். மது போதையில் ஏறுபவர்கள் பற்றிச் சொல்லவே தேவையில்லை. அவர்களைக் கட்டியணைத்து ஆறுதல் சொல்லும் அளவிற்குச் சிலர் தங்கள் வாழ்க்கைப் புத்தகத்தின் சோக அத்தியாயங்களை அவனுக்கு வாசித்துக் காட்டிவிட்டே போவார்கள்.

• • •

காலையிலேயே இரைச்சலிட்ட அலைபேசியை எடுத்துக் குணா காதில் ஒற்றிக்கொண்டபோது “என்ன குணா, கண்ணுக்குக் கண். பல்லுக்குப் பல் என்ற பழிவாங்கும் படலத்தில அடுத்த விக்கெற்றும் விழுந்திட்டுது போல” எனப் பூடகமாகப் பேசினான் விஸ்வா.

“என்ன அண்ணே சொல்லுறியள்” என எதுவுமே புரியாமற் கேட்டான்.

“கதிர்காமரையும் எல்லே போட்டுத் தள்ளிப் போட்டாங்களாம்.”

“உண்மையாவே!” சந்தோஷத்தில் துள்ளியது குணாவின் குரல்.

“உண்மையாத்தான். ஆனால், இது சந்தோஷப்படுகிற விசயமில்லக் குணா, கதிர்காமர் சாதாரண ஆளில்ல, உலகறிஞ்ச ஆள். வெளிநாட்டு இராசதந்திரிகள் மட்டத்தில செல்வாக்குள்ள மனுஷன். அதுவும் போர் நிறுத்தக் காலத்தில நடந்திருக்கிறபடியால இதன் பின்விளைவுகள் மிகவும் மோசமானதாக இருக்கும்” என வழமைபோல் எச்சரிக்கும் பாணியில் விஸ்வா கூறியதானது, அந்தச் செய்தியால் மிகவும் சந்தோஷமான மனநிலையை அடைந்திருந்த குணாவுக்கு செவிடன் காதில் ஊதிய சங்காகவே இருந்தது. அன்றும் அவனது அலைபேசி இடைவிடாது இரைச்சலிட்டபடியே இருந்தது. தொடர்பில் வந்த நண்பர்கள் பலரும் புலிகளின் வீரத்தை மெச்சிப் புளகாங்கிதம் அடைந்து புத்துணர்ச்சி கொண்டு குதூகலித்தார்கள்.

காலம் எல்லாவற்றையும் கண்ணிமைக்காமற் கவனித்தபடியே கடந்துகொண்டிருந்தது. தீர்வு கிடைத்துவிடும், அமைதி நிலவிவிடும் பிள்ளைகளைக் கொண்டுபோய் சொந்த நாட்டிலேயே பள்ளியிற் சேர்த்துவிடலாம் என்ற குணாவின் கனவும் காலாவதியாகிப்போனது. மகளை இங்கேயே முதலாம் வகுப்பிற் சேர்த்துவிட்டான். மகனும் மழலைகள் பூங்காவுக்குப் போக ஆரம்பித்தான். ஆதிராவின் மும்மரமான வேலை தேடும் படலத்திற்கும் பலன் கிடைத்தது. அவளுக்கும் ஒரு மழலைகள் பூங்காவிலேயே வேலை கிடைத்தது. அவளின் முதல் மாதச் சம்பளம் வந்தபோதே, “அப்பா இனி இந்த வீட்டுக் கடனை நான் கட்டுறன் நீங்கள் மிச்சச் செலவுகளைப் பாருங்கள். அதோட, பிள்ளைகளும் வளர்ந்துகொண்டு வருகுதுகள் நாங்களும் சேமிப்பு ஒண்டும் இல்லாமல் இப்படியே இருக்க ஏலாது. சந்திராக்கா வாற மாதத்திலிருந்து ஐயாயிரம் குரோணர் சீட்டொண்டு துவங்குறாவாம் நாங்களும் ஒரு துண்டு பிடிப்பமே?” எனக் கேட்டுக் கேள்விக்குறியாக நின்றாள். குணாவுக்கும் அவளது எண்ணம் சரியானதாகவே பட்டது. அவளது வார்த்தைகள் அவனை உற்சாகப்படுத்தின. கடன் தொல்லைகளில் இருந்து மீண்டுவிடலாம் என்ற நம்பிக்கையையும், மனத்தென்பையும் கொடுத்தது. சீட்டுக்குச் சம்மதித்தவனின் எண்ணமெல்லாம் எப்படியாவது வெகுவிரைவில்

அடைவிலிருக்கும் அவளது நகைகளை மீட்டுவிட வேண்டும் என்பதாகவே இருந்தது. ஓய்வு நேரங்களில் ஆதிராவுக்குக் கார் ஓட்டக் கற்றுக்கொடுக்கவும் ஆரம்பித்திருந்தான். பொருளாதார நெருக்கடிகள் அவர்களின் இல்லற வாழ்வுக்கு இடைஞ்சல் கொடுக்காதவாறு ஒருவரையொருவர் நன்கு புரிந்துகொண்டு வாழ்வை வசப்படுத்திக்கொண்டார்கள்.

மேல் வீட்டிலிருந்த நோர்வேஜியத் தாத்தாவும், பாட்டியும் இவர்களுக்கு மிகவும் ஒத்தாசையாக இருந்தார்கள். அவசர ஆபத்துக்குப் பிள்ளைகளை அவர்களுடன் விட்டுவிட்டு வெளியே போகக்கூடியதாக இருந்தது. பிள்ளைகள் தங்கள் வீட்டுக்கு வருவதை அவர்களும் மிகவும் விரும்பினார்கள். ஆதிராவும் தன் தாய், தந்தையைப் போலவே அவர்களிடம் அன்பு காட்டினாள். காரமில்லாத பலகாரங்கள் செய்தால் அவர்களுக்காகக் கொண்டோடிவிடுவாள். குனுத்தும், மரியாமும் இணைபிரிந்ததே இல்லை. எங்கு சென்றாலும் இருவரும் ஒன்றாகவே செல்வார்கள். எப்போவாவது குனுத் தனியே செல்ல நேர்ந்தால் அவர் வீடு திரும்பும்வரை மரியாம் யன்னலால் பார்த்தபடியே காத்துநிற்பார். மரியாமை யன்னலில் கண்டால் குனுத் வீட்டில் இல்லையென நம்பலாம். வீட்டுக்கு முன்புறம் உள்ள பூங்காவில் அவர்கள் இருவரும் கை கோர்த்தபடியே உலாவுவதை பல தடவைகள் மேலேயிருந்து பார்த்த குணாவும், ஆதிராவும் இந்த வயதிலும் இவ்வளவு அன்னியோன்யமான தம்பதிகளாவென வாய் பிளந்து வியந்திருக்கிறார்கள்.

நாட்டு நிலைமை மோசமான கட்டத்தை அடைந்துகொண்டிருந்தது. லஷ்மன் கதிர்காமரின் கொலையுடன் சந்திரிக்கா நெருக்கடி நிலையினைப் பிரகடனம் செய்தார். அதனைத்தொடர்ந்து நூற்றுக் கணக்கான அப்பாவித் தமிழ் மக்கள் கொழும்பிற் கைது செய்யப்பட்டுச் சிறைகளில் அடைக்கப்பட்டுக் கொண்டிருந்தார்கள். அதேவேளையில் சந்திரிக்காவின் பதவிக்காலமும் முடிவுக்கு வந்தது. சந்திரிக்கா ஜனாதிபதியாக மூன்றாவது தடவையும் போட்டியிட முடியாத நிலையில் பண்டாரநாயக்க வாரிசு அரசியலைத் தொடர எண்ணித் தனது தம்பி அனுரா பண்டாரநாயக்கவை ஜனாதிபதி வேட்பாளராக நிறுத்த முயன்று பார்த்தார். ஆனால், மகிந்த ராஜபட்சேவுக்கே கட்சிக்குள் ஆதரவு இருந்ததனால் அவரே ஜனாதிபதி

வேட்பாளரானார். மறுபக்கம் யு.என்.பி கட்சியின் சார்பில் ரணில் விக்கிரமசிங்க போட்டியிட்டார். சமாதான ஒப்பந்தத்தில் கையெழுத்திட்ட ரணில் ஜனாதிபதியானால் மீண்டும் அமைதி நிலவுமென சர்வதேச தரப்பும், தமிழ் மக்களும் நினைத்திருந்தனர். ஆனால், தேர்தல் நிலவரங்கள் சூடு பிடித்திருந்த நிலையில், தமிழ் மக்களை யாருக்குமே வாக்களிக்காமல் தேர்தலைப் பகிஷ்கரிக்குமாறும் புலிகள் கேட்டுக்கொண்டனர். அதற்கு இணங்க வேறு வழியின்றி மக்களும் தேர்தல் தினத்தன்று வீடுகளுக்குள்ளேயே முடங்கிக்கொண்டனர். தமிழர்களின் தேர்தல் புறக்கணிப்பினால் அதிஸ்ர தேவதை மகிந்தவின் கதவினைத் தட்டித் திறந்து கொண்டாள். மிகச் சொற்ப வாக்கு வித்தியாசத்தில் மகிந்த ராஜபட்சே வெற்றி பெற்றார். அவர் ஜனாதிபதியானதுமே ஜே.வி.பி மற்றும் ஜாதிக வெஹல உறுமய போன்ற இனவாதக் கட்சிகளுடன் இறுக்கமான கூட்டை வைத்துக்கொண்டதானது, தமிழ் மக்களுக்கு மட்டுமல்ல சர்வதேச தரப்புக்கும் ஏமாற்றத்தையே அளித்தது.

"பார்த்தீரே குணா, ஒரு காலத்தில இடதுசாரியச் சிந்தனையோட முதலாளித்துவ அரசிற்கு எதிராக ஆயுதம் தூக்கிப் போராடிய ஜே.வி.பி.யினரே எப்பிடிக் குத்துக்கரணம் அடிச்சுப்போட்டினமெண்டு" எனக் கேட்டான் அலைபேசியில் வந்த விஸ்வா.

"ஓமண்ணே, அவங்கள் தானே இப்ப மோசமான இனவாதத்தையும் கக்குறாங்கள்."

"ம்...ம்... மகிந்த கூட்டு வைச்சிருக்கிற ஆக்களைப் பார்த்தீரே, ஜே.வி.பி.யை விடவும் வலு மோசமான இனவாதிகள் இந்த ஜாதிக வெஹல உறுமய தான் தெரியுமே, அந்தக் கட்சியை இயக்குறதே சில பௌத்த சிங்களப் பேரினவாதிகளான மதகுருமார்கள் தானாமே."

"அட, அப்ப இந்த இனவாதக் கட்சிகளோட கூட்டு வைச்சிருக்கிற மகிந்தயிட்ட நாங்கள் ஒண்டையும் எதிர்பார்க்க ஏலாது போல."

"ஏன், புலிகள் இந்தத் தேர்தலைப் பகிஷ்கரிசத்தைப் பார்த்தால் மகிந்தயிட்ட மட்டுமில்ல, யாரிட்டையுமே ஒண்டையும் எதிர்பார்க்காத மாதிரித் தானே இருக்குது."

"ஓமண்ணை, எனக்கெண்டால் எங்கட ஆட்கள் ஏன் இந்தத் தேர்தலைப் பகிஷ்கரித்து ரணிலை மண் கவ்வ வைச்சவை எண்டது புரியமாட்டனெண்டுது."

"ஏன் உங்கட அரசியல் ஆலோசகர்தானே சொல்லிப்போட்டாரே ரணில் நரியன் எண்டும், மகிந்த யதார்த்தவாதி எண்டும். அதுமட்டுமே அங்க கன கூத்துக்கள் நடந்திருக்காம், சொன்னால் நம்பமாட்டீர், மகிந்த தரப்புக்கும் புலிகளுக்குமிடையில ரகசியப் பேச்சுக்கள் நடந்ததாம். புலிகள் தரப்பிலிருந்து எமில் காந்தன் எண்டவர் பேரம்பேசிக் கைமாறாகப் பெருந்தொகையை வாங்கிக்கொண்டுதானாம் ரணிலைக் கவுட்டவை. புலிகள் இதில வலு கெட்டிக்காரர். இப்படித்தானே இந்தியன் ஆமிக் காலத்தில பிரேமதாஷாவோட கூட்டு வைச்சு ஆயுதம் வேண்டினவை, இதையே வேற இயக்கங்கள் செய்தால் அது இனத் துரோகம். தாங்கள் செய்தால் ராஜதந்திரமாம்" என விஸ்வா நீட்டி முழங்க ஆரம்பித்ததுமே அதனைக் கேட்கச் சகிக்காமல், "அண்ணே வேற போன் ஒண்டு வருகுது பிறகு கதைக்கிறன் வையுங்கோ" எனப் பேச்சைக் கத்தரித்துக்கொண்டான் குணா. ஆதாரம் ஒன்றுமில்லாமல் நேரில் பார்த்தது போல் விஸ்வா கூறியது அவனுக்குள் எரிச்சலை உண்டுபண்ணியது. இந்தாள் அரசியல் கட்டுரைகள் எழுதுறதை விட்டுப்போட்டு நல்ல கற்பனை நாவல்கள் எழுதலாமே எனவும் மனதுக்குள் எண்ணிக்கொண்டான்.

அவர்களின் அந்த உரையாடல் நடந்த சில நாட்களிலேயே புலிகளின் துப்பாக்கிகள் வெடிக்க ஆரம்பித்துவிட்டன. அந்த மார்கழி மாதத்தில் மட்டும் நாட்டின் பல பகுதிகளிலும் நூற்றி ஐம்பதிற்கும் அதிகமான இராணுவத்தினர் கொல்லப்பட்ட செய்தியறிந்து குதூகலித்த குணாவினதும், நண்பர்களினதும் சந்தோஷத்தை நீடிக்கவிடாத செய்தியாகத் தமிழ்த் தேசியக் கூட்டமைப்பின் பாராளுமன்ற உறுப்பினரான ஜோசப் பரராஜசிங்கம் அவர்கள் இனந்தெரியாத நபர்கள் என்ற போர்வையில் வந்த இலங்கை அரசின் துணைப்படையைச் சேர்ந்தவர்களால் நத்தார் கொண்டாட்டத்தின்போது தேவாலயத்திற்குள் வைத்தே படுகொலை செய்யப்பட்டார் என்ற செய்தி பேரிடியாய் வந்திறங்கியது.

◎

2006

தை பிறந்தால் வழி பிறக்கும் என்று தமிழ் மக்கள் நம்புவது போலவே மீண்டும் பேச்சுவார்த்தைக்கு வழி பிறந்தது. புலிகளைப் பேச்சுவார்த்தைக்கு வருமாறு அழைப்பு விடுத்தார் ஜனாதிபதி மகிந்த ராஜபக்சே. சந்திரிக்காவிடமும், ரணிலிடமும் பேசிக் களைத்த புலிகள் மீண்டும் ஜெனிவாவரை சென்று மகிந்த அரசுடனும் பேசினார்கள். பேச்சுவார்த்தைகள் ஒருபுறம் நடந்துகொண்டிருக்கும்போதே புலிகளை ஒழித்துக்கட்டும் நோக்கோடு அரசின் பூரண ஒத்துழைப்புடன் கொழும்பிலுள்ள இராணுவத் தலைமையகத்தினுள் இராணுவத் தளபதி சரத் பொன்சேகா பாரிய இராணுவ நடவடிக்கைகளுக்கான திட்டங்களைத் தீட்டிக்கொண்டிருக்க, இங்கே புலம்பெயர் தேசங்களில் புலிச் செயற்பாட்டாளர்களும், 'இறுதி யுத்தத்திற்கான நிதியுதவி' என்ற பெயரில் பாரிய நிதி சேகரிப்புக்கான திட்டத்தினைத் தீட்டிக்கொண்டிருந்தார்கள்.

இறுதி யுத்தத்திற்கான நிதி என்றதும், மண் மீதிருந்த பற்றினாலும், விடுதலை வேட்கையினாலும் கிள்ளிக் கொடுத்த கைகள் கூட அள்ளிக் கொடுத்தன. புலிகளுக்கு அள்ளிக் கொடுப்பதன் மூலம் தங்களைத் தமிழ்த் தேசியவாதிகளாக முன்னிறுத்துவதற்கும் பலர் முண்டியடித்தார்கள். தமிழர்களின் வர்த்தக நிறுவனங்களிலும், பொது அமைப்புக்களிலும் இருந்தும் பெருந்தொகையான நிதியைப் புலிகள் அள்ளிக்கொண்டார்கள். நாடு பிடித்தவுடன் திருப்பித் தருவதாகக் கூறிப் பெருந்தொகைகளைக் கடனாகவும் பெற்றுக்கொண்டார்கள்.

புலிச் செயற்பாட்டாளர்களால் குணாவின் வீட்டுக் கதவும் தட்டப்பட்டது. இது இறுதி யுத்தத்திற்கான நிதி இனிமேல் உங்களிடம் நிதி கேட்டு வரப்போவதில்லை. இதுதான் உங்களுடைய கடைசிப் பங்களிப்பென வந்தவர்கள் உறுதிபடக் கூறி ஒரு பெருந்தொகையைக் கேட்டார்கள். மோசமான பொருளாதார நெருக்கடியில் இருந்தபோதும், இறுதி யுத்தம் என்றபடியால் கடன்பட்டாவது அவர்கள் கேட்ட தொகையை ஒரு மாதத்துக்குள்ளாகவே தருவதாகக் குணாவும் ஒப்புக்கொண்டான்.

ஆதிரா எழுதிக்கொடுத்த கடுகு, கத்தரிக்காய், கருவேப்பிலையென நீண்ட பட்டியலோடு தமிழ்க் கடைக்குப் புறப்பட்ட குணா வெளியே வந்தபோது, காருக்குச் சமர்டெக் மாத்தவெண்டு போன குனுத்தை இன்னும் காணவில்லையென வாசலில் அங்கலாய்த்தபடி நின்றார் மரியாம்மா. "இப்ப ரயர் மாத்துற இடங்களில நிறையச் சனமாக இருக்கும். அதுதான் சுணக்கம் போல, ஏன் என்னட்டச் சொல்லியிருந்தா நானே மாத்திவிட்டிருப்பனே" என்றவாறு விறு விறுவெனப் படிகளில் இறங்கி நிலக்கீழ்த் தரிப்பிடத்திற்குச் சென்றான். காரை எடுத்துக் கொண்டு குனுத்தின் கார்த் தரிப்பிடத்துக்கருகே வந்தபோது அங்கே குனுத் கார் டிக்கிக்குள் குனிந்து தலையை விட்டுக் குப்பறப் படுத்திருந்தபடி எதையோ இழுத்து எடுப்பது போன்ற நிலையில் காணப்பட்டார். அங்க மனிசிக்காறி தேடிக்கொண்டு நிக்குது, இந்த மனுஷன் இங்க டிக்கிக்க படுத்துக்கிடந்து என்னத்தைத் தேடுதென மனதுக்குள் எண்ணியவாறே அங்கிருந்து வெளியேறினான்.

தமிழ்க் கடைக்குள் சனம் நிறைந்திருந்தது. அங்கே வள்ளுவபிரபுவும் தேங்காயைக் குலுக்கிப் பார்த்தபடி நின்றான். "என்னடாப்பா தேங்காயைப் போட்டு இந்தக் குலுக்குக் குலுக்குற" எனக் கேட்டவாறு அவனருகே சென்றான்.

"ஓகோ, நீயும் இங்கயே நிக்கிற, கண்டு கனகாலமாச்சு, சரி வெளிய வா கதைப்பம்" எனச் சிகரெட்டை எடுத்து வாயில் வைத்தபடி வெளியே சென்றவனின் பின்னால் குணாவும் சென்றான்.

"அதுசரி மச்சி கடைசிச் சண்டையாம், அள்ளிக் குடுத்தியே?" வள்ளுவபிரபுவின் வாயிலிருந்து புகையும், வார்த்தைகளும் ஒன்றாகவே வெளியேறியது.

"அட அள்ளிக் குடுக்க எங்கயடாப்பா வசதியிருக்கு, வழமைபோல கிள்ளித்தான் குடுத்தது."

"எட... எங்கட ஆட்களுக்கும் வேற வேலையில்ல. மயிலே மயிலே எண்டால் மயில் இறகு போடுதே, சும்மா பேச்சுவார்த்தை தீச்சுவார்த்தை எண்டு காலத்த வீணடிச்சுக்கொண்டிருக்காம

இந்தச் சண்டைய எப்பவோ துவங்கியிருக்கவேணும்.” அலுத்துக் கொண்டான் வள்ளுவபிரபு.

“நீ என்னடாப்பா சொல்லுற சண்டை எண்டாப்போல லேசான விசயமே, எப்பிடியெண்டாலும் ஏதோவொரு கட்டத்தில பேசித்தானே தீர்க்கவேணும்.”

“அடேய் மச்சி இந்தப் போர் நிறுத்தம், பேச்சுவார்த்தை எல்லாமே வெறும் கண் துடைப்புத் தானாமடா, நாங்களும் சமாதான விரும்பிகள் தான் எண்டதை சர்வதேசத்துக்கு காட்டுறதுக்குத்தானாம். அதனால இது கனகாலத்துக்கு நீடிக்காது பார். ஏனெண்டால் மற்ற, மற்ற நாடுகளிலும் இப்பிடியான விடுதலை இயக்கங்களை சமாதான காலத்திலதானாமடா பலமிழக்கச் செய்து அழிச்சவங்கள். அந்தப் பிளானில தானாம் ரணில் காய் நகர்த்திக்கொண்டு போனவர். அதுதானாம் தலைவர் ஆளுக்கு ஆப்படிச்சுவிட்டவர்” என்றவன் சிகரெட்டின் கடைசிப் புகையையும் ஊதித் தள்ளினான்.

வள்ளுவபிரபுவுடன் கதையளந்துகொண்டு நின்றதில் நேரம் போனதே தெரியவில்லை. மனிசி சமைக்கிறதுக்குச் சாமானுக்குப் பாத்துக்கொண்டு இருக்கப்போறாள் என்ற நினைப்பு வரவே அங்கிருந்து கிளம்பியவன், கார்த் தரிப்பிடத்துக்குள் நுழைந்து குனுத்தின் தரிப்பிடத்தைத் தாண்டிச் சென்றபோது தற்செயலாகத் திரும்பிப் பார்த்தான். போகும்போது பார்த்தது போலவே குனுத் இப்போதும் கார் டிக்கியினுள் குப்பறப் படுத்திருந்த நிலையிலேயே காணப்பட்டார். உடனேயே தரிப்பிடத்தில் காரை நிறுத்திவிட்டு குனுத்தின் காரை நோக்கி வந்தவன் “ஹாய் குனுத்” என்றான். குனுத்திடமிருந்து பதில் இல்லை. இன்னும் நெருங்கிச் சென்று “ஹாய் குனுத், என்ன செய்கிறாய்?” சற்று உரத்த குரலிலே கேட்டான். இப்போதும் குனுத்திடமிருந்து பதிலில்லை. எதுவித உடலசைவும் இருக்கவில்லை. குணா ஒருகணம் துணுக்குற்றான். அவனது உடல் பதறியது. அருகே சென்று எட்டிப்பார்த்தான். கால்கள் நிலத்தில் முட்டிக்கொண்டு நிற்க டிக்கியினுள் குப்பறப் படுத்து நித்திரை கொள்வதுபோலவே அமைதியாகப் படுத்திருந்தார். அங்கு வேறு யாருமே இருக்கவில்லை. பேரமைதி நிலவியது. தைரியத்தை வரவழைத்துக்கொண்டு “குனுத்... குனுத்...” கத்தியவாறே

அவரது கையைப் பிடித்தான். அவரது உடல் சில்லிட்டுக் குளிர்ந்தது. திகைத்துப் போன குணாவுக்கு குனுத்தின் உடலில் உயிர் இல்லை என்பது புரிந்தது. பதறியபடியே அலைபேசியை எடுத்தவன் ஆம்புலன்ஸ்க்குத் தகவலை அறிவித்துவிட்டு, மேலே ஓடிச்சென்று மரியாம்மாவின் கதவைத் தட்டினான். அங்கு அவர் இல்லை. மீண்டும் கீழே இறங்கிக் கதவைத் திறந்துகொண்டு தனது வீட்டுக்குள் நுழைந்தபோது அங்கே மரியாம்மா ஆதிராவுடன் கதைத்துக்கொண்டிருந்தாள். குனுத்தைத் தேடி ஏங்கிய அவரது முகம் மிகவும் வாடியிருந்தது. குணாவின் பதட்டமான தோற்றத்தை கண்ட ஆதிராவும் குழப்பத்துடன் அதிர்ந்துபோய் நின்றாள்.

“குனுத்தைக் கண்டியே?” எனக் கரகரத்த குரலில் கேட்டவாறே எழுந்து குணாவின் அருகே வந்த மரியாம்மாவை சட்டெனக் கட்டிப் பிடித்தபடியே தேம்பினான் குணா. அவனது மார்பில் தலை சாய்த்தபடியே குணாவின் முகத்தை அண்ணாந்து பார்த்த மரியாம்மாவிடம், “இனி உன்ர குனுத் வரமாட்டார்” என்றவாறே அவரை இறுக அணைத்துக்கொண்டான்.

“எனக்குத் தெரியும்... எனக்குத் தெரியும்... இவ்வளவு நேரமா குனுத் வரயில்லை எண்டபோதே எனக்குத் தெரியும்.” நடுங்கிய விரல்களால் முகத்தைப் பொத்தியவாறே பிதற்றிய மரியாம்மா சட்டென உடல் தளர்ந்து கீழே குந்திக்கொண்டார். மரியாம்மாவுக்கு ஏற்கனவே அவரது உள்ளுணர்வு சொல்லிவிட்டது என்பதனைப் புரிந்துகொண்ட குணாவும் குந்தியிருந்து மரியாம்மாவின் முதுகை ஆதரவாக வருடிவிட்டான்.

“ஐயோ! என்னப்பா நடந்தது?” குரலெடுத்துக் கதறினாள் ஆதிரா. அவர்களிடம் தான் கண்டதைக் கூறி அவர்களையும் அழைத்துக்கொண்டு கார்த் தரிப்பிடத்துக்கு ஓடினான். அப்போதே ஆம்புலன்ஸ்சும் வந்து சேர்ந்தது. குனுத்தைப் பரிசோதனை செய்தவர்கள் அவரது மரணத்தை உறுதிப்படுத்தியபின் காவற்துறைக்கு அறிவிக்க அவர்களும் வந்து சேர்ந்தார்கள். குணாவிடம் சில விசாரணைகள் செய்தபின்னர் ஆம்புலன்ஸ் குனுத்தின் உடலை ஏற்றிக்கொண்டு பறந்தது.

மாரடைப்பால் குனுத் போய்ச் சேர்ந்ததும் மரியாம்மா தனித்துப் போனார். இறுதிச்சடங்கை முடித்துக்கொண்டு

பிள்ளைகளும் அவரவர் பாட்டுக்குப் போய்விட்டார்கள். மரியாம்மாவிற்கு அந்த யன்னலே கதியாகிப்போனது. இப்போது அவர் யன்னலிற் காத்திருப்பது குனுத்தின் வரவை எதிர்பார்த்தல்ல, குனுத்திடமிருந்து தனக்கான அழைப்பை எதிர்பார்த்தே என்பதைப் புரிந்துகொண்ட குணாவும், ஆதிராவும் மரியாம்மாவிடம் இன்னும் இன்னுமாய் நெருங்கி அன்பு செலுத்தினார்கள்.

“பாவமப்பா, தனிச்சுப்போன மனிசியை பிள்ளைகள் கொண்டுபோய் வைச்சுப் பார்க்கலாம் தானே?” ஏக்கத்துடன் கேட்டாள் ஆதிரா.

“இதென்ன, நம்மட ஊர் மாதிரி எண்டு நினைச்சியே. இங்க அந்தக் கலாச்சாரம் ஒண்டும் கிடையாது. தங்களால ஏலக்கூடிய வரைக்கும் வயசு போனதுகளெல்லாம் தனிச்சுத்தான் இருக்குங்கள். தனிச்சு இயங்க ஏலாமற் போறகாலம் வரையிக்க தாங்களாகவே போய் சீக்கஜெம்மில (மருத்துவ இல்லம்) படுத்திருங்கள்” என்று முகத்திற் சலனமேயில்லாமல் கூறினான்.

“என்னப்பா சொல்லுறியள்! அப்ப இந்த நாட்டில பிறந்து வளர்ந்துகொண்டிருக்கிற எங்கட பிள்ளைகளும் இதைத்தான் செய்யப்போகுதுகளே?” நெஞ்சிற் கை வைத்தபடி பதைபதைப்புடன் கேட்டாள்.

“பின்ன, நாங்கள் எந்த மண்ணில விதைச்சமோ அந்த மண்ணுக்கு ஏத்தமாதிரித்தானே முளைக்கும். இது எங்கட பிழையே தவிர பிள்ளைகளைக் குறைசொல்ல ஏலாது.” ஆதிராவின் கண்களைப் பார்க்கத் திராணியற்று நிலத்தைப் பார்த்தவாறே கூறினான்.

“ம்... அதுவும் சரிதான். நாங்கள் எங்கட கலாச்சாரக் கனவுகளையெல்லாம் இங்க வேற கலாச்சாரப் பின்னணியில பிறந்து வளர்கிற பிள்ளையளின்ர கண்களால காணமுடியுமே!” என ஆழமானதொரு பெருமூச்சை விட்டவாறே எழுந்துபோனாள்.

‘எங்கட பிள்ளைகளும் இதைத்தான் செய்யப்போகுதுகளா?’ என்ற ஆதிராவின் கேள்வி குணாவின் மனதையும் குழப்பி விட்டிருந்தது. நாட்டுக்குத் தப்பி ஓடிவிடலாம் என்ற அவனது கனவையும் மெல்ல மெல்லக் கறையான் அரித்துக்கொண்டிருந்தது. லக்ஷ்மன்

கதிர்காமரின் கொலையைத் தொடர்ந்து தீவிரமாக முயன்ற இலங்கை அரசானது அமெரிக்கா, கனடாவுக்கு அடுத்தபடியாக ஐரோப்பிய யூனியனையும் இலகுவாகப் புலிகள் இயக்கத்தைத் தடை செய்ய வைத்தது. ஐரோப்பியக் கூட்டமைப்பில் அடங்கியிருந்த இருபத்தேழு நாடுகளும் அடுத்தடுத்து புலிகள் இயக்கத்தைப் பயங்கரவாத அமைப்புகளோடு பட்டியலிட்டுத் தடை செய்தன. அந்தந்த நாடுகளில் புலிகள் வெளிப்படையாக இயங்கமுடியாத நிலையுடன் வங்கிக் கணக்குகளும் முடக்கப்பட்டன. அந்தந்த நாடுகளில் வாழ்ந்த தமிழர்களுக்குப் பெருத்த ஏமாற்றத்தைக் கொடுத்திருந்தபோதிலும், இங்கு குணாவின் புலி ஆதரவு நண்பர்கள் எவருமே இதனைப் பெரிதாக எடுத்துக்கொள்ளவில்லை. ஆயினும், கதிர்காமரின் கொலையின்போது 'இதன் பின் விளைவுகள் மிகவும் மோசமானதாக இருக்கும்' என்று விஸ்வா அன்று எச்சரித்திருந்தது இப்போது குணாவின் ஞாபகத்தில் வந்து போனது.

• • •

கொழும்பில் சைரன் ஒலி ஒலிக்க ஆரம்பித்த சில நிமிடங்களிலேயே குணாவின் அலைபேசியும் ஒலிக்க ஆரம்பித்துவிட்டது. "அடேய் மச்சி செய்தி அறிஞ்சியே சரத் பொன்சேகாவுக்கல்லே தற்கொலைத் தாக்குதலாம். ஸ்பொட்டிலேயே ஒன்பது பேர் சரியாம். ஆனால், அவன் பாவிதான் தப்பிருவான் போல கிடக்குது. சீரியஸான நிலையில சிங்கப்பூருக்குக் கொண்டு போயிற்றாங்களாம்" என அரக்கப் பரக்க செய்தி வாசித்த சீலன் பலருக்கு இச் செய்தியை வாசிக்கவேண்டியிருந்ததனால் அவசரமாகத் தொடர்பைத் துண்டித்துக்கொண்டான். மேலும் இந்த விடயம் பற்றி அறியும் ஆவலில் மூர்த்தியுடன் தொடர்புகொண்டான் குணா.

"அண்ணே, செய்தி என்னவாம்?" குரலில் பரபரப்பு.

"ஓம் குணா, சிங்கப்பூருக்குக் கொண்டு போயிற்றாங்களாம், ச்ச... அவன் தப்பிருவான் போலதான் கிடக்குது" என்ற மூர்த்தியரின் தொய்ந்துபோன குரல் குணாவுக்கு ஏமாற்றத்தையே கொடுத்தது.

"அடச்ச... அப்ப பிழைச்சுப் போச்சே?" குரலில் ஏமாற்றமும், சலிப்பும்.

"ஆனால், ஒண்டெல்லே இது பிழைச்சாலும் அங்க மற்றப் பக்கத்தால வாங்கிக் கட்டத்தானே போகினம். வன்னிக்க பயங்கர முன்னேற்பாடுகளும், ஒத்திகைகளும் நடக்குதாம். வயது வித்தியாசம் இல்லாமல் எல்லாருக்குமே பயிற்சிகள் கொடுக்கப்படுகுதாம். கடைசிச் சண்டைக்கு வன்னி மண் தயாராகிற்றுது. இருந்துபாரும் இந்தச் சிங்களப் பிள்ளையள் எப்பிடி வாங்கிக் கட்டிக்கொண்டு ஓடப்போகினமெண்டு" எனக் குணாவைத் தேர்த்தினார் மூர்த்தியர்.

இப்படியான நேரத்தில விஸ்வாவோடு கதைக்கக் கூடாதென்று குணா மனதுக்குள் எண்ணிக்கொண்டிருந்தபோதே, "என்ன குணா, ஏற்கனவே கதிர்காமரை போட்டதோட எல்லா நாடுகளும் தடை செய்துகொண்டு வருகுது, அதுக்கிடையில இவங்களேன் பொன்சேகாவுக்கு ட்ரை பண்ணினவங்கள்?" எனக் கேட்டவாறே அலைபேசியில் வந்தான் விஸ்வா.

"ஓ மண்ணே... அவன் வேற அரும்பொட்டில தப்பிற்றானாமெல்லே."

"இல்லக் குணா, தற்கொலைத் தாக்குதல் மூலமா ஒரு ராணுவத் தளபதியைக் கொல்லுறதால அங்க பெரிசாவொண்டும் மாற்றம் வரப்போறதில்ல. சிலவேளை புதுசா வாறவன் பொன்சேகாவை விடவும் மோசமானவனாக் கூட வரலாம். அதைவிடவும், இப்படியான நடவடிக்கைகளால புலிகள் உலக அளவில கெட்ட பெயரைத்தான் சம்பாதிச்சுக்கொண்டு இருக்கினமே தவிர வேற ஒரு பிரயோசனமும் இல்லை."

"ஓ... ஆனால், என்னயிருந்தாலும் ராணுவ மட்டத்தில ஒரு உளவியல் ரீதியான தாக்கத்தைக் கொடுக்கும் தானே."

"ச்ச... என்ன கதைக்கிறீர்! சம பலம், சம அந்தஸ்து எண்டு பேச்சுவார்த்தை வரைக்கும் வந்தப்பிறகு அரசியல் ரீதியிலான ராஜதந்திர பலத்தையல்லே காட்டவேணும். அதவிட்டுப்போட்டு இப்படிச் சிங்களத் தலைவர்களைக் கொலை செய்துகொண்டிருந்தால் சம்பளத்துக்காகப் படையில சேர்ந்த சாதாரண சிங்கள இளைஞர்களை எல்லாம் இன உணர்வாளர்களாகவும், நாட்டுப்பற்றாளர்களாகவும் ஆக்கின கதையாகத்தான் முடியுமே தவிர அங்க வேற ஒண்டும்

நடக்கப்போறதில்ல. சரி... சரி... எனக்கும் இஞ்ச நிறைய எழுத்து வேலை கிடக்குது பிறகு கதைக்கிறன் வையும்" என்ற விஸ்வா தொடர்பைத் துண்டித்துக்கொள்ள, "அப்பாடா" என நீண்டதொரு பெருமூச்சை விட்டான் குணா.

புலிகளின் தாக்குதலில் இருந்து உயிர் தப்பிவந்த இராணுவத் தளபதி சரத் பொன்சேகாவும் பழிக்குப்பழி தீர்க்கும் நடவடிக்கைகளில் மும்மரமாக இறங்கினார். தமிழ்ப் பிரதேசங்கள் தொடர் செல் வீச்சுக்களால் அதிர்ந்துகொண்டிருந்தன. கடும் விமானக் குண்டு வீச்சுத் தாக்குதல்களால் மக்கள் பெரும் பீதிக்குள்ளானார்கள். அரசினதும், படையினரதும் கவனத்தைத் திசைதிருப்ப நினைத்த புலிகள் கிழக்கில் மாவிலாற்று நீர்த்தேக்க அணைக்கட்டை மூடிச் சிங்களப் பகுதிகளுக்குத் தண்ணீர் செல்லவிடாது தடுத்தனர். மரபுவழிச் சண்டையை ஆரம்பிப்பதற்குச் சந்தர்ப்பத்தை எதிர்பார்த்துக் காத்திருந்த சரத் பொன்சேகாவுக்குப் புலிகளே அணைக்கட்டை மூடிச் சந்தர்ப்பத்தை ஏற்படுத்திக் கொடுத்ததுமே மீண்டும் மாவிலாற்றில் யுத்தம் வெடித்தது.

விமானப்படையின் உதவியுடன் மூர்க்கத்தனமாக முன்னேறிய இராணுவத்தைத் தாக்குப்பிடிக்க முடியாமற் புலிகள் அங்கிருந்து பின்வாங்கினர். அது இராணுவத்திற்கு மிகப்பெரிய மன எழுச்சியைக் கொடுத்தது. அந்த எழுச்சியே இராணுவத்துக்கு அடுத்தடுத்துப் பல இடங்களிற் புலிகள் மீது தாக்குதலை நடத்த உத்வேகத்தையும் கொடுத்தது. கிழக்கில் இராணுவம் தாக்கத் தாக்கப் புலிகள் ஒவ்வொரு பகுதியாகக் கைவிட்டுப் பின்வாங்கிக்கொண்டே இருந்தார்கள். ஒவ்வொரு இடத்திலிருந்தும் புலிகள் பின்வாங்கப் பின்வாங்க இராணுவத்தின் உத்வேகம் அதிகரித்துக்கொண்டே சென்றது. கிழக்கில் பல பகுதிகளைக் கைப்பற்றிய கையோடு ரணில் திறந்துவிட்ட ஏ9 பாதையையும் இராணுவத்தினர் இழுத்து மூடினர். அதனையடுத்து இலங்கைக் கடற்படையினரும், விமானப்படையினரும் இந்தியக் கடற்படையின் காட்டிக்கொடுப்பின் உதவியுடன் புலிகளின் பல ஆயுதக் கப்பல்களைப் போராளிகளுடன் சேர்த்து சர்வதேசக் கடற்பரப்பில் வைத்துத் தொடர்ந்து அடுத்தடுத்துத் தாக்கி அழித்துக்கொண்டேயிருந்தனர்.

பாதையை மூடியதனாலும், கப்பல்கள் அழிக்கப்படுவதனாலும் ஏற்கனவே சினங்கொண்டிருந்த புலிகளையும், மக்களையும் மேலும் சினங்கொள்ள வைக்கும் விதமாக வன்னி வான்பரப்பில் வட்டமிட்ட இலங்கை விமானப்படையினர் செஞ்சோலைப் பள்ளிவளாகத்தில் அதி சக்திவாய்ந்த குண்டுகளை வீசி அறுபத்தொரு அப்பாவிப் பள்ளி மாணவிகளை அரக்கத்தனமாகப் படுகொலை செய்ததோடு, நூற்றி ஐம்பதுக்கும் மேற்பட்ட மாணவிகளைப் படுகாயங்களுக்கும் உட்படுத்தினர். வன்னி நிலமெங்கும் மரண ஓலங்கள் ஓங்கி ஒலித்துக்கொண்டிருந்தன. இலங்கை அரச பேச்சாளர் கேகலிய ரம்புக்கல பயங்கரவாதிகளைக் கொன்றொழித்திருப்பதாக ஊடகங்களில் கொக்கரித்துக்கொண்டிருக்க சம்பவ இடத்திற்கு நேரிற் சென்ற கண்காணிப்புக்குழுவினர் கொல்லப்பட்டவர்கள் அனைவருமே அப்பாவி மாணவிகள் என்பதை உறுதிசெய்தனர்.

செஞ்சோலை மாணவிகளின் கொலைக்குப் பழிதீர்க்கப் புலிகள் கறுவிக்கொண்டிருந்தபோதே மீண்டும் முல்லைத்தீவு புதுக்குடியிருப்பில் காந்தரூபன் அறிவுச்சோலை என்ற ஆதரவற்ற சிறார்களின் இல்லத்தின் மீது விமானப் படையினர் மீண்டுமொரு விமானக்குண்டுத் தாக்குதலை நிகழ்த்தினர். ஆத்திரமுற்ற புலிகள் அதே நாளில் கொழும்பிலிருந்து நூற்றி இருபது கிலோ மீற்றர் தொலைவிலிருந்த ஹபரனை என்ற இடத்தில் வைத்து விடுமுறையில் சென்றுகொண்டிருந்த இராணுவ வாகனத் தொடரணி மீது தற்கொலைக் குண்டுத்தாக்குதலை நடாத்தி நூற்றுக்கும் அதிகமான இராணுவத்தினரைக் கொன்று பழிதீர்க்கும் கணக்கைச் சமன் செய்துகொண்டனர்.

நிலைமைகள் மோசமடைந்துகொண்டிருப்பதை உணர்ந்த நோர்வே அதனைத் தடுப்பதற்காக அடுத்த கட்டப் பேச்சுக்கு இரு தரப்பினரையும் மீண்டும் ஜெனிவாவுக்கு அழைத்தது. இலங்கை அரசு பேச்சுக்கு இணங்கிய போதிலும், புலிகளின் பேச்சுவார்த்தைக் குழுவினருக்கு வழமைபோல் போக்குவரத்து உதவிகள் எதனையும் செய்ய முடியாதென அறிவித்தது. அதனாற் சிரமங்களை எதிர்கொண்ட நோர்வே தனியார் விமான போக்குவரத்து சேவைகளை வாடகைக்கு அமர்த்திப் புலிகளின் குழுவினரை ஜெனிவா வரை அழைத்துச் சென்று இருதரப்பையும் பேச வைத்தது.

பேச்சுக்கு வந்த அரச தரப்பு எந்தவிதமான தீர்வுத் திட்டத்தையும் தயார் செய்திருக்கவில்லை என்றும், அத்தோடு பேச்சுக்கள் தொடங்கியதுமே இரு தரப்பினரும் ஒருவரையொருவர் யுத்த நிறுத்த மீறல்கள் தொடர்பாக குற்றம்சாட்டி இழுபறியில் ஈடுபட்டனர் என்றும், இணையச் செய்திகளில் அறிந்த குணா மேலும் அறிய மூர்த்தியருடன் தொடர்புகொண்டான்.

“உடனடியாக ஏ9 பாதையைத் திறக்கவேண்டும். இராணுவம் முன்னேறிய பகுதிகளில் இருந்து பின்வாங்கிப் பழைய நிலைகளுக்குத் திரும்பவேண்டும். இதனை ஏற்றுக்கொண்டால் மாத்திரமே தொடர்ந்து பேசலாமெண்டு சொல்லிப்போட்டுத் தமிழ்ச்செல்வன் மண்டபத்தை விட்டு வெளியேறிற்றாராம் எல்லே” என்றார் பெருமிதத்தோடு மூர்த்தி.

“அடடே... அப்பிடியே விஷயம்! பிறகு...?”

“பிறகென்ன, எரிக் சூல்கைம் ஓடிப்போய் தமிழ்செல்வன்ர கையைப் பிடிச்சுக் கெஞ்சினாராம். தயவுசெய்து பேச்சு வார்த்தையில இருந்து வெளியேறிராதீங்க, பேச்சுவார்த்தை குழம்பினால் இனிவரும் காலங்கள் மிக மோசமானதாக இருக்கும். தயவுசெய்து உள்ளே வாருங்கள் எண்டும் மன்றாடிக் கேட்டவராம். ஆனால், தமிழ்ச்செல்வன் கையை உதறிப்போட்டு, எப்பவுமே எங்களில தான் தவறு கண்டு பிடிக்கிறிங்கள். முடிஞ்சால் எங்கட கோரிக்கைகளை இலங்கை அரசிடம் சொல்லி நிறைவேற்றச் சொல்லுங்கள். அதுக்குப்பிறகு தொடர்ந்து பேசலாம். முடியாவிட்டால் எங்களை எங்கயிருந்து கொண்டு வந்தீங்களோ அங்கயே கொண்டுபோய் விட்டுப்போட்டு உங்கட பேச்சுவார்த்தை முயற்சிகளை நிறுத்திக்கொள்ளுங்கள். எங்கட வழி எங்களுக்கு தெரியும் எண்டெல்லே காட்டமாச் சொல்லிப்போட்டாராம்” என்ற மூர்த்தியின் குரலில் செருக்குத் தெரித்தது.

“அப்ப கதை கந்தல் எண்டுறியள்” என வாயில் கை வைத்தான் குணா.

“ஓ... வேறயென்ன அதுக்குப்பிறகு ஒண்டுமே செய்ய முடியாத நிலையில, ‘இரு தரப்பினரும் அழைத்தால் மீண்டும் சமாதானத்துக்காக உதவக் காத்திருக்கிறோம்.’ எண்டொரு

அறிக்கையை விட்டுப்போட்டு எங்கட பேச்சுவார்த்தைக் குழுவையும் கூட்டிக்கொண்டு எரிக் சூல்கைம் நோர்வேக்கு வந்திட்டாராம். இங்க வைச்சும் சர்வதேச நிலைமையை விளக்கிப் பேச்சுக்களிலிருந்து வெளியேற வேண்டாமெண்டு நோர்வேக்காரர் கெஞ்சிக் கேட்டவையாம். ஆனால் எங்கட ஆட்களல்லே மசியயில்லையாம்'' என்று முடித்துக்கொண்டார் மூர்த்தியர்.

அன்று மாலை குணா இரண்டாவது வேலையில் நின்றபோது அலைபேசியில் வந்த தேவகன், "அடேய் மச்சி இண்டைக்கு இரவுக்கு தமிழ்ச்செல்வன் அண்ணை ஆட்கள் எங்கட ரெஸ்ருரண்டுக்கு சாப்பிட வருகினமாம், நேரமிருந்தால் வாவன் சந்திக்கலாம்'' என்றான். சரியென அவர்களைச் சந்திக்கும் ஆவலில் அவசர அவசரமாக வேலையை முடித்துக்கொண்டு அங்கே ஓடினான். அவன் அங்கு சென்ற சில நிமிடங்களில் தமிழ்ச்செல்வன், நடேசன் உட்படப் பேச்சுவார்த்தையில் கலந்துகொண்ட அனைவருமே வந்து சேர்ந்தார்கள். எல்லோரும் சிடுமூஞ்சிகளாகவே காட்சியளித்தார்கள். ஒருவர் முகத்திலாவது ஈ ஆடவில்லை. முன்புபோல் எவருமே கலகலப்பாகப் பேசிச் சிரிக்கவில்லை. வந்ததும் சாப்பாடை முடித்துக்கொண்டு புறப்பட ஆயத்தமானார்கள். ஒஸ்லோப் புலிச் செயற்பாட்டாளர்கள் அவர்களைத் தங்குமிடங்களுக்கு வாகனங்களில் ஏற்றி இறக்கிக்கொண்டிருந்தார்கள். சாப்பிட்டு முடித்ததும் தனது பயணப் பையிலிருந்து ஒரு பொலித்தீன் பொதியை எடுத்து மேசையில் வைத்தார் தமிழ்ச்செல்வன். "என்ன அண்ண இது?'' கேட்டபடியே அவரின் அருகே சென்ற தேவகனின் பின்னால் குணாவும் சென்றான்.

"ஓ... இதுவா? இது தான் என்ர முக்கியமான சாப்பாடு'' என்றவர், அந்தப் பொதியிலிருந்து கலர் கலராய் எடுத்த ஒருதொகைக் குளிசைகளால் அவரது உள்ளங்கை நிறைந்திருந்தது. அப்படியே அவற்றை வாயில் போட்டுத் தண்ணீரை ஊற்றி முண்டி விழுங்கினார். அப்போது அங்கே வந்த அந்த உணவக முதலாளி இருப்புக்கொள்ளாமற் கேட்டார், "என்னவாம் சொல்லுகினம் சிங்களப்பிள்ளையள், பேச்சில ஒண்டும் சரிவராது போல...''

"ஓ... சிங்களவரோட பேசி ஒண்டும் சரிவராதெண்டது தெரிஞ்ச விசயந்தானே. ஆனாலொண்டு, இவ்வளவு காலமும் சிங்களவங்கள் மட்டுந்தான் எங்களை மிரட்டினாங்கள் எண்டு பார்த்தால் இப்ப உங்கட நோர்வேக்காரரும் எல்லே எங்களை மிரட்டிப் பார்க்கினம்."

"என்னது! நோர்வேயும் மிரட்டுதே?" அதிசயித்துக் கேட்டார் முதலாளி.

"ம், பேச்சில இருந்து விலகாமல் எங்களை விட்டுக்கொடுத்து அனுசரிச்சுப் போகட்டுமாம். இல்லாட்டிச் சிங்களவர் சர்வதேச ஆதரவோட எங்களை அழிச்சுப்போடுவாங்களாம் எண்டெல்லே நோர்வேக்காரரும் மிரட்டுகினம்" என்றபோது தமிழ்ச்செல்வனின் வழமையான வாய் கொள்ளாப் புன்னகை ஒரு வறட்டுப் புன்னகையாக மாறியிருந்தது.

"அண்ண, சர்வதேச நாடுகளெல்லாம் தொடர்ந்தும் எங்களைத் தடை செய்துகொண்டு வாறதும் எங்களுக்கு நல்லதில்லைத்தானே..." மனதிற் பட்டதைச் சட்டெனச் சொன்னான் அவரின் பின்னால் நின்ற குணா.

"சேச்செ... இதுகளைப்பற்றி ஒண்டுக்கும் யோசிக்காதிங்க, அடுத்த கட்டப்போர் துவங்கினால் திருகோணமலை எங்கட கையிக்க வந்திரும். இருந்து பாருங்கோ அதுக்குப்பிறகு எல்லாருமே தடைகளை எடுத்துப் போட்டு எங்களிட்ட ஓடி வருவினம். ஆனபடியால இதெல்லாம் ஒரு பிரச்சனையே இல்லை. நீங்கள் எல்லாருமே வழமைபோல தலைவற்ர கையைப் பலப்படுத்தினாலே போதும்" என மீண்டும் தமிழ்ச்செல்வன் வாய் கொள்ளாப் புன்னகையுடன் கூறி முடித்தபோது அவரை அழைத்துப் போவதற்கான வாகனமும் வந்து சேர்ந்தது.

* * *

மணியமண்ணையின் மகனின் திருமணக் கொண்டாட்டமானது மண்டபம் நிறைந்து களைகட்டியது. குணாவின் பழைய, புதிய நண்பர்கள் அனைவரும் வந்திருந்தார்கள். திருமணச் சடங்குகள் ஒரு பக்கம் அதன்பாட்டுக்கு நடந்துகொண்டிருக்க, மறுபக்கம்

வழமைபோல் அரசியல் விவாதங்களும் சூடு பிடித்திருந்தன. குணாவின் இடமும், வலமுமாய் விஸ்வாவும், நிமலனும் அமர்ந்திருந்தார்கள்.

“என்ன அண்ணே பேச்சுவார்த்தைகள் எல்லாம் பிசகப்போகுது போல” விஸ்வாவின் வாயைக் கிளறினான் குணா.

“ம், இது தெரிஞ்ச விசயந்தானே. ஆனாலொண்டு சண்டையில ஏதோவொரு பக்கம்தான் வெல்ல முடியும். ஆனால், சமாதானத்தில ரெண்டு பக்கமுமே வெல்லலாம். இது எங்கட ஆட்கள் ஒருத்தருக்கும் விளங்குதில்ல” எனக் குணாவின் காதுக்குள் கொளுத்திப் போட்டான் விஸ்வா.

“ச்ச... சும்மா போங்கண்ணே அஞ்சு வருசமாப் பேசி என்னத்தக் கண்டது. புலிகள் ரெண்டா உடைஞ்சது தான் மிச்சம்.” சினந்துகொண்டான் குணா.

“இல்லக் குணா, சும்மா சும்மா உணர்ச்சிவசப்படுற ஆக்களுக்கு யதார்த்தம் விளங்கிறயில்ல. மேற்குலக ஏகாதிபத்திய நாடுகளுக்கு இலங்கையில போய்க் கால் ஊண்டுறதுக்கும், சுரண்டுறதுக்கும் இப்ப அங்க அமைதி தேவைப்படுகுது. அந்த அமைதியைப் பேச்சுக்கள் மூலம் கொண்டுவர முடியாமற் போனால், அடுத்த திட்டத்தை நிறைவேற்றித் தங்கட சுரண்டலுக்குத் தேவையான அமைதியைக் கொண்டுவந்திடுவாங்கள்.”

“அடுத்த திட்டமோ! அதென்ன?” ஒரு வெறுப்புப் பார்வையை வீசினான்.

“தங்களுக்குத் தேவையான ஏதாவதொரு பக்கத்துக்குச் சப்போர்ட் பண்ணி மற்றப் பக்கத்தை அழித்தொழிப்பதன் மூலமாகப் பிரச்சனையைத் தீர்த்துப்போடுவாங்கள். அப்படியொரு நிலைமை வந்தால் அது புலிகளுக்குத்தான் ஆபத்தானதாக முடியும்.” தெளிவான குரலில் கூறினான்.

“க்ம்... நீங்கள் இந்தப் புலியெதிர்ப்புக் கண்ணாடியைப் போட்டுக்கொண்டு எல்லாத்தையும் பார்த்தால் இப்படித்தான் அண்ண தெரியும். புலிகளின்ர போர்த்திறனையும், கையாளும் யுக்திகளையும் அதைவிட அவர்களின் மனோபலத்தையும் உங்களை மாதிரியே இந்த மேற்குலகமும் குறைச்சு மதிப்பிடும்

எண்டு நினைச்சுக்கொள்ளாதிங்க" என்ற குணாவின் வார்த்தைகள் கொஞ்சம் சூடாகவே வெளியேறின.

"இல்லக் குணா, நீர் நினைக்கிற மாதிரியில்ல. கிழக்குப் பிளவோடையும், புலிகளின்ர சர்வதேசக் கடல் கடத்தல் வலையமைப்பை அழித்தொழித்ததோடையும் புலிகளின்ர பலம் பாதியாப்போச்சுது" என்று உறுதிபடக் கூறினான் விஸ்வா.

"அண்ணே நீங்கள் சும்மா பூட்டின அறையிக்க இருந்துகொண்டு கற்பனைக் கதைகள் எழுதுற மாதிரியே கதைச்சுக்கொண்டு இருக்கிறியள்" எனச் சலிப்போடு தலையை ஆட்டிய குணா பிடரியைச் சொறிந்தான்.

"இல்லக் குணா, கடிவாளம் போட்ட குதிரை மாதிரி இங்க இருக்கிறவங்களுக்குத் தெரிஞ்சதெல்லாம் ஒரே பக்கப் பார்வைதான். கடிவாளத்தைக் கழட்டிவிட்டாலும் கூட இனி இவங்கள் திரும்பப்போறதில்ல, அங்க வன்னிச் சனங்கள் புலிகளோட படாத பாடுகள் படுகுதுகளாம். பிள்ளைகளை அலுமாரிகளுக்குள்ளையும், புகைக் கூடுகளுக்குள்ளையும், பங்கர்க் குழிகளுக்குள்ளையுந்தானாம் ஒளிச்சுவைச்சு வளர்க்குதுகள். ஏலுமெண்டால் புலிகள் வன்னியிலயிருந்து சனங்களை வெளியேற விடாமற் தடுத்து வைச்சிருக்கிற இந்தப் பாஸ் நடைமுறையைத் தளர்த்தட்டும் பார்ப்பம். ஒரு குருவி கூட அங்கயிருக்காது. இதுகளொண்டும் உங்களுக்கு விளங்காது" எனக் கடுப்புடனேயே கூறிய விஸ்வாவுக்குப் பதிலேதும் கூறாமல் மௌனமாக இருந்தான் குணா.

அதுவரையும் அவர்களின் உரையாடலைக் கேட்டுக்கொண்டு மௌனமாக இருந்த நிமலன், "விஸ்வாண்ணே, இவங்கள் தாங்களே பொய் சொல்லி அதைத் தாங்களே நம்புறது போதாதெண்டு மற்றவங்களும் அதை நம்ப வேணுமெண்டு அடம் பிடிக்கிற ஆட்களல்லே, சும்மா இருங்கோ இவங்களோட கதைச்சால் விசர்தான் பிடிக்கும்" என எரிச்சலுடன் கூறி அந்த விவாதத்துக்கு முற்றுப்புள்ளி வைத்தான்.

பின்னர் சாப்பாடுகள் பரிமாறியபோது ஓடியோடி வேலைகள் செய்துகொண்டிருந்த குணாவும், நண்பர்களும் இறுதியாகச் சாப்பிட அமர்ந்தபோது குணாவின் அருகில் வந்தமர்ந்த

தேவகன், "என்னவாம் உம்மட அரிசியல் ஆய்வாளர், காதுக்குள்ள ஒரே மந்திர ஆலோசனையாய் இருந்திச்சுது" என நக்கல் தொனியில் கேட்டான்.

"ச்ச... விசர்க்கதை கதையாத நீ, மாவிலாற்றில பின்வாங்கினதப் பார்த்தால் அந்தாள் சொல்லுறதும் சரிபோலத்தான் கிடக்குது" என்றவன் குழைத்த சோற்றை முண்டி விழுங்கினான்.

"அது சரியடாப்பா, நோர்வேக்காரரர் பாலஸ்தீனத்தில தான் போய் நாறிப்போச்சினம் எண்டால், இலங்கையிலும் போய்த் தோல்விதானா?" குறுக்கறுத்துக் கேட்டான் முன்னாலிருந்த வேந்தன்.

"அடேய் லூசா, இதில நோர்வேக்கு என்னடா தோல்வி? சண்டை பிடிச்சுக்கொண்டிருக்கிற ரெண்டில ஏதோவொரு தரப்புக்குத்தான் தோல்வியாயிருக்குமே தவிர நோர்வேக்கில்ல. இது தெரியாமல் கதைக்க வந்திட்ட நீ" எனச் சீறிச் சினந்தான் குணா.

"ஏன், தோல்வி யாருக்கெண்டதையும் உம்மட ஆய்வாளர் அண்ணையே சொல்லியிருப்பாரே" என விரலை நக்கியவாறே நக்கலாய்க் கேட்டான் வேந்தன்.

"அதெல்லாம் இருக்கட்டும் நீ நினைக்கிறியே எங்கட ஆட்கள் பலம் இல்லாமல் இருக்கினம் எண்டு?" என இடையிற் புகுந்தான் தேவகன்.

"நீங்கள் நினைக்கிற மாதிரி இப்ப எங்களுக்கு தேவையானது ஆயுதபலமோ, ஆளணிப்பலமோ இல்லயடாப்பா, எங்களுக்கிப்ப தேவையானது சர்வதேச ஆதரவுப் பலம் தான். சர்வதேசம் யாரை ஆதரிக்குதோ அவர்களுக்குத்தான் இறுதி வெற்றி" என்றான் குணா.

"ஏன், சர்வதேசமே வந்து அடிச்சுப் பிடிச்சுத்தரப்போகுது? சும்மா கிட, அவங்களோட சேர்ந்து உனக்கும் மண்ட கழண்டு போச்சுது" எனத் தேவகன் கூறியதுமே, வேந்தனிடமிருந்து 'க்ளுக்' என்று குறுஞ் சிரிப்பொன்று தெறித்தது. உரலுக்கு ஒரு பக்கம் இடி மத்தளத்துக்கு இரண்டு பக்கமும் அடி என்பார்கள். குணாவும் மத்தளத்தின் நிலையிலேயே

இருந்தான். இப்படியாகக் கலியாண மண்டபத்துக்குள் அரசியல் விவாதம் சூடுபிடித்துக்கொண்டிருக்கையில், கொழும்பில் இருந்துகொண்டே துணிச்சலுடன் தமிழர்களுக்காக மும் மொழிகளிலும் குரல் கொடுத்துக்கொண்டிருந்த தமிழ்த் தேசியக் கூட்டமைப்பின் பாராளுமன்ற உறுப்பினர் ரவிராஜ் அவர்கள் கொழும்பில் வைத்து மோட்டார் சைக்கிளில் வந்த இனம் தெரியாதோரால் சுட்டுக்கொல்லப்பட்டார் என்ற துயரச்செய்தி அந்த மண்டபம் முழுவதும் தீயாய்ப் பரவி எல்லோர் மனதையும் சுட்டெரித்தது.

மாவிலாற்றில் தொடங்கிய யுத்தம் ஒரு தொற்றுக் கிருமியைப்போல் பரவிக்கொண்டேயிருந்தது. குணா பயந்ததுபோலவே சில தினங்களிலேயே வாகரை பற்றி எரிய ஆரம்பித்தது. இராணுவத்தின் ஏவுகணைகள் சரமாரியாக வீழ்ந்து வெடித்தன, புலிகளும் எதிர்த் தாக்குதலைத் தொடுத்தவண்ணமே இருந்தனர். மக்கள் குடியிருப்புகளில் இருந்து இடம்பெயர்ந்து ஓடிய மக்களைத் தொற்று நோய்களும் விரட்டின. மருந்து மாத்திரைகள் என்ற பேச்சுக்கே இடமிருக்கவில்லை. உணவுத் தட்டுப்பாட்டோடு கடும் மழை வேறு பாவப்பட்ட மக்களைப் பாடாய்ப் படுத்தியது. வாகரை மட்டுமன்றி மட்டக்களப்பு, அம்பாறைவரை இதே நிலை தொடர்ந்து கொண்டிருந்தது. இந்த நிலையில் கொழும்புக்கு ஒரு அதிர்ச்சி வைத்தியம் கொடுப்பதன் மூலம் இதனைக் கட்டுப்படுத்தலாமென நினைத்த புலிகள், கொள்ளுப்பிட்டியில் வைத்து கோத்தபாய ராஜபக்சேயின் வாகனத் தொடரணி மீது தற்கொலைக்குண்டுத் தாக்குதலை மேற்கொண்டார்கள். புலிகளின் துரதிஸ்டம் அதுவும் பிசகிப்போனது. புலிகளின் தாக்குதலில் இருந்து மயிரிழையில் உயிர் தப்பிய முக்கியமான இருவரில் ஒருவர் நாட்டின் பாதுகாப்பு அமைச்சர். மற்றையவர் நாட்டின் இராணுவத் தளபதி. அதிகாரத்திலிருந்த அந்த இரண்டு அடிபட்ட பாம்புகளும் நஞ்சைக் கக்குவதற்காகப் படமெடுத்து ஆடத்தொடங்கியிருந்தபோதே பட்ட காலிலே படுவதுபோல் புலிகளின் அரசியல் ஆலோசகர் அன்ரன் பாலசிங்கம் அவர்களின் இயற்கை மரணச் செய்தியானது இங்கு எல்லோரையும் மீண்டும் பெருந்துயருக்குள் தள்ளிவிட்டிருந்தது.

◎

2007

இரண்டு வேலைகளின் உடல் உழைப்பால் அலுத்துக் களைத்தாலுங்கூட வீடு, மனைவி, மக்களென்று குணாவின் வாழ்வு சந்தோசமாகவே கழிந்துகொண்டிருந்தது. மனைவி, பிள்ளைகள் மீது அளவுகடந்த அன்பை வைத்திருந்தான். அவர்களுக்கு ஒன்றெண்டால் அவனால் தங்கவே முடியாது. துடிதுடித்துப் போய்விடுவான். அவர்களும் அப்படித்தான். அவனென்றால் அவர்களுக்கு உயிர். இத்தனை வருடங்களில் அவன் ஒரு நாள்க் கூட மனைவி பிள்ளைகளை விட்டுப் பிரிந்திருந்ததில்லை. வெளியேயிருந்து எவ்விதமான மோசமான மனநிலையில் வந்தாலும் வீட்டுக்குள் நுழைந்ததுமே மனைவி, பிள்ளைகளின் அன்பும், அரவணைப்பும் அவனது எல்லாத் துன்பங்களையும் மறக்கடிக்க வைத்தது. எவ்வளவு மோசமான பொருளாதார நெருக்கடிகளை அவன் எதிர்கொண்டபோதும் பிள்ளைகள் விரும்பிய எதனையுமே அவன் மறுத்ததுமில்லை, தட்டிக் கழித்ததுமில்லை. சொந்த நாட்டையும், சொந்தபந்தங்களையும் பிரிந்த ஏக்கத்தைத் தவிர, குடும்பவாழ்வில் அவன் கடவுள்களால் ஆசீர்வதிக்கப்பட்ட ஒருவனாகவே இருந்தான்.

இந்தக் காலகட்டத்தில்தான் குணாவும், நண்பர்களும் எதிர்பார்த்துக் காத்திருந்த வான்புலிகளின் கன்னித் தாக்குதலும் கொழும்பில் வெற்றிகரமாக நடந்தேறியது. வான்புலிகளின் இரண்டு விமானங்கள் கட்டுநாயக்கா விமான நிலையத்தின் மீது குண்டுகளை வீசிச் சேதங்களை ஏற்படுத்திவிட்டுப் பாதுகாப்பாக வன்னித் தளத்திற்குத் திரும்பியிருந்த செய்தியானது, போராட்ட வரலாற்றில் புலிகளின் வீரத்தின் உச்சத்தை வெளிக்காட்டியிருந்தது. அதுவரை புலிகளிடம் விமானங்கள் இருக்கிறதா? இல்லையா? என்ற சந்தேகத்திலேயே இருந்த புலம்பெயர் மக்களுக்கு உண்மை புலப்பட்டபோது மகிழ்ச்சியில் துள்ளிக் குதித்துக் குதூகலித்தார்கள். முப்படைகளையும் கொண்ட தமிழினத்தை இனி யாராலும் அசைத்துவிட முடியாதென்ற நம்பிகையுடனும், நெஞ்சுரத்துடனும் மீண்டும் நிமிர்ந்தெழுந்தார்கள்.

வான் புலிகளின் தாக்குதற் செய்திகள் வெளியான அடுத்த கணமே குணாவின் நண்பர்கள் எல்லோருமே அலைபேசியில் அலைமோதி வீரவசனங்களை விளாசித் தள்ளிக்கொண்டிருந்தார்கள். இந்த நேரத்தில் புலிகளின் வீரத்தை மெச்சி விஸ்வாவைச் சீண்டிப்பார்த்தால் என்ன என்ற எண்ணம் குணாவுக்குத் தோன்றியது. இதுவிட.யமாக அவனுடைய மன ஓட்டங்களையும் அறியும் ஆவலில் உடனேயே அலைபேசியைக் கையிலெடுத்தவன், “வணக்கம் அண்ணே, புலிகளின்ர வான் படையும் வெளிய வந்துட்டுது பாத்தீங்களே! சிங்களப் பிள்ளையள் எல்லாம் அதிர்ந்துபோய் இருக்கினமாம்” எனப் பெருமிதத்துடன் கூறினான்.

“ஓம், செய்திகள் பார்த்தனான். அவை மட்டுமில்ல, இந்தியா உட்பட சர்வதேசமுந்தான் அதிர்ந்துபோயிருக்குது” என்ற விஸ்வாவின் பதில் குணாவுக்குள் குழப்பத்தை உண்டுபண்ணியபோதும், “பின்னயென்ன, புலிகளிட்ட விமானப்படை இருக்குமெண்டு ஒருத்தரும் எதிர்பார்த்திருக்க மாட்டினம், அதுதான் நடுங்கிப்போச்சினம் போல” என்றான்.

“ஓம் குணா, உண்மையிலேயே புலிகளின் உழைப்பைப் பாரட்டத்தான் வேணும். மேலைத்தேய நாடுகளில பயிர்களுக்கு மருந்தடிக்கிறதுக்கு விவசாயிகள் பாவிக்கின்ற சாதாரண கிளைடர் ரக விமானங்களில் குண்டு வீச்சுக்குத் தேவையான கருவிகளைப் பொருத்திய புலிகளின் தொழில் நுட்பமும், அந்த விமானங்களில் கொழும்புவரை வந்து தாக்கிவிட்டுப் போன முறட்டுத் துணிச்சலும் வேற யாருக்குமே வராதுதான். இது வீரம் தான். ஆனால், இதில வீரம் இருக்கிற அளவுக்கு விவேகம் இல்லையே” என்றபோதுதான் அவனது வார்த்தைகள் புகழ்ச்சியல்ல, வஞ்சப்புகழ்ச்சி என்பதைக் குணா புரிந்துகொண்டான்.

“இப்ப நீங்கள் என்ன சொல்லவாறிங்கள்?” சட்டெனக் கேட்ட குணாவின் குரல் சினத்தைக் கவ்வியிருந்தது.

“பின்னயென்ன, ஏற்கனவே புலிகளால தங்கட நாட்டின்ர பாதுகாப்புக்கு அச்சுறுத்தலெண்டு நினைச்சுக்கொண்டிருக்கிற இந்தியாவுக்குப் புலிகளின்ர இந்த விமான எடுப்புக்காட்டுகள் எரிச்சலைத்தான் கிளப்பி விட்டிருக்கும், ஆனபடியால இது புலிகளின்ர எதிர்காலத்துக்கு அச்சுறுத்தலாய்த்தான்

போய்முடியும். உண்மையிலேயே இந்த விமானக் கூத்துக்கள் புலிகளுக்குத் தேவையில்லாத ஒண்டுதான்" என்றான்.

"ச்ச... என்ன நீங்கள்! எல்லா ஊடகங்களுமே புலிகளைப் புகழ்ந்து தள்ளிக்கொண்டிருக்குது. நீங்கள் மட்டும் புதுக்கதை சொல்லிக்கொண்டு..."

"எல்லா ஊடகங்களும் இல்ல, புலியின்ர ஊடகங்கள் எண்டு சொல்லும். ஏற்கனவே கரும்புலிப்படை சர்வதேசத்தின்ர கண்ணை உறுத்திக்கொண்டிருக்குது. அதுக்குள்ள இப்ப இதுவேற தேவையே? எனக்கெண்டால் இது நல்லதாப் படயில்ல" என்ற விஸ்வா, குணாவின் மனநிலையை அறிந்தவனாய் இதற்குமேலும் நீட்டி முழக்காமல் நிறுத்திக்கொண்டு விடைபெற்றான். குணாவுக்கோ வேலியிற் போன ஓணானை சாறத்துக்குள் பிடித்துவிட்ட அரியண்டமான நிலையே ஏற்பட்டது. விஸ்வாவின் கருத்து உண்மையில் அறிவுபூர்வமானதுதானா அல்லது புலிகள் மீதான வெறுப்பினாற் கக்கியதாவென ஒரே குழப்பமாக இருந்தது. விஸ்வாவின் கருத்துக்களைப் பற்றிப் புலி ஆதரவு நண்பர்களுடன் விவாதிப்பதற்கும் குணாவிற்குத் தயக்கமாக இருந்தது. ஏற்கனவே விஸ்வா புலிகளை விமர்சிப்பதனால் அவன் மீது கோபத்தில் இருப்பவர்களை மேலும் கடுங்கோபத்துள் தள்ளிவிடுமோ எனவெண்ணிப் பயந்தான். எது எப்படி இருந்தபோதிலும் இந்தப் போராட்டத்தைப் புலிகள் வென்றுவிடுவார்கள் என்ற குணாவின் அசைக்கமுடியாத நம்பிக்கையை விஸ்வாவின் சில கருத்துக்களும் அவ்வப்போது அசைத்துப் பார்க்கத்தான் செய்தன.

தொடர்ந்தும் பலாலி இராணுவத் தளம், கொலன்னாவை எண்ணெய்க் குதங்களென வான்புலிகளின் தாக்குதல்கள் தீவிரமடைந்திருந்த நிலையில், இராணுவமும் கிழக்கை முழுமையாகக் கைப்பற்றும் நோக்குடன் முன்னேறிக்கொண்டிருந்தது. இராணுவத்தின் கோரப்பிடிக்குள் சிக்க விரும்பாத இலெட்சக் கணக்கான மக்கள் அப் பிரதேசங்களிலிருந்து அகதிகளாக வெளியேறிக்கொண்டிருந்தனர். கைப்பற்றிய பகுதிகளைப் பாதுகாப்பு வலயமாக அறிவித்தபடி படையினரும் முன்னேறிக்கொண்டிருக்க, கொழும்பிலும் ஆங்காங்கே குண்டுகளும் வெடிக்க ஆரம்பித்திருந்தன.

கொழும்பு விடுதிகளில் சாதாரண பொதுமக்கள் போல் புலிகளே தங்கியிருந்து குண்டுத் தாக்குதல்களை நடத்துவதாகக் குற்றம் சாட்டிய அரசு. விடுதிகளில் தங்கியிருந்த நூற்றுக்கணக்கான தமிழர்களைப் பலவந்தமாக அவர்களின் சொந்தப் பிரதேசங்களான வடக்குக் கிழக்குப் பகுதிகளுக்கு விரட்டியடித்தது. மிகவும் பதட்டமான சூழ்நிலையில் கொழும்பில் பெட்டி, படுக்கைகளுடன் அங்கலாய்த்தபடி நின்ற அப்பாவிப் பொதுமக்களைத் தமிழ்த் தொலைக்காட்சிச் செய்திகளில் பார்த்ததிலிருந்து குணாவின் மனம் சஞ்சலப்பட்டபடியே இருந்தது. வேலை முடிந்து வீடு நோக்கிக் காரை ஓட்டிக்கொண்டிருந்தபோது மீண்டும் அதே காட்சிகள் மனத்திரையிற் படமாய் விழுந்தன. அந்நிய நாட்டில் வாழுகின்ற எமக்கும் ஒருநாள் இதே நிலை ஏற்பட்டு விடுமோ! என்றெண்ணி ஏங்கிய மனம் கலங்கித் தவித்தது. சிந்தனையில் லயித்திருந்தவன் ஒருகணம் கார் ஒட்டிக்கொண்டிருப்பதையே மறந்துபோனான். திடீரென ஒரு வளைவைக் கண்டதும் ‘சடன் பிரேக்’ போட்டபடியே காரைத் திருப்ப முனைந்தபோது கார் கட்டுப்பாட்டை இழந்து பிரதான வீதியிலிருந்த இரும்பு வேலியையும் உடைத்துக்கொண்டு வீதியை விட்டு வெளியே பாய்ந்து ஒரு பள்ளத்திற் சாய்ந்தது.

ஒருகணம் அதிர்ச்சியில் உறைந்துபோனான். சிறிது நேரத்திற்கு அவனால் எதையுமே சிந்திக்க முடியவில்லை. மனது அசைவற்றுக் கிடந்தது. இருக்கைப் பட்டி இறுக்கியதில் கழுத்து வலித்தது. அவனால் காரைவிட்டு இறங்கவே முடியவில்லை. என்ன செய்வதென்று தெரியாமல் அப்படியே திகைத்துப்போயிருந்தான். பின்னால் வந்துகொண்டிருந்த ஒரு நோர்வேஜியன் காரை ஓரமாக நிறுத்திவிட்டு இறங்கிவந்து “ஓகேயா? உனக்கு ஏதாவது காயமா? உதவி தேவையா?” எனக் கேட்டான்.

“கழுத்து வலிக்கிறது என்னால் வெளியே வரமுடியவில்லை” எனக் குணா கூறியவுடனேயே அவன் ஆம்புலன்ஸ்சை வரவழைத்தான். சில நிமிடங்களிலேயே வந்த ஆம்புலன்ஸ் குணாவை ஏற்றிக்கொண்டு பறந்தது. அப்போதுதான் தனது காரைக் கவனித்தான் காரின் முன் பகுதியும், வலது பகுதியும் மிகவும் மோசமாகச் சேதமடைந்திருந்தன. வைத்தியசாலையை அடைந்தவனைச் சோதனைக்கு உட்படுத்திய வைத்தியர்கள்.

ஆபத்தாக ஒன்றுமில்லை கழுத்தில் சிறு தசை நெரிவு ஏற்பட்டிருக்கிறது, எனக் கூறி கழுத்தைச் சுற்றி 'பண்டேச்' போட்டு வீட்டுக்கு அனுப்பிவைத்தார்கள். அவனது கோலத்தைப் பார்த்த மனைவி, பிள்ளைகள் பதறிப்போனார்கள். நடந்த விபத்தையிட்டு மிகுந்த கவலையில் இருந்தவனுக்கு, "என்னப்பா பொருள் தானே போனது. அதை எப்ப வேணுமெண்டாலும் தேடிக்கொள்ளலாம். தலையோட போகாமல் தலைப்பாகையோடு போயிற்றுதெண்டு நினைச்சுக்கொள்ளுங்கோ" என்ற ஆதிராவின் நேர்மறை எண்ணங்களைக் கொண்ட அன்பூறிய வார்த்தைகள் அவனை மனச் சோர்வு அடையவிடாமல் உற்சாகப்படுத்தியது. குணா விபத்துக்குள்ளான செய்தியறிந்த விஸ்வாவும் விடிந்ததுமே வீட்டுக்கு வந்துவிட்டான்.

"கார் கிடக்கிற கிடைக்கு, ஆளுக்குப் பெரிசா ஒண்டுமில்லாமற் தப்பினதே பெருங்காரியந்தான்" என விஸ்வாவும் ஆறுதற் பட்டுக்கொண்டான்.

"அது சரியண்ணே கொழும்பு நிலைமைகளைப் பாக்கத்தான் பயமாக்கிடக்குது, எண்பத்திமூண்டு போல இனக் கலவரம் ஏதும் வந்திடுமே?" ஏக்கத்துடன் கேட்டான்.

"இல்லக் குணா, நாங்கள் நினைக்கிற மாதிரி இப்பவும் அவங்கள் மோட்டுச் சிங்களவர் இல்ல, அந்தத் தவறைத் திரும்பவும் செய்யமாட்டாங்கள். ஏனெண்டால் கடந்த காலங்களில நடந்த இனக்கலவரங்கள் தான் உலக அளவில் தமிழர்கள் மீது அனுதாபத்தை ஏற்படுத்தினது. திரும்பவும் தமிழர்களுக்கு உலக ஆதரவும், அனுதாபமும் கிடைக்கிற அளவுக்கு இனி இந்த இனவாத அரசு விடாது. இலங்கையில இதுவரையில் எந்த இனக் கலவரமும் அரச ஆதரவு இல்லாமல் நடக்கவுமில்ல, நடக்கவும் முடியாது. இப்ப அவங்கள் செய்துகொண்டு இருக்கிறதெல்லாம் உலக அளவில தங்களை நியாயவாதிகளாகவும் புலிகளை மோசமான பயங்கரவாதிகளாகவும் சித்தரிக்கிற வேலையைத்தான். கிட்டத்தட்ட அதில அவங்கள் வெற்றியும் அடைஞ்சிருக்கிற மாதிரித்தான் தெரியுது. ஆனால், இந்த நுண்ணரசியலைத்தான் எங்கட ஆட்கள் இன்னும் விளங்கிக்கொள்ளவேயில்ல" எனக் கூறி ஆதங்கப்பட்டுக்கொண்டே வீட்டுக்குச் சென்றான் விஸ்வா.

மறுநாள் குணாவைப் பார்க்க வந்திருந்த வேந்தனும், தேவகனும் மட்டக்களப்பு, திருகோணமலை ஆகிய பகுதிகளில் கடுமையான ஏவுகணைத் தாக்குதல்களை நடத்தியபடி இராணுவம் முன்னேறிக்கொண்டிருப்பதாகவும், புலிகளும் எதிர்த் தாக்குதல்களை நடாத்திக்கொண்டிருப்பதாகவும், வாகரையில் கடும் யுத்தம் நடைபெற்று இருதரப்பிலும் கணிசமான உயிர் இழப்புகள் ஏற்பட்டிருப்பதோடு, அறுபதினாயிரத்துக்கும் அதிகமான பொதுமக்கள் உணவுக்கும், மருந்துக்கும் ஆளாய்ப் பறப்பதாகவும், அந்தப் பகுதியில் உணவு விநியோகத்தை முற்றிலுமாக நிறுத்த ராஜபக்சே உத்தரவிட்டிருப்பதாகவும் கூறி மகிந்த ராஜபக்சேயைத் திட்டித் தீர்த்துக்கொண்டு போனார்கள்.

அலைபேசியில் நலன் விசாரித்த சீலனும், இறுதியாகப் புலிகள் வசமிருந்த தொப்பிகலையையும் கைப்பற்றிய இராணுவத்தினர் கிழக்கு முழுவதும் தமது கட்டுப்பாட்டிற்குள் வந்துவிட்டதாக அறிவித்திருப்பதாகக் கூறியதோடு, "எல்லாத்துக்கும் சேர்த்து வன்னியில வாங்கிக் கட்டப்போகினம்" என்றதோடு, தான் வீடு திருத்தப்போவதாகக் கூறி வங்கியில் கடன் எடுத்து இறுதி யுத்தத்திற்காகப் புலிகளுக்கு இரண்டு லெட்சம் குரோணர்களைக் கடனாகக் கொடுத்திருப்பதாகவும் பெருமையோடு கூறிக்கொண்டான்.

வன்னி இறுதிப்போருக்குத் தயாராகிக் கொண்டிருப்பதாகவும், பயிற்சிகள், ஒத்திகைகளென எந்த நேரமும் குண்டுச் சத்தங்களால் வன்னிமண் அதிர்ந்துகொண்டிருப்பதாகவும், வீட்டுக்கு ஒருவர் கட்டாயம் போராட வரவேண்டுமெனப் புலிகள் கட்டாய ஆட்சேர்ப்பிலும் ஈடுபட்டிருப்பதாகவும், எதிர்வரும் காலங்களில் புலிகளின் தாக்குதலுக்கு இராணுவத்தினரால் ஈடுகொடுக்க முடியாமல் இருக்குமென்றும், வன்னியே சிங்களப் படையினருக்கு மரணப்பொறியாக இருக்கப்போகிறதென்றும், பாதுகாப்பு ஆய்வாளர் இக்பால் அத்தாஸ் உட்பட பிரபல அரசியல் ஆய்வாளர்கள் பலரும் கட்டுரைகளை வரைந்து தள்ளிக்கொண்டிருந்தர்கள்.

மாவீரர் தினத்தை நெருங்கும் காலங்களில் புலிகள் வெற்றிகரமான பெரும் தாக்குதல்களை நடாத்தி முடிப்பது வழமையாயிருந்தது. இம்முறையும் அப்படியானதொரு பெரும் தாக்குதல்

நடக்கலாமெனக் குணாவைப் பார்க்க வந்த மணியமண்ணையும், நிமலனும் எதிர்வு கூறிச் சென்ற சில நாட்களிலேயே, ஒரே நேரத்தில் வான் புலிகளினதும், கரும்புலிகளினதும் கூட்டுத் தாக்குதலுக்கு இலக்கான அனுராதபுரத்திலிருந்த விமானப்படைத்தளம் அதிர்ந்தது. 'எல்லாளன் படை நடவடிக்கை' என்ற பெயரில் எதிரியின் கோட்டைக்குள் தரைவழியாக ஊடுருவிய இருபத்தொரு கரும்புலிகள் விமானப்படைத் தளத்தை துவம்சம் பண்ணிப் படையினரையும், விமானங்களையும் அழித்தொழித்துவிட்டு மண்ணுக்காகவும், மக்களுக்காகவும் தங்கள் இன்னுயிர்களை ஆகுதியாக்கித் துட்டகைமுனுவின் மண்ணில் துண்டுதுண்டுகளாகச் சிதறிக்கிடந்தனர். எல்லாளன் படைகளின் சிதறுண்ட உடல்களைத் தொலைகாட்சிகளில் பார்த்த குணாவின் கண்கள் ஆறாகப் பெருக்கெடுத்து ஓடியது. கரும்புலிகளின் வீரத்தையும், தியாகத்தையும் எண்ணி வியர்ந்து மெய்சிலிர்த்துக் கிடந்தான்.

புலிகளின் எல்லாளன் படை நடவடிக்கை நடந்து பத்தாவது நாளிலேயே இலங்கையின் விமானப்படையினர் புலிகளின் அரசியல்துறைப் பொறுப்பாளரும், பேச்சுவார்த்தைக் குழுவின் தலைவருமான தமிழ்ச்செல்வனையும் அவருடன் இருந்த உயர்மட்ட உறுப்பினர்களையும் கிளிநொச்சியில் வைத்து விமானத்தாக்குதல் மூலமாகப் படுகொலை செய்து பழிதீர்த்துக்கொண்டனர். பேச்சுவார்த்தைகளுக்குத் தலைமை தாங்கியவரை படுகொலை செய்ததன் மூலமாகச் சமாதானப் பேச்சுக்களுக்கும் நிரந்தரமாகச் சாவுமணியை அடித்தது சிங்கள தேசம். தமிழ்ச்செல்வனின் இழப்பு புலிகளுக்கும், தமிழ் மக்களுக்கும் பெரும் மனவலியையும், ஏமாற்றத்தையும் கொடுத்திருந்தது. இங்கே குணாவும் அந்த வாரம் முழுவதும் பாறாங்கல்லை வைத்து அழுத்தியது போல் நெஞ்சு கனத்த வலிசுமந்து கிடந்தான்.

* * *

மீண்டும் உடல் நலமும், உள நலமும் கொஞ்சம் தேறி வேலைக்குப் போக ஆரம்பித்திருந்தான் குணா. எவ்வளவுதான் உற்சாகமாக நாட்களைத் தொடங்கினாலும், இடையிடையே நாட்டு நிலைமைகள் தொடர்பாக எதிர்மறை எண்ணங்கள்

தோன்றி அவனது மனதுக்குள் ஒருவிதப் பயத்தை உண்டுபண்ணியது. அவனால் நாட்டை மறந்து இந்த அந்நிய வாழ்வியலோடு ஒன்றிப்போக முடியவில்லை. இரவல் சட்டையால் மானத்தை மறைத்திருப்பது போன்ற அரியண்ட வாழ்வையே இங்கு அவன் வாழ்ந்துகொண்டிருந்தான். இருந்தும், குணாவைத் தளர விடாமல் அவனது எதிர்மறை எண்ணங்களிலிருந்து திசை திருப்பி அவனைச் சரியான திசையில் வழி நடத்திக்கொண்டிருந்தது எப்போதும் நேர்மறை எண்ணங்களுடனும், சிரித்த முகத்துடனும் சந்தோஷமாகக் காணப்படும் ஆதிராவின் அன்பும், அரவணைப்புமே.

அன்றைய விடுமுறை நாளான ஞாயிறு முழுவதும் மனைவி, பிள்ளைகளுடனே கழிந்தது. நீண்ட நாட்களின்பின் தொலைக்காட்சியில் தமிழ்ப் படம் பார்த்துக்கொண்டிருக்கையில் பிள்ளைகள் இருவரின் மடிகளிலுமே தூங்கிப்போனார்கள். படம் முடிந்ததும் பிள்ளைகளைத் தூக்கிக் கொண்டுபோய்க் கட்டிலில் படுக்கவைத்துப் போர்வைகளை இழுத்துப் போர்த்திவிட்டு சற்று நேரம் நின்று தூங்கிக்கொண்டிருந்த பிள்ளைகளின் அழகை ரசித்துக் கன்னங்களில் முத்தம் பதித்துவிட்டு வந்து மீண்டும் ஆதிராவை உரசியபடியே அமர்ந்துகொண்டான். குளிருக்கு அவளது உடல்ச் சூடு இதமாக இருந்தது. மனத்துள் நிறைந்தவளின் அருகாமையும் அவளுடன் கிடைத்த இந்தத் தனிமை இரவும் அவனுள் ஒரு கிளுகிளுப்பை ஏற்படுத்தியது.

“என்னப்பா, உங்களை ஒண்டு கேட்கட்டே.” அவனது தோளில் சாய்ந்து குழைந்த குரலில் கேட்டாள் ஆதிரா.

“ம், கேளு...” அவளை ஏறிட்டு நோக்கினான்.

“எங்களுக்கு இன்னொரு பிள்ளை வேணுமப்பா” அவனது மார்பு ரோமங்களுக்குள் அவளது விரல்கள் விளையாடின.

“என்னது, மூன்றாவதா! தாங்குவியே!” அவன் அதிசயக் குறியானான்.

“ஐ... ஐயோ! இனி நான் பெற மாட்டன்.” கைகளையும், தலையையும் உதறினாள்.

“அப்ப நீ பெறாமல், என்னெண்டு?” புருவம் தூக்கிப் பார்த்தான்.

"பிள்ளை ஒண்டை தத்தெடுப்பமப்பா" கெஞ்சியது குரல்.

"என்னது, தத்தெடுக்கிறதோ!"

"ஓமப்பா, சுனாமியால அல்லது சண்டையால தாய், தகப்பனை இழந்த யாராவது ஒரு பிள்ளையை நாட்டில இருந்து தத்தெடுத்து வளர்ப்பமப்பா" அவளது வார்த்தைகளைக் கேட்டதுமே ஆச்சரியத்துடன் ஏறிட்டுப் பார்த்தவன், சிறிது நேர மௌனத்தின் பின் "ஓம் ஆதிம்மா நீ சொல்லுறதும் நல்ல ஐடியா தான். ஆனால், ஏற்கனவே எங்களுக்குப் பிள்ளைகள் இருக்கும்போது வெளிநாட்டிலிருந்து தத்தெடுக்கிறதுக்கு இந்த நாட்டுச் சட்டம் என்ன சொல்லுதோ தெரியாது. எதுக்கும் நானொருக்கால் விசாரிச்சுப் பார்க்கிறன்" என்றான்.

"அப்ப, உங்களுக்கும் விருப்பம் தானே?"

"ஓ... இது நல்ல விஷயம் தானே, ஆனாலொண்டு பாகுபாடுகள் இல்லாமல் எங்கட பிள்ளைகளைப் போலவே வளர்க்க வேணும். அது தான் முக்கியம். அதுக்கு நாங்கள் எங்களைத் தயார்ப்படுத்த வேணும்" என்றவனை கண்கள் விரியப் பார்த்தாளவள். அந்தப் பார்வையில் பாசம் பொங்கி வழிந்தது. அவனும் ஏராளமான காதலுடன் அவளைக் கட்டியணைத்து இதழோடு இதழ் பதித்தான். காதலில் கனிந்த இதயங்கள் இரண்டும் கட்டிலிற் சங்கமித்துக்கொண்டன.

• • •

உணர்ச்சிபூர்வமாக மாவீரர் தின நிகழ்வுகளும் நடந்து முடிந்தது. வழமைபோல் மாவீரர் தினத்துக்கு முதல் நாளில் இருந்தே மாவீரர் தின மண்டபத்தில் மும்மரமாக வேலைகள் செய்து களைத்திருந்த குணாவிற்கும், நண்பர்களுக்கும் தலைவரின் அன்றைய மாவீரர் தின உரையானது மிகுந்த உற்சாகத்தையும், மன உறுதியையும் கொடுத்திருந்தது. மாவீரர் தின மண்டபத்தில் அன்று நடாத்திய சிற்றுண்டிச் சாலையில் துப்பரவுப் பணிகளில் ஈடுபட்டவாறே நண்பர்கள் உரையாடிக்கொண்டிருந்தார்கள்.

"பாத்தியே மச்சி தலைவரே சொல்லிப்போட்டார். எதிரியின் யுத்த உபாயங்களைத் தீர்க்க தரிசனமாக முன்கூட்டியே அனுமானிச்சுத்தானாம் தாங்கள் கிழக்கில இருந்து தந்திரோபாயமா

பின்வாங்கினவை எண்டு" என்றான், நிலத்திற் கொட்டுண்டு கிடந்த கொத்துரொட்டியைக் கூட்டி அள்ளியவாறே சீலன்.

"ம்... இன்னுமொண்டு கவனிச்சியே, சிங்கள ராணுவம் அகலக் கால் விரிச்சுக்கொண்டு தாங்கள் விரிச்ச வலைக்குள்ள வகையாக விழுந்து பெருந்தொகையான படையினரை முடக்கி ஆளில்லாப் பிரதேசங்களை ஆட்சி செய்யுதெண்டும் எல்லே சொல்லியிருக்கிறார்" என்றவாறு அடிப்பிடித்த பிரியாணிச் சட்டியை உரஞ்சிக் கழுவினான் தேவகன்.

"அது மட்டுமே, நில அபகரிப்புச் செய்யிற சிங்களம் அதுக்கான விளைவுகளை விரைவில சந்திக்கவேண்டிவரும் எண்டதோட, எல்லாளன்படை நடவடிக்கை சிங்கள ராணுவப் பூதத்தின்ர உச்சந்தலையில ஆப்பாக இறங்கியிருக்கெண்டும் ஒரு போடு போட்டார் பார்த்தீங்களே?" எனக் கேட்டான் சீலன்.

இவற்றையெல்லாம் யோசனையோடு காதில் வாங்கியபடியே வேந்தனுடன் சேர்ந்து மேசை, கதிரைகளைத் துடைத்து அடுக்கிக்கொண்டு வேலையில் மும்மரமாகவிருந்த குணா வீட்டுக்குக் கிளம்பும்போது வேந்தனும் அவனது காரில் தொற்றிக்கொண்டான்.

வேந்தன் இங்கு மட்டுமல்ல, அங்கு நாட்டிலும் புலிகளுடன் நல்ல தொடர்பில் இருக்கிறான் என்றும், கொழும்பில் அவன் வாங்கிவிட்டுள்ள வீட்டில் கொஞ்சக் கறுப்புக்களை மறைத்து வைத்திருக்கிறான் என்றும், கொழும்பிலுள்ள அந்தக் கறுப்புகளுக்கும், வன்னியிலுள்ள பொறுப்பாளர்களுக்கும் இடையில் இவன்தான் தகவற் தொடர்பாளராக இருக்கின்றான். என்பதான மிகவும் இரகசியமான தகவலைச் சில நாட்களுக்கு முன்பு தேவகன் மூலமாக அறிந்திருந்த குணா இவனிடமிருந்து ஏதாவது அறியலாம் என்ற எண்ணத்துடன், "என்னடாப்பா! நீங்கள் ஏதேதோவெல்லாம் கதைக்கிறீங்கள் அங்க ஆமி போற போக்கைப் பார்த்தால் எல்லாம் நாறிப்போயிரும் போலவெல்லே கிடக்குது" எனக் கதைவிட்டுக் கதைபிடுங்கும் முயற்சியில் இறங்கினான்.

"சீ... விசர்க்கதை கதையாத நீ. அங்க போறவை ஒருத்தரும் திரும்பப்போறதில்ல, உள்ள விட்டிற்று அடிக்கிறதுதான்

தலைவற்ற திட்டமாம். ஆமி வன்னிக்க கால் வைக்கிறதெண்டது லேசாக காரியமில்ல, அப்பிடி ஒண்டு நடக்குமாயிருந்தால் கொழும்பே வெடிச்சுச் சிதறும் அதுக்கு ஏத்தமாதிரித்தான் அங்க செற்றப்பெல்லாம் செய்திருக்குது. நீ நினைக்கிறமாதிரி அங்க ஒண்டும் நடக்காது" என்றான் சர்வ சாதாரணமாக.

"ச்ச... சும்மா போ, அங்க எல்லாம் நாறப்போகுதுபோல கிடக்கு. நீ ஏதோ செற்றப்பெல்லாம் நிண்டு பார்த்த மாதிரியெல்லோ கதை விடுற" எனக் குக்கியைப் போட்டான் குணா.

"எடேய் நானொண்டும் அறியாமற் தெரியாமற் கதைக்கயில்ல. சில விசயங்கள் எனக்கும் தெரியும். நான் சொல்லுறது பொய்யெண்டால் இருந்துபார். வலு கெதியில கொழும்பில ஓராளுக்கு மண்டையில விழப்போகுது."

"யாருக்கடா மச்சி?"

"அது தெரியாதெடாப்பா, ஏனெண்டால் மண்டையில போடப் போறவனுக்கே ஸ்பொட்டில வைச்சுத்தான் இன்னார்தான் இலக்கெண்டதே தெரியவரும். அப்பிடித்தான் அங்க படு ரகசியமா வேலைகள் நடந்துகொண்டிருக்குது" என்றவனின் வீடு வந்ததும் 'என்னை யாரெண்டு நினைச்சாய்' என்பதுபோல் நெஞ்சை நிமிர்த்தியபடி காரை விட்டிறங்கி நடந்தான்.

◎

2008

தமிழரான ஐக்கிய தேசியக் கட்சியின் நாடாளுமன்ற உறுப்பினர் மகேஸ்வரனின் கொலையுடனேயே வருடம் பிறந்தது. அதற்கு அடுத்த நாள் இலங்கை அரசாங்கம் போர் நிறுத்த ஒப்பந்தத்திலிருந்து தன்னிச்சையாக விலகுவதாக நோர்வேக்கு எழுத்து மூலமாக அறிவித்திருப்பதாக செய்திகள் வெளியாகின. அதனையிட்டு நோர்வே, இந்தியா உட்பட உலக நாடுகள் பலவும் தமது அதிர்ச்சியையும், கவலையையும் தெரிவித்திருந்தன. ஆனால் இலங்கை அரசோ தனது போக்கில் உறுதியாக இருந்தது. அதனைத் தொடர்ந்து போர் நிறுத்தக் கண்காணிப்புக் குழுவினரும் இலங்கையை விட்டு வெளியேறினர். வன்னி மண்ணைப் போர் மேகங்கள் சூழ்ந்துகொண்டன. புலிகள் வன்னியில் கட்டாய ஆட்சேர்ப்பில் தீவிரமாக ஈடுபட்டிருக்கின்றார்கள் என்றும், இறுதி யுத்தத்திற்குத் தயாராகிவிட்டார்கள் என்றும், இங்கு எல்லோரும் பரவலாகப் பேசிக்கொண்டார்கள்.

நீண்ட நாட்களின் பின் ஒரு வெள்ளிக்கிழமை கோவிலுக்குப் போக வேண்டுமென ஆதிரா நச்சரித்ததையடுத்து, அவளை அழைத்துக்கொண்டு சென்றான் குணா. அங்கே வள்ளுவபிரபுவும் வாடிய முகத்துடன் அர்ச்சனைத் தட்டும் கையுமாக நின்றான்.

“என்ன மச்சி, முகமெல்லாம் காஞ்சுபோய்க் கிடக்குது?” கேட்டான் குணா.

“ஓமடாப்பா கொஞ்ச நாளா நிம்மதியில்லாமல் ஓடுப்பட்டுத் திரிஞ்சதால கொஞ்சம் வயக்கெட்டுத்தான் போனன்” என்றான்.

“என்ராப்பா! என்ன நடந்தது?”

“மனிசியின்ர தம்பிக்காரனையும் எல்லே கட்டாயப் பயிற்சிக்கெண்டு பிடிச்சுக்கொண்டு போயிற்றாங்கள், அதுதான் அவனை வெளியில எடுக்கிற அலுவலா ஓடித்திரிஞ்சதில களைச்சுப்போனன்.”

“வெளிய எடுக்கிறதோ! சாச்ச... அதெல்லாம் நடக்கிற காரியமில்ல.”

“இல்ல மச்சி, அதெல்லாம் சரிவந்திட்டுது. அதுதான் இண்டைக்கு அவன்ர பேர்ல அர்ச்சனை செய்யவெண்டு மனிசி கோயிலுக்கு இழுத்துக்கொண்டு வந்திற்றாள்” என்றான்.

“அட, சரிவந்திட்டுதோ! என்னெண்டடா?” அதிசயித்துக் கேட்டான் குணா.

“எல்லாம் நம்மட மூர்த்தி அண்ணையைக் கொண்டுதான் அலுவல் பார்த்தனான். ஆனால் காசு தான் ஞாயமா முடிஞ்சு போச்சு.”

“என்னடாப்பா! காசு குடுத்தே எடுத்தது?”

“பின்னயென்ன சும்மாவே? அதுவும் கொஞ்ச நெஞ்சமில்ல இருபத்தஞ்சு லெட்சம் கட்டித்தான் ஆளை எடுத்தது. மனிசியின்ர தமையன்மார் கனடா, லண்டனெண்டு இருந்தபடியால பார்த்துப் பாராமல் காசை அனுப்பினாங்கள், நானும் இங்கயிருந்து அலுவலைப் பார்த்ததால ஆளை வவுனியா வரைக்கும் கொண்டுவந்து சேர்த்தாச்சு” நிம்மதிப் பெருமூச்சோடு கூறினான்.

வீட்டுக்கு வந்தபோது வன்னியில் கனகராயன்குளம் பகுதியில் இராணுவத்தின் ஆழ ஊடுருவும் படையணியின் கிளைமோர் குண்டுத்தாக்குதலில் தமிழ்த் தேசியக் கூட்டமைப்பின் மற்றுமொரு நாடாளுமன்ற உறுப்பினரான சிவநேசன் கொல்லப்பட்டார் என்ற செய்தி தமிழ்த் தொலைக்காட்சியில் ஒளிபரப்பாகிக்கொண்டிருந்தது. செய்தியைக் கேட்டதும் கனகராயன்குளம் வரை இராணுவத்தினரால் ஊடுருவ முடிகிறதா எனக் குணாவின் மனதுக்குள் எழுந்த கேள்வி அவனுள் பெரும் பயத்தையும், நடுக்கத்தையும் உண்டுபண்ணியது. ஆனாலும், புலிகளின் முப்படைகளின் பலத்தின் மீதிருந்த நம்பிக்கையை அவன் இழந்துவிடவில்லை.

அவன் நம்பியது போலவே நாடாளுமன்ற உறுப்பினர் சிவநேசனுக்கான பதிற் கணக்கைத் தீர்த்துத் தமது பலத்தை நிரூபிப்பதற்குப் புலிகளும் நீண்ட காலத்தை எடுக்கவில்லை. ‘கம்பகா மாவட்டத்தில் வெலிவேரிய

என்ற இடத்தில் தற்கொலைக்குண்டு தாக்குதலின் மூலமாக ராஜபக்ச அரசின் பேச்சுவார்த்தைக் குழுவில் முக்கிய பங்கு வகித்த பெர்னான்டோபுள்ளே உள்ளிட்ட பன்னிரண்டுபேர் கொல்லப்பட்டனர்' என்ற செய்தியானது புலிகளும் லேசுப்பட்டவர்கள் இல்லை என்பதனை மீண்டும் உறுதிப்படுத்தியது.

• • •

“என்னடா தம்பியா! கிழக்கு மாகாணசபைத் தேர்தலில போட்டியிட்ட பிள்ளையானும் வெற்றி பெற்று கிழக்கு மாகாணசபைக்கு முதலமைச்சராயிட்டார் போலயிருக்கு” என்றார் நீண்ட நாட்களின்பின் மனைவியுடன் குணாவின் வீடு தேடிவந்த மணியமண்ணை.

“ஓமண்ணை, ஜனநாயக நீரோட்டத்தில குதிச்சவரல்லே. அதுதான் முத்தெடுக்கிறார் போல” என்றான் குணா. இருவருமாகத் தேனீரைச் சுவைத்தபடியே தமிழ்த் தொலைக்காட்சியிலும் இடைக்கிடையே கண்களை எறிந்தவாறு பேசிக்கொண்டிருந்தார்கள். திடீரெனத் தொலைக்காட்சியில் சோக இசை ஒலிக்க, எரிந்துகொண்டிருந்த மெழுகுதிரி காட்சிப்படமானது.

“அடேயப்பா! திரும்பவும் எங்கேயோ இழவு விழுந்திட்டுது போல” மணியமண்ணை கதிரை நுனிக்கு வந்த அடுத்த நொடியே, புலிகளின் மூத்த தளபதிகளில் ஒருவரான பால்ராஜ் மாரடைப்பால் சாவடைந்தார் என்ற துயர் தோய்ந்த செய்தி எல்லோர் மனதையும் இறுக்கமடையச் செய்தது.

“என்னடாப்பா, தொடர்ந்து எங்கட பக்கத்திலேயேதான் ஒரே இழவாயிருக்குது. போன வருசம் தமிழ்ச்செல்வன், அதுக்கு முந்தின வருசம் அன்ரன் பாலசிங்கம், இப்ப இந்தா பால்ராஜ் இப்பிடியே போனால் என்ன நிலைமை” என நாடியிற் கை வைத்து யோசித்தார் மணியமண்ணை.

“அதுதானே அண்ணே, அவங்கள் கொல்லுறது காணாதெண்டு இயற்கை மரணங்களும் எங்களுக்குத்தானே வருகுது” எனக் குணாவும் மனம் சலித்துக்கொண்ட அன்றைய நாளும் சோக கீதங்களுடன் கழிந்துபோனது.

யாழில் தொடங்கிய பொங்குதமிழ் நிகழ்வுகள் பெரும் மக்கள் எழுச்சியுடன் தமிழர்கள் புலம்பெயர்ந்து வாழும் நாடுகள் எங்கிலும் தொடர்ந்துகொண்டிருந்தன. நோர்வேயிலும் பொங்குதமிழ் நிகழ்வு ஆரம்பமாகியது. குணாவும், நண்பர்களும் அதற்காக இரவு, பகலாக ஓடியோடி வேலைகள் செய்தார்கள். விடுதலையை அவாவிய மேடை நிகழ்ச்சிகளுடன் மூவாயிரத்துக்கும் அதிகமான மக்கள் கலந்துகொண்டு விடுதலை வேட்கையுடன் உணர்ச்சிப் பிழம்புகளாக நின்று விண்ணதிரக் கோஷங்களை எழுப்பினார்கள்.

அதற்கடுத்த கிழமையே மன்னர் மாவட்டத்தில் அமைந்திருந்த கடற்புலிகளின் முக்கிய தளங்களைக் கொண்ட விடத்தல்தீவை இராணுவத்தினர் கைப்பற்றிவிட்டதான அதிர்ச்சிச் செய்தியறிந்த குணா உடனே மூர்த்தியுடன் அலைபேசியபோது, “இது எங்கட ஆட்களின்ர தந்திரோபாயமான பின்வாங்கல் ஐசே, எதிரிகள் எவ்வளவுக்கு உள்ள போகினமே அவ்வளவுக்கு ஆபத்தையும் சந்திக்கப்போகினம். பொய் எண்டால் இருந்து பாரும்” என்ற மூர்த்தியின் வார்த்தைகளை மெய் என்றே நம்பினான் குணா. ஆனால், இதையே விஸ்வாவிடம் கேட்டால் இது புலிகளுக்குப் படுதோல்வி, மீள முடியாத பின்வாங்கல். என்றுதான் அந்தாள்க் கதையளக்கும் என ஊகித்துக்கொண்டவன் விஸ்வாவுடன் தொடர்புகொள்வதைத் தவிர்த்துக்கொண்டான்.

அதிகாலையிற் தொலைபேசி மணியடித்துத் திடுக்கிட்டு எழுந்த குணா அரைத் தூக்கத்திலேயே, “ஹலோ யாரது?” எனக் கேட்டதுமே எதிர்முனையிலிருந்து “தம்பி நான் குஞ்சியம்மாவடா” என அனுங்கலாக வந்த பதிலில் அவனுக்கு நித்திரை முறிந்துபோனது.

“ஓ... நீங்களே! என்ன... இந்த நேரத்தில?” எனப் பதட்டத்துடன் கேட்டான்.

“அட தம்பி, இவள் கலாவின்ர பெட்டையை எல்லே இயக்கம் பிடிச்சுக்கொண்டு போயிற்றாம்” என்று குஞ்சியம்மா நடுங்கிய குரலில் கூறியதைக் கேட்டவன் அதிர்ச்சியில் உறைந்துபோய்ச் சிலையாய் நின்றான். சிறிது நேரம் அவனிடமிருந்து வார்த்தைகளே வரவில்லை.

“ஹலோ! தம்பி ஹலோ!” குஞ்சியம்மாவின் குரல் மீண்டும் அவனை நிதானத்துக்குக் கொண்டுவந்தது.

“உண்மையே குஞ்சியம்மா?” நம்ப முடியாமற் திரும்பவும் கேட்டான்.

“ஓமடா தம்பி, இப்பதான் எனக்கும் தகவல் கிடைச்சது.”

“ஐயோ! குஞ்சியம்மா அந்தப் பிள்ளைக்கு இப்பதானே பதினேழு வயசு.”

“அட தம்பி, அவங்கள் இப்ப வயசு, கியசொண்டும் பாக்கிறாங்களில்லையாம். குஞ்சு, குருமான்கள் எல்லாத்தையுந்தான் அள்ளிக்கொண்டு போறாங்களாம்” எனக் கூறிக்கொண்டிருக்கும்போதே குஞ்சியம்மாவின் குரலும் தொலைதொடர்புக் கோளாறால் திடீரென்று நின்றுபோனது.

சத்தம் கேட்டு எழுந்துவந்த ஆதிரா குணாவின் முகத்தைப் பார்த்துக் கலவரமடைந்தவாறே “யாரப்பா... இந்த நேரத்தில?” எனக் கேட்டாள். அவன் விடயத்தைக் கூறியதுமே அவளும் திகைப்பூண்டை மிதித்தவள் போல் மலைத்துப்போய் நின்றாள்.

குணாவினால் இந்தச் செய்தியை ஜீரணித்துக்கொள்ளவே முடியவில்லை. கண்களை மூடி மௌனித்து நின்று கோபத்தைத் தணிக்க முயன்றான். அவனுக்கு என்ன செய்வதென்றே புரியவில்லை. ‘தவமாய்த் தவமிருந்து பெற்ற ஒற்றைப் பிள்ளையைப் பறித்துக்கொண்டு போயிட்டாங்களே!’ நினைக்க நினைக்க நெஞ்சு கொதித்துப் பதறியது.

“அண்ணனோட கதைச்சுப் பாருங்களப்பா வெளிய எடுக்கலாமா எண்டு” என்ற ஆதிராவுக்கு அவன் பதிலேதும் சொல்லவில்லை. அப்படியே குனிந்த தலை நிமிராமல் நின்றான். அவனுக்கு எதுவுமே தோன்றவில்லை. கலாக்காவை நினைத்தபோது உச்சந்தலை முதல் உள்ளங்கால் வரை நடுக்கம் பரவியது. இந்தச் செய்தியை என்னாலேயே தாங்கிக்கொள்ள முடியவில்லையே! அவளால் எப்படி? மனசு எல்லாவற்றையும் அசைபோட்டது. இதனை இன்னும் அவனால் நம்ப முடியாமற் தான் இருந்தது. நம்பத் துணியாத தன் மனத்தை நம்புமாறு கட்டளையிட்டான். அதுதான் தன்னை அடுத்தகட்ட நடவடிக்கைக்குத்

தயார்ப்படுத்தும் எனவும் நம்பினான். உடனேயே அம்மாவுடன் தொடர்புகொண்டான். செய்தி உண்மைதானென அம்மா வைத்த ஒப்பாரி அவனை இன்னும் கதிகலங்க வைத்தது. "கலாக்கா கதைச்சால் எனக்கொருக்கால் போன் எடுக்கச் சொல்லுங்க" எனக் கூறித் தொடர்பைத் துண்டித்துக்கொண்டான்.

ஆதிராவின் துணையுடன் ஒருவாறாக மனதை அமைதிப்படுத்திக் கொண்டான். ஒவ்வொரு ஞாயிறும் ஆதிராவின் அம்மா பரந்தனிலுள்ள ஒரு தொலைத்தொடர்பு நிலையத்திலிருந்து நான்கு, ஐந்து நிமிடமாவது தொலைபேசியில் சுகம் விசாரிப்பது வழமையாகியிருந்தது. அடுத்த நாள் ஞாயிறு அவன் எதிபார்த்திருந்த நேரத்தில் மாமி தொலைபேசியபோது மாமியிடம் குணசீலியின் விடயத்தைக் கூறிச் சிவாவைத் தன்னுடன் தொடர்புகொள்ளுபடியாகக் கேட்டுக்கொண்டான். ஒரு கிழமையாக சிவா வீட்டுப்பக்கம் வரவில்லை என்றும், வந்தவுடன் சிவாவிடம் சொல்வதாகக் கூறிச் சென்றார் மாமி.

யார் காலைப் பிடித்தாவது மருமகளை வெளியே எடுத்திவிட வேண்டுமென்ற வெறியுடன் ஒரு கிழமையாக ஓடுப்பட்டுத் திரிந்தவனுக்கு மச்சான் சிவாவிடமிருந்து தொலைபேசி வந்தது. தங்களுக்கு இப்போ வேலைகள் கூட என்றும், குணசீலி விடயத்தைத் தான் கேள்விப்பட்டதாகவும், அது சம்மந்தமாக முயற்சி செய்வதாகவும் அவசர அவசரமாகக் கூறிச் சென்றானவன். ஆனால், அவனது வார்த்தைகளில் நம்பிக்கை தொனிக்கவில்லை. ரவியுடன் தொடர்புகொள்ளவே முடியாமலிருந்தது. குணசீலியைக் கலாக்காவிடம் மீட்டுக்கொடுக்க முடியுமானால் அதுவே தன் வாழ்நாளிற் செய்த தலைசிறந்த நற்செயலாக இருக்கமுடியுமென எண்ணிக்கொண்டவாறே சோபாவில் மல்லாந்து படுத்திருந்தான். ஒரு கிழமையாகக் குணா படும் பாட்டைப் பார்த்து மனங்கலங்கியவாறே அவனது தலைமாட்டில் வந்தமர்ந்த ஆதிரா "இனி என்னப்பா செய்யிறது வள்ளுவபிரபு அண்ணே மச்சான்காரனை எடுத்த மாதிரிக் காசு கட்டியாவது எடுப்பம், மூர்த்தி அண்ணையோட ஒருக்கால் கதைச்சுப் பாருங்கோவன்" என்றாள் மெல்லிய குரலில்.

"என்ன விசர்க்கதை கதைக்கிற நீ, அவ்வளவு காசுக்கு நானெங்க போறது?" இயலாமையில் எரிந்து விழுந்தான்.

"என்னப்பா சொல்லுறியள், கையில காசு இல்லாட்டியும் சீட்டொண்டு கிடக்குத்தானே, எப்பிடியாவது இந்த மாதச் சீட்டை எடுத்து அந்தப் பிள்ளைய வெளியில எடுக்கிற அலுவலைப் பாருங்கப்பா" என்றவளைச் சட்டெனத் தலை தூக்கி விழிகள் விரியப் பார்த்தான். இதயத்தில் எழுந்த ஏதோவொரு இனம்புரியாத உணர்வு அவனது கண்களிலிருந்து கண்ணீராய் வெளியேறிது.

"வேற வழி இல்லையப்பா, காசை எப்ப வேணுமெண்டாலும் சம்பாதிக்கலாம். இது உயிரல்லே!" அவனது கண்ணீரைத் துடைத்தவாறே கூறினாள். அக் கணத்தில் அவனது கண்களில் அவள் வெறும் ஆதிராவாய் அல்ல, ஆதி பராசக்தியாகவே தெரிந்தாள்.

உடனேயே மூர்த்தியுடன் தொடர்புகொண்டு முழு விடயத்தையும் கூறினான். பத்து வருடங்களுக்குப் பிறகு எத்தனையோ கஸ்ரங்களுக்கு மத்தியில் தவமிருந்து பெற்று வளர்த்த ஒற்றைப் பிள்ளையை மீட்டுத் தரும்படியாகக் கெஞ்சிக் கேட்டான்.

"குணா இப்ப அங்கத்தைய நிலைமைகள் தெரியுந்தானே, இண்டைக்கு மன்னாரில முக்கிய இடமான வெள்ளாங்குளத்தையும் ஆமி பிடிச்சிற்றுதாம். இந்த நிலைமையில அங்க என்ன சொல்லுவினமோ தெரியாது. எதுக்கும் நான் கதைச்சுப் பாக்கிறன், நீர் ஒண்டுக்கும் யோசிக்காதையும்" என்றார் மூர்த்தி.

"இல்லை அண்ணே, அக்காக்கு வேற பிள்ளைகள் இருந்தால் நான் இப்பிடிக் கேட்க மாட்டன். தவமிருந்து பெத்த ஒத்தப் பிள்ளை அதுதான், பாத்துக் கீத்து வள்ளுவபிரபுவின்ர மச்சானை எடுத்துவிட்டமாதிரி இதையும் செய்தீங்கள் எண்டால் பெரிய உதவியாயிருக்கும்" எனக் குணாவின் குரல் கெஞ்சியது.

"ஓம் குணா எனக்கு விளங்குது, நான் உள்ளுக்க கதைச்சுப் போட்டுச் சொல்லுறன்" என்றவர் பெயர், ஊர் போன்ற விபரங்களைக் கேட்டு வாங்கிக்கொண்டார். மூர்த்தியுடன் கதைத்துவிட்டுத் தொலைக்காட்சியை இயக்கியபோது, வன்னியில் செயற்படும் ஐ.நா உள்ளிட்ட அனைத்துச் சர்வதேசத் தொண்டு நிறுவனங்களையும் வன்னியை விட்டு வெளியேறுவதற்குப் பாதுகாப்புச் செயலாளர் கோத்தபாய

போக்காளி | 473

காலக்கெடு விதித்திருப்பதாகக் கூறிய தலைப்புச் செய்தியால் அவனுக்குள் மேலும் நடுக்கம் பரவியது.

குணசீலியைப் பிடித்துக்கொண்டுபோய் இரண்டு கிழமைகளின் பின் மீண்டுமொரு அதிகாலையில் அலறிய தொலைபேசியை எழுந்தோடிப்போய் எடுத்த குணா, காலையிலேயே கலாக்காவின் கதறலைக் கேட்டு சில நிமிடங்கள் பிரமை பிடித்தவன் போல் அப்படியே நின்றான். அவளின் கதறலால் அவனுடைய மூளை கட்டுப்பாட்டை இழந்திருந்தது. அவன் சுயத்துக்கு வரச் சில மணித்துளிகள் எடுத்தன.

"அழாதை அக்கா... அழாத..." அவனும் விம்மினான்.

"ஐயோ! தம்பி கொஞ்சம் இருட்டினாலே முற்றத்துக்கு இறங்கவே பயப்பிடுற என்ர குஞ்சைப் பிடிச்சுக்கொண்டு போயிற்றாங்களே! ஐயோ நான் என்னடா செய்ய!" அவள் தலையில் அடித்துக்கொள்ளும் சத்தம் கேட்டது.

"இப்ப பிள்ளைய எங்க வைச்சிருக்கிறாங்கள் எண்டு தெரியுமே?"

"ஐயோ தம்பி, நானும் அத்தானும் காம்பு காம்பா அலைஞ்சு களைச்சுப் போனமடா, விசுவமடுக் காம்ப் வாசல்ல தண்ணி வெண்ணி இல்லாமல் மூண்டு நாளாத் தவங்கிடந்தும் பார்த்திற்றண்டா, ஐயோ என்ர பிள்ளையைக் கண்ணில கூடக் காட்ட மாட்டாங்களாமே என்ர ஐயோ! நான் என்ன செய்யக் கடவுளே!" மீண்டும் கதறினாள்.

"அழாத அக்கா அழாத, அழாமற் சொல்லுறதக் கேள், என்ர மச்சான் சிவாவோடையும் கதைச்சிருக்கிறன், காசைக் குடுத்தாவது பிள்ளையை வெளிய எடுக்கிறதுக்கு இங்கயிருந்தும் அலுவல்கள் பார்த்துக்கொண்டுதான் இருக்கிறன். நீ ஒண்டுக்கும் யோசிக்காமல் தைரியமா இரு" என அவளை ஆறுதற்படுத்திவிட்டு மீண்டும் மூர்த்தியுடன் தொடர்புகொண்டான்.

"ஓம் குணா, நானும் ட்ரை பண்ணிக்கொண்டுதான் இருக்கிறன். முந்தியெண்டால் ஈசியா எடுத்திருக்கலாம் இப்ப நிலைமை மாறிப்போச்சல்லே, ஆக்களோட தொடர்பெடுக்கிறதே கஸ்ரமா இருக்குது. தொடர்ந்தும் ட்ரை பண்ணிக்கொண்டுதான் இருக்கிறன் நீர் யோசிக்காதையும்" என மூர்த்தியர் நழுவியது

குணாவிற்கு ஏமாற்றத்தையே கொடுத்தது. ஆனாலும், அவன் நம்பிக்கையை இழக்கவில்லை.

அதற்கடுத்த வாரங்களில் மன்னாரில் போர் உக்கிரமடைய ஆரம்பித்திருந்தது. வவுனியாவில் இருந்த இலங்கை இராணுவத்தின் சிறப்புப்படைத் தலைமையகம் மீது கரும்புலிகளும், வான்புலிகளும் இணைந்து அதிரடித் தாக்குதலை நடாத்திப் படையினருக்குப் பெரும் இழப்புகளை ஏற்படுத்தியுள்ளதாகவும், அங்கிருந்த கண்காணிப்புக் கருவிகள் அழிக்கப்பட்டதாகவும், அதிற் கடமையாற்றிய இரு இந்தியர்கள் காயமுற்றதாகவும், பத்துக் கரும்புலிகள் வீரமரணமென்றும் செய்திகள் வந்துகொண்டிருந்தன. மீண்டும் புலிகளின் கை ஓங்கப்போகிறது என்ற எதிர்பார்ப்புடன் இங்கே குணாவும், நண்பர்களும் உசாரானார்கள். அவர்களின் எதிர்பார்ப்பும் பொய்க்கவில்லை. சில நாட்களிலேயே புலிகளின் அடுத்த தற்கொலைக் குண்டுத் தாக்குதலும் அனுராதபுரத்தில் நிகழ்ந்தது. அத்தாக்குதலில் ஐக்கிய தேசியக் கட்சியின் வடமத்திய மாகாண சபையின் எதிர்க்கட்சித் தலைவரும், இராணுவத்தில் முதன்மைத் தளபதியாகவும் இருந்தவருமான மேஜர் ஜெனரல் ஜானக பெரேராவும், அவரது மனைவியும் உட்பட இருபத்தொன்பது பேர் கொல்லப்பட்டனர் என்ற செய்தியைப் பார்த்துக்கொண்டிருந்தபோதே அலைபேசியில் வந்த வேந்தன், “பாத்தியே மச்சி அடியை, இனி இவங்களுக்கு இப்பிடித்தான் குடுக்கவேணும்” என்றான்.

இந்தியாவின் தமிழ்நாட்டிலும் ஈழத் தமிழர்களுக்கு ஆதரவான அறவழிப் போராட்டங்கள் வெடிக்கத் தொடங்கியிருந்தன. தமிழ்நாட்டு மாணவர் அமைப்புக்களின் பகிஸ்கரிப்புப் போராட்டங்களையும், வழக்கறிஞர்களின் வேலை நிறுத்தப் போராட்டங்களையும் தொடர்ந்து, தமிழ்த் திரைத்துறைக் கலைஞர்களும் போரை நிறுத்தக் கோரியும், ஈழத் தமிழருக்கு ஆதரவாகவும், இலங்கை அரசைக் கண்டித்தும் ராமேஸ்வரத்தில் மாபெரும் பேரணியையும் பொதுக்கூட்டத்தையும் நடாத்தினார்கள். அதனைத் தொடர்ந்து தமிழ்நாட்டு வணிகர் சங்கங்கள் கடையடைப்புப் போராட்டத்தில் ஈடுபட்டனர். ஐயாயிரத்துக்கும் அதிகமான வர்த்தக அமைப்புகளைச் சேர்ந்த பல இலட்சக்கணக்கான வணிகர்கள் இந்த போராட்டத்தில்

கலந்து கொண்டு ஈழத்தமிழர்களுக்கான தமது ஆதரவை வெளிப்படுத்தினர். தமிழ்நாட்டு அரசியல் தலைவர்களின் வீரமுழக்கங்கள் விண்ணைப் பிளந்துகொண்டிருந்தன. எல்லாவற்றுக்கும் மேலாக அனைத்துக் கட்சிக் கூட்டத்தைக் கூட்டிய கலைஞர் கருணாநிதி இலங்கை அரசு போர் நிறுத்தம் செய்ய முன்வராவிட்டால் 'நாடாளுமன்ற உறுப்பினர்கள் ராஜினாமா செய்வோம்' என்று தீர்மானம் நிறைவேற்றி மத்திய அரசுக்கு அனுப்பி வைத்தார். அதனைத் தொடர்ந்து தி.மு.க கட்சியினர் மாபெரும் மனிதச் சங்கிலிப் போராட்டத்தினையும் நடாத்தினார்கள். எங்கே என்னினத்தை எதிரிகள் நசுக்கிவிடுவார்களோ என்ற ஏக்கத்திலிருந்த குணாவின் மனதிற்கு இத்தகைய செயற்பாடுகளும், தமிழ்நாட்டு மக்களின் இந்த உணர்வலைகளும் சற்று மனத் தென்பையும், ஆறுதலையும் அளித்தது.

குணா சீட்டையும் எடுத்துக் காசை வைத்துக்கொண்டு காத்திருந்தான். ஆனால், நான்கு மாதங்கள் கடந்த நிலையில் குணசீலியை எடுக்கும் முயற்சியில் எந்த முன்னேற்றமும் ஏற்படவில்லை. இடைக்கிடையே கலாக்கா தான் தொலைபேசியில் வந்து கதறி அழுதுவிட்டுப் போனாள். தானே ஆறுதலடைய முடியாத நிலையில் அவளுக்கு ஆறுதல் சொல்வதே குணாவுக்குப் பெரும் பாடாகவிருந்தது.

நாட்டு நிலவரங்களை நினைத்து ஆதிராவும் பீதியடைந்திருந்தாள். படுத்த படுக்கையாயிருக்கும் தந்தையையும், போராட்டக் களத்தில் நிற்கும் தமையனையும் நினைத்து அவளும் ஒவ்வொரு நாளும் ஏங்கியபடியே இருந்தாள். இடைக்கிடையே தாய் வந்து தொலைபேசுவதன் மூலமாக அவர்களின் நலன்களை அறியக்கூடியதாக இருந்தது. செலவுக்குப் பணத்தை அனுப்பி வைப்பதைத் தவிர இங்கிருந்துகொண்டு வேறு என்ன தான் செய்யமுடியும் இவர்களால்.

மாவீரர் தினமும் வந்தது. வழமைபோல் இம்முறையும் மாவீரர் தின வேலைகளில் குணாவினால் மும்முரமாக ஈடுபட முடியவில்லை. மனம் மிகவும் சோர்வடைந்திருந்தது. குணசீலியின் பிரச்சனையோடு புலிகளுடனான அவனது ஈடுபாட்டில் ஒரு தொய்வு ஏற்பட்டிருந்தது. இம் முறை

மாவீரர் தின உரையில் வழமைபோல் பல விடயங்களையும் தொட்டுப்பேசிய தலைவர் இறுதியில், 'தேச விடுதலைப் பணியைத் தீவிரமாக முன்னெடுத்து வருகின்ற புலம்பெயர்ந்து வாழும் எமது இளைய சமுதாயத்தினருக்கும் எனது அன்பையும், பாராட்டுதல்களையும் தெரிவித்துக்கொள்கிறேன்' எனக் கூறியிருந்ததானது புலம்பெயர் சமூகத்தின் அடுத்த தலைமுறையினரை மிகவும் உற்சாகப்படுத்தியிருந்தது.

இரவு முழுவதும் குணாவைத் துரத்திக்கொண்டேயிருந்த கெட்ட கனவுகள் அதிகாலை வரை நீண்டது. துடித்தெழுந்து கட்டிலில் உட்கார்ந்தவனுக்கு இன்று ஞாயிற்றுக்கிழமை என்பது நினைவுக்கு வரவே மீண்டும் இழுத்திப் போர்த்திக்கொண்டு படுத்தான். அமைதியான ஞாயிறு காலையில் கடிகார முள்ளின் டிக் டிக் சத்தம் கூட அவனைப் பயமுறுத்தியது. கண் விழித்து விட்டபோதும் லீவுநாளும் அதுவுமாய்க் கட்டிலிலிருந்து எழும்ப மனமின்றி சோம்பல் முறித்தபடியே படுத்திருந்தான். வழமைபோலன்றிக் காலையிலேயே மனம் ஏதோ சஞ்சலப்பட்டபடியே இருந்தது. இரவு முழுவதும் கண்ட பயங்கரமான கனவுகளை ஞாபகப்படுத்த முயற்சித்துக் கொண்டிருந்தான். எங்கோ ஒரு தீவில் தனித்து விடப்பட்டது போன்றும், அவனைச் சுற்றி நெருப்பு எரிந்துகொண்டிருப்பது போன்றும், இரவு முழுவதும் அவனைப் பயமுறுத்திப் பல தடவைகள் அவனைக் கண்விழிக்க வைத்த அந்தப் பயங்கரக்கனவு இப்போது நினைவிலும் வந்து அவனைப் பயமுறுத்தியது.

அப்போதுதான் தூக்கம் கலைந்தெழுந்த ஆதிரா அவசரமாக ஓடிப்போய் சிறுநீர் கழித்துவிட்டு மீண்டும் படுக்கையறைக்கு வந்தபோது நிசப்தத்தை விரட்டியபடி ஒலித்த தொலைபேசிச் சத்தம் கேட்டு ஹோலுக்குள் ஓடினாள். இந்த விடியவே யாராக இருக்குமெென எண்ணியவாறே படுக்கையிலேயே இருந்தான் குணா. சில நிமிடங்கள் ஏதோ கதைத்துக் கேட்டது. அதன்பிறகு ஒரு சத்தத்தையும் காணவில்லை. யோசித்தபடியே கிடந்த குணா சற்று நேரத்தில் எழுந்து ஹோலுக்குள் வந்தான். அங்கே தொலைபேசிக்கு அருகிலேயே இருண்டுபோன முகத்துடன் தலையில் கைவைத்தபடி குந்தியிருந்தாள் ஆதிரா.

"என்ன ஆதிம்மா! ஏன் ஒரு மாதிரியா இருக்கிற? யார் போன் எடுத்தது?" கேள்விகளால் அவளை உலுப்பினான்.

"ஐயோ! அப்பா குணசீலி வீரச்சாவாம்" குரலெடுத்துக் குமுறிய அவளது ஓலம் குணாவின் காதில் ஈயத்தைக் காய்ச்சி ஊற்றியது போலிருந்தது. திக்பிரமை பிடித்தவன் போல் அவளை அழுத்தமான ஒரு பார்வை பார்த்தபடி அப்படியே சுவரிற் சாய்ந்துகொண்டான். அத் துயரச் செய்தியை அவனால் ஏற்றுக்கொள்ளவே முடியவில்லை. அவனிடமிருந்து வார்த்தைகளே வரவில்லை. ஓசை இன்றி மனம் கதற விழிநீர் கன்னத்தில் வழிந்தோடிக்கொண்டிருந்தது. இந்த நிலையில் அவனைப் பார்த்த ஆதிராவின் உடல் நடுங்கியது. அவனருகில் போகவே அவளுக்குப் பயமாக இருந்தது. அவனுக்கு ஆறுதல் சொல்ல வார்த்தைகளுக்கு அவள் எங்கே போவாள். வார்த்தைகள் இன்றியே அவனைப் பரிவோடு அணைத்துக்கொண்டாள். அவனது கண்கள் வெற்றிடத்தை நோக்கி இருக்க முகம் பாறையாய் இறுகி இருந்தது. கடுங் கோபங்கொண்டவனின் கண்கள் செக்கச் சிவந்திருந்தன. ஒரு நிமிடம் அவளையே பார்த்தவன் பின் மூச்சை இழுத்துவிட்டபடியே கேட்டான், "யாரு போன் எடுத்துச் சொன்னது?"

"அம்மா தான் சொன்னவா, நேற்று நடந்ததாம். இண்டைக்கு வீட்டுக்குக் கொண்டுவந்து பொடியைக் குடுத்துப்போட்டு வீரச்சாவெண்டு சொல்லிப் புலிக்கொடியைப் போர்த்திப்போட்டுப் போயிற்றாங்களாம்" அவள் கூறியதைக் கேட்ட குணாவின் மனம் முழுக்க வெறுப்பும், ஆத்திரமுமே பரவியது. பிடித்துக் கொண்டுபோய் ஆறு மாதங்கூட ஆகவில்லை. அதற்குள் வீரச்சாவா! அப்போ பயிற்சி? நினைக்க நினைக்க நெஞ்சு பொறுக்கவில்லை. உடலெல்லாம் நடுங்கி நெஞ்சு பதறியது. குரலெடுத்துக் கதறி அழவேண்டும் போலிருந்தது. ஆனால், அவன் அழவில்லை. ஒழுங்கான பயிற்சி இல்லாமல் ஆறு மாதத்துக்குள் ஒரு சிறுமியைக் களத்தில் நிறுத்திய புலிகளின் பலத்தின் மீது அவனுக்குப் பெரும் சந்தேகம் எழுந்தது. ஒவ்வொரு விசயமாய் யோசிக்க யோசிக்கத் தலையே வெடித்துவிடும் போலிருந்தது. கண்கள் பாதி மூடியிருந்த நிலையில் அவனது உதடுகள் சன்னமாக அசைந்துகொண்டிருந்தன.

கலா அக்காவின் மன நிலையை அவனால் நினைத்துக்கூட பார்க்க முடியவில்லை. இந்த நேரத்தில் அவர்களுக்கு ஆறுதல் செல்லித் தானும் ஆறுதல் அடைய அவர்களின் அருகில் இருக்க முடியவில்லையே என்று எண்ணியபோது, இந்த அந்நிய வாழ்வின் மீதிருந்த வெறுப்பு இன்னும் அதிகமானது. அம்மாவின் மடியில் படுத்து ஆறுதலடையவே மனசு ஏங்கியது. அவனது மனமறிந்த ஆதிரா தாயுமாகி அந்த ஏக்கத்தைத் தீர்த்தாள். எரிந்துகொண்டிருந்த தீயில் ஈரத்துணியைப் போட்டது போன்று அவளுடைய அன்பும், அரவணைப்பும், ஆறுதலான வார்த்தைகளும் அவனது மனதைச் சற்று அமைதியில் ஆழ்த்தியது.

சற்று நேரத்தில் அம்மா, அக்காவிடமிருந்தும் தொலைபேசி வந்தது. “ஐயோ அந்தப் பச்ச மண்ணைக் கொண்டுபோய்ப் பலிகொடுத்துப் போட்டாங்களே! கடைசியா அந்தப் பிள்ளையின்ர முகத்தைக் கூடப் பார்க்க முடியாமல் போச்சே!” என ஒப்பாரி வைத்தா அம்மா.

“ஐயோ தம்பி, கலாக்கா இதை எப்படித்தான் தாங்கப் போறாளோ! நினைக்கவே நெஞ்சு பதறுதடா, என்ர ஐயோ! மன்னாரைப் பிடிச்ச கையோட ஆமிக்காறங்கள் வன்னியையும் பிடிக்கப் போறாங்கள் போலதான் கிடக்குது. சரியான சண்டைகள் நடந்துகொண்டிருக்குதாமடா, ஐயோ! அங்க சனங்களெல்லாம் என்ன பாடு படப்போகுதுகளோ! என்ர ஆண்டவனே!” அக்காவும் ஓலமிட்டாள்.

எல்லாத் துன்ப துயரங்களையும் மிண்டி விழுங்கியபடி காலம் கடந்துகொண்டிருந்தது. இன்னமும் கலா அக்காவோடு கதைக்கும் சந்தர்ப்பம் குணாவுக்குக் கிட்டவில்லை. அதற்கான மனத்தைரியமும் அவனிடம் இருக்கவில்லை. இந்த நிலையில் பரந்தன், கிளிநொச்சிப் பகுதிகளிலிருந்தும் மக்கள் இடம்பெயர்ந்துகொண்டிருப்பதாகவும் அப் பகுதிகளில் கடும் சண்டைகள் நடைபெற்று வருவதாகவும் அச்சமூட்டும் செய்திகளும் வந்துகொண்டிருந்தன. திடீரென ஒருநாள் தொலைபேசியில் வந்த ஆதிராவின் அம்மா, ‘தாங்கள் இடம்பெயர்ந்து சென்று விசுவமடுவில் நிற்பதாகக் கூறிவிட்டு அவசரமாகவே தொடர்பைத் துண்டித்துக்கொண்டார்.

ஏக்கம் தங்கிப் படிந்த முகத்துடன் செய்வதறியாது தவித்து நின்றாள் ஆதிரா. சந்தோஷ உணர்ச்சிகளை அவளது முகம் தொலைத்திருந்தது. அவளது ஏக்கங்களுக்கு அன்பெனும் மருந்து தடவி ஆறுதற்படுத்தி அவளைச் சோர்வடையவிடாது பார்த்துக்கொண்டான் குணா. உற்ற உறவுகளற்ற அந்நிய தேசத்தில் துன்பத்தில் துவழ்ந்து விழுகின்ற வேளைகளிலெல்லாம் அன்பைப் பொழியவும், ஆறுதல் கூறித் தாங்கிப்பிடிக்கவும் அவனுக்கு அவளையும், அவளுக்கு அவனையும் விட்டால் அவர்களுக்கு வேறு யார்தான் இங்குண்டு.

◎

2009

சென்ற வருடத்தின் இரண்டாம் நாளில் யுத்த நிறுத்தத்தில் இருந்து விலகுவதாக அறிவித்திருந்த இலங்கை அரசு இந்த வருடத்தின் இரண்டாம் நாளில் புலிகளின் அரசியற் தலைநகரமான கிளிநொச்சியைக் கைப்பற்றிவிட்டதாக அறிவித்ததோடு, புலிகள் ஆயுதங்களைக் கைவிட்டுவிட்டுச் சரணடைய வேண்டுமெனவும் கேட்டுக்கொண்டது.

உடனடியாகச் சர்வதேசங்கள் தலையிட்டு இலங்கையிற் போரை நிறுத்த வேண்டும் எனக்கோரி நோர்வேயில் இரண்டாவது தடவையாகவும் பொங்குதமிழ் நிகழ்வு ஆரம்பமாகியது. டென்மார்க், சுவீடன் ஆகிய நாடுகளிலிருந்தும் பெரும் எழுச்சியுடன் பெருமளவான தமிழர்கள் வந்து கலந்து கொண்டு இலங்கை அரசின் போர்வெறிக்கு எதிரான கோஷங்களை எழுப்பினார்கள். எல்லோரும் கைகளிற் புலிக் கொடியும், தலைவர் படமுமாய் உணர்ச்சிபூர்வமாகக் காணப்பட்டனர்.

“எடுத்து அடிடா முப்பாட்டன் பறையை, ஈழக் கிழக்கு இப்போதே விடிய” எனப் பறை இசையுடன் ஒலித்துக்கொண்டிருந்த பாடல் எல்லோரது நாடி நரம்புகளையும் முறுக்கேற்றியது.

“வீ வோன்ட் ரமிழீழம். ஒவர் லீடர் பிரபாகரன், வீ வோன்ட் ரமிழீழம். ஒவர் லீடர் பிரபாகரன்.”

“இந்தப் படை போதுமா? இன்னும் கொஞ்சம் வேணுமா? இந்தப் படை போதுமா? இன்னும் கொஞ்சம் வேணுமா?”

“பனை மரத்தில வவ்வாலா! புலிகளுக்கே சவாலா! பனை மரத்தில வவ்வாலா! புலிகளுக்கே சவாலா!” போன்ற கோஷங்களாலும், பறைமுழக்கங்களாலும் ஒஸ்லோ நகரமே அதிர்ந்துகொண்டிருந்தது.

பரந்தன், கிளிநொச்சி கைவிட்டுப் போனபின் புலிகளின் தலைமையானது சர்வதேசப் பொறுப்பை மீண்டும் கே.பி.யிடம் ஒப்படைத்திருப்பதாகவும், வெளிநாட்டுப் பிரிவுகளை கே.பி.

யின் தலைமையின் கீழ் இயங்கும்படி உத்தரவிட்டிருப்பதாகவும் இங்கு எல்லோரும் பேசிக்கொண்டார்கள். எப்போது எங்கு என்ன நடக்குமோ என்ற பதட்டமான சூழ்நிலையில் இங்கு எல்லோருமே இறுக்கமான முகங்களுடனேயே காணப்பட்டார்கள். கிளிநொச்சி விழும் என்று எவருமே எதிர்பார்த்திருக்கவில்லை. எத்தனையோ ஆயிரம் போராளிகளின் உயிர்த் தியாகங்களால் கைப்பற்றிய பிரதேசங்களை எல்லாம் மீண்டும் எதிரிகளிடம் இழந்துகொண்டிருப்பதை எவராலும் ஜீரணிக்க முடியவில்லை. ஆனாலும், குணாவின் நண்பர்கள் தலைவர் உள்ளவிட்டு அடிப்பார் என்ற தளராத நம்பிக்கையில் இருக்க, எதிர்பார்த்தது போலல்லாமல் எல்லாமே தலைகீழாக மாறிக்கொண்டிருப்பதாக உணர்ந்த குணாவுக்குப் புலிகள் மீதிருந்த நம்பிக்கை கொஞ்சம் கொஞ்சமாகச் சிதைந்துக்கொண்டிருந்தது.

குணா மருமகளை இழந்த துயரச் செய்தியறிந்த விஸ்வாவும், ஜெனிற்றாவும் துக்கம் விசாரித்துக் குணாவின் வீட்டுக்கு வந்தார்கள். இன்று குணாவுடன் அரசியல் விவாதம் செய்வதில்லை என்ற எண்ணத்துடனேயே விஸ்வா வீட்டுக்குள் வந்தான். ஆனால், குணாவோ அதற்கு ஒத்துழைக்கவில்லை. விஸ்வாவின் வாயைக் கிளறி ஏதாவது அறியலாமென்ற எண்ணத்துடன், “என்ன அண்ணே, இப்பிடியே உள்ள விட்டு அடிக்கிறம், பொக்ஸ் அடிக்கிறம் எண்டு சொல்லிக்கொண்டு புலிகள் பின்வாங்கிக்கொண்டே போகினமே கடைசியா என்னதான் நடக்கப்போகுது?” ஏக்கமும், எதிர்பார்ப்புமாய்க் கேட்டான்.

“என்ன நடக்கப்போகுதெண்டு கேட்டால் சொல்லத் தெரியயில்ல. ஆனால், என்ன நடந்தால் நல்லதெண்டு கேட்டால் நான் சொல்லுவன், புலிகளுக்கு தங்களிட்டப் பலம் இல்லையெண்டு தெரிஞ்சால் பொது மக்களின்ர நலன்களுக்காகவும், போராளிகளின் பாதுகாப்புக்காகவும் சர்வதேசங்களின் முன்னிலையில் புலித் தலைமைகள் சரணடையிறதுதான் நல்லது. தம்பலம் அறியாமல் அம்பலம் ஏறக்கூடாது” என்றான்.

“என்ன அண்ண விசர்க்கதை கதைக்கிறியள்! இது நடக்கிற காரியமே?” கடுப்புடன் கேட்டான்.

"நடந்தால் தான் நல்லது. இல்லாட்டிப் பேரழிவு புலிகளுக்கு மட்டுமில்ல, மக்களுக்குந்தான். எந்த மக்களுக்காகப் புலிகள் போராடினார்களோ அந்த மக்களின் அழிவுக்குப் புலிகளே காரணமாக அமையக்கூடாது" என்றான்.

"சா...ச்சா... அப்பிடியெல்லாம் நடவாதண்ணே, சமாதான காலத்தில பொது மக்களுக்கெல்லாம் பயிற்சி குடுத்தவையல்லே, வன்னிக்க இப்ப மூண்டு லெச்சம் சனம் இருக்காம். அதில ஒரு ஐம்பதாயிரம் சனத்தின்ர கையில ஆயுதத்தைக் குடுத்தாலே காணுமே ஆமியை விரட்டியடிக்க, புலிகளிட்ட என்ன ஆயுதமே இல்ல?" கேட்டான் குணா.

"ஓ... புலிகளிட்ட ஆயுதங்கள் இருக்குத்தான். அதுக்காக நீர் நினைக்கிற மாதிரிச் சனங்களின்ர கையில எல்லாம் புலிகள் ஆயுதங்களைக் குடுக்க மாட்டாங்கள். ஏன் நீர் பார்க்கயில்லையே பயிற்சியிலகூட பொல்லுக் கட்டைகளைத் தானே குடுத்தவங்கள். எங்கட போராட்டம் அப்பிடியானதொரு மக்கள் போராட்டமாக வளரயில்லக் குணா. இந்தப் பாஸ் நடைமுறை ஒண்டுமில்லாமல் புலிகள் வன்னியைத் திறந்து விட்டிருந்தால் இண்டைக்குப் புலிகள் மட்டுந்தான் வன்னிக்க இருந்திருப்பார்கள் தெரியுமே?" என்றான் விஸ்வா.

"அப்பிடியெண்டால் இனி என்னதான் நடக்கப்போகுது? இந்தியன் ஆமியின்ர காலத்தில ஆயுதங்களைத் தாட்டுப்போட்டுக் காட்டுக்குள்ள ஓடின மாதிரித்தான் நடக்கப்போகுதே?" ஏக்கத்துடன் கேட்டான்.

"ச்செ... அதுவும் நடவாது. அந்தக் காலத்தில போராளிகள் எல்லாம் துறவிகள் மாதிரித் தனித்தனி ஆட்களா இருந்தாங்கள். ஆனால், இப்ப நிலைமை அப்பிடியில்லையே மனிசி பிள்ளைகள், பந்தபாசம், சொத்துப்பத்துக்கள் எண்டு நிறைய இருக்குது. அது மட்டுமில்ல வன்னிக்குள்ள நிழல் அரசாங்கத்தை நடத்தின புலிகளுக்கு இப்ப அதிகார ருசியும் நல்லாப் பிடிபட்டுப்போச்சு அந்த அதிகாரங்களை இழந்து இனி அவையாள காட்டுக்கை எல்லாம் ஓட முடியாது. ஆனபடியால அதுவும் சாத்தியமில்லை" என்றான் விஸ்வா.

போக்காளி | 483

“அப்ப என்னதான் செய்யிறது அவங்களும், இப்பிடியே பின்வாங்கிக் கொண்டுபோய் கடலுக்க விழுந்து சாகிறதே?” என்றவனின் ஏக்கம் கொதிப்பாக மாறியது.

“இல்லையே, அதுக்குத்தானே சரணடையிறது நல்லதெண்டு சொல்லுறன்.”

“சைக்... அது நடவாத காரியம்.” அழுத்தம் திருத்தமாக சொன்னான்.

“அப்பிடியெண்டால் அரசாங்கமே சண்டையை நிறுத்தினால்தான் உண்டு. ஆனால், சர்வதேசங்களின்ர மௌனத்தைப் பார்த்தால் அதுவும் நடவாத காரியம் போலதான் தெரியுது” எனத் தலையை ஆட்டினான்.

“இல்லையண்ண, மேயில இந்தியாவில ஆட்சி மாறப்போகுதாம். காங்கிரஸ் விழுந்து, பி.ஜே.பி தான் ஆட்சியைப் பிடிக்கப்போகுதாம். அதுவரையும் இழுத்தடிச்சால் பிறகு நிலைமை மாறிடுமாம் எண்டும் கதைகிறாங்கள்” என்றவன் நகத்தைக் கடித்தான்.

“அப்பிடி எண்டால் நிலைமை இன்னும் மோசமாய்த்தான் இருக்கப்போகுது. இந்திய எலெக்சனுக்கு முன்னமே சண்டையை முடிச்சுப்போட வேணுமெண்டு ராணுவமும் மூர்க்கமாத்தான் நிக்கும்.”

“என்னண்ண இது! வாழ்வா? சாவா? எண்ட கட்டமா எல்லே இருக்குது.”

“ம், காங்கிரஸ் வெல்லுமா பி.ஜே.பி வெல்லுமா எண்டு பூவா, தலையா போட்டுப் பார்க்கிற நேரமில்ல இது. அதைவிடவும் எந்தக் கட்சி ஆட்சிக்கு வந்தாலும் இந்தியாவின் வெளியுறவுக் கொள்கையில றோ எடுக்கிற முடிவு தான் முடிவாயிருக்கும். இதை விளங்கிக்கொண்டு புலிகள் முடிவெடுக்கிறது தான் நல்லது.”

“ச்சே... முப்பது வருசமா முப்படையும் கட்டிப் போராடின இயக்கம் மொக்குத்தனமா அழிஞ்சு போகுமெண்டு நான் நினைக்கயில்ல. புலிகளிட்ட ஏதோவொரு திட்டமிருக்குது”

எனத் தலையை ஆட்டியவாறு இரு கை விரல்களையும் கோர்த்துப் பிரித்துக் கொண்டே குணா சொன்ன விதம் விஸ்வாவை இன்னொரு விசயத்தையும் சொல்ல வைத்தது.

“உமக்குத் தெரியுமே, சரணடைவு தொடர்பாக நோர்வேத் தரப்பு கே.பி.யோட மலேசியாவில ரகசியப் பேச்சு நடத்திக்கொண்டிருக்காம். இது நல்ல சந்தர்ப்பம். ஏனெண்டால், சிறிய நிலப்பரப்புக்குள்ள அட்டைப் பெட்டி வடிவில புலிகளைச் சுற்றி வளைச்சுப் போட்டாங்கள். அமெரிக்கா குடுத்த ஆளில்லாத உளவு விமானம் துல்லியமா எல்லாத்தையும் படம் பிடிச்சு அனுப்பிக்கொண்டு நிக்குதாம். போதாததுக்குக் கடல்ல இறங்கித் தப்பக்கூட முடியாத அளவுக்கு இந்தியாவும் அதி நவீன ராடர் கருவிகள் மூலமாப் புலிகளின் நடமாட்டத்தைக் கண்காணிச்சு முழுத் தகவல்களையும் இலங்கைக்குக் கொடுத்துக்கொண்டிருக்குதாம். இந்த நிலையில இதை விட்டால் புலிகளுக்கு இனி வாய்ப்பே வரப்போறதில்ல, புலிகள் சரணடைய ஒப்புக் கொண்டால் நோர்வேயும், மற்றைய நாடுகளும் சண்டையை நிறுத்தச்சொல்லி அரச தரப்பை வலியுறுத்தும். அதோட சர்வதேசம் எண்ட மூன்றாம் தரப்பின் முன்நிலையிலோ அல்லது ஐ.நா.வின் முன்னிலையிலோ சரணடையிறது தான் புலிகளுக்குப் பாதுகாப்பானது. இந்த வாய்ப்பைப் புலிகள் தட்டிக்கழிச்சினமோ, கொஞ்சக் காலத்திலையே சண்டை மட்டுமில்ல, புலிகளின்ர கதையும் முடிஞ்சுபோயிரும்” என விஸ்வா கூறியதுதான் தாமதம் குணாவின் முகம் சட்டென மாறிப்போனது. புலிகளின் கதை முடிஞ்சுபோயிரும் என்ற வார்த்தையை அவனது மனம் ஏற்கத் தயாராக இல்லை.

“ஏன்! இந்தச் சர்வதேசங்களால சரணடைவு இல்லாமல் சண்டையை நிறுத்த முடியாதே?” எனக் கோபாவேசமாக கேட்டவனின் முகம் சட்டென்று இறுகிப்போனது.

ஆதிராவுடன் கதைத்துக்கொண்டிருந்தவாறே அதனைக் கவனித்த ஜெனிற்றா குணாவின் மன ஓட்டத்தினை அறிந்தவளாய், “சரி, சரி என்னத்துக்கு வந்துபோட்டு என்னத்தப் பற்றிக் கதைச்சுக்கொண்டு இருக்கிறியள்?” என விஸ்வாவைப் பார்த்துக் கேட்டுவிட்டு, “அப்ப குணா, உம்மட கலா அக்கா எப்பிடி இருக்கிறா? ஆதிராவின்ர அம்மா, அப்பா இப்ப எங்க

இருக்கினம்" எனக் கேட்டு அரசியற் கதைகளில் இருந்து குடும்பக் கதைகளுக்குள் பேச்சுக்களைத் திசை திருப்பி விட்டாள். விஸ்வா, ஜெனிற்றாவின் வருகையாலும் அவர்களின் அக்கறையான, அன்பான விசாரிப்புகளாலும் நீண்ட நாட்களின் பின் அன்றைய மாலைப்பொழுது ஆதிராவுக்கு மகிழ்வானதாய்க் கழிந்திருந்தாலும், குணாவுக்குக் கலக்கமானதாகவே கழிந்தது.

வன்னியில் இடம்பெயர்ந்த மக்கள், படையினரின் கண்மூடித்தனமான குண்டுத் தாக்குதல்களுக்கு இலக்காகியதோடு உணவு, மருந்து, தங்குமிட வசதிகள் இன்றிப் பெருந்துயரங்களை அனுபவித்துக்கொண்டிருந்தார்கள். வழமைபோல் உணவு விநியோகத்தையும் முடக்கிய போர்வெறி கொண்ட அரசு மக்களைப் பட்டினிச் சாவுகளுக்குள் தள்ளிக்கொண்டிருந்தது. அதே நேரத்தில் தமிழ்நாட்டிலும் அறவழிப் போராட்டங்கள் தொடர்ந்தவண்ணமிருந்தன. இலங்கைத் தமிழர்கள் படுகொலை செய்யப்படுவதை நிறுத்த இந்திய அரசு நடவடிக்கை எடுக்க வேண்டும் எனக்கோரி விடுதலைச் சிறுத்தைகளின் தலைவர் திருமாவளவன் உண்ணாவிரதப் போராட்டத்தை ஆரம்பித்தார். தமிழகத்தைச் சேர்ந்த தமிழ்த் தேசிய உணர்வாளர் முத்துக்குமார் சென்னையில் ஈழத்தமிழர்களைக் காப்பாற்றக் கோரிக் கோஷமிட்டபடி உடலில் மண்ணெண்ணையை ஊற்றித் தீயைப் பற்ற வைத்துத் தனதுயிரை மாய்த்துக்கொண்டார்.

கனடா, அவுஸ்ரேலியா மற்றும் தமிழர் வாழும் அனைத்து ஐரோப்பிய நாடுகளிலும் இலங்கைத் தமிழர் மீதான இன அழிப்பை எதிர்த்துப் பெருந்தொகையான மக்கள் கண்டனப் பேரணிகளையும், மனிதச் சங்கிலிப் போராட்டங்களையும் தொடர்ச்சியாக நடாத்திக்கொண்டிருந்தார்கள்.

"மச்சி... நியூஸ் பார்த்தியே கொழும்பில வான் கரும்புலிகளின் தாக்குதல் நடந்திருக்காம், நான் வேலையில நிக்கிறன் நீ ஒருக்கால் ரி.வி.யைப் போட்டுப்பார்" எனத் தேவகனிடமிருந்து அலைபேசி வந்ததும், தொலைக்காட்சியின் சானலை மாற்றினான் குணா. கொழும்பு வான்பரப்பில் வட்டமிட்டபடி பறந்துகொண்டிருந்த இரண்டு சிறிய விமானங்கள் குத்தென வீழ்ந்து நொருங்கும் காட்சியையும், வீழ்ந்த விமானங்களின் பாகங்களையும், வெளிர் நீல நிற வான்புலிச் சீருடைகளுடன் சிதறிக் கிடந்த

கரும்புலிகளின் உடல்களையும் காட்சிப்படுத்தியபடி செய்தி ஒளிபரப்பாகிக்கொண்டிருந்தது. மனதை அறுத்த அக் கோரக் காட்சிகளால் துவண்டுபோனான் குணா. மீண்டும் மீண்டும் ஒளிபரப்பாகிக்கொண்டிருந்த அக் காட்சிகளைப் பார்ப்பதற்குத் தைரியமற்றவனாய் தொலைக்காட்சியை நிறுத்தியவன் தொலைக்காட்சி இயக்கியைத் தூக்கி எறிந்துவிட்டு விருட்டென்று எழுந்து வீட்டை விட்டு வெளியேறினான். எங்கு செல்வதென்ற இலக்கற்றுச் சீறிப் பாய்ந்துகொண்டிருந்த காருக்குள் குணாவின் முகம் கல்லாய் இறுகியிருந்தது. அவன் கொண்டிருந்த சினம் கார் செல்லும் வேகத்தில் தெரிந்தது.

• • •

பல நாடுகளின் மறைமுகமான ஆதரவுடனும், உதவிகளுடனும் வன்னியில் அரச படையினர் விரித்த சுருக்குக் கயிறு மெல்ல மெல்ல இறுக்கிக்கொண்டிருந்த நேரத்தில், புலிகள் பொதுமக்களை மனிதக் கேடயங்களாகப் பயன்படுத்துவதாக மனித உரிமை அமைப்புக்கள் குற்றம் சாட்டியதோடு, போர்ப் பகுதிகளில் இருந்து பொதுமக்கள் பாதுகாப்பாக வெளியேறுவதற்கு இரு தரப்பினரும் அனுமதிக்கவேண்டும் என உலக நாடுகள் பலவும் கேட்டுக்கொண்டிருப்பதாகவும் செய்திகள் வெளியாகிக்கொண்டிருந்தன.

எப்படியாவது போரை நிறுத்தித் தமது உறவுகளைக் காப்பாற்றிவிட வேண்டுமென்ற அவாவில் உலகின் மூலைமுடுக்குகளில் எல்லாம் தமிழர்கள் உணர்வுப்பூர்வமாகப் பொங்கி எழுந்தார்கள். யுத்தத்திற்கு எதிராகக் கத்திக் குழறி அந்தரித்து நின்றார்கள். பலர் உண்ணாவிரதம் இருந்தார்கள், தீக்குளித்து மாண்டார்கள். உலகம் அவர்களின் குமுறல்களை வேடிக்கை பார்த்துக்கொண்டு மௌனமாக இருக்க, யுத்தம் நிறுத்தப்படாமல் இன்னும் தீவிரமடைந்துகொண்டே சென்றது. இந்த நிலையில் புலம்பெயர் நாடுகளிலிருந்து தமிழ் மருத்துவர்கள் குழுவையும், மருந்துப் பொருட்களையும் வன்னிக்கு அனுப்புவதற்கான திட்டமொன்று தமிழ்த் தேசியச் செயற்பாட்டாளர்களால் முன்னெடுக்கப்பட்டு 'வணங்கா மண்' என்ற பெயருடன் கப்பல் ஒன்று லண்டனிலிருந்து வன்னி நோக்கிச் செல்லத் தயாராக இருப்பதாகக் கூறி அதற்கான செலவுக்காய்

நோர்வே தமிழர்களிடமிருந்து புலிச் செயல்பாட்டாளர்களால் நிதி சேகரிப்பும் நடந்துகொண்டிருந்தது. மாவீரர் உரையில் தலைவர் கேட்டுக் கொண்டது போலவே புலம்பெயர் தேசங்கள் எங்கினும் தமிழ் இளையவர்கள் தெருக்களில் இறங்கித் தொடர் போராட்டங்களை முன்னெடுத்தார்கள். ஊர்வலங்களும், உண்ணாவிரதங்களும் தொடர்ச்சியாக நடந்துகொண்டிருந்தன. நோர்வேயில் நடந்துகொண்டிருந்த அனைத்துப் போராட்டங்களிலும் குணாவும், நண்பர்களும் முன்னணியில் இயங்கிக் கொண்டிருந்தார்கள். புலிகளை ஆதரிக்காது ஒதுங்கியிருந்த மாற்று இயக்கங்களைச் சேர்ந்தவர்களில் பலருங்கூட இறுதிக் கட்டப் போராட்டங்களில் வந்து கலந்துகொண்டார்கள். அன்று நோர்வேப் பாராளுமன்றின் முன் நடந்த போராட்டத்திற்கு நிமலனும் வந்திருந்தது குணாவின் மனதுக்குச் சற்று ஆறுதலாக இருந்தபோதிலும், விஸ்வா கலந்துகொள்ளாதது ஆதங்கமாகவும் இருந்தது. உடனே அங்கு நின்றவாறே அலைபேசியில் விஸ்வாவுடன் தொடர்புகொண்டான்.

"அண்ணே அந்த இயக்கக்காரர், இந்த இயக்கக்காரர் எண்டில்லாமல் முழுச் சனமுமே பாலிமென்ட்டுக்கு முன்னால வந்து நிக்குது. நீங்கள் மட்டும் இன்னும் எவ்வளவு காலத்துக்குத்தான் மந்தையிலிருந்து விலகி நிக்கிற ஆடாக இருக்கப்போறீங்க?" சீற்றத்துடன் கேட்டான் குணா.

"மந்தைக்குள்ள ஓநாய்கள் இருக்கிற வரைக்கும்" சட்டெனப் பதில் சொன்னான் விஸ்வா.

"என்ன கதை கதைக்கிறிங்க! இது மக்களுக்கான போராட்டம். மக்களைக் காப்பாற்றுவதற்கான போராட்டம் இதில கலந்துகொள்ளுறதுக்கு மக்கள் நலனில அக்கறை இருந்தாலே போதும்" என்றான் குணா.

"சரி, அப்பிடியெண்டால் நானும் இப்பவே வந்து கலந்து கொள்ளுறன். ஆனாலொண்டு, ரெண்டு கையிலும் சுலோக அட்டைகளோட வருவன். ஒண்டு 'இலங்கை அரசே போரை நிறுத்து.' மற்றது 'புலியே பொது மக்களை கேடயம் ஆக்காதே.' இதுக்குச் சம்மதமா?" எனக் கேட்டான் விஸ்வா.

“ஐயோ அண்ணே வேண்டாம், நீங்கள் வீட்டுக்குளேயே இருங்கள். அதுதான் உங்களுக்கும் நல்லது, எங்களுக்கும் நல்லது” எனப் பேச்சை வளர்க்காமல் எரிச்சலுடன் தொடர்பைத் துண்டித்துக்கொண்டான்.

அன்றைய போராட்டத்துக்குப் புகையிரதத்திலேயே சென்றிருந்தவன், திரும்பி வரும்போது புகையிரதத்தில் சிவநேசனையும், வெள்ளை ரவியையும் சந்தித்துக்கொண்டபோது, “மச்சி வன்னிக்க யாருக்கும் காசு குடுக்க வேணுமெண்டால் சொல்லடா நான்தான் இப்ப அவசர உண்டியல் செய்யிறன். நீ இப்ப காசைத் தந்தால் உடனயே அங்க வன்னிக்க காசு குடுபடும்” என வெள்ளை ரவி கூறிக்கொண்டிருக்கும்போதே, உடனடியாக ஒரு லெட்சம் ரூபாய் கொடுக்கும்படியாக யாரோ அலைபேசியில் தொடர்புகொள்ள அது விடயமாக பேச ஆரம்பித்தான் வெள்ளை ரவி.

“என்னெண்டு மச்சி உடன வன்னிக்க காசு குடுக்குறான்?” வியப்போடு பக்கத்திலிருந்த சிவநேசனைக் கேட்டான் குணா.

“எல்லாம் கொம்பனிக் காசு தான்ரா, இவனுக்கும் அங்க நிதித் துறையில இருக்கிற ஒரு காயோட தொடர்பிருக்கு, இவன் இங்க காசை வேண்டிப்போட்டு அங்க அவருக்கு அடிச்சுச் சொன்னால் உடனயே அங்க காசு குடுபடும். இப்ப அவையும் அங்க காசை வைச்சிருக்க ஏலாது தானே, அதுதான் காசை இங்கால கடத்துகினம் போலயிருக்கு” எனக் காதுக்குள் குசுகுசுத்தான் சிவநேசன்.

• • •

முப்பது ஆண்டுகால ஆயுதப் போராட்டத்தின் அசைவியக்கம் ஆனந்தபுரத்தில் அசைவற்றுப் போனதான அவலச் செய்தியுடனேயே அன்றைய நாள் விடிந்தது. புலிகள் பதுங்குவது பாய்வதற்குத்தான். ஏதோவொரு இடத்தில் வைத்து இது நடக்கும். ஆக்கிரமிப்புப் படையை எதிர்த்துப் புலிகள் நிச்சயம் பாய்வார்கள் எனக் குணாவும், நண்பர்களும் நம்பியதுபோலவே ஆனந்தபுரத்தில் படையினரின் முற்றுகையை உடைத்துக்கொண்டு கடும் சமர் புரிந்தவாறு முன்னேறிப் பாய்ந்த புலிப்படையினர் மீது சிங்கள ஆக்கிரமிப்புப்படையினர் சர்வதேச ரீதியில்

தடைசெய்யப்பட்ட பாகிஸ்தானிய கொத்தணிக் குண்டுகளையும், இந்திய இரசாயன எரிகுண்டுகளையும் வீசிப் புலிகளின் முக்கிய தளபதிகளான தீபன், ஆதவன், மணிவண்ணன், துர்க்கா, விதுசா, நாகேஷ், தமிழ்ச்செல்வி, அமுதா உட்பட நூற்றுக்கணக்கான போராளிகளைக் கொன்றுபோட்டார்கள் என்ற பெருந்துயர் தோய்ந்த செய்தியை அறிந்தபோது புலிகளின் கதை முடிந்துவிட்டதாகவே உணர்ந்தான் குணா. அடுத்த நாள் புதுக்குடியிருப்பையும் கைப்பற்றிவிட்டதாக இராணுவம் அறிவித்தது. தன் அண்ணனுக்கும் ஏதும் நடந்திருக்குமோ என்றெண்ணி ஏங்கிய ஆதிராவினுள்ளும் பயம் ஊரத் தொடங்கியது. அம்மா, அப்பா எங்கு இருக்கிறார்களோ எப்படி இருக்கிறார்களோ என்ற ஏக்கங்களால் அவளும் இரவுகளில் ஒழுங்கான தூக்கத்தை இழந்துபோனாள்.

சாமம் ஒரு மணி தாண்டி ஒலித்தது தொலைபேசி. தூக்கம் கலைந்து கட்டிலிலிருந்து எழுந்தோடிய குணா தொலைபேசி ரிசீவரைத் தூக்கினான், "மச்சான் நான் சிவா கதைக்கிறன்" என்றது எதிர்முனைக் குரல்.

"ஓ... மச்சான் சொல்லு, எப்பிடி இருக்கிறிங்க? எங்க இருக்கிறிங்க?"

"நிலைமை மோசமாத்தான் இருக்குது. இனி எங்களால இங்க ஒண்டும் ஏலாது. இனி எல்லாமே உங்கட கையிலதான். எப்பிடியாவது வெளிநாடுகளைத் தலையிட வைச்சுச் சண்டையை நிறுத்துறது உங்கட கையிலதான் இருக்கு" எனப் பதறிய சிவாவின் குரல் தெளிவாகக் கேட்கவில்லை. அவனது குரலையும் மேவிக் குண்டுச் சத்தங்களும், கூக்குரல்களுமே கேட்டன.

"நீங்கள் கவனமா இருக்கிறீங்கள் தானே?" கேட்டான் குணா.

"ஓ... முள்ளிவாய்க்கால் பக்கமா நகர்ந்துகொண்டிருக்கிறம். ஆனால், அப்பா தான் இல்ல. அவரை விசுவமடுவிலையே இழந்திற்றம். இனியென்..." பேசிக்கொண்டிருக்கும் போதே தொடர்பு துண்டித்துப் போனது. சில நிமிடங்களில் மீண்டும் தொலைபேசி ஒலிக்க சட்டெனத் தூக்கிய குணாவிற்கு அவசர

அவசரமாக அப்பாவிற்கு என்ன நடந்ததெனக் கூறிவிட்டு தொடர்பைத் துண்டித்துக்கொண்டான் சிவா.

குணாவுக்கு தலையே வெடித்துவிடும் போலிருந்தது. முகம் இருண்டு போனது. ஆதிரா இதனை எப்படித் தாங்குவாள்? எண்ணியபோதே அவனது கண்களில் நீர் எட்டிப் பார்த்தது. மெல்லப் படுக்கையறைக் கதவைத்திறந்து பார்த்தான். பன்னிரண்டு மணியையும் தாண்டி உறக்கமின்றி கட்டிலில் உழன்றுகொண்டிருந்தவள், இப்போதுதான் ஆழ்ந்த உறக்கத்தில் இருந்தாள். அவளை எழுப்பி இப்படியொரு செய்தியைச் சொல்ல அவனுக்குத் தைரியம் வரவில்லை. நகம் கடித்து யோசித்தவாறே வந்து சோபாவில் சாய்ந்துகொண்டான்.

காலையில் ஆதிரா எழுந்து ஹோலுக்குள் வந்தபோது குணா சோபாவிலேயே சுருண்டு படுத்திருந்தான்.

"ஏன்னப்பா இரவு முழுக்க இதிலையே படுத்தனிங்க?" என்ற ஆதிராவின் குரல் கேட்டுக் கண்விழித்துச் சட்டென எழுந்து குந்தியவன் அவளின் முகம் பார்க்க அச்சப்பட்டுக் குனிந்திருந்தவாறே "ம்" என்றான்.

"என்னப்பா, ஏன் ஒரு மாதிரியா இருக்கிறிங்க! ஏதும் சுகமில்லையே?" எனக் கேட்டவாறே அருகில் வந்தமர்ந்தவள் அவனது நாடியிற் பிடித்துத் தலையை நிமிர்த்தினாள். சோர்ந்து போயிருந்த அவனது முகமும், கனத்த மௌனமும் அவளை அச்சப்பட வைத்தது.

"என்னப்பா என்ன நடந்தது?" குரலை உயர்த்திக் கேட்டாள்.

"ராத்திரிச் சிவா போன் எடுத்தவன்."

"ஆ... அப்பிடியே! என்னவாம்? எங்க இருக்கினமாம்?"

"முள்ளிவாய்க்கால் எண்ட இடத்தை நோக்கிப் போய்க் கொண்டிருக்கினமாம். ஆனால், அப்பாவைத் தான்..."

"என்னப்பா! அப்பாவுக்கு என்னவாம்?" கண்களில் மின்னல் தெறிக்க அவனைப் பார்த்தாள்.

“அவரை விசுவமடுவிலயே இழந்திற்ரினமாம்” குரலுடைந்து விம்மினான்.

“ஐயோ! அப்பா!” எனப் பதறி எழுந்தாள். மின்னல் தெறித்த அவளது கண்கள் இப்போது நீர் வார்த்துக் கொட்டியது. அவளுக்கு ஆறுதல் சொல்ல வார்த்தைகளற்ற அவனது மனமும் ஊமையாய் அழுதது.

“ஐயோ! அப்பா! எப்ப வருவீங்க, எப்ப வருவீங்க எண்டு கேட்டுக் கடிதம் எழுதினீங்களே! இனி உங்கள எங்க பார்ப்பேனோ! என்ர அப்பா எங்களை விட்டிற்றுப் போயிற்றிங்களே! ஐயோ! என்ர ஐயோ!” எனத் தலையிலும், மார்பிலும் மாறி மாறி அடித்துக்கொண்டு கதறினாள். அவளது கைகளைத் தடுத்துக் கட்டியணைத்துக்கொண்டான்.

“என்னவாமப்பா நடந்தது?” சற்று நேரம் குடிகொண்டிருந்த மௌனத்தைத் தளர்த்திக் கேட்டாள்.

“பரந்தனில இருந்து வெளிக்கிடயிக்கயே அவர் தான் வரமாட்டன் எண்டு தன்னை விட்டிற்றுப் போகச் சொல்லி அடம்பிடிச்சவராம். அப்பிடியில்லை எண்டு சிவா ஆட்டோவைக் கொண்டுவந்து ஆளைத் தூக்கி ஏத்தி விசுவமடுவுக்கு கொண்டுபோனவனாம். பிறகு அங்கயிருந்தும் ஓட வேண்டி வந்தபோது “இனியும் என்னால ஏலாது, நான் இங்கேயே கிடந்து சாகிறன், என்னைப் பார்க்காமல் நீங்கள் தப்பி ஓடுங்கள்” எண்டு சொல்லி அடம்பிடிச்சவராம். இல்லையெண்டு சிவா இயக்க வாகனமொண்டைக் கொண்டுவந்து அவரைத் தூக்கி ஏத்தவெண்டு குனிஞ்சபோது சட்டெண்டு அவன்ர கழுத்தில கிடந்த சயனைற் குப்பியைப் பிடுங்கி வாயிக்க போட்டுக் கடிச்சுப்போட்டாராம். அந்த இடத்திலேயே உயிர் போயிற்றுதாம்” எனக் குரல் தழுதழுக்க அவன் கூறியதைக் கேட்ட ஆதிரா மீண்டும் மார்பில் அடித்துக்கொண்டு கதறினாள். அவளது கைகளைத் தடுத்து ஆதரவோடு அணைத்துக்கொண்டவன், “இது அவரா எடுத்துக்கொண்ட முடிவுதானே நீ அழாத ஆதிம்மா அழாத” என அவளை ஆறுதற்படுத்த முயற்சித்துக்கொண்டிருந்தான்.

இந்தத் துயரச் செய்தியை அறிந்தவுடனேயே விஸ்வா, ஜெனிற்றாவுடன் மணியமண்ணையும், சந்திராக்காவும் சமைத்துச்

சாப்பாடுகளும் எடுத்துக்கொண்டு குணாவின் வீட்டுக்கு வந்துவிட்டார்கள். அவர்களைக் கண்டதுமே தேம்பித் தேம்பி அழ ஆரம்பித்துவிட்ட ஆதிராவை ஜெனிற்றாவும், சந்திராக்காவும் அரவணைத்து ஆறுதல் கூறினார்கள். மணியமண்ணை என்ன நடந்ததென குணாவிடம் விபரம் கேட்டு அறிந்துகொண்டிருந்தார். எதுவுமே பேசாது முகத்தைத் தொங்கப்போட்டபடியே அமைதியாக அமர்ந்திருந்தான் விஸ்வா.

“போற போக்கைப் பார்த்தால் எல்லார் வீட்டிலுந்தான் இழவு விழப்போகுது போல கிடக்கு. ஒருக்கால் ரீவியைப் போடடா தம்பியா செய்தியைப் பார்ப்பம்” என்று மணியமண்ணை கூறியதுமே தொலைக்காட்சியை இயக்கினான் குணா.

‘இந்தியா, அமெரிக்கா, ஐரோப்பிய நாடுகள் மற்றும் ஐ.நா. சபை ஆகியவற்றின் கோரிக்கையை ஏற்று நாங்கள் போர் நிறுத்தம் செய்கிறோம். இந்தக் காலவரையற்ற போர் நிறுத்தம் உடனே அமலுக்கு வரும். இலங்கை அரசு நடாத்தி வரும் போரினால் தமிழ்மக்கள் அனுபவிக்கும் துன்பம் உச்ச நிலையை எட்டியுள்ளது. எனவே இலங்கை அரசும் உடனடியாகப் போர் நிறுத்தத்தை அறிவிக்க வேண்டும்’ எனப் புலிகள் அறிக்கை வெளியிட்டிருப்பதாக அப்போதைய செய்தி அறிவித்தது.

மறுநாள் மாலை சீலன், தேவகன் குடும்பத்தினருடன் வேந்தனும் துக்கம் விசாரித்துக் குணாவின் வீட்டுக்கு வந்தபோது ஏற்கனவே வந்திருந்த நிமலன் குடும்பமும் அங்கிருந்தது. இனியும் நாட்டிலிருந்து என்னென்ன செய்திகள் வரப்போகிறதோ என்ற ஏக்கத்தில் எல்லோர் முகங்களும் இறுக்கமாகவே இருந்தன.

“நியூஸ் கேள்விப்பட்டிங்களே, உடனடியாக இலங்கை அரசு போர்நிறுத்தத்தை அறிவிக்க வேண்டும், அதற்கு இந்திய மத்திய அரசு இலங்கைக்கு அழுத்தம் கொடுக்க வேண்டும் என்ற கோரிக்கையோட இண்டைக்குக் காலையில கலைஞர் கருணாநிதியல்லே சாகும்வரை உண்ணாவிரதத்தை ஆரம்பிச்சிருக்கிறாராம்” என்றான் சீலன்.

“ஆ... அப்பிடியே பிறகென்ன, நான் நினைச்சன் எல்லாம் முடிஞ்சபிறகு கிழடு கண்ணீர் அஞ்சலிக் கவிதையோடதான் வருமாக்குமெண்டு” என்றான் தேவகன்.

“சரி, சரி ரீவியை போடு மச்சி என்ன நடக்குதெண்டு பார்ப்பம்” என்ற வேந்தனிடம் தொலைக்காட்சி இயக்கியைக் கொடுத்துவிட்டு அவர்கள் குடிப்பதற்குக் குளிர்பானம் எடுத்துவரப்போன குணா திரும்பி வந்தபோது விசேட செய்தி ஒலிபரப்பாகிக்கொண்டிருந்தது.

“நாட்டின் வடபகுதியில் நடைபெற்றுக்கொண்டிருந்த போர் முடிவுக்கு வந்துகொண்டிருக்கிறது, எனவே வடபகுதியில் இனிமேற் கனகரக ஆயுதங்கள் பயன்படுத்தப்பட மாட்டாது. விமானக்குண்டுத் தாக்குதல்கள் நிகழ்த்தப்பட மாட்டாது. வடக்கில் சிக்கியுள்ள பொதுமக்களைப் பாதுகாப்புடன் மீட்கும் பணிகளில் மட்டுமே இராணுவத்தினர் ஈடுபடுவார்கள். இனி அப்பாவிப் பொதுமக்களைப் பாதுகாக்கும் பணிக்கே முன்னுரிமை அளிக்கப்படும் என்று இலங்கை அரசு தற்போது அறிக்கை வெளியிட்டிருக்கிறது. அதனடிப்படையில் கலைஞர் கருணாநிதி உண்ணாவிரதத்தை இடைநிறுத்திக்கொண்டார்” என விசேட செய்தி தெரிவித்தது.

“அட பிறகென்ன கலைஞற்ற உண்ணாவிரதம் கை கொடுத்துத்தான் இருக்குது போல” எனச் சீலன் வாயைப் பிளந்தான்.

“சாச்ச... எனக்கெண்டால் இதெல்லாமே கண்துடைப்பு நாடகங்கள் போலதான் கிடக்குது” என்றான் குழப்பமான முகத்துடன் வேந்தன்.

“இஞ்செ உங்களுக்கொண்டு தெரியுமே இனிச் செல் அடிகளோ விமானத் தாக்குதல்களோ நடத்த முடியாத அளவுக்கு ராணுவம் சுற்றி வளைச்சுக் கிட்டவா நெருங்கிற்றுது. அதுதான் அரசாங்கத்தின்ர இந்த அறிவிப்பே தவிர வேற ஒண்டுமில்ல, இனி என்னவெல்லாம் நடக்கப்போகுதோ தெரியாது” என நாடியிற் கை வைத்தபடி யோசனையுடன் கூறினான் குணா.

“இல்ல மச்சி, பயப்பிடுற அளவுக்கு ஒண்டும் நடவாது. வெளிநாட்டுக் கட்டமைப்புகள், தமிழ்நாட்டுத் தலைவர்கள் எண்டு எல்லா மட்டத்திலும் அலுவல்கள் நடந்துகொண்டுதான் இருக்குது. அமெரிக்கக் கப்பல் போய் இறங்கப்போகுதாம், இருந்து பாருங்களன் என்ன நடக்கப்போகுதெண்டு” எல்லாம் அறிந்தவன்போல் சர்வ சாதாரணமாகச் சொன்னான் தேவகன்.

“அடேய் சும்மா போங்கடா இந்தாத்தான் உள்ள விட்டு அடிக்கிறம், வெளிய விட்டுத் தாக்குறமெண்டு இவ்வளவு காலமும் கதையளந்துபோட்டு, இப்ப என்னடாவெண்டால் அமெரிக்கா இறங்கும், ஆபிரிக்கா இறங்குமெண்டு புதுசாக் கதைவிட்டுக்கொண்டு இருக்கிறியள்” எனக் கடுப்பான நிமலன் மனைவியையும் அழைத்துக்கொண்டு அங்கிருந்து வெளியேறினான்.

“அட இவன் இன்னும் திருந்தயில்லையேடா?” நிமலன் வெளியேறியபின் குணாவைப் பார்த்த வேந்தன் கேட்டான்.

“திருந்த வேண்டியது அவன் மட்டுமில்ல, புலிகளைப் பயங்கரவாதப் பட்டியல்ல போட்டுத் தடை செய்திருக்கிற அமெரிக்கா வந்து புலிகளைக் காப்பாற்றுமெண்டு நினைக்கிற நாங்களும் தான்ராப்பா” என்ற குணாவின் கருத்திற்கு எதிர்க் கருத்துக் கூறாமல் யோசனையில் ஆழ்ந்திருந்தவர்கள் சிறிது நேரத்தின்பின் ஒவ்வொருவராக வெளியேறிப்போக அன்றைய நாளும் கடந்து போனது.

அன்று சனிக்கிழமை தமிழ்ப் பாடசாலைக்குப் போகமறுத்துப் பிள்ளைகள் அடம்பிடித்தபோதும், ஏதாவது செய்திகள் அறியலாம் என்ற எண்ணத்துடன் பிள்ளைகளைக் கட்டாயப்படுத்தி இழுத்துக்கொண்டு சென்றான் குணா. அங்கு எல்லோர் முகங்களிலும் பீதி உறைந்திருந்தது. கூட்டங் கூட்டமாக நின்று விவாதங்கள் நடாத்திக்கொண்டிருந்தார்கள். அடுத்து என்ன நடக்கப்போகிறது என்ற பதிலறியாக் கேள்வியே எல்லோரிடத்திலும் இருந்தது. அப்போது பதட்டத்துடன் அங்கு வந்த பாடசாலை நிர்வாகி ஒருவர் “இன்டைக்கும் ஆயிரக்கணக்கான மக்கள் கொல்லப்பட்டிருக்கின்றார்கள். அதனால பாராளுமன்றத்துக்கு முன்னால ஆர்ப்பாட்டம் ஒண்டு ஒழுங்கு செய்யப்பட்டிருக்குது தயவுசெய்து எல்லோரும் பாடசாலை முடிந்ததும் பிள்ளைகளையும் கூட்டிக்கொண்டு நேராகப் போராட்டத்தில் வந்து கலந்துகொள்ளுங்கள்” எனக் கேட்டுக்கொண்டார்.

“ஐயோ அண்ணே போற போக்கைப் பார்த்தால் எல்லாரையும் முடிச்சுப்போடுவாங்கள் போல கிடக்கே!” என அந்த

நிர்வாகியைப் பார்த்து அச்சத்துடன் அங்கலாய்த்தார் அங்கு நின்ற ஒருவர்.

"சாச்ச அப்பிடி ஒண்டும் நடவாது, எத்தனையோ ஆயிரம் கரும்புலிகளோடு இயக்கம் இன்னமும் பலமாகத்தான் இருக்குது, ஒரே நாளிற் கூட நிலைமைகள் எல்லாம் தலைகீழாய் மாறலாம். ஆனபடியால நீங்கள் ஒண்டுக்கும் யோசிக்காதிங்க" எனச் சர்வசாதாரணமாக அந்த நிர்வாகி பதிலளித்ததைக் கேட்ட குணாவிற்குள் எழுந்த கோபம் சுள்ளென்று தலைக்குள் ஏறியதுமே, "என்ன அண்ணே கதைக்கிறியள் அங்க எல்லாமே முடியப்போகுது. தலைவர், தளபதிகள் எண்டு அங்க எல்லாரையுமே அழிச்சப் பிறகும் நீங்கள் இப்பிடித்தான் சொல்லிக்கொண்டு நிக்கப்போறியளே?" என எரிச்சலுடன் கேட்டான்.

சட்டெனக் குணாவின் கையைப்பிடித்த அந்த நிர்வாகி அவனை ஓரமாக அழைத்துக்கொண்டுபோய் "ஐசே இதில நிண்டுகொண்டு இப்படியான விசர்க்கதைகள் கதையாதையும் இங்க எல்லாரும் கொதியில நிக்கிறாங்கள் இப்பிடிக் கதைச்சால் வெளுத்துப்போடுவாங்கள், பேசாமல் வாயை மூடிக்கொண்டு நில்லும்" என விரல் நீட்டி எச்சரித்துவிட்டு விறு விறுவென்று சென்று அலுவலக அறைக்குள் நுழைந்துகொண்டார்.

இதனை அவதானித்த இன்னொரு நிர்வாகி சிரித்த முகத்துடன் குணாவின் அருகே வந்து "தம்பி நீர் பயப்பிடுறதும் சரிதான். ஆனால், ஒண்டை யோசிக்க வேணும் முப்படைகளையும் வைச்சுக்கொண்டு முப்பது வருசமாப் போராடின இந்தப்பெரிய இயக்கத்தை நீர் நினைக்கிறது போல எறும்பை நசுக்கிற மாதிரி நசுக்கிப்போட்டு போக முடியாது. இப்ப எங்களிட்ட விமானங்கள் முதற்கொண்டு நீர்மூழ்கிக் கப்பல்கள் வரையும் இருக்குது. தமிழீழம் முதற்கொண்டு தாய்லாந்து வரையும் தளங்கள் இருக்குது. ஆனபடியால இயக்கம் அழிஞ்சுபோயிரும் எண்டு மட்டும் நினைக்காதையும் சரியே" எனக் குணாவின் முதுகைத் தடவியபடி தன்மையாக எச்சரித்துவிட்டுப் போனார். அவர்களின் வார்த்தைகளும், செயலும் குணாவை மேலும் எரிச்சலடையவே வைத்தன. அதனால் கோபங்கொண்டவன்

பாராளுமன்ற ஒன்றுகூடலுக்குச் செல்லாமல் பிள்ளைகளையும் கூட்டிக்கொண்டு நேராக வீட்டுக்கே சென்றான்.

மீண்டுமொரு நாள் குணா வேலையில் நின்றபோது, 'தமிழ் மக்களே சிங்கள இனவெறி அரசு இன்று மட்டும் இரண்டாயிரத்துக்கும் அதிகமான எமது மக்களைப் படுகொலை செய்திருக்கிறது. ஆகவே உடனடியாக எல்லோரும் பாராளுமன்றத்துக்கு முன்னால் ஒன்று கூடுங்கள்' எனக் குணாவின் அலைபேசிக்குத் தொடர்ந்து குறுஞ்செய்திகள் வந்தவண்ணமே இருந்தன. அவனால் முழு மனதுடன் வேலையில் ஈடுபட முடியவில்லை. அதனால் சுகயீனம் எனக் கூறிப் பாதியிலேயே வீடு சென்றவனுக்குச் சாப்பிடக் கூட மனம் வரவில்லை. இணையத்தளச் செய்திகளும் படங்களும் குணாவை நிலைகுலைய வைத்தன. தமிழ்த் தொலைக்காட்சியிலும் கண்கொண்டு பார்க்க முடியாத அவலக்காட்சிகளே படங்களாய் விரிந்தன. உடனேயே புகையிரதத்தைப் பிடித்துக்கொண்டு பாராளுமன்றத்தை நோக்கி ஓடினான். புகையிரதம் தமிழர்களால் நிறைந்திருந்தது. அவனது இருக்கையின் முன்னால் இருந்த ஒருவர் கேட்டார், "தம்பி எங்க ஆர்ப்பாட்டத்துக்கே?"

"ஓம் அண்ணை, இண்டைக்கு மட்டுமே ரெண்டாயிரம் சனம் செத்திருக்காமல்லே" என்றான் மிகுந்த வேதனையுடன்.

"ஓம் தம்பி. ஆனால், அதுதானாமே நல்லதாம். இப்பிடிப் பெருந்தொகையா சனங்கள் கொல்லப்பட்டால் தானாமே சர்வதேசங்கள் உடனடியாத் தலையிட்டு சண்டையை நிறுத்தும் எண்டுமெல்லே சொல்லுறாங்கள்" என்ற அந்த மனிதரை அப்படியே ஓடும் ரயிலிலிருந்து கதவைத்திறந்து தள்ளிவிட்டால் என்ன என்றே குணாவிற்குத் தோன்றியது. அந்த முகத்தையே பார்க்கப் பிடிக்காதவனாய் உடனேயே எழுந்து சென்று வேறு இடத்தில் அமர்ந்துகொண்டான்.

பாராளுமன்றத்தை அடைந்தபோது, அங்கே நிறைய இளைஞர்கள் உட்பட ஏராளமானோரை உணர்ச்சிப் பிழம்புகளாய்க் காணமுடிந்தது. கோஷங்களை முழக்கியவாறு அமைதியான நடவடிக்கைகளில் ஈடுபட்டிருந்தவர்கள் திடீரென்று கூட்டாக எழுந்தோடிச் சென்று பாராளுமன்றத்துக்கு அருகேயிருந்த தொடருந்துத் தண்டவாளத்தில் அமர்ந்துகொண்டு வழிமறிப்புப்

போக்காளி | 497

போராட்டத்தில் ஈடுபட்டனர். குணாவும் ஓடிப்போய்த் தண்டவாளத்தில் அமர்ந்துகொண்டான். அப்போது அங்கு நின்ற தேசியச் செயற்பாட்டாளர்களில் ஒருவர் சில இளைஞர்களை அழைத்துக் காதுகளுக்குள் ஏதோ குசுகுசுத்த சில நிமிடங்களில் இளைஞர் பட்டாளமே திரண்டு பாராளுமன்றத்தின் வலது பக்கமாக ஓடியது. குணா எதுவுமே புரியாமற் தண்டவாளத்தில் குந்தியிருந்தான். ஓடிய இளைஞர்கள் சிறிது நேரத்தில் திரும்பி வந்தபோதுதான் அவர்கள் சற்றுத் தொலைவில் அமைந்திருந்த இலங்கைத் துணைத் தூதுவராலயத்தை அடித்து நொறுக்கி விட்டு வந்திருக்கிறார்கள் என்ற விடயம் குணாவிற்குத் தெரியவந்தது. திடீரெனப் பின் பக்கத்திலிருந்து வந்த ஒருவர் குணாவின் கையை இறுகப் பற்றிக்கொள்ள, அவன் திரும்பிப் பார்த்தபோது "தொண்டை வறண்டு போச்சடா தம்பியா வாடா போய்க் கோப்பி ஒண்டு குடிச்சிற்று வருவம்" என்றார் மணியமண்ணை. அரை மனதுடன் சரியெனத் தலையாட்டிய குணா அவர் பின்னால் சென்றான். அருகிலிருந்த ஒரு கோப்பிக் கடைக்குள் நுழைந்தவர்கள் கோப்பியை வாங்கிக்கொண்டு ஒதுக்குப்புறமாக அமர்ந்துகொண்டார்கள்.

அக்கம், பக்கம் திரும்பிப் பார்த்துவிட்டுக் கலவரமான முகத்துடன் மெல்லிய குரலில் "என்னடா கோதாரி இது" என்ற மணியமண்ணையை எதுவும் புரியாமல் புருவமுயர்த்திப் பார்த்தான் குணா.

"விஷயம் தெரியாதே உனக்கு? ஆமியின்ர கட்டுப்பாட்டுப் பகுதிக்க போகவெண்டு வெளிக்கிட்ட சனங்களை எங்கட ஆட்களே வெடி வைச்சுப்போட்டாங்களாம் எல்லே" என மெல்லக் குசுகுசுத்தார்.

"உண்மையாவே? ஆரண்ணே சொன்னது?" பரபரப்புடன் கேட்டான்.

"ஓ... உங்க எல்லாரும் இதைத்தான் குசுகுசுத்துக் கதைச்சுக்கொண்டு நிக்கிறாங்கள். புலிகளின்ர வாகனங்களையே கொளுத்துற அளவுக்குச் சனங்களுக்கும் புலிகளுக்குமிடையில முறுகலாம். அவங்களுந்தான் என்ன செய்யிறது, அதுக்குள்ள சனங்கள் இருக்கிறவரைக்குந்தானே அவங்களுக்கும் பாதுகாப்பெண்டு சிலபேர் புலிகளை நியாயப்படுத்திக்கொண்டும் நிக்கிறாங்கள்"

என்ற மணியமண்ணை கோப்பியை எடுத்து வெறுப்போடு உறுஞ்சினார். அவர் சொன்னதைக் கேட்ட குணாவுக்குத் தலை கிறுகிறுத்து உடல் வியர்த்துக் கொட்டியது. "கடைசி வரையும் புலிகள் பொதுமக்களிட்ட ஆயுதத்தைக் கொடுக்க மாட்டாங்கள்" என்று விஸ்வா அன்று சொன்னது இப்போது அவனது ஞாபகத்தில் வந்துபோனது. கோப்பியைக் குடித்து முடித்த மணியமண்ணை சிகரெட்டை எடுத்துக்கொண்டு வெளியே இறங்க, ஆறிப்போன கோப்பிக் குவளையை வெறித்துப்பார்த்தபடியே இருந்த குணாவால் அதற்குமேலும் அங்கு நிற்க முடியவில்லை. மனம் வெறுத்துப்போனவன் சட்டெனப் புறப்பட்டு வீட்டிற்குச் சென்றான்.

• • •

ஆதிரா அப்பாவை இழந்ததையும், இவர்களின் மோசமான நாட்டு நிலைமைகளையும் அறிந்துகொண்ட மரியாம்மாவும் அடிக்கடி அவர்களின் வீட்டுக்கு வந்து ஆதிராவின் தனிமைப் பொழுதுகளை விரட்டி அவளுக்கு ஆறுதலளித்தார். நாட்டு நிலைமைகளையும், அங்குள்ள உறவுகளையும் நினைத்து ஏங்கிய அப்பா, அம்மாவின் கவலைகள் தோய்ந்த முகங்களையே பார்த்துக்கொண்டிருந்த இனியாவுக்கும், மகிழனுக்கும் மரியாம்மாவின் வரவு மகிழ்ச்சியைக் கொடுத்தது. மரியாம்மாவும் அவர்களுக்குப் பிடித்தமான நிறையக் கதைகள் சொல்லி அவர்களை மகிழ்வித்தார்.

முள்ளிவாய்க்கால் என்ற வெட்டவெளிப் பிரதேசத்தில் ஒருபுறம் கடற்கரை மணலும், மறுபுறம் வறண்டகழியும் கொண்ட நிலப்பரப்பில் பதுங்கு குழிகளைக் கூட அமைக்க முடியாமற் சாறம், சேலை போன்ற உடைகளால் மண் மூடைகள் கட்டி நான்கு பக்கமும் அடுக்கிவைத்து அதற்குள் மக்கள் பதுங்கியிருப்பதாகவும், தற்போது முள்ளிவாய்க்கால் பாடசாலையில் இயங்கிவந்த தற்காலிக வைத்தியசாலை மீதும் இராணுவத்தினர் சரமாரியாக எறிகணைத் தாக்குதல்களை நடாத்திக் காயப்பட்டுக் கிடந்த பல நூற்றுக்கணக்கான மக்களைக் கொன்றொழித்திருப்பதாகவும், அந்தப் பிரதேசமே இரத்தச் சகதியாய்க் காணப்படுவதாகவும், மண் போட்டால் மண் விழாத அளவுக்கு மக்கள் நிறைந்து வழிந்துகொண்டிருப்பதாகவும்.

உயிர்களைக் கையிற் பிடித்து வைத்திருப்பவர்களின் கால்களிற் காயப்பட்டுக் காப்பாற்ற யாருமற்றவர்களின் உயிர்கள் மிதிபடுவதாகவும், இரத்தப் போக்கைக் கட்டுப்படுத்த முடியாமற் காயப்பட்டவர்கள் உறவினர்களின் கண்முன்னே துடிதுடித்து இறந்துகொண்டிருப்பதாகவும், இறந்தவர்களை அடக்கம் செய்யக்கூட முடியாத அவல நிலையில் உடலங்கள் அப்படியே கிடந்து அழுகுவதாகவும். மக்களின் அலறல் சத்தம் குண்டுச் சத்தங்களையும் மீறிக் காதைப் பிளந்துகொண்டிருப்பதாகவும், உணவோ குடிநீரோ இன்றி மக்கள் பெரும் அவல நிலையை எதிர்கொண்டபடி வட்டுவாகல் என்ற இடத்தை நோக்கி நகர்ந்து கொண்டிருப்பதாகவும், முள்ளிவாய்க்காலின் உண்டியல் சந்தியிலிருந்து வட்டுவாகல் வரையாகக் கிட்டத்தட்ட மூன்று சதுர கிலோ மீற்றர் பரப்புக்குள் மூன்று லெட்சத்துக்கும் அதிகமான மக்கள் முடக்கப்பட்டிருப்பதாகவும், புலிகள் மீதான இறுதித் தாக்குதல் என்று கூறிக்கொண்டு அப்பாவிப் பொதுமக்கள் மீதே இராணுவத்தினர் கண்மூடித்தனமான தாக்குதல்களை நாடாத்திக்கொண்டிருப்பதாகவும், சர்வதேச செஞ்சிலுவைச் சங்கத்தின் ஏற்பாட்டில் காயப்பட்டவர்களைத் திருகோணமலைக்கு கொண்டுசெல்வதற்கென வருகை தந்த கப்பலைக் கூட இனவெறி அரசானது தடுத்து நிறுத்தியிருப்பதாகவும், தொலைக்காட்சிகளிலும், இணையத்தளங்களிலும் பரவிக்கொண்டிருந்த போர்க்களச் செய்திகள் குணாவையும், ஆதிராவையும் பெரும் பீதிக்குள் தள்ளியது.

மறுநாள் வெளிநாடு ஒன்றிலிருந்து இலங்கையை வந்தடைந்த ஜனாதிபதி மகிந்த ராஜபக்ச புன்முறுவல் பூத்தபடி விமானத்திலிருந்து இறங்கியதும் வழமைக்கு மாறாக முழந்தாளிட்டு அமர்ந்து தாய்மண்ணைத் தொட்டு வணங்கியதும், அவரது ஆதரவாளர்கள் அவரைக் கட்டித்தழுவி மாலை அணிவித்து வரவேற்று மகிழ்ச்சியில் ஆரவாரம் செய்வதுமான காட்சியைத் தொலைக்காட்சியில் பார்த்த குணாவின் மனதுக்குள் பெரும் குழப்பமும், அதிர்ச்சியும் குடிகொண்டது. உடல் பட்டென்று வியர்த்துக் கொட்டியது. ஏதோ கெட்ட சமாச்சாரம் நடந்தேறிவிட்டதாகவே அவனது உள்ளுணர்வு சொல்லியது. அது போதாதென்று அதனையடுத்து வந்த செய்தியாக "ஆயுதங்களை மௌனிக்கின்றோம்" எனப் புலிகளின் சர்வதேச பொறுப்பாளர்

குமரன் பத்மநாதன் வெளியிட்ட அறிக்கையும் குணாவை மேலும் குழப்பமடையச் செய்தது. உலகச் செய்திகளில் முதன்மை இடத்தைப் பிடித்துக்கொண்ட அந்தச் செய்தியானது குணாவை இரவு முழுவதும் தூங்க விடவில்லை. பெரும் மனப்பாரத்துடன் கட்டிலிற் கிடந்து உழன்றான்.

விடிந்ததும், ‘வெள்ளைக் கொடியுடன் சரணடையச் சென்ற அரசியல்துறைப் பொறுப்பாளர் நடேசன் மற்றும் சமாதானச் செயலகப் பொறுப்பாளர் புலித்தேவன் உட்படப் பல போராளிகள் நயவஞ்சகமான முறையில் இராணுவத்தினரால் சுட்டுக்கொல்லப்பட்டார்கள்’ என்ற பெருந்துயர் தோய்ந்த செய்தியே குணாவின் காதுகளை அறைந்தது.

தொலைக்காட்சியை இயக்கினான். வெட்ட வெளியில் சுற்றிவர ஆயுதம் ஏந்திய இராணுவ வேலிக்குள் ஆட்டு மந்தைகள் போல் அடைக்கப்பட்ட மக்களுக்கு மிக அருகிலேயே இராணுவத்தினர் நின்று ஒலிபெருக்கியில் கட்டளைகளை வழங்கிக்கொண்டிருந்தனர். அக் காட்சியின் பின்னணியில் ‘வெண்ணிலவே வெண்ணிலவே விண்ணைத்தாண்டி வருவாயா விளையாட ஜோடி வேண்டும்’ என்ற சினிமாப்பாடல் ஒலித்துக்கொண்டிருந்தது. அக் காட்சியைக் கண்ணுற்ற குணாவிற்கு நெஞ்சாங்கூட்டுக்குள் கையை விட்டு இருதயத்தை வேரோடு பிடுங்கியது போன்று பெருவலி எடுத்தது. அந்த வலியை அவனால் தாங்கிக்கொள்ளவே முடியவில்லை. நாள் முழுவதும் இணையத்தளங்களை மேய்ந்தவனின் மனதை இறுக்கம் கவ்விக்கொண்டது. இணையத்தில் பார்த்த அவலக்காட்சிகள் மனத்திரையில் தீயை மூட்டியிருந்தது. நடுச் சாமமாகியும் நித்திரையின்றிப் புரண்டுகொண்டிருந்தவன் திடீரென்று துடித்தெழுந்து கட்டிலிற் குந்திக்கொண்டான். சாமத்தில் கடிகார முள்ளின் டிக்... டிக் சத்தம் கூட அவனைப் பயமுறுத்தியது. அருகில் ஆதிராவும் அரைத் தூக்கத்தில் அவஸ்தையுடன் புரண்டுகொண்டிருந்தாள். அவனுக்குள் ஏதேதோ விபரீத எண்ணங்கள் தோன்றி மனதைச் சஞ்சலப்படுத்தியபடியே இருந்தன.

மீண்டும் விடிந்தபோது பொதுமக்கள் இராணுவத்தினரின் கட்டுப்பாட்டுப் பகுதிக்குள் நுழைந்துகொண்டிருப்பதாகவும்,

வட்டுவாகல் பாலத்தில் நீண்ட வரிசையில் காத்திருக்கும் மக்களை இராணுவத்தினர் ஆண், பெண் என்ற பாகுபாடின்றி அனைவரையும் நிர்வாணப்படுத்திச் சோதனைகள் செய்தே உள்ளே அனுமதிப்பதாகவும், பல்லாயிரக்கணக்கான போராளிகள் கைது செய்யப்பட்டுப் படுகொலைகள் நடந்துகொண்டிருப்பதாகவும் அறிந்த செய்திகளால் குணாவுக்கு இரத்தம் கொதித்தது. அங்கு யாருக்கு என்ன நடந்திருக்குமோ என்ற ஏக்கம் குணாவையும், ஆதிராவையும் வாட்டி வதைத்து இரவுகளை நரகமாக்கியது. தூக்கத்தை மட்டுமன்றிப் பசியையும் கூட மறந்துபோனார்கள். பிள்ளைகளை மரியாம்மா கூட்டிக்கொண்டு போய்த் தன் வீட்டில் வைத்துச் சாப்பாடுகள் கொடுத்தார்.

மறுநாள் வைகாசி பத்தொன்பதாம் நாள் ஆதிரா அரக்கப் பரக்க வேலைக்கு ஓட, குணா பிள்ளைகளைப் பாடசாலையில் சேர்த்துவிட்டு வந்து வேலைக்குக் கிளம்புமுன் தொலைக்காட்சியை இயக்கினான். திரையில் தோன்றிய ஜனாதிபதி மகிந்த ராஜபக்ச "புலிகள் தோற்கடிக்கப்பட்டுவிட்டார்கள். புலிகளின் தலைவர் பிரபாகரன் கொல்லப்பட்டுவிட்டார். அரச படைகள் யுத்தத்தை வெற்றி கொண்டுவிட்டார்கள்" எனப் பாராளுமன்றத்தில் நெஞ்சு நிமிர்த்தியபடி உத்தியோகபூர்வமாகப் பிரகடனம் செய்துகொண்டிருந்தார். அந்தக் காட்சியும், செய்தியும் குணாவுக்குள் அதிர்வலைகளை உண்டாக்கியது. மகிந்தவின் அந்த அறிவிப்பையடுத்த சில நிமிடங்களிலேயே கொல்லப்பட்ட புலித் தலைவரின் சடலத்தையும், அது தொடர்பான தகவல்களையும் அனைத்து உள்நாட்டு, வெளிநாட்டு ஊடகங்களும் ஒளி, ஒலிபரப்பாக்கிக்கொண்டிருந்தன. நினைத்துக்கூடப் பார்த்திருக்க முடியாத அந்தக் கோரக்காட்சியைக் கண்ட குணாவின் கண்கள் பீதியில் விரிய சர்வாங்கமும் பதறியது. பெரும் திகில் அவனைக் கவ்விக்கொண்டது. அவனது கண்களை அவனாலேயே நம்ப முடியவில்லை. அடிவயிற்றில் ஏதோ பிராண்டியது. நெஞ்சு நீரற்று வறண்டுபோனது போன்ற ஓர் உணர்வு. ஐயோவென அலற வாயெடுத்தவனின் வார்த்தைகள் வெளிவராமலேயே குரல்வளைக்குள் சிக்கித் திணறின. தொலைக்காட்சியின் அலைவரிசைகளை மாற்றி மாற்றிச் செய்திகளைப் பார்த்தான். எல்லா அலைவரிசைகளிலும் இதுவேதான் தலைப்புச் செய்தியாகவிருந்தது. காட்சிப்படுத்தல்களில் ஆயிரக்கணக்கான போராளிகளின் உயிரற்ற உடல்கள் பெருவெளியெங்கும்

பரவிக்கிடந்தன. இறந்த பின்பும் மானபங்கப்படுத்தப்பட்ட பெண் போராளிகளின் உடைகள் அற்ற உடல்களைப் பார்த்த குணாவுக்கு நெஞ்சே வெடித்துவிடும் போலிருந்தது. நெஞ்சுவிரிய ஒரு நெடுமூச்சை இழுத்துவிட்டவன் கண்களை மூடி நின்று தன்னை ஆசுவாசப்படுத்திக்கொண்டான்.

சில தினங்களாக எது நடந்துவிடுமோ என்றெண்ணிப் பயந்துகொண்டிருந்தானோ அதுவே நடந்துவிட்டதனால் சலிப்பும், வெறுமையும் அவனை ஆட்கொண்டிருந்தது. அவனது உள்ளத்தைப் பலவிதமான உணர்வுகளும், சிந்தனைகளும் உசுப்பியது. எத்தனை ஆயிரம் உயிர்களைப் பலிகொடுத்து இத்தனை ஆண்டுகளாய் நடந்தவொரு பெரும் போராட்டத்தின் முடிவா இது? அவனால் நம்பவே முடியவில்லை. இப் பெருந்துயரிலிருந்து மீள முடியாமற் தவித்தான். உதடுகள் அழத் துடித்தன, துயரம் நெஞ்சை அடைத்தது. நெஞ்சைப் அழுத்திப் பிடித்தபடி அப்படியே சோபாவில் சாய்ந்தான். இன்று தன்னால் நிம்மதியாக வேலையில் ஈடுபட முடியாதென்பதை உணர்ந்துகொண்டவன் தனக்குச் சுகயீனம் என வேலைத் தளத்துக்கு அறிவித்துவிட்டு, மூர்த்திக்கு அலைபேசியில் தொடர்பெடுத்தான். மூர்த்தி பதிலளிக்கவில்லை. மீண்டும் வேந்தன், தேவகன் என்று முயற்சித்தான் அவர்களிடமிருந்தும் பதிலில்லை. விஸ்வாவுடன் கதைக்கலாமென மனம் எண்ணியபோதும், மூளை அதற்குத் தடைபோட்டது. சிறிது நேரத்தில் வேந்தனே அலைபேசியில் வந்தான்.

எடுத்தவுடனேயே "என்னடாப்பா இப்பிடியாப் போச்சே!" என்றான் குணா தழுதழுத்த குரலில்.

"சாச்ச... நீ பயப்பிடுறமாதிரி அங்க ஒண்டும் நடந்திருக்காது, வீடியோவைப் பார்த்தியே அது நம்பக்கூடியமாதிரி இல்ல, ஆருக்கோ முகமூடி போட்டுப் படமெடுத்திருக்கிறாங்கள் போல கிடக்குது" என அச் செய்தியை நம்ப முடியாமல் முனகியவனின் தொடர்பைத் துண்டித்துவிட்டு சிவநேசனுடன் தொடர்புகொண்டான் குணா.

"அட போடா, இதைப்போல எத்தின தடவை தலைவரைச் சாக்காட்டிப் போட்டாங்கள். இதையெல்லாம் நீ நம்புறியே?"

போக்காளி | 503

என அலட்சியமாகக் கேட்டான் சிவநேசன். அதற்குப்பிறகும் குணா மூர்த்தியுடன் தொடர்புகொள்ள நினைக்கவில்லை.

அடுத்ததாகச் சீலனுடன் தொடர்புகொண்டான். எடுத்ததுமே "ஐயோ மச்சி இப்பிடித் தோத்துப்போனமேயடா!" என ஒப்பாரி வைத்த அவனுங்கூட "ஆனால், அது தலைவர் இல்ல, அவரை மாதிரியே இயக்கத்துக்க கனபேர் இருந்தவையாம். இது அதில ஒராளாத்தான் இருக்கும்" என்றான்.

சீலனின் தொடர்பைத் துண்டித்த கணமே தொடர்பில் வந்த தேவகனும், "எல்லாம் அந்த வேசமகன் கருணாவால தான் வந்தது. எல்லாத்தையும் காட்டிக் குடுத்துப்போட்டான்ரா இல்லாட்டி எங்கட ஆட்கள அசைச்சிருக்க ஏலாது. எண்டாலும், தலைவரும் முக்கியமான தளபதிகளும் வெளியேறிற்றினமாம்" என்றான்.

இவர்களின் கதைகளைக் கேட்கக் கேட்கக் குணாவுக்கு விசரே பிடித்துவிடும் போலிருந்தது. இது தான் நடக்கப்போகிறதென அவன் சில வாரங்களுக்கு முன்பே நம்பியதை, அது நடந்து முடிந்தபின்பும் கூட நம்ப மறுக்கும் இவர்களின் அறியாமையை நினைக்கக் குணாவிற்கு ஆச்சரியமாக மட்டுமில்லை. மிகவும் கோபமாகவும், வெறுப்பாகவும் இருந்தது. இப்படி ஒன்று நடந்தால் உலகெங்கும் எவ்வளவு பெரிய எதிர்வினைகள் ஏற்படும், எவ்வளவு பெரிய கொந்தளிப்பான நிலை உருவாகுமென்று குணா எண்ணியிருந்தானோ அதுவொன்றும் நடக்கவேயில்லை. புலிகளின் தலைமைகள் அனைத்தும் அழித்தொழிக்கப்பட்ட செய்தியை ஏற்க மறுத்து, அல்லது நம்ப மறுத்து எல்லோரும் அமைதியாகவே இருந்தார்கள். ஆனால், உலகம் அதனை நம்பியது போலவே குணாவும் நம்பினான். அதனால் அவனால் அமைதியாக இருக்க முடியவில்லை. அவனது மனம் அந்தரித்தது. யாழ்ப்பாணத்துக்கு அலைபேசியில் தொடர்புகொண்டான். "ஐயோ அங்க எல்லாமே முடிஞ்சுபோச்சடா தம்பி! "சனங்கள் எல்லாத்தையும் பிடிச்சு வவுனியாவில இருக்கிற முகாம்களுக்கு அனுப்புறாங்களாமடா" எனப் பதறினாள் அக்கா.

குணாவுக்குள் கடந்தகால நினைவுகள் கனதியாக ஏறிக்கொண்டிருந்தன. அசைக்க முடியாதென்று நினைத்திருந்தது

எல்லாமே அத்திவாரத்தோடு அசைக்கப்பட்டு விட்டதே! பிடுங்க முடியாதென்று நினைத்திருந்தது எல்லாமே ஆணிவேரோடு பிடுங்கப்பட்டு விட்டதே! விஸ்வாண்ணே சொன்னது போலவே கிளிநொச்சியை இராணுவம் பிடித்ததுமே அரசு கேட்டுக் கொண்டதற்கிணங்கிப் புலிகள் சர்வதேசத்தின் முன்னிலையில் சரணடைந்திருந்தால் இந்த நிலை ஏற்பட்டிருக்காதே! புலிகள் போரில் தோற்றிருப்பார்களே தவிர இப்படி ஒட்டுமொத்தமாக அழிந்துபோயிருக்க மாட்டார்களே! புலிகள் பதுங்கப் பதுங்க அது பாய்தலுக்கான பதுங்கல் என்றெண்ணியது பொய்யாகிப்போனது எப்படி? பலமாயிருந்த புலிகளைக் கடைசிவரையுமே பதுங்க வைத்த சக்தி எது? இது எப்படிச் சாத்தியமானது? இந்தியாவில் ஆட்சி மாறியதும் ஒரே நாளில் மாற்றம் வந்துவிடுமென்று சொன்ன எந்தவித அதிகாரங்களும் அற்ற தமிழ்நாட்டு அரசியல்வாதிகளை நம்பி ஏமாந்தார்களா? காப்பாற்ற அமெரிக்காவிலிருந்து கப்பல் வருமென்று சொன்ன புலம்பெயர் செயற்பாட்டாளர்களை நம்பி ஏமாந்தார்களா? புலிகளை இந்தச் சதிவலையில் வீழ்த்திய சக்தி எது? அவனது மனப் புற்றுக்குள்ளிருந்த கேள்விப் பாம்புகள் படமெடுத்து ஆடத்தொடங்கியதும் தலை கிறுகிறுத்து உடல் மெல்ல மெல்லச் சூடேறிக்கொண்டிருந்தது.

நிமலனின் அழைப்பில் அலைபேசி அலறியபோதே சுய நினைவுக்கு வந்தான் குணா. “என்னடா மச்சி செய்திகள் பார்த்தியே?” அவனது வார்த்தைகளில் இரக்கம் தொனித்தது.

“ம், எல்லாமே முடிஞ்சு போச்சு.” பெருமூச்சோடு கூறினான்.

“மகிந்த எயர்போட்டில வந்திறங்கி மண்ணைத் தொட்டுக் கும்பிடக்கையே எனக்குத் தெரிஞ்சுபோச்சு அங்க எல்லாமே முடிஞ்சு போச்செண்டு.”

“ஆனால், அதைத்தான் இங்க ஒருந்தனும் நம்புறாங்கள் இல்லையே.”

“இவங்கட கதையை விடடாப்பா, இவங்கள் தங்களைத் தாங்களே யூதர்களோட ஒப்பிட்டுப் புகழ்ந்து பேசி சுய இன்பம் அனுபவிச்ச ஆட்களல்லே, எப்பிடித்தான் விழுந்தாலும்

இவங்கட மீசையில மட்டும் மண் ஒட்டாதெண்டது தெரிஞ்ச விஷயந்தானே" என்றான்.

"அது சரி, விஸ்வா அண்ணையோட கதைச்சனியே?" கேட்டான் குணா.

"ம்... கதைச்சனான், வெல்லப்பட வேண்டிய நியாயமான போராட்டம் இப்படி அநியாயமாக தோத்துப்போச்சே எண்டு அந்தாளும் சரியான கவலையிலதான் இருக்குது. சும்மாவா சொன்னவங்கள் கெடு குடி சொல் கேளாதெண்டு. சரி... சரி... இனியென்ன செய்யிறது விடு." பனையால விழுந்தவனை மாடேறி மிதிச்சது போல் மேலும் வார்த்தைகளால் வதைக்கக் கூடாதென்று நினைத்தானோ என்னவோ அத்தோடு பேச்சைக் கத்தரித்துக்கொண்டான் நிமலன். குணாவின் மனசு சத்தமில்லாமல் குலைந்தது. அவனுக்குள் எழுந்த எரிமலையை அடக்க முயற்சித்துக் கண்களை இறுக மூடிக்கொண்டு அப்படியே சோபாவில் சுருண்டு படுத்திருந்தான்.

வேலைத் தளத்திலேயே இத் துயரச்செய்தியை அறிந்த ஆதிரா வீட்டுக்கு வந்தபோது, உடல் நெருப்பாய் எரிய கடுங்காச்சலுடன் முனகிக்கொண்டு கிடந்தான் குணா. வேலைத் தளத்திற்குச் சுகயீனமென்று அவன் சொன்ன பொய் மெய்யாகிப்போனது.

மறுநாள் வைத்தியரிடம் காட்டி மருந்து எடுத்துகொண்டு வந்தபோது வீட்டில் விஸ்வாவும், ஜெனிற்றாவும் ஆதிராவுடன் கதைத்துக்கொண்டிருந்தார்கள். குணாவைக் கண்டதும் சட்டென எழுந்த விஸ்வா ஆதரவோடு அவனது கையை இறுகப் பற்றிக்கொண்டு "இப்ப காச்சல் எப்படி? மருந்து தந்தாங்களா?" என அக்கறையோடு விசாரித்தான். அவனது முகமும் காச்சல்க்காரன் போல் மிகவும் வாடியிருந்தது.

"ஓம், இப்ப கொஞ்சம் பரவாயில்லை" என்ற குணாவுக்குள் ஒரு நெகிழ்வு பரவி தன்னிரக்கத்தில் கண்கள் கசிந்தன. விஸ்வா அவனை நிமிர்ந்து பார்த்தபோது குணாவின் கண்கள் நீர்க்குமிழி போல் பளபளத்தன. அவனுக்குள் இருந்த வேதனையை முகக்குறி உணர்த்தியது.

“அம்மா, அண்ணாக்களைப் பற்றி ஏதாவது அறிஞ்சனிங்களே?” தேநீருடன் வந்த ஆதிராவைப் பார்த்து பரிவோடு கேட்டாள் ஜெனிற்றா.

“இல்லை அக்கா, ஒண்டுமே அறிய முடியயில்ல” என்றவளின் முகத்திலும் பீதியின் சாயல் பரவியிருந்தது.

விஸ்வா மௌனத்துடன் யோசித்தவாறே இருந்தான். அந்த மௌனம் குணாவை ஏதோ செய்தது. கனத்த மௌனம் என்பதால் அர்த்தம் நிரம்பியிருந்தது. அதன் அர்த்தத்தை மொழி பெயர்க்க நினைத்தானோ என்னவோ குணாவின் வார்த்தைகள் ஆற்றாமையுடன் வெளியேறின. “அண்ணே, நீங்கள் சொன்ன மாதிரியே எல்லாத்தையும் கொண்டுபோய் முள்ளிவாய்க்காலுக்க கவிழ்த்துக் கொட்டிப்போட்டாங்களே!” என்றான் குணா கொதிப்புடன்.

“ம்” என்றான் உணர்வற்ற குரலில் விஸ்வா.

“ச்ச... எத்தனையோ ஆயிரம் உயிர்களைப் பலி கொடுத்தும், எவ்வளவோ உடமைகளை இழந்தும், எத்தனை விதமான உத்தரிப்புகளை அனுபவிச்சும் கடைசியில ஒண்டுக்குமே பிரயோசனம் இல்லாமற்போச்சே...” என ஆதங்கப்பட்டுப் பெருமூச்சு விட்டான்.

“ம், நடந்தது நடந்ததுதான். இனி இதுகளைப் பற்றிக் கதைச்சு ஒரு பிரயோசனமுமில்ல. சரணடைந்த மேல்மட்டப் போராளிகளை சாட்சியங்களே இல்லாமல் கொலை செய்ததன் மூலமாக அரச படைகள் மிக மோசமான யுத்தக் குற்றங்களைச் செய்திருக்குது. இதையெல்லாம் உலக நாடுகள் தெரிஞ்சுகொண்டும் தெரியாத மாதிரிக் கண்களை மூடிக்கொண்டு இருக்கிறதை நினைச்சால் தான் வேதனையா இருக்கு. பாவம் அந்த மக்கள், அதுகள் பட்ட துன்பங்களை நினைச்சால் மனசு ஆறுதேயில்ல” என்ற விஸ்வாவின் முகமும் இறுகிப்போனது. அவனது வார்த்தைகளில் இருந்த வலியை உணர்ந்துகொண்ட குணாவும் யோசனையில் ஆழ்ந்தான். இருவருக்குமிடையில் சற்று நேரம் மௌனம் குடிகொண்டிருந்தது.

“பாவம் புலிகளுந்தான் என்ன செய்யிறது. இவன் கருணா தானாமே எல்லாத்தையும் காட்டிக் குடுத்துப்போட்டானாம். ச்ச... இத்தனை வருச காலப் போராட்டம் இப்படித் தோத்துப்போச்சே!” என மௌனத்தை கலைத்த குணாவின் வார்த்தைகளில் ஆத்திரமும், அவமானமும் குழைந்திருந்தது.

“கருணா யாரு குணா? திடீரெண்டு வேற்றுக் கிரகத்தில இருந்து குதிச்சு வந்த ஆளே? என்னைப் பொறுத்தவரை கருணாவும் புலிதான். எப்பிடிப் பார்த்தாலும் இது புலிகளாலேயே புலிகளுக்கு ஏற்பட்ட தோல்விதான்.” எனத் தன் கருத்தில் உறுதியைக் காட்டினான் விஸ்வா.

“அது சரியண்ணே, பொதுப் பிரச்சனையில ஒரு தீர்வை எட்டுற வரைக்குமாவது கருணா பொறுத்திருந்திருக்கலாம். அதுக்குப் பிறகு உள் முரண்பாடுகளைக் கையில எடுத்திருக்கலாம். அதில்லாமல் ஆடு அறுக்க முதல் புடுக்கை அறுக்க வெளிக்கிட்டு இப்ப ஒருத்தருக்கும் ஒண்டுமில்லாமற் போச்சே” எனத் தலையைச் சிலிர்ப்பியவன் பிடரியைச் சொறிந்தான்.

“அதுக்குப் புலித் தலைமை ஒரு தீர்வை எட்டும் எண்ட நம்பிக்கை கருணாவுக்கும் இருந்திருக்கவெல்லே வேணும். எதிரியோட சண்டை பிடிக்கத் தெரிஞ்ச அளவுக்குப் புலிகளுக்குத் தங்களுக்குள்ள ஒற்றுமையா இருக்கத் தெரியாமல் போச்சே. தங்களுக்குள்ளேயே தாங்கள் சம்பாதிக்கிற ஒவ்வொரு எதிரியும் தன்னைத் தான் காப்பாற்றிக்கொள்ள பொது எதிரியோடதான் போய்ச் சேருவான் எண்டது புலித் தலைமைக்கு ஏன் புரியாமல் போனது?” குணா வீசிய பந்துகளுக்கு விஸ்வா விளாச ஆரம்பித்ததுமே, விவாதம் சூடு பிடிக்கப்போகிறது என்பதைப் புரிந்துகொண்ட ஜெனிற்றா “சரி... சரி... இதுகளைக் கதைச்சு இனியொரு பிரயோசனமுமில்ல எழும்புங்க போவம்” என்றவாறு வீட்டுக்குக் கிளம்ப ஆயத்தமானாள்.

“ஓம் குணா, இனிக் கதைச்சு ஒண்டும் ஆகப்போறதில்ல, நாங்கள் வெளிக்கிடப்போறம். நீர் ஒண்டுக்கும் யோசிக்காதையும், கவலைப்பட்டு மனசைப் போட்டுக் குழப்பாமல் தைரியமா இரும்” எனத் தோளணைத்து விடைபெற்றுச் சென்றான் விஸ்வா. ஒரு காலத்தில் விஸ்வாவின் தர்க்க ரீதியான பேச்சுக்களைக் கேட்டு வெறுப்படைந்த குணாவிற்கு இப்போது

அவனை இருத்திவைத்து, புலிகள் ஏன் தோற்றார்கள்? எப்படித் தோற்றார்கள்? எங்கே பிழை விட்டார்கள்? என்று கதை கதையாய் கேட்கவேண்டும் போலிருந்தது. ஆனால், விஸ்வாவோ இனி இதுகளைப் பற்றிக் கதைச்சுப் பிரயோசனமில்லை என்ற முடிவுக்கு வந்திருந்தான்.

• • •

வவுனியாவை அண்டிய பகுதிகளின் காடுகளை அழித்து வறண்ட வெட்டவெளிப் பிரதேசங்களில் முட்கம்பி வேலிகளுக்குள் தற்காலிகக் கூடாரங்களை அமைத்து உருவாக்கப்பட்ட தடுப்பு முகாம்களுக்குள் வன்னியிலிருந்து விரட்டிவரப்பட்டுத் தங்க வைக்கப்பட்டிருந்த மக்களின் துன்ப, துயரங்களே இப்போது தமிழ்த் தொலைக்காட்சிகளிலும், இணையத்தளங்களிலும் செய்திகளாகப் பரவிக்கொண்டிருந்தன. தடுப்பு முகாம்கள் என்ற பெயரில் அவை திறந்தவெளிச் சிறைச்சாலைகளாகவே இயங்கிக்கொண்டிருந்தன.

வவுனியாவிலுள்ள குணாவின் குஞ்சியம்மாவும், ஆதிராவின் அன்ரியும் தங்களது உறவுகளைத் தேடி முகாம் முகாமாக அலைந்துகொண்டிருந்தார்கள். அவர்களிடமிருந்து நல்ல செய்தி வராதா என்ற ஏக்கத்துடனும், எதிர்பார்ப்புடனுமே குணாவும், ஆதிராவும் நாட்களை நகர்த்திக்கொண்டிருந்த வேளையில் ஒரு சனிக்கிழமை அதிகாலை தொலைபேசிய ஆதிராவின் அன்ரி ஆதிராவின் அம்மாவையும், அண்ணி, பிள்ளையையும் ஒரு முகாமில் கண்டுபிடித்துவிட்டதாகவும், அவர்களுடன் சேர்ந்துவந்த சிவாவை இராணுவத்தினர் வட்டுவாகல் பாலத்தடியில் வைத்து அவர்களிடமிருந்து பிரித்து வேறு வாகனத்தில் ஏற்றிக்கொண்டு சென்றுவிட்டதாகவும், சிவா இப்போது எங்கு இருக்கிறான், எப்படி இருக்கிறான் என்பதனை அறியமுடியாமல் இருப்பதாகவும் தெரிவித்துவிட்டுச் சென்றார். அத் தகவல் குணாவுக்கும், ஆதிராவுக்கும் முழுமையான மகிழ்வைக் கொடுக்கவில்லை. சிவாவை நினைத்து ஏங்கினார்கள். அவனுக்கு எதுவும் நேர்ந்துவிடக் கூடாதென ஊரில் உள்ள கோவில்களுக்கெல்லாம் நேர்த்திக்கடன் வைத்தாள் ஆதிரா.

அதற்கடுத்த கிழமை தொலைபேசிய குணாவின் குஞ்சியம்மா, தன் மகனை இன்னும் கண்டுபிடிக்க முடியவில்லை என்றும், கலா

அக்காவும், அத்தானும் ஒரு முகாமில் இருப்பதாகவும், ஆனால் கலா அக்காவோ தன்னிலை மறந்த நிலையில் பேச்சுக்களற்று வானத்தையே வெறித்துப் பார்த்தபடி சித்த சுவாதீனம் பிடித்தவள் போல் இருப்பதாகவும் மிகுந்த வேதனையோடு கூறிச்சென்றார். அதனையறிந்தபோது குணாவுக்குள் ஒரு கிலி பரவியது. கலா அக்காவை நினைத்த மனம் சகிக்க இயலாத வேதனையில் தவித்தது.

கலா அக்கா மட்டுமா? இங்கும் குணாவின் நண்பர்கள் பலரும் மே பத்தொன்பதுக்குப் பின்னர் இப்படித்தான் இருக்கின்றார்கள். இந்தத் தோல்வியை எவராலுமே ஜீரணிக்க முடியவில்லை. புலிகளின் அழிவை எவராலும் நம்பவோ, ஏற்றுக்கொள்ளவோ முடியவில்லை. புலிகள் எங்கே சறுக்கினார்கள்? ஏன் அவர்களால் வெல்ல முடியாமற் போனது? என்ற கேள்விகளுக்கு எவரிடத்திலும் பதிலிருக்கவில்லை. அன்று தமிழ்ப் பாடசாலையில் நடந்த ஒரு இரங்கல் கூட்டத்தில் சட்டென எழுந்த ஒருவன் பக்கத்தில் இருந்தவனின் கன்னத்தில் ஓங்கி அறைந்ததானது எல்லோரையும் திகைப்படையச் செய்தது. இப்படியாகப் பலர் உளவியல் ரீதியான பாதிப்புக்குள்ளாகயிருந்தார்கள். வீட்டை அடமானம் வைத்து வங்கியிற் கடன் எடுத்துப் புலிகளுக்குக் காசு கொடுத்த சீலனின் நிலை மிகவும் மோசமானதாக இருந்தது. கடன் தொல்லை ஒரு பக்கம், தோல்வியின் பாதிப்பு மறுபக்கமெனத் துக்கம் தாளாமல் மே பத்தொன்பதிலிருந்து குடிக்க ஆரம்பித்தவன் இன்னும் குடியை நிறுத்தவில்லையாமென அறிந்த குணா அவனுக்காகவும் வேதனைப்பட்டுக்கொண்டான். எல்லோர் வீட்டிலும் துக்கம். யாருக்காக யார் அழுவது, யாருக்கு யார் ஆறுதல் சொல்வது என்ற நிலையே தோன்றியிருந்தது.

பல தடவைகள் அலைபேசியில் தொடர்பெடுத்த போதும் பதிலளிக்காத மூர்த்தியைக் கடைத்தெருவில் கண்டு மடக்கிய குணா. “என்ன அண்ணே போன் அடிச்சால் கூட எடுக்கிறிங்களில்ல” என்றான்.

“ஐயோ குணா! தெரியும் தானே நாட்டு நிலைமைகளோட மண்டை எல்லாம் குழம்பிப்போச்சு. ஒருத்தரோடையுமே கதைக்க மனம் வருகுதில்ல அதுதான்...” எனத் தலையைச் சொறிந்துகொண்டார்.

“அதுதானே அண்ணே! யார் தான் நினைச்சது இப்பிடிப்போய் முடியுமெண்டு” முகத்தைத் தொங்கப் போட்டுக்கொண்டான்.

“முடிவோ, சீச்சீ... முள்ளிவாய்க்கால் முடிவில்லைக் குணா. தெரியுந்தானே எங்கட இனம் பீனிக்ஸ் பறவை மாதிரி சாம்பலில் இருந்தும் உயிர்த்தெழும். இனி எங்கட போராட்டமெல்லாம் வேறு விதமாத்தான் இருக்கப்போகுது” என்ற மூர்த்தியின் வார்த்தைகள் குணாவிற்கு விசரைக் கிளப்பியது.

“ஓ... இவ்வளவு காலமும் யூதர்கள் மாதிரி எண்டு சொல்லிக்கொண்டு முள்ளிவாய்க்கால் வரையும் கொண்டுபோனிங்கள், இனிப் பீனிக்ஸ் பறவை எண்டு சொல்லிக்கொண்டு தப்பியொட்டி இருக்கிறதுகளை எந்தச் சுடலைக்குக் கொண்டுபோய்ச் சேர்க்கப்போறியள்.” சட்டெனக் கேட்டான்.

“என்ன குணா! ஏன் இப்பிடிக் கதைக்கிறீர்?” அதிசயித்துப் பார்த்தார்.

“பின்னயென்ன, அங்க எல்லாமே முடிஞ்சுபோச்சு நீங்கள் என்னெண்டால் முந்திக் கதைச்ச மாதிரியே இப்பவும் கதைவிட்டுக்கொண்டு நிக்கிறியள்” என்றவன் ஏற இறங்க ஒரு விசப்பார்வை பார்த்தான்.

“என்ன குணா! நீரும் தலைவர் இல்லையெண்டு நினைக்கிறீரே?”

“அண்ணே, என்ர விசரைக் கிளப்பாமல் சும்மா போங்க, இதுக்குமேல வயசுக்குத் தாற மரியாதையைக் கூடத் தரமாட்டன்” மூஞ்சியில் அடித்தாற்போல் கூறிவிட்டு திரும்பியும் பார்க்காமல் விசுக் விசுக்கென்று நடையைக்கட்டினான்.

தரிப்பிடத்தில் காரை நிறுத்திவிட்டு படிகளில் ஏறிக்கொண்டிருக்கையில் அலைபேசியில் வந்த நிமலன், “மச்சி விசயம் தெரியுமே, கே.பி.யை எல்லே மலேசியாவில வைச்சுப் பிடிச்சுப்போட்டாங்களாம்” என்றான்.

“என்னடா சொல்லுற! அப்ப புலிகளின்ர சர்வதேச கட்டமைப்பும் சரியே!”

“ம், அங்க எல்லாற்ற கதையையும் முடிச்சுப்போட்டு இப்ப வெளிநாட்டு வேட்டையில இறங்கிற்றாங்கள் போலயிருக்கு” என்றான் நிமலன்.

“சரி மச்சி நான் வீட்டுக்கு வந்திற்றன். நியூசைப் பார்த்திற்று அடிக்கிறன் வை” எனத் தொடர்பைத் துண்டித்துவிட்டுக் குணா வீட்டுக்குள் நுழைந்தபோது கண்ணீரும், கண்ணுமாக தலையில் கைவைத்தபடி தொலைபேசிக்கு முன்னால் குந்தியிருந்தாள் ஆதிரா. “என்ன ஆதிம்மா! என்ன நடந்தது?” துடித்தான் குணா.

“அன்ரி கதைச்சவா, தடுப்பு முகாமில அம்மாவுக்கு மலேரியாக் காச்சலாம், ஆன மருந்து, மாத்திரை இல்லாமல் சரியாக் கஸ்ரப்படுறாவாம்” கூறும் போதே குரல் உடைந்து குமுறினாள்.

“சரியம்மா, சரி காச்சல் தானே, அதுக்கு அங்க மருந்து குடுப்பாங்கள். நீ ஒண்டுக்கும் கவலைபடாத” என்றவன் அவளை நெஞ்சோடு அணைத்துக் கண்ணீரைத் துடைத்துச் சமாதானப்படுத்தினான்.

இலங்கை பல்லின மக்களைக் கொண்ட ஜனநாயகக் குடியரசு என்று கூறிக்கொண்டு ஆட்சி பீடத்திலிருந்த பெரும்பான்மை இனத்தவர்கள் சொந்த நாட்டுக்குள்ளேயே சகோதர இனத்தவர்களை ஈவு, இரக்கமின்றிக் கொன்றொழித்துவிட்டு இன்னொரு நாட்டையே வெற்றிகொண்டது போல் நெஞ்சு நிமிர்த்திய வெற்றிச் செருக்குடன் வெற்றிவிழாக் கொண்டாடி மகிழ்ந்துகொண்டிருக்க, வஞ்சிக்கப்பட்ட சிறுபான்மை இனமோ மரணத்தின் எல்லைவரைச் சென்று மாண்டவர்கள் மாண்டுபோக தப்பிப் பிழைத்தவர்கள் சொந்த பந்தங்களை இழந்து, சொத்துப் பத்துக்களைத் துறந்து, ஆறாவடுக்களுடன் சொந்த மண்ணிலேயே ஏதிலிகளாகிக் கூனிக் குறுகி முட்கம்பி முகாம்களுக்குள் முடக்கப்பட்டுக்கிடந்தார்கள்.

இந்த வருடத்திற்கான மாவீரர் தினமும் வந்தது. வழமைபோல் மக்கள் உணர்வெழுச்சியுடன் மண்டபத்தை நிறைத்திருந்தார்கள். எரித்திரியாவிலிருந்து தலைவர் மாவீரர் தின உரையை ஆற்றுவாரென்று நம்பிப்போன கூட்டத்திற்கு மட்டுமல்ல, தலைவரின் திருவுருவப்படம் வைத்து தலைவருக்கு அஞ்சலி செலுத்தப்படுமென நம்பிப்போன கூட்டத்திற்கும் ஏமாற்றமே

கிடைத்தது. இரண்டுமே நடக்கவில்லை. குணாவும், சீலனும் அந்த இரண்டாவது கூட்டத்துள் இருந்தார்கள். சரி, பிழைகளுக்கு அப்பால் ஒரு இனத்தின் போராட்டத்தை முப்பது வருடங்கள் நடத்திச் சென்ற ஒரு தலைவனுக்கு, அரை நிமிட மௌன அஞ்சலியைச் செலுத்தக்கூட வக்கற்றுப்போன இந்த வாங்ரோத்து அரசியலை நினைக்க நினைக்கக் குணாவுக்கு எரிச்சல் எரிச்சலாக வந்தது. சூரியத் தேவன் என்றும், முருகனுக்கே நிகரானவன் என்றும் தூக்கிக் கொண்டாடி வழிபட்ட ஒரு தலைவனின் இறப்புக்கு அழ மறுத்து அரசியல் செய்துகொண்டிருந்த தன் இனத்தின் மீதே குணாவுக்கு வெறுப்பும், அருவருப்பும் ஏற்பட்டது. நோர்வேயில் மட்டுமன்றிப் புலம்பெயர் தேசங்கள் எங்கினும் புலிகளின் கடைசிக்கால நிதிகளை அமுக்கியவர்களும், புலிகளின் பினாமிச் சொத்துக்களை அபகரித்தவர்களும், வியாபார நிறுவனங்கள், கோவில்கள், பாடசாலைகள் எனப் புலிகளின் அசையாச் சொத்துக்கள் மீது ஆட்சி அதிகாரத்தை செலுத்துபவர்களுமே தலைவரை இன்னும் உயிரோடு வைத்திருக்க விரும்புகின்றார்கள் என்ற உண்மையும் குணாவுக்குப் புலப்படத் தொடங்கியது.

இணையத்தளங்களில் வன்னிக் கொலைக்களத்தில் மக்கள் பட்ட பாடுகளைச் செய்திகளாகவும், காணொளிப் பதிவுகளாகவும் பார்த்த குணாவின் இரவுகள் நரகமாகின. கொலையும், கூக்குரலும், இரத்தமும், சதையுமாய் மிரட்டிய கனவுகளால் தூக்கம் தொலைந்துபோனது. மருமகள் குணசீலி அடிக்கடி கனவில் வந்து “மாமா என்னைக் கை விட்டுட்டீங்களே! மாமா என்னைக் கை விட்டுட்டீங்களே!” எனக் கதறினாள். இரவுத் தூக்கத்தை தொலைத்த உடல் பகல் வேளைகளில் சோர்ந்து களைத்து வலுவிழந்துபோனது. வேலைத் தளங்களில் கவனம் சிதறியதால் வாடிக்கையாளர்களுடன் அவன் எரிந்து விழுவதாக மேலிடத்திலிருந்து முறைப்பாடுகளும் வர ஆரம்பித்தது. ‘வேலையும் பறிபோய்விடுமோ?’ என்ற பயம் வேறு அவனை ஆட்கொண்டிருந்தது. வேலையிலிருந்து வீடு திரும்பிக்கொண்டிருக்கையில் பாலும், பாணும் வாங்கி வரும்படி ஆதிராவிடமிருந்து குறுஞ்செய்தி வந்தது. வீட்டுக்கு அருகிலிருந்த சென்ரருக்குள் நுழைந்து பாணும், பாலும் வாங்கிக்கொண்டு வெளியே வந்தபோது அங்கேயிருந்த ஒரு மதுபானக் கடையின்

வாசலில் தேவகனைக் கண்டான். அவன் கையில் பொலித்தீன் பையினால் சுற்றப்பட்ட ஒரு விஸ்கிப் போத்தல் இருந்தது.

"என்னடா மச்சி இதில நிக்கிற?" கேட்டான் குணா.

"மருந்து வாங்க வந்தனான்" எனக் கையிலிருந்த போத்தலைக் காட்டினான்.

"என்னயிது... மருந்தோ!"

"ம்... தண்ணி மருந்து, இது இல்லாட்டி நித்திரையும் இல்லையடாப்பா."

"எனக்கும் அதுதானே பிரச்சனை. நித்திரையே வருகுதில்லயடா வந்தாலும் கெட்ட கெட்ட கனவுகளா வந்து குழப்பிப்போடுது" என்றான் குணா.

"அதுக்கு இதுதான் மச்சி நல்ல மருந்து படுக்கைக்கு முன் ரெண்டு பெக்க அடிச்சுப்போட்டு படுத்தால் அந்தமாதிரி இருக்கும்" என்றவன் கையிலிருந்த மருந்தைக் காதலோடு பார்த்தவாறு கண்சிமிட்டிச் சென்றான். சென்றவனைப் பார்த்தபடியே நின்ற குணா ஒரு கண யோசனையின் பின் சட்டென மதுபானக் கடையினுள் நுழைந்தான். வெளியே வந்தபோது அவனது கையில் பொலித்தீன் பையினால் சுற்றப்பட்ட ஒரு வோட்காப் போத்தல் இருந்தது. இதுவரை அவன் மனைவி, பிள்ளைகளுக்கு முன்னால் வீட்டில் வைத்துக் குடித்ததேயில்லை. எங்காவது கொண்டாட்டங்களுக்கு போனால் நண்பர்களுக்கு கம்பனி கொடுப்பதோடு சரி. அதுவும் ஒன்று அல்லது இரண்டு பெக் தான் அதற்குமேற் தாண்டியதுமில்லை, நிதானத்தை இழந்ததுமில்லை. இப்போது போத்தலோடு வீட்டுக்குப் போகக் கூச்சமாகத்தான் இருந்தது. ஆனாலும், அதைவிடவும் கவலைகளை மறந்த நிம்மதியான தூக்கமே இப்போதவனுக்கு முக்கியமானதாகப்பட்டது.

◎

2010

வாழ்க்கைச் சந்தடியில் பொதுவியக்கம் கொண்டு ஓடிக்கொண்டேயிருந்த குணா சற்று நின்று நிதானித்துப் பிள்ளைகளைக் கவனித்தான். அவர்கள் வளர்ந்துவிட்டிருந்தார்கள். முந்தாநாள் பிறந்தது போலிருக்கிறது. அதற்குள் மகளுக்குப் பத்து வயது முடிந்துவிட்டது. நாட்டுக்குப் போய்விடலாம் என்ற அவனது கனவும் கானல் நீராகிப்போனது. இரட்டைத் தோணிகளில் கால் வைத்துத் தத்தளித்துக்கொண்டிருந்தவன் கால்கள் இரண்டையும் ஒற்றைத் தோணியிற் தூக்கிவைத்து ஒட்டுண்ணி வாழ்வுக்குத் தன்னைத் தயார்ப்படுத்திக் கொண்டிருந்தான். ஆனால், அதுவும் இலகுவானதாய் இருக்கவில்லை. சொந்த மண் இல்லாத வேரறுந்த வாழ்வும் ஒரு வாழ்வா? உற்ற உறவுகள் இல்லாத இந்த ஒட்டுண்ணி வாழ்வும் ஒரு வாழ்வா? சொந்த மண்ணுக்கும் ஓட முடியாமல் வந்த மண்ணிலும் ஒட்ட முடியாமல் கையறு நிலையில் நின்றானவன். தனக்குப்பின் பிள்ளைகள் இங்கு தனித்துவிடுவார்களே என நினைத்தபோது காகக் கூட்டில் முட்டையிட்ட குயிலின் நிலையில் அந்தரித்தவனின் மனம் கிளைகள் வெட்டப்பட்ட மரத்தைப்போன்று வெறுமையில் வாடிப்போனது.

வவுனியாவில் தடுப்பு முகாமிலிருந்து ஆதிராவின் அம்மா, அண்ணி பிள்ளை மற்றும் கலாக்கா, அத்தான் ஆகியோர் விடுவிக்கப்பட்டு வெளியே வந்திருந்தார்கள். ஆதிராவின் அம்மா மகனைத் தேடிப் போராளிகள் தடுத்து வைக்கப்பட்டிருந்த புனர்வாழ்வு முகாம்களுக்கு அலையாய் அலைந்துகொண்டிருந்தார். ஆதிராவுக்கு அண்ணனைப் பற்றிய ஏக்கம் இருந்தாலும் அம்மாவும், அண்ணி பிள்ளைகளும் வெளியே வந்து சேர்ந்துவிட்டதில் மனம் சற்று ஆறுதலடைந்தது. குணா தன் நண்பன் ரவியைப் பற்றி அறிய முயற்சித்துங்கூட அவனையும், அவனது குடும்பத்தினரையும் பற்றிய எந்தத் தகவலும் கிடைக்கவில்லை.

எதிர்பாராத தருணத்தில் திடீரென ஒரு நாள் தொலைபேசிய ஆதிராவின் அம்மா வவுனியாவுக்கு வெளியே உள்ள புனர்வாழ்வு

முகாம் ஒன்றில் சிவா உயிருடன் இருப்பதாகச் சொன்ன சந்தோஷமான தகவலைக் கேட்டு குணாவும் ஆதிராவும் மிகவும் மகிழ்ந்துபோனார்கள்.

“நான் கும்பிட்ட தெய்வங்கள் கைவிடவில்லை” எனக் கூறி உணர்ச்சிவசப்பட்டாள் ஆதிரா.

“ஓமம்மா... என்ர பிள்ளையைக் கண்டதும் கடவுளைக் கண்ட மாதிரித்தான் இருந்தது. அண்ணா சொல்லுறான் அப்பாதானாம் தன்னைக் காப்பாற்றினவர் எண்டு. அண்டைக்குப் பிடிபட்ட நேரத்தில தன்னட்டச் சயனைட் இருந்திருந்தால், தான் இப்ப உயிரோட இருந்திருக்க மாட்டானாம்” என அம்மா கூறியபோதே நா தழுதழுத்தது. அடுத்த முறை சிவாவைப் பார்க்கப் போகும்போது ரவியைப் பற்றியும் விசாரித்து வரும்படி கேட்டுக்கொண்டான் குணா.

இலங்கையின் தற்போதைய ஜனாதிபதி மகிந்தவின் ஆட்சிக்காலம் இன்னும் ஒரு வருடம் இருக்கும்போதே அடுத்த ஆட்சிக் காலத்துக்கான தேர்தல் அறிவிக்கப்பட்டது. இரண்டாவது தடவையாகவும் போட்டியிட்ட மகிந்தவிற்கு எதிராக மகிந்த சகோதரர்களுடன் முரண்பட்டுக்கொண்ட சரத் பொன்சேகா போட்டியிட்டார். அவருக்கு ரணில் தலைமையிலான ஐக்கிய தேசியக் கட்சி ஆதரவளித்தது. தமிழ் மக்களுக்கு எதிரான போருக்குக் கட்டளை இட்டவருக்கும், அப் போரை நடாத்தி முடித்தவருக்கும் இடையிலான தேர்தல் போட்டியில் இரண்டு எதிரிகளில் யாருக்கு ஆதரவளிப்பது என்ற தர்மசங்கடமான நிலையில் தமிழர் தரப்பு சரத் பொன்சேகாவுக்கே ஆதரவு வழங்கியது. முடிவில் மகிந்த ராஜபக்சவே அமோக வெற்றியீட்டி மீண்டும் ஜனாதிபதியானார். அதனைத் தொடர்ந்து இராணுவப் புரட்சி மூலம் ஆட்சியைக் கைப்பற்ற முயற்சித்தாரெனக் குற்றம் சாட்டப்பட்ட சரத் பொன்சேகா சிறையில் அடைக்கப்பட்டார். போரையும், தேர்தலையும் வெற்றிகொண்ட ராஜபக்ச சகோதரர்களால் தமிழ் மக்களின் மனங்களை வெற்றிகொள்ள முடியவில்லை. நீண்டகால அரசியற் சிக்கலால் வடுக்களைச் சுமந்து நின்ற மக்களுக்கு ஒரு நீதியான அரசியல் தீர்வினை வழங்கி அவர்களை ஆற்றுப்படுத்தாமல், மகிந்த அரசு மீண்டும் அடக்கியாளும் அதிகார அரசியலையே ஆட்சிப்படுத்தியது.

இராணுவ இயந்திரம் மாவீரர் துயிலும் இல்லங்களைக் கூட இடித்தழித்துத் தரைமட்டம் ஆக்கிவிட்டதாக அறிந்தபோது கோபமும், விரக்தியும் கலந்த ஒருவித வினோத உணர்வே குணாவையும், நண்பர்களையும் இங்கு ஆட்கொண்டிருந்தது.

இந்தத் தோல்வியையும், அழிவையும் அதனால் ஏற்பட்ட துயரங்களையும் குணாவினால் எளிதாகக் கடந்துவர முடியவில்லை. இது எப்படி நிகழ்ந்தது என்பதை அறியும் ஆவல் பெருத்துக் காட்டுத் தீ போல் மூண்டு அவனது மனதில் பற்றி எரிந்தது. அவனுக்குள் எழுந்த பலவிதமான கேள்விகளுக்கு விடை காண முயன்று தோற்றுப்போனான். உடலும், மனமும் சக்தி இழந்து மிகவும் களைப்புற்று இருந்ததனால் அவனால் ஆழமாகச் சிந்திக்கக்கூட முடியவில்லை. எதனோடும் ஒட்டிக்கொள்ள முடியாத ஒருவித விரக்தியான மனநிலையிலேயே இருந்தான். நண்பர்களுடன் கதைத்தாவது மனதை ஆற்றுப்படுத்தலாம் என்றால் அதுவும் முடியாத காரியமாகவே இருந்தது. அவர்கள் எல்லோரும் கற்பனை உலகில் சஞ்சரித்துக் கொண்டிருப்பது குணாவுக்குள் இன்னும் கோபத்தையும், குழப்பத்தையும் அதிகரிக்கவே செய்தது. புலித் தலைமை அழிந்துவிட்டதெனப் பலரின் மூளைகள் ஏற்றுக்கொண்டபோதிலும் இதயங்கள் ஏற்றுக்கொள்ள மறுத்து அடம்பிடித்தன. எல்லோருமே எப்படியாவது ராஜபக்ச சகோதரர்களைப் பழிக்குப் பழி தீர்த்துவிட வேண்டுமென்று உணர்ச்சிபூர்வமாகத் துடித்துக்கொண்டிருந்தார்களே அன்றி, எவருமே ஆக்கபூர்வமான அறிவார்ந்த நடவடிக்கைகள் எதிலுமே ஈடுபடவில்லை. தலைவரும், தளபதிகளும் உயிருடன் இருக்கிறார்கள் என்ற பொய்களைச் சொல்லி மண்படாத மீசைகளை முறுக்கி விட்டுக்கொண்டதனூடாக, ஆயுதங்களை மௌனித்துவிட்ட பின்னர் சரணாகதியடைந்த மேல்மட்டப் போராளிகளை படுகொலை செய்து மிகவும் மோசமான சர்வதேச யுத்தக் குற்றத்தைச் செய்திருக்கின்ற எதிரிகளை அதற்கான தண்டனைகளில் இருந்து காப்பாற்றிக்கொண்டிருந்தார்கள். இத்தகைய நடவடிக்கைகள் குணாவுக்கு எரிச்சலை உண்டாக்கின. போரில் தோற்றுவிட்டோம் என்று சொல்லிக்கொள்வதில் என்னதான் கௌரவக் குறைச்சல் இருக்கப்போகிறது? போராடாமல் அடிமைகளாய் இருப்பதைக் காட்டிலும் போராடித் தோற்பது ஒன்றும் இழிவானது இல்லையே! யாருக்கு இந்தப்

போக்காளி | 517

பொய்களைச் சொல்லிக்கொள்கின்றார்கள்? எதிரிகளுக்கா? இல்லையே! 'இவங்கள் தங்களுக்குத் தாங்களே பொய்களைச் சொல்லி அதை தாங்களே நம்பிக்கொள்ளுற ஆட்கள்' என்று நிமலன் அன்று சொன்னது எவ்வளவு பெரிய உண்மை என்பது இப்போது குணாவுக்குப் புரிந்தது.

குணாவிற்கு முகநூலின் அறிமுகம் கிடைத்திருந்த காலமிது. தொடர்பற்றுக் கிடந்த பழைய நண்பர்களையும், பள்ளித் தோழர்களையும் மீண்டும் முகநூலின் ஊடாகக் கண்டடைந்து களிப்புற்றான். காயப்பட்டுக் கிடந்த அவனது மனத்துக்கு அது நல்ல மருந்தாக அமைந்தபோதும், ஓடிவந்து ஒட்டிக்கொண்ட நாடுகளில் இருந்துகொண்டு "விழ விழ எழுவோம். ஒன்று விழ நாங்கள் ஒன்பதாய் எழுவோம்." "முள்ளிவாய்க்கால் முடிவல்ல." போன்ற வீரவசனங்களையும், "ஓ... மரணித்த வீரனே உன் ஆயுதங்களை எனக்குத்தா... உன் சீருடைகளை எனக்குத்தா..." மற்றும் "தோல்வி நிலையென நினைத்தால்... மனிதன் வாழ்வை நினைக்கலாமா...!" போன்ற உசுப்பேத்தற் பாடல்களையும் சிலர் முகநூலில் அடிக்கடி பதிவேற்றியது குணாவுக்குக் கடுப்பேற்றியது.

"தோல்வி நிலையென நினைத்தால்..." என்ற பாடலைத் திரும்பத் திரும்ப முகநூல் பதிவுகளிற் கேட்டபோது, இத்தனை வருடகால எமது விடுதலைப் போராட்டமானது, மீண்டும் ஆரம்பித்த அதே பழைய இடத்திற்கே சென்றுவிட்டதாகவே உணர்ந்தான் குணா. மீண்டும் மீண்டும் யதார்த்தத்தை மீறிய கனவுகளுக்குள்ளேயே எம்மவர்கள் காலத்தைக் கழித்துக்கொண்டு இருக்கின்றார்களே எனவெண்ணித் தன்னுள்ளேயே புழுங்கிக்கொண்டவனின் மனம் விஸ்வாவுடன் கதைக்கும் ஆவலிற் தவித்தது. மறுநாளே மனைவி, பிள்ளைகளுடன் அவர்களின் வீட்டில் ஆஜரானான்.

"ஓ... வாங்கோ வாங்கோ என்ன திடீரெண்டு இந்தப் பக்கம்" முகம் மலர வரவேற்றாள் ஜெனிற்றா.

"ம்... வீட்டில இருந்தால் தேவையில்லாத யோசனைகளெல்லாம் வந்து விசர் பிடிச்சிரும் போல கிடக்குது. அதுதான் சும்மா ஒருக்கால் வந்திட்டுப் போவமெண்டு" என்ற குணாவின் குரலைக் கேட்டதுமே அறையிலிருந்து ஏதோ எழுதிக்கொண்டிருந்த விஸ்வாவும் வந்து அவர்களை வரவேற்றான்.

“என்ன, எழுத்து வேலையைக் குழப்பிப் போட்டமே?” கேட்டான் குணா.

“சேச்செ... அதொரு சின்னக் கட்டுரை ஆறுதலா எழுதலாம். அவசரமில்ல, நீங்க இருங்கோ” என்ற விஸ்வாவின் மலர்ந்த முகமும் அவர்களைக் கண்ட மகிழ்ச்சியை வெளிப்படுத்தியது. வந்த சிறிது நேரத்திலேயே விஸ்வாவை அரசியற் கதைகளுக்குள் இழுத்துவந்தான் குணா.

“என்ன அண்ணே, இங்க ஒவ்வொருத்தனும் ஒவ்வொரு கதை கதைக்கிறாங்கள். இந்த வெளிநாட்டுக் கட்டமைப்புக்களாவது ஒற்றுமையா நிண்டு ராணுவம் செய்திருக்கிற யுத்தக் குற்றத்துக்கு எதிராகச் சர்வதேச அரங்கில நீதி கேட்கிற நடவடிக்கைகளை எடுப்பாங்கள் எண்டு பார்த்தால் இப்ப இவங்களுக்குள்ளயும் பல பிளவுகளும், கோஷ்டி மோதல்களுமாய் எல்லே இருக்குதாம்” எனத் தன் விரக்தியை வெளிப்படுத்தினான் குணா.

“எந்தச் சர்வதேசம்! இந்தப்பெரிய அழிவுகள் நடக்கைக்க கள்ள மௌனம் சாதிச்சுக்கொண்டிருந்த சர்வதேசத்திட்டையே நீதி கேட்கப்போறியள்? குணா உமக்கொண்டு தெரியுமே, செப்ரெம்பர் பதினொண்டு அமெரிக்கத் தாக்குதலுக்குப் பிறகு உலக ஒழுங்குகள் எல்லாமே மாறிப்போச்சுது. ஆனால், புலிகள் மட்டுந்தான் மாறாமல் இருந்தவை. பயங்கரவாதத்துக்கு எதிரான போர் எண்டு அமேரிக்கா முழுமையாக இறங்கினதுக்குப் பிறகாவது அமேரிக்காவின்ர பயங்கரவாதப் பட்டியலில் இருந்த புலிகள் சுதாரிச்சிருக்கலாம். ஆனால் அவை அப்பிடிச் செய்யவில்லையே, ஜனநாயக நீரோட்டத்தில இணையக் கிடைச்ச சந்தர்ப்பத்தைச் சரியாப் பயன்படுத்தியிருக்கலாம். ஏன் கனக்கத் தேவையில்ல, அரசியல் தலைவர்களைக் கொல்வதையும், தற்கொலைக் குண்டுந்தாக்குதல் நடத்துவதையும், சிறுவர்களைப் படையில் சேர்ப்பதையும் சமாதான காலத்திலாவது தவிர்த்திருந்தாலே இண்டைக்குப் புலிகள் அழிஞ்சிருக்கமாட்டார்கள். எண்பத்தேழில வெறும் ரெண்டாயிரம் போராளிகளைக் கொண்ட புலிகளை இந்திய ராணுவத்தாலையும், தொண்ணூற்ரைஞ்சில யாழ்ப்பாணத்தைக் கைப்பற்றின இலங்கை ராணுவத்தாலையும் ஏன் அழிக்கமுடியாமல் போனதெண்டு தெரியுமே? அப்பவெல்லாம் உலக ஒழுங்குகளும் வேறமாதிரி

இருந்தது. புலிகளும் விடுதலைப் போராட்ட வீரர்களாகவே பார்க்கப்பட்டார்கள். அப்பவெல்லாம் சர்வேதேச அரங்கில புலிகள் பயங்கரவாதிகள் எண்டும் முத்திரை குத்தப்படவில்லை. இதுகள்தான் காரணம். இன்னுமொண்டு தெரியுமே இந்தச் சமாதான காலத்தில புலிகள் செய்த யுத்த நிறுத்த மீறல்களையும், தற்கொலைத் தாக்குதல்களையும், தெற்கில் நடந்த குண்டு வெடிப்புக்களையும்தானே அரசு தங்களுக்கு சார்பான சர்வதேச ஆதரவைத் திரட்டப் பயன்படுத்தினது'' என நீட்டி முழக்கினான் விஸ்வா.

''இல்லையாம் அண்ணே தெற்குக் குண்டு வெடிப்புகளெல்லாம் அரச புலனாய்வுத்துறையின்ர கைவரிசையாமல்லே.''

''ம், இருந்திருக்கலாம். அப்பிடியெண்டால் அந்த அரச பயங்கரவாதத்தைச் சுட்டிக் காட்டாத, அம்பலப்படுத்தாத புலிகளின்ர கள்ளமௌனம் கூட அரசுக்குத்தானே சாதகமாகிப்போனது.''

''சைக்... எல்லாமே வீணாப்போச்சு. உலகம் பூராவும் சனங்களெல்லாம் தெருவுக்கு வந்து கத்திக், குளறி ஆர்ப்பாட்டம் செய்தும் ஒரு பிரயோசனமும் இல்லாமற் போச்சே...'' மொத்தமும் இழந்தது போன்ற உணர்வுடன் கூறினான்.

''எந்தச் சனங்கள் குணா தெருவுக்கு வந்தது? எங்கட புலம்பெயர்ந்த சனங்கள் மட்டுந்தானே, போய்ப் பாரும் பாலஸ்தீனியர்கள் ஒரு ஆர்ப்பாட்டம் நடத்தினால் எவ்வளவு நூற்றுக் கணக்கான வேற்று நாட்டுச் சனங்கள் கலந்துகொள்ளுதுகள் எண்டு. ஏன் அப்பிடி எங்கட ஆர்ப்பாட்டங்களுக்கு வேற்று நாட்டவர்களின்ர ஆதரவும், பங்களிப்பும் கிடைக்காமல் போனது? எங்கட புலம்பெயர் சமூகம் ஒருபோதுமே இந்த ஏகாதிபத்தியத்தின் அரசியலை அறிந்துகொள்ள ஆர்வம் காட்டினதில்லைக் குணா. இவைக்குத் தெரிஞ்சதெல்லாம் சிங்கள ஏகாதிபத்தியம் மட்டுந்தான். இறுதிக்கட்ட போர் நடந்துகொண்டிருக்கைக்க இந்த மேற்குலக நாடுகளின் ஊடகங்கள் ஏதாவது தமிழின அழிப்பு யுத்தச் செய்திகளுக்கு முக்கியத்துவம் கொடுத்திருக்கா? இல்லையே! ஆனால், 'புலிகள் ஆயுதங்களை மௌனித்து விட்டனர்' என்ற செய்தியை மட்டும் தூக்கிப் பிடித்துக்கொண்டு 'தமிழ்ப் புலிகள் தோற்று விட்டனர்' எண்டு எல்லா நாட்டு ஊடகங்களும்

முதல்பக்கச் செய்தி போட்டபோதே தெரிஞ்சுபோச்சே மேற்குலக நாடுகள் எல்லாமே புலிகளின் வீழ்ச்சியை எதிர்பார்த்துத்தான் காத்திருந்திருக்கின்றன என்ற விசயம்."

"ஓம் அண்ணே, சமாதான காலத்திலாவது உலக நாடுகளுடன் ஒரு ராஜதந்திர ரீதியிலான உறவுகளை ஏற்படுத்தியிருக்கலாம். ஆனால் எங்கட ஆட்கள் உலக நாடுகளின் கவனத்தைத் தங்கட பக்கம் திருப்புறதுக்குத் திரும்பத் திரும்ப ஆயுதங்களைத்தானே தூக்கினவை."

"ஓம் குணா, இலங்கை ஒரு இறையாண்மையுள்ள நாடாக இருந்தபோதும் அது சர்வதேசத்துக்குப் பயந்த அளவுக்குக்கூடப் புலிகள் பயப்பிடயில்லையே. இந்த அணுகுமுறைதானே புலிகளுக்கு எதிர்வினையான தாக்கத்தைக் கொடுத்தது. உலக அரங்கில அங்கீகரிக்கப்பட்ட ஒரு நாட்டுக்கு எதிராகப் போராடிக்கொண்டிருந்த இயக்கம், உலக நாடுகளின் கவனத்தைத் தங்கட பக்கம் திருப்புறதுக்கும், தங்கட நியாயப்பாட்டைச் சரியான வகையில் உலகுக்கு உணர்த்தி அனுதாபத்தையும், ஆதரவையும் தேடிக்கொள்ளுறதுக்குமான எந்தவிதமான வேலைத்திட்டத்தையும் செய்யவில்லையே. அதற்கான பிரதிநிதிகள்கூடப் புலிகளிட்ட இருக்கயில்லையே. அவையிட்ட இருந்ததெல்லாம் நிதி சேகரிப்புக்கான பிரதிநிதிகளும், அதுக்கான வேலைத் திட்டங்களுந்தானே தவிர வேற ஒண்டுமில்லை. இதுகளைச் சொன்னாலோ, எழுதினாலோ துரோகி எண்டு முத்திரை குத்திப்போடுவாங்கள். இந்த முத்திரை குத்தலுக்கு பயந்துதானே கனபேர் ஆயுதங்கள் மௌனிக்கப்படும் வரைக்கும் மௌனிகளாகவே இருந்தவை" என விஸ்வா விளக்கியவை எல்லாமே குணாவுக்குச் சிறுகச் சிறுகப் புரிந்தது.

"ஏன் அண்ணே! அரசியல் ஆலோசகர் எண்டிருந்த பாலா அண்ணைக்குக் கூடவா இது விளங்காமல் போனது?" வியப்போடு கேட்டான்.

"ஓ... அவருக்கு எல்லாமே விளங்கியிருக்கும், ஆனாலென்ன, அவர் வெறும் ஆலோசகர் மட்டுந்தானே தவிர முடிவெடுக்கிறது அவரில்லையே, கட்டிவிட்ட மாடு மாதிரி அவரும் ஒரு வட்டத்துக்கதானே சுத்திக்கொண்டு நிண்டவர். கடைசிவரையும் அந்த வட்டத்தை அவரால தாண்ட முடியாமற்தானே போனது.

தாண்டியிருந்தால் தேசத்தின் குரலாய் இல்லை, தேசத்தின் துரோகியாய்த்தான் அவரும் போய்ச் சேர்ந்திருப்பார்" என்ற விஸ்வா வறண்டுபோன தொண்டையில் மீதமிருந்த ஆறிப்போன தேநீரை அண்ணாக்க ஊற்றினான்.

"ஓமண்ணை, 'இந்தச் சமாதான காலம் நல்ல சந்தர்ப்பம். நாங்களும் விட்டுக்கொடுத்து அனுசரிச்சுப் போனால் சர்வதேச சமூகம் எங்களைத் தலையில வைச்சுக் கொண்டாடும். ஆனால் எங்கட வீரமாத்தாண்டன் கேட்கமாட்டார்' எண்டு தேசத்தின் குரலும் சில காதுகளுக்க குசுகுசுத்து இருக்குதாம் எண்டும் நானும் கேள்விப்பட்டனான் தான்" என்ற குணாவும் கடைசி மிடறு தேனீரால் நாக்கை நனைத்தான்.

"உண்மை, பொய் தெரியாது குணா. ஆனால், இன்னொரு கதையும் அடிபடுகுது. அதாவது, பாலசிங்கத்தாற்ர சாவும் இயற்கையானது இல்லையாம். ஆளுக்கு இருந்த வருத்தங்களுக்குப் போட வேண்டிய குளிசைகளை மனிசிக்காரி குடுத்தபோதும், அவர் அதுகளைப் போடாமற் தலையணைக்குக் கீழ மறைச்சு வைச்சிருந்ததாலதானாம் திடீரெண்டு வருத்தம் கூடினது. ஏன் குளிசையைப் போடயில்லை எண்டு மனிசிக்காரி கேட்டதுக்கு, இனி நடக்கப்போகிறதுகளை என்னால இருந்து பார்க்க முடியாது அதுக்கிடையில போய் சேர்ந்திரவேணும் எண்டு சொன்னவராம். அப்பிடியெண்டால் கிட்டத்தட்டத் தற்கொலை மாதிரித்தானே" என்றான்.

"அடடே.... அதுகும் அப்பிடியே! அது சரியண்ணே இப்ப ஏதோ நாடுகடந்த தமிழீழ அரசாம் எண்டு ஏதோவெல்லாம் கதைக்கிறாங்கள். இதைப்பற்றி ஏதும் கேள்விப்பட்டியலே?"

"ஓம் குணா ஆயுதப் போராட்டம் தோத்துப்போன பிறகு இலங்கைப் பாராளுமன்ற அரசியலில் இனித் தமிழர்களின் குரல் எடுபடாதெண்டு தெரிஞ்சு போச்செல்லே, அதுதான் இலங்கைக்கு வெளியிலேயே தமிழர்களின் உரிமைகளை நிலைநாட்டுவதற்கான முன்னெடுப்பு முயற்சிகளைத் தொடருவதற்கு இப்பிடி ஒரு அமைப்பை உருவாக்க எங்கட ஆட்கள் முயற்சிக்கினம். ஆனால் தற்போதைய உலக ஒழுங்கிற்கும், நடைமுறைகளுக்கும் இதெல்லாம் ஒத்துவருமாப்போல தெரியயில்ல, எங்கட ஆட்கள் எல்லாத்தையும் காலங்கடந்து தானே கையில எடுக்கிறவை"

என முடித்துக்கொண்ட விஸ்வாவின் கருத்துக்களை மனதில் அசைபோட்டபடியே ஆழமான யோசனையுடன் வீடு வந்து சேர்ந்தான் குணா.

• • •

முள்ளிவாய்க்கால் அவலத்தின் ஒருவருட நினைவுக்கு அழுது முடித்த புலம்பெயர்ந்தவர்கள், இவ்வளவு காலமும் அடக்கி வைத்திருந்த பிறந்தநாள், சாமத்தியம் மற்றும் கல்யாணம் போன்ற கொண்டாட்டங்களுக்கு ஆயத்தமானார்கள். குணாவுக்கும் கொண்டாட்டங்களுக்கான அழைப்புகள் வந்தவண்ணமே இருந்தன. ஆனால், அவனோ எதிலும் கலந்துகொள்ளும் மனநிலையில் இருக்கவில்லை. இருந்தும், தவிர்க்க முடியாமற் தேவகன் மகனின் பத்தாவது பிறந்தநாளுக்குச் சென்றான். மண்டப வாசலிற் போய் இறங்கியவன் அங்கே சிகரெட் பிடித்துக்கொண்டு நின்ற மணியமண்ணையைக் கண்டு கதைத்துக்கொண்டு நிற்கையில் வலு வேகமாக உறுமியபடி வந்த புத்தம் புதிய பி.எம்.டபிள்யு கார் ஒன்று அவர்களின் அருகே வந்து குத்தி பிரேக் போட்டு நின்றது. “என்ன பயந்திட்டிங்களே?” என யன்னற் கண்ணாடியை இறக்கிக் கேட்டான் வெள்ளை ரவி.

“அட நீயேடா தம்பி! எப்பயடாப்பா இந்தக் காரை வாங்கினனி?” வாயைப் பிளந்தார் மணியமண்ணை.

“ஓ... இப்ப தானண்ணே ஒரு மாசம் இருக்கும், அதுவும் நுல்லில எல்லே அவுட்டிருக்கிறன். சரி நில்லுங்கோ பார்க் பண்ணிப்போட்டு வாறன்” என்றவன், மீண்டும் உறுமியபடி காரைக் கிளப்பினான்.

“அட பழைய வோல்வோவில திரிஞ்சவனுக்கு இந்தக் கார் வாங்க எங்காலயடாப்பா இவ்வளவு காசு?” ஆச்சரியத்துடன் கேட்டார் குணாவைப் பார்த்த மணியமண்ணை.

“உள்ள வாங்க சொல்லுறன்” என்றபடி நடந்த குணாவின் பின்னால் மண்டபத்துக்குள் நுழைந்த மணியமண்ணை குணா குடும்பத்துடன் ஒரே மேசையில் அமர்ந்துகொண்டார். அங்கு பழைய நண்பர்கள் பலரும் வந்திருந்தனர். ஆட்டம், பாட்டம்

கொண்டாட்டமென பார்ட்டி களைகட்டியது. மண்டபத்தின் ஒரு மூலையில் பார் திறந்திருந்தது. அங்கே நல்லூர்க் கந்தனின் தண்ணீர்ப் பந்தலில் மொய்த்தது போன்று கூட்டம் மொய்த்துக்கொண்டு நின்றது. முன்பு குணா பார்ட்டிகளுக்கு போனால் நண்பர்களுக்கு கம்பனி கொடுக்கவென ரெண்டொரு பெக் எடுப்பது வழமையாகவிருந்தது. அன்று அவன் வழமைக்கு மாறாக அதையும் தவிர்க்க நினைத்திருந்தான். ஆனால் நிறை போதையில் நின்ற தேவகனும், வேந்தனும் அவனை விடவில்லை. "மச்சி இதை அடியடா கனநாளைக்குப் பிறகு கவலையெல்லாம் மறந்து சந்தோஷமா இருப்பம்" எனக் கட்டாயப்படுத்தி வோட்காவுடன் பற்றரி கலந்த ஒரு கிளாசை அவனது கையிற் திணித்தார்கள். நண்பர்களின் வற்புறுத்தலுக்காக அதனை வாங்கி அருகில் வைத்துக்கொண்டாலும், குடிக்கும் எண்ணம் அவனுக்கு இருக்கவில்லை. இங்கு குடித்தால் அரசியல் வரும், அரசியல் வந்தால் கட்டாயம் வீண் சண்டைகளும் வருமென்பதை உணர்ந்துகொண்டவன் கிளாசை மெல்ல மணியமண்ணையிடம் தள்ளி விட்டுவிட்டு, அவர் சடக்கெனச் சரித்து ஊற்றிவிட்டு வைத்திருந்த வெறும் கிளாசை எடுத்து தன்னருகே வைத்துக்கொண்டான்.

"அது சரி என்னெண்டடா இவன் இந்தப் புத்தம் புதுக் காரை வாங்கியவன்?" குணா தள்ளிவிட்ட கிளாசைக் கையிலெடுத்த மணியமண்ணை மண்டையைக் குடைந்துகொண்டிருந்த கேள்வியை மீண்டும் கேட்டார்.

"அண்ணே உங்களுக்குத் தெரியாதே? கடைசிச் சண்டை நடந்துகொண்டிருக்கைக்க இவனல்லே உண்டியல் செய்தவன்."

"ஓமடாப்பா... ஓம், நானும் ஞாயமான காசு இவனுக்குள்ளால தான் வன்னிக்கு அனுப்பினான்."

"ஓகோ அதுவும் அப்பிடியே! அப்ப உங்கட காசுந்தான் அந்த பி.எம்.டபிள்யு கார்" என்றான் குணா.

"என்னடாம்பி சொல்லுற?" எனக் கேட்டவரின் வாயிலிருந்து வோட்காவும், பற்றரியும் தெரித்தது.

“பின்ன என்னண்ணே, அங்க அவங்களெல்லாம் அழிஞ்சுபோக இங்க இவங்கள் கொஞ்சப்பேருக்கு அடிச்சது தானே அதிஸ்டம்.”

“அட வேச மக்களே! அங்க களத்தில நிண்டதுகள் எல்லாம் கஞ்சிக்கு வழியில்லாமற் கிடக்குதுகள், இஞ்ச இவங்கள் என்னெண்டால் ஊர்க் காசில உல்லாசம் அனுபவிக்கிறாங்கள்” எனக் கோபாவேசத்துடன் உதடு கடித்தார் மணியமண்ணை.

குணா எதிர்பார்த்தது போலவே போதைக்குத் தொட்டுக்கொள்ள அரசியலைக் கையிலெடுத்தவர்கள் அவ்வளவு போதையிலும் உண்மைகளை உளறாமல் நிதானமாக “தலைவர் இருக்கிறார் அடுத்தகட்டப் போர் வெடிக்கும்” எனப் பொய்களையே வாந்தியெடுக்க ஆரம்பித்திருந்தார்கள். மதுவினால் மதிமயங்கி மேசையில் தலைகுத்திக் கிடந்தான் சீலன். அவனைப் பார்க்கக் குணாவுக்குப் பரிதாபமாக இருந்தது. தேசியத்தின் பெயரால் ஒருத்தன் பிச்சைக்காரனாகிவிட்டான். இன்னொருத்தன் திடீர் பணக்காரனாகிவிட்டான் என்பதை எண்ணியபோது குணாவின் மனமும் கொதிநிலையை அடைந்துகொண்டிருந்தது.

“மச்சி இன்னுமொண்டு எடுக்கவே?” கேட்டபடியே வேந்தனும், தேவகனும் குணாவின் பக்கத்தில் வந்து நின்றார்கள்.

“இல்ல மச்சி கார்ல வந்தனான், இனிக் காணும்” என்றான் குணா.

“அப்ப நாங்களெல்லாம் என்ன மாட்டு வண்டியிலயா வந்தனாங்கள்” எனக் கேட்டுவிட்டுக் ‘க்ளுக்’ என்று சிரித்தான் வேந்தன்.

“இல்லையடாப்பா, நான் காலையில வேலைக்குப் போகவேணும் அதுதான்...” என இழுத்தான் குணா.

“அப்ப நாங்களெல்லாம் என்ன களவுக்கே போறனாங்கள்?” மீண்டுமொரு வில்லங்கக் கேள்வியைக் கேட்ட வேந்தன் விறு விறுவென்று பார் இருந்த திசை நோக்கி நடக்க, விழுந்து விழுந்து சிரித்தபடி தேவகனும் அவன் பின்னாலேயே இழுபட்டுச் சென்றான்.

"கருணா மட்டும் இல்லையடா, கருணாநிதியும் தான்டா தமிழினத் துரோகி" என்றொரு வீராவேசமான மதுக்குரல் பின்பக்கமிருந்து வந்தது. இனியும் இங்க இருந்தால் சிக்கலென உணர்ந்த குணா மனைவி, பிள்ளைகளுடன் வீட்டுக்குக் கிளம்பினான்.

"நில்லடா தம்பியா நானும் வாறன், போற வழியில என்னையும் தட்டிவிட்டிற்று போவன்" என்றபடியே ஓடிவந்த மணியமண்ணையும் தொற்றிக்கொள்ள கார் அவரது வீட்டை நோக்கிப் பறந்தது.

"அண்ண, இனியும் உங்க இருந்து இவங்கட வீர வசனங்களைக் கேட்டால் மண்டை வெடிச்சுப் போயிரும். அதுதான் நான் வெளிக்கிட்டனான்."

"ஓமடா தம்பியா, ஆனால் எனக்கொண்டு விளங்கயில்லையடா பொஸ்னியாவில கடும் சண்டை நடக்கைக்க எத்தனையாயிரம் பொஸ்னியர்கள் இந்த நோர்வே வாழ்கையைத் தூக்கி எறிஞ்சுபோட்டு அங்க போய் சண்டைக் களத்தில நிண்டாங்கள். ஆனால் இவ்வளவு வீராவேசம் காட்டுற எங்கடையள் எல்லாம் இங்க இருந்துகொண்டு ரீவியில தானே சண்டையைப் பார்த்து வீராப்புக் காட்டிக்கொண்டு இருந்ததுகள்" என்றார்.

"ஓம் அண்ணே இவங்கள் எண்டாலும் பரவாயில்ல, லண்டனில இருந்து வெளிக்கிட்ட வணங்காமண் கப்பலில ஏற மறுத்துப் புனர்வாழ்வுக் கழகப் பொறுப்பாளரே ஓடி ஒளிச்சிட்டாராம், நீங்க வேற..." படு வேகமாக காரை முடக்கில் வெட்டித் திருப்பினான்.

"கேட்டியே தம்பியா கருணாநிதியும் துரோகியாம், அதுசரியடாப்பா இவங்கள் எந்தக் காலத்திலையடா கலைஞரை மதிச்சிருக்கிறாங்கள். இவங்கள் சரியான சானக்கியமுள்ள ஆக்களெண்டால் எம்.ஜி.ஆற்ற காலத்துக்குப் பிறகாவது கலைஞரின்ர பக்கம் சாஞ்சிருக்க வேணுமல்லே, அதில்லாமல் தமிழ்நாட்டில இருந்த செல்லாக் காசுகளை மட்டுமே நம்பியிருந்துபோட்டு இப்பவந்து கலைஞரை குறை சொல்லிக் குத்தி முறியிற இவங்கட கதையளைக் கேட்டால் மண்டையால

ஏறிப்போகுதடா" என்றவர் இரண்டு கைகளாலும் தலையை அழுத்திப் பிடித்துக்கொண்டார்.

"அது சரியண்ணே, தி.மு.க மத்திய அரசிலிருந்து வெளியேறியிருந்தால் புலிகளைக் காப்பாற்றியிருக்கலாம் எண்டு நினைக்கிறீங்களே?"

"சா... ச்ச... போர் உச்சக் கட்டத்தில இருக்கைக்க மத்திய அரசின்ர ஆயுளுக்கும் ரெண்டொரு மாசங்கள் தானே இருந்தது. அந்த நிலையில தி.மு.க வெளியேறியிருந்தால் கூட டெல்லியைப் பொறுத்தவரையில எந்தத் தரப்புக்கும் எந்தவொரு நட்டமும் இருந்திருக்காது. அங்கயொரு மாற்றமும் வந்திருக்காது, மண்ணாங்கட்டியும் வந்திருக்காது. ஆனா தமிழ் நாட்டில தனிப்பெரும்பான்மை இல்லாமல் காங்கிரஸ் கட்சியின்ர ஆதரவோட ஆட்சி நடாத்திக்கொண்டிருந்த தி.மு.க தான் ஏற்கனவே ஈழத்தமிழர் பிரச்சனையால ரெண்டு தடவை ஆட்சியை இழந்ததுபோல மூண்டாவது தடவையும் ஆட்சியை இழந்திருக்கும். அப்ப என்ன நடந்திருக்கும் தெரியுமே, தமிழ்ச்செல்வன்ர மறைவுக்கு இரங்கல் கவிதை எழுதினதுக்கே கலைஞற்ர ஆட்சியை கலைக்க வேணுமெண்டு கொக்கரிச்சது மட்டுமில்லாமல், பிரபாகரனைக் கைது செய்து இந்தியாவுக்கு கொண்டு வரவேண்டும் எண்டு தமிழக சட்டசபையில் தீர்மானம் நிறைவேற்றினதோடு, போர் என்றால் அப்பாவிப் பொதுமக்களும் கொல்லப்படுவது சகஜம்தானே எண்டு திருவாய் மலர்ந்த ஜெயலலிதா அம்மையார்தான் இதுதான் சந்தர்ப்பமெண்டு ஆட்சியைப் பிடித்திருப்பாரே தவிர அங்க வேற ஒண்டும் நடந்திருக்காது.

"இன்னும் ஒண்டெல்லே அண்ணே, மத்தியில எந்தக் கட்சி ஆட்சிக்கு வந்தாலும் வெளியுறவுக்கொள்கையில றோ எடுக்கிறதுதானே அங்க முடிவு. இதெல்லாத்தையும் விடவும் சர்வதேசங்களெல்லாம் புலிகளைப் பயங்கரவாதப் பட்டியலில போட்டதுதானே சிங்களவங்களுக்கு வாச்சுப்போனது. இது விளங்காத எங்கடையள் முப்பத்திரெண்டு நாடுகள் சேர்ந்து அழிச்சுப்போட்டுது எண்டு இங்க நிண்டு முக்குதுகள். ஆனால், இந்த முப்பத்திரெண்டு நாடுகளும் ஏன் எங்களை ஆதரிக்காமல் போனதெண்டோ, ஏன் எங்கட அழிவைத் தடுக்காமல்

விட்டதெண்டோ ஒண்டும் சிந்திக்காதுகள். நானொண்டு சொல்லட்டே புலிகளின் அழிவுக்குக் காரணமே தாங்கள் இந்த உலகத்தில அழிக்கப்பட முடியாத சக்தியாகிவிட்டதாகப் புலிகளே தங்களின் தகுதிக்கு மீறித் தப்புக் கணக்குப் போட்டதுதான்" என்றான்.

"ஓமோம்... சரியாச் சொன்ன, இப்ப பார்த்தியே ஐ.நா சபையின்ர நிபுணர் குழுவைக்கூட நாட்டுக்க விடமாட்டம் எண்டு நாட்டாமை காட்டுற அளவுக்குச் சிங்களவங்களுக்கு தைரியம் வந்திட்டுது. காலமெல்லாம் மாறிப்போச்சடா தம்பியா நாங்கள் தான் கவனிக்காமல் இருந்திட்டம்" என்றவர், கார்க் கண்ணாடியைக் கீழிறக்கி குளிர் காற்றை உள் இழுத்து பெருமூச்சொன்றை வெளியேற்றினார்.

"இன்னுமொண்டு, நீங்க அடிக்கடி சொல்லுற மாதிரிப் புலிகள் இந்தியாவோட முரண்பட்டிருக்கக் கூடாதுதான். இண்டைக்குப் புலிகள் இல்லாமற் போனதுக்கு அதுவுந்தான் காரணம். இந்திய இலங்கை ஒப்பந்த காலத்தில இணைந்த வடக்குக் கிழக்கை தமிழ் மக்களின் தாயகப் பிரதேசமாகவும், தமிழ் மொழியை அரச மொழியாகவும் ஏற்றுக்கொண்ட மாகாண சபைகளுடான அதிகாரப் பரவலாக்கத்தைப் புலிகள் ஏற்றுக்கொண்டிருந்தால் படிப்படியாச் சென்று இண்டைக்குச் சிலவேளை ஈழத்தையே அடைஞ்சிருக்கலாம்" என்றவனும் பெருமூச்சை விட்டான்.

"அதெண்டால் உண்மைதானடா தம்பியா, ஏதாவதொரு அதிகாரத்தை வைச்சுக்கொண்டு படிப்படியாத்தான் ஈழத்தை அடைஞ்சியிருக்கவேணும். அதைவிட்டுப்போட்டு தலை, கால் புரியாமல் ஆடியிருக்கக்கூடாது. நான் நினைக்கிறன் ரெண்டாயிரமாம் ஆண்டு புலிகள் நடத்தின பத்திரிகையாளர் மகாநாடுதான் ஆட்சியில இருந்த காங்கிரஸ் காரருக்கு விசரைக் கிளப்பி இருக்குமெண்டு. ஏனெண்டால், ராஜீவ்காந்தி கொலையில நீங்கள் சம்மந்தப்பட்டீர்களா எண்டு ஒரு பத்திரிகையாளன் கேட்ட கேள்விக்கு அதுவொரு துன்பியல் சம்பவமெண்டு சும்மா சொல்லிப்போட்டு ஒரு செருக்குத்தனமாக் கடந்து போயிருக்கக் கூடாது. அவை போட்டுத் தள்ளினதொண்டும் யாரோ ஒரு சுப்பனையோ, குப்பனையோ இல்லையே. ஆனபடியால அந்த இடத்தில வைச்சு அதுக்கும் எங்களுக்கும் சம்மந்தமில்ல

எண்டோ அல்லது, தலைமைப்பீடத்திற்கு தெரியாமல் யாரோ வேற சக்திகள் எங்கட போராளிகளை பாவிச்சுப் போட்டாங்கள். எண்டோ ஏதாவதொரு பொய்யையாவது சொல்லிப் புலித் தலைமை இந்தியாவிட்ட பகிரங்கமாகப் பொதுமன்னிப்புக் கேட்டிருக்கவேணும். அது நடந்திருந்தால் இண்டைக்கும் புலிகள் வாழ்ந்திருப்பாங்களடா'' என்றவர், மீண்டும் பெருமூச்செறிந்தார்.

''ஏன் மணியமண்ணே சந்திரா அக்காவைக் கூட்டிக்கொண்டு வரயில்ல'' என அரசியற் கதையைத் திசை திருப்பும் நோக்குடன் கேட்டாள் ஆதிரா.

''ஐயோ அதையேன் கேக்கிற பிள்ள, அவளுக்கு ஒரே கையுளைவு. சொல்லச் சொல்லக் கேட்காமல் வீட்டில இருந்து கண்டறியாத பிசினஸ் எல்லே செய்யிறாள்.''

''என்னது, பிசினஸ்சோ?''

''ஓம் பிள்ள, இப்ப இந்தத் தமிழ் ஆக்களின்ர கொண்டாட்டங்களுக்கு சமைச்செல்லே குடுக்கிறாள். இண்டைக்கு தேவகன்ர பார்ட்டியில நீங்கள் சாப்பிட்டது மனிசியின்ர இடியப்பம் தானே. அதுதான் இடியப்பம் பிழிஞ்சு கை நோவெண்டு படுத்திருக்கிறாள்.''

''அடடே, அதுவும் அப்பிடியே!''

''ம்... எனக்கும் பிள்ளைகளுக்கும் துண்டா விருப்பமில்லை, அவள் கேட்டால் தானே, தன்ர சம்பாத்தியத்தில ஊருக்குத் தங்கச்சிமாருக்கு காசு அனுப்ப வேணுமாம் எண்டு துவங்கியிருக்கிறாள். பாப்பம் எந்தமட்டுக்குப் போகுதெண்டு.''

''சரி... சரி... அவாவின்ர ஆசைக்கும் விடுங்கோவன். கொஞ்சக் காலத்துக்கு செய்து பார்க்கட்டும்'' என மணியமண்ணையை ஆதிரா சமாதானப்படுத்தவும் அவரது வீடு வந்து சேர்ந்தது.

◎

2011

வந்தேறியாய் வாழக் கிடைத்த மண்ணில் ஒரு சிலந்தியைப் போல் தனக்கான வலையை தானே பின்னிக்கொண்டிருந்தான் குணா. கடன் சுமைகளால் கூனிக் கிடந்த முதுகுத்தண்டும் அவனது கடின உழைப்பால் மெல்ல மெல்ல நிமிர்ந்துகொண்டிருந்தது. இன்பமும், துன்பமும் இன்றியமையாததுதான் மனித வாழ்வு. இன்பமும், துன்பமும் கலந்ததுதான் வாழ்வின் சுவை என்பதை கடந்து வந்த காலங்கள் அவனுக்கு உணர்த்தியிருந்தன. ஒரு சராசரித் தமிழ்த் தந்தையாய்ப் பிள்ளைகளைப் படிப்பித்து ஆளாக்கிச் சமூகத்தில் நல்லதொரு நிலையில் கொண்டுவந்து நிறுத்திவிட வேண்டும் என்பதே அவனுடைய தற்காலக் கனவாக இருந்தது. அதற்காக உழைப்பால் தன்னை வருத்திப் பிழிந்து வியர்வையாய் ஊற்றியபடி ஓடிக்கொண்டேயிருந்தான். ஆதிராவும் தமிழ்ப்பள்ளி, நடனம், சங்கீதம், கால்பந்து, கராத்தே என்று பிள்ளைகளின் முன்னாலும், பின்னாலும் ஓய்வின்றி ஓடிக்கொண்டேயிருந்தாள். சிலவேளைகளில் தன்னால்தான் ஆதிரா இவ்வளவு கஸ்ரங்களையும் அனுபவிக்கின்றாளா? தான்தான் இவளை குடும்பத்தினரிடமிருந்து பிரித்து இவ்வளவு தூரம் கூட்டிக்கொண்டு வந்து துன்பப்படுத்துகின்றேனா? என்றெல்லாம் கூட அவன் தனக்குள்ளேயே யோசித்து மனம் குழம்பியதுமுண்டு.

இனிமேல் பின்னேர வேலைகளைக் குறைத்துக்கொண்டு மனைவி, பிள்ளைகளுடன் அதிக நேரங்களைச் செலவிட்டாலென்ன என்ற ஒரு ஆசையும் மனதுக்குள் துளிர் விட்டது. ஆழ்ந்த யோசனையுடன் ராக்சியை ஓட்டிக்கொண்டிருந்தவன் நகரின் மத்தியிலிருந்த தொடர்மாடிக் கட்டிடத்தின்முன் ஒரு பயணியை இறக்கிவிட்டு காரைத் திருப்பியபோது அக் கட்டிடத்துக்குள்ளிருந்து மொப் தடியும் கையுமாக வெளியே வந்தான் சிவநேசனின் தம்பி சிவதாசன். அவனது உடல் களைத்து முகம் வாடியிருந்தது. குணாவைக் கண்டதுமே 'அண்ணே நீங்களா?" என்றபடி ஓடி வந்தான்.

"ஓம் தாசன், அதுசரி நீரென்ன இப்பிடி மெலிஞ்சு ஆளே மாறிப்போயிட்டீர்!"

"ஐயோ அண்ணே அதையேன் கேக்கிறீங்க, படியல்லே அடிக்கிறன். இந்தப் படியலைத் தேய்ச்சுத் தேய்ச்சே நானும் தேய்ஞ்சுபோனன்."

"முன்னம் நீரொரு தமிழ் ஆளின்ர ரெஸ்ரோரன்டில எல்லோ வேலை செய்தனீர்?"

"ஓமண்ணே அது பெரிய கதை, அந்தாள் என்னை மாதிரி விசா இல்லாத பெடியளைத்தானே அடிமாட்டுச் சம்பளத்துக்கு வேலைக்கு வைச்சிருந்தது. அதை வேற லேசில குடுக்காது அந்தாள், என்னோட வேலை செய்த ஒருத்தனுக்கு ஆறு மாதமாச் சம்பளத்தைக் குடுக்காமல் இழுத்தடிச்சுக்கொண்டிருந்தார். அதுக்குமேல பொறுக்க முடியாமல் அவன் கொஞ்சம் கடுப்போட இறுக்கிக் கேட்டவுடன, 'என்ன விசா இல்லாத நீயெல்லாம் சண்டித்தனம் காட்டுறியோ! ஒண்டும் தரேலாது ஏலுமெண்டால் செய்யிறதைச் செய்துபார்' எண்டெல்லே சொல்லிப்போட்டுது அந்தாள்."

"அடடே.... பிறகென்ன நடந்தது?"

"பிறகென்ன, அவனும் கோபத்தில கண்டபடி பேசிப்போட்டு வந்திற்றான். அடுத்த நாள் பார்த்தால் அவனிருந்த வீட்டு வாசலில பொலிஸ் வந்து நிக்குது. பாவம் இப்ப அவன் ஊரில நிக்கிறான். எனக்கும் அந்தாள் சம்பளத்தை பிடிக்க வெளிக்கிட்டவுடன அவன்ர நிலைமைதான் எனக்கும் வரப்போகுதெண்டு தெரிஞ்சுபோச்சு, அதுதான் ரெண்டு மாதச் சம்பளம் போனாப் போகுதெண்டு அந்த வேலையை விட்டிற்று வந்து இதை செய்யிறன். இதுவுமொரு தமிழ் ஆளின்ர கொம்பனிதான், வேலையும் சரியான முறிவு சம்பளமும் குறைவுதான். என்ன செய்யிறது விசா இல்லாததால இப்பிடிக் கிடந்து படி படியா அழுந்தவேண்டிக் கிடக்குது" எனச் சலித்துக்கொண்டான்.

"ஏன் தாசன் பேசாமற் பிரான்ஸ் பக்கம் போகலாமே, அவங்கள் திருப்பி அனுப்பமாட்டாங்களல்லே!"

"ஐயோ... அதையேன் கேட்கிறீங்கள். அதுக்கும் அண்ணையாக்கள் விடுறாங்களில்லையே நானென்ன செய்ய, சரியண்ணே இன்னும் நாலு பில்டிங் ஏறி இறங்கக் கிடக்கு நான் போயிட்டுவாறன்" என்றவன் மொப் தடியும் கையுமாய்த் தாண்டித் தாண்டி நடையைக் கட்டினான்.

இரவுச் சாப்பாட்டுக்கான சமையலிற் குணா ஆதிராவுக்கு உதவி செய்துகொண்டு நிற்கையில் சிவநேசன் அலைபேசியில் வந்தான். "வணக்கம் மச்சி எப்பிடி இருக்கிற? தம்பி உன்னைக் கண்டு கதைச்சதெண்டு சொன்னான், அதுதான் சும்மா எடுத்தனான்" எனக் கதையை ஆரம்பித்தான்.

"ஓமடாப்பா, நானும் உன்னோட கதைக்க வேணுமெண்டுதான் நினைச்சனான். அவனை ஏன்ராப்பா விசா ஒண்டுமில்லாமல் சும்மா வைச்சுக்கொண்டு இருக்கிறியள். ஒண்டில் பிரான்ஸ் பக்கம் அனுப்பி விடுங்கடா, இல்லாட்டி இங்க ஆரும் விசா உள்ள பெட்டையைப் பார்த்து கட்டி வைச்சு விடுங்கடாப்பா, அவனைப் பார்க்கப் பாவமாயல்லே கிடக்குது" மனதிற் பட்டதைக் கூறினான்.

"ஓமடாப்பா... நீ சொல்லுற மாதிரியே அண்ணர் ஒரு பெட்டைப் பார்த்து பேசி முடிச்சு எல்லாம் சரிவார நேரத்தில இவனல்லே மாட்டனெண்டு சொல்லிப்போட்டான்."

"ஏன்ராப்பா மாட்டானாம்?"

"அவன் கொழும்பில ஒரு பெட்டையை லவ் பண்ணி இருக்கிறானாம், கட்டினால் அவளைத்தான் கட்டுவன் எண்டெல்லே அடம்பிடிக்கிறான்."

"அட, அதுகும் அப்பிடியே!"

"ஓமடா மச்சி, அவன்ர விசயமா இப்ப எனக்கொரு ஐடியா வந்திருக்கு அது விசயமாத்தான் உன்னோட கதைப்பமெண்டு எடுத்தனான்."

"அட என்னோடயே! சரி சொல்லு என்ன விசயம்?"

“அதென்னண்டால், அவன் லவ் பண்ணுற பெட்டையை இங்கால எடுத்துவிடுவம் எண்டு யோசிக்கிறன். அதுதான் மச்சி, வேந்தன் எண்டு உன்ர பிரெண்ட் ஒருத்தன் கட்டாமல் இருக்கிறானல்லே, அவனை ஒருக்கால் கேட்டுப்பாருமன் கல்யாணம் கட்டுறமாதிரி பொன்சர் பண்ணி அந்தப் பெட்டையைக் கூப்பிட்டுத் தர முடியுமா எண்டு. ஆளுக்கு நல்லவொரு எமவுண்டு வெட்டலாம். இங்க கல்யாணம் கட்டாமல் இருக்கிற கனபேர் இப்பிடித்தானே நல்ல காசு பாக்கிறாங்கள். முதல்ல கூப்பிட்டு விட்டவுடன ஒரு லெட்சம், ரெண்டாவது வருசம் ஒரு லெட்சம், பிறகு மூண்டாவது வருசம் பூசத்தில்லாச அடிச்சவுடன டிவேர்ஸ் எடுத்துப்போட்டு ஒரு லெட்சம் எண்டு இப்பத்தைய நிலவரப்படி மூண்டு லெச்சமல்லே சுளையா வேண்டுறாங்களாம். அதுதான் மச்சி அந்தக் காயோட ஒருக்கால் கதைச்சுப் பார்க்கிறியே?” எனக் கேட்டான்.

“ஓ… அதுக்கென்ன கதைச்சுப் பார்க்கிறன்” என்றவன் உடனேயே வேந்தனுடன் தொடர்புகொண்டு இதுவிடயமாகக் கதைத்தபோது, யோசித்துவிட்டு ஒரு கிழமைக்குள் பதில் சொல்வதாகக் கூறிய வேந்தன் மறுநாளே குணாவை நேரடியாகச் சந்தித்து, “காசுக்கு நீ பொறுப்பெண்டால் எனக்கு ஓகே மச்சி” என்று பச்சைக்கொடி காட்டினான்.

• • •

காலம் கடுகதியாய் ஓடிக்கொண்டிருந்தது. எண்பதுகளின் இறுதிகளில் நோர்வே வந்த தமிழர்கள் தொண்ணூறுகளின் ஆரம்பத்தில் கல்யாண விழாக்களைக் கொண்டாடினார்கள். பின்னர் தொடர்ந்து பிள்ளைகளின் பிறந்த தினங்களைக் கொண்டாடினார்கள். இப்போது சாமத்தியச் சடங்குகளில் மும்மரமாகிவிட்டார்கள். கொண்டாட்டங்களைப் பெரும் மண்டபங்களில் செய்வதிலிருந்து, பிள்ளைகளை கெலிகொப்டரில் ஏற்றி இறக்குவது வரை அவரவர் தங்களின் பொருளாதார வசதிகளையும் பறை சாற்றிக்கொண்டிருந்தார்கள். சிலர் வட்டிக்குக் கடன்பட்டுக்கூட போலிப் பொருளாதாரத்தைப் பறை சாற்றும் போட்டிகளில் பங்கெடுத்துக்கொண்டிருந்தார்கள். அந்த வகையில் திடீர் பணக்காரனான வெள்ளை ரவியின் மகளின் சாமத்தியச் சடங்கும் பெரும் எடுப்புடன் சிறப்பாக நிகழ்ந்துகொண்டிருந்தது.

மண்டபத்துக்குள் தண்ணீர்ப் பந்தல் இல்லாவிட்டாலும் மண்டபத்துக்கு வெளியே ஆங்காங்கே கார் டிக்கிகளில் நடமாடும் தாகசாந்தி நிலையங்கள் திறக்கப்பட்டுக் குடிமக்களின் தாகம் தணிக்கப்பட்டுக்கொண்டிருந்தது. கொண்டாட்டம் முடிந்து குணா குடும்பத்துடன் மண்டபத்திலிருந்து வெளியேறிக் காரை நோக்கி வந்தபோது, ஒரு காரின் டிக்கிக்குள் தலையைத் தொங்கப்போட்டபடி நின்றான் சீலன். அப்போது குணாவைக் கண்டு ஓடிவந்த சிவநேசன், "மச்சி, சீலனை ஒருக்கால் அவன்ர வீட்டில இறக்கி விடுறியே? காய் இப்ப கொஞ்சம் கணக்கா நிக்குது. இதுக்கு மேல எண்டால் ஆள் சொல்லுக் கேளாது தெரியுந்தானே!" என்றவன் ஓடிப்போய்ச் சீலனைக் கொற இழுவையில் இழுத்து வந்து காரில் ஏற்றிவிட்டான்.

"ஏன்ரா மச்சி இப்பிடிக் கண், மண் தெரியாமற் குடிச்சு நாசமாப் போறாய்!" எரிச்சலுடன் கேட்டான் குணா.

"அட விடுடா, நான் குடிக்காமல் விட்டாப்போல என்ன இழந்ததெல்லாம் திரும்ப வந்திடப்போகுதே? ஒண்டுமே நிரந்தரமில்ல மச்சி, இந்தாப்பார் வள்ளுவபிரபுவே இப்ப எல்லாத்தையும் இழந்திட்டானாம்" என்றவன் தலையை தொங்கப் போட்டுக்கொண்டான்.

"அட, வள்ளுவபிரபுக்கு என்னடா நடந்தது? இண்டைக்குச் சாமத்திய வீட்டிலும் ஆளக் காணயில்ல."

"என்னடாப்பா உனக்கிது தெரியாதே! குடும்பமல்லே பிரிஞ்சுபோச்சாம். ஆள் இப்ப உள்ளுக்கயாம். இங்க எல்லாரும் அதைத் தானே கதைச்சுக்கொண்டு நிக்கிறாங்கள்" தலையை நிமிர்த்திக் கூறியவன் மீண்டும் தொங்கப் போட்டுக்கொண்டான்.

"அட கெல்வத்த, உண்மையேடா?" உணர்வு தவிக்க கேட்டான்.

"பின்ன நானென்ன பொய்யே சொல்லுறன். வீட்டுக்க பூட்டி வைச்சிருந்த கிளியே பறந்து போயிட்டுதாம் எங்களுக்கெல்லாம் என்ன நடக்கப்போகுதோ!" என்றவன், சட்டெனக் கீழுதட்டைக் கடித்து தலையில் அடித்தபடி பின் பக்கம் திரும்பி "சொறி தங்கச்சி" என்றான்.

“பரவாயில்ல அண்ணே, ஆனாலொண்டு பூட்டி வைச்சிருந்ததால தான் அந்தக் கிளிக்கு பறக்கிற எண்ணமும், ஆசையும் வந்திருக்கும். நீங்கள் உங்கட கிளிகளை சுதந்திரமா பறக்கவெல்லே விட்டிருக்கிறியள் அதனால பயப்பிடத்தேவையில்ல” என்ற ஆதிராவின் பதில் பகிடியானதாக மட்டுமல்லாமல் பாரதூரமானதாகவும் இருந்தது.

“அதுசரி அண்ணே நீங்கள் ஏன் இப்ப மனிசி, பிள்ளைகளை ஒரு இடமும் கூட்டிக்கொண்டு வாறயில்ல?” மீண்டும் அவளே கேட்டாள்.

“ஐயோ தங்கச்சி நான் கூட்டிக்கொண்டு வாறயில்ல எண்டு சொல்லாத, இப்ப அதுகள் தான் என்னோட ஒண்டுக்கும் வரமாட்டெண்டு அடம் பிடிக்குதுகள்.”

“பின்னயென்ன, நீங்கள் போற வாற இடமெல்லாம் இப்பிடிக் குடிச்சுப்போட்டுக் கூத்தடிச்சால் அதுகளுக்கும் வெட்கம் தானே. உங்கட சந்தோஷத்தை மட்டுந்தானே நீங்கள் பார்க்கிறியள்” ஆதிராவின் வார்த்தைகள் சீலனை யோசனையுடன் தலை குனிய வைத்தது.

காரை ஓட்டிக்கொண்டிருந்த குணாவின் மனதில் வள்ளுவ பிரபுவின் நினைவுகளே நிழலாடியது. படிக்கவும் விடாமல், வேலைக்கும் அனுப்பாமல், கார் லைசன்ஸ் கூட எடுக்க விடாமல் மனிசியின்ர ஆசாபாசங்களையும், உணர்வுகளையும் மதிக்காமல் ஒரு பிள்ளைபெறும் மெசினாக மட்டுமே வைச்சிருந்ததுக்காக இது அவனுக்குக் கிடைத்த தண்டனையாகவே குணா எண்ணிக்கொண்டான். சீலனின் வீடு வந்து இறங்கும் போது ஈர விழிகளுடன் ஆதிராவைப் பார்த்த சீலன், “ஓம் தங்கச்சி எனக்கு விளங்குது நானும் தப்புத்தான் செய்யிறன். நானும் திருந்தத்தான் வேணும்” எனக் கூறிவிட்டு சில அடிகள் நடந்தவன் சட்டென நின்று அவர்களைத் திரும்பிப்பார்த்து தலையை மேலும், கீழுமாக ஆட்டியபடி “திருந்துவன்” என மீண்டும் அழுத்தந்திருத்தமாக கூறிவிட்டுச் சென்றான்.

மறு நாள் ஒஸ்லோ நகரின் மத்தியில் அமைந்திருந்த ஒரு ராக்சித் தரிப்பிடத்தில் பயணிகளுக்காகக் காத்திருந்த குணாவிற்கு வள்ளுவபிரபுவின் குடும்பத்திற்குள் என்ன நடந்ததென அறியும்

ஆவல் ஏற்பட வெள்ளை ரவியுடன் அலைபேசியபோது, வள்ளுவபிரபுவின் மகள் பள்ளிக்கூட வகுப்பறையில் உற்சாகமிழந்த சோகமான முகத்துடன் இருந்ததைக் கவனித்த ஆசிரியை ஒருவர் பிள்ளையிடம் துருவித் துருவிக் கேட்டதில், முதல் நாளில் வீட்டில் அம்மாவுக்கும், அப்பாவுக்கும் நடந்த சண்டை அம்பலமானதாகவும், பின்னர் அதே பள்ளியில் படிக்கும் வள்ளுவபிரபுவின் மற்றப் பிள்ளைகளையும் ஆசிரியர்கள் துருவியதில், அடிக்கடி அம்மாவும், அப்பாவும் சண்டைகள் பிடிப்பதாகவும், அம்மாவை அப்பா அடித்துக் கொன்றுவிடுவாரோ என்று தங்களுக்கு மிகவும் பயமாக இருப்பதாகவும் பிள்ளைகள் பதட்டத்துடன் கூறியதையடுத்து, உடனேயே ஆசிரியர்களால் குழந்தைகள் காப்பகத்திற்கு அறிவிக்கப்பட்டு, குழந்தைகள் காப்பகத்தினால் பிள்ளைகள் பெற்றோரிடமிருந்து பறிக்கப்பட்டதாகவும், பின்னர் விவகாரம் காவற்துறைவரை சென்று வள்ளுவபிரபுவின் மனைவியின் வாக்குமூலத்தை அடுத்து வள்ளுவப்பிரபு இப்போது சிறையில் அடைக்கப்பட்டிருப்பதாகவும், அவனது மனைவி இப்போது விவாகரத்துக்கு விண்ணப்பித்துவிட்டுப் பிள்ளைகளை மீட்டு தன்னோடு வைத்திருப்பதாகவும். வெள்ளை ரவி மூலமாக அறிந்துகொண்டான்.

கோடை காலம் என்பதால் காருக்குள் இருக்கக் கடும் வெப்பமாக இருந்தது. காற்று வாங்கலாமென வெளியே இறங்கிய குணாவைப் பார்த்து "ஹாய் ப்ரோ!" என்றார், பின்னால் நின்ற ராக்சியில் சாய்ந்தவாறு சிகரெட் புகைத்துக்கொண்டு நின்ற ஒரு பாகிஸ்தானி.

"ஹாய் ப்ரோ! சலாம் அலைக்கும்" என்றவாறு அவரை நோக்கி அடியெடுத்து வைத்த கணமே ஒஸ்லோ நகரையே அதிர வைத்த பெரும் வெடியோசை காதுகளை வந்தறைந்தது. அந்த அதிர்வானது மிக அருகிலேயேதான் ஏதோ அசம்பாவிதம் நிகழ்ந்து விட்டதென்பதைக் குணாவுக்கு உணர்த்தியது. எல்லாத் திசைகளிலுமிருந்து சிதறி ஓடிய சனங்களையே எங்கும் காணக்கூடியதாகவும் இருந்தது.

"ப்ரோ! எங்கயோ குண்டு வெடிச்சிருக்கு" பதட்டத்துடன் கூறினான் குணா.

“குண்டா! இங்கயா? சான்சே இல்லை ப்ரோ, எங்காவது பழைய கட்டிடத்தை இடிக்கிறதுக்கு அமுக்க வெடி வைச்சிருப்பாங்கள்” என்றான் பதட்டமில்லாத பாகிஸ்தானி.

“இல்லப் ப்ரோ, ஒவ்வொரு நாளும் குண்டுகள் வெடிச்சுக்கொண்டிருந்த நாட்டிலயிருந்து வந்தவன் சொல்லுறன், இது ஏதோ ஆபத்தான வெடிப்புத்தான்” எனக் குணா கூறி முடித்ததுமே காதுகளை நிறைத்த பொலிஸ் வண்டிகளினதும், ஆம்புலன்ஸ் வண்டிகளினதும் சைரன் ஒலிகள் அவனது கூற்றை உறுதிப்படுத்தின.

“இன்ஸா அல்லாஹா! யா ப்ரோ, நீ சொன்னது சரிதான் போல, இனியும் இதில நிண்டால் ஆபத்து எடு காரை” என்றவன் கலவரமான முகத்துடன் காரைக் கிளப்பிக்கொண்டு ஓடினான். அங்கு நின்ற பாகிஸ்தானிய, சோமாலிய நாடுகளைச் சேர்ந்த இஸ்லாமிய ஓட்டுனர்கள் எல்லோருமே ஒருவித பயத்துடனும், பதட்டத்துடனும் அங்கிருந்து வெளியேறிக்கொண்டிருந்தார்கள். குணாவும் நகரின் மத்தியிலிருந்து சிரமப்பட்டு வெளியேறினான். பதட்டமான சூழலில் திடீரென்று நகரின் வீதிகள் வெறிச்சோடிப் போயின. வெளிநாட்டவர்களைக் காண்பதே அரிதாக இருந்தது.

ஓடிக்கொண்டிருந்த குணாவின் ராக்சியைக் கை காட்டி மறித்தாள் ஒரு நோர்வேஜியப் பெண்மணி. குணா காரை நிறுத்தியதும் கதவைத் திறந்தவள் சாரதி இருக்கையில் வெளிநாட்டவனைக் கண்டதும் ஒருவித மிரட்சியுடனும், வெறுப்புடனும் சட்டெனக் கதவை அடித்துச் சாத்திவிட்டு விறுவிறுவென நடையைக் கட்டினாள்.

“அட கடவுளே! அமைதியாய் இருந்த நாட்டுக்கையும் பாழ்படுவார் குண்ட வைச்சுக் குழப்பிப் போட்டாங்களே…” மனதுக்குள் திட்டியவாறே வீட்டை நோக்கிக் காரைச் செலுத்தினான்.

வீடு வந்து சேர்ந்ததும், ‘ப்ரவீக்’ என்ற ஒரு வலதுசாரித் தீவிரவாதியான நோர்வேஜியனே ஒஸ்லோவின் மத்தியிலிருந்த பிரதமரின் அலுவலகத்திற்கு முன் வாகனக் குண்டை வெடிக்க வைத்ததோடு, ஒஸ்லோவிற்கு வெளியே இருந்த உத்தோயா என்ற சிறு தீவில் நோர்வேயின் தொழிலாளர் கட்சி தனது

இளைஞரணிக்காக ஏற்பாடு செய்திருந்த வேனிற்கால முகாமிற்குள் பொலிசாரின் சீருடையுடன் புகுந்து அங்கு கூடியிருந்தவர்களைச் சரமாரியாக சுட்டுத் தள்ளியதால் அறுபதுக்கும் மேற்பட்டவர்கள் கொல்லப்பட்டிருப்பதாக தொலைக்காட்சியிலும், இணையத்தளங்களிலும் செய்திகள் பரவிக்கொண்டிருந்தன. அப்பாடா நல்ல காலம் வெளிநாட்டவர்கள் இதனைச் செய்யவில்லையென நிம்மதிப் பெருமூச்சை விட்டவாறே மேலதிகச் செய்திகளை அறியும் நோக்குடன் விஸ்வாவுடன் அலைபேசினான்.

"பார்த்தீரே குணா, கொலைகாரன் நோர்வேஜியன் எண்டதும் ஊடகங்கள் எல்லாம் அடக்கி வாசிக்க வெளிக்கிட்டிற்றுது. இதையே வெளிநாட்டவர்கள் செய்திருந்தால்?" கேட்டான் விஸ்வா.

"ஓமண்ணை, குண்டு வெடிச்சவுடனயே ஒரு கிழவி என்ர ராக்சியில ஏற மாட்டனெண்டு மூஞ்சியில அடிச்ச மாதிரி கதவை அடிச்சுச் சாத்திப்போட்டு போயிற்றுதெண்டால் பாருங்களன்."

"ஆனாலொண்டு குணா இந்த நாடு அமைதிப் பூங்கா எண்டு நினைச்சுக் கொண்டிருக்கிற எங்களுக்கும் இதுவொரு அபாயச் சங்குதான். நோர்வேயில வெளிநாட்டவர்களுக்கு ஆதரவாக இருக்கிற தொழிலாளர் கட்சி தான் இந்த வலதுசாரித் தீவிரவாதியின் குறியாய் இருந்திருக்கெண்டால் யோசிக்கத்தான் வேணும், இதன் பின்னனியில என்னென்ன திட்டங்கள் இருக்கோ தெரியாது. அது மட்டுமில்ல இந்தப் பெரிய தாக்குதலை தனியொரு மனிதனால மட்டும் செய்து முடிச்சிருக்க முடியாது. அதனால இங்கையும் எங்கட எதிர்காலம் கேள்விக் குறியாய்த்தான் இருக்கும் போலயிருக்கு" என்ற விஸ்வாவின் எச்சரிக்கைப் பாணியிலான வார்த்தைகள் சற்று முன்னர் நிம்மதிப் பெருமூச்சு விட்ட குணாவை மீண்டும் ஏக்கப் பெருமூச்சு விட வைத்தது.

அதற்கடுத்த சில தினங்களில் சிவநேசனின் திட்டமும் பலித்தது. கொழும்பு சென்ற வேந்தன் சிவதாசனின் காதலி கஜேந்தினியை அங்கே பதிவுத் திருமணம் செய்துவிட்டு கொழும்பிலுள்ள நோர்வேத் தூதரகத்திற்குச் சென்று கஜேந்தினி நோர்வேக்கு வருவதற்கான விசாவிற்கும் விண்ணப்பித்துவிட்டு நோர்வேக்குத்

திரும்பிய மூன்றாம் மாதமே கஜேந்தினியும் நோர்வேயில் வந்திறங்கினாள். பேசிய பேச்சின்படியே சிவநேசனிடமிருந்து முதற்கட்டத் தொகையான ஒரு லெட்சம் குறோணர்களைச் சுளையாக வாங்கி வேந்தனிடம் ஒப்படைத்தான் குணா.

நோர்வேயிலுள்ள வெளிநாட்டவர்களிலேயே நாங்கள்தான் திறமானவர்கள் என்றும், எங்கட பிள்ளைகள் தான் இங்கு கெட்டிக்காரப் பிள்ளைகள் என்றும், தம்பட்டம் அடித்துக்கொண்டிருந்த தமிழர்களின் குடும்பங்களுக்குள்ளும் வில்லங்கங்களும், விவாகரத்துக்களும் தலைதூக்கியதனால் ஏற்பட்ட குடும்பப் பிரச்சனைகளால் பல தமிழ்ப் பிள்ளைகளைக் குழந்தைகள் காப்பகங்கள் பறித்தெடுத்துக்கொள்ளும் நிகழ்வுகள் அடிக்கடி இங்கு நிகழ ஆரம்பித்திருந்ததானது, குணாவையும் பெரும் பீதிக்குள் தள்ளியது. பிள்ளைகளைப் பறிகொடுத்த பெற்றோர்களை நினைத்துப் பரிதாபப்பட்டான். அப்படி ஒரு நிலை தனக்கு ஏற்பட்டால் என நினைத்துப் பார்த்தவனது நெஞ்சு படபடவென அடித்துக்கொண்டது.

சொந்த மண்ணில் தன்னினம் எதிர்கொண்ட அவலங்களாலும், அழிவுகளாலும் மிகுந்த மனவேதனையுடன் நிகழ்காலத்தை நீந்திக் கடந்துகொண்டிருந்தவனை வந்த மண்ணின் எதிர்காலமும் மிரட்டிக் கலங்கடித்துக்கொண்டிருந்த காலத்தில், 'சனல் 4' என்ற தொலைக்காட்சி வெளியிட்ட 'இலங்கையின் கொலைக்களம்' எனும் காணொளியானது மீண்டும் அவனைத் தாங்கொணாத் துயரத்துள் தள்ளியது. இரக்கமற்ற அரக்கர்களின் குண்டுப் பொழிவுகளால் துன்பச் சகதிக்குள் தள்ளப்பட்ட தன் இனத்தின் வலிகளும், இரத்தமும் சதையுமான உயிர்த்துடிப்புகளும், அவலக் கூக் குரல்களும், இயலாமையின் முனகல்களுமென மக்கள் பட்ட துன்ப துயரங்களைப் பதிவு செய்திருந்த அந்தக் காணொளியைப் பார்த்தவன் துடிதுடித்துப்போனான். ஒவ்வொரு காட்சிகளும் அவனது உயிர் நாடியைப் பிடித்து உலுப்பியது. ஏற்கனவே போரின் இறுதிக் கட்டத்தில் இசைப்பிரியா என்ற ஊடகப் பெண்போராளி கொல்லப்பட்டு நிர்வாணமாகக் கிடந்த புகைப்படங்களை ஊடகங்களில் பார்த்திருந்தான். இப்போது அதே இசைப்பிரியா உயிருடன் மேலாடை இன்றி நீருக்குள் அமர்ந்திருக்கப் படையினர் வெள்ளைத் துணி ஒன்றை அவர்மீது போர்த்தி இழுத்து வருவதும், படையினர் அவரைப்

பிரபாகரனின் மகள் என்று கூறுவதும், அதற்கு அவர் ‘ஐயோ அது நானில்லை’ என்று அழுவதையும் பார்த்தபோது குணாவின் நெஞ்சுத் தண்ணி வற்றிப்போனது. சரணடைந்த போராளிகள் நிர்வாணப்படுத்தப்பட்டுக் கண்களும், கைகளும் கட்டப்பட்ட நிலையில் கடற்கரைப் பகுதி ஒன்றில் வைத்துத் துடிக்கத்துடிக்கச் சுட்டுக் கொல்லப்படுவதுமான கோரக்காட்சிகளும், ஏராளமான போராளிகளின் உயிரற்ற உடல்களின் மீது ஏறி மிதித்து வெற்றிக் கூச்சலிடும் படையினரின் அட்டகாசங்களும், மானபங்கப் படுத்தப்பட்ட பெண் போராளிகளின் நிர்வாண உடல்களுமென அந்தக் காணொளியில் கண்ட கோரக் காட்சிகளால் குணாவின் குருதி நாளங்களெல்லாம் விம்மிப் புடைந்தன, குணாவை மட்டுமல்ல, மீண்டுமிங்கு எல்லோர் மனங்களையும் சோகம் கவ்விக்கொண்டது. யாரைப் பார்த்தாலும் ராஜபக்ச சகோதரர்கள் மீது வெறுப்பை உமிழ்ந்தவண்ணமே இருந்தார்கள். அவர்கள் புரிந்திருக்கின்ற இந்த யுத்தக் குற்றத்துக்குத் தண்டனை கிடைக்காதா! பாதிக்கப்பட்ட எமது மக்களுக்கு நீதி கிடைக்காதா! என்ற ஏக்கத்துடனும், அங்கலாய்ப்புடனுமே எல்லோரும் காணப்பட்டார்கள். புலம்பெயர் தமிழர்கள் பலர் ஐ.நா சபை நோக்கிப் படையெடுத்தார்கள். ஐ.நா முன்றலில் நீதி கேட்டுக் கையேந்தி நிற்பதைத் தவிர அவர்களுக்கு வேறு வழி தெரியவில்லை.

“அண்ணே! இவங்களைச் சர்வதேச நீதிமன்றத்தில ஏத்த இந்தச் சனல் 4 வெளியிட்டிருக்கிற போர்க்குற்ற ஆதாரம் ஒண்டே போதாதே?” மனதில் எழுந்த கேள்வியை அலைபேசியிற் கேட்டான் விஸ்வாவிடம்.

“ம், போதுமானது தான். ஆனால் இந்த வலியவர்களின் ஏகாதிபத்திய உலகில் எளியவர்களுக்கு எங்கே நீதி கிடைக்கிறது? சூடானில பார்க்கயில்லையே லெட்சக்கணக்கான பழங்குடி மக்கள் அரச ஆதரவுப் படைகளால் கொல்லப்பட்டதற்கும் நிறைய ஆதாரங்கள் இருந்தது தானே, அதற்குக் காரணமான சூடான் அதிபர் ஓமர் அல் பசிர் மீதும் போர்க் குற்ற வழக்குத் தொடுக்கப்பட்டு ரெண்டாயிரத்தி எட்டில் அவரைக் கைது செய்ய சர்வதேச குற்றவியல் நீதிமன்றம் அறிவித்தது தானே, இன்று வரையும் அவர் கைது செய்யப்படாமல் ஐ.நா. வில் வீட்டோ பவரில் இருக்கும் சீனா அவரைக் காப்பாற்றி

வருகிறதே காரணமென்ன? சூடானின் பெருமளவு எண்ணெய் வயல்களால் ஆதாயம் அடைவது சீனா. இதே போலத்தான் இலங்கையால ஆதாயம் அடைய நினைக்கிற பெரிய பெரிய நாடுகள் எல்லாம் தங்கள் தங்கள் நலன்களுக்காக இலங்கை அரசின் யுத்தவிதி மீறல்களையும், அராஜக போக்குகளையும், கண்டும் காணாதது போலத்தானே இருக்கின்றன. இப்படித்தான் இயங்கிக்கொண்டிருக்கிறது இன்றைய இந்த ஏகாதிபத்திய உலகம். இதைப் புரிந்துகொண்டு இதற்கேற்பக் காய் நகர்த்த முடியாமற் போனது எங்கட ஏக பிரதிநிதித்துவத்தின் அரசியல் வறுமையே தவிர வேறயொண்டும் இல்லை" என முடித்துக்கொண்ட விஸ்வாவின் தத்துவார்த்த விளக்கங்களால் மேலும் குழப்பமும், பீதியும் அடைந்தான் குணா.

சனல் 4 தொலைக்காட்சியில் இலங்கையின் கொலைக்களம் காணொளியானது புலம்பெயர்ந்தவர்களை மட்டுமன்றித் தாயகத்து மக்களையும் கொதிப்படையச் செய்திருந்தது. அதனால் ஏற்படவிருந்த மக்களின் எழுச்சியையும், போராட்டங்களையும் அடக்குவதற்கும் திசை திருப்புவதற்கும் ஆயத்தமான அரச படையினர் தமிழ்ப் பிரதேசங்களில் கிறிஸ் பூதங்களை இறக்கி விட்டிருந்தனர். கிறிஸ் பூதங்கள் மக்களை பெரும் பீதிக்குள் தள்ளியிருந்தது. கிறிஸ் பூதம் என்ற மாயையை ஏற்படுத்தி நாட்டினை மீண்டும் ஒரு பதற்றமான சூழலுக்குள் வைத்திருப்பதே ஆளும் தரப்பினரின் திட்டமென்பதையும், பூதத்தின் பின்னணியில் அரசாங்கமே செயற்பட்டு வருகின்றதென்பதையும் அறிந்துகொண்ட குணா உடனேயே அம்மாவுடன் தொலைபேசியில் தொடர்புகொண்டு நலம் விசாரித்தான். கொலைக் களத்துக்குள் வாழும் உறவுகளை நினைத்து அச்சப்பட்டபடியே அவர்களை அச்சப்படாது இருக்கும்படியாகத் தைரியமூட்டினான். அம்மாவும் வழமைபோல் தன் பேரப்பிள்ளைகளைப் பார்க்கும் ஆவலை வெளிப்படுத்தத் தவறவில்லை. அவனும் வழமைபோல் அடுத்த வருடம் வர முயற்சிப்பதாகக் கூறி அம்மாவைச் சமாதானப்படுத்திக்கொள்ளவும் தவறவில்லை. காலம் ஏக்கங்களையும், எதிர்பார்ப்புகளையும் சுமந்தபடி கடந்துகொண்டிருந்தது.

2009 வைகாசிக்குப் பின் குணாவும் நிறைய மாறியிருந்தான். அல்லது காலம் அவனை மாற்றியிருந்தது என்றும் சொல்லலாம். எதற்கெடுத்தாலும் சிடுசிடுத்தான், கோபப்பட்டான், எல்லோரிடமும் எரிந்து விழுந்தான். அதிலும் நண்பர்களுடனான ஈழ அரசியல் விவாதங்களின்போது அவனது கண்ணை மறைத்த கோபமானது சில நண்பர்களைக்கூட அவனிடமிருந்து தள்ளி வைத்தது. மனரீதியான மாற்றங்கள் மட்டுமன்றி உடல் ரீதியாகவும் மிகவும் இளைத்திருந்தான். இவற்றையெல்லாம் அவதானித்த ஆதிரா, அவனைக் கட்டாயப்படுத்தி வைத்தியசாலைக்கு அழைத்துச் சென்றாள். அங்கே அவனைப் பரிசோதித்த வைத்தியர் உடலில் இரத்த அழுத்தம் அதிகரித்திருப்பதாகக் கூறி மருந்து எழுதிக்கொடுத்ததோடு, "ஒருவர் விரும்பிய அல்லது எதிர்பார்த்த விடயங்கள் நடக்காதபோது மனதளவில் ஏற்படும் பாதிப்புகள் தான் உடலிலும் பிரதிபலிக்கிறது. அதுவே ஒருவருக்கு நீரிழிவாகவும், இன்னொருவருக்கு வயிற்றுப் புண்ணாகவும், மற்றொருவருக்கு இரத்தக் கொதிப்பாகவும் வெளிப்படுகிறது. மருந்துகளால் மட்டும் இவைகளைக் குணப்படுத்திவிட முடியாது. யோகாசனம் அல்லது உடற்பயிற்சிகள் போன்றவற்றில் ஈடுபடுவதோடு மனதையும் மகிழ்ச்சியாக வைத்திருக்கவேண்டும்" என ஆலோசனைகளையும் வழங்கி அனுப்பிவைத்தார் வைத்தியர்.

◉

2012

"இலங்கையின் கொலைக்களம்" என்ற ஆவணப்படம் வெளியாகி இத்தனை காலமாகியும் இலங்கையின் போர்க் குற்றங்கள் தொடர்பில் இதுவரை எந்தவிதமான விசாரணைகளும் நடாத்தப்படாத நிலையில், மீண்டும் "தண்டிக்கப்படாத போர்க் குற்றங்கள்" என இன்னொரு காணொளியைச் சனல் 4 தொலைக்காட்சி வெளியிட்டு மீண்டுமொரு முறை இலங்கை இராணுவத்தின் போர்க் குற்றங்களை உலகெங்கும் பறைசாற்றியது. அதில் புலிகளின் தலைவர் பிரபாகரனின் இளைய மகனான பாலச்சந்திரன் என்ற பாலகன் சிங்கள இராணுவத்தினரின் காவலரண் ஒன்றில் பிஸ்கற் சாப்பிட்டபடி உயிருடன் குந்தியிருக்கும் காட்சியையும், பின்னர் வேறொரு இடத்தில் நெஞ்சில் சூட்டுக் காயங்களுடன் பாலச்சந்திரன் பிணமாகக் கிடப்பதுமான காட்சியையும் கண்ட கணமே குணாவின் உடலே பற்றி எரிந்ததுபோல் நெஞ்சாங்குழியில் நீர் வற்றிப்போனது. தன் பிள்ளைகளின் வயதையொத்த அச் சிறுவனுக்கு நிகழ்ந்த கொடுமையை நினைத்து நினைத்து பசி, தூக்கம் எல்லாவற்றையுமே மறந்து சில நாட்களாக விசர் பிடித்தவனைப்போலவே காணப்பட்டான்.

பிள்ளைகளைப் பார்க்கவேண்டும் என்ற அம்மாவின் நீண்ட நாள் நச்சரிப்பும், புனர்வாழ்வு முகாமிலிருந்து சிவா விடுதலையாகி வந்துவிட்டான் என்ற இனிப்பான செய்தியும் மீண்டும் குணாவைக் குடும்பத்துடன் தாய் மண்ணிற் கால் பதிக்க வைத்தது. கட்டுநாயக்கா விமானநிலையத்திலிருந்து வெளியேறியதுமே பெரும் உயரமான கட்டவுட்டில் பல்லிளித்தபடி நின்ற ராஜபக்ஸவைப் பார்த்ததுக் குணாவின் பற்கள் அவனையறியாமலேயே நறுமிக்கொண்டன. கொழும்பில் நிற்கப் பிடிக்காதவனாய் உடனேயே வானைப் பிடித்துக்கொண்டு வவுனியாவில் போய் இறங்கினான்.

நீண்ட காலத்தின்பின் தனது குடும்பத்தினரைக் கண்ட சந்தோஷத்தில் திளைத்திருந்தாள் ஆதிரா. இரண்டு கிழமைகளுக்கு முன்புதான் சிவாவும் புனர்வாழ்வு முகாமிலிருந்து

விடுதலையாகி வந்திருந்தான். அவனிடமிருந்து நிறையப் புதினங்களை அறியலாமென்று நினைத்துப்போன குணாவுக்கு ஏமாற்றமே கிடைத்தது. அவன் சாப்பிடுவதற்கு மட்டுமே வாயைத் திறப்பான் போலிருந்தது. சென்ற தடவை அவனைப் பார்த்தபோதிருந்த உற்சாகமும், துடிதுடிப்பும் காணாமற் போயிருந்தன. ரவியைப் பற்றிக் கேட்டபோது மட்டும் "அவன் காயத்தோட சரணடைஞ்சவன். ஆனால் இப்ப எந்தப் புனர்வாழ்வு முகாமிலும் ஆள் இல்லையாம்" என்றானவன் மிகுந்த வேதனையோடு.

அதனையறிந்த குணாவின் நெஞ்சு படபடவென அடித்துக்கொள்ள, "அப்ப அவன்ர மனிசி, பிள்ளை?" எனக் கேட்டான்.

"ஓ... வெண்ணிலா மகனையும் கூட்டிக்கொண்டு தாய், தகப்பனோட வந்து வவுனியாவில ஒரு அகதி முகாமில இருந்தவா. அங்க வைச்சுச் சனங்கள் காட்டிக் குடுத்துப்போட்டுதுகள். பிறகென்ன கைது, விசாரணை எண்டு புனர்வாழ்வு முகாமெல்லாம் போய் இப்ப வெளிய வந்து தாய், தகப்பனோட திருவையாற்றில இருக்கிறதாக் கேள்விப்பட்டன்" என்றவாறு எழுந்துபோய்ப் புனர்வாழ்வு முகாமில் தேங்காய்ச் சிரட்டைகளிலும் ஊரி, சிற்பிகளிலும் தான் செய்துகொண்டு வந்த கைவினைப் பொருட்களை எடுத்துவந்து குணாவுக்குக் காட்டினான். குணாவின் மனம் அதில் எதிலும் லயிக்கவில்லை. சென்ற முறை வந்தபோது சந்தித்த ரவியுடனான நினைவுகளே அவன் மனத்தை ஆட்கொண்டிருந்தன.

குணா வவுனியா வந்ததிலிருந்து ஒரு விடயத்தைக் கவனித்தான், சிவா வீட்டு வளவை விட்டுத் தாண்டவேயில்லை. பகற் பொழுதுகளில் முகட்டைப் பார்த்தபடி வீட்டுக்குள்ளேயே அடைந்து கிடந்தான். இரவுகளில் இருண்ட வானின் நிலவையும், நட்சத்திரங்களையும் வெறித்துப் பார்த்தபடி முற்றத்து மரத்தின் கீழ் சாய்மனைக் கட்டிலில் படுத்திருந்தான். கண்களில் ஒருவித மிரட்சியுடன் எப்போதும் கலவரமான முகத்துடனேயே காணப்பட்டான். தோல்வியும், இழப்புகளும் அவனைத் தொந்தரவு செய்வதாகவே எண்ணினான் குணா. சிவாவினது மனநிலையை மாற்ற நினைத்து மறுநாள் மீன் வாங்கச் சந்தைக்கு வெளிக்கிடும்போது அவனையும் வரும்படியாக அழைத்தான்.

"வா மச்சான் வீட்டுக்கையே யோசிச்சுக்கொண்டிருக்காமல் வெளிய போயிற்று வந்தால் கொஞ்சம் சேஞ்சா இருக்கும், வெளிக்கிடு" என்றான்.

"இல்ல மச்சான் நீ போயிற்று வா, நான் வரயில்ல." ஒருவித மிரட்சியுடனேயே பதிலளித்தான் சிவா.

"ஏன்ராப்பா திரும்பவும் ஆமிக்காரங்களால ஏதும் பிரச்சனை வருமே?"

"ச்சீ... அவங்களால ஒரு பிரச்சனையும் வராது, நீ போயிற்று வா..."

"பேந்தேன் யோசிக்கிற? விசாரணைகள், தண்டனைகள் எல்லாம் முடிஞ்சு தானே விடுதலையாகி வந்தனி, இனியேன் பயப்பிடுவான். வா... வெளிக்கிடு போயிற்று வருவம்." குணாவும் விடாக்கண்டனாக நின்றான். அப்போது அங்கு வந்த ஆதிரா சிவாவின் பின்னால் நின்றுகொண்டு 'அவரை விட்டிற்று நீங்கள் போயிற்று வாங்க' என்பதுபோல் கண்களால் ஜாடை காட்டினாள். புருவம் மேலேற அவளைப் பார்த்துவிட்டுப் புரியாத புதிருடன் புறப்பட்டுச் சென்றான் குணா.

வவுனியா நகரின் மத்தியிலிருந்த மீன் சந்தை சனக் கூட்டத்தால் நிறைந்திருந்தது. முன்புபோல் மீன்கள் மலிவான விலையில் கிடைக்கவில்லை. இந்த விலைவாசியில் எப்படித்தான் இங்கு வாழும் அன்றாடங்காய்ச்சிகளின் சீவியம் போகிறதோ என மனதுக்குள் எண்ணியவாறே வாங்கிய விளைமீன்களையும், பெரிய நீல நிற நண்டுகளையும் தூக்கிக்கொண்டு சைக்கிள் விட்ட இடத்தை நோக்கி நடந்துகொண்டிருக்கையில், குணா மீன் வாங்கிய இடத்திலும், நண்டுகள் வாங்கிய இடத்திலும் விலையை மட்டும் விசாரித்துவிட்டு எதுவுமே வாங்காமல் ஒரு காலை இழுத்து இழுத்து நடந்தபடி வாடிய முகத்துடன் சந்தைக்குள் வலம் வந்துகொண்டிருந்த ஒரு இருபத்தெட்டு வயது மதிக்கத்தக்க இளைஞனும், அவனுடன் வந்த ஒரு இளம் பெண்ணும் இப்போது திருக்கை வியாபாரியுடன் திருக்கைக்கு விலை பேசிக்கொண்டு நின்றனர்.

"சீச்சி... அது கட்டுபடியாகாது, யாவாரத்தக் குழப்பாமல் தள்ளி நில்லுங்கோ" எனச் சினந்தான் திருக்கை வியாபாரி. குணாவுக்கு அவர்களைப் பார்க்கப் பாவமாக இருந்தது. அந்தத் திருக்கையை வாங்கி அவர்களிடம் கொடுத்தாலென்ன என்றும் மனதுக்குள் தோன்றியது. அப்போது எதிரே நடந்து வந்துகொண்டிருந்த அறுபது வயது மதிக்கத்தக்க ஒரு பெண் திகைப்புடன் நின்று அந்த இளைஞனை உற்றுப் பார்த்துவிட்டு, கைகள் இரண்டையும் விரித்தபடி "ஐயோ! என்ர பிள்ளை எங்கயடா? ஐயோ! என்ர பிள்ளை எங்கயடா?" எனப் பெருங் குரலெடுத்துக் கத்த ஆரம்பித்தார். அவரின் பின்னால் வந்துகொண்டிருந்த அவரது கணவரும் "அட பாழ்படுவானே! என்ர பிள்ளையைக் கொண்டே தொலைச்சுப்போட்டு நீ இங்க வந்து நிக்கிறயாடா?" என உறுமியபடியே கையிலிருந்த குடையை ஓங்கியவாறு அந்த இளைஞனைத் தாக்கக் கோபாவேசத்துடன் பாய்ந்தார். அந்த இளைஞனோடு நின்ற இளம் பெண் "ஐயோ! என்ர அண்ணனை ஒண்டும் செய்யாதிங்க" எனக் கெஞ்சியபடி குறுக்கே பாய்ந்து தடுத்தாள். காலை இழுத்து இழுத்து நொண்டியபடி பின் நோக்கி நகர்ந்த இளைஞன் மிரட்சியுடன் நின்றான். அவ்விடத்தில் உடனேயே சனங்கள் கூடிவிட்டன. அதில் ஒருவர், "அவன் தான் என்ன செய்யிறது. இயக்கம் செய்யச் சொன்னதை செய்யிறது தானே அவன்ர வேலையா இருந்திருக்கும்" என்றார். அவரும் வேறு சிலருமாக அந்தத் தம்பதியரைச் சமாதானப்படுத்தி அவர்களிடமிருந்து அந்த இளைஞனைப் பாதுகாப்பாக விலத்திவிட்டார்கள். மீன்கள் எதுவுமே வாங்காமல் தப்பினால் போதும் என்பதுபோல் அந்த இளைஞனும், தங்கையும் சைக்கிளை உருட்டியபடி சந்தையை விட்டு வெளியேறிக்கொண்டிருந்தார்கள்.

"தம்பி நில்லுங்கோ! நில்லுங்கோ!" என்றபடி மனம் கேட்காமல் அவர்களின் பின்னால் ஓடினான் குணா. நின்றவர்கள் திரும்பி அவனை ஏற, இறங்கப் பார்த்தார்கள்.

"தயவுசெய்து இதைப் பிடியுங்கோ..." விளைமீன் பையை நீட்டினான் குணா.

"இல்லைப் பரவாயில்லை" எனத் தயங்கி நின்றார்கள்.

“தம்பி கேட்கிறன் எண்டு குறை நினைக்காதிங்க, நீங்கள் புனர்வாழ்வு முகாமிலயிருந்தே வந்தனிங்கள்?”

“ஓம் அண்ணை, நீங்க...?”

“நான் நோர்வேயிலிருந்து வந்தனான். உங்கட நிலைமை எனக்கு விளங்குது. தயவுசெய்து இதைப் பிடியுங்கோ” என நீட்டிய மீன்பையை அவர்கள் தயக்கத்துடன் வாங்கிக்கொள்ள, திருப்தியுடன் மீண்டும் சந்தையை நோக்கி நடந்த குணாவிற்கு இப்போதுதான் சிவாவின் நிலைமையும் புரிந்தது.

வீட்டுக்கு வந்ததும், தாய் மூலமாகத் தமையனின் மனநிலையை அறிந்துகொண்டதாகக் குணாவிடம் கூறி வருத்தப்பட்டாள் ஆதிரா. சைக்கிள் ஓடியதில் உடலெல்லாம் வியர்த்துப் பிசுபிசுத்தது. துவாய்த் துண்டை எடுத்துக்கொண்டு கிணற்றடிக்குப் போனவன் கப்பி வாளியில் நீர் அள்ளி ஊற்றியபோது உடலுக்கு இதமாக இருந்தபோதும், மனசு உள்ளுக்குள் புகைந்துகொண்டிருந்தது. எந்த மக்களுக்காகப் புலிகளாய் பாய்ந்தார்களோ, அந்த மக்களுக்கே அஞ்சிப் பூனைகளாய்ப் பதுங்கும் நிலைக்கு வந்துவிட்ட முன்னாள் போராளிகளை நினைக்கையில் மனம் உடைந்து அவனது எண்ணங்கள் பல திசைகளிலும் அலைந்து சென்றன.

குளித்துவிட்டு வந்தபோது வாசற் படியில் தலை தாழ்ந்தபடியே குந்தியிருந்த சிவாவைப் பார்த்த குணா, “மச்சான் இங்க இனிச் சரிவராது, நீ எங்கயாவது வெளிநாடுகளுக்குப் போறது தான் நல்லது” என்றான். குணாவின் வார்த்தைகளைக் காதில் வாங்கிய ஆதிராவும் வாசலில் வந்து நிற்க, தலை நிமிர்த்திய சிவா “இதெல்லாம் நடக்கிற காரியமே?” எனக் கேட்டுவிட்டு மீண்டும் தலை தாழ்த்திக்கொண்டான்.

“இல்ல மச்சான் அந்த அலுவல்களை நான் பார்க்கிறன், நீ பாஸ்போர்ட் எடுக்கிற அலுவலை மட்டும் பார். முதல்ல இந்தியாவுக்குப் போ. அதுக்கான ஒழுங்குகளை இப்பவே நான் செய்யிறன். பிறகு அங்க இருந்துகொண்டு மெல்ல மெல்ல ஐரோப்பாப் பக்கம் போற அலுவல்களைப் பார்க்கலாம்” எனக் கூறிய கணவனை விழிகள் விரியக் பெருமையுடன் பார்த்தவாறே தமையனின் அருகில் குந்திய ஆதிரா, “ஓம் அண்ணா, அவர்

சொல்லுறதும் சரிதான். நாங்கள் இருக்கிறம் நீ ஒண்டுக்கும் யோசிக்காத" எனத் தமையனை அணைத்துக்கொண்டாள்.

மறுநாள் விசுவமடு சென்று கலாக்காவையும், அத்தானையும் பார்த்துவிட்டு மீண்டும் அங்கிருந்து யாழ்ப்பாணம் செல்லும் திட்டத்துடன் பயணமானார்கள். வான் மாங்குளம் தாண்டி ஓடிக்கொண்டிருந்தது. ஏ9 வீதி புனரமைக்கப்பட்டுப் புத்தம் புதிதாக காட்சியளித்தது. போர் முடிந்து மூன்று வருடத்துக்குள் எல்லாமே தலைகீழாக மாறியிருந்தன. கடும் போர் நடந்ததற்கான புற அடையாளங்கள் எல்லாமே அவசர அவசரமாக மறைக்கப்பட்டு வீதியோர கட்டிடங்களெல்லாம் புதுப்பொலிவுடன் காணப்பட்டன. ஆனால், வீதிகளிலும், கட்டிடங்களிலும் இருந்த அந்தப் பொலிவை எந்த மனிதர்களின் முகங்களிலும் காணமுடியவில்லை. கை கால்களை இழந்தவர்களையும், கண் காதுகளைப் பறி கொடுத்தவர்களையும், வாழ்வைத் தொலைத்த விதவைப் பெண்களையும், பெற்றோரைத் தொலைத்த அநாதைக் குழந்தைகளையுமே அங்கு நடந்த கொடும் போரின் அடையாளங்களாகக் காண முடிந்தது. வான் வேகமெடுத்து முறிகண்டியை நெருங்கிக்கொண்டிருக்க, கலாக்காவை எதிர்கொள்ளத் திராணியற்ற குணாவின் இதயத்துடிப்பும் வேகமெடுத்தது.

களையிழந்து கிடந்த கலாக்காவின் வீட்டின் முன்னால் இறங்கிய குணாவைக் கண்டதுமே, அடிவளவில் தேங்காய் உரித்துக்கொண்டு நின்ற அத்தான் ஓடிவந்து அவனைக் கட்டிப்பிடித்து விம்மினார். அவரைக் கட்டித் தழுவியபடியே தழுதழுத்த குரலால் "அக்கா" என்றான் குணா. உடனே அத்தான் அவர்களை வீட்டின் பின்புறமாக அழைத்துச் சென்றார். அங்கே பலாமரத்தின் கீழ் குந்தியிருந்து சலசலத்தோடிய வாய்க்கால் நீரை வைத்த கண் வாங்காமல் வெறித்துப் பார்த்தபடியிருந்தாள் கலாக்கா. அவளது முகம் ஒருவகையான மூளித்தனத்துடன் இருந்ததைக் கவனித்த கணத்தில் குணாவுக்குள் ஒரு அதிர்வு பரவியது. தோள்கள் லேசாய்க் குலுங்கின, 'இது அவளில்லை. நான் முன்பு பார்த்த கலாக்கா இது இல்லை' என மனசு சத்தமில்லாது சொல்லிக்கொண்டது. அவளை நெருங்கிக் கட்டியணைத்துக் குமுறினான். தண்ணீர் வற்றிய குளம் போல் கண்ணீர் வற்றி வறண்டுபோன கண்களால்

வாய்க்கால் நீரைப் பார்த்த அதே பார்வையை அவன் மீதும் பாய்ச்சியவள், எந்தவித உணர்ச்சிகளுமற்று வெறும் சதைப் பிண்டமாய்க் குந்தியிருந்தாள். சென்ற முறை வந்தபோது நிகழ்ந்த சம்பவங்களும், மருமகளின் முகமும் நினைவிற்கு வரவே உணர்ச்சிப் பிழம்பானவனின் வலதுகை நடுநடுங்கச் சட்டென எழுந்து விம்மி வெடித்தபடி நடுங்கிய கையினால் பலாமரத்தில் ஓங்கி ஒரு குத்துக் குத்தினான். மரத்தில் குந்தியிருந்த பறவைகள் சில சிறகடித்துப் பறந்தன. உடனே சுதாரித்துக்கொண்ட ஆதிரா அவனைக் கட்டியணைத்து ஆசுவாசப்படுத்தினாள். சிவந்த கண்களும், நடுங்கிய கைகளுமாய் நின்ற அவனது நிலை கண்டு பிள்ளைகள் மிரண்டுபோனார்கள். சிறிது நேரம் இறுக்கமான சூழ்நிலையே நிலவியது. அந்த இறுக்கத்தைக் கலைக்க நினைத்த அத்தான் பிள்ளைகளைக் கூட்டிச் சென்று மாடுகளைக் காட்டினார், மாங்காய்களைப் பறித்துக் கொடுத்தார். கவலையும், கண்ணீருமாய் அங்கு சிறிது நேரப் பொழுதைக் கழித்தபின் அங்கிருந்து விடைபெற்றுக்கொண்டு புறப்பட்டார்கள்.

ஆனையிறவைக் கடக்கையில் கனத்த நினைவுகளுக்குள் மூழ்கிப்போன குணாவின் உள்மனம் ஊமையாய் அழுதுகொண்டிருந்தது. அதனை அருகிலிருந்தே அறிந்துகொண்ட ஆதிரா தோளணைத்து ஆதரவோடு தலைமுடி கோதி வருடிவிட்டாள். யாழில் போய் இறங்கியதும் அம்மாவின் ஆனந்தத்திற்கு அளவே இருக்கவில்லை. முகச் சுருக்கங்களும், நினைவுத் தடுமாற்றங்களுமாய் அம்மாவை முதுமை வெகுவாக ஆட்கொண்டிருந்ததை அவதானித்த குணாவின் மனதை ஒருவிதமான ஏக்கம் ஆட்கொண்டது.

அக்காவின் மூத்த மகன் கனடாவில், இரண்டாவது மகள் லண்டனில் இருபது வயதான மூன்றாவது மகன் ஆருஷன் மட்டும் ஊரில் அம்மாவுக்கும், அம்மம்மாவுக்கும் செல்லப் பிள்ளையாக இருந்தான். ஊருக்கு வந்த குணா எப்படியாவது நண்பன் ரவியைப் பற்றி அறிந்துவிட வேண்டும் என்ற எண்ணத்துடன் மருமகனின் உதவியுடன் அவனது மோட்டர் சைக்கிளில் திருவையாறு சென்று ரவியின் மனைவி இருக்கும் வீட்டைக் கண்டடைந்தான். சீற் அடித்த சிறிய வீடு. அதையொட்டிக் கிடுகினால் மேயப்பட்ட ஒரு குட்டிக் குசினி. அந்தக் குசினியின் முன்னேயிருந்து சாம்பல் தேய்த்து சட்டி,

போக்காளி | 549

பானைகளை மினுக்கிக் கழுவிக்கொண்டிருந்தார் வயதான ஆச்சி ஒருவர். அவர் கழுவி முடிந்து எழும்பிப் போகும்வரை பருக்கைகளுக்காக காத்திருந்த இரண்டு காகங்கள் ஓரக்கண் எறிந்தபடி உடுப்புக் காயப்போட்டிருந்த கயிற்றுக் கொடியில் குந்தியிருந்தன. குணாவும், மருமகனும் மோட்டார் சைக்கிளில் முற்றத்தில் போய் இறங்கியதுமே பதட்டத்துடன் எழுந்த ஆச்சி கண்ணைப் பூஞ்சியவாறு அவர்களை உற்றுப் பார்த்தார்.

"வணக்கம் அம்மா! வெண்ணிலா இருக்கிறாவே?" கேட்டான் குணா.

"அவங்க இல்லிங்களே, நீங்க யாருங்கையா?" முகத்தில் பயமும் குரலில் நடுக்கமும் தெரிந்தது.

"நான் ரவியின்ர பிரெண்ட், வெளிநாட்டில இருந்து வந்தனான்" என்றான்.

"என்னங்கையா ரவிப் புள்ளயின்ர சிநேயிதனுங்களா?" கேள்வியில் சந்தேகம் தொக்கி நின்றது. அவருடைய மொழி நடையில் அவர்கள் மலையக வம்சாவளியைச் சேர்ந்தவர்கள் என்பதைக் குணா புரிந்துகொண்டான்.

"ஓமம்மா ரவியோட ஒண்டாப் படிச்சனான். அதுதான் அவரைப் பற்றி விசாரிப்பமெண்டு வந்தனான்."

"அப்ப இவரு?" மருமகனை ஏற இறங்கப் பார்த்தார் ஆச்சி.

"இவர் என்ர மருமகன்."

"ஊருக்குள்ளால தம்பியக் கண்டில்லையே" மீண்டும் உற்றுப் பார்த்தார்.

"இவர் இங்க இல்லையம்மா, யாழ்ப்பாணம். அங்கயிருந்துதான் வாறம்."

"ஐயே... அம்புட்டுத் தூரமிருந்து வாறிகளா?" என வியப்போடு கேட்டவர் விறாந்தையிற் கிடந்த பிளாஸ்ரிக் கதிரைகள் இரண்டைக் கொண்டுவந்து மாமர நிழலில் போட்டுவிட்டு "இதில உற்காருங்கையா" என்றவர் தலையைச் சொறிந்தபடி "நான் யாராச்சும் சி.ஐ.டி காரங்களாக்கும் எண்டல்லோ

நினைச்சுக்கிட்டன்" எனத் தான் சொன்ன பொய்க்காக வெள்ளந்தியாய் வெட்கப்பட்டு நெளிந்தபடியே "வெண்ணிலாப் புள்ள தலைவலி எண்டு மாத்திரை முழுங்கிட்டு படுத்திடிச்சு சத்தப் பொறுங்கையா" என்றவாறு சட்டென்று வீட்டுக்குள் நுழைந்தார்.

உள்ளேயிருந்து குசுகுசு சத்தம் கேட்ட சிறிது நேரத்தில் வெளியே வந்த ஆச்சியின் பின்னால் கைகளைப் பிசைந்தபடி நின்ற மிகவும் மெலிந்த தோற்றமுடைய அந்தப் பெண் அவர்களைப் பார்த்துத் தலையசைத்துப் புன்னகைத்தாள். அவளது இடது கையில் மூன்று விரல்களே இருந்தன ஆட்காட்டி விரலும், பெருவிரலும் இருந்த இடம் எரிகாயத் தழும்புகளுடன் பள்ளமாக இருந்தது.

"வணக்கம்! நான் ரவியின்ர பிரெண்ட், நோர்வேயிலயிருந்து வந்தனான்."

"ஓ... அது நீங்களா? உங்களைப் பற்றிச் சொல்லியிருக்கிறார்."

"ஓம், அதுதான் ரவியைப் பற்றி அறிஞ்சிற்றுப் போவமெண்டு வந்தனான். நீங்கள் ஏதாவது?"

"இல்லை அண்ணா, ஒண்டுமே அறிய முடியயில்ல. எங்களை அனுப்பிப்போட்டுத் தான் பிறகு நிலைமையைப் பார்த்து வாறதாச் சொல்லிக்கொண்டு பின்னாடிப் போனவர்தான். அதுக்குப்பிறகு ஒண்டுமே இல்ல" என்றவள் பேச்சை நிறுத்திக் கலங்கிய கண்களைப் புறங்கையால் துடைத்துவிட்டு மீண்டும் தொடர்ந்தாள். "ஆனா, அவரும் சில போராளிகளும் காயங்களோட சரணடைஞ்சவை எண்டும், அவர்களை ராணுவம் வண்டியில ஏத்திக்கொண்டு போனதைக் கண்டதாகவும் சில ஆட்கள் சொன்னவை. ஆனால், நானும் தேடாத காம்ப்பு இல்ல, தங்களிட்ட அப்பிடியொரு ஆளே இல்லயெண்டு ராணுவம் சொல்லிப்போட்டுது" எனப் பெருமூச்சோடு கூறி முடித்தாள்.

"கையில என்ன நடந்தது?" கையை உற்றுப் பார்த்தவாறே கேட்டான்.

"ஓ... இதுவா? இது முகமாலை அடிபாட்டில காயப்பட்டது" எனக் காயப்பட்ட இடத்தை மறுகையால் தடவியவாறே கூறினாள்.

"உங்களுக்கு ஒரு மகன் இருக்கிறாராமே?"

"ஆமாங்க, அவர் அப்புவோட முடி வெட்டப் போயிற்றார்." வெண்ணிலா கூறிக்கொண்டிருக்கும் போதே ஆச்சி தேனீருடன் வந்து நின்றார். மாமர நிழலில் வீசிய மாலைத் தென்றலுக்குத் தேனீர் இதமாக இருந்தது.

"இப்பிடியெல்லாம் நடக்குமெண்டு யார்தான் நினைச்சது. நினைச்சது ஒண்டு நடந்தது ஒண்டாவெல்லே எல்லாம் முடிஞ்சு போச்சு. ம்... இனியென்ன செய்யிறது" எனப் பெருமூச்சை இழுத்துவிட்டவன் "இப்ப உங்கட பாடுகள் எப்பிடிப்போகுது? வருமானத்துக்கு என்ன செய்யிறிங்க?" எனக் கேள்விகளைத் தொடுத்தான்.

"கஸ்ரம்தான் அண்ணா, அப்பு தான் பாம் ஒண்டில கூலிக்குப் போறவர். இப்போதைக்கு அவரோட உழைப்புத்தான். நானும் சுட்டுக்கிறத்தைத் தவிர வேற ஒரு தொழிலையும் கத்துக்கயில்ல, இப்பத்தான் புனர்வாழ்வு முகாமில தையல் கத்துக்கிட்டிருக்கன் ஒரு தையல் மெசின் வாங்கினால் கொஞ்சமாவது சம்பாதிக்கலாமெண்டு தோணுது" என்றவள் இடது கையின் மூன்று விரல்களிலும் நெட்டி முறித்தாள்.

"ஏன், ரவியின்ர ஆக்களெல்லாம் வெளிநாட்டில தானே, ஒருத்தராலும் உதவியில்லையே?"

"இல்லை அண்ணா, அவர் இருக்கையில பேசினாங்க, உதவினாங்க அதுக்கப்புறமா ஒரு தொடர்புமில்ல" என்றபோது, "கிறீச்... கிறீச்..." என்ற சத்தத்துடன் பழைய சைக்கிள் ஒன்று வந்து நின்றது. பதட்டமான முகத்துடன் அவர்களைப் பார்த்தபடியே சைக்கிளை நிறுத்திய முதியவர் பேரனை இறக்கி விட்டுவிட்டுக் குசினிக்குள் நுழைந்துகொண்டார். உடனே ரவியின் மகனை அழைத்துத் தன் மடியில் இருத்திவைத்துக் கொஞ்சிய குணா, "அப்படியே சின்ன வயதில் தகப்பனைப் பார்த்த மாதிரியே இருக்கிறான் பிள்ளை" என வியப்போடு சிறுவனைப் பார்த்தான். குசினிக்குள் மனைவியிடமிருந்து விஷயத்தை அறிந்துகொண்டு வெளியேவந்த அப்பு "தம்பிங்களா நல்லா இருக்கீங்களா?" எனக் கேட்டுத் தலையாட்டிச் சிரித்தபடி முற்றத்தில் கிடந்த மண்வெட்டியைத் தூக்கிக்கொண்டு

கிணற்றடிப்பக்கம் சென்றார். குணா மடியிலிருந்த சிறுவனின் கைக்குள் ஐந்து இரண்டாயிரம் ரூபாய் நோட்டுக்களைத் திணித்து இறக்கிவிட, காசைத் தாய்க்குக் காட்டியபடியே ஓடிப்போய் தாயின் கால்களுக்கிடையில் நின்றுகொண்டான் சிறுவன்.

"இதை இப்போதைக்குச் செலவுக்கு வைச்சிருங்க, நான் நோர்வேக்குப் போனபிறகு தையல் மெசினும் வாங்கி ஒரு தையற் கடையும் போடுறதுக்கு உதவி செய்யிறன், இப்ப எங்களுக்கு நேரமாகுது வெளிக்கிடப்போறம்" என்றபடி எழுந்த குணாவையும், மருமகனையும் நன்றியுடன் வழியனுப்பி வைத்தார்கள். அவர்களின் நிலையை நினைத்தபோது குணாவுக்கு மிகவும் வேதனையாகவிருந்தது. ரவியின் குடும்பத்தினர் இவர்களை ஏன் கை விட்டிருப்பார்கள் என்ற காரணமும் இப்போதவனுக்குப் புரிந்தது.

நீண்ட காலத்துக்குப் பின் அம்மா காய்ச்சிய ஒடியற் கூழைச் சுவைத்துவிட்டு முற்றத்து மாமர நிழலில் காற்று வாங்கிக்கொண்டிருந்தபோது விஸ்வா அலைபேசியில் வந்தான்.

"என்ன குணா போனதிலிருந்து ஒரு சத்தத்தையும் காணயில்ல, நாட்டு நிலைமைகளெல்லாம் எப்படி இருக்குது?" தற்போதைய நிலவரங்களைக் கேட்டறிவதில் ஆர்வம் காட்டினான்.

"ஓ... இப்பயிங்க சண்டையுமில்லச் சாவுகளுமில்லயே தவிர மற்றும்படி எல்லாப் பிரச்சனைகளும் அப்பிடியேதான் இருக்குது. அங்க மாதிரியே தான் இங்கயும் ரெண்டாயிரத்தி ஒன்பதுக்குப் பிறகு பிச்சைக்காரர் ஆனவையும் இருக்கினம். திடீர் பணக்காரர் ஆனவையும் இருக்கினம். ஆனால், வன்னிக்க மாட்டுப்பட்ட சனங்களின்ர பாடும், முன்னாள்ப் போராளிகளின்ர பாடுந்தான் சரியான மோசமாயிருக்கு" என்றவன், நேற்றுச் சந்தித்த வெண்ணிலா குடும்பத்தின் கதையையும் விஸ்வாவுடன் பகிர்ந்துகொண்டதோடு அவர்களுக்குத் தையற் கடை போடுவதற்குத் தான் உதவி செய்வதாக உறுதியளித்திருப்பதாகவும் கூறினான்.

"நல்லது குணா, நல்லதுகளைச் செய்யிறதுக்குத் தாமதிக்கக் கூடாது. அதை உடனேயே செய்யலாமே."

போக்காளி | 553

“ஓமண்ணை, எனக்கும் அதுதான் ஆசை. ஆனால், ஆசையிருந்தால் மட்டும் போதுமே? கையில பசையுமல்லே இருக்கவேணும்.”

“இல்லக் குணா இந்த உதவியை நான் செய்யிறன், இப்பவே உன்ர எக்கவுண்டில காசு போட்டுவிடுறன். இந்த அலுவல முடிச்சுப்போட்டு வாரும். அது மட்டுமில்ல அந்தப் பிள்ளையின்ர படிப்புச் செலவுக்கும் நான் மாதமாதம் காசு அனுப்பக்கூடிய மாதிரி ஒழுங்கும் செய்துபோட்டு வாரும்.”

“அண்ணே, அவை முன்னாள் புலிப் போராளிகள் எண்டு தெரிஞ்சப்பிறகும் நீங்கள் உதவி செய்வீங்களெண்டு நான் நினைச்சுக்கூட பார்க்கயில்லை” சொல்லும்போதே உணர்ச்சிவசப்பட்டவனின் குரல் கரகரத்தது.

“இல்லக் குணா என்னுடைய ஒவ்வாமையும், கசப்பும் தேசியத்தின் பெயரால ஏக பிரதிநிதித்துவத்தைப் பிரகடனப்படுத்தி ஜனநாயக அரசியலை மறுத்து மாற்று இயக்கத்தவர்களையும், மாற்றுக் கருத்தாளர்களையும், கலைஞர்களையும், எழுத்தாளர்களையும், தலைவர்களையும் கொன்று போட்டதோடு தவறான அரசியல் வழிமுறைகளால் அப்பாவி மக்களைக் கொண்டுபோய் நந்திக்கடலில் தள்ளிய இயக்கத் தலைமையின் மீது தானேயொழிய அவர்களை நம்பிய சாதாரண கீழ் மட்டப் போராளிகள் மீது இல்லை” உறுதிபடக் கூறிவிட்டே தொடர்பைத் துண்டித்துக்கொண்டான்.

இலங்கை வந்து மூன்று கிழமைகள் எப்படிப் போனதென்பது மட்டுமல்ல, கொண்டுவந்த காசுகளும் எப்படிப் போனதென்றே தெரியாமற் போய்விட்டது. நோர்வேப் பயணத்திற்கு இன்னும் ஒரு கிழமையே இருந்தது. அம்மா, அக்கா குடும்பத்திடம் விடைபெற்றுக்கொண்டு மீண்டும் வவுனியா வந்தவன் மனைவி பிள்ளைகளை அங்கு விட்டுவிட்டு ஆதிராவின் தம்பியுடன் மீண்டும் கிளிநொச்சி நோக்கி மோட்டார் சைக்கிளிற் பயணமானான். நேராகத் திருவையாறு சென்று விஸ்வா அனுப்பிய பணத்தினை வெண்ணிலாவிடம் கையளித்து இது தனது நண்பர் ஒருவர் செய்த உதவி என்றும், வங்கிக் கணக்கொன்றைத் திறந்து கணக்கிலக்கத்தை அவருக்கு அனுப்பினால் மகனின் படிப்புச் செலவுக்கு அவர் மாதாந்தம் பணம் அனுப்பிவைப்பார் என்பதையும் தெரியப்படுத்திவிட்டு, தையற் கடைக்கான

சில ஆலோசனைகளையும் வழங்கிக்கொண்டிருக்கையில் அவர்களின் வீட்டுக்கருகே இரண்டு பெரிய பேருந்துகளில் வந்திறங்கிய சிங்கள மக்கள் இரணைமடுக் குளத்திலிருந்து வழிந்தோடிக்கொண்டிருந்த வாய்க்கால் நீரில் இறங்கிக் குளிக்க ஆரம்பித்தார்கள். அவர்களைப் பார்த்த குணா "இவர்களெல்லாம் யார் ஆமிக்காரர்களின் குடும்பத்தினரா?" என வெண்ணிலாவிடம் கேட்டான்.

"இல்லை அண்ணா, இவங்கெல்லாம் தென்னிலங்கைக்காரங்க ரூரிஸ்ற்ரா வந்திருக்காங்க" என்ற வெண்ணிலாவின் பதிலைக் கேட்டதுமே "ரூரிஸ்ற்ரா!" என வாயைப் பிளந்தான் குணா.

"ஆமாங்க அண்ணா, இங்க சண்டை நடந்த இடங்களைப் பார்க்கிறதுக்கு இப்ப நிறையப்பேரு அங்கயிருந்து வாறாங்க, புதுக்குடியிருப்பில தலைவரு இருந்த பங்கர் வீட்டைப் பார்க்க சிங்கள ஆளுங்க கியூவில நிக்கிறாங்களாம், நீங்க போய்ப் பார்க்கயில்லையா?" என வெண்ணிலா கேட்டதுமே, குணாவுக்கும் ஆர்வம் தொற்றிக்கொண்டது.

"நாங்களும் போய்ப் பார்த்திட்டு வருவமே?" குணா மச்சானைப் பார்த்துக் கேட்டதுமே அவனும் சம்மதிக்க, மோட்டார் சைக்கிள் முல்லைத்தீவுவை நோக்கிப் பறந்தது. புதுக்குடியிருப்பில் அந்த நிலக்கீழ் வீடு எங்கே இருக்கின்றதென்பதை அறியாதவர்கள் வழியில் சிங்கள பைலா பாட்டுச் சத்தத்துடன் சென்ற ஒரு பேருந்தைப் பின்தொடர்ந்தார்கள். நிச்சயம் அது அங்கே தான் போகுமென்ற நம்பிக்கையில். உடையார்கட்டு மற்றும் விசுவமடு பகுதிகளில் பெரும் கல்வீடுகள் இருந்த இடங்களெல்லாம் கற்குவியல்களாகக் காட்சியளித்தன. வாழ்வைத் தொலைத்த மக்கள் சின்னஞ் சிறு குடிசைகளின் முன் ஏக்கங்களுடன் நின்றிருந்தனர். சிறுவர், சிறுமியர் தமது வீட்டு வளவுகளில் காய்த்த மாம்பழம், பிலாப்பழம், தேசிக்காய் போன்றவற்றை தெருவோரங்களிற் சாக்குப் பைகளில் பரப்பிவைத்துக் காசாக்கும் கடின முயற்சியில் ஈடுபட்டிருந்தனர். பேருந்தை பின்தொடர்வதனால் அவற்றை வாங்குவதன் மூலமாக அவர்களுக்கு உதவ முடியவில்லையே எனக் குணாவின் மனம் ஏங்கியது.

நீண்ட தூரம் ஓடியபின் பிரதான வீதியிலிருந்து விலகி வளைந்து நெளிந்து சிறு பாதைகளால் ஓடி ஓரிடத்தை வந்தடைந்தது பேருந்து. அந்த இடம் ஏராளமான சிங்களச் சனங்களால் நிறைந்திருந்தது. நல்லூர்த் திருவிழாக் காலங்களில் முளைத்திருக்கும் கடைகளைப்போல் சிங்கள வியாபாரிகளின் நிறையப் பெட்டிக் கடைகளும், சன நெரிசலுமாய்க் காணப்பட்ட அவ்விடத்தில் கிரிபத் முதற்கொண்டு கித்துள் பனங்கட்டி வரை விற்பனையாகிக்கொண்டிருந்தன. பேருந்திலிருந்து இறங்கியவர்களின் பின்னால் இவர்களும் நடந்துகொண்டிருந்தார்கள். சிறிது தூரம் சென்றதும் பெரியவொரு வளவில் மாளிகை போன்றதொரு வீடு தெரிந்தது. வளவின் நான்கு மூலைகளிலும் மரங்களின் மேல் உருமறைப்புச் செய்யப்பட்ட உயரமான காவலரண்கள் இருந்தன. பெரிய இரும்புக் கேற்றில் "கடற்புலி சூசையின் வீடு" என்று சிங்களத்திலும், தமிழிலுமாய் ஒரு தகரத்தில் எழுதிய வாசகம் கட்டித் தொங்கவிடப்பட்டிருந்தது. அதனைக் கவனித்தபோதுதான் அது தளபதி சூசையின் வீடு என்ற விடயம் இவர்களுக்கு புரிந்தது. அந்தப் பிரமாண்டமான வீட்டின் உள்ளே சென்ற குணாவுக்கு வியப்பாக இருந்தது. மாபிள் கற்களால் பளபளத்த தரையிற் கால்களை வைக்கவே கூசியது. அலங்கார வேலைப்பாடுகள் கண்களைப் பறித்தன. படுக்கையறை ஒன்றின் உள்ளேயிருந்த ஒரு அலுமாரியை திறந்தபோது கீழ்நோக்கிக் குத்தன இறங்கிய படிகளை எட்டிப் பார்த்த குணா திகைத்துப்போனான். உள்ளே பெரியதொரு சுரங்கப்பாதை தெரிந்தது. அதற்குள் நுழைந்தால் வீட்டிலிருந்து சுமார் நூறு மீற்றர் தொலைவில் வெளியேறக்கூடியதாக இருந்தது. வீட்டைப் பார்த்த குணாவின் தலை கிறுகிறுத்தது. விடுதலை வேண்டிப் போராடிக்கொண்டிருந்த ஒரு போராளியின் வீடா இது! இது புலிகளின் வளர்ச்சியின் எடுத்துக்காட்டா? அல்லது வீழ்ச்சியின் சாட்சியா? உள்ளே இறங்கிய கேள்விக்குறிகளால் கனத்துப்போனது மண்டை.

மீண்டும் அங்கிருந்து புறப்பட்ட பேருந்தைப் பின்தொடர்ந்தார்கள். குடிமனைகள் அற்ற ஒடுங்கிய பாதைகளின் ஊடாகக் காட்டுப் பகுதியை நோக்கி ஊர்ந்து கொண்டிருந்த பேருந்து திடீரென நிறுத்தப்பட்டது. அனைவரும் இறங்கி ஒற்றையடிப் பாதையில் நடக்க ஆரம்பித்தார்கள். குணாவும், மச்சானும் அவர்களைப் பின்தொடர்ந்தார்கள். அங்கே நிறைய இராணுவத்தினரைக்

காணக்கூடியதாக இருந்தமை குணாவுக்குள் சிறு பயத்தையும் உண்டுபண்ணியது. சிறிது தூரம் நடந்தபின் அடர்ந்த காட்டுக்குள் பச்சை நிறத்தில் ஒரு சிறிய வீடு. அந்த வீட்டின் முன் பகுதியை எங்கேயோ பார்த்த மாதிரியான ஒரு எண்ணம் குணாவுக்குள் தோன்றியது. அந்த வீட்டிற்கு அருகிலேயே தண்ணீர் அற்ற பெரியதொரு நீச்சல் தடாகம். அவ்வளவு பெரிய ஆழமான நீச்சல் தடாகத்தை குணா வெளிநாடுகளிற் கூடப் பார்த்ததில்லை. அங்கேயிருந்த ஒரு சிங்களச் சிற்றுண்டிச்சாலையில் நெக்ரோ சோடாவுடன் மாலுபணிசும் வாங்கிக் கடித்தபடியே மீண்டும் அங்கிருந்து புறப்பட்ட பேருந்தைப் பின்தொடர்ந்துகொண்டிருக்கையில் தான் அந்த வீடு குணாவின் ஞாபகத்தில் வந்தது. சில காலங்களுக்கு முன் பார்த்த ஒரு புகைப்படத்தில் அந்த வீட்டின் முன்புறத்தில் தான் புலித் தலைவர் அவரது தாய், தந்தை, மனைவி, மற்றும் மூத்த மகன் சகிதம் அமர்ந்திருந்தார் என்பது.

மீண்டும் நெடுஞ்சாலையில் ஏறிச் சில மைல்கள் பயணித்த பேருந்து புதுக்குடியிருப்புச் சந்தியில் வலது பக்கமாகத் திரும்பி சிறிது தூரம் ஓடி அடர்ந்த காட்டுப்பகுதியில் தரித்து நின்றது. ஏற்கனவே அங்கே ஏராளமான வாகனங்கள் தரித்து நின்றன. எங்கு பார்த்தாலும் முன் இடுப்பில் கொய்யகம் தொங்கச் சேலை உடுத்திய பெண்களும், பற்றிக் சறம் கட்டிய ஆண்களும், விளங்காத மொழியுமான புறச்சூழல் ஒரு சிங்களக் கிராமத்தில் போய் இறங்கியது போன்ற உணர்வையே குணாவுக்குள் ஏற்படுத்தியது. நடந்துகொண்டிருந்த சனங்களின் பின்னால் இவர்களும் நடந்தார்கள். சூரிய ஒளியே நிலத்திற் படாத அடர்ந்த காடு, அண்ணார்ந்து பார்க்கையில் பச்சை வானமே பக்கத்தில் தெரிந்தது. சிறு நடையின்பின் முற்றிலும் இரும்புக் கேடர்களால் அமைக்கப்பட்ட பல காவலரண்களுக்கு மத்தியில் சின்னஞ் சிறியதொரு பச்சை வீடு, அந்தச் சிறிய வீட்டினுள் நுழைவதற்கு நீண்ட வரிசையிற் காத்து நின்றவர்களுடன் இணைந்துகொண்டார்கள். அவர்களுக்கு முன்னால் சற்றுத் தள்ளி வரிசையில் நின்ற ஒரு கணவன், மனைவியைத் தவிர வேறு யாரையுமே தமிழர்கள் போல் தெரியவில்லை. வீட்டின் உள்ளே நுழைந்தபோதுதான் தெரிந்துகொண்டார்கள் இதுதான் தாங்கள் பார்க்கவென்று வந்த அந்த நிலக்கீழ் வீடு என்பதை.

உள்ளே நுழைந்ததுமே ஒரு விறாந்தை, அதன் நடுப்பகுதியிலிருந்து கீழ்நோக்கிப் படிகள் இறங்கின. வெளித்தோற்றத்தில் சிறியதாக தெரிந்த வீடு நிலத்தின் கீழ் பிரமாண்டமானதாய்த் தெரிந்தது. படிகளில் சுற்றிச் சுற்றி நான்கு அடுக்குகள் கீழே இறங்கினார்கள். ஒவ்வொரு அடுக்குகளிலும் இறங்க இறங்கக் குணாவின் உடல் புல்லரித்து மயிர்க் கூர்ச்செறிந்தது. புலிகளின் இந்த உழைப்புத் திறனெல்லாம் வீணாகிவிட்டதே என்றெண்ணியவனின் மனது வலித்துக் கண்கள் பனித்தன, நிலத்தின் கீழ் சுமார் நாற்பது அடி ஆழத்தில் ஏ.சி போட்டது போன்று ஜில்லென்று குளிரடித்தது. அங்கேயிருந்த ஒரு அறையின் கதவினை இழுத்துப் பார்த்த குணாவினால் அதை அசைக்கவே முடியவில்லை. அந்தக் கதவு தடித்த இரும்பினாற் செய்யப்பட்டிருந்தது. குணாவின் பின்னால் விக்கி விக்கித் தேம்பிய சத்தம் கேட்டுத் திரும்பிப் பார்த்தான். வரிசையில் கண்ட அந்தத் தமிழ்ப் பெண் சேலைத் தலைப்பால் கண்ணீரைத் துடைத்தபடி நின்றாள். ஒரு பக்கச் சுவரில் பெரும் துவாரமொன்று இருந்தது. எட்டிப்பார்த்த குணாவுக்கு ஒன்றுமே தெரியவில்லை ஒரே இருட்டாக இருந்தது. “இதுக்குள்ளால போனால் வெளியேறலாம் எண்டு நினைக்கிறன்” என்றான் பக்கத்தில் நின்ற மச்சான். நிறையச் சனங்கள் முண்டியடித்ததனால் அதற்கு மேலும் அங்கே நிற்கமுடியாமல் நெரிந்தவாறே படிகளில் ஏறி வெளியே வந்தார்கள். வீட்டிற்கு வெளியே ஒரு நிலக்கீழ் வாகனத் தரிப்பிடமும், கிணறும் இருந்தன. கிணற்றை எட்டிப் பார்த்தபோது சுமார் இருபதடி ஆழத்திலேயே தண்ணீரைக் கண்ட குணாவிற்கு அந்த நிலக்கீழ் வீடு இன்னும் ஆச்சரியத்தை ஊட்டியது.

“அத்தான் இந்தப் பஸ் முள்ளிவாய்க்கால் வரையும் போகும் போலயிருக்கு ஆனால், எங்களுக்கெல்லே நேரம் காணாது. வவுனியா வரையுமெல்லே ஓடவேணும். நாங்கள் வெளிக்கிடுவமே?” கேட்ட மச்சானின் எண்ணத்தை ஆமோதித்துக் குணாவும் தலையசைக்க மீண்டும் மோட்டார் சைக்கிள் காற்றைக் கிழித்துக்கொண்டு வவுனியா நோக்கிப் பறந்தது.

விடலைப்பருவத்தில் பிரிந்த தாயையும், தாய் மண்ணையும் சேர முடியாது தவித்த இத்தனை வருடகால ஏக்கத்தை இந்த ஒரு மாதகாலச் சேர்க்கை தணித்துவிடுமா என்ன? வவுனியாவிலும் சில நாட்களைக் கழித்துவிட்டுப் பிரிய மனமின்றியே

பிரியாவிடை பெற்றுக்கொண்டு ஏக்கத்துடனேயே மீண்டும் நோர்வே நோக்கிப் பயணமானான்.

• • •

கார்டமுன் விமான நிலையத்தில் வந்திறங்கிய குணா குடும்பத்தினை அழைத்துப்போக வந்திருந்த நிமலன் காரை ஓட்டியவாறே சொன்னான், "மச்சி மூண்டு நாளா நம்ம பில்டிங் முழுக்க ஒரே நாத்தமாக இருக்கடா, வக்மாஸ்ரரும் வந்து வேட்டை நாய் மாதிரி எல்லா இடமும் மூக்கை நுழைச்சுப் பார்த்துப்போட்டுக் கடைசியா உங்கட வீட்டுக்குள்ள இருந்துதான் மணம் வருகுதெண்டு சொல்லிப்போட்டான். நான் நினைக்கிறன் உங்கட வீட்டுக்குள்ள டி பிறிச் ஏதோ பழுதாகிப்போச்சுது போல, அதுதான் இறைச்சிகள் எல்லாம் நாறி மணக்குதெண்டு."

"அட கெல்வத்த (நரகம்), இதென்னடா வந்து இறங்கினதுமே இப்படியொரு வெள்ளிடியா இருக்கே!" தலையில் அடித்துக்கொண்டான் குணா.

காரை நிலக்கீழ்த் தரிப்பிடத்தில் நிறுத்திவிட்டு படிகளில் ஏறியபோதே துர்நாற்றம் மூக்கைத் துளைத்தது. அவர்களின் வீட்டுக் கதவை நெருங்க நெருங்க இன்னும் நாற்றம் அதிகமானது. மூக்கைப் பொத்தியபடியே கதவைத் திறந்துகொண்டு உள்ளே நுழைந்தவர்கள் நேராகக் குளிர்சாதன பெட்டியையும், உறைவிப்பான் பெட்டியையுமே ஓடிப்போய்ப் பார்த்தார்கள். அவை எதுவுமே பழுதாகாமல் நல்ல நிலையிலேயே இருந்தன. ஆனால், துர்நாற்றம் மட்டும் குடலைப் பிரட்டிக்கொண்டு சத்தி வருமாப்போல் இருந்தது.

"அட இங்கையும் ஒண்டுமில்ல, அப்ப இது என்னவாக இருக்கும்?" பிடரியைச் சொறிந்தவாறு யோசித்தான் நிமலன்.

"அடேய் மச்சி, மணம் மேல இருந்துதான் வருகுது. மரியாம்மாவை பார்த்தனியே?"

"இல்லையடா, கிழவியையும் கண்டு கனநாளாச்சு. சிலவேளை கிழவிதான் இறைச்சியக் கிறைச்சிய மறந்துபோய் வெளிய வைச்சிற்றுப் பிள்ளைகளிட்ட போயிற்றுதோ?" என்றவாறே

நிமலன் வெளியேறிப்போனான். குணாவின் மூளையில் சட்டென்று ஒரு பொறிதட்டியது. விறுவிறுவெனப் படிகளில் ஏறி மேலே சென்று அழைப்பு மணியை அழுத்தினான். எந்தவித அசுமாத்தமும் இல்லை. திறப்புத் துவாரத்தினுடாக ஏதாவது தெரிகிறதா எனப் பார்க்கக் குனிந்தவனால்த் துவாரத்தினுடாக வந்த துர்நாற்றத்தைத் தாங்கவே முடியவில்லை. இரண்டு கைகளாலும் மூகையும், வாயையும் இறுகப் பொத்தி மூச்சை அடக்கியபடி மீண்டும் கீழே இறங்கி ஓடியவன் கட்டிடத்தின் பிரதான கதவைத் திறந்துகொண்டு வெளிய வந்து காற்றை உள்ளிழுத்து ஆழமாக மூச்சுவிட்டான். ஏதோ விபரீதம் நடந்துவிட்டது என்பது மட்டும் அவனுக்குப் புரிந்தது. உடனேயே காவற்துறையுடன் தொடர்புகொண்டு விடயத்தை விபரித்தான்.

பத்தே நிமிடத்தில் பறந்து வந்த காவற்துறையினர் கதவின் பூட்டை உடைத்துக்கொண்டு உள்ளே நுழைந்தபோது, சோபாவில் அழுகிய நிலையில் உருக்குலைந்து கிடந்தது மரியாம்மாவின் உடல். அதனைக் கண்ட கணத்தில் அதிர்ச்சியில் உறைந்துபோனான் குணா. தலை சுற்றி மயக்கம் வருமாப்போல் இருந்தது. மேலும் அவ்விடத்தில் நிற்க முடியாமல் தள்ளாடியவன் தலையைக் கைகளில் தாங்கியவாறே தன் வீட்டுக்குள் நுழைந்தான். அவனது நிலை பார்த்துப் பதறிய ஆதிராவிடமும், பிள்ளைகளிடமும் விடயத்தைக் கூறியதுமே, தாங்க முடியா துயரத்தில் அவர்களும் கதறி அழுதார்கள். சில நிமிடங்களுக்குள் ஆம்புலன்ஸ் வண்டியை வரவழைத்து உடலை அப்புறப்படுத்தியதோடு இடத்தைத் துப்பரவாக்கும் நடவடிக்கையையும் முடுக்கிவிட்டனர் காவற்துறையினர்.

மரியாம்மாவின் இழப்பு குணாவின் குடும்பத்தைப் பெரிய அளவில் பாதித்திருந்தது. மரியாம்மாவுடனான நினைவுகள் அவர்களை ஒவ்வொரு நாளும் வாட்டி வதைத்தன. “நாங்கள் நின்றிருந்தால் மரியாம்மாவுக்கு இந்தக் கெதி ஏற்பட்டிருக்காது” என அடிக்கடி சொல்லி ஏங்கினாள் ஆதிரா.

எல்லாமே இருந்தும் எதுவுமே அற்றவராய் அனாதைப் பிணமாய் அழுகிப்போன மரியாம்மாவின் முடிவானது, இந்த நாட்டு வாழ்வியலின் அந்திமத்தைக் குணாவுக்கு உணர்த்தியது.

இவ் வாழ்வியலுக்குள் வாழ்க்கைப்பட்டுப்போன தங்களின் எதிர்காலத்தை எண்ணிப் பார்த்தபோது துயரம் அவன் நெஞ்சை அடைத்தது.

"அப்பா இனியும் இந்த வீட்டில எங்களால இருக்க ஏலாது. எங்கயாவது வேற வீட்டை வாங்கிக்கொண்டு இங்கயிருந்து போயிரவேணும்" என்ற மனைவி, பிள்ளைகளின் வேண்டுதலை ஏற்ற குணா மீண்டுமொரு போராட்டத்திற்கு முகங்கொடுத்து அதற்கான முயற்சிகளில் தீவிரமானான்.

◎

2013

“அட தம்பியா! நம்மட நாட்டுக்கெல்லாம் போயிற்று வந்தியாமே. என்னடாப்பா புதினங்கள்?” புதினம் அறியும் ஆவலில் சந்திரா அக்காவோடு குணாவின் வீடு தேடிவந்தார் மணியமண்ணை.

“என்னது! நம்மட நாடோ! க்ம்... நானும் அப்பிடித்தான் நினைச்சுக்கொண்டு போனனான். எயார்போர்ட்டில வைச்சு முப்பது நாள் விசாவைப் பாஸ்போர்ட்டில குத்தின குத்து நெஞ்சில குத்தின மாதிரியே இருந்திச்சு. முப்பது நாட்களுக்கு மேல ஒரு நாள்க் கூடுதலா நிண்டு பார்த்திருந்தால் தெரிஞ்சிருக்கும் அது ஆற்ற நாடெண்டு. கழுத்தில பிடிச்சுத் தூக்கிப் பிளைட்டுக்குள்ள வீசியிருப்பாங்கள். அது போதாதெண்டு பார்க்கிற சனங்களெல்லாம் ‘தம்பி எந்த நாடு? எப்ப திரும்பப் பயணம்?’ எண்டு வேற கேள்விகள் கேட்டே விசரைக் கிளப்பிப்போடுங்கள். உண்மையிலேயே அந்நியர் எண்ட சொல்லுக்குப் பொருத்தமான ஆட்கள் நாங்கள் தானண்ணே. அங்க போனாலும் அந்நியர், இங்க வந்தாலும் அந்நியர். சைக்... என்ன பிழைப்பண்ண இது.” சலித்துக்கொண்டான் குணா.

“உண்மைதானடா தம்பியா, இந்த விசயத்திலும் சிங்களவங்களுக்குத்தான் வெற்றி. சண்டையில அழிச்சுக் குறைச்சதை விடவும் வெளிநாடுகளுக்கு ஓடவிட்டல்லே நாட்டுக்குள்ள தமிழரை லெட்சக் கணக்கில குறைச்சுப் போட்டாங்கள்.”

“ஓம் அண்ணே சரியாச் சொன்னீங்க, அந்தக் காலத்தில இந்த ஏஜென்சிக்காரங்களின்ர சுத்துமாத்தெல்லாம் எயர்போர்ட்டில தெரியாமலா இருந்திருக்கும். போறது தமிழன் தானே போய்த் தொலையட்டும் எண்டுதான் கண்டும் காணாதமாதிரி விட்டிருப்பாங்கள் போல.”

“அதெண்டால் உண்மைதானடா தம்பியா. சிங்களவங்கள் நாட்டைவிட்டுப் போய்ப் பெரும்பான்மையை இழந்திடக் கூடாது எண்டதில சிறிமா பண்டாரநாயக்க காலத்தில

இருந்தே அவங்கள் கவனமாத்தான் இருந்திருக்கிறாங்கள். இல்லாட்டி அந்தக் காலத்தில இந்தப் பாகிஸ்தான்காரர் நோர்வேக்கு வந்திருக்க வாய்ப்பில்லையே. நோர்வே முதல்ல இலங்கையைத்தானாமே கேட்டதாம் வேலைக்கு ஆட்களை அனுப்பச் சொல்லி. ஆனால், சிறிமாவல்லே மாட்டனெண்டு சொல்லிப்போட்டாவாம், அதுக்குப் பிறகுதானாமே நோர்வே பாகிஸ்தானோட ஒப்பந்தம் செய்து ஆட்களை எடுத்தது."

"அட அதுவும் அப்பிடியே! அதுசரி அண்ணே, இந்தாத்தான் பென்ஷன் எடுத்தவுடன நாட்டில போய் செற்றிலாகப்போறன் எண்டெல்லாம் சொல்லிக் கொண்டிருந்தீங்கள் இப்ப என்னவாம் பிளானாம்?"

"க்ம்..., எல்லாக் கனவுகளையுந்தானே கறையான் அரிச்சுப் போட்டுது."

"ஏன் அண்ணே, நீங்கள் நினைக்கிறீங்களே ஈழம் கிடைச்சிருந்தால்க் கூட அங்கயே போய் இருந்திப்பிங்கள் எண்டு?"

"சா...ச்ச... அதெல்லாம் எங்கட ஆசைகள் தானேயொழிய, நடைமுறைக்குச் சாத்தியமில்லை எண்டதெல்லாம் இப்பதானே விளங்குது. பிள்ளைகள், பேரப்பிள்ளைகளை இங்க விட்டிற்று நாங்கள் அங்க போய் இருக்கிறதெண்டது பொய்க் கதையடா தம்பியா" என்றவர் இயலாமையில் பெருமூச்சை இழுத்துவிட்டார்.

"ஓமண்ணை, அந்த நேரத்தில வெளிநாட்டுக்கு வந்திட்ட நாங்கள் தான் அதிஸ்டக்காரர் எண்டு நினைச்சம். இப்ப பார்த்தால் எதுக்கும் அசையாமல் சொந்த மண்ணிலேயே நிண்டு பிடிச்சதுகள் தான் அதிஸ்டக்காரர் போல இருக்குது."

"அதெண்டால் உண்மைதான். இன்னுமொண்டு கேட்க நினைச்சனானடா தம்பியா அதாவது, இப்ப நாட்டுக்குப் போயிற்று வாறவங்களெல்லாம் அங்க எல்லாமே கெட்டுப்போச்சுது ஒரே கலாச்சார சீரழிவு அது, இதுவெண்டெல்லாம் கத்திக்கொண்டு வாறாங்களே அப்பிடியங்க என்னதாண்டா மோசமா நடக்குது?"

"ஐயோ அண்ணே, இங்கய விடவும் அங்க ஒண்டும் மோசமா இல்லையண்ணே. இவங்கள் இருபத்தைஞ்சு வருசத்துக்கு

முன்னம் தாங்கள் வெளிக்கிட்டு வரையிக்க இருந்தமாதிரியே இப்பவும் அங்க பெட்டையளெல்லாம் முழுப் பாவாடையும், முழங்கை வரைச் சட்டையுமாய் ரெட்டைப் பின்னலோட குனிஞ்ச தலை நிமிராமல் நிப்பாளவை எண்டு நினைச்சுக்கொண்டு போனால் அப்பிடித்தானே தெரியும். இந்த நாகரிக மாற்றம் எண்டது உலகம் பூராகவுந்தான் நிகழ்ந்துகொண்டிருக்குது, இதை எங்கடையள் விளங்கிக்கொள்ளாததுதான் பிரச்சனையே" என்றான் குணா.

"ம்...ம்... சரியாச் சொன்ன" மணியமண்ணை மண்டையை ஆட்டினார்.

"ஆனால் ஒண்டண்ணே, கேட்க ஆக்களில்லை எண்டவுடன இந்த ரவுடித்தனங்கள் கொஞ்சம் கூடித்தான் போச்சுது."

"ரவுடித்தனங்கள் எந்தக் காலத்திலதான் இல்லை. ஏன் இயக்கங்களின்ர காலத்தில இயக்க ரவுடித்தனங்கள் இருக்கயில்லையே?"

"ஓ... அதுவுஞ் சரிதான். இன்னும் ஒண்டண்ணே, எங்கட சமூகம் வெளிநாட்டுக் காசை எதிர்பார்த்து மற்றவையில தங்கி வாழ்கின்ற சமூகமா மாறிப்போச்சுது. அதொரு பிழையான விசயந்தான்."

"அட இந்த வெளிநாட்டுக் காசும் எவ்வளவு காலத்துக்கடா தம்பியா? எங்களுக்குப் பிறகு எங்கட பிள்ளைகள் அங்க என்ன அனுப்பிக்கொண்டே இருக்கப்போகுதுகள்" என்றவாறே வலது கைக் கும்பத்தை அழுத்தித் தடவினார்.

"ஓம் அண்ணே, இப்பவே பிள்ளைகள் எங்களைக் கேட்குதுகள் நீங்களே இங்க கஸ்ரப்பட்டுக்கொண்டு அங்க எதுக்குக் காசு அனுப்புறிங்க எண்டு. பிறகெங்க அதுகள் அனுப்பப்போகுதுகள்."

"சரி... சரி... கதைச்சது காணும், வாங்கோ எல்லாரும் சாப்பிடுவம்" ஆதிராவின் அழைப்பை ஏற்று சாப்பாட்டிற்குத் தயாரானார்கள்.

சந்திரா அக்காவுடன் ஊர்ப் புதினங்களைக் கதைத்துக் கதைத்தே ஆதிரா அவித்துமுடித்த பிட்டையும், ஊரிலிருந்து கொண்டுவந்த

பாரைக் கருவாட்டுடன் கத்தரிக்காய் போட்டுவைத்த குழம்பையும் ருசித்துச் சாப்பிட்டுவிட்டே மணியமண்ணை தம்பதியர் சந்தோஷத்துடன் விடைபெற்றுச் சென்றார்கள்.

ஊர் ஞாபகங்கள் இன்னமும் குணாவின் மனதைவிட்டு அகலவில்லை. அங்கிருந்து புறப்படும்போது அம்மா ஏக்கத்துடன் முகத்தைப் பார்த்து அழுததும், பிள்ளைகளைப் பிரிய மனமில்லாமல் அள்ளி அணைத்து முத்தமிட்டதும் இப்போது மனக் கண்ணில் படமாய் வந்துபோக, மனம் உடைந்து எதையோ இழந்தது போன்றதொரு தடுமாற்றம் அவனுள் ஏற்பட்டது. தன் வாழ் நாளில் அம்மாவுடன் வாழ்ந்த காலங்கள் மிகச் சொற்பமானவை, அதனால் இங்கு ஒய்வூதியம் பெற்றவுடன் அங்கு போய் அம்மாவின் கடைசிக் காலத்திலாவது சில மாதங்களை அம்மாவுடன் கழிக்கவேண்டும் என்று அவனது அடிமனத்திலிருந்த ஆசையை அம்மாவின் விரைவான முதுமைத் தோற்றம் கேள்விக்கு உள்ளாக்கியிருந்தது. அது போதாதென்று இப்போது மணியமண்ணையின் வார்த்தைகளும் குணாவை யோசிக்கவைத்தன. தாயையும், தாய் நாட்டையும் எண்ணி ஏக்கப் பெருமூச்சு விட்டான். ஊரில் மாரிகாலமே குணாவுக்கு மிகவும் பிடித்தமான காலமாகும். மழைக்காலத்து மண் மணத்தையும், மெல்லிய கூதல் காற்றையும். சாரல் தூவானத்தையும், இரவு நேரத்து மழைப் பூச்சிகளின் ரீங்காரத்தையும், மாரித் தவளைகளின் கத்தல்களையும் மீண்டும் அனுபவித்துவிட ஆசை கொண்டவனுக்கு கோடைகால விடுமுறைகளில் மட்டுமே தற்போது அங்கு போய் வரக்கூடியதாக இருப்பதானது அவனுக்குப் பெரும் ஏமாற்றத்தைக் கொடுத்தது. அந்த வாழ்வை இழந்து இருபத்தைந்து ஆண்டுகள் ஆகிவிட்டதை எண்ணியபோது மீண்டுமொருமுறை ஏக்கப்பெருமூச்சு அவனை அறியாமலேயே வெளியேறியது.

பிள்ளைகளும் பருவ வயதை அடைந்துவிட்டார்கள். கோபங்கள், பிடிவாதங்களென அந்த வயதிற்கான குணாதிசயங்களை அவர்களும் வெளிக்காட்டத் தவறவில்லை. அதேசமயம் எல்லா விடயங்களிலும் அவர்களிடம் அறிவு வளர்ச்சியைக் கண்ட குணாவிற்குப் பெரும் வியப்பாகவும், பெருமையாகவும் கூட இருந்தது. வீட்டிற்குள் எப்படித்தான் தமிழையும், தமிழ்க் கலாச்சாரத்தையும் திணித்தாலும், வெளியில் அவர்கள்

நோர்வேஜியர்களாகவே வளர்ந்துகொண்டிருந்தார்கள். தமிழ்க் கலாச்சாரத்துக்குள் இருந்த பிற்போக்குத் தனங்களையும், மதங்களுக்குள் இருந்த மூட நம்பிக்கைகளையும் கேள்விக்கு உட்படுத்திக் குணாவுடன் அடிக்கடி விவாதித்தார்கள். தமிழ்ச் சமூகத்துக்குள் இருக்கும் சாதியம் பெற்றோர்களால் பருவ வயதுப் பிள்ளைகளின் தலைகளுக்குள் இறக்கி வைக்கப்படுகின்றது என்பதையும் பிள்ளைகளின் கேள்விகளின் ஊடாகவே புரிந்துகொண்டான். அது சமூகத்திலும் பிரதிபலித்தது. பிள்ளைகள் வளரவளர முன்புபோல் அல்லாமற் பல குடும்பங்களின் நட்பு வட்டங்களும் சுருங்கித் தங்கள் தங்கள் சாதிகளுக்குள்ளேயே நின்றுகொண்டதையும் கவனித்த குணாவுக்கு அதுவும் குழப்பமானதாகவே இருந்தது. ஒரு நாளைக்கு இது விடயமாக விஸ்வாவுடன் விரிவாக விவாதிக்க வேண்டுமெனவும் மனதுக்குள் எண்ணிக்கொண்டான்.

வேலை முடிந்து வந்துகொண்டிருக்கையில், மெனிக் கடையில் லக்ஸ் மீன் மலிவாய்ப் போட்டிருக்காமென ஆதிராவிடமிருந்து அலைபேசிக்குக் குறுந்தகவல் வந்தது. காரை நேராக கடைக்கே விட்டான். அங்கே தமிழர்கள் கூட்டம் நிறைந்திருந்தது. இப்படியான செய்திகளை விரைவாக பரப்புகின்ற எம்மவர்களை நினைத்தபோது குணாவுக்கு வியப்பாகவிருந்தது. தானும் தன் பங்கிற்கு ஆதிராவிடமிருந்து வந்த குறுந் தகவலை நண்பர்கள் சிலருக்கு பகிர்ந்தவாறு வரிசையில் நின்றான். உடனேயே விஸ்வாவிடமிருந்து பதில் வந்தது. “எனக்கு வேலை முடிய லேட் ஆகும். முடிந்தால் எங்களுக்கும் கொஞ்சம் வாங்கி வரவும்” என்று. விஸ்வாவுக்கும் சேர்த்து மீனை வாங்கிக்கொண்டு வெளியே வந்தபோது கடை வாசலில் எதிர்ப்பட்ட சிவநேசனின் தம்பி தாசன், “அண்ணோ உங்களைத்தான் சந்திக்கவேணும் எண்டுதான் இருந்தனான்” என்றவாறு குணாவை ஒரு ஓரமாக அழைத்துச் சென்றான்.

“ஏன் தாசன்! என்ன விஷயம்?”

“உங்கட ப்ரெண்டோட பெரிய கரச்சலாக் கிடக்கண்ணே.”

“யாரோட! வேந்தனோடையே?”

"ஓமண்ணே, கஜேந்தினி வேற இடத்தில இருக்கிறதால பொலிசுக்குச் சந்தேகம் வந்திருமாம் எண்டு சொல்லி தன்ர வீட்டுச் செல்லருக்க (நிலக்கீழ் அறை) எங்களை வந்து இருக்கச் சொல்லி ஒரே ஆக்கினையா இருக்குது."

"அவன்ர செல்லருக்க ஏற்கனவே ஆட்கள் வாடகைக்கு இருக்கினமே..."

"ஓ... அவையை எழுப்பப்போறாராம் எங்களை வந்து இருக்கட்டாம்."

"ஓம் தாசன், அவன் சொல்லுறதும் ஒண்டுக்குச் சரிதான். இப்பிடிச் செய்த கனபேர் இப்பயிங்க மாட்டுப்பட்டுப் போச்சினமாம். அதுதான் அவன் பயப்பிடுறான் போலகிடக்கு, பிடிபட்டால் அவனுக்கு மட்டுமில்ல உங்களுக்குந்தானே சிக்கல்."

"ஓமண்ணை... ஆனால், எனக்கு வேலைக்கெல்லே தூரமாப்போயிரும். அது மட்டுமில்லை, இன்னொரு விஷயம் உங்களுக்கு சொல்லத்தானே வேணும். வீசா அடிக்கவெண்டு கஜேந்தினியைக் கூட்டிக்கொண்டு போற நேரமெல்லாம் பொலிஸ் ஸ்ரேசனுக்க போனவுடன நெருக்கமா உரசிக்கொண்டு இருக்கிறதும், கையைப் பிடிக்கிறதெண்டும் அவற்ற நடவடிக்கைகள் அவளுக்கு துண்டாப் பிடிக்கயில்லை அண்ணே. இதைப் பற்றியும் நீங்கள் தான் அவரோட ஒருக்கால் கதைக்கவேணும்."

"ஓம் தாசன், அதென்னெண்டால் நான் நினைக்கிறன் பொலிஸ் ஸ்ரேசனுக்க எல்லா இடத்திலும் கமரா இருக்குது. வீசாக் குத்துறவங்கள் உள்ள இருந்தாலும் வெளிய நடக்கிறதையெல்லாம் ரீவியில கவனிச்சுக்கொண்டுதான் இருப்பாங்கள். அதுதான் அவங்களுக்குச் சந்தேகம் வராதபடி அப்பிடி நடந்துகொண்டிருக்கிறான் போலயிருக்கு. மற்றும்படி அவன் பிழையான ஆளில்லை. எதுக்கும் நானொருக்கால் அவனோட கதைக்கிறன் நீர் ஒண்டுக்கும் யோசிக்காதையும்" என அவனைச் சமாதானப்படுத்தி அனுப்பிவைத்தான் குணா.

மாலைக் குளிர் கொஞ்சம் மட்டுப்படுத்தப்பட்டது போலிருந்தது. லக்ஸ் மீனுடன் விஸ்வாவின் வீட்டில் ஆஜரானான் குணா.

அப்போது அங்கே விஸ்வா இருக்கவில்லை. பேர்கனில் படித்துக்கொண்டிருந்த விஸ்வாவின் மூத்த மகள் அனிற்றா அங்கு வந்து நின்றாள். அவளுக்கும் ஜெனிற்றாவுக்கும் இடையிலான வாய்த் தர்க்கம் வாசல் வரைக் கேட்டது. குணாவைக் கண்டதுமே இருவரும் அமைதியானார்கள். மீனை வாங்கிய ஜெனிற்றா மூக்குறிஞ்சியவாறே சமையலறைக்குள் நுழைந்தாள். தலை கவிழ்ந்தபடி கோபமான முகத்துடன் குந்தியிருந்தாள் மகள். "என்ன அனிற்றாம்மா எப்ப வந்தனிங்கள்?" கேட்டவாறே அருகில் சென்ற குணாவைப் பார்த்துப் புன்னகைக்க முயன்று தோற்றுப்போனாள் அனிற்றா.

"இண்டைக்குத்தான் வந்தவள், வந்தவுடனயே என்ர தலையில குண்டையல்லே தூக்கிப்போடுறாள்" என்றவாறே வந்தாள் ஜெனிற்றா.

"ஏன்! படிப்பில பெயில் விட்டிற்றாவே?"

"அதில்லக் குணா, உமக்குத் தெரிஞ்சாலென்ன இவா அங்க பேர்கனில ஒரு பெடியனை லவ் பண்ணினவா, நாங்கள் தானே இந்தச் சாதி, சமயமொண்டும் பாக்கிறதில்ல, சரி தமிழ்ப் பெடியன் தானே நல்ல பழக்க வழக்கமா இருந்தால் சரியெண்டு சம்மதிச்சுப்போட்டம். இப்ப என்னெண்டால் வயசு வந்திட்டுது தானே கலியாணத்தைக் கட்டுங்கள் எண்டால் அதுக்கு மாட்டினமாமெல்லே" என வாயில் கை வைத்தாள்.

"ஏனாம்! ஒத்துவரயில்லையாமே?"

"அப்பிடியுமில்லக் குணா, நாலைஞ்சு வருசத்துக்குச் சம்பூரா இருந்திட்டுப் பிறகுதானாம் கலியாணம் கட்டப்போகினம். கேட்டீரே கதையை" என்றவள், கண்களாலேயே எரித்து விடுவதுபோல் மகளைப் பார்த்தாள்.

"ஐயோ... அனிற்றாம்மா கலியாணத்துக்கு முதலே சேர்ந்து வாழுறது எங்கட கலாச்சாரம் இல்லையே, அது நோர்வேஜியருக்குத் தானம்மா சரிப்பட்டுவரும். எங்கட சமூகம் இதை ஏற்றுக்கொள்ளாதல்லே, பிடிச்சிருந்தா அம்மா, அப்பா விருப்பபடி கலியாணத்தைக் கட்டிக்கொண்டு வாழுங்களன். பிறகேன்..." மென்மையான தொனியில் கூறினான் குணா.

"இல்லை அங்கிள் உங்களுக்கும் விளங்குதில்ல, எனக்கு இன்னும் படிப்பு முடியயில்ல, அதைவிட இப்ப ஒரு வருசமாகத்தான் எனக்கு அவரைத் தெரியும். ஒருத்தரை ஒருத்தர் சரியாப் புரிஞ்சு கொள்ள முதலே கலியாணத்தைக் கட்டிப்போட்டுச் சண்டை பிடிச்சுக்கொண்டு பிரியிறதை விடவும், கொஞ்சக் காலத்துக்கு சேர்ந்து வாழ்ந்து பார்த்து எங்களுக்குள்ள ஒத்துப்போனால் பிறகு நாங்கள் கலியாணம் கட்டுவம் தானே."

"அப்ப ஒத்துப் போகாட்டி?" குறுக்குக் கேள்வி கேட்டாள் ஜெனிற்றா.

"அப்ப புரிஞ்சு கொள்ளாமல் கலியாணம் கட்டினாப் பிறகு ஒத்துப் போகாட்டி?" மகளும் பதில்க் கேள்வி கேட்டாள். அவளின் கேள்விக்கு பதில் சொல்லாமல் தாய் மௌனமாக நிற்க, அவளே தொடர்ந்தாள். "சகித்துக்கொண்டு வாழச் சொல்லுறிங்களா? அல்லது டைவேர்ஸ் எடுத்துக்கொண்டு பிரியச் சொல்லுறிங்களா? அப்ப இது ரெண்டும் பிழையானதில்லையா? கிடைச்சிருக்கிறது ஒரே ஒரு வாழ்க்கை அதைச் சந்தோசமா வாழ்ந்து கழிக்க வேண்டுமே தவிர சகித்துக்கொண்டில்லை. கலியாணம் கட்டிப்போட்டுப் பிள்ளைகள், சொத்துகள், உறவுகள் எண்டு எல்லாமும் சேர்ந்தபிறகு பிரிஞ்சுபோறது தான் பெரிய தாக்கத்தைக் கொடுக்குமெண்டது உங்களுக்கேன் விளங்குதில்லை."

"அப்ப ஒருத்தனோட சேர்ந்து வாழ்ந்துபோட்டு வந்தால் இந்தச் சமூகத்தில இன்னொருத்தன் உன்னை ஏற்றுக்கொள்ளுவானே?"

"ஐயோ அம்மா! உங்கட கல்ச்சரும், உங்கட ஜெனரேசனுந்தான் ஒழுக்கத்தை உடலில மட்டும் பார்க்குது. இங்க பிறந்து வளர்ந்த எங்களிட்ட இதுகளை எதிர்பார்க்காதிங்க" என அழுத்தம் திருத்தமாகக் கூறியவள் கதிரையை உதைத்துக்கொண்டு எழுந்து அறைக்குள் புகுந்துகொண்டாள். அப்போதே விஸ்வாவும் வீட்டுக்குள் நுழைந்தான். ஜெனிற்றாவிடமிருந்து அங்கு நடந்தவற்றை அறிந்துகொண்டவன் சற்றுநேரம் யோசித்தவாறே மௌனமாக இருந்துவிட்டு, "நேற்றுத்தான் இங்க வாழுற தமிழ்ச் சமூகத்துக்குள்ள குடும்ப வன்முறைகள் காரணமாக இளம் வயதினர் மன அழுத்தங்களுக்கு உள்ளாகித் தற்கொலை முயற்சிகளில் ஈடுபடுவது அதிகரித்து வருகுதெண்டு

ரேடியோச் செய்தியில அறிஞ்சனான். நான் நினைக்கிறன், இந்த மண்ணில வாழவெண்டு வெளிக்கிட்ட நாங்கள் இதையெல்லாம் எதிர்கொள்ளவும், ஏற்றுக்கொள்ளவுந்தான் வேணுமெண்டு. மாற்றம் ஒன்றே தான் மாறாதது. இந்த மண்ணில வாழுறதெண்டால் நாங்களும் கொஞ்சம் மாறத்தான் வேணும். பாஸ்போர்டில மட்டும் நெசனல்டி நோர்வேஜியன் எண்டு இருக்கவேணும், ஆனால் நடைமுறையில நூறுவீதம் தமிழனாத்தான் இருப்பம் எண்ட எங்கட கொள்கையை அடுத்தடுத்த தலைமுறைக்கும் கடத்துறதெண்டது சரிவராத காரியம். காலத்திற்கேற்ப நாங்களும் மாறத்தான் வேணும். வேற வழியில்லை" எனச் சர்வசாதாரணமாகக் கூறிக் கடந்த விஸ்வாவை வியந்து பார்த்து ஆச்சரியப்பட்டவாறே வீடுபோய்ச் சேர்ந்தான் குணா.

தாசன் சொன்ன விடயத்தை வேந்தனுடன் எப்படிக் கதைப்பதென யோசித்துக்கொண்டிருந்தபோது அவனே அலைபேசியில் வந்தான். "வணக்கம் மச்சி, உனக்கு ஆயுசு நூறடா."

"ஏன், என்னத்தை நினைச்சனி என்னைப் பற்றி?" கேட்டான் வேந்தன்.

"இல்லடாப்பா, அவன் தாசனையும், மனிசியையும் உன்ர செல்லருக்க வந்து இருக்கச் சொல்லுறியாம், அதுதான்."

"ஓமடாப்பா அதைப்பற்றிக் கதைக்கத்தான் நானும் எடுத்தனான். கனபேர் பிடிபட்டுப் போச்சினமாம், அதுதான் எனக்கும் பயமாயிருக்கு சந்தேகத்தில தேடிக் கீடி வந்தாங்களெண்டால் ஒரே வீட்டில இருக்கிறது நல்லது தானே. நீயும் ஒருக்கால் அதுகளுக்குச் சொல்லடாப்பா."

"ஓம் மச்சி நான் அவையோட இதைப்பற்றிக் கதைக்கிறன். இன்னொரு விஷயம் என்னெண்டால் நீ வீசா அடிக்கப் பெட்டையைக் கூட்டிக் கொண்டு போகைக்க கையைப் பிடிக்கிறது, கிட்டவா இருக்கிறதொண்டும் பெட்டைக்குப் பிடிகயில்லையாமடாப்பா, ஆனால் நீயேன் அப்பிடிச் செய்திருப்பாய் எண்டு எனக்கு விளங்குது. இருந்தாலும், அதைக் கொஞ்சம் தவிர்த்துக்கொள் மச்சி" என நாசுக்காக எடுத்துவிட்டான் குணா.

“ஓ... உதப் பெரிய விசயமா எடுத்து உன்னட்டச் சொன்னவையே, அதுசரி பொலிசுக்குக் கூட்டிக்கொண்டுபோய் வீசா அடிக்கிறது மட்டுந்தானே என்ர வேலையெண்டு சொன்னனி, இப்ப நான் ஆஸ்பத்திரிக்குமல்லே கூட்டிக்கொண்டு திரியிறன். இதுனக்குத் தெரியுமே? இதுவரைக்கும் ரெண்டு தரம் பிள்ளை அழிக்கவெண்டு கூட்டிக்கொண்டு போயிற்றன். இனியும் இந்தச் செட்டை வைக்க வேண்டாமெண்டு சொல்லிப்போடு, தப்பித் தவறிப் பெத்துப்போட்டுதுகள் எண்டால் பிறகு சட்டப்படி நானெல்லே பிள்ளைக்கு அப்பனாகவேண்டி வந்திடும்” எனச் சீறிச் சினந்தவனைச் சமாதானப்படுத்துவதற்காக அவர்களை வேந்தனின் செல்லருக்குள் கொண்டுவந்து இருத்துவதற்கு அவர்களுடன் கதைப்பதாக உறுதி கூற வேண்டிய நிலையே குணாவுக்கு ஏற்பட்டது.

இந்த விசயம் ஆதிராவிற்குத் தெரிந்தால் தேவையில்லாத விடயங்களில் தலையிட்டதாகக் கூறுவாள், இதனால் தனது குடும்பத்திலும் தேவையில்லாத பிரச்சனைகள் வந்துவிடுமோ எனவெண்ணியும் பயந்தான் குணா. இப்படியான தேவையில்லாத பிரச்சனைகளால்தான் நிறையத் தமிழ்க் குடும்பங்களுக்குள் சண்டை சச்சரவுகளும் விவாகரத்துக்களும் தலைதூக்கியிருப்பதாக அன்றொரு நாள் மணியமண்ணை சொன்னதும் இப்போது ஞாபகத்தில் வந்தது. இங்கு விவாகரத்தான பல குடும்பங்கள் படும் பாட்டைப் பார்த்த குணாவிற்கு விவாகரத்து என்ற சொல்லே அலர்ஜியானதாக இருந்தது. தன் வாழ்வில் அப்படியான ஒரு நிலையை அவனால் நினைத்துக் கூடப் பார்க்க முடியவில்லை. பிள்ளைகளையும் ஆதிராவையும் விட்டால் இந்த நாட்டில் அவனுக்கு வேறு யார் இருக்கிறார்கள். அல்லது அவர்களுக்குத்தான் யார் இருக்கின்றார்கள்? ஆதிராவையும், பிள்ளைகளையும் விட்டுத் தன்னைப் பிரிக்கும் சக்தி மரணம் ஒன்றைத் தவிர வேறு எதற்குமே இல்லையென உறுதியாக நம்பினான் குணா.

இந்த வீட்டை விற்றுப்போட்டு வேறு வீடு மாறுவதானால், அது தொடர்மாடி வீடாக இல்லாமல் தனி வீடாக இருக்க வேண்டுமென்ற மனைவி, பிள்ளைகளின் ஆசையை நிறைவேற்றும் முகமாக வங்கியில் கடன் கேட்டிருந்தான். இருவருமே வேலை செய்துகொண்டு இருந்தமையினால்

அவன் கேட்ட தொகைக்கு வங்கியும் பச்சைக்கொடி காட்டியது. உடனேயே இருக்கும் வீட்டை விற்பதற்கான அலுவல்களில் இறங்கினான். திருத்த வேலைகள் சில செய்து கலர்களும் அடிக்க வேண்டி இருந்தது. மனைவி, பிள்ளைகளைத் தவிர உதவிக்கு யாருமே இல்லாத போதும் தன்னந்தனியனாக இரவு, பகலாகப் பாடுபட்டு வீட்டைத் திருத்தி விற்பனைக்கு விட்டான். அவன் எதிர்பார்த்ததை விடவும் நல்ல விலையில் வீடு விற்பனையானது. அதனால் வீட்டிற்கு இருந்த வங்கிக் கடனைச் செலுத்தியபின் கையில் ஒரு தொகை பணம் இருந்ததானது மனதிற்கு உற்சாகத்தையும், சந்தோஷத்தையும் அளித்தது. அன்று ஆதிராவின் நச்சரிப்பினாலேயே பெருங் கஸ்ரத்தின் மத்தியில் இந்த வீட்டை வாங்கியிருந்தான். இன்று இந்த வீட்டை வாங்கியதனால் கிடைத்திருக்கின்ற நன்மை ஆதிராவினாலேயே கிட்டியதென எண்ணியவன் அவளை நினைத்துப் பெருமைப்பட்டான். அவளை நகைக்கடைக்கு அழைத்துச்சென்று கைகள் நிறைய அவளுக்குப் பிடித்தமான காப்புகளை வாங்கிப்போட்டான். தான் பிள்ளைகளுக்கு வாங்கிக்கொடுக்க முடியாமல் போனவற்றை எல்லாம் வாங்கிக்கொடுத்தான். கையிருப்புப் பணத்தையும் வங்கிக் கடனையும் சேர்த்தபோது நல்ல பெரிய தனி வீடு வாங்கக்கூடிய தொகை இருந்தது. வீட்டை வாங்கியவர்களிடம் வீட்டைவிட்டு எழும்புவதற்கு இரண்டு மாத கால அவகாசத்தைப் பெற்றுக்கொண்டு, மீண்டும் வீடு தேடும் வேலையில் மும்முரமான குணாவும், ஆதிராவும் அந்தக் கால அவகாசத்துக்குள்ளேயே அவர்களுக்கு பிடித்தமான இடத்தில் மிகவும் பிடித்தமான அழகானதொரு பெரிய வீட்டை வாங்கிக்கொண்டு குடியேறிப்போனார்கள்.

◉

2014

ஒஸ்லோ நகருக்கு வெளியே சன நெரிசல் குறைந்த இயற்கை எழில் கொஞ்சும் மிகவும் அழகான அமைதியான பகுதியது. அங்கே வெளிநாட்டவர்கள் மிகக் குறைவாகவும் நோர்வேஜியர்களே அதிகமாகவும் வாழ்ந்தார்கள். பெரிய காணிக்குள் இரண்டு அடுக்குகளைக் கொண்ட தனி வீடும், கார்க் கராச்சும் இருந்தது. வேலிகள் அற்ற காணி வெட்டவெளியாகத் திறந்தே கிடந்தது. அந்தப் பகுதியில் எல்லா வீடுகளுமே அப்படித்தான் வேலிகள் அற்றே காணப்பட்டன. காணியின் நான்கு மூலைகளிலும் எல்லைக் கம்பிகளைக் கண்ட குணா முதல் வேலையாக அறுக்கையான நல்லதொரு வேலி போடவேண்டுமென முடிவெடுத்துக்கொண்டான். குணாவுக்கும் மனைவி, பிள்ளைகளுக்கும் அந்த இடமும் வீடும் மிகவும் பிடித்துப்போனது. நல்ல வீடு கிடைப்பது மட்டுமல்ல, நல்ல அயலவர்கள் கிடைப்பதுவும் பெரும் பாக்கியமே. அந்த வகையிலும் அவர்களுக்குச் சந்தோஷம். பக்கத்து வீட்டிலிருந்த ஒரு நோர்வேஜிய குடும்பமும் இவர்களுடன் நல்ல நட்பாகிப்போனது. இவர்களின் பிள்ளைகளின் வயதையொத்த இரண்டு பெண் பிள்ளைகள் அந்த வீட்டிலும் இருந்தார்கள். அதிலொருத்தி மகள் இனியாவின் வகுப்பிலேயே படித்தாள். பிள்ளைகளும் தங்கள் நட்பு வட்டத்தை எளிதாகத் தேடிக்கொண்டுவிட்டார்கள். அயலட்டையில் தமிழர்கள் இல்லையே என்ற ஒரேயொரு கவலை மட்டுமே குணாவிற்கு இருந்தது.

ஐந்து வருடங்களுக்குள் முடித்து விடலாமென ஆரம்பிக்கப்பட்ட ஈழப்போர் முப்பது வருடங்களைக் கடந்து முள்ளிவாய்க்காலில் மோசமாக முடிவுற்றதைப் போலவே, ஐந்து வருடங்களுக்குள் ஓடித் தப்பி விடலாம் என்றெண்ணி வந்த குணாவும் அந்நிய மண்ணுக்குள் ஆழமாக வேர் விட்டுப் புதைந்துகொண்டிருந்தான். இருபத்தைந்து வருடங்களைக் கடந்தபின்பே இனி இந்த வாழ்விலிருந்து மீள முடியாது. என்பதனையும் நடைமுறை யதார்த்த வாழ்வியல் அவனுக்கு உணர்த்தியது. மெல்ல மெல்லத் தன் வம்சம் சொந்த அடையாளங்களை இழந்து உருமாறித்

தொலையப் போவதாகவே உணர்ந்தான். தமிழ் கற்கவும், தமிழ் வாழ்வியற் கலாச்சாரப் பண்பாடுகளைப் பின்பற்றவும் தன் பிள்ளைகளான இரண்டாம் தலைமுறையினரே பின்நிற்கும்போது, முன்றாம் தலைமுறையினரான பேரப்பிள்ளைகளின் வாழ்வியலைக் குணாவினால் நினைத்துக்கூட பார்க்க முடியவில்லை.

பிள்ளைகள் வளரவளர அவர்களிடம் ஏற்பட்ட அறிவு வளர்ச்சியும், மாறுதல்களும் குணாவுக்கும் பிள்ளைகளுக்குமிடையில் முரண்பாடுகளைத் தோற்றுவித்தன. வெளிநாடுகளில் உள்ளவர்கள் பிள்ளைகளை வளர்க்கக் கஸ்ரப்படுகிற அளவுக்கு அங்கு நாட்டில் உள்ளவர்கள் கஸ்ரப்பட்டிருக்க மாட்டார்களென எண்ணியபோது இக்கரைக்கு அக்கரை பச்சையாகவே தெரிந்தது அவனுக்கு.

பெற்றோருக்குப் பயப்பிடுவதையே பிள்ளைகள் பெற்றோருக்குக் கொடுக்கும் மரியாதையாக நினைக்கும் வாழ்வை வாழ்ந்தவனுக்கு இங்கு பிள்ளைகள் எதுவித பயமோ, கூச்சமோ இன்றி நேருக்கு நேர் கேள்விகள் கேட்பதையும், எந்த விடயங்களையிட்டும் ஒளிவு, மறைவு இன்றி நேர்மையாக விவாதிப்பதையும், கருத்துக்கள் கூறுவதையும், பிற்போக்கான விடயங்களையிட்டுப் பிள்ளைகளே பெற்றோருக்கு அறிவுரைகள் கூறுவதையும் பார்த்தபோது குணாவுக்கு வியப்பாகவே இருந்தது.

அன்று வேலை முடிந்து வந்த வழியில், இனியாவுடன் படிக்கும் பக்கத்துவீட்டுப் பிள்ளையை ஒரு இளைஞன் கட்டித் தழுவி இதழோடு இதழ் பதித்து முத்தமிட்டபடி நின்றதைக் கண்ட குணா மகளை நினைத்துக் கலங்கியவாறே வீடுவந்து சேர்ந்தான். வழியில் கண்டதை ஆதிராவிடம் கூறியபோது, "பிள்ளைகள் இன்னமும் காதலிக்க இல்லையே எண்டு கவலைப்படுகிற பெற்றோர்கள் உள்ள ஒரு நாட்டில, பிள்ளைகள் காதலிச்சுப் போடுங்களோ எண்டு பயந்து கவலைப்படுகின்ற நாங்களெல்லாம் வந்து வாழ நேர்ந்தது காலக் கொடுமைதானப்பா" என ஆதிராவும் அவளையறியாமலேயே எரியும் நெருப்பில் எண்ணெயைச் சிந்திவிட்டுச் சமையலறைக்குள் நுழைந்தாள்.

ஒருவாறாகத் தாசன் கஜேந்தினியுடன் வேந்தனின் செல்லருக்குள் குடி பெயர்ந்ததானது வேந்தனின் தொல்லைகளிலிருந்து

குணாவை விடுபட வைத்தது. அமைதியான ஒரு திங்கள் மாலை விஸ்வாவின் வீட்டினருகே ஒரு பயணியை ராக்சியில் இறக்கிவிட்டுத் திரும்பியபோது, இந்தக் குளிருக்கு சூடாக ஒரு கப் கோப்பி குடித்தால் என்னவென்ற எண்ணம் தோன்றவே, கார் அவர்களின் வீட்டின் முன்னாற் போய் நின்றது. அங்கே விஸ்வா இருக்கவில்லை. வந்த விடயத்தைக் குணா கூறியதுமே அண்ணன் ஆலோசியசுடன் கதைத்துக்கொண்டிருந்த ஜெனிற்றா கோப்பி தயாரிக்கவென்று சமையலறை நோக்கி ஓடினாள்.

"வணக்கம் அண்ணே! கண்டு கனகாலம்" என்றான் குணா.

"ஓமோம் வணக்கம், நீர் எப்பிடி இருக்கிறீர்?" எனத் தொடங்கிய அவர்களின் சம்பாசனைக்குள் வேண்டுமென்றே அரசியலை நுழைக்கும் நோக்குடன் "அதுசரி அண்ணே உங்களிட்ட ஒரு கேள்வி கேட்க வேணும். இந்தக் கேள்விக்கு எனக்கு விடை தெரியும். இருந்தாலும் உங்கட பதிலை அறியத்தான் கேக்கிறன். தலைவர் உயிரோட இருக்கிறாரோ? இல்லையோ?" கேட்டுவிட்டு அவரையே உற்றுப் பார்த்தான் குணா.

"இல்லத் தம்பி, பெரிய ஆக்கள் ஒருத்தருமே இப்ப உயிரோட இல்லை." குணாவின் முகத்தைப் பார்க்காமல் தலை கவிழ்ந்தவாறே கூறினார்.

"அப்ப ஏனண்ணே மாவீரர் தினத்தில தலைவற்ற படம் வைச்சு அவருக்கு அஞ்சலி செலுத்துறயில்ல?"

"ஐயோ தம்பி இதுகளைக் கதைக்கப் போய்த்தான் எங்களப் பிடிச்சு வெளிய விட்டிற்றாங்கள். இப்ப இந்த வெளிநாட்டுக் கட்டமைப்புக்களுக்க வேலை செய்யிறவங்களிட்டத்தான் நீங்களிதைக் கேட்க வேணும்" என அவர் ஒரு நழுவல் பதிலைக் கூறியதானது குணாவுக்குள் விசரைக் கிளப்பி விட்டது.

"எனக்கெண்டால் புலிகளின் தலைமைப் பீடத்திலதான் அண்ணே கோபம். தலைமைப் பீடத்தின்ர சில தவறான அணுகுமுறைகளால தான் அநியாயமாக இத்தனையாயிரம் போராளிகளின்ர தியாகங்கள் எல்லாம் வீணாப்போச்சுது" முகத்தில் சலிப்பையும், வெறுப்பையும் காட்டினான்.

“என்னயிருந்தாலும், இண்டைக்கு நாங்கள் வெளிநாடுகளில இந்தச் சந்தோஷமான சொகுசு வாழ்க்கையை வாழுறதுக்கும் அந்தப் புலிகள் தான் காரணம் எண்டதையும் மறக்கக்கூடாது தம்பி.”

“எதண்ணே சந்தோஷமான வாழ்க்கை. இந்த அந்நிய நாட்டு அகதி வாழ்க்கை உங்களுக்கு வேண்டுமானால் சந்தோஷமானதா இருக்கலாம். ஆனால், எனக்கில்லை.” குணாவின் பதில் சூடாகவே இருந்தது. கதை சூடுபிடிக்க ஆரம்பித்த நேரம் பார்த்து விஸ்வாவும் வீட்டுக்குள் நுழைய, சட்டென்று அவர்களிடமிருந்து விடைபெற்றுக்கொண்டு புறப்பட்டார் அலோசியஸ்.

“ஓ... குணாவே, எப்ப வந்தனீர்?”

“இப்பதான் அண்ணே வந்தனான். புலிகள் இல்லாட்டி நாங்களெல்லாம் வெளிநாடுகளில இந்தச் சொகுசு வாழ்க்கையை வாழ்ந்திருக்க ஏலாதாம் எண்டெல்லே உங்கட மச்சான் சொல்லிப்போட்டுப் போறார்.”

“ம், இப்பவும் பார் இவங்கள் சுயநலமாத்தான் சிந்திக்கிறாங்கள். தங்களுக்கு நல்ல வாழ்வு கிடைச்சிற்றுதெண்டு நினைக்கிறாங்களே தவிர, இந்தப் போரால எத்தனையாயிரம் ஆயிரம் சனங்கள் உயிர்களை இழந்துதுகள், உடமைகளை இழந்ததுகள், அங்கவீனர்களாச்சுதுகள், விதவைகளாச்சுதுகள், வீடுவாசல்களை இழந்து சொந்த நாட்டிலேயே அகதிகளாச்சுதுகள், லெட்சக் கணக்கில சொந்த நாட்டையே இழந்து நிக்கிதுகள் எண்டதையெல்லாம் இவங்கள் சிந்திக்கவே மாட்டாங்கள்.”

“ஓமண்ணே, ஆனாலொண்டு உங்கட மச்சான் தலைவர் விசயத்தில உண்மையைச் சொல்லுறார் போல கிடக்குது.”

“ஓ... இவங்கள் ஆக்களுக்கு ஏத்தமாதிரிக் கதை விடுவாங்கள். இதையே ஒரு பொது இடத்தில வைச்சுக் கேட்டுப் பாரும், தலைவர் இல்லையெண்டு சொல்ல மாட்டாங்கள். தலைவர் இருந்தால் நல்லாயிருந்திருக்கும். எண்டு கமலஹாசன் பாணியிலதான் பதில் சொல்லுவாங்கள். சில விசயங்களைச் சிலரிடத்தில மட்டுமே ஒத்துக்கொண்டால் போதாது குணா.

பொது வெளியில உண்மைகளை ஒத்துக்கொள்கின்ற நேர்மையும், தங்களைத் தாங்களே சுய விமர்சனம் செய்து கொள்ளுறதுக்கான தைரியமும் இல்லாத ஆட்கள் தானே இவங்களெல்லாம்'' எனக் கடுமையாக அண்ணனை விமர்சித்துக்கொண்டிருந்தவர்களுக்கு தங்கை கோப்பி கொண்டுவந்து பரிமாற, அவசர அவசரமாகக் குடித்துவிட்டு ஓடினான் குணா.

வேலை முடிந்து வீடு திருப்பிக்கொண்டிருக்கையில் அலைபேசியில் வந்த சிவநேசன் ''மச்சி ஒருக்கால் வீட்டுக்கு வந்திற்றுப் போறியே?'' எனக் கேட்டுவிட்டுக் குணாவின் பதிலைக்கூட கேட்காமற் தொடர்பைத் துண்டித்துக்கொண்டான். அவனது குரலில் பதட்டத்தை உணர்ந்த குணா என்னவாக இருக்குமென யோசித்தவாறே சிவநேசனின் வீட்டை அடைந்தான். சிவநேசன் தலையைத் தொங்கப்போட்டவாறு யோசனையுடன் குந்தியிருக்க, கஜேந்தினியும் இருண்ட முகத்துடன் அங்கேயிருந்தாள்.

''என்னடா மச்சி! என்ன நடந்தது?'' திகைப்புடன் கேட்டான் குணா.

''தம்பியை எல்லே பிடிச்சுப்போட்டாங்கள்.''

''அட தாசனையே? எங்கயடா? எப்ப?'' கேள்விக் குறியாய் நின்றான் குணா.

''யாரோ காட்டிக் குடுத்துப்போட்டாங்கள். இல்லாட்டி சொலிற்றா வேலை செய்யிற இடத்திலபோய் கையும், மெய்யுமாப் பிடிச்சிருக்க மாட்டாங்கள். அவனை நாட்டுக்கு அனுப்புறதுக்கு எயார்போர்ட்டுக்கு கிட்டவா எங்கயோ கொண்டுபோய் வைச்சிருக்கிறாங்களாம். நானிப்ப உன்னக் கூப்பிட்டது என்னத்துக்கெண்டால், இனிக் கஜேந்தினி அங்க தனிய இருக்கேலாது. இனிமேல் எங்களோடையே இருக்கப்போறா எண்டதையொருக்கால் உவன் வேந்தனிட்ட சொல்லிவிடு மச்சி'' என்று அவனை அழைத்த விடயத்தைக் கூறி முடித்தான் சிவநேசன்.

''அடச்... சீ... யார் பார்த்த வேலையடா இது!'' என முடியைக் கிளறிக்கொண்ட குணா, ''சரி... சரி... இன்னும் கொஞ்சக்

காலத்தால கஜேந்தினிக்கு நிரந்தர வீசாக் கிடைச்சிடுந்தானே அதுக்குப்பிறகு ஆளை ஸ்பொன்சர் பண்ணிக் கூப்பிடலாம். நீங்கள் ஒண்டுக்கும் கவலைப்படாதிங்க. நான் வேந்தனோட கதைக்கிறன்" என அவர்களை ஆறுதற்படுத்திவிட்டுப் புறப்பட்டவன் வழியிலேயே வேந்தனுடன் அலைபேசினான்.

"இல்ல மச்சி, உனக்குத் தெரியுந்தானே இப்பத்தைய நிலைமைகள் சரியான மோசமாயிருக்குது. அந்தப் பெட்டைக்குப் பூட்செத் ரில்லாத்தெல்ச அடிக்கிறதுக்கு இன்னும் ரெண்டே ரெண்டு மாசந்தானே இருக்குது, அதுவரைக்குமாவது இங்க வந்து இருக்கச் சொல்லு" என வேந்தனும் அடம்பிடித்தான். அவன் சொன்னதும் நியாயமாகவேபட உடனேயே சிவநேசனையும் தொடர்புகொண்டு விடயத்தைக் கூறி ஒருவாறாக அவர்களின் சம்மதத்தையும் வாங்கிக்கொண்டே வீட்டுக்குள் நுழைந்தான்.

"அப்பா விஷயம் தெரியுமே, அண்ணா பிரான்சில வந்து இறங்கிட்டானாம்" வீட்டுக்குள் நுழைந்தவனிடம் சாப்பாட்டை மட்டுமல்லாமல் சந்தோஷ செய்தியையும் பரிமாறினாள் ஆதிரா. "அப்பாடா..." எனப் பெருமூச்சை இழுத்துவிட்ட குணா உடனேயே பிரான்சிலுள்ள நண்பன் செல்வனுடன் தொடர்புகொண்டு சிவாவுக்குத் தேவையான உதவிகளைச் செய்யும்படியாகக் கேட்டுக்கொண்டான். ஒரு பக்கம் திருப்பி அனுப்பிய கவலையான செய்தியும், மறுபக்கம் வந்து இறங்கிய சந்தோஷமான செய்தியுமாய் அன்றைய இரவும் கடந்து போனது.

* * *

அன்று சனிக்கிழமை, தமிழ்ப் பாடசாலையில் பிள்ளைகளை இறக்கிவிட்டுக் குணா காரைத் திருப்புகையில் பாடசாலையின் உள்ளே நிமலனைக் கண்டான். முன்பு நிமலன் பாடசாலைக்குள் செல்வதில்லை. பிள்ளைகளை இறக்கிவிட்டுச் சென்றுவிடுவான். இப்போது அவனை உள்ளே கண்டது குணாவுக்கு ஆச்சரியமாக இருந்தது. அது மட்டுமல்லாமல் ஈழ அரசியல் விவாதங்களின்போதுங்கூட நிமலனிடம் நிறையக் கருத்து மாற்றங்களை அண்மைக்காலங்களில் அவதானித்திருந்ததும் இப்போது ஞாபகத்தில் வந்தது. தான் பாடசாலைக்குள்ளே சென்று அங்குள்ளவர்களின் கதைகளைக் கேட்க நேர்ந்தால் குளிசை போட்டுக் குறைந்திருக்கின்ற இரத்தக் கொதிப்பு மீண்டும்

எகிறி விடுமென எண்ணிப் பயந்த குணா பாடசாலைக்குள்ளே செல்வதை அண்மைக் காலங்களாகத் தவிர்த்து வருகின்றான்.

மலிவான கூலிக்கு போலந்துக்காரரைப் பிடித்த குணா தான் நினைத்தபடியே வளவுக்கு வேலி போடும் வேலையை ஆரம்பித்திருந்தான். வேலை செய்பவர்களுக்குக் கோப்பி தயாரித்துக் கொடுத்துவிட்டுக் குணா மேற்பார்வை பார்த்துக்கொண்டு நின்றபோது, வீட்டின் முன்னால் மணியமண்ணையின் கார் வந்து நின்றது. "அடேய் தம்பியா நீயும் ஒறிச்சினல் யாழ்ப்பாணத்தான் தான் எண்டதைக் காட்டிப்போட்ட கண்டியே" என்றபடியே சந்திராக்காவுடன் காரை விட்டிறங்கினார் மணியமண்ணை.

"ஏன் அண்ண இப்பிடிச் சொல்லுறியள்?" என யோசனையுடன் கேட்டான்.

"பின்ன என்னடாப்பா, உங்க எல்லா வீடுகளும் வேலியில்லாமல் திறந்து கிடக்க நீ மட்டும் நாலு பக்கமும் வேலி அடைக்கிறாயல்லே."

"அட... ஓமண்ணை, நீங்க சொல்லுறதும் சரிதான். இது யாழ்ப்பாணப் புத்திதான் எண்டத ஒத்துக்கொள்ளத்தான் வேணும்." அசடுவழியச் சிரித்தவாறே அவர்களை அழைத்துக்கொண்டு வீட்டுக்குள் நுழைந்தான்.

"அடடே... வாங்கோ... வாங்கோ... என்ன திடீரெண்டு மனுசனும், மனுசியும் இந்தப் பக்கம்." ஆதிராவும் முகம் மலர வரவேற்றாள்.

"வேறயென்ன, இவருக்குப் பொழுது போகாட்டி ஒண்டில் விஸ்வா வீடு, இல்லாட்டிக் குணா வீடு தானே கதி. அதுசரி, எங்க பிள்ளைகள் ஒண்டையும் காணயில்ல?" எனக் கேட்டவாறே அமர்ந்தாள் சந்திராக்கா.

"ஓமக்கா, இண்டைக்குத் தமிழ்ப் பள்ளிக்கூடமல்லே? இப்பதான் கொண்டுபோய் விட்டிற்று வந்தவர்" என்றவாறே தேனீர் தயாரிக்கத் தயாரானாள் ஆதிரா.

“அட தம்பியா தமிழ்ப்பள்ளி எண்டத்தான் ஞாபகம் வருகுதடா இவன் நிமலனல்லே உங்கட பள்ளிக்கூட நிர்வாகத்துக்க பூந்திற்றானாம் கேள்விப்பட்டியே?” வியப்புடன் கேட்டார் மணியமண்ணை.

“ஒகோ... அதுவே சங்கதி, அந்தப் பக்கமே போகாதவனை இண்டைக்குப் பள்ளிக்குள்ள கண்டனான். அடடே... இப்ப தானே விசயம் விளங்குது.”

“அது என்னெண்டடா தம்பியா புலியைப் பிடிக்காதவன் புலிப் பள்ளிக்கூடத்தின்ர நிர்வாகத்துக்குள்ள போனவன்?”

“அதுதான் அண்ணே எனக்கும் ஆச்சரியமா இருக்குது. அவன் கொஞ்சம் பதவிகள், புகழுகளுக்கு ஆசைப்படுற ஆள்த்தான். அதுக்காக இப்பிடிப் போவானெண்டு நானும் கொஞ்சங்கூட எதிர்பார்க்கயில்லத்தான்” உதட்டைப் பிதுக்கியவாறே கூறினான் குணா.

“சரி... சரி... அத விடு, ரெண்டாயிரத்தி ஒன்பதுக்குப் பிறகு இங்க எல்லாமே தலைகீழாய்த் தானே நடந்துகொண்டிருக்குது” என்றதோடு அந்தக் கதைக்கு முற்றுப்புள்ளி வைத்த மணியமண்ணை, “இவன் சீலன்ர பாடுகள் எப்பிடியெடா தம்பியா? அவனை அண்டைக்குப் பஸ்ல கண்டனான் ஆளுக்கு நல்ல மப்பு. மனிசி, பிள்ளைகள் ஒண்டும் தன்னை மதிக்குதுகள் இல்லையாமெண்டு சொல்லிக் கவலைப் பட்டுக்கொண்டு போனான். அவனும் ஒரே குடி போலயிருக்கு. மனிசி, பிள்ளைகளோடையும் ஒரே சண்டையாம் எண்டும் கேள்விப்பட்டன்” எனச் சீலனின் கதைக்குத் தாவினார்.

“பின்னயென்ன, கண்டபடி குடிச்சு வெறிச்சா மனிசிமார் சும்மா இருப்பாளவையே? இது வழமை தானே, ஆனால் பிள்ளைகளோடையும் சண்டை எண்டுறது இப்ப எங்கட சமூகத்துக்க புதுசாத்தான் இருக்குது.”

“ஓமடா தம்பியா, ஆரைப் பார்த்தாலும் பிள்ளையள் வளர்ந்திட்டுதுகள் எங்கட சொல்லுக் கேட்குதுகளில்லை, தங்கட இஸ்ரத்துக்கு ஆட நிக்குதுகள் எண்ட புலம்பலாத்தானே இருக்கு.”

“பிள்ளைகளையும் பிழை சொல்லேலாது அண்ணே, இது இரட்டைக் கலாச்சாரச் சிக்கல் மட்டுமில்ல, எங்கட ஆட்களுக்கு இந்த மொழி ஒரு பெரிய பிரச்சனை அண்ணே, அதனால எங்கட ஆட்கள் எதுக்கெடுத்தாலும் சின்னனில இருந்தே இங்கத்தைய மொழி ஆளுமையுள்ள தங்கட பிள்ளைகளைத்தானே குடும்பத்துக்க எல்லாத்துக்கும் முன் நிறுத்தினவை, அதுதான் பிள்ளைகளும் அப்பா, அம்மாவுக்கு ஒண்டுமே தெரியாதெண்டு நினைச்சிட்டுதுகள். இப்ப பிள்ளைகள் வளர்ந்த பிறகு எங்களுக்கு எல்லாம் தெரியும், நாங்க சொல்லுறதைத்தான் நீங்க கேட்க வேணுமெண்டால் அதுகள் கேட்குதுகளே?”

“ஓமோம், பிள்ளைகளை மொழிபெயர்ப்புக்குப் பாவிக்க வெளிக்கிட்டபோதே அதுகளுக்குக் கொம்பு முளைச்சிட்டுது. இப்பயது குத்துது குடையுதெண்டு சொன்னால் என்ன செய்யிறது” என்ற மணியமண்ணை மனைவியின் முகத்தைப் பார்த்தே கிளம்புவதற்கு நேரமாகிவிட்டது என்பதைப் புரிந்துகொண்டு விடைபெற்றுச் சென்றார்.

குணாவுக்கு நிமலனை நினைத்தபோது வியப்பாகத்தான் இருந்தது. ஆனாலும் நிமலன் மட்டுமல்ல, அவனைப்போல் புலிகளைக் கடுமையாக விமர்சித்து எழுதியும், பேசியும் வந்த பலர் தற்போது புலிகளின் அழிவுக்குப் பின்னர் புலிகளின் வெளிநாட்டுக் கட்டமைப்புகளுக்குள் வேலை செய்வதையும், தமிழ்த் தேசியத்திற்கு முண்டுகொடுக்க முனைவதையும் பார்த்தபோது, இவர்கள் ஏன் இப்படியானார்கள் என மனதுக்குள் எழுந்த கேள்விக்கு, இவர்கள் தமிழ்த் தேசியத்திற்கு எதிரானவர்கள் என்ற முத்திரை குத்தலில் இருந்து தப்புவதற்காகத்தான் இப்படி வேசம் போடுகிறார்கள் என்ற பதிலையும் அவனது மனமே கண்டுபிடித்துக்கொண்டது.

வெள்ளி, சனி இரவுகளில் ராக்சி ஓட்டுவதென்பது சாதாரண விடையமல்ல, குடிகாரர்களுடன் குத்தி முறிவதைவிடவும் சர்க்கஸ்களில் சிங்கங்களையோ கரடிகளையோ வைத்து வித்தை காட்டுவது இலகுவானது என்பதே குணாவின் எண்ணமாக இருக்கிறது. ஒஸ்லோவின் மத்தியிலிருந்து இரவு ஒரு மணி அளவில் நல்ல நிறைவெறியில் ராக்சியில் ஏறிய ஒரு தடியன் “ஜெஸ்கைம் போக வேண்டும்” எனக் கூறிவிட்டுக் கார்

ஒஸ்லோவின் மத்தியிலிருந்து வெளியேறுவதற்குள்ளேயே குறட்டை விட ஆரம்பித்துவிட்டான். கிட்டத்தட்ட முக்கால் மணித்தியாலம் ஓடி ஜெஸ்கைம் என்ற இடத்தை வந்தடைந்த குணா காரை நிறுத்தி பின் பக்கம் திரும்பிப் பார்த்தபோது கிணற்றில் வீழ்ந்து மூன்று நாட்களுக்குப் பிறகு தூக்கியெடுத்த ஊதிப் பெருத்த பிணம் போன்று மல்லாக்கப் படுத்திருந்தான் அவன். குணா கத்திக் கூப்பிட்டும் அவனின் காதில் ஏறவேயில்லை. காரை விட்டு இறங்கியவன் பின்கதவைத் திறந்து அவனது தோளைப் பிடித்து உலுப்பினான். கண்களைத் திறந்து குணாவைப் பார்த்தவன் "யார் நீ?" எனக் கேட்டான்.

"நீ இப்ப ராக்சியில இருக்கிற, ஜெஸ்கைம் வந்தாச்சு உன்ர வீட்டு முகவரியை சொல்லு" என்றான்.

"யா... யா... நான் வீட்டுக்குத்தான் போகணும்" என்றவன், மீண்டும் கண்களை மூடிக்கொண்டான். சன நடமாட்டமே இல்லாத நடுநிசி ஊரே வெறிச்சோடிக் கிடந்தது. கடுங்குளிர் வேறு, குணாவுக்கு என்ன செய்வதென்றே புரியவில்லை. மீண்டும் அவனைப் பிடித்து பலமாக உலுப்பினான். மறுபடியும் கண்களைத் திறந்தவன் "நான் வீட்டுக்குத்தான் போகணும்" என்று ஒரு அழுத்து அழுத்திக் கூறிவிட்டு மீண்டும் சாய்ந்து படுத்துக்கொண்டான். குணாவுக்குத் தலை கிறுகிறுத்தது. வெளியே இழுத்து எறியக்கூடிய உடம்பும் இல்லையது. நேரமும் இரண்டு மணியை நெருங்கிக்கொண்டிருந்தது. அவனது முடியைப் பிடித்து உலுப்பியவன், "நீ காசு தராவிட்டாலும் பரவாயில்லை. தயவுசெய்து இறங்கிப் போ..." எனக் கெஞ்சியும் பார்த்தான். அவன் அசையவேயில்லை. வேறு வழியில்லாமல் காரைக் கிளப்பியவன் மீண்டும் ஒஸ்லோவை நோக்கி செலுத்தினான். செஸ்மோகோர்ஸ் என்ற இடத்தை நெருங்கியபோது ஒரு எரிபொருள் நிலையத்தில் காவற்துறை வண்டி ஒன்று நிற்பதைக் கண்டதும் சட்டெனக் காரைத் திருப்பியவன் அந்த வண்டியின் முன்னால் நிறுத்திவிட்டு இறங்கிச் சென்று அவர்களிடம் விடயத்தைக் கூறினான். உடனே உதவிக்கு வந்த இரு காவற்துறையினர் அவனைக் காரை விட்டு இழுத்து இறக்கி அதுவரை ராக்சி ஓடியதற்கான கட்டணத்தையும் அவனைச் செலுத்த வைத்ததோடு குணாவையும் செல்ல அனுமதித்தார்கள். விடிகாலையில் நித்திரைக் களைப்போடு

வீட்டில் வந்து வீழ்ந்தவனை மதியம் பன்னிரண்டு மணியளவில் அலைபேசியே அலறியடித்து எழுப்பியது. அலைபேசியை எடுத்துப் பார்த்தான் அறிமுகமில்லாத இலங்கை இலக்கம். அழைப்பை ஏற்றுக் “ஹலோ” என்றதுதான் தாமதம்.

“அண்ணே! நான் தாசன் கதைக்கிறன்” என்றது எதிர்முனைக் குரல்.

“அடடே..; நீரே! எப்பிடி இருக்கிறீர்?”

“ஓமண்ணே இருக்கிறன். நீங்கள் எனக்கொரு உதவி செய்யவேணும்.”

“ஓ... அதுக்கென்ன சொல்லும், என்ன செய்ய வேணும்?”

“அங்க ஒருத்தருக்குமே தெரியாமல் கஜேந்தினிக்கு ரிக்கற் போட்டு இங்க அனுப்பிவைக்க வேணும்.”

“ஏன் தாசன்! அவவுக்கு நிரந்தர வீசா அடிக்கிறதுக்கு இன்னும் கொஞ்சக் காலந்தானே கிடக்குது, அதுக்கிடையில என்ன அவசரம்?”

“இல்லையண்ணே உங்களுக்கு ஒண்டும் தெரியாது. என்னைப் பொலிஸ்சுக்குக் காட்டிக் கொடுத்ததே அந்த வேந்தன் எண்ட நாய் தானெண்டு எனக்கே இப்பதானே தெரிஞ்சிருக்கு.”

“என்ன தாசன்! உண்மையாவே சொல்லுறீர்?” படுத்திருந்த குணா சட்டென்று எழுந்து கட்டில் விளிம்பில் குந்திக்கொண்டான்.

“ஓம் அண்ணே, அவன் கஜேந்தினியில கண் வைச்சிற்றான். அதுதான் அவன் என்னைக் காட்டிக் கொடுத்துத் தூக்கி அனுப்பிப்போட்டு, இப்ப என்னெண்டால் இனித் தாசனை ஸ்பொன்சர் பண்ணிக் கூப்பிடுறதெல்லாம் சரியான கஸ்ரம் எண்டும், என்னட்ட எல்லா வசதியும் இருக்குத்தானே, இனி நீ என்னோடயே இருந்தாலென்ன எண்டமாதிரியும் கஜேந்தினியிட்டக் கதை விட்டிருக்கிறானாம். அவன்ர நடவடிக்கைகள் எல்லாம் வித்தியாசமா இருக்காம். வீட்டுத் திறப்பை வைச்சுக்கொண்டு கேட்டுக் கேள்வியில்லாமல் கண்ட நேரத்திலையும் உள்ளபோய் விசர்க்கதைகள் கதைச்சுக்கொண்டு

இருக்கிறானாம். அதுதான் அவள் இனித் தான் அங்க இருக்க மாட்டனெண்டு அடம்பிடிக்கிறாள். நோர்வேயும் வேண்டாம், ஒண்டும் வேண்டாம் நான் உன்னட்டையே வரப்போறனெண்டு அழுகிறாள். இந்த விசயம் அண்ணாக்களுக்குத் தெரிஞ்சால் அவளை விட மாட்டாங்கள். அதனால பிளீஸ் நீங்க தான் உதவி செய்யவேணும். அவள் இங்க வந்து இறங்கினப்பிறகு நான் அவங்களுக்கு சொல்லிச் சமாளிச்சுப்போடுவன்" என மூச்சு விடாமற் கூறி முடித்தான் தாசன்.

"ஐயோ தாசன்! இவன் இப்பிடியெல்லாம் செய்வானெண்டு நான் நினைச்சுக்கூட பாக்கயில்ல அப்பன், ச்ஷா... வாற கோவத்துக்கு அவனப் பிடிச்சு..." பற்களை நறுமினான் குணா.

"ஐயோ அண்ணே நீங்கள் ஒண்டும் செய்ய வேணாம். அவன் இங்க வராமலா விடப்போறான், அப்ப நான் ஆளைக் கவனிக்கிறன். நீங்கள் இந்த உதவியை மட்டும் செய்தால் போதும்."

"அதொரு பிரச்சனையும் இல்லத் தாசன், அதெல்லாம் செய்யலாம். ஆனால் அவசரப்படாமல் வடிவா யோசியும், கஜேந்தினி கொஞ்சக் காலத்துக்கு அண்ணற்ற வீட்டில இருந்து சமாளிச்சுதெண்டால் பிறகு உம்மைக் கூப்பிடலாந்தானே."

"ஐயோ அண்ணே உங்களுக்கு விளங்கயில்ல, அஞ்சு வருசத்துக்கு நான் ஐரோப்பா பக்கமே கால் வைக்க ஏலாதண்ணே. வீசா இல்லாமல் ஒளிச்சிருந்த குற்றத்துக்காக அப்பிடியொரு தண்டனையோடதான் என்னை டிப்போர்ட் பண்ணியிருக்கிறாங்கள். அதனால் நீங்க நினைக்கிற மாதிரி இப்போதைக்கு ஒண்டும் சரிவராது. அதோட உங்களுக்குத் தெரியுந்தானே எனக்கந்த வெளிநாட்டு வாழ்க்கையே துண்டாப் பிடிக்கயில்லயெண்டு. இப்ப அவளுக்கும் வெறுத்துப்போச்சு. அதனால நீங்கள் தயவுசெய்து அவளை அனுப்பிவிடுங்க பிளீஸ்" எனத் தாசன் கெஞ்சாத குறையாகக் கேட்டதுமே தாய் நாட்டை இழந்த ஏக்கத்திலிருந்த குணாவுக்கு அவன் எடுத்த முடிவும் ஒருவிதத்தில் சரியானது போலவே தோன்றியது.

“சரி தாசன், நான் கஜேந்தினியோட கதைச்சு அனுப்பிவைக்கிற அலுவலைப் பார்க்கிறன் நீர் ஒண்டுக்கும் யோசிக்காதையும்” என உறுதிபடக் கூறினான்.

“நன்றி அண்ண, நான் நாளைக்குக் கதைக்கிறன்” தொடர்பை துண்டித்துக்கொண்டான் தாசன்.

வேந்தனை நினைக்க நினைக்கக் குணாவின் நெஞ்சு படபடவென அடித்துக்கொண்டது. கோபக் குரங்கு அவனது தலைக்குள் ஏறிக் குந்திக்கொண்டது. தாசனுக்கு வாக்களித்தபடி கஜேந்தினியை அனுப்பி வைக்கும்வரை அமைதியாய் இருப்பதே நல்லதென மனதுக்குள் முடிவெடுத்துக்கொண்டவன் கண்களை மூடிய தியான நிலையில் தன்னை ஆசுவாசப்படுத்திக்கொண்டான்.

“என்னப்பா, இன்னும் கட்டில விட்டு இறங்க மனமில்லையே? அதிலயே குந்தி இருக்கிறியள்” என்ற கேள்வியோடு வந்த ஆதிராவிடம் விடயத்தைப் பகிர்ந்துகொண்டவன், மறுநாளே விமானப் பயணச்சீட்டுக்கான ஏற்பாடுகளைச் செய்துவிட்டுக் கஜேந்தினியை போய்ச் சந்தித்தான்.

“தங்கச்சி புதன் கிழமைக்கு ரிக்கற் போட்டிருக்கு. நீர் ரெடியா இரும், நான் வந்து கூட்டிக்கொண்டுபோய் எயார்போர்ட்டில விடுவன். கொண்டுபோகக் கூடிய சாமான்களை எடுத்துக்கொண்டு மிச்சத்தை என்னட்டத் தாரும் நான் பிறகு போஸ்ரில அனுப்பிவிடுறன்” என்றான்.

“நன்றி அண்ணா, நீங்க செய்த உதவிகளை மறக்கமாட்டம்” எனக் கைகளைப் பிசைந்து நின்றாள் கஜேந்தினி.

“இல்லத் தங்கச்சி, என்னவோ நினைச்சிருக்க என்னவோ எல்லாம் நடந்துபோச்சு. ச்ச... இவன் இப்பிடிச் செய்வானெண்டு நான் நினைச்சுக்கூடப் பார்க்கயில்ல. அவன்ர மூண்டாவது தவணைக்காசு இன்னும் குடுபடாதது நல்லதாப்போச்சு” எனத் தலையை ஆட்டியபடி கீழ் உதட்டைக் கடித்துக்கொண்டான்.

“ஓம் அண்ணா, நேற்றுப் பின்னேரம்போல ரீவியைப் பார்த்துக்கொண்டு இருந்திற்று அப்பிடியே இந்தச் சோபாவில கண்ணயர்ந்து போனன், திடீரெண்டு திடுக்கிட்டு முழிச்சுப் பார்த்தால் அந்த மனுஷன் என்னையே வெறிச்சுப் பார்த்தபடி

கால்மாட்டில குந்தியிருக்குது. நான் சரியாப் பயந்துபோனன். ஏன்? என்னத்துக்கு வந்தனீங்கள்? எண்டு கேட்டதுக்குத் தலையிடியாம் குளிசை வாங்க வந்தவராமெண்டு சொன்ன மனுஷன் போகைக்க குளிசையைப் பற்றி ஒரு கதையுமில்ல. அப்பதான் நான் சொன்னன் இந்த மாத வாடகைக் காசு போட ரெண்டு நாள் சுணங்குமெண்டு. அதுக்கு அந்த மனுஷன் வாடகை என்ன வாடகை நீ நினைச்சால் இந்த வீட்டுக்குச் சொந்தக்காரியே ஆகலாம். எண்டெல்லே சொல்லிப்போட்டுப் போச்சுது. எனக்கெண்டால் புதன்கிழமை வரைக்கும் இங்க இருக்கவே பயமா இருக்கண்ணே."

"ச்செ... அப்பியே சொன்னவன். சரி... சரி... நீ ஒண்டுக்கும் பயப்பிடாத தங்கச்சி, அப்பிடி ஏதும் பிரச்சனை எண்டால் உடன எனக்குப் போனப்போடு. நான் அஞ்சு நிமிசத்தில இங்க நிற்பன். ஒண்டுக்கும் யோசிக்காமல் தைரியமா இரும் சரியே" என்றவளைத் தைரியப்படுத்திவிட்டு வீடு வந்து சேர்ந்தான்.

"என்னப்பா? அந்தப் பிள்ள என்ன சொல்லுது?" கேட்டாள் ஆதிரா.

"ஓ... அவன்ர சேட்டைகள் கூடித்தான் போச்சு, அதுதான் அந்தப் பிள்ளையும் பயத்தில ஓடித்தப்ப நிக்குது. நீயும் வாவன் புதன் கிழமை பின்னேரம் எயார்போர்ட்டில கொண்டுபோய் விட்டிற்று வருவம்."

"சரி அப்பா, அந்தப் பிள்ளை பயப்பிடுகுது எண்டால் இங்க கூட்டிக்கொண்டு வந்திருக்கலாமே ரெண்டு நாள் தானே இங்கயே நிண்டு போயிருக்குமே."

"இல்ல ஆதிம்மா, அந்தப் பிள்ளை ஒரு நாள் வீட்டில இல்லையெண்டாலே அவன் தேட வெளிக்கிட்டிருவான் பிறகெல்லாம் நோண்டியாப் போயிரும், பயணம் வெளிக்கிடும் வரைக்கும் அங்க நிக்கிறதுதான் நல்லது" என்றவன் தாசனுடன் தொடர்புகொண்டு பயண விபரங்களைத் தெரியப்படுத்திவிட்டே ஓய்ந்தான்.

* * *

குணாவும், ஆதிராவும் கஜேந்தினியைக் கொண்டுபோய் விமானம் ஏற்றிவிட்டுத் திரும்பிவரும் வழியிலேயே ஒரு கடையில் இரண்டு பியர் ரின்களை வாங்கிக் காருக்குள் போட்டுக்கொண்ட குணா, வீடு வந்ததுமே தாசனுக்குத் தகவலைச் சொல்லிவிட்டு ஆழ்ந்த யோசனையோடு பியர் ரின்களை எடுத்துக்கொண்டு கார்க் கராச்சினுள் நுழைந்தான்.

கிழமை நாட்களில் குணா குடிப்பதேயில்லை. இன்று அவன் பியரை எடுத்துக்கொண்டு போனதை அதிசயமாக பார்த்தபடியே ஆதிரா இரவுச் சாப்பாட்டிற்கான முன்னேற்பாட்டில் மும்மரமானாள். பிள்ளைகள் தங்கள் தங்கள் அறைகளுக்குள் அடைந்து கிடந்தனர். குறுகிய நேரத்துக்குள் இரண்டாவது பியரையும் குடித்து முடித்த குணாவின் மண்டைக்குள் ஏதோ மின்னலடிக்கச் சட்டெனெ எழுந்து ஹோலுக்குள் வந்தான். அவனது சத்தம் கேட்டு ஆதிரா எட்டிப்பார்த்தபோது மேசையிற் கிடந்த கார்த் திறப்பை எடுத்துக்கொண்டு அவன் வெளியேறியதைக் கண்டதுமே அவனின் பின்னால் ஓடியவள் “என்னப்பா பியரைக் குடிச்சுப்போட்டு கார் ஓடப்போறியளே?” எனக் கேட்டுக் கார்த் திறப்பைப் பறித்துக்கொண்டாள்.

“உதில பக்கத்துக் கடைக்குத்தான் போகப்போறன். திறப்பைத் தா...” சிவந்திருந்த கண்களை மூடித் திறந்தவன் கையை நீட்டியபடியே நின்றான்.

“இல்லத் திறப்புத் தர ஏலாது.” கோபப் பார்வையுடன் உறுதிபடக் கூறிய ஆதிரா திறப்புடன் சமையலறைக்குள் நுழைந்துகொண்டாள். இனியும் அவளிடம் கேட்டுப் பிரயோசனமில்லை என்பதை அந்தப் பார்வை ஒன்றே அவனுக்கு உணர்த்தியது. உடனே அலைபேசியை எடுத்துக்கொண்டு மீண்டும் கராச்சினுள் நுழைந்தவன் தனது ராக்ஸி நண்பனான மாலிக் என்ற பாகிஸ்தானியுடன் தொடர்புகொண்டு, தான் குடித்திருப்பதால் கார் ஓட்ட முடியாதிருப்பதாகக் கூறி தன்னுடன் ஒரு இடத்திற்கு வர முடியமா எனக் கேட்டான். மாலிக் குடித்துவிட்டு நின்ற பல தடவைகளில் குணா அவனை ஏற்றி இறக்கியிருக்கின்றான். அந்த நன்றிக் கடன் செய்யக் காத்திருந்த மாலிக் “இந்தா நில் பத்து நிமிடத்தில வாறன்” என்றவன், ஐந்தாவது நிமிடத்திலேயே வந்துநின்றான். குணா

வழி சொல்லப் பறந்து கொண்டிருந்த மாலிக்கின் கார் அவன் சுட்டிக்காட்டிய வீட்டின் முன்னே போய் நின்றது.

"இதிலேயே வெயிற் பண்ணு, அஞ்சு நிமிசத்தில வாறன்" எனக் கூறிவிட்டு இறங்கிப்போய் வீட்டின் அழைப்பு மணியை அழுத்திய கணமே கதவு திறந்துகொள்ள உள்ளே நுழைந்த குணா "டேய் பரதேசி நாயே நீயெல்லாம் ஒரு மனுசனாடா?" வேந்தனின் முகத்துக்கு நேரே ஆட்காட்டி விரலை நீட்டிக் கேட்டான். இதனைச் சற்றும் எதிர்பாராத வேந்தன் "என்னடாப்பா! என்ன நடந்தது?" எனக் கேட்டுப் பேயறைந்தவன் போல் நின்றான்.

"டேய் நாயே! நீ தாசனைக் காட்டிக் குடுத்துப்போட்டு அந்தப் பெட்டையை மடக்குறதுக்குப் பிளான் போட்டதெல்லாம் எனக்குத் தெரியாதெண்டு நினைச்சியே!" என்றபடி பாய்ந்த குணா இடது கையால் வேந்தனின் சேட்டின் கழுத்துப் பகுதியை பொத்திப் பிடித்துக்கொண்டான். விரல்களை மடக்கியிருந்த அவனது வலது கை நடுக்கமெடுக்க ஆரம்பித்திருந்தது.

"கைய எடு குணா, தேவையில்லாமல் என்னோட பிரச்சனைக்கு வராத. சொல்லிப்போட்டன் மரியாதையா கையை எடு..." எச்சரிக்கும் பாணியில் முறைத்தான் வேந்தன்.

"உனக்கென்னடா மரியாதை நாயே! அந்தப் பெட்டை இருக்கிற வீட்டுக்குள்ள கேட்டுக் கேள்வியில்லாமல் கண்ட நேரத்திலையும் ஏனடா கதவைத் திறந்துகொண்டு போறனி?"

"என்ர வீட்டுக்க போறதுக்கு நான் யாரிட்டயும் கேட்கத் தேவையில்ல. திரும்பவும் சொல்லுறன் மரியாதையாக் கைய எடு" குணாவின் பிடியிலிருந்து விடுபடத் திமிறினான் வேந்தன்.

"டேய் உன்ர வீட்டில வாடகைக்கு இருந்தாப்போல அவளென்ன உன்ர மனிசியே?" பற்களை நறுமினான்.

"சட்டப்படி பார்த்தா அப்பிடித்தான். தெரியுமே!" வேந்தன் சொல்லி வாய் மூடுவதற்குள் துடித்துக்கொண்டிருந்த குணாவினது வலது கை அவனது முகத்தைப் பதம் பார்த்தது. வாயில் விழுந்த குத்தில் ஒருகணம் நிலை தடுமாறிய வேந்தன் சட்டெனச் சுதாரித்துக்கொண்டு இரண்டு கைகளாலும்

குணாவைப் பிடித்துப் பலங்கொண்டு தள்ளிவிட்டான். போதையில் நின்ற குணா தொப்பென்று கதவோடு சாயவும், கதவு திறந்துகொள்ள வெளியே போய் விழுந்தவன், "டேய் மயிராண்டி!" என உறுமியபடியே எழுந்து கதவை மூட விடாமல் இடையிற் புகுந்து தடுத்துக்கொண்டான். காருக்குள் இருந்தவாறே இந்த இழுபறியைக் கவனித்த மாலிக் "கமறாத்... கமறாத்!" எனக் கத்தியபடியே குணாவை நோக்கி ஓடிவந்தான். அவனைக் கண்டதும் தன்னை அடிப்பதற்கு பாகிஸ்தானியுடன் வந்திருக்கிறான் என்றெண்ணிய வேந்தன் மேல் உதட்டிலிருந்து வடிந்த இரத்தத்தை புறங்கையால் துடைத்தபடியே "இந்தாப்பொறு பொலிசுக்கு அடிக்கிறன்" எனக் கத்திக்கொண்டு தொலைபேசியை நோக்கி ஓடினான்.

"இந்தாட நாயே உன்ர திறப்பு" அவனது வீட்டுச் சாவியை உள்ளே வீசியெறிந்தான் குணா. விபரீதத்தை உணர்ந்த மாலிக் குணாவைக் கட்டிப்பிடித்து இழுத்துச் சென்று காரில் ஏற்றிக்கொண்டு பறந்தான்.

"கமறாத் சண்டைக்குப் போறதெண்டால் இப்பிடிக் குடிச்சுப்போட்டுத் தனியப் போகக்கூடாது. என்னட்டச் சொல்லியிருந்தால் நானே ஒழுங்கு செய்திருப்பனே" காரை ஓட்டியவாறே சொன்னான் மாலிக்.

"இல்ல மாலிக், அவன் என்ர பிரெண்ட் தான். கதைக்கவெண்டு தான் வந்தனான் இப்பிடியாப்போச்சு சொறி மாலிக் சொறி."

"சரி... சரி... பராவாயில்லை, இந்தா வீடு வந்திற்று அமைதியாய்ப் போய்ப்படு, திரும்பவும் ஏதும் பிரச்சனை எண்டால் எனக்குப் போனப் போடு" எனக் கூறிச் சென்றான் மாலிக். குணா கராச்சினுள் இருப்பதாகவே நினைத்திருந்த ஆதிராவுக்கு வீட்டுக்கு வெளியே அவன் மாலிக்கின் காரில் வந்து இறங்கியதை கண்டபோது தான் புரிந்தது அவன் வெளியே போய் வந்திருக்கும் விடயம்.

"என்னப்பா! ரெண்டு பியர் காணாதெண்டே திரும்பவும் வெளிய போனிங்கள்?" ஒரு எரிச்சல் பார்வை பார்த்தாள் ஆதிரா.

“சாச்ச... நான் வேற அலுவலாய்ப் போனனான் நீ போய்ச் சாப்பாட்டப் போடு” என்றவன், துவாய்த் துண்டை எடுத்துக்கொண்டு குளியலறைக்குள் நுழைந்தான். வேந்தனின் மூஞ்சியில் ஓங்கி ஒரு குத்துக் குத்திய பின்னர்தான். குணாவின் மண்டைக்குள் குந்தியிருந்து அவனது மூளையைப் பிறாண்டிக்கொண்டிருந்த அந்தக் கோபக் குரங்கு குதித்து வெளியேறிப் போனது.

◎

கடக்கக் கடக்கக் கடினமானதாகவே இருந்தது இந்தக் காகக்கூட்டு வாழ்வு. பிள்ளைகளை வளர்க்கும் வரைதான் இந்தக் கஸ்ரங்கள். அதன்பின்னர் எல்லாமே இலகுவாகி விடுமென்று எண்ணிக்கொண்டிருந்த குணாவுக்கு நாட்டு நடப்புகள் ஏமாற்றத்தையே கொடுத்தன. பிள்ளைகளின் பதினெட்டாவது பிறந்தநாளுக்குக் கார் வாங்கிப் பரிசளிக்கவும், கல்யாணத்துக்கு நகைகள் வாங்கிக் குவிக்கவுமெனத் தங்களைக் கசக்கிப் பிழிந்தபடி எல்லோரும் ஓடிக்கொண்டேயிருந்தார்கள். ஊரோடு ஒத்தோடுவதா? ஒதுங்கி நின்று வேடிக்கை பார்ப்பதா? குழம்பிப் போனான் குணா. ஊரோடு ஒத்தோட உடலில் தென்பும் இருக்கவில்லை. ஒதுங்கி நின்று வேடிக்கை பார்க்க மனமும் இடங்கொடுக்கவில்லை. அதே சமயத்தில் தங்களின் கனவுகளையும், ஆசைகளையும் பிள்ளைகள் மேல் ஏவிவிட்டு பிள்ளைகளையும் பந்தயக் குதிரைகளாக மூச்சிரைக்க ஓடவிட்டுக் கலைத்துக்கொண்டிருப்பதிலும் அவனுக்கு உடன்பாடு இருக்கவில்லை.

"உங்கட பிள்ளைகள் என்னத்துக்குப் படிக்குதுகள்?" யார், யாரைப் பார்த்தாலும் இதே கேள்வியாகத்தான் இருந்தது.

"மெடிசின் படிக்குது." அல்லது "இஞ்சினியரிங் படிக்குது." இதுவே பெரும்பாலானோரின் பெருமிதமான பதில்களாகவும் இருந்தன. பிள்ளைகளின் எண்ணங்களுக்கோ, உணர்வுகளுக்கோ இங்கு யாருமே பெரிதாக மதிப்பளிப்பதாகக் குணா உணரவில்லை. எல்லோருமே கிட்டத்தட்ட இருபத்தைந்து வருடங்களுக்கு மேலாக இந்த அந்நிய மண்ணில் அடிமாட்டு அடியடித்தபடி தேடித் தொலைந்துகொண்டே இருந்தார்கள். கடின உழைப்பின் களைப்புத் தீரக் குடிக்க ஆரம்பித்த பலர் அதற்கு அடிமையாகிப்போனார்கள். இன்னும் பலர் உடல்கள் தேய்ந்து வருத்தக்காரர்கள் ஆனார்கள். ஐம்பது வயதைத் தாண்டிய பலரின் திடீர் மரணங்கள் குணாவையும் திகிலடையச் செய்தது.

‘தனக்கும் திடீரென்று ஏதும் நடந்துவிட்டால்’ என்று எண்ணியவனின் நெஞ்சம் மனைவி, பிள்ளைகளை நினைத்துப் பதறியது. இனித் தன்னையும் பாதுகாத்துக்கொள்ள வேண்டுமென்று வாழ்வில் முதல் முறையாக எண்ணிக்கொண்டவன், முதல் வேலையாகத் தனக்குத் திடீர் மரணமே அன்றி உடல் இயலாமையோ ஏற்பட்டுவிட்டால் வீட்டுக் கடன்களை எல்லாம் அடைக்கக்கூடியதொரு பெருந்தொகைக்கு தனது பெயரில் காப்புறுதியும் செய்துகொண்டான். எப்போதும் போல் அவன் மரணத்தை எண்ணிப் பயப்பிடவில்லை. ஆனாலும், உறவுகள் என்று யாருமே அற்ற இந்த அந்நிய மண்ணில் மனைவி, பிள்ளைகள் தனித்துவிடுவார்களே என்ற பயமே அவனை வெகுவாக ஆட்கொண்டிருந்தது. சிவாவை நோர்வேக்குக் கூப்பிடுவதற்கான வசதி கிடைத்திருந்தால் எவ்வளவு நல்லதாக இருந்திருக்கும் என மனம் எண்ணிய மறுகணமே அலைபேசியைக் கையிலெடுத்தவன் கேட்டான், “ஹலோ எப்பிடி மச்சான் இருக்கிற?”

“ஓம் மச்சான் இருக்கிறன், நீங்கள் எப்பிடி இருக்கிறீங்க?” எனக் கேட்டான் பிரான்சில் தனது மனைவியின் உறவினர் குடும்பத்துடன் தங்கி நின்றபடி உறவினரின் விசாவில் வெள்ளி, சனிக் கிழமைகளில் ஒரு உணவகத்தில் களவாக வேலையும் செய்துகொண்டு தனது அகதிக் கோரிக்கைக்கான பதிலை எதிர்பார்த்துக் காத்துக்கொண்டிருந்த சிவா.

“ஓ... எங்களுக்கென்ன குறை, அங்க உன்ர பாடுகள் எப்பிடிப் போகுது? அங்கயாவது எங்கட ஆக்களை அக்செப்ற் பண்ணுறாங்கள் தானே. எங்கட நோர்வே மாதிரித் திருப்பி அனுப்புற நிலைமைகள் இல்லைத்தானே?”

“இல்ல மச்சான் இங்க திருப்பி அனுப்ப மாட்டாங்கள். ஆனால் அக்செப்ற் பண்ணத்தான் கொஞ்சக் காலம் இழுபடும்போல கிடக்குது” என்றானவன் சோர்வான குரலில்.

“சரி... இப்பதானே வந்தனி. கொஞ்சக் காலம் பொறு. எல்லாம் சரிவரும்.”

“ஓமோம்... கடைசி பஸ்ல வந்தனாங்கள் அவசரப்படக்கூடாதுதான். ஆனால் இங்கயுள்ள எங்கட சனங்களின்ர மன நிலையைத்தான் புரிஞ்சுகொள்ள முடியுதில்ல” எனச் சலித்துக்கொண்டான் சிவா.

“ஏன் மச்சான் என்ன நடந்தது?”

“கடைசிவரையும் இயக்கத்தில இருந்த ஒருத்தன் இப்ப இங்க வந்து நிக்கிறான் எண்டு கேள்விப்பட்டு, இங்க இயக்கத்துக்கு வேலை செய்யிற ஆக்கள் கொஞ்சப்பேர் என்னைத் தேடி வந்து எங்களை மாதிரியான ஆக்கள் தானாம் தங்களுக்குத் தேவையாம் எண்டும், தங்களோட இணைஞ்சு வேலை செய்யச் சொல்லிக் கேட்டவை. அதுக்கு நான், இப்பதான் வந்திருக்கிறன் இன்னும் என்னை அக்செப்ற் பண்ணயில்ல, அதனால இப்போதைக்கு சரிவராது பிறகு பார்ப்பம் எண்டு சொல்லிப்போட்டன்.”

“அப்பிடியே! சரி... சரி... நீ சொன்னதுதான் சரி. இப்போதைக்கு நீ இதுகள் ஒண்டிலையும் தலையைப் போட்டிராத” என்றான் குணா.

“ஓம் மச்சான், ஆனால் அவையோட கதைக்கைக்க கடைசி நிலவரங்களைத்தான் துருவித் துருவிக் கேட்டுக்கொண்டு இருந்தினம் அப்பத்தான் திடீரென்று ஒருத்தர் கேட்டார் தலைவர் எப்ப வெளியேறினவர் எண்டு அந்தக் கேள்விதான் என்ர வாயைக் கிளறிப்போட்டுது.”

“ஏன் மச்சான்? நீ என்ன சொன்னனி?” ஆவலாய் கேட்டான்.

“என்ன விசர்க்கதை கதைக்கிறியள், என்னெண்டு வெளியேற முடியும் மேல் மட்டத்தில ஒருத்தருமே இப்ப உயிரோட இல்ல, எல்லாரையுமே அழிச்சுப்போட்டாங்கள் எண்டெல்லே சொல்லிப்போட்டன். உடனயே எல்லாற்ற முகங்களும் கோணிப்போக எழும்பிப் போயிட்டினம். அதுக்குப்பிறகு ரெண்டு நாள் கழிச்சு இங்க இன்னாற்ற வீட்டில கோத்தபாயாவின்ர ஆள் ஒருத்தர் வந்து நிக்கிறாராம் எண்டெல்லே ஏரியா முழுக்கக் கதை அடிபடுகுது” என்றான் சிவா ஒரு வறட்டுச் சிரிப்போடு.

“அட மச்சான் நீ இதுகளைப் பற்றி ஒண்டும் யோசிக்காத, இவங்கள் இப்பிடித்தான் இன்னமும் கனவுலகத்துக்குள்ள தான் இருக்கிறாங்கள். உண்மையிலேயே இவங்களுக்கு நடைமுறை

யதார்த்தம் விளங்கயில்லையா? அல்லது விளங்காதமாதிரி நடிக்கிறாங்களா? எண்டதுதான் இப்ப பெரிய கேள்வியாயிருக்குது. நீ இதுகள் ஒண்டையும் கணக்கில எடுக்காம உன்ர வேலையைப் பார்" எனக் கூறிச் சிவாவைச் சமாதானப்படுத்திக்கொண்டு விடைபெற்றான்.

"அப்பா கோயிலுக்குப் போய்க் கனகாலமாச்சுது வாற வெள்ளி கோயிலுக்கு போயிற்று வருவமே?" பிள்ளைகளுடன் செல்லம் கொஞ்சிக்கொண்டிருந்த குணாவைப் பார்த்துக் கேட்டாள் ஆதிரா.

"ஐயோ! நீங்க போறதெண்டால் போங்கோ, இந்துக் கோயிலுக்கு நான் வரமாட்டன்" எனக் குணாவையும் முந்திக்கொண்டு பதிலளித்தான் மகன்.

"என்னது! இந்துக் கோயிலுக்கு வரமாட்டியோ?" எனக் கேட்ட ஆதிரா மகனை ஒரு எரிச்சல் பார்வை பார்த்தாள்.

"யா, தமிழ் ஆட்கள் சாதி பார்க்கிறதுக்கு இந்து மதம் தான் காரணம்" என தமிழும், நொர்ஸ்க்குமாய் மொழிக் கலப்பில் கூறினான் மகன்.

"அட, இத யாரடா உனக்குச் சொன்னது?" அதிசயித்துக் கேட்டான் குணா.

"இதெல்லாம் எங்கட பாடப் புத்தகத்திலேயே இருக்குது" என்று மகன் சொன்னதுமே இது உண்மையே எனக் கேட்பதுபோன்ற பார்வையுடன் மகளைத் திரும்பிப் பார்த்தான் குணா. அதனைப் புரிந்துகொண்ட அவளும், "ஓமப்பா தம்பி சொல்வது உண்மைதான்" என்பதுபோல் தலையசைத்தாள். அதனைக் கவனித்த குணா யோசனையோடு மௌனமானான்.

"இல்லை அப்பன், மதத்துக்கும் சாதிக்கும் சம்மந்தமில்லை" எனப் பதறிய தாயை, ஒண்டுமே தெரியாத ஜென்மங்களாய் இருக்குதுகள் என்பது போல் ஒரு பரிதாபப் பார்வை பார்த்துவிட்டுச் சத்தமின்றித் தனது அறைக்குள் நுழைந்துகொண்டான் மகிழன்.

"சரி... சரி... இதுகளெல்லாம் இருக்கட்டுமம்மா, இதுகளிப்ப முக்கியமில்ல. நீ இப்ப வீதரக்கோனில (உயர்நிலைப்பள்ளி)

சேர்ந்திட்ட என்னத்துக்குப் படிக்கப்போற? என்னவாக ஆகப்போற எண்ட முடிவை எடுத்திட்டியே?" எனப் பேச்சை மாற்றும் விதமாக மகளைப் பார்த்துக் கேட்டான் குணா.

"நோயாளி ஆகப்போறன்" வாயில் வந்ததைச் சட்டெனக் கூறிவிட்டு நாக்கைக் கடித்துக்கொண்டு பம்மினாள் இனியா.

"என்னடி நீ! அப்பா என்ன கேட்கிறார் நீ என்ன சொல்லுற?" எரிச்சலுடன் வார்த்தைகளால் பாய்ந்தாள் ஆதிரா.

"வேற என்ன, எல்லாத் தமிழ்ப் பிள்ளைகளுமே டாக்டருக்குப் படிச்சால் நோயாளிகளும் தேவை தானே" எனத் தந்தையின் முதுகுக்குப் பின்னால் ஒளிந்துகொண்டு கூறினாள்.

"நீங்களெல்லாம் இப்ப நல்லாக் கதைக்க வெளிக்கிட்டியள்." எனப் புறுபுறுத்தபடியே கொதிப்புடன் ஆதிரா எழுந்துபோக, உதிர்ந்தும் உதிராத ஒரு உதட்டுப் புன்னகையுடன் மகளைப் பார்த்துக்கொண்டிருந்தான் குணா. தந்தையின் மனதைப் புரிந்துகொண்ட இனியா அவனைக் கட்டியணைத்தபடி மார்பில் சாய்ந்துகொண்டே "இல்லையப்பா, நான் இன்னும் முடிவு செய்யயில்ல. அடுத்த வருடந்தான் முடிவு செய்யலாம்" என்றாள்.

பிள்ளைகளின் வளர்ச்சி ஒரு பக்கம் ஆச்சரியமாகவும், ஆனந்தமாகவும் இருந்தாலுங்கூட தமிழ்ப் பிள்ளைகள் என்ற அடையாளங்களை அவர்கள் இழந்துகொண்டுவரும் இன்னொரு பக்கம் அவனைப் பயமுறுத்தத்தான் செய்தது. இன்று இந்து மதம் பற்றி மகன் சொன்ன விடயத்தையும் அதனை அவன் பாடப் புத்தகத்திலிருந்தே படித்திருக்கின்றான் என்பதையும் அறிந்தபோது, குணா அமைதியாக இருப்பது போல் வெளியே காட்டிக்கொண்டாலும் உள்ளுக்குள் மனம் பதறாமலில்லை.

இரவு பக்கத்தில் படுத்திருந்தவாறே, "அப்பா இண்டைக்குக் கடைக்குப் போகைக்க நிமலன் அண்ணயின்ர மனிசியைக் கண்டனான். அவையுமெல்லே தனி வீடு வாங்கிப் போட்டினமாம். அதுவும் இருந்த வீட்டை விற்காமலேயே வாங்கி இருக்கினமாம்" என்றாள் ஆதிரா.

போக்காளி | 595

"அட, இருந்த வீட்டை விற்காமல் தனிவீட்டுக்கு லோன் குடுத்தவங்களே?"

"ஓமப்பா... அந்த வீட்டை வாடகைக்கு விடப்போகினமாம். பாத்தீங்களே அதுகள் ரெண்டு பிள்ளைக்கும் வீடு வாங்கிப்போட்டுதுகள்" என அவனது மார்பு முடியை விரல்களால் கிளறியவாறே ஆதிரா கூறியதானது, இவளும் இரண்டாவது வீட்டிற்கு அத்திவாரம் போடுகிறாளோ எனக் குணாவின் மனதுக்குள் சந்தேகத்தை எழுப்பியது. அதனால் மேற்கொண்டு கதையை வளர்க்க விரும்பாமல் நித்திரை வந்துவிட்டது போல் கண்களை இறுக மூடிக்கொண்டு புரண்டு படுத்தவனை சிறிது நேரத்திலேயே நித்திராதேவியும் தழுவிக்கொண்டுவிட்டாள்.

காலை ராக்சித் தரிப்பிடத்தில் குணா காத்து நின்றபோது நடுத்தர வயதை அண்மித்துக்கொண்டிருக்கும் ஒரு நோர்வேஜியர் பயணப் பெட்டியை இழுத்துக்கொண்டு குணாவின் காரை நோக்கி வந்தபோதே இது விமானநிலையத்துக்கான பயணமாகத்தான் இருக்குமென குணா மனதுக்குள் எண்ணிக்கொண்டான். அவனது எண்ணம் பொய்க்கவில்லை. வழமையில் தனியாக வருபவர்கள் காரின் முன் இருக்கையில் அமருவது அரிதாகவே இருக்கும். ஆனால் இவர் முன் இருக்கையில் அமர்ந்ததோடு குணாவைப் பார்த்து "நீ தமிழனா?" என முகத்தில் மகிழ்ச்சி பொங்கக் கேட்டார்.

"ஓம், நான் தமிழன் தான். எனது பெயர் குணா" எனப் புன்னகைத்தவாறே காரைக் கிளப்பினான்.

"ஓகோ அப்படியா! சந்தோஷம். எனது பெயர் எலியாஸ். எனக்கு நிறையத் தமிழர்களைத் தெரியும். தமிழர்கள் கடின உழைப்பாளிகள் அதனால தமிழர்களை எனக்கு நல்லாப் பிடிக்கும். ஆனால், தமிழ்ப் புலிகள் தான் பாவம் தோற்றுப்போனார்கள்" எனப் புலிகளுக்காகப் பரிதாபப்பட்டு உச்சுக் கொட்டினார். விமானநிலையத்தை அடையும் வரையும் இன்றைக்கு ரேடியோவைப் போட வேண்டிய தேவை இருக்காதென குணா மனதுக்குள் எண்ணிக்கொண்டான். அவன் எண்ணியது போலவே புலிகளின் வீரத்தையும், தமிழர்களின் உழைப்பையும் புகழ்ந்து தள்ளிக்கொண்டே வந்தவர். சட்டெனக்

குணாவைப் பார்த்து “உன்னிடம் பெர்சனலாக ஒரு கேள்வி கேட்கலாமா?” என்றார் தயக்கத்துடன்.

“ஓ... பரவாயில்லை கேட்கலாம்.”

“உன்னிடம் சொந்த வீடு இருக்கே?”

“ம், இருக்குது, அதுக்கென்ன?”

“இதுதான் எனக்கு அதிசயம். எனக்குத் தெரிஞ்ச ஒரு தமிழருமே வாடகை வீட்டில இல்லை. எல்லாருமே சொந்த வீட்டில தான் இருக்கினம் சிலர் இரண்டு, மூன்று வீடுகள் கூட வைச்சிருக்கினம். ஆனால் எல்லாருமே இங்க வந்து ஒரு இருபத்தைந்து வருசம் தான் இருக்கும். ஆனால் இங்கயே பிறந்து வளர்ந்த நான் இன்னும் வாடகை வீட்டில தான் இருக்கிறன். இதெல்லாம் உங்களால் மட்டும் எப்படி முடிகிறது?” எனக் கேட்டவர் குணாவை அதிசயித்துப் பார்த்தார்.

“இதொண்டும் உலக மகா அதிசயமில்ல, நீங்கள் வாழுறதுக்காக உழைக்கிறிங்கள், நாங்கள் உழைக்கிறதுக்காகவே வாழுறம். இதுதான் விசயம் வேற ஒண்டுமில்ல” என்ற குணாவை புருவம் தூக்கிப் பார்த்தவாறே எலியாஸ் மௌனமாக இருக்க, “நீ இப்ப எங்க போற?” கேட்டான் குணா.

“லண்டனுக்கு.”

“ஏன் போறாய்? எப்ப திரும்புவாய்?”

“இரண்டு நாள் அங்குள்ள நண்பர்களைச் சந்திச்சுக் குடிச்சு கும்மாளம் அடிச்சு சந்தோசமாக இருந்துவிட்டு ஞாயிறு இரவே இங்கு திரும்பிவிடுவேன்.” ஏன் கேட்கிறான் என்பது புரியாமலேயே பதிலளித்துவிட்டுக் குணாவின் முகத்தையே பார்த்தார் எலியாஸ்.

“ஆனால், நான் என்ன செய்வேன் தெரியுமா? இந்தச் சனி, ஞாயிறு இரண்டு நாளும் வேலை செய்வேன். நீ திங்களில் இருந்து வெள்ளி வரையும் உழைச்சது முழுவதையும் இந்த இரண்டு நாளிலும் செலவழித்துவிடுவாய். நானோ திங்களில் இருந்து வெள்ளி வரை உழைத்ததுக்கும் மேலாக இந்த இரண்டு

நாட்களில் உழைத்துவிடுவேன் அதுவுனக்குத் தெரியுமா?" எனக் கேட்ட குணாவைக் கண் வெட்டாது அவனைப் பார்த்தபடியே இருந்தார்.

"சொந்த வீடு வைச்சிருக்கிற என்னைப் பார்க்க உனக்கு ஆச்சரியமா இருக்கலாம். ஆனால், வாழ்க்கையை அனுபவித்து வாழ்ந்துகொண்டிருக்கிற உன்னைப் பார்க்க எனக்கு உண்மையாகவே பொறாமையா இருக்குது" என்ற குணா ஒரு ஏக்கப்பெருமூச்சோடு எலியாஸ்சைப் பார்த்தபோது கார் விமான நிலையத்தின் முன் வந்து நின்றது.

* * *

ஒரு பகற் பொழுது முடியும் தருவாயில் குணா காரைக் கழுவிவிட்டு எரிபொருள் நிலையத்திலிருந்து வெளியே எடுத்தபோது அங்கே தனது காருக்கு எரிபொருள் நிரப்பிக்கொண்டு நின்றான் வள்ளுவபிரபு. இது வள்ளுவபிரபு தானா என்று சந்தேகமே எழும் அளவுக்கு மெலிந்து ஒடுங்கிய உடலுடன் இரண்டு கீழ்வாய்ப் பற்களும் வீழ்ந்து முகம் வாடிய தோற்றத்துடன் வயதானவர் போல் நின்றான் அவன்.

"அடேய் மச்சி எப்பிடியெடா இருக்கிறாய்?" காரை ஓரமாக நிறுத்திவிட்டு இறங்கி ஓடிய குணாவைக் கட்டித் தழுவிக்கொண்டான் வள்ளுவபிரபு.

"ஓமடாப்பா ஏதோ இருக்கிறன். எல்லாம் கேள்விப்பட்டிருப்பாய் தானே." பெருமூச்சோடு தலையைக் கவிழ்ந்துகொண்டான்.

"ஓம் மச்சி அறிஞ்சதுமே சரியான கவலையாப்போச்சடா, உனக்கு கனதரம் போன் அடிச்சனான் ஆனா உன்ர போன் வேலை செய்யயில்லை."

"ஓ... இப்ப வேற நம்பர் தான். காரை அங்கால எடுத்துவிட்டிற்று வாறன் நில்." என்றவன், காரை எடுத்து குணாவின் காரின் பின்னால் நிறுத்த அவனது காரிலேயே குணாவும் ஏறி அமர்ந்துகொண்டான்.

"என்னடாப்பா இது! இவ்வளவு கேவலமா இருக்கிற சாப்பாடுகளைக் கவனிக்கிறதில்லையே?"

“சாப்பிடுறது தான் மச்சி. பிள்ளைகளை நினைச்சாத்தான் கவலை, நித்திரையே வருகுதில்லையடா அதனால ஒரே குடிதான். குடிச்சாத்தான் எல்லாத்தையும் மறந்து கொஞ்சம் நித்திரை கொள்ளக்கூடியதா இருக்கு. இந்தாப் பார் இப்பதான் பிலிப்பைன்காரியிட்டப் போய் வேண்டிக்கொண்டு வந்தனான்” எனப் பின் சீற்றைக் காட்டினான். அதில் பொலித்தின் பையில் சுற்றப்பட்ட புறாப் படம் போட்ட இரண்டு விஸ்கிப் போத்தல்கள் கிடந்தன.

“அடேய் மச்சி குடிக்கிறது தான் குடிக்கிற நல்ல சாமானா வீன்மோனபோலோவில (சாராயக்கடை) வாங்கிக் குடியன்ரா. மலிவெண்டு சொல்லி பிலிப்பைன்காரியிட்டக் களவாக வாங்குறது நஞ்சுக்குச் சமமெடாப்பா, அதில மெத்தனால் என்ற நச்சுத் தன்மையுள்ள ஒருவகை வேதிப் பொருளை கலக்கிறாங்கடா அதனாலதான் இதை மலிவா விற்கிறாங்கள். இதுகளைக் குடிச்சுத்தான் எங்கட ஆக்கள் கொஞ்சப்பேர் ஆஸ்பத்திரியும், வீடுமா அலையுறாங்கள் தெரியாதே, தயவு செய்து இதக் குடிக்கிறத நிப்பாட்டடா மச்சி” என்று எச்சரித்தான் குணா.

“அட சும்மா போடா, இருந்துதான் என்னத்தச் சாதிக்கப்போறன். கெதியாப் போய்த் தொலைஞ்சாலும் நிம்மதிதான்” எனச் சலித்துக்கொண்டானவன்.

“அடேய்... உந்த விசர்க்கதையை விட்டிற்று உருப்படுற வழியைப் பாரடாப்பா. சரி, இப்ப எனக்கும் நேரமாகுது போன் நம்பரைத்தா நான் பிறகு கதைக்கிறன்” என்றவன் அவனிடமிருந்து அலைபேசி இலக்கத்தை வாங்கிக்கொண்டு புறப்பட்டான்.

“என்னப்பா, கார் கழுவ இவ்வளவு நேரமே?” அவித்த மாவை ஆவிபறக்க அரித்துக்கொண்டிருந்தவள் கேட்டாள்.

“ஓ... இவன் வள்ளுவபிரபுவைக் கண்டாப்போல கதைச்சுக் கொண்டு நிண்டனான்” என்றவாறே தேனீருக்குத் தண்ணீரைக் கொதிக்கவைத்தான்.

“என்னவாம்! குடும்பத்தோட சேர்ந்திற்றாரே?”

“சாச்ச... அவன்ர கோலத்தைப் பார்த்தால் அதெல்லாம் சரிவராது போல கிடக்குது.”

“க்ம்... வாழ்க்கையை ஒழுங்கா வாழ்ந்திருந்தால் ஏனிந்த நிலைமை.”

“சரி... சரி... விடு, இந்த நாட்டில நாங்களும் சரியாத்தான் வாழ்ந்துகொண்டிருக்கிறோமா ஆருக்குத் தெரியும். பிள்ளைகளைக் கட்டுப்படுத்தவும் பயமா இருக்குது. அதுகளின்ர சுதந்திரத்துக்கு விடவும் பயமா இருக்குது. எங்கயாவது போய் முட்டுப்பட்டு நிக்கைக்க தானே எல்லாம் தெரியும்.”

“ஏனப்பா சும்மா பயப்பிடுறியள், இங்க பிறந்த எங்கட தமிழ்ப் பிள்ளையள் எல்லாமே நல்லாப் படிச்சு நல்ல நிலைக்குத்தானே வந்துகொண்டிருக்குதுகள்” என்றவள் குணாவின் பக்கம் திரும்பியபோது முகத்தில் விழுந்த முடியைப் புறங்கையால் விலத்திவிட்டாள்.

“ஓ... படிப்புகள், உத்தியோகங்களில நல்ல முன்னேற்றந்தான். ஆனால் இந்தக் கல்யாணம் எண்டு வரயிக்கதானே எல்லாம் பிசகுதுகளாம்.”

“ஓமப்பா, அதெண்டால் உண்மைதான். பிள்ளையளின்ர கலியாண விசயத்தில தாய், தகப்பன் சரியாத்தான் கஸ்ரப்படுகுதுகள்.”

“இங்க பிறந்து வளர்ந்ததுகள் எல்லாம் சுயநலமாத்தானே சிந்திக்குதுகள். எங்களை மாதிரி நாட்டிலையும் போய்க் கட்டிக் கூட்டிக்கொண்டு வர மாட்டுதுகளாம். இங்கத்தைய மொழியோட, உத்தியோகத்தோட இங்க பிறந்து வளர்ந்ததுகளைத்தானாமே கட்டுங்களாம்” என்றவாறே தேனீருக்குள் போட்ட சீனியைக் கறண்டியால் கலக்கினான்.

“ஓ... உங்கட காலத்தில இங்க தமிழ்ப் பொம்பிளையள் இல்லாதபடியால தானே நீங்கள் அங்க வந்தனிங்கள். இங்க பிறந்ததுகளுக்கு இங்கயே வசதி இருக்கைக்க அதுகளுந்தான் அங்க போய் இங்கத்தைய மொழி தெரியாத இங்கத்தைய கலாச்சாரம் புரியாததுகளைக் கட்டிக் கூட்டிக்கொண்டு வந்து கஸ்ரப்பட விரும்புங்களே?”

"சரியடியாத்தி, ஆனால் இங்க இருக்கிறதே கொஞ்சச் சனங்கள்தான் அதுக்குள்ளயும் எங்கடையள் சாதி, சமயம், குலங்கோத்திரம் எண்டு பார்க்கைக்க தானே பிள்ளைகளுக்கு பிரச்சனை வருகுது."

"ம்... அதொரு பெரிய பிரச்சனைதான். தாய், தகப்பன் சாதி, சமயமெண்டு பார்த்தால் பிள்ளைகள் அழகு, அந்தஸ்து எண்டெல்லே பார்க்குதுகள். எல்லாம் சரியா வாறதெண்டால் லேசான விசயமே. இதுகளை நினைச்சால் இப்பவே பயமாத்தான் கிடக்குது." அரிக்கனில் இருந்த குருனி மாக் கட்டைகளைக் குப்பை வாளியில் தட்டிக் கொட்டினாள்.

"அதனால் தானடியப்பா, இப்ப நிறையத் தமிழ்ப் பிள்ளையள் நொஸ்க்குகளையும் வெளிநாட்டுகாரங்களையும் தானே கட்டுதுகள்."

"அதுமட்டுமா... எல்லாத்திலையும் போட்டி போட்ட எங்கடையள் இப்ப டிவோர்ஸ் எடுக்கிறதிலையும் நொஸ்க்குகளோட போட்டி போட வெளிக்கிட்டுதுகள் தானே. அப்பிடிப் பார்க்கைக்க எல்லாம் ஒண்டுதான். இன்னுமொண்டேல்லே சாதி மாறிக் கட்டுறதிலும் பார்க்க நொஸ்க்குகளைக் கட்டுறது கௌரவக் குறைச்சல் இல்லையெண்டும் எங்கடையள் நினைச்சிருக்குங்கள் போல."

"உனக்கொரு விசயந்தெரியுமே, நான் நினைக்கிறன் மணியமண்ணையின்ர கடைசிப் பெட்டையும் நொஸ்க்கனைத்தான் கட்டப்போகுது போல..."

"ஆ... என்னப்பா இது! உண்மையாவே?" வாயைப் பிளந்தாள்.

"ஒரே பெடியனோட கன தடவை அவளைக் கண்டிருக்கிறன். அப்பயெல்லாம் சும்மா பிரெண்டாக்கும் எண்டுதான் நினைச்சனான். ஆனால், போன கிழமைதான் அவையின்ர நெருக்கத்தப் பார்த்தன். அது பிரெண்ட்சிப் மாதிரித் தெரியயில்ல."

"அப்ப என்னப்பா, மணியமண்ணைக்கு விஷயம் தெரியாதே?"

"ஆருக்குத் தெரியும், ஆனால் அஞ்சாறு மாசத்துக்கு முன்னந்தான் பெட்டைக்கு வயசு வந்திட்டுது. நாட்டில இருந்து மாப்பிளை

எடுக்கவும் மாட்டனெண்டு நிக்கிறாள். இங்கயே ஆரும் நல்ல பெடியள் இருந்தால் சொல்லெண்டு சொன்னவர், இப்ப நான் கண்ட இந்த விஷயத்தை அவரிட்டை சொல்லுறதா, விடுறதா எண்டுதான் எனக்கொரே குழப்பமா இருக்குது" என்றான் யோசனையோடு.

"அதுதானே சொன்னாலும் பிரச்சனை, சொல்லாட்டியும் பிரச்சனையா எல்லே போயிரும். எதுக்கும் வடிவா யோசிச்சு முடிவெடுங்கப்பா."

"சரி... சரி... கார் கழுவப்போய்க் காரில இருந்த அழுக்கெல்லாம் உடம்பில வந்திட்டுது. நானொருக்கால் மேலக் கழுவிப்போட்டு வாறன்" எனத் துவாய்த் துண்டை எடுத்துக்கொண்டு குளியலறைக்குள் நுழைந்தான்.

குணா குளித்துவிட்டு வெளியே வந்தபோது சிரித்த முகத்தோடு இருந்த ஆதிரா "நீங்க சொன்னது சரிதானப்பா" என்றாள்.

"என்னடியாத்த! அதுக்கிடையில அதுகளிட்ட கேட்டுப் போட்டியே?"

"இல்லயப்பா, நான் கேட்கயில்ல, சந்திராக்காவோட சும்மா கதப்பமெண்டுதான் போன் எடுத்தனான். பெட்டைக்கும் வயசு வந்திட்டுதல்லே ஏன் இன்னும் வைச்சுக்கொண்டு இருக்கிறியள் எண்டு கதையை விட்டுப்பார்த்தன். அப்பத்தான் சொன்னா போன மாசந்தானாம் பெட்டை இப்பிடியொரு லவ் இருக்கெண்டு சொன்னவள். தங்களுக்கும் பெரிசா விருப்பமில்லையாம், இருந்தாலும் இனியென்ன செய்யிறதெண்டு சம்மதிச்சுப்போட்டினமாம். வாற மாசமே நொஸ்க் கல்யாணம் மாதிரி சிம்பிளா முடிக்கப்போகினமாம். அந்த விசயமா உங்களோட கதைக்கவேணும் எண்டு மணியமண்ணை சொன்னவராம்" என்று குளித்துவிட்டு வருவதற்குள் முழுவிடயத்தையும் அறிந்து அவனிடம் ஒப்புவித்தாள் ஆதிரா.

◎

2016

நல்ல நாள், பெருநாட்களில் குணா அம்மாவோடு கதைக்காமல் இருந்ததில்லை. முன்பு போல் இல்லையே, இப்போதுதானே உலகின் எந்த மூலைக்கும் முகம் பார்த்துக் கதைக்கும் வசதிகள் வந்ததுவிட்டன. அலைபேசியைக் காதில் வைத்ததுமே வெடிச் சத்தங்களே காதைக் கிழித்தன. தைப்பொங்கல் தினம் என்றால் இருக்காதா பின்ன, வைபரில் வீடியோவை ஆன் பண்ணினான். கோலம் போட்ட நிலத்தில் மாவிலைத் தோரணங்களுக்கு நடுவில் மண் பானையில் பொங்கல் பொங்கி வழிந்துகொண்டிருந்தது. பானைக்குள் அகப்பையை வைத்து அத்தான் கிளறிக்கொண்டிருந்தார். மருமகன் நண்பர்களுடன் சேர்ந்து வெடிகளைக் கொளுத்தி எறிந்த வண்ணமேயிருந்தான். அதனைப் பார்த்ததுமே குணாவின் மனதிற் பழைய நினைவுகள் நிழலாடிப்போயின.

“இவங்கள் வெடியைக் கொளுத்தி ஒரே சத்தமா இருக்கடா தம்பி ஒண்டுமே கேட்குதில்ல, இந்தா அம்மாவோட கதை அவா உள்ளுக்குத்தான் இருக்கிறா” எனக் காதைப் பொத்திக்கொண்டு வீட்டுக்குள் ஓடிய அக்கா அம்மாவிடம் அலைபேசியைக் கொடுத்துவிட்டு மீண்டும் முற்றத்துக்கு ஓடினாள்.

“என்னப்பு எப்பிடி இருக்கிறியள்?” இழுத்துப் போர்த்திக் குறண்டியபடி குந்தியிருந்த அம்மாவைப் பார்த்தவனின் மனத்தை ஏதோவொரு வித ஏக்கம் பற்றிக்கொண்டது. அம்மா என்றாலே அவனுக்கு ஞாபகத்தில் வருவது அவன் வெளிநாடு வருவதற்கு முன் அம்மாவோடு வாழ்ந்த அந்தக் காலத்து நடுத்தர வயதுத் தோற்றமே, இப்போதைய முதுமைத் தோற்றத்தில் அம்மாவைக் காண அவனது மனம் விரும்பவில்லை. அம்மாவின் குரல் தளுதளுத்தது. சுருக்கங்கள் விழுந்த முகம் வெளுறிக் காய்ந்துபோயிருந்தது. அலைபேசியின் ஆட்டத்தில் கை நடுக்கமும் தெரிந்தது.

“என்னம்மா? ஏதும் சுகமில்லையே! ஏன் ஒரு மாதிரியா இருக்கிறிங்க?” பதட்டத்துடன் கேட்டான்.

"இல்லயப்பு இங்கையும் இப்ப சரியான குளிராய் இருக்கடாப்பு. அதுதான் கொஞ்சம் தடிமனாக்கிப் போட்டுது." அம்மா பேசிய வார்த்தைகளை விடவும் இருமலையே அதிகமாகக் கேட்டான்.

"சரியம்மா, இருமல், தடிமன் எண்டு சும்மா விட்டிற்று இருக்காமல், டொக்டரிட்டக் காட்டி மருந்தை எடுங்கோ நான் பிறகு நாளைக்கு கதைக்கிறன்." தொடர்பைத் துண்டித்துக்கொண்ட பின்னரும் குணாவின் மனம் அம்மாவின் நினைவில் துடித்துக்கொண்டேயிருந்தது. அம்மாவுடன் வாழ முடியாமல்ப்போன அந்த வாழ்வை அம்மாவின் கடைசிக் காலங்களிலாவது கொஞ்சம் வாழ்ந்து கழித்துவிடலாம் என்ற கனவுடன் இருந்தவனை அம்மாவின் திடீர் முதுமைத் தோற்றமும், அடிக்கடி நோய்வாய்ப்படும் நிலையும் கவலையில் ஆழ்த்தியது.

குணா பயந்துகொண்டிருந்தது போலவே மறுநாள் காலையிலேயே அலைபேசியில் வந்த அக்கா "தம்பி அம்மாவுக்குச் சுகமில்லையடா. நேற்றுக் குளிருதெண்டு இருந்த மனிசி பொங்கலையும், வாழைப்பழத்தையும் சாப்பிட்டுப்போட்டுப் படுத்ததுதான் தாமதம் காச்சலாக்கிப் போட்டுது. பனடோல் போட்டும் நிக்கயில்ல, அதுதான் விடிஞ்சதுமே ஆட்டோவைப் பிடிச்சுக்கொண்டு ஆஸ்பத்திரிக்குக் கொண்டுவந்தனான், இப்ப இங்க மறிச்சுப்போட்டினம். ஆனால் பெரிசா ஒண்டுமில்ல, நீ யோசிக்க வேண்டாம். இதைத்தான் உனக்குச் சொல்லுவமெண்டு எடுத்தனான்" என, அக்கா கூறியதைக் கேட்ட குணாவின் மனம் எதிலும் லயிக்காது சஞ்சலத்துடனேயே இருந்தது. ஒவ்வொரு நாளும் அக்காவுடன் தொடர்பிலேயே இருந்தான்.

நான்காம் நாள் கதைத்தபோது அக்காவின் குரலில் ஒருவித பதட்டத்தை உணர்ந்தவன், "என்னக்கா? என்ன நடந்தது? ஏனின்னும் துண்டுவெட்டி விடாமல் ஆஸ்பத்திரியிலேயே வைச்சிருக்கினம்?" எனக் கேட்டவனின் குரலில் பயம் வெளிப்பட்டது.

"பிரஷர், சுகர் எல்லாம் கூடிப்போச்சாமடா தம்பி, அதெல்லாம் குறையவிட்டுத்தான் வீட்டுக்கு விடுவினம் போலயிருக்கு. அதோட இப்ப ஒரே பிசத்தலாகவும் இருக்குது. சம்மந்தமில்லாத கதைகள் எல்லாம் கதைக்கிறா, போற வாற நேரமெல்லாம் தம்பி

இன்னும் வரயில்லையே? தம்பி இன்னும் வரயில்லையே? எண்டு உன்னைத்தான்ரா தேடுறா. அதுதான் எனக்கும் கொஞ்சம் பயமா இருக்கடா" என்றாள் அக்கா.

"என்னக்கா சொல்லுற! அப்ப நான் வரவே?"

"அதுதாண்டா என்ன செய்யிறதெண்டு எனக்கும் தெரியயில்ல."

"சரி, இண்டைக்கும் போய்ப் பார்த்திட்டு வந்து நிலைமையை சொல்லு, நான் பிறகு கதைக்கிறன்" எனத் தொடர்பைத் துண்டித்துவிட்டு யோசனையில் ஆழ்ந்திருந்தான். நான்கு நாட்களாக நிம்மதியற்றிருக்கும் அவனது மனதை அறிந்த ஆதிரா அவனருகில் வந்தமர்ந்தாள்.

"என்னப்பா மாமிக்கு கடும் வருத்தமாமே! அப்பிடியெண்டால் நீங்கள் ஒருக்கால் போயிட்டு வாங்கோவன்."

"காச்சல் இன்னும் நிக்கயில்லையாம், பிரஷர், சுகர் எல்லாம் கூடியிருக்காம், எனக்கெண்டால் என்ன செய்யிறதெண்டு தெரியயில்ல" என்றவன் யோசனையோடு பிடரியைச் சொறிந்தான்.

"அப்பயப்பா ஒரு பத்து நாளாவது லீவு எடுத்துக்கொண்டு போயிற்று வாங்கோவன், பிறகேதும் நடந்திட்டுதெண்டால் கவலையாயெல்லே இருக்கும். நானிங்க பிள்ளைகளை வடிவாப் பார்ப்பன் நீங்கள் ஒண்டுக்கும் யோசிக்காமல் போயிட்டு வாங்கோ" என்றவள் வெறும் பேச்சோடு நிற்கவில்லை. குணாவினது பயணத்திற்கான சகல ஒழுங்குகளையும் செய்து அவனை வழியனுப்பி வைத்தாள்.

மருந்து செய்த மாயமோ அல்லது மகனைக் கண்ட மாயமோ தெரியவில்லை. ஏழு நாட்களாகப் படுத்த படுக்கையாய்க் கிடந்த அம்மா எழுந்து குந்திவிட்டா. குணாவே ஆஸ்பத்திரியிலிருந்து துண்டுவெட்டி மகிழ்ச்சியுடன் அம்மாவை வீட்டுக்கு அழைத்து வந்தான். இம் முறை வேறு அலுவல்கள் ஏதும் இல்லாமல் தனியே வந்தவன் இந்த ஒரு கிழமையையும் அம்மாவுடனேயே கழிப்பதென முடிவெடுத்துக்கொண்டான். அம்மாவிற்குச் செய்யக்கூடிய பணிவிடைகளைச் செய்தான். அம்மாவுக்கும் அது

போக்காளி | 605

மகிழ்வாயிருந்தது. வருத்தத்தில் இருந்து தேறிவந்து மகனுக்குக் கூழ் காய்ச்சிக் கொடுக்கும் அளவுக்கு அம்மா உசாரானார்.

"தம்பி நீ வந்ததும் நல்லதாப்போச்சடா, உன்னைக் கண்டதுதான் மனிசிக்கு உசார் வந்து எழும்பினது. இல்லாட்டி இப்பவும் முனகிக்கொண்டு வாட்டில தான் படுத்திருந்திருப்பா" என்றாள் அக்கா. மாமர நிழலில் காற்று வாங்கியவாறு சாய்மனைக் கட்டிலில் படுத்திருந்தவனிடம்.

கீச்சிட்டபடி மாமரக்கிளையில் வந்தமர்ந்த இரண்டு குருவிகள் சொண்டுகளை உரசியும், கிளைவிட்டுக் கிளை தத்தித் தாவியும் ஒன்றை ஒன்று துரத்திப் பிடித்து சில்மிஷங்கள் பண்ணியபடி விளையாடிக்கொண்டிருந்தன. அவை காதலர்களாக இருக்குமென எண்ணிக்கொண்ட குணா குருவிகளை ரசித்துப் பார்த்துக்கொண்டிருக்கும் போதே அவை சட்டென எழுந்து பறந்தன, சிறிது தூரம் குருவிகளின் பின்னாலேயே பறந்த அவனது மனசு மீண்டும் மாமரத்தில் வந்தமர்ந்தபோது, அவனது பார்வையில் பதிந்தது குருவிச்சம் பூவே. மாமரத்தின் கிளைகளில் பல இடங்களில் குருவிச்சை மொய்த்துப் பிடித்திருந்தது. குணாவின் கண்களும், மனமும் அக் குருவிச்சையை மொய்த்துப் பிடித்துக்கொண்டன. சிறிது நேரம் வைத்த கண் வாங்காமல் அதனையே பார்த்தபடி யோசித்துக்கொண்டிருந்தான். அதனைக் கவனித்த அக்கா, "ச்ஷா... இந்தக் குருவிச்சைச் சனியன் மாமரத்தைப் பழுதாக்கப் போகுதே, இத வெட்டி எறியக் கூட இந்த மனுசனுக்கு நேரமில்லையே" எனப் புறுபுறுத்துக்கொண்டு எழுந்து போனாள். அதனைக் கேட்ட குணாவின் மனம் ஒருகணம் துணுக்குற்றது. 'ஐ... ஐயோ! நிற்க நிலமற்ற இந்த ஒட்டுண்ணித் தாவரத்தின் வாழ்வு தானே என் வாழ்வும்.' எண்ணிக்கொண்டபோதே துயரம் நெஞ்சை அடைக்க மனசு சத்தமில்லாமல் குழைந்தது.

ஆதிராவின் அம்மாவும், தம்பியும் பரந்தனிலிருந்து வந்து குணாவைப் பார்த்துவிட்டுப்போன அடுத்த நாளே யாழ் நகருக்குச் சென்று மனைவி, பிள்ளைகளுக்காக வாங்கிவந்த உடுப்புக்களைப் பெட்டிக்குள் அடுக்கி வைத்தபோதுதான், அவன் பயணம் புறப்படுவதற்கு சற்று முன்னர் அவசர அவசரமாக மணியமண்ணையுடன் ஓடிவந்த சந்திரா அக்கா

நல்லூரில் இருக்கும் தனது தங்கையிடம் கொடுத்துவிடும்படி தந்துவிட்ட மோபைல் போன் கண்ணில் பட்டது. அன்று மாலையே அதனை எடுத்துக்கொண்டு சந்திரா அக்காவின் தங்கையின் வீட்டை நோக்கி சைக்கிளில் பறந்தான். எத்தனையோ காலங்களுக்கு முன்பு நண்பர்களுடன் சைக்கிள்களில் பறந்து திரிந்த தெருக்களில் பழைய நினைவுகளுடன் மீண்டும் சைக்கிளை ஓட்டிக்கொண்டிருந்த அனுபவமானது அவனது மனதுக்கு மகிழ்ச்சியை கொடுத்தபோதும், அந்த நண்பர்களில் ஒருவருமே தற்போது இங்கு இல்லையே என்ற ஏக்கமும் மனதுக்குள் இல்லாமலில்லை. சந்திராக்காவின் தங்கையின் வீட்டைச் சென்றடைந்தான். வசதியான பெரிய வீடு, கேற்றுக்கு வெளியே ஒரு ஆட்டோ நின்றது. வீட்டு முற்றத்தில் மூன்று மோட்டார் சைக்கிள்கள் வரிசைகட்டி நின்றன. குணா தன்னை அறிமுகப்படுத்திக் கொண்டதுமே நல்ல வரவேற்புக் கிடைத்தது. அவன் அங்கு சென்ற பத்தாவது நிமிடத்தில் ஒருவனும், இருபதாவது நிமிடத்தில் ஒருவனுமாக சந்திராக்காவின் இரண்டு பெறாமகன்களும் வெள்ளையும், சொள்ளையுமாக மினுக்கிக்கொண்டு ஆளுக்கொரு மோட்டார் சைக்கிளில் ஏறிப் பறந்தார்கள். கடைசி மகள் மட்டும் ஏதோவொரு தொலைக்காட்சி சீரியலில் சீரியஸாக இருந்தாள். மூன்றாவது மோட்டார் சைக்கிள் அவளுடையதாகவும், ஆட்டோ தந்தையுடையதாகவும் இருக்குமென்று குணா மனதுக்குள் நினைத்துக்கொண்டான். சந்திராக்காவின் தங்கை தேனீர் தயாரித்துக்கொண்டிருந்தாள். மேல் பக்கப் பிணைச்சல் கழன்று அந்தரத்தில் தொங்கிக்கொண்டிருந்த வாசற் கதவொன்றின் அருகில் அமர்ந்தபடி அவரது கணவன் தினசரி ஒன்றை மடியில் விரித்து வைத்துவிட்டு குணாவிடம் புதினங்களை கேட்டுக்கொண்டிருந்தார். தேனீரையும், பிஸ்கற்றையும் கொண்டுவந்து நீட்டிய சந்திராக்காவின் தங்கையிடம் "பிள்ளைகள் என்ன செய்கிறார்கள்?" எனக் கேட்டான் குணா.

"மூத்தவன் படிப்பெல்லாம் முடிஞ்சுப்போட்டு சும்மாதான் இருக்கிறான். மற்றவை ரெண்டுபேரும் படிச்சுக்கொண்டுதான் இருக்கினம்" எனப் பதிலளித்தவளின் ஒரு கண்ணும், ஒரு காதும் தொலைக்காட்சி சீரியலுக்குள்ளேயே இருந்தன.

“தொங்கிக்கொண்டிருந்த அந்தக் கதவில் பல்லி ஒன்று தலைகீழாக இறங்கிக்கொண்டிருந்தது. குணா அதையே பார்த்துக்கொண்டிருந்தான். அவன் கதவையே பார்த்துக்கொண்டிருப்பதைக் கவனித்த சந்திராக்காவின் தங்கை “இந்தக் கதவுமொண்டு கழண்டு தொங்கியபடியேதான் கிடக்குது. ஆசாரியாரிட்டச் சொல்லி அனுப்பியும் இன்னும் வந்து பாக்கிறாரில்லை” எனச் சலித்துக்கொண்டார்.

“அந்தப் பிணைச்சல் தானே கழண்டு போய்க்கிடக்குது, அதைப் இறுக்கிப் பூட்டி விட்டால் சரிதானே” என்றான் குணா.

“இல்லத் தம்பி, நான் பூட்டித்தான் பார்த்தனான். அது சரி வருகுதில்ல திரும்பவும் கழருது. அவங்கள் ஆரும் வந்தால் தான் சரிவரும்” என்றவாறே தினசரியின் பக்கங்களைப் புரட்டினார் அந்த அண்ணை. உடனே எழுந்த குணா கதவையும், பிணைச்சளையும் உற்றுப் பார்த்தபோது நிலையில் இருந்த ஓட்டைகள் பெருத்துவிட்டதனால் தான் ஆணிகளில் பிடிமானம் இல்லை என்பதை புரிந்துகொண்டான். “அண்ணே ஒரு ஸ்கூட்ரைவர் இருந்தால் தாங்கோ இப்பவே பூட்டி விடலாம்” என்றதும், அவர் எழும்ப மனமின்றியே எழுந்துபோய் ஒரு ஸ்கூட்ரைவரை எடுத்து வந்தார். பிணைச்சலைக் கழட்டிய குணா அதனைத் தலைகீழாக மாற்றி வைத்தபோது பிணைச்சலில் இருந்த துவாரங்களும் நிலைத்தூனில் இருந்த துவாரங்களும் இடம்மாறி வந்தன, நிலைத்தூனில் புதிய துவாரங்களைத் துளைத்து ஆணிகளை இறுகப் பூட்டிவிட்டான் குணா.

“அட பிறகென்ன, ஆள்க் கெட்டிக்காரன் தான்.” வாய் பிளந்தார் அண்ணை.

“அடடா... வந்த இடத்தில உங்களுக்கு வேலை வைச்சுப் போட்டமே” எனக் கைகளை உதறிய சந்திராக்காவின் தங்கை நன்றியும் கூறிக்கொண்டார்.

“சாச்ச... இதென்ன வேலை” என வெளியே சொல்லிக்கொண்டாலும் ஒண்டுக்கு மூண்டு ஆம்பிளையள் என்ன மசிருக்கடா வீட்டில இருக்கிறியள் என மனதுக்குள் கேட்டுக்கொண்டவன், ஆசாரி வந்திருந்தால் ஐநூறோ ஆயிரமோ கறந்துகொண்டு போயிருப்பான் என்று நினைத்ததோடு,

சந்திராக்காவுக்கு இருபது, முப்பது இடியப்பத்தின்ர காசை மிச்சம் பிடித்துக் கொடுத்துவிட்டதாக எண்ணிக்கொண்டவாறே, “சரி, எனக்கும் நேரமாகுது நான் வெளிக்கிடப்போறன்” என எழுந்தான்.

“இல்ல... இல்ல... இருங்கோ, சாப்பிட்டிற்றுப் போகலாம். மகனுக்குப் போனடிச்சுச் சொல்லிப்போட்டன் வரயிக்க கடையில எல்லாருக்கும் இடியப்பமும், இறைச்சிக் கறியும் கட்டிக்கொண்டு வரச்சொல்லி. நீங்க இருந்து சாப்பிட்டிற்றுத்தான் போக வேணும்” என அன்பொழுகக் கேட்டுக்கொண்டார் சந்திராக்காவின் தங்கை.

“இல்லை அக்கா, கேட்டதுக்கு நன்றி. எனக்கிப்ப பசியில்ல. வீட்டில அம்மா வேற சாப்பிடாமல் பார்த்துக்கொண்டிருப்பா. குறை நினைக்காதிங்க நான் போயிட்டு வாறன்” என்றவன், இடியப்பம் பிழிந்து கை நொந்து கிடக்கும் சந்திராக்காவை நினைத்துப் பரிதாபப்பட்டவாறே இருள் மண்டிக் கிடந்த தெருவில் சைக்கிளை எடுத்து மிதித்தான்.

இத்தனை வருடங்களில் அவன் என்றுமே மனைவி, பிள்ளைகளைப் பிரிந்திருந்ததில்லை. அம்மாவைப் பார்த்துவிடும் துடிப்போடு வந்தவனின் மனம் இப்போது மனைவி, பிள்ளைகளை நினைத்து ஏங்கியது. தான் இல்லாமல் அவர்களங்கு என்ன கஸ்ரங்களை அனுபவிக்கிறார்களோ எனவெண்ணிக் கலங்கியவாறே நாட்களை நகர்த்திக்கொண்டிருந்தவன் பயணம் புறப்படுவதற்கு முதல் நாள் கலா அக்காவைப் பார்த்துவிட்டு வரும் நோக்குடன் வெளிக்கிட்டு யாழ் நகரின் மத்தியிலிருந்து பரந்தன் நோக்கிப் புறப்பட ஆயத்தமாக நின்ற பேருந்தில் ஏறி ஜன்னலோர இருக்கையில் அமர்ந்துகொண்டான். “கச்சான் கடலே... கச்சான் கடலே...” எனக் கூவியவாறே தட்டுத்தடுமாறிப் பேருந்தில் ஏறிய ஒரு நடுத்தரவயது நபரின் கழுத்தில் பொலித்தீன் பைகளில் அடைக்கப்பட்ட வறுத்த கச்சான், கடலைப் பொதிகள் மாலையாகத் தொங்கின. அவரது முகத்தின் வலது பக்கம் சிதைந்துபோயிருந்தது. வலது கண் இருந்த இடத்தில் சதைக் கட்டிகள் மட்டுமே இருந்தன, வலது கையும் இல்லாததனால் அவர் போட்டிருந்த சேர்ட்டின் முழுக்கை காற்றில் ஆடியவாறு தொங்கியது. அவரைப் பார்த்தகணமே ஏதோவொருவித குற்ற

உணர்வு மனத்தை அழுத்த பரிதாபப்பட்டு இரண்டு கச்சான் பைகளை வாங்கிக்கொண்டவன் ஆயிரம் ரூபாய் நோட்டை நீட்டியவாறே "மிச்சக் காசை நீங்களே வைச்சிருங்க" என்றான். அவனை அதிசயித்துப் பார்த்த கச்சான்காரர் ஒற்றைக்கையை நெஞ்சில் வைத்து தலைதாழ்த்தி நன்றியைக் கூறிக் கடந்தார்.

வேகமாக வந்த மோட்டார் சைக்கிள் ஒன்று குணா இருந்த ஜன்னல் பக்கத்தில் பிரேக்போட்டு நின்றது. அதிலிருந்து இறங்கிப் பேருந்தில் ஏறிய இளம் பெண் ஒருத்தி குணாவைப் பார்த்துப் புன்னகைத்தவாறே அவனருகிலிருந்த இருக்கையில் அமர்ந்துகொண்டாள். மோட்டார் சைக்கிளை ஓட்டிவந்த இளைஞன் அதில் இருந்தபடியே அவளுடன் கண்களால் பேசிக்கொண்டிருந்தான். குணாவின் பார்வையில் அவன் ஒரு சிங்கள இனத்தவர் போல் தெரிந்தான். பார்த்துக்கொண்டிருக்கும்போதே அலைபேசியைக் கையிலெடுத்தவன் அதனை ஒரு தடவு தடவிவிட்டு காதில் வைத்துக்கொள்ள குணாவின் அருகில் இருந்தவளின் அலைபேசி சிணுங்கியது. அதனைக் காதில் வைத்த அவளும் சிங்களத்திலேயே உரையாடினாள். "அரித... அரித..." என்ற வார்த்தைகள் மட்டுமே குணாவுக்குப் புரிந்தன. பேருந்து புறப்பட்டபோது அவன் சிங்களத்தில் ஏதோ கத்திக் கூற அவளும் கையசைத்து விடைகொடுத்தாள்.

பேருந்தின் வேகத்திற்கேற்பத் திறந்துகிடந்த ஜன்னலினூடாக வீசிய காற்று குணாவுக்குத் தூக்கத்தையே வரவழைத்தது. இப் பயணத்தில் பேச்சுத் துணைக்குக்கூட பக்கத்தில் மொழி தெரிந்தவர்கள் இல்லாதது அவனுக்கு அலுப்புத்தட்டியது. பரந்தனில் போய் இறங்கியபோது ஆதிராவின் தம்பி குணாவுக்காகக் காத்திருந்தான். அவனது மோட்டார் சைக்கிளில் தொற்றிக்கொண்டவன் அவர்களின் வீட்டில் மதியச் சாப்பாட்டை முடித்துக்கொண்டு மீண்டும் மச்சானுடன் விஸ்வமடு நோக்கிப் பயணமானான்.

கலா அக்காவின் வீட்டில் போய் இறங்கியபோது மாடுகளுக்குத் தீவனம் போட்டுக்கொண்டு நின்ற அத்தான் ஓடிவந்து வரவேற்றார். "அக்காவுக்கு ரெண்டு நாளா காச்சல் அதுதான் படுத்திருக்கிறா" என்றவாறு கட்டிலின் அருகே அழைத்துச் சென்றார். எலும்பும், தோலுமாகப் படுத்திருந்தாள் கலாக்கா.

"அக்கா... அக்கா..." தட்டி எழுப்பினான் குணா. கண் விழித்துப் பார்த்துவிட்டு எந்தவித உணர்ச்சிகளும் அற்றவளாய் மீண்டும் கண்களை மூடிக்கொண்டாள். அவளுக்காகக் கொண்டுவந்த உடுப்புக்களையும், பழங்களையும் அத்தானிடம் கொடுத்துவிட்டு "டாக்டரிடம் காட்டினீர்களா? மருந்து தந்தார்களா?" என, வினாவிக்கொண்டிருந்தபோதே பேருந்தில் பக்கத்திலிருந்து வந்த அந்தச் சிங்களப் பெண் கலாக்காவின் வீட்டுப் படலையைத் தாண்டிப் பக்கத்து வீட்டிற்குள் நுழைந்தாள். அதனைக் கண்ட குணாவுக்கு ஒரே குழப்பமாக இருந்தது. அவன் அவளையே வைத்த கண் வாங்காமற் பார்த்துக்கொண்டிருப்பதைக் கவனித்த அத்தான், "எங்கட குணசீலியும் இருந்திருந்தால் இப்பிடித்தான் இருந்திருக்கும், ஒரே வயசுப் பிள்ளையள், ஒரே நாளிலதான் இயக்கமும் பிடிச்சுக்கொண்டு போனது" எனக் கூறிப் பெருமூச்சை விட்டார்.

"என்ன அத்தான் சொல்லுறிங்க! இது தமிழ்ப் பிள்ளையே? என்னோடதான் பஸ்ல வந்தது நான் சிங்களம் எண்டெல்லே நினைச்சன்."

"ஓ... பிள்ள சிங்களமில்ல, புருஷன் தான் சிங்கள ஆமிக்காரன்."

"என்னது ஆமிக்காரனோ!" ஆச்சரியத்துடன் கேட்டான்.

"ஓம் குணா கடைசிச் சண்டையில சரணடைஞ்சு புனர்வாழ்வு முகாமில இருந்த பிள்ளை அங்க காவலுக்கு நிண்ட ஆமிக்காரனையே லவ் பண்ணிக் கட்டிப்போட்டுது" என அத்தான் கூறியதைக் கேட்ட குணாவிற்கு தலை கிறுகிறுத்தது. எதிரியாகக் களத்தில் நின்றவனே காதல் கணவனாக முடியுமென்றால் இத்தனை வருடகால யுத்தம்??? சிந்தனைகள் சிதறிக் கேள்விக்குறிகள் மண்டையை நிறைத்தன. சிறிது நேரம் அத்தானுடன் வாய்க்கு வந்ததைக் கதைத்துக்கொண்டிருந்துவிட்டு "இந்தாங்கோ அத்தான் இத அக்கான்ர ஆஸ்பத்திரிச் செலவுகளுக்கு வைச்சிருங்க" எனச் சில ஆயிரங்களை அத்தானின் கைக்குள் திணித்துவிட்டு, படுத்திருந்த கலாக்காவை ஏக்கத்துடன் பார்த்தவாறே விடைபெற்றுக்கொண்டு புறப்பட்டான். பரந்தன் சந்தியில் வைத்து யாழ் செல்லும் பேருந்தில் ஏற்றி அனுப்பினான் மைத்துனன். அப் பயணத்தில் கலாக்கா, குணசீலியுடனான நினைவுகளே அவனோடு பயணித்தது. மனம்

முழுவதும் அந்தச் சுட்டிப் பெண் குணசீலியே நிறைந்திருந்தாள். கலாக்காவுக்குக் காசைக் கொடுத்ததன் மூலம் அவளது பிறப்புக்குக் காரணமாய் இருந்த நானே புலிகளுக்கும் காசைக் கொடுத்ததன் மூலம் ஒருவகையில் அவளின் இறப்புக்கும் நானேதான் காரணமாகிவிட்டேனா? கேள்வியைக் கேட்டுக் குமுறிக்கொண்டிருந்தது மனசு.

மறுநாள் குணாவுக்குப் பயணம் என்றதுமே அம்மாவின் முகம் இருண்டுபோனது. கண்களில் நீர் முட்டி நிறைந்திருந்தது. அது உடைத்துக்கொண்டு வெளியேறுவதற்குள் சேலைத் தலைப்பால் ஒற்றி எடுத்துக்கொண்டவாறே "இனி எப்பயப்பு வருவ?" என ஏக்கத்துடன் குணாவை நோக்கிய அம்மாவில் அவனொரு குழந்தையைப் பார்த்தான்.

"பிள்ளைகளையும் கூட்டிக்கொண்டு சமருக்கு வருவனம்மா, நீங்கள் ஒண்டுக்கும் கவலைப்படாமல் சந்தோசமாக இருங்கோ."

"உனக்கும் அடிக்கடி வந்துபோகச் செலவுதான்" ஏக்கப் பெருமூச்செறிந்த அம்மா கால்கள் இரண்டையும் நீட்டியவாறு தரையில் அமர்ந்திருந்தபடியே முழங்காலை உருவிவிட்டுக்கொண்டார்.

"என்னம்மா கால் உளையுதே?"

"ம்... இந்தக் காலொண்டு துண்டா வேலையில்ல."

"நோவெண்ணை போட்டு விடட்டே?"

"சரி எடு, உன்ர கையால போட்டாலாவது நோக் குறையுதாண்டு பாப்பம்."

அம்மாவின் பாதங்களைத் தூக்கித் தன் மடியில் வைத்துக் கொண்டான். உள்ளங்கையில் ஊற்றிய நோவெண்ணையை அம்மாவின் முழங்காலில் தேய்த்து உருவினான்.

"தம்பி உன்னட்ட ஒரு விஷயம் கதைக்கவேணுமடா."

"ம், சொல்லுங்கோ என்ன விஷயம்?"

“நானின்னும் எவ்வளவு காலத்துக்குத்தான் இந்த உயிரை இழுத்துப் பிடிச்சுக்கொண்டு இருக்கப்போறனோ தெரியாது. அதுதான் உன்னட்டச் சொல்லிப்போட வேணுமெண்டு நினைக்கிறன்.”

‘சரியம்மா, சொல்லுங்கோவன் என்ன விஷயமெண்டு.”

“உறவுகள் விட்டுப் போயிரக்கூடாதப்பு, நான் இல்லாட்டியும் என்ர பேத்தி இனியாக் குட்டியை உன்ர மருமகன் ஆருஷனுக்குக் கட்டி வைச்சுப்போடு சரியே. அப்பதான் ஒண்டுக்க ஒண்டு பட்சமா இருக்குங்கள். எப்பிடியாவது இதை மட்டும் செய்துபோடு ராசா” என்றவர், அம்மாவானச் செய்வியே எனச் சத்தியம் கேட்பது போல் அவனது கண்களையே உற்றுப் பார்த்தார்.

“ஓமம்மா, எனக்கும் அப்பிடியொரு ஆசை இருக்குத்தான். ஆனால் அதுக்கின்னும் கால நேரங்கள் கிடக்குத்தானே, அப்ப பாப்பம். இப்பத்தானே பிள்ளைக்கு பதினேழு வயசு...”

“ஓமப்பு இப்பயில்ல, அதுக்கான கால நேரம் வரயிக்க செய்துவைச்சுப்போடு. இதத்தான் உன்னட்டச் சொல்லிப்போட வேணுமெண்டு தவிச்சுக்கொண்டிருந்தனான்” என்றபோது வாடியிருந்த அம்மாவின் முகம் இப்போது கொஞ்சம் பிரகாசமானது.

• • •

கார்டெமூன் விமான நிலையத்தில் வந்திறங்கிய குணாவை அழைத்துப்போக வந்திருந்த ஆதிராவைக் காதலோடு அணைத்துக்கொண்டவனின் கண்கள் பிள்ளைகளைத் தேட “எங்க ஆதிம்மா பிள்ளையள் வரயில்லையே?” எனக் கேட்டான்.

“என்னப்பா நாட்டுக்குப் போயிற்று வந்ததோட மண்டை குழம்பிப் போச்சே இண்டைக்கு பள்ளிக்கூட நாளெல்லே” கேட்டவாறே அவனது இடுப்பில் ஒரு கிள்ளுக் கிள்ளினாள். அந்தக் கிள்ளலில் அவளது மனநிலையை புரிந்துகொண்டவன் அவளை இறுகக் கட்டியணைத்து கன்னத்தில் முத்தமிட ஆனந்தத்துடன் காரைக் கிளப்பினாள் ஆதிரா.

“பிள்ளையள் எப்பிடி?” கேட்டபடியே, பத்துநாள் காணாத கண்களால் ஒரு காதல்ப் பார்வை பார்த்தான்.

“ஓ... உங்களைத்தான் தேடிக்கொண்டிருக்கினம்” அவளும் அதே பார்வையுடன் கூறினாள்.

“குழப்படிகள் விட்டு கரைச்சலொண்டும் தரயில்லைத்தானே?”

“குழப்படிகள் ஒண்டும் இல்லையப்பா, ஆனால் இனியாக் குட்டியின்ர பள்ளிக்கூடத்தால விருப்பம் இருக்கிற பிள்ளையளை ஒரு வருசத்துக்கு லண்டன்ல போய்ப்படிக்க அனுப்புறவையல்லே, அதுதான் இந்த வருசம் சமர் முடிய அவளின்ர சினேகிதப் பிள்ளைகளெல்லாம் லண்டனுக்குப் படிக்கப்போகுதுகளாம். இவளும் தானும் போகவெண்டல்லே நிக்கிறாள்.”

“என்னடியப்பா சொல்லுற! சாச்ச... அதெல்லாம் சரிவராது.”

“இதைத்தானப்பா நானும் சொல்லப்போய் அவளோட சண்டையாப்போச்சுது. பொம்பிளைப் பிள்ளையை தனியா விடமுடியாதெண்டு தெரியாத்தனமாச் சொல்லிப்போட்டன். அதைச் சொன்னதுதான் தாமதம், அப்பிடியெண்டால் தம்பியை விடுவிங்களோ அதெப்படி பொம்பிளைப்பிள்ளை, ஆம்பிளைப்பிள்ளை எண்டு பாகுபாடு காட்டுவிங்களெண்டு கேட்டு என்னோட காளியாட்டம் ஆடிப்போட்டாள். இனி நீங்களாச்சு உங்கட பிள்ளையாச்சு.”

“என்னடியப்பா, பிள்ளையத் தனிய விட்டிற்று எங்களால இருக்கேலுமே?”

“தனிய இல்லையாம் அங்க எல்லாப் பிள்ளையலும் கொஸ்ரலில ஒண்டாத்தான் தங்குறதாம். சாப்பாடும் அங்கேயேதானாம். ஆனால் ஆறு மாசத்துக்கு ஒருக்காள் நாங்கள் முப்பதுனாயிரம் குரோணர்கள் கட்ட வேணுமாம்” என்றாள் ஆதிரா.

“காசு பிரச்சனையில்லயப்பா, அவ்வளவு தூரத்தில பிள்ளையை விட்டிற்று எங்களால நிம்மதியா இருக்கேலுமே?”

"அதுவும் சரிதானப்பா, ஆனால் இங்க பிள்ளையளின்ர சுயத்திற்கு விடாமல் பொத்திப் பொத்தி வளர்க்கிறதும் பிழை எண்டெல்லே சொல்லுதுகள்."

"சரி... சரி... இப்ப அதவிடு, நான் அவளோட ஆறுதலாக் கதைகிறன்." வந்ததும் வராததுமாக இரத்தக் கொதிப்பைக் கூட்டக் கூடாதென நினைத்தானோ என்னவோ அந்தக் கதைக்கு முற்றுப்புள்ளியை வைத்தான்.

வீட்டுக்குள் நுழைந்ததுமே பிள்ளைகள் இல்லாத அந்தத் தனிமைச் சூழலும் பத்துநாள் பிரிந்திருந்த தவிப்பும் அவனுக்குள் கிளர்ச்சியை உண்டுபண்ண அவளைக் கட்டியணைத்தவன், கதவோடு சாய்த்துவைத்து உதட்டோடு முத்தமிட்டான்.

"ஷா... விடப்பா, ஐம்பது வயதாகப்போகுது இன்னும் இவருக்கு இளமை ஊஞ்சலாடுது. போங்க போய் முதலில குளிச்சிற்று வந்து சாப்பிடுங்க உங்களுக்கு பிடிச்சமாதிரி நண்டுக்கறி சமைச்சு வைச்சிருக்கிறன்" என்றவள் அவனின் காதற் பிடியிலிருந்து கழன்றுகொண்டாள்.

"ஐம்பது வயதுதானடியப்பா இளம் வயதெண்டு வெள்ளைக்காரன் சொல்லுறான் நீ என்னெண்டால்" மீண்டும் அவளை இறுக்கியணைத்தான்.

"ம், அது வெள்ளைக்காரனுக்குத்தான், அவங்கட நாட்டில இருந்தாப்போல நீங்களென்ன வெள்ளைக்காரன்ர வாழ்க்கையே வாழுறியள், சரி... சரி... கதைச்சது காணும் போங்க போய்க் குளியுங்க" எனத் துவாய்த் துண்டைக் கொடுத்து அவனைக் குளியலறைக்குள் தள்ளினாள்.

அவன் அவசரக் குளியல் குளித்துவிட்டு வந்தபோது ஆதிரா அவன் வாங்கிவந்த சேலைகளை உடுத்திப்பார்த்து ரசித்தபடி கண்ணாடியின் முன்னால் நின்றாள். அவன் ஆசைப்பட்டு வாங்கிவந்த கறுப்புக்கரை வைத்த சிவப்புச் சாறி அவளது உடலைச் சுற்றியிருந்தது. அவள் அணிந்திருந்த கம்பளிச் சட்டை கீழே நிலத்தில் கிடந்தது. வெறும் உள்ச் சட்டை மட்டுமே அணிந்திருந்த அவளது மேலுடலைத் தாவணி தழுவியிருந்தது.

“இந்தச் சாறி சூப்பராயிருக்கப்பா.” பட்டாம் பூச்சியாய்ச் சிறகடித்த அவளது கண்கள் அவனைக் கிறங்கடித்தது. அவனுக்குள் உண்டான கிளர்ச்சியை அதற்குமேலும் கட்டுப்படுத்த முடியாதவனாய் அக்கணமே அவளைக் கட்டில்ப்படுத்தினான்.

நாட்டுக்குப் போய் வந்தாலே வீட்டுக்குப் பொருளாதாரம் இடிக்க ஆரம்பித்துவிடும். வந்ததும், வராததுமாய்ப் பயணக்களைப்பு தீர முன்னமே வேலைக்கு ஓடினான். பிள்ளைகள் வளர வளர செலவுகளும் வளர்ந்துகொண்டே இருந்தது. அவன் வாங்கிக்கொடுத்த உடுப்புகளைப் பிள்ளைகள் உடுத்திய காலம் கடந்துவிட்டிருந்தது. குணா தன் வாழ்வில் ஒரு காற்சட்டையை இருநூறு குரோணர்களுக்கு மேல் வாங்கியதில்லை. ஆனால், மகனுக்கு ஒரு காட்சட்டையை ஆயிரம் குரோணர்களுக்கு வாங்கினான். பிள்ளைகள் விடயத்தில் குணாவுக்குச் செலவுகள் மட்டுமல்ல பயமும் வளர்ந்தவண்ணமே இருந்தது. மகனுக்கு நண்பர்கள் வட்டமும் கூடியிருந்தது. பாடசாலை முடிந்தாலும் நேராக வீட்டுக்கு வருவதில்லை. நண்பர்களுடன் அரட்டையடித்துவிட்டுத் தாமதமாக வீட்டுக்கு வருவதே வாடிக்கையாக இருந்தது. அதனால் அவனுக்கும் மகனுக்கும் அடிக்கடி முரண்பாடுகள் எழுவதும் வழமையாகிப்போனது. கணவனுக்கும், மகனுக்கும் இடையில் மத்தளமாகிப்போன ஆதிரா இரண்டு பக்கமும் அடி வாங்கிக்கொண்டிருந்தாள்.

மகள் லண்டனுக்குப் படிக்கப்போவதைத் தடுக்க முயற்சித்தும் குணாவினால் அது முடியாமற் போனது. அவள் ஒற்றைக்காலில் நின்று தான் நினைத்ததைச் சாதித்துக்கொண்டாள். மகளைத் தனியே அனுப்ப பயமிருந்தும் வேறு வழியின்றி ஒரு வருடம் தானேயென மனதுக்குச் சமாதானத்தைக் கூறிக்கொண்டு புத்திமதிகளுடன் அவளை லண்டனுக்கு அனுப்பிவைத்தான். மகள் விடயத்திலும் ஆதிராவே மத்தளமானாள்.

மகள் இல்லாத வீட்டில் எப்போதும் வெறுமையையே உணர்ந்தான் குணா. வீட்டில் மகனைக் காண்பதென்பது நோர்வேயில் சூரியனைக் காண்பதுபோன்றே இருந்தது. பாடசாலை இல்லாத நேரங்களில் எப்போதும் நோர்வேஜிய நண்பர்களுடனேயே நேரத்தைக் கழித்தான். வீட்டிற்கு வந்தால் கொம்பியூட்டரும் வீடியோக் கேமுமென அறைக்குள்ளேயே

அடைந்து கிடந்தான். ஏதாவது புத்திமதிகள் சொல்லப்போனால் பட்டுப் பட்டென்று பருவ வயதுக் கோபத்தைக் காட்டினான். இந்த வயதில் தந்தையோடு வாழக் கிடைக்காத குணாவிற்கு மகனைக் கையாள்வது கடினமாகவே இருந்தது. இந்த நாட்டில் பிள்ளைகளைக் கண்டித்து வளர்க்கவும் பயமாக இருந்தது. கண்டிக்காமல் விடவும் பயமாக இருந்தது. மகனைச் சுற்றி நோர்வேஜிய நண்பர்களே இருந்தமையினால் அவன் தமிழ்ப் பண்பாடு, கலாச்சாரங்களை விட்டு வெளியே போய்விடுவானோ என்ற பயம் எப்போதும் குணாவின் மனத்தைக் கவ்வியேயிருந்தது.

ஒரு மாலை மயங்கிய நேரம் ஆதிராவின் மடியில் தலைசாய்த்துப் படுத்திருந்தவாறே கேட்டான் குணா "இண்டைக்குப் பிள்ளை போன் எடுத்தவளே?"

"ஓமப்பா காலையில எடுத்துக் கதைச்சவள்."

"என்னவாம், இங்க வந்திற்றுப் போறமாதிரி லீவுகள் ஒண்டும் இல்லையாமே?"

"என்னப்பா, இப்பதானே பள்ளிக்கூடம் துவங்கினது. இனிக் கிறிஸ்மஸ்சோடா தானே லீவு விடுவாங்கள்."

"உனக்கொரு விஷயம் சொல்லவேணும் ஆதிம்மா" எனத் தலையை நிமிர்த்திக்கொண்டு எழுந்தவனை "என்ன?" எனப் பார்வையாலேயே கேட்டாள்.

"இனியாவை அக்காட மகன் ஆருஷனுக்குக் கட்டி வைக்கிறதுக்கு அம்மாவுக்கொரு ஆசை இருக்குது. இந்த முறை போகைக்க கேட்டவா, அதுக்கு நான் காலம் கிடக்குத்தானே பிறகு பாப்பம் எண்டு சொல்லிப்போட்டு வந்தனான். நீ என்ன நினைக்கிற?"

"ஓ... ஒண்டுக்க ஒண்டு நல்லது தான். ஆனால், சொந்தத்துக்க கட்டுறதுக்கு இங்க பிறந்ததுகள் ஓமெண்டுதுகளே. அதைவிடவும் இந்தப் பேசிச் செய்யிற கலியாணத்தைக் கொலைக்குற்றம் மாதிரியெல்லே பாக்குதுகள். ஏன் உங்கட மகளே அண்டைக்கொருக்கால் எனக்குச் சொல்லுறாள் தான் லவ் பண்ணித்தானாம் கட்டுவாளாமெண்டு, இங்கயொண்டும் நாங்கள் நினைக்கிறமாதிரி இல்லையப்பா" எனப் பெருமூச்செறிந்தாள்.

"ஓ... ரெத்த சொந்தத்துக்க கட்டுறது ஆபத்தானதெண்டும், ஆரோக்கியமில்லாத குழந்தைகள் பிறக்குமெண்டும் அடிக்கடி சொல்லுறவள் தான். ஆனால் எல்லாருக்கும் அப்பிடியில்லையே ஊரில கட்டித்தானே வாழுதுகள்."

"நீங்களென்னப்பா! ஊரிலயே பிள்ளையைப் பெத்து வளர்க்கிறிங்க? எங்களுக்கு ஆசைகள் இருக்கலாம், ஆனால் சில விசயங்களில பிள்ளையள் எங்கட சொல்லுக் கேளாதுகளப்பா, அவள் என்னையே எத்தினதடவை கேட்டிருக்கிறாள் ஒரு கிழமைச் சந்திப்பில முன்ன பின்ன தெரியாத ஒருத்தரைக் கட்டிக்கொண்டு வெளிநாடு வாறதுக்கு எப்பிடிச் சம்மதிச்சனி எண்டு, நீங்கள் எண்டாலோ" என்றவள், எழுந்து தேனீர்த் தாகத்துடன் சமையலறையுள் நுழைந்தாள்.

குணா நாடியில் கை வைத்தவாறே யோசனையில் ஆழ்ந்திருந்தான். இப்போதெல்லாம் அவன் கொஞ்சம் யோசித்தாலோ அல்லது கவலை, கோபம் போன்ற உணர்ச்சிகளை வெளிப்படுத்தினாலோ பிடரி நரம்புகளெல்லாம் விறைத்துக் கொதித்து அவனுக்குத் தலையிடிக்க ஆரம்பித்துவிடுகிறது. ஐம்பது வயதை நெருங்க நெருங்க உடலில் பல மாற்றங்களையும், தளர்ச்சியையும் உணர்ந்துகொண்டான். முன்பு போலில்லாமல் அடிக்கடி களைப்பெடுத்தது. இரண்டு மாடிகளுக்குப் படி ஏறினாலே மூச்சு வாங்கியது. இப்போதெல்லாம் அவன் பிள்ளைகளை நினைத்தே பெரிதும் ஏங்கினான். ஒவ்வொரு நாளும் மகளுடன் தொலைத் தொடர்பிலிருந்தான். அவன் தொடர்பெடுக்கும் வேளைகளில் அவள் பதிலளிக்கவில்லை என்றால், ஏதும் நடந்திருக்குமோ எனக் கற்பனைகள் செய்துகொண்டு அவனது மனம் பதற ஆரம்பித்துவிடுகிறது. பிள்ளைகளின் எதிர்காலம் பற்றிய அச்சமொன்று எப்போதுமே அவனது மனத்தை கவ்வியபடியே இருந்தது. தாயகம் பற்றிய எதிர்பார்ப்புகளும், கனவுகளும் கானல்நீராய் ஆனதிலிருந்து தான் தாயகத்தை இழந்ததுபோல் தன்னுடைய வருங்காலச் சந்ததி தமிழர்கள் என்ற அடையாளத்தையே இழந்துவிடுமோ! என்ற அச்சமே இப்போது அவனை ஆட்டிப்படைத்தது. அந்த அச்சமானது அவனுடைய மனப்பாங்குகளை அடக்கியாண்டு பகுத்தறிவுக்குப் புறம்பான பாதைகளில் இழுத்துச்சென்று அவனது தன்னம்பிக்கைகளை நாசப்படுத்தி எதிர்மறையான எண்ணங்களைத் தோற்றுவித்ததன்

மூலமாக அவனுக்குள் மன அழுத்தங்களை அதிகரிக்கச் செய்துகொண்டே இருந்தது.

அன்று பாடசாலை முடிந்து வெகு நேரமாகியும் மகன் வீடு திரும்பவில்லை. ஆதிரா அலைபேசியில் அழைத்தபோதும் அவன் பதிலளிக்கவில்லை என்றதுமே, குணா பரபரப்பானான்.

"போனுக்கு சார்ஜ் இல்லப்போல, எங்கயாவது பெடியளோட நிண்டு விளையாடிபோட்டு வருவான். நீங்கள் ரென்சனாகாமல் கொஞ்ச நேரம் சும்மா இருங்கோப்பா" என ஆதிரா ரென்சனானாள்.

"இல்ல, நானொருக்கால் பள்ளிக்கூடம் வரையும்போய்ப் பார்த்திட்டு வாறன்." மனம் கேட்காமல் காரை எடுத்துக்கொண்டு கிளம்பினான். பாடசாலையையும், விளையாட்டு மைதானத்தையும் வலம் வந்துவிட்டு கடைத்தெருப் பக்கம் காரைத் திருப்பியபோது ரெமிக் கடையின் பின்னால் ஒரு இளைஞர் பட்டாளம் நின்றது. குணா அவர்களை நெருங்கியபோது அவர்களிற் சிலரின் தலைகளுக்கு மேலால் புகை கிளர்ந்தெழுந்தது. மகிழன் கடையின் சுவரோடு சாய்ந்தபடி நின்றான். உடனேயே மகனின் வாயையும், கையையும் பார்த்த குணா சற்றுத் தொலைவில் காரை நிறுத்திவிட்டுக் கதவைத் திறந்துகொண்டு மகனைக் கத்திக் கூப்பிட்டான். சட்டெனத் திரும்பிய மகிழன் "நீங்க போங்கோ வாறன்" என்றான்.

"டேய்... நீ இப்ப வாறியா! இல்ல நானங்க வரவா?" கோபாவேசமாகப் பெருங் குரலெடுத்துக் கத்தினான்.

நண்பர்கள் குசுகுசுத்துச் சிரிக்க மகிழனுக்கு வெட்கமாகிப்போனது. மூஞ்சியை நீட்டியவாறு விறுவிறுவென்று வந்து காரில் ஏறிக்கொண்டான்.

"என்னடா செய்யிறியள்? சிகரெட்டா பத்துறியள் அங்க நிண்டு?" பற்களை நறுமி முழியைப் பிரட்டினான்.

"ஆ... அது நானில்ல. தோமாஸ்சும், அலெக்ஸ்சும் தான் சிகரெட் பத்தினவங்கள்."

"எத்தின மணிக்கடா பள்ளிக்கூடம் விட்டது? போன் அடிச்சா எடுக்கத் தெரியாதே?" குணாவின் கேள்விகளுக்கு மகன் பதிலளிக்காமல் தலையைக் கவிழ்ந்தபடி விருமாண்டியாக இருந்ததானது குணாவின் கோபத்தை மேலும் கிளறிவிட்டது. வீட்டுக்குள் வந்ததுமே தாம் தோமென்று குதித்தான். "அவங்கள் சிகரெட் பத்தினால் உனக்கென்னடா அங்க வேலை. நீ என்னத்துக்கு வாய் பாத்துக்கொண்டு நிண்டனி?" என வாய்க்கு வந்தபடி மகனைத் திட்டினான். குறுக்கே வந்த ஆதிராவுக்கும் திட்டு விழுந்தது. கோபத்தில் கழுத்து நரம்புகள் புடைத்தெழத் தலையைப் பிடித்தபடி சோபாவில் குந்தியவனுக்கு மூச்சு வாங்கியது.

அறைக்குள் புகுந்த மகிழனும் கோபத்துடன் கதவை அடித்துச் சாத்திக்கொண்டான். குணாவின் பிடரி நரம்புகள் விண் விண்ணென்று கொதிக்க ஆரம்பித்தன. மகனின் அறைக்குள் நுழைந்த ஆதிரா, "நீ இவ்வளவு நேரமா என்னப்பு செய்தனி. நாங்கள் தேடுவமெண்டு தெரியாதே?" பூப்போன்ற மென்மையான வார்த்தைகளை உதிர்த்தாள்.

"நானென்ன பேபியே! வென்னரோட (நண்பரோடு) கதைச்சுக்கொண்டு நிண்டதால நேரத்தக் கவனிக்கயில்ல, வருவன் தானே அதுக்கேன் இவர் இப்பிடிக் கத்துறார்." மகனும் சூடான வார்த்தைகளைக் கக்கினான்.

மூச்சிரைத்தபடி இருந்த குணாவின் அருகில் வந்தமர்ந்த ஆதிரா, "என்னப்பா! என்ன செய்யுது? ஏன் இப்பிடி இளைக்குது?" எனக் கேட்டவாறே அவனது மார்பை வருடினாள்.

"ஒண்டுமில்லக் கைய எடு" கோபத்துடன் கையைத் தட்டிவிட்டான்.

"ஏனப்பா சும்மா சின்னச் சின்ன விசயத்துக்கெல்லாம் இப்பிடி ரென்சனாகிறிங்க? இப்ப கொஞ்ச நாளா எதுக்கெடுத்தாலும் கோபமும், பயமுமெண்டு எப்ப பார்த்தாலும் ரென்சனாத்தானே இருக்கிறியள். இந்த ரென்சன்தானே மனுசருக்கு இல்லாத பொல்லாத வருத்தங்களை எல்லாம் கொண்டுவருகுதாமே தெரியாதா?" கண்கள் இமைக்காது அவனையே பார்த்து நின்றாள்.

“உனக்குத் தெரியுமே இப்ப பள்ளிக்கூடப் பெடியளிட்டத்தான் கெரோயின், கஞ்சா எண்டு முழுப் போதைவஸ்துக்களும் பிளங்குதாம். அவங்கள் என்னத்தைப் பத்தினாங்களோ ஆருக்குத் தெரியும். இவனுக்கு அந்த இடத்தில என்ன வேலை?” அவளை மேலுங் கீழுமாய்ப் பார்த்தான்.

“அதுக்கு இப்பிடிக் கோபப்பட்டுக் கத்திப் பிரயோசனம் இல்லையப்பா. பெடியன் தோளுக்குமேல வளந்திட்டான், பொறுமையாப் புத்தியச் சொல்லலாந்தானே. அதில்லாமல் இப்பிடிக் கத்தி அவனையும் ரென்சனாக்கி, நீங்களும் ரென்சனாகி உங்களையல்லேல நீங்களே வருத்தக்காரன் ஆக்கப்போறிங்கள்” என்ற அன்பு தடவிய ஆதிராவின் மென்மையான வார்த்தைகளால் மெல்லக் குளுமை படர்ந்து குணாவின் மனம் நிர்மலமாகிக்கொண்டிருந்தது.

குணாவின் உடலிலும், மனதிலும் மாற்றங்களை அவதானித்த ஆதிரா அவன் மறுத்தபோதும் விடாப்பிடியாக நின்று அவனை வைத்தியரிடம் அழைத்துச்சென்று இரத்தப் பரிசோதனை மூலம் அவனது உடலைப் பரிசோதனைக்கு உட்படுத்திவிட்டு வந்தாள். மீண்டும் மூன்றாம் நாள் வைத்தியரிடம் சென்றபோது, அவனது உடலில் உயர் இரத்த அழுத்தத்துடன், கெட்ட கொழுப்பும் அதிகரித்திருப்பதாகக் கூறிய வைத்தியர் மருந்துகள் எழுதிக் கொடுத்ததோடு உடற்பயிற்சிகளையும் செய்யும்படியாக அறிவுறுத்தி அனுப்பிவைத்தார்.

◎

2017

இரவிரவாகத் தொடர்ந்த பனிப்பொழிவினால் அன்றைய காலை வெண்மையாகவே விடிந்தது. வீட்டுக் கதவையே திறக்க முடியாத அளவுக்கு வெளியே முழங்கால் அளவுவரை பனி கொட்டிக்கிடந்தது. வேலைக்கு வெளிக்கிடவே குணாவுக்கு வெறுப்பாக இருந்தது. பனியை வழித்து அப்புறப்படுத்தி கராச்சிலிருந்து காரை வெளியே எடுக்கவே மூச்சு வாங்கியது. அப்போதுதான் குளிசைகளை ஒழுங்காகப் போடுவதில்லை என்ற ஞாபகமும் வந்தது. பனியை வழித்து அப்புறப்படுத்தி உப்புகள் அடிக்காத அதிகாலை என்பதனால் தெருவெல்லாம் ஒரே வழுக்கலாக இருந்தது. மிகவும் அவதானத்துடன் காரை ஓட்டிக்கொண்டிருக்கும்போதே சிவநேசனின் அழைப்பில் அலைபேசி சிணுங்கியது.

“என்னடா மச்சி விடியக் காலத்தாலையே! ஏதும் சிக்கலே?”

“ஓம் மச்சி, கார் சினோவில இழுத்துக்கொண்டுபோய் ரோட்டை விட்டு இறங்கீற்றடா, கட்டி இழுத்தாத்தான் வரும்போல கிடக்கு எனக்கொருக்கால் ஹெல்ப் பண்ணுவியே?” கெஞ்சலாய்க் கேட்டான்.

“சரி, எங்க நிக்கிறாயெண்டு சொல்லு.” எனக் குணா கேட்டதுமே, இடத்தைச் சொன்ன சிவநேசன் “மச்சி காருக்குள்ள கயிறு ஏதும் கிடக்குதே?” என்றும் கேட்டான்.

“ஓம், எல்லாம் இருக்கு நானும் கிட்டத்தான் நிக்கிறன், நில் இந்தா வாறன்.”

கடுங்குளிரில் கை, கால்கள் விறைப்பெடுக்க நடுங்கியபடியே காரைக் கட்டி இழுத்து தெருவுக்கு எடுத்தார்கள்.

“தாங்க்ஸ்டா மச்சி. வள்ளுவபிரபுவுக்குத்தான் முதல்ல அடிச்சனான் அவன் போனைத் தூக்குறானே இல்ல. அதுக்குப் பிறகுதான் நீ எப்பிடியும் இந்த ஏரியாவுக்க நிற்ப எண்டு

நினைச்சுத்தான் அடிச்சனான். நல்லதாப்போச்சு நீ எண்டபடியால உடனையே வந்திட்ட” என்றான் சிவநேசன்.

“இந்த விடியவே அடிச்சால் அவன் போனைத் தூக்குறானே? அதுசரி, அவன் பல்லுக் கட்டவெண்டு நாட்டுக்குப் போனவனல்லே, எப்ப வந்தவன்?”

“அட, உது உனக்குத் தெரியாதே! அவன் பல்லுக் கட்டவெண்டு போய் தாலியை எல்லே கட்டிப்போட்டு வந்து நிக்கிறான்.”

“என்னடா சொல்லுற! உண்மையேடா?”

“ஓமடாப்பா, இப்ப ஆள் புது மாப்பிள்ளையல்லே.”

“சரி பரவாயில்ல, குடிச்சு வெறிச்சுச் சாகிறதைக் காட்டிலும், ஒருத்திக்கு வாழ்க்கை கொடுத்து அவனும் வாழுறது நல்லது தானே விடு.”

“அடேய் மச்சி நீ சொல்லுறமாதிரி அங்க போராட்டத்தால பாதிக்கப்பட்ட ஒரு விதவைக்கு வாழ்வு கொடுத்திருந்தால் பறுவாயில்லயே, இவன் ஐம்பது வயதில போய் ஒரு இளம் பெட்டைக்கெல்லே தாலியக் கட்டிப்போட்டு வந்திருக்கிறானாம்.”

“அட, அதுவும் அப்பிடியே!”

“ஓமடாப்பா, இது திரும்பவும் சோலியிலதான் போய் முடியப்போகுது.”

“சரி... சரி... அவன் என்னவெண்டாலும் செய்யட்டும். நமக்கெல்லே வேலைக்கு நேரமாகுது. வெளிக்கிடு... வெளிக்கிடு...” காரைக் கிளப்பிக்கொண்டு பறந்தான் குணா.

ராக்சித் தரிப்பிடத்தில் காத்திருந்தவனின் மனதில் பிள்ளைகளின் எதிர்காலம் பற்றிய சிந்தனைகளே மேலெழுந்தன. பிள்ளைகள் வளர வளரத் தனக்கும் பிள்ளைகளுக்குமான நெருக்கம் குறைந்துகொண்டிருப்பதாக உணர்ந்தவனின் மனதில் பயம் ஆழமாக வேர் ஊன்ற ஆரம்பித்திருந்தது. அதனால் எப்போதும் அமைதியிழந்தவனாகவே காணப்பட்டான். அந்த அமைதியின்மையானது அவனுக்கும், ஆதிராவுக்கும் இடையிலான அன்னியோன்யத்தையும் பாதிக்கவே செய்தது.

பிள்ளைகள் விடயத்தில் இங்கத்தைய வாழ்க்கை முறைக்கேற்ப எதையும் எதிர்கொள்ளக்கூடிய வகையில் ஆதிரா தன்னைத் தயார்ப்படுத்திக்கொண்ட அளவுக்குக் குணாவினால் முடியாமல் இருந்ததானது அவர்களுக்குள் அடிக்கடி முரண்பாடுகளையும் தோற்றுவித்தது. மகள் லண்டனிலிருந்து வருவதற்கு இன்னும் சில மாதங்களே இருந்த நிலையில் மகளை எதிர்பார்த்து ஆவலுடன் காத்திருந்தான் குணா.

மகன் தொடர்ந்தும் பின்னேரப் பொழுதுகளில் நண்பர்களைச் சந்திக்கவென்று போய்த் தாமதமாக வீட்டுக்கு வருவதும், வீட்டில் எப்போதுமே வீடியோ கேமுக்குள் மூழ்கியிருப்பதுமான விடயங்களால் குணாவும், மகனும் அடிக்கடி முரண்பட்டு வீட்டில் நாய், பூனை இல்லாத குறையைத் தீர்த்துக்கொண்டார்கள். அது ஆதிராவுக்குள் பெரும் கவலையை ஏற்படுத்தியிருந்தது.

மணியமண்ணையின் வீட்டினருகே குணா ஒரு பயணியை இறக்கிவிட்டு வந்தபோது மணியமண்ணை வளவில் புல்லு வெட்டிக்கொண்டு நின்றார். அவரது பேரக்குழந்தை ஒன்று அவர் பின்னால் தத்தித்தத்தி நடை பயின்றுகொண்டிருந்தது. குழந்தையின் தந்தையான நோர்வேஜியன் தன் பிள்ளையின் நடையை ரசித்தபடியே வீட்டு வாசலில் நின்றான். அவர்களைக் கண்டதும் குணாவின் கார் அவனையறியாமலேயே அவர்களின் வீட்டின் முன்னாற்போய் நின்றது. குணாவைக் கண்டதுமே புல்லுவெட்டும் இயந்திரத்தை நிறுத்திவிட்டு "வாடா தம்பியா வா, உன்னை யாரோ இந்தப் பக்கம் இழுத்துக்கொண்டு வந்திட்டாங்கள் போல" என்றபடியே வந்தார். அவர் பின்னால் ஓடி வந்த குழந்தை கால் தடுக்கி கீழே விழவும், "ஐயோ பிள்ளை விழுந்திட்டுது" எனக் குணா கத்த மணியமண்ணை துடிதுடித்தபடி குழந்தையைத் தூக்க ஓடினார்.

"இல்லையில்ல தூக்காதிங்க. அவர் தானே எழும்பட்டும்" எனத் தடுத்தான் மணியமண்ணையின் வெள்ளைக்கார மருமகன். மணியமண்ணை செய்வதறியாது துடித்து நிற்க, குழந்தை சிணுங்கியவாறு தானாகவே எழுந்து தந்தையிடம் ஓடியது.

"சரி... சரி... வந்ததுதான் வந்த உள்ள வா, ஒரு ரீ குடிச்சிற்றுப் போகலாம்." குணாவை அழைத்துக்கொண்டு மணியமண்ணை உள்ளே நுழைய சந்திராக்காவும் தேனீர்

தயாரிக்கத் தயாரானார். மணியமண்ணையின் மகள் சோபாவில் அமர்ந்து தொலைக்காட்சியைப் பார்த்தபடியே சாப்பிட்டுக்கொண்டிருந்தாள். குழந்தையைத் தூக்கிக்கொண்டு உள்ளே வந்த மணியமண்ணையின் மருமகன் குணாவிடம் சுகம் விசாரிக்க, அவனிடமிருந்து குழந்தையை வாங்கிக் கொஞ்சினான் குணா.

"பாத்தியே குணா எங்கட பிள்ளை வளர்ப்புக்கும், இவையின்ர பிள்ளை வளர்ப்புக்கும் உள்ள வித்தியாசத்தை" என்றார் மணியமண்ணை.

"ஓமண்ணே, நாங்கள் எண்டால் பிள்ளை விழுந்தவுடன கத்திக் குளறி நாங்களும் பயந்து பிள்ளையையும் பயப்பிடித்திருப்பம். சும்மா சொல்லக்கூடாது சின்னனில இருந்தே சுயதைரியத்தையும், தன்னம்பிக்கையையும் ஊட்டி வளர்க்கிற இந்த வளர்ப்புமுறை திறமானது தானண்ணே" என்றான் குணா.

"ஓமடா தம்பியா, நாங்கள் ஊட்டுறது சோத்தையும், பாசத்தையுந்தானே" என மணியமண்ணை கூறிக்கொண்டிருக்கும் போதே, சோபாவில் அமரச் சென்ற மருமகனிடம், காலுக்கு மேல் கால் போட்டபடியிருந்த அவனது மனைவி புன்முறுவலோடு வெற்றுக் கோப்பையை நீட்டினாள். உடனே அதனை வாங்கியவன் சமையலறைக்குள் சென்று கழுவி வைத்துவிட்டு மீண்டும் வந்தமர்ந்தான். சந்திராக்காவும் தேனீர்க் குவளைகளுடன் வந்துசேர அதனை வாங்கிக் கொண்டு மணியமண்ணையும், குணாவும் வெளியே சென்றார்கள்.

"பாத்தியே குணா நிலைமைய, நான் நாட்டில இருந்தொரு மாப்பிளையை எடுத்திருந்தால் இண்டைக்கு இந்தச் சோத்துக் கோப்பையாயலே வேண்டியிருப்பாள் என்ர பெட்டை."

"ஓமண்ண, ஆனாலொண்டு வெள்ளைக்காரன் மட்டுந்தான் இப்பிடிச் செய்வான் எண்டில்ல, வெள்ளைக்காரன்ர நாட்டில பிறந்து வளருற எங்கட பெடியளும் இதைத்தான் செய்யப்போறாங்கள். இதேதோ நல்ல விஷயம் எண்ட அளவில சந்தோஷப்பட்டுக்கொள்ளலாம் தான்."

“ஓமடா தம்பியா அதெண்டால் உண்மைதான். மண்ணுக்கு ஏத்த மாதிரித்தான் மரங்கள் வளரும். இது இந்த மண்வாசி தான்.”

“சரியண்ணே கனநேரம் இருக்கேலாது நான் போட்டுவாறன்” என்றவாறு கிளம்பிய குணாவின் மனதை அக்காவின் மகனுக்குத் தன் மகளைக் கட்டிவைக்க வேண்டுமென்ற ஆசை நிராசை ஆகிவிடுமோ என்ற பயம் சுற்றி வளைத்தது. வேறுயாரும் பிறத்தியானை விடவும் தன் சொந்த மருமகனே தன் மகளைக் கண் கலங்காமல் வைத்துக் காப்பான் என்ற நம்பிக்கையே குணாவிடம் மேலோங்கியிருந்தது. இருந்தாலும் சொந்தத்துக்க கட்டுறது தப்பு என்று சொல்கின்ற மகளின் விஞ்ஞான அறிவும், இந்தக் கலாச்சார முரண்பாடுகளுமே இப்போதவனுக்கு வில்லங்கமானதாகப் பட்டது.

வீட்டுக்குள் நுழைந்ததுமே ஆதிராவின் முகத்தில் ஒருவித கலவரத்தை உணர்ந்தான் குணா. சாப்பிட்டு முடியும்வரை பொறுத்திருந்து அவன் வாய் கழுவியபின்பே வாயைத் திறந்தாளவள், “அப்பா, இவன் மகிழன் சினேகிதப் பெடியளோட டென்மார்க்குக்குப் போர்ட் ரூர் (கப்பல் பயணம்) போகப்போறானாம்.

“என்னது! போர்ட் ரூரோ! விசர்க்கதை கதையாத நீ” எனப் பாய்ந்தான்.

“நான் என்னப்பா செய்ய, அவன் சொல்லுக் கேக்கிறானில்லையே. எல்லாப் பெடியளும் போறாங்களாம் எண்டெல்லே அடம்பிடிக்கிறான்.”

“அப்பயென்ன விடப்போறியே? தெரியுந்தானே பெடியள் செற்றோட போனால் எப்பிடிக் குழப்படியா இருக்குமெண்டு.”

“பெடியள் மட்டும் இல்லையாமப்பா, ஆரோ ரெண்டு பெற்றோரும் போகினமாம்.”

“ஆரு, பிள்ளையளோட சேர்ந்து குடிக்கிற நொஸ்க்குகளே?”

“எனக்குத் தெரியா இனி நீங்களாச்சு உங்கட மகனாச்சு, ஆனாலொண்டு சொல்லிப்போட்டன் நீங்க நினைக்கிற மாதிரி

இங்க பிள்ளைகளை வளர்க்க ஏலாது. நாங்களும் கொஞ்சம் விட்டுத்தான் பிடிக்கவேணும்."

"நீ இப்ப என்னடியப்பா சொல்லுற, அவனை விடுறதெண்டு முடிவெடுத்திட்டியே?" வார்த்தைகள் சூடாக வெளியேறின.

"இல்லயப்பா, எல்லாப் பெற்றோரும் விடுகினம் இந்த லங்கிஸ் பெற்றோருக்குத்தான் எதுக்கெடுத்தாலும் பயமெண்டு அவன் காலமை துள்ளின துள்ளலை நீங்க பாக்கயில்ல. இப்பிடி எல்லாத்துக்கும் கட்டுப்பாடு போடுறதாலதானப்பா பிள்ளைகள் வீட்டை விட்டு ஓடுறதுக்கு எப்படா பதினெட்டு வயசாகுமெண்டு பார்த்துக்கொண்டு இருக்குறதுகள். அதுகளை எங்கட கையிக்க வைச்சிருக்க வேணுமெண்டால் அதுகளின்ர விருப்பங்களையும் கொஞ்சம் அனுசரிச்சுத்தானப்பா போகவேணும்" என அவனின் மனதறிந்து மென்மையான வார்த்தைகளால் தடவிக்கொடுத்தாள்.

தொலைக்காட்சியை இயக்கிவிட்டு அதிற் கண்களை எறிந்தாலும், குணாவின் மனம் அதற்கு வெளியேதான் நின்றுகொண்டது. ஆதிரா சொல்வதும் நியாயமானதுபோல் பட்டாலுங்கூட சமாதானமாக முடியாத அவனது மனம் சஞ்சலப்பட்டபடியே இருந்தது.

• • •

லண்டன் படிப்பை முடித்துக்கொண்டு வந்த மகளை விமான நிலையத்திலிருந்து ஏற்றிக்கொண்டு வந்தான். முன்பு சுற்றி நடக்கின்ற சமூக விடயங்களை மட்டும் விவாதித்துப் பேசிய மகள் இப்போது உலக அரசியல் விடயங்களை அலசினாள். அமெரிக்காவுக்கும், சீனாவுக்கும் இடையிலான வர்த்தகப் போட்டிகளினால் ஏற்பட்டிருக்கும் பனிப்போர் பற்றிப் பேசினாள். சூழல் மாசடைவதால் ஏற்படப்போகும் பேராபத்துக்கள் பற்றிப் பேசினாள். பெண் உரிமைகள் பற்றியும், சமத்துவம் பற்றியும் பேசினாள். உடல் ரீதியாகவும், உள ரீதியாகவும் அவள் அடைந்திருந்த வளர்ச்சியைப் பார்த்த குணாவுக்கு ஆச்சரியமாகவும், பெருமையாகவும் இருந்தது. ஆனாலும், குணாவிற்கும் மகளுக்குமிடையில் முன்புபோல் நெருக்கமும், அன்னியோன்யமும் இருக்கவில்லை. எப்போதும் அவள் கணினியும் கையுமாக அறைக்குள்ளேயே அடைந்துகிடந்தாள்.

ஆனாலும், அவள் தம்பியாரைப்போல் எந்த நேரமும் நண்பர்களுடன் வெளியே சுற்றாமல் இருப்பது கொஞ்சம் ஆறுதலாக இருந்தது. ஒரு நாள் மட்டும் அவள் வீட்டுக்குத் தாமதமாக வந்தபோது, “இவ்வளவு நேரம் என்ன செய்தனி?” என்று கொஞ்சம் காரசாரமான தொனியில் கேட்டுவிட்டான்.

“இதென்ன இது! தம்பி ஒவ்வொரு நாளுந்தான் லேட்டா வாறான் அவனை ஒண்டும் கேட்க மாட்டீங்கள், நான் ஒரு நாள் லேட்டானதுக்கு கேள்வி கேட்கிறீங்களோ! ஆம்பிளைக்கு ஒரு சட்டம் பொம்பிளைக்கு ஒரு சட்டமோ?” எனக் கேட்டு உடுக்கும் இல்லாமல் வேப்பிலையும் இல்லாமல் கலையாடி ஓய்ந்தாள்.

பிள்ளைகள் வளர வளரக் குணாவிற்கும், பிள்ளைகளுக்குமான முரண்பாடுகளும் வளர்ந்துகொண்டேயிருந்தன. சாப்பிடும்போது சத்தம் கேட்காதபடி வாயை மூடிச் சாப்பிடுங்கப்பா. தும்மும்போது முழங்கையை மடித்துவைத்துத் தும்முங்கப்பா. என்பவற்றில் தொடக்கி அவனது செயற்பாடுகளில் அவர்கள் குறைகளைக் கண்டுபிடிப்பதானது அவனுக்குள் எரிச்சல்களைக் கிளப்பியது. ஒருநாள் றிமிக் கடையில் ஐந்து கிலோ கோழிக்கால் மலிவாகப் போட்டிருப்பதாக அறிந்து மகளுடன் கடைக்குச் சென்றபோது, அவன் கடையில் வைத்து கோழிக்கால் பெட்டியைப் பிரித்துப் பார்த்துவிட்டான்.

“என்ன பழக்கமப்பா இது. வாங்க முதலே பிரிச்சுப் பார்க்கிறது?”

“காசு குடுத்து வாங்குற நான் பார்த்துத்தான் வாங்குவன். நீ சும்மாயிரு.”

“வாங்கிக்கொண்டுபோய் வீட்டில வைச்சு பிரிச்சுப் பார்க்கலாம் தானே, பாக்குற சனம் என்ன நினைக்கும்.”

“ஏன் சனமே காசு குடுக்கப்போகுது, பெரிய காலா சின்னக் காலா எண்டு பாத்துத்தான் வாங்கவேணும்?”

“கோழிகளுக்கெல்லாம் கால் ஒரே அளவுதான்.”

“உனக்குத் தெரிஞ்சது அவ்வளவுதான், நீ பொத்து வாயை.” இப்படியாக கடையில் தொடங்கிய சண்டை வீடு வரையிலும் தொடர்ந்தது.

இன்னொரு நாள் உதைபந்தாட்டப் போட்டிக்கு மகனை அழைத்துக்கொண்டு சென்றான். விளையாட்டு விறுவிறுப்பாகப் போய்க்கொண்டிருந்தது. மகிழன் இரண்டு கோல்கள் அடித்திருந்தான். நாலுக்கு மூன்று என்ற கோல் அடிப்படையில் மகிழனின் அணியே வெற்றிவாய்ப்பில் இருந்தது. திடீரென்று நல்லா விளையாடிக்கொண்டிருந்த மகிழனையும், இன்னொருவனையும் வெளியே எடுத்துவிட்டு வேறு இருவரை உள்ளே இறக்கினான் பயிற்சியாளன். சிறிது நேரத்திலேயே ஐந்துக்கு நாலு என்ற கோல் அடிப்படையில் மகிழனின் அணி பின்வாங்கியது. குணாவுக்கு விளையாட்டைப் பார்க்கக் கொதி கொதியாக வந்தது.

“ஏன்ரா உங்கள வெளிய எடுத்தவன், இப்ப ரீமெல்லே தோக்கப்போகுது. போடா... போய்க் கோச்சரைக் கேட்டு இறங்கி விளையாடு” என மகனைப் பார்த்துக் கத்தினான் குணா. தலையில் கை வைத்தபடி தகப்பனை ஒரு எரிச்சல் பார்வை பார்த்த மகிழன் விலத்திப்போய் தூரத்தில் நின்றுகொண்டான். இறுதியில் மகிழனின் அணி தோற்றுப்போக போட்டி முடிவடைந்தது.

“கோச்சர் மொக்குவேலை பாத்துப்போட்டான். இல்லாட்டி வடிவா வெண்டிருக்கலாம். நீ அடுத்த மொக்கன், உனக்குச் சொன்னான் தானே போய்க் கேட்டு விளையாடெண்டு.” காரில் ஏறியதுமே சினத்தைக் கொட்டினான் குணா.

“அப்பா வெற்றி, தோல்வி வழமையானது. இண்டைக்கு தோத்தால் நாளைக்கு வெல்லுவம். இதொண்டும் பெரிய விசயமில்ல, ஆனால் எல்லாப் பிளேயரும் விளையாடுறதுதான் முக்கியம். அதனாலதான் கோச்சர் விளையாடாத ஆக்களை உள்ள இறக்கினவர். நீங்க முதல்ல தோல்வியைச் சகிச்சுக்கொள்ளுற பழக்கத்தைக் கற்றுக்கொள்ளுங்க. தமிழ் ஆட்கள் எல்லாருமே இப்பிடித்தான்” எனச் சுள்ளென்று பாய்ந்த மகனின் வார்த்தைகள் குணாவின் உச்சந்தலையில் குட்டுக்களாய் விழுந்தன. பிள்ளைகளிடமிருந்தும் கற்க வேண்டியிருக்கின்றது என்பதை

உணர்ந்தவன் கனத்த யோசனையுடன் மௌனமானான். பிள்ளைகளிடமிருந்து கற்க நேர்வதை கோபமான மனநிலைகளில் அவமானமாகக் கருதினாலும், கோபங்கள் தணிந்தபின்னர் அதனைப் பெருமையாகவே உணர்ந்தான்.

இன்னொரு நாள் நூல் நிலையத்திலிருந்து மகளைக் காரில் ஏற்றிக்கொண்டு வந்தபோது, அவள் நல்ல மகிழ்வான மன நிலையில் இருப்பதை உணர்ந்த குணா தன் மனதிலிருப்பதைச் சொல்ல இதுதான் நல்ல சந்தர்ப்பமென நினைத்து மெல்லப் பேச்சைத் தொடங்கினான்.

"இனியாம்மா, உன்னோட ஒரு விசயம் கதைக்கவேணும்."

"என்ன அப்பா, என்ன விசயம்?"

"அது வந்து... அப்பம்மாவுக்கு ஒரு ஆசை இருக்கு அதைப் பற்றித்தான் கதைக்கவேணும்."

"அப்பம்மாவுக்கு என்னவாம் ஆசை?" உற்று நோக்கினாள் தந்தையை.

"அதென்னெண்டால், மச்சான் ஆருஷனை உனக்குக் கட்டி வைக்கவேணும் எண்டு ஆசைப்படுறா, இது அவவின்ர ஆசை மட்டுமில்ல, என்ர ஆசையுந்தான்."

"என்னப்பா கதைக்கிறிங்க, அந்தக் காலத்துச் சனங்களுக்குத்தான் விஞ்ஞான அறிவு இல்லையெண்டால் உங்களுக்குமா? சொந்தத்துக்க காட்டுறது ஆபத்தானதெண்டு தெரியாதே?" சீறிப் பாய்ந்தாள் இனியா.

"அதொண்டும் பெரிய பிரச்சனை இல்லையம்மா."

"என்னது! பிரச்சனை இல்லையோ? நீங்க எந்த உலகத்தில இருக்கிறீங்கள்? இரத்த உறவுகளுக்குள்ள திருமணம் செய்யிறதுக்கு நோர்வேயில சட்ட ரீதியாகத் தடைவிதிக்க வேணுமெண்ட யோசனையை ஆர்பைடர் பார்ட்டி (தொழிலாளர் கட்சி) நாடாளுமன்றத்தில சமர்ப்பிச்சிருக்கிற விசயம் உங்களுக்குத் தெரியாதே? இரத்த உறவுக்குள்ள ஒரே மாதிரியான குரோமோசோம்கள் தான் இருக்குமாம். அது குழந்தைகளின்

அறிவாற்றலையும், ஆளுமை விருத்தியையும் மங்கச் செய்யுமாம். சொந்தத்திலேயே கட்டுறதால 'ஹீமோபீலியா, தாலசீமியா' போன்ற ரத்தம் சம்பந்தப்பட்ட பிரச்னைகள் வருகுதாம். சொந்தத்துக்க ஒரே மாதிரியான மரபணுக்கள் இருக்கிறதால மரபணுக்கோளாறுகள் ஏற்பட்டு வளர்ச்சி குன்றிய பிள்ளைகள் பிறக்குதாம் எண்டெல்லாம் எத்தினை நாட்டு ஆய்வாளர்கள் சொல்லிப்போட்டினம். இன்னுமா உங்களுக்கு புத்தி வரயில்ல?" அவளின் வாயிலிருந்து கோபாவேசமாகப் பாய்ந்த வார்த்தை அம்புகள் அவனது ஆசையைக் குத்திக் குதறி நிராசையாக்கியது. ஏமாற்றம் தந்த வேதனையில் அவனுக்குள் மேலும் குழப்பங்கள் கூடியது. இறுகிய முகத்துடன் காரை ஓட்டிக்கொண்டிருந்தான்.

"அப்பா இனித் தயவுசெய்து சொந்தத்துக்க கட்டுறது பற்றியோ, பேசிக் கட்டுறது பற்றியோ என்னோட கதைக்காதிங்க. அதெல்லாம் உங்கட பழைய காலம்."

"அப்பயென்ன உன்ர இஸ்ரத்துக்குத்தான் நீ எல்லாம் செய்யப்போறியே?"

"என்ர வாழ்க்கை அப்பா, அது என்ர இஸ்ரமாத்தானே இருக்க முடியும்."

"அப்ப நாங்க என்ன மயிருக்கு அம்மா, அப்பா எண்டு இருக்கிறம்?" அதட்டிக் கேட்டான்.

"ஓ... மை காட், நீங்க நல்ல பேரன்ஸ் தான், கஸ்ரப்பட்டு எங்கள வளர்த்திங்கதான், படிப்பிச்சிங்கதான். அதை நாங்கள் ரெஸ்பெக்ட் பண்ணுறம். நீங்களும் பிள்ளைகளின்ர விருப்பு, வெறுப்புகளை ரெஸ்பெக்ட் பண்ணப் பழகுங்க பிளீஸ்" கோபத்தை வெளிக்காட்டாமல் நிதானமாக கூறினாள்.

குணாவோ கோபத்தைக் கார் ஓட்டத்தில் வெளிக்காட்டினான். ஒரு சாதாரண சிறிய தெருவில் கார் சீறிப் பாய்ந்தது. கார் ஒரு முச்சந்தியைக் கடந்தபோது வலது பக்கத்திலிருந்து வந்த கார்க்காரன் குத்தி பிரேக் போட்டு கோர்ன் அடித்தான். அந்தக் கோர்ன் சத்தம் குணா அடக்கி வைத்திருந்த கோபக் குரங்கின் வாலை முறுக்கிவிட்டது. சட்டெனப் பிரேக் போட்டுக் காரை நடுத்தெருவில் குறுக்காக நிறுத்தினான். வலது பக்கத்தால்

வந்தவன் இப்போது பின்னால் நின்று கோர்னை அழுத்திப் பிடித்தபடியே இருந்தான். சத்தம் காதைக் கிழித்தது.

"எடுங்கப்பா காரை... பிளீஸ் எடுங்க..." கத்தினாள் இனியா.

"அந்த நாய் ஏன் கோர்ன் அடிச்சவன்?" கடுப்புடன் கேட்டான்.

"ஐயோ... இது மெயின் ரோட் இல்லையப்பா. வலது பக்கத்தால வாறவைக்கு நீங்கதான் விட்டுக் குடுத்திருக்கவேணும். பிளீஸ் காரை எடுங்க. இல்லாட்டி இதிலேயே நான் இறங்கி நடந்து போயிருவன்" என்றவள் கதவைத் திறக்க முயன்றதும், சட்டெனக் காரை ரேஸ் பண்ணிக் கிளப்பினான். வீடு போய்ச் சேரும்வரை இருவருமே எதுவும் பேசவில்லை. இருவரின் முகங்களைப் பார்த்ததுமே வழியில் ஏதோ வில்லங்கம் நிகழ்ந்துவிட்டதென்பதைப் புரிந்துகொண்ட ஆதிரா கேட்டாள், "என்னப்பா! என்ன நடந்தது? ஏன் ரெண்டுபேரும் மூஞ்சிய நீட்டிக்கொண்டு வாறியள்?"

"ஆ... நீயென்ன சொல்லுக் கேக்கிற மாதிரியே பிள்ளையள வளர்த்து வைச்சிருக்கிற?" வெடுக்கெனப் பாய்ந்தான்.

இதற்குப் பதில் சொல்லப்போனால் சிக்கலாகிவிடும் என்பதை உணர்ந்த ஆதிரா மௌனத்துடன் மகளின் அறைக்குள் நுழைந்தாள், "என்னம்மா, என்ன நடந்தது? அப்பாவோட ஏதும் பிரச்சனையே?"

"ஓ... தமிழ் ஆட்கள் எல்லாருமே இப்பிடித்தான். பிழை செய்வினம். பிழையைச் சுட்டிக்காட்டினால் கோபம் வரும். பிறகு இன்னுங்கூடப் பிழை செய்வினம்" என ஆரம்பித்தவள், நடந்தவற்றைத் தாயிடம் ஒப்பிவித்தாள். தமிழ் ஆட்கள் பிற்போக்குவாதிகள், மூடநம்பிக்கையாளர்கள் என்ற எண்ணமே பிள்ளைகளின் மனதில் இருப்பதாகப் புரிந்துகொண்ட ஆதிராவுக்கு அதற்கேற்ப பிள்ளைகளை அனுசரித்துப் போவதொன்றும் கடினமானதாக இருக்கவில்லை.

◎

2018

பிள்ளைகளுக்கும், குணாவுக்குமான இடைவெளி நீண்டுகொண்டே போனது. அவர்களோடு நேரத்தைச் செலவிடாதிருந்தால் நெருக்கம் குறைந்துவிடுமோ என்றெண்ணி ஒரு காலத்தில் பயந்தவன், இப்போது அவர்களோடு செலவிடும் நேரங்களால் நெருக்கம் குறைந்துவிடுமோ என்றெண்ணத் தலைப்பட்டான். வாயைத் திறந்தாலே சண்டை வருமென்ற நிலையில் பேச்சுக்களைக் குறைத்துக்கொண்டான். பார்வைகளாலும், உடல் மொழிகளாலுமே தனது அதிருப்திகளை வெளிப்படுத்தினான். பிள்ளைகளிடம் குறைந்துகொண்ட பேச்சுக்கள் ஆதிராவிடம் அதிகரித்துக்கொண்டன. பிள்ளைகள் வாங்க வேண்டியவற்றையும் அவளே வாங்கிக் கட்டிக்கொண்டாள். அவள் பிள்ளைகளுக்கு அதிக செல்லம் கொடுப்பதாகவே அவன் கருதினான். அது அவர்களுக்கிடையில் அடிக்கடி முரண்பாடுகளைத் தோற்றுவித்தது.

“படிக்கிற வயசில அவள் நெடுகலும் ரெலிபோனும் கையுமாயே இருக்கிறாள். நீ இதுகளை ஒண்டும் கவனிக்கிறதில்லையே?” எனக் கேட்டு ஆதிராவோடு எரிந்து விழுந்தான்.

“அவள் என்னப்பா... குழந்தைப்பிள்ளையே பின்னாலும், முன்னாலும் திரிஞ்சு கவனிக்க, பிள்ளைகளில நம்பிக்கை வைச்சு அதுகளைச் சுதந்திரமா விடுங்கோவன்” என அவளும் புகைந்தெழுந்தாள்.

“இந்த நாட்டில அளவுக்கு மீறின சுதந்திரந்தான் பிள்ளைகளை நாசமாக்குதெண்டு உனக்குத் தெரியாதே?”

“ஓ... இது சுதந்திரமான நாடெண்டு தானே விரும்பி வந்தனீங்கள். இப்ப இந்தச் சுதந்திரமே உங்களுக்குப் பிரச்சனை எண்டால், பாவம் பிள்ளைகள்தான் என்ன செய்யிறது. இந்த நாட்டில பிறந்து வளர்ந்ததுகள் நாட்டுக்கேத்த மாதிரித்தானே வாழப்பார்க்குங்கள். எங்கட பண்பாடு, பழக்க வழக்கங்களோட வளர்க்கிறதெண்டால் பிள்ளைகள் பிறந்தவுடனேயே நாங்கள் எங்கட நாட்டுக்கு போயிருக்கவேணும். இது எங்கட பிழையே

தவிர அதுகளிலும் பிழை சொல்ல ஏலாது. அளவுக்கு மீறின சுதந்திரமுள்ள நாட்டில எங்கட கலாச்சாரம், பண்பாடெண்டு சொல்லிக்கொண்டு பிள்ளைகளைக் கட்டுப்படுத்த நினைக்கிறதும் ஆபத்தானதெண்டு உங்களுக்கேனப்பா விளங்குதில்லை.''

''இப்ப நீயுமென்ன பிள்ளைகளோட சேர்ந்துட்டியே?''

''இல்லையப்பா, பிள்ளைகளின்ர பிரச்சனைகளையும் விளங்கிக்கொள்ள வேணுமல்லே. அதுகள் எங்கள மாதிரி இல்லையே, அதுகள் இந்த நோர்வேஜியச் சமூகத்தோட ஒட்டி வாழுதுகள். அதுகளும் இந்தச் சமுகத்தில எவ்வளவு கேலி கிண்டல்களை எதிர்கொள்ளுங்கள் எண்டு யோசிக்கமாட்டியளே? உங்களுக்குத் தெரியுமா மகிழன்ர பிரெண்ட் எல்லாருக்குமே சாரஸ்தர் (காதலி) இருக்காம். இவனுக்கு மட்டும் இல்லாததால இவன் எவ்வளவு கேலி கிண்டல்களுக்கு ஆளாவான் எண்டு நினைச்சுப்பாருங்கோ. அதுக்காக நொஸ்க்குகளைப் போல இப்பவே சாரஸ்தரைப் பிடிக்கச்சொல்லிச் சொல்லயில்ல. இந்தக் கலப்புக் கலாச்சாரத்தால பிள்ளைகளும் சரியாக் கஸ்ரப்படுகுதுகள் எண்டதைத்தான் சொல்லுறன்'' என்ற ஆதிராவின் சூடான வார்த்தைகள் குணாவை மௌனியாக்கியதில் யோசனையில் ஆழ்ந்திருந்தான்.

''படிக்கிற வயசில அவள் ரெலிபோனும் கையுமா இருக்கிறாள்'' என்ற குணாவின் வார்த்தைகள் ஆதிராவையும் யோசிக்க வைத்தது. லண்டனால் வந்ததிலிருந்து அடிக்கடி அலைபேசியில் குசுகுசுப்பதும், ஆதிராவைக் கண்டவுடன் தொடர்பைத் துண்டிப்பதுமான மகளின் செயற்பாடுகளால் ஆதிராவுக்கும் அச்சம் ஏற்படவே செய்தது. ஆனாலும் அவள் எதனையும் வெளிக்காட்டிக்கொள்ளவில்லை.

குணா வீட்டை விட்டு வெளியே போனதும், அறையை விட்டு வெளியே வந்த மகள் கேட்டாள் ''என்னம்மா ஒரே சத்தமா இருந்துச்சு, உங்களுக்கும் அப்பாக்கும் ஏதும் பிரச்சனையே?''

''இல்லையம்மா ஒண்டுமில்ல'' எனச் சமாளித்தாள் தாய்.

''இல்ல, ஏதோ நடந்திருக்கு. என்ன நடந்ததெண்டு சொல்லுங்கோ.''

“இல்லயம்மா, நீ தான் எந்த நேரமும் ரெலிபோனும் கையுமா இருக்கிறியாம் எண்டுதான் என்னோட சத்தம்போட்டிற்றுப் போறார்.”

“ஓ... நான் போனும் கையுமா இருந்தா அதை என்னோடயல்லோ கதைக்கவேணும். உங்களோட ஏன் சத்தம் போட்டவர்? இதுதான் உங்கட லங்கிஸ்க் மென்ராலிட்டி. என்ன பிரச்சனையா இருந்தாலும் சம்மந்தப்பட்டவரோட நேரடியாக் கதைக்கிறதுமில்ல, புரிஞ்சு கொள்ளுறதுமில்ல. சும்மா சத்தம்போடவும் சண்டை பிடிக்கவுந்தான் தெரியும்” எனப் பொரிந்து தள்ளினாள் மகள்.

“இல்லையம்மா, படிக்கிற வயசில நீ ஏதும் தப்பான வழியில போயிருவாயோ எண்டு தான் அவருக்குப் பயம்.”

“தப்பான வழியெண்டா?” புருவங்களைக் கேள்விக்குறியாய் வளைத்தாள்.

“இப்ப எல்லாப் பிள்ளையளும் போனிலும், இன்ரனெற்றிலும் தானே காதலிக்குதுகளாம், அதுதான் அவரும் பயப்பிடுறார் போல.”

“என்னம்மா, காதலிக்கிறது தப்பே! நீங்க எத்தினையாம் நூற்றாண்டில இருக்கிறீங்க?”

“இல்லையம்மா அதுக்கதுக்கெண்டு ஒரு வயது இருக்குத்தானே.”

“என்னம்மா சொல்லுறிங்க நீங்க கல்யாணம் கட்டின வயசில நான் காதலிச்சா தப்பே? காதலெண்டுறது இந்த வயசிலதான் எண்டோ இவரைத்தான் எண்டோ திட்டமிட்டு செய்யிற விசயமில்லயம்மா. இதுகள் ஒண்டும் உங்களுக்கு ஏன்தான் விளங்குதில்லையோ...” என்றவள் முழியைப் பிதுக்கியவாறு தலைமுடியைக் கிளறினாள்.

“அப்ப நீயென்ன காதலிக்கிறியே?” என்றவள் மகளை விழுங்கி விடுவதுபோல் பார்த்தாள்.

“ஓ, இதில மறைக்கிறதுக்கு ஒண்டுமில்லையம்மா. சொல்லவெண்டு தான் இருந்தனான் நீங்களே கேட்டுட்டீங்க. ஓம், எனக்கு ஒருத்தரோட காதல் வந்திருக்குத்தான்.”

“என்னடி சொல்லுற! ஆரைக் காதலிக்கிற?”

“அவர் லண்டன்ல இருக்கிறார். பேர் கில்மன்.”

“என்னது கில்மனோ! வெள்ளக்காரனோடி?”

“இல்ல தமிழ் தான். அப்பா கிறிஸ்ரியன், அம்மா இந்து.”

“என்ர ஐயோ! அந்த மனுஷன் பயந்தமாதிரியே நடந்து போச்சே. இக்கணம் கேள்விப்பட்டாரெண்டால் என்ன நடக்குமோ...” கால்கள் நடுக்கமெடுக்கத் தலையிற் கைவத்தவாறு குந்திக்கொண்டாள்.

“ஏனம்மா நீங்களிப்ப ரென்சனாகிறிங்க?” எரிச்சலுடன் கேட்டாள்.

“அடியே! ஆராக்கள்? என்ன மாதிரி எண்டு விசாரிச்சியே?”

“அப்பிடியெண்டால்! சாதியே? அதைப்பற்றித் தெரியாது. அதெல்லாமொரு பிரச்சனையேயில்ல.”

“என்னடி சொல்லுற! உனக்கு பிரச்சனை இல்லையெண்டால் சரியே? இக்கணம் கொப்பர் கேள்விப்பட்டார் எண்டால், என்ர ஐயோ!” எனக் கைகளை உதறிப் பதறினாள்.

“சாதி பார்க்கிறது பிழை எண்டுதானே அப்பா சொல்லுறவர்.”

“சும்மா சொன்னாப்போல சரியேடி! சொந்த பந்தங்கள் எண்டும், சமூகம் எண்டும் பயப்பிடுற மனுஷன் இதுக்குச் சம்மதிக்குமே? ஐயோ! ஐயோ!” தலை தலையாய் அடித்துக்கொண்டாள்.

“நிப்பாட்டுங்கோ. இப்ப நானென்ன கொலைக் குற்றமே செய்துபோட்டன். இதுக்குத்தான் உங்களுக்கொண்டும் சொல்லாமல் இருந்தனான்” எனத் தலையில் அடித்துக்கொண்டிருந்த தாயின் கைகளைத் தடுத்தாள்.

“சாதி, சமயமொண்டும் பார்க்காமல் என்னெண்டடி உனக்குக் காதல் வந்தது?” முழியைப் பிரட்டிக் கேட்டாள்.

“இதெல்லாம் பார்க்காமல் வந்தால்தான் அது காதல்” இறுகிய முகத்தோடு கூறினாள்.

“பொத்தடி வாயை, முதல்ல ஆராக்கள் என்ன மாதிரி எண்டு விசாரி” சூடான வார்த்தைகளுடன் அழுத்தமாக ஒரு பார்வை பார்த்தாள்.

“சரி, இப்போதைக்கு இதைப்பற்றி ஒண்டும் நீங்கள் அப்பாவோட கதைக்கவேண்டாம்” என்ற மகள் விருட்டென்று அறைக்குள் நுழைந்துகொண்டாள். இதுவரைக்கும் கணவனிடம் எதையுமே மறைக்காத ஆதிராவுக்கு மனது பெரும் பாரமாக இருந்தது. சொன்னால் என்னாகுமோ என்ற பயம் வேறு அவளைப் பாடாய்ப் படுத்தியது. அதற்கான காலம் கனியும்வரை மனப் பாரத்துடனேயே காத்திருந்தாள்.

• • •

ஒரு சனி மாலை சினிமா தியேட்டர் ஒன்றின் முன்னால் ஒரு காதல் ஜோடியை ராக்சியில் கொண்டுபோய் இறக்கியபோது, அங்கே நண்பர்கள் சகிதம் மகனைக் கண்டான் குணா. நண்பர்கள் எல்லோருடைய கைகளும் அவரவர் காதலிகளின் கைகளோடு கோர்த்தபடி இருந்தன. மகன் மட்டும் வெறுங்கையுடன் தனியாளாய் நின்றான். அவர்களைக் கண்டும் காணாதது போல் கடந்து வந்தவன், ஆதிராவிடம் அலைபேசியில் கேட்டான் “மகிழன் எங்க போனவன்?”

“அவன் பிரெண்டுகளோட படம் பார்க்கவெண்டு சொல்லிப்போட்டுப் போனவன். ஏன் கேட்கிறீங்க?”

“இல்ல வெளியில கண்டன். அதுதான் கேட்டனான். சரி ஆள் ஒண்டு வருகுது வை” எனத் தொடர்பைத் துண்டித்துக்கொள்ள ராக்சியில் ஏறி அமர்ந்துகொண்ட ஒரு நோர்வேஜிய இளைஞன் கேட்டான், “நீ தமிழனா?”

அவன் நல்ல போதையில் இருக்கின்றான் என்பதை உணர்ந்த குணா "யா" என்ற ஒற்றை எழுத்து வார்த்தையோடு நிறுத்திக்கொண்டான்.

"தமிழ் பெட்டைகள் நல்ல வடிவு" எனப் பல்லிளித்தான் அவன்.

"ஓ... அப்படியா?" என்றவன், கார் ஓட்டத்திலேயே கவனமாயிருந்தான்.

"யா, ஆனால் உன்ர கண்ணுக்கு நோர்வேஜியன் பெட்டைகள் தான் வடிவாகத் தெரிவார்கள் இல்லையா?" என்ற அவனின் கேள்விக்கு ஒரு புன்முறுவலை மட்டுமே பதிலாக உதிர்த்தான் குணா.

"எதிர்ப் பால் கவர்ச்சி மாதிரியே தான் எதிர் நிறக் கவர்ச்சியும். இதில ஒண்டும் தப்பில்லை. உன்ர பிள்ளைகள் இங்க வேற நிறத்தவரையோ, இனத்தவரையோ காதலிச்சால் தயவுசெய்து பிள்ளைகளை உன்ர நாட்டுக்கு அனுப்பிபோடாத பிளீஸ்" என நெஞ்சிற் கைகளை வைத்து தலை சாய்த்து இரந்து கேட்டுக்கொண்டான்.

"ஏன் இப்படிச் சொல்லுற?" அவனை ஏறெடுத்துப் பார்த்தான் குணா.

"நான் ஒரு சோமாலிஸ்க் பெட்டையை உயிராக் காதலிச்சனான், அவளும் என்னை விரும்பினாள். இதை அறிஞ்சதுமே தகப்பன்காரன் அவளைச் சோமாலியாவுக்கு நாடு கடத்திப்போட்டான். என்னால அவளை மறக்க முடியாமலிருக்குது. பிளீஸ் நீயும் அப்பிடிச் செய்துபோடாத" எனச் சொல்லும்போதே கண்கள் கலங்கி நிறைந்த நீரைப் புறங்கையால் துடைத்துக்கொண்டு காரை விட்டு இறங்கியவன், "பிளீஸ் நீயும் அப்பிடிச் செய்துபோடாத" என மீண்டும் மீண்டும் கூறியபடியே தள்ளாட்டத்துடன் நடந்து சென்றான்.

வெள்ளி, சனிகளில் விடிய விடிய ராக்சி ஓட்டினால் ஞாயிறுகளில் குணாவுக்கு வழமையாக விடுமுறை. அந்த நாளைக் கொண்டாடுவதற்காக வெள்ளிக்கிழமையே இரண்டு பியர் ரின்களை வாங்கி வைத்துவிடுவான். அன்றும் அப்படித்தான் தாமதமாக எழுந்து காரைக் கழுவிப்போட்டு

வந்தவன் பியர் ரின்களை எடுத்துக்கொண்டு கராச்சினுள் நுழைந்தான். நேரத்தோடு எழுந்து சமையலை முடித்துவிட்ட ஆதிராவும் தொலைக்காட்சியோடு குந்தியிருந்தாள். இனியாவின் அறையிலிருந்து குசுகுசு சத்தம் கேட்டுக்கொண்டேயிருந்தது. இருப்புக் கொள்ளாமல் எழுந்த ஆதிரா மகளின் அறைக் கதவைத் திறந்தாள். உடனேயே அலைபேசித் தொடர்பு துண்டிக்கப்பட்டது. "என்னடி விசாரிச்சியே?" எனக் கேட்டவாறே உள்ளே நுழைந்தாள்.

முதலாவது பியர் முடிந்ததுமே குணாவுக்குப் பேச்சுத் துணைக்கு ஆள் தேவைப்பட்டது. உடனேயே அலைபேசியைக் கையிலெடுத்தவன். "வணக்கம் தோழர்! எப்பிடி இருக்கிற? மறந்திட்ட போல?" என்றான். நிமலனைப் புளொட் இயக்கத்தவன் எனச் சுட்டிக்காட்டும் சந்தர்ப்பங்களிலேயே 'தோழர்' என்ற வார்த்தையைப் பயன்படுத்துவான் குணா, அது நிமலனுக்கும் புரியும்.

"இல்ல மச்சி மறக்கயில்ல, கொஞ்சம் பிஸி தான். அதுசரி என்ன திடீரெண்டு தோழர் எண்டு சொல்லிக்கொண்டு வந்திருக்கிற?" கேட்டான் நிமலன்.

"ஓ... உன்னை இனித் தோழர் எண்டு சொல்லக்கூடாதாக்கும். அதுசரி எப்பிடிப் போகுது உங்கட தமிழ்த் தேசியச் செயற்பாடுகள் எல்லாம்?" எனக் குத்தலாய்க் கேட்டான்.

"என்னது! எங்கட தமிழ்த் தேசியமோ?" குணாவின் குத்தலைப் புரிந்துகொண்டும் புரியாதது போல் கேட்டான் நிமலன்.

"பின்னயென்ன? அனைத்து அடக்குமுறைகளையும் உடைத்தெறிந்து முடிஞ்சுது. இனியிப்ப புலிகளின் தாகம் தமிழீழத் தாயகமெண்டு மக்கள் அவைக்குள்ளால ஈழம் பிடிக்கப்போறாய் போலகிடக்கே" என்றான்.

"அட சும்மா போடா, மக்கள் அவைக்குள்ளால அங்கயொரு மயிரையும் பிடுங்க ஏலாது. உனக்குத் தெரியுந்தானே என்னைப்பற்றி இங்க வாழுற எங்கட அடுத்த தலைமுறைக்குத் தாய்மொழியை புகுத்திப்போட வேணும் எண்டதுக்காகத்தான்

நான் பள்ளிக்கூடத்துக்குள்ள போனனானே தவிர மற்றும்படி அங்க ஒண்டுமில்ல'' என்றான் நிமலன்.

“அதுவுஞ் சரிதான், எரிஞ்சுகொண்டிருக்கைக்க போயிருந்தால் கொள்ளியாவது பிடுங்கியிருக்கலாம், நீயிப்ப எல்லாம் சாம்பலான பிறகெல்லே போயிருக்கிற...''

“அப்பிடியெண்டால் நீங்களெல்லாம் எரிய முதலே தேசியத்துக்கு வால் பிடிச்சுக்கொண்டு திரியைக்க என்னத்தையடாப்பா பிடுங்கினிங்கள்? சும்மா விசர்க்கதைகள் கதையாத, புலிகள் இருக்கைக்க கண், மண் தெரியாமல் தலையில தூக்கிவைச்சுக் கொண்டாடிப்போட்டு இப்ப கோபப்பட்டுப் பிரயோசனமில்ல'' என்ற நிமலனின் வார்த்தைகள் குணாவின் குத்தலுக்கு பதிலடியாகவே இருந்தன.

“அடேய் என்னை மாதிரியான ஆக்களுக்குத்தான்ரா கோபம் வரும். ஏனெண்டால் கடைசிவரையும் புலித் தலைமையை நம்பி ஏமாந்தது நாங்கள் தானே. இங்கயிருக்கிற சிலதுகளைப்போல உலக நாடுகள் சேர்ந்து அழிச்சுப்போட்டுதெண்டு எனக்கு நானே பொய்ச் சமாதனம் சொல்லிக்கொண்டு என்னை நானே பேக்காட்டுறதுக்கு என்னால முடியயில்ல. உலக நாடுகள் எல்லாம் சேர்ந்து அழிக்கிற நிலைக்கு நாங்கள் ஏன் வந்தம், அதுக்கான காரணிகள் என்ன எண்டெல்லாம் யோசிக்கத்தான்ராப்பா மண்டையால ஏறிப்போகுது. எனக்கு மட்டுமில்ல, நானறியக் களத்தில நிண்ட நிறையக் கீழ் மட்டப் போராளிகளின்ர கோபமும் இதுதான்'' எனக் குணா கூறி முடித்தபோது அவனது கைப்பிடிக்குள் இருந்த வெற்று பியர் ரின் நசுங்கிய சத்தம் நிமலனுக்கும் கேட்டது.

“ஓமடாப்பா, உன்னை மாதிரி யதார்த்தபூர்வமாச் சிந்திக்கிறவங்களுக்கும், இழப்புக்களைச் சந்திச்சவங்களுக்குந்தான் அந்த வலியும், வேதனையும் புரியும். அங்க ஊரில ஒருத்தருமே இல்லாமல் சொந்த பந்தங்கள் எல்லாத்தையுமே அள்ளிக்கொண்டு வெளிநாடுகளுக்கு வந்துபோட்டு நாங்கள் காசைக் குடுக்குறம், நீங்கள் உயிரைக் குடுங்கள் எண்டு சொல்லிக்கொண்டு முள்ளிவாய்க்கால் வரையும் புட்போல் மச் பார்த்தமாதிரி விசிலடிச்சுப் பார்த்துக்கொண்டு இருந்தவங்களுக்கு இதொண்டும்

புரியவும் மாட்டுது. வலிக்கவும் மாட்டுது தான்" என்றான் நிமலன்.

அவன் கூறி முடித்ததும், இழப்பு என்ற வார்த்தை குணாவின் மண்டைக்குள் அவனது தந்தையையும், மருமகள் குணசீலியையும் கொண்டுவந்து நிறுத்தியது. குணசீலியின் நினைவுகளால் துக்கம் தொண்டையை அடைக்க வார்த்தைகள் தடுமாறின. கதைத்துக் கதைத்தே இரண்டாவது பியரையும் காலி செய்திருந்தான். போதையை இறங்க விடாமல் இன்னமும் குடிக்கவேண்டும் போலிருந்தது. போன கிழமை வாங்கிய இரண்டு பியர்களில் ஒன்றைத்தான் அன்று குடித்த ஞாபகம் வரவே, "மச்சி நான் பிறகு கதைக்கிறன் வை" எனத் தொடர்பைத் துண்டித்துவிட்டு சட்டென எழுந்து வீட்டுக்குள் நுழைந்தான்.

குணா திடீரென்று ஹோலுக்குள் நுழைந்ததுமே வாக்குவாதத்தில் ஈடுபட்டிருந்த தாயும், மகளும் திகைத்துப்போய் மௌனத்தில் உறைந்து நின்றனர். 'ஏன் என்னைக் கண்டதும் பேச்சை நிறுத்தினார்கள்?' குணாவின் மண்டைக்குள் பொறி தட்டியது. சமையலறைக்குள் நுழைந்து குளிர்சாதனப் பெட்டியிலிருந்த பியர் ரின்னை எடுத்துகொண்டு மீண்டும் ஹோலுக்குள் வந்தவன் இறுகிப்போயிருந்த இருவரின் முகங்களையும் பார்த்தவாறே கேட்டான். "ஏன்? என்ன நடந்தது?"

"ஒண்டுமில்லை" எனச் சமாளிக்க முயன்றாள் ஆதிரா.

"ஒண்டுமில்லையோ! அப்ப என்னத்துக்கிப்ப பிடுங்குப்பட்டனிங்கள்?"

"அது வந்தப்பா, படிக்காமல் எந்த நேரமும் போனை நோண்டிக்கொண்டு இருக்கிறாயே எண்டுதான் அவளைப் பேசிக்கொண்டிருந்தனான்" என்றபோது இதுவரை அவனிடம் பொய் சொல்லாத அவளின் முகமே அதனைப் பொய்யெனக் காட்டிக்கொடுத்தது. அதனைப் புரிந்துகொண்டவன் மகளை நிமிர்ந்து பார்த்தான். அவள் தலை கவிழ்ந்தபடி விருமாண்டி போல் நின்றாள். பிரச்சனையைத் தவிர்க்க நினைத்தவன் அவர்களைக் கடந்து கராச்சினுள் நுழைய முற்பட்டபோது "நில்லுங்கப்பா" என இடைமறித்த மகளை நின்று நிதானித்து ஏறிட்டுப் பார்த்தான்.

“அப்பா, நான் ஒருத்தரை லவ் பண்ணுறன்.” நேர் கொண்ட பார்வையுடன் மகள் சொன்ன வார்த்தைகள் குணாவின் காதுகளில் ரணமாகப் பாய்ந்து அவனை நிலைகுலையச் செய்தன.

“என்னடி சொல்லுற! லவ் பண்ணுறியோ?” ஏற்கனவே போதையில் சிவந்திருந்த கண்கள் கோபத்தில் மேலும் இரத்தச் சிவப்பானது.

“ஓம், லண்டன்ல இருக்கிற ஒருத்தரை லவ் பண்ணுறன்.”

“என்னது! லண்டனோ? அதொண்டும் சரிவராது.” கோபாவேசத்தோடு குரலை உயர்த்தியவன் அவளை முறைத்துப் பார்த்தான்.

“ஐயோ! இதைத்தானப்பா நானும் சொல்லச் சொல்லக் கேக்கிறாளில்லையே!” ஆதிரா தலையில் அடித்துக்கொண்டாள்.

“பொத்தடி வாயை, நீ குடுக்கிற செல்லந்தான் இதுக்கெல்லாம் காரணம்.” பற்களை நறுமியபடி கடுஞ் சீற்றத்துடன் ஆதிராவைப் பார்த்தபோது பியர் ரின்னை பொத்திப் பிடித்திருந்த அவனது வலது கை நடுக்கமெடுக்க ஆரம்பித்திருந்தது.

“நான் தானே காதலிச்சனான், நீங்களேன் அம்மாவோட கத்துறிங்க?” என இளங்கன்று பயமறியாது பாய்ந்தது. அதனைக் கேட்டதுமே பிடரி நரம்புகள் முறுக்கேற உச்சந்தலை கொதித்தெழுந்தவன், “சனியனே!” எனக் கத்தியவாறு கோபம் கொப்பளிக்கக் கையை ஓங்கியபடி மகளை நோக்கிப் பாய்ந்தான்.

“ஐயோ! பிள்ளையில கை வைக்காதயப்பா.” குறுக்கே பாய்ந்தாள் ஆதிரா.

“எல்லாம் உன்னாலதாண்டி நாயே!” என உறுமியபடியே குறுக்கே பாய்ந்தவளின் முடியைப் பிடித்திழுத்து ஒரு விசுறு விசுறி எறிந்தான். சுவரோடுபோய் மோதியவள் சுருண்டு விழுந்தாள்.

“அம்மா!” கதறியவாறே தாயிடம் ஓடினாள் மகள். திரும்பியும் பாராமல் கோபாவேசத்துடன் விருட்டென்று கராச்சினுள்

நுழைந்தவன் கையிலிருந்த பியர் ரின்னைத் திறந்தான். ஏற்கனவே குலுக்குப்பட்டிருந்த பியர் நுரையுடன் சீறிப் பாய்ந்ததில் முகமெல்லாம் நனைந்து போனது. ரின்னுக்குள் இப்போது பாதியளவில் தான் பியர் இருந்தது. கோபத்தில் வறண்டுபோன தொண்டையில் மடக் மடக்கென்று ஊற்றினான்.

இனியா பாய்ந்துபோய்த் தாயைத் தூக்கியபோது, ஆதிரா துவண்டு விழுந்தாள். இடது காதின் பின் பகுதியால் வடிந்த இரத்தம் கழுத்துவரை இறங்கியது. இரத்தத்தைக் கண்ட இனியா கதறினாள், "தம்பி ஓடிவாடா... ஓடிவா...!" ஹெட்போன் காதுகளை மூடியிருந்தமையால் அவனுக்கு எதுவுமே கேட்கவில்லை. ஓடிப்போய்க் கதவைத்திறந்து அவனை இழுத்துவந்தபோது, கண்கள் செருகி உடல் சோர்ந்து மயக்க நிலையை அடைந்துகொண்டிருந்தாள் ஆதிரா. தாயின் தலையை நிமிர்த்தி மடியில் படுக்கவைத்தவள் "தண்ணி எடுத்து வாடா." எனப் பதறியடித்தாள். தண்ணியோடு ஓடி வந்த மகிழன் தாயின் முகத்தில் தெளித்துவிட்டு இரத்தத்தைக் கண்டு பதறியபடி உடனேயே 113 க்கு தொடர்புகொண்டு ஆம்புலன்ஸ்சை வரவழைத்தான். ஐந்தாவது நிமிடமே ஆம்புலன்ஸ் கூவிக்கொண்டுவந்து வாசலில் நின்றது.

ஆம்புலன்ஸ் சத்தம் கேட்டதும் தடுமாறியபடியே கராச்சை விட்டு வெளியே வந்த குணா, ஆம்புலன்ஸிலிருந்து அவசரமாக இறங்கியவர்களிடம் கேட்டான், "என்னத்துக்கு இங்க வந்தனிங்கள்?" அவனது தோற்றமும், நாற்றமும் அவர்களை அவனிடம் பேச விடவில்லை. பேசாமலே வீட்டுக்குள் நுழைந்தவர்களின் பின்னால் குணாவும் சென்றான். கழுத்துப் பகுதியில் இரத்தம் வடியக் கண்களை மூடியபடியே மகளின் மடியில் படுத்திருந்த ஆதிராவைப் பார்த்தபோது குணாவின் உடலிலிருந்த அற்ககோல் அனைத்தும் உறைந்தது போல் அப்படியே திகைத்துப்போய் நின்றான். சுவரில் மோதுண்டதால் காதின் பின்பகுதியில் ஏற்பட்ட சிறிய வெடிப்பின் இரத்தப்போக்கைக் கட்டுப்படுத்தி மருந்து போட்டார்கள். "என்ன நடந்தது?" என்ற கேள்விக்கு மகள் வாய் திறக்கமுன்னமே, தவறி விழுந்ததாக ஆதிராவே கூறினாள். உடனேயே ஆம்புலன்ஸில் வந்த ஒருவர் அவளைச்

சந்தேகப் பார்வை பார்த்தபடியே அலைபேசியைக் கையில் எடுத்துக்கொண்டு வெளியே சென்றார்.

கோபம், அவமானம், துக்கம், இரக்கம் தன்னிரக்கமென எல்லாவிதமான உணர்வுகளாலும் தாக்குண்ட குணாவின் மூளை கட்டுப்பாடை இழந்திருந்தது. ஒருகணம் நடப்பதெல்லாம் கனவு போலவும், கற்பனை போலவும் தோன்றியது. கோர்த்திருந்த பத்து விரல்களும் அவனது பிடரியின் பின்னால் இருந்தன. கால்கள் பின்னித் தடுமாறியவாறே அவனும் வெளியே வந்தபோது வேகமாக வந்த காவற்துறையின் வாகனமொன்று வீட்டின் முன்னே வந்து குத்தி பிரேக் போட்டு நின்றது. அதிலிருந்து இறங்கிய இரண்டு காவலர்களில் ஒருவன், "என்ன நடந்தது?" எனக் குணாவிடம் வினாவினான்.

"இங்க ஒண்டும் நடக்கயில்ல, நீங்கள் என்னத்துக்கு வந்தனிங்கள்?" அவர்களைக் கண்டதுமே கடுப்பாகிப்போனவனின் வார்த்தைகளும், கண்களும் வெறுப்பைக் கக்கின.

காவலர்களில் ஒருவன் வீட்டுக்குள் நுழைந்தான். குணாவும் அவன் பின்னால் செல்ல முற்பட மற்றையவன் தடுத்து நிறுத்தினான். "நில் உன்னோடு கொஞ்சம் கதைக்க வேணும்."

"கதைக்க முடியாது. இது என்ர வீடு, நீ யாரு என்னைத் தடுக்கிறதுக்கு?" கேட்கும்போதே உடல் தள்ளாடி விழப்பார்த்தவன் சட்டெனச் சுதாரித்துக் கராச் கதவோடு உடலைச் சாய்த்துக்கொண்டான்.

"நீ குடித்துவிட்டு வீட்டில் வன்முறையில் ஈடுபட்டிருக்கிறாய்."

"என்ர வீட்டில நான் என்னவும் செய்வன்" எனக் குணா கூறியபோது உள்ளேயிருந்து வந்த காவலன் குணாவை ஒரு புழுவைப் பார்ப்பதுபோல் பார்த்தான். அந்தப் பார்வை குணாவுக்கு புண்ணில் புளிப்பத்தியது போலிருந்தது. "என்ன பூழல் பார்வை?" தமிழிலேயே கேட்டான்.

காவலர்கள் சற்று விலகிச்சென்று தங்களுக்குள் குசுகுசுத்தார்கள். குணா மீண்டும் வீட்டுக்குள் நுழைய முற்பட, "நில், உன்னை விசாரிக்க வேண்டும். வந்து காரில் ஏறு" என்றவாறு காவலர்கள் அவனை நெருங்கினார்கள். வெகுண்டெழுந்த குணா "த்திறித்,

கெல்வத்த'' (மலம், நரகம்.) எனக் குடித்த பியருக்கேற்ப கெட்ட வார்த்தைகளை வாந்தி எடுத்தான். கோபமும், போதையும் தலைக்கேறியதால் நிதானத்தை இழந்திருந்தான். சட்டெனக் கதவைத் திறந்துகொண்டு கராச்சினுள் நுழைந்தவன், அடுத்த நொடியே வெறிபிடித்தவன் போல் வெளியே வந்தான். நடுங்கிக்கொண்டிருந்த வலது கையில் சுத்தியலொன்று இருந்தது. "நான் பிரஞ்சுப் பொலிசுக்கே சாத்திப்போட்டுத்தான் இங்க வந்தனான், கிட்ட வந்தீங்களோ தொலைஞ்சிங்க'' சுத்தியலைக் காட்டி எச்சரித்தான். ஒரு காவலன் அவனுடன் பேச்சுக் கொடுத்துக் கொண்டிருக்க, மற்றையவன் மெதுவாகக் குணாவின் பின்னால் சென்று எதிர்பாராதவிதமாக மடக்கிப் பிடித்தான். வரமுடியாதென அடம்பிடித்துத் திமிறிக் கால் கைகளை இடறியடித்து அவர்களைத் தாக்க முயற்சித்தான் குணா. வேறு வழியின்றிக் கைகளைப் பின்புறமாக மடக்கிவைத்துக் கைவிலங்கை மாட்டிய காவலர்கள் அவனைக் காரில் தூக்கிப் போட்டுக்கொண்டு பறந்தனர்.

• • •

ஈழநாட்டின் பலாலி சர்வதேச விமானநிலையத்தில் போய் இறங்கலாமென்று கனவுகள் கண்டுகொண்டிருந்தவன், மீண்டும் மீண்டும் கட்டுநாயக்க விமானநிலையத்திலேயே போய் இறங்கினான். கடந்த இரண்டு கிழமைகளாக சிறைக்குள் அவன் ஒழுங்காகச் சாப்பிடாததனாலும், கவலையினாலும் தெம்பற்றிருந்த உடல் நீண்ட நேர விமானப்பயணத்தில் மிகவும் களைப்புற்றிருந்தது.

சென்ற முறையைப் போலவே தன்னைக் கண்டதும் அம்மா உசாராகி எழுந்துவிடுவா என்று எண்ணிக்கொண்டு போனவனுக்கு ஏமாற்றமே மிஞ்சியது. அவனுக்காகவே காத்துக் கிடந்தவர்போல் அவனைக் கண்ட மறுநாளே கண்களை மூடிக்கொண்டா அம்மா. தனக்குக் கொள்ளிவைக்க மகன் வந்துவிட்டான் என்ற மகிழ்ச்சியைக் கடைசியாக முகத்தில் காட்டிவிட்டே கண்களை மூடிக்கொண்டா அம்மா.

இரத்தத்தைப் பாலாக்கித் தந்த உடல் இரத்தோட்டம் இன்றிக் கிடந்தது. மழலைக் காலத்தில் மடிச் சூடு தந்த உடல் சூடிறங்கிக் கிடந்தது. முதல் மூச்சுத் தந்த உடல் முழு மூச்சும்

இழந்து கிடந்தது. தாயின் உயிரற்ற உடலைப் பார்த்தவனின் நெஞ்சம் குமுறியது. 'அம்மா' அவன் உச்சரித்த முதல் வார்த்தையை இனியவன் உச்சரிக்க முடியாது. அவன் நுகர்ந்த முதல் பெண்ணின் வாசனையை இனியவனால் நுகரமுடியாது. 'எப்பிடி மகனே இருக்கிறாய்? எப்ப மகனே இங்க வருவாய்?' என்ற அன்பொழுகும் குரலை இனிக் கேட்க முடியாது. அன்பு, அரவணைப்பு, பொறுமை, நிதானம், கருணை, கடமை, தன்னலமின்மை, தியாகமென அவன் பார்த்த ஒட்டுமொத்த உருவமே உயிர்ப்பற்றுக் கிடந்தது. இழப்பின் வலி குணாவை வாட்டி வதைத்தது. தாயின் இழப்பு எத்தகைய தைரியசாலியையும் சரித்து வீழ்த்திவிடும். அது அவனையும் வீழ்த்தியது. கொடுந் துயரத்துள் வீழ்ந்து அமிழ்ந்தான். இனி அம்மா இல்லை என்பதை ஏற்க மறுத்தழுதான். தாயையும், தாய் நாட்டையும் பிரிந்ததனால் முப்பது வருடங்களாய் அடக்கிவைத்திருந்த அழுகைகளையும் சேர்த்துத் தாயின் இழப்பில் அழுது தீர்த்தான். தூரத்தில் இருந்தபோதும் அம்மாவின் நினைவுகளும், அம்மா என்கின்ற அந்த மந்திரச் சொல்லுமே அவனை இயக்கிக்கொண்டிருந்தன. இப்போ அம்மா இல்லை என்றபோது உடலின் ஒட்டுமொத்த இயக்கமும் நின்றுவிட்டதைப் போன்றே உணர்ந்தான். அம்மாவுடன் வாழக் கிடைக்காத ஏக்கங்கள் எல்லாம் கண்ணீராய்க் கரைந்தோடிக்கொண்டிருந்தன.

சுடுகாட்டில் கொள்ளி வைத்துவிட்டுத் திரும்பியே பார்க்காமல் வீடுவந்து சேர்ந்தபோதுங்கூட வீட்டில் அம்மா தண்ணி கொண்டுவந்து தருவா என்றேதான் எதிர்பார்த்தான். அம்மா இல்லாத வெறுமை அவனை வாட்டி வதைத்தது. தன்னைக் கண்டதும் எழுந்து வந்து கூழ் காச்சித் தருவா என நினைத்த அம்மா சாம்பிராணிக் குச்சிகளின் புகையின் பின்னால் மங்கலாகத் தெரிந்த படத்தில் சிரித்தபடி இருந்தா, படத்தின் முன் விளக்கு எரிந்துகொண்டிருந்தது. அக்கா திரிக்கு எண்ணெய் ஊற்றிவிட்டுச் சென்றாள். தங்கை பூக்களைக் கொண்டுவந்து படத்தின்முன் வைத்தாள். அம்மாவின் நினைவுகளால் இதயம் வலித்தது. அவனது வலிகளுக்கு ஒத்தடம் கொடுக்க ஆதிரா கூட அருகில் இல்லாதது அவனை மிகவும் வாட்டியது. அவனுக்கு உடனேயே மனைவி, பிள்ளைகளின் முகங்களைப் பார்க்க வேண்டும்போல் இருந்தது.

தங்கை அவுஸ்திரேலியா கிளம்பிவிட்டாள். அக்காவுக்கும், அத்தானுக்கும் ஸ்பொன்சர் வீசா அனுப்புவதற்காக கனடாவிலுள்ள மூத்த மகன் காத்துக்கொண்டிருந்தான். விரைவில் அவர்களும் கனடா போய்ச் சேர்ந்துவிடுவார்கள். இனி எனக்கிங்கு யார்தான் இருக்கிறார்கள்? சொந்தமில்லா நாடாகிவிட்ட என் சொந்த நாடு இனிச் சொந்தங்களே இல்லாத நாடாகிவிடுமே எனவெண்ணிப் பதறியது மனசு. அக்காவின் மகனை இனியாவுக்குக் கட்டிவைக்க வேண்டுமென்ற அம்மாவின் கடைசி ஆசையையும் நிறைவேற்ற முடியாமற் போன துயரம் வேறு நெஞ்சை அறுத்தது. அந்தரித்தபடியே அந்திரட்டி வரை நின்று அம்மாவுக்குச் செய்ய வேண்டிய இறுதிக் கடமைகளைச் செய்து முடித்துவிட்டு நோர்வேக்குக் கிளம்பினான். அன்று நடந்த சம்பவத்தினால் சிறைவரைச் சென்றுவந்த குற்ற உணர்வு வேறு அவனை வாட்டி வதைத்தது. மனைவி பிள்ளைகளின் முகத்தில் முழிக்கவே வெட்கமாக இருந்தது. வேறு வழியின்றி அவர்களின் முன் வந்து இறங்கியவனை அவர்கள் முகம் மலர வரவேற்றார்கள்.

◎

2019

அம்மா இல்லை. அக்கா கனடாவில். தங்கை அவுஸ்ரேலியாவில். நான் நோர்வேயில் இனி மகளும் லண்டனிலா? அவனால் நினைத்துக்கூடப் பார்க்க முடியவில்லை. சிதறு தேங்காயாய் உடைந்துபோன வாழ்வை எண்ணிப் பார்த்தவனின் இதயமும் சிதறிப்போனது. அன்றைய சம்பவத்தினால் சிறை வரை சென்று வந்ததில் மனதளவில் மிகவும் பாதிக்கப்பட்டிருந்தான். அவன் மீதே அவனுக்கு வெறுப்பாக இருந்தது. கழிவிரக்கம் கொண்டவனின் மனம் தாழ்வுச் சிக்கலில் சிக்குண்டு கிடந்தது. அதிலிருந்து விடுபடுவதற்கு அவன் முயற்சித்தாலுங்கூட சூழ்நிலைகள் சூழ்ச்சி செய்துகொண்டே இருந்தன. மகள் காதலில் உறுதியாகவிருந்தாள். வேறு வழியின்றி மகளின் விருப்புக்கு சம்மதித்த ஆதிராவும் குணாவைச் சம்மதிக்கவைக்கும் முயற்சியில் தீவிரமாகவிருந்தாள்.

அம்மாவின் இழப்பு, தனித்து விடப்பட்ட வேரறுந்த வாழ்வு, பிள்ளைகளின் பிடிவாதப் போக்குகளென எல்லாவற்றையுமே யோசித்து யோசித்துக் குழம்பியவன் எப்போதும் அமைதியை இழந்தவனாகவே காணப்பட்டான். அதனால் குணாவைக் கையாள்வது ஆதிராவுக்கு கடினமாகவே இருந்தது. மகளைப் பற்றிய கதையை எடுத்தாலே நாகம் போல் சீறி வார்த்தைகளில் நஞ்சைக் கக்கினான். அவனுடைய கொதி நிலைகளாலும், படபடப்புக்களாலும் அவனுக்கு ஏதாவது ஆகிவிடுமோ என அவளும் அச்சப்பட்டாள். முடிந்த வரையிலும் அவனைச் சந்தோஷ மனநிலையில் வைத்திருக்கப் படாத பாடுபட்டாள். வாழைப்பழத்தில் ஊசி ஏற்றுவதுபோல் மெல்ல மெல்ல அவனின் மனதை மாற்றும் முயற்சிகளிலும் இறங்கினாள்.

“என்னப்பா நடந்தது உங்களுக்கு? நீங்களிப்ப முந்தியமாதிரி இல்லையே எப்ப பார்த்தாலும் யோசனையும், கவலையுமாய்த் தானே இருக்கிறியள்” எனத் தன் ஆதங்கத்தை வெளிப்படுத்தினாள் ஆதிரா.

“ஏன் எனக்கு யோசனைகள் கவலைகள் இருக்கக்கூடாதே?” கேள்வியே வில்லங்கமானதாக இருந்தது.

“இல்லையப்பா, யோசிச்சுக் கவலைப்படுறதால நடக்கப் போறது ஒண்டுமில்ல. எல்லாமே விதிப்படிதான் நடக்கும்.”

“இப்ப நீ என்ன சொல்ல வாற?” அவள் சுத்தி வளைத்து வருவதைப் புரிந்துகொண்டவன், நேரடியாகவே கேட்டான்.

“நீங்க நினைக்கிறிங்களே இங்கத்தையக் கலாச்சாரச் சூழலில பிறந்து வளர்ந்த பிள்ளைகளை அங்க நாட்டில வேற கலாச்சாரப் பின்னணியில வளர்ந்த பிள்ளைகளுக்குக் கட்டிவைச்சால் நின்மதியா வாழுங்கள் எண்டு? நாங்க பெத்து வளர்த்ததுகளுக்கும், எங்களுக்குமே இவ்வளவு கலாச்சார முரண்பாடுகள் வரயிக்க அதுகளுக்குள்ள எவ்வளவு சிக்கல்கள், சில்லெடுப்புகள் வருமெண்டு ஒருக்கால் யோசிச்சுப் பாருங்கோவன்.” வாழைப்பழத்தில் ஊசி மெல்ல இறங்கியது.

“அதுக்காகக் கண்டவனையும் காதலிச்சுக்கொண்டு கண்ட இடத்துக்கும் போக விடமுடியாது. எங்களுக்கு இருக்கிறது ஒரேயொரு பொம்பிளைப்பிள்ளை.”

“அதுவும் சரிதானப்பா, ஆனால் காதலெண்டு வரயிக்க இதுகளையெல்லாம் பாத்துக்கொண்டே...”

“ஏன்? கஸ்ரப்பட்டுப் பெத்து வளர்த்த தாய், தகப்பன்ர ஆசைகளுக்குப் பிள்ளைகள் மதிப்புக் கொடுக்கக்கூடாதே?”

“அதுகள் மதிக்கவேண்டிய இடத்தில மதிக்குதுகள் தானப்பா, ஆனால் இங்க பிறந்ததுகள் எல்லா விசயங்களிலும் எங்களை மதிச்சு முடிவுகள் எடுக்குங்கள் எண்டு நாங்கள் எதிர்பார்க்கிறதும் தப்புத்தானே. நாங்க வாழ்ந்த வாழ்க்கையும், எங்கட பண்பாடும், கலாச்சாரமும் இதுகளுக்குத் தெரியுமே. இதுகளின்ர வாழ்க்கையும், உலகமும் வேற எல்லே...”

“இப்ப என்னவாம் முடிவு, எங்களையெல்லாம் விட்டிற்று லண்டனுக்குப் போறதுதான் முடிவாமே?”

“இல்லையப்பா, பெடியனோட கதைச்சுக்கொண்டுதான் இருக்கிறாள். இன்னும் ஒரு முடிவும் இல்ல. ஆனால் இவளுக்கு லண்டன் பிடிச்சிருக்காம். அதோட பெடியன் இங்க வந்து வாழுறதெண்டால் மொழிப் பிரச்சனையல்லே. மொழி படிச்சு வேலைகள் எடுக்கிறதெண்டால் லேசான விசயமே, இனியாவுக்கு இங்கிலீஸ் பிரச்சனையில்லத்தானே அதனால அங்க இருக்கிறதுதானே அதுகளுக்கு நல்லதாயிருக்கும்” என்றாள்.

“அதெல்லாம் இருக்கட்டும், ஆராக்கள்? பெடியன் எப்பிடி எண்டேதும் விசாரிச்சியே?” எனக் கேட்டான்.

“ஏன், உங்கட மகள் தானே சொல்லுறாள் அப்பா சாதி பார்க்கமாட்டார் எண்டு, நீங்களென்ன?”

“ஓ... சாதி பாக்குறது பிழை எண்டு சொன்னனான் தான். ஆனால், சொந்த பந்தங்களையும் அனுசரிச்சுத்தானே போக வேண்டியிருக்கு. பிறகு அதுகள் ஒண்டுக்கும் அண்டாதுகள் எல்லே” என்றான் தலையைக் கவிழ்ந்தவாறே.

“க்ம்... இந்தப் புரட்சி, முற்போக்கெல்லாம் முக்கி முக்கிக் கதைக்கத்தான் நல்லா இருக்கும். தனக்குத் தனக்கெண்டு வரயிக்கதான் தெரியும்.” வார்த்தைகளால் குத்தி அவனைத் தலைகுனிய வைத்துவிட்டு அவளே தொடர்ந்தாள், “சாதியப் பற்றி ஒண்டும் தெரியாது. ஆனால் தகப்பன் கிறிஸ்ரியனாம், தாய் இந்துவாம்” என்றாள்.

“உனக்கொண்டு தெரியுமே, சாதி மாறினாலும் மாறலாம், சமயம் மாறக்கூடாதெண்டு என்ர அம்மா அடிக்கடி சொல்லுறவா” என்றானவன்.

“இந்தக் கண்டறியாத சாதி, சமயங்களில் என்னப்பா இருக்கு. எல்லாரும் மனிசர் தானே...” அவள் கூறிக்கொண்டிருக்கும்போதே அவன் விடுக்கென்று எழுந்து சென்றான். அது அவளுக்கு ஏமாற்றமாக இருந்தது. அவனது மனதை மாற்ற முடியாமற் போய்விடுமே என்றெண்ணிக் கலங்க வைத்தது.

குணாவுக்கு ஆதிராவை நினைத்தபோது சில சமயங்களில் கோபமாகவும், பல சமயங்களில் பரிதாபமாகவும்

இருந்தது. பிள்ளைகள் விடயத்தில் அவள் மீது கோபத்தைக் காட்டக்கூடாதென நினைத்தாலுங்கூட சில நேரங்களில் கோபம் புத்தியை மழுங்கடித்துவிடுகிறது. அன்றைய சம்பவத்திற்குப் பிறகு கிழமையில் ஒரு நாள்க் குடித்து வந்த இரண்டு பியர்களைக்கூட இனித் தொடுவதில்லையென முடிவு செய்துவிட்டான். குடித்துப் பல மாதங்களாகிவிட்டன. குடித்தபோது வார்த்தைகளாகவும், செயல்களாகவும் அவன் கொட்டித் தீர்த்த கோப உணர்ச்சிகள் எல்லாம் இப்போது அவனுக்குள் அடிமண்டிக்கொள்ளச் சிரிப்பைத் தொலைத்தவனின் முகம் எப்போதும் இறுக்கமாகவே இருந்தது.

இனியாவுக்கும், மகிழனுக்கும் இடையில் இப்போது நெருக்கம் கூடியிருந்தது. அடிக்கடி குசுகுசுத்துக் கதைத்துக்கொண்டார்கள். மகிழன் அவளது காதலுக்கு ஆதரவாய் இருந்ததோடு அப்பாவுடன் கதைத்து அவரையும் சம்மதிக்க வைக்கும்படியாக அவளுக்குத் தைரியமூட்டினான். அதற்கான சந்தர்ப்பத்திற்காகக் காத்திருந்தவளுக்கு உலக தந்தையர் தினம் சந்தர்ப்பத்தை வழங்கியது. நகரின் மத்தியில் கையில் பூங்கொத்தோடு நின்று தன்னைக் கூட்டிப்போக வருமாறு தந்தையை அழைத்தவள், காரில் ஏறியதுமே வாழ்த்துக் கூறிக் கட்டியணைத்து முத்தமிட்டுப் பூங்கொத்தைப் பரிசளித்தாள். முகம் மலர வாங்கியவன் நன்றி சொல்லிக் காரைக் கிளப்பினான்.

“அப்பா, கில்மன் நோர்வேயில வந்து இருக்கிறதெண்டால் உங்களுக்கு சம்மதமே?” சிறிது நேரத்திலேயே மெல்லக் கதையை ஆரம்பித்தாள்.

“அதுக்கு அவையும் சம்மதமாமே?”

“இனித்தான் கேட்டுப் பார்க்கலாம் எண்டிருக்கிறன்.”

“அவை மாட்டமெண்டால்?” திரும்பிப் பார்க்காமலே கேட்டான்.

“நீங்கள் அங்க வந்து எங்களோட இருக்கலாம் தானே?”

“யாரு நானே! சாச்ச... நான் நோர்வேயை விட்டிற்று ஒரு இடமும் வரமாட்டன்” கறாரான குரலில் சொன்னான். அதனைக் கேட்ட மகள் யோசனையோடு அமர்ந்திருந்தாள்.

சட்டென அவளைத் திரும்பிப் பார்த்தவன் "ஏன் உனக்கேத்த மாப்பிள்ளை நோர்வேயில இல்லையெண்டு நினைக்கிறியே?" எனக் கேட்டான்.

"அதுக்கெனக்கு காதல் வரயில்லையே" எனக் கைகளை விரித்தாள்.

"ஏன், எங்களால பேசிச் செய்துவைக்க முடியாதே?" கடுப்புடன் கேட்டான்.

"என்னப்பா கதைக்கிறிங்க! முன், பின் தெரியாத, ஒருத்தரை ஒருத்தர் புரிஞ்சு கொள்ளாத ரெண்டுபேரைப் பிடிச்சுக் கலியாணம் எண்ட பெயரில கட்டி வைச்சுப்போட்டுக் காலம் பூராவும் சேர்ந்து வாழுங்கள் எண்டால் என்னெண்டப்பா அது?" எரிச்சலுடன் கேட்டாள்.

"ஏன்! நானும், அம்மாவும் வாழயில்லையே?"

"ஓ... வாழுறிங்க தான், ஒருத்தரை ஒருத்தர் சகிச்சுக்கொண்டு."

"அதுக்குப் பேர் சகிச்சுக்கொள்ளுறதில்ல, அனுசரிச்சுக்கொள்ளுறது. வாழ்க்கை எண்டால் இப்பிடித்தான்." வெடுக்கெனப் பதிலளித்தான்.

"ஓமப்பா எனக்குத் தெரியும், உங்களுக்கு அம்மாவை நல்லாப் பிடிக்கும். அம்மாவுக்கும் உங்களை நல்லாப் பிடிக்குமெண்டு, ஆனால் உங்க ரெண்டு பேருக்குமே பிடிச்சமாதிரி ஏதாவதொண்டு இருக்கே? உங்களுக்குப் பிடிச்ச மியுசிக் அம்மாக்குப் பிடிக்காது. அம்மாவுக்குப் பிடிச்ச சாப்பாடு உங்களுக்குப் பிடிக்காது. உங்களுக்குப் பிடிச்ச அரசியல் அம்மாவுக்குப் பிடிக்காது. அம்மாவுக்குப் பிடிச்ச கடவுள் உங்களுக்கு பிடிக்காது. ஒத்த விருப்பு வெறுப்புக்கள் இல்லாத இப்பிடியொரு வாழ்க்கையை வாழுறதால நீங்கள் நிறையச் சந்தோஷங்களை இழக்கிறிங்களப்பா. இப்ப பாருங்கள் எனக்கும் கில்மனுக்கும் ஒரே மாதிரியான விருப்பு வெறுப்புகள் தான் இருக்குது. அதனால உங்களை விடவும் எங்களால சந்தோஷமாக வாழ முடியும்" என்றாள் உறுதியான குரலில்.

“சரி, உங்கட விருப்பத்துக்கே நீங்கள் எல்லாத்தையும் செய்துகொண்டு சந்தோஷமா இருங்க” என்றவனின் முகம் இறுக்கமாகவே இருந்தது.

“அப்ப உங்களுக்கு விருப்பமில்லையே?”

“இப்ப நீ என்ன சொல்லுற, உன்ர விருப்பத்தைத்தான் நானும் விரும்பவேணும் எண்டுறியே?” மீண்டும் குரலை உயர்த்தினான். சற்று நேரம் இருவருமே அமைதியானார்கள்.

“இல்லையப்பா, நான் லண்டனுக்குப் படிக்கப் போயிருக்கக்கூடாது” விம்மிப் புடைந்தவளின் விழிநீர் கன்னத்தில் கோடு வரைந்தது.

“இப்ப ஏன் சிணுங்குற? உனக்குப் பிடிச்ச வாழ்க்கையை நீ வாழலாம் எண்டுதானே சொல்லிப்போட்டன். பிறகென்ன?” எனக் குணா கேட்டபோது கார் வீட்டின் முன் வந்துநின்றது. வீட்டுக்குள் நுழைந்ததுமே கட்டிப்பிடித்து வாழ்த்துக் கூறிய மகன் குனிந்து தந்தையின் நெற்றியில் முத்தமிட்டான். தலைக்கு மேல் வளர்ந்துவிட்ட பிள்ளைகளை அண்ணார்ந்து பார்க்கையில் பெருமிதமாகவும் இருந்தது அவனுக்கு.

• • •

டாக்சித் தரிப்பிடத்தில் பயணிகளுக்காக காத்திருப்பதென்பது கடலுக்குள் தூண்டிலை வீசிவிட்டு மீனுக்காகக் காத்திருப்பதற்குச் சமமானது. அத்தகைய நேரங்களில் குணா புத்தகங்களை வாசித்தே பழக்கப்பட்டிருந்தான். அன்று புத்தகம் இல்லாததால் வானொலியைத் திருகிக்கொண்டிருந்தான். ஸ்ரோவ்னர் என்ற இடத்தில் வெளிநாட்டுப் பின்னணியைக் கொண்ட இருபது வயது இளைஞன் ஒருவன் மரத்தில் தூக்கிட்டு தற்கொலை செய்துகொண்டுள்ளதாகச் செய்தி அறிவித்தது. ஸ்ரோவ்னர் தமிழர்கள் நிறைந்து வாழ்கின்ற இடம். அங்கே மரத்தில் தூக்கிட்டுத் தற்கொலை என்றால் நிச்சயமாத் தமிழனாகத்தான் இருக்கும் என்றெண்ணிய குணா உடனேயே அப் பகுதியில் வாழும் சீலனுடன் அலைபேசினான்.

“ஓம் குணா அது தமிழ்ப் பெடியன் தான். எங்கட ஏரியாவில தான் நடந்திருக்கு. கொஞ்சம் ஒதுக்குப்புறமாத்தான் பெடியன்

போய் அலுவலை முடிச்சிருக்கிறான். நாயோட வாக்கிங் போன ஆரோ ஒரு வெள்ளைதான் கண்டு பொலிசுக்கு அடிச்சிருக்கு. பொலிஸ் வந்து கீழ இறக்கைக்க உயிர் இல்லையாம். ஏன், என்ன நடந்ததெண்டது ஒண்டுமாத் தெரியயில்ல. பிறகேதும் அறிஞ்சா நான் அடிக்கிறன்" என்றமட்டோடு தொடர்பைத் துண்டித்துக்கொண்டான் சீலன்.

கிட்டத்தட்ட தன் மகனின் வயதையொத்த இளைஞன், அதுவும் இந்தச் சுதந்திர நாட்டிலேயே தூக்கு மாட்டி செத்திருக்கின்றான் என்றால் என்ன நடந்திருக்கும்? படிக்காமல் வீடியோ கேம் விளையாடிக்கொண்டு இருக்கிறாயே என்று தாய், தகப்பன் பேசியிருப்பார்களா? அல்லது இந்த வயசிலேயே காதலிச்சுப்போட்டாயே என்று திட்டியிருப்பார்களா? அல்லது இன்னமும் காதலியே இல்லை என்று நண்பர்கள் கிண்டல் பண்ணியிருப்பார்களா? கற்பனையில் காரணம் தேடியபடியே வீட்டை நோக்கிக் காரைச் செலுத்திக்கொண்டிருந்தான்.

வீட்டுக்கு போகும் பாதையில் ஆற்றங்கரையோரம் ஒரு பூங்கா இருந்தது. மனம் அமைதியிழந்து சஞ்சலப்படும் நேரங்களில் அங்கே வந்து குந்தியிருந்து இயற்கையை ரசித்து மனதை ஆற்றுப்படுத்திக்கொள்வான். அன்றும் அந்தப் பூங்காவில் இளைப்பாறிப்போக மனம் ஏங்கியது. காரை நிறுத்திவிட்டு இறங்கி பூங்காவின் புற்றரையில் நடந்துகொண்டிருந்தான். சற்றுத் தொலைவிலிருந்த ஒரு இருக்கையில் மகிழன் அமர்ந்திருப்பது போல் தெரிந்தது. நடையின் வேகத்தைக் குறைத்தவன் உற்று நோக்கினான். ஆம், அது மகிழனே தான். அருகில் ஒரு இளம் நோர்வேஜியப் பெண்பிள்ளை. அவளது விரல்கள் மகிழனின் பிடரி முடியை கோதி விளையாடிக்கொண்டிருந்தன. ஒருகணம் திகைப்புற்றவன் சட்டெனத் திரும்பிவந்து காருக்குள் அமர்ந்துகொண்டான். அவர்களுடைய நெருக்கமானது சாதாரணமான நண்பர்களுக்கு இடையிலானதுபோல் தோன்றவில்லை. குழப்பத்துடன் காருக்குள் இருந்தவாறே கவனித்துக்கொண்டிருந்தான். சட்டென எழுந்த அப் பெண் மகிழனை நேருக்கு நேர் பார்த்தவாறே அவனது மடியில் அமர்ந்துகொண்டு கைகளைக் கோர்த்து மாலையாக்கி அவனது கழுத்தில் போட்டவாறே இதழோடு

இதழ் பதித்து முத்தமிட்டாள். அதனைக் கண்ணுற்ற கணமே குணாவின் கார் கண், மண் தெரியாமற் கிளம்பிப் பறந்தது.

வீடு வந்து சேர்ந்தவன் யோசனையில் ஆழ்ந்திருந்தான். அவன் எதைப்பற்றி யோசிக்கின்றான் என்ற யோசனை ஆதிராவிற்குள் எழுந்தது. "என்னப்பா கடுமையா யோசிக்கிறிங்கள். வெளியில ஏதும் சிக்கலே?" குணாவின் மனதை அறிய வாயைக் கிளறினாள்.

"சிக்கல் வெளியில இல்ல, வீட்டுக்குள்ள தான்." அவளின் முகத்தைப் பார்க்காமலேயே கூறினான்.

"என்னப்பா சொல்லுறிங்க?"

"பார்க்கில மகிழனை ஒரு நொர்ஸ்க் பெட்டையோட கண்டனான்."

"ஆரும் பிரெண்ட்டா இருக்கும். அதுக்கென்ன இப்ப?"

"பிரெண்ட் மாதிரித் தெரிஞ்சால் உன்னட்ட ஏன் சொல்லுறன்."

"அப்ப என்னப்பா! லவ் பண்ணுறானே?" பிரகாசமானது அவளது முகம்.

"அடியே, நொர்ஸ்க் பெட்டை எண்டு சொல்லுறன் நீயென்ன சந்தோஷத்தில பல்லிளிக்கிற?" முகத்தில் கடுப்பைக் காட்டினான்.

"அதில என்னப்பா இருக்கு, பிள்ளைகளுக்குப் பிடிச்சிருந்தால் சரிதானே."

"இதென்னடி காதலிக்கிற வயசே!" அவளை மேலுங் கீழுமாக முறைத்துப் பார்த்தான்.

"ஐயோ அப்பா! இந்த வயசில வராமல் பின்ன எந்த வயசிலயப்பா காதல் வரும். இவன்ர சினேகிதப் பெடியள் எல்லாருக்குமே காதல் இருக்கைக்க இவனுக்கு மட்டும் இல்லையே எண்டு நான் கவலைப்பட்டனானப்பா நீங்கள் என்னெண்டால்..."

“பார்த்தியே நொர்ஸ்க்குகள் மாதிரியே நீயும் பிள்ளைகள் காதலிக்கிறதை அறிஞ்சு சந்தோசப்படுற மனநிலைக்கு வந்திட்ட.”

“ஐயோ அப்பா... தயவுசெய்து பெடியனோட இதைப்பற்றி ஒண்டும் கதைக்காதிங்க பிளீஸ்...” என அவள் கெஞ்சலாக கேட்டபோது, ஸ்ரோவ்னரில் தமிழ் இளைஞன் தூக்கில் தொங்கிய செய்தியே குணாவின் ஞாபகத்தில் வர தலையை ஆட்டியபடியே மன இறுக்கத்துடன் மௌனமாக இருந்தானவன்.

• • •

“இனியாம்மா கில்மனுக்கு இங்க நோர்வேயில ஆரும் சொந்தக்காரர் இருக்கினமா எண்டொருக்கால் கேட்டுப்பாரன்.” ஆதிரா மகளின் காதலுக்கு பச்சைக்கொடி காட்டிவிட்ட போதிலும், லண்டன் பெடியனின் பூர்வீகத்தை அறிவதில் குறியாகவே இருந்தாள்.

“என்னம்மா இப்ப உங்கட பிரச்சனை? அவை என்ன சாதி எண்டு அறியவேணும் அதுதானே?” அம்மாவின் மனதை புரிந்துகொண்டவள் வெடுக்கெனக் கேட்டாள்.

“எனக்குப் பிரச்சனை இல்லையம்மா. கொப்பரோடையும், கொப்பற்ர ஆட்களோடையும் பிறகென்னால காலந்தள்ள ஏலாது, அதுக்குத்தான் கேக்கிறன்” என்றாள் தலையைச் சொறிந்தபடியே.

“நீங்கள் என்ன சாதி எண்டு என்னெண்டம்மா கேட்க முடியும். ஆனால், தொழிலை வைச்சுத்தானே நீங்க சாதி பார்க்கிறனிங்கள். அதனால அப்பா, அம்மா ஊரில என்ன தொழில் செய்தவை எண்டு கேட்டனான். அவற்ற அப்பான்ர ஆக்கள் தோட்டம் செய்யிறவையாம். அம்மான்ர ஆக்கள் அல்ககோல் பிஸினஸ் செய்யிறவையாம்.”

“என்னடி அல்ககோல் பிஸினஸ்சோ?” புரியாமற் புருவம் தூக்கினாள்.

“ஓமம்மா சிறீலங்காவில பல்மேரா மரத்தில இருந்து அல்ககோல் தயாரிக்கிறவை தானே.”

“ஐயோ...! என்ர கடவுளே...!” ஆதிரா தலையில் அடித்துக்கொண்டு குழற மகள் கதவை அடித்துச் சாத்திக்கொண்டு அறைக்குள் நுழைந்துகொண்டாள்.

மெல்லவும் முடியாமல் விழுங்கவும் முடியாமல் தொண்டைக்குள் சிக்கிய முள்ளுப் போல இந்த விடயத்தைக் குணாவிடம் சொல்லவும் முடியாமல் மறைக்கவும் முடியாமல் தவித்தாள் ஆதிரா. ஒன்று மாறி ஒன்றென எல்லாமே இடியப்பச் சிக்கல்களாகவே இருந்தன.

இடம், பொருள், ஏவல் எல்லாம் கணித்து ஒருநாள் மெல்லக் குணாவின் காதில் விடயத்தைப் போட்டுவைத்தாள். அதனைக் காதில் வாங்கியவன் நீண்ட நேரமாக எந்தவித உணர்ச்சியையும் வெளிக்காட்டாமல் மௌனியாகவே சிந்தனையில் ஆழ்ந்திருந்தான். சாதி, மதம் பார்த்து சமுதாயத்திற்காக வாழ்வதா? பிள்ளைகளின் சந்தோசத்திற்காக வாழ்வதா? என்ற அவனது மனக் குழப்பம் முகத்தில் பிரதிபலித்தது.

மகள் லண்டன் போனால் என்ன, மகன் இருக்கின்றான் தானே தங்களோடு வாழ்வதற்கு என்று நினைத்திருந்தவனுக்கு இப்போது மகன் ஒரு வெள்ளைக்காரியைக் காதலிக்கிறான் என்று தெரிந்ததும் எல்லாமே கைவிட்டுப் போனதுபோலவே உணர்ந்தான். தங்கள் பெற்றோருடனேயே சேர்ந்து வாழ விரும்பாத வெள்ளைக்காரிகள் கணவனின் பெற்றோருடனா சேர்ந்து வாழப்போறாளவை? அப்படியானால் கடைசிக் காலத்தில் எங்கள் வாழ்வும் தனித்த வாழ்வுதானா? என அந்திமத்தை நினைத்துப் பார்த்தவனின் மனக்கண்ணில் குனுத்தும், மரியாம்மாவுமே வந்து போனார்கள்.

ஏற்கனவே பிள்ளைகளோடு பேச்சைக் குறைத்துக் கொண்டவன் இப்போது ஆதிராவோடும் அளவோடே பேசினான். எப்போதும் எதையோ பறிகொடுத்தவன் போல் சிந்தனை வசப்பட்டவனாகவே காணப்பட்டான். அவனது போக்கு மீண்டும் ஆதிராவை அச்சப்பட வைத்தது. பிள்ளைகளின் காதலுக்காக இந்தச் சாதி, மத சம்பிரதாயங்களைக் கடப்பதற்கு அவள் தயாராகவே இருந்தாள். ஆனால் குணாவை நினைக்கத்தான் அவளுக்குப் பயமாக இருந்தது. அவன் எதையும் மனம்விட்டுப் பேசவே தயங்கினான். பிரச்சனைகளை எதிர்கொள்ளவோ,

முடிவெடுக்கவோ அச்சப்படுபவனாகவே காணப்பட்டான். அவள் பிள்ளைகள் விடயமாக அவனுடன் பேச்சுத்தொடுக்க முற்பட்ட வேளைகளில் எல்லாம் அவர்களுக்கிடையே சண்டைகளும், மனக் கசப்புகளுமே உருவானது. அதனைப் புரிந்துகொண்ட ஆதிரா பிள்ளைகள் விடயமாக குணாவை விஸ்வாவுடனோ அல்லது மணியமண்ணையுடனோ கதைக்க வைத்தால் நல்லதென்று கருதிக் குணாவின் சம்மதத்துடன் விஸ்வாவைச் சந்திப்பதற்கான சந்தர்ப்பத்தையும் சாத்தியப்படுத்தினாள்.

குணாவும், விஸ்வாவும் இடைக்கிடையே சந்தித்துக்கொள்ளும் ஒரு ஸ்பானிய நாட்டவரின் கோப்பிக் கடையில் குணாவும், ஆதிராவும் இரண்டு கப்பசீனோவுடன் விஸ்வாவின் வரவுக்காகக் காத்திருந்தார்கள். அவர்களுக்குள் சிறை செல்லுமளவுக்குப் பிரச்சனையானபோது திரும்பவும் ஏதாவது பிரச்சனை என்றால் தன்னோடு கதைக்கும்படியாக இருவருக்குமே கூறியிருந்தான் விஸ்வா. இப்போது தன்னைத் தனிமையில் அழைத்ததுமே ஏதோ சிக்கலாகத்தான் இருக்குமென எண்ணியபடியே சொன்ன நேரத்திற்கு வந்துசேர்ந்த விஸ்வா, முகம் ஒடுங்கி மிகவும் மெலிந்து காய்ந்துபோயிருந்த குணாவைப் பார்த்ததுமே தனது எண்ணம் பொய்க்கவில்லை என்றே நினைத்துக்கொண்டான். அவனுக்கும் கப்பசீனோவை வரவழைத்தார்கள்.

"நல்ல வெதராயிருக்கு வாங்க வெளிய இருந்து கதைப்பம்" என விஸ்வா அழைத்துக்கொள்ள, கடையின் வெளிப்புறத்தில் போடப்பட்டிருந்த ஒரு மேசையில் அமர்ந்துகொண்டார்கள். அப்போது அருகே இருந்த நடைபாதையில் நிறைபோதையில் கால்கள் பின்னியவாறு வந்த ஒரு நோர்வேஜியன் நின்று அவர்களைக் கூர்ந்து கவனித்துவிட்டு "சலாம் அலைக்கும்" என்றான். உடனேயே அவனைத் திரும்பிப்பார்த்த குணா, "நாங்கள் பாகிஸ்தானியர்கள் இல்லை, சிறீலங்கன்" என்றான். அதைக் கேட்ட அந்த நோர்வேஜியக் குடிமகன் "det er samme faen" (எல்லாமே ஒரே சனியன்கள் தான்) எனப் புறுபுறுத்தபடி நடையைக்கட்ட குணா அவனை ஒரு முறைப்பு முறைத்துப் பார்த்தான்.

"சரி... சரி... அவனை விட்டிற்று நீங்கள் சொல்லுங்க, என்ன விசயம்?" விஸ்வா நேரடியாகவே விடயத்திற்கு வந்ததுமே குணா

தலையைக் கவிழ்த்துக்கொள்ள, தலையை நிமிர்த்திய ஆதிராவே ஆரம்பித்தாள், "ஐயோ... அண்ணே இவருக்கு ஏற்கனவே பிறஷர், கொலோஸ்ரோல் எல்லாமே கூடிப்போயிருக்கு. இந்த லெட்சனத்தில இவரிப்ப தேவையில்லாத விசயங்களுக்கெல்லாம் சும்மா சும்மா ரென்சனாகி வருத்தங்களைக் கூட்டப் பார்க்கிறார். அதுதான் உங்களோட ஒருக்கால் கதைப்பமெண்டு..." அவள் முடிப்பதற்குள் சட்டெனத் தலை நிமிர்த்திய குணா "எது தேவையில்லாத விசயம்?" என்ற கேள்வியை ஒரு விசப் பார்வையாலையே கேட்டான்.

"என்ன குணா, ஏன் முகமெல்லாம் இப்பிடி வாடிப்போயிருக்கு. கவலைகள் தான் மனுசற்ற ஆயுளைக் குறைக்கிறதெண்டு தெரியாதே?" என விஸ்வா கேட்டதுமே மீண்டும் தலையைக் கவிழ்த்துக்கொண்டான் குணா.

"அண்ணே ஊரில பிள்ளைகளை வளர்க்கிற மாதிரியே இவர் இங்கயும் வளர்க்கலாமெண்டு நினைக்கிறார். அங்க ஊரில பிள்ளைகள் பெற்றோரில தங்கியல்லே வாழவேண்டியிருக்கு, இங்க அப்பிடியில்லையே. பதினெட்டு வயசானதுமே அதுகள் தங்கட சொந்தக்காலில நிக்கிறதுக்கான வசதியும், சுதந்திரமும் உள்ள நாட்டில அதுகள் எங்கட பழங்காலக் கதைகளைக் கேட்குதுகளே" என்று ஆரம்பித்த ஆதிரா பிள்ளைகளின் காதல் விடயங்களையும், குணாவின் எண்ணங்களையும், அதற்கு நேர் எதிரான பிள்ளைகளின் போக்குகளையும், அதனால் ஏற்பட்டிருக்கின்ற குழப்பங்களையும், மன உளைச்சல்களையும் மூச்சு விடாமல் விஸ்வாவிடம் கொட்டித்தீர்த்தாள்.

மண்டையைக் கசக்கியபடி குனிந்திருந்த குணா சட்டென நிமிர்ந்து "அண்ணே என்னைப்பற்றி உங்களுக்குத் தெரியுந்தானே நானிந்தச் சாதி, சமயங்களை எல்லாம் பெரிசாத் தூக்கிப் பிடிக்கிற ஆளில்லை. ஆனாலும் இந்தச் சொந்த பந்தங்களும், சமூகமும் எங்களை ஒதுக்கி வைச்சிருமோ எண்ட பயமும், இந்த நாட்டில பிள்ளைகள் எங்கட அடையாளங்களை இழந்து தொலைஞ்சு போயிருங்களோ எண்ட பயமுந்தான் எனக்கிருக்குது. இதொண்டும் இதுகளுக்கு விளங்குதில்ல" என்றானவன் பெருமூச்சோடு.

“ஓம் குணா உம்மட நிலைமை எனக்கு விளங்குது. நான் அடிக்கடி சொல்லுறதைத்தான் இப்பவும் சொல்லுறன். மாற்றம் ஒன்றேதான் மாறாதது. மாற்றங்களின் ஊடாகத்தான் மனித இனமே வளர்ச்சியடைந்து முன்னேறிக்கொண்டிருக்குது. மாற்றங்களை உள்வாங்க முடியாதவர்களுக்கும், ஏற்றுக்கொள்ள முடியாதவர்களுக்குந்தான் இந்த உலகம் பிரச்சனையானதாக இருக்குது.”

“என்னண்ணே கண்டறியாத மாற்றம் மாற்றம் எண்டுறியள். அதுக்காக எங்கட பண்பாட்டையும், கலாச்சார அடையாளங்களை இழந்து தொலைஞ்சு போக முடியுமே?”

“எது குணா, சகமனுசியைப் பெண் என்பதற்காகச் சிறுமைப்படுத்துவதும், சகமனுசனைச் சாதி ரீதியாக தாழ்த்தி ஒடுக்குவதும், மதத்தின் பேரில சில மூடநம்பிக்கைகளை வளர்ப்பதும் அதைக் கட்டிக் காப்பதும்தானே நீர் சொல்லுற எங்கட பண்பாடும், கலாச்சாரமும். இதுகளை இழக்காமல் இருந்தால்தான் நாங்கள் தொலைஞ்சு போயிருவம்” என்றான் அழுத்தம் திருத்தமாக.

“என்ன இருந்தாலும் ஒரு தேசிய இனமாக எங்களுக்கிருக்கிற தனித்துவமான அடையாளங்களை இழந்துபோறதை என்னால ஏற்க முடியாது” எனத் தலையைச் சிலிர்ப்பிக்கொண்டான் குணா.

“வேற வழியில்லக் குணா, சில பிற்போக்குத்தனமான அடையாளங்களை இழந்துதான் ஆகவேண்டும். இல்லை, நீர் சொல்லுற மாதிரி இந்தத் தனித்துவமான அடையாளங்களைத் தொலைக்காமல் கட்டிக் காக்கத்தான் வேணுமெண்டால் இதெல்லாம் விளைஞ்ச அந்த எங்கட நிலத்திலயேதான் நாங்கள் நிண்டிருக்கவேணும். அத விட்டுப்போட்டு இங்க ஓடிவந்து நிண்டுகொண்டு என்னத்தைத்தான் கட்டிக் காத்தாலும் எங்களுக்குப் பிறகான அடுத்தடுத்த சந்ததியில மொழி உட்பட எல்லாமே கை விட்டுத்தான் போயிரும். இது எங்கட விருப்பத்துக்கு மாறானதாக இருக்கலாம். ஆனால் இதுதான் யதார்த்தம். ஏன் இங்கயுள்ள எங்கட பொது அமைப்புக்களான பள்ளிக்கூடங்கள், கோயில்கள், தமிழ்ச் சங்கங்கள் எண்டு எல்லாமேகூட அப்படியானதொரு கட்டமைப்பிலதான் இங்க

இயங்கிக்கொண்டிருக்குது. எந்த அமைப்புகளுக்குள்ளும் அடுத்த தலைமுறையினர் உள்வாங்கப்படுவதும் இல்லை, பயிற்றுவிக்கப்படுவதும் இல்லையே. அதனாலதான் சொல்லுறன் மூத்த தலைமுறையின்ர காலம் முடிய எல்லாமே முடிஞ்சு போயிரும். அதோட இங்க பிறந்து வளர்ந்த பிள்ளைகளின்ர சிந்தனைமொழி எதுவோ அந்த மொழிக்குரிய பண்பாட்டையும், கலாச்சாரத்தையுந்தான் பிள்ளைகள் பின்பற்றுங்கள். இதை யாராலும் தடுக்கவே முடியாது" என்றவாறே கப்பசீனோவைக் கையிலெடுத்தான் விஸ்வா.

"தடுக்கத்தான் முடியாட்டியும், தள்ளியாவது போடலாந்தானே?"

"ம், இந்தத் தள்ளிப்போடுற முயற்சியிலதான் நீர் இண்டைக்கு இந்தச் சுதந்திர நாட்டிலகூட உம்மட சந்தோசமான வாழ்க்கையை இழந்துபோய் மன உளைச்சலோட விரக்தியின் விளிம்பில வந்து நிக்கிறீர் தெரியயில்லையே. இது உம்மை மட்டுமில்லைக் குணா உம்மைச் சார்ந்தவர்களையுந்தான் பாதிக்குது. பனிமலைத் தேசத்தில வந்து நிண்டுகொண்டு பனை மரமாய்த்தான் வளருவன் எண்டு அடம்பிடிக்கிறது புத்திசாலித்தனமில்லை, உலக நடைமுறைகளுக்கேற்ப நாங்களும் மாறத்தான் வேணும். இல்லாட்டி இப்படியான உளவியல் சிக்கலுக்க சிக்குப்பட்டு சீரழியத்தான் வேண்டிவரும்" என்றான் உறுதியான குரலில்.

"ஏன்... கனடா, லண்டன், பிரான்ஸ் எண்டு எங்கட சனங்கள் எல்லாம் ஊரில பிள்ளைகளை வளர்த்த மாதிரியே வளர்க்குதுகளாம். ஏன் எங்களால மட்டும் இங்க முடியாது?" ஆதங்கத்துடன் கேட்டான் குணா.

"ஓம், எங்கட சனங்கள் தொகையாச் சேர்ந்திருக்கிற நாடுகளில இந்தத் தள்ளிப்போடுறது கொஞ்சக் காலத்துக்குச் சாத்தியப்படும் தான். ஆனால் இந்த நோர்வேயில அப்பிடி இல்லையே நாங்கள் கொஞ்சச் சனம், அதிலும் எல்லா இனங்களோடையும் கலந்தெல்லே வாழுறம். இந்தப் பல்கலாச்சார சூழலுக்க வாழுற எங்கட பிள்ளைகளை ஈசியாப் பெரும்பான்மைக் கலாச்சாரம் உள்வாங்கிப்போடும் குணா, அதுக்கு ஏத்தமாதிரித்தான் இங்கத்தைய நடைமுறைகளும் இருக்குது. இதுதான் யதார்த்த நிலை. இந்த நடைமுறை யதார்த்தத்தை விளங்கிக்கொண்டு சில உண்மைகளை ஏற்றுக்கொள்ளுறதுக்கும், தோல்விகளை

ஒத்துக்கொள்ளுறதுக்குங்கூட நாங்கள் இன்னும் பழக்கப்படயில்ல. யதார்த்தத்தை மீறிக் கனவு காணுறதும், கண்ட கனவுகளுக்காகக் காலத்தை வீனடிக்கிறதுமே எங்கட வாழ்க்கையாப்போச்சுது'' எனச் சலித்துக்கொண்டான் விஸ்வா.

''சரியாச் சொன்னீங்க அண்ணே. எங்கட சனங்கள் இங்க நிம்மதியாவே வாழுதுகள்? ஊரில எண்டால் பிள்ளைகளைக் கட்டி வைச்சால் விசயம் முடிஞ்சிரும், இங்க கட்டி வைச்சுப்போட்டு டைவர்ஸ் எடுத்திடுங்களோ எண்டு பயந்து பயந்தல்லே சாகுதுகள்'' என்றாள் ஆதங்கத்துடன் ஆதிரா.

''பின்னயென்ன டைவர்ஸ் எடுக்கிறதுக்கே கல்யாணம் கட்டுறது?'' எனக் கேட்ட குணா அவளை ஒரு எரிச்சல் பார்வை பார்த்தான்.

''இல்லையப்பா... நீங்க நினைக்கிறியள் தாய், தகப்பன் டைவர்ஸ் எடுக்கிறதாலதான் பிள்ளைகள் பாதிக்கப்படுகுதுகள் எண்டு. ஆனால் சகித்துக்கொண்டும், சண்டை பிடிச்சுக்கொண்டும் சேர்ந்து வாழுறதுதான் பிள்ளைகளை மன ரீதியாக பாதிக்குமாம் எண்டெல்லே வெள்ளக்காரர் சொல்லுகினம்'' என ஆதிரா கூறியபோது தன்னைத்தான் குத்திக் காட்டுகின்றாளோ என்ற சந்தேகத்தில் சங்கடத்தில் நெளிந்தான் குணா.

''சரி... சரி... இதுகளை விடுங்கோ. இப்ப குணா பிள்ளைகளின்ர காதல் விவகாரத்தில நீர் என்ன முடிவில இருக்கிறீர்?''

''என்ர முடிவு இங்க ஆருக்கண்ணே தேவை? எல்லாருமே தாங்கள் தாங்களாத்தானே முடிவெடுக்கினம்'' எனக் குணாவும் குத்திக் காட்டினான்.

''குணா, ஒரு சராசரித் தமிழ் அப்பாவான உம்மட மனநிலை எனக்கு விளங்குது. நீரும் அங்க நாட்டில இருந்து, பிள்ளைகளும் அங்க பிறந்து வளர்ந்திருந்தால் உம்மட விருப்பங்களுக்கு ஏற்ற மாதிரித்தான் பிள்ளைகளும் வளர்ந்திருக்கும். ஆனால் இங்க நிலைமை அப்பிடியில்லையே, இங்கத்தைய வாழ்வியற் சூழலுக்கு ஏற்றமாதிரித்தானே பிள்ளைகளின்ர மனநிலையும் இருக்கும். இதுகளைப் புரிஞ்சுகொண்டு நாங்களும் அனுசரிச்சுப் போறதுதானே சரியானதாயிருக்கும். அதை விட்டுப்போட்டு நீர்

சொல்லுற இந்த இன சனத்தின்ர போலிக் கௌரவங்களுக்காக இங்க வாழுற எங்கட பிள்ளைகளின்ர விருப்பு, வெறுப்புகளை நிராகரிக்கிறது எனக்கெண்டால் சரியானதாப்படயில்லை" என முடித்துக்கொண்ட விஸ்வா மீண்டும் ஆளுக்கொரு கப்பச்சீனோவை வரவழைத்தான்.

"ஐயோ அண்ணே! நான்தான் பிள்ளைகளை ஒழுங்கா வளர்க்கயில்லையாம் எண்டு நெடுகலும் என்னைத்தான் இவர் குறை சொல்லிக்கொண்டு இருக்கிறார்." ஆதிராவும் இடம் பார்த்துச் செருகினாள்.

"இதென்ன குணா, வெற்றியடைந்தால் தலைவற்ற நேரடி நெறிப்படுத்தல் எண்டும், தோல்வியடைந்தால் மற்றவையில பழி போடுறமாதிரியுமல்லே இருக்குது இதுவும்" என்று விஸ்வா கூறியதுமே, எங்கே இவர்களின் பேச்சுத் திசைமாறி அரசியலுக்கு தாவிவிடுமோ என்றெண்ணிப் பயந்த ஆதிரா, "அண்ணே எங்கட சனங்கள் சாதி, சமயம், அந்தஸ்துகளைப் பார்க்கிற அளவுக்கு மனங்கள் ரெண்டும் ஒத்துப்போகுமா எண்டு பார்க்கிறதை எங்கயாவது அறிஞ்சிருக்கிறிங்களே?" எனக் கேட்டு மீண்டும் இருவரையும் அதே வட்டத்திற்குள் இழுத்துவந்து நிறுத்தினாள்.

"ஏன்! நான் தானே ஒத்துப்போற ஆக்களோட போய்ச் சேருங்கள் எண்டு எல்லாத்தையும் அவை அவையின்ர இஸ்ரத்துக்கு விட்டுப்போட்டனே பிறகென்ன?" என்ற குணாவின் வார்த்தைகளில் இயலாமையும், கோபமும் வெளிப்பட்டது.

"இல்லக் குணா சும்மா வேண்டா வெறுப்பா வாய்வார்த்தையால மட்டும் சொன்னால் போதாது. இந்த வாழ்வியல் நடைமுறைகளுக்கு ஏற்ப யதார்த்தபூர்வமாகச் சிந்திச்சு மனப்பூர்வமாக முடிவெடுக்கிறதுதான் நல்லது. அதைத்தான் பிள்ளைகளும் எதிர்பார்க்குங்கள்" என்றவன் குணாவை அழுத்தமாக ஒரு பார்வை பார்த்தான்.

"அண்ணே இது மனம் சம்மந்தப்பட்ட, உணர்வுகள் சம்மந்தப்பட்ட பிரச்சனை. என்ர மனசில உள்ளதுதான் வார்த்தைகளிலும், செயல்களிலும் வெளிப்படும் அதை மறைச்சு நடிக்கவெல்லாம் எனக்குத் தெரியாது. மற்றவைக்கு அட்வைஸ்

சொல்லுறது ஈசி. ஆனால் தனக்குத் தனக்கென்று வரையிக்கதான் அவையவைக்கு கஸ்ரங்கள் விளங்கும்" என்றவனின் முகத்தை இறுக்கம் கவ்வியிருந்தது.

"குணா இது உமக்கு மட்டும் ஏற்பட்டிருக்கிற பிரச்சனையில்ல, இது இங்க கனபேர் அனுபவிச்சுக்கொண்டிருக்கிற சிக்கல் தான். எனக்குத் தெரிஞ்ச ஒரு தமிழ்ப் பிள்ளை கறுப்பின முஸ்லிம் பெடியனையே காதலிக்கிறாள் அது உமக்குத் தெரியுமே?" எனக் கேட்டான் விஸ்வா.

"என்னது! கறுப்பின முஸ்லிமையோ?"

"ம்... நைஜீரிய நாட்டவர்" என்றவனின் தலை வேகமாக ஆடியது.

"பெட்டையின்ர தாய், தகப்பனுக்குத் தெரிஞ்சால் பெட்டைய விஷம் வைச்சே கொன்றுபோடுங்களே!"

"இல்லைக் குணா தாய், தகப்பனும் சம்மதிச்சுப்போட்டினம்."

"என்னண்ணே சொல்லுறியள்! இது நம்பக்கூடிய கதையே?"

"எல்லாம் மனசு தானப்பன். நீர் சொன்ன மாதிரியே இதுவும் மனசு சம்மந்தப்பட்ட, உணர்வுகள் சம்மந்தப்பட்ட விசயம் தான்." விஸ்வாவின் வார்த்தைக் குத்தலில் நெளிந்தான் குணா.

"ஏனப்பா இங்க நிறையத் தமிழ் ஆம்பிளையள் முஸ்லிம் பொம்பிளையளைக் கட்டயில்லையே, தமிழ்ப் பொம்பிளையள் கட்டினால் மட்டும் என்ன அதிசயமே?" என்ற ஆதிராவின் கேள்வியும் சங்கடப்படுத்தியதில் தலை குனிந்து மௌனமானான் குணா.

"குணா எல்லா இனத்தவருமே மற்ற மற்ற இனத்தவர்களைத் தாழ்த்தித் தங்களைத் தாங்களே உயர்வா நினைக்கிறதுதானே வழமையா இருக்குது. நாங்கள் முஸ்லிம்களை இளக்காரமாகப் பார்க்கிற மாதிரியே அவங்களும் எங்களைத் தாழ்த்தித்தான் பார்ப்பாங்கள் எண்டதையும் நாங்கள் விளங்கிக்கொள்ள வேணும். ஆனாலொண்டு இந்த இன, மத ரீதியிலான தீவிரவாதப் போக்குகளையும், பிற்போக்குத்தனங்களையும், பெண்கள்

மீதான ஒடுக்குமுறைகளையும் வைச்சுப் பார்க்கும்போது வளர்ச்சியடைந்த மேற்குலக நாட்டவர்களின் பார்வையில முன்றாம் உலக நாடுகளைச் சேர்ந்த எங்கள் எல்லாரையுமே ஒரே குட்டையில ஊறிய மட்டைகளாகத்தான் தெரியும். இப்ப கொஞ்ச நேரத்திற்கு முதற்கூட பார்க்கயில்லையே அந்தக் குடிகாரனே எல்லாமே samme faen எண்டுதானே சொல்லிப்போட்டுப் போனவன்" என முடித்துக்கொண்ட விஸ்வா அலைபேசியை எடுத்து நோண்ட ஆரம்பித்தான்.

"அதுசரி, அதாற்ற பிள்ளை அண்ணே முஸ்லிமை காதலிச்சது?" அதனை நம்ப முடியாதவன் போல் கேட்டான் குணா.

"நம்பிக்கை இல்லையெண்டால் இந்தாப் பாரும், இதுதான் அந்தத் தமிழ் பிள்ளையும், நைஜீரியக் காதலனும்" என நோண்டிக்கொண்டிருந்த அலைபேசியைத் தூக்கிக் காட்டினான்.

"ஐயோ! என்னண்ண சொல்லுறியள்?" அலைபேசியிலிருந்த படத்தைப் பார்த்த குணா ஒருகணம் அதிர்ச்சியில் உறைந்துபோனான். அதில் ஒரு கறுப்பின இளைஞன் விஸ்வாவின் இரண்டாவது மகளைக் காதலுடன் கட்டியணைத்தபடி இருந்தான். படத்தை எட்டிப் பார்த்த ஆதிராவின் கண்களிலும் ஆச்சரியம்.

அமைதியாக இருவரையும் பார்த்தவாறே "எங்களுக்குத்தான் சகமனிசரைக் கறுவலாவும், வெள்ளையாவும், சப்பட்டையாவும் தெரியுது. இந்தப் பல்லின பல்கலாச்சாரச் சூழலுக்க பிறந்து வளர்ந்துகொண்டிருக்கிற எங்கட பிள்ளைகளுக்கில்லை" என அழுத்தம் திருத்தமாகக் கூறினான் விஸ்வா.

"உண்மையிலேயே உங்களைப் பாராட்டத்தான் வேணுமண்ணே. நீங்கள் ஊருக்கு மட்டும் உபதேசம் செய்யயில்லை" என்று உணர்ச்சி வசப்பட்டாள் ஆதிரா.

"எனக்குப் பேச்சில ஒண்டும் நடைமுறையில ஒண்டுமாய் வாழத்தெரியாது தங்கச்சி. மேடைக்காக மட்டுமே முற்போக்குப் பேசுறது மோசமான அயோக்கியத்தனமெண்டு நினைக்கிறவன் நான். அதைவிடப் பிற்போக்குவாதியாகவே இருந்திற்றுப் போயிரலாம். மாற்றத்தை ஏற்றுக்கொள்ளுறவர்களும்,

மாற்றத்தை விரும்புறவர்களும் அதைத் தங்கள் தங்கள் வீடுகளில இருந்தேதான் ஆரம்பிக்க வேணும். அதைத்தான் நானும் செய்திருக்கிறன். யதார்த்தத்தை மீறிக் கனவு காணாமல் நடைமுறைச் சாத்தியங்களைச் சார்ந்து வாழ நினைக்கிறவனுக்கு எதுக்குத் தங்கச்சி பாராட்டுக்கள்" என்றவனின் விரல்கள் குறுந்தாடியை வருடிக்கொண்டிருந்தன.

"ஓம் அண்ணா நீங்கள் சொல்லுறதுதான் சரி, ஆனால் இது இங்க ஒருத்தருக்கும் விளங்குதில்லையே" என்ற ஆதிரா தலை கவிழ்ந்திருந்த குணாவைக் கடைக்கண்ணால் பார்த்தாள்.

"குணா உமக்கொண்டு சொல்லட்டே, இந்த உலகத்தில எல்லோருக்குமே எல்லாமுமே கிடைத்துவிடுறதில்ல. ஒன்றை இழந்துதான் இன்னொன்றைப் பெறவேண்டியிருக்குது. இந்த நாட்டில சண்டை சச்சரவுகள் இல்லாத, பஞ்சம் பட்டினி இல்லாத அமைதியான வாழ்வை அனுபவிக்கிறம் தானே அதுக்குக் கொடுத்த விலையாகத்தான் நாங்கள் எங்கட சில பாரம்பரியங்களையும், இன அடையாளங்களையும் இழந்திருக்கிறம் எண்டு நினைச்சுக்கொள்ள வேண்டியதுதான், வேற வழியில்ல" என விஸ்வா முடித்துக்கொண்டபின் சற்று நேரம் அமைதி நிலவியது. எவருமே எதுவும் பேசிக்கொள்ளவில்லை.

ஒரு செருமலுடன் அமைதியைக் குலைத்துக்கொண்டு சட்டெனத் தலையை நிமிர்த்திய குணா நேர்கொண்ட பார்வையுடன் விஸ்வாவிடம் கேட்டான், "சரி, நான் இப்ப என்ன செய்ய வேணும்?" அதனைக் கேட்டதுமே விஸ்வாவின் பார்வை ஆதிராவின் பக்கம் திரும்பியது.

"இந்த வறட்டுக் கவுரவங்களையும், முறட்டுப் பிடிவாதங்களையும் விட்டுப்போட்டு லண்டனுக்குப் போய் அந்தப் பெடியன்ர தாய், தகப்பனோட கதைச்சுச் சம்மந்தத்தை முற்றாக்கிவிடுறதுதான் எனக்கெண்டால் நல்லதெண்டு படுகுது." இதுதான் சந்தர்ப்பமெனத் தன் மனக் கிடக்கையை ஆதிரா வெளிப்படுத்தியதுமே, மீண்டும் விஸ்வாவின் பார்வை குணாவின் பக்கம் திரும்பியது.

"ஓ... அதில எனக்கொரு பிரச்சனையுமில்ல. நாளைக்கே போறதெண்டாலும் நான் ரெடிதான்" என்ற குணாவின் வார்த்தைகளில் உறுதி தொனித்தது.

மாட்டுக்கு மாடு சொல்லிக் கேளாததை மணி கட்டிய மாட்டை வைத்துச் சொல்லிவிட்ட சந்தோசத்தில் ஆதிராவின் முகம் பிரகாசமானது.

• • •

குடும்பத்துடன் லண்டன் சென்று மாப்பிள்ளையையும் பார்த்து, பெற்றோருடனும் கதைத்துக் கல்யாணத்தை முற்றாக்கி விடுவதென முடிவானது. பெற்றோரின் சம்மதமானது இனியாவுக்கு மிகுந்த சந்தோஷத்தைக் கொடுத்திருந்தது. பயணத்திற்கான ஏற்பாடுகள் அனைத்தையும் அவளே செய்து முடித்தாள்.

ஹீத்ரோ விமான நிலையத்தில் போய் இறங்கியவர்களை அழைத்துப்போக கில்மனே வந்திருந்தார். பார்ப்பதற்கு வாட்டசாட்டமாக அழகான இளைஞனாக இருந்தார். வீடு செல்லும்வரை அவர் பேசிய விடயங்களை வைத்து எடைபோட்டபோது தன் மகளுக்குப் பொருத்தமான மாப்பிள்ளை போன்றே குணாவின் மனதுக்குத் தோன்றியது. அதையேதான் குணாவின் காதில் ஆதிராவும் குசுகுசுத்தாள். மகிழனும், கில்மனும் பேசியதைக் கேட்டபோது அவர்கள் இருவரும் ஏற்கனவே அலைபேசியில் அறிமுகமாகிவிட்டார்கள் என்பதும் குணாவுக்குப் புரிந்தது.

கில்மனின் வீட்டில் போய் இறங்கினார்கள். கில்மனின் அப்பாவும், அம்மாவும் வாசல் வரைவந்து முகம் மலர வரவேற்றார்கள். குணாவுக்கு கில்மனின் அம்மாவின் சாயலில் யாரையோ பார்த்த ஞாபகம். ஆனால், யாரை என்பது நினைவில் வரவில்லை. கில்மனின் சகோதரன் தூரத்தில் இருந்து படிப்பதால் வீட்டில் இருக்கவில்லை. வரவேற்பும், விருந்துபச்சாரமும் அமர்க்களமாக இருந்தன. பேசுவதற்கும் இனிமையானவர்களாக இருந்தார்கள். இனியாவைத் தங்களுக்கு மிகவும் பிடிக்குமென்றும், தங்களுக்குப் பெண் பிள்ளை இல்லாத குறையைத் தீர்க்க வந்த மகள் என்றும் கூறிப்

பெருமைப்பட்டார் கில்மனின் அம்மா. இப்போது அவரது குரலும் எங்கேயோ கேட்டது போலிருந்தது குணாவுக்கு.

எல்லோரும் வரவேற்பறையில் சிற்றுண்டிகளுடன் தேனீர் அருந்தியபடியே பேசிக்கொண்டிருந்தார்கள். சற்றுத் தள்ளியிருந்த சுவரிற் தொங்கிய சில புகைப்படங்கள் குணாவின் கண்களை உறுத்தின. அவைகளைப் பார்க்கும் ஆவலில் எழுந்து சென்றான். கீழேயிருந்த படங்களைப் பார்வையிட்டவன் மேலேயிருந்த படங்களைப் பார்க்க தலையை நிமிர்த்தியபோது கண்ணிற் பட்ட ஒரு திருமணப் புகைப்படம் அவனை இன்ப அதிர்ச்சியில் உறைய வைத்தது. "வாவ்..." என்று வாய் பிளந்து நின்றவனை எல்லோருமே திரும்பிப்பார்த்தார்கள். சட்டென்று கில்மனின் அம்மாவின் பக்கம் திரும்பிய குணா, "அக்கா! மலர்விழி அக்கா! நீங்களா இது?" வாய்விட்டுக் கத்தினான். ஒருகணத் திகைப்புடன் விழிகள் விரிய குணாவை உற்றுப் பார்த்த கில்மனின் தாய், "தம்பி குணா!" எனக் கத்தியபடியே எழுந்தோடிப்போய் அவனைக் கட்டித் தழுவிக்கொண்டாள்.

"ஐயோ தம்பி உம்மைக் கண்டதில இருந்து எங்கயோ பார்த்தமாதிரி இருக்கே, பார்த்தமாதிரி இருக்கே, எண்டுதான் நானும் யோசிச்சுக்கொண்டு இருந்தனான். இப்பதானே தெரியுது" என்ற மலர்விழி மீண்டும் அவனை விழிகள் விரியப் பார்த்து நின்றாள்.

"ஐயோ அக்கா! நீங்கள் சுவீஸ்ல தான் இருக்கிறீங்கள் எண்டெல்லோ நானும் நினைச்சுக்கொண்டிருந்தனான்."

"இல்லத் தம்பி நாங்கள் தொண்ணூற்றைஞ்சிலயே லண்டன் வந்திற்றம். இப்பிடி உம்மைச் சந்திப்பனெண்டு நான் கனவிலும் நினைக்கயில்லை" எனத் தொடர்ந்த அவர்களின் உரையாடல்கள் மூலமாக அவர்களது கடந்த காலங்களை அறிந்துகொண்ட எல்லோர் முகத்திலும் ஆச்சரியமும், மகிழ்ச்சியும் மின்னித் தெறித்தன.

"பார்த்தீங்களே அப்பா முப்பது வருசத்துக்கு முதல் நீங்கள் மிஸ் பண்ணின உங்கட அக்காவை நான் கண்டுபிடிச்சுத் தந்திற்றன்" என்ற இனியாவும் தலை, கால் புரியாத சந்தோசத்தில் தந்தையைக் கட்டியணைத்துக் கொண்டாள்.

மலர்விழி அக்காவைச் சந்தித்துவிட்டுத் திரும்பிய பின்னர் குணாவுக்கு இந்த உலகம் மிகச் சிறியதாகவே தோன்றியது. இந்தச் சிறிய உலகத்தில் நாம் வாழும் காலம் மிக மிகக் குறுகியது என்பதையும் தளர்ச்சியடைந்து வலிமையிழந்துகொண்டிருந்த அவனது உடலும் உணர்த்தியது.

• • •

மகளின் காரியம் கை கூடியதில் ஆதிராவின் மனப்பாரம் கொஞ்சம் குறைந்திருந்தது. அடுத்ததாக மகனின் விடயத்தைக் கையிலெடுத்து மிகுதிப் பாரத்தையும் குறைப்பதற்காகக் காத்திருந்தாள். மகனும் இப்போதெல்லாம் முன்பு போலில்லை. விளையாட்டுத்தனங்கள் குறைந்து பொறுப்புணர்ச்சிகள் கூடியிருந்தன. முன்பு சாப்பிட்ட கோப்பையையே கழுவி வைக்காதவன் இப்போது வீட்டு வேலைகளுக்கு ஒத்தாசை செய்தான். படிப்பிலும் முன்னேற்றம் இருந்தது. முகத்திலும் ஒரு சந்தோசப் பொலிவு தெரிந்தது. ஆனால், இரவில் வீட்டில் சாப்பிடுவது அரிதாகவே இருந்தது. அன்றும் தாமதமாக வந்தவனை ஆதிரா சாப்பிடக் கூப்பிட்டபோது, "நான் சாப்பிட்டிற்றன்" என்றான்.

"எங்க சாப்பிட்டனி?"

"வெளியில."

"நெடுகலும் வெளியில சாப்பிட எங்கால காசுனக்கு?"

"பிரெண்ட் வீட்டில சாப்பிட்டனான்."

"பிரெண்ட் வீட்டிலையோ? அல்லது லவ்வர் வீட்டிலையோ?" எனவொரு மந்திரப் புன்னகையை உதிர்த்தவாறே கேட்டாள்.

"என்னது லவ்வறோ!" உதட்டோரம் பூத்த வெட்கப் புன்னகையுடன் கண்களில் மின்னல் தெறிக்கத் தாயைப் பார்த்தான்.

"எனக்கொண்டும் தெரியாதெண்டு நினைக்காதயப்பன். ம்... சொல்லு, ஆரந்த நொஸ்க் பெட்டை?"

"அம்மா!" என்றவன், தாயின் முகத்தை ஆச்சரியத்துடன் பார்த்தான்.

"ம்... எல்லாம் தெரியுமப்பன். நீ மறைக்காமல் சொல்லு" என்ற தாயின் முகத்தில் பூரிப்பைப் பார்த்ததுமே பயந்தெளிந்த மகிழன், அவள் பெயர் எம்லியா என்றும், அவளுக்கு மட்டுமன்றி அவளுடைய பெற்றோருக்கும், சகோதரங்களுக்கும் தன்னை மிகவும் பிடிக்கும் என்றும், அவர்கள் மிகவும் அன்பானவர்கள் என்றும் பெருமையுடன் கூறியதுடன் இந்த விடயம் இப்போதைக்கு அப்பாவுக்குத் தெரியவேண்டாம் என்றும் கேட்டுக்கொண்டான்.

"அட மடையா அப்பா சொல்லித்தான்ரா எனக்கே இது தெரியும்" என்றாள்.

"என்னம்மா சொல்லுறிங்க! அப்பாவுக்குத் தெரியுமே! அவரொண்டும் கத்தயில்லையே!" ஆச்சரியக்குறியாய் நின்றான்.

"இல்லையப்பன், அவர் இப்ப முந்தியமாதிரி இல்ல. நீ ஒண்டுக்கும் யோசிக்காமல் ஒரு நாளைக்கு அந்தப் பிள்ளையை வீட்ட கூட்டிக்கொண்டு வா, நான் அப்பாவோட கதைக்கிறன்" என்ற தாயின் வார்த்தைகளைக் கேட்ட சந்தோஷத்தில் வாயடைத்துப்போய் நின்றான் மகிழன்.

இப்போது வெளியே எந்தக் கொண்டாட்டங்களுக்குச் சென்றாலும் பிள்ளைகளின் நட்பு வட்டாரத்தில் தனக்கான மதிப்பும், மரியாதையும் கூடியிருப்பதை உணர்ந்துகொண்ட குணா உள்ளூற மகிழ்ச்சியடைந்தான். அன்றும் ஒரு கொண்டாட்டத்தில் சந்தித்த சீலனின் மகன் குணாவிடம் வந்து "குணா மாமா நீங்கள் மகிழனின் லவ்வை அக்செப்ற் பண்ணிற்றீங்களாமே உண்மையா?" என்று ஆச்சரியத்துடன் கேட்டான்.

"ஓம்" எனப் புன்முறுவலோடு அவனைப் பார்த்துத் தலையசைத்தான்.

"வாவ்... சூப்பர் மாமா, du er en veldig god far. (நீங்கள் ஒரு நல்ல தந்தை.)" எனப் பாராட்டிவிட்டுச் சென்றான் சீலனின் மகன்.

அவன் சென்ற சற்று நேரத்தில் நிதானம் பிசகிய போதையில் வந்த அவனது தந்தை சீலன், “என்னடாப்பா உன்ர மகன் நொஸ்க் பெட்டையை பிடிச்சிருக்கிறானாமே, சைக்... என்ன வளர்ப்படாப்பா வளர்த்தனி?” என வார்த்தைகளால் எள்ளி நகையாடினான்.

சிலருக்கு மட்டுந்தான் சில விடயங்களைப் புரிய வைக்க முடியும் என்பதைப் புரிந்துகொண்ட குணா, அவனுக்கு ஒரு புன்முறுவலை மட்டுமே பதிலாகக் கொடுத்துப் பேச்சில் கஞ்சத்தனத்தைக் கடைப்பிடித்தான். சீலன் போதையில் உளற ஆரம்பித்ததுமே அவனது மனைவி, பிள்ளைகள் வீட்டுக்குக் கிளம்பிவிட்டார்கள். போகும்போது ‘சீலனை வீட்டில் கொண்டுவந்து விடமுடியுமா?’ எனக் குணாவிடம் அவர்கள் கேட்டதற்கு இணங்க குணா போகும்போது அவனையும் இழுத்துக்கொண்டே சென்றான். காரை விட்டு இறங்கி இடம், வலம் தெரியாமல் நின்றவனை நான்காம் மாடிவரை படிகளில் இழுத்து ஏத்தி வீட்டிற்குள் சேர்த்துவிட்டு இறங்கும்போது குணாவுக்கு மிகவும் களைப்பாக இருந்தது. நாக்கு வறண்டு மூச்சு வாங்கியது. மார்பின் மையப் பகுதியை அழுத்திப் பிழிவது போன்ற ஒரு வலியை உணர்ந்தான். கடைசிப் படியில் இறங்கி நின்று ஆழமாக மூச்சை இழுத்துவிட்டான். தனது உடல்நிலை சீர்கெட்டுவிட்டது என்பதை உணர்ந்தவனுக்கு அது காலங்கடந்த ஞானமாகவே பட்டது. விஸ்வா அண்ணையைப் போல் மண்ணுக்கு ஏத்தமாதிரி வாழாமல் நான்தான் பனிமலைத் தேசத்தில் பனைமரமாய் வாழ நினைத்து ஆரோக்கியத்தைக் கெடுத்துவிட்டேனா? தன்னைத்தானே கேட்டு மனதுக்குள் நொந்துகொண்டான். ஐம்பது வயதாகிவிட்டது மிஞ்சி மிஞ்சிப்போனால் இன்னும் இருபது வருடங்கள் வாழ்ந்தாற்கூட வெறும் ஏழாயிரத்துச் சொச்ச நாட்கள்தான் இருக்கிறன. இதற்குள்தான் இத்தனை ஆட்டங்களா? கார் ஓட்டிக்கொண்டிருந்தவனின் மன ஓட்டமும் கேள்விகளைக் கேட்டுக்கொண்டிருந்தது.

* * *

குணாவினுடைய மனமாற்றமானது மனைவி, பிள்ளைகளின் முகங்களில் மகிழ்ச்சியாய்ப் பிரதிபலித்தது. அவர்களுக்கும்,

அவனுக்குமான முரண்பாடுகள் அகன்று வீட்டில் எப்போதும் அன்பும், ஆனந்தமுமே நிறைந்திருந்தன.

சிறிதாக வீட்டில் நடந்த மகனின் பிறந்தநாள் கொண்டாட்டமானது அவனது காதலியை வீட்டிற்கு வரவழைத்திருந்தது. சொந்த வீட்டுப் பிள்ளைபோல் எல்லோருடனும் மிகவும் அன்பாகவும், எளிமையாகவும் பழகிய அவளை வீட்டில் எல்லோருக்கும் பிடித்துப்போனது. லண்டனிலிருந்து கில்மனும் வந்திருந்தது குடும்பத்தில் எல்லோருக்கும் இரட்டிப்பு மகிழ்ச்சியைக் கொடுத்தது. இத்தகையதொரு தருணத்திற்காகவே காத்திருந்த ஆதிராவின் முகத்தில் என்றுமே இல்லாத பூரிப்பு. அதனைக் கண்ணுற்ற குணாவின் உள்ளேயும் ஒருவித குளுமை படர்ந்து மனம் நிர்மலமாகியது. பிள்ளைகளும் மிகவும் மகிழ்ந்திருந்தார்கள். தங்களின் விருப்பு, வெறுப்புகளுக்கு மதிப்பளிக்கும் பெற்றோரை நினைத்து அவர்களும் பெருமைப்பட்டுக்கொண்டார்கள்.

குணாவினது நிகழ்காலம் மகிழ்வானதாய்க் கழிந்து கொண்டிருந்தாலுங்கூடத் தாய்நாட்டை இழந்த பரிதவிப்பும், தன்னிடமிருந்து தந்தையைப் பறித்தவர்களைப் பழிவாங்க முடியவில்லையே என்ற ஏக்கமும், உறவுகளைத் தொலைத்த மனவலியும் அவனுள் அடங்க மறுத்து அவனை அரித்துக்கொண்டேயிருந்தன. மறுபக்கம் நடைமுறை வாழ்வியல் சூழ்நிலைக்கேற்ப அறிவுபூர்வமாகச் சில மாற்றங்களை ஏற்றுக் கொண்டிருந்தாலுங்கூட உணர்வுப்பூர்வமாக அவனது உள்ளுணர்வு எப்போதும் தவித்துக்கொண்டேதானிருந்தது.

அன்று குணா வேலைக் களைப்புடன் வீட்டுக்குள் நுழைந்தபோது “அப்பா வந்திட்டார்... அப்பா வந்திட்டார்...” என்ற ஆதிராவின் குசுகுசு குரல் அவனது காதில் விழுந்தது. அவனைக் கண்டதுமே கூடிக் கதைத்துக்கொண்டிருந்த பிள்ளைகள் எழுந்து தங்கள் தங்கள் அறைகளுக்குள் புகுந்துகொண்டார்கள். ஆதிரா அசடுவழியப் புன்னகைத்து நின்றாள். என்னவாக இருக்குமெனக் குணாவுக்கு ஒரே குழப்பமாக இருந்தது. பசி வேறு வயிற்றைக் கிள்ளியது. மலிந்தால் சந்தைக்கு வருந்தானே என்ற எண்ணத்துடன் அவன் எதையுமே துருவிக் கேட்கவில்லை.

மறுநாள் முழுவதும் மனைவியும், பிள்ளைகளும் தன்னிடம் எதனை மறைக்கிறார்கள். என்ற கேள்வியே அவனது

மண்டையைக் குடைந்து கொண்டிருந்தது. அப்படி இருக்குமோ? இப்படி இருக்குமோ? எனக் கற்பனைக் குதிரை வேறு மண்டைக்குள் குறுக்கும், மறுக்குமாக ஓடிக்கொண்டிருந்தது. அன்றும் வேலை முடிந்து வீட்டுக்குப் போய்க் கதவைத் திறந்தபோது உள்ளே கதை களைகட்டிக்கொண்டிருந்தது. சத்தம் கேட்காத வண்ணமாக மெதுவாகக் கதவைச் சார்த்திவிட்டு உள்ளே செல்லாமல் காதுகளைக் கூர்மையாக்கியவாறு கதவருகே நின்றுகொண்டான்.

“இனியாம்மா மண்டபக்காரனோட சாப்பாட்டு விசயத்தை கட் அண்ட் ரைட்டா கதைச்சியே?” கேட்டாள் ஆதிரா.

“ஓமம்மா, அதெல்லாம் கதைச்சாச்சு அதொரு பிரச்சனையுமில்ல, ஆனால் அப்பான்ர பிரெண்ட் ஆக்கள் ஆராருக்கு சொல்லுறதெண்டத நீங்க தான் முடிவுசெய்து சொல்ல வேணும்” என்றாள் மகள்.

“ஓம் அதெல்லாம் நான் அப்பாவுக்குத் தெரியாமல் ரகசியமாச் சொல்லுவன், நீங்கள் மற்ற அலுவல்களைப் பார்த்தால் சரி.”

“அம்மா, இப்பவே சொல்லிப்போட்டன் அப்பாவை லீவெடுக்க வைக்கிறதும் மண்டபத்துக்குக் கூட்டிவாறதும் உங்கட பொறுப்புத்தான்” என்றான் மகன்.

“ஓமப்பன், என்னோட வேலை செய்யிற பிரெண்ட் ஒருத்திக்கு நாற்பதாவது பேர்த்டே கட்டாயம் குடும்பத்தோட போகவேணுமெண்டு ஏற்கனவே அப்பாவுக்கு சொல்லிப்போட்டன், அது பிரச்சனையில்ல” என்றாள்.

சம்பாசனையைக் கேட்டுக்கொண்டு நின்ற குணாவுக்கு ஆரம்பத்தில் குழப்பமாக இருந்தாலும், பின்னர் விரைவில் வரவிருக்கின்ற தனது ஐம்பதாவது பிறந்ததினத்தைத் தனக்குத் தெரியாமல் சர்ப்ரைசாக கொண்டாடுவதற்குத்தான் திட்டமிடுகின்றார்கள் என்பது புரிந்தது. அக்கணமே அவனுக்குள் ஒரு நெகிழ்ச்சி பரவியது. மீண்டும் சத்தமாகக் கதவைத் திறந்து சாத்திவிட்டு ஒரு செருமலுடன் உள்ளே நுழைந்தவன் முகத்தில் எந்தவித உணர்ச்சியையும் காட்டிக்கொள்ளவில்லை. இத்தகைய கொண்டாட்டங்களில் அவனுக்கு விருப்பமில்லாதபோதிலும்

மனைவி, பிள்ளைகளின் சந்தோசத்திற்காக எதுவுமே தெரியாததுபோல் மௌனமாக இருந்துகொண்டான். அவர்கள் தன்மீது வைத்திருக்கும் பாசத்தை எண்ணிப் பார்த்தபோது அவனது இதயம் நெகிழ்ந்துபோனது. குணா மனைவி, பிள்ளைகள் மீது வெளிப்படுத்திய கோபத்தை விடவும், அவன் வெளிப்படுத்தாத பாசம் அதிகமென அவர்களுக்கும் தெரியும். இருந்தும், மீதமுள்ள வாழ்வை அவர்கள் மீதான அன்பை வெளிப்படுத்தி அவர்களுக்காகவே வாழ்வதென மனதுக்குள் முடிவெடுத்துக்கொண்டான். மனைவி, பிள்ளைகளின் அன்பும், அரவணைப்பும் அவர்கள் அவன் மீது கொண்டிருக்கின்ற கரிசனையும் என்றுமில்லாத அளவுக்குக் குணாவிற்குள் வாழ்வின் மீதான பிடிப்பையும் உண்டாக்கியது. தனக்காகவும் தன்னைக் கொண்டாடவும் தனக்கென மற்றவர்கள் இருப்பதைக் காட்டிலும் பேறு பெற்ற வாழ்வு இருக்க முடியுமா என்ன? எல்லாத் துன்ப துயரங்களையும் மறந்து இப் பேறு பெற்ற வாழ்வை கொண்டாடிக் கழிப்பதென மனதுக்குள் திடசங்கம் பூண்டுகொண்டான்.

பிறந்தநாள் கொண்டாட்டத்திற்கு இன்னும் மூன்று நாட்களே இருந்த நிலையில் இரகசியத் திட்டமிடல்களில் ஆதிராவும், பிள்ளைகளும் மும்முரமாக ஈடுபட்டிருந்தார்கள். லண்டனில் இருந்து மலர்விழி அக்கா குடும்பமும் முதல் நாளே இங்கு வந்து விஸ்வா வீட்டில் தங்கி நின்று கொண்டாட்டத்தின் போது மண்டபத்தில் தோன்றிக் குணாவிற்கு இன்ப அதிர்ச்சி கொடுப்பதற்கான ஏற்பாடுகளும் நடந்துகொண்டிருந்தன. அதனை அவர்களின் சம்பாசனைகளை ஒட்டுக்கேட்டதன் மூலமாக அறிந்துகொண்டபோது மகிழ்ச்சியில் திக்குமுக்காடினான். உங்களுடைய திட்டமெல்லாம் எனக்கும் தெரியுமென அவர்களிடம் வெளிப்படுத்தினால் என்ன என்ற ஒரு எண்ணமும் தோன்றியது. மறுகணமே தனக்கு இன்ப அதிர்ச்சி கொடுத்துத் தன்னைச் சந்தோஷப்படுத்துவதன் மூலமாக அவர்கள் அடையவிருக்கும் சந்தோஷத்தைக் கெடுக்கக் கூடாதெனவும் எண்ணிக்கொண்டான்.

ராக்சித் தரிப்பிடத்தில் பயணிகளுக்காகக் காத்திருந்தபோது சீனாவில் கோவிட் 19 என்ற ஏதோவொரு வித ஆபத்தான வைரஸ் பரவியிருப்பதாக வானொலிச் செய்தி அடிக்கடி

அறிவித்தபடியே இருந்தது. திரும்பத் திரும்ப அதையே கேட்கச் சலிப்பாக இருந்ததனால் அலைபேசியைக் கையிலெடுத்தவன் மணியமண்ணையுடன் தொடர்பை ஏற்படுத்தினான். "அடே தம்பியா நாளைக்கொரு கொண்டாட்டமெடாப்பா பலகாரச் சூட்டு வேலையெல்லாம் மனிசியின்ர பொறுப்பாப்போச்சு அதுதான் நானும் கூடமாட ஒத்தாசை செய்துகொண்டு நிக்கிறன் கதைக்க நேரமில்லை வை." என்ன கொண்டாட்டம் யாருக்கு கொண்டாட்டம் எனக் கேட்டு வாயைக் கிளறிவிடுவானோ என்ற பயத்தில் தொடர்பைத் துண்டித்துக்கொண்டார் மணியமண்ணை. யாருடனாவது கதையளக்க விரும்பிய மனம் சும்மா இருக்கவில்லை. அலைபேசியில் அலைந்த விரல்கள் விஸ்வாவின் பெயரைத் தட்டிவிட்டது.

"ஹலோ குணா, லண்டனில இருந்து தெரிஞ்ச ஆட்கள் வருகினம் அவைய ஏத்துறதுக்கு எயார்போர்ட்டுக்குப் போய்க்கொண்டு இருக்கிறன் பிறகு கதைக்கிறன் வையும்." பேச்சை வளர்த்துப் பிடிகொடுத்துவிடாமல் அவனும் சட்டென்று முறித்துக்கொண்டான். தான் சும்மா இருக்கத் தன்னுடைய பிறந்தநாள் கொண்டாட்டத்திற்காகத் தன்னைச் சுற்றியுள்ள எல்லோருமே பரபரப்பாக இயங்கிக்கொண்டிருப்பதை நினைத்தபோது மனம் நெகிழ்ந்துபோனான். ஒருபக்கம் மகிழ்ச்சியாக உணர்ந்தாலும், தன்னால் மற்றவர்களுக்குச் சிரமம் ஏற்பட்டிருப்பதாகவும் மனம் நொந்துகொண்டான்.

பேச யாருமே கிடைக்காமல் மனதோடு பேசிக்கொண்டான். மனமென்ற பெருங்காடு அவனை உள்ளிழுத்துச் சென்றது. பனைகளும், தென்னைகளும், மாவும், பலாவும், வேம்பும், பூவரசுமாய் அடர்ந்து கிடந்த மனக்காடு பசுமை நிறைந்த நினைவுகளால் அவனுள் கிளைபரப்பிப் படர்ந்தது. கிளை தாவிச் சென்றவன் கிட்டிப்பொல்லு அடித்தான். கிளித்தட்டு மறித்தான். இரும்பு வளையத்தைப் பனை மட்டையால் உருட்டிக்கொண்டு ஒற்றையடிப்பாதைகளில் ஊர்வலம் வந்தான். ஆடு, மாடுகளுடன் கதைபேசி ஊர் மேய்ந்தான். குயில்களோடு எதிர்ப்பாட்டுப் பாடினான். மதிலேறி மாங்காய் பறித்தான். வேலிக் கிளுவைகளில் பொன்வண்டு பிடித்துத் தீப்பெட்டிகளில் அடைத்தான். தும்பிகள் பிடித்து வாலில் நூல் கட்டிப் பறக்கவிட்டான். வீசும் காற்றில் விண்கட்டிப் பட்டம் விட்டான்.

போக்காளி | 675

தண்ணீர்க்குடம் சுமந்த உள்ளூர்க் குமாரிகளைத் தன் போக்கில் வம்பிழுத்தான். அந்த அற்புதக் காட்டுக்குள் அத்தனையும் நிகழ்த்திவிட்டு அடுத்தநொடி வெளிவந்தபோது இந்தக் கட்டிடக் காட்டுக்குள் இரும்பு மிருகங்கள் உறுமித் திரிந்தன.

நெஞ்சு பாறாங்கல்லாய்க் கனத்தது. நீண்ட பெருமூச்சொன்று அவனைக் கேட்காமலேயே வெளியேறிப்போனது. நினைவுகள் தந்த வலிகளில் இருந்து மீளமுடியாமல் தவித்தான். அங்குதான் அவன் தன் வாழ்வை வேட்டையாட நினைத்தான். ஆனால் விதி அவனைக் கண்ணைக்கட்டிக் கூட்டிவந்து கட்டிடக் காட்டுக்குள் அல்லவா நிறுத்தியிருக்கிறது. முப்பது வருடங்களைக் கடந்துவிட்ட இக் கட்டிடக் காட்டு வாழ்வு ஒரு அந்தரக் கனவு போலவே கழிந்துவிட்டிருப்பதாக இப்போதிவனுக்குத் தோன்றியது. ஒற்றை மனிதனாய் உடுத்த உடுப்போடு வந்திறங்கியபோது இதுதான் தன் வாழ்நிலம் ஆகுமென்று அவன் நினைத்திருக்கவுமில்லை. அவன் நினைத்தவை எதுவுமே நிகழ்ந்திருக்கவுமில்லை. இந்த அந்நிய மண் எவ்வளவுதான் பணம், பொருள் வசதியைத் தந்திருந்தாலும் கவலைகள், துன்பங்கள் எதையுமே அறியாப் பருவத்தில் ஆனந்தத்தை மட்டுமே அள்ளித்தந்த அந்த ஆரம்பகால வாழ்வையும், அந்த வாழ்வைத் தந்த மண்ணையும் அவனால் மறக்கவே முடியாமலிருந்தது. அந்தத் தாய் மண் தன் பரம்பரைக்கு இல்லாமல் கைவிட்டுப்போன துயரை அவனால் சகிக்கவே முடியவில்லை. அந்தத் துயர் அவனை இறுக்கிப் பிழிந்து சொட்டுச் சொட்டாய் ஊற்றிக்கொண்டிருந்தது.

வேலை முடிந்து காரைக் கழுவும் நோக்குடன் எரிபொருள் நிலையத்தை அடைந்தவனுக்குப் பெரும் பாரமொன்று நெஞ்சை அழுத்துவது போன்றதொரு உணர்வு மேலோங்கியது. காரைக் கழுவித் துப்பரவு செய்துகொண்டிருக்கும்போது பெருங் களைப்பாய் மூச்சு வாங்கியது. இடது கை தோள்பட்டை பகுதியிலும் பெருவலி எடுத்தது. வீட்டுக்குப் போனதும் ஆதிராவைக் கொண்டு கோடாலித் தைலம் போட்டு உருவிவிட வேண்டுமென எண்ணிக்கொண்டான்.

வீட்டுக்குள் நுழைந்தபோது ஒரே அமர்களமாக இருந்தது. ஆதிரா சாறியை ப்ளீற்ஸ் பண்ணி மடித்துக்கொண்டிருந்தாள்.

மகன் அயன்பொக்சும் கையுமாக நின்றான். மகள் விரல்களுக்கு கியூடெக்ஸ் பூசுவதிலிருந்த கவனம் சிதறாமல் இருந்தாள். எல்லாவற்றையும் கவனித்தவன் எதுவுமே அறியாதவன்போல் கேட்டான், "என்ன இங்க ஒரே அட்டகாசமாய் இருக்குது?"

"நாளைக்கெல்லே அப்பா என்ர பிரெண்ட்டின்ர பேர்த்டேப் பார்ட்டி, அதுக்குத்தான் ரெடி பண்ணுறம். உங்களுக்கும் அங்க புது உடுப்பு எடுத்து வைச்சிருக்கு அதைத்தான் நீங்கள் போடவேணும்" என்றாள் ஆதிரா.

"இதென்னடியப்பா பெரும் எடுப்புகளாய் இருக்குது?"

"அப்பா, அங்க நிறையச் சனங்கள் வருங்களாம் அதுதான் அம்மா இந்த எடுப்பு எடுக்கிறா" என்றான் மகன்.

"சரி... சரி... முதல்ல போய்ச் சாப்பிட்டிற்று வாங்கப்பா உங்களோட ஒரு அலுவல் இருக்கு" என்ற மகளை ஏற இறங்கப் பார்த்தவாறே, என்னவாக இருக்குமென்ற யோசனையுடன் சமையலறைக்குள் நுழைந்தான்.

சாப்பிட்டு முடிந்து வந்தவன் "மாட்டேன்... மாட்டேன்..." என்று அடம் பிடித்தபோதும், மகனும் மகளுமாய் இழுத்துக்கொண்டுபோய்க் குளியலறைக்குள் வைத்து அவனது தலையிலும், மீசையிலும் ஆங்காங்கே தெரிந்த வெள்ளை முடிகளுக்குக் கருப்பு மை பூசிவிட்டார்கள்.

முழுகிவிட்டு வெளியே வந்தவனைப் பார்த்து "வாவ்... பத்து வயசு குறைஞ்சமாதிரி இருக்கப்பா" என்ற ஆதிராவின் கண்களில் ஆச்சரியமும், மகிழ்ச்சியும் ஒன்றாய் தெரிந்தது.

"ஓமப்பா, நாங்கள் சின்னனாக இருந்தப்போ உங்களைப் பார்த்தமாதிரியே இருக்கிறீங்க" என மகனும் களிப்புடன் கூற, தந்தையை உற்றுப் பார்த்துவிட்டு "கொஞ்சம் பொறுங்க... கொஞ்சம் பொறுங்க..." என்றபடி எழுந்தோடிய மகள் கத்தரிக்கோலுடன் வந்து மீசையில் கருப்பு மைக்குத் தப்பித்திருந்த ஒரு வெள்ளை முடியைக் கண்டு பிடித்துக் கத்தரித்துவிட்டாள். அன்பும், ஆனந்தமும் பொங்கிப் பெருகி வழிந்துகொண்டிருந்த அக்கணத்தில் கைவலியைக்கூட மறந்துவிட்டிருந்தான் குணா.

அன்றைய அலுவல்களின் அசதியால் எல்லோரும் நேரத்துடன் தூங்க சென்றுவிட்டார்கள். இணையத்தில் செய்திகளை மேய்ந்துகொண்டிருந்த குணாவிடம் நாளைய கொண்டாட்டம் எப்படி நடந்து முடியப்போகிறதோ என்ற பரபரப்பும் தொற்றிக்கொண்டது. எழுந்து குளியலறைக்கு சென்று சிறுநீர் கழித்துவிட்டு கண்ணாடியில் முகம் பார்த்தான். இளமைத் தோற்றத்துடன் அழகாக இருப்பதாகவே அவனுக்கும் தோன்றியது. தலைமுடியைக் கோதி வெள்ளை முடிகள் இருக்கிறதா எனப் பார்க்கக் கையைத் தூக்கியபோது இடது கை சுள்ளென்று வலித்தது. வெளியே வந்து கோடாலித் தைலத்தைத் தேடி எடுத்து கைக் கும்பத்தில் தேய்த்து உருவிவிட்டான். சில நிமிடங்களிலேயே வலி தாடைக்குத் தாவியிருந்தது. குளிசை போட்டுவிட்டுப் படுத்தால் காலையில் எழும்பும்போது சுகமாகிவிடும் என நினைத்தவன் இரண்டு பரசெற்றமோல் குளிசைகளை விழுங்கிவிட்டுப் படுக்கையறைக்குள் நுழைந்தான். அங்கே ஆதிரா ஆழ்ந்த தூக்கத்தில் இருந்தாள். சத்தம்போட்டு அவளின் தூக்கத்தைக் கெடுக்காமல் அமைதியாகப் படுத்துக்கொண்டான்.

நீண்ட நேரமாகத் தூக்கம் வராமல் வலியோடு படுத்திருந்தவன் எப்போது தூங்கினானோ தெரியாது. திடீரென்று சாமத்தில் திடுக்கிட்டுக் கண் விழித்தபோது நடுநெஞ்சில் பயங்கர வலி எடுத்தது. நெஞ்சைப் பிடித்தபடி எழுந்து குந்திக்கொண்டான். தாங்க முடியாத வலியாக இருந்ததனால் விடிந்ததும் முதல் வேலையாக ஆஸ்பத்திரிக்குப் போகவேண்டுமென மனதுக்குள் முடிவெடுத்துக்கொண்டான். குமட்டிக்கொண்டு வாந்தி வருவதுபோல் இருந்தது. நெஞ்சைப் பிடித்தபடி எழுந்து குளியலறைக்குள் நுழைந்தவன் ஓங்காளித்துத் துப்பினான். மூச்சுவிடச் சிரமமாக இருந்தது. உடல் சில்லிட்டு வியர்த்துக்கொட்டியது. கை, கால் உட்பட இடது பக்கம் முழுவதும் விறைத்து உடல் சமநிலையை இழந்ததுபோல் உணர்ந்தான். எதையுமே ஆழமாகச் சிந்திக்கவோ முடிவெடுக்கவோ முடியாத அளவுக்குப் புத்தியும் பிசகியிருந்தது. படுத்தால் கொஞ்சம் சுகமாக இருக்கும்போல் தோன்றியது. தட்டுத்தடுமாறி அரையிருட்டில் படுக்கையறையை நெருங்கியவன் கதவின் கைபிடியைப் பிடிக்க முன்பே கதவு தானாகத் திறந்துகொண்டது போலிருந்தது. உள்ளே அம்மா நின்றுகொண்டு “வா... மகனே

வா..." என்று இரு கரம் நீட்டி அழைப்பது போன்றதொரு பிரமை ஒருகணம் மனக்கண்ணில் தோன்றி மறைந்தது. கட்டிலில் மெல்லச் சரிந்தவன் ஆழ்ந்த தூக்கத்திலிருந்த மனைவியைக் கட்டியணைத்தபடியே துயின்றான். அது சாதாரண துயிலல்ல, நீள் துயில். அத் துயிலால் அவன் அடைந்தது நிரந்தர விடுதலை.

முற்றும்.

தொலைந்து கொண்டிருக்கின்றேன்
எனது மண்ணிலிருந்து
எங்கோ தொலைவுகளில்
நான்
தொலைந்து கொண்டிருக்கின்றேன்.

காலடிகளில் தொலைத்த
எதிர்காலக் கனவுகளைக்
கடல் கடந்து தேடியபடிக்கு
நானும்
தொலைந்து கொண்டிருக்கின்றேன்.

எனது இருப்பும்
இங்கு அர்த்தமற்றது.
இருப்பினும்,
இருந்துகொண்டபடிக்கே
நானும்
தொலைந்து கொண்டிருக்கின்றேன்.

எனது உடை
எனது மொழி
எனது கலை, கலாச்சாரம்
பண்பாடுகளென
என்னவைகள் எல்லாமே
என்னிடமிருந்து தொலைந்துகொண்டிருக்க
நானும்,
என் மண்ணிடமிருந்து
தொலைந்து கொண்டிருக்கின்றேன்.

அல்லது,
தொலைய விரட்டப்பட்டிருக்கின்றேன்.

நவமகன்.

'போக்காளி' விமர்சனக் குறிப்புகளிலிருந்து.

போக்காளி. இந்த நூலை வாசித்து முடித்த கணத்தில் என் உள்ளத்தில் தோன்றிய எண்ணத்தை சுருக்கமாகச் சொல்வதென்றால் பிரமிப்பு, ஆச்சரியம், வியப்பு, பரவசம். இதற்கான காரணம் என்னவென்றால் அறுநூற்றி எண்பது பக்கங்களையுடைய இந்நாவலில் முதல் எழுத்திலிருந்து கடைசி எழுத்துவரை உறைந்திருக்கும் உண்மை, சத்தியம்.

- **ஷோபாசக்தி**, பிரான்ஸ்

□

பல்வேறு தளங்களிலான உரையாடல்களுக்கு உந்தக்கூடிய பேசுபொருட்களை இந்நாவல் கொண்டிருக்கின்றது. இதுவொரு எளிமையான கதை நகர்வு உத்தி. மிகைப்படுத்தலற்ற இயல்பான விபரிப்புகளினூடு கதை நகர்கிறது. சூழலையும் மனிதர்களையும் அவர்களின் உணர்வுகளையும் வாசிப்பவர் மனதில் எளிதாகக் கொண்டு சேர்க்கின்ற சிக்கலில்லாத மொழிநடையைக் கொண்டிருக்கின்றது. ஓர் இலக்கியப் படைப்பாக - வரலாற்றுப் பின்னணியில் வாழ்வியலின் பதிவாக - புலம்பெயர் அனுபவ விபரிப்பாக, நிகழ்வுகளின் தொகுப்பாக - சமூக, அரசியல் பிரதிபலிப்பாக - பல்பரிமாணத் தன்மையுடன் இந்த நாவல் பெறுமதியுடையதாகுகின்றது.

- **ரூபன் சிவராஜா**, நோர்வே

□

புலம்பெயர்ந்தவர்கள் அங்கிருந்து சுமந்து வந்த கலாசார அடையாளங்கள் சாதிய வர்க்க அசிங்கங்கள் - இவர்களுக்குப் பிறந்த குற்றத்தால் இரட்டைக் கலாசாரத்தில் சிக்கித் தவிக்கும்

குழந்தைகள் - திரிசங்கு சொர்க்கத்தில் அந்தரத்தில் தொங்கும் இவர்கள் - என இந்த நிமிடத்தைய எமது வேரறுந்த வாழ்வு வரை அப்பட்டமாக எம்மைத் தோலுரிக்கிறது இந்தப் போக்காளி. எதிர்காலத்தில் ஏதாவதொரு நம் வம்சாவளிக் குழந்தை கேட்கக்கூடும் நாம் எப்படி இங்கே வேரூன்றினோம்? எம் ஆரம்பம் எப்படியானது? என அந்தக் குழந்தைகளுக்கான பதிலே இந்த நூல்.

- மாலினி மாலா, ஜெர்மனி

எமது ஈழப்போராட்டப் பயணத்தையும், விடுதலை அரசியலில் எமது அன்றாடங்களையும் இயல்பொழுகப் பேசுகிறது போக்காளி. முடிந்துபோன ஆயுதவழிப் போராட்டத்தை கண்மூடித்தனமாக ஆதரிப்பதையும், மூர்க்கத்தனமாக எதிர்ப்பதையும் படமாகக் காட்சிப்படுத்துகிறது. நடந்தவைகளையும் நடப்பவைகளையும் நிஜமாகச் சொல்லிச் செல்லும் முக்கியமான நாவலாவணமாக 'போக்காளி'யை நான் காண்கின்றேன். போக்காளி மீது உண்மையான என் கண்ணீர்த்துளிகள் விழுந்தபோது அப்படியே அடையாளம் வைத்து மூடிவிட்டு சிறைச் செல்லுக்குள்ளிருந்து வெளிப்பட்டு என்னை நான் ஆசுவாசப்படுத்திக்கொள்ள வேண்டியிருந்தது.

- விவேகானந்தனூர் சதீஸ்
(அரசியல் கைதி)

இந்நாவல் புலம்பெயர் வாழ்வின் பல்பரிமாணங்களைப் பேசுகிறது. கடந்த அரை நூற்றாண்டுக் கால ஈழத்தமிழர் வரலாற்றையும் புலம்பெயர் வாழ்வியலையும் சமதளத்தில் சமகாலத்தில் நகர்த்துகிறது இந்நாவல். தன்வரலாற்றியலாக அமைந்தபோதும்கூட நவமகனின் கதை சொல்லும் திறன் சலிப்பற்ற தொடர்ச்சியான வாசிப்பைக் கோருகிறது.

- மீநிலங்கோ தெய்வேந்திரன், நோர்வே

இதுவரை நான் பார்த்திராத பக்கங்கள் எனினும் மிக்க லாவகமாக வழுக்கிச் செல்லும் வருடங்களையே அத்தியாயங்களாக்கி இது நாவல் என்ற பிரமைக்குள்ளிருந்து இது நாங்கள் கண்ட வாழ்க்கைச் சுவடுகள் என்ற நிலையைக் கொண்டமைந்திருக்கிறது. முழுக்கமுழுக்க எனது சிந்தனைகளைத் தூண்டிவிட்டிருக்கிறது இப் புத்தகம். இதைத் திறந்த நாள் முதல் யாரைப் பார்த்தாலும் இந்தப் புத்தகத்தைப் பற்றியே பேச வைத்திருக்கிறது.

- **தமயந்தி KS,** இலங்கை

□

எந்தவித மிகைப்படுத்தலுமின்றி பல கதை மாந்தர்கள் மூலமாகவும் கதை சொல்லி மூலமாகவும் இயல்பான எழுத்து நடையில் பல வரலாற்று உண்மைகளை திரிபு படுத்தாமல் உள்ளதை உள்ளபடியே காட்டிப் போகிறது இந்நாவல். தர்க்க ரீதியாக எமது போராட்ட வரலாற்றை ஆராய்ந்து அதன் நன்மை தீமைகளைக் காத்திரமான விமர்சனங்களினூடாக அறிந்துகொண்டு அதைச் சரியான முறையில் எதிர்காலச் சந்ததிக்கு நாம் கொடுக்க வேண்டும். அதற்கு இந்நாவல் ஓர் அடிப்படையாக இருக்கும் என்பதில் எந்த சந்தேகமும் இல்லை.

- **பூங்கோதை,** பிரித்தானியா

□

போக்காளியை வாசித்து முடித்தேன். எனது முப்பத்தைந்து வருட நோர்வே வாழ்வினை எதுவித பாசாங்கும், வடிகட்டலுமின்றி மீள உணரமுடிந்தது. நாவலை வாசிக்கும் அனைவரும் அதையே உணர்வீர்கள். ஈழப் போராட்டத்தின் முக்கிய சம்பவங்களை அதே காலக் கிரமத்தில் நாவலின் சம்பவங்களாகக் கோர்த்திருப்பது கடந்துவிட்ட வாழ்வின் வெற்றிகளையும் வலிகளையும் நெருக்கமாக மீளவும் உணரவைக்கிறது. உரையாடல்கள் சிலருக்கு ஒவ்வாமையைத் தரலாம். வரலாற்றை எழுதுபவன் பொய் எழுத முடியாதல்லவா? அத்தனை நுணுக்கமான அவதானிப்புடன் நோர்வேயில் தமிழர்களின் வாழ்வையும், ஈழப்போராட்டத்தையும் பிசைந்து எழுதியிருக்கிறார் நவமகன் கேதீஸ்.

- **சஞ்சயன் செல்வமாணிக்கம்,** நோர்வே

ஈழத்தவரின் அன்றாட மொழியில் ஓர் அசல் வாழ்க்கை போக்காளியில் எழுதப்பட்டுள்ளது. பொய் இல்லை. புனைவு இல்லை. திட்டமிடல் இல்லை. குணா என்ன மனநிலையில் எப்படியான காலத்தை எதிர்கொண்டானோ அதன் அசல் வடிவம். எதிர்காலத்தில் இலங்கைப் புலம்பெயரிகளின் வாழ்வை ஆராய்ச்சி செய்பவர்களுக்கு முக்கிய பதிவு.

- அகரன் பூமிநேசன், பிரான்ஸ்

புலம்பெயர் வாழ்வில் எமது சமூகத்தில் பெரும்பான்மையினரின் மனநிலையை சரியாகப் புரிந்துகொள்ள இந்நாவல் மிகவும் பொருத்தமானதாகும். தாயகத்திலும், புலம்பெயர் தேசங்களிலும் வாழும் அனைவரும் கட்டாயம் படிக்கவேண்டிய நூல். ஆங்கிலம் மற்றும் நோர்வேஜிய மொழிகளிலும் மொழிபெயர்க்கப்பட வேண்டும் என்பது எனது விருப்பம்.

- மலரவன், நோர்வே

அகதிகளாக தஞ்சம்கோரியவர்களின் வாழ்வியல் எப்படியானது. அகதித் தமிழர்களின் அன்றாடம் என்ன மாதிரியானது. அவர்களுடைய கவலைகள், அச்சங்கள் எந்த வகையானவை. போன்ற விடயங்கள் இதில் பதிவு செய்யப்பட்டிருக்கிறது. இவை பற்றிய விடயங்களை முழுமையாக வேறு எந்த நாவலிலும் நான் படித்ததில்லை. அங்கு என்ன நடக்கின்றது என்பதை முழுமையாகத் தெரிந்துகொள்வதற்கு இந்த நாவல் எனக்கு உதவியது.

- சுகுணா திவாகர், தமிழ்நாடு

மூன்று சகாப்தங்களுக்கு மேலாக நடைபெற்ற ஈழப்போரின் அரசியல் நிகழ்வுகளாலும், புலம்பெயர் வாழ்வினாலும் சிதறிய கனவுகள் இந்நாவலில் குவியலாக கிடைத்துள்ளது. வரலாற்றுக்குப்

பயன்பட வேண்டியவற்றை ஆவணப்படுத்தியுள்ளார் நாவலாசிரியர்.

- **மகா கார்த்திகேசன் சிற்றம்பலம்,** நோர்வே

□

யார் சரி, யார் பிழை என்றில்லாமல். அப்படி நடந்திருந்தால் சரியாக இருந்திருக்குமோ? அல்லது இப்படி நடந்திருந்தால் சரியாக இருந்திருக்குமோ? என்ற அங்கலாய்ப்புடன் நகரும் கதையில் ஈழப்போராட்ட முடிவில் எங்கு தவறு நடந்தது? ஏன் நடந்தது? யாரால் நடந்தது? போன்ற கேள்விகளைக் கதாபாத்திரங்களின் உரையாடல்கள் மூலமாக நாவலில் எழுப்பியிருக்கிறார் கதாசிரியர்.

- **அனுஷா சேகர்,** பிரித்தானியா

□

கருப்புப் பிரதிகளுடைய இந்தப் பதிப்பு நிச்சயமாக இலங்கைத் தமிழர்களின் புலம்பெயர் வாழ்வியலையும், போராட்டக் களத்தின் விமர்சனங்களையும் பதிவு செய்திருக்கின்ற நூல்களின் வரிசையில் முக்கிய இடத்தைப் பெறும். இந்த நாவல் நிச்சயமாக விவாதிக்கப்படும் என்ற நம்பிக்கை இருக்கிறது.

- **தேவதாசன்,** தமிழ்நாடு

□

இந்த நாவலில் அரசியல், பண்பாடு, கலாசாரம் மட்டுமல்லாமல் காதலும், காமமும் கூட மிக அழகாகப் பதிவு செய்யப்பட்டிருக்கிறது. இலங்கை அரசுகள் மீதும் புலிகள் மீதும் விமர்சனங்கள் வைக்கப்பட்டிருப்பதோடு, அகதியான வாழ்வு எவ்வளவு கொடூரமானது என்பதையும் புரியவைத்திருக்கிறது. நான் சினிமாவில் இருப்பதனால் வாசிக்கும்போது காட்சிகளை விசுவலாகக் கற்பனை பண்ணிப்பார்த்தேன். இதனைச் சினிமாவாக எடுத்தால் எப்படியிருக்கும் என்ற உணர்வுதான் எனக்குள் எழுந்தது.

- **கல்பனா அம்பேத்கர்,** தமிழ்நாடு

□

ஒரு நாவலுக்குரிய முதல் இலட்சணம் சுவாரசியம். அது இதனுள் சரியாக அடங்கியிருக்கிறது. வாசகனை இரசனையூடாக இழுத்து கதைக் காட்சிகளுடன் இணைத்து கதாநாயகனாக்கி விடுகிறது. வெளிப்படைத் தன்மையான ஒரு கதையாக்கம். மொத்தத்தில் *போக்காளி* ஓர் அகதி மனிதனின் சாதகக்குறிப்பு.

- **கருணாநிதி சுந்தரம்,** பிரான்ஸ்

□

என்னைப் பொறுத்தவரையில் இந்நூலை ஒரு வரலாற்றுக் காவியமாகவே பார்க்கின்றேன். நாங்கள் கண்ட, கேட்ட, அனுபவித்த வாழ்வில் மனித மனங்களின் பாடுகளை தர்க்கரீதியிலான உரையாடல்களுடன் பேசுகிறது. எமது சமூகத்தில் தற்போது விடைகாணத் துடிக்கின்ற கேள்விகளுக்கான பதில்களாகவும் இந்நூல் அமைந்திருக்கிறது. எந்தவித தனிமனித தாக்குதல்களின்றி கதாபாத்திரங்கள் கருத்துகளாலேயே மோதுகின்றார்கள். ஒரு வரலாற்றுப் பெட்டகத்தை சுவைக்க விரும்பினால் இதனைக் கையில் எடுத்துக்கொள்ளலாம் என்பதுவே எனது கருத்து.

- **யோகா கணேஸ்,** நோர்வே

□

துல்லியமான தகவல்களுடன் காய்தல் உவத்தலின்றி ஈழத் தமிழினம் சார்ந்த, மக்கள் சார்ந்த உண்மையான நேசிப்போடு எழுதப்பட்ட நாவலாகவே இந்தப் *போக்காளியை* நான் பார்க்கின்றேன். இதற்குள் நாம் கற்றுக்கொள்ளவேண்டிய பாடங்கள் நிறையவே இருக்கின்றன. கதை நகர்வில் ஐயோ! அடுத்து இனி என்ன நடக்கப்போகிறதோ? என்ற ஏக்கத்தைத் தரக்கூடிய உத்தியைக் கையாண்டிருக்கின்றார் கதாசிரியர் நவமகன்.

- **ரஜிதா சாம்,** பிரித்தானியா

□

தன் சமூகத்தோடு பின்னிப்பிணைந்த ஒரு மனிதனை இன்னொரு சமூகத்தில் கொண்டுபோய் போடும்போது அவன் என்னவாக ஆகிறான் என்கின்ற விடயங்கள் இந்தப் போக்காளியில் பதிவு

செய்யப்பட்டிருக்கின்றன. புலம்பெயர் சூழலில் இருந்து ஈழத்துப் போர்ச் சூழலை பார்க்கக்கூடிய இந்த நாவல் முக்கியமான பல புள்ளிகளை உரையாடலுக்கு எடுத்திருக்கிறது. அந்த விதத்தில் இதுவொரு முக்கியமான இடத்தைப் பெறுகிறது. புலம்பெயர் தேசங்களில் ஈழப்போர் தொடர்பான உரையாடல்கள் இடம்பெற்ற நாவல் எதுவென்றால், அது போக்காளி என்றே சொல்லலாம். புலம்பெயர் தேசங்களில் இருந்துகொண்டு போரைக் கொண்டாடியவர்களின் மனநிலையையும் உளவியல் போக்கையும் அவர்களுடைய முகங்களையும் தோலுரித்துக் காட்டுவதற்கு என்னென்ன செய்ய முடியுமோ அத்தனையையும் இந்த நாவல் செய்திருக்கிறது. சிங்களப் பேரினவாதத்தின் ஒடுக்குமுறை என்பது நிறுவனப்படுத்தப்பட்ட ஓர் அரசியல் வடிவம். அதற்கு எதிராகக் கிளம்பியவர்கள் வெறும் மேன்போக்கு அரசியலைக் கொண்டிருந்தமையினாலேயே பெரும் இழப்பை சந்திக்க நேர்ந்தது என்பதையும் இந்த நாவல் பதிவுசெய்திருக்கிறது.

- விஜிதரன், தமிழ்நாடு

உரையாடல்கள் தான் இந்நாவலில் மிக முக்கியமான உயிரோட்டமான பகுதியாக இருக்கிறது. அரசியல் கருத்துக்கள் மட்டுமே இங்கே முட்டி மோதவில்லை. மனிதப் பண்புகளும் முட்டி மோதுகின்றன. ஒரு சமூகம் தன்னைத்தானே திரும்பிப் பார்க்கும்போது ஆழமான விமர்சனக் கூற்றுக்களைக் கொண்டிருக்கவேண்டும். இந்த நாவலோடு ஒன்றிப் போகும்போது என்னையே நான் திரும்பிப் பார்ப்பதுபோல் இருந்தது. நாவலில் கதாபாத்திரங்களின் தெறிப்புகள் மிக மிக முக்கியமானதாக இருக்கின்றன.

- தமிழ் காமராசன், தமிழ்நாடு

இந்நாவல் இயக்க மனோபாவங்களைச் சிறப்பாக வெளிப்படுத்துகிறது. புலம்பெயர் நாடுகளில் ஒவ்வொரு இயக்கக்காரர்களும் அதே இயக்கத் தனங்களுடன் எப்படி இயங்கிக்கொண்டிருக்கின்றார்கள் என்பதை வலுவாக

முன்வைத்திருக்கின்றது. தமிழர்களுடைய அரசியல் சிந்தனை முறையில் உள்ள குறைபாட்டை கதாபாத்திரங்களின் உரையாடற் களத்தின் வழியே திறக்கின்றார் நவமகன். நாவல் பேசுகின்ற அரசியலை வைத்துக்கொண்டு இன்றைக்கு இருக்கின்ற அரசியலையும் எதிர்காலத்தில் மேற்கொள்ள வேண்டிய அரசியலையும் குறித்துச் சிந்திக்கும் தேவை இருக்கிறது. ஒரு படைப்பானது உரையாடலை நிகழ்த்தவேண்டும். அந்த உரையாடல், நிகழ்காலத்தைத் திறந்துகொண்டு எதிர்காலத்திற்குப் பயணிப்பதாக இருக்க வேண்டும். அந்தவகையில் *'போக்காளி'*யை முக்கியமான நாவலாகக் கருதுகின்றேன்.

- கருணாகரன், இலங்கை

நோர்வே மண்ணில் நகரும் கதை, புலம்பெயர் தமிழர்களுடைய மூன்று தசாப்த கால வாழ்வை, யதார்த்தத்துடனும் நேர்மையுடனும் பேசுகின்றது. பலவித குண இயல்புகளுடனான பலதரப்பட்ட மனிதர்கள் இந்தப் புத்தகம் முழுவதிலும் வலம்வந்து கொண்டிருக்கின்றார்கள். புலம்பெயர் நாடுகளின் இரண்டாம் தலைமுறையும், இங்கு பிறந்து வளரும் மூன்றாம் தலைமுறையும் அறியாத வலிமிகுந்த முதற் தலைமுறையின் கதைகளைக் கடத்தும் இந் நாவல், புலம்பெயர் மக்களின் பாடுகளைப் பதிவுசெய்ததில் முக்கியத்துவம் பெறுகின்றது.

- கவிதா லட்சுமி, நோர்வே